TAM TẠNG KINH PALI

TRƯỜNG BỘ KINH – TẬP 2
(KINH 18 – KINH 34)

DIỄN GIẢI VÀ VẤN ĐÁP

TS. Đỗ Văn Học

LỜI TỰA TỔNG QUÁT CHO BỘ TÁC PHẨM "TAM TẠNG KINH PALI: DIỄN GIẢI VÀ VẤN ĐÁP" (GỒM 10 TẬP)

Bộ sách "Tam Tạng Kinh Pali-Diễn Giải và Vấn Đáp" gồm 10 tập là công trình nghiên cứu, giảng giải và hệ thống hóa giáo lý Phật giáo Nguyên thủy dựa trên Tam Tạng Pāli: Kinh – Luật – Luận. Đây là thành quả của hơn ba mươi năm chuyên tâm học hỏi, tu tập và biên soạn của Tiến sĩ Đỗ Văn Học, nhằm phục vụ cho cả người hành trì lẫn học giả Phật học muốn tiếp cận giáo pháp một cách sâu sắc, mạch lạc và ứng dụng thực tiễn.

Phần "Diễn Giải" trong mỗi quyển trình bày rõ ràng nội dung kinh điển, giải thích các thuật ngữ chuyên môn, phân tích ý nghĩa giáo lý theo từng đoạn, từng chi tiết; trong khi đó phần "Vấn Đáp" giúp người đọc đào sâu tư duy, gợi mở những thắc mắc phổ biến, và tạo điều kiện cho sự tương tác giữa tri kiến và tuệ quán.

Các tập trong bộ sách được chia như sau:

1. Trường Bộ Kinh – Tập 1 & Tập 2: Phân tích các bài kinh dài, đặt nền tảng cho những chủ đề cốt lõi như Tứ Thánh Đế, Duyên Khởi, Bát Chánh Đạo, pháp hành thiền định và giải thoát.
2. Trung Bộ Kinh – Tập 1 & Tập 2: Trình bày các bài kinh trung bình mang tính triết lý và thực hành, giúp người đọc tiếp cận tư tưởng vô ngã, nghiệp, tuệ quán và các tầng thiền.
3. Tiểu Bộ Kinh – Tập 1 & Tập 2: Chú giải các kinh thuộc phần văn học đạo đức, thi kệ, truyện tích và các lời dạy súc tích nhưng giàu trí tuệ như Pháp Cú, Tiểu Tụng, Phật Tự Thuyết, Như Thị Thuyết, v.v.
4. Tương Ưng Bộ Kinh: Giải thích hệ thống các bài kinh được sắp xếp theo chủ đề – như Ngũ Uẩn, Lục Xứ, Bốn Đế, Duyên Khởi – giúp người đọc nắm bắt được cấu trúc tổng thể của giáo pháp.
5. Tăng Chi Bộ Kinh: Trình bày các nhóm pháp được Đức Phật dạy theo thứ tự từ một đến mười một pháp, thích hợp cho việc học tập, ghi nhớ và thực hành từng bước.
6. Luật Tạng: Diễn giải giới luật và nguyên tắc sống của người xuất gia, giúp hiểu rõ tinh thần từ bi, trí tuệ và kỷ luật nội tâm trong đời sống Tăng đoàn.
7. Vi Diệu Pháp: Giới thiệu các khái niệm phân tích vi tế của tâm, tâm sở, sắc pháp và các mối tương quan nhân duyên trong vũ trụ và đời sống tâm linh theo tinh thần Abhidhamma.

Điểm nổi bật của bộ sách là phương pháp trình bày có hệ thống, nội dung bám sát nguyên bản Pāli, ngôn ngữ trong sáng, lý giải hợp lý và logic, phù hợp với độc giả

Việt Nam hiện đại. Hình thức vấn đáp xuyên suốt các tập không chỉ làm phong phú nội dung mà còn nuôi dưỡng trí tuệ biện luận và khả năng quán chiếu giáo lý một cách chủ động.

Bộ sách không những là tài liệu học tập hữu ích cho chư Tăng Ni, sinh viên Phật học và các giảng sư, mà còn là người bạn đồng hành cho cư sĩ tại gia trên con đường tìm hiểu và hành trì Chánh Pháp.

TRƯỜNG BỘ KINH – TẬP 2: DIỄN GIẢI VÀ VẤN ĐÁP

"Trường Bộ Kinh – Tập 2: Diễn Giải và Vấn Đáp" là tập thứ hai trong bộ sách nghiên cứu và phân tích toàn diện về *Trường Bộ Kinh (Dīgha Nikāya)* – một trong những bộ kinh quan trọng nhất trong Kinh Tạng Pali. Tiếp nối phong cách phân tích sâu sắc của Tập 1, quyển sách này tiếp tục khảo sát các bài kinh tiếp theo với sự cẩn trọng trong việc lý giải giáo nghĩa và ứng dụng thực tiễn.

Tiến sĩ Đỗ Văn Học, với hơn ba mươi năm nghiên cứu Phật học, sử dụng lối trình bày rõ ràng dưới hình thức **vấn đáp**, giúp độc giả dễ tiếp cận mà vẫn giữ nguyên chiều sâu của giáo lý. Mỗi bài kinh được giới thiệu theo bối cảnh lịch sử, sau đó được phân tích từng phần, làm nổi bật các chủ đề như **giới đức (sīla)**, **thiền định (jhāna)**, **chánh kiến (sammādiṭṭhi)**, **nghiệp**, và **con đường đưa đến Niết-bàn**.

Tập này bao gồm các bài kinh đề cập đến vai trò của bậc lãnh đạo tâm linh, đặc tính của chánh trí, và cấu trúc của thực tại theo giáo lý Phật giáo nguyên thủy. Thông qua các phần giải thích chi tiết và câu hỏi gợi mở, độc giả được mời gọi không chỉ tiếp nhận giáo lý bằng lý trí mà còn bằng sự quán chiếu nội tâm.

Tác phẩm được biên soạn bằng tiếng Việt, trung thành với nguồn Pali nguyên thủy, đồng thời thể hiện sự sáng rõ và hệ thống. Đây là tài liệu giá trị dành cho Tăng Ni, Phật tử cư sĩ và các học giả muốn đi sâu vào lời dạy của Đức Phật qua Trường Bộ Kinh.

TRƯỜNG BỘ KINH – TẬP 2
(KINH 18 – KINH 34)

MỤC LỤC

KINH 18:
XÀ-NI-SA
(Janavasabha Sutta)

I. GIỚI THIỆU TỔNG QUAN VỀ KINH XÀ-NI-SA

1. **Giới thiệu tổng quan về kinh**: Kinh Xà-Ni-Sa (Janavasabha Sutta) là kinh thứ 18 trong **Trường Bộ Kinh**, một bộ kinh quan trọng của Kinh Tạng Pali. Tên gọi "Xà-Ni-Sa" (Janavasabha) được đặt theo tên của vị thần Janavasabha, một chư thiên đã đến gặp Đức Phật để kể lại những điều diễn ra ở các tầng trời. Janavasabha từng là vua Bình Sa (Bimbisara) trong kiếp trước và hiện đang là một vị chư thiên, người nắm rõ những quy luật về nghiệp và tái sinh trong thế giới chư thiên.
2. **Bối cảnh ra đời của kinh**: Kinh được thuyết giảng trong hoàn cảnh khi Janavasabha, vị thần trong cõi trời, đến gặp Đức Phật để thuật lại những sự kiện xảy ra trong các cõi chư thiên. Janavasabha chia sẻ những gì ông đã thấy về quá trình vận hành của nghiệp và các quả báo liên quan, cũng như sự biến chuyển của các chư thiên. Bối cảnh đặc biệt này tạo cơ hội cho Đức Phật và các đệ tử hiểu sâu hơn về những tác động của nghiệp trong luân hồi, từ đó học được bài học quan trọng về sự vô thường ngay cả trong những cảnh giới cao nhất.
3. **Chủ đề chính của kinh**: Kinh Xà-Ni-Sa tập trung vào ba chủ đề chính: **nghiệp, tái sinh và các tầng trời**. Qua cuộc trò chuyện với Janavasabha, Đức Phật làm sáng tỏ những nguyên lý của nghiệp và ảnh hưởng của nó đến sự tái sinh trong các cảnh giới khác nhau, bao gồm cả các tầng trời. Mặc dù các tầng trời là những cảnh giới hạnh phúc và phước báo, chúng vẫn chịu sự chi phối của vô thường và không thể tồn tại vĩnh viễn. Cuối cùng, kinh khuyến khích người tu tập hướng đến giải thoát khỏi luân hồi, vì chỉ có con đường này mới giúp đạt đến sự an lạc chân thật, vượt khỏi mọi sự biến đổi của thế gian.

II. NỘI DUNG CHÍNH CỦA KINH XÀ-NI-SA

1. **Cuộc gặp gỡ với Xà-Ni-Sa**: Cuộc gặp gỡ giữa Đức Phật và Xà-Ni-Sa là một điểm mở đầu quan trọng trong kinh. Xà-Ni-Sa, một vị thần trong các tầng trời và từng là vua Bình Sa (Bimbisara) ở kiếp trước, đã đến gặp Đức Phật để chia sẻ những gì ông đã chứng kiến trong thế giới chư thiên. Cuộc trò chuyện này là cơ hội để Đức Phật lắng nghe về các quy luật của nghiệp và tái sinh, giúp các đệ tử hiểu rõ hơn về những nguyên lý trong luân hồi.
2. **Các tầng trời và những điều kiện tái sinh**:
    - **Giới thiệu về các tầng trời**: Trong cuộc trò chuyện, Xà-Ni-Sa đã mô tả chi tiết về các tầng trời khác nhau mà ông đã chứng kiến, bao gồm những

đặc điểm riêng biệt của từng cảnh giới. Các tầng trời được chia thành nhiều cấp bậc khác nhau, từ các cảnh giới thấp đến cao, và mỗi cảnh giới có những trải nghiệm hạnh phúc và phước báo khác nhau. Tuy nhiên, tất cả đều nằm trong luân hồi và vẫn bị chi phối bởi vô thường.

- **Điều kiện và nghiệp dẫn đến tái sinh**: Xà-Ni-Sa giải thích rằng để tái sinh vào các tầng trời, chúng sinh cần tích lũy những nghiệp thiện lành, bao gồm những hành động từ bi, bố thí, và giữ gìn giới luật. Ngược lại, nghiệp bất thiện có thể dẫn đến các cảnh giới thấp hơn hoặc những điều kiện bất lợi trong cuộc sống. Sự chi tiết này giúp người nghe hiểu rõ hơn về cách nghiệp dẫn dắt chúng sinh đến những cảnh giới phù hợp và rằng tái sinh vào các tầng trời là kết quả của thiện nghiệp, nhưng không phải là cứu cánh tối hậu.

3. **Sự biến đổi và các hiện tượng trong thế giới chư thiên**: Xà-Ni-Sa cũng chia sẻ với Đức Phật về sự biến đổi liên tục trong thế giới chư thiên. Dù các tầng trời là cảnh giới của phước báo và hạnh phúc, chúng vẫn chịu sự chi phối của vô thường. Các vị trời cũng phải trải qua sự sinh, già, bệnh, chết, và sự suy tàn. Sự biến đổi này nhấn mạnh rằng ngay cả trong các cảnh giới cao nhất, không có gì là bền vững hay tồn tại mãi mãi, và sự giải thoát chân thật chỉ có thể đạt được qua con đường vượt ngoài luân hồi.

III. PHÂN TÍCH CÁC ĐIỂM CHÍNH CỦA KINH XÀ-NI-SA

1. Nghiệp và Quả của Nghiệp:

- **Phân tích vai trò của nghiệp và cách nghiệp dẫn đến sự tái sinh**: Kinh Xà-Ni-Sa làm rõ rằng nghiệp là yếu tố chính dẫn đến sự tái sinh trong các cảnh giới khác nhau. Nghiệp (hành động) của mỗi cá nhân – bao gồm hành động thiện và bất thiện – quyết định cảnh giới mà họ sẽ tái sinh. Nghiệp thiện lành như bố thí, giữ giới, và phát triển tâm từ bi dẫn dắt chúng sinh đến các cảnh giới cao hơn, như các tầng trời, trong khi nghiệp bất thiện có thể dẫn đến các cảnh giới thấp hơn, đầy đau khổ và khó khăn.
- **Nhấn mạnh ảnh hưởng của hành động bất thiện trong vòng luân hồi**: Kinh nhấn mạnh rằng cả hành động thiện và bất thiện đều có ảnh hưởng sâu rộng đến quá trình luân hồi của chúng sinh. Nghiệp xấu có thể dẫn đến những cảnh giới đau khổ hoặc tạo ra những điều kiện bất lợi ngay trong hiện tại. Điều này khuyến khích người nghe nhận thức về sức mạnh của hành động và động cơ của mình trong mỗi suy nghĩ và việc làm.

2. Sự Thăng Hoa và Suy Tàn Trong Các Cõi Trời:

- **Tính vô thường trong cõi trời và sự biến chuyển trong thế giới chư thiên**: Dù các cõi trời là cảnh giới của phước báo và an vui, chúng vẫn chịu sự chi phối của quy luật vô thường. Ngay cả những cảnh giới cao nhất cũng không thể tồn tại mãi mãi, và chư thiên, dù sống lâu và hưởng phước, cũng phải trải qua sự suy tàn và chết chóc. Điều này cho thấy rằng ngay cả các cõi trời cũng không thể mang lại hạnh phúc vĩnh cửu.
- **Sự suy tàn và mất đi của các chư thiên**: Sự suy tàn của chư thiên cho thấy rằng các cảnh giới an lạc và hạnh phúc trong luân hồi vẫn là những pháp hữu vi, tạm bợ. Điều này giúp chúng ta nhận ra rằng, dù có đạt được

sự an vui và phước báo trong các cõi trời, con người vẫn sẽ phải đối diện với sự biến đổi và không thể thoát khỏi vòng sinh tử.

3. **Giá Trị Của Việc Tu Tập Và Phát Triển Tâm Linh**:
   - **Tầm quan trọng của tu tập đạo đức và phát triển trí tuệ**: Kinh khuyến khích sự tu tập dựa trên đạo đức và trí tuệ, thay vì chỉ mong cầu các cảnh giới cao hơn. Nhận thức về nghiệp và vô thường giúp chúng sinh hiểu rằng các cảnh giới cao cũng chỉ là tạm thời, và rằng chỉ có đạo đức, trí tuệ mới mang lại an lạc bền vững.
   - **Con đường tu tập hướng đến Niết Bàn là mục tiêu tối hậu**: Kinh chỉ ra rằng, dù có phước báo lớn lao trong các cõi trời, đó vẫn chưa phải là cứu cánh cuối cùng. Chỉ có Niết Bàn – trạng thái thoát khỏi vòng sinh tử – mới mang lại sự giải thoát chân thật, vượt khỏi những ràng buộc của nghiệp và luân hồi. Vì vậy, sự tu tập đạo đức, phát triển trí tuệ và từ bi là con đường đúng đắn để đạt đến sự an lạc và giải thoát hoàn toàn.

IV. GIẢI THÍCH CÁC BIỂU TƯỢNG VÀ ẨN DỤ TRONG KINH XÀ-NI-SA

1. **Xà-Ni-Sa (Janavasabha)**: Xà-Ni-Sa, vị thần xuất hiện trong kinh, đóng vai trò là người kể lại những điều ông đã chứng kiến ở các cõi trời. Ông từng là vua Bình Sa (Bimbisara) trong kiếp trước và hiện là chư thiên trong thế giới chư thiên. Sự xuất hiện của Xà-Ni-Sa nhấn mạnh đến **vòng luân hồi** và **tính vô ngã**, cho thấy rằng dù là một vị vua đầy quyền lực hay một vị thần, mỗi cá nhân vẫn chịu sự chi phối của nghiệp và vô thường. Xà-Ni-Sa là biểu tượng cho sự hiểu biết sâu sắc về nghiệp và tái sinh, đồng thời cho thấy mối liên hệ giữa các cảnh giới, cũng như giá trị của việc kể lại những bài học về luân hồi.
2. **Các Cõi Trời và Các Tầng Luân Hồi**:
   - **Mỗi tầng trời tượng trưng cho mức độ nghiệp quả khác nhau**: Các cõi trời trong kinh tượng trưng cho các mức độ nghiệp quả của chúng sinh, từ những cảnh giới có phước báo ít đến cảnh giới có phước báo lớn. Chúng cho thấy rằng các hành động thiện lành có thể dẫn dắt con người đến những cảnh giới an vui, giúp họ đạt được sự an lạc trong cuộc sống kế tiếp.
   - **Sự thăng hoa và lợi ích của thiện nghiệp trong các tầng trời**: Các tầng trời cao hơn tượng trưng cho phước báo và sự an vui mà thiện nghiệp mang lại. Tuy nhiên, chúng đồng thời nhấn mạnh rằng tất cả các cảnh giới này đều nằm trong vòng luân hồi và chịu sự chi phối của nghiệp. Điều này giúp người đọc nhận ra rằng dù đạt đến cảnh giới an lạc, chúng sinh vẫn chưa thoát khỏi sự tái sinh và vòng sinh tử, và rằng các tầng trời cũng không phải là đích đến cuối cùng.
3. **Quá Trình Suy Tàn của Chư Thiên**: Sự suy tàn và mất đi của các vị chư thiên là một hình ảnh quan trọng trong kinh, biểu tượng cho **tính vô thường của các pháp hữu vi**. Ngay cả khi ở trong cảnh giới an vui và phước báo, các vị trời vẫn không thể tránh khỏi sự suy tàn và cái chết. Hình ảnh này nhấn mạnh rằng không có cảnh giới nào thực sự bền vững, kể cả những cảnh giới hạnh phúc nhất trong cõi trời. Sự suy tàn của chư thiên nhắc nhở rằng mọi chúng sinh, dù đạt đến đâu trong luân hồi, cũng cần phải hướng đến sự giải

thoát chân thật – đó là Niết Bàn, nơi không còn chịu sự chi phối của vô thường và sinh tử.

V. Ý NGHĨA VÀ BÀI HỌC TỪ KINH XÀ-NI-SA

1. **Nhận Thức Về Tính Vô Thường**: Kinh Xà-Ni-Sa nhấn mạnh rằng vô thường hiện hữu trong mọi cảnh giới, kể cả các cõi trời – nơi được xem là cảnh giới an vui và phước báo lớn. Dù chư thiên sống lâu và hưởng nhiều phước báu, họ vẫn không thể tránh khỏi sự suy tàn và biến đổi theo thời gian. Bài học về vô thường nhắc nhở chúng ta rằng không có gì là bền vững và vĩnh viễn trong vòng luân hồi. Hiểu được tính vô thường sẽ giúp chúng ta không bị dính mắc vào những cảnh giới tạm bợ và hạnh phúc nhất thời.
2. **Tầm Quan Trọng Của Tu Tập Tâm Linh**: Kinh khuyến khích sự tu tập tâm linh thay vì chỉ theo đuổi các cảnh giới cao trong luân hồi. Tu tập tâm linh bao gồm việc phát triển đạo đức, từ bi và trí tuệ, là nền tảng giúp chúng ta vượt khỏi vòng sinh tử và đạt đến sự giải thoát chân thật. Dù có đạt được phước báo lớn lao đến đâu, các cảnh giới ấy vẫn chỉ là những trạng thái tạm thời trong luân hồi. Chỉ có sự tu tập tâm linh hướng đến Niết Bàn mới giúp chúng sinh vượt qua sự chi phối của nghiệp và vô thường.
3. **Nghiệp Và Sự Tái Sinh**: Kinh Xà-Ni-Sa đưa ra bài học về tầm quan trọng của nghiệp và sự tái sinh, nhắc nhở chúng ta về sự cần thiết của việc làm lành, tránh ác để có được tái sinh tốt đẹp. Nhờ làm thiện và sống đạo đức, chúng sinh có thể tái sinh vào những cảnh giới an vui hơn. Tuy nhiên, ngay cả các thiện nghiệp cũng cần phải vượt qua để đạt đến Niết Bàn, vì dù là nghiệp tốt hay xấu, tất cả đều là nguyên nhân đưa đến tái sinh trong luân hồi. Bài học này nhắc nhở rằng sự giải thoát hoàn toàn chỉ có thể đạt được khi chúng ta vượt qua cả thiện nghiệp lẫn bất thiện nghiệp, hướng đến mục tiêu Niết Bàn – trạng thái không còn tái sinh và không còn khổ đau.

VI. ỨNG DỤNG CÁC GIÁ TRỊ CỦA KINH XÀ-NI-SA TRONG CUỘC SỐNG HIỆN ĐẠI

1. **Thực Hành Thiện Nghiệp**: Kinh Xà-Ni-Sa khuyến khích chúng ta tạo phước và làm thiện để tránh nghiệp xấu và tích lũy phước lành. Trong đời sống hiện đại, điều này có thể được thực hiện qua những hành động như giúp đỡ người khác, sống có đạo đức, làm việc với lòng từ bi và tinh thần trách nhiệm. Thực hành thiện nghiệp cũng bao gồm việc giữ gìn năm giới, không làm tổn hại đến ai và nuôi dưỡng lòng từ bi. Những điều này giúp xây dựng một cuộc sống an lành, giảm bớt đau khổ và chuẩn bị cho những kết quả tốt đẹp trong tương lai.
2. **Nhận Thức Về Vô Thường Để Buông Bỏ**: Sự quán chiếu về vô thường nhắc nhở chúng ta rằng tất cả mọi thứ, kể cả những thành tựu và tài sản, đều là tạm bợ. Hiểu rõ điều này giúp chúng ta sống một cách nhẹ nhàng hơn, không quá dính mắc vào những giá trị vật chất hay thành công nhất thời. Thay vì bám víu và tạo áp lực cho bản thân, chúng ta có thể thực hành buông bỏ, giảm bớt sự kỳ vọng vào những điều ngoài tầm kiểm soát. Nhận thức về vô thường khuyến khích chúng ta tập trung vào giá trị tinh thần và sống trọn

vẹn trong từng khoảnh khắc, mà không để bản thân bị ràng buộc bởi sự ham muốn.

3. **Hướng Đến Mục Tiêu Giải Thoát**: Kinh Xà-Ni-Sa nhấn mạnh rằng mọi thành tựu vật chất hay danh vọng đều là vô thường và không thể mang lại hạnh phúc bền lâu. Điều này nhắc nhở chúng ta không nên quá tập trung vào việc đạt được thành công hoặc tích lũy tài sản mà quên đi mục tiêu cao cả của cuộc sống, đó là sự an lạc và giải thoát chân thật. Thay vì chạy theo các giá trị vật chất, chúng ta nên hướng đến phát triển nội tâm, nuôi dưỡng trí tuệ và từ bi, để đạt đến trạng thái an lạc từ bên trong. Đây là con đường giúp chúng ta vượt qua khổ đau và đạt được hạnh phúc thực sự, không bị chi phối bởi các yếu tố bên ngoài.

VII. TỔNG KẾT VÀ TÓM TẮT VỀ KINH XÀ-NI-SA

1. **Tóm Tắt Nội Dung và Bài Học Chính**: Kinh Xà-Ni-Sa nhấn mạnh ba chủ đề cốt lõi: **vô thường**, **nghiệp** và **tái sinh**. Qua câu chuyện của Xà-Ni-Sa, kinh làm rõ rằng tất cả cảnh giới, kể cả các cõi trời, đều chịu sự chi phối của vô thường và không tồn tại vĩnh viễn. Nghiệp, hay hành động thiện và bất thiện, quyết định cảnh giới mà chúng sinh sẽ tái sinh và tạo nên vòng luân hồi. Những hành động tốt đẹp giúp đạt được những cảnh giới an vui, nhưng giải thoát chân thật chỉ có thể đạt được qua việc vượt thoát khỏi nghiệp, hướng đến Niết Bàn.
2. **Khuyến Khích Quán Chiếu và Thực Hành**: Kinh khuyến khích người đọc không chỉ hiểu lý thuyết mà còn **quán chiếu sâu sắc** về vô thường và nghiệp, từ đó thực hành các giá trị của kinh trong đời sống hàng ngày. Từ nhận thức về vô thường, chúng ta có thể buông bỏ các dính mắc, thực hành thiện nghiệp và nuôi dưỡng tâm từ bi, trí tuệ để hướng đến mục tiêu giải thoát.
3. **Lời Kết**: Kinh Xà-Ni-Sa truyền tải thông điệp sâu sắc về **tầm quan trọng của việc tu tập và phát triển trí tuệ** để vượt qua luân hồi. Lời nhắn nhủ cuối cùng là dù các cảnh giới cao có an vui và phước báo, chúng vẫn thuộc về luân hồi và chịu sự biến đổi. Sự tu tập, hướng đến giải thoát, là con đường duy nhất giúp chúng ta đạt đến an lạc chân thật và vượt qua mọi khổ đau, như tinh thần mà kinh đã truyền tải.

VIII. VẤN ĐÁP VỀ KINH XÀ-NI-SA

1. Tại sao Xà-Ni-Sa, từng là vua Bình Sa trong kiếp trước, lại kể lại những sự kiện diễn ra ở các cõi trời cho Đức Phật?

Trong Kinh Xà-Ni-Sa (Janavasabha Sutta), câu hỏi về lý do tại sao Xà-Ni-Sa (trong kiếp trước từng là vua Bình Sa – Bimbisāra) kể lại các sự kiện trên các cõi trời cho Đức Phật có thể được lý giải qua một số điểm sau:

1. **Ý nguyện truyền tải sự thật về các cõi trời**: Xà-Ni-Sa, sau khi tái sinh vào cõi trời và có cơ hội chứng kiến những sự kiện khác nhau, mong muốn chia sẻ những điều này với Đức Phật. Ông nhận thức rằng Đức Phật là một bậc giác ngộ, có khả năng hiểu và giải thích tường tận về các cõi trời cho chúng sinh trong nhân gian.

2. **Giá trị giáo dục cho chư tăng và Phật tử**: Qua sự truyền đạt của Đức Phật, những câu chuyện và sự thật về cõi trời mà Xà-Ni-Sa kể lại sẽ giúp tăng đoàn cũng như các Phật tử hiểu rõ hơn về sự vận hành của nghiệp báo và luân hồi. Đây là những kiến thức cần thiết để khích lệ sự tinh tấn trong việc tu tập, tránh xa dục vọng và những hành động bất thiện, vốn sẽ kéo dài vòng luân hồi.
3. **Nhấn mạnh về nghiệp lực và hậu quả của hành động**: Xà-Ni-Sa mong muốn giúp chúng sinh ở nhân gian hiểu rằng các hành động thiện và ác sẽ dẫn đến các cảnh giới khác nhau sau khi chết. Với tư cách là một vị trời, ông nhận thấy tầm quan trọng của việc truyền đạt này để mọi người biết về sự tồn tại của các cõi trời và địa ngục. Những câu chuyện này không chỉ là sự miêu tả các cõi mà còn là minh chứng rõ ràng về luật nhân quả.
4. **Sự kính trọng và biết ơn của Xà-Ni-Sa đối với Đức Phật**: Xà-Ni-Sa, trong tiền kiếp là vua Bình Sa, từng là một Phật tử thuần thành và có sự kính trọng đặc biệt đối với Đức Phật. Việc kể lại những sự kiện ở cõi trời cũng là cách thể hiện lòng biết ơn của ông với Đức Phật, người đã dạy ông giáo lý và dẫn dắt ông đến con đường thiện lành trong nhiều kiếp.
5. **Xác nhận và củng cố lòng tin của đệ tử Phật**: Các câu chuyện về cõi trời được kể lại bởi Xà-Ni-Sa góp phần làm rõ thêm những lời giảng của Đức Phật về vòng sinh tử và các cảnh giới tồn tại sau khi rời khỏi cõi đời. Sự xuất hiện của một vị trời đã từng là một vị vua nổi tiếng sẽ giúp củng cố lòng tin của đệ tử Phật, rằng những điều Đức Phật dạy về các cảnh giới là chân thực và có cơ sở.
6. **Giáo hóa và khuyến khích chúng sinh trong nhân gian**: Cuộc gặp gỡ với Đức Phật và việc kể lại những sự kiện trên cõi trời của Xà-Ni-Sa cũng là cách để ông khuyến khích và giáo hóa các chúng sinh. Sự tồn tại của các cõi trời và sự tái sinh của mình vào cõi trời là minh chứng cho việc làm thiện sẽ đưa đến phước báu lớn lao. Đây là nguồn động viên tinh thần giúp mọi người sống thiện, hành động đúng đắn để tạo nghiệp lành cho đời sau.

Tổng kết:

Việc Xà-Ni-Sa kể lại những sự kiện ở các cõi trời cho Đức Phật không chỉ là một hành động kính ngưỡng mà còn mang nhiều ý nghĩa sâu sắc. Nó hỗ trợ cho việc truyền bá giáo lý, củng cố niềm tin về luật nhân quả và khuyến khích mọi người sống thiện lành.

2. Qua lời kể của Xà-Ni-Sa, chúng ta hiểu thêm điều gì về tác động của nghiệp lên sự tái sinh trong các cảnh giới khác nhau?

Qua lời kể của Xà-Ni-Sa trong Kinh Xà-Ni-Sa (Janavasabha Sutta), chúng ta hiểu sâu sắc hơn về tác động của nghiệp đối với sự tái sinh trong các cảnh giới khác nhau qua những điểm sau:

1. **Nghiệp dẫn dắt sự tái sinh**: Xà-Ni-Sa cho thấy nghiệp là yếu tố quyết định nơi một chúng sinh tái sinh sau khi chết. Nghiệp thiện hoặc bất thiện sẽ đưa chúng sinh đến những cảnh giới khác nhau. Nếu tích lũy nhiều nghiệp thiện, chúng sinh có thể tái sinh ở các cảnh giới an lành như nhân

gian hoặc các cõi trời. Ngược lại, nghiệp bất thiện sẽ dẫn đến cảnh giới đau khổ như địa ngục hoặc ngạ quỷ.

2. **Mối liên hệ giữa hành động và kết quả tái sinh**: Những câu chuyện Xà-Ni-Sa kể lại minh họa rõ rằng hành động thiện và bất thiện đều tạo ra những kết quả cụ thể. Hành động thiện lành như bố thí, trì giới, và thiền định mang lại tái sinh trong các cảnh giới tốt đẹp, trong khi hành động xấu đưa đến tái sinh ở các cảnh giới thấp kém. Đây là minh chứng cho quy luật nhân quả trong việc tái sinh.
3. **Tích lũy công đức và phước báo**: Xà-Ni-Sa cho thấy sự tích lũy công đức qua những hành vi thiện lành có thể đưa đến các cảnh giới an lành như cõi trời. Điều này không chỉ mang lại đời sống an vui mà còn là cơ hội để chúng sinh tiếp tục tu tập và phát triển công đức cho đến khi đạt được giác ngộ.
4. **Luân hồi và sự chi phối của nghiệp**: Qua lời kể của Xà-Ni-Sa, chúng ta thấy rằng không ai có thể tránh khỏi vòng luân hồi nếu vẫn còn bị nghiệp chi phối. Vòng luân hồi là quá trình chúng sinh tái sinh vào những cảnh giới khác nhau tùy thuộc vào nghiệp, thể hiện rõ mối quan hệ nhân quả nghiêm ngặt.
5. **Giới hạn của cảnh giới phước báo**: Dù tái sinh vào cõi trời là một kết quả đáng mừng của nghiệp thiện, Xà-Ni-Sa cũng nhấn mạnh rằng các cõi trời vẫn nằm trong vòng luân hồi. Nghĩa là ngay cả những cảnh giới này vẫn chịu sự chi phối của nghiệp, và chỉ khi đạt được giải thoát hoàn toàn, chúng sinh mới thực sự thoát khỏi vòng sinh tử.
6. **Sự tiếp nối của nghiệp và tâm thức**: Qua lời kể của Xà-Ni-Sa, chúng ta hiểu rằng sự tái sinh là sự tiếp nối của dòng nghiệp và tâm thức, không phải sự chuyển tiếp của một "cái tôi" cố định. Khi một người mất đi, nghiệp lực và tâm thức sẽ tiếp tục, tìm nơi tái sinh mới, duy trì vòng đời cho đến khi đạt được sự giải thoát.

Tổng kết:

Lời kể của Xà-Ni-Sa giúp chúng ta hiểu sâu hơn về tác động của nghiệp trong việc định hình cảnh giới tái sinh, từ đó củng cố niềm tin vào nhân quả và thúc đẩy việc sống thiện lành để tạo nghiệp tốt cho tương lai.

3. Các tầng trời trong kinh tượng trưng cho điều gì về mặt nghiệp quả và cách mà nghiệp ảnh hưởng đến đời sống của chúng sinh?

Các tầng trời trong Kinh Xà-Ni-Sa tượng trưng cho nhiều khía cạnh sâu sắc về nghiệp quả và cách mà nghiệp ảnh hưởng đến đời sống của chúng sinh. Dưới đây là các ý chính:

1. **Biểu tượng của phước báo và nghiệp thiện**: Các tầng trời tượng trưng cho phước báo mà chúng sinh đạt được khi tích lũy nghiệp thiện. Những hành động như bố thí, giữ giới, và thiền định tạo ra nghiệp thiện dẫn đến tái sinh trong các cõi trời. Đây là những cảnh giới an vui, cho thấy rằng việc hành thiện có thể mang lại đời sống phúc lạc và thịnh vượng cho chúng sinh.

2. **Cảnh giới tương xứng với mức độ công đức**: Mỗi tầng trời trong kinh là một biểu hiện cho các mức độ công đức khác nhau. Tầng trời càng cao tượng trưng cho nghiệp lực càng mạnh và công đức tích lũy càng lớn. Điều này nhấn mạnh rằng nghiệp quả không chỉ là kết quả đơn thuần mà còn được phân loại và đánh giá theo mức độ công đức, điều mà mỗi chúng sinh tích lũy qua hành động của mình.
3. **Khả năng tiếp tục tu tập và phát triển tâm linh**: Các tầng trời không chỉ là nơi hưởng phước mà còn là cơ hội để chúng sinh tiếp tục tu tập và phát triển tâm linh. Trong những cảnh giới cao này, chúng sinh dễ dàng thực hành thiền định và phát triển các phẩm chất tốt đẹp. Điều này cho thấy rằng tái sinh vào cõi trời có thể hỗ trợ tiến trình giác ngộ nếu chúng sinh không bị mê đắm trong lạc thú.
4. **Sự chi phối của nghiệp ngay cả trong cảnh giới an lành**: Mặc dù các tầng trời là những cảnh giới của an vui, chúng vẫn nằm trong vòng luân hồi và chịu sự chi phối của nghiệp. Khi phước báo dần cạn kiệt, chúng sinh sẽ phải rời khỏi cõi trời và tái sinh vào cảnh giới tương ứng với nghiệp còn lại. Điều này nhấn mạnh rằng dù ở cảnh giới cao, chúng sinh vẫn chịu sự kiểm soát của nghiệp và luân hồi.
5. **Sự vô thường và không thoát khỏi luân hồi**: Các tầng trời cũng cho thấy tính vô thường của mọi cảnh giới, kể cả những cõi an vui nhất. Các vị trời cuối cùng vẫn phải trải qua cái chết và chịu sự thay đổi theo nghiệp. Điều này nhắc nhở chúng sinh rằng không có cảnh giới nào trong luân hồi là vĩnh cửu, và chỉ có sự giải thoát hoàn toàn mới đưa đến tự do khỏi vòng sinh tử.
6. **Khuyến khích sống thiện lành trong đời sống nhân gian**: Hình ảnh các tầng trời và các phước báo tương ứng là nguồn động viên cho chúng sinh sống thiện lành trong đời sống hiện tại. Điều này cho thấy rằng nghiệp thiện không chỉ tạo ra lợi ích trong đời sau mà còn ảnh hưởng đến sự phát triển nhân cách và phẩm hạnh của chúng sinh ngay trong hiện tại.

Tổng kết:

Các tầng trời trong kinh không chỉ tượng trưng cho phước báo mà còn mang nhiều ý nghĩa về nghiệp quả và sự ảnh hưởng của nghiệp đối với đời sống chúng sinh. Chúng nhấn mạnh rằng mọi cảnh giới đều là kết quả của hành động và khuyến khích con người tích lũy nghiệp lành để đạt được phước báo, đồng thời nhắc nhở về sự vô thường trong vòng luân hồi.

4. Tại sao ngay cả các cảnh giới cao như cõi trời vẫn chịu sự chi phối của vô thường và không thể tồn tại mãi mãi?

Các cảnh giới cao như cõi trời, dù là nơi của an lạc và phước báu, vẫn chịu sự chi phối của vô thường và không thể tồn tại mãi mãi vì những lý do sau:

1. **Quy luật vô thường trong luân hồi**: Tất cả mọi cảnh giới trong vòng luân hồi, dù là thấp kém hay cao quý, đều phải chịu quy luật vô thường. Ngay cả các cảnh giới cao như cõi trời cũng không thoát khỏi sự biến đổi và tan rã. Điều này nhắc nhở rằng tất cả các hiện tượng đều không bền vững và sẽ luôn thay đổi theo thời gian.

2. **Nghiệp lực là yếu tố tạm thời**: Chúng sinh được tái sinh vào cõi trời nhờ tích lũy nhiều nghiệp thiện. Tuy nhiên, phước báo này cũng chỉ là kết quả tạm thời của nghiệp. Khi nghiệp lành dần cạn kiệt, chúng sinh sẽ phải tái sinh vào các cảnh giới khác phù hợp với nghiệp còn lại. Điều này cho thấy rằng phước báo do nghiệp thiện mang lại không phải là vĩnh cửu, mà có thể mất đi khi nghiệp hết hiệu lực.
3. **Phước báo không phải là giải thoát**: Cõi trời mang lại an lạc và phước báo, nhưng không thể đem đến sự giải thoát hoàn toàn khỏi vòng luân hồi. Dù an vui và thịnh vượng, chúng sinh ở cõi trời vẫn phải trải qua sinh, lão, bệnh, tử và chịu sự chi phối của nghiệp lực. Chỉ có giác ngộ mới có thể giúp chúng sinh vượt qua mọi khổ đau và thoát khỏi luân hồi.
4. **Khuyến khích sự tu tập vượt ra ngoài phước báu tạm thời**: Sự vô thường của cõi trời nhắc nhở chúng sinh rằng ngay cả phước báo lớn nhất cũng không phải là cứu cánh. Đây là một lời khuyến khích để chúng sinh hướng đến mục tiêu cao hơn – sự giải thoát khỏi sinh tử. Khi nhận thức được rằng ngay cả cõi trời cũng là tạm bợ, chúng sinh sẽ có động lực tu tập để đạt được trạng thái giải thoát thật sự.
5. **Sự khởi đầu và kết thúc của mọi phước báu**: Giống như tất cả các hiện tượng khác, phước báu và niềm vui ở cõi trời đều có sự khởi đầu và kết thúc. Đến một thời điểm, khi nghiệp lành đã được tiêu hao hết, chúng sinh sẽ không thể tiếp tục tồn tại ở cõi trời. Sự thay đổi và tàn lụi của các cảnh giới, dù cao hay thấp, đều là biểu hiện của vô thường.
6. **Để nhấn mạnh về tính chất vô ngã của mọi hiện tượng**: Vô thường ở cõi trời còn làm rõ rằng không có "cái tôi" nào tồn tại mãi mãi. Các chúng sinh, dù ở cảnh giới an vui hay khổ đau, đều chỉ là sự tiếp nối của nghiệp lực và không có tự ngã cố định. Điều này giúp chúng sinh nhận thức rõ hơn về bản chất vô ngã của vạn vật và thúc đẩy họ tu tập để đạt giải thoát.

Tổng kết:

Sự chi phối của vô thường trong các cảnh giới cao như cõi trời là một phần của quy luật tự nhiên trong luân hồi. Điều này nhắc nhở rằng không có cảnh giới nào, dù phước báo đến đâu, là trường tồn mãi mãi. Chỉ có giác ngộ và giải thoát mới có thể vượt ra ngoài vô thường và mang đến sự tự do thật sự.

5. Bài học về vô thường trong kinh nhắc nhở chúng ta điều gì về việc bám víu vào tài sản, danh vọng và thành công trong cuộc sống?

Bài học về vô thường trong kinh nhắc nhở chúng ta những điểm sau về việc bám víu vào tài sản, danh vọng và thành công trong cuộc sống:

1. **Tài sản, danh vọng, và thành công đều là tạm bợ**: Vô thường dạy rằng tất cả những thứ vật chất và thành công thế gian không phải là vĩnh cửu. Tài sản có thể mất đi, danh vọng có thể phai mờ, và thành công có thể bị lãng quên theo thời gian. Hiểu rõ điều này giúp chúng ta nhận thức rằng không nên bám víu vào những điều tạm bợ, vì chúng không đem lại hạnh phúc lâu dài.
2. **Giảm bớt đau khổ khi mất mát**: Khi nhận thức được rằng mọi thứ đều thay đổi, chúng ta sẽ không cảm thấy quá đau khổ khi gặp mất mát. Bám

víu vào tài sản, danh vọng và thành công có thể khiến chúng ta chịu đựng nhiều đau khổ khi chúng biến mất. Bài học về vô thường khuyến khích chúng ta chấp nhận sự biến đổi và tránh đau khổ do bám víu.

3. **Tạo động lực để sống đơn giản và an lạc**: Hiểu rằng tài sản và danh vọng không tồn tại mãi mãi giúp chúng ta hướng đến lối sống đơn giản, không quá đam mê vật chất. Việc sống an lạc và không phụ thuộc vào những giá trị bên ngoài giúp chúng ta dễ dàng đối mặt với những thay đổi, và có cuộc sống cân bằng hơn.
4. **Giúp tập trung vào giá trị bền vững**: Vô thường nhắc nhở chúng ta đầu tư vào những giá trị bền vững và ý nghĩa hơn, như lòng từ bi, trí tuệ, và các phẩm hạnh cao quý. Đây là những giá trị không bị ảnh hưởng bởi sự thay đổi, không mất đi cùng với tài sản hay danh vọng. Những phẩm chất này mới có khả năng mang lại hạnh phúc thực sự và lâu dài.
5. **Giảm bớt sự cạnh tranh và ganh đua**: Khi chúng ta không bám víu vào danh vọng và tài sản, sự ganh đua và cạnh tranh trong cuộc sống sẽ giảm đi. Chúng ta hiểu rằng thành công không phải là mục tiêu tối hậu và không cần phải đạt được mọi thứ để tìm thấy ý nghĩa cho cuộc sống. Điều này giúp chúng ta sống hòa hợp và thân thiện hơn với mọi người.
6. **Nhắc nhở về con đường giác ngộ**: Bài học vô thường còn nhắc nhở chúng ta rằng, thay vì bám víu vào tài sản và danh vọng, cần tập trung vào con đường tu tập và giác ngộ. Đó là mục tiêu cuối cùng và là con đường thoát khỏi mọi khổ đau do vô thường gây ra. Khi ý thức được điều này, chúng ta sẽ hướng tâm đến sự tu tập và giải thoát, thay vì lao vào việc tìm kiếm hạnh phúc tạm bợ trong những thành công vật chất.

Tổng kết:

Bài học về vô thường nhắc nhở chúng ta đừng bám víu vào những điều phù du như tài sản, danh vọng và thành công. Thay vào đó, hãy sống đơn giản, tập trung vào giá trị thực sự và hướng đến sự an lạc bên trong. Điều này giúp chúng ta giảm bớt khổ đau và tìm thấy hạnh phúc bền vững hơn trong cuộc sống.

6. Điều gì khiến cho các hành động thiện và bất thiện đều có ảnh hưởng sâu sắc trong vòng luân hồi?

Các hành động thiện và bất thiện đều có ảnh hưởng sâu sắc trong vòng luân hồi vì những lý do sau:

1. **Nghiệp lực quyết định cảnh giới tái sinh**: Trong vòng luân hồi, nghiệp (kamma) là yếu tố chính quyết định nơi một chúng sinh sẽ tái sinh. Hành động thiện tạo nghiệp lành, giúp chúng sinh tái sinh vào những cảnh giới an vui, như nhân gian hay các cõi trời. Ngược lại, hành động bất thiện tạo nghiệp xấu, dẫn đến tái sinh trong các cảnh giới khổ đau, như địa ngục, ngạ quỷ, hoặc súc sinh. Như vậy, mỗi hành động, dù nhỏ, đều có khả năng định hình tương lai của một chúng sinh.
2. **Sự tích lũy và cộng hưởng của nghiệp**: Mỗi hành động thiện hoặc bất thiện đều góp phần tích lũy nghiệp trong dòng tâm thức của một chúng sinh. Những hành động này không tồn tại độc lập mà cộng hưởng với nhau, hình thành một tổng nghiệp quyết định hướng đi trong luân hồi. Qua thời

gian, nghiệp tích lũy nhiều sẽ ảnh hưởng sâu sắc đến các kiếp sống về sau, tạo ra sự biến đổi lớn trong luân hồi.

3. **Tác động kéo dài của nghiệp qua nhiều kiếp sống**: Nghiệp không phải là kết quả tức thời mà có thể kéo dài qua nhiều kiếp sống. Một hành động thiện hoặc bất thiện có thể mang lại quả báo ngay trong kiếp này hoặc trong những kiếp sau. Điều này có nghĩa là ảnh hưởng của một hành động không chỉ giới hạn trong một đời mà còn kéo dài, góp phần định hình số phận trong nhiều kiếp tiếp theo.
4. **Tạo ra khuynh hướng và thói quen hành vi**: Các hành động thiện và bất thiện hình thành nên những khuynh hướng và thói quen trong tâm thức của chúng sinh. Những thói quen này sẽ ảnh hưởng đến cách chúng sinh suy nghĩ, cảm nhận và hành động trong các đời sau. Ví dụ, một người thường xuyên hành thiện sẽ có xu hướng thiện lành, trong khi người thường xuyên làm điều bất thiện sẽ có khuynh hướng làm điều xấu, tạo ra một vòng lặp liên tục trong luân hồi.
5. **Định hình tính cách và cuộc sống của chúng sinh**: Nghiệp không chỉ định hình cảnh giới tái sinh mà còn ảnh hưởng đến tính cách và hoàn cảnh sống của chúng sinh. Hành động thiện giúp chúng sinh phát triển những phẩm chất như từ bi, trí tuệ, và sự khoan dung, trong khi hành động bất thiện sẽ gia tăng lòng ích kỷ, tham lam và sân hận. Những phẩm chất này sẽ quyết định cuộc sống của chúng sinh trong các cảnh giới, làm cho luân hồi trở nên phức tạp và đa dạng.
6. **Kích hoạt sự tiếp nối của vòng luân hồi**: Mỗi hành động thiện hoặc bất thiện đều là nhân tạo ra quả, từ đó tiếp tục tạo ra các nghiệp mới. Những nghiệp này sẽ dẫn dắt chúng sinh từ kiếp này sang kiếp khác, hình thành nên vòng luân hồi bất tận. Vì vậy, hành động thiện và bất thiện là những nhân tố kích hoạt và duy trì sự tồn tại của luân hồi, khiến chúng sinh bị cuốn vào vòng sinh tử không dứt.

Tổng kết:

Hành động thiện và bất thiện có ảnh hưởng sâu sắc trong vòng luân hồi vì chúng không chỉ định hình cảnh giới tái sinh mà còn tạo ra khuynh hướng, thói quen, và tính cách cho chúng sinh, dẫn dắt họ qua nhiều kiếp sống. Điều này nhấn mạnh vai trò quan trọng của nghiệp trong việc duy trì luân hồi và làm rõ lý do tại sao cần tu tập để giải thoát khỏi sự ràng buộc của nghiệp.

7. Tại sao kinh nhấn mạnh rằng, dù có đạt đến cảnh giới cao, chúng sinh vẫn cần hướng đến sự giải thoát khỏi luân hồi?

Kinh nhấn mạnh rằng, dù có đạt đến cảnh giới cao, chúng sinh vẫn cần hướng đến sự giải thoát khỏi luân hồi vì những lý do sau:

1. **Các cảnh giới cao vẫn nằm trong vòng luân hồi**: Dù tái sinh vào cõi trời hay các cảnh giới cao khác là kết quả của nghiệp thiện, chúng vẫn thuộc về vòng luân hồi. Điều này có nghĩa là chúng sinh trong các cảnh giới này vẫn bị ràng buộc bởi sinh, lão, bệnh, tử, và không thể đạt được sự an lạc tuyệt đối. Vì vậy, mục tiêu tối hậu của Phật giáo không chỉ là đạt đến các cảnh giới an lành mà là giải thoát khỏi luân hồi để thoát khỏi mọi khổ đau.

2. **Phước báo trong các cảnh giới cao là tạm bợ**: Các cảnh giới cao, như cõi trời, chỉ là kết quả của nghiệp thiện và có thời gian tồn tại giới hạn. Khi phước báo tích lũy dần cạn kiệt, chúng sinh sẽ phải rời khỏi các cõi an lành và tái sinh vào những cảnh giới tương ứng với nghiệp còn lại. Như vậy, dù ở cảnh giới cao, chúng sinh vẫn sẽ trở lại luân hồi khi phước báo đã hết.
3. **Sự chi phối của vô thường và khổ đau**: Các cảnh giới cao cũng chịu sự chi phối của vô thường, tức là luôn thay đổi và không thể tồn tại mãi mãi. Chúng sinh trong các cảnh giới cao có thể trải nghiệm niềm vui lớn, nhưng những niềm vui đó cũng tạm bợ và không thể bảo đảm an lạc lâu dài. Ngay cả các vị trời cũng phải đối mặt với sự biến đổi và cái chết, điều này cho thấy rằng không có cảnh giới nào trong luân hồi là nơi của hạnh phúc bền vững.
4. **Thực chất của các cảnh giới cao vẫn là sự tiếp nối của nghiệp**: Dù chúng sinh đạt đến cảnh giới cao, đó vẫn là kết quả của nghiệp và không đưa đến sự giải thoát. Các cảnh giới này vẫn là một phần của vòng nghiệp báo, tiếp tục duy trì sự tồn tại trong luân hồi. Sự đạt đến các cảnh giới cao chỉ là một bước chuyển đổi trong luân hồi, không phải là chấm dứt khổ đau.
5. **Để thoát khỏi mọi sự ràng buộc và đau khổ**: Mục tiêu cuối cùng của tu tập Phật giáo là đạt được Niết Bàn, trạng thái giải thoát khỏi luân hồi và chấm dứt mọi khổ đau. Dù đạt đến cảnh giới cao, chúng sinh vẫn bị ràng buộc bởi vòng sinh tử và không thể hoàn toàn tự do. Chỉ có sự giải thoát mới mang đến tự do thật sự, giúp chúng sinh vượt qua tất cả các cảnh giới và chấm dứt mọi hình thức khổ đau.
6. **Khuyến khích tu tập để vượt qua cả nghiệp thiện và nghiệp ác**: Kinh nhấn mạnh rằng, thay vì chỉ tích lũy nghiệp thiện để đạt cảnh giới cao, chúng sinh cần tu tập để đạt đến giải thoát. Điều này bao gồm việc buông bỏ cả nghiệp thiện và nghiệp ác, vượt qua mọi sự ràng buộc của nghiệp để đạt đến trạng thái vô sinh, nơi không còn bị cuốn vào vòng tái sinh và nghiệp báo.

Tổng kết:

Dù đạt đến cảnh giới cao, chúng sinh vẫn cần hướng đến sự giải thoát vì các cảnh giới này vẫn nằm trong vòng luân hồi, chịu sự chi phối của vô thường và khổ đau. Chỉ có sự giải thoát khỏi luân hồi mới mang lại hạnh phúc bền vững và tự do thực sự, chấm dứt mọi khổ đau và ràng buộc.

8. Các tầng trời có mang lại hạnh phúc vĩnh cửu không, và chúng mang ý nghĩa gì trong hành trình tu tập của chúng sinh?

Các tầng trời không mang lại hạnh phúc vĩnh cửu, và chúng có ý nghĩa đặc biệt trong hành trình tu tập của chúng sinh qua những điểm sau:

1. **Các tầng trời không phải là nơi của hạnh phúc vĩnh cửu**: Mặc dù các cõi trời là cảnh giới an vui, chúng không thể mang lại hạnh phúc vĩnh cửu. Phước báo của chúng sinh ở các tầng trời là kết quả của nghiệp thiện, nhưng khi nghiệp này dần cạn kiệt, chúng sinh sẽ phải tái sinh vào những

cảnh giới khác tùy thuộc vào nghiệp còn lại. Điều này nhấn mạnh rằng, dù hạnh phúc ở cõi trời lớn đến đâu, nó vẫn là tạm bợ và chịu sự chi phối của vô thường.

2. **Tầng trời là kết quả của nghiệp thiện**: Sự tái sinh vào cõi trời là phước báo do tích lũy nhiều nghiệp thiện như bố thí, trì giới và hành thiền. Đây là phần thưởng cho đời sống đạo đức và tinh tấn, khích lệ chúng sinh sống thiện lành. Tuy nhiên, phước báo từ nghiệp thiện không thể đưa đến giải thoát hoàn toàn mà chỉ là sự tiếp nối trong vòng luân hồi.
3. **Cơ hội để tiếp tục tu tập**: Các cõi trời là nơi có điều kiện thuận lợi để tu tập và phát triển tâm linh. Chúng sinh ở các tầng trời ít bị phân tâm bởi các khổ đau hay lo âu của nhân gian, dễ dàng tập trung hơn vào việc tu tập và phát triển các phẩm hạnh cao quý. Điều này làm cho các cõi trời trở thành một phần của hành trình tâm linh, nhưng không phải là đích đến cuối cùng.
4. **Tầng trời nhắc nhở về tính tạm bợ của mọi cảnh giới**: Việc tái sinh vào cõi trời cũng là một lời nhắc nhở về tính vô thường và khổ đau của tất cả các cảnh giới trong luân hồi. Dù sống trong an vui và thịnh vượng, chúng sinh ở các cõi trời vẫn phải đối mặt với sự thay đổi và cái chết. Điều này giúp chúng sinh nhận thức rõ hơn về bản chất không bền vững của các cảnh giới và khuyến khích hướng đến mục tiêu giải thoát.
5. **Khuyến khích phát triển nghiệp lành trong đời sống hiện tại**: Hình ảnh các tầng trời cũng là nguồn động viên để chúng sinh sống thiện lành, tích lũy công đức ngay trong đời sống hiện tại. Dù mục tiêu cuối cùng là giải thoát, nhưng việc sống thiện lành và tích lũy nghiệp tốt sẽ góp phần mang lại những điều kiện thuận lợi cho kiếp sau, giúp con đường tu tập dễ dàng hơn.
6. **Thúc đẩy chúng sinh hướng đến giác ngộ**: Các tầng trời, mặc dù mang lại phước báo lớn, nhưng vẫn là một phần của vòng luân hồi. Điều này nhắc nhở chúng sinh rằng mục tiêu cuối cùng không phải là đạt được các cõi trời mà là thoát khỏi toàn bộ vòng sinh tử. Sự an vui ở các cõi trời là khích lệ, nhưng chỉ sự giác ngộ mới mang lại hạnh phúc bền vững và tự do hoàn toàn.

Tổng kết:

Các tầng trời không mang lại hạnh phúc vĩnh cửu, nhưng đóng vai trò quan trọng trong hành trình tu tập của chúng sinh. Chúng là biểu hiện của phước báo từ nghiệp thiện, là nơi tiếp tục tu tập thuận lợi, và là động lực để sống thiện lành. Tuy nhiên, mục tiêu cuối cùng vẫn là vượt ra khỏi luân hồi để đạt đến giác ngộ và hạnh phúc chân thật.

9. Những điều kiện nào giúp chúng sinh tái sinh vào các tầng trời cao hơn, và làm thế nào để tránh nghiệp xấu?

Những điều kiện giúp chúng sinh tái sinh vào các tầng trời cao hơn và cách tránh nghiệp xấu có thể được hiểu qua các điểm sau:

1. **Thực hành bố thí và từ bi**: Tích lũy công đức qua hành động bố thí và thực hành lòng từ bi là một trong những yếu tố quan trọng giúp chúng sinh

tái sinh vào các tầng trời cao hơn. Hành động bố thí không chỉ là việc cho đi tài sản mà còn bao gồm sự hỗ trợ, giúp đỡ người khác một cách chân thành và không mong cầu đền đáp. Điều này giúp hình thành nghiệp thiện mạnh mẽ, tạo điều kiện cho một kiếp tái sinh an vui.

2. **Trì giới và tuân thủ đạo đức**: Việc giữ gìn giới hạnh, tuân thủ đạo đức là yếu tố cốt lõi để tránh nghiệp xấu và tích lũy nghiệp lành. Trì giới không chỉ giữ cho tâm hồn trong sáng, mà còn tránh các hành vi bất thiện như sát sinh, trộm cắp, nói dối, v.v. Giới hạnh trong sạch sẽ giúp tâm an lành, tạo nghiệp thiện mạnh mẽ và là điều kiện để tái sinh vào các cõi trời cao hơn.
3. **Phát triển tâm an định qua thiền định**: Thiền định là phương pháp mạnh mẽ để thanh lọc tâm và tích lũy nghiệp thiện. Việc thực hành thiền định giúp tâm an định, tăng cường trí tuệ và giúp chúng sinh có khả năng tập trung sâu. Các tầng trời cao, đặc biệt là các cõi trời của các bậc thiền định (Thiền Sắc Giới và Thiền Vô Sắc Giới), là kết quả của tâm thức đạt đến trạng thái thanh tịnh và định lực cao qua thiền tập.
4. **Thực hành trí tuệ và từ bỏ tham dục**: Để tránh nghiệp xấu, chúng sinh cần tu tập trí tuệ để thấy rõ bản chất vô thường, khổ đau, và vô ngã của vạn vật. Sự hiểu biết này giúp họ từ bỏ tham dục, sân hận, và si mê, là những yếu tố tạo ra nghiệp xấu. Trí tuệ giúp chúng sinh sống một cuộc đời chân thật, tránh các hành động bất thiện và tích lũy nghiệp lành.
5. **Nuôi dưỡng tâm từ, tâm bi, tâm hỷ, và tâm xả**: Thực hành bốn phẩm chất cao quý này (Tứ Vô Lượng Tâm) giúp tâm hồn thanh tịnh và tránh xa nghiệp xấu. Tâm từ (Metta) là lòng yêu thương không điều kiện; tâm bi (Karuna) là lòng trắc ẩn; tâm hỷ (Mudita) là niềm vui chân thành vì hạnh phúc của người khác; và tâm xả (Upekkha) là sự buông bỏ không bám víu. Các phẩm chất này giúp chúng sinh phát triển lòng thiện và hướng đến tái sinh ở các cảnh giới an lành.
6. **Thực hành chánh niệm và chánh kiến**: Sống trong chánh niệm và chánh kiến giúp chúng sinh tránh xa những hành động bất thiện và tập trung vào con đường tu tập. Chánh niệm giúp họ tỉnh thức, nhận diện các cảm xúc và suy nghĩ tiêu cực, ngăn ngừa hành động theo thói quen xấu. Chánh kiến giúp họ hiểu rõ về nghiệp, nhân quả và hướng tâm đến các hành động có ý nghĩa, tránh tích lũy nghiệp xấu và tạo điều kiện để tái sinh vào các cảnh giới cao hơn.

Tổng kết:

Những điều kiện để tái sinh vào các tầng trời cao hơn bao gồm việc thực hành bố thí, trì giới, thiền định, phát triển trí tuệ và nuôi dưỡng các phẩm chất cao quý. Để tránh nghiệp xấu, chúng sinh cần tuân thủ đạo đức, sống trong chánh niệm và chánh kiến, từ bỏ tham dục và sân hận. Những điều này không chỉ giúp tạo nghiệp lành mà còn giúp đạt được đời sống an lành trong hiện tại và tái sinh tốt đẹp trong tương lai.

10. Vai trò của Xà-Ni-Sa trong việc kể lại những bài học về nghiệp và luân hồi có ý nghĩa gì đối với người tu tập?

Vai trò của Xà-Ni-Sa trong việc kể lại những bài học về nghiệp và luân hồi mang nhiều ý nghĩa quan trọng đối với người tu tập qua các điểm sau:

1. **Xác nhận tính chân thật của luật nhân quả và luân hồi**: Là một vị trời từng là vua Bình Sa trong kiếp trước, Xà-Ni-Sa đã trải qua nhiều kiếp sống và có kinh nghiệm trực tiếp về luân hồi và nghiệp quả. Việc ông kể lại những bài học về nghiệp và luân hồi giúp xác nhận tính chân thật của quy luật này, làm cho người tu tập có niềm tin vững chắc hơn vào lời dạy của Đức Phật về nhân quả và sự tái sinh.
2. **Khuyến khích tích lũy nghiệp lành**: Xà-Ni-Sa nhắc nhở rằng các hành động thiện lành như bố thí, trì giới và thiền định đều có thể dẫn đến kết quả tốt đẹp trong những cảnh giới cao. Điều này giúp người tu tập ý thức hơn về việc tích lũy nghiệp lành, biết rằng công đức và sự tu tập sẽ mang lại quả báo tốt đẹp không chỉ trong đời sống hiện tại mà còn trong các kiếp sống tương lai.
3. **Nhắc nhở về tính tạm bợ của các cảnh giới**: Mặc dù các cảnh giới cao như cõi trời là kết quả của nghiệp lành, chúng vẫn không phải là nơi tồn tại vĩnh viễn và cũng chịu sự chi phối của vô thường. Câu chuyện của Xà-Ni-Sa giúp người tu tập nhận thức rằng dù có đạt đến cõi trời, hạnh phúc ở đó cũng chỉ là tạm bợ. Điều này khuyến khích họ không bám víu vào phước báu tạm thời mà hướng đến mục tiêu giải thoát hoàn toàn.
4. **Nhấn mạnh vào sự nguy hiểm của nghiệp bất thiện**: Xà-Ni-Sa không chỉ kể về nghiệp lành mà còn nhắc nhở về hậu quả của các hành động bất thiện. Những hành động như sân hận, tham lam và si mê sẽ dẫn đến các cảnh giới đau khổ. Điều này là lời cảnh tỉnh mạnh mẽ cho người tu tập về sự nguy hiểm của nghiệp bất thiện, khuyến khích họ tránh xa các hành động xấu để tránh bị đọa vào cảnh giới thấp.
5. **Cung cấp tấm gương cho sự tu tập và thay đổi**: Xà-Ni-Sa, từ một vị vua trong kiếp trước, đã trải qua sự thay đổi lớn về tâm thức và tái sinh vào cõi trời nhờ nghiệp lành. Điều này là một minh chứng rằng bất kỳ ai cũng có thể thay đổi cuộc đời và đạt đến cảnh giới cao hơn thông qua nỗ lực tu tập và tích lũy nghiệp thiện. Người tu tập có thể nhìn vào Xà-Ni-Sa như một tấm gương và động lực để tiếp tục tu tập.
6. **Khuyến khích hướng đến giác ngộ và giải thoát**: Qua câu chuyện của Xà-Ni-Sa, người tu tập nhận ra rằng dù tái sinh vào cảnh giới cao, họ vẫn phải tiếp tục trong vòng luân hồi. Điều này nhấn mạnh rằng mục tiêu cuối cùng của tu tập không phải là đạt các cảnh giới cao mà là giác ngộ và giải thoát. Xà-Ni-Sa đã giúp người tu tập hiểu rõ hơn về giá trị của sự giải thoát, khuyến khích họ đi theo con đường giác ngộ để vượt ra khỏi mọi cảnh giới trong luân hồi.

Tổng kết:

Vai trò của Xà-Ni-Sa trong việc kể lại những bài học về nghiệp và luân hồi có ý nghĩa lớn đối với người tu tập. Ông không chỉ giúp củng cố niềm tin vào nhân quả và luân hồi, mà còn khuyến khích người tu tập tích lũy nghiệp lành, từ bỏ nghiệp xấu và hướng đến mục tiêu giải thoát hoàn toàn. Câu chuyện của Xà-Ni-Sa là lời nhắc nhở quý giá về hành trình tu tập và sự vô thường của mọi cảnh giới trong luân hồi.

11. Làm thế nào để sự quán chiếu về vô thường giúp chúng ta sống nhẹ nhàng hơn và giảm bớt sự dính mắc vào những giá trị tạm bợ?

Sự quán chiếu về vô thường giúp chúng ta sống nhẹ nhàng hơn và giảm bớt sự dính mắc vào những giá trị tạm bợ qua các điểm sau:

1. **Nhận thức rõ tính chất tạm bợ của mọi thứ**: Khi quán chiếu về vô thường, chúng ta hiểu rằng mọi thứ trong cuộc sống đều biến đổi và không thể tồn tại mãi mãi. Tài sản, danh vọng, mối quan hệ và cả thân thể của chúng ta đều chỉ là những điều tạm thời. Hiểu biết này giúp chúng ta buông bỏ dần sự dính mắc vào những thứ vật chất và những thành tựu thế gian, biết rằng chúng không thể đem lại hạnh phúc bền vững.
2. **Giảm bớt đau khổ khi mất mát**: Sự quán chiếu về vô thường giúp chúng ta chuẩn bị tinh thần cho những biến cố trong cuộc sống, như mất mát về tài sản, người thân, hoặc những thay đổi không mong muốn. Khi nhận thức được rằng mọi thứ đều sẽ thay đổi, chúng ta giảm bớt đau khổ và chấp nhận các sự kiện một cách nhẹ nhàng hơn, không quá đau đớn khi gặp phải mất mát.
3. **Sống trọn vẹn hơn với hiện tại**: Hiểu rằng mọi khoảnh khắc đều có thể trôi qua giúp chúng ta biết trân trọng và sống trọn vẹn hơn với hiện tại. Chúng ta không còn bị cuốn vào quá khứ hay lo lắng về tương lai mà tập trung vào giây phút hiện tại, sống với lòng biết ơn và tận hưởng những gì đang có, dù là những điều nhỏ bé.
4. **Giúp buông bỏ sự đeo bám vào danh vọng và địa vị**: Sự quán chiếu về vô thường giúp chúng ta thấy rõ rằng danh vọng, địa vị và các thành công trong cuộc sống đều là những thứ không bền vững. Chúng ta nhận thức rằng không có gì đảm bảo cho sự tồn tại mãi mãi của những thành công này. Điều này giúp chúng ta sống tự do, bớt đeo bám vào danh lợi và địa vị, và thay vào đó tập trung vào những giá trị nội tại và bền vững hơn.
5. **Phát triển lòng từ bi và sự hiểu biết**: Khi hiểu về vô thường, chúng ta sẽ nhận thức rằng mọi người đều phải đối mặt với mất mát, đau khổ và sự thay đổi. Điều này giúp chúng ta phát triển lòng từ bi, biết cảm thông và chia sẻ với những người xung quanh, không quá khắt khe hay phán xét họ, vì tất cả đều đang đối diện với những biến cố không lường trước.
6. **Khuyến khích phát triển tâm buông bỏ và tĩnh lặng**: Sự quán chiếu về vô thường giúp chúng ta học cách buông bỏ, sống giản dị và tĩnh lặng hơn. Thay vì đeo đuổi những mục tiêu tạm bợ, chúng ta học cách hài lòng với những gì mình có và tập trung vào các giá trị tâm linh, như lòng từ bi, sự bình an, và sự tĩnh lặng bên trong. Điều này mang lại cuộc sống nhẹ nhàng và an lạc hơn.

Tổng kết:

Sự quán chiếu về vô thường giúp chúng ta sống nhẹ nhàng, bớt dính mắc vào những giá trị tạm bợ và phát triển một cuộc sống đơn giản, tĩnh lặng hơn. Nó giúp chúng ta trân trọng hiện tại, giảm bớt đau khổ khi đối mặt với mất mát và hướng tâm đến những giá trị nội tại lâu bền.

12. Tại sao ngay cả các cõi trời cao cũng không phải là mục tiêu cuối cùng trong hành trình tìm kiếm hạnh phúc chân thật?

Ngay cả các cõi trời cao cũng không phải là mục tiêu cuối cùng trong hành trình tìm kiếm hạnh phúc chân thật vì những lý do sau:

1. **Các cõi trời vẫn nằm trong vòng luân hồi**: Dù các cõi trời là nơi của an lạc và phước báo, chúng vẫn thuộc vòng luân hồi (saṃsāra). Chúng sinh ở các cõi trời cao có thể trải nghiệm niềm vui lớn và sống trong thời gian dài, nhưng khi phước báo dần cạn kiệt, họ sẽ phải tái sinh vào các cảnh giới khác, tùy thuộc vào nghiệp còn lại. Vì vậy, các cõi trời không phải là nơi an lạc vĩnh cửu.
2. **Sự chi phối của vô thường và khổ đau**: Cũng như các cảnh giới khác, các cõi trời vẫn chịu sự chi phối của vô thường. Chúng sinh ở các cõi trời cao cũng trải qua sinh, lão, bệnh, tử, chỉ có khác biệt ở mức độ an lạc và phước báu. Ngay cả khi trải nghiệm hạnh phúc lớn, những chúng sinh này vẫn phải đối mặt với sự tan rã, mất mát và cuối cùng là cái chết. Vì thế, các cõi trời không thể cung cấp hạnh phúc chân thật và lâu dài.
3. **Không thể giải thoát khỏi nghiệp và luân hồi**: Tái sinh vào cõi trời là kết quả của nghiệp lành, nhưng nghiệp này không đủ để giúp chúng sinh đạt đến giải thoát. Các cõi trời là sự tiếp nối của nghiệp thiện, nhưng vẫn là một phần của luân hồi. Để đạt đến hạnh phúc chân thật và bền vững, chúng sinh phải vượt qua cả nghiệp thiện lẫn nghiệp ác, chấm dứt sự ràng buộc của nghiệp, điều mà chỉ có giải thoát mới mang lại.
4. **Niềm vui ở các cõi trời là tạm bợ**: Niềm vui và phước báo ở các cõi trời không phải là hạnh phúc vĩnh cửu. Dù được sống trong niềm vui lớn, chúng sinh ở đây vẫn không thể duy trì phước báo mãi mãi. Hạnh phúc ở các cõi trời phụ thuộc vào nghiệp lành đã tạo và sẽ biến mất khi nghiệp này cạn kiệt. Điều này cho thấy rằng ngay cả cõi trời cao cũng không thể đáp ứng khát vọng về một hạnh phúc vĩnh cửu và không đổi thay.
5. **Chỉ có Niết Bàn mới mang lại tự do hoàn toàn**: Trong giáo lý Phật giáo, hạnh phúc chân thật chỉ có thể đạt được khi chúng sinh vượt qua vòng sinh tử và đạt đến Niết Bàn (Nibbāna). Niết Bàn là trạng thái không còn sinh tử, không còn khổ đau và hoàn toàn thoát khỏi sự chi phối của nghiệp. Hạnh phúc này là bền vững và không bị ảnh hưởng bởi sự biến đổi, khác biệt hoàn toàn với niềm vui tạm bợ ở các cõi trời.
6. **Các cõi trời chỉ là bước tạm trong hành trình tu tập**: Việc đạt đến các cõi trời có thể là kết quả của tu tập, nhưng chúng chỉ là những bước trên hành trình dài hướng đến giác ngộ. Những cảnh giới này có thể giúp chúng sinh có điều kiện tiếp tục tu tập, phát triển tâm linh, nhưng nếu không vượt ra khỏi bám víu vào các cảnh giới này, chúng sinh sẽ không thể đạt được mục tiêu cuối cùng là giải thoát khỏi luân hồi.

Tổng kết:

Các cõi trời cao không phải là mục tiêu cuối cùng trong hành trình tìm kiếm hạnh phúc chân thật vì chúng vẫn nằm trong luân hồi, chịu sự chi phối của vô thường và không thể mang lại tự do hoàn toàn. Chỉ có Niết Bàn mới là trạng thái giải thoát thực sự, vượt ra khỏi sinh tử và mang lại hạnh phúc vĩnh cửu.

13. Bài học về sự suy tàn của chư thiên có thể giúp chúng ta điều chỉnh mục tiêu và động lực trong cuộc sống ra sao?

Bài học về sự suy tàn của chư thiên có thể giúp chúng ta điều chỉnh mục tiêu và động lực trong cuộc sống qua các điểm sau:

1. **Nhận thức về tính chất tạm bợ của mọi thành tựu**: Sự suy tàn của chư thiên, những chúng sinh được hưởng phước báo cao, cho thấy rằng ngay cả niềm vui và hạnh phúc ở cõi trời cũng không bền vững. Điều này nhắc nhở chúng ta rằng mọi thành tựu trong cuộc sống, dù là danh vọng, tài sản, hay địa vị, đều có giới hạn và không thể tồn tại mãi mãi. Sự nhận thức này giúp chúng ta điều chỉnh kỳ vọng và không quá đắm chìm trong việc tìm kiếm những giá trị tạm bợ.
2. **Định hướng lại mục tiêu vào những giá trị lâu bền**: Bài học về sự suy tàn của chư thiên khuyến khích chúng ta hướng đến những giá trị lâu bền hơn, chẳng hạn như lòng từ bi, trí tuệ và sự bình an nội tâm. Khi nhận thức rằng phước báo ở cõi trời cũng chỉ là tạm bợ, chúng ta sẽ không bám víu vào thành công vật chất mà tập trung phát triển tâm linh, phẩm chất đạo đức và trí tuệ để tạo ra hạnh phúc bền vững hơn.
3. **Tránh xa sự dính mắc vào dục vọng và tham ái**: Sự suy tàn của chư thiên là một minh chứng cho việc dục vọng và tham ái không thể mang lại hạnh phúc lâu dài. Ngay cả ở các cõi trời, nơi được hưởng nhiều lạc thú, chúng sinh vẫn chịu sự chi phối của vô thường. Điều này nhắc nhở chúng ta không nên đuổi theo dục vọng hay tham ái, vì chúng chỉ mang lại niềm vui ngắn ngủi và không đem đến sự an lạc thực sự.
4. **Khuyến khích sống đơn giản và buông bỏ**: Khi hiểu rằng mọi thứ đều sẽ suy tàn và biến đổi, chúng ta sẽ bớt đeo bám vào của cải và thành tựu thế gian, chọn lối sống đơn giản và dễ hài lòng. Buông bỏ những khao khát không cần thiết sẽ giúp cuộc sống trở nên nhẹ nhàng và thanh thản hơn, đồng thời cho phép chúng ta tập trung vào các giá trị tinh thần và an lạc nội tâm.
5. **Tăng cường động lực để tu tập và phát triển tâm linh**: Bài học về sự suy tàn của chư thiên khuyến khích chúng ta tìm kiếm hạnh phúc chân thật thông qua tu tập và phát triển tâm linh thay vì chỉ dựa vào thành công và niềm vui thế gian. Khi hiểu rằng ngay cả chư thiên cũng phải chịu vô thường và khổ đau, chúng ta sẽ thấy rõ hơn sự cần thiết của việc tu tập để đạt đến giác ngộ, là trạng thái vượt ra khỏi luân hồi và mọi sự suy tàn.
6. **Hướng đến mục tiêu giải thoát và giác ngộ**: Bài học này nhắc nhở rằng mục tiêu cuối cùng của đời sống không phải là đạt được niềm vui tạm bợ mà là hướng đến giác ngộ và giải thoát khỏi luân hồi. Sự suy tàn của chư thiên cho thấy rằng bất kỳ cảnh giới nào trong luân hồi cũng chịu vô thường và khổ đau, và chỉ có giải thoát mới mang lại hạnh phúc vĩnh cửu

và bền vững. Nhận thức này giúp chúng ta xác định động lực tu tập và đặt mục tiêu xa hơn, không phải là thành công thế gian mà là sự tự do tâm linh.

Tổng kết:

Bài học về sự suy tàn của chư thiên giúp chúng ta điều chỉnh mục tiêu và động lực trong cuộc sống, hướng đến những giá trị lâu bền và nội tại hơn thay vì đeo bám vào những thành tựu tạm bợ. Nó khuyến khích chúng ta tu tập, sống đơn giản và phát triển tâm linh để đạt được hạnh phúc chân thật và bền vững.

14. Sự khác biệt giữa phước báo trong các cảnh giới và giải thoát chân thật là gì?

Sự khác biệt giữa phước báo trong các cảnh giới và giải thoát chân thật có thể được hiểu qua các điểm sau:

1. **Tính chất tạm bợ và vĩnh viễn**: Phước báo trong các cảnh giới, dù là ở nhân gian hay cõi trời, đều là tạm bợ và giới hạn. Các niềm vui và an lạc này chỉ kéo dài đến khi nghiệp lành còn hiệu lực. Khi phước báo cạn kiệt, chúng sinh sẽ phải tái sinh vào các cảnh giới khác phù hợp với nghiệp còn lại. Ngược lại, giải thoát chân thật là trạng thái vĩnh viễn, không bị chi phối bởi nghiệp và vô thường. Một khi đạt đến Niết Bàn, chúng sinh sẽ không còn bị sinh tử luân hồi và không bị ảnh hưởng bởi sự thay đổi.
2. **Sự ràng buộc và tự do**: Phước báo trong các cảnh giới vẫn thuộc về vòng luân hồi, nghĩa là chúng sinh vẫn còn bị ràng buộc bởi nghiệp và luân hồi. Dù có đạt được phước báo lớn, chúng sinh vẫn phải chịu sự tái sinh và không thể thoát khỏi sinh, lão, bệnh, tử. Ngược lại, giải thoát chân thật là trạng thái tự do hoàn toàn, không còn sự ràng buộc của nghiệp hay luân hồi. Đây là sự giải thoát khỏi mọi khổ đau và đạt đến trạng thái thanh tịnh tuyệt đối.
3. **Phước báo phụ thuộc vào nghiệp, giải thoát vượt ra ngoài nghiệp**: Phước báo trong các cảnh giới là kết quả của nghiệp thiện, nghĩa là chúng phụ thuộc vào hành động và công đức đã tích lũy. Chúng sinh đạt được phước báo do nghiệp lành đã tạo, nhưng khi nghiệp này cạn, phước báo sẽ chấm dứt. Giải thoát chân thật, tuy nhiên, là trạng thái vượt ra ngoài nghiệp. Khi đã đạt đến giải thoát, chúng sinh không còn bị chi phối bởi nghiệp thiện hay nghiệp ác và không còn phải tái sinh.
4. **Niềm vui tạm thời và hạnh phúc chân thật**: Niềm vui và hạnh phúc từ phước báo chỉ là tạm thời và có giới hạn. Niềm vui ở các cõi trời hay đời sống tốt đẹp ở nhân gian đều là những trạng thái dễ chịu nhưng không thể tránh khỏi sự suy tàn. Giải thoát chân thật mang lại hạnh phúc vĩnh cửu và không có sự suy giảm. Đây là trạng thái an lạc vượt ra ngoài khổ đau và bất an, một sự bình an hoàn toàn và bền vững.
5. **Sự an lạc do ngoại cảnh và an lạc nội tại**: Phước báo trong các cảnh giới thường phụ thuộc vào ngoại cảnh và các điều kiện bên ngoài, chẳng hạn như hoàn cảnh sống thuận lợi, các điều kiện vật chất đầy đủ, hoặc các mối quan hệ tốt đẹp. Giải thoát chân thật, ngược lại, là sự an lạc nội tại, không

bị ảnh hưởng bởi ngoại cảnh. An lạc này phát xuất từ sự thanh tịnh của tâm và từ việc vượt qua mọi dục vọng, sân hận và si mê.

6. **Thời gian và không thời gian**: Phước báo trong các cảnh giới diễn ra trong thời gian và vẫn thuộc về thế giới hiện tượng. Các chúng sinh trong các cõi trời hay cõi người đều trải qua dòng chảy thời gian, sinh rồi tử. Giải thoát chân thật là trạng thái vượt ra ngoài thời gian, không còn sinh diệt, không còn bị cuốn vào dòng chảy của hiện tượng và thời gian. Đây là sự an lạc vô thời gian, một trạng thái mà không còn sự biến đổi hay khởi diệt.

Tổng kết:

Phước báo trong các cảnh giới là kết quả của nghiệp thiện và mang lại hạnh phúc tạm thời trong vòng luân hồi. Giải thoát chân thật, ngược lại, là trạng thái vượt ra ngoài luân hồi, không còn ràng buộc bởi nghiệp, không bị chi phối bởi thời gian, và mang lại hạnh phúc chân thật, vĩnh cửu và bền vững.

15. Nhận thức về nghiệp và tái sinh có thể giúp con người thay đổi cách sống và thái độ như thế nào?

Nhận thức về nghiệp và tái sinh có thể giúp con người thay đổi cách sống và thái độ theo các hướng sau:

1. **Sống có trách nhiệm với hành động của mình**: Khi hiểu rằng mọi hành động, dù là thiện hay bất thiện, đều tạo ra nghiệp và ảnh hưởng đến tương lai, con người sẽ trở nên có trách nhiệm hơn với mọi việc mình làm. Nhận thức này khuyến khích họ kiểm soát hành vi, suy nghĩ cẩn thận trước khi hành động, và tránh các hành vi có thể gây hại cho bản thân và người khác.
2. **Thực hành lòng từ bi và vị tha**: Hiểu rằng tất cả chúng sinh đều có nghiệp và đang trải qua vòng luân hồi giúp con người dễ cảm thông và nuôi dưỡng lòng từ bi đối với mọi người xung quanh. Thay vì ganh đua hay gây hại, họ sẽ muốn sống vị tha, giúp đỡ người khác và lan tỏa tình thương, nhận thức rằng việc tạo nghiệp thiện sẽ mang lại quả báo tốt trong hiện tại và tương lai.
3. **Tránh xa các hành vi bất thiện và tiêu cực**: Nhận thức về nghiệp và tái sinh giúp con người hiểu rằng những hành vi như sân hận, tham lam, lừa dối, hay bạo lực sẽ dẫn đến quả báo đau khổ trong tương lai. Điều này sẽ khuyến khích họ kiểm soát cảm xúc, giữ tâm thanh tịnh và tránh những hành vi có thể dẫn đến nghiệp xấu.
4. **Phát triển thái độ kiên nhẫn và chấp nhận**: Biết rằng nghiệp quả không phải lúc nào cũng đến ngay lập tức mà có thể kéo dài qua nhiều kiếp sống giúp con người phát triển lòng kiên nhẫn. Khi đối mặt với khó khăn hay đau khổ, họ sẽ có thái độ chấp nhận và không oán trách, hiểu rằng đó có thể là kết quả của nghiệp trong quá khứ. Thái độ này giúp họ giữ tâm bình an và tiếp tục sống thiện lành.
5. **Sống có mục đích và hướng đến tu tập**: Nhận thức về nghiệp và tái sinh khuyến khích con người không chỉ sống vì những giá trị tạm bợ mà còn hướng đến sự phát triển tâm linh và tu tập. Họ sẽ nhận ra rằng các hành động tích lũy nghiệp lành, như bố thí, trì giới, thiền định, không chỉ mang

lại lợi ích trong đời sống hiện tại mà còn có ý nghĩa sâu xa trong việc chuẩn bị cho các kiếp sống tương lai, hướng đến sự giải thoát khỏi luân hồi.

6. **Bớt dính mắc vào vật chất và danh vọng**: Biết rằng nghiệp và tái sinh sẽ dẫn dắt họ qua nhiều kiếp sống và rằng tài sản, danh vọng chỉ là tạm bợ, con người sẽ giảm bớt sự đeo bám vào những giá trị vật chất. Họ sẽ có xu hướng sống đơn giản, giảm ham muốn, và không quá chú trọng vào sự tích lũy tài sản hay tìm kiếm danh vọng. Thay vào đó, họ tập trung vào việc nuôi dưỡng những phẩm chất cao quý và giá trị lâu bền.
7. **Thúc đẩy sự nỗ lực và tinh tấn trong đời sống hàng ngày**: Hiểu rằng nghiệp là kết quả của các hành động đã làm giúp con người nhận ra vai trò quan trọng của sự nỗ lực và tinh tấn trong từng hành động hàng ngày. Nhận thức này khuyến khích họ sống tích cực, không lười biếng hay buông thả, và luôn cố gắng hoàn thiện bản thân, vì họ biết rằng mỗi hành động thiện là một bước đi gần hơn đến phước báo và sự an lạc.

Tổng kết:

Nhận thức về nghiệp và tái sinh giúp con người thay đổi cách sống và thái độ, trở nên có trách nhiệm, từ bi, tránh xa các hành vi tiêu cực và sống một cuộc sống có ý nghĩa hơn. Họ sẽ biết trân trọng cuộc sống, hướng đến tu tập, và không bám víu vào những giá trị tạm bợ, nhằm tích lũy nghiệp lành và hướng đến hạnh phúc bền vững trong kiếp sống này và các kiếp sau.

16. Điều gì là cốt lõi trong việc tu tập để vượt qua cả thiện nghiệp và bất thiện nghiệp, hướng đến Niết Bàn?

Cốt lõi trong việc tu tập để vượt qua cả thiện nghiệp và bất thiện nghiệp, hướng đến Niết Bàn, bao gồm những điểm sau:

1. **Phát triển trí tuệ về vô thường, khổ, và vô ngã**: Hiểu rõ về ba đặc tính của mọi hiện tượng – vô thường (anicca), khổ (dukkha), và vô ngã (anatta) – là nền tảng của sự tu tập hướng đến giải thoát. Nhận thức rằng mọi thứ đều thay đổi, không mang lại hạnh phúc vĩnh viễn và không có "cái tôi" cố định giúp chúng sinh buông bỏ sự bám víu vào mọi hiện tượng, bao gồm cả thiện và bất thiện. Trí tuệ này là yếu tố cốt lõi để thấy rõ bản chất thật của vạn pháp và chấm dứt vòng luân hồi.
2. **Thực hành chánh niệm và tỉnh thức**: Chánh niệm (sati) là khả năng duy trì ý thức trong từng khoảnh khắc hiện tại, giúp nhận diện và kiểm soát mọi suy nghĩ, cảm xúc và hành động. Qua chánh niệm, chúng sinh có thể nhận biết và không bị cuốn theo những tư tưởng thiện hoặc bất thiện, giữ tâm trung tính và không dính mắc. Sự tỉnh thức trong từng hành động giúp phá vỡ sự ràng buộc với nghiệp và tránh tạo thêm các nghiệp mới.
3. **Phát triển tâm buông bỏ và không dính mắc**: Để vượt qua cả thiện và bất thiện, chúng sinh cần buông bỏ sự dính mắc vào kết quả của mọi hành động. Điều này không có nghĩa là không làm thiện, mà là làm việc thiện mà không bám víu vào phước báo hay kết quả tốt đẹp. Tâm không dính mắc giúp chúng sinh không tạo nghiệp mới và làm suy yếu các nghiệp cũ, hướng đến sự giải thoát khỏi luân hồi.

4. **Thực hành tâm xả (upekkha)**: Tâm xả là sự cân bằng tâm hồn, không nghiêng về sự yêu thích (tham ái) hay chán ghét (sân hận). Phát triển tâm xả giúp chúng sinh nhìn mọi sự việc với sự bình thản và không phán xét, không dính mắc vào những trạng thái tâm lý bất thiện hoặc thiện. Tâm xả là trạng thái an nhiên, giúp tâm thoát khỏi sự ràng buộc của cả thiện và ác, hướng đến trạng thái thanh tịnh tối cao.
5. **Thanh lọc tâm khỏi tham, sân, và si**: Tham (lobha), sân (dosa), và si (moha) là ba gốc rễ của nghiệp bất thiện, nhưng ngay cả trong việc làm thiện, nếu còn tham ái (ví dụ, ham muốn phước báo) thì vẫn tạo ra sự dính mắc. Việc thanh lọc tâm khỏi những ô nhiễm này là cần thiết để vượt qua cả nghiệp thiện và bất thiện. Khi tâm đã trong sạch, hành động của chúng sinh không còn chịu sự chi phối của tham, sân, si, mà thay vào đó là sự sáng suốt và tự do.
6. **Thực hành thiền quán về tánh không (sunyata)**: Thiền quán về tánh không giúp chúng sinh nhận thức rằng mọi hiện tượng đều không có tự tính, không có bản chất cố định và không tồn tại độc lập. Thông qua thiền quán, họ nhận ra rằng sự dính mắc vào "cái tôi" hay vào thiện và bất thiện đều là vô nghĩa, vì tất cả đều là những hiện tượng duyên sinh, không thực sự tồn tại. Thấy rõ tánh không sẽ giúp tâm buông bỏ hoàn toàn, hướng đến trạng thái Niết Bàn, nơi không còn nghiệp.

Tổng kết:

Cốt lõi của việc tu tập để vượt qua cả thiện nghiệp và bất thiện nghiệp là phát triển trí tuệ, chánh niệm, tâm buông bỏ và tâm xả, thanh lọc tâm khỏi tham sân si và thực hành thiền quán về tánh không. Những yếu tố này giúp chúng sinh giải thoát khỏi mọi ràng buộc của nghiệp, không còn bị cuốn vào luân hồi, và đạt đến trạng thái Niết Bàn – nơi chấm dứt hoàn toàn mọi khổ đau và ràng buộc.

17. Câu chuyện của Xà-Ni-Sa giúp người tu học hiểu sâu hơn về vai trò của lòng từ bi và trí tuệ như thế nào?

Câu chuyện của Xà-Ni-Sa giúp người tu học hiểu sâu hơn về vai trò của lòng từ bi và trí tuệ qua các khía cạnh sau:

1. **Lòng từ bi trong việc chia sẻ hiểu biết về luân hồi**: Xà-Ni-Sa, dù đã đạt cảnh giới cao ở cõi trời, vẫn có lòng từ bi khi trở về và chia sẻ những bài học quý báu về nghiệp và luân hồi với Đức Phật và chúng sinh. Việc này không chỉ là sự biểu hiện của lòng từ bi mà còn là mong muốn giúp chúng sinh hiểu về hậu quả của nghiệp và cách vượt qua vòng luân hồi. Sự chia sẻ này cho thấy rằng từ bi là động lực để giúp đỡ và hướng dẫn người khác trên con đường tu tập.
2. **Trí tuệ để thấy rõ bản chất của các cảnh giới**: Xà-Ni-Sa nhận thức rằng ngay cả các cõi trời cao, nơi hưởng phước báo lớn, cũng không phải là nơi an lạc vĩnh cửu và vẫn chịu sự chi phối của vô thường. Trí tuệ này giúp ông hiểu rằng các cảnh giới đều chỉ là tạm bợ và không phải là cứu cánh cuối cùng. Bằng cách chia sẻ nhận thức này, Xà-Ni-Sa giúp người tu học thấy rõ rằng chỉ có sự giác ngộ và Niết Bàn mới mang lại hạnh phúc chân thật và giải thoát khỏi khổ đau.

3. **Lòng từ bi thúc đẩy việc khuyến khích tu tập**: Xà-Ni-Sa không chỉ kể lại các cảnh giới mà còn khuyến khích chúng sinh tích lũy nghiệp lành và tránh xa nghiệp ác, giúp họ cải thiện tương lai của mình trong luân hồi. Điều này cho thấy lòng từ bi không chỉ là tình thương, mà còn là sự khuyến khích chân thành để người khác tiến bộ trên con đường đạo đức và tâm linh. Qua đó, người tu học hiểu rằng lòng từ bi cần đi kèm với sự hướng dẫn và khuyến khích thực hành đúng đắn.
4. **Trí tuệ trong việc buông bỏ bám víu vào phước báo**: Câu chuyện của Xà-Ni-Sa cho thấy rằng chỉ tích lũy phước báo không đủ để đạt được hạnh phúc chân thật. Mặc dù đã đạt đến cõi trời, ông hiểu rằng những phước báo này không bền vững và không phải là mục tiêu cuối cùng. Nhận thức này giúp người tu học hiểu rằng trí tuệ là yếu tố quan trọng để không bị ràng buộc bởi những giá trị tạm bợ, ngay cả khi đó là phước báo. Trí tuệ giúp họ hướng đến giải thoát thay vì bám víu vào các kết quả thiện lành trong luân hồi.
5. **Sự phối hợp giữa từ bi và trí tuệ**: Qua câu chuyện của Xà-Ni-Sa, người tu học nhận ra rằng từ bi và trí tuệ là hai yếu tố không thể tách rời. Lòng từ bi thúc đẩy ông chia sẻ những bài học và kinh nghiệm của mình để giúp người khác hiểu rõ hơn về luân hồi và nghiệp. Đồng thời, trí tuệ của ông giúp truyền tải những sự thật sâu sắc về vô thường, bản chất tạm bợ của các cảnh giới và ý nghĩa thực sự của giải thoát. Sự phối hợp giữa từ bi và trí tuệ giúp người tu học thấy rằng họ cần phát triển cả hai phẩm chất này để đạt đến giác ngộ.
6. **Lòng từ bi là sự cứu độ không phân biệt**: Xà-Ni-Sa thể hiện lòng từ bi bao la khi muốn giúp tất cả chúng sinh, không phân biệt ai, hiểu về bản chất của nghiệp và con đường giải thoát. Điều này nhấn mạnh rằng từ bi trong Phật giáo là lòng từ không điều kiện, không giới hạn đối tượng. Người tu học qua đó học được bài học rằng lòng từ bi cần hướng đến tất cả chúng sinh, không chỉ cho riêng mình hay những người gần gũi.

Tổng kết:

Câu chuyện của Xà-Ni-Sa giúp người tu học hiểu sâu sắc hơn về lòng từ bi và trí tuệ – rằng từ bi thúc đẩy sự chia sẻ và cứu độ, còn trí tuệ giúp nhận ra bản chất thực sự của luân hồi. Lòng từ bi và trí tuệ là hai phẩm chất cần thiết để đạt đến giác ngộ và cần phải phối hợp cùng nhau để đạt được sự giải thoát hoàn toàn.

18. Những giá trị của việc tu tập đạo đức, như giữ giới và phát triển tâm từ bi, có tác động thế nào trong việc tích lũy thiện nghiệp?

Việc tu tập đạo đức, như giữ giới và phát triển tâm từ bi, có tác động lớn trong việc tích lũy thiện nghiệp qua các điểm sau:

1. **Giữ giới giúp tạo nền tảng vững chắc cho thiện nghiệp**: Giới là các nguyên tắc đạo đức cơ bản giúp chúng sinh tránh xa những hành vi gây hại cho bản thân và người khác. Khi giữ giới, chúng sinh hạn chế các hành động bất thiện như sát sinh, trộm cắp, nói dối và những hành động vi phạm đạo đức khác. Việc giữ giới giúp tâm thanh tịnh, hạn chế nghiệp xấu và tích lũy nghiệp lành, tạo ra nền tảng vững chắc cho thiện nghiệp.

2. **Phát triển tâm từ bi tăng cường ý thức về hành động thiện lành**: Tâm từ bi là lòng yêu thương không điều kiện, mong muốn mang lại hạnh phúc và an lành cho tất cả chúng sinh. Khi nuôi dưỡng tâm từ bi, chúng sinh sẽ có ý thức hơn về những hành động thiện lành, biết quan tâm đến người khác và giảm bớt hành động gây hại. Tâm từ bi khuyến khích họ thực hiện những hành động nhân ái, tạo ra thiện nghiệp và tích lũy phước báo.
3. **Tránh tạo nghiệp xấu qua việc kiểm soát bản thân**: Giữ giới và tu tập đạo đức giúp chúng sinh kiểm soát các ham muốn và cảm xúc tiêu cực, chẳng hạn như tham lam, sân hận và si mê. Nhờ kiểm soát bản thân, họ tránh xa những hành động bất thiện do cảm xúc tiêu cực dẫn dắt, từ đó ngăn ngừa sự tạo nghiệp xấu. Điều này giúp tâm thanh thản, và từ đó thiện nghiệp dần được tích lũy.
4. **Hỗ trợ phát triển các phẩm chất tốt đẹp và hành động thiện**: Giữ giới và từ bi là những hành động mang lại sự thanh tịnh cho tâm hồn và là động lực thúc đẩy các hành động thiện lành khác như bố thí, giúp đỡ người khác, và kiên nhẫn trong khó khăn. Các phẩm chất này không chỉ giúp tích lũy thiện nghiệp mà còn nâng cao phẩm hạnh, tạo ra nền tảng cho những hành động thiện liên tục, góp phần xây dựng một cuộc sống có ý nghĩa và hòa hợp.
5. **Mang lại phước báo và tạo điều kiện tái sinh an lành**: Việc tu tập đạo đức, giữ giới và phát triển từ bi mang lại phước báo, góp phần tạo nên những điều kiện tốt đẹp trong kiếp này và kiếp sau. Những hành động thiện lành này tạo ra nghiệp tốt, giúp chúng sinh có cơ hội tái sinh vào các cảnh giới an lành và thuận lợi, như cõi người hay cõi trời, nơi họ có thể tiếp tục phát triển tâm linh.
6. **Hỗ trợ tu tập và hướng đến giải thoát**: Khi giữ giới và phát triển tâm từ bi, chúng sinh không chỉ tích lũy thiện nghiệp mà còn có nền tảng vững chắc cho việc tu tập cao hơn, như thiền định và phát triển trí tuệ. Việc giữ giới và phát triển từ bi giúp tâm thanh tịnh, dễ dàng tập trung hơn trong thiền định, và đạt được trí tuệ. Đây là bước đệm quan trọng để tiến đến giải thoát, vượt ra khỏi luân hồi và đạt đến Niết Bàn.
7. **Giúp xây dựng mối quan hệ hài hòa và xã hội tốt đẹp**: Tu tập đạo đức và từ bi cũng giúp xây dựng các mối quan hệ hài hòa và xã hội hòa hợp. Khi một người tuân thủ giới và đối xử với lòng từ bi, họ tạo ra sự tín nhiệm, yêu thương và tôn trọng từ người khác. Những mối quan hệ tích cực này mang lại thiện nghiệp không chỉ cho bản thân mà còn cho cộng đồng, góp phần xây dựng một xã hội tốt đẹp và an lành.

Tổng kết:

Việc tu tập đạo đức, giữ giới và phát triển tâm từ bi có tác động lớn trong việc tích lũy thiện nghiệp. Những hành động này không chỉ giúp tạo ra nền tảng vững chắc cho đời sống tâm linh mà còn mang lại phước báo, điều kiện tái sinh an lành và thúc đẩy người tu tập hướng đến giác ngộ và giải thoát.

19. Vì sao kinh khuyến khích chúng ta nên thực hành thiện nghiệp và tránh ác nghiệp ngay từ trong đời sống hiện tại?

Kinh khuyến khích chúng ta thực hành thiện nghiệp và tránh ác nghiệp ngay trong đời sống hiện tại vì những lý do sau:

1. **Thiện nghiệp mang lại hạnh phúc và an lạc ngay trong hiện tại**: Khi thực hành thiện nghiệp như bố thí, từ bi, giúp đỡ người khác, tâm hồn của chúng ta sẽ trở nên nhẹ nhàng, an vui. Những hành động thiện lành giúp xây dựng cuộc sống có ý nghĩa, tạo ra niềm hạnh phúc bền vững và sự hài lòng nội tâm, không phụ thuộc vào vật chất hay điều kiện bên ngoài.
2. **Tránh ác nghiệp để ngăn ngừa khổ đau**: Các hành động bất thiện như sân hận, nói dối, tham lam và gây tổn hại cho người khác không chỉ làm tổn thương những người xung quanh mà còn tạo ra nghiệp xấu. Ác nghiệp dẫn đến những hậu quả khổ đau, cả trong hiện tại và tương lai. Việc tránh xa ác nghiệp giúp chúng ta không phải gánh chịu quả báo xấu và hạn chế đau khổ trong cuộc sống.
3. **Thiện nghiệp tạo nền tảng cho các kiếp sống tương lai tốt đẹp**: Nhận thức về nghiệp và tái sinh khuyến khích chúng ta tích lũy thiện nghiệp ngay từ đời sống hiện tại để có một tương lai an lành. Những hành động thiện lành tạo ra nghiệp tốt, là yếu tố giúp chúng ta tái sinh vào các cảnh giới tốt hơn trong luân hồi, như cõi người hoặc cõi trời, nơi có điều kiện thuận lợi để tiếp tục tu tập và phát triển tâm linh.
4. **Giúp xây dựng tâm thanh tịnh và dễ dàng tiến bộ trong tu tập**: Việc thực hành thiện nghiệp giúp tâm hồn chúng ta trở nên thanh tịnh và nhẹ nhàng hơn, giảm bớt sự xao động của tham, sân, và si. Tâm trong sáng là điều kiện cần thiết cho việc phát triển thiền định và trí tuệ, tạo nền tảng cho con đường tu tập hướng đến giác ngộ và giải thoát.
5. **Tạo dựng mối quan hệ hài hòa và xã hội hòa hợp**: Khi thực hành thiện nghiệp và tránh ác nghiệp, chúng ta xây dựng mối quan hệ tốt đẹp với mọi người, tạo ra sự hòa hợp trong gia đình và cộng đồng. Điều này góp phần xây dựng một xã hội an lành, nơi mọi người sống yêu thương và tôn trọng lẫn nhau, từ đó cuộc sống trở nên ý nghĩa và hạnh phúc hơn cho cả cá nhân và cộng đồng.
6. **Nhận ra tầm quan trọng của hiện tại trong việc tạo nghiệp**: Kinh khuyến khích chúng ta hành thiện và tránh ác ngay trong đời sống hiện tại, vì mỗi hành động trong hiện tại đều góp phần tích lũy nghiệp cho tương lai. Mọi hành động, lời nói và ý nghĩ của chúng ta đều có tác động đến quả báo sau này. Hiểu điều này giúp chúng ta ý thức sâu sắc về trách nhiệm của mình đối với bản thân và với những người xung quanh.
7. **Giúp chuẩn bị cho sự giải thoát cuối cùng**: Thiện nghiệp không chỉ giúp tích lũy phước báo trong luân hồi mà còn tạo điều kiện để chúng ta phát triển tâm linh và tiến gần hơn đến giải thoát. Khi thực hành thiện nghiệp, chúng ta tạo dựng nền tảng vững chắc cho sự tu tập và rèn luyện trí tuệ, là con đường để vượt ra khỏi vòng luân hồi sinh tử, đạt đến Niết Bàn và giải thoát hoàn toàn.

Tổng kết:

Kinh khuyến khích chúng ta thực hành thiện nghiệp và tránh ác nghiệp ngay trong đời sống hiện tại để tạo nên hạnh phúc và an lạc, giảm thiểu khổ đau, xây dựng mối quan hệ hài hòa và chuẩn bị cho sự phát triển tâm linh. Những hành động thiện lành trong hiện tại không chỉ đem lại lợi ích cho đời sống hiện tại mà còn ảnh hưởng tích cực đến các kiếp sống tương lai và giúp chúng ta hướng đến giải thoát khỏi luân hồi.

20. Bài học của Kinh Xà-Ni-Sa nhắc nhở chúng ta về ý nghĩa và giá trị gì trong việc tu tập để đạt đến sự an lạc chân thật?

Bài học của Kinh Xà-Ni-Sa nhắc nhở chúng ta về ý nghĩa và giá trị của việc tu tập để đạt đến sự an lạc chân thật qua các điểm sau:

1. **Nhận thức về tính tạm bợ của các cảnh giới**: Kinh Xà-Ni-Sa nhắc nhở rằng ngay cả các cảnh giới cao như cõi trời cũng không phải là nơi an lạc vĩnh viễn. Các cõi này vẫn nằm trong vòng luân hồi và chịu sự chi phối của vô thường. Điều này cho thấy rằng sự an lạc dựa trên phước báo và những niềm vui thế gian chỉ là tạm bợ và không bền vững. Sự nhận thức này giúp chúng ta hiểu rằng chỉ có giải thoát khỏi luân hồi mới mang lại sự an lạc chân thật.
2. **Vai trò của thiện nghiệp trong việc tạo điều kiện thuận lợi**: Mặc dù các cõi trời không phải là mục tiêu cuối cùng, nhưng tích lũy thiện nghiệp thông qua việc giữ giới, từ bi, và hành thiện giúp chúng ta tạo điều kiện thuận lợi cho sự tu tập. Thiện nghiệp giúp tâm thanh tịnh, giảm bớt các nghiệp xấu, và mở ra con đường dẫn đến những cảnh giới an lành, từ đó có cơ hội tiếp tục tu tập hướng đến giải thoát.
3. **Tầm quan trọng của trí tuệ trong việc vượt qua luân hồi**: Kinh Xà-Ni-Sa nhắc nhở chúng ta rằng dù đạt được phước báo lớn lao, không có trí tuệ thì chúng sinh vẫn còn bị ràng buộc trong vòng sinh tử. Trí tuệ giúp chúng ta thấy rõ bản chất vô thường, khổ đau, và vô ngã của mọi hiện tượng. Điều này giúp chúng ta buông bỏ sự bám víu vào các niềm vui tạm bợ và hướng đến giải thoát, nơi không còn sự tái sinh và khổ đau.
4. **Phát triển lòng từ bi và sự cứu độ không điều kiện**: Qua câu chuyện của Xà-Ni-Sa, chúng ta hiểu rằng lòng từ bi không chỉ là tình thương yêu mà còn là sự mong muốn giúp tất cả chúng sinh thoát khỏi khổ đau. Việc tu tập lòng từ bi không chỉ mang lại phước báo mà còn giúp thanh lọc tâm, làm giảm bớt sự ích kỷ và sân hận. Lòng từ bi là động lực để chúng ta tiếp tục tu tập, không chỉ vì lợi ích cá nhân mà còn vì lợi ích của mọi chúng sinh.
5. **Khuyến khích buông bỏ bám víu vào những giá trị thế gian**: Bài học từ Kinh Xà-Ni-Sa khuyến khích chúng ta không nên bám víu vào danh vọng, tài sản, hoặc thành tựu thế gian, bởi chúng đều là những giá trị tạm bợ. Sự bám víu chỉ dẫn đến khổ đau khi chúng ta mất đi những điều này. Tu tập để đạt đến sự an lạc chân thật đòi hỏi chúng ta biết buông bỏ, sống đơn giản và hướng đến những giá trị tinh thần bền vững.
6. **Con đường tu tập để đạt đến Niết Bàn và an lạc chân thật**: Kinh Xà-Ni-Sa nhắc nhở rằng mục tiêu tối hậu của người tu tập là Niết Bàn – trạng thái giải thoát hoàn toàn khỏi luân hồi. Niết Bàn mang lại sự an lạc chân thật, không còn bị chi phối bởi nghiệp và không còn khổ đau. Đây là giá

trị cao nhất mà mọi người tu tập đều hướng đến. Chỉ có Niết Bàn mới mang lại sự an lạc bền vững và tự do tuyệt đối.

7. **Khuyến khích sự nỗ lực và kiên trì trong tu tập**: Bài học của Kinh Xà-Ni-Sa nhấn mạnh rằng để đạt được sự an lạc chân thật, chúng ta cần sự nỗ lực và kiên trì trong việc tu tập. Việc tích lũy thiện nghiệp, giữ giới, phát triển trí tuệ và lòng từ bi đều cần có thời gian và công sức. Sự kiên trì này giúp chúng ta vững bước trên con đường, dù gặp khó khăn vẫn không bỏ cuộc, từng bước tiến gần hơn đến sự giải thoát và an lạc chân thật.

Tổng kết:

Kinh Xà-Ni-Sa nhắc nhở chúng ta về ý nghĩa và giá trị của việc tu tập để đạt đến sự an lạc chân thật. Bài học này giúp chúng ta hiểu rõ rằng chỉ có giải thoát khỏi luân hồi mới mang lại sự an lạc bền vững, và việc tu tập đòi hỏi trí tuệ, lòng từ bi, buông bỏ và sự kiên trì. Điều này định hướng cho chúng ta một con đường sống ý nghĩa, không bám víu vào những giá trị tạm bợ và luôn hướng đến sự an lạc chân thật trong Niết Bàn.

KINH 19:
KINH ĐẠI ĐIỂN TÔN
(Mahā Govinda)

I. GIỚI THIỆU TỔNG QUAN VỀ KINH ĐẠI ĐIỂN TÔN

1. Bối cảnh

- **Thời điểm và không gian**: Kinh Đại Điển Tôn nằm trong hệ thống Trường Bộ Kinh (Digha Nikaya), một trong những bộ kinh lớn và quan trọng của Phật giáo Nguyên thủy. Câu chuyện diễn ra trong một bối cảnh xã hội cổ đại, khi sự phân chia giai cấp và những giá trị thế gian như quyền lực, danh vọng và của cải chi phối mạnh mẽ đời sống của con người.
- **Nhân vật chính - Đại Điển Tôn (Mahā Govinda)**: Đại Điển Tôn là một nhân vật trung tâm với địa vị cao trong xã hội, được các vua chúa và quần thần tôn kính. Ông nổi bật với tài trí và phẩm hạnh cao quý, nhưng dần nhận ra rằng những giá trị vật chất và địa vị không mang lại hạnh phúc chân thật. Cuộc đời và hành trình tu tập của ông thể hiện quá trình buông bỏ những ràng buộc thế gian để tìm kiếm chân lý và giải thoát.

2. Mục đích của kinh

- **Khuyến khích sự buông bỏ**: Kinh Đại Điển Tôn nhấn mạnh vai trò của sự buông bỏ đối với những giá trị tạm bợ như tài sản, danh vọng, và quyền lực. Qua câu chuyện của Đại Điển Tôn, kinh khuyến khích người tu học không nên bám víu vào các giá trị phù du mà hãy từ bỏ để tìm đến sự an lạc thật sự.
- **Nhấn mạnh con đường đưa đến giải thoát**: Kinh này khẳng định rằng chỉ có con đường từ bỏ những ham muốn và bám víu mới dẫn đến sự an lạc chân thật và giải thoát khỏi vòng luân hồi. Qua đó, kinh khuyến khích người tu tập rèn luyện giới, định, và tuệ để đạt đến sự giải thoát hoàn toàn.

3. Vai trò của kinh trong hệ thống Trường Bộ Kinh

- **Tầm quan trọng trong kinh điển**: Kinh Đại Điển Tôn đóng vai trò quan trọng trong Trường Bộ Kinh, không chỉ nhấn mạnh những phẩm chất đạo đức và tinh thần mà còn hướng dẫn con đường tu tập để đạt giác ngộ. Đây là một trong những kinh điển cổ điển của Phật giáo Nguyên thủy giúp người học hiểu rõ về tầm quan trọng của sự buông bỏ và lòng từ bi.
- **Giáo dục tu tập**: Kinh không chỉ giúp người tu học có cái nhìn đúng đắn về cuộc sống mà còn truyền tải một lộ trình tu tập qua nhân vật Đại Điển Tôn. Bằng sự từ bỏ và tinh tấn trong tu tập, Đại Điển Tôn trở thành một hình mẫu cho người tu học trong việc tìm kiếm sự an lạc chân thật và hạnh phúc bền vững, vượt qua những cám dỗ tạm bợ của đời sống thế gian.

II. CÂU CHUYỆN VỀ ĐẠI ĐIỂN TÔN

1. **Tiểu sử của Đại Điển Tôn**
    - **Cuộc đời ban đầu**: Đại Điển Tôn (Mahā Govinda) xuất thân là một vị quan tài đức, thông minh và có trí tuệ sâu sắc. Ông được vua chúa và người dân kính trọng không chỉ bởi tài năng lãnh đạo mà còn bởi đạo đức và lòng từ bi đối với mọi người.
    - **Chuyển đổi từ quan lớn đến bậc thầy tinh thần**: Mặc dù sống trong sự vinh hoa phú quý và quyền lực, Đại Điển Tôn dần nhận ra sự phù du của những giá trị thế gian. Sau đó, ông quyết định từ bỏ địa vị và tài sản để theo đuổi con đường tu tập tâm linh, trở thành một bậc thầy tinh thần được tôn kính, hướng dẫn người khác đạt đến an lạc và giác ngộ.
2. **Quá trình tìm kiếm chân lý**
    - **Khát vọng tìm kiếm chân lý**: Đại Điển Tôn có lòng khao khát tìm hiểu bản chất thật sự của hạnh phúc và chân lý tối hậu. Ông không ngừng suy tư và tìm kiếm cách vượt qua những giá trị vật chất để đạt được sự an lạc chân thật.
    - **Dẫn dắt và khai sáng cho người dân**: Trong quá trình tìm kiếm chân lý, Đại Điển Tôn không chỉ tự tu tập mà còn hướng dẫn cộng đồng, giúp họ nhận ra sự phù du của tài sản và địa vị. Ông truyền cảm hứng cho mọi người bằng cách dấn thân vào các hành động thiện lành, từ bi và lòng vị tha.
    - **Đạt đến trí tuệ**: Nhờ nỗ lực tu tập và lòng kiên trì, Đại Điển Tôn đạt được trí tuệ sâu sắc, hiểu rõ về sự vô thường và bản chất của mọi hiện tượng. Sự giác ngộ này giúp ông không còn bị ràng buộc bởi các giá trị thế gian và đạt đến một trạng thái an lạc nội tâm.
3. **Vai trò của Đại Điển Tôn trong việc phổ biến giáo lý**
    - **Truyền bá các giá trị đạo đức và tâm linh**: Đại Điển Tôn không chỉ là người đạt đến giác ngộ cá nhân mà còn là một bậc thầy tinh thần truyền bá những giá trị cao quý như lòng từ bi, trí tuệ và sự buông bỏ. Ông nhấn mạnh tầm quan trọng của đời sống đạo đức và việc rèn luyện tâm hồn để đạt đến sự an lạc.
    - **Ảnh hưởng đối với vua chúa và cộng đồng**: Với đạo đức và trí tuệ của mình, Đại Điển Tôn có ảnh hưởng lớn đối với các vua chúa và giới quý tộc. Ông khuyến khích họ từ bỏ lối sống xa hoa, tích cực tu dưỡng và hướng đến đời sống đạo đức. Sự hiện diện của ông lan tỏa tinh thần từ bi và hướng dẫn cộng đồng sống hòa hợp và từ bỏ các giá trị tạm bợ.
    - **Xây dựng cộng đồng tu tập**: Đại Điển Tôn là một người lãnh đạo tinh thần, tạo dựng nên cộng đồng tu tập nơi mọi người có thể học hỏi và phát triển tâm linh. Bằng cách hướng dẫn và truyền cảm hứng cho những người xung quanh, ông tạo dựng một môi trường tu tập, nơi mà các giá trị cao quý được tôn vinh và thực hành trong đời sống hằng ngày.

III. NỘI DUNG CHÍNH CỦA KINH ĐẠI ĐIỂN TÔN

1. **Buông bỏ những giá trị vật chất**
    - **Sự từ bỏ tài sản và danh vọng**: Đại Điển Tôn, dù được sống trong quyền lực, tài sản dồi dào và sự tôn kính của mọi người, vẫn nhận thấy rằng

những giá trị vật chất này không mang lại hạnh phúc chân thật. Nhận thức được tính chất tạm bợ của chúng, ông quyết định từ bỏ địa vị và tài sản để bước vào con đường tu tập.

- **Sống cuộc sống từ bỏ**: Quyết định sống một cuộc đời giản dị, không dính mắc vào của cải, Đại Điển Tôn chứng minh rằng từ bỏ vật chất là điều kiện cần thiết để phát triển tâm linh. Việc buông bỏ này giúp ông giải thoát bản thân khỏi sự ràng buộc và tập trung hoàn toàn vào việc tu tập và phát triển các phẩm chất tinh thần.
- **Điều kiện cho sự phát triển tâm linh**: Bằng cách không còn bị chi phối bởi tài sản hay quyền lực, Đại Điển Tôn có thể hướng tâm vào nội tại và khám phá sự an lạc bền vững bên trong. Hành động từ bỏ vật chất là bước đầu để xây dựng nền tảng cho sự phát triển tâm linh, giúp tâm hồn thanh tịnh và giảm bớt những lo lắng, xao lãng.

2. Thực hành các phẩm chất cao quý

- **Lòng từ bi**: Đại Điển Tôn phát triển lòng từ bi, tình thương yêu không điều kiện đối với tất cả chúng sinh. Ông không chỉ giúp đỡ người khác mà còn sẵn lòng chỉ dẫn họ trên con đường giải thoát. Lòng từ bi trở thành động lực thúc đẩy ông truyền bá các giá trị đạo đức, giúp đỡ và hướng dẫn mọi người, làm cho ông trở thành người được kính trọng.
- **Trí tuệ**: Trong quá trình tu tập, Đại Điển Tôn phát triển trí tuệ sâu sắc, nhìn thấy bản chất vô thường và khổ đau của những giá trị vật chất. Trí tuệ này giúp ông hiểu rõ rằng sự an lạc chân thật không nằm ở những giá trị tạm bợ mà chỉ có thể đạt được qua sự giải thoát tâm linh.
- **Lòng kiên nhẫn**: Đại Điển Tôn thể hiện lòng kiên nhẫn, sẵn sàng vượt qua khó khăn, thử thách trong quá trình tu tập. Lòng kiên nhẫn giúp ông duy trì sự bình tĩnh, không bị lay động trước những thăng trầm của cuộc sống, và đạt được sự vững vàng trong tâm hồn.

3. Nhận thức về vô thường và sự dính mắc

- **Sự nhận thức về vô thường**: Đại Điển Tôn hiểu rằng mọi thứ, từ danh vọng, tài sản đến thân xác đều là tạm bợ và không thể tồn tại mãi mãi. Nhận thức này giúp ông buông bỏ sự dính mắc vào những giá trị bên ngoài, tập trung vào các giá trị tinh thần, và tìm đến sự an lạc nội tại, bền vững hơn.
- **Từ bỏ sự dính mắc vào danh vọng và tài sản**: Hiểu rõ rằng mọi thứ đều sẽ suy tàn, Đại Điển Tôn không còn bị lôi kéo bởi tham vọng hay mong muốn đạt được điều gì ngoài đời sống tâm linh. Điều này giúp ông duy trì tâm thanh tịnh và không bị cuốn vào những lo toan, phiền não thường nhật.
- **Hướng đến sự an lạc nội tâm**: Sự nhận thức về vô thường và dính mắc giúp Đại Điển Tôn đạt đến trạng thái an lạc nội tâm. Không còn bám víu vào vật chất hay quyền lực, ông tập trung vào việc phát triển tâm hồn và đạt đến sự giải thoát. An lạc nội tâm này không phụ thuộc vào hoàn cảnh bên ngoài mà đến từ sự buông bỏ và tự do trong tâm trí.

Tổng kết:

Nội dung chính của Kinh Đại Điển Tôn nhấn mạnh tầm quan trọng của sự buông bỏ, phát triển các phẩm chất cao quý, và nhận thức về vô thường. Qua đó, người đọc hiểu được con đường tu tập mà Đại Điển Tôn đã đi qua để đạt đến sự an lạc chân thật và trở thành tấm gương cho những ai muốn theo đuổi sự giải thoát.

IV. GIÁ TRỊ CỦA SỰ LÃNH ĐẠO TÂM LINH VÀ ĐẠO ĐỨC

1. Khái niệm về lãnh đạo tâm linh

- **Vai trò của Đại Điển Tôn trong việc hướng dẫn vua chúa và cộng đồng**: Đại Điển Tôn là một nhà lãnh đạo tâm linh xuất sắc, không chỉ tu tập cho bản thân mà còn đóng vai trò hướng dẫn và khuyến khích những người khác theo đuổi con đường đạo đức. Ông làm việc với các vua chúa và giới quý tộc, truyền đạt cho họ những giá trị tinh thần và giáo lý đạo đức. Điều này giúp vua chúa cai trị theo con đường chính nghĩa, xây dựng một xã hội công bằng và hài hòa.
- **Khuyến khích sống đạo đức và chân chính**: Thông qua việc giảng dạy và làm gương, Đại Điển Tôn khuyến khích người khác sống một cuộc sống chân chính, tránh xa những hành động bất thiện. Ông truyền cảm hứng cho mọi người sống đạo đức, giúp họ nhận ra rằng sự an lạc thực sự đến từ những phẩm chất cao quý, không phải từ danh vọng hay tài sản.

2. Sức mạnh của đạo đức và uy tín tâm linh

- **Đạo đức và sự tín nhiệm từ cộng đồng**: Đạo đức và phẩm chất thanh tịnh của Đại Điển Tôn tạo ra sự tín nhiệm to lớn từ mọi người xung quanh. Nhờ đạo đức của mình, ông được tôn trọng và kính yêu không chỉ bởi dân chúng mà còn bởi các nhà lãnh đạo. Đạo đức là nền tảng quan trọng để xây dựng uy tín và sức ảnh hưởng bền vững, làm cho lời nói và hành động của ông có sức thuyết phục sâu sắc đối với cộng đồng.
- **Tinh thần an lạc lan tỏa**: Tâm hồn thanh tịnh và an lạc của Đại Điển Tôn không chỉ mang lại hạnh phúc cho bản thân mà còn lan tỏa đến người khác. Sự an nhiên của ông tạo ra một không gian bình an, giúp mọi người cảm thấy an toàn và tin tưởng. Uy tín tâm linh của ông không chỉ xuất phát từ những lời giảng dạy mà còn từ chính trạng thái tâm tĩnh lặng và an lạc.

3. Sự ảnh hưởng của Đại Điển Tôn đối với sự phát triển tâm linh của cộng đồng

- **Nâng cao đạo đức và tinh thần của người dân**: Đại Điển Tôn đóng góp to lớn vào việc nâng cao đạo đức và phát triển tinh thần của cộng đồng. Ông giúp mọi người hiểu rằng đời sống đạo đức không chỉ mang lại sự an lạc cá nhân mà còn là nền tảng cho một xã hội hài hòa. Sự giảng dạy và hướng dẫn của ông giúp mọi người thực hành các giá trị như lòng từ bi, sự tha thứ và tinh thần trách nhiệm.
- **Xây dựng một xã hội an lành**: Bằng cách khuyến khích mọi người sống theo con đường đạo đức và từ bi, Đại Điển Tôn đã góp phần xây dựng một xã hội an lành, nơi mọi người sống hài hòa và tôn trọng lẫn nhau. Tinh thần của ông tạo ra một ảnh hưởng lan rộng, giúp mọi người cùng nhau hướng đến cuộc sống có ý nghĩa và tránh xa những xung đột, đau khổ do các hành vi bất thiện gây ra.
- **Tạo dựng một cộng đồng tu tập và nâng cao ý thức xã hội**: Nhờ sự lãnh đạo tâm linh và tấm gương sáng về đạo đức của Đại Điển Tôn, cộng đồng

được nâng cao ý thức về giá trị của việc sống thiện lành và tu tập. Ông giúp mọi người ý thức được trách nhiệm của họ không chỉ với bản thân mà còn với cộng đồng, từ đó phát triển một xã hội biết tôn trọng và hướng đến những giá trị đạo đức cao đẹp.

Tổng kết:

Vai trò lãnh đạo tâm linh và đạo đức của Đại Điển Tôn không chỉ giúp xây dựng cá nhân tốt đẹp mà còn nâng cao toàn bộ xã hội. Sự lãnh đạo của ông khuyến khích mọi người sống theo những giá trị tinh thần và đạo đức, tạo ra một cộng đồng an lành và gắn kết, góp phần thúc đẩy sự phát triển tâm linh của từng cá nhân và cả cộng đồng.

V. NHỮNG BÀI HỌC VỀ TU TẬP VÀ GIẢI THOÁT TRONG KINH ĐẠI ĐIỂN TÔN

1. Thực hành buông bỏ và không dính mắc

- **Buông bỏ mọi ràng buộc**: Đại Điển Tôn là minh chứng sống động cho bài học về sự buông bỏ. Ông từ bỏ danh vọng, địa vị, tài sản để sống một cuộc đời hướng nội, không bị cuốn vào các giá trị thế gian. Bài học này nhấn mạnh rằng để đạt được an lạc chân thật, chúng sinh cần buông bỏ mọi ràng buộc về vật chất và tinh thần, không dính mắc vào những gì tạm bợ và phù du.
- **Không dính mắc vào giá trị tạm bợ**: Qua câu chuyện của Đại Điển Tôn, người tu học hiểu rằng những giá trị vật chất, dù có lớn lao đến đâu, đều là tạm bợ và không mang lại hạnh phúc lâu dài. Buông bỏ sự dính mắc vào chúng giúp con người tập trung vào con đường phát triển nội tâm, tìm thấy sự an lạc từ bên trong thay vì từ những yếu tố bên ngoài.

2. Vai trò của giới, định, và tuệ trong giải thoát

- **Giữ giới**: Đại Điển Tôn nhấn mạnh tầm quan trọng của việc giữ giới như là nền tảng của đạo đức và sự thanh tịnh trong tâm. Giới giúp người tu học kiểm soát hành động và lời nói, ngăn ngừa nghiệp xấu, và làm cho tâm hồn trong sáng. Giữ giới là bước đầu tiên quan trọng trên con đường giải thoát.
- **Thực hành thiền định (định)**: Định là khả năng tập trung tâm ý, giúp tâm an định và không còn bị xao lãng. Thực hành thiền định giúp Đại Điển Tôn phát triển tâm thanh tịnh, kiểm soát cảm xúc và đạt đến sự bình an nội tại. Định là yếu tố cốt lõi để giải phóng tâm trí khỏi mọi dính mắc, làm nền tảng để phát triển trí tuệ.
- **Phát triển trí tuệ (tuệ)**: Trí tuệ là nhận thức rõ ràng về bản chất của các hiện tượng – vô thường, khổ và vô ngã. Đại Điển Tôn nhấn mạnh rằng chỉ có trí tuệ mới giúp chúng sinh nhìn thấy chân lý, hiểu rõ bản chất của mọi hiện tượng, và đạt đến sự giải thoát thật sự. Trí tuệ không chỉ giúp chúng ta buông bỏ mà còn mang lại sự an lạc chân thật và bền vững.

3. Giá trị của lòng từ bi và trí tuệ

- **Phát triển lòng từ bi**: Bài học từ Đại Điển Tôn cho thấy rằng tu tập không chỉ vì giải thoát cá nhân mà còn để lan tỏa lợi ích cho cộng đồng. Lòng từ bi là yếu tố quan trọng trong con đường tu tập, giúp con người vượt qua sự ích kỷ, cảm thông và giúp đỡ người khác. Đại Điển Tôn lan tỏa lòng từ bi, tạo ra sự hòa hợp và hạnh phúc cho những người xung quanh.

- **Sự kết hợp của từ bi và trí tuệ**: Trí tuệ giúp người tu học thấy rõ bản chất thật của cuộc sống, trong khi từ bi giúp họ hướng dẫn và giúp đỡ những chúng sinh khác trên con đường tu tập. Đại Điển Tôn không chỉ đạt được trí tuệ mà còn lan tỏa từ bi, giúp đỡ cộng đồng, thể hiện rằng trí tuệ và từ bi là hai phẩm chất bổ trợ, giúp người tu học không chỉ đạt đến giải thoát cá nhân mà còn đóng góp cho sự an lạc của toàn xã hội.
- **Giá trị của giải thoát trong cộng đồng**: Câu chuyện của Đại Điển Tôn cho thấy rằng người đạt được trí tuệ và lòng từ bi sẽ là người lãnh đạo tâm linh, góp phần tạo dựng một xã hội hài hòa. Đây là bài học quý giá về cách mà người tu tập có thể góp phần nâng cao đời sống tinh thần cho cộng đồng và thúc đẩy một xã hội an lành.

Tổng kết:

Kinh Đại Điển Tôn nhấn mạnh những bài học về buông bỏ, sự quan trọng của giới, định, và tuệ trong việc đạt giải thoát, cũng như vai trò của từ bi và trí tuệ trong việc giúp ích cho cộng đồng. Đây là con đường tu tập mà Đại Điển Tôn đã đi qua và là kim chỉ nam cho những ai muốn hướng đến sự an lạc chân thật và đóng góp cho sự hạnh phúc của mọi người xung quanh.

VI. SO SÁNH VÀ PHÂN TÍCH SÂU HƠN VỀ TƯ TƯỞNG TRONG KINH ĐẠI ĐIỂN TÔN

1. So sánh với các kinh khác về chủ đề lãnh đạo và từ bi

- **So sánh với Kinh Chuyển Pháp Luân**: Kinh Chuyển Pháp Luân (Dhammacakkappavattana Sutta) là bài kinh đầu tiên Đức Phật thuyết giảng, nói về con đường Trung đạo và Tứ Diệu Đế. Trong khi Kinh Đại Điển Tôn nhấn mạnh về vai trò lãnh đạo tâm linh qua sự từ bỏ và hướng dẫn cộng đồng, Kinh Chuyển Pháp Luân tập trung vào việc thiết lập nền tảng giáo lý căn bản cho mọi người. Cả hai kinh đều khuyến khích từ bi và lãnh đạo tinh thần, nhưng Kinh Đại Điển Tôn đặc biệt hướng đến việc xây dựng cộng đồng dựa trên những giá trị đạo đức và tinh thần thông qua tấm gương của một nhà lãnh đạo tâm linh.
- **So sánh với Kinh Pháp Hoa**: Kinh Pháp Hoa (Lotus Sutra) cũng đề cao tinh thần từ bi và sự lãnh đạo tâm linh trong việc cứu độ chúng sinh. Tuy nhiên, trong Kinh Đại Điển Tôn, việc lãnh đạo không chỉ là truyền dạy đạo lý mà còn là một lối sống cụ thể của sự từ bỏ, khi Đại Điển Tôn từ bỏ quyền lực và tài sản để sống một đời sống giản dị. Kinh Pháp Hoa tập trung vào sự giải thoát phổ độ, trong khi Kinh Đại Điển Tôn nhấn mạnh sự thay đổi của cá nhân qua việc buông bỏ và lãnh đạo bằng chính phẩm chất đạo đức.
- **So sánh với Kinh Từ Bi**: Kinh Từ Bi (Metta Sutta) khuyến khích thực hành tâm từ bi, yêu thương tất cả chúng sinh mà không điều kiện. Kinh Đại Điển Tôn cũng đề cao từ bi, nhưng đồng thời còn hướng dẫn cách lãnh đạo cộng đồng thông qua từ bi và trí tuệ. Đại Điển Tôn thể hiện lòng từ bi

không chỉ qua lòng yêu thương mà còn qua việc dấn thân vào công việc nâng cao đời sống tinh thần của cộng đồng, làm gương cho mọi người.

2. Những điểm độc đáo trong tư tưởng của Đại Điển Tôn

- **Lãnh đạo qua sự buông bỏ**: Một trong những yếu tố độc đáo của Đại Điển Tôn là khả năng lãnh đạo thông qua sự buông bỏ. Không giống như nhiều nhà lãnh đạo dựa vào quyền lực hay địa vị để tạo ảnh hưởng, Đại Điển Tôn chọn cách từ bỏ mọi tài sản và quyền lực để trở thành một nhà lãnh đạo tinh thần. Sự từ bỏ này tạo nên một sự thu hút đặc biệt và giúp ông nhận được sự kính trọng sâu sắc từ mọi người, cho thấy sức mạnh của một nhà lãnh đạo tâm linh không nằm ở quyền thế mà ở sự từ bỏ và lòng từ bi.
- **Nhấn mạnh vào đạo đức như nền tảng của lãnh đạo**: Đại Điển Tôn xây dựng sự lãnh đạo của mình dựa trên đạo đức và các phẩm chất cao quý như từ bi và trí tuệ. Ông không chỉ là một người truyền đạt giáo lý mà còn là một tấm gương sống động về sự kiên nhẫn, lòng vị tha và sự thanh tịnh của tâm hồn. Đây là điểm độc đáo so với các kinh khác, khi đạo đức trở thành nền tảng để truyền bá tư tưởng và giúp mọi người cùng nhau hướng đến đời sống tốt đẹp hơn.
- **Sự lãnh đạo phục vụ cộng đồng và nâng cao tâm linh**: Trong khi nhiều nhà lãnh đạo truyền thống tập trung vào sự cai trị hoặc ảnh hưởng vật chất, Đại Điển Tôn đi theo con đường ngược lại bằng cách phục vụ cộng đồng với mục tiêu nâng cao tâm linh. Ông không tìm kiếm sự tôn sùng cá nhân mà mong muốn cộng đồng cùng phát triển đạo đức và tinh thần. Cách lãnh đạo này độc đáo ở chỗ nó tạo ra một ảnh hưởng sâu rộng và bền vững, dựa trên việc giúp cộng đồng hiểu rõ giá trị của việc sống đạo đức và hướng thiện.
- **Sự kết hợp giữa từ bi và trí tuệ trong lãnh đạo**: Tư tưởng của Đại Điển Tôn không chỉ đề cao lòng từ bi mà còn nhấn mạnh trí tuệ. Ông sử dụng trí tuệ để hiểu rõ bản chất của mọi sự vật, đồng thời thể hiện lòng từ bi qua việc dấn thân giúp đỡ người khác. Sự kết hợp này giúp ông truyền đạt các giá trị tâm linh và tinh thần một cách hiệu quả, mang lại sự hài hòa giữa lòng yêu thương và sự sáng suốt. Đây là điểm độc đáo trong tư tưởng của ông, vì nó cân bằng giữa lòng từ bi và trí tuệ, giúp người tu học không chỉ phát triển tâm từ mà còn đạt được sự hiểu biết sâu sắc.
- **Tấm gương về sự giải thoát trong cuộc sống hiện tại**: Khác với nhiều nhân vật trong các kinh điển khác, Đại Điển Tôn là một hình mẫu của người đạt được giải thoát trong khi vẫn sống giữa đời thường. Ông cho thấy rằng sự giải thoát không phải là điều xa vời mà có thể đạt được thông qua việc từ bỏ những ràng buộc của thế gian và sống theo những giá trị cao quý. Điều này giúp người tu học thấy rõ hơn rằng giải thoát không chỉ là một trạng thái sau khi chết mà có thể đạt được trong chính cuộc sống hiện tại qua sự tu tập đạo đức và phát triển tâm linh.

Tổng kết:

Tư tưởng trong Kinh Đại Điển Tôn mang tính đặc trưng độc đáo về lãnh đạo tâm linh, từ bi và trí tuệ. Kinh này không chỉ nhấn mạnh sự buông bỏ và đạo đức mà còn đưa ra những phương pháp và tấm gương cụ thể qua nhân vật Đại Điển Tôn, khuyến khích người tu học phát triển đạo đức và hướng đến giải thoát ngay trong cuộc sống hiện tại.

VII. ÁP DỤNG CÁC BÀI HỌC CỦA KINH ĐẠI ĐIỂN TÔN VÀO ĐỜI SỐNG HIỆN ĐẠI

1. Bài học về lãnh đạo và trách nhiệm xã hội

- **Lãnh đạo tâm linh trong môi trường công việc**: Kinh Đại Điển Tôn dạy chúng ta rằng lãnh đạo không chỉ là quản lý mà còn là hướng dẫn bằng tấm gương đạo đức và tinh thần an lạc. Trong đời sống hiện đại, người lãnh đạo trong các tổ chức và doanh nghiệp có thể áp dụng bài học này bằng cách tạo ra môi trường làm việc tôn trọng, công bằng và hỗ trợ. Lãnh đạo bằng tinh thần từ bi và trí tuệ giúp nhân viên cảm thấy an tâm, có động lực và gắn kết hơn với công việc.
- **Trách nhiệm xã hội**: Đại Điển Tôn không chỉ chú trọng đến sự giải thoát cá nhân mà còn quan tâm đến sự phát triển đạo đức của cả cộng đồng. Trong bối cảnh hiện đại, mỗi cá nhân, đặc biệt là người có trách nhiệm trong tổ chức hoặc cộng đồng, cần ý thức về trách nhiệm xã hội, không chỉ vì lợi ích cá nhân mà còn vì sự an lành và phát triển của cộng đồng. Điều này có thể thực hiện qua các hoạt động thiện nguyện, giáo dục và khuyến khích sống đạo đức.

2. Thực hành buông bỏ trong đời sống hiện đại

- **Học cách buông bỏ vật chất và sống đơn giản**: Trong thế giới hiện đại, nơi vật chất và thành công thế gian thường được coi trọng, bài học từ Đại Điển Tôn về sự buông bỏ là một lời nhắc nhở quý giá. Chúng ta có thể học cách buông bỏ bằng cách sống đơn giản hơn, giảm bớt sự phụ thuộc vào của cải vật chất, tập trung vào những giá trị nội tại thay vì những điều phù du. Điều này không chỉ giúp cuộc sống trở nên nhẹ nhàng mà còn mang lại sự an lạc lâu dài.
- **Phát triển tâm từ bi trong đời sống hàng ngày**: Buông bỏ cũng là buông bỏ sự ích kỷ, để lòng từ bi phát triển. Trong các mối quan hệ hằng ngày, chúng ta có thể thực hành từ bi bằng cách quan tâm, thấu hiểu và giúp đỡ người khác mà không mong cầu đền đáp. Khi thực hành từ bi, chúng ta sẽ tìm thấy niềm vui chân thật từ việc mang lại niềm vui cho người khác, giúp cuộc sống trở nên phong phú và ý nghĩa hơn.

3. Khuyến khích tu tập và phát triển đạo đức

- **Áp dụng các nguyên tắc của giới trong đời sống hiện đại**: Giữ giới là nền tảng cho sự thanh tịnh trong tâm hồn và xây dựng cuộc sống đạo đức. Trong cuộc sống hiện đại, chúng ta có thể giữ giới bằng cách sống chân thật, không làm tổn thương người khác, tránh xa những hành vi thiếu đạo đức. Điều này không chỉ giúp tâm hồn bình an mà còn tạo ra sự tín nhiệm và tôn trọng từ người khác.
- **Thực hành thiền định để đạt được an lạc nội tâm**: Giữa nhịp sống hối hả, thiền định là phương pháp hữu hiệu để tâm hồn bình tĩnh và an lạc. Chỉ cần dành một ít thời gian mỗi ngày để ngồi thiền, chúng ta có thể giảm

căng thẳng, xóa tan lo âu và đạt được sự tập trung cao độ, từ đó giúp cải thiện chất lượng cuộc sống.

- **Phát triển trí tuệ và nhận thức**: Trí tuệ trong Phật giáo không chỉ là kiến thức mà còn là khả năng nhìn thấu bản chất thật của cuộc sống. Trong đời sống hiện đại, việc phát triển trí tuệ bao gồm khả năng suy nghĩ thấu đáo, tránh xa sự cố chấp và hiểu rõ rằng mọi thứ đều có tính chất tạm bợ. Sự phát triển trí tuệ giúp chúng ta có một cái nhìn sáng suốt và không bị dính mắc vào những điều phù du.

Tổng kết:

Bài học từ Kinh Đại Điển Tôn về lãnh đạo tâm linh, buông bỏ và phát triển đạo đức có thể áp dụng rộng rãi trong đời sống hiện đại. Khi thực hành các nguyên tắc này, chúng ta không chỉ xây dựng cuộc sống an lạc cho bản thân mà còn đóng góp cho cộng đồng và thế giới xung quanh, hướng đến một xã hội an lành và đầy tình thương.

VIII. KẾT LUẬN VÀ TÓM TẮT NHỮNG ĐIỂM MẤU CHỐT CỦA KINH ĐẠI ĐIỂN TÔN

1. Tóm lược lại các bài học chính

- **Buông bỏ những giá trị tạm bợ**: Kinh Đại Điển Tôn nhấn mạnh sự cần thiết của việc buông bỏ các giá trị vật chất và quyền lực để đạt đến sự thanh tịnh và phát triển tâm linh. Đại Điển Tôn là tấm gương về sự từ bỏ những điều phù du để tìm đến sự an lạc và ý nghĩa chân thật.
- **Phát triển lòng từ bi và trí tuệ**: Kinh khuyến khích người tu tập không chỉ vì lợi ích cá nhân mà còn để phục vụ và giúp ích cho cộng đồng. Lòng từ bi và trí tuệ là hai phẩm chất thiết yếu để đạt đến sự giải thoát. Lòng từ bi giúp chúng sinh sống hòa hợp và giảm bớt khổ đau cho nhau, trong khi trí tuệ giúp hiểu rõ bản chất vô thường của cuộc sống và không dính mắc vào những giá trị tạm bợ.
- **Vai trò của đạo đức trong tu tập**: Kinh Đại Điển Tôn nhấn mạnh rằng đạo đức là nền tảng của con đường tu tập. Giữ giới, tuân thủ đạo đức, và sống chân chính không chỉ giúp tâm hồn thanh tịnh mà còn tạo ra sự tín nhiệm và yêu mến từ cộng đồng. Đây là những bước đầu tiên cần thiết trên con đường hướng đến sự an lạc nội tâm và hạnh phúc chân thật.
- **Tầm quan trọng của lãnh đạo tâm linh**: Qua nhân vật Đại Điển Tôn, kinh truyền đạt tầm quan trọng của vai trò lãnh đạo tâm linh và trách nhiệm xã hội. Sự lãnh đạo bằng gương sáng đạo đức và từ bi không chỉ nâng cao đời sống tinh thần của bản thân mà còn tạo ra ảnh hưởng tích cực cho cộng đồng.

2. Khuyến khích tu tập để đạt sự an lạc chân thật

- **Động viên người đọc áp dụng vào thực tế**: Kinh Đại Điển Tôn không chỉ dừng lại ở lý thuyết mà còn khuyến khích người tu tập áp dụng những bài học này vào đời sống hằng ngày. Bằng cách thực hành buông bỏ, từ bi và trí tuệ, mỗi cá nhân có thể tìm thấy sự an lạc nội tâm và sự hài hòa trong cuộc sống, đồng thời góp phần tạo ra một xã hội hòa hợp, an lành.

- **Hướng đến sự giải thoát và an lạc vĩnh cửu**: Kinh khuyến khích người tu tập đừng chỉ dừng lại ở phước báo trong luân hồi mà hãy hướng đến sự giải thoát hoàn toàn. Sự an lạc chân thật và bền vững chỉ có thể đạt được khi chúng sinh vượt ra khỏi những ràng buộc của tham ái và chấp trước, đạt đến Niết Bàn – trạng thái giải thoát vĩnh viễn và không còn khổ đau.
- **Ý nghĩa sâu xa của việc tu tập**: Cuối cùng, Kinh Đại Điển Tôn khẳng định rằng sự tu tập không chỉ mang lại lợi ích cho bản thân mà còn lan tỏa niềm an lạc và hạnh phúc đến mọi người xung quanh. Đây là con đường không chỉ để đạt đến giác ngộ mà còn để tạo ra sự an lành cho cộng đồng và xã hội.

Tổng kết:

Kinh Đại Điển Tôn là một bài học toàn diện về đạo đức, từ bi, trí tuệ và sự buông bỏ. Những bài học từ kinh này nhắc nhở chúng ta rằng chỉ có tu tập và rèn luyện tâm linh mới mang lại sự an lạc chân thật và giải thoát. Hướng đến con đường này, mỗi người không chỉ tìm thấy sự bình an cho mình mà còn đóng góp vào sự hòa bình và phát triển bền vững của cả xã hội.

IX. VẤN ĐÁP VỀ KINH ĐẠI ĐIỂN TÔN

1. Tại sao Đại Điển Tôn, dù sống trong quyền lực và giàu có, vẫn quyết định từ bỏ những giá trị thế gian để đi tìm chân lý?

Đại Điển Tôn, dù sống trong quyền lực và giàu có, vẫn quyết định từ bỏ những giá trị thế gian để đi tìm chân lý vì các lý do sau:

1. **Nhận thức tính chất tạm bợ của tài sản và quyền lực**: Đại Điển Tôn nhận ra rằng tài sản, danh vọng và quyền lực chỉ mang lại niềm vui nhất thời và không thể tồn tại lâu dài. Những giá trị thế gian này dễ dàng biến mất, và khi mất đi, chúng sẽ mang đến khổ đau.
2. **Sự không thỏa mãn và trói buộc từ những giá trị vật chất**: Mặc dù có quyền lực và giàu có, Đại Điển Tôn vẫn không cảm thấy sự an lạc chân thật. Ngược lại, ông cảm thấy mình bị trói buộc và hạn chế, không có tự do nội tại vì luôn phải đối diện với những lo lắng về mất mát và sự thay đổi.
3. **Khao khát tìm kiếm hạnh phúc bền vững**: Hiểu rằng hạnh phúc từ những giá trị vật chất là tạm bợ, Đại Điển Tôn muốn tìm kiếm một loại hạnh phúc khác – sự an lạc bền vững không bị phụ thuộc vào ngoại cảnh và những điều phù du.
4. **Nhận thức rằng chỉ có con đường tâm linh mới mang lại giải thoát**: Đại Điển Tôn tin rằng sự giải thoát và chân lý chỉ có thể đạt được qua việc buông bỏ những bám víu và đi theo con đường tâm linh. Điều này thôi thúc ông tìm kiếm và thực hành các phẩm chất cao quý, như từ bi, trí tuệ và kiên nhẫn.
5. **Làm gương cho người khác**: Quyết định từ bỏ địa vị và tài sản của Đại Điển Tôn không chỉ là lựa chọn cá nhân mà còn là một tấm gương để người khác học hỏi. Sự từ bỏ của ông truyền cảm hứng về ý nghĩa của việc sống vì những giá trị cao quý, vượt lên trên những lợi ích cá nhân.

6. **Thể hiện lòng từ bi và khát vọng giúp đỡ cộng đồng**: Việc từ bỏ những giá trị thế gian của Đại Điển Tôn còn thể hiện lòng từ bi. Ông muốn dùng sự tu tập của mình để hướng dẫn và giúp đỡ người khác, lan tỏa những giá trị tinh thần cao quý trong cộng đồng.
7. **Truyền đạt thông điệp về sự giải thoát và chân lý tối thượng**: Qua sự từ bỏ của mình, Đại Điển Tôn muốn truyền đạt rằng chỉ có sự giải thoát và giác ngộ mới là hạnh phúc chân thật. Ông không còn bị cuốn vào những giá trị tạm bợ mà tập trung vào việc tìm kiếm chân lý và sự an lạc nội tại.

Tổng kết:

Đại Điển Tôn từ bỏ quyền lực và giàu có để tìm kiếm sự an lạc chân thật, đạt được hạnh phúc bền vững, và làm gương cho cộng đồng, khuyến khích mọi người hướng đến con đường giải thoát và các giá trị cao quý.

2. Làm thế nào việc buông bỏ các giá trị vật chất có thể giúp phát triển tâm linh và đạt đến an lạc nội tâm?

Việc buông bỏ các giá trị vật chất giúp phát triển tâm linh và đạt đến an lạc nội tâm qua các yếu tố sau:

1. **Giảm thiểu sự dính mắc và tham ái**: Khi buông bỏ tài sản và các giá trị vật chất, chúng ta giảm bớt sự dính mắc vào những gì tạm bợ và không còn bị cuốn vào tham ái. Điều này giúp tâm trí trở nên tự do hơn, không còn bị ràng buộc bởi ham muốn.
2. **Giải phóng khỏi lo lắng và bất an**: Việc sở hữu và bám víu vào tài sản thường đi kèm với sự lo lắng về mất mát và sợ hãi khi giá trị vật chất thay đổi. Buông bỏ giúp giảm bớt lo âu và tạo ra sự ổn định tâm lý, là nền tảng để phát triển sự an lạc nội tâm.
3. **Giúp tâm thanh tịnh và tập trung vào phát triển tinh thần**: Khi không còn bận tâm đến các giá trị vật chất, chúng ta có thể tập trung hơn vào việc tu tập và phát triển tinh thần. Sự buông bỏ giúp tâm trí trở nên nhẹ nhàng và thanh tịnh, dễ dàng đạt được định lực và sự sáng suốt.
4. **Tăng cường lòng từ bi và vị tha**: Khi không còn bị chi phối bởi lòng tham và sự sở hữu, chúng ta có thể phát triển lòng từ bi, dễ dàng chia sẻ và giúp đỡ người khác. Điều này giúp nuôi dưỡng những giá trị cao quý và tạo nên cảm giác an lạc trong việc cho đi, thay vì nắm giữ.
5. **Nhận ra bản chất tạm bợ của mọi thứ**: Buông bỏ giúp chúng ta thấy rõ sự vô thường của tài sản và giá trị vật chất. Hiểu rằng mọi thứ đều có tính chất tạm thời, chúng ta sẽ không còn bị cuốn vào chúng mà hướng đến những giá trị tinh thần bền vững.
6. **Tăng cường khả năng thiền định và chánh niệm**: Việc buông bỏ làm cho tâm trí an tĩnh, tạo điều kiện tốt để thực hành thiền định và phát triển chánh niệm. Khi tâm không bị xao lãng bởi các giá trị thế gian, chúng ta dễ dàng duy trì sự tỉnh thức và đạt được sự an lạc nội tại.
7. **Mở ra con đường đến giác ngộ**: Cuối cùng, buông bỏ các giá trị vật chất giúp người tu tập dấn thân vào con đường giải thoát khỏi luân hồi. Không còn bị cuốn theo những ham muốn tạm thời, chúng ta có thể hướng tâm

đến giác ngộ, tìm kiếm sự an lạc vĩnh cửu thay vì những niềm vui ngắn ngủi.

Tổng kết:

Buông bỏ các giá trị vật chất giúp giảm dính mắc, thanh tịnh tâm hồn, và mở rộng lòng từ bi, là điều kiện thiết yếu để phát triển tâm linh và đạt được sự an lạc nội tâm.

3. Đại Điển Tôn dạy chúng ta điều gì về vai trò của lòng từ bi trong việc lãnh đạo và nâng cao đời sống tinh thần của cộng đồng?

Đại Điển Tôn dạy chúng ta nhiều bài học quý báu về vai trò của lòng từ bi trong lãnh đạo và nâng cao đời sống tinh thần của cộng đồng qua các điểm sau:

1. **Lãnh đạo bằng tình thương và sự quan tâm chân thành**: Đại Điển Tôn không lãnh đạo bằng quyền lực mà bằng lòng từ bi, quan tâm chân thành đến hạnh phúc của cộng đồng. Ông dùng lòng từ bi để xây dựng niềm tin và sự tôn trọng từ mọi người, giúp họ cảm thấy an toàn và có động lực để phát triển.
2. **Khuyến khích sự đoàn kết và hòa hợp**: Với lòng từ bi, Đại Điển Tôn khuyến khích sự đoàn kết trong cộng đồng, hướng mọi người đến sự hòa hợp và giảm thiểu xung đột. Ông dạy rằng lòng từ bi là nền tảng của mối quan hệ lành mạnh và gắn bó, từ đó tạo nên một cộng đồng hạnh phúc và bền vững.
3. **Lấy lòng từ bi làm động lực để giúp đỡ và nâng cao tinh thần cho người khác**: Đại Điển Tôn không chỉ lo cho bản thân mà còn hướng dẫn, giúp đỡ mọi người cùng phát triển tinh thần. Lòng từ bi giúp ông chia sẻ kiến thức và kinh nghiệm tu tập, truyền đạt các giá trị đạo đức, giúp cộng đồng nhận thức được giá trị của cuộc sống đạo đức và tâm linh.
4. **Lòng từ bi tạo ra sức mạnh mềm trong lãnh đạo**: Đại Điển Tôn cho thấy rằng lòng từ bi là sức mạnh mềm giúp người lãnh đạo thu phục và thuyết phục người khác một cách tự nhiên. Nhờ lòng từ bi, ông xây dựng được uy tín và ảnh hưởng trong cộng đồng mà không cần ép buộc hay áp đặt.
5. **Giúp cộng đồng nhận ra giá trị của cuộc sống đạo đức**: Với lòng từ bi, Đại Điển Tôn dạy cộng đồng thấy được rằng đạo đức và sự an lạc nội tâm quan trọng hơn những thành công vật chất tạm bợ. Ông hướng dẫn họ hiểu và thực hành các phẩm chất cao quý như từ bi và trí tuệ, để mỗi cá nhân trong cộng đồng đều có thể đạt được sự an lạc.
6. **Truyền cảm hứng cho mọi người phát triển lòng từ bi và vị tha**: Bằng tấm gương của mình, Đại Điển Tôn khuyến khích cộng đồng phát triển lòng từ bi, giúp mọi người hiểu rằng việc chăm sóc và yêu thương lẫn nhau là con đường hướng đến một xã hội hài hòa và bền vững.
7. **Xây dựng một cộng đồng dựa trên giá trị tinh thần bền vững**: Cuối cùng, Đại Điển Tôn cho thấy rằng lòng từ bi là nền tảng để xây dựng một cộng đồng không chỉ hạnh phúc trong hiện tại mà còn bền vững về lâu dài. Một cộng đồng dựa trên từ bi và trí tuệ sẽ không chỉ tránh được xung đột mà còn hướng đến sự phát triển tinh thần và an lạc chân thật.

Tổng kết:
Đại Điển Tôn dạy rằng lòng từ bi là yếu tố cốt lõi trong lãnh đạo, giúp nâng cao đời sống tinh thần của cộng đồng, khuyến khích sự hòa hợp, đoàn kết, và xây dựng một xã hội bền vững, tràn đầy sự an lạc và hạnh phúc.

4. Sự phát triển trí tuệ có vai trò gì trong việc nhận thức được tính tạm bợ của danh vọng và tài sản?
Sự phát triển trí tuệ đóng vai trò quan trọng trong việc nhận thức được tính tạm bợ của danh vọng và tài sản qua các điểm sau:

1. **Nhận thức bản chất vô thường của mọi vật**: Trí tuệ giúp chúng ta hiểu rằng mọi thứ trong cuộc sống đều vô thường, luôn thay đổi và không có gì tồn tại mãi mãi. Danh vọng và tài sản, dù có lớn đến đâu, cũng sẽ suy giảm hoặc mất đi theo thời gian. Sự phát triển trí tuệ giúp nhận ra bản chất ngắn ngủi này và giảm bớt sự bám víu.
2. **Giảm dính mắc vào giá trị tạm thời**: Khi hiểu rằng tài sản và danh vọng không thể mang lại hạnh phúc lâu dài, trí tuệ giúp chúng ta bớt dính mắc vào những giá trị tạm bợ. Nhờ đó, chúng ta tránh được sự lo lắng, bất an khi đối mặt với sự thay đổi và mất mát, đồng thời hướng đến những giá trị bền vững hơn.
3. **Phát hiện khổ đau ẩn chứa trong sự bám víu**: Trí tuệ giúp chúng ta thấy rằng việc bám víu vào tài sản và danh vọng có thể dẫn đến khổ đau. Khi nhận thức được điều này, chúng ta sẽ không còn chạy theo chúng một cách mù quáng, mà thay vào đó tập trung vào những giá trị nội tại, mang lại sự an lạc lâu dài.
4. **Hướng tâm đến những giá trị tinh thần**: Phát triển trí tuệ giúp nhận ra rằng những giá trị vật chất chỉ là bề ngoài và không thể mang lại sự bình an thực sự. Thay vì chạy theo danh vọng và tài sản, trí tuệ khuyến khích chúng ta tìm kiếm hạnh phúc qua sự phát triển tâm linh và những giá trị tinh thần như từ bi, đạo đức và trí tuệ.
5. **Giúp phân biệt giữa hạnh phúc tạm thời và hạnh phúc chân thật**: Trí tuệ cho chúng ta khả năng phân biệt giữa những niềm vui ngắn ngủi do tài sản, danh vọng mang lại và hạnh phúc chân thật đến từ sự giải thoát khỏi bám víu. Khi có trí tuệ, chúng ta không còn bị hấp dẫn bởi những hạnh phúc phù du mà biết trân trọng sự an lạc nội tâm.
6. **Xây dựng khả năng buông bỏ**: Trí tuệ phát triển giúp chúng ta hiểu rằng sự bám víu vào tài sản và danh vọng là nguyên nhân của khổ đau. Nhờ đó, chúng ta dần học cách buông bỏ những giá trị vật chất, từ đó giải phóng tâm trí khỏi sự ràng buộc và tìm đến an lạc chân thật.
7. **Mở đường đến sự giải thoát**: Cuối cùng, trí tuệ giúp chúng ta thấy rõ rằng sự bám víu vào danh vọng và tài sản chỉ là những ảo tưởng, không đưa đến giải thoát. Khi có trí tuệ, chúng ta sẽ nhận thức rằng chỉ bằng cách từ bỏ những giá trị tạm bợ này, chúng ta mới có thể đạt được sự tự do và an lạc thực sự.

Tổng kết:

Sự phát triển trí tuệ giúp chúng ta nhận ra tính tạm bợ của danh vọng và tài sản, giảm dính mắc, và hướng tâm đến những giá trị bền vững. Đây là yếu tố thiết yếu để đạt đến an lạc nội tâm và hạnh phúc chân thật trong cuộc sống.

5. Làm thế nào để áp dụng bài học về lãnh đạo tâm linh của Đại Điền Tôn vào đời sống hiện đại, đặc biệt trong các tổ chức và cộng đồng?

Áp dụng bài học về lãnh đạo tâm linh của Đại Điền Tôn vào đời sống hiện đại, đặc biệt trong các tổ chức và cộng đồng, có thể thực hiện qua các điểm sau:

1. **Lãnh đạo bằng đạo đức và gương sáng**: Đại Điền Tôn dạy rằng lãnh đạo không phải là quyền lực mà là tấm gương đạo đức. Người lãnh đạo trong tổ chức có thể tạo ảnh hưởng tích cực bằng cách sống và hành động theo các giá trị đạo đức, như sự trung thực, công bằng và trách nhiệm. Sự gương mẫu trong hành động giúp xây dựng lòng tin từ cấp dưới và cộng đồng.
2. **Xây dựng lòng từ bi và thấu hiểu**: Đại Điền Tôn lãnh đạo với lòng từ bi, quan tâm chân thành đến hạnh phúc của mọi người. Trong môi trường hiện đại, người lãnh đạo có thể thực hành từ bi bằng cách lắng nghe, thấu hiểu và giúp đỡ nhân viên và cộng đồng, không chỉ vì lợi ích của tổ chức mà còn vì sự phát triển và hạnh phúc cá nhân của mỗi người.
3. **Khuyến khích sự đoàn kết và hợp tác**: Đại Điền Tôn dùng từ bi để tạo sự đoàn kết trong cộng đồng. Trong tổ chức hiện đại, lãnh đạo có thể thúc đẩy tinh thần đồng đội, khuyến khích mọi người hỗ trợ lẫn nhau và xây dựng môi trường làm việc hài hòa, nơi mỗi cá nhân đều có ý thức và trách nhiệm với tập thể.
4. **Phát triển trí tuệ và khả năng tự nhận thức**: Một lãnh đạo tâm linh không chỉ cần từ bi mà còn phải có trí tuệ. Người lãnh đạo nên trau dồi khả năng tự nhận thức, biết phân biệt đúng sai và có cái nhìn sâu sắc về tình huống. Điều này giúp đưa ra những quyết định không chỉ mang lại lợi ích trước mắt mà còn bền vững cho cộng đồng và tổ chức.
5. **Hướng đến sự phát triển toàn diện cho mọi người**: Giống như Đại Điền Tôn đã nâng cao đời sống tinh thần của cộng đồng, người lãnh đạo hiện đại có thể khuyến khích và hỗ trợ sự phát triển toàn diện của nhân viên, cả về kỹ năng công việc lẫn tinh thần. Điều này giúp tạo nên một môi trường làm việc tích cực, nơi mọi người đều có cơ hội phát triển.
6. **Phục vụ hơn là cai trị**: Đại Điền Tôn lãnh đạo với tinh thần phục vụ, không vì lợi ích cá nhân. Lãnh đạo hiện đại có thể học hỏi bài học này bằng cách đặt lợi ích của tổ chức và cộng đồng lên trên hết, lãnh đạo vì mục tiêu chung chứ không vì danh vọng cá nhân. Điều này sẽ tạo ra một môi trường làm việc và cộng đồng hòa hợp và có ý nghĩa.
7. **Khuyến khích sự tu dưỡng đạo đức trong cộng đồng**: Một lãnh đạo có trách nhiệm không chỉ hướng dẫn về công việc mà còn khuyến khích nhân viên và cộng đồng sống có đạo đức, luôn suy nghĩ và hành động có lợi cho người khác. Điều này giúp nâng cao tinh thần cộng đồng, tạo dựng một môi trường làm việc và sống tốt đẹp hơn.

Tổng kết:

Áp dụng bài học lãnh đạo tâm linh của Đại Điền Tôn vào đời sống hiện đại giúp người lãnh đạo xây dựng một tổ chức bền vững và một cộng đồng hạnh phúc. Bằng cách lãnh đạo với lòng từ bi, trí tuệ và tinh thần phục vụ, chúng ta có thể góp phần tạo ra một môi trường tích cực, nơi mọi người đều có cơ hội phát triển và sống an lành.

6. Giữ giới có tác động gì đối với việc xây dựng nền tảng đạo đức và sự thanh tịnh trong tâm hồn?

Giữ giới có tác động quan trọng đối với việc xây dựng nền tảng đạo đức và sự thanh tịnh trong tâm hồn qua các điểm sau:

1. **Xây dựng nền tảng đạo đức vững chắc**: Giữ giới là tuân theo các nguyên tắc đạo đức cơ bản, tránh xa các hành động gây hại cho bản thân và người khác. Việc tuân thủ các giới luật giúp chúng ta sống có kỷ luật, làm những điều tốt đẹp và tránh các hành vi bất thiện. Nhờ đó, giữ giới tạo nên một nền tảng đạo đức vững chắc cho sự phát triển tâm linh.
2. **Ngăn ngừa tạo nghiệp xấu**: Khi giữ giới, chúng ta tránh được những hành động bất thiện như sát sinh, trộm cắp, và nói dối. Những hành động này nếu thực hiện sẽ dẫn đến nghiệp xấu và khổ đau cho chính mình và người khác. Giữ giới giúp hạn chế tạo nghiệp xấu, giảm bớt các nguyên nhân gây ra khổ đau trong cuộc sống.
3. **Thanh tịnh hóa tâm hồn**: Giữ giới không chỉ tác động đến hành vi bên ngoài mà còn làm trong sạch tâm hồn. Khi không có những hành động bất thiện, tâm hồn sẽ không bị dày vò bởi sự hối hận hay lo âu, từ đó đạt được sự thanh tịnh. Sự trong sạch này là điều kiện để phát triển tâm trí và tiến gần đến sự an lạc nội tâm.
4. **Tạo điều kiện thuận lợi cho thiền định**: Giữ giới là bước đầu tiên trong con đường tu tập, giúp tâm trí thanh tịnh và dễ dàng đi vào thiền định. Khi tâm không bị xao lãng bởi các suy nghĩ tiêu cực hoặc lo âu về những hành vi bất thiện, chúng ta dễ dàng tập trung và phát triển định lực, đạt được sự an lạc sâu sắc.
5. **Tăng cường sự tự kiểm soát và kỷ luật bản thân**: Giữ giới đòi hỏi khả năng tự kiểm soát và kỷ luật. Qua việc kiềm chế các ham muốn và cám dỗ, chúng ta trở nên tự chủ hơn, biết kiểm soát suy nghĩ và hành động của mình. Sự kỷ luật này giúp phát triển tâm mạnh mẽ, giữ cho tâm trí không bị dao động trước những tác động bên ngoài.
6. **Tạo nên sự tín nhiệm và tôn trọng từ người khác**: Giữ giới giúp chúng ta sống có đạo đức, chân thật và đáng tin cậy, điều này khiến người khác tín nhiệm và tôn trọng. Nền tảng đạo đức mà giữ giới mang lại không chỉ giúp chúng ta có mối quan hệ tốt đẹp mà còn tạo ra ảnh hưởng tích cực trong cộng đồng.
7. **Là bước đệm để phát triển trí tuệ**: Giữ giới giúp tâm hồn thanh tịnh, từ đó dễ dàng tiếp thu và phát triển trí tuệ. Khi không bị vướng bận bởi các hành động bất thiện, tâm trí sáng suốt hơn, có khả năng nhìn nhận đúng bản chất của sự việc và tiến gần hơn đến sự giải thoát khỏi khổ đau.

Tổng kết:

Giữ giới giúp xây dựng nền tảng đạo đức, làm thanh tịnh tâm hồn và tạo điều kiện thuận lợi cho sự phát triển tâm linh. Đây là bước đầu quan trọng để đạt được sự an lạc nội tâm và tiến gần đến giác ngộ.

7. Đại Điển Tôn đã áp dụng trí tuệ như thế nào để hiểu về bản chất vô thường và tránh xa sự dính mắc vào vật chất?

Đại Điển Tôn đã áp dụng trí tuệ để hiểu về bản chất vô thường và tránh xa sự dính mắc vào vật chất qua các điểm sau:

1. **Quan sát sự biến đổi của thế gian**: Đại Điển Tôn dùng trí tuệ để quan sát và nhận thấy rằng mọi thứ trong thế gian, từ tài sản, danh vọng đến quyền lực, đều liên tục thay đổi và không thể tồn tại mãi mãi. Nhận thức này giúp ông thấy rõ tính chất vô thường của cuộc sống và giảm bớt sự dính mắc vào các giá trị vật chất.
2. **Hiểu rõ về sự tạm bợ của hạnh phúc từ vật chất**: Trí tuệ giúp Đại Điển Tôn nhận ra rằng niềm vui và hạnh phúc từ tài sản, danh vọng chỉ là những niềm vui tạm bợ, không thể mang lại sự an lạc lâu dài. Nhờ đó, ông không còn chạy theo những giá trị phù du, mà thay vào đó hướng tâm đến những giá trị tinh thần bền vững.
3. **Nhận thức khổ đau từ sự bám víu**: Qua trí tuệ, Đại Điển Tôn hiểu rằng sự dính mắc vào vật chất dẫn đến khổ đau khi chúng thay đổi hoặc mất đi. Điều này giúp ông tránh xa việc bám víu, vì ông thấy rõ rằng khổ đau là hệ quả tất yếu của việc quá coi trọng tài sản và danh vọng.
4. **Tìm kiếm hạnh phúc nội tại**: Trí tuệ hướng dẫn Đại Điển Tôn nhìn sâu vào nội tâm và tìm kiếm hạnh phúc từ bên trong, thay vì dựa vào những điều bên ngoài. Ông nhận ra rằng chỉ có sự thanh tịnh và an lạc trong tâm mới là hạnh phúc bền vững, không phụ thuộc vào điều kiện ngoại cảnh.
5. **Buông bỏ ham muốn và chấp trước**: Nhờ trí tuệ, Đại Điển Tôn hiểu rằng các ham muốn về vật chất chỉ mang lại phiền não và khổ đau. Điều này giúp ông buông bỏ những chấp trước và hướng tâm đến sự bình an và tự do nội tại.
6. **Giúp phát triển lòng từ bi và sự chia sẻ**: Trí tuệ không chỉ giúp ông hiểu về vô thường mà còn giúp ông phát triển lòng từ bi, sẵn sàng chia sẻ và giúp đỡ người khác. Ông nhận ra rằng, thay vì tích lũy và dính mắc vào tài sản, lòng từ bi mới là yếu tố mang lại sự an lạc thực sự.
7. **Hướng tâm đến sự giải thoát và giác ngộ**: Cuối cùng, trí tuệ giúp Đại Điển Tôn nhận ra rằng sự dính mắc vào vật chất là trở ngại lớn trong con đường đạt đến giác ngộ. Ông hiểu rằng chỉ bằng cách từ bỏ sự bám víu vào thế gian, ông mới có thể đạt được sự giải thoát hoàn toàn khỏi khổ đau và tìm thấy an lạc chân thật.

Tổng kết:

Đại Điển Tôn áp dụng trí tuệ để thấy rõ bản chất vô thường, tránh xa sự dính mắc vào vật chất và hướng đến sự an lạc nội tại và giải thoát. Trí tuệ giúp ông buông bỏ những giá trị phù du để tìm đến hạnh phúc chân thật và bền vững.

8. Làm thế nào lòng từ bi có thể giúp chúng ta vượt qua sự ích kỷ và tạo ra mối quan hệ hài hòa với mọi người xung quanh?

Lòng từ bi có thể giúp chúng ta vượt qua sự ích kỷ và tạo ra mối quan hệ hài hòa với mọi người xung quanh qua các điểm sau:

1. **Thay đổi góc nhìn từ "tôi" sang "chúng ta"**: Khi phát triển lòng từ bi, chúng ta bắt đầu quan tâm đến hạnh phúc của người khác thay vì chỉ lo cho lợi ích cá nhân. Điều này giúp chuyển từ suy nghĩ ích kỷ sang suy nghĩ vì cộng đồng, tạo ra sự hài hòa và gắn kết trong các mối quan hệ.
2. **Giảm thiểu sự tranh chấp và xung đột**: Từ bi khuyến khích chúng ta hiểu và tha thứ cho người khác, giảm thiểu lòng thù hận và sự tranh chấp. Khi có lòng từ bi, chúng ta dễ dàng bỏ qua những lỗi lầm của người khác, nhờ đó hạn chế xung đột và xây dựng mối quan hệ tốt đẹp hơn.
3. **Nuôi dưỡng sự thấu cảm và lắng nghe**: Lòng từ bi giúp chúng ta đặt mình vào hoàn cảnh của người khác, từ đó dễ dàng thấu cảm và lắng nghe họ. Điều này không chỉ làm cho người khác cảm thấy được tôn trọng mà còn tạo nền tảng vững chắc cho các mối quan hệ bền chặt.
4. **Khuyến khích sự chia sẻ và hỗ trợ lẫn nhau**: Từ bi thúc đẩy chúng ta sẵn sàng giúp đỡ và chia sẻ với người khác mà không mong cầu đền đáp. Điều này giúp xây dựng lòng tin, tạo ra sự hỗ trợ lẫn nhau trong cộng đồng và gia đình, từ đó củng cố mối quan hệ và tạo nên một môi trường sống hài hòa.
5. **Giảm thiểu cái "tôi" và tăng cường lòng vị tha**: Khi thực hành từ bi, chúng ta giảm bớt sự chấp ngã và cái "tôi" – nguyên nhân chính của sự ích kỷ. Lòng từ bi giúp chúng ta trở nên vị tha hơn, sẵn sàng giúp đỡ mà không đòi hỏi sự công nhận, từ đó tạo ra mối quan hệ chân thật và tốt đẹp hơn.
6. **Mang lại niềm vui và an lạc cho người khác**: Bằng cách thể hiện lòng từ bi qua những hành động tốt đẹp, chúng ta mang lại niềm vui và hạnh phúc cho những người xung quanh. Khi người khác cảm thấy được quan tâm và yêu thương, họ sẽ đáp lại bằng tình cảm chân thành, tạo nên mối quan hệ dựa trên sự yêu thương và tôn trọng lẫn nhau.
7. **Xây dựng một cộng đồng hòa hợp và bền vững**: Cuối cùng, từ bi không chỉ mang lại lợi ích cho các mối quan hệ cá nhân mà còn giúp xây dựng một cộng đồng hòa hợp. Khi mỗi cá nhân đều thể hiện lòng từ bi, sự hỗ trợ và yêu thương sẽ lan tỏa, tạo nên một cộng đồng biết yêu thương và tôn trọng lẫn nhau, góp phần xây dựng một xã hội hạnh phúc và an lành.

Tổng kết:

Lòng từ bi giúp chúng ta vượt qua sự ích kỷ, khuyến khích sự thấu cảm, chia sẻ, và lắng nghe, từ đó tạo ra mối quan hệ hài hòa và bền chặt với mọi người xung quanh.

9. Sự lãnh đạo qua việc làm gương đạo đức của Đại Điển Tôn mang lại bài học gì cho những người trong vai trò lãnh đạo?

Sự lãnh đạo qua việc làm gương đạo đức của Đại Điển Tôn mang lại nhiều bài học quý giá cho những người trong vai trò lãnh đạo qua các điểm sau:

1. **Lãnh đạo bằng tấm gương sống thực tế**: Đại Điển Tôn cho thấy rằng lãnh đạo không chỉ là đưa ra chỉ thị mà còn là sống theo những giá trị và nguyên tắc mà mình khuyến khích người khác thực hiện. Việc làm gương qua hành động và cách sống giúp tạo niềm tin và sự tôn trọng từ cấp dưới và cộng đồng.
2. **Xây dựng lòng tin thông qua đạo đức cá nhân**: Khi lãnh đạo có đạo đức vững chắc và sống chính trực, người khác sẽ dễ dàng tin tưởng và sẵn lòng theo chân. Đại Điển Tôn dạy rằng đạo đức là nền tảng cho lòng tin và ảnh hưởng trong cộng đồng, giúp lãnh đạo có thể dẫn dắt một cách hiệu quả.
3. **Thúc đẩy sự tôn trọng và yêu quý từ cấp dưới**: Khi một lãnh đạo sống và làm việc với đạo đức cao, cấp dưới và cộng đồng sẽ kính trọng và quý mến, thay vì sợ hãi. Sự tôn trọng này không đến từ quyền lực mà từ lòng chân thành, khiến lãnh đạo có sức ảnh hưởng sâu sắc và bền vững.
4. **Khuyến khích cấp dưới noi gương và phát triển đạo đức**: Bằng việc sống theo các giá trị đạo đức, lãnh đạo khuyến khích người khác cũng noi theo, hình thành một môi trường làm việc lành mạnh và phát triển đạo đức. Đây là cách truyền cảm hứng để mọi người cùng phát triển những phẩm chất tốt đẹp và tạo nên tập thể đoàn kết.
5. **Giúp xây dựng một văn hóa tổ chức dựa trên giá trị đạo đức**: Đại Điển Tôn cho thấy rằng một tổ chức hay cộng đồng chỉ bền vững khi có nền tảng đạo đức. Khi lãnh đạo làm gương, tổ chức sẽ dần hình thành văn hóa dựa trên các giá trị tốt đẹp, từ đó không chỉ đạt được mục tiêu mà còn góp phần xây dựng xã hội tốt đẹp hơn.
6. **Tạo sức ảnh hưởng lâu dài**: Những nhà lãnh đạo có đạo đức không chỉ có ảnh hưởng trong hiện tại mà còn để lại dấu ấn lâu dài. Đại Điển Tôn dạy rằng sức mạnh của một lãnh đạo chân chính nằm ở việc sống đạo đức, từ đó truyền tải những giá trị bền vững cho cộng đồng, thế hệ này nối tiếp thế hệ khác.
7. **Thúc đẩy tinh thần phục vụ thay vì cai trị**: Đại Điển Tôn lãnh đạo bằng tinh thần phục vụ, ưu tiên hạnh phúc và an lạc của người khác. Bài học này dạy rằng một lãnh đạo thực thụ không coi trọng quyền lực mà đặt lợi ích của cộng đồng lên hàng đầu, dẫn dắt bằng lòng từ bi và sự quan tâm thực sự.
8. **Tránh xa những hành vi trái đạo đức và lợi dụng quyền lực**: Làm gương đạo đức giúp người lãnh đạo tránh xa những cám dỗ như lợi dụng quyền lực vì lợi ích cá nhân. Đại Điển Tôn cho thấy rằng người lãnh đạo cần tự kiềm chế và luôn giữ vững phẩm hạnh, để không gây hại cho cộng đồng và giữ được uy tín.

Tổng kết:

Lãnh đạo qua việc làm gương đạo đức là phương pháp lãnh đạo bền vững nhất. Đại Điển Tôn dạy rằng sự ảnh hưởng thực sự của một nhà lãnh đạo không nằm ở quyền lực mà ở đạo đức và lòng chân thành, từ đó truyền cảm hứng và xây dựng cộng đồng vững mạnh, hòa hợp.

10. Tại sao giải thoát và sự an lạc chân thật chỉ có thể đạt được thông qua sự buông bỏ, từ bi, và trí tuệ, chứ không phải qua tài sản hay địa vị?

Giải thoát và sự an lạc chân thật chỉ có thể đạt được thông qua sự buông bỏ, từ bi, và trí tuệ, chứ không phải qua tài sản hay địa vị, vì các lý do sau:

1. **Tính tạm bợ của tài sản và địa vị**: Tài sản và địa vị là những giá trị thế gian luôn thay đổi, dễ dàng bị mất đi và không thể mang lại hạnh phúc vĩnh viễn. Khi phụ thuộc vào chúng, chúng ta thường rơi vào sự bất an và lo lắng, sợ mất mát. Chỉ có sự buông bỏ, không bám víu vào những giá trị tạm bợ, mới mang lại an lạc bền vững.
2. **Giảm bớt sự dính mắc và tham ái**: Buông bỏ giúp chúng ta thoát khỏi sự ràng buộc của tham ái, thứ gây nên khổ đau và bất mãn. Khi tâm không còn dính mắc vào tài sản hay địa vị, chúng ta sẽ đạt được sự tự do và thoải mái, không còn bị ảnh hưởng bởi những điều kiện ngoại cảnh.
3. **Lòng từ bi mở rộng tâm hồn và mang lại niềm vui thực sự**: Từ bi khuyến khích chúng ta quan tâm và yêu thương người khác, tạo ra mối quan hệ hài hòa và mang lại niềm vui từ việc giúp đỡ, chia sẻ. Trái lại, tài sản và địa vị thường khiến con người ích kỷ, tranh giành, làm mất đi sự hòa hợp. Chỉ có từ bi mới giúp chúng ta tìm thấy niềm vui và hạnh phúc đích thực.
4. **Trí tuệ giúp nhận ra bản chất thực của cuộc sống**: Trí tuệ cho chúng ta thấy rõ sự vô thường và không bền vững của tài sản, địa vị. Nhận thức này giúp chúng ta hiểu rằng hạnh phúc không đến từ những thứ bên ngoài mà từ sự bình an nội tại. Trí tuệ cũng giúp chúng ta buông bỏ chấp trước, không còn bị mê hoặc bởi những giá trị phù du.
5. **Tài sản và địa vị dễ dàng dẫn đến sự ích kỷ và khổ đau**: Khi quá coi trọng tài sản và địa vị, con người dễ rơi vào tranh đấu, ganh đua, và ghen tị. Điều này chỉ mang lại khổ đau, bất an, và xa cách trong các mối quan hệ. Ngược lại, buông bỏ, từ bi và trí tuệ giúp nuôi dưỡng tâm hồn, mang lại sự an lạc và hạnh phúc không điều kiện.
6. **Buông bỏ giúp tâm hồn thanh tịnh và an lạc**: Sự buông bỏ là cách giải phóng tâm hồn khỏi những ham muốn và tham vọng. Khi tâm không còn bị ràng buộc bởi những điều kiện vật chất, chúng ta dễ dàng đạt được sự thanh tịnh và an lạc nội tâm. Tài sản hay địa vị không thể mang lại sự thanh tịnh này, mà thường khiến tâm bị dao động và bất an.
7. **Hướng đến giải thoát và an lạc vĩnh cửu**: Buông bỏ, từ bi, và trí tuệ là những con đường dẫn đến giải thoát khỏi luân hồi và khổ đau. Chúng giúp chúng ta tìm thấy hạnh phúc chân thật, không bị ảnh hưởng bởi những biến động thế gian. Trong khi đó, tài sản và địa vị chỉ là phương tiện tạm thời, không thể giúp chúng ta đạt đến trạng thái an lạc vĩnh cửu.

Tổng kết:

Giải thoát và sự an lạc chân thật chỉ có thể đạt được khi chúng ta buông bỏ dính mắc, nuôi dưỡng từ bi, và phát triển trí tuệ. Đây là những giá trị tinh thần bền vững, vượt lên trên những giá trị thế gian như tài sản hay địa vị, và mang lại hạnh phúc thực sự không điều kiện.

11. Kinh Đại Điển Tôn nhấn mạnh vai trò của lòng từ bi và trí tuệ trong việc giúp ích cho cộng đồng. Tại sao hai phẩm chất này lại quan trọng cho một xã hội an lành?

Kinh Đại Điển Tôn nhấn mạnh rằng lòng từ bi và trí tuệ là hai phẩm chất thiết yếu cho một xã hội an lành vì các lý do sau:

1. **Lòng từ bi tạo nên sự hòa hợp và đoàn kết**: Khi mọi người trong xã hội thực hành lòng từ bi, họ biết quan tâm, thấu hiểu và giúp đỡ lẫn nhau. Điều này tạo ra một môi trường sống hòa hợp, nơi mọi người cảm thấy an toàn và được yêu thương, từ đó giảm bớt xung đột và tranh chấp.
2. **Trí tuệ giúp phân biệt đúng sai, tránh xa mâu thuẫn**: Trí tuệ cho phép mỗi cá nhân nhận biết đúng sai, thấy rõ nguyên nhân gây ra xung đột và tìm cách giải quyết nó một cách bình tĩnh. Khi mọi người có trí tuệ, họ biết cách tránh xa những hành vi và suy nghĩ tiêu cực, từ đó hạn chế sự phát sinh của mâu thuẫn trong cộng đồng.
3. **Từ bi và trí tuệ giúp xây dựng lòng tin và sự tín nhiệm**: Lòng từ bi khiến mọi người dễ dàng tha thứ và tin tưởng lẫn nhau, trong khi trí tuệ giúp họ nhìn nhận các vấn đề một cách khách quan. Cả hai phẩm chất này cùng nhau giúp xây dựng mối quan hệ tin cậy và tín nhiệm, là nền tảng cho một xã hội an lành và bền vững.
4. **Từ bi khuyến khích sự giúp đỡ và chia sẻ**: Khi lòng từ bi được thực hành rộng rãi, mọi người sẽ sẵn lòng giúp đỡ nhau trong khó khăn và chia sẻ với những ai cần hỗ trợ. Tinh thần giúp đỡ và chia sẻ không chỉ mang lại niềm vui cho người nhận mà còn làm phong phú tinh thần của người cho, tạo nên một cộng đồng gắn bó.
5. **Trí tuệ ngăn ngừa sự mê lầm và tham ái**: Trí tuệ giúp con người nhận ra những cạm bẫy của sự tham lam và ích kỷ, hạn chế lòng ham muốn vô độ. Nhờ đó, cá nhân có thể hành động sáng suốt, tránh những quyết định gây tổn hại cho bản thân và cộng đồng. Sự sáng suốt này giúp xã hội tránh được những hệ lụy của lòng tham và sự mê lầm.
6. **Từ bi và trí tuệ thúc đẩy phát triển đạo đức cá nhân và cộng đồng**: Khi mọi người cùng sống có từ bi và trí tuệ, đạo đức cá nhân sẽ được nâng cao, từ đó giúp hình thành một cộng đồng văn minh, đạo đức. Từ đó, các giá trị đạo đức được tôn vinh, và xã hội sẽ phát triển theo hướng an lạc và bền vững.
7. **Lòng từ bi và trí tuệ tạo nên một môi trường sống an lành**: Một xã hội có từ bi và trí tuệ sẽ là nơi mà mọi người có thể sống an nhiên, ít bị xung đột và căng thẳng. Môi trường sống này không chỉ giúp cá nhân phát triển mà còn mang lại sự bình an cho toàn thể cộng đồng, xây dựng nền tảng cho một xã hội an lạc và hòa bình.

Tổng kết:

Lòng từ bi và trí tuệ là hai phẩm chất không thể thiếu để tạo nên một xã hội an lành, giúp xây dựng mối quan hệ hòa hợp, lòng tin cậy, và phát triển đạo đức. Khi từ bi và trí tuệ được lan tỏa, xã hội sẽ trở thành nơi mà mọi người sống trong sự an lạc và hạnh phúc, cùng nhau phát triển bền vững.

12. Làm thế nào việc giữ giới và thực hành đạo đức có thể giúp chúng ta tạo nghiệp tốt và cải thiện cuộc sống hiện tại và tương lai?

Việc giữ giới và thực hành đạo đức giúp chúng ta tạo nghiệp tốt và cải thiện cuộc sống hiện tại và tương lai qua các yếu tố sau:

1. **Ngăn ngừa hành động bất thiện và tránh tạo nghiệp xấu**: Giữ giới giúp chúng ta tránh xa các hành động gây hại cho bản thân và người khác, như nói dối, trộm cắp, hay gây tổn thương. Khi ngăn ngừa được các hành động bất thiện, chúng ta không tạo nghiệp xấu, nhờ đó tránh được các hậu quả tiêu cực trong hiện tại và tương lai.
2. **Xây dựng nền tảng đạo đức và sự thanh tịnh trong tâm hồn**: Thực hành đạo đức giúp tâm trí thanh tịnh, trong sáng và không còn bị dày vò bởi cảm giác tội lỗi hay hối hận. Khi tâm hồn thanh tịnh, chúng ta dễ dàng đạt được sự an lạc và hạnh phúc trong cuộc sống hiện tại, đồng thời xây dựng nền tảng tâm linh vững chắc cho những kiếp sống tương lai.
3. **Tạo ra nghiệp tốt và phước báo**: Giữ giới và sống đạo đức là những hành động thiện lành, từ đó tạo ra nghiệp tốt, giúp chúng ta tích lũy phước báo. Phước báo này không chỉ mang lại những điều may mắn, thuận lợi trong cuộc sống hiện tại mà còn hỗ trợ sự phát triển tốt đẹp trong các kiếp sống tiếp theo.
4. **Cải thiện mối quan hệ và lòng tin từ người khác**: Khi sống chân thật và đạo đức, chúng ta nhận được sự tín nhiệm và tôn trọng từ người khác. Mối quan hệ tốt đẹp và sự tin tưởng từ cộng đồng giúp cuộc sống trở nên hòa hợp và dễ chịu hơn, mang lại hạnh phúc trong hiện tại và xây dựng mối liên kết tích cực cho tương lai.
5. **Phát triển lòng từ bi và trí tuệ**: Giữ giới không chỉ là kiềm chế các hành động bất thiện mà còn là cách nuôi dưỡng lòng từ bi và trí tuệ. Khi sống có đạo đức, chúng ta sẽ trở nên nhạy bén hơn với nỗi khổ của người khác và biết cách đối diện với khó khăn bằng sự sáng suốt. Lòng từ bi và trí tuệ không chỉ giúp tạo nghiệp tốt mà còn mang lại sự an lạc và hạnh phúc lâu dài.
6. **Giúp tâm an định và thuận lợi cho việc tu tập**: Giữ giới và sống đạo đức giúp tâm trí dễ dàng an định, tạo điều kiện thuận lợi cho việc tu tập và phát triển tinh thần. Khi tâm thanh tịnh, việc thực hành thiền định và phát triển trí tuệ sẽ hiệu quả hơn, giúp ta tiến gần đến sự giác ngộ và giải thoát, cải thiện tương lai xa hơn.
7. **Hướng đến sự giải thoát khỏi luân hồi và khổ đau**: Cuối cùng, giữ giới và thực hành đạo đức là nền tảng cho con đường đạt đến giác ngộ. Bằng cách tạo nghiệp tốt, chúng ta không chỉ cải thiện cuộc sống hiện tại và tương lai gần mà còn tiến dần đến mục tiêu giải thoát khỏi vòng luân hồi và những khổ đau đi kèm.

Tổng kết:

Việc giữ giới và sống đạo đức giúp ngăn ngừa nghiệp xấu, tích lũy nghiệp tốt, và mang lại phước báo, tạo nên cuộc sống an lành trong hiện tại và tương lai. Đây là bước đệm quan trọng để đạt đến hạnh phúc chân thật và tiến đến sự giải thoát cuối cùng.

13. Kinh Đại Điển Tôn cho thấy sự cần thiết của việc không dính mắc vào danh vọng và quyền lực. Làm thế nào để thực hành điều này trong cuộc sống hằng ngày?

Thực hành không dính mắc vào danh vọng và quyền lực trong cuộc sống hằng ngày có thể được thực hiện qua các cách sau:

1. **Hiểu rõ bản chất vô thường của danh vọng và quyền lực**: Đầu tiên, chúng ta cần nhận thức rằng danh vọng và quyền lực chỉ là tạm bợ, dễ dàng biến mất và không mang lại hạnh phúc bền vững. Nhận thức này giúp chúng ta bớt dính mắc vào chúng, bởi chúng ta hiểu rằng chúng không thể mang lại an lạc lâu dài.
2. **Tập trung vào giá trị nội tại và phát triển bản thân**: Thay vì chạy theo sự công nhận bên ngoài, hãy tập trung phát triển giá trị nội tại như lòng từ bi, trí tuệ và sự chân thành. Bằng cách chú trọng vào sự trưởng thành của bản thân, chúng ta sẽ bớt quan tâm đến việc tìm kiếm danh vọng hay quyền lực và thay vào đó tập trung vào những giá trị bền vững.
3. **Thực hành khiêm tốn và lòng biết ơn**: Khiêm tốn giúp chúng ta không bị cuốn vào lòng kiêu ngạo và ham muốn danh vọng, còn lòng biết ơn giúp chúng ta trân trọng những gì mình đang có. Bằng cách thực hành hai đức tính này, chúng ta tránh được sự tự cao và tham vọng thái quá, từ đó duy trì sự cân bằng trong cuộc sống.
4. **Học cách chia sẻ và giúp đỡ người khác**: Khi sẵn lòng chia sẻ và giúp đỡ, chúng ta dần trở nên vị tha hơn và ít bị ám ảnh bởi danh vọng hay quyền lực cho bản thân. Thay vào đó, niềm vui và sự hài lòng đến từ việc đóng góp cho hạnh phúc của người khác, giúp chúng ta không còn bị ràng buộc vào nhu cầu được công nhận hay quyền lực.
5. **Thực hành chánh niệm để nhận biết cảm xúc**: Chánh niệm giúp chúng ta nhận ra khi nào bản thân bị cuốn vào mong muốn danh vọng hay quyền lực. Khi nhận biết được những cảm xúc này, chúng ta có thể quan sát chúng một cách tỉnh thức và buông bỏ, không để chúng kiểm soát hành động của mình. Chánh niệm là chìa khóa để giữ cho tâm trí bình an và không bị dính mắc vào những ham muốn nhất thời.
6. **Đặt mục tiêu dựa trên ý nghĩa và giá trị lâu dài**: Thay vì chạy theo các mục tiêu ngắn hạn để đạt được danh vọng, hãy đặt mục tiêu dựa trên giá trị và ý nghĩa lâu dài, chẳng hạn như giúp đỡ cộng đồng hoặc phát triển trí tuệ. Khi làm việc vì một mục tiêu ý nghĩa, chúng ta sẽ ít quan tâm đến sự công nhận bên ngoài và cảm thấy mãn nguyện hơn với những đóng góp chân thành.
7. **Tránh so sánh bản thân với người khác**: So sánh bản thân với người khác dễ dẫn đến lòng ganh tị và sự mong muốn có được danh vọng hay quyền lực. Hãy nhớ rằng mỗi người có con đường và mục tiêu riêng, và sự thành công không nhất thiết phải được đo lường bằng địa vị hay danh tiếng. Tránh so sánh sẽ giúp chúng ta tập trung vào sự phát triển của bản thân mà không bị cuốn vào những thước đo phù phiếm.

8. **Thực hành buông bỏ những thành quả tạm thời**: Để giảm bớt sự dính mắc vào danh vọng, chúng ta cần học cách buông bỏ những thành quả tạm thời. Thay vì nghĩ rằng mình phải đạt được những điều này mới có giá trị, hãy nhìn nhận chúng chỉ là phương tiện giúp chúng ta trưởng thành. Buông bỏ thành quả giúp chúng ta tiếp tục tiến bước mà không bị ràng buộc bởi những kỳ vọng.

Tổng kết:

Để không dính mắc vào danh vọng và quyền lực, chúng ta cần tập trung vào sự phát triển nội tại, thực hành khiêm tốn và chánh niệm, và đặt mục tiêu dựa trên giá trị bền vững. Điều này giúp cuộc sống trở nên bình an, tự do, và mang lại sự hài lòng sâu sắc mà không bị chi phối bởi sự công nhận hay quyền lực bên ngoài.

14. Buông bỏ các giá trị tạm bợ trong đời sống hiện tại có thể mang lại những lợi ích gì cho tâm hồn và sức khỏe tinh thần?

Buông bỏ các giá trị tạm bợ trong đời sống hiện tại mang lại nhiều lợi ích cho tâm hồn và sức khỏe tinh thần qua các điểm sau:

1. **Tạo sự tự do nội tại**: Khi buông bỏ những giá trị tạm bợ như tài sản, danh vọng và quyền lực, tâm hồn không còn bị ràng buộc hay chịu áp lực từ những điều kiện bên ngoài. Sự tự do này giúp chúng ta cảm thấy nhẹ nhàng, tự tại và không còn bị chi phối bởi sự mong cầu hay sợ mất mát.
2. **Giảm bớt lo lắng và căng thẳng**: Sự bám víu vào những giá trị tạm bợ thường đi kèm với lo lắng về mất mát và áp lực để duy trì chúng. Khi buông bỏ, chúng ta sẽ không còn phải lo sợ mất đi tài sản hay địa vị, từ đó giảm bớt căng thẳng và lo âu, mang lại trạng thái tâm lý ổn định và bình an.
3. **Nuôi dưỡng sự thanh tịnh và an lạc nội tâm**: Buông bỏ giúp chúng ta hướng vào bên trong, tìm thấy sự an lạc không phụ thuộc vào điều kiện ngoại cảnh. Sự thanh tịnh và bình an nội tại là nền tảng cho hạnh phúc thực sự, giúp tâm hồn trở nên trong sáng và thanh thản.
4. **Tăng cường khả năng đối diện với thay đổi**: Khi hiểu rằng mọi thứ đều tạm bợ, chúng ta trở nên linh hoạt và dễ dàng thích nghi với các thay đổi trong cuộc sống. Buông bỏ giúp ta sẵn sàng đối diện với những biến cố một cách bình thản, không để tâm trí bị xao động bởi những điều ngoài tầm kiểm soát.
5. **Giúp phát triển lòng từ bi và vị tha**: Khi không còn bị cuốn vào sự mong cầu cá nhân, chúng ta có thể mở rộng lòng mình, quan tâm đến người khác và phát triển lòng từ bi. Buông bỏ khiến chúng ta ít ích kỷ hơn và dễ dàng chia sẻ, giúp đỡ người khác mà không mong cầu đền đáp, tạo ra niềm vui từ sự cho đi.
6. **Cải thiện sức khỏe tinh thần và giảm nguy cơ trầm cảm**: Buông bỏ những kỳ vọng về danh lợi và tài sản giúp chúng ta thoát khỏi những cảm xúc tiêu cực như ghen tị, ganh đua và lo âu. Nhờ đó, chúng ta duy trì được trạng thái tinh thần ổn định, giảm nguy cơ trầm cảm và các vấn đề sức khỏe tinh thần khác.

7. **Tăng cường khả năng chánh niệm và tập trung vào hiện tại**: Khi không còn dính mắc vào quá khứ hay lo lắng cho tương lai, tâm trí chúng ta trở nên tỉnh thức và tập trung vào giây phút hiện tại. Chánh niệm giúp chúng ta tận hưởng cuộc sống một cách trọn vẹn hơn, trải nghiệm niềm vui từ những điều nhỏ bé, đơn giản trong cuộc sống.
8. **Giúp hướng tới hạnh phúc bền vững**: Buông bỏ các giá trị tạm bợ giúp chúng ta tập trung vào những giá trị tinh thần và nội tại bền vững, như lòng từ bi, trí tuệ và sự an lạc nội tâm. Những giá trị này không thay đổi theo hoàn cảnh và mang lại hạnh phúc lâu dài, thay vì niềm vui ngắn ngủi từ những giá trị vật chất.

Tổng kết:

Buông bỏ các giá trị tạm bợ không chỉ giúp tạo nên sự bình an và tự do nội tại mà còn nuôi dưỡng sức khỏe tinh thần, giảm căng thẳng và mang lại hạnh phúc chân thật và bền vững.

15. Vai trò của thiền định trong việc đạt đến sự an lạc nội tâm là gì, và làm thế nào để thực hành thiền định trong một thế giới bận rộn?

Thiền định đóng vai trò quan trọng trong việc đạt đến sự an lạc nội tâm và có thể được thực hành ngay cả trong một thế giới bận rộn qua các điểm sau:

Vai trò của thiền định trong việc đạt đến sự an lạc nội tâm:

1. **Giúp tâm trí tĩnh lặng và giải phóng khỏi căng thẳng**: Thiền định giúp làm dịu những suy nghĩ xáo động, mang lại sự tĩnh lặng cho tâm trí. Khi tâm trí yên bình, chúng ta giải phóng khỏi căng thẳng và lo âu, dễ dàng đạt đến trạng thái an lạc nội tâm.
2. **Phát triển chánh niệm và khả năng tập trung**: Thiền định giúp chúng ta phát triển chánh niệm, tức là nhận biết một cách tỉnh thức những gì đang xảy ra trong hiện tại. Chánh niệm giúp cải thiện khả năng tập trung, không bị phân tâm bởi những suy nghĩ tiêu cực hay lo lắng không cần thiết, từ đó tâm trí ổn định và an lạc hơn.
3. **Giảm thiểu các cảm xúc tiêu cực**: Khi thiền định, chúng ta học cách quan sát và nhận diện cảm xúc của mình mà không bị cuốn vào chúng. Điều này giúp giảm bớt các cảm xúc tiêu cực như giận dữ, lo âu và buồn phiền, tạo ra một không gian cho sự thanh thản và hài lòng.
4. **Tăng cường sự tự nhận thức và hiểu biết nội tâm**: Thiền định giúp chúng ta kết nối sâu hơn với bản thân, hiểu rõ hơn về những suy nghĩ, cảm xúc và hành động của mình. Sự tự nhận thức này là nền tảng để điều chỉnh bản thân, giải phóng khỏi những suy nghĩ tiêu cực và hướng đến sự an lạc bền vững.
5. **Nuôi dưỡng lòng từ bi và trí tuệ**: Thông qua thiền định, chúng ta có thể phát triển lòng từ bi và trí tuệ, không chỉ với bản thân mà còn với những người xung quanh. Khi tâm trí trở nên sáng suốt và tràn đầy từ bi, chúng ta đạt được sự an lạc nội tâm sâu sắc.

Cách thực hành thiền định trong một thế giới bận rộn:

1. **Bắt đầu từ những khoảng thời gian ngắn**: Dành ra 5-10 phút mỗi ngày để thiền định, ngay cả trong những lúc bận rộn nhất. Bạn có thể thiền vào

buổi sáng hoặc buổi tối, khi ít bị phân tâm, hoặc vào bất kỳ thời gian nào mà bạn có thể ngồi yên trong một vài phút.

2. **Tìm những thời điểm và không gian yên tĩnh**: Nếu có thể, tìm một góc yên tĩnh, không có tiếng ồn hoặc phiền nhiễu để thiền định. Ngay cả một góc nhỏ trong nhà hoặc văn phòng cũng có thể là nơi để bạn tĩnh lặng và thực hành thiền định.
3. **Tập trung vào hơi thở**: Một phương pháp đơn giản và hiệu quả để thiền trong thời gian ngắn là tập trung vào hơi thở. Hít vào và thở ra một cách nhẹ nhàng, chú tâm vào từng hơi thở. Điều này giúp tâm trí tĩnh lặng và thoát khỏi những suy nghĩ phân tán.
4. **Thực hành thiền chánh niệm trong các hoạt động hằng ngày**: Thiền không nhất thiết phải ngồi yên; bạn có thể thực hành chánh niệm khi làm những việc như rửa bát, đi bộ, hoặc uống trà. Chú tâm hoàn toàn vào hoạt động hiện tại giúp bạn giảm căng thẳng và mang lại sự bình yên trong cuộc sống bận rộn.
5. **Sử dụng ứng dụng hỗ trợ thiền**: Có nhiều ứng dụng hỗ trợ thiền định với các bài hướng dẫn ngắn, phù hợp cho những người bận rộn. Những ứng dụng này có thể giúp bạn thực hành một cách có kỷ luật và dễ dàng tiếp cận các kỹ thuật thiền cơ bản.
6. **Duy trì lịch trình thiền định đều đặn**: Thực hành thiền đều đặn, ngay cả khi chỉ dành vài phút mỗi ngày. Duy trì lịch trình này sẽ giúp bạn tạo thói quen, dần dần tăng khả năng tập trung và đạt được sự an lạc nội tâm, ngay cả trong lịch trình bận rộn.
7. **Thực hành lòng từ bi và buông bỏ trong thiền**: Khi thiền, hãy nuôi dưỡng lòng từ bi với chính mình và người khác, đồng thời buông bỏ những suy nghĩ tiêu cực hoặc lo lắng. Điều này giúp giảm áp lực và tạo không gian cho sự an lạc.

Tổng kết:

Thiền định là một phương pháp hiệu quả để đạt đến an lạc nội tâm, giúp chúng ta giữ được sự bình an ngay cả trong cuộc sống bận rộn. Bằng cách bắt đầu với những bước nhỏ và thực hành chánh niệm trong các hoạt động hằng ngày, chúng ta có thể phát triển sự tĩnh lặng và an lạc trong tâm hồn.

16. Tại sao từ bi và trí tuệ cần phải được kết hợp để đạt đến trạng thái giải thoát và không nên được phát triển riêng rẽ?

Từ bi và trí tuệ cần phải được kết hợp để đạt đến trạng thái giải thoát vì mỗi phẩm chất bổ sung và hoàn thiện phẩm chất kia, tạo nên con đường hoàn hảo cho sự phát triển tâm linh. Các lý do cụ thể là:

1. **Trí tuệ giúp từ bi hướng đúng đối tượng và cách thức**: Trí tuệ giúp chúng ta nhận thức rõ bản chất của khổ đau và các nguyên nhân gây ra khổ đau, nhờ đó lòng từ bi được hướng đúng và mang lại hiệu quả thực sự. Trí tuệ giúp từ bi không chỉ là sự thương xót cảm tính mà là sự giúp đỡ thông thái, giúp giảm thiểu khổ đau một cách bền vững.
2. **Từ bi ngăn ngừa trí tuệ trở nên lạnh lùng, vô cảm**: Trí tuệ có thể trở nên lý trí quá mức nếu thiếu từ bi, dễ dẫn đến sự lạnh lùng và xa cách với

người khác. Từ bi giúp trí tuệ trở nên nhân ái và gần gũi hơn, bảo đảm rằng trí tuệ được sử dụng không chỉ vì lợi ích cá nhân mà còn mang lại lợi ích cho mọi người.

3. **Kết hợp từ bi và trí tuệ giúp giải quyết khổ đau một cách toàn diện**: Trí tuệ giúp hiểu sâu sắc về nguyên nhân của khổ đau, trong khi từ bi tạo động lực giúp giảm bớt khổ đau đó. Khi có cả hai, chúng ta không chỉ nhận thức mà còn hành động một cách hiệu quả để giúp bản thân và người khác thoát khỏi khổ đau.
4. **Trí tuệ giúp từ bi vượt qua những cảm xúc tiêu cực**: Trong quá trình thực hành từ bi, chúng ta có thể gặp khó khăn như sự bất công hoặc thái độ không thiện chí từ người khác. Trí tuệ giúp chúng ta hiểu rõ rằng những khó khăn này cũng là vô thường và thuộc về bản chất của cuộc sống, từ đó không để những cảm xúc tiêu cực cản trở lòng từ bi.
5. **Từ bi làm sâu sắc trải nghiệm tâm linh, trong khi trí tuệ giải thoát tâm trí**: Từ bi giúp chúng ta cảm nhận sâu sắc kết nối với mọi chúng sinh, làm phong phú thêm trải nghiệm tâm linh. Trí tuệ thì giúp giải phóng chúng ta khỏi mọi bám víu, giúp tâm trí đạt đến sự tự do tuyệt đối. Sự kết hợp này là nền tảng cho sự giải thoát hoàn toàn.
6. **Kết hợp từ bi và trí tuệ giúp duy trì sự kiên nhẫn và bền bỉ**: Con đường tu tập thường gặp nhiều trở ngại và khó khăn. Trí tuệ cho chúng ta cái nhìn sáng suốt để không bị lạc lối, trong khi từ bi giúp ta tiếp tục hành trình vì lợi ích của bản thân và mọi người. Sự kết hợp này giúp chúng ta kiên nhẫn và bền bỉ trên con đường dài dẫn đến giải thoát.
7. **Từ bi và trí tuệ là nền tảng của con đường Bát Chánh Đạo**: Trong Phật giáo, từ bi và trí tuệ là hai yếu tố không thể thiếu của con đường Bát Chánh Đạo. Chúng bổ sung cho nhau, giúp phát triển đạo đức (chánh nghiệp, chánh ngữ), định (chánh niệm, chánh định) và tuệ (chánh kiến, chánh tư duy), tất cả đều hướng đến sự giác ngộ và giải thoát.

Tổng kết:

Từ bi và trí tuệ cần được kết hợp để đạt đến trạng thái giải thoát vì chúng tương trợ và hoàn thiện lẫn nhau. Trí tuệ cung cấp sự sáng suốt, từ bi mang lại động lực giúp đỡ chúng sinh, tạo nên con đường tu tập toàn diện và bền vững để đạt đến sự an lạc và tự do thực sự.

17. Bài học từ việc Đại Điển Tôn từ bỏ tất cả để tìm kiếm sự an lạc chân thật có ý nghĩa gì đối với cách chúng ta nhìn nhận mục tiêu của cuộc đời?

Bài học từ việc Đại Điển Tôn từ bỏ tất cả để tìm kiếm sự an lạc chân thật mang đến những ý nghĩa sâu sắc đối với cách chúng ta nhìn nhận mục tiêu của cuộc đời qua các điểm sau:

1. **Chuyển trọng tâm từ giá trị vật chất sang giá trị tinh thần**: Việc từ bỏ tài sản và danh vọng của Đại Điển Tôn nhắc nhở chúng ta rằng các giá trị vật chất chỉ mang lại hạnh phúc tạm bợ. Điều này khuyến khích chúng ta tìm kiếm sự bình an và hạnh phúc từ những giá trị tinh thần như từ bi, trí tuệ và sự thanh tịnh trong tâm hồn.

2. **Nhận thức về tính tạm bợ của thành công thế gian**: Đại Điển Tôn từ bỏ tất cả vì nhận ra rằng tài sản và quyền lực chỉ là tạm thời. Bài học này giúp chúng ta hiểu rằng sự giàu có hay danh vọng có thể biến mất bất kỳ lúc nào và không thể mang lại hạnh phúc lâu dài, do đó cần tránh bám víu vào chúng như là mục tiêu chính của cuộc đời.
3. **Hướng đến hạnh phúc chân thật và bền vững**: Bài học từ Đại Điển Tôn nhắc nhở chúng ta rằng hạnh phúc chân thật đến từ nội tâm, không phụ thuộc vào điều kiện bên ngoài. Đây là lời khuyến khích để chúng ta tìm kiếm hạnh phúc trong sự an lạc nội tại, lòng từ bi, và trí tuệ thay vì dựa vào những điều kiện ngoại cảnh dễ biến đổi.
4. **Thực hành buông bỏ để đạt đến tự do nội tại**: Đại Điển Tôn đã thực hành buông bỏ mọi ràng buộc để đạt được tự do thực sự. Điều này nhắc nhở chúng ta rằng việc bám víu vào tài sản, danh vọng có thể khiến tâm trí bị trói buộc. Chỉ khi học cách buông bỏ, chúng ta mới thực sự đạt được tự do trong tâm hồn.
5. **Đặt mục tiêu cuộc đời dựa trên ý nghĩa và giá trị lâu dài**: Qua câu chuyện của Đại Điển Tôn, chúng ta học được rằng mục tiêu cuộc đời không nên chỉ dựa trên danh vọng hay thành công thế gian, mà nên dựa vào các giá trị mang tính bền vững như lòng từ bi, sự kiên nhẫn và sự phát triển tâm linh. Những giá trị này mang lại niềm vui và an lạc dài lâu.
6. **Khuyến khích sự tự nhận thức và thấu hiểu bản thân**: Hành trình của Đại Điển Tôn là quá trình nhận thức sâu sắc về bản chất thực sự của hạnh phúc. Bài học này khuyến khích chúng ta dành thời gian để tự nhận thức, để hiểu rõ bản thân và tìm ra những gì thực sự có ý nghĩa đối với mình thay vì chỉ chạy theo những tiêu chuẩn bên ngoài.
7. **Nhấn mạnh tầm quan trọng của sự thanh tịnh và an lạc trong tâm hồn**: Cuối cùng, bài học từ Đại Điển Tôn giúp chúng ta thấy rằng mục tiêu cuối cùng của cuộc đời không phải là tích lũy, mà là đạt đến sự thanh tịnh và an lạc trong tâm hồn. Đây là trạng thái mà không điều kiện bên ngoài nào có thể mang lại, và cũng là trạng thái mang lại hạnh phúc bền vững nhất.

Tổng kết:

Câu chuyện của Đại Điển Tôn dạy chúng ta rằng mục tiêu cuộc đời nên hướng đến những giá trị bền vững và hạnh phúc chân thật. Thay vì chạy theo danh vọng và tài sản, chúng ta nên tìm kiếm sự bình an nội tại, phát triển lòng từ bi và trí tuệ, vì đây mới là những mục tiêu mang lại hạnh phúc dài lâu và ý nghĩa thực sự cho cuộc sống.

18. Làm thế nào để xây dựng một cộng đồng đạo đức và hài hòa dựa trên những nguyên tắc của lòng từ bi và trí tuệ mà Đại Điển Tôn đề ra?

Để xây dựng một cộng đồng đạo đức và hài hòa dựa trên những nguyên tắc của lòng từ bi và trí tuệ mà Đại Điển Tôn đề ra, chúng ta có thể thực hiện các bước sau:

1. **Khuyến khích lòng từ bi và sự quan tâm đến người khác**: Một cộng đồng cần đề cao lòng từ bi, khuyến khích các thành viên thấu hiểu, quan

tâm và sẵn sàng giúp đỡ lẫn nhau. Từ bi tạo ra sự kết nối, giúp mọi người cảm thấy được yêu thương và ủng hộ, làm nền tảng cho một cộng đồng gắn bó và hòa hợp.

2. **Xây dựng nền tảng đạo đức chung**: Để cộng đồng phát triển bền vững, mọi người cần tuân thủ các giá trị đạo đức như chân thật, công bằng và tôn trọng lẫn nhau. Tinh thần đạo đức này giúp ngăn ngừa xung đột và xây dựng sự tín nhiệm, từ đó cộng đồng trở nên đáng tin cậy và an toàn.
3. **Thực hành trí tuệ trong hành động và quyết định**: Trí tuệ giúp các thành viên nhìn nhận các vấn đề một cách sáng suốt và khách quan, từ đó giải quyết mâu thuẫn một cách công bằng và hợp lý. Các quyết định trong cộng đồng nên dựa trên trí tuệ, không thiên vị, và luôn hướng đến lợi ích chung để duy trì sự hòa hợp và phát triển.
4. **Khuyến khích sự tự nhận thức và phát triển cá nhân**: Mỗi cá nhân cần được khuyến khích tự nhận thức, hiểu rõ bản thân và phát triển các phẩm chất tốt đẹp. Sự phát triển cá nhân không chỉ giúp mỗi người trở thành phiên bản tốt nhất của mình mà còn đóng góp tích cực vào sự phát triển chung của cộng đồng.
5. **Tạo môi trường thuận lợi cho sự chia sẻ và hỗ trợ**: Cộng đồng nên khuyến khích sự chia sẻ kinh nghiệm, kiến thức, và giúp đỡ lẫn nhau trong khó khăn. Sự hỗ trợ lẫn nhau không chỉ giúp đỡ về vật chất mà còn tạo niềm tin, giúp mọi người cảm thấy có động lực để vượt qua khó khăn.
6. **Giữ vững lòng trung thực và minh bạch**: Lòng trung thực và sự minh bạch là yếu tố quan trọng để xây dựng lòng tin trong cộng đồng. Khi các thành viên trung thực và rõ ràng trong lời nói, hành động, và quyết định, cộng đồng sẽ duy trì được sự tin cậy và đoàn kết.
7. **Giáo dục về lòng từ bi và trí tuệ cho mọi thành viên**: Để thực hành từ bi và trí tuệ, cộng đồng cần có những hoạt động giáo dục, giúp các thành viên hiểu rõ giá trị của những phẩm chất này. Những buổi chia sẻ, thảo luận, hoặc chương trình hướng dẫn giúp mỗi người hiểu sâu sắc hơn về lợi ích của từ bi và trí tuệ trong cuộc sống.
8. **Xây dựng tinh thần phục vụ và vị tha**: Đại Điển Tôn nhấn mạnh tinh thần phục vụ, sẵn sàng đóng góp vì lợi ích chung. Mỗi người trong cộng đồng nên được khuyến khích thực hành lòng vị tha, coi trọng lợi ích của cộng đồng và đóng góp mà không đòi hỏi đền đáp, giúp tạo ra môi trường sống tích cực và gắn kết.
9. **Tạo điều kiện cho sự hòa giải và giải quyết mâu thuẫn**: Cộng đồng không tránh khỏi những mâu thuẫn, nhưng điều quan trọng là biết cách hòa giải và giải quyết một cách từ bi và sáng suốt. Sự kết hợp giữa trí tuệ và từ bi giúp giải quyết bất đồng một cách hợp lý, không để xung đột kéo dài, từ đó giữ được sự hài hòa và ổn định.
10. **Duy trì môi trường chánh niệm và tĩnh lặng**: Cộng đồng có thể tổ chức các hoạt động chánh niệm, thiền định, giúp các thành viên có thời gian tĩnh lặng, phát triển nội tâm. Sự tĩnh lặng và chánh niệm không chỉ giúp mỗi người an lành mà còn mang lại năng lượng tích cực cho cả cộng đồng, giúp duy trì trạng thái hòa hợp.

Tổng kết:
Để xây dựng một cộng đồng đạo đức và hài hòa, chúng ta cần kết hợp lòng từ bi và trí tuệ trong mọi hành động, đề cao các giá trị đạo đức, khuyến khích sự giúp đỡ lẫn nhau và tạo ra môi trường hòa hợp. Những nguyên tắc này giúp xây dựng một cộng đồng an lạc, phát triển bền vững và mang lại hạnh phúc cho mọi thành viên.

19. Tầm quan trọng của việc lãnh đạo phục vụ cộng đồng thay vì phục vụ lợi ích cá nhân là gì, và tại sao điều này lại được xem là cốt lõi trong lãnh đạo tâm linh?

Tầm quan trọng của việc lãnh đạo phục vụ cộng đồng thay vì phục vụ lợi ích cá nhân là rất lớn, đặc biệt trong lãnh đạo tâm linh, vì các lý do sau:

1. **Đặt lợi ích chung lên trên lợi ích cá nhân giúp xây dựng lòng tin**: Khi người lãnh đạo ưu tiên phục vụ cộng đồng và không tìm kiếm lợi ích cá nhân, mọi người sẽ dễ dàng tin tưởng và tôn trọng họ. Sự chân thành và cống hiến của một nhà lãnh đạo tạo ra lòng tin mạnh mẽ, nền tảng để xây dựng một cộng đồng đoàn kết và gắn bó.
2. **Thúc đẩy sự hòa hợp và phát triển bền vững trong cộng đồng**: Lãnh đạo phục vụ cộng đồng tạo ra môi trường hòa hợp, không có sự ganh đua hay đố kỵ vì lợi ích cá nhân. Mọi thành viên được khuyến khích đóng góp và hợp tác vì mục tiêu chung, từ đó thúc đẩy sự phát triển bền vững của cộng đồng.
3. **Tạo tấm gương sáng để khuyến khích mọi người noi theo**: Một người lãnh đạo vì cộng đồng, đặt lợi ích chung lên hàng đầu sẽ trở thành một tấm gương sáng cho những người xung quanh. Sự hi sinh và tận tụy của họ truyền cảm hứng và khuyến khích mọi người cũng sống với tinh thần phụng sự, cống hiến cho cộng đồng và xã hội.
4. **Giảm thiểu xung đột và tranh giành**: Khi lãnh đạo vì cộng đồng, không có sự ưu ái cho cá nhân hay lợi ích riêng, từ đó giảm thiểu các mâu thuẫn và tranh chấp. Một môi trường trong đó không có sự thiên vị hay lợi ích cá nhân sẽ tự nhiên tạo ra sự hòa hợp, an lạc, và thúc đẩy tinh thần làm việc vì lợi ích chung.
5. **Mang lại an lạc nội tâm và ý nghĩa sâu sắc cho người lãnh đạo**: Khi người lãnh đạo sống vì cộng đồng, họ không còn bị trói buộc vào những lợi ích riêng, từ đó đạt được sự an lạc nội tâm. Phục vụ người khác mang lại niềm vui chân thật và cảm giác ý nghĩa, giúp người lãnh đạo thấy cuộc đời mình có giá trị hơn, vượt lên trên những ham muốn cá nhân.
6. **Phát triển lòng từ bi và trí tuệ**: Lãnh đạo vì lợi ích cộng đồng thúc đẩy sự phát triển của lòng từ bi và trí tuệ. Khi không bị chi phối bởi lợi ích cá nhân, người lãnh đạo có thể suy xét mọi việc sáng suốt hơn, đồng thời nuôi dưỡng tình thương và sự quan tâm chân thành với cộng đồng. Đây là cốt lõi của lãnh đạo tâm linh, nơi lòng từ bi và trí tuệ hòa quyện để phục vụ mục đích cao cả.
7. **Giúp cộng đồng tiến gần hơn đến sự an lạc và giải thoát**: Lãnh đạo tâm linh không chỉ đơn thuần là dẫn dắt mà còn là hướng dẫn mọi người trên

con đường tu tập để đạt đến an lạc và giải thoát. Khi người lãnh đạo phục vụ vì lợi ích chung, họ giúp cộng đồng tập trung vào sự phát triển tinh thần, tránh xa những cám dỗ của danh lợi, từ đó tiến gần hơn đến hạnh phúc bền vững và sự an lạc chân thật.

8. **Tạo nên môi trường đạo đức, hướng đến các giá trị cao cả**: Lãnh đạo vì cộng đồng xây dựng một môi trường đạo đức, nơi các giá trị như trung thực, lòng từ bi, và sự hi sinh được đề cao. Môi trường này không chỉ giúp cộng đồng thịnh vượng mà còn tạo ra nền tảng đạo đức cho các thế hệ tương lai.

Tổng kết:

Lãnh đạo phục vụ cộng đồng thay vì lợi ích cá nhân là cốt lõi của lãnh đạo tâm linh vì nó nuôi dưỡng lòng từ bi, trí tuệ, và xây dựng một cộng đồng hòa hợp và đạo đức. Khi người lãnh đạo hành động vì mục tiêu chung, họ tạo ra ảnh hưởng tích cực, mang lại an lạc, sự phát triển bền vững và hướng cộng đồng đến những giá trị cao cả, giúp đạt được hạnh phúc chân thật và ý nghĩa sâu sắc trong cuộc sống.

20. Tại sao Kinh Đại Điển Tôn lại khuyến khích chúng ta không chỉ hướng đến phước báo mà còn cần hướng đến giải thoát vĩnh cửu?

Kinh Đại Điển Tôn khuyến khích chúng ta không chỉ hướng đến phước báo mà còn cần hướng đến giải thoát vĩnh cửu vì các lý do sau:

1. **Phước báo là tạm thời và không mang lại an lạc vĩnh cửu**: Phước báo, dù mang lại cuộc sống tốt đẹp và thoải mái, vẫn chỉ là thành quả trong một thời gian nhất định và sẽ dần mất đi. Kinh Đại Điển Tôn chỉ ra rằng, dù sống trong sự hưởng thụ phước báo, chúng ta vẫn chịu sự chi phối của vô thường, nên không thể đạt được hạnh phúc vĩnh cửu.
2. **Giải thoát là con đường thoát khỏi vòng luân hồi**: Phước báo chỉ mang lại sự an vui trong một kiếp sống nhất thời nhưng không thể giải thoát chúng ta khỏi vòng luân hồi sinh tử. Kinh khuyến khích hướng đến giải thoát vì chỉ khi đạt được giải thoát, chúng ta mới có thể thoát khỏi khổ đau mãi mãi, chấm dứt tái sinh trong những cảnh giới vô thường.
3. **Phước báo không loại bỏ được gốc rễ của khổ đau**: Mặc dù phước báo mang lại cuộc sống an lành, nó không thể loại bỏ được gốc rễ của khổ đau như tham, sân, si. Giải thoát, ngược lại, là con đường chấm dứt hoàn toàn các phiền não, giúp chúng ta đạt được sự an lạc chân thật và bền vững.
4. **Giải thoát mang lại tự do nội tại hoàn toàn**: Trong khi phước báo có thể đem lại hạnh phúc tạm thời, giải thoát là trạng thái tự do nội tại tuyệt đối, không còn bị ràng buộc bởi bất kỳ ham muốn hay lo âu nào. Kinh Đại Điển Tôn khuyến khích hướng đến giải thoát vì đó là con đường giúp con người đạt đến sự bình an sâu sắc, không còn bị chi phối bởi các điều kiện bên ngoài.
5. **Hạnh phúc từ giải thoát là hạnh phúc vĩnh cửu và vô điều kiện**: Hạnh phúc do phước báo mang lại phụ thuộc vào hoàn cảnh và điều kiện, có thể mất đi khi những điều kiện đó thay đổi. Giải thoát mang đến hạnh phúc

vĩnh cửu và không phụ thuộc vào ngoại cảnh, vì nó đến từ sự thanh tịnh và bình an của tâm hồn.

6. **Giải thoát giúp phát triển trọn vẹn lòng từ bi và trí tuệ**: Hướng đến giải thoát không chỉ là hành trình của sự an lạc cá nhân mà còn là sự phát triển của lòng từ bi và trí tuệ, giúp chúng ta đóng góp cho sự an lành của mọi người xung quanh. Đây là trạng thái mà con người không chỉ đạt được hạnh phúc cho riêng mình mà còn mang lại lợi ích lớn lao cho cộng đồng.
7. **Giải thoát là mục tiêu tối thượng trong con đường tu tập**: Kinh Đại Điển Tôn nhấn mạnh rằng phước báo là phần thưởng quý giá nhưng không phải là mục tiêu cuối cùng. Mục tiêu tối thượng của con đường tu tập là đạt đến trạng thái giải thoát, nơi mọi ràng buộc và khổ đau được chấm dứt, đạt đến giác ngộ và bình an thực sự.
8. **Giúp tránh xa sự bám víu và tham cầu**: Khi hướng đến giải thoát, chúng ta giảm thiểu sự bám víu vào các giá trị vật chất, không còn bị chi phối bởi ham muốn tìm kiếm phước báo cho riêng mình. Điều này giúp ta thoát khỏi sự tham cầu, hướng tâm vào sự phát triển nội tại, và đạt đến hạnh phúc không điều kiện.

Tổng kết:

Kinh Đại Điển Tôn khuyến khích không chỉ hướng đến phước báo mà còn hướng đến giải thoát vĩnh cửu vì phước báo là tạm thời, trong khi giải thoát mang lại sự an lạc vĩnh cửu, tự do nội tại, và chấm dứt khổ đau. Giải thoát là mục tiêu tối thượng, mang lại hạnh phúc chân thật và giúp chúng ta đạt được sự hoàn thiện về cả từ bi và trí tuệ.

KINH 20:
KINH ĐẠI HỘI
(Mahāsamaya Sutta)

I. GIỚI THIỆU TỔNG QUAN VỀ KINH ĐẠI HỘI

1. Bối cảnh của kinh

- **Thời điểm và địa điểm**: Kinh Đại Hội diễn ra vào một dịp đặc biệt khi Đức Phật đang thuyết giảng tại khu rừng của bộ tộc Thích-ca, gần thành phố Ca-tì-la-vệ. Đây là nơi hội tụ của các vị chư thiên từ nhiều cảnh giới đến chiêm bái Đức Phật và lắng nghe Pháp. Thời điểm này là khi giáo lý của Đức Phật đã lan truyền sâu rộng, thu hút sự quan tâm từ nhiều tầng lớp, không chỉ con người mà còn các chúng sinh ở những cảnh giới cao.
- **Các nhân vật chính**: Trong Kinh Đại Hội, nhân vật chính là Đức Phật cùng với các vị chư thiên và thần thánh từ các cảnh giới khác nhau. Buổi hội tụ bao gồm các chúng sinh từ cõi Dục Giới, Sắc Giới và Vô Sắc Giới, mỗi nhóm đại diện cho những phẩm chất và tầng bậc tâm linh khác nhau, tất cả đều tụ họp để nghe giáo pháp.

2. Ý nghĩa tên kinh

- **Ý nghĩa của "Đại Hội"**: Tên "Đại Hội" (Mahāsamaya) ám chỉ buổi hội tụ vô cùng lớn, mang tính lịch sử và tâm linh sâu sắc, nơi hàng ngàn chư thiên, thần thánh từ các cảnh giới đồng loạt quy tụ về nghe giáo pháp. Buổi "Đại Hội" không chỉ là một sự kiện mà còn là biểu tượng của sự tôn kính đối với Đức Phật và Pháp của Ngài, thể hiện rằng các chúng sinh từ nhiều tầng lớp khác nhau đều hướng về giáo lý của Đức Phật như một nguồn trí tuệ và giải thoát tối thượng.
- **Mục đích của buổi hội tụ**: Sự hiện diện của các chư thiên trong buổi Đại Hội nhằm mục đích bày tỏ lòng kính trọng và tiếp thu giáo pháp từ Đức Phật. Đây là dấu hiệu cho thấy rằng ngay cả những chúng sinh ở các cõi giới cao cũng nhận thức được giá trị và uy lực của giáo pháp, từ đó nhấn mạnh sự phổ quát và quan trọng của Phật Pháp trong tất cả các cảnh giới.

3. Vai trò của kinh trong hệ thống Trường Bộ Kinh

- **Thể hiện sự kết nối giữa các cảnh giới**: Kinh Đại Hội có vai trò đặc biệt trong hệ thống Trường Bộ Kinh vì nó mô tả sự giao thoa giữa các cảnh giới, không chỉ giới hạn ở cõi người mà còn bao gồm cả các chúng sinh trong cõi trời. Sự kiện này cho thấy Phật Pháp không chỉ dành cho loài người mà còn có thể thẩm thấu và mang lại lợi ích cho chúng sinh ở mọi cảnh giới.
- **Khía cạnh tâm linh và ý nghĩa giáo lý**: Kinh Đại Hội nhấn mạnh khía cạnh tâm linh sâu sắc, khẳng định sự cần thiết của lòng kính trọng và lòng biết ơn đối với Phật Pháp. Sự có mặt của chư thiên từ các tầng giới khác

nhau cũng thể hiện rằng việc thực hành Pháp không giới hạn bởi tầng lớp hay cảnh giới, mà là điều cần thiết cho sự giải thoát của tất cả chúng sinh.

- **Tầm quan trọng trong giáo dục và tu tập**: Với nội dung mô tả sự kính ngưỡng của chư thiên đối với Đức Phật, Kinh Đại Hội mang lại bài học sâu sắc về sự tôn kính, tinh thần học hỏi và tầm quan trọng của sự tu tập. Kinh này khuyến khích người đọc và người nghe thực hành giới, định, và tuệ để đạt đến giác ngộ, lấy gương sáng từ các chư thiên trong kinh mà tự hoàn thiện bản thân.

Tổng kết:

Phần giới thiệu về Kinh Đại Hội giúp người đọc hiểu rõ bối cảnh, ý nghĩa và tầm quan trọng của kinh này trong hệ thống Trường Bộ Kinh, đồng thời làm nổi bật tinh thần kính ngưỡng Pháp và mối liên hệ giữa các cảnh giới trong giáo lý của Đức Phật.

II. NỘI DUNG CHÍNH CỦA KINH ĐẠI HỘI

1. Sự xuất hiện của chư thiên và bậc thần thánh

- **Các vị chư thiên và thần thánh từ nhiều cảnh giới**: Kinh Đại Hội mô tả một khung cảnh tráng lệ với sự xuất hiện của vô số chư thiên và các bậc thần thánh từ khắp các cảnh giới khác nhau. Họ đến từ cõi Dục Giới, nơi chúng sinh vẫn còn khao khát các ham muốn, Sắc Giới, nơi tồn tại những chúng sinh đã đạt đến sự thanh tịnh nhất định, và Vô Sắc Giới, cõi giới cao nhất, chỉ có những hình thái tâm linh thuần khiết.
- **Sự đa dạng của thiên chúng**: Các chư thiên đại diện cho những tầng bậc tu tập và tâm linh khác nhau. Điều này không chỉ thể hiện sự đa dạng của các cảnh giới mà còn cho thấy mỗi chúng sinh, dù ở bất kỳ cấp bậc nào, đều có thể tiến đến sự giác ngộ thông qua việc chiêm bái và nghe giáo pháp từ Đức Phật.
- **Tầm vóc của buổi Đại Hội**: Sự hiện diện đông đảo của các chư thiên trong buổi Đại Hội thể hiện tầm quan trọng của sự kiện này. Đây không chỉ là một buổi hội tụ mà còn là cơ hội để chúng sinh ở các cõi giới khác nhau học hỏi và kết nối thông qua giáo pháp của Đức Phật.

2. Sự kính ngưỡng đối với Đức Phật

- **Lý do chư thiên và thần thánh đến chiêm bái**: Các chư thiên và thần thánh từ khắp nơi tụ hội để bày tỏ sự kính ngưỡng đối với Đức Phật. Họ nhận thức được rằng Đức Phật là một bậc giác ngộ, một nguồn trí tuệ siêu việt mà bất kỳ chúng sinh nào cũng cần học hỏi để đạt đến giải thoát.
- **Lòng tôn kính đối với giáo pháp của Đức Phật**: Các chư thiên không chỉ đến vì kính trọng cá nhân Đức Phật mà còn vì giáo pháp mà Ngài truyền dạy. Điều này thể hiện rằng giáo pháp của Đức Phật không chỉ áp dụng cho loài người mà còn có giá trị cao quý trong toàn bộ các cảnh giới.
- **Biểu tượng của sự giác ngộ và giải thoát**: Đối với chư thiên và thần thánh, Đức Phật là biểu tượng của sự giác ngộ, là người có thể chỉ ra con đường dẫn đến an lạc và giải thoát khỏi vòng luân hồi. Sự kính ngưỡng của họ khẳng định rằng mọi chúng sinh, dù ở cảnh giới nào, đều cần phải tu tập để đạt đến sự giác ngộ toàn diện.

3. Những lời ca ngợi về công đức và phẩm chất của Đức Phật

- **Phẩm chất cao quý của Đức Phật**: Các chư thiên không ngừng tán thán Đức Phật về lòng từ bi, trí tuệ và sự thanh tịnh vô biên. Ngài là người đã vượt qua mọi giới hạn và phiền não của thế gian, đạt đến sự tự do tuyệt đối. Những phẩm chất này khiến Ngài trở thành bậc đáng kính trong khắp các cõi.
- **Trí tuệ siêu việt và khả năng thấu hiểu**: Đức Phật không chỉ là người có trí tuệ siêu việt mà còn có khả năng thấu hiểu mọi khía cạnh của sự sống, từ những khổ đau nhỏ bé của loài người đến những niềm vui và khổ đau của các chư thiên. Các chư thiên tán thán Ngài vì trí tuệ không giới hạn và khả năng truyền đạt giáo lý giúp mọi chúng sinh nhận ra chân lý.
- **Lòng từ bi và tâm hồn rộng lớn**: Lòng từ bi của Đức Phật được các chư thiên ngợi ca vì không chỉ giới hạn ở loài người mà bao trùm khắp các cảnh giới. Ngài giảng dạy giáo pháp không chỉ để giải thoát cho riêng mình mà để mang lại lợi ích và sự giác ngộ cho tất cả chúng sinh. Sự rộng lượng và bao dung này khiến Ngài trở thành một biểu tượng của lòng từ bi trong mọi cõi giới.

Tổng kết:

Phần nội dung chính của Kinh Đại Hội giúp người đọc hiểu rõ sự hiện diện đông đảo của chư thiên từ các cảnh giới, lòng kính ngưỡng đối với Đức Phật và những phẩm chất cao quý của Ngài. Những yếu tố này không chỉ khẳng định vị trí và giá trị của Đức Phật trong mọi cảnh giới mà còn nhấn mạnh tầm quan trọng của giáo pháp như là nguồn sáng dẫn đường cho tất cả chúng sinh.

III. Ý NGHĨA TRIẾT LÝ VÀ TÂM LINH CỦA KINH ĐẠI HỘI

1. Sự kết nối giữa các cảnh giới trong Phật giáo

- **Liên kết các cảnh giới qua giáo pháp**: Kinh Đại Hội nhấn mạnh rằng Phật Pháp là chân lý phổ quát có khả năng vượt qua giới hạn của mọi cảnh giới, từ cõi người cho đến các cõi trời và thậm chí các cảnh giới vô sắc. Việc chư thiên từ nhiều cõi đến lắng nghe Pháp chứng minh rằng tất cả chúng sinh, dù ở bất kỳ đâu, đều có thể tiếp nhận và tìm đến giáo lý của Đức Phật.
- **Mọi chúng sinh đều có khả năng giác ngộ**: Sự hiện diện của chư thiên từ các cảnh giới cho thấy rằng sự giác ngộ không chỉ dành riêng cho một nhóm người, mà là một khả năng mà mọi chúng sinh đều có thể đạt đến. Điều này nhấn mạnh tính bình đẳng và không phân biệt trong giáo lý của Phật giáo – bất kỳ ai cũng có thể đạt đến giải thoát nếu thực hành đúng con đường.
- **Phật Pháp như cầu nối tâm linh**: Giáo pháp của Đức Phật đóng vai trò như một cây cầu tâm linh kết nối các cảnh giới, giúp chúng sinh ở mọi nơi có cơ hội tiếp cận với chân lý, tu tập và tiến đến giác ngộ. Đây là điểm đặc biệt trong Kinh Đại Hội, thể hiện sức mạnh và tầm ảnh hưởng to lớn của giáo pháp.

2. Tầm quan trọng của việc chiêm ngưỡng và học hỏi

- **Tinh thần học hỏi không ngừng**: Kinh Đại Hội truyền đạt thông điệp về tinh thần học hỏi và tôn trọng tri thức. Mặc dù các chư thiên đã đạt đến cảnh giới cao, họ vẫn đến chiêm ngưỡng và học hỏi từ Đức Phật. Điều này nhấn mạnh rằng bất kể chúng ta đạt đến mức độ nào trong hành trình tâm linh, chúng ta vẫn cần sự hướng dẫn và tiếp thu tri thức cao hơn để phát triển.
- **Sự kính ngưỡng với bậc giác ngộ**: Các chư thiên biểu hiện lòng tôn kính tuyệt đối đối với Đức Phật, người đã đạt đến sự giác ngộ toàn diện. Điều này là một lời nhắc nhở về tầm quan trọng của việc biết ơn và trân trọng những người đã đạt đến giác ngộ và dành cuộc đời để truyền dạy chân lý, giúp chúng sinh vượt qua khổ đau và tìm thấy sự an lạc.
- **Ý nghĩa của việc lắng nghe giáo pháp**: Việc lắng nghe giáo pháp không chỉ mang lại tri thức mà còn giúp chúng sinh nhận ra những sai lầm, u mê của mình và định hướng lại cuộc sống. Sự học hỏi từ Đức Phật giúp các chư thiên cũng như chúng ta có cái nhìn sâu sắc hơn về bản chất vô thường của mọi thứ và cách để thoát khỏi luân hồi.

3. Nhấn mạnh vai trò của giới, định, và tuệ

- **Giới – nền tảng của sự thanh tịnh**: Giữ giới giúp chúng sinh sống một cách trong sạch, tránh xa những hành vi gây hại cho bản thân và người khác. Trong Kinh Đại Hội, sự hiện diện của các chư thiên có sự kính ngưỡng đối với Đức Phật cho thấy rằng việc giữ giới là bước đầu tiên để đạt đến sự an lành và được kính trọng trong mọi cảnh giới.
- **Định – khả năng tập trung và làm chủ tâm trí**: Định giúp chúng sinh tập trung, kiểm soát được những cảm xúc và suy nghĩ tiêu cực, đạt được sự an tịnh trong tâm hồn. Chư thiên trong buổi Đại Hội đều là những chúng sinh đã đạt được một mức độ định lực nhất định, nhờ đó có thể tiếp nhận giáo pháp một cách sâu sắc và thấu triệt hơn.
- **Tuệ – chìa khóa dẫn đến giác ngộ**: Trí tuệ giúp chúng sinh nhận ra bản chất vô thường và vô ngã của vạn vật, thoát khỏi những dính mắc và khổ đau. Các chư thiên tôn kính Đức Phật không chỉ vì Ngài là bậc giác ngộ mà còn vì Ngài thể hiện trí tuệ toàn diện. Sự hiện diện của họ tại buổi Đại Hội cho thấy trí tuệ là điều cần thiết để tiếp cận với giáo pháp và tiến gần hơn đến giác ngộ.
- **Tương quan giữa giới, định, và tuệ**: Sự kính trọng của các chư thiên đối với Đức Phật trong Kinh Đại Hội là một minh chứng cho thấy rằng chỉ khi có đủ giới, định và tuệ, chúng sinh mới có thể đạt đến những cảnh giới cao hơn và tiếp cận với giáo lý. Giới, định và tuệ là ba yếu tố cơ bản giúp con người đạt đến sự giải thoát, và đây là nền tảng cho con đường tu tập trong Phật giáo.

Tổng kết:

Ýnghĩa triết lý và tâm linh của Kinh Đại Hội nhấn mạnh tầm quan trọng của sự kết nối giữa các cảnh giới, tinh thần học hỏi và kính ngưỡng giáo pháp, cũng như vai trò của giới, định, và tuệ trong con đường tu tập. Đây là những nền tảng giúp tất cả chúng sinh, dù ở bất kỳ cõi nào, đều có thể hướng đến sự giải thoát và đạt được sự an lạc chân thật.

IV. BIỂU TƯỢNG VÀ HÌNH ẢNH CỦA KINH ĐẠI HỘI

1. Hình tượng chư thiên và các bậc thần thánh

- **Sự hiện diện đông đảo và đa dạng của chư thiên**: Sự hội tụ của các chư thiên từ nhiều cảnh giới trong Kinh Đại Hội không chỉ là một mô tả sinh động mà còn là biểu tượng của các phẩm chất và tầng bậc tu tập khác nhau. Mỗi nhóm chư thiên đại diện cho những tầng bậc giác ngộ khác nhau, từ những chúng sinh còn bị chi phối bởi dục vọng đến những chúng sinh đã thanh tịnh hơn ở cõi Sắc và Vô Sắc.
- **Biểu hiện của các phẩm chất tâm linh**: Chư thiên từ cõi Dục Giới tượng trưng cho sự tiến hóa từ dục vọng và dính mắc, chư thiên từ cõi Sắc Giới biểu thị sự thanh tịnh và thoát khỏi dục vọng, và chư thiên từ cõi Vô Sắc biểu thị sự tinh khiết và tập trung vào trí tuệ thuần túy. Điều này nhấn mạnh rằng bất kể mức độ tâm linh nào, chúng sinh đều có thể và cần phải học hỏi từ giáo pháp để đạt được giác ngộ.
- **Tính chất đa tầng của sự giác ngộ**: Sự hiện diện của các vị chư thiên khác nhau cho thấy sự giác ngộ không phải là một trạng thái cố định, mà là một hành trình với nhiều tầng bậc, đòi hỏi sự phát triển liên tục. Điều này tạo nên cảm hứng cho người tu tập trên con đường giác ngộ rằng, bất kỳ ai cũng có thể tiến xa hơn, vượt qua những giới hạn hiện tại để đạt đến trạng thái cao hơn.

2. Hình ảnh Đức Phật và sự hội tụ của các cõi

- **Đức Phật như trung tâm của vũ trụ tâm linh**: Trong Kinh Đại Hội, Đức Phật được miêu tả như trung tâm của buổi hội tụ, là điểm sáng mà tất cả chúng sinh từ các cõi đều quy tụ về. Hình ảnh này biểu thị vai trò của Đức Phật như là nguồn ánh sáng tâm linh, là người đã giác ngộ hoàn toàn và dẫn đường cho mọi chúng sinh tìm thấy con đường giải thoát.
- **Sự giác ngộ toàn diện của Đức Phật**: Hình ảnh Đức Phật không chỉ là trung tâm hội tụ về mặt không gian, mà còn biểu trưng cho sự giác ngộ toàn diện. Ngài là người hiểu thấu các tầng lớp tâm linh, từ dục vọng đến sự thanh tịnh và trí tuệ, và điều này giúp tất cả các chúng sinh, từ chư thiên đến loài người, học hỏi và tiếp thu từ Ngài.
- **Đức Phật như ánh sáng dẫn đường**: Hình ảnh Đức Phật trong buổi Đại Hội nhấn mạnh rằng Ngài là ánh sáng và nguồn cảm hứng cho tất cả chúng sinh. Dù ở bất kỳ cảnh giới nào, chúng sinh đều có thể tìm đến Ngài để học hỏi, vượt qua khổ đau và hướng đến an lạc. Sự hội tụ này khẳng định rằng Đức Phật không chỉ là bậc thầy của loài người mà còn là bậc thầy của cả những chúng sinh trong các cõi trời.

3. Ý nghĩa tâm linh sâu xa của "Đại Hội"

- **Sự tụ hội như biểu tượng của sự hòa hợp và giác ngộ**: "Đại Hội" không chỉ là một sự kiện đơn thuần mà mang ý nghĩa biểu tượng về con đường hướng đến giác ngộ. Tất cả các chúng sinh từ các cõi đều hướng về Đức Phật và giáo pháp của Ngài, thể hiện sự hòa hợp giữa các cõi giới, không còn sự phân biệt, mà cùng nhau hướng đến mục tiêu cao cả của sự giải thoát.

- **Biểu tượng của sự hợp nhất trong Phật Pháp**: Buổi Đại Hội cho thấy rằng mọi chúng sinh, dù ở bất kỳ cõi giới nào, đều có thể hướng về một mục tiêu chung – đó là giác ngộ và giải thoát khỏi luân hồi. Phật Pháp là con đường hợp nhất tất cả các tầng lớp tâm linh, và sự "Đại Hội" này là biểu tượng của sự hợp nhất và liên kết của tất cả chúng sinh trong sự giác ngộ.
- **Con đường dẫn đến giác ngộ và an lạc cho tất cả**: Sự tụ hội của các cõi giới trong buổi Đại Hội là lời nhắc nhở rằng giác ngộ không phải là đích đến cho riêng ai, mà là hành trình mở ra cho tất cả. Dù mỗi chúng sinh có khác biệt về vị trí tâm linh, nhưng tất cả đều có thể đi trên cùng một con đường do Đức Phật chỉ dẫn để đạt đến sự an lạc và giải thoát.

Tổng kết:

Các biểu tượng và hình ảnh trong Kinh Đại Hội mang ý nghĩa tâm linh sâu sắc, thể hiện sự đa dạng của các phẩm chất giác ngộ, vai trò của Đức Phật như trung tâm dẫn dắt và con đường hợp nhất hướng đến giải thoát. Sự kiện "Đại Hội" không chỉ là một buổi tụ họp mà còn là biểu tượng của hành trình tìm kiếm chân lý, mở ra cho tất cả chúng sinh từ mọi cảnh giới.

V. NHỮNG BÀI HỌC VÀ ỨNG DỤNG CỦA KINH ĐẠI HỘI TRONG ĐỜI SỐNG HIỆN ĐẠI

1. Khuyến khích lòng khiêm tốn và tinh thần học hỏi

- **Bài học từ chư thiên**: Dù đã đạt đến những cảnh giới cao hơn con người, các chư thiên vẫn đến chiêm ngưỡng và lắng nghe giáo pháp từ Đức Phật. Điều này là một bài học về sự khiêm tốn, cho thấy rằng việc học hỏi không bao giờ dừng lại, dù chúng ta đạt được vị trí hay thành tựu nào trong cuộc sống.
- **Khuyến khích tinh thần học hỏi không ngừng**: Kinh Đại Hội nhắc nhở rằng, cho dù ở bất kỳ giai đoạn nào, chúng ta vẫn luôn cần học hỏi và trau dồi trí tuệ. Tinh thần sẵn sàng tiếp thu và học hỏi giúp chúng ta tiến bộ, không ngừng nâng cao phẩm chất của bản thân.
- **Giữ thái độ khiêm nhường trong mọi hoàn cảnh**: Sự khiêm tốn giúp chúng ta tránh được sự tự cao và tự mãn. Dù thành công đến đâu, chúng ta luôn cần giữ tinh thần khiêm nhường để tiếp thu và học hỏi từ những người có trí tuệ và kinh nghiệm, giống như các chư thiên trong Kinh Đại Hội.

2. Xây dựng lòng kính trọng và niềm tin vào giáo pháp

- **Lòng kính trọng đối với giáo lý Phật giáo**: Qua sự kính ngưỡng của các chư thiên đối với Đức Phật, Kinh Đại Hội nhắc nhở rằng lòng tôn kính và niềm tin vào giáo pháp là nền tảng vững chắc để tiến bước trên con đường tu tập. Chỉ khi có lòng kính trọng đối với giáo lý, chúng ta mới có thể kiên trì thực hành và không dễ dàng bỏ cuộc khi gặp khó khăn.
- **Tầm quan trọng của niềm tin**: Niềm tin là nguồn sức mạnh thúc đẩy chúng ta theo đuổi các giá trị tâm linh và đạo đức. Khi tin tưởng vào giáo pháp, chúng ta sẽ có động lực để thực hành, phát triển tâm linh và đạt được sự an lạc nội tại.

- **Lòng kính trọng đối với bậc giác ngộ**: Bài học từ các chư thiên về lòng kính ngưỡng đối với Đức Phật nhắc nhở chúng ta về tầm quan trọng của việc tôn kính những người đã đạt đến sự giác ngộ. Điều này giúp chúng ta biết ơn và trân trọng con đường mà các bậc giác ngộ đã vạch ra để chúng ta theo đuổi.

3. Thực hành giới, định, và tuệ để phát triển tâm linh

- **Giới – Nền tảng của đạo đức và sự thanh tịnh**: Giữ giới là bước đầu trong hành trình phát triển tâm linh, giúp chúng ta sống trong sạch và tránh các hành vi bất thiện. Nhờ giữ giới, tâm trí chúng ta trở nên nhẹ nhàng, không bị chi phối bởi hối hận hay lo lắng, tạo nền tảng cho sự an lạc và thanh tịnh.
- **Định – Sự tập trung và làm chủ tâm trí**: Thực hành thiền định giúp tâm trí tập trung, vững vàng và không bị xao động trước ngoại cảnh. Định giúp chúng ta rèn luyện khả năng làm chủ bản thân, kiểm soát những cảm xúc tiêu cực và đạt đến trạng thái tâm an tĩnh. Đây là điều kiện để phát triển trí tuệ.
- **Tuệ – Sự thấu hiểu và giải thoát**: Trí tuệ là yếu tố giúp chúng ta nhận ra bản chất vô thường và khổ đau của cuộc sống, từ đó thoát khỏi những dính mắc và chấp ngã. Thực hành trí tuệ giúp chúng ta đạt đến sự giải thoát khỏi khổ đau và vòng luân hồi, đạt được hạnh phúc bền vững.
- **Sự cần thiết của giới, định, và tuệ**: Kinh Đại Hội khẳng định rằng thực hành giới, định, và tuệ là con đường duy nhất giúp chúng sinh tiến đến giác ngộ và an lạc chân thật. Đây là ba yếu tố nền tảng mà các chư thiên và Đức Phật đều nhấn mạnh, là con đường phát triển tâm linh không chỉ cho chư thiên mà còn cho con người.

Tổng kết:

Những bài học từ Kinh Đại Hội khuyến khích chúng ta phát triển lòng khiêm tốn và tinh thần học hỏi, xây dựng niềm tin và lòng kính trọng đối với giáo pháp, và thực hành giới, định, tuệ để đạt đến an lạc và phát triển tâm linh. Những giá trị này không chỉ áp dụng cho các chư thiên mà còn là nền tảng quan trọng cho mỗi cá nhân trong hành trình tìm kiếm hạnh phúc và ý nghĩa sâu sắc trong cuộc sống.

VI. KẾT LUẬN VÀ TÓM TẮT CỦA KINH ĐẠI HỘI

1. Tóm tắt lại các điểm chính của Kinh Đại Hội

- **Ý nghĩa của buổi hội tụ**: Kinh Đại Hội là sự kiện đặc biệt khi chư thiên và các bậc thần thánh từ nhiều cảnh giới quy tụ để chiêm bái Đức Phật và lắng nghe giáo pháp. Buổi hội tụ này thể hiện sự kính ngưỡng của các chúng sinh từ mọi tầng bậc tâm linh đối với Đức Phật và Phật Pháp.
- **Phẩm chất của Đức Phật và các chư thiên**: Đức Phật xuất hiện trong kinh với những phẩm chất cao quý như từ bi, trí tuệ và sự giác ngộ toàn diện. Các chư thiên cũng đại diện cho nhiều phẩm chất tốt đẹp và các tầng bậc tu tập khác nhau, tất cả đều hướng về Đức Phật để học hỏi và nâng cao tâm linh.
- **Những giá trị cốt lõi của giáo lý**: Kinh Đại Hội nhấn mạnh các giá trị nền tảng của Phật Pháp, bao gồm tinh thần học hỏi không ngừng, lòng kính

trọng đối với giáo pháp, và vai trò thiết yếu của giới, định, và tuệ trong con đường hướng đến giác ngộ.

2. **Khuyến khích ứng dụng bài học vào cuộc sống**
   - **Thực hành khiêm tốn và tinh thần học hỏi**: Người đọc được khuyến khích noi gương chư thiên trong Kinh Đại Hội, dù ở mức độ nào cũng không ngừng học hỏi và giữ tinh thần khiêm tốn. Đây là thái độ giúp chúng ta phát triển bản thân và tiến gần hơn đến giác ngộ.
   - **Xây dựng lòng kính trọng và niềm tin vào giáo pháp**: Việc duy trì lòng kính trọng và niềm tin vào giáo lý Phật giáo trong đời sống hàng ngày giúp chúng ta có được nền tảng tâm linh vững chắc và động lực để tu tập, từ đó đạt được sự bình an và an lạc.
   - **Tu tập giới, định, và tuệ**: Các phẩm chất giới, định, và tuệ không chỉ là con đường mà Đức Phật đã chỉ dẫn mà còn là phương pháp để chúng ta phát triển tâm linh và đạt đến sự an lạc nội tâm. Độc giả được khuyến khích thực hành những nguyên tắc này để tìm thấy hạnh phúc bền vững và sự giải thoát.
3. **Ý nghĩa sâu xa của Kinh Đại Hội đối với con đường tu tập**
   - **Biểu tượng của con đường giác ngộ**: Kinh Đại Hội không chỉ là một sự kiện hội tụ mà còn mang ý nghĩa biểu tượng sâu sắc, đại diện cho con đường giác ngộ mà tất cả chúng sinh đều có thể hướng đến. Sự hội tụ của các cõi giới nhấn mạnh rằng mọi chúng sinh, dù ở bất kỳ đâu, đều có thể tìm đến chân lý và giải thoát thông qua giáo pháp của Đức Phật.
   - **Lời nhắc nhở về mục tiêu cao cả của tu tập**: Kinh Đại Hội nhắc nhở rằng mục tiêu của sự tu tập là đạt đến giác ngộ và giải thoát khỏi luân hồi, và để đạt được điều đó, chúng ta cần có sự kính ngưỡng giáo pháp, lòng khiêm tốn, và nỗ lực tu tập giới, định, và tuệ.
   - **Nguồn cảm hứng cho hành trình tâm linh**: Kinh này không chỉ cung cấp kiến thức mà còn mang lại cảm hứng mạnh mẽ cho hành trình tâm linh, nhấn mạnh rằng sự giải thoát và giác ngộ là điều khả thi cho tất cả chúng sinh, bất kể xuất phát điểm hay cảnh giới.

Tổng kết:

Dàn bài này giúp người đọc hiểu rõ các khía cạnh chính yếu của Kinh Đại Hội và nắm vững những bài học mà kinh muốn truyền tải. Từ đó, độc giả có thể ứng dụng những giá trị và bài học này vào đời sống hàng ngày, góp phần phát triển tâm linh và tìm thấy sự an lạc nội tại.

VII. VẤN ĐÁP VỀ KINH ĐẠI HỘI

1. Tại sao các chư thiên từ nhiều cảnh giới khác nhau lại đồng loạt quy tụ để chiêm bái Đức Phật và nghe Pháp?

Các chư thiên từ nhiều cảnh giới khác nhau quy tụ để chiêm bái Đức Phật và nghe Pháp vì các lý do quan trọng sau:

1. **Sự kính trọng tuyệt đối đối với Đức Phật**: Các chư thiên nhận ra Đức Phật là bậc giác ngộ toàn diện, có trí tuệ và từ bi vô lượng. Ngài là người đã hoàn toàn thoát khỏi mọi phiền não và đạt đến sự giải thoát tối thượng,

điều mà mọi chúng sinh đều khao khát. Do đó, họ đến để thể hiện lòng kính ngưỡng đối với một bậc thầy siêu việt.

2. **Tìm kiếm sự chỉ dẫn và giáo pháp**: Dù ở các cảnh giới cao hơn con người, các chư thiên vẫn còn nằm trong vòng luân hồi và chịu sự chi phối của vô thường. Họ ý thức được rằng chỉ có giáo pháp của Đức Phật mới có thể giúp họ đạt đến sự an lạc chân thật và giải thoát khỏi khổ đau, vì vậy họ tìm đến Đức Phật để học hỏi và tìm kiếm con đường giác ngộ.
3. **Khẳng định sự phổ quát của Phật Pháp**: Sự hiện diện của các chư thiên từ nhiều cảnh giới nhấn mạnh rằng giáo pháp của Đức Phật không chỉ dành cho loài người mà còn có giá trị đối với mọi chúng sinh trong các cõi khác nhau. Phật Pháp là chân lý vượt qua mọi giới hạn, và tất cả chúng sinh đều có thể tiếp thu và tu học theo để đạt được lợi ích.
4. **Ý thức về vô thường và sự hạn chế của phước báo**: Các chư thiên, dù ở cảnh giới cao và có phước báo lớn, vẫn ý thức được rằng sự tồn tại của họ là vô thường và không phải là trạng thái giải thoát cuối cùng. Họ nhận ra rằng sự hưởng thụ ở các cảnh giới cao chỉ là tạm thời và mong manh, vì vậy họ tìm đến Đức Phật để tìm con đường thoát khỏi vòng sinh tử và đạt đến an lạc vĩnh cửu.
5. **Tinh thần học hỏi và cầu tiến trong tu tập**: Sự hiện diện của các chư thiên là biểu tượng của tinh thần học hỏi và cầu tiến trên con đường tâm linh. Dù đã đạt đến những cảnh giới cao, họ vẫn khiêm tốn và biết rằng con đường giác ngộ đích thực còn dài. Họ đến để học hỏi từ bậc giác ngộ hoàn toàn và hoàn thiện thêm hành trình tu tập của mình.
6. **Gương mẫu cho các chúng sinh khác**: Việc các chư thiên từ nhiều cảnh giới đến chiêm bái và lắng nghe Đức Phật cũng là lời nhắc nhở và tấm gương cho các chúng sinh khác, nhấn mạnh tầm quan trọng của việc học hỏi và thực hành Phật Pháp. Hành động của họ khuyến khích mọi chúng sinh giữ lòng kính trọng và nỗ lực học hỏi để đạt được sự an lạc và trí tuệ.

Tổng kết:

Các chư thiên từ nhiều cảnh giới quy tụ để chiêm bái Đức Phật và nghe Pháp vì họ nhận thức được giá trị của giáo pháp, tìm kiếm sự giải thoát khỏi vòng luân hồi, và thể hiện lòng kính trọng đối với bậc giác ngộ. Đây là minh chứng cho sự phổ quát và tầm quan trọng của Phật Pháp đối với tất cả các cảnh giới, không phân biệt đẳng cấp hay vị trí.

2. Sự hiện diện của các chư thiên trong buổi Đại Hội thể hiện gì về sức mạnh và tầm ảnh hưởng của giáo pháp Đức Phật?

Sự hiện diện của các chư thiên trong buổi Đại Hội thể hiện sức mạnh và tầm ảnh hưởng to lớn của giáo pháp Đức Phật qua các khía cạnh sau:

1. **Giáo pháp vượt qua mọi cảnh giới**: Sự có mặt của các chư thiên từ nhiều cảnh giới khác nhau cho thấy rằng giáo pháp của Đức Phật không chỉ dành riêng cho loài người mà có ảnh hưởng sâu rộng đến tất cả các tầng lớp chúng sinh, từ cõi Dục Giới đến Sắc Giới và Vô Sắc Giới. Điều này khẳng định rằng Phật Pháp là chân lý phổ quát, có giá trị và mang lại lợi ích cho mọi cảnh giới.

2. **Giáo pháp mang lại giải thoát cho tất cả chúng sinh**: Các chư thiên, dù sống trong các cảnh giới cao và đầy phước báo, vẫn tìm đến Đức Phật để tìm kiếm sự giác ngộ. Điều này cho thấy rằng, dù ở bất kỳ cảnh giới nào, chúng sinh vẫn chưa thể thoát khỏi luân hồi và khổ đau. Giáo pháp của Đức Phật, với con đường hướng đến giác ngộ và giải thoát, có thể giúp tất cả chúng sinh thoát khỏi vòng luân hồi và đạt đến hạnh phúc chân thật.
3. **Sức hấp dẫn của trí tuệ và từ bi**: Các chư thiên từ nhiều cảnh giới kính ngưỡng Đức Phật không chỉ vì giáo pháp Ngài giảng dạy mà còn vì phẩm chất từ bi và trí tuệ vô biên của Ngài. Sức mạnh của giáo pháp Đức Phật không chỉ nằm ở lời dạy mà còn được thể hiện qua chính phẩm chất của Ngài – một bậc giác ngộ hoàn toàn. Điều này cho thấy rằng giáo pháp không chỉ có lý thuyết mà còn là sự thể hiện sống động của trí tuệ và từ bi.
4. **Lời khẳng định về giá trị bền vững của Phật Pháp**: Sự hiện diện của các chư thiên từ những cảnh giới khác nhau cũng là minh chứng cho giá trị bền vững và sự thẩm thấu sâu rộng của Phật Pháp. Không chỉ những chúng sinh bị khổ đau, mà ngay cả những chúng sinh đã đạt đến các trạng thái thanh tịnh vẫn xem Phật Pháp là cội nguồn chân lý. Đây là minh chứng cho giá trị trường tồn của giáo pháp, vượt qua mọi giới hạn thời gian và không gian.
5. **Tầm quan trọng của Phật Pháp trong hành trình tâm linh**: Sự kiện các chư thiên tụ hội về nghe giảng Pháp thể hiện rằng giáo pháp Đức Phật là kim chỉ nam không chỉ cho con người mà cho tất cả chúng sinh trên hành trình hướng đến giác ngộ. Phật Pháp không chỉ giúp chúng sinh đạt phước báo, mà còn là con đường duy nhất để đạt đến trạng thái giải thoát cuối cùng.
6. **Tạo động lực và cảm hứng cho các chúng sinh khác**: Sự kính ngưỡng của các chư thiên dành cho Đức Phật là gương sáng cho tất cả chúng sinh, nhấn mạnh tầm quan trọng của việc học hỏi, tu tập và thực hành giáo pháp. Điều này khuyến khích mọi chúng sinh, dù ở cảnh giới nào, không ngừng nỗ lực trên con đường giác ngộ và luôn tìm đến Phật Pháp như nguồn hướng dẫn cao nhất.

Tổng kết:

Sự hiện diện của các chư thiên trong buổi Đại Hội thể hiện sức mạnh và tầm ảnh hưởng của giáo pháp Đức Phật, khẳng định giá trị vượt thời gian và không gian của Phật Pháp. Giáo pháp của Ngài không chỉ giúp chúng sinh đạt đến phước báo mà còn mang đến sự giải thoát và an lạc vĩnh cửu, là con đường duy nhất dẫn đến giác ngộ cho tất cả các cảnh giới.

3. Hình ảnh Đức Phật như trung tâm của buổi hội tụ truyền tải ý nghĩa gì về vai trò của Ngài trong tất cả các cõi giới?

Hình ảnh Đức Phật như trung tâm của buổi hội tụ trong Kinh Đại Hội truyền tải nhiều ý nghĩa sâu sắc về vai trò của Ngài trong tất cả các cõi giới, cụ thể qua các khía cạnh sau:

1. **Nguồn trí tuệ và từ bi vô tận**: Đức Phật được chư thiên và chúng sinh từ khắp các cảnh giới kính ngưỡng, vì Ngài không chỉ đạt đến trí tuệ viên

mãn mà còn có lòng từ bi vô tận. Ngài là người đã giác ngộ hoàn toàn, thấu hiểu bản chất của khổ đau và con đường giải thoát, từ đó có khả năng dẫn dắt tất cả chúng sinh thoát khỏi vòng luân hồi.

2. **Ngọn đuốc dẫn đường cho tất cả chúng sinh**: Hình ảnh Đức Phật ở trung tâm buổi hội tụ biểu trưng cho Ngài như ngọn đuốc sáng soi đường cho chúng sinh ở tất cả các cảnh giới. Dù ở bất kỳ tầng bậc nào, từ con người đến chư thiên, tất cả đều có thể nương tựa vào Phật Pháp như nguồn ánh sáng chỉ lối, giúp họ thoát khỏi vô minh và đạt đến giác ngộ.
3. **Biểu tượng của sự hòa hợp và hợp nhất tâm linh**: Đức Phật ở trung tâm buổi hội tụ không chỉ đại diện cho trí tuệ tối thượng mà còn là biểu tượng của sự hòa hợp giữa các cõi giới. Ngài là điểm hội tụ, kết nối và hợp nhất mọi tầng lớp tâm linh, thể hiện rằng Phật Pháp vượt qua mọi giới hạn, là chân lý chung mà tất cả chúng sinh, dù ở cảnh giới nào, đều có thể hướng về.
4. **Nguồn giải thoát cho tất cả các cõi**: Đức Phật là bậc giác ngộ không chỉ dành cho loài người mà còn cho các chư thiên và chúng sinh từ nhiều cõi giới. Ngài hiểu rõ và chỉ ra con đường để tất cả chúng sinh đạt được giải thoát khỏi khổ đau. Hình ảnh Đức Phật tại trung tâm khẳng định rằng Ngài là nguồn giải thoát tối cao, và giáo pháp của Ngài mang lại an lạc bền vững cho tất cả.
5. **Thể hiện sức mạnh tinh thần vượt trội của Đức Phật**: Đức Phật đứng ở trung tâm của buổi Đại Hội cho thấy sức mạnh tinh thần vượt trội của Ngài, một sức mạnh không đến từ quyền lực hay phước báo mà từ sự giác ngộ trọn vẹn. Điều này khẳng định rằng Phật Pháp và sự giác ngộ không phụ thuộc vào địa vị hay quyền năng, mà là kết quả của trí tuệ và sự tu tập chân chính.
6. **Biểu tượng cho con đường giải thoát chung cho mọi chúng sinh**: Hình ảnh Đức Phật ở trung tâm hội tụ khẳng định rằng mọi chúng sinh, dù thuộc tầng bậc nào, đều có thể tìm đến con đường giải thoát của Đức Phật. Đây là lời khẳng định rằng sự giải thoát không phân biệt và là mục tiêu chung cho tất cả, nếu họ chọn đi theo con đường mà Đức Phật đã chỉ dẫn.
7. **Nguồn cảm hứng cho hành trình tâm linh**: Đức Phật ở trung tâm buổi Đại Hội cũng là nguồn cảm hứng và động lực cho tất cả chúng sinh, khuyến khích họ nỗ lực tu tập và vượt qua những giới hạn cá nhân. Sự hiện diện của Ngài nhắc nhở rằng ai cũng có thể đạt đến giác ngộ nếu họ thực hành Pháp một cách kiên trì và chân thành.

Tổng kết:

Hình ảnh Đức Phật như trung tâm của buổi hội tụ không chỉ truyền tải ý nghĩa về sự giác ngộ toàn diện của Ngài, mà còn thể hiện Ngài như nguồn ánh sáng dẫn đường, biểu tượng của sự hòa hợp và con đường giải thoát chung cho tất cả chúng sinh trong mọi cảnh giới. Đức Phật là trung tâm của con đường tâm linh, nơi mọi chúng sinh đều có thể nương tựa và học hỏi để tìm thấy an lạc vĩnh cửu.

4. Các chư thiên từ các cảnh giới Dục Giới, Sắc Giới, và Vô Sắc Giới đại diện cho những phẩm chất gì trong tâm linh?

Các chư thiên từ các cảnh giới Dục Giới, Sắc Giới, và Vô Sắc Giới trong Kinh Đại Hội đại diện cho những phẩm chất khác nhau trong tâm linh, cụ thể qua các khía cạnh sau:

1. **Dục Giới - Biểu trưng cho sự tiến hóa vượt qua ham muốn**:
   - Các chư thiên từ Dục Giới vẫn còn chịu ảnh hưởng của dục vọng và ham muốn, nhưng họ đã phát triển được phẩm chất thiện lành, nhân từ và đạo đức. Họ đại diện cho giai đoạn đầu tiên trong hành trình tâm linh, nơi chúng sinh biết chuyển hóa các ham muốn thành lòng từ bi và sự kính trọng đối với giáo pháp.
   - Phẩm chất nổi bật của các chư thiên ở Dục Giới là sự thiện lành và mong muốn phát triển vượt qua các dục vọng. Điều này biểu hiện tinh thần nỗ lực để vượt lên trên những dính mắc, tạo nền tảng cho sự tiến hóa tâm linh.
2. **Sắc Giới - Biểu trưng cho sự thanh tịnh và kiểm soát tâm trí**:
   - Các chư thiên từ Sắc Giới đã vượt qua những ham muốn vật chất và đạt đến trạng thái tâm trí thanh tịnh hơn. Họ là biểu tượng của sự kiểm soát nội tâm và khả năng tập trung trong thiền định, giúp tâm trí trở nên an tịnh và ổn định hơn.
   - Phẩm chất của các chư thiên Sắc Giới là sự điềm tĩnh, thanh tịnh và khả năng tách rời khỏi những ham muốn và cảm xúc mạnh mẽ. Họ đại diện cho giai đoạn tu tập mà chúng sinh không còn bị xao động bởi dục vọng, đã đạt đến một mức độ tinh khiết trong tâm trí và thân tâm.
3. **Vô Sắc Giới - Biểu trưng cho sự tinh khiết tuyệt đối và trí tuệ siêu việt**:
   - Các chư thiên từ Vô Sắc Giới đã vượt qua hình thức và đạt đến trạng thái tồn tại tinh thần thuần túy, không còn bị ràng buộc bởi thân xác và các cảm xúc. Họ biểu trưng cho sự thanh tịnh cao nhất trong tâm thức và sự tập trung sâu sắc trong thiền định.
   - Phẩm chất của các chư thiên Vô Sắc Giới là sự buông bỏ và nhận thức tinh khiết, không còn bám víu vào hình tướng hay hình thức. Họ đại diện cho giai đoạn phát triển trí tuệ, khi tâm trí không còn bận tâm với hình thức và đạt đến sự thanh thản sâu sắc.
4. **Biểu trưng cho ba giai đoạn trong hành trình tâm linh**:
   - Ba cảnh giới – Dục Giới, Sắc Giới và Vô Sắc Giới – tượng trưng cho các giai đoạn phát triển tâm linh mà bất kỳ chúng sinh nào cũng có thể trải qua. Mỗi cảnh giới đại diện cho một mức độ thanh tịnh và hiểu biết sâu sắc hơn về bản chất của khổ đau và giải thoát.
   - Cảnh giới Dục Giới là giai đoạn chúng sinh còn dính mắc vào ham muốn, nhưng đã có thiện tâm; Sắc Giới là giai đoạn thanh tịnh hóa nội tâm; và Vô Sắc Giới là giai đoạn đạt đến trí tuệ siêu việt, không còn bám chấp vào hình thức.
5. **Khát vọng chung hướng đến giác ngộ**:
   - Mặc dù có những khác biệt về mức độ thanh tịnh và trí tuệ, tất cả các chư thiên từ ba cảnh giới đều chia sẻ một điểm chung: khát vọng tìm đến chân lý và sự giải thoát. Họ đều đến chiêm bái Đức Phật và lắng nghe Pháp, cho thấy rằng mọi chúng sinh, dù ở cấp độ nào, đều cần giáo pháp để đạt đến an lạc và thoát khỏi luân hồi.

Tổng kết:
Các chư thiên từ Dục Giới, Sắc Giới và Vô Sắc Giới đại diện cho các phẩm chất từ sự thiện lành và nỗ lực vượt qua ham muốn, đến sự thanh tịnh nội tâm, và cuối cùng là trí tuệ siêu việt. Họ là biểu tượng của những giai đoạn khác nhau trong hành trình tâm linh, đồng thời khẳng định rằng mọi chúng sinh đều có thể tiến đến giác ngộ qua sự học hỏi và thực hành Pháp.

5. Sự kiện "Đại Hội" nhấn mạnh điều gì về mối quan hệ giữa các cảnh giới trong Phật giáo?
Sự kiện "Đại Hội" nhấn mạnh một số khía cạnh quan trọng về mối quan hệ giữa các cảnh giới trong Phật giáo, cụ thể như sau:

1. **Tính kết nối và tương thông giữa các cảnh giới**: Sự kiện Đại Hội cho thấy rằng các cảnh giới không tồn tại biệt lập mà có sự liên hệ, tương tác với nhau. Chúng sinh từ các cảnh giới khác nhau, dù thuộc Dục Giới, Sắc Giới hay Vô Sắc Giới, đều có thể cùng nhau hội tụ để lắng nghe và học hỏi từ Đức Phật. Điều này cho thấy rằng, dù ở cõi nào, tất cả chúng sinh đều có thể tìm đến chân lý Phật Pháp.
2. **Sự đồng nhất về khát vọng giải thoát**: Dù có sự khác biệt về mức độ thanh tịnh và phước báo, tất cả các chúng sinh trong các cảnh giới đều cùng chia sẻ một khát vọng chung là tìm kiếm sự giác ngộ và giải thoát. Việc chư thiên từ nhiều cõi khác nhau cùng đến lắng nghe giáo pháp nhấn mạnh rằng mọi chúng sinh, dù đang ở cảnh giới nào, đều có thể phát tâm tu học và hướng về sự giải thoát tối thượng.
3. **Giá trị phổ quát của giáo pháp**: Sự hiện diện của các chư thiên từ nhiều cảnh giới cho thấy rằng Phật Pháp là chân lý có giá trị phổ quát, không chỉ dành riêng cho loài người mà còn hữu ích và cần thiết cho tất cả chúng sinh. Giáo pháp của Đức Phật không giới hạn trong một cõi nhất định mà có thể áp dụng cho mọi cảnh giới, giúp chúng sinh ở mọi nơi tiến gần hơn đến giác ngộ.
4. **Nhấn mạnh sự bình đẳng trong hành trình tu tập**: Dù ở các cảnh giới khác nhau, tất cả chúng sinh đều bình đẳng trong việc tiếp nhận Phật Pháp và đều cần đến giáo lý của Đức Phật để tiến bộ trên con đường tu tập. Sự kiện Đại Hội truyền tải thông điệp rằng mọi chúng sinh đều có cơ hội tu học, không có sự phân biệt đẳng cấp hay địa vị trong hành trình hướng đến giác ngộ.
5. **Chứng minh vô thường và khổ đau tồn tại ở mọi cảnh giới**: Sự kiện này cũng là minh chứng rằng, dù các chư thiên có thể sống ở cảnh giới cao hơn với phước báo lớn, họ vẫn chịu sự chi phối của vô thường và chưa đạt đến giải thoát. Họ tìm đến Đức Phật vì nhận ra rằng sự an lạc trong các cảnh giới cao chỉ là tạm thời, và chỉ giáo pháp của Ngài mới mang lại sự an lạc chân thật, giúp họ thoát khỏi vòng sinh tử.
6. **Khuyến khích lòng từ bi và sự hòa hợp giữa các cảnh giới**: Sự hội tụ của các chư thiên trong Đại Hội là biểu tượng cho sự hòa hợp và tinh thần đoàn kết vượt lên trên sự khác biệt về cảnh giới. Mọi chúng sinh, dù có nguồn gốc khác nhau, đều có thể chia sẻ con đường tu tập và cùng nhau

phát triển tâm linh. Điều này khuyến khích lòng từ bi và sự thấu hiểu giữa các cảnh giới, như một lời nhắc nhở rằng mọi chúng sinh đều có mối liên hệ mật thiết và cần cùng nhau hướng đến sự giác ngộ.

Tổng kết:

Sự kiện Đại Hội nhấn mạnh tính kết nối, sự bình đẳng, và tính phổ quát của Phật Pháp giữa các cảnh giới, khẳng định rằng mọi chúng sinh, dù ở bất kỳ đâu, đều có thể học hỏi và tu tập để đạt đến sự an lạc và giác ngộ. Đây là biểu tượng cho sự hòa hợp tâm linh và khát vọng chung hướng đến giải thoát của tất cả các cảnh giới trong Phật giáo.

6. Điều gì khiến chư thiên dù ở cảnh giới cao vẫn cần lắng nghe và học hỏi từ Đức Phật?

Chư thiên, dù sống trong các cảnh giới cao với nhiều phước báo và niềm vui, vẫn cần lắng nghe và học hỏi từ Đức Phật vì các lý do sau:

1. **Nhận thức về vô thường và sự tạm bợ của phước báo**: Chư thiên, dù đang ở cảnh giới cao, vẫn chịu sự chi phối của vô thường. Phước báo và niềm vui ở cõi trời không tồn tại vĩnh cửu, và khi hết phước, họ vẫn sẽ phải tái sinh. Chỉ có giáo pháp của Đức Phật mới chỉ ra con đường dẫn đến sự an lạc vĩnh hằng, vượt qua vòng luân hồi sinh tử.
2. **Giáo pháp là chìa khóa giải thoát khỏi luân hồi**: Dù ở cảnh giới nào, chúng sinh vẫn nằm trong vòng sinh tử luân hồi và chưa đạt đến sự giải thoát hoàn toàn. Chư thiên ý thức được rằng giáo pháp của Đức Phật là con đường duy nhất để giải thoát khỏi vòng luân hồi, và đây là điều mà cõi trời không thể cung cấp. Họ lắng nghe Pháp để hiểu rõ con đường giác ngộ và tìm đến an lạc thực sự.
3. **Trí tuệ và từ bi vô song của Đức Phật**: Đức Phật sở hữu trí tuệ siêu việt và lòng từ bi vô lượng, hai phẩm chất vượt xa bất kỳ chúng sinh nào trong các cõi trời. Chư thiên tìm đến Ngài để học hỏi từ bậc giác ngộ hoàn toàn, vì trí tuệ của Đức Phật giúp họ nhận thức sâu sắc về bản chất của vũ trụ và khổ đau, điều mà họ không thể tự mình thấu hiểu.
4. **Giá trị của giáo pháp trong việc phát triển tâm linh**: Dù đã đạt đến trạng thái cao, chư thiên vẫn cần phát triển tâm linh để tiến gần hơn đến giác ngộ. Họ đến lắng nghe Đức Phật giảng dạy về giới, định, và tuệ – những nền tảng cần thiết để duy trì sự thanh tịnh, kiểm soát tâm trí và phát triển trí tuệ. Điều này giúp họ tiếp tục hoàn thiện bản thân trên hành trình tâm linh.
5. **Học hỏi cách đối diện với khổ đau và phiền não**: Chư thiên dù có phước báo cao nhưng vẫn không thoát khỏi những phiền não và lo lắng về sự suy tàn của phước đức và cõi trời. Họ tìm đến Đức Phật để học cách đối diện với khổ đau và vượt qua những dính mắc, từ đó có thể sống an lạc hơn ngay trong các cảnh giới cao.
6. **Đức Phật là bậc thầy tối thượng của tất cả chúng sinh**: Dù ở cảnh giới nào, chư thiên vẫn xem Đức Phật là bậc thầy tối thượng. Ngài là người đã chứng ngộ toàn diện và hiểu rõ con đường thoát khỏi mọi khổ đau. Chư

thiên kính ngưỡng Ngài và nhận thấy rằng chỉ Đức Phật mới có thể cung cấp trí tuệ cần thiết cho họ để hướng đến giác ngộ.

7. **Thể hiện tinh thần khiêm tốn và tinh thần học hỏi**: Chư thiên tìm đến để lắng nghe Pháp còn thể hiện tinh thần khiêm tốn và sự cầu tiến. Dù ở cảnh giới cao, họ không tự mãn mà vẫn sẵn lòng học hỏi và tiếp thu từ Đức Phật. Đây là biểu hiện của lòng khiêm nhường và sự trân trọng trí tuệ cao hơn.

Tổng kết:

Chư thiên dù ở cảnh giới cao vẫn cần lắng nghe và học hỏi từ Đức Phật vì Ngài là nguồn trí tuệ và từ bi vô song, là người chỉ ra con đường giải thoát khỏi luân hồi. Họ tìm đến Ngài để phát triển tâm linh, học cách vượt qua vô thường và phiền não, và để tiến đến giác ngộ – trạng thái giải thoát chân thật mà không cảnh giới nào khác ngoài Phật Pháp có thể mang lại.

7. Tại sao các chư thiên tôn kính và kính ngưỡng Đức Phật như một nguồn trí tuệ và từ bi tuyệt đối?

Các chư thiên tôn kính và kính ngưỡng Đức Phật như một nguồn trí tuệ và từ bi tuyệt đối vì các lý do sau:

1. **Trí tuệ toàn diện và giác ngộ tuyệt đối của Đức Phật**: Đức Phật là bậc giác ngộ hoàn toàn, người đã đạt đến sự thấu triệt toàn diện về bản chất của vũ trụ, khổ đau, và con đường giải thoát. Trí tuệ của Ngài không giới hạn, vượt xa bất kỳ trí tuệ nào mà các chư thiên có thể đạt được. Điều này khiến họ kính ngưỡng Đức Phật như một nguồn trí tuệ vô biên, người có khả năng chỉ dẫn con đường vượt thoát khỏi khổ đau và vô minh.
2. **Lòng từ bi vô hạn**: Đức Phật không chỉ có trí tuệ mà còn sở hữu lòng từ bi vô lượng. Ngài đã trải qua hành trình tu tập gian khổ, từ bỏ mọi hạnh phúc cá nhân để mang lại lợi ích cho tất cả chúng sinh. Chư thiên kính trọng lòng từ bi của Ngài vì Ngài luôn mong muốn cứu giúp mọi chúng sinh, từ người bình thường cho đến các vị thần và chư thiên, không phân biệt địa vị hay cảnh giới.
3. **Sự hy sinh và tinh thần phụng sự**: Đức Phật đã dành trọn đời để truyền dạy giáo pháp, chỉ đường cho chúng sinh thoát khỏi vòng luân hồi sinh tử, không vì danh lợi hay phước báo cho bản thân. Sự hy sinh và tinh thần phụng sự vì lợi ích của tất cả chúng sinh khiến Ngài trở thành bậc thầy đáng kính, được các chư thiên và thần thánh kính ngưỡng như biểu tượng của lòng từ bi và vị tha.
4. **Khả năng dẫn dắt và giải thoát chúng sinh ở mọi cảnh giới**: Các chư thiên nhận thức rằng dù họ đang sống trong cảnh giới cao, phước báo của họ không thể so sánh với sự an lạc vĩnh hằng của giải thoát. Đức Phật có khả năng giúp chúng sinh ở mọi cảnh giới, kể cả chư thiên, tìm đến sự giác ngộ và thoát khỏi khổ đau. Khả năng này làm cho Ngài trở thành người hướng dẫn tối cao mà các chư thiên kính phục và tìm đến.
5. **Lòng khiêm nhường và sự thanh tịnh của Đức Phật**: Dù sở hữu trí tuệ vô song và đạt đến giác ngộ, Đức Phật vẫn thể hiện lòng khiêm nhường và

từ tốn. Ngài không tự mãn mà luôn đối xử với mọi chúng sinh bằng lòng từ bi và tôn trọng. Điều này tạo nên sự kính ngưỡng sâu sắc từ các chư thiên, những vị thần và những chúng sinh khác, vì Đức Phật chính là mẫu mực của lòng từ bi và sự thanh tịnh.

6. **Nguồn ánh sáng và hy vọng cho mọi chúng sinh**: Đức Phật là nguồn ánh sáng tâm linh và là hy vọng cho tất cả các chúng sinh đang còn mắc kẹt trong vòng sinh tử. Chư thiên xem Ngài như là con đường dẫn đến an lạc chân thật, là người mở ra hy vọng cho sự giải thoát vĩnh cửu, điều mà không cảnh giới nào khác có thể mang lại.
7. **Sự kính trọng do tấm gương đạo hạnh và cuộc sống lý tưởng**: Đức Phật sống một cuộc đời thanh cao, vượt qua mọi cám dỗ, dục vọng và đạt đến sự thanh tịnh tuyệt đối. Ngài là tấm gương sáng về sự từ bi, lòng kiên nhẫn và sự bền bỉ trong hành trình tu tập, điều mà tất cả chư thiên và chúng sinh đều kính trọng và noi theo.

Tổng kết:

Các chư thiên tôn kính Đức Phật như nguồn trí tuệ và từ bi tuyệt đối vì Ngài là hiện thân của trí tuệ vô biên, lòng từ bi vô lượng và sự thanh tịnh tuyệt đối. Đức Phật không chỉ là bậc giác ngộ, mà còn là tấm gương hoàn hảo về lòng từ bi và tinh thần phụng sự, là người duy nhất có thể hướng dẫn chúng sinh ở mọi cảnh giới tìm đến giác ngộ và an lạc chân thật.

8. Làm thế nào hình tượng chư thiên trong Kinh Đại Hội thể hiện con đường tu tập với nhiều tầng bậc khác nhau?

Hình tượng chư thiên trong *Kinh Đại Hội* thể hiện con đường tu tập với nhiều tầng bậc khác nhau qua các khía cạnh sau:

1. **Đại diện cho các cảnh giới và cấp độ tâm linh khác nhau**: Trong Kinh Đại Hội, chư thiên từ các cảnh giới Dục Giới, Sắc Giới và Vô Sắc Giới đều có mặt. Mỗi cảnh giới đại diện cho một mức độ tu tập khác nhau, từ những chúng sinh còn bị ảnh hưởng bởi ham muốn (Dục Giới) đến những chư thiên đã đạt sự thanh tịnh cao hơn (Sắc Giới và Vô Sắc Giới). Sự hiện diện này cho thấy con đường tu tập là một quá trình có nhiều tầng bậc, với những bước tiến từ từ, từ giai đoạn còn dính mắc đến giai đoạn thanh tịnh và giác ngộ.
2. **Biểu tượng cho sự tiến hóa tâm linh**: Hình tượng chư thiên thể hiện sự tiến hóa của tâm linh, từ những chúng sinh vẫn còn bị chi phối bởi dục vọng, dính mắc vào thế gian cho đến những chư thiên đã đạt được sự thanh tịnh cao hơn. Điều này nhấn mạnh rằng con đường tu tập là một hành trình phát triển, với mỗi tầng bậc giúp chúng sinh hoàn thiện phẩm chất tâm linh của mình và tiến dần đến sự giải thoát.
3. **Nhấn mạnh sự cần thiết của sự kiên trì và nỗ lực**: Các cảnh giới mà chư thiên đạt đến là kết quả của sự tu tập và tích lũy phước báo trong nhiều kiếp. Hình tượng chư thiên ở các tầng bậc khác nhau trong Kinh Đại Hội là minh chứng cho tầm quan trọng của sự kiên trì và nỗ lực trong hành trình tâm linh. Dù ở mức độ nào, họ đều không ngừng tu tập, không ngừng

tìm kiếm sự giác ngộ, cho thấy rằng hành trình tu tập đòi hỏi sự bền bỉ và quyết tâm vượt qua các chướng ngại.

4. **Biểu hiện của các phẩm chất khác nhau trong tu tập**: Mỗi tầng bậc của chư thiên tượng trưng cho những phẩm chất tâm linh nhất định – từ lòng từ bi, lòng nhân từ đến sự thanh tịnh và trí tuệ cao hơn. Dục Giới đại diện cho những chúng sinh đã đạt được sự thiện lành cơ bản; Sắc Giới tượng trưng cho sự thanh tịnh và kiểm soát nội tâm; Vô Sắc Giới biểu hiện sự giải thoát khỏi mọi hình tướng và gắn bó vật chất. Điều này thể hiện rằng mỗi giai đoạn tu tập có những phẩm chất cốt lõi riêng mà chúng sinh cần phát triển để tiến xa hơn trên con đường giác ngộ.
5. **Khuyến khích con đường tu tập vượt qua từng cảnh giới**: Sự có mặt của các chư thiên từ những cảnh giới cao cho thấy rằng ngay cả khi đạt được cảnh giới cao hơn, các chúng sinh vẫn cần tiếp tục tiến bộ trên con đường tu tập. Điều này là lời nhắc nhở rằng con đường giác ngộ không có điểm dừng, và mỗi tầng bậc là một bước tiến gần hơn đến sự giải thoát cuối cùng. Chư thiên là biểu tượng cho tinh thần không ngừng nỗ lực, không tự mãn ở bất kỳ cảnh giới nào, mà luôn hướng đến sự hoàn thiện.
6. **Biểu tượng cho sự liên kết giữa các cảnh giới trên con đường giác ngộ**: Việc các chư thiên từ nhiều cảnh giới hội tụ cùng nghe pháp nhấn mạnh rằng con đường giác ngộ không phải là của riêng một cảnh giới mà là của tất cả chúng sinh. Sự hiện diện của họ là biểu hiện của sự liên kết giữa các tầng bậc tâm linh, cho thấy rằng mọi chúng sinh, dù ở cấp độ nào, đều có thể tìm đến giáo pháp của Đức Phật và cùng nhau tiến đến sự giác ngộ.
7. **Lời nhắc về tính vô thường và tạm bợ của các cảnh giới**: Hình tượng các chư thiên từ nhiều tầng bậc cũng là lời nhắc nhở rằng ngay cả những cảnh giới cao hơn cũng không phải là mục tiêu cuối cùng. Dù đạt đến những trạng thái thanh tịnh cao, các chư thiên vẫn phải đối diện với vô thường và không thể duy trì mãi phước báo của mình. Điều này khuyến khích chúng sinh không dừng lại ở các cảnh giới cao mà cần hướng đến sự giác ngộ tuyệt đối.

Tổng kết:

Hình tượng chư thiên trong Kinh Đại Hội thể hiện con đường tu tập với nhiều tầng bậc khác nhau, từ sự thiện lành cơ bản đến sự thanh tịnh cao cấp và trí tuệ siêu việt. Điều này nhấn mạnh rằng sự giác ngộ là một quá trình, với mỗi tầng bậc đều có ý nghĩa và phẩm chất riêng. Các chư thiên là biểu tượng khuyến khích mọi chúng sinh kiên trì, vượt qua từng bước trên con đường tu tập để tiến đến sự giải thoát hoàn toàn.

9. Tại sao trong hành trình tâm linh, sự khiêm tốn và tinh thần học hỏi lại quan trọng, dù đã đạt đến những cảnh giới cao?

Sự khiêm tốn và tinh thần học hỏi là rất quan trọng trong hành trình tâm linh, ngay cả khi đã đạt đến những cảnh giới cao, vì các lý do sau:

1. **Nhận thức về giới hạn của bản thân**: Dù đạt đến cảnh giới cao, các chúng sinh vẫn nằm trong vòng luân hồi và chưa đạt được giác ngộ tuyệt đối. Sự khiêm tốn giúp họ nhận ra rằng phước báo và thanh tịnh trong các cảnh

giới cao là tạm thời và chưa phải là mục tiêu cuối cùng. Điều này thúc đẩy họ không tự mãn mà tiếp tục tinh tấn học hỏi và tu tập.

2. **Vượt qua ngã chấp và cái tôi**: Khi đạt đến những cảnh giới cao, rất dễ sinh ra ngã mạn và tự hào về thành tựu của mình. Tuy nhiên, sự khiêm tốn giúp chúng sinh không dính mắc vào thành tựu và không để cái tôi phát triển. Khiêm tốn là yếu tố cốt lõi giúp giảm đi sự dính mắc vào cái "ta", từ đó tiến gần hơn đến sự giải thoát.
3. **Tinh thần học hỏi mở ra cánh cửa cho sự tiến bộ**: Học hỏi là một quá trình không có điểm dừng trong hành trình tâm linh. Ngay cả các chư thiên, dù đã đạt đến cảnh giới cao, vẫn cần học hỏi từ bậc giác ngộ hoàn toàn như Đức Phật. Điều này giúp họ tiếp tục phát triển tâm linh, hoàn thiện những phẩm chất còn thiếu và nâng cao trí tuệ để tiến gần hơn đến giác ngộ.
4. **Khiêm tốn giúp tăng trưởng trí tuệ**: Sự khiêm tốn giúp chúng sinh mở lòng và lắng nghe những tri thức mới, từ đó mở rộng tầm nhìn và thấu hiểu sâu sắc hơn về giáo pháp. Trí tuệ trong Phật giáo không chỉ là kiến thức mà còn là khả năng nhận ra chân lý, điều mà chỉ có thể đạt được khi buông bỏ ngã chấp và sẵn lòng học hỏi.
5. **Sự khiêm tốn giúp duy trì thanh tịnh nội tâm**: Ngay cả khi ở cảnh giới cao, nếu tự mãn, chúng sinh có thể phát sinh kiêu mạn và ganh tị, làm xáo động tâm trí. Khiêm tốn giúp giữ sự thanh tịnh, không bị xao động bởi những suy nghĩ tiêu cực và duy trì tâm trạng an lạc. Điều này rất quan trọng để bảo vệ sự thanh tịnh nội tâm mà họ đã đạt được qua tu tập.
6. **Đức Phật là tấm gương của sự khiêm tốn và tinh thần học hỏi**: Mặc dù đã đạt đến giác ngộ, Đức Phật luôn thể hiện lòng khiêm tốn và sự tôn trọng đối với mọi chúng sinh. Ngài không tự cao mà luôn sẵn lòng giảng dạy và học hỏi từ thực tế cuộc sống. Các chư thiên và chúng sinh kính ngưỡng Ngài như tấm gương mẫu mực, và sự khiêm tốn của Đức Phật là điều mà họ noi theo trên hành trình tu tập của mình.
7. **Khiêm tốn và học hỏi là nền tảng cho lòng từ bi và hòa hợp**: Khiêm tốn giúp chúng sinh thấu hiểu và cảm thông với những người đang ở các tầng bậc tu tập thấp hơn. Sự học hỏi không chỉ giúp phát triển trí tuệ mà còn nuôi dưỡng lòng từ bi, thúc đẩy sự đoàn kết và hòa hợp trong cộng đồng tu tập. Điều này giúp mọi chúng sinh cùng tiến bộ trên con đường tâm linh, không phân biệt địa vị hay cảnh giới.
8. **Tăng cường khả năng đối diện với vô thường**: Dù đã đạt đến cảnh giới cao, các chúng sinh vẫn phải đối diện với sự vô thường. Khiêm tốn giúp họ giữ được tinh thần bình thản khi đối diện với những biến đổi không thể tránh khỏi, và tinh thần học hỏi giúp họ tìm ra những phương pháp mới để ứng phó với những thay đổi. Điều này giúp họ vững vàng hơn trên con đường tu tập.

Tổng kết:

Sự khiêm tốn và tinh thần học hỏi là quan trọng trong hành trình tâm linh vì chúng giúp duy trì sự thanh tịnh nội tâm, phát triển trí tuệ, tránh xa ngã chấp và tăng trưởng lòng từ bi. Ngay cả khi đã đạt đến cảnh giới cao, chúng sinh vẫn cần tiếp tục học hỏi để tiến gần hơn đến sự giải thoát. Khiêm tốn và học hỏi không chỉ là phẩm chất cần thiết trong quá trình tu tập mà còn là chìa khóa giúp chúng sinh giữ được sự an lạc và tiến bộ trên con đường giác ngộ.

10. Kinh Đại Hội dạy chúng ta điều gì về vai trò của niềm tin và lòng kính trọng đối với giáo pháp trong tu tập?

Kinh Đại Hội truyền tải nhiều bài học sâu sắc về vai trò của niềm tin và lòng kính trọng đối với giáo pháp trong hành trình tu tập, cụ thể như sau:

1. **Niềm tin là nền tảng của sự tu tập**: Niềm tin vào giáo pháp của Đức Phật là động lực giúp chúng sinh kiên trì theo đuổi con đường giác ngộ. Chư thiên từ nhiều cảnh giới khác nhau đến tham dự buổi Đại Hội là minh chứng cho lòng tin vững chắc vào giáo pháp của Đức Phật, nhận thức rằng Phật Pháp là con đường duy nhất đưa đến sự giải thoát. Niềm tin này giúp họ vượt qua những giới hạn của chính mình và mở lòng tiếp nhận giáo pháp.
2. **Lòng kính trọng tạo nên sự khiêm nhường và tinh thần học hỏi**: Sự kính trọng đối với giáo pháp và Đức Phật giúp chúng sinh nuôi dưỡng lòng khiêm tốn, sẵn lòng lắng nghe và học hỏi. Ngay cả các chư thiên, dù đạt đến cảnh giới cao, vẫn thể hiện sự kính ngưỡng và tìm đến Đức Phật để học hỏi, cho thấy rằng lòng kính trọng là cốt lõi để mở ra trí tuệ và duy trì sự tiến bộ trên con đường tu tập.
3. **Niềm tin giúp duy trì sự kiên trì và tinh tấn**: Trên hành trình tu tập, có rất nhiều thử thách và cám dỗ có thể làm chúng sinh nản lòng. Niềm tin vững chắc vào Phật Pháp là nguồn sức mạnh giúp chúng sinh không dễ dàng bỏ cuộc, dù gặp phải khó khăn. Lòng tin vào giáo pháp là động lực để duy trì sự tinh tấn và nỗ lực liên tục để đạt đến giác ngộ.
4. **Lòng kính trọng giúp bảo vệ giáo pháp và truyền bá chân lý**: Lòng kính trọng đối với giáo pháp không chỉ là thái độ cá nhân mà còn là động lực thúc đẩy chúng sinh bảo vệ và truyền bá Phật Pháp cho thế hệ sau. Chư thiên đến từ nhiều cảnh giới đều kính ngưỡng Đức Phật và giáo pháp của Ngài, thể hiện rằng lòng kính trọng giúp giáo pháp được truyền thụ một cách chân chính, góp phần duy trì và lan tỏa chân lý.
5. **Kính trọng giáo pháp giúp giữ vững đạo đức và tránh xa tà kiến**: Khi có niềm tin và lòng kính trọng đối với giáo pháp, chúng sinh sẽ dễ dàng tránh xa những tà kiến và hành vi sai trái, sống đúng với các nguyên tắc đạo đức mà Phật giáo đề ra. Đây là nền tảng giúp họ tiến bộ và giữ được sự thanh tịnh trong tâm hồn, từ đó phát triển giới, định và tuệ một cách vững vàng.
6. **Niềm tin và kính trọng là nguồn cảm hứng cho những người xung quanh**: Khi các chư thiên và chúng sinh khác chứng kiến lòng tin và kính trọng của một người đối với giáo pháp, họ sẽ bị truyền cảm hứng để cũng noi theo con đường tu tập. Niềm tin và kính trọng đối với giáo pháp không chỉ có lợi ích cho cá nhân mà còn lan tỏa và tạo ảnh hưởng tích cực đến cộng đồng, thúc đẩy sự đoàn kết và phát triển tâm linh.

7. **Giúp chúng sinh kết nối sâu sắc với giáo pháp và nuôi dưỡng lòng biết ơn**: Niềm tin và lòng kính trọng giúp chúng sinh cảm nhận sâu sắc giá trị của giáo pháp và nuôi dưỡng lòng biết ơn đối với Đức Phật. Lòng biết ơn này là nền tảng để xây dựng sự cam kết lâu dài trong tu tập, giúp chúng sinh nhận thức rõ rằng sự giác ngộ là món quà quý giá nhất mà họ có thể nhận được từ giáo pháp.
8. **Niềm tin và kính trọng là điều kiện để phát triển trí tuệ**: Trí tuệ trong Phật giáo chỉ có thể phát triển trên nền tảng của niềm tin và kính trọng. Nếu không có niềm tin, chúng sinh sẽ khó mà hoàn toàn chấp nhận giáo pháp và thực hành một cách chân thành. Lòng kính trọng giúp họ mở lòng đón nhận và thực hành Pháp một cách nghiêm túc, từ đó phát triển trí tuệ đúng đắn và sâu sắc hơn.

Tổng kết:

Kinh Đại Hội dạy chúng ta rằng niềm tin và lòng kính trọng đối với giáo pháp là nền tảng không thể thiếu trong hành trình tu tập. Chúng giúp duy trì sự kiên trì, nuôi dưỡng tinh thần khiêm tốn, bảo vệ và truyền bá giáo pháp, đồng thời tạo điều kiện để phát triển trí tuệ và đạo đức. Đây là những yếu tố quan trọng giúp chúng sinh tiến bộ và đạt đến sự giải thoát cuối cùng.

11. Làm thế nào để người tu tập ứng dụng bài học từ chư thiên về lòng khiêm tốn vào đời sống hằng ngày?

Để ứng dụng bài học về lòng khiêm tốn từ chư thiên trong đời sống hằng ngày, người tu tập có thể thực hành qua các cách sau:

1. **Luôn lắng nghe và học hỏi từ người khác**: Giống như các chư thiên dù ở cảnh giới cao vẫn đến lắng nghe Đức Phật, người tu tập nên duy trì thái độ sẵn lòng học hỏi từ mọi người xung quanh, không phân biệt tuổi tác hay kiến thức. Lắng nghe không chỉ mở ra cơ hội học hỏi mà còn giúp phát triển lòng khiêm tốn và sự hiểu biết.
2. **Nhìn nhận những giới hạn và thiếu sót của bản thân**: Lòng khiêm tốn khuyến khích người tu tập nhìn nhận rõ những thiếu sót và giới hạn của mình, không tự mãn với những gì đã đạt được. Điều này giúp họ không ngừng hoàn thiện bản thân và sẵn sàng cải thiện để tiến xa hơn trên hành trình tâm linh.
3. **Buông bỏ ngã chấp và bớt tự cao**: Người tu tập có thể rèn luyện lòng khiêm tốn bằng cách buông bỏ ngã chấp, bớt đề cao bản thân và tránh tự cao. Thay vì xem thành công hay kiến thức của mình là tuyệt đối, hãy nhìn nhận chúng như những kết quả nhất thời, giúp duy trì tinh thần học hỏi và trau dồi không ngừng.
4. **Giúp đỡ người khác một cách vô tư và không phô trương**: Khiêm tốn còn thể hiện qua việc giúp đỡ người khác mà không cần sự công nhận hay khen ngợi. Người tu tập có thể làm những việc thiện mà không đòi hỏi được biết đến, giữ cho mình sự khiêm nhường và an lạc trong lòng.
5. **Thực hành lòng biết ơn và tôn trọng đối với mọi người**: Hãy trân trọng mọi sự giúp đỡ và kiến thức mà mình nhận được từ người khác. Biết ơn là cách để chúng ta giữ lòng khiêm tốn, vì nó giúp ta nhận ra rằng thành công

của mình không hoàn toàn do bản thân mà còn nhờ sự hỗ trợ từ xung quanh.

6. **Chấp nhận và lắng nghe lời phê bình với tinh thần cầu tiến**: Khiêm tốn cũng thể hiện qua cách tiếp nhận lời phê bình và phản hồi. Người tu tập có thể học cách đón nhận những lời góp ý với thái độ bình thản, sẵn sàng cải thiện, không để cái tôi cản trở sự tiến bộ.
7. **Thường xuyên quán chiếu về vô thường và vô ngã**: Suy ngẫm về tính vô thường và vô ngã giúp người tu tập nhận ra rằng tất cả thành tựu, tài năng và kiến thức đều chỉ là tạm thời. Nhờ đó, họ sẽ bớt dính mắc vào danh vọng hay thành tựu cá nhân, sống khiêm tốn và an lạc hơn trong hiện tại.
8. **Xem mọi người đều có phẩm chất đáng học hỏi**: Khiêm tốn còn thể hiện qua việc nhìn nhận phẩm chất tốt đẹp ở mọi người và xem họ như những người thầy. Thái độ này giúp người tu tập phát triển lòng từ bi và tránh xa sự kiêu ngạo, luôn mở lòng học hỏi từ bất kỳ ai.
9. **Tìm niềm vui trong việc hỗ trợ và nâng đỡ người khác**: Người tu tập có thể rèn luyện lòng khiêm tốn bằng cách dành thời gian giúp đỡ người khác, sẵn sàng chia sẻ và hỗ trợ mà không tìm kiếm sự công nhận. Họ sẽ tìm thấy niềm vui chân thật từ việc góp phần vào hạnh phúc của người khác.
10. **Đặt lợi ích chung lên trên lợi ích cá nhân**: Khiêm tốn trong đời sống còn có nghĩa là biết từ bỏ lợi ích cá nhân vì lợi ích của tập thể. Người tu tập có thể thực hành việc này bằng cách luôn cân nhắc đến lợi ích của cộng đồng, góp phần xây dựng môi trường hòa hợp và an lạc.

Tổng kết:

Ứng dụng bài học về lòng khiêm tốn từ chư thiên giúp người tu tập sống giản dị, mở lòng đón nhận và không ngừng cải thiện bản thân. Lòng khiêm tốn là yếu tố quan trọng giúp duy trì sự an lạc nội tại, xây dựng mối quan hệ hài hòa và tiến bộ vững vàng trên con đường tu tập.

12. Sự tụ hội của các chư thiên trong Kinh Đại Hội biểu tượng cho điều gì trong hành trình tìm kiếm giác ngộ?

Sự tụ hội của các chư thiên trong *Kinh Đại Hội* biểu tượng cho nhiều khía cạnh quan trọng trong hành trình tìm kiếm giác ngộ, cụ thể như sau:

1. **Khát vọng chung về giác ngộ**: Sự hiện diện của chư thiên từ các cảnh giới khác nhau thể hiện rằng tất cả chúng sinh, dù ở bất kỳ tầng bậc hay cảnh giới nào, đều có khát vọng hướng đến sự giác ngộ. Đây là khát vọng chung của mọi chúng sinh để đạt đến an lạc và giải thoát khỏi khổ đau. Hành trình tìm kiếm giác ngộ không giới hạn ở một cảnh giới nhất định mà là mục tiêu cao quý của tất cả.
2. **Tính liên kết và hòa hợp giữa các cảnh giới**: Sự hội tụ của các chư thiên là biểu tượng cho tính liên kết và hòa hợp giữa các tầng bậc tâm linh. Dù có sự khác biệt về mức độ tu tập và phước báo, mọi chúng sinh đều có thể cùng nhau hướng về chân lý và giác ngộ. Điều này khẳng định rằng Phật

Pháp là điểm chung kết nối tất cả các cảnh giới, vượt qua mọi ranh giới và sự phân biệt.

3. **Tầm quan trọng của giáo pháp trong hành trình giác ngộ**: Các chư thiên đến để lắng nghe giáo pháp từ Đức Phật, khẳng định rằng Phật Pháp là con đường dẫn đến giác ngộ và giải thoát duy nhất. Không một cảnh giới nào, dù cao đến đâu, có thể giúp chúng sinh đạt được an lạc vĩnh cửu ngoài giáo pháp của Đức Phật. Sự tụ hội này nhắc nhở rằng giáo pháp là kim chỉ nam không thể thiếu cho bất kỳ ai muốn thoát khỏi vòng luân hồi.
4. **Sự cần thiết của khiêm tốn và tinh thần học hỏi**: Dù ở cảnh giới cao, các chư thiên vẫn thể hiện lòng khiêm tốn và tinh thần học hỏi khi đến chiêm bái và lắng nghe Đức Phật. Điều này là biểu tượng cho thái độ cần có trong hành trình giác ngộ – khiêm tốn và sẵn sàng học hỏi từ những bậc thầy giác ngộ. Để tiến bộ trên con đường tu tập, chúng sinh cần duy trì thái độ này, không ngừng học hỏi và mở lòng đón nhận chân lý.
5. **Khuyến khích con đường tu tập theo từng giai đoạn**: Sự hiện diện của chư thiên từ các cảnh giới khác nhau là biểu tượng cho hành trình tu tập với nhiều tầng bậc, từ thấp đến cao. Đây là lời nhắc nhở rằng giác ngộ là một quá trình dài với nhiều giai đoạn, đòi hỏi sự tiến bộ từng bước. Chúng sinh có thể tiến dần qua từng cảnh giới, hoàn thiện phẩm chất của mình để đến gần hơn với giác ngộ.
6. **Biểu tượng của sự kiên trì vượt qua vô thường**: Sự hiện diện của các chư thiên còn nhấn mạnh rằng ngay cả những cảnh giới cao cũng chịu sự chi phối của vô thường. Đây là lời nhắc nhở rằng tất cả cảnh giới, dù là Dục Giới, Sắc Giới hay Vô Sắc Giới, đều không phải là đích đến cuối cùng. Sự kiên trì vượt qua vô thường là điều tất yếu trong hành trình giác ngộ, thúc đẩy chúng sinh tiến xa hơn để đạt được giải thoát vĩnh cửu.
7. **Biểu tượng của lòng kính trọng và niềm tin vào Đức Phật**: Chư thiên từ nhiều cảnh giới đến tôn kính Đức Phật cho thấy rằng Ngài là nguồn trí tuệ và từ bi tuyệt đối, là bậc thầy cao nhất mà tất cả chúng sinh cần nương tựa. Điều này biểu thị rằng lòng kính trọng và niềm tin vào bậc giác ngộ là nền tảng trong hành trình tìm kiếm giác ngộ, là yếu tố cốt lõi giúp chúng sinh duy trì động lực và niềm tin.
8. **Sự hợp nhất của tất cả chúng sinh trên con đường giác ngộ**: Buổi hội tụ trong Kinh Đại Hội là biểu tượng cho sự hợp nhất của tất cả chúng sinh trong mục tiêu hướng đến giác ngộ. Dù ở cảnh giới nào, tất cả đều hướng về Đức Phật, xem giáo pháp của Ngài là con đường tối thượng. Điều này khuyến khích tinh thần hòa hợp và đoàn kết trên con đường giác ngộ, vì tất cả chúng sinh đều có chung một điểm đến cuối cùng.

Tổng kết:

Sự tụ hội của các chư thiên trong *Kinh Đại Hội* là biểu tượng sâu sắc cho khát vọng giác ngộ chung, tầm quan trọng của Phật Pháp, và những phẩm chất cần thiết như khiêm tốn, kiên trì và lòng kính trọng. Đây là lời nhắc nhở rằng hành trình giác ngộ là một quá trình kết nối tất cả chúng sinh, không phân biệt cảnh giới, và là con đường dẫn đến an lạc và giải thoát cuối cùng.

13. Tại sao giới, định, và tuệ lại được nhấn mạnh là nền tảng không thể thiếu trên con đường tu tập?

Giới, định, và tuệ được nhấn mạnh là nền tảng không thể thiếu trên con đường tu tập vì các lý do quan trọng sau:

1. **Giới – Nền tảng của đạo đức và sự thanh tịnh**: Giới là bước đầu tiên giúp người tu tập sống trong sạch, tránh các hành vi gây hại cho bản thân và người khác. Giới là nền tảng để đạt đến sự thanh tịnh trong tâm hồn, giúp người tu tập loại bỏ những hành động bất thiện và tạo ra một môi trường thuận lợi cho sự phát triển tâm linh. Khi giữ giới, tâm trí của người tu tập không bị rối loạn bởi hối tiếc hay xáo động, giúp thiết lập nền móng vững chắc cho các giai đoạn tu tập tiếp theo.
2. **Định – Phát triển khả năng tập trung và làm chủ tâm trí**: Định là sự tập trung và ổn định của tâm trí, giúp người tu tập rèn luyện khả năng kiểm soát suy nghĩ và cảm xúc. Khi tâm định, người tu tập có thể giữ tâm an tĩnh, không bị phân tán bởi những cám dỗ hoặc xao động bên ngoài. Đây là điều kiện cần thiết để đạt đến sự tập trung sâu sắc, từ đó phát triển trí tuệ. Định là bước chuẩn bị quan trọng để người tu tập thâm nhập vào những tầng lớp sâu hơn của tâm trí, thấy rõ bản chất thật sự của các hiện tượng.
3. **Tuệ – Chìa khóa dẫn đến sự giác ngộ và giải thoát**: Trí tuệ là sự hiểu biết thấu đáo về bản chất vô thường, khổ và vô ngã của cuộc sống. Trí tuệ giúp người tu tập nhận thức sâu sắc rằng tất cả các hiện tượng đều không có tự tính cố định và luôn biến đổi, từ đó thoát khỏi những dính mắc và chấp ngã. Trí tuệ là yếu tố cốt lõi dẫn đến giác ngộ, vì chỉ khi có trí tuệ, người tu tập mới có thể giải thoát khỏi vòng luân hồi và đạt đến sự an lạc chân thật.
4. **Giới, định và tuệ hỗ trợ và bổ sung lẫn nhau**: Ba yếu tố này không tách rời mà có sự liên kết chặt chẽ. Giới tạo nền tảng để tâm an tĩnh, không bị xáo động, từ đó dễ dàng đạt định. Khi tâm đã định, người tu tập có thể thâm nhập vào trí tuệ, nhìn thấy chân lý và thực tại. Ngược lại, nếu thiếu một trong ba yếu tố, con đường tu tập sẽ không thể hoàn thiện. Định không thể duy trì nếu không có giới, và trí tuệ sẽ không được phát triển nếu thiếu định.
5. **Tạo nền móng vững chắc cho sự an lạc nội tại**: Giới, định và tuệ giúp người tu tập đạt được sự an lạc nội tại, không phụ thuộc vào hoàn cảnh bên ngoài. Khi giữ giới, tâm sẽ thanh tịnh; khi có định, tâm sẽ an tĩnh; và khi có trí tuệ, người tu tập sẽ đạt đến sự tự do khỏi khổ đau và lo lắng. Sự an lạc nội tại này là nguồn động lực giúp người tu tập duy trì bền bỉ trên con đường tu học.
6. **Giúp bảo vệ khỏi những sai lầm và chướng ngại**: Giới, định và tuệ là những phương pháp giúp người tu tập tự bảo vệ khỏi các chướng ngại và phiền não. Giới giúp tránh xa các hành động bất thiện, định giúp loại bỏ những xao động trong tâm, và tuệ giúp người tu tập nhận thức đúng đắn, không bị mê lầm. Ba yếu tố này giúp người tu tập giữ vững sự bình an và sáng suốt, tránh xa các hành động và suy nghĩ dẫn đến khổ đau.

7. **Là con đường duy nhất dẫn đến giải thoát**: Trong Phật giáo, giới, định và tuệ được xem là con đường duy nhất để đạt đến giải thoát. Đây là con đường mà Đức Phật đã chứng ngộ và truyền dạy lại cho chúng sinh. Chỉ khi tu tập ba yếu tố này, người tu tập mới có thể tiến đến giác ngộ, vượt qua luân hồi và đạt được sự an lạc vĩnh cửu. Không có con đường nào khác ngoài giới, định, và tuệ để đạt đến giải thoát chân thật.
8. **Được chư Phật và chư vị giác ngộ nhấn mạnh và thực hành**: Giới, định và tuệ không chỉ là lý thuyết mà đã được các bậc giác ngộ trong lịch sử thực hành và truyền lại. Tất cả chư Phật và các vị A-la-hán đều đã đi qua con đường này và thành tựu sự giác ngộ. Việc nhấn mạnh giới, định, và tuệ cho thấy đây là con đường đã được chứng nghiệm và dẫn đến kết quả thực sự, không chỉ là phương pháp lý thuyết.

Tổng kết:

Giới, định và tuệ là ba yếu tố không thể thiếu trên con đường tu tập vì chúng tạo nền tảng cho sự thanh tịnh, an lạc nội tâm và trí tuệ. Ba yếu tố này bổ sung, hỗ trợ lẫn nhau, là con đường duy nhất giúp người tu tập đạt đến sự giải thoát và giác ngộ. Đây là phương pháp mà Đức Phật đã để lại, giúp chúng sinh thoát khỏi khổ đau và tìm thấy sự an lạc vĩnh cửu.

14. Làm thế nào để một người có thể phát triển giới, định, và tuệ để tiến gần hơn đến sự giác ngộ và an lạc?

Để phát triển giới, định, và tuệ, tiến gần hơn đến sự giác ngộ và an lạc, một người có thể thực hiện các bước cụ thể sau:

1. **Phát triển giới – Tu dưỡng đạo đức và kiểm soát hành vi**:
   - **Giữ gìn các nguyên tắc đạo đức**: Bắt đầu với việc tuân thủ các giới căn bản như không sát sinh, không trộm cắp, không tà hạnh, không nói dối và không dùng chất gây say. Những giới luật này giúp bảo vệ người tu tập khỏi các hành vi gây tổn hại cho mình và người khác.
   - **Rèn luyện lòng từ bi và tránh xa những hành động bất thiện**: Phát triển lòng từ bi đối với mọi chúng sinh, giúp giảm bớt tâm sân hận và xung đột. Việc tránh xa các hành vi bất thiện giúp tâm trở nên thanh tịnh, không bị xao động bởi hối tiếc hay lo lắng.
   - **Tu dưỡng tâm khiêm tốn và biết ơn**: Thực hành khiêm tốn và nuôi dưỡng lòng biết ơn đối với sự giúp đỡ của người khác giúp chúng ta giữ tâm bình an và tránh khỏi những phiền não do ngã mạn gây ra. Giữ tâm đơn giản, không đòi hỏi và kiên trì trong việc tu tập giới là nền tảng quan trọng trên hành trình tâm linh.
2. **Phát triển định – Luyện tập thiền định để an tịnh tâm trí**:
   - **Thiền tập hàng ngày**: Dành thời gian mỗi ngày để ngồi thiền giúp rèn luyện khả năng tập trung và làm chủ tâm trí. Bắt đầu với các phương pháp thiền căn bản như thiền quán hơi thở (Anapanasati), giúp tâm trí hướng vào sự bình yên bên trong, ổn định dần khỏi những suy nghĩ xao lãng.

- **Tập trung vào hiện tại**: Thực hành chánh niệm (mindfulness) giúp người tu tập sống trọn vẹn với khoảnh khắc hiện tại, không bị cuốn theo những suy nghĩ về quá khứ hay tương lai. Chánh niệm giúp giữ cho tâm trí được định, luôn tỉnh thức và tránh xa các vọng tưởng.
- **Rèn luyện kiên trì và tinh tấn**: Để phát triển định, cần sự kiên trì và tinh tấn trong việc thực hành. Định là kết quả của việc tu tập lâu dài và đều đặn. Người tu tập cần nhẫn nại, vượt qua những trở ngại ban đầu để đạt được sự ổn định và an tịnh sâu sắc.

3. **Phát triển tuệ – Tìm kiếm hiểu biết sâu sắc về bản chất thực tại**:
    - **Quán chiếu về vô thường, khổ, và vô ngã**: Suy ngẫm và quán chiếu về các đặc tính của mọi hiện tượng – rằng mọi thứ đều vô thường, không có gì là thực chất, và đều đem lại khổ đau nếu chúng ta dính mắc vào. Sự quán chiếu này giúp người tu tập thấy rõ bản chất thực sự của đời sống, giúp tâm dần buông bỏ và không chấp trước.
    - **Học hỏi và suy tư về giáo pháp**: Đọc và tìm hiểu giáo lý của Đức Phật, nhất là về các giáo lý căn bản như Tứ Diệu Đế, Bát Chánh Đạo, Thập Nhị Nhân Duyên. Thực hành tư duy sâu sắc về các giáo lý này giúp phát triển trí tuệ, từ đó dẫn đến sự hiểu biết đúng đắn về con đường giải thoát.
    - **Thực hành thiền minh sát (Vipassana)**: Thiền minh sát giúp người tu tập phát triển trí tuệ bằng cách trực tiếp quan sát sự biến đổi của các hiện tượng trong tâm và thân, từ đó hiểu rõ hơn về bản chất vô thường và không bền vững của mọi sự vật. Đây là phương pháp trực tiếp để phát triển trí tuệ.
4. **Kết hợp hài hòa giới, định, và tuệ**:
    - **Giữ giới để hỗ trợ cho định**: Giới giúp tâm trở nên thanh tịnh và an ổn, không bị xáo động bởi những hối tiếc và cảm giác tội lỗi, từ đó tạo nền tảng vững chắc để phát triển định. Khi tâm không bị dao động, việc đạt đến định sẽ trở nên dễ dàng hơn.
    - **Định hỗ trợ cho tuệ**: Khi tâm đã định, người tu tập có khả năng quan sát và nhận thức sâu sắc về các hiện tượng. Tâm định giúp phát triển trí tuệ vì khi tâm không còn xao động, người tu tập có thể thấy rõ bản chất thực sự của các hiện tượng, đạt đến sự hiểu biết đúng đắn.
    - **Tuệ giúp duy trì giới và định**: Trí tuệ giúp người tu tập nhận ra lý do và giá trị của việc giữ giới và phát triển định. Khi hiểu rõ rằng mọi hiện tượng đều vô thường và khổ đau, người tu tập sẽ duy trì được giới và định một cách tự nhiên, không bị lôi cuốn bởi những ham muốn và cảm xúc tiêu cực.
5. **Kiên trì và tinh tấn trong thực hành**: Sự phát triển giới, định, và tuệ là một quá trình lâu dài, đòi hỏi sự kiên trì và tinh tấn. Người tu tập cần duy trì thói quen tu tập mỗi ngày, vượt qua những khó khăn và thử thách. Chỉ

có sự kiên nhẫn và tinh tấn liên tục mới có thể giúp đạt được tiến bộ thực sự trên con đường tu tập.

6. **Tìm sự hướng dẫn từ các bậc thầy và bạn đồng tu**: Học hỏi từ những người có kinh nghiệm, các bậc thầy và bạn đồng tu giúp người tu tập đi đúng hướng và tránh những sai lầm. Sự hỗ trợ từ cộng đồng tu học cũng là nguồn động lực lớn để duy trì thực hành và vượt qua những trở ngại trên hành trình phát triển giới, định, và tuệ.

Tóm lại, phát triển giới, định, và tuệ đòi hỏi sự kiên trì, nỗ lực và quyết tâm. Giữ giới giúp tâm thanh tịnh, định giúp tâm ổn định và tập trung, tuệ giúp thấy rõ chân lý và đạt đến sự giải thoát. Ba yếu tố này cần được thực hành một cách đồng bộ để người tu tập tiến gần hơn đến giác ngộ và an lạc.

15. Buổi Đại Hội thể hiện gì về khát vọng tìm kiếm chân lý và giải thoát của tất cả chúng sinh, dù ở bất kỳ cảnh giới nào?

Buổi Đại Hội trong *Kinh Đại Hội* thể hiện khát vọng chung của tất cả chúng sinh, ở bất kỳ cảnh giới nào, trong việc tìm kiếm chân lý và giải thoát qua các điểm sau:

1. **Khát vọng tìm đến sự giác ngộ bất chấp cảnh giới**: Buổi Đại Hội cho thấy rằng, dù ở các cảnh giới cao như chư thiên trong Dục Giới, Sắc Giới hay Vô Sắc Giới, tất cả chúng sinh đều có khát vọng hướng về chân lý và giải thoát. Điều này khẳng định rằng giác ngộ không phải là đích đến của riêng một tầng lớp chúng sinh nào, mà là nguyện vọng phổ quát của mọi cảnh giới.
2. **Tính liên kết giữa các cảnh giới trong việc hướng đến chân lý**: Sự hiện diện của chúng sinh từ các cõi khác nhau nhấn mạnh rằng Phật Pháp là chân lý vượt qua mọi giới hạn, là con đường chung mà mọi chúng sinh đều có thể theo đuổi. Buổi Đại Hội không chỉ là một sự kiện tụ hội mà còn là biểu tượng của sự kết nối tâm linh giữa các tầng lớp, nơi tất cả chúng sinh cùng hướng đến một mục tiêu cao cả – giác ngộ.
3. **Nhận thức về giới hạn của cảnh giới và phước báo**: Các chư thiên dù ở cảnh giới cao cũng nhận thức được rằng phước báo của họ là hữu hạn và không thể duy trì mãi mãi. Buổi Đại Hội nhắc nhở rằng dù đạt được những thành tựu lớn, mọi chúng sinh đều phải đối mặt với vô thường và giới hạn của cảnh giới mình. Điều này thúc đẩy khát vọng tìm kiếm con đường vượt qua vòng sinh tử và đạt đến giải thoát chân thật.
4. **Khát vọng chung về sự an lạc vĩnh cửu**: Buổi Đại Hội biểu tượng cho mong muốn chung của tất cả chúng sinh là đạt đến sự an lạc bền vững, thoát khỏi những khổ đau do luân hồi. Ngay cả các chúng sinh ở cõi trời, dù sống trong sự an lạc và phước báo lớn, cũng hiểu rằng trạng thái này không phải là đích đến cuối cùng. Khát vọng của họ hướng về Đức Phật, mong tìm đến con đường giải thoát thực sự.
5. **Sự kính ngưỡng và tôn trọng đối với bậc giác ngộ**: Khát vọng tìm kiếm chân lý và giải thoát còn thể hiện qua sự kính ngưỡng mà các chư thiên dành cho Đức Phật, bậc thầy đã đạt đến sự giác ngộ hoàn toàn. Họ nhận thức rằng chỉ Đức Phật mới có thể chỉ dẫn con đường chân thật để thoát

khỏi luân hồi. Điều này cho thấy sự tôn trọng sâu sắc của chúng sinh đối với bậc giác ngộ và mong muốn được học hỏi từ Ngài.

6. **Tinh thần học hỏi và sự khiêm nhường trên con đường tu tập**: Dù có phước báo và vị thế cao, các chư thiên vẫn đến học hỏi giáo pháp từ Đức Phật. Điều này thể hiện tinh thần khiêm nhường và khao khát học hỏi của chúng sinh trong hành trình tìm kiếm chân lý. Họ không để vị trí của mình ngăn trở, mà luôn mở lòng để tiếp thu trí tuệ và hiểu biết sâu sắc hơn về sự giải thoát.
7. **Khát vọng vượt qua những giới hạn của sự tồn tại**: Buổi Đại Hội nhấn mạnh rằng chúng sinh, dù ở bất kỳ cảnh giới nào, cũng mong muốn vượt qua những giới hạn của sự tồn tại trong cõi đó. Các chư thiên, dù sống trong an lạc, vẫn muốn thoát khỏi những ràng buộc của cõi trời và đạt đến sự tự do tuyệt đối. Khát vọng này khẳng định rằng giải thoát khỏi mọi sự ràng buộc là mục tiêu chung của mọi chúng sinh.
8. **Biểu tượng của sự hợp nhất trong tìm kiếm chân lý**: Buổi Đại Hội là biểu tượng của sự hợp nhất và sự đồng lòng trong việc tìm kiếm chân lý và giải thoát. Dù có sự khác biệt về cảnh giới, mọi chúng sinh đều cùng hướng về một mục tiêu chung là giác ngộ, cho thấy rằng hành trình tâm linh là một con đường chung mà tất cả chúng sinh đều có thể đi.

Tổng kết:

Buổi Đại Hội trong *Kinh Đại Hội* thể hiện khát vọng chung của tất cả chúng sinh, dù ở bất kỳ cảnh giới nào, hướng đến chân lý và giải thoát. Sự kiện này là minh chứng cho tính phổ quát của Phật Pháp và nguyện vọng chung của mọi chúng sinh – đạt đến sự an lạc và giải thoát vĩnh cửu, vượt qua mọi giới hạn của các cảnh giới.

16. Tại sao Kinh Đại Hội lại khẳng định rằng sự giác ngộ là điều có thể tiếp cận cho tất cả chúng sinh, không phân biệt cảnh giới?

Kinh Đại Hội khẳng định rằng sự giác ngộ là điều có thể tiếp cận cho tất cả chúng sinh, không phân biệt cảnh giới, vì các lý do sau:

1. **Phật Pháp là chân lý phổ quát**: Giáo pháp của Đức Phật, vốn dựa trên Tứ Diệu Đế và Bát Chánh Đạo, là con đường vượt qua khổ đau và đạt đến giác ngộ, phù hợp cho mọi chúng sinh bất kể họ ở cảnh giới nào. Giáo pháp không giới hạn bởi đẳng cấp, địa vị hay cảnh giới, mà là chân lý phổ quát có thể áp dụng cho tất cả mọi người và mọi chúng sinh.
2. **Khả năng giác ngộ vốn có trong mỗi chúng sinh**: Phật giáo dạy rằng tất cả chúng sinh đều có Phật tính – nghĩa là khả năng tiềm ẩn để đạt đến giác ngộ. Dù đang sống trong cảnh giới nào, mọi chúng sinh đều có khả năng thức tỉnh, thoát khỏi luân hồi và đạt đến giác ngộ nếu thực hành đúng con đường. Kinh Đại Hội nhấn mạnh rằng giác ngộ không chỉ dành cho một nhóm nhỏ mà là tiềm năng mà tất cả đều có thể khai mở.
3. **Giác ngộ không phụ thuộc vào phước báo hay cảnh giới**: Dù các chư thiên có phước báo cao và sống trong cảnh giới an lạc, điều này không đảm bảo sự giải thoát khỏi vòng luân hồi. Giác ngộ phụ thuộc vào việc tu tập giới, định, và tuệ, chứ không phụ thuộc vào phước báo hay hoàn cảnh.

Kinh Đại Hội nhấn mạnh rằng bất kỳ chúng sinh nào, dù giàu nghèo, hạnh phúc hay khổ đau, đều có thể tu tập và tiến đến giác ngộ.

4. **Tầm quan trọng của sự thực hành đúng đắn**: Kinh Đại Hội khuyến khích mọi chúng sinh tu tập theo đúng giáo pháp, bất kể hoàn cảnh sống hay đẳng cấp của họ. Con đường dẫn đến giác ngộ nằm ở sự thực hành đúng đắn – từ việc giữ giới, rèn luyện tâm định, đến phát triển trí tuệ. Điều này nhấn mạnh rằng giác ngộ không phải là điều nằm ngoài tầm với mà là kết quả của sự tu tập kiên trì, có thể đạt được ở bất kỳ cảnh giới nào.
5. **Vượt qua mọi giới hạn của cảnh giới và ngã chấp**: Khẳng định rằng giác ngộ là điều tiếp cận được cho mọi chúng sinh giúp xóa bỏ quan niệm sai lầm về sự phân biệt cảnh giới và đẳng cấp. Mọi chúng sinh, từ con người cho đến chư thiên, đều phải đối mặt với vô thường, khổ và vô ngã, và đều có thể đạt đến giác ngộ nếu đi theo con đường của Phật Pháp. Điều này khuyến khích sự bình đẳng và giúp loại bỏ sự ngã chấp, phân biệt.
6. **Phật Pháp là nơi nương tựa chung cho tất cả chúng sinh**: Đức Phật được xem là bậc thầy của tất cả chúng sinh, không phân biệt cõi trời, nhân gian hay các cảnh giới thấp hơn. Kinh Đại Hội thể hiện rằng mọi chúng sinh đều có thể tìm đến Đức Phật và Phật Pháp như nơi nương tựa chung, nơi giúp họ thoát khỏi khổ đau và tìm thấy sự giải thoát. Giác ngộ là đích đến chung mà Phật Pháp mang lại cho mọi chúng sinh.
7. **Cơ hội để thoát khỏi vòng luân hồi cho mọi cảnh giới**: Kinh Đại Hội nhấn mạnh rằng giác ngộ là cách duy nhất để thoát khỏi vòng sinh tử, và điều này áp dụng cho tất cả cảnh giới. Dù sống trong cảnh giới cao hay thấp, chúng sinh đều chịu sự chi phối của luân hồi, và chỉ có sự giác ngộ mới giúp họ thoát khỏi chuỗi sinh tử này. Điều này khẳng định rằng giác ngộ là mục tiêu thiết yếu và khả thi cho mọi chúng sinh.
8. **Sự bình đẳng trong khả năng tiếp nhận giáo pháp**: Bằng cách khẳng định rằng giác ngộ có thể đạt được cho tất cả chúng sinh, Kinh Đại Hội nhấn mạnh đến sự bình đẳng trong khả năng tiếp nhận và thực hành giáo pháp. Giáo pháp của Đức Phật không giới hạn trong một nhóm hay cảnh giới nào, mà có thể được thấu hiểu và thực hành bởi bất kỳ ai có lòng thành và ý chí tu tập.

Tổng kết:

Kinh Đại Hội khẳng định sự giác ngộ là điều có thể tiếp cận cho tất cả chúng sinh, không phân biệt cảnh giới, vì Phật Pháp là chân lý phổ quát, mọi chúng sinh đều có Phật tính và khả năng đạt đến giác ngộ. Điều này khuyến khích sự bình đẳng trong tu tập, thúc đẩy lòng tin rằng mọi chúng sinh đều có thể vượt qua khổ đau và đạt đến giải thoát nếu thực hành đúng con đường của Phật Pháp.

17. Hình tượng Đức Phật dẫn đường cho tất cả các cõi nhấn mạnh điều gì về mục tiêu tối hậu của sự tu tập?

Hình tượng Đức Phật dẫn đường cho tất cả các cõi trong *Kinh Đại Hội* nhấn mạnh các khía cạnh sau về mục tiêu tối hậu của sự tu tập:

1. **Giải thoát khỏi luân hồi là mục tiêu tối hậu**: Hình tượng Đức Phật dẫn dắt chúng sinh từ mọi cảnh giới đến giác ngộ cho thấy rằng, dù chúng sinh

sống trong cảnh giới nào – từ cõi người đến các cõi trời – tất cả đều bị chi phối bởi luân hồi. Mục tiêu cuối cùng của sự tu tập là vượt qua vòng sinh tử, đạt đến sự giải thoát hoàn toàn khỏi khổ đau và những ràng buộc của luân hồi.

2. **An lạc và giác ngộ vĩnh cửu thay vì phước báo tạm thời**: Đức Phật, người đã đạt đến sự giải thoát và an lạc tối thượng, là biểu tượng cho trạng thái giác ngộ bền vững. Hình tượng này nhắc nhở rằng sự an lạc thực sự không đến từ các phước báo tạm bợ ở các cảnh giới cao, mà từ sự giác ngộ. Phật Pháp dạy rằng an lạc chân thật là trạng thái không còn dính mắc, không bị chi phối bởi vô thường, và đây chính là mục tiêu tối thượng.
3. **Con đường tu tập không phân biệt và mở ra cho tất cả chúng sinh**: Hình ảnh Đức Phật hướng dẫn tất cả các cõi khẳng định rằng sự giác ngộ là điều mà tất cả chúng sinh, bất kể đẳng cấp hay cảnh giới, đều có thể đạt được. Con đường Phật Pháp không phân biệt, và Đức Phật là bậc thầy tối thượng cho mọi chúng sinh. Điều này nhấn mạnh rằng mục tiêu giác ngộ là đích đến chung, và ai cũng có thể tiến tới nếu tu tập đúng con đường.
4. **Mục tiêu của sự tu tập là đạt đến trí tuệ và từ bi toàn diện**: Đức Phật là hiện thân của trí tuệ viên mãn và lòng từ bi vô biên. Hình tượng Ngài dẫn dắt chúng sinh từ mọi cảnh giới nhấn mạnh rằng mục tiêu tối hậu của sự tu tập không chỉ là giải thoát cá nhân mà còn là sự phát triển toàn diện trí tuệ và từ bi. Đạt được trí tuệ và từ bi là con đường giúp chúng sinh vượt qua đau khổ và mang lại lợi ích cho người khác.
5. **Thoát khỏi mọi dính mắc vào tự ngã và sự tạm bợ của cuộc sống**: Đức Phật đã vượt qua mọi dính mắc vào tự ngã và các giá trị tạm bợ, đạt đến sự tự do hoàn toàn. Hình tượng này nhắc nhở rằng mục tiêu tối hậu của tu tập là giải thoát khỏi mọi chấp ngã và không còn bị ràng buộc bởi những ham muốn hay thành tựu tạm thời, đạt đến trạng thái an lạc và thanh tịnh vĩnh cửu.
6. **Sự giải thoát của Đức Phật là nguồn cảm hứng và mục tiêu cho mọi chúng sinh**: Đức Phật là bậc thầy đã thành tựu trọn vẹn con đường giác ngộ, và hình tượng Ngài dẫn đường trở thành nguồn cảm hứng cho tất cả chúng sinh. Điều này nhấn mạnh rằng mục tiêu cuối cùng của sự tu tập là đạt đến sự an lạc và giác ngộ giống như Đức Phật, không chỉ để đạt đến phước báo mà để vượt qua mọi khổ đau và phiền não.
7. **Khẳng định giá trị của con đường giới, định, và tuệ**: Hình tượng Đức Phật là minh chứng cho hiệu quả của con đường tu tập theo giới, định, và tuệ, ba yếu tố cốt lõi để đạt đến giác ngộ. Điều này nhấn mạnh rằng chỉ khi thực hành theo con đường giới, định, tuệ, chúng sinh mới có thể đạt được mục tiêu tối hậu của sự tu tập, tức là sự giải thoát hoàn toàn và sự giác ngộ toàn diện.
8. **Hòa hợp giữa các cõi và sự đoàn kết trong mục tiêu giác ngộ**: Hình tượng Đức Phật dẫn dắt các chúng sinh từ mọi cảnh giới cũng khuyến khích sự hòa hợp và đoàn kết trong hành trình tìm kiếm chân lý. Điều này cho thấy rằng mục tiêu giác ngộ là con đường chung mà tất cả chúng sinh

có thể cùng nhau tiến bước, không phân biệt cảnh giới, và tất cả đều có thể tìm thấy sự hướng dẫn từ Phật Pháp.

Tổng kết:

Hình tượng Đức Phật dẫn đường cho tất cả các cõi trong *Kinh Đại Hội* nhấn mạnh rằng mục tiêu tối hậu của sự tu tập là giải thoát hoàn toàn khỏi luân hồi, đạt đến an lạc và giác ngộ vĩnh cửu, phát triển toàn diện trí tuệ và từ bi. Điều này khẳng định rằng Phật Pháp là con đường duy nhất để vượt qua mọi khổ đau và đạt đến trạng thái tự do tuyệt đối, là nguồn cảm hứng và mục tiêu chung cho tất cả chúng sinh.

18. Kinh Đại Hội mang lại bài học gì về lòng từ bi và trí tuệ của Đức Phật trong việc giáo hóa mọi chúng sinh?

Kinh Đại Hội mang lại nhiều bài học sâu sắc về lòng từ bi và trí tuệ của Đức Phật trong việc giáo hóa mọi chúng sinh, cụ thể qua các khía cạnh sau:

1. **Lòng từ bi vô biên dành cho tất cả chúng sinh**: Đức Phật không chỉ dạy dỗ con người mà còn giáo hóa các chư thiên và chúng sinh từ nhiều cảnh giới khác. Ngài thể hiện lòng từ bi vô biên, không phân biệt cảnh giới hay vị trí, luôn mong muốn mọi chúng sinh đều có thể thoát khỏi khổ đau và đạt đến giác ngộ. Điều này cho thấy Ngài quan tâm đến lợi ích chung của tất cả chúng sinh, không bỏ rơi ai trong vòng sinh tử luân hồi.
2. **Trí tuệ viên mãn trong việc giảng dạy phù hợp với mọi căn cơ**: Đức Phật sử dụng trí tuệ của mình để giảng dạy phù hợp với căn cơ của từng chúng sinh, dù họ ở bất kỳ cảnh giới nào. Ngài hiểu rõ từng đặc điểm, phẩm chất và mức độ hiểu biết của chúng sinh trong các cõi khác nhau, từ đó điều chỉnh phương pháp giáo hóa để mọi chúng sinh có thể hiểu và tiếp nhận giáo pháp một cách hiệu quả. Trí tuệ của Ngài không chỉ nằm ở sự thấu triệt chân lý mà còn ở khả năng truyền tải chân lý sao cho phù hợp với từng đối tượng.
3. **Lòng kiên nhẫn và bao dung trong việc hướng dẫn**: Đức Phật luôn kiên nhẫn và bao dung, không nản lòng trước sự khác biệt về căn cơ và sự khó khăn trong việc tiếp thu giáo pháp của chúng sinh. Ngài sẵn sàng dành thời gian và công sức để giảng dạy, giúp chúng sinh dần dần hiểu rõ hơn về giáo pháp. Điều này thể hiện lòng từ bi sâu sắc và trí tuệ trong cách thức truyền dạy của Ngài, khuyến khích mọi chúng sinh tự tin trên con đường tu tập.
4. **Sự hy sinh và cam kết đối với việc giải thoát chúng sinh**: Đức Phật đã từ bỏ cuộc sống cá nhân và dành trọn cuộc đời để truyền dạy giáo pháp, với mục tiêu đưa tất cả chúng sinh đến giác ngộ. Ngài không chỉ giảng dạy cho con người mà còn cho chư thiên và chúng sinh từ các cảnh giới cao hơn, điều này cho thấy sự hy sinh và cam kết sâu sắc của Ngài đối với việc giúp đỡ chúng sinh. Ngài làm tất cả vì lợi ích của mọi chúng sinh mà không mong cầu sự đáp trả hay danh vọng.
5. **Đức Phật là nguồn cảm hứng cho sự phát triển lòng từ bi và trí tuệ ở chúng sinh**: Lòng từ bi và trí tuệ của Đức Phật không chỉ hướng dẫn mà còn là nguồn cảm hứng cho tất cả chúng sinh. Hành động của Ngài khuyến khích chúng sinh phát triển lòng từ bi, hướng đến việc giúp đỡ người khác

và mở rộng trí tuệ của bản thân để thấu hiểu chân lý. Bằng cách làm gương, Ngài khơi dậy trong chúng sinh lòng khao khát vượt qua ngã chấp và giúp đỡ những người khác trên con đường giải thoát.

6. **Thấu hiểu và đáp ứng nhu cầu giác ngộ của mọi chúng sinh**: Đức Phật nhận ra rằng mọi chúng sinh đều có khát vọng tìm kiếm an lạc và thoát khỏi khổ đau. Ngài đáp ứng nhu cầu này bằng cách truyền dạy con đường tu tập phù hợp với từng cảnh giới, không để bất kỳ chúng sinh nào bị bỏ rơi. Điều này thể hiện trí tuệ viên mãn của Ngài trong việc hiểu thấu nguyện vọng và nỗi khổ của tất cả chúng sinh, từ đó đưa ra giáo pháp phù hợp nhất cho từng đối tượng.
7. **Lòng từ bi không phân biệt đối xử**: Đức Phật không phân biệt giữa con người, chư thiên hay bất kỳ chúng sinh nào. Ngài giảng dạy Phật Pháp cho tất cả, không thiên vị bất kỳ cảnh giới nào, vì Ngài nhận thấy rằng mọi chúng sinh đều cần sự giải thoát khỏi khổ đau. Điều này là bài học về lòng từ bi chân thật – không phân biệt, không điều kiện, và không giới hạn.
8. **Trí tuệ trong việc nhấn mạnh sự tự lực và tinh tấn của chúng sinh**: Mặc dù Đức Phật từ bi và sẵn lòng dẫn dắt, Ngài cũng nhấn mạnh rằng giác ngộ là một con đường cần có sự tự lực. Ngài truyền dạy chúng sinh cách tự mình tu tập, phát triển giới, định, và tuệ để tự mình đạt đến giác ngộ. Bài học này khuyến khích chúng sinh không ỷ lại mà phát triển nội lực, tinh tấn vượt qua chướng ngại để đạt được giải thoát.

Tổng kết:

Kinh Đại Hội nhấn mạnh rằng lòng từ bi và trí tuệ của Đức Phật là nền tảng cho sự giáo hóa của Ngài đối với tất cả chúng sinh. Ngài không chỉ mong muốn giải thoát cho riêng mình mà luôn cam kết mang đến sự giác ngộ cho tất cả. Bằng lòng từ bi vô điều kiện và trí tuệ viên mãn, Đức Phật đã truyền dạy giáo pháp với sự kiên nhẫn, bao dung và khả năng thích ứng để giúp mọi chúng sinh, ở bất kỳ cảnh giới nào, có thể tìm thấy con đường thoát khỏi khổ đau và đạt đến an lạc chân thật.

19. Tại sao Kinh Đại Hội lại nhấn mạnh rằng sự an lạc chân thật không đến từ cảnh giới cao mà từ sự giác ngộ và giải thoát?

Kinh Đại Hội nhấn mạnh rằng sự an lạc chân thật không đến từ cảnh giới cao mà từ sự giác ngộ và giải thoát vì các lý do sau:

1. **Cảnh giới cao vẫn nằm trong vòng luân hồi và vô thường**: Dù các cõi trời và cảnh giới cao mang lại phước báo lớn, chúng vẫn thuộc vòng sinh tử luân hồi, chịu sự chi phối của vô thường. Những niềm vui ở các cảnh giới này chỉ là tạm thời và sẽ biến mất khi phước báo cạn kiệt. Chỉ có sự giác ngộ và giải thoát mới vượt qua vòng luân hồi, mang lại an lạc chân thật và bền vững.
2. **An lạc chân thật không phụ thuộc vào điều kiện bên ngoài**: An lạc trong các cảnh giới cao vẫn dựa vào điều kiện như phước báo, nghiệp lành đã tạo ra. Khi điều kiện thay đổi, an lạc cũng sẽ tan biến. Ngược lại, sự an lạc do giác ngộ là trạng thái giải thoát hoàn toàn khỏi mọi dính mắc và phiền não, không phụ thuộc vào bất kỳ điều kiện nào bên ngoài, do đó không bị biến đổi hay mất đi.

3. **Giải thoát giúp vượt qua mọi khổ đau và phiền não**: Trong các cảnh giới cao, dù niềm vui có tồn tại, chúng sinh vẫn không thể hoàn toàn thoát khỏi khổ đau và phiền não, do bản chất của luân hồi là khổ đau. Chỉ khi giác ngộ, chúng sinh mới có thể giải thoát khỏi khổ đau hoàn toàn, đạt đến sự an lạc tuyệt đối không còn bị chi phối bởi bất kỳ yếu tố nào của luân hồi.
4. **Giác ngộ đem lại trí tuệ toàn diện và sự thanh tịnh nội tâm**: An lạc chân thật đến từ sự giác ngộ vì giác ngộ mang lại trí tuệ sâu sắc về bản chất vô thường, khổ và vô ngã của mọi hiện tượng. Trí tuệ này giúp chúng sinh thoát khỏi các chấp ngã, đạt đến sự thanh tịnh nội tâm, không còn bị xao động bởi tham, sân, si. Đây là trạng thái an lạc thực sự mà không cảnh giới nào khác có thể mang lại.
5. **Các cảnh giới cao chỉ là giai đoạn tạm thời trên con đường tu tập**: Các cảnh giới cao, dù mang lại hạnh phúc lớn, chỉ là những chặng dừng tạm thời trong hành trình tu tập. Nếu chúng sinh bám víu vào những niềm vui ở cảnh giới cao, họ sẽ vẫn còn bị ràng buộc trong luân hồi và không thể đạt đến giải thoát. Kinh Đại Hội nhấn mạnh rằng chỉ có sự giác ngộ và giải thoát mới là đích đến cuối cùng của con đường tu tập.
6. **An lạc của giác ngộ là sự tự do hoàn toàn khỏi mọi dính mắc**: Sự an lạc trong các cảnh giới cao vẫn phụ thuộc vào hình thức, danh vọng hoặc những phước báo tạo được trong quá khứ. Ngược lại, sự an lạc của giác ngộ là sự tự do hoàn toàn, không còn dính mắc vào bất kỳ hình thức hay điều kiện nào, giúp chúng sinh thoát khỏi mọi ràng buộc và đạt đến trạng thái an lạc bền vững.
7. **Giác ngộ mang lại khả năng giúp đỡ và dẫn dắt chúng sinh khác**: An lạc từ sự giác ngộ không chỉ là sự giải thoát cá nhân mà còn mở ra khả năng thực hành từ bi và dẫn dắt các chúng sinh khác đến với chân lý. Một người đã giác ngộ có thể giúp đỡ người khác bằng trí tuệ và lòng từ bi của mình, góp phần mang lại lợi ích cho nhiều chúng sinh, điều mà các chúng sinh ở cảnh giới cao vẫn không thể đạt đến.
8. **Giác ngộ giúp nhận thức sâu sắc về vô ngã**: Sự giác ngộ bao gồm sự hiểu biết sâu sắc về vô ngã, giúp chúng sinh nhận ra rằng mọi hiện tượng đều không có tự tính cố định và không có một cái "tôi" thật sự. Sự nhận thức này giúp giải phóng chúng sinh khỏi mọi sự chấp trước vào bản ngã, đem lại an lạc chân thật mà không cảnh giới nào có thể cung cấp.

Tổng kết:

Kinh Đại Hội nhấn mạnh rằng sự an lạc chân thật không đến từ cảnh giới cao mà từ sự giác ngộ và giải thoát, vì chỉ giác ngộ mới mang lại sự an lạc bền vững, không phụ thuộc vào điều kiện, giúp vượt qua mọi khổ đau và phiền não của luân hồi. Giải thoát là trạng thái tự do và thanh tịnh tuyệt đối, mục tiêu tối hậu mà mọi chúng sinh cần hướng đến, không bị giới hạn bởi cảnh giới nào.

20. Buổi Đại Hội có ý nghĩa gì trong việc khuyến khích chúng ta hướng đến sự tu tập vì sự giải thoát cuối cùng, thay vì chỉ tìm kiếm phước báo?

Buổi Đại Hội trong *Kinh Đại Hội* mang ý nghĩa sâu sắc, khuyến khích chúng ta hướng đến sự tu tập vì sự giải thoát cuối cùng thay vì chỉ tìm kiếm phước báo, qua các điểm sau:

1. **Nhấn mạnh sự tạm bợ của phước báo**: Sự hiện diện của chư thiên từ các cảnh giới cao, nơi có nhiều phước báo và an lạc, cho thấy rằng dù phước báo có lớn đến đâu, nó vẫn thuộc về luân hồi và vô thường. Các chư thiên đến chiêm bái Đức Phật vì họ nhận thức được rằng phước báo của họ sẽ dần cạn kiệt và không mang lại sự an lạc vĩnh cửu. Điều này nhắc nhở rằng chỉ tìm kiếm phước báo không thể giúp thoát khỏi vòng sinh tử.
2. **Giải thoát là mục tiêu tối hậu của tu tập**: Buổi Đại Hội khẳng định rằng mục tiêu của tu tập không phải là để đạt đến cảnh giới cao hơn, mà là để thoát khỏi luân hồi. Các chư thiên đến lắng nghe Đức Phật vì họ hiểu rằng sự giải thoát mới là con đường để đạt đến an lạc chân thật. Đây là lời khuyến khích rằng người tu tập cần nhắm đến sự giác ngộ, không dừng lại ở những lợi ích tạm thời.
3. **Phước báo chỉ là bước đệm, không phải đích đến**: Kinh Đại Hội cho thấy rằng, dù phước báo mang lại những điều kiện tốt đẹp, nó chỉ là bước đệm trên con đường tu tập. Nếu bám víu vào phước báo, chúng sinh vẫn còn mắc kẹt trong vòng luân hồi. Đức Phật khuyến khích mọi chúng sinh, kể cả chư thiên, nhận ra rằng phước báo nên được xem là công cụ hỗ trợ trên hành trình, không phải là mục tiêu cuối cùng.
4. **Khát vọng vượt qua mọi sự dính mắc và ràng buộc**: Các chư thiên, dù có phước báo lớn, vẫn bị ràng buộc bởi các yếu tố vô thường của luân hồi. Sự tham dự của họ tại buổi Đại Hội là một biểu tượng cho khát vọng vượt qua tất cả sự dính mắc vào cảnh giới, phước báo, và đạt đến sự tự do hoàn toàn. Đây là lời nhắc nhở rằng người tu tập không nên dừng lại ở những thành tựu nhất thời mà cần hướng đến sự giải thoát khỏi mọi ràng buộc.
5. **Giác ngộ là con đường duy nhất đến an lạc bền vững**: Buổi Đại Hội nhấn mạnh rằng chỉ có sự giác ngộ mới mang lại an lạc vĩnh cửu. Các chư thiên tìm đến Đức Phật để học hỏi giáo pháp, nhận thức rằng chỉ có trí tuệ và sự giải thoát mới giúp vượt qua vô thường. Điều này khuyến khích người tu tập không nên chỉ tìm kiếm phước báo mà cần nỗ lực để đạt đến trí tuệ và giải thoát.
6. **Sự kính ngưỡng dành cho Đức Phật và Phật Pháp**: Các chư thiên đến chiêm bái Đức Phật, nhận ra Ngài là bậc giác ngộ đã thoát khỏi mọi ràng buộc của luân hồi. Sự kính trọng này khuyến khích chúng sinh noi theo gương của Đức Phật, hướng đến sự giải thoát và giác ngộ, thay vì dừng lại ở những mục tiêu nhỏ bé như phước báo hoặc địa vị.
7. **Phát triển lòng khiêm tốn và tinh thần học hỏi**: Buổi Đại Hội nhấn mạnh tầm quan trọng của lòng khiêm tốn trong việc tu tập. Dù đạt đến cảnh giới cao, các chư thiên vẫn tìm đến Đức Phật với tinh thần học hỏi. Điều này khuyến khích người tu tập duy trì lòng khiêm nhường và luôn sẵn sàng học hỏi để tiến xa hơn, không dừng lại ở những thành tựu nhất thời.
8. **Từ bi và trí tuệ là nền tảng của giải thoát**: Đức Phật không chỉ dạy chúng sinh tu tập để có phước báo mà khuyến khích họ phát triển lòng từ bi và

trí tuệ để đạt đến giác ngộ. Buổi Đại Hội nhắc nhở rằng tu tập không chỉ là để mang lại lợi ích cá nhân mà còn để giúp đỡ người khác trên con đường giải thoát. Điều này thúc đẩy người tu tập hướng đến mục tiêu cao cả hơn là giải thoát chung, vượt qua cả phước báo cá nhân.

Tổng kết:

Buổi Đại Hội nhấn mạnh rằng mục tiêu cao nhất của tu tập không phải là phước báo tạm thời mà là sự giải thoát hoàn toàn khỏi luân hồi. Đây là lời khuyến khích để người tu tập hướng đến sự giác ngộ và an lạc chân thật, thay vì chỉ tìm kiếm lợi ích nhất thời. Đức Phật, với lòng từ bi và trí tuệ của mình, đã chỉ ra rằng giải thoát là mục tiêu cuối cùng và duy nhất mang lại sự an lạc bền vững cho tất cả chúng sinh.

KINH 21:
KINH ĐẾ THÍCH SỞ VẤN
(Sakka-pañha Sutta)

I. GIỚI THIỆU TỔNG QUAN VỀ KINH ĐẾ THÍCH SỞ VẤN

1. **Bối cảnh và nguồn gốc của kinh**:
   Kinh Đế Thích Sở Vấn (Sakka-pañha Sutta) diễn ra trong bối cảnh khi Đức Phật đang ở tại tịnh xá Kỳ Viên, nơi chư thiên và các vị thần thường đến thỉnh cầu Đức Phật giảng dạy. Nhân vật chính là Đế Thích (Sakka), vị vua của cõi trời Tứ Thiên Vương, một chúng sinh có phước báu lớn và là biểu tượng cho lòng nhân từ và sự cai trị công minh trong cõi trời. Đế Thích đã đến gặp Đức Phật với những câu hỏi căn bản về khổ đau và nguyên nhân dẫn đến những phiền não, tìm kiếm sự hướng dẫn từ Đức Phật để thoát khỏi những vấn đề tinh thần này.
2. **Ý nghĩa tên kinh**: Tên kinh "Đế Thích Sở Vấn" có nghĩa là "Câu hỏi của Đế Thích." Đây là những câu hỏi mà Đế Thích đặt ra cho Đức Phật, nhằm tìm hiểu sâu hơn về bản chất của khổ đau và con đường vượt qua phiền não. "Sở Vấn" không chỉ là sự tò mò mà còn thể hiện khát vọng tìm kiếm chân lý, mong muốn hiểu rõ những nguyên nhân sâu xa của sự bất an, cũng như hướng giải quyết để đạt đến an lạc và giác ngộ.
3. **Mục tiêu của kinh**: Kinh này có mục tiêu giải đáp những câu hỏi của Đế Thích liên quan đến bản chất của khổ đau, các yếu tố gây nên phiền não và cách thức để vượt qua chúng. Đức Phật, qua những lời giảng dạy của mình, giúp Đế Thích hiểu về Tứ Diệu Đế – con đường đưa đến giải thoát khổ đau – từ đó giúp ông thấy rõ hơn về con đường tu tập. Mục tiêu của kinh còn là để khuyến khích người tu tập nhận thức sâu sắc về bản chất của cuộc sống, vượt qua những ràng buộc tâm lý và cảm xúc, đồng thời hướng đến sự an lạc và giác ngộ đích thực.

II. NỘI DUNG CHÍNH CỦA CUỘC ĐỐI THOẠI GIỮA ĐẾ THÍCH VÀ ĐỨC PHẬT

1. **Các câu hỏi của Đế Thích**:
   Đế Thích, với lòng kính ngưỡng và khát khao tìm hiểu chân lý, đã đặt ra những câu hỏi cơ bản về bản chất của khổ đau. Các câu hỏi xoay quanh những vấn đề quan trọng như nguồn gốc của khổ đau, nguyên nhân sâu xa gây nên phiền não trong tâm và các yếu tố làm cho chúng sinh bị mắc kẹt trong vòng luân hồi không dứt. Đế Thích muốn hiểu cách vượt qua những ràng buộc này để hướng đến sự giải thoát và an lạc đích thực.
2. **Câu trả lời của Đức Phật về nguyên nhân của khổ đau**:
   Trong lời giảng của mình, Đức Phật giải thích rằng khổ đau xuất phát từ

ba nguyên nhân chính – tham ái, sân hận và vô minh. Đây là những yếu tố gốc rễ khiến chúng sinh dính mắc vào thế giới luân hồi, luôn bị cuốn vào vòng xoáy của khổ đau và bất an. Tham ái dẫn đến sự đeo bám vào các đối tượng của dục vọng, sân hận gây ra những cảm xúc tiêu cực, và vô minh khiến chúng sinh không nhìn thấy bản chất thực sự của mọi sự vật, khiến họ lầm lạc trong nhận thức. Đức Phật khẳng định rằng chỉ khi loại bỏ được ba yếu tố này, chúng sinh mới có thể thoát khỏi vòng luân hồi và đạt đến an lạc thật sự.

3. **Giáo lý Tứ Diệu Đế trong giải thích của Đức Phật**:
   Để giúp Đế Thích thấu hiểu hơn, Đức Phật trình bày Tứ Diệu Đế – bốn chân lý về khổ đau và giải thoát. Ngài giải thích rằng:
   - **Khổ Đế**: Mọi chúng sinh đều phải trải qua khổ đau – từ khổ đau về thân xác đến khổ đau về tinh thần.
   - **Tập Đế**: Nguyên nhân của khổ đau là từ tham ái và vô minh, tạo ra nghiệp và dẫn đến luân hồi.
   - **Diệt Đế**: Sự diệt trừ khổ đau hoàn toàn chỉ có thể đạt được khi loại bỏ được tham ái, sân hận và vô minh.
   - **Đạo Đế**: Con đường để đạt đến sự diệt khổ là thực hành Bát Chánh Đạo – con đường gồm các yếu tố giúp thanh lọc tâm trí và phát triển trí tuệ.

Qua giáo lý Tứ Diệu Đế, Đức Phật chỉ ra một cách rõ ràng và có hệ thống về con đường giúp chúng sinh hiểu và vượt qua khổ đau, hướng đến sự an lạc và giải thoát chân thật.

Dàn bài này nhấn mạnh nội dung đối thoại giữa Đế Thích và Đức Phật, giúp người đọc hiểu rõ các nguyên nhân khổ đau, phương pháp loại trừ và con đường tu tập để đạt đến giác ngộ.

III. BÀI HỌC VỀ NHÂN DUYÊN VÀ TÁC ĐỘNG CỦA NGHIỆP

1. **Nhân duyên và nghiệp quả**:
   Trong *Kinh Đế Thích Sở Vấn*, Đức Phật giải thích rõ về vai trò của nhân duyên và nghiệp trong việc tạo ra vòng luân hồi và những khổ đau mà chúng sinh phải chịu đựng. Nhân duyên là sự kết hợp của các yếu tố dẫn đến kết quả nhất định, và nghiệp là các hành động, lời nói và ý nghĩ mà chúng sinh thực hiện. Những hành động này không chỉ ảnh hưởng đến cuộc sống hiện tại mà còn chi phối những trải nghiệm trong các kiếp sau. Những hành động thiện lành sẽ mang lại phước báo và an lạc, trong khi các hành động bất thiện dẫn đến khổ đau và phiền não. Đức Phật dạy rằng hiểu rõ mối quan hệ nhân quả giúp chúng sinh ý thức được trách nhiệm với hành động của mình.
2. **Sự chuyển hóa nghiệp qua tu tập**:
   Đức Phật hướng dẫn Đế Thích rằng nghiệp không phải là cố định và có thể được chuyển hóa qua tu tập. Bằng cách thực hành giới, định và tuệ, chúng sinh có thể thay đổi nghiệp xấu, tránh tạo thêm nghiệp bất thiện và tích lũy nghiệp lành. Đức Phật khuyến khích thực hành giới (sống đạo đức, tránh các hành vi bất thiện), định (rèn luyện sự tập trung và kiểm

soát tâm) và tuệ (phát triển trí tuệ để thấy rõ bản chất của vô thường, khổ và vô ngã). Những phương pháp này giúp loại bỏ các tác động tiêu cực từ nghiệp xấu và hướng người tu tập đến cuộc sống an lạc và giải thoát.

3. **Tầm quan trọng của sự từ bi và trí tuệ**:
   Đức Phật nhấn mạnh rằng từ bi và trí tuệ là hai yếu tố cốt lõi trong việc chuyển hóa nghiệp và đạt đến an lạc chân thật. Lòng từ bi giúp chúng sinh đối xử tử tế, tránh gây khổ đau cho người khác, và từ đó tránh tạo nghiệp xấu. Trí tuệ giúp nhận thức đúng đắn về bản chất của sự vật hiện tượng, từ đó buông bỏ những dính mắc vào tự ngã và vật chất. Khi từ bi và trí tuệ được phát triển, chúng sinh có thể sống hòa hợp, giảm bớt tham ái và sân hận, dần dần giải thoát khỏi luân hồi.

Phần này trình bày các bài học cốt lõi về nhân duyên, nghiệp, và cách Đức Phật chỉ dẫn Đế Thích về việc tu tập để chuyển hóa nghiệp, tích lũy nghiệp lành và phát triển từ bi, trí tuệ nhằm đạt đến sự giải thoát và an lạc chân thật.

IV. PHƯƠNG PHÁP TU TẬP ĐỂ VƯỢT QUA KHỔ ĐAU TRONG KINH ĐẾ THÍCH SỞ VẤN

1. **Giới, định và tuệ trong giải thoát**:
   Đức Phật hướng dẫn Đế Thích rằng để vượt qua khổ đau và phiền não, cần tu tập ba yếu tố căn bản là giới, định và tuệ. Giới (sīla) là nền tảng đạo đức, giúp người tu tập tránh các hành vi gây hại, tạo điều kiện cho tâm được thanh tịnh. Định (samādhi) là sự tập trung, giúp kiểm soát tâm trí, từ đó không bị lôi kéo bởi các cảm xúc tiêu cực. Tuệ (paññā) là trí tuệ, giúp người tu tập hiểu rõ bản chất vô thường và khổ đau, giúp giải thoát khỏi dính mắc và đạt đến sự an lạc thật sự. Đức Phật nhấn mạnh rằng chỉ khi giới, định và tuệ được phát triển đồng thời, chúng sinh mới có thể đạt đến giải thoát hoàn toàn khỏi khổ đau.
2. **Thiền định và phát triển tâm từ**:
   Đức Phật chỉ dẫn cho Đế Thích phương pháp thiền định, đặc biệt là thiền từ (mettā bhāvanā) – một phương pháp thiền giúp phát triển lòng từ bi và giải thoát tâm khỏi sân hận. Thiền từ không chỉ giúp rèn luyện sự bình an trong tâm mà còn tăng cường sự an lạc nội tại, giải phóng tâm khỏi những cảm xúc tiêu cực và oán hận. Thực hành tâm từ cũng giúp người tu tập sống hài hòa với người khác, nuôi dưỡng lòng thương yêu vô điều kiện, từ đó làm giảm bớt xung đột nội tâm và đạt được trạng thái an lạc sâu sắc.
3. **Tầm quan trọng của việc rèn luyện tâm**:
   Đức Phật dạy Đế Thích rằng việc rèn luyện tâm là một phần thiết yếu trong quá trình vượt qua khổ đau. Rèn luyện tâm giúp người tu tập phát triển sự kiên nhẫn, không bị chi phối bởi những cảm xúc tiêu cực như tham, sân, và si. Việc kiểm soát và làm chủ tâm trí giúp giữ được sự bình an, không còn bị dao động bởi ngoại cảnh và những sự việc bất như ý. Đức Phật nhấn mạnh rằng khi tâm đã được rèn luyện, chúng sinh sẽ không còn bị ảnh hưởng bởi những xúc cảm nhất thời, từ đó đạt đến sự an ổn và thanh thản.

Phần này trình bày các phương pháp tu tập thiết thực mà Đức Phật hướng dẫn cho Đế Thích để vượt qua khổ đau và đạt được an lạc. Những phương pháp này bao gồm việc thực hành giới, định và tuệ, thiền định và phát triển tâm từ, cũng như rèn luyện tâm trí để giữ vững sự an lạc nội tại.

V. Ý NGHĨA TRIẾT LÝ VÀ ĐẠO ĐỨC CỦA KINH ĐẾ THÍCH SỞ VẤN

1. **Lòng khiêm tốn và tinh thần học hỏi của Đế Thích**:
   Đế Thích, dù là vua của cõi trời Tứ Thiên Vương, đã thể hiện lòng khiêm tốn và tinh thần học hỏi khi đến gặp Đức Phật để xin lời khuyên về những vấn đề tâm linh. Sự khiêm tốn của Đế Thích cho thấy rằng dù ở vị trí cao, ông vẫn mong muốn học hỏi từ bậc giác ngộ và không để cái tôi ngăn trở sự phát triển tâm linh. Đây là tấm gương quan trọng cho người tu tập, nhắc nhở rằng lòng khiêm tốn và tinh thần cầu tiến là cốt lõi để mở rộng trí tuệ và tiến bộ trên con đường giải thoát.
2. **Tầm quan trọng của việc thấu hiểu khổ đau để tu tập**:
   Trong kinh, Đức Phật giảng rằng hiểu rõ bản chất và nguyên nhân của khổ đau là bước đầu tiên và cần thiết để khơi dậy động lực tu tập. Khi hiểu được rằng khổ đau bắt nguồn từ tham ái, sân hận và vô minh, chúng sinh sẽ có quyết tâm mạnh mẽ để chuyển hóa những yếu tố này. Việc thấu hiểu khổ đau không chỉ giúp phát triển lòng từ bi và sự thông cảm với người khác mà còn khuyến khích chúng sinh kiên trì tu tập để đạt đến sự an lạc chân thật.
3. **Ý nghĩa của sự từ bỏ và buông xả**:
   Kinh Đế Thích Sở Vấn nhấn mạnh bài học về buông bỏ tham ái và dính mắc. Đức Phật dạy rằng để đạt được an lạc chân thật, người tu tập cần phải từ bỏ những ràng buộc vào danh lợi, địa vị và vật chất, cũng như sự dính mắc vào tự ngã. Sự từ bỏ này không chỉ giúp giảm bớt khổ đau và phiền não mà còn mở đường cho sự tự do nội tại, giúp người tu tập tiến gần hơn đến sự giải thoát. Buông xả là chìa khóa để đạt đến trạng thái an lạc vĩnh cửu, không bị chi phối bởi những yếu tố bên ngoài.

Phần này nhấn mạnh những giá trị triết lý và đạo đức trong *Kinh Đế Thích Sở Vấn*, giúp người đọc nhận ra vai trò của lòng khiêm tốn, tầm quan trọng của việc hiểu rõ khổ đau, và bài học về buông bỏ để đạt đến an lạc. Những giá trị này là nền tảng quan trọng để người tu tập thực hành và tiến bước trên con đường giải thoát.

VI. NHỮNG BÀI HỌC VÀ ỨNG DỤNG THỰC TIỄN TỪ KINH ĐẾ THÍCH SỞ VẤN TRONG ĐỜI SỐNG HIỆN ĐẠI

1. **Khuyến khích lòng từ bi và trí tuệ trong đời sống**:
   Kinh Đế Thích Sở Vấn nhấn mạnh rằng lòng từ bi và trí tuệ là những phẩm chất quan trọng để giúp chúng ta vượt qua khó khăn trong cuộc sống. Người tu tập có thể áp dụng lòng từ bi bằng cách đối xử tử tế với mọi người, sẵn sàng giúp đỡ và không làm tổn hại người khác. Trí tuệ giúp nhìn nhận mọi vấn đề với tâm trí sáng suốt và không dính mắc. Khi gặp phải khó khăn, từ bi và trí tuệ giúp chúng ta giữ bình tĩnh, không bị cuốn vào cảm xúc tiêu cực, từ đó tìm ra giải pháp tốt nhất.

2. **Giữ giới và thực hành thiền định để phát triển tâm an lạc**:
   Kinh này khuyến khích người tu tập giữ giới để sống đạo đức, tránh xa những hành động bất thiện, từ đó tạo nền tảng cho sự an lạc và thanh tịnh nội tâm. Thiền định là công cụ giúp rèn luyện tâm trí, phát triển sự tập trung và an ổn. Khi thực hành thiền định, người tu tập có thể buông bỏ các lo lắng, phiền não, giữ cho tâm luôn thanh tịnh và an lạc. Sự kết hợp giữa việc giữ giới và thiền định tạo ra một cuộc sống hài hòa, giúp phát triển các phẩm chất tốt đẹp như kiên nhẫn, sự bình an và từ bi.
3. **Chuyển hóa nghiệp qua sự rèn luyện tâm**:
   Kinh Đế Thích Sở Vấn giúp người đọc hiểu về tác động của nhân quả và vai trò của sự tu tập trong việc chuyển hóa nghiệp. Người tu tập được khuyến khích thực hành những hành động thiện lành, kiểm soát và rèn luyện tâm trí để tránh tạo ra nghiệp xấu. Bằng cách thực hành các phương pháp như thiền định, từ bi và trí tuệ, chúng sinh có thể thay đổi hướng đi của nghiệp, chuyển hóa những thói quen tiêu cực thành những hành vi tích cực, từ đó mang lại cuộc sống hạnh phúc và an lạc hơn.

Phần này trình bày các bài học thiết thực từ *Kinh Đế Thích Sở Vấn*, giúp người đọc hiểu và áp dụng các nguyên tắc từ bi, trí tuệ, giữ giới và thiền định vào cuộc sống hàng ngày để đạt được an lạc và chuyển hóa nghiệp.

VII. KẾT LUẬN VÀ TỔNG KẾT CỦA KINH ĐẾ THÍCH SỞ VẤN

1. **Tóm lược các điểm chính của Kinh Đế Thích Sở Vấn**:
   Kinh Đế Thích Sở Vấn trình bày những bài học sâu sắc về nguồn gốc của khổ đau, các yếu tố gây nên phiền não và vòng luân hồi, cùng với con đường giải thoát mà Đức Phật đã hướng dẫn cho Đế Thích. Các điểm chính bao gồm việc nhận diện tham ái, sân hận, vô minh là nguyên nhân chính của khổ đau; phương pháp thực hành giới, định, và tuệ để vượt qua phiền não; và vai trò của từ bi, trí tuệ trong chuyển hóa nghiệp và đạt đến an lạc nội tại. Những bài học này cung cấp cho người tu tập một lộ trình rõ ràng để hướng đến sự thanh tịnh và an lạc.
2. **Khuyến khích tu tập vì sự giải thoát cuối cùng**:
   Kinh này không chỉ đưa ra những phương pháp cụ thể mà còn khuyến khích người đọc thực hành để đạt đến mục tiêu tối hậu là giác ngộ và giải thoát. Nhờ những bài học từ kinh, người tu tập được động viên để vượt qua những khó khăn và thử thách, giữ vững sự tinh tấn và hướng đến an lạc chân thật. Kinh Đế Thích Sở Vấn nhắc nhở rằng con đường giải thoát là con đường lâu dài, đòi hỏi sự kiên nhẫn và cam kết, nhưng là con đường duy nhất mang lại sự tự do hoàn toàn khỏi khổ đau.
3. **Ý nghĩa của Kinh Đế Thích Sở Vấn trong con đường tu tập**:
   Kinh Đế Thích Sở Vấn đóng vai trò quan trọng trong hành trình tu học Phật Pháp, giúp người đọc thấu hiểu bản chất của khổ đau và cách vượt qua những ràng buộc của luân hồi. Kinh này còn nhấn mạnh giá trị của sự khiêm tốn, tinh thần học hỏi và lòng từ bi – những phẩm chất cần thiết để phát triển đạo đức và trí tuệ. Qua những lời dạy của Đức Phật, kinh khuyến khích chúng sinh luôn tìm kiếm chân lý và an lạc nội tại, đồng

thời thực hành lòng từ bi và trí tuệ để góp phần làm cho cuộc sống trở nên ý nghĩa và an lạc hơn.

Phần kết luận này tóm tắt toàn bộ các điểm quan trọng của *Kinh Đế Thích Sở Vấn*, nhấn mạnh mục tiêu giải thoát và sự ứng dụng thực tế của kinh trong cuộc sống, khuyến khích người đọc tiếp tục tinh tấn trên con đường tu tập để đạt đến sự an lạc và giác ngộ.

VIII. VẤN ĐÁP VỀ KINH ĐẾ THÍCH SỞ VẤN

1. Tại sao Đế Thích, dù là vua của cõi trời, lại tìm đến Đức Phật để giải đáp về những câu hỏi tâm linh?

Đế Thích, dù là vua của cõi trời và có phước báo rất lớn, vẫn tìm đến Đức Phật để giải đáp các câu hỏi tâm linh vì các lý do sâu xa sau:

1. **Nhận thức được giới hạn của phước báo và cảnh giới cao**: Dù sống trong cõi trời, nơi có đầy đủ an lạc và phước báo, Đế Thích hiểu rằng những điều này chỉ là tạm thời và sẽ biến mất khi phước báo cạn kiệt. Ông nhận thức rõ sự vô thường và giới hạn của cảnh giới cao, từ đó khát khao tìm kiếm một con đường vượt thoát khỏi vòng luân hồi để đạt đến an lạc vĩnh cửu.
2. **Những thắc mắc sâu xa về khổ đau và nguyên nhân phiền não**: Dù có nhiều phước báu, Đế Thích vẫn thấy rằng các chúng sinh trong cõi trời cũng không hoàn toàn thoát khỏi phiền não và khổ đau. Ông muốn tìm hiểu tận gốc nguyên nhân của khổ đau và cách vượt qua những ràng buộc của tham ái, sân hận và vô minh, để giúp bản thân và chúng sinh khác thoát khỏi những phiền não này.
3. **Kính trọng trí tuệ và sự giác ngộ của Đức Phật**: Đế Thích nhận thấy rằng Đức Phật là bậc thầy đã đạt đến sự giác ngộ hoàn toàn, với trí tuệ và từ bi vô biên. Ông kính trọng trí tuệ của Đức Phật và hiểu rằng chỉ Đức Phật mới có thể cung cấp những giải đáp thấu triệt về bản chất của khổ đau và con đường đưa đến giải thoát. Điều này thể hiện lòng khiêm tốn của Đế Thích khi tìm đến bậc giác ngộ để xin lời chỉ dạy.
4. **Khát khao đạt đến sự an lạc chân thật và giải thoát vĩnh cửu**: Đế Thích không muốn dừng lại ở phước báo hay an lạc nhất thời của cõi trời, mà mong muốn tìm con đường đưa đến an lạc vĩnh cửu, thoát khỏi vòng sinh tử luân hồi. Sự giác ngộ và giải thoát là đích đến cao nhất, và Đế Thích nhận thức rằng điều này chỉ có thể đạt được qua lời dạy của Đức Phật.
5. **Tinh thần học hỏi và khiêm nhường trong tu tập**: Dù là vua của cõi trời, Đế Thích vẫn giữ lòng khiêm nhường và tinh thần cầu tiến, sẵn sàng học hỏi từ những người có trí tuệ cao hơn. Ông không để địa vị cao cản trở sự phát triển tâm linh, mà khiêm tốn tìm đến Đức Phật để hiểu sâu hơn về chân lý và giải thoát. Đây là một tấm gương về lòng khiêm tốn trong tu tập, khuyến khích chúng sinh không ngừng tìm kiếm chân lý.

Tổng kết:

Đế Thích tìm đến Đức Phật vì ông nhận thức được giới hạn của phước báo và cảnh giới cao, khao khát giải thoát khỏi khổ đau và vòng luân hồi, và kính trọng trí tuệ siêu việt của Đức Phật. Lòng khiêm nhường và tinh thần học hỏi của Đế Thích là một tấm gương cho người tu tập, khuyến khích họ hướng đến sự giác ngộ và an lạc chân thật.

2. Những câu hỏi của Đế Thích về khổ đau cho thấy gì về nhận thức của chúng sinh ở các cảnh giới cao?

Những câu hỏi của Đế Thích về khổ đau cho thấy những nhận thức sâu sắc của chúng sinh ở các cảnh giới cao về bản chất cuộc sống và các giới hạn của phước báo, cụ thể như sau:

1. **Nhận thức về tính tạm bợ và vô thường của phước báo**: Dù ở cảnh giới cao, nơi hưởng thụ phước báo và an lạc, chúng sinh như Đế Thích vẫn nhận thức được rằng phước báo này không phải là vĩnh cửu. Đế Thích hiểu rằng mọi cảnh giới, dù là thiên giới, cũng nằm trong vòng luân hồi và chịu sự chi phối của vô thường, vì vậy ông khao khát tìm đến con đường giải thoát khỏi sinh tử.
2. **Khát vọng vượt qua giới hạn của luân hồi**: Các câu hỏi của Đế Thích phản ánh nhận thức rằng dù đạt được các phước báo lớn, chúng sinh trong các cảnh giới cao vẫn không thể thoát khỏi vòng luân hồi. Đế Thích tìm kiếm cách để thoát khỏi chu kỳ sinh tử, chứng tỏ rằng chúng sinh ở các cảnh giới cao cũng khao khát an lạc bền vững và sự tự do hoàn toàn.
3. **Ý thức về nguyên nhân sâu xa của khổ đau**: Đế Thích không chỉ quan tâm đến khổ đau hiện tại mà còn muốn tìm hiểu nguyên nhân sâu xa của khổ đau – tham ái, sân hận và vô minh. Điều này cho thấy chúng sinh ở các cảnh giới cao có nhận thức rằng khổ dau không chỉ nằm ở hoàn cảnh bên ngoài mà còn nằm trong các yếu tố tâm lý và tâm linh bên trong.
4. **Tinh thần học hỏi và khiêm tốn**: Dù có địa vị cao, Đế Thích vẫn khiêm nhường tìm đến Đức Phật để học hỏi. Điều này cho thấy rằng chúng sinh ở các cảnh giới cao không bị ngã mạn chi phối, mà vẫn có tinh thần cầu tiến và sẵn lòng học hỏi từ bậc giác ngộ để mở rộng trí tuệ và hiểu biết sâu xa hơn về chân lý.
5. **Khao khát an lạc vĩnh cửu và vượt thoát khổ đau**: Các câu hỏi của Đế Thích phản ánh mong muốn tìm kiếm sự an lạc vĩnh cửu thay vì an lạc tạm thời. Điều này nhấn mạnh rằng, dù có được phước báo lớn, chúng sinh ở các cảnh giới cao vẫn nhận ra rằng chỉ có sự giác ngộ và giải thoát mới mang lại an lạc bền vững, vượt khỏi mọi sự biến đổi của luân hồi.

Tổng kết:

Các câu hỏi của Đế Thích cho thấy rằng chúng sinh ở các cảnh giới cao có nhận thức về tính vô thường của phước báo, ý thức sâu sắc về nguyên nhân khổ đau, tinh thần học hỏi, và khát khao vượt qua luân hồi để đạt đến an lạc chân thật. Điều này thể hiện rằng cảnh giới cao không phải là điểm dừng chân cuối cùng, mà sự giải thoát hoàn toàn mới là mục tiêu tối thượng mà chúng sinh cần hướng đến.

3. Đức Phật giải thích như thế nào về nguồn gốc của khổ đau, và những yếu tố nào gây ra phiền não trong đời sống?

Đức Phật giải thích rằng nguồn gốc của khổ đau xuất phát từ ba yếu tố chính – tham ái, sân hận và vô minh. Đây là những nguyên nhân cốt lõi tạo nên phiền não và luân hồi trong đời sống. Cụ thể:

1. **Tham ái (lobha)**: Đức Phật chỉ rõ rằng tham ái là một trong những nguyên nhân lớn nhất của khổ đau. Tham ái là sự khao khát, mong muốn chiếm hữu và dính mắc vào những gì mình yêu thích. Khi bị tham ái chi phối, chúng sinh không chỉ dính mắc vào vật chất, danh vọng và địa vị, mà còn cả các mối quan hệ và hình ảnh bản thân. Chính lòng tham này khiến chúng sinh luôn cảm thấy thiếu thốn, lo sợ mất mát và không bao giờ đạt được an lạc.
2. **Sân hận (dosa)**: Sân hận là phản ứng tiêu cực khi chúng sinh đối mặt với những điều không như ý muốn. Sân hận xuất hiện khi người ta không đạt được thứ mình khao khát hoặc phải đối diện với những điều mình không thích. Khi sân hận phát sinh, tâm sẽ trở nên xao động, dẫn đến những hành động, lời nói gây hại cho bản thân và người khác. Điều này tạo ra nghiệp xấu và dẫn đến những hậu quả đau khổ trong hiện tại và tương lai.
3. **Vô minh (moha)**: Đức Phật nhấn mạnh rằng vô minh là gốc rễ sâu xa nhất của khổ đau. Vô minh là sự thiếu hiểu biết, không nhận thức được bản chất thật sự của cuộc sống, đặc biệt là về vô thường, vô ngã và khổ đau. Vô minh khiến chúng sinh dính mắc vào cái "tôi" và tin rằng thế giới là cố định, lâu bền. Chính sự hiểu lầm này dẫn đến mọi khổ đau, vì chúng sinh không thấy được rằng mọi thứ đều là vô thường và biến đổi.
4. **Kết hợp của tham ái, sân hận, và vô minh trong đời sống**: Khi tham ái, sân hận và vô minh kết hợp, chúng tạo ra một vòng luân hồi của phiền não và khổ đau. Tham ái làm nảy sinh sự dính mắc, sân hận khiến tâm trí bị kích động và vô minh che lấp sự sáng suốt, dẫn đến những hành động tạo nghiệp xấu. Chuỗi nhân quả này kéo dài từ kiếp này sang kiếp khác, khiến chúng sinh bị mắc kẹt trong vòng sinh tử luân hồi.
5. **Con đường giải thoát**: Đức Phật không chỉ giải thích về nguồn gốc khổ đau mà còn chỉ ra con đường vượt qua khổ đau thông qua Tứ Diệu Đế và Bát Chánh Đạo. Ngài dạy rằng chỉ khi nào chúng sinh loại bỏ được tham ái, sân hận và vô minh, họ mới có thể đạt được giải thoát khỏi khổ đau và vòng luân hồi, hướng đến sự an lạc chân thật.

Tổng kết:

Theo Đức Phật, khổ đau có nguồn gốc từ tham ái, sân hận và vô minh. Những yếu tố này là nguyên nhân chính gây ra phiền não trong đời sống và là gốc rễ của luân hồi. Đức Phật chỉ ra rằng chỉ qua việc loại bỏ các yếu tố này bằng sự tu tập giới, định và tuệ, chúng sinh mới có thể đạt đến giải thoát và an lạc vĩnh cửu.

4. Tại sao tham ái, sân hận, và vô minh lại được coi là những nguyên nhân chính của khổ đau trong luân hồi?

Tham ái, sân hận và vô minh được coi là những nguyên nhân chính của khổ đau trong luân hồi vì chúng tạo ra một chuỗi phản ứng dẫn đến nghiệp xấu và kéo dài vòng luân hồi. Đức Phật giảng dạy rằng ba yếu tố này là "tam độc" (ba độc tố), làm ô nhiễm tâm và giữ chúng sinh trong vòng khổ đau. Dưới đây là lý do cụ thể:

1. **Tham ái dẫn đến dính mắc và khổ đau do mất mát**:
   Tham ái là lòng khao khát mãnh liệt đối với vật chất, quyền lực, tình cảm, và ngay cả chính cái "tôi." Tham ái khiến chúng sinh luôn muốn chiếm hữu, dẫn đến sự dính mắc vào những điều họ cho là thuộc về mình. Khi đối tượng của tham ái bị mất đi hoặc thay đổi, khổ đau phát sinh do sự hụt hẫng và bất mãn. Sự dính mắc này là cội nguồn khiến chúng sinh bị mắc kẹt trong vòng luân hồi, vì họ liên tục tìm kiếm và bám víu vào những thứ vô thường.
2. **Sân hận phá hoại sự an lạc và gây nghiệp xấu**:
   Sân hận phát sinh khi chúng sinh gặp phải những điều không vừa ý hoặc không đạt được mong muốn của mình. Sân hận làm cho tâm trí bị xao động, khiến con người phản ứng một cách tiêu cực và dễ tạo ra những hành động gây hại cho bản thân và người khác. Những hành động do sân hận thúc đẩy thường mang tính phá hoại và tạo ra nghiệp xấu, khiến chúng sinh phải chịu hậu quả khổ đau trong các kiếp sau. Sân hận không chỉ làm mất đi an lạc mà còn làm tổn thương mối quan hệ với những người xung quanh.
3. **Vô minh che lấp bản chất thực sự của cuộc sống**:
   Vô minh là sự thiếu hiểu biết về bản chất thực sự của thế giới, đặc biệt là về vô thường, vô ngã và khổ đau. Vì vô minh, chúng sinh không thấy được rằng tất cả các hiện tượng đều vô thường và không có một cái "tôi" vĩnh hằng. Vô minh dẫn đến sự chấp ngã (bám vào cái "tôi" cố định) và khiến chúng sinh lầm tưởng rằng có những điều bất biến mà họ có thể kiểm soát và sở hữu. Điều này khiến họ tiếp tục tạo nghiệp và dính mắc vào thế giới vật chất, kéo dài vòng sinh tử luân hồi.
4. **Tam độc gây ra chuỗi phản ứng của nghiệp và luân hồi**:
   Tham ái, sân hận và vô minh kết hợp thành một chuỗi phản ứng liên tục, tạo ra những hành động (nghiệp) đưa đến những trải nghiệm trong các kiếp sống kế tiếp. Tham ái dẫn đến sự dính mắc, sân hận gây ra khổ đau và phản ứng tiêu cực, còn vô minh che lấp sự thật, làm cho chúng sinh không nhận ra sự cần thiết của việc tu tập để thoát khỏi khổ đau. Kết quả là, chúng sinh tiếp tục bị cuốn vào chuỗi nhân quả, tạo ra nghiệp và kéo dài vòng luân hồi.
5. **Cản trở sự giải thoát và an lạc chân thật**:
   Ba yếu tố này không chỉ gây ra khổ đau mà còn ngăn cản sự phát triển tâm linh. Chúng cản trở sự tu tập và làm mờ đi khả năng giác ngộ của chúng sinh. Khi tâm còn bị chi phối bởi tham ái, sân hận và vô minh, sự an lạc chân thật không thể có được. Chúng sinh chỉ có thể đạt đến giải thoát khi loại bỏ được tam độc này, phát triển tâm trong sáng, thanh tịnh và đạt đến trí tuệ.

Tổng kết:

Tham ái, sân hận và vô minh là những nguyên nhân chính của khổ đau vì chúng tạo ra dính mắc, gây nghiệp xấu và làm che mờ trí tuệ. Chúng làm cho chúng sinh không thể thoát khỏi vòng luân hồi và khổ đau, tiếp tục sống trong sự bất an và lo sợ. Đức Phật dạy rằng chỉ khi loại bỏ được tam độc này, chúng sinh mới có thể đạt đến giải thoát và an lạc vĩnh cửu.

5. Bài học về nhân duyên và nghiệp trong kinh giúp người tu học hiểu sâu hơn về tác động của các hành động quá khứ và hiện tại như thế nào?

Bài học về nhân duyên và nghiệp trong *Kinh Đế Thích Sở Vấn* giúp người tu học hiểu rõ hơn về mối liên hệ giữa các hành động và kết quả, cũng như cách chúng định hình cuộc sống hiện tại và tương lai của họ. Cụ thể:

1. **Nhân duyên tạo ra điều kiện cho sự hình thành và biến đổi**: Đức Phật giải thích rằng nhân duyên là sự kết hợp của các yếu tố dẫn đến sự hình thành và tồn tại của mọi hiện tượng. Không có gì tồn tại độc lập; mọi sự vật và hiện tượng đều phát sinh và biến đổi qua sự tác động lẫn nhau. Do đó, cuộc sống của mỗi người cũng là kết quả của sự kết hợp các nhân duyên trong quá khứ và hiện tại. Hiểu được nguyên lý này giúp người tu học ý thức rằng không có gì là ngẫu nhiên hay cố định, mà mọi sự việc đều có nguyên nhân và điều kiện.
2. **Tác động của nghiệp quá khứ lên hiện tại**: Bài học về nghiệp chỉ ra rằng các hành động quá khứ để lại dấu ấn trong tâm thức và sẽ trổ quả khi đủ duyên. Nghiệp thiện lành sẽ mang đến quả báo tốt đẹp, còn nghiệp xấu sẽ dẫn đến những hoàn cảnh khó khăn, khổ đau. Nhận thức này giúp người tu học hiểu rằng những trải nghiệm hiện tại là kết quả của những hành động trong quá khứ. Điều này không chỉ giải thích về những khó khăn hoặc thuận lợi mà họ đang trải qua, mà còn khuyến khích họ chịu trách nhiệm về những nghiệp đã tạo.
3. **Quyền tự do và trách nhiệm trong việc tạo nghiệp hiện tại**: Trong kinh, Đức Phật khuyến khích người tu học nỗ lực chuyển hóa nghiệp xấu bằng cách tạo nghiệp lành trong hiện tại. Điều này có nghĩa là dù bị ảnh hưởng bởi nghiệp quá khứ, họ vẫn có quyền tự do và trách nhiệm để chọn cách hành xử trong hiện tại, qua đó tạo ra những nhân duyên tích cực. Những hành động thiện lành và tâm ý trong sạch hôm nay có thể giúp giảm bớt khổ đau và cải thiện tương lai.
4. **Sự chuyển hóa nghiệp qua tu tập**: Đức Phật dạy rằng nghiệp có thể được chuyển hóa thông qua tu tập, đặc biệt là qua thực hành giới, định và tuệ. Bằng cách giữ giới, người tu học tránh tạo thêm nghiệp xấu; bằng thiền định, họ phát triển sự an ổn trong tâm và giảm bớt các thói quen tiêu cực. Phát triển trí tuệ giúp họ thấy rõ bản chất của nhân duyên và vô thường, từ đó giảm dần những nghiệp lực ràng buộc. Điều này mang lại niềm tin cho người tu học rằng họ có thể thay đổi tương lai và thoát khỏi vòng luân hồi.
5. **Tầm quan trọng của việc tạo nghiệp lành để đạt an lạc**: Bài học về nghiệp cũng nhấn mạnh rằng chỉ có nghiệp lành, hành động thiện và từ bi mới giúp chúng sinh đạt đến trạng thái an lạc và tiến gần đến giải thoát. Đức Phật khuyến khích người tu học sống đạo đức, nuôi dưỡng lòng từ bi và phát triển trí tuệ để tạo ra những nghiệp thiện lành,

tích lũy phước báo và đồng thời làm giảm dần những nghiệp xấu đã tạo trong quá khứ.

6. **Nhân duyên và nghiệp là động lực cho trách nhiệm tự thân**: Khi hiểu rằng chính nghiệp và nhân duyên là yếu tố quyết định số phận, người tu học có động lực tu tập với trách nhiệm tự thân, không đổ lỗi cho hoàn cảnh hay người khác. Thay vì bị động chấp nhận những khó khăn hoặc khao khát phước báo, họ học cách tu tập để tích lũy nghiệp lành và rèn luyện tâm trí, từ đó đạt được an lạc và trí tuệ.

Tổng kết:
Bài học về nhân duyên và nghiệp trong kinh giúp người tu học hiểu sâu sắc rằng hành động trong quá khứ và hiện tại của họ có tác động lớn đến cuộc sống hiện tại và tương lai. Nhận thức này thúc đẩy họ tu tập để tạo ra nghiệp lành, chuyển hóa nghiệp xấu và sống một cuộc đời có ý nghĩa, hướng đến sự an lạc và giải thoát.

6. Làm thế nào để một người có thể chuyển hóa nghiệp xấu và tích lũy nghiệp lành theo hướng dẫn của Đức Phật trong kinh?
Để chuyển hóa nghiệp xấu và tích lũy nghiệp lành, *Kinh Đế Thích Sở Vấn* hướng dẫn các phương pháp tu tập cụ thể mà Đức Phật truyền dạy, giúp người tu học thay đổi cuộc sống và tiến đến an lạc chân thật. Các bước cụ thể bao gồm:

1. **Thực hành giới để ngăn ngừa và chuyển hóa nghiệp xấu**: Đức Phật khuyên người tu học thực hành giữ giới (sīla) – nghĩa là tuân thủ các nguyên tắc đạo đức để tránh tạo thêm nghiệp xấu. Bằng cách giữ giới, như không sát sinh, không trộm cắp, không nói dối, người tu học rèn luyện sự kiểm soát bản thân, tránh làm tổn thương người khác và chính mình. Sống theo các nguyên tắc đạo đức giúp ngăn ngừa những hành vi bất thiện và tích lũy nghiệp lành, tạo nền tảng cho cuộc sống an lạc.
2. **Phát triển tâm từ bi để hóa giải nghiệp xấu**: Đức Phật nhấn mạnh vai trò của tâm từ bi (mettā) trong việc chuyển hóa những nghiệp xấu đã tạo từ trước. Khi nuôi dưỡng lòng từ bi, người tu học giảm bớt sân hận, oán hờn và những cảm xúc tiêu cực khác, thay vào đó là sự khoan dung và yêu thương. Điều này giúp giảm thiểu những hậu quả xấu từ nghiệp bất thiện, vì tâm từ bi làm giảm đi sự phát triển của các phiền não gây nghiệp xấu.
3. **Thực hành thiền định để kiểm soát tâm và xoa dịu nghiệp**: Thiền định (samādhi) là một phương pháp giúp tâm trí tập trung, ổn định và giảm bớt những ý niệm tiêu cực. Khi thiền định, tâm trí sẽ trở nên an tịnh và sáng suốt, giúp người tu học vượt qua những suy nghĩ, cảm xúc gây nghiệp xấu. Thiền định cũng giúp phát triển khả năng chịu đựng và kiên nhẫn, nhờ đó họ ít bị dao động và dễ dàng chuyển hóa những thói quen tiêu cực đã tạo ra nghiệp xấu.
4. **Phát triển trí tuệ để nhận biết và buông bỏ dính mắc**: Đức Phật dạy rằng trí tuệ (paññā) là yếu tố quan trọng để hiểu rõ bản chất của nghiệp, vô thường và vô ngã. Khi có trí tuệ, người tu học có thể nhận ra rằng mọi cảm xúc tiêu cực, khổ đau và dính mắc đều là vô

thường. Nhờ vậy, họ dễ dàng buông bỏ các dính mắc và ngã chấp, giảm thiểu những hành động bốc đồng và tạo ra nghiệp xấu. Trí tuệ cũng giúp họ biết cách hành động thiện lành, tích lũy nghiệp tốt và tiến gần hơn đến giải thoát.

5. **Thực hành các hành động thiện lành để tích lũy nghiệp tốt**:
   Đức Phật khuyến khích người tu học tích lũy nghiệp lành thông qua các hành động thiện lành như bố thí, giúp đỡ người khác, và làm những việc có lợi cho cộng đồng. Những hành động này không chỉ mang lại niềm vui cho người khác mà còn giúp tích lũy phước báo, tạo ra những điều kiện tốt trong cuộc sống hiện tại và tương lai. Tích lũy nghiệp lành giúp người tu học có một nền tảng phước báo để tiến xa hơn trong con đường tu tập.
6. **Kiên trì tu tập và phát triển tâm linh**:
   Chuyển hóa nghiệp không phải là việc làm trong một sớm một chiều mà đòi hỏi sự kiên trì và cam kết lâu dài. Đức Phật dạy rằng người tu học cần tinh tấn, không nản lòng, và luôn duy trì tâm hồn thanh tịnh để đối diện với những thử thách của cuộc sống. Sự kiên trì giúp họ từng bước chuyển hóa những nghiệp xấu còn sót lại và xây dựng một đời sống an lạc, từ đó tiến đến sự giác ngộ và giải thoát.
7. **Thực hành chánh niệm để tránh tạo thêm nghiệp xấu**:
   Chánh niệm (sati) là khả năng giữ cho tâm trí luôn tỉnh thức và không bị cuốn vào các suy nghĩ hay cảm xúc bất thiện. Khi có chánh niệm, người tu học có thể nhận ra những suy nghĩ và cảm xúc tiêu cực ngay khi chúng vừa xuất hiện, từ đó kiểm soát bản thân và tránh tạo ra những hành động, lời nói có thể gây nghiệp xấu. Chánh niệm giúp người tu học sống có ý thức và giảm thiểu các hành động vô thức, nhờ vậy, họ tránh được những sai lầm dẫn đến nghiệp xấu.

Tổng kết:

Để chuyển hóa nghiệp xấu và tích lũy nghiệp lành, Đức Phật hướng dẫn người tu học thực hành giữ giới, nuôi dưỡng tâm từ bi, phát triển thiền định và trí tuệ, tích cực làm việc thiện, kiên trì tu tập và duy trì chánh niệm. Những phương pháp này không chỉ giúp họ cải thiện cuộc sống hiện tại mà còn tạo điều kiện thuận lợi cho con đường tu tập, hướng đến giải thoát khỏi luân hồi và khổ đau.

7. Việc thực hành giới, định, và tuệ có vai trò gì trong việc vượt qua khổ đau và đạt đến sự giải thoát?

Việc thực hành giới, định, và tuệ là ba yếu tố cốt lõi trong giáo pháp của Đức Phật, giúp chúng sinh vượt qua khổ đau và đạt đến giải thoát hoàn toàn. Mỗi yếu tố đóng một vai trò quan trọng, bổ sung và hỗ trợ lẫn nhau trong quá trình tu tập, cụ thể như sau:

1. **Giới (Sīla) – Nền tảng đạo đức và ngăn ngừa nghiệp xấu**:
   Giới là sự thực hành các nguyên tắc đạo đức, như không sát sinh, không trộm cắp, không nói dối, và không tà dâm. Thực hành giới giúp giữ cho tâm không bị xao động bởi các hành vi bất thiện và tránh gây tổn hại cho mình và người khác. Giới tạo ra nền tảng ổn định cho tâm, giúp người tu

tập có đời sống thanh tịnh và tránh tạo thêm nghiệp xấu, từ đó giảm bớt khổ đau. Khi tâm không còn bị chi phối bởi những hành vi bất thiện, người tu tập có nền tảng vững chắc để phát triển định và tuệ.

2. **Định (Samādhi) – Sự tập trung và an ổn tâm hồn**:
   Định là sự tập trung và rèn luyện tâm trí, giúp người tu học phát triển khả năng tập trung cao độ và giữ cho tâm an tịnh. Khi tâm được an định, nó không còn bị chi phối bởi những lo lắng, sợ hãi hay sân hận. Định giúp giảm bớt các phiền não và tạo ra sự an lạc ngay trong hiện tại. Việc thực hành thiền định, đặc biệt là thiền chỉ (samatha) và thiền quán (vipassanā), giúp người tu học làm chủ tâm trí, vượt qua các cảm xúc tiêu cực và tiến gần hơn đến sự bình an nội tại. Định là yếu tố cần thiết để hỗ trợ phát triển trí tuệ, vì chỉ khi tâm an ổn thì trí tuệ mới có thể phát triển.
3. **Tuệ (Paññā) – Trí tuệ và sự giác ngộ bản chất thực của mọi sự vật**:
   Tuệ là khả năng nhận thức đúng đắn, hiểu rõ bản chất vô thường, khổ và vô ngã của mọi hiện tượng. Trí tuệ giúp người tu học thấy rõ rằng tất cả những gì họ trải qua đều là vô thường và không có cái "tôi" cố định. Nhờ trí tuệ, người tu học có thể buông bỏ tham ái và dính mắc, không còn bị lôi cuốn vào vòng xoáy của luân hồi và khổ đau. Trí tuệ là yếu tố dẫn đến giác ngộ và giải thoát, vì nó giúp phá vỡ vô minh – nguyên nhân gốc rễ của mọi khổ đau.
4. **Sự phối hợp của giới, định và tuệ để đạt đến giải thoát**:
   Giới, định và tuệ là ba yếu tố không thể tách rời và hỗ trợ lẫn nhau trong con đường tu tập. Giới giúp làm thanh tịnh hành động và lời nói, tạo nền tảng cho định. Định giúp ổn định tâm trí, tạo điều kiện để phát triển trí tuệ. Trí tuệ dẫn đến sự hiểu biết sâu sắc và giải thoát hoàn toàn khỏi khổ đau. Khi cả ba yếu tố này được tu tập đúng đắn, người tu học sẽ đạt đến trạng thái an lạc, không còn bị luân hồi chi phối và tiến đến sự giải thoát hoàn toàn.
5. **Giới, định và tuệ giúp vượt qua vòng luân hồi và khổ đau**:
   Vòng luân hồi sinh tử tồn tại vì chúng sinh bị chi phối bởi tham ái, sân hận và vô minh. Thực hành giới, định, và tuệ giúp người tu học loại bỏ những yếu tố này. Giới ngăn ngừa các hành động bất thiện, định kiểm soát và xoa dịu tâm trí, và tuệ giải phóng vô minh. Khi tam độc này được loại bỏ, người tu học sẽ không còn bị ràng buộc trong vòng luân hồi và đạt được sự giải thoát.
6. **Đạt đến an lạc và giác ngộ qua con đường Bát Chánh Đạo**:
   Giới, định, và tuệ là nền tảng của Bát Chánh Đạo, con đường Đức Phật chỉ ra để vượt qua khổ đau. Khi thực hành theo Bát Chánh Đạo, người tu học sẽ phát triển giới, định và tuệ một cách hài hòa, dẫn đến an lạc và sự giác ngộ. Bát Chánh Đạo là con đường thực tiễn giúp người tu học ứng dụng giới, định và tuệ vào đời sống hàng ngày, từng bước tiến đến giải thoát.

Tổng kết:

Giới, định và tuệ là con đường Đức Phật chỉ dẫn để vượt qua khổ đau và đạt đến giải thoát. Giới tạo nền tảng đạo đức, định giúp ổn định tâm trí và tuệ mang đến sự giác ngộ. Sự phối hợp của ba yếu tố này không chỉ giúp người tu học đạt đến an lạc trong hiện tại mà còn đưa họ đến trạng thái giải thoát hoàn toàn, vượt qua mọi ràng buộc của luân hồi.

8. Tại sao lòng từ bi và trí tuệ lại quan trọng trong quá trình chuyển hóa nghiệp và phát triển tâm linh?

Lòng từ bi và trí tuệ là hai phẩm chất thiết yếu trong quá trình chuyển hóa nghiệp và phát triển tâm linh vì chúng bổ sung và hỗ trợ lẫn nhau, giúp người tu học giảm thiểu nghiệp xấu, tích lũy nghiệp lành và tiến gần đến sự giải thoát. Cụ thể, tầm quan trọng của từ bi và trí tuệ có thể thấy rõ qua các điểm sau:

1. **Lòng từ bi giúp hóa giải nghiệp xấu và tạo nghiệp lành**:
   Lòng từ bi (mettā) khuyến khích người tu học hành động, nói năng và suy nghĩ một cách thiện lành, từ đó giảm thiểu các hành vi bất thiện gây nghiệp xấu. Khi nuôi dưỡng lòng từ bi, người tu học sẽ đối xử tử tế, không làm tổn hại đến người khác. Điều này giúp họ tránh được các hậu quả xấu từ nghiệp bất thiện và tạo điều kiện tích lũy nghiệp lành. Từ bi giúp chuyển hóa những mối quan hệ tiêu cực thành tích cực, góp phần giảm đi xung đột và khổ đau trong cuộc sống.
2. **Trí tuệ giúp nhận thức rõ ràng về nhân quả và buông bỏ dính mắc**:
   Trí tuệ (paññā) cho phép người tu học thấy rõ bản chất của nghiệp và vòng luân hồi. Nhờ trí tuệ, họ hiểu rằng mọi hành động đều dẫn đến kết quả, và chính nghiệp của mình định hình cuộc sống hiện tại và tương lai. Nhận thức sâu sắc về nhân quả giúp người tu học cẩn trọng trong hành động, tránh tạo nghiệp xấu và có động lực tích lũy nghiệp lành. Trí tuệ cũng giúp họ buông bỏ những dính mắc và chấp ngã, làm giảm đi các nguyên nhân gây khổ đau và nghiệp bất thiện.
3. **Lòng từ bi làm thanh tịnh tâm hồn, tạo nền tảng cho trí tuệ phát triển**:
   Khi tâm hồn đầy lòng từ bi, không bị chi phối bởi sân hận và oán hận, tâm trở nên thanh tịnh và dễ dàng đạt đến an lạc. Tâm thanh tịnh là môi trường lý tưởng để phát triển trí tuệ, bởi khi tâm không còn bị xao động bởi cảm xúc tiêu cực, trí tuệ mới có thể sáng suốt và thấu triệt. Từ bi và trí tuệ bổ sung lẫn nhau – từ bi làm dịu tâm, trong khi trí tuệ làm sáng tỏ tâm, tạo điều kiện để tâm trở nên thanh tịnh và sáng suốt.
4. **Trí tuệ hướng dẫn từ bi để hành động đúng đắn và hiệu quả**:
   Trí tuệ giúp lòng từ bi không bị mù quáng, giúp người tu học biết cách thể hiện từ bi một cách khôn ngoan và đúng đắn. Khi từ bi được hướng dẫn bởi trí tuệ, hành động từ bi trở nên hiệu quả và mang lại lợi ích thực sự cho bản thân và người khác. Trí tuệ giúp người tu học phân biệt được hành động nào là thiện lành và phù hợp, từ đó tránh những hành động mà dù có ý tốt nhưng lại gây hại do thiếu hiểu biết.
5. **Lòng từ bi và trí tuệ kết hợp để phá vỡ vô minh và loại bỏ tam độc**:
   Tham ái, sân hận và vô minh là những nguyên nhân chính gây khổ đau và kéo dài luân hồi. Lòng từ bi giúp hóa giải sân hận và giảm bớt tham ái, trong khi trí tuệ giúp phá vỡ vô minh bằng cách thấy rõ sự thật về vô

thường và vô ngã. Khi kết hợp, từ bi và trí tuệ trở thành công cụ mạnh mẽ để loại bỏ tam độc, giúp người tu học đạt đến trạng thái giải thoát hoàn toàn.

6. **Từ bi và trí tuệ giúp phát triển tâm linh và đạt đến giác ngộ**:
   Trên con đường phát triển tâm linh, lòng từ bi và trí tuệ là những yếu tố không thể thiếu. Từ bi mang lại sự an lạc nội tâm và giúp người tu học sống hòa hợp với mọi người, trong khi trí tuệ giúp họ thấu hiểu bản chất của cuộc sống, vượt qua dính mắc và đạt đến giác ngộ. Từ bi mở rộng trái tim và trí tuệ soi sáng con đường, đưa người tu học tiến gần hơn đến trạng thái an lạc và giác ngộ.
7. **Giúp xây dựng một cuộc sống hài hòa, ít khổ đau hơn**:
   Lòng từ bi và trí tuệ giúp người tu học xây dựng cuộc sống hài hòa, tránh xung đột và giảm thiểu khổ đau. Lòng từ bi làm dịu đi những căng thẳng trong mối quan hệ với người khác, trong khi trí tuệ giúp họ nhìn nhận cuộc sống với thái độ chánh niệm và không dính mắc. Cuộc sống hài hòa không chỉ mang lại hạnh phúc cho chính mình mà còn tạo ra ảnh hưởng tích cực cho cộng đồng.

Tổng kết:

Lòng từ bi và trí tuệ là hai phẩm chất cốt lõi trong quá trình chuyển hóa nghiệp và phát triển tâm linh. Lòng từ bi giúp thanh tịnh tâm và tích lũy nghiệp lành, trong khi trí tuệ giúp nhận thức rõ về nhân quả và loại bỏ dính mắc. Khi kết hợp, từ bi và trí tuệ không chỉ giúp người tu học đạt đến sự an lạc mà còn dẫn dắt họ đến giác ngộ và giải thoát khỏi luân hồi.

9. Đức Phật dạy Đế Thích những gì về cách rèn luyện tâm trí để đạt đến trạng thái an ổn và không bị dao động bởi xúc cảm tiêu cực?

Đức Phật dạy Đế Thích các phương pháp rèn luyện tâm trí để đạt đến trạng thái an ổn và không bị dao động bởi xúc cảm tiêu cực thông qua những nguyên tắc và thực hành cụ thể. Những lời dạy này nhấn mạnh cách kiểm soát và chuyển hóa tâm để đối diện với các khó khăn trong cuộc sống một cách bình an và sáng suốt:

1. **Thực hành chánh niệm (sati)**:
   Đức Phật khuyến khích Đế Thích thực hành chánh niệm, tức là duy trì sự tỉnh thức và ý thức rõ ràng trong từng khoảnh khắc. Chánh niệm giúp tâm trí nhận biết kịp thời khi các cảm xúc tiêu cực như tham, sân, và si vừa mới xuất hiện. Khi có chánh niệm, người tu tập sẽ không bị cuốn vào cảm xúc mà có thể quan sát chúng một cách khách quan. Điều này làm giảm bớt sự tác động của cảm xúc tiêu cực, giữ cho tâm được an ổn.
2. **Thiền định (samādhi) để đạt đến sự an tịnh trong tâm**:
   Đức Phật khuyên Đế Thích rèn luyện thiền định để tập trung tâm trí và làm dịu những dao động nội tâm. Thiền định giúp ổn định tâm, làm cho tâm trí không bị ảnh hưởng bởi những biến động bên ngoài. Khi tâm đạt đến trạng thái an định, người tu tập có thể kiểm soát cảm xúc của mình, không bị sân hận hay bất mãn lôi kéo. Thiền định tạo ra một nền tảng an ổn và sáng suốt, từ đó giúp đối diện với mọi tình huống một cách bình tĩnh và tỉnh thức.

3. **Quán chiếu vô thường để buông bỏ dính mắc**:
   Đức Phật dạy rằng mọi sự vật hiện tượng đều là vô thường, không có gì là cố định hoặc vĩnh viễn. Hiểu rõ bản chất vô thường giúp người tu tập buông bỏ dính mắc và không bám víu vào những điều tạm bợ. Khi tâm hiểu rõ rằng mọi cảm xúc chỉ là thoáng qua, như sóng gợn trên mặt nước, người tu tập sẽ không còn bị cảm xúc chi phối. Sự quán chiếu vô thường giúp Đế Thích nhận ra bản chất phù du của mọi trải nghiệm, từ đó giữ được sự an ổn trong tâm hồn.
4. **Phát triển lòng từ bi để hóa giải sân hận**:
   Lòng từ bi (mettā) là một phương pháp hiệu quả để chuyển hóa sân hận và cảm xúc tiêu cực. Đức Phật dạy rằng khi nuôi dưỡng lòng từ bi, người tu tập sẽ giảm bớt sự căng thẳng trong mối quan hệ với người khác, không dễ bị sân hận hoặc oán hờn chi phối. Lòng từ bi giúp tạo ra một trạng thái tâm rộng mở, khoan dung, và không dễ bị tổn thương bởi hành động hay lời nói của người khác. Điều này mang lại sự an lạc và ổn định nội tâm.
5. **Phát triển trí tuệ để hiểu rõ nguồn gốc của cảm xúc**:
   Đức Phật khuyên Đế Thích phát triển trí tuệ (paññā) để nhận thức sâu sắc về nguồn gốc và bản chất của các cảm xúc tiêu cực. Trí tuệ giúp người tu tập hiểu rằng cảm xúc như tham, sân và si là những phản ứng nhất thời và không phản ánh bản chất thật sự của tâm. Khi có trí tuệ, người tu tập có thể nhận ra và kiểm soát những cảm xúc này ngay từ khi chúng bắt đầu xuất hiện, thay vì bị chúng lôi kéo. Trí tuệ cũng giúp họ nhìn nhận mọi sự việc một cách sáng suốt, không phóng đại hoặc sai lệch.
6. **Quán chiếu nhân duyên để buông bỏ chấp ngã**:
   Đức Phật dạy Đế Thích quán chiếu về nhân duyên để hiểu rằng mọi cảm xúc đều là kết quả của các điều kiện khác nhau hợp thành, không có một cái "tôi" thật sự kiểm soát tất cả. Sự hiểu biết này giúp người tu tập buông bỏ chấp ngã và giảm bớt sự dính mắc vào những điều không thuộc về mình. Khi không còn chấp ngã, người tu tập sẽ không còn bị xúc cảm dao động, giữ được sự bình thản và an ổn trước mọi biến đổi của cuộc sống.
7. **Kiên trì và nhẫn nại trong rèn luyện tâm**:
   Đức Phật nhấn mạnh tầm quan trọng của sự kiên trì và nhẫn nại trong quá trình tu tập. Rèn luyện tâm trí để đạt đến sự an ổn là một hành trình dài, đòi hỏi sự bền bỉ. Người tu học cần kiên trì trong việc thực hành chánh niệm, thiền định, và phát triển trí tuệ, không nản lòng trước những khó khăn và thử thách. Sự kiên trì này giúp tâm trí dần dần đạt đến sự vững chãi, không bị dao động trước bất kỳ cảm xúc nào.

Tổng kết:

Đức Phật dạy Đế Thích rèn luyện tâm trí để đạt đến trạng thái an ổn thông qua chánh niệm, thiền định, phát triển từ bi và trí tuệ, cùng với việc quán chiếu vô thường và nhân duyên. Những phương pháp này giúp người tu tập kiểm soát cảm xúc, vượt qua những phản ứng tiêu cực và duy trì sự bình an trong tâm hồn, từ đó tiến gần hơn đến sự giải thoát và an lạc chân thật.

10. Trong kinh, ý nghĩa của lòng khiêm tốn và tinh thần học hỏi của Đế Thích mang đến bài học gì cho người tu học?
Trong *Kinh Đế Thích Sở Vấn*, lòng khiêm tốn và tinh thần học hỏi của Đế Thích – dù là vua của cõi trời với phước báo và quyền lực to lớn – mang lại những bài học sâu sắc cho người tu học:

1. **Giá trị của sự khiêm tốn, bất kể địa vị hay thành tựu**:
   Đế Thích là vua của cõi trời, một vị trí cao quý và đầy quyền năng, nhưng ông vẫn giữ lòng khiêm tốn khi đến học hỏi từ Đức Phật. Điều này cho thấy rằng, dù ở địa vị nào, sự khiêm tốn vẫn là một phẩm chất quan trọng giúp người tu học mở rộng lòng và sẵn sàng học hỏi. Sự khiêm tốn không chỉ làm dịu bớt tự ngã mà còn giúp người tu học nhận ra rằng mọi người đều có điều để học hỏi và phát triển.
2. **Tấm gương về tinh thần cầu tiến và mong muốn phát triển bản thân**:
   Đế Thích, dù đã đạt đến phước báo to lớn, vẫn tìm kiếm sự hướng dẫn của Đức Phật để hiểu thêm về chân lý và con đường vượt thoát luân hồi. Điều này cho thấy rằng người tu học, dù có kiến thức hay đạt được một số thành tựu trong tu tập, vẫn cần giữ vững tinh thần cầu tiến, không bao giờ cho rằng mình đã đủ. Bài học này nhắc nhở người tu học không nên thỏa mãn với thành quả tạm thời mà cần không ngừng phát triển tâm linh.
3. **Từ bỏ ngã mạn và sự tự cao để đạt đến trí tuệ**:
   Sự ngã mạn và tự cao là những chướng ngại lớn trên con đường tu tập, làm mờ trí tuệ và dẫn đến dính mắc. Đế Thích đã buông bỏ ngã mạn của mình để đến với Đức Phật bằng lòng khiêm cung. Điều này nhấn mạnh rằng chỉ khi buông bỏ cái tôi và sự tự cao, người tu học mới có thể mở lòng để tiếp nhận chân lý và học hỏi. Sự khiêm tốn là nền tảng cho trí tuệ phát triển, vì tâm khiêm cung dễ dàng chấp nhận lời chỉ dạy và nhìn nhận sự thật mà không bị che mờ bởi tự ngã.
4. **Tinh thần sẵn sàng học hỏi từ bậc trí tuệ**:
   Đế Thích thể hiện tinh thần sẵn lòng học hỏi từ bậc giác ngộ, thể hiện sự tôn kính và lòng ngưỡng mộ đối với trí tuệ của Đức Phật. Điều này nhắc nhở người tu học rằng, dù đã có kiến thức và kinh nghiệm, vẫn cần tìm đến những bậc thầy, người có trí tuệ cao để học hỏi. Tinh thần học hỏi từ những người có trí tuệ giúp người tu học tiến xa hơn trong hành trình phát triển bản thân.
5. **Nhận thức rằng phước báo và địa vị không phải là đích đến cuối cùng**:
   Đế Thích, dù ở cảnh giới cao, hiểu rõ rằng phước báo và quyền lực chỉ là thành tựu tạm thời, không mang lại an lạc bền vững. Bài học này nhắc nhở người tu học rằng phước báo và thành tựu bên ngoài không phải là mục tiêu cuối cùng; mà sự an lạc chân thật và trí tuệ sâu sắc mới là điều quan trọng nhất. Sự khiêm tốn của Đế Thích giúp người tu học nhận thức rằng những giá trị tạm bợ không thể thay thế cho trí tuệ và sự giải thoát chân thật.

6. **Bài học về việc buông bỏ chấp ngã để tiến bộ trong tu tập**:
   Đức Phật dạy rằng chấp ngã là gốc rễ của khổ đau, và lòng khiêm tốn là bước đầu tiên trong việc buông bỏ chấp ngã. Đế Thích đến với Đức Phật bằng thái độ cầu học chân thành, không bị ngăn trở bởi cái tôi. Điều này giúp người tu học hiểu rằng chỉ khi buông bỏ chấp ngã, họ mới có thể phát triển trí tuệ và tiến bộ trong tu tập, vì chấp ngã sẽ làm tâm bị đóng kín và không thể đón nhận chân lý một cách trọn vẹn.
7. **Khuyến khích người tu học đối diện và học hỏi từ những khó khăn**:
   Đế Thích đến với Đức Phật để hỏi về những vấn đề khổ đau và cách giải thoát, cho thấy ông sẵn sàng đối diện với những khó khăn để tìm kiếm giải pháp. Điều này là một tấm gương cho người tu học, khuyến khích họ không né tránh những vấn đề khó khăn mà cần đối diện và học hỏi để vượt qua. Sự khiêm tốn giúp người tu học nhìn nhận những khuyết điểm và hạn chế của bản thân, từ đó nỗ lực sửa đổi để tiến bộ.

Tổng kết:
Lòng khiêm tốn và tinh thần học hỏi của Đế Thích mang đến bài học sâu sắc về việc buông bỏ ngã mạn, phát triển trí tuệ và luôn giữ vững tinh thần cầu tiến. Người tu học, dù ở bất kỳ địa vị nào, cần phải giữ lòng khiêm tốn, sẵn sàng học hỏi từ bậc trí tuệ và không ngừng tìm kiếm sự hoàn thiện bản thân. Đây là những phẩm chất cốt lõi giúp người tu học tiến xa hơn trên con đường tâm linh và đạt đến an lạc chân thật.

11. Tại sao việc hiểu rõ bản chất của khổ đau lại là bước đầu quan trọng trong quá trình tu tập và giải thoát?
Việc hiểu rõ bản chất của khổ đau là bước đầu quan trọng trong quá trình tu tập và giải thoát vì nó giúp người tu học nhận diện đúng vấn đề gốc rễ của sự bất an và hiểu rõ con đường dẫn đến sự an lạc chân thật. Đức Phật dạy rằng hiểu rõ khổ đau là nền tảng của trí tuệ và là động lực thúc đẩy tu tập. Dưới đây là các lý do cụ thể:

1. **Nhận diện đúng nguyên nhân khổ đau giúp hướng đến giải pháp**:
   Khi hiểu rõ bản chất của khổ đau, người tu học có thể thấy được nguồn gốc của những cảm giác bất an, không hài lòng. Việc nhận diện đúng nguyên nhân giúp họ không lầm lạc trong việc tìm kiếm hạnh phúc. Hiểu rõ rằng khổ đau bắt nguồn từ tham ái, sân hận và vô minh là bước đầu tiên để có thể dứt bỏ các yếu tố này, hướng đến giải thoát thực sự.
2. **Tạo động lực mạnh mẽ để tu tập**:
   Khi người tu học hiểu sâu sắc về khổ đau, không chỉ qua nhận thức mà còn từ trải nghiệm thực tế, họ sẽ có động lực mạnh mẽ để tìm cách vượt qua. Nhận thức rằng tất cả những lạc thú thế gian đều là tạm bợ và chứa đựng mầm mống của khổ đau khiến người tu học mong muốn thoát khỏi vòng luân hồi và tìm kiếm sự an lạc vĩnh cửu. Đây là động lực giúp họ kiên trì và không nản lòng trên con đường tu tập.
3. **Giúp thay đổi cách nhìn nhận và thái độ sống**:
   Hiểu rõ bản chất khổ đau giúp người tu học nhìn nhận cuộc sống với thái độ khác, giảm bớt sự dính mắc vào danh lợi, địa vị và các đối tượng vật chất. Khi biết rằng mọi thứ đều chứa đựng khổ đau, người tu học sẽ sống

một cách tỉnh thức hơn, không còn quá bám víu vào những điều phù du và sẵn sàng buông bỏ để giữ tâm an lạc.

4. **Phát triển lòng từ bi và trí tuệ**:
Thấu hiểu bản chất của khổ đau cũng là nền tảng để phát triển lòng từ bi. Khi nhận ra rằng mọi chúng sinh đều chịu khổ đau trong vòng luân hồi, người tu học dễ dàng cảm thông với người khác và có động lực giúp đỡ họ thoát khỏi khổ đau. Hơn nữa, hiểu rõ khổ đau cũng phát triển trí tuệ vì người tu học sẽ không còn dính mắc vào ảo tưởng của thế gian, mà thấy rõ sự vô thường và vô ngã của mọi sự vật.
5. **Giúp buông bỏ tham ái và giảm thiểu phiền não**:
Hiểu rõ khổ đau là một phần của cuộc sống giúp người tu học không còn nuôi dưỡng tham ái và mong cầu những điều vô thường. Họ nhận ra rằng mọi khổ đau bắt nguồn từ sự dính mắc và lòng tham ái. Sự nhận thức này giúp họ buông bỏ các đối tượng của dục vọng, giảm thiểu phiền não và tiến gần hơn đến trạng thái tâm thanh tịnh.
6. **Làm sáng tỏ con đường tu tập và hướng đến giải thoát**:
Hiểu rõ khổ đau là nền tảng để thực hành Tứ Diệu Đế – con đường Đức Phật dạy để đạt đến giải thoát. Khi biết rõ bản chất khổ đau (Khổ Đế) và nguyên nhân của nó (Tập Đế), người tu học sẽ hiểu rằng sự diệt khổ là có thể đạt được (Diệt Đế) và cần thực hành con đường dẫn đến giải thoát (Đạo Đế). Bằng cách nhận diện khổ đau, người tu học có một hướng đi rõ ràng và có động lực thực hành theo Bát Chánh Đạo.
7. **Phá vỡ vô minh và đạt đến trí tuệ sáng suốt**:
Theo lời dạy của Đức Phật, vô minh là gốc rễ sâu xa nhất của khổ đau. Hiểu rõ bản chất khổ đau chính là bước đầu để phá vỡ vô minh. Khi người tu học hiểu rằng mọi cảm giác hạnh phúc nhất thời đều tiềm ẩn sự đau khổ và không phải là trạng thái lâu bền, họ sẽ phát triển trí tuệ để tìm kiếm sự an lạc chân thật. Trí tuệ này giúp họ không bị cuốn vào vòng xoáy sinh tử và dẫn đến sự giải thoát.

Tổng kết:
Hiểu rõ bản chất của khổ đau là bước đầu tiên và nền tảng trong quá trình tu tập và giải thoát. Sự nhận thức này giúp người tu học phát triển trí tuệ, giảm thiểu tham ái, phiền não, và nuôi dưỡng lòng từ bi. Từ đó, họ có thể thực hành theo con đường mà Đức Phật chỉ dạy, từng bước tiến đến trạng thái an lạc chân thật và thoát khỏi vòng luân hồi.

12. Làm thế nào việc buông bỏ tham ái và dính mắc có thể giúp người tu học đạt đến sự an lạc chân thật?
Việc buông bỏ tham ái và dính mắc là chìa khóa giúp người tu học đạt đến sự an lạc chân thật vì nó giải phóng tâm khỏi những ràng buộc và lo lắng, cho phép họ sống tự do và thanh thản hơn. Đức Phật dạy rằng tham ái và dính mắc là nguồn gốc chính của khổ đau. Khi loại bỏ những yếu tố này, người tu học sẽ không còn bị cuốn vào các cảm xúc tiêu cực, sự thất vọng và bất an. Dưới đây là cách buông bỏ tham ái và dính mắc giúp đạt đến an lạc chân thật:

1. **Giảm bớt cảm giác thiếu thốn và bất mãn**:
Tham ái khiến người tu học luôn muốn có thêm, từ vật chất đến tình cảm, từ thành công đến địa vị. Sự khao khát không ngừng này tạo ra cảm giác thiếu thốn và bất mãn. Khi buông bỏ tham ái, người tu học chấp nhận thực tại như nó là, không còn chạy theo những điều họ cho rằng sẽ mang lại hạnh phúc. Sự giảm bớt khao khát này giúp họ cảm thấy đủ đầy trong hiện tại, từ đó đạt đến trạng thái an lạc và bình yên.
2. **Giải phóng tâm khỏi lo âu và sợ hãi**:
Dính mắc vào vật chất, danh vọng, hoặc quan hệ khiến tâm bị ràng buộc và lo lắng về việc mất mát. Người tu học càng dính mắc thì càng lo sợ và bất an khi đối diện với những biến đổi không lường trước. Khi buông bỏ sự dính mắc, tâm sẽ không còn bị chi phối bởi nỗi lo mất mát hoặc sợ hãi. Tâm trở nên nhẹ nhàng, bình thản trước mọi hoàn cảnh, mang lại sự an lạc bền vững.
3. **Giảm bớt phiền não do những cảm xúc tiêu cực**:
Tham ái và dính mắc là nguyên nhân dẫn đến các cảm xúc tiêu cực như ghen tuông, oán hờn, và sân hận khi không đạt được những điều mong muốn. Khi buông bỏ những tham vọng và dính mắc này, tâm trí trở nên trong sáng và không còn bị các cảm xúc tiêu cực chi phối. Người tu học sẽ cảm thấy nhẹ nhàng hơn và đạt đến trạng thái bình an nội tại, giúp họ sống một cách an lạc và vui vẻ.
4. **Phát triển lòng từ bi và sự rộng lượng**:
Khi không còn bị tham ái và dính mắc ràng buộc, người tu học dễ dàng phát triển lòng từ bi và sự rộng lượng. Họ không còn xem lợi ích cá nhân là trọng tâm, mà sẵn sàng sẻ chia và quan tâm đến người khác một cách chân thành. Lòng từ bi và rộng lượng giúp họ sống hòa hợp với mọi người, tạo ra một môi trường an lạc và giúp giảm thiểu xung đột. Sự hòa hợp này góp phần mang lại hạnh phúc bền vững và niềm vui chân thật.
5. **Buông bỏ chấp ngã và nhận thức rõ bản chất vô thường**:
Tham ái và dính mắc bắt nguồn từ chấp ngã, tức là bám víu vào cái "tôi" và những gì liên quan đến "tôi." Khi người tu học buông bỏ chấp ngã, họ sẽ nhận ra bản chất vô thường của mọi sự vật. Mọi điều trong cuộc sống đều biến đổi, không có gì là cố định hay thuộc về cái "tôi" vĩnh viễn. Nhận thức này giúp họ thoát khỏi sự dính mắc và đạt đến trạng thái an nhiên trước mọi biến đổi, từ đó đạt đến sự an lạc bền vững.
6. **Giảm bớt sự lệ thuộc vào điều kiện bên ngoài**:
Tham ái và dính mắc khiến người tu học lệ thuộc vào các yếu tố bên ngoài để có được cảm giác hạnh phúc. Khi buông bỏ những ràng buộc này, họ không còn dựa vào vật chất, danh vọng hay người khác để có được niềm vui. Họ có thể tìm thấy sự an lạc từ bên trong, không còn bị chi phối bởi các điều kiện bên ngoài. Điều này giúp họ đạt đến một trạng thái hạnh phúc độc lập và tự tại.
7. **Đạt đến sự tự do và giải thoát khỏi luân hồi**:
Tham ái và dính mắc là nguyên nhân khiến chúng sinh tiếp tục bị kẹt trong vòng luân hồi. Khi buông bỏ hoàn toàn tham ái và dính mắc, người

tu học sẽ không còn tạo nghiệp dẫn đến tái sinh, đạt đến sự giải thoát và an lạc vĩnh cửu. Đức Phật dạy rằng giải thoát khỏi vòng sinh tử là mục tiêu cao nhất của người tu học, và điều này chỉ có thể đạt được khi loại bỏ hết các tham ái và dính mắc.

Tổng kết:

Việc buông bỏ tham ái và dính mắc giúp người tu học vượt qua các lo âu, phiền não, và cảm xúc tiêu cực, mang lại trạng thái an lạc nội tại và sự tự do. Sự buông bỏ này giúp họ không còn phụ thuộc vào các yếu tố bên ngoài và đạt đến sự giải thoát khỏi luân hồi. Đây là con đường dẫn đến sự an lạc chân thật mà không điều kiện bên ngoài nào có thể làm lay chuyển.

13. Bài học về nhân quả trong kinh khuyến khích người tu tập gì về trách nhiệm đối với hành động và nghiệp của mình?

Bài học về nhân quả trong *Kinh Đế Thích Sở Vấn* nhấn mạnh rằng mỗi hành động đều tạo ra những kết quả tương ứng, giúp người tu học nhận thức rõ ràng về trách nhiệm đối với hành động và nghiệp của mình. Đức Phật dạy rằng nhân quả không phải là sự trừng phạt hay phần thưởng từ một lực lượng bên ngoài, mà là hệ quả tự nhiên của các hành động. Dưới đây là những bài học về trách nhiệm mà người tu học được khuyến khích qua quy luật nhân quả:

1. **Ý thức rõ rằng mỗi hành động đều để lại dấu ấn**:
   Đức Phật dạy rằng mọi hành động, lời nói và ý nghĩ đều tạo nên nghiệp – tức là dấu ấn trong tâm thức, và nghiệp sẽ trổ quả khi đủ duyên. Người tu học được khuyến khích cẩn trọng với mỗi hành động của mình, vì ngay cả những việc nhỏ nhặt cũng có thể tạo ra ảnh hưởng lớn về sau. Nhận thức này thúc đẩy họ hành động một cách có trách nhiệm, tránh những hành động bất thiện và nuôi dưỡng những hành động thiện lành.
2. **Tự chịu trách nhiệm về nghiệp mà mình tạo ra**:
   Bài học nhân quả khuyến khích người tu học không đổ lỗi cho hoàn cảnh hay người khác, mà thay vào đó, nhận thức rằng chính họ chịu trách nhiệm cho các nghiệp mà họ tạo ra. Điều này giúp người tu học phát triển lòng tự chủ, không bị lôi cuốn bởi các cảm xúc nhất thời, đồng thời thúc đẩy sự kiên nhẫn và bình thản trong việc đối diện với các hậu quả của hành động trong quá khứ.
3. **Hiểu rõ sự công bằng tự nhiên trong nhân quả**:
   Nhân quả hoạt động theo nguyên tắc tự nhiên và khách quan – nghiệp thiện sẽ dẫn đến quả tốt, và nghiệp bất thiện sẽ mang lại khổ đau. Điều này nhắc nhở người tu học rằng hạnh phúc hay khổ đau trong cuộc sống là kết quả của các nghiệp mà họ đã tạo trong quá khứ và hiện tại. Nhờ hiểu rằng không có gì xảy ra ngẫu nhiên hay bất công, họ chấp nhận cuộc sống với tinh thần bình thản và trách nhiệm.
4. **Khuyến khích tu tập để chuyển hóa nghiệp xấu và tích lũy nghiệp lành**:
   Đức Phật dạy rằng mặc dù nghiệp xấu trong quá khứ có thể để lại những dấu vết, nhưng hiện tại vẫn là thời điểm để chuyển hóa nghiệp và tạo ra những nghiệp tốt. Người tu học được khuyến khích nỗ lực chuyển hóa

các nghiệp xấu thông qua thực hành giữ giới, thiền định, và phát triển trí tuệ, đồng thời tích lũy nghiệp lành qua lòng từ bi và những hành động thiện lành. Điều này mang lại sự an lạc và giúp cải thiện cuộc sống hiện tại và tương lai.

5. **Tự giác rèn luyện tâm trí để tránh tạo nghiệp xấu**:
   Bài học nhân quả khuyến khích người tu học rèn luyện tâm trí để tránh hành động bốc đồng, tránh tạo ra nghiệp xấu do các cảm xúc tiêu cực như tham, sân, si. Bằng cách duy trì chánh niệm và tu tập trí tuệ, họ có thể kiểm soát và chuyển hóa các cảm xúc tiêu cực ngay khi chúng mới xuất hiện, tránh tạo ra những hành động có hại. Sự tự giác này giúp họ giữ tâm hồn thanh tịnh và tích lũy những nghiệp lành.
6. **Phát triển lòng từ bi và trí tuệ trong cách đối xử với người khác**:
   Đức Phật dạy rằng khi hiểu rõ nhân quả, người tu học sẽ phát triển lòng từ bi và trí tuệ trong mỗi hành động. Họ hiểu rằng việc làm tổn thương người khác sẽ mang lại khổ đau cho chính mình, và ngược lại, giúp đỡ người khác sẽ mang lại phước báo và hạnh phúc. Điều này khuyến khích họ sống hòa thuận, tôn trọng người khác và tạo ra những nghiệp lành thông qua các hành động thiện lành.
7. **Thực hành buông bỏ và giải thoát khỏi chấp ngã**:
   Hiểu biết về nhân quả giúp người tu học nhận thức rằng chấp ngã và tham ái là nguồn gốc của nghiệp bất thiện. Khi buông bỏ chấp ngã, họ không còn bị cuốn vào việc cố gắng đạt được những lợi ích ngắn hạn và sẵn sàng buông bỏ những gì không cần thiết. Điều này giúp họ giảm thiểu những nghiệp bất thiện, hướng đến sự giải thoát khỏi luân hồi.
8. **Sống có ý thức và hướng đến mục tiêu giải thoát**:
   Khi nhận thức rõ về nhân quả, người tu học sẽ sống có ý thức hơn, luôn cân nhắc từng hành động, lời nói, và ý nghĩ để tránh tạo nghiệp xấu và tích lũy nghiệp lành. Nhận thức này giúp họ đặt mục tiêu dài hạn là sự giải thoát khỏi luân hồi thay vì chỉ tập trung vào những lợi ích ngắn hạn trong đời sống.

Tổng kết:
Bài học về nhân quả trong kinh khuyến khích người tu học sống có trách nhiệm, tránh nghiệp xấu, tích lũy nghiệp lành và chủ động trong việc chuyển hóa tâm trí. Hiểu rõ về nhân quả không chỉ giúp người tu học đối diện cuộc sống với tinh thần trách nhiệm mà còn thúc đẩy họ tu tập hướng đến sự giải thoát và an lạc chân thật.

14. Tại sao Đức Phật nhấn mạnh rằng giải thoát là con đường duy nhất giúp thoát khỏi vòng sinh tử và đạt đến an lạc vĩnh cửu?
Đức Phật nhấn mạnh rằng giải thoát là con đường duy nhất giúp thoát khỏi vòng sinh tử và đạt đến an lạc vĩnh cửu vì đây là cách duy nhất để vượt qua hoàn toàn các nguyên nhân gốc rễ của khổ đau – đó là tham ái, sân hận, và vô minh. Ngài chỉ rõ rằng tất cả các trạng thái tồn tại trong luân hồi, dù ở cõi cao hay thấp, đều mang tính vô thường và cuối cùng đều dẫn đến khổ đau. Dưới đây là những lý do tại sao Đức Phật coi giải thoát là con đường duy nhất đến an lạc vĩnh cửu:

1. **Giải thoát là cách duy nhất để vượt qua khổ đau vĩnh viễn**:
   Mọi trạng thái trong luân hồi đều tiềm ẩn khổ đau, vì chúng bị chi phối bởi vô thường, luôn biến đổi và không giữ được trạng thái ổn định. Ngay cả những niềm vui và an lạc ở các cõi cao cũng chỉ là tạm thời và cuối cùng sẽ tan biến. Giải thoát, hay Niết Bàn, là trạng thái duy nhất không chịu sự chi phối của vô thường, và vì thế nó mang lại an lạc vĩnh cửu, không bị xáo động hay phá vỡ.
2. **Loại bỏ hoàn toàn gốc rễ của khổ đau – tam độc**:
   Đức Phật dạy rằng khổ đau sinh ra từ tam độc: tham ái, sân hận và vô minh. Khi còn bị chi phối bởi những yếu tố này, chúng sinh sẽ tiếp tục tái sinh và chịu khổ đau trong vòng luân hồi. Giải thoát là trạng thái đạt được khi tam độc được hoàn toàn loại bỏ, nghĩa là khi không còn tham ái, sân hận và vô minh, chúng sinh sẽ không còn nghiệp lực dẫn đến tái sinh và vòng sinh tử.
3. **Giải thoát giúp chấm dứt vòng luân hồi**:
   Trong vòng luân hồi, chúng sinh liên tục chuyển sinh qua các cảnh giới khác nhau, từ cõi thấp đến cõi cao, nhưng không bao giờ thoát khỏi sự ràng buộc của sinh, lão, bệnh, tử và các khổ đau khác. Giải thoát là trạng thái mà chúng sinh không còn chịu sự tái sinh, không còn phải trải qua khổ đau của sinh tử, và đạt đến một trạng thái bình an vĩnh cửu. Đây là mục tiêu tối hậu mà Đức Phật chỉ dạy, bởi nó đưa chúng sinh ra khỏi chu kỳ khổ đau bất tận.
4. **Giúp người tu học tìm thấy sự tự do thực sự**:
   Khi chúng sinh còn bị ràng buộc bởi tham ái và vô minh, họ luôn bị lôi kéo bởi các dục vọng, cảm xúc và hoàn cảnh bên ngoài, từ đó không thể tìm thấy sự tự do thực sự. Giải thoát mang lại sự tự do nội tại, không còn bị phụ thuộc hay bị tác động bởi các yếu tố bên ngoài. Người tu học đạt đến trạng thái tự do tuyệt đối, không còn dính mắc vào bất kỳ điều gì và sống trong sự thanh thản, an lạc.
5. **Niết Bàn là trạng thái duy nhất không bị hủy hoại và không có sự dính mắc**:
   Đức Phật chỉ rõ rằng tất cả các cõi giới, dù là thiên giới hay nhân giới, đều chịu sự chi phối của vô thường và cuối cùng sẽ bị hủy hoại. Niết Bàn, trái lại, không chịu tác động của vô thường và không thể bị hủy hoại. Đạt được giải thoát nghĩa là đạt đến trạng thái mà tâm hoàn toàn thanh tịnh, không còn dính mắc vào sự vật hay cảm xúc nào, và đạt đến sự an lạc hoàn toàn.
6. **Giải thoát mang lại an lạc chân thật, không bị phụ thuộc vào điều kiện**:
   Đức Phật nhấn mạnh rằng hạnh phúc trong luân hồi đều phụ thuộc vào điều kiện bên ngoài, như tài sản, mối quan hệ hay hoàn cảnh. Những niềm vui này không bền vững và luôn tiềm ẩn khổ đau khi điều kiện thay đổi. Giải thoát mang lại trạng thái an lạc chân thật, không phụ thuộc vào bất kỳ điều kiện nào. Đây là trạng thái an lạc vĩnh cửu, không bị biến đổi

hay suy giảm, điều mà tất cả các cõi giới trong luân hồi không thể đạt được.

7. **Giải thoát phá vỡ vô minh và mang đến trí tuệ tuyệt đối**:
   Giải thoát là trạng thái mà chúng sinh đạt đến trí tuệ tuyệt đối, hiểu rõ bản chất thật của mọi sự vật hiện tượng. Trí tuệ này giúp họ nhận ra sự vô thường, khổ và vô ngã của thế gian, từ đó không còn bị dính mắc hay đau khổ trước bất kỳ điều gì. Trí tuệ này không thể đạt được nếu còn ở trong vòng luân hồi, vì vô minh sẽ luôn cản trở sự giác ngộ.
8. **Đức Phật dạy giải thoát là mục tiêu tối thượng trong giáo lý**:
   Đức Phật xem giải thoát là mục tiêu cao nhất trong giáo lý của Ngài, vì chỉ có giải thoát mới giúp chúng sinh chấm dứt hoàn toàn khổ đau và đạt đến trạng thái an lạc vĩnh cửu. Mọi phương pháp tu tập đều hướng đến mục tiêu này, giúp chúng sinh thoát khỏi vòng sinh tử và đạt được sự bình yên tuyệt đối.

Tổng kết:
Đức Phật nhấn mạnh rằng giải thoát là con đường duy nhất giúp chúng sinh thoát khỏi vòng sinh tử vì chỉ có giải thoát mới loại bỏ hoàn toàn gốc rễ của khổ đau, chấm dứt luân hồi và mang lại an lạc vĩnh cửu. Đây là trạng thái duy nhất không chịu sự chi phối của vô thường và mang lại sự tự do nội tại hoàn toàn, điều mà không có cảnh giới nào trong luân hồi có thể đạt được.

15. Ý nghĩa của sự thực hành thiền định và phát triển tâm từ trong kinh là gì, và chúng giúp gì cho người tu tập trong đời sống hàng ngày?

Trong *Kinh Đế Thích Sở Vấn*, sự thực hành thiền định và phát triển tâm từ có ý nghĩa quan trọng, giúp người tu tập đạt được sự an lạc nội tại, kiểm soát cảm xúc và nuôi dưỡng lòng từ bi trong cuộc sống hàng ngày. Cụ thể, thiền định và tâm từ mang lại những lợi ích thiết thực như sau:

1. **Thiền định giúp ổn định và làm trong sáng tâm trí**:
   Thiền định (samādhi) là phương pháp rèn luyện sự tập trung, giúp người tu tập đạt đến trạng thái tâm tĩnh lặng và an ổn. Khi thực hành thiền định đều đặn, tâm trí dần trở nên trong sáng, không còn bị xao động bởi những suy nghĩ hay cảm xúc tiêu cực. Điều này giúp người tu tập đối diện với các thử thách trong cuộc sống một cách bình tĩnh và sáng suốt, không bị cuốn vào căng thẳng và áp lực.
2. **Giải phóng tâm khỏi các cảm xúc tiêu cực**:
   Thiền định giúp người tu tập phát triển khả năng nhận diện và quan sát các cảm xúc tiêu cực như tham, sân, si mà không phản ứng ngay lập tức. Khi các cảm xúc tiêu cực xuất hiện, nhờ thiền định, người tu tập có thể quan sát chúng với tâm bình tĩnh và không để chúng chi phối hành động. Điều này giúp giải phóng tâm khỏi lo âu, sợ hãi và oán hận, mang lại trạng thái an lạc trong cuộc sống hàng ngày.
3. **Phát triển tâm từ để nuôi dưỡng lòng từ bi và yêu thương**:
   Tâm từ (mettā) là lòng yêu thương, không làm hại và luôn mong muốn hạnh phúc cho tất cả chúng sinh. Khi phát triển tâm từ, người tu tập nuôi dưỡng sự khoan dung, tha thứ và lòng trắc ẩn. Điều này giúp họ đối xử

tử tế và chân thành với mọi người, từ đó xây dựng mối quan hệ hòa hợp và làm giảm bớt các xung đột trong cuộc sống. Tâm từ giúp người tu tập cảm nhận được niềm vui sâu sắc từ sự hòa hợp và sự kết nối với những người xung quanh.

4. **Tạo ra nền tảng để phát triển trí tuệ và giác ngộ**:
   Thiền định và tâm từ không chỉ giúp người tu tập giữ bình tĩnh và lòng từ bi trong đời sống hàng ngày mà còn là nền tảng để phát triển trí tuệ. Thiền định giúp tâm trí trở nên tĩnh lặng, sáng suốt, tạo điều kiện thuận lợi cho trí tuệ (paññā) phát triển. Nhờ trí tuệ, người tu tập hiểu rõ bản chất của khổ đau, vô thường và vô ngã, từ đó tiến gần hơn đến giác ngộ và giải thoát.
5. **Giảm bớt lo lắng, mang lại hạnh phúc nội tâm**:
   Trong cuộc sống hàng ngày, con người thường bị căng thẳng và lo lắng do những áp lực và trách nhiệm. Thiền định giúp người tu tập giải phóng khỏi những áp lực này bằng cách đưa tâm trở về trạng thái bình an và thư giãn. Đồng thời, tâm từ giúp người tu tập biết chia sẻ và quan tâm đến người khác, giảm bớt sự tập trung vào bản thân. Hạnh phúc nội tâm này không bị phụ thuộc vào điều kiện bên ngoài và mang lại sự bình an lâu dài.
6. **Phát triển lòng kiên nhẫn và khả năng chấp nhận**:
   Thiền định và tâm từ giúp người tu tập phát triển lòng kiên nhẫn và khả năng chấp nhận. Khi gặp khó khăn hoặc bất mãn trong cuộc sống, thiền định giúp họ bình tĩnh quan sát và chấp nhận thực tại mà không phản ứng vội vàng. Tâm từ giúp họ cảm thông và tha thứ cho những lỗi lầm của người khác, từ đó xây dựng một thái độ sống hòa nhã, không còn bị tác động mạnh bởi các yếu tố bên ngoài.
7. **Tăng cường khả năng tự chủ và tránh tạo nghiệp xấu**:
   Nhờ thực hành thiền định, người tu tập phát triển khả năng tự chủ, tránh được những hành động, lời nói có thể gây tổn hại và tạo nghiệp xấu. Khi tâm đạt đến trạng thái an định và thanh tịnh, người tu tập không còn phản ứng theo những cảm xúc nhất thời mà hành động một cách chánh niệm, có trách nhiệm và mang tính xây dựng. Điều này giúp họ sống có đạo đức, tránh các hành động bất thiện và tích lũy nghiệp lành.
8. **Giúp giảm thiểu xung đột và cải thiện mối quan hệ**:
   Khi người tu tập nuôi dưỡng tâm từ, họ dễ dàng hòa nhã, khoan dung và lắng nghe người khác hơn, từ đó giảm thiểu các xung đột trong gia đình và xã hội. Tâm từ giúp họ không nhìn người khác với thái độ phán xét mà bằng sự chấp nhận và yêu thương. Điều này không chỉ cải thiện mối quan hệ mà còn mang lại sự bình an cho cả họ và những người xung quanh.

Tổng kết:

Sự thực hành thiền định và phát triển tâm từ trong *Kinh Đế Thích Sở Vấn* không chỉ mang lại lợi ích tâm linh mà còn giúp người tu tập sống an lạc, tự chủ và yêu thương hơn trong đời sống hàng ngày. Những phẩm chất này giúp họ vượt qua những thử thách, sống hài hòa với mọi người và tiến gần hơn đến trạng thái an lạc chân thật.

16. Làm thế nào người tu học có thể áp dụng từ bi và trí tuệ để đối diện với các khó khăn và thách thức trong cuộc sống?

Người tu học có thể áp dụng từ bi và trí tuệ để đối diện với các khó khăn và thách thức trong cuộc sống bằng cách nuôi dưỡng lòng yêu thương không điều kiện và sự sáng suốt trong nhận thức và hành động. Dưới đây là các cách cụ thể mà từ bi và trí tuệ có thể hỗ trợ người tu học vượt qua thử thách và sống một cuộc đời ý nghĩa và an lạc hơn:

1. **Xem khó khăn như một cơ hội để phát triển lòng từ bi**:
   Người tu học có thể nhìn nhận mọi khó khăn như một cơ hội để rèn luyện và thể hiện lòng từ bi. Thay vì phản ứng tiêu cực, họ có thể chọn cách đối diện với khó khăn bằng sự kiên nhẫn và lòng trắc ẩn, không chỉ với người khác mà còn với chính bản thân mình. Khi gặp thử thách, họ cố gắng giữ tâm bình an và không để mình rơi vào trạng thái giận dữ, oán hận. Thái độ này giúp họ xử lý tình huống một cách bình tĩnh và tích cực hơn.
2. **Phát triển trí tuệ để nhìn nhận bản chất vô thường của mọi sự việc**:
   Nhờ trí tuệ, người tu học có thể hiểu rằng tất cả khó khăn, thử thách đều là vô thường, chúng sẽ thay đổi và qua đi. Nhận thức về tính vô thường giúp họ không quá dính mắc vào tình huống hiện tại, không để nó chi phối hạnh phúc của mình. Thay vào đó, họ học cách chấp nhận sự biến đổi và tìm kiếm cách ứng phó linh hoạt, không để khó khăn làm ảnh hưởng đến trạng thái an lạc bên trong.
3. **Sử dụng lòng từ bi để giải quyết xung đột và xây dựng mối quan hệ tốt đẹp**:
   Trong các tình huống xung đột, lòng từ bi giúp người tu học lắng nghe và thấu hiểu người khác, từ đó giảm bớt căng thẳng và tạo điều kiện giải quyết vấn đề một cách hòa nhã. Họ không xem người khác là đối thủ mà là đối tượng của lòng từ bi, giúp họ không rơi vào thái độ oán hận hay tranh giành. Lòng từ bi giúp họ xây dựng mối quan hệ tốt đẹp, từ đó giảm thiểu các xung đột và giải quyết các tình huống một cách hòa bình.
4. **Duy trì sự tỉnh thức và không phản ứng theo cảm xúc tiêu cực**:
   Khi có trí tuệ, người tu học sẽ không để cảm xúc tiêu cực như giận dữ, ghen tị hay lo âu chi phối. Thay vào đó, họ duy trì sự tỉnh thức, nhận biết cảm xúc nhưng không phản ứng vội vàng. Trí tuệ giúp họ hiểu rằng những cảm xúc tiêu cực chỉ là thoáng qua và không phải là bản chất thật sự của tâm trí. Khi duy trì chánh niệm, họ có thể đối diện với khó khăn một cách sáng suốt, giữ tâm bình an và không tạo thêm nghiệp xấu.
5. **Thực hành lòng từ bi với chính mình để giảm bớt áp lực nội tại**:
   Đôi khi, người tu học có thể tự áp đặt lên bản thân những áp lực hoặc trách nhiệm quá lớn. Trong những lúc như vậy, thực hành lòng từ bi với chính mình giúp họ giảm bớt áp lực và đối diện với khó khăn một cách nhẹ nhàng hơn. Từ bi với bản thân giúp họ tha thứ cho những sai lầm của

mình, đối diện với thất bại mà không tự trách móc, và tiếp tục nỗ lực một cách tích cực hơn.

6. **Phát triển trí tuệ để tìm ra giải pháp sáng tạo và hiệu quả**:
   Trí tuệ giúp người tu học không chỉ nhìn nhận đúng bản chất của khó khăn mà còn tìm ra những giải pháp hiệu quả. Thay vì phản ứng cảm tính hoặc bế tắc trước thử thách, họ có thể sử dụng sự sáng suốt để phân tích vấn đề, xem xét mọi khía cạnh và tìm ra cách giải quyết phù hợp. Trí tuệ giúp họ duy trì sự linh hoạt trong suy nghĩ, sẵn sàng thay đổi phương pháp khi cần thiết để đạt được kết quả tốt nhất.
7. **Nhìn thấy khổ đau của người khác để tăng cường lòng từ bi**:
   Khi nhận thức rằng không chỉ mình mà mọi người đều có những khó khăn, người tu học có thể phát triển lòng từ bi bằng cách đồng cảm với những khổ đau của người khác. Thay vì chỉ tập trung vào khó khăn của bản thân, họ mở rộng lòng từ bi và chia sẻ sự hỗ trợ với người khác. Điều này không chỉ giúp giảm bớt cảm giác cô đơn trong khó khăn mà còn mang lại niềm vui khi thấy người khác được giúp đỡ và an lạc hơn.
8. **Học cách buông bỏ để giữ tâm an lạc**:
   Khó khăn đôi khi không thể thay đổi được, nhưng người tu học có thể học cách buông bỏ sự dính mắc và chấp nhận những điều không như ý. Trí tuệ giúp họ hiểu rằng không phải lúc nào cũng có thể kiểm soát mọi thứ. Buông bỏ không có nghĩa là bỏ cuộc, mà là chấp nhận hoàn cảnh hiện tại và duy trì sự an ổn bên trong. Điều này giúp họ không còn bị khó khăn ảnh hưởng đến tâm trí và giữ được an lạc trong mọi hoàn cảnh.

Tổng kết:

Từ bi và trí tuệ là hai phẩm chất quan trọng giúp người tu học đối diện với khó khăn và thách thức trong cuộc sống. Từ bi giúp họ giữ được tình yêu thương, lòng khoan dung và sự hỗ trợ với người khác, trong khi trí tuệ mang lại sự sáng suốt và khả năng nhìn nhận bản chất sự việc một cách đúng đắn. Khi kết hợp cả từ bi và trí tuệ, người tu học có thể vượt qua thử thách một cách bình an, tự tại và phát triển tâm linh trên con đường giải thoát.

17. Kinh Đế Thích Sở Vấn đưa ra những phương pháp gì để người tu học rèn luyện tâm nhằm sống an lạc và hài hòa hơn?

Kinh Đế Thích Sở Vấn đưa ra nhiều phương pháp để người tu học rèn luyện tâm trí, giúp họ sống an lạc và hài hòa hơn. Những phương pháp này không chỉ giúp kiểm soát cảm xúc tiêu cực mà còn phát triển các phẩm chất tích cực, từ đó mang lại sự an lạc nội tại và mối quan hệ hòa hợp với mọi người xung quanh. Dưới đây là các phương pháp quan trọng mà kinh đề cập:

1. **Thực hành chánh niệm (sati)**:
   Chánh niệm là sự tỉnh thức trong từng suy nghĩ, lời nói và hành động. Đức Phật dạy rằng chánh niệm giúp người tu học quan sát những gì xảy ra trong tâm trí một cách khách quan, không bị cuốn theo các cảm xúc như sân hận, tham lam hay lo lắng. Khi duy trì chánh niệm, họ có thể nhìn nhận các cảm xúc và suy nghĩ nhất thời, nhờ đó tránh được những hành động gây nghiệp xấu và giữ tâm luôn bình an.

2. **Thiền định (samādhi) để ổn định và làm trong sáng tâm trí**:
Thiền định giúp người tu học đạt đến sự tập trung và an tịnh trong tâm. Khi thực hành thiền định đều đặn, tâm trí trở nên ổn định và không bị xao động bởi những yếu tố bên ngoài. Thiền định là cách rèn luyện để đạt đến trạng thái tĩnh lặng, giúp người tu học giảm bớt căng thẳng, lo âu và tăng cường sự sáng suốt trong cuộc sống hàng ngày.
3. **Phát triển lòng từ bi (mettā) và tâm bi mẫn**:
Kinh khuyến khích người tu học rèn luyện lòng từ bi, luôn mong muốn điều tốt đẹp cho mọi người và giảm bớt sự ích kỷ. Khi nuôi dưỡng lòng từ bi, người tu học dễ dàng cảm thông và tha thứ, giúp họ giữ được mối quan hệ hòa nhã và xây dựng sự hài hòa trong xã hội. Tâm từ bi cũng giúp người tu học sống một cuộc đời ý nghĩa hơn, giảm bớt những căng thẳng, xung đột do sân hận và ganh đua.
4. **Quán chiếu vô thường để buông bỏ dính mắc**:
Nhận thức về vô thường là một trong những bài học quan trọng giúp người tu học rèn luyện tâm trí. Khi hiểu rằng mọi thứ đều thay đổi và không có gì bền vững, người tu học dễ dàng buông bỏ những dính mắc vào vật chất, danh vọng hay các mối quan hệ. Sự buông bỏ này giúp họ giữ được sự thanh thản trước những mất mát và biến động của cuộc sống, từ đó sống an lạc và tự tại hơn.
5. **Thực hành giới để xây dựng nền tảng đạo đức**:
Giữ giới là phương pháp quan trọng giúp người tu học rèn luyện hành vi và lời nói đúng đắn. Giới là nền tảng của cuộc sống đạo đức, giúp người tu học tránh xa các hành vi gây hại và giữ tâm hồn thanh tịnh. Khi sống đạo đức, người tu học không chỉ giảm thiểu nghiệp xấu mà còn nuôi dưỡng sự an lạc và hòa hợp trong cộng đồng.
6. **Phát triển trí tuệ để nhìn nhận đúng bản chất của cuộc sống**:
Trí tuệ (paññā) là yếu tố quan trọng để hiểu rõ bản chất vô thường, khổ và vô ngã của cuộc sống. Nhờ trí tuệ, người tu học có thể nhận diện đúng nguyên nhân của khổ đau và thấy được con đường giải thoát khỏi luân hồi. Trí tuệ giúp họ không còn dính mắc vào những điều phù du và nhìn nhận cuộc sống một cách sâu sắc hơn, từ đó đạt đến trạng thái an lạc chân thật.
7. **Thực hành tâm hỷ và tâm xả**:
Kinh khuyến khích người tu học phát triển tâm hỷ (mudita), tức là lòng vui mừng khi thấy người khác thành công hay hạnh phúc, và tâm xả (upekkhā), tức là thái độ bình thản trước mọi hoàn cảnh. Tâm hỷ giúp giảm bớt ganh tỵ, tạo ra lòng khoan dung, trong khi tâm xả giúp duy trì sự bình tĩnh trong mọi tình huống. Cả hai phẩm chất này giúp người tu học sống hài hòa với mọi người và đối diện với cuộc sống một cách tự tại.
8. **Tự giác rèn luyện tâm trí thông qua sự kiên nhẫn và nhẫn nại**:
Kiên nhẫn là một phẩm chất cần thiết để đối diện với các thử thách và khó khăn trong cuộc sống. Người tu học rèn luyện tâm kiên nhẫn để không bị dao động bởi những khó khăn nhất thời và duy trì trạng thái an

lạc trong mọi hoàn cảnh. Nhẫn nại giúp họ tránh được các phản ứng tiêu cực và dần dần phát triển một tâm trí vững chãi, không bị xao động bởi những thăng trầm của cuộc sống.

9. **Thực hành lòng biết ơn và sự khiêm tốn**:
   Lòng biết ơn giúp người tu học nhận ra và trân trọng những điều tốt đẹp trong cuộc sống, từ đó phát triển thái độ sống tích cực và hài lòng với những gì mình có. Sự khiêm tốn giúp họ không tự cao, luôn sẵn sàng học hỏi và đối diện với cuộc sống bằng tâm khiêm cung. Cả lòng biết ơn và sự khiêm tốn đều giúp người tu học giảm bớt ngã mạn và tạo ra mối quan hệ hài hòa với mọi người.
10. **Áp dụng chánh niệm và trí tuệ trong hành động và lời nói hàng ngày**:
    Cuối cùng, người tu học áp dụng chánh niệm và trí tuệ trong mọi hành động và lời nói hàng ngày. Bằng cách này, họ tránh được những hành động gây hại, nói những lời gây tổn thương và sống một cuộc đời có ý thức, góp phần mang lại an lạc và hài hòa cho chính mình và cho người khác.

Tổng kết:

Kinh Đế Thích Sở Vấn khuyến khích người tu học rèn luyện tâm thông qua chánh niệm, thiền định, lòng từ bi, trí tuệ, và thực hành giới. Những phương pháp này giúp người tu học sống an lạc, tự chủ và hài hòa hơn trong cuộc sống hàng ngày, hướng đến trạng thái an lạc nội tại và giải thoát.

18. Vai trò của việc giữ giới trong dời sống hàng ngày được nhấn mạnh như thế nào trong kinh, và nó giúp phát triển phẩm chất đạo đức ra sao?

Trong *Kinh Đế Thích Sở Vấn*, việc giữ giới được nhấn mạnh là nền tảng quan trọng trong quá trình tu tập, giúp người tu học phát triển phẩm chất đạo đức và sống an lạc trong đời sống hàng ngày. Việc giữ giới không chỉ là tuân thủ các nguyên tắc đạo đức mà còn là phương pháp thực tiễn giúp người tu học nuôi dưỡng một tâm hồn trong sạch và tránh những hành động gây hại cho mình và người khác. Dưới đây là vai trò của việc giữ giới và cách nó giúp phát triển phẩm chất đạo đức:

1. **Tạo nền tảng ổn định cho tâm trí và đời sống**:
   Giữ giới giúp người tu học có một đời sống ổn định, tránh các hành động gây rối loạn và bất an cho tâm trí. Khi giữ giới, người tu học không phạm phải những hành vi sai trái, từ đó giảm bớt các lo lắng, sợ hãi và phiền não. Nền tảng ổn định này là điều kiện cần thiết để phát triển tâm an lạc và thực hành thiền định, giúp họ sống một cuộc đời bình an và thanh thản.
2. **Nuôi dưỡng lòng từ bi và tránh gây hại cho người khác**:
   Giữ giới, đặc biệt là những giới như không sát sinh, không trộm cắp, giúp người tu học nuôi dưỡng lòng từ bi và không làm tổn thương đến người khác. Khi tuân thủ các giới luật, người tu học không chỉ tránh gây hại mà còn phát triển tâm từ bi, cảm nhận được nỗi đau của người khác và luôn mong muốn điều tốt đẹp cho mọi người. Đây là nền tảng cho

lòng trắc ẩn và thái độ sống hòa nhã, làm giảm xung đột và mang lại hòa bình trong các mối quan hệ.

3. **Giúp kiểm soát các ham muốn và giữ gìn sự trong sạch của tâm hồn**: Giữ giới giúp người tu học rèn luyện khả năng kiểm soát các ham muốn và những cảm xúc nhất thời. Khi kiềm chế được các hành động do tham ái hay sân hận thúc đẩy, tâm trí trở nên trong sạch hơn và ít bị các yếu tố tiêu cực chi phối. Điều này giúp người tu học phát triển phẩm chất đạo đức, không còn hành động bốc đồng mà luôn cân nhắc để hành xử đúng đắn và có ý thức.
4. **Tạo ra nghiệp lành và giảm thiểu nghiệp xấu**:
   Mỗi hành động thiện lành do giữ giới mang lại đều tạo ra nghiệp lành và tích lũy phước báu. Ngược lại, khi tránh được các hành động bất thiện, người tu học cũng giảm thiểu nghiệp xấu và những hậu quả tiêu cực về sau. Điều này không chỉ giúp cải thiện đời sống hiện tại mà còn tạo ra những điều kiện tốt đẹp cho cuộc sống tương lai. Sự tích lũy nghiệp lành qua việc giữ giới là nền tảng cho sự phát triển tâm linh và hướng đến giải thoát.
5. **Giúp phát triển chánh niệm và sự tỉnh thức**:
   Việc giữ giới đòi hỏi người tu học luôn duy trì chánh niệm và tỉnh thức, tránh các hành động, lời nói, và suy nghĩ có thể gây hại. Sự tỉnh thức này giúp họ sống có ý thức trong từng khoảnh khắc, nhận ra các động cơ đằng sau mỗi hành động và không để những cảm xúc tiêu cực làm chủ. Chánh niệm trong việc giữ giới giúp người tu học rèn luyện sự tỉnh giác, từ đó làm chủ bản thân và giữ được tâm thanh tịnh trong cuộc sống hàng ngày.
6. **Phát triển lòng trung thực và tôn trọng chân lý**:
   Giới không nói dối khuyến khích người tu học phát triển lòng trung thực, nói những lời đúng sự thật và không gây tổn thương. Lòng trung thực là nền tảng quan trọng trong việc xây dựng lòng tin, giúp người tu học sống chân thành, minh bạch và không làm tổn hại người khác bằng lời nói. Điều này không chỉ giúp cải thiện các mối quan hệ mà còn làm tăng phẩm chất đạo đức, tạo nên một xã hội hài hòa và đáng tin cậy.
7. **Giúp người tu học tự chủ và có trách nhiệm với hành động của mình**:
   Giữ giới giúp người tu học phát triển khả năng tự chủ, không bị lôi cuốn bởi các dục vọng hay cảm xúc nhất thời. Sự tự chủ này giúp họ hành xử có trách nhiệm, không để lại hậu quả xấu và không làm tổn thương người khác. Trách nhiệm với hành động của mình là phẩm chất đạo đức cốt lõi, giúp người tu học sống một cuộc đời có ý nghĩa và được người khác tôn trọng.
8. **Giúp xây dựng sự an lạc và hòa hợp trong cộng đồng**:
   Khi mọi người cùng tuân thủ giới luật, cộng đồng sẽ trở nên an lạc và hòa hợp hơn. Việc giữ giới giúp giảm bớt các xung đột, bạo lực và những hành động bất thiện gây tổn hại đến người khác. Người tu học không chỉ

giữ giới cho bản thân mà còn khuyến khích người khác làm theo, từ đó tạo ra một môi trường sống hòa thuận và an lành cho tất cả.

9. **Đặt nền móng cho sự phát triển của định và tuệ**:
   Giữ giới là điều kiện tiên quyết để phát triển định và tuệ. Khi tâm không bị ràng buộc bởi những hành động bất thiện, người tu học có thể tập trung tốt hơn trong thiền định và phát triển trí tuệ. Sự thanh tịnh của tâm nhờ giữ giới giúp họ dễ dàng đạt đến trạng thái tĩnh lặng, từ đó hiểu rõ bản chất của cuộc sống và tiến gần đến sự giải thoát.

Tổng kết:

Kinh Đế Thích Sở Vấn nhấn mạnh rằng giữ giới là nền tảng để xây dựng phẩm chất đạo đức và sống một cuộc đời an lạc, hài hòa. Việc giữ giới giúp người tu học tránh nghiệp xấu, tích lũy nghiệp lành, phát triển lòng từ bi và trí tuệ, đồng thời xây dựng một xã hội hòa hợp và an lành. Đây là bước đầu tiên trong con đường tu tập, mang lại lợi ích không chỉ cho cá nhân mà còn cho cộng đồng.

19. Tại sao kinh khuyến khích người tu tập không chỉ tích lũy phước báo mà hướng đến sự giải thoát cuối cùng?

Kinh Đế Thích Sở Vấn khuyến khích người tu tập không chỉ tích lũy phước báo mà còn hướng đến sự giải thoát cuối cùng, vì phước báo – dù mang lại những lợi ích trong đời sống – vẫn thuộc về thế giới vô thường và không mang lại sự an lạc vĩnh cửu. Đức Phật dạy rằng mục tiêu tối hậu của người tu tập là giải thoát khỏi vòng sinh tử, đạt đến Niết Bàn, vì chỉ có giải thoát mới mang lại sự tự do hoàn toàn khỏi khổ đau và an lạc chân thật. Dưới đây là các lý do chính mà kinh nhấn mạnh về việc hướng đến sự giải thoát:

1. **Phước báo chỉ mang lại hạnh phúc tạm thời**:
   Phước báo, như sức khỏe, tài sản và địa vị, có thể giúp người tu tập có một đời sống thoải mái và an lành hơn. Tuy nhiên, chúng đều thuộc về thế giới vật chất và không tồn tại mãi mãi. Đức Phật dạy rằng tất cả những gì có được từ phước báo đều là vô thường, có thể biến mất bất kỳ lúc nào. Do đó, chỉ dựa vào phước báo không thể mang lại an lạc vĩnh cửu, và khi các điều kiện này thay đổi, khổ đau sẽ phát sinh. Giải thoát, trái lại, là trạng thái vượt qua mọi điều kiện và mang lại sự an lạc vĩnh cửu.
2. **Giải thoát giúp vượt qua hoàn toàn vòng sinh tử và luân hồi**:
   Dù tích lũy phước báo, chúng sinh vẫn chịu sự chi phối của luân hồi. Phước báo có thể mang lại một kiếp sống an lạc, nhưng khi hết phước, chúng sinh vẫn phải tái sinh trong vòng luân hồi và tiếp tục đối mặt với khổ đau, lão bệnh và tử vong. Giải thoát là con đường duy nhất để chấm dứt hoàn toàn vòng sinh tử, thoát khỏi mọi khổ đau do sinh, lão, bệnh, tử và đạt đến trạng thái an lạc vĩnh cửu.
3. **Phước báo không giải quyết triệt để nguyên nhân khổ đau**:
   Đức Phật dạy rằng nguyên nhân gốc rễ của khổ đau nằm ở tam độc – tham ái, sân hận và vô minh. Phước báo không thể loại bỏ hoàn toàn những yếu tố này; ngược lại, phước báo có thể tạo điều kiện cho tham ái và sân hận phát sinh nếu người tu học không có trí tuệ để nhận thức đúng

đắn. Chỉ có giải thoát, đạt được qua sự tu tập giới, định và tuệ, mới có thể xóa bỏ tận gốc tam độc, giải phóng tâm khỏi mọi ràng buộc.

4. **Hướng đến giải thoát giúp phát triển trí tuệ và sự tự do nội tại**:
   Khi người tu học đặt mục tiêu là giải thoát, họ sẽ rèn luyện để phát triển trí tuệ, không bị ràng buộc bởi dính mắc và điều kiện bên ngoài. Trí tuệ này giúp họ đạt được sự tự do nội tại, không bị lệ thuộc vào hoàn cảnh và những điều kiện vô thường của thế giới. Điều này khác biệt với phước báo, vốn vẫn phụ thuộc vào các yếu tố bên ngoài, và không mang lại sự tự do nội tại mà chỉ sự an lạc tạm thời.
5. **Giải thoát là sự an lạc không điều kiện, không bị chi phối bởi vô thường**:
   Phước báo thuộc về thế giới vô thường, khi điều kiện thay đổi thì phước báo cũng mất đi. Giải thoát, trái lại, là trạng thái vượt lên trên vô thường, không bị hủy diệt hay thay đổi theo thời gian. Khi đạt đến giải thoát, người tu tập đạt được an lạc tuyệt đối và vĩnh viễn, không còn chịu sự tác động của các yếu tố vô thường và không còn rơi vào vòng luân hồi.
6. **Hướng đến giải thoát giúp người tu học không dính mắc vào phước báo và sống đời thanh thản**:
   Khi chỉ tích lũy phước báo, người tu học có thể dễ dàng dính mắc vào những thành quả và ham muốn nhiều hơn. Hướng đến giải thoát giúp họ không còn bám víu vào phước báo và hiểu rằng những lợi ích này chỉ là phương tiện, không phải là mục tiêu cuối cùng. Điều này mang lại sự thanh thản trong tâm trí, giúp họ sống một đời tự tại, an lạc, không bị chi phối bởi tham ái và chấp ngã.
7. **Hướng đến giải thoát là mục tiêu tối thượng trong giáo pháp của Đức Phật**:
   Đức Phật dạy rằng mục tiêu cao nhất của con đường tu tập là đạt đến giải thoát khỏi luân hồi và đạt được trạng thái Niết Bàn. Phước báo chỉ là phương tiện để cải thiện đời sống và hỗ trợ quá trình tu tập, nhưng không thể so sánh với giải thoát, vốn là mục tiêu tối thượng mà mọi người tu học nên hướng đến. Hướng đến giải thoát nghĩa là người tu học thực sự thực hành con đường mà Đức Phật đã chỉ dạy.
8. **Giải thoát giúp người tu học đạt đến lòng từ bi và trí tuệ viên mãn**:
   Khi người tu học đặt mục tiêu là giải thoát, họ không chỉ phát triển trí tuệ để hiểu rõ bản chất của khổ đau, mà còn nuôi dưỡng lòng từ bi rộng lớn. Từ bi viên mãn là khi họ không chỉ muốn an lạc cho mình mà còn mong muốn tất cả chúng sinh đều đạt đến giải thoát. Điều này giúp họ phát triển lòng từ bi và trí tuệ ở mức cao nhất, từ đó trở thành nguồn động lực để giúp đỡ và hướng dẫn người khác trên con đường tu tập.

Tổng kết:

Kinh Đế Thích Sở Vấn khuyến khích người tu học hướng đến sự giải thoát cuối cùng vì phước báo chỉ mang lại an lạc tạm thời trong vòng luân hồi, trong khi giải thoát mới giúp chấm dứt hoàn toàn khổ đau và đạt đến sự an lạc vĩnh cửu. Hướng đến giải thoát giúp người tu học phát triển trí tuệ, từ bi, và đạt đến trạng thái tự do nội tại – một trạng thái an lạc không điều kiện, vượt trên mọi ràng buộc của sinh tử.

20. Những giá trị triết lý và đạo đức trong Kinh Đế Thích Sở Vấn có ý nghĩa như thế nào trong hành trình tìm kiếm chân lý và an lạc nội tại của người tu tập?

Những giá trị triết lý và đạo đức trong *Kinh Đế Thích Sở Vấn* mang ý nghĩa sâu sắc, cung cấp định hướng quan trọng cho người tu tập trong hành trình tìm kiếm chân lý và an lạc nội tại. Các giá trị này không chỉ là những nguyên tắc giúp điều chỉnh hành vi mà còn giúp người tu học phát triển tâm hồn, trí tuệ, và lòng từ bi để đạt đến sự giải thoát cuối cùng. Dưới đây là những ý nghĩa cốt lõi của các giá trị triết lý và đạo đức trong kinh:

1. **Giúp người tu học hiểu rõ về bản chất của khổ đau và con đường vượt thoát**:
   Một trong những giá trị triết lý quan trọng trong kinh là sự hiểu biết về khổ đau, vô thường và vô ngã. Hiểu được những chân lý này giúp người tu học nhận thức rõ bản chất của cuộc sống và các khổ đau không thể tránh khỏi. Điều này thúc đẩy họ tìm kiếm con đường vượt thoát, không còn bám víu vào những giá trị tạm bợ và thay vào đó, hướng đến sự giải thoát và an lạc chân thật.
2. **Khuyến khích phát triển lòng từ bi và trí tuệ, nền tảng của hành trình tâm linh**:
   Lòng từ bi và trí tuệ là những giá trị cốt lõi mà kinh nhấn mạnh. Lòng từ bi giúp người tu học đối xử tử tế với mọi người, giảm bớt oán hận, sống hòa hợp và sẵn sàng giúp đỡ người khác. Trí tuệ, mặt khác, giúp họ nhìn nhận đúng đắn và sáng suốt, phân biệt giữa điều thiện và bất thiện. Sự kết hợp của từ bi và trí tuệ là nền tảng quan trọng để đạt đến sự an lạc nội tại và sự tự do tâm linh.
3. **Xây dựng nền tảng đạo đức thông qua việc giữ giới**:
   Giữ giới là một giá trị đạo đức thiết yếu, giúp người tu học tránh những hành vi bất thiện, nuôi dưỡng sự trong sạch của tâm hồn và bảo vệ sự thanh tịnh nội tại. Khi tuân thủ các nguyên tắc đạo đức, người tu học không chỉ giảm thiểu nghiệp xấu mà còn tích lũy nghiệp lành, giúp họ sống an lạc và đạt được sự tự do nội tại. Đây cũng là nền tảng giúp họ phát triển định và tuệ một cách vững chắc trên hành trình tìm kiếm chân lý.
4. **Hướng dẫn người tu học buông bỏ chấp ngã và dính mắc**:
   Kinh dạy rằng chấp ngã và dính mắc là nguồn gốc của khổ đau, khiến chúng sinh rơi vào vòng luân hồi và khổ sở vì các điều kiện vô thường. Giá trị triết lý về vô ngã giúp người tu học hiểu rằng tất cả mọi sự vật đều không có bản chất cố định. Nhờ đó, họ học cách buông bỏ chấp ngã và giảm bớt tham ái, dần đạt được sự bình an nội tại, không còn bị khổ đau chi phối.
5. **Nhấn mạnh sự tự giác và trách nhiệm cá nhân**:
   Trong kinh, quy luật nhân quả được đề cao, nhắc nhở người tu học rằng

mỗi hành động của họ đều có hậu quả tương ứng. Điều này thúc đẩy họ sống có ý thức, tự giác trong từng suy nghĩ, lời nói và hành động, tránh làm tổn thương người khác và chính mình. Trách nhiệm cá nhân là yếu tố quan trọng trên con đường tu tập, giúp người tu học kiểm soát hành vi, sống đạo đức và xây dựng sự an lạc bền vững.

6. **Khuyến khích sống với lòng khiêm tốn và tinh thần học hỏi**:
   Hình ảnh Đế Thích đến thỉnh vấn Đức Phật với lòng khiêm tốn cho thấy tầm quan trọng của việc luôn duy trì thái độ học hỏi và không tự cao. Lòng khiêm tốn và tinh thần cầu tiến giúp người tu học mở rộng tầm nhìn, không ngừng trau dồi trí tuệ và sẵn lòng sửa đổi bản thân để tiến bộ. Đây là thái độ cần thiết để phát triển tâm linh và đạt đến giác ngộ.
7. **Giá trị của sự buông bỏ và sống đơn giản để đạt an lạc nội tại**:
   Kinh nhấn mạnh rằng tham ái và dính mắc vào tài sản, địa vị hay quyền lực đều mang lại bất an. Sống đơn giản và buông bỏ các giá trị vật chất không cần thiết giúp người tu học tập trung vào việc phát triển nội tâm, không còn bị chi phối bởi những thứ tạm bợ bên ngoài. Buông bỏ là con đường để đạt đến sự tự do nội tại và cảm nhận sự an lạc chân thật trong từng khoảnh khắc.
8. **Thực hành chánh niệm để đạt được sự tỉnh thức và kiểm soát nội tâm**:
   Kinh khuyến khích người tu học duy trì chánh niệm trong mọi hành động và suy nghĩ để sống trong sự tỉnh thức. Chánh niệm giúp họ giữ được sự tỉnh táo và kiểm soát nội tâm, không bị cuốn vào những suy nghĩ tiêu cực hay những cảm xúc nhất thời. Đây là cách họ có thể duy trì sự an lạc và cân bằng nội tại, bất kể hoàn cảnh bên ngoài có như thế nào.
9. **Khẳng định mục tiêu tối hậu là giải thoát, vượt trên mọi phước báo tạm thời**:
   Một trong những giá trị triết lý quan trọng của kinh là khẳng định rằng phước báo chỉ mang lại an lạc tạm thời, không phải là mục tiêu cuối cùng. Sự giải thoát khỏi luân hồi và đạt Niết Bàn là mục tiêu tối hậu, mang lại an lạc vĩnh cửu và sự tự do hoàn toàn. Nhận thức này giúp người tu học không bị chệch hướng và kiên trì trên con đường tu tập.

Tổng kết:

Kinh Đế Thích Sở Vấn cung cấp những giá trị triết lý và đạo đức sâu sắc, giúp người tu học phát triển trí tuệ, từ bi, và sống một cuộc đời có ý nghĩa. Những giá trị này là nền tảng để người tu học đạt được an lạc nội tại và tiến đến giải thoát, giúp họ thực sự vượt qua khổ đau và đạt đến chân lý tuyệt đối.

KINH 22:
KINH ĐẠI NIỆM XỨ
(Mahāsatipaṭṭhāna Sutta)

I. GIỚI THIỆU TỔNG QUAN VỀ KINH ĐẠI NIỆM XỨ

1. **Bối cảnh và nguồn gốc của kinh**:
   Kinh Đại Niệm Xứ (Mahāsatipaṭṭhāna Sutta) được Đức Phật thuyết giảng trong một bối cảnh đặc biệt, nhằm hướng dẫn các đệ tử thực hành chánh niệm để giải thoát khỏi khổ đau. Kinh này được giảng tại địa điểm Kammāsadhamma, thuộc quốc gia Kuru, nơi mà các đệ tử của Đức Phật, bao gồm nhiều vị tỳ kheo, tụ họp để lắng nghe và thực hành theo lời dạy. Bối cảnh này cho thấy tầm quan trọng của bài pháp trong sự phát triển tâm linh của các đệ tử, khi Đức Phật nhấn mạnh tầm quan trọng của chánh niệm và quán chiếu sâu sắc trên bốn lĩnh vực: thân, thọ, tâm, và pháp.
2. **Mục tiêu và ý nghĩa của Kinh Đại Niệm Xứ**:
   Mục tiêu chính của kinh là hướng dẫn người tu học phương pháp thực hành chánh niệm và quán chiếu để nhận thức rõ bản chất của khổ đau, từ đó giải thoát khỏi sự trói buộc của sinh tử và đạt đến Niết Bàn. Đức Phật chỉ rõ rằng Tứ Niệm Xứ là con đường duy nhất và trực tiếp để đạt được giác ngộ và giải thoát, thông qua sự nhận thức rõ ràng và không dính mắc vào các yếu tố thân, thọ, tâm, và pháp. Ý nghĩa của kinh nằm ở chỗ nó cung cấp một phương pháp cụ thể và chi tiết để thực hành chánh niệm trong mọi hoàn cảnh của cuộc sống, giúp người tu học rèn luyện tâm trí để không còn bị chi phối bởi phiền não và tham ái.
3. **Tầm quan trọng của Kinh Đại Niệm Xứ trong hệ thống kinh điển**:
   Kinh Đại Niệm Xứ là một trong những bài kinh quan trọng nhất trong hệ thống Phật pháp, bởi nó giới thiệu phương pháp tu tập chánh niệm và quán chiếu toàn diện. Kinh này không chỉ có giá trị về mặt lý thuyết mà còn là một hướng dẫn thực hành thiết yếu để phát triển trí tuệ và đạt đến sự an lạc nội tại. Trong hệ thống kinh điển, Kinh Đại Niệm Xứ được xem là một kinh nền tảng, vì nó khuyến khích người tu học rèn luyện sự tỉnh thức và phát triển trí tuệ, giúp họ có thể nhận thức rõ về bản chất của đời sống và đạt được giác ngộ.

II. TỨ NIỆM XỨ: BỐN LĨNH VỰC CHÁNH NIỆM

1.Niệm thân (Kāyānupassanā):

- **Mô tả cách quán chiếu thân thể**:

Trong phần quán niệm thân, người tu học thực hành quan sát thân thể qua từng chuyển động và trạng thái cụ thể, như quán niệm hơi thở, các tư thế của thân (đi, đứng, nằm, ngồi), và các bộ phận của cơ thể. Bằng cách nhận thức rõ từng chi tiết của thân, người tu học sẽ đạt được sự tỉnh thức trong từng khoảnh khắc.

- **Phân tích mục tiêu của việc quán thân**:
  Mục tiêu của việc quán chiếu thân là giúp người tu học nhận thức rõ bản chất tạm bợ và vô thường của thân thể, từ đó giảm bớt sự dính mắc và không xem thân thể là "của tôi". Nhờ sự nhận thức này, họ dần buông bỏ dính mắc vào thân, hiểu rằng nó chỉ là một tập hợp các yếu tố tạm thời và không có cái "tôi" cố định. Điều này là cơ sở để phát triển tâm xả và bước đầu cho sự giải thoát.

2. **Niệm thọ (Vedanānupassanā)**:
   - **Giới thiệu cách quán các cảm thọ**:
     Niệm thọ là sự nhận thức về các cảm thọ phát sinh qua các giác quan, bao gồm cảm thọ khổ, lạc và cảm thọ trung tính (không khổ không lạc). Người tu học quan sát từng cảm thọ mà không đánh giá hay phản ứng, chỉ đơn giản nhận biết chúng là khổ, là lạc hay trung tính.
   - **Phân tích cách quán niệm cảm thọ**:
     Quán niệm cảm thọ giúp người tu học nhận ra rằng tất cả cảm thọ đều mang tính chất vô thường và tạm bợ, không có giá trị lâu dài. Nhờ đó, họ không còn bị cảm thọ chi phối hoặc dẫn dắt vào sự dính mắc hay lôi cuốn theo cảm xúc. Khi hiểu rõ rằng cảm thọ là vô thường, họ có thể buông bỏ và không còn bị cảm thọ làm cho vui buồn, từ đó giữ được sự bình thản và an lạc.
3. **Niệm tâm (Cittānupassanā)**:
   - **Mô tả cách quán niệm các trạng thái tâm**:
     Niệm tâm là quán chiếu và nhận thức rõ ràng các trạng thái tâm, chẳng hạn như tâm có tham, không tham, tâm có sân, không sân, tâm có si, không si, và các trạng thái khác như hỷ lạc, xao động, thanh thản, và định tĩnh. Người tu học quan sát tâm một cách khách quan, chỉ nhận biết mà không phán xét hay dính mắc vào bất kỳ trạng thái nào.
   - **Giải thích ý nghĩa của quán tâm**:
     Việc quán tâm giúp người tu học hiểu rằng tâm cũng là một yếu tố vô thường, luôn biến đổi và không cố định. Nhờ sự nhận thức này, họ giảm thiểu sự chi phối của các trạng thái tiêu cực như tham, sân, si và đạt được sự bình an. Hiểu được bản chất biến đổi của tâm cũng giúp người tu học phát triển trí tuệ, thấy rõ sự vô ngã của tâm thức và dần buông bỏ mọi chấp ngã.
4. **Niệm pháp (Dhammānupassanā)**:
   - **Phân tích cách quán niệm các đối tượng của tâm**:
     Niệm pháp là quán chiếu các đối tượng của tâm, bao gồm Năm Triền Cái (tham, sân, hôn trầm, trạo cử, và hoài nghi), Bảy Giác Chi (chánh niệm, trạch pháp, tinh tấn, hỷ, khinh an, định, và xả), và Tứ Diệu Đế (Khổ, Tập, Diệt, Đạo). Người tu học quan sát sự xuất hiện và biến mất của các pháp này trong tâm, nhận biết sự chi phối của chúng và tác động của chúng đối với tâm trí.

- **Giải thích vai trò của niệm pháp trong sự tỉnh thức**:
  Niệm pháp giúp người tu học hiểu sâu sắc về các hiện tượng tâm lý và đạo pháp, từ đó có khả năng nhận biết rõ ràng và không dính mắc vào bất kỳ đối tượng tâm nào. Khi hiểu rõ bản chất của các pháp, người tu học sẽ không còn bị chúng điều khiển và đạt được sự tự do tâm trí. Nhờ đó, họ phát triển sự tỉnh thức toàn diện, đạt được trí tuệ sâu sắc và hướng đến giải thoát.

Tổng kết:
Bốn lĩnh vực chánh niệm của Tứ Niệm Xứ – thân, thọ, tâm, và pháp – là những đối tượng quán chiếu quan trọng để phát triển chánh niệm và trí tuệ. Qua việc quán sát và hiểu rõ bản chất của thân, thọ, tâm và pháp, người tu học dần dần buông bỏ sự dính mắc vào những yếu tố này, đạt đến trạng thái tỉnh thức và tiến gần hơn đến giải thoát. Tứ Niệm Xứ là phương pháp căn bản và thiết thực trong hành trình tâm linh, giúp người tu học phát triển sự an lạc nội tại và trí tuệ sáng suốt.

III. MỤC ĐÍCH VÀ CÔNG DỤNG CỦA TỨ NIỆM XỨ

1. **Phát triển chánh niệm và tỉnh thức**:
   Tứ Niệm Xứ giúp người tu học rèn luyện và phát triển chánh niệm (sati) – khả năng nhận thức tỉnh thức trong từng khoảnh khắc hiện tại mà không để tâm bị chi phối bởi các suy nghĩ, cảm xúc, hoặc những lo lắng về quá khứ và tương lai. Sự tỉnh thức này giúp giảm thiểu suy nghĩ tiêu cực và cảm xúc không mong muốn, như giận dữ, lo âu hay tham ái, tạo điều kiện cho sự bình an và an lạc nội tại. Chánh niệm không chỉ làm trong sáng tâm trí mà còn giúp người tu học sống tỉnh thức, kiểm soát hành động và suy nghĩ, từ đó mang lại cuộc sống an ổn và ý nghĩa.
2. **Thấu hiểu vô thường, khổ, và vô ngã**:
   Thông qua việc quán chiếu sâu sắc vào thân, thọ, tâm và pháp, người tu học có cơ hội nhận thức rõ ba đặc tính quan trọng của mọi hiện tượng trong cuộc sống: vô thường (anicca), khổ (dukkha) và vô ngã (anatta).
   - **Vô thường**: Qua sự quán chiếu, người tu học thấy rõ mọi thứ trong thân, thọ, tâm và pháp đều luôn thay đổi, không có gì tồn tại mãi mãi. Sự hiểu biết về vô thường giúp họ không còn bám víu vào những giá trị tạm bợ và phát triển lòng từ bi đối với chính mình và người khác.
   - **Khổ**: Quán chiếu cũng giúp nhận ra rằng sự dính mắc vào các yếu tố vô thường luôn dẫn đến khổ đau, vì chúng không thể mang lại hạnh phúc bền lâu. Nhận thức về khổ giúp người tu học giảm bớt sự tham ái, không còn tìm kiếm an lạc trong những điều vô thường và chuyển hướng tâm thức đến sự giải thoát.
   - **Vô ngã**: Cuối cùng, người tu học nhận thấy rằng thân, thọ, tâm và pháp đều không thuộc về cái "tôi" nào cả, chúng là những hiện tượng tự nhiên không có thực thể cố định. Điều này giúp người tu học buông bỏ chấp ngã, giảm thiểu khổ đau và đạt đến trạng thái tự do nội tại.
3. **Chấm dứt khổ đau và đạt đến giải thoát**:
   Tứ Niệm Xứ được Đức Phật coi là con đường trực tiếp và căn bản để chấm

dứt khổ đau, đưa người tu học đến Niết Bàn. Bằng cách quán chiếu các yếu tố trong Tứ Niệm Xứ, người tu học có thể loại bỏ hoàn toàn sự dính mắc và tham ái – nguyên nhân gốc rễ của mọi khổ đau. Khi đạt đến sự hiểu biết toàn diện về bản chất của thân, thọ, tâm và pháp, tâm trí của họ trở nên thanh tịnh và an lạc, không còn bị trói buộc vào vòng sinh tử và luân hồi. Tứ Niệm Xứ giúp họ tiến dần đến sự giải thoát hoàn toàn, thoát khỏi vòng sinh tử và đạt đến Niết Bàn, trạng thái an lạc vĩnh cửu và không còn khổ đau.

Tổng kết:

Mục đích chính của Tứ Niệm Xứ là giúp người tu học phát triển chánh niệm, nhận thức rõ bản chất vô thường, khổ và vô ngã của mọi hiện tượng, từ đó chấm dứt khổ đau và đạt đến giải thoát. Đây là phương pháp căn bản, thiết thực và trực tiếp trong hành trình tu tập, giúp người tu học xây dựng nền tảng tâm linh vững chắc, hướng đến an lạc và giác ngộ chân thật.

IV. PHƯƠNG PHÁP THỰC HÀNH TỨ NIỆM XỨ

1. **Cách thực hành chánh niệm trong đời sống hàng ngày**:

   Tứ Niệm Xứ không chỉ là phương pháp dành riêng cho thiền định mà còn có thể áp dụng vào mọi sinh hoạt hàng ngày. Người tu học có thể bắt đầu thực hành chánh niệm ngay từ khi thức dậy, nhận thức từng hành động như bước chân, hơi thở, ăn uống, và cả những cử chỉ, lời nói trong giao tiếp. Cụ thể:

   - **Niệm thân**: Chú ý đến từng cử động của thân, từ việc đi, đứng, nằm, ngồi, nhận thức về tư thế và hơi thở.
   - **Niệm thọ**: Nhận biết các cảm thọ xuất hiện trong ngày, chẳng hạn như khi ăn (vị giác), khi gặp điều hài lòng hay khó chịu (xúc cảm), từ đó không dính mắc vào cảm thọ.
   - **Niệm tâm**: Theo dõi các trạng thái tâm như vui, buồn, sân giận, hay hạnh phúc, quan sát mà không phán xét hay dính mắc vào các cảm xúc đó.
   - **Niệm pháp**: Chú ý đến các pháp đang tác động trong tâm, như Năm Triền Cái hoặc các phẩm chất tích cực, giữ tỉnh thức và hiểu rõ nguyên nhân xuất hiện của các pháp.

Việc thực hành chánh niệm trong đời sống hàng ngày giúp người tu học luôn tỉnh thức, không để tâm trí trôi lạc vào những suy nghĩ phiền nhiễu, từ đó giữ được sự bình thản và an lạc trong mọi hoàn cảnh.

2. **Thực hành thiền định để phát triển chánh niệm**:

   Thiền định là phương pháp quan trọng để phát triển và củng cố chánh niệm. Trong các khóa thiền, người tu học có thể tập trung vào từng lĩnh vực của Tứ Niệm Xứ để rèn luyện sự tỉnh thức sâu sắc hơn.

   - **Niệm thân trong thiền định**: Quán niệm hơi thở là một phương pháp phổ biến, giúp người tu học tập trung vào sự vào ra của hơi thở, cảm nhận toàn thân và nhận thức rõ từng cử động của cơ thể trong trạng thái tĩnh.
   - **Niệm thọ trong thiền định**: Quán chiếu các cảm thọ sinh khởi, quan sát xem chúng là khổ, lạc hay trung tính. Bằng cách này, người tu học thấy rõ cảm thọ thay đổi và không bám víu vào chúng.

- **Niệm tâm trong thiền định**: Quan sát trạng thái tâm hiện tại – tâm có tham, sân, si hay thanh tịnh, từ đó giữ được sự bình thản và không để các trạng thái này lôi kéo.
- **Niệm pháp trong thiền định**: Quán niệm Năm Triền Cái hoặc Bảy Giác Chi, nhận thức các pháp đang hiện diện trong tâm, giúp người tu học nhận ra các pháp và hướng đến trạng thái an lạc và giác ngộ.

Thực hành thiền định giúp người tu học làm vững chắc chánh niệm và tỉnh thức, từ đó đạt đến một trạng thái tâm thanh tịnh, ổn định và không còn bị chi phối bởi ngoại cảnh.

3. **Các phương pháp rèn luyện tâm để quán chiếu sâu sắc**:
Để đạt đến sự hiểu biết sâu sắc và giải thoát, người tu học cần thực hành quán chiếu chuyên sâu trên từng lĩnh vực của Tứ Niệm Xứ.
    - **Quán chiếu thân**: Thực hành quán chiếu chi tiết về thân, từ cảm nhận sự thay đổi từng tế bào, nhận thức rõ thân là tập hợp của các yếu tố tứ đại và là đối tượng của sự sinh, diệt.
    - **Quán chiếu thọ**: Khi cảm thọ xuất hiện, người tu học quán chiếu bản chất vô thường của chúng, không bám víu vào cảm giác vui hay chối bỏ cảm giác khó chịu, từ đó phát triển trí tuệ hiểu biết về tính chất tạm bợ của cảm thọ.
    - **Quán chiếu tâm**: Rèn luyện quan sát các trạng thái tâm thức, nhận thức rõ ràng rằng chúng cũng là vô thường và không có cái "tôi" cố định. Khi nhận thức được tính chất thay đổi của tâm, người tu học sẽ không còn dính mắc vào bất kỳ trạng thái nào.
    - **Quán chiếu pháp**: Thực hành quán chiếu sâu sắc về Năm Triền Cái, Bảy Giác Chi và Tứ Diệu Đế, giúp người tu học thấy rõ mối liên hệ giữa các pháp và làm tăng trưởng sự tỉnh thức. Nhận thức rõ ràng về sự hiện diện của các pháp này giúp họ không còn bị chi phối bởi tham ái hay sân hận.

Tổng kết:
Các phương pháp thực hành Tứ Niệm Xứ trong đời sống hàng ngày và thiền định không chỉ giúp người tu học duy trì chánh niệm và tỉnh thức, mà còn đạt đến sự quán chiếu sâu sắc về bản chất của thân, thọ, tâm và pháp. Nhờ vậy, họ có thể từng bước buông bỏ sự dính mắc, giảm thiểu phiền não và tiến đến sự giải thoát hoàn toàn.

V. Ý NGHĨA TRIẾT LÝ VÀ TÂM LINH CỦA TỨ NIỆM XỨ

1. **Vai trò của chánh niệm trong quá trình phát triển tâm linh**:
Chánh niệm (sati) là nền tảng của mọi sự phát triển tâm linh, đóng vai trò quyết định trong quá trình giải thoát. Bằng việc thực hành chánh niệm trong Tứ Niệm Xứ, người tu học đạt được sự tự do nội tại, giúp tâm trí trở nên tỉnh thức và sáng suốt trong mọi khoảnh khắc. Chánh niệm không chỉ giúp người tu học nhận biết từng hành động và suy nghĩ mà còn đưa họ vào trạng thái nhận thức sâu sắc, không còn bị lôi cuốn bởi cảm xúc và suy nghĩ tiêu cực. Khi duy trì chánh niệm, họ dần thấy rõ bản chất thực tại, từ đó phát triển trí tuệ và hiểu sâu hơn về ba đặc tính của hiện hữu: vô thường, khổ, và vô ngã.

2. **Giá trị của Tứ Niệm Xứ trong việc kiểm soát và chuyển hóa tâm**: Tứ Niệm Xứ cung cấp cho người tu học một phương pháp hiệu quả để quan sát và kiểm soát các trạng thái tâm. Thông qua việc quán chiếu thân, thọ, tâm và pháp, người tu học dần nhận biết và chuyển hóa những trạng thái tiêu cực như tham, sân, si, và sự bất an. Quá trình quán chiếu này giúp họ phát triển khả năng kiểm soát tâm trí, không còn bị chi phối bởi những cảm xúc hoặc tình huống bên ngoài. Khi đã có thể chuyển hóa các trạng thái tiêu cực, họ sẽ đạt đến trạng thái thanh tịnh và an lạc nội tại, không còn bị dao động bởi những hoàn cảnh và biến động của cuộc sống.
3. **Tầm quan trọng của sự buông bỏ và giải thoát khỏi dính mắc**: Một ý nghĩa sâu sắc của Tứ Niệm Xứ là giúp người tu học buông bỏ sự dính mắc vào thân, thọ, tâm và pháp – những yếu tố luôn biến đổi và không thể giữ lại. Khi thấy rõ bản chất vô thường, khổ, và vô ngã của thân, thọ, tâm và pháp, họ dần giảm bớt sự chấp trước và cảm giác sở hữu đối với chúng. Sự buông bỏ này không chỉ giúp tăng trưởng trí tuệ mà còn giải phóng họ khỏi sự trói buộc của sinh tử, giúp đạt đến trạng thái tự do nội tại và an lạc vĩnh cửu. Tứ Niệm Xứ là con đường trực tiếp dẫn đến giải thoát và giác ngộ, giúp người tu học đạt đến Niết Bàn, trạng thái chấm dứt hoàn toàn mọi khổ đau.

Tổng kết:

Tứ Niệm Xứ có ý nghĩa triết lý và tâm linh sâu sắc, là nền tảng của sự phát triển chánh niệm, kiểm soát và chuyển hóa tâm, đồng thời giúp người tu học buông bỏ dính mắc và đạt đến giải thoát. Sự thực hành Tứ Niệm Xứ không chỉ giúp người tu học nhận thức bản chất vô thường của mọi hiện tượng mà còn mang lại sự an lạc và tự do nội tại, tiến đến giác ngộ chân thật và giải thoát khỏi vòng sinh tử.

VI. ỨNG DỤNG CỦA TỨ NIỆM XỨ TRONG ĐỜI SỐNG HIỆN ĐẠI

1. **Thực hành chánh niệm để giảm căng thẳng và lo âu**:

Trong cuộc sống hiện đại, áp lực và lo âu là những vấn đề thường xuyên xảy ra. Việc áp dụng Tứ Niệm Xứ giúp người tu học duy trì chánh niệm, giữ tâm trí trong trạng thái tỉnh thức và bình an ngay cả khi gặp khó khăn. Cụ thể:

- **Niệm thân**: Người tu học có thể thực hành chánh niệm qua các hoạt động hàng ngày như đi, đứng, ăn uống, và làm việc, từ đó giúp họ sống trong hiện tại mà không bị áp lực và căng thẳng làm chi phối.
- **Niệm thọ**: Nhận thức và quan sát các cảm giác xuất hiện, dù là khổ, lạc hay trung tính. Điều này giúp người tu học không bị cảm thọ dẫn dắt, từ đó giảm bớt lo âu và cảm giác không thoải mái khi đối diện với khó khăn.
- **Niệm tâm**: Theo dõi các trạng thái tâm như giận dữ, buồn chán hay bất mãn, để không bị cuốn vào chúng. Nhờ vậy, người tu học có thể kiểm soát cảm xúc và giữ bình tĩnh.
- **Niệm pháp**: Quán chiếu các pháp (như Năm Triền Cái), nhận thức rõ khi nào tâm trí bị chi phối bởi tham ái, sân hận hay lo lắng, từ đó kịp thời điều chỉnh và giữ tâm an tĩnh.

Thực hành chánh niệm trong Tứ Niệm Xứ giúp người tu học giảm thiểu căng thẳng và lo âu, đối diện với các tình huống khó khăn một cách tỉnh thức và sáng suốt.

2. **Tăng cường lòng từ bi và sự cảm thông**:
   Tứ Niệm Xứ không chỉ giúp người tu học hiểu rõ bản thân mà còn phát triển lòng từ bi và sự cảm thông với người khác.
   - **Quán niệm thân**: Khi hiểu rằng thân thể là vô thường, luôn biến đổi, người tu học nhận thức được sự mong manh và dễ tổn thương của tất cả chúng sinh, từ đó phát triển lòng từ bi, không muốn gây hại cho ai.
   - **Quán niệm thọ**: Nhận biết rằng tất cả cảm thọ đều vô thường và tất cả chúng sinh đều trải qua khổ đau, người tu học hiểu rõ rằng không ai tránh khỏi khó khăn, từ đó biết cảm thông và không phán xét người khác.
   - **Quán niệm tâm**: Khi hiểu rằng tâm trí biến đổi và phức tạp, người tu học trở nên bao dung hơn, nhận ra rằng mọi người đều chịu sự chi phối của tham, sân, si và cần sự cảm thông.
   - **Quán niệm pháp**: Thông qua nhận thức về các yếu tố tâm lý như Năm Triền Cái, người tu học nhận thấy sự phức tạp và khó khăn mà mọi người đều phải đối diện, từ đó mở rộng lòng từ bi và sự cảm thông.

Tứ Niệm Xứ giúp người tu học xây dựng tình yêu thương và lòng từ bi, hiểu rằng tất cả chúng sinh đều chia sẻ khổ đau, từ đó sống hòa hợp và nhẹ nhàng hơn.

3. **Xây dựng một cuộc sống đơn giản và hài hòa**:
   Tứ Niệm Xứ khuyến khích người tu học sống đơn giản, không dính mắc vào các giá trị tạm bợ, từ đó đạt đến sự an lạc trong tâm hồn.
   - **Quán niệm thân**: Hiểu rõ thân là tạm bợ, người tu học không quá bám víu vào ngoại hình hay các tiện nghi vật chất. Họ học cách buông bỏ những ham muốn không cần thiết, từ đó sống đơn giản và ít căng thẳng.
   - **Quán niệm thọ**: Khi không còn bị các cảm thọ chi phối, người tu học ít bị lôi cuốn bởi những lạc thú tạm thời, không chạy theo sự hài lòng từ bên ngoài. Điều này giúp họ duy trì lối sống thanh tịnh và hài hòa.
   - **Quán niệm tâm**: Hiểu rõ bản chất vô thường của tâm, người tu học giảm bớt sự dính mắc vào những cảm xúc hoặc tâm trạng nhất thời, từ đó sống an ổn và bình thản.
   - **Quán niệm pháp**: Khi thấy rõ sự vô thường và không thực chất của mọi pháp, người tu học buông bỏ các dính mắc vào danh vọng, quyền lực hay tài sản, từ đó xây dựng một cuộc sống an lạc và nhẹ nhàng hơn.

Tổng kết:

Tứ Niệm Xứ cung cấp cho người tu học các công cụ cần thiết để sống tỉnh thức, phát triển lòng từ bi, và xây dựng một cuộc sống đơn giản, không dính mắc vào các giá trị phù du. Những ứng dụng thực tiễn này giúp người tu học sống an lạc, tự do nội tại và hài hòa với mọi người xung quanh.

VII. KẾT LUẬN VÀ TÓM TẮT VỀ KINH ĐẠI NIỆM XỨ

1. **Tóm lược các điểm chính của Kinh Đại Niệm Xứ**:
   Kinh Đại Niệm Xứ trình bày một cách rõ ràng và chi tiết về Tứ Niệm Xứ – bốn lĩnh vực chánh niệm: niệm thân, niệm thọ, niệm tâm và niệm pháp.

Đức Phật đã chỉ ra rằng đây là con đường trực tiếp giúp người tu học phát triển chánh niệm, thấy rõ bản chất vô thường, khổ và vô ngã, từ đó buông bỏ sự dính mắc vào thân, thọ, tâm, và pháp. Tứ Niệm Xứ được xem là nền tảng của mọi sự phát triển tâm linh, giúp người tu học kiểm soát và chuyển hóa tâm, giảm bớt khổ đau và đạt đến sự an lạc nội tại.

2. **Khuyến khích thực hành Tứ Niệm Xứ trong đời sống hàng ngày**:
Thực hành Tứ Niệm Xứ không chỉ là phương pháp trong thiền định mà còn có thể được áp dụng vào đời sống hàng ngày để duy trì sự tỉnh thức và đạt được an lạc. Người đọc được khuyến khích áp dụng chánh niệm vào từng hoạt động, từ các cử chỉ, lời nói đến suy nghĩ, nhằm giữ tâm luôn thanh tịnh và an lành. Nhờ thực hành đều đặn Tứ Niệm Xứ, người tu học có thể từng bước giảm bớt phiền não, đối diện với cuộc sống một cách bình an và tự do nội tại, hướng đến sự giải thoát khỏi khổ đau.
3. **Ý nghĩa của Tứ Niệm Xứ trong hành trình tâm linh**:
Tứ Niệm Xứ không chỉ là một phương pháp mà còn là một con đường tu tập toàn diện và trực tiếp, dẫn đến giác ngộ và giải thoát. Bằng việc thực hành Tứ Niệm Xứ, người tu học phát triển được trí tuệ và lòng từ bi, đạt đến sự thấu hiểu và buông bỏ hoàn toàn các dính mắc vào thân, thọ, tâm, và pháp. Đây là con đường giúp họ vượt qua vòng luân hồi sinh tử và đạt đến Niết Bàn – trạng thái an lạc vĩnh cửu, không còn khổ đau. Tứ Niệm Xứ mang ý nghĩa sâu sắc trong hành trình tìm kiếm chân lý và là nền tảng cho mọi sự phát triển tâm linh trong giáo lý Phật giáo.

VIII. VẤN ĐÁP VỀ KINH ĐẠI NIỆM XỨ

1. Tại sao Đức Phật lại xem Tứ Niệm Xứ là con đường trực tiếp dẫn đến giác ngộ và giải thoát?

Đức Phật xem Tứ Niệm Xứ là con đường trực tiếp dẫn đến giác ngộ và giải thoát vì Tứ Niệm Xứ cung cấp một phương pháp tu tập chánh niệm và quán chiếu toàn diện, giúp người tu học nhận ra và buông bỏ các yếu tố gây dính mắc, khổ đau, và luân hồi. Dưới đây là các lý do chính:

1. **Giúp phát triển chánh niệm và tỉnh thức**:
Tứ Niệm Xứ là phương pháp giúp người tu học duy trì sự tỉnh thức và chánh niệm trong từng khoảnh khắc, giúp họ nhận biết rõ ràng mọi suy nghĩ, cảm xúc, và trạng thái tâm trí. Nhờ duy trì chánh niệm, người tu học dần giảm bớt các phản ứng tự động và những cảm xúc tiêu cực, từ đó kiểm soát tâm trí tốt hơn, hướng đến sự an lạc và tự tại.
2. **Quán chiếu bản chất vô thường, khổ và vô ngã của mọi hiện tượng**:
Tứ Niệm Xứ giúp người tu học nhận thức rõ ba đặc tính của hiện hữu: vô thường (anicca), khổ (dukkha), và vô ngã (anatta). Nhờ quán chiếu thân, thọ, tâm và pháp, họ thấy rõ rằng mọi thứ đều thay đổi, không có gì tồn tại vĩnh viễn và không có cái "tôi" cố định. Sự hiểu biết này giúp họ buông bỏ dính mắc và chấp ngã, giảm bớt khổ đau và hướng đến giải thoát.

3. **Chuyển hóa tâm và giảm thiểu phiền não**:
   Tứ Niệm Xứ không chỉ giúp nhận thức bản chất của các yếu tố tạo nên con người, mà còn là phương pháp chuyển hóa các trạng thái tâm tiêu cực như tham, sân, si. Khi quan sát tâm và nhận biết các trạng thái đó, người tu học không còn bị phiền não chi phối và dần chuyển hóa chúng. Điều này mang lại sự thanh tịnh và làm vững chắc nền tảng của con đường giác ngộ.
4. **Là phương pháp thực tiễn để buông bỏ và giải thoát khỏi dính mắc**:
   Tứ Niệm Xứ dạy người tu học cách quán chiếu và buông bỏ dính mắc vào thân, thọ, tâm và pháp – những yếu tố luôn biến đổi và không thể giữ lại. Sự buông bỏ này giúp họ không còn cảm giác sở hữu, từ đó đạt đến trạng thái tự do nội tại và an lạc. Đây là nền tảng để thoát khỏi vòng sinh tử và đạt đến Niết Bàn.
5. **Tứ Niệm Xứ là con đường toàn diện và trực tiếp**:
   Đức Phật nhấn mạnh rằng Tứ Niệm Xứ là con đường trực tiếp dẫn đến giác ngộ vì nó không chỉ bao hàm sự nhận thức mà còn hướng đến hành động chuyển hóa tâm. Thực hành Tứ Niệm Xứ liên tục giúp người tu học thấu hiểu bản chất thực tại và phát triển trí tuệ toàn diện, từ đó vượt qua mọi trói buộc của luân hồi và đạt đến sự giải thoát cuối cùng.

Tổng kết:
Đức Phật xem Tứ Niệm Xứ là con đường trực tiếp dẫn đến giác ngộ và giải thoát vì đây là phương pháp thực tiễn, toàn diện và hiệu quả, giúp người tu học phát triển chánh niệm, nhận thức rõ bản chất thực tại và chuyển hóa tâm để đạt đến trạng thái an lạc vĩnh cửu.

2. Vai trò của chánh niệm trong việc nhận thức bản chất vô thường của thân, thọ, tâm, và pháp là gì?
Chánh niệm đóng vai trò quan trọng trong việc giúp người tu học nhận thức rõ bản chất vô thường của thân, thọ, tâm, và pháp. Thông qua sự quan sát tỉnh thức và không phán xét, chánh niệm cho phép họ thấy rõ các hiện tượng luôn thay đổi và không có gì tồn tại mãi mãi. Dưới đây là những cách cụ thể mà chánh niệm hỗ trợ người tu học trong việc nhận thức tính vô thường:

1. **Quan sát sự thay đổi của thân thể**:
   Thực hành chánh niệm trên thân (niệm thân) giúp người tu học nhận biết sự thay đổi liên tục của thân thể, từ hơi thở vào ra, các cử động, tư thế, cho đến sự sinh diệt của tế bào và sự già yếu theo thời gian. Sự nhận thức về các thay đổi này giúp họ thấy rằng thân thể chỉ là tập hợp của các yếu tố tạm thời, không có một "cái tôi" cố định nào trong đó. Khi hiểu được tính vô thường của thân, họ buông bỏ bớt sự bám víu vào ngoại hình và sức khỏe.
2. **Nhận biết sự biến đổi của cảm thọ**:
   Qua niệm thọ, người tu học thực hành chánh niệm trên các cảm thọ – khổ, lạc và trung tính. Họ nhận ra rằng các cảm giác này sinh khởi rồi tan biến liên tục, không bao giờ giữ nguyên một trạng thái. Cảm thọ không có bản chất cố định, không thể kiểm soát được. Nhận thức này giúp họ

không còn bám víu vào các cảm giác, giảm bớt sự lôi cuốn của lạc thọ và sự né tránh khổ thọ, từ đó đạt đến sự bình thản trước mọi cảm giác.

3. **Quán sát sự thay đổi của tâm**:
   Chánh niệm trên tâm (niệm tâm) giúp người tu học quan sát các trạng thái tâm như tham, sân, si, hỷ, định, lo lắng, và sự an tĩnh. Tâm thức liên tục biến đổi, khi vui khi buồn, khi tĩnh lặng khi xao động. Nhờ chánh niệm, họ thấy rõ rằng các trạng thái tâm này cũng vô thường, luôn sinh diệt, và không có cái "tôi" nào sở hữu tâm. Điều này giúp họ không còn bám víu vào các trạng thái tâm nhất thời, giảm bớt sự chi phối của các cảm xúc tiêu cực.
4. **Nhận thức tính vô thường của các pháp**:
   Khi thực hành niệm pháp, người tu học quán chiếu các hiện tượng tâm lý và đạo pháp, như Năm Triền Cái, Bảy Giác Chi, và các yếu tố khác. Chánh niệm giúp họ thấy rõ các pháp này sinh khởi và biến mất, chúng là vô thường và không có thực thể cố định. Nhận thức về tính vô thường của các pháp giúp họ thấy rằng không có gì đáng để bám víu hoặc chấp ngã, bởi tất cả chỉ là các hiện tượng tạm thời.
5. **Phát triển trí tuệ về vô thường**:
   Chánh niệm không chỉ là sự quan sát mà còn giúp người tu học phát triển trí tuệ, thấu hiểu sâu sắc bản chất vô thường của mọi hiện tượng. Nhờ đó, họ không còn dính mắc, sợ hãi hoặc khổ đau khi những điều yêu thích mất đi, và không còn nản lòng trước những hoàn cảnh bất như ý. Trí tuệ này làm vững chắc nền tảng của tâm trí, giúp họ tiến dần đến sự an lạc và giải thoát.

Tổng kết:
Chánh niệm giúp người tu học nhận ra bản chất vô thường của thân, thọ, tâm và pháp một cách rõ ràng và chân thật. Sự nhận thức này là nền tảng để phát triển trí tuệ, giảm thiểu khổ đau và dính mắc, từ đó giúp người tu học tiến đến sự giải thoát khỏi luân hồi.

3. Làm thế nào việc quán thân có thể giúp người tu học giảm bớt sự dính mắc vào thân thể?
Việc quán thân trong Tứ Niệm Xứ giúp người tu học giảm bớt sự dính mắc vào thân thể bằng cách mang lại sự nhận thức rõ ràng về bản chất tạm bợ, vô thường và không có tự ngã của thân. Khi thực hành chánh niệm và quán chiếu thân, họ dần thấy rõ thân chỉ là tập hợp của các yếu tố tự nhiên, luôn biến đổi và không có gì thực chất để bám víu. Dưới đây là cách quán thân giúp giảm bớt sự dính mắc vào thân thể:

1. **Nhận biết tính vô thường của thân**:
   Khi quán thân qua hơi thở, các tư thế (đi, đứng, nằm, ngồi), và các chuyển động của cơ thể, người tu học thấy rõ rằng thân thể không ngừng thay đổi. Mỗi hơi thở vào và ra đều có khởi đầu và kết thúc, mỗi động tác đều có lúc bắt đầu và chấm dứt. Cơ thể, dù trẻ khỏe thế nào, cũng sẽ già yếu và thay đổi theo thời gian. Sự nhận biết tính vô thường này giúp họ

dần buông bỏ sự bám víu, hiểu rằng không thể giữ mãi sự tươi trẻ, khỏe mạnh hay vẻ đẹp ngoại hình.

2. **Hiểu rõ thân là một tập hợp của các yếu tố tự nhiên**:
   Quán chiếu về thân cũng bao gồm việc phân tích thân thể thành các yếu tố như da, thịt, xương, máu và các cơ quan khác. Khi thấy rõ thân chỉ là sự kết hợp của các thành phần vật chất, người tu học không còn xem thân là "của tôi" hay "tôi". Họ hiểu rằng thân chỉ là một tổ hợp của tứ đại (đất, nước, gió, lửa), tựa như một chiếc máy sinh học, không có một thực thể bền vững nào để sở hữu. Nhận thức này giúp họ giảm bớt chấp ngã và sự dính mắc vào cơ thể.
3. **Quan sát sự sinh diệt của các cảm giác trong thân**:
   Khi thực hành niệm thân, người tu học cũng nhận biết các cảm giác xuất hiện trong thân, như đau, nhức, thoải mái hay dễ chịu. Những cảm giác này sinh khởi rồi tan biến, luôn thay đổi, cho thấy rằng thân thể không mang lại hạnh phúc hoặc khổ đau vĩnh viễn. Sự hiểu biết rằng mọi cảm giác trong thân đều vô thường giúp người tu học không còn bám víu vào những cảm giác dễ chịu hay chối bỏ cảm giác khó chịu, từ đó giảm bớt sự phụ thuộc vào thân.
4. **Phát triển trí tuệ về bản chất không thực chất của thân**:
   Khi người tu học quan sát và nhận biết từng khía cạnh của thân, họ dần hiểu rằng thân thể không mang lại một bản chất thực sự vững chắc hay bền lâu nào. Thân chỉ là một dòng chảy của các hiện tượng, liên tục sinh diệt và không ngừng biến đổi. Trí tuệ về bản chất không thực chất của thân giúp người tu học buông bỏ những ý niệm về sự sở hữu và dính mắc vào cơ thể.
5. **Giảm bớt sự chấp ngã vào thân**:
   Khi thấy rõ thân là vô thường và không có tự ngã, người tu học dần bớt chấp ngã vào thân thể. Họ không còn quá lo lắng về ngoại hình, không bị ảnh hưởng bởi những thay đổi của cơ thể như già yếu hay bệnh tật. Điều này giúp họ sống tự tại, không còn bị thân làm cho khổ đau hay bất an, từ đó tiến gần hơn đến trạng thái giải thoát.

Tổng kết:
Việc quán thân giúp người tu học nhận thức rõ bản chất tạm bợ và không có tự ngã của cơ thể. Sự hiểu biết này làm giảm bớt dính mắc vào thân, giúp người tu học buông bỏ chấp ngã, đạt đến sự tự do nội tại và tiến gần hơn đến giải thoát khỏi khổ đau.

4. Tại sao nhận thức về vô thường của các cảm thọ (khổ, lạc, trung tính) lại là một bước quan trọng trong quá trình tu tập?
Nhận thức về vô thường của các cảm thọ (khổ, lạc, trung tính) là một bước quan trọng trong quá trình tu tập vì nó giúp người tu học hiểu rõ bản chất tạm bợ, không bền vững của mọi cảm giác, từ đó giảm bớt sự dính mắc và phản ứng theo các cảm thọ. Dưới đây là những lý do cụ thể giải thích tại sao nhận thức này lại quan trọng:

1. **Giảm bớt sự dính mắc vào cảm giác dễ chịu**:
   Khi thấy rõ rằng cảm thọ lạc (dễ chịu) là vô thường, người tu học không

còn bám víu vào những trải nghiệm thoải mái, vui vẻ hoặc sung sướng. Nhận thức rằng những cảm giác này sẽ nhanh chóng tan biến giúp họ không còn tìm kiếm hoặc phụ thuộc vào chúng để có hạnh phúc. Điều này tạo nên sự tự do, giúp họ không còn phải chạy theo những cảm giác tạm bợ và giảm thiểu lòng tham ái.

2. **Giảm bớt sự chối bỏ và sợ hãi trước cảm thọ khổ**:
   Cảm giác khó chịu hay đau đớn (khổ thọ) thường gây ra sợ hãi và chối bỏ. Tuy nhiên, khi người tu học nhận thức rằng cảm thọ khổ cũng vô thường, họ biết rằng mọi đau khổ cũng chỉ là tạm thời và sẽ qua đi. Điều này giúp họ đối diện với nỗi đau, bệnh tật hay mất mát mà không bị gục ngã hoặc trốn tránh. Nhờ đó, họ rèn luyện được sự kiên nhẫn và bình thản, giúp tâm không còn dao động theo những khổ đau nhất thời.
3. **Giúp người tu học phát triển sự bình thản và không dính mắc vào cảm thọ trung tính**:
   Cảm thọ trung tính, không vui không buồn, thường dễ bị bỏ qua hoặc không được chú ý. Tuy nhiên, khi người tu học nhận thức rằng cảm thọ trung tính cũng vô thường, họ không còn cảm thấy thờ ơ hoặc vô vị mà giữ sự chánh niệm trong mọi khoảnh khắc. Điều này giúp phát triển sự tỉnh thức và không bị lơ là, từ đó họ không còn dính mắc vào bất kỳ trạng thái cảm thọ nào.
4. **Giảm bớt phản ứng tự động theo cảm thọ**:
   Khi nhận thức rõ vô thường của các cảm thọ, người tu học không còn bị cảm giác dẫn dắt hoặc phản ứng tự động theo cảm thọ, như cảm thấy vui thì ham muốn, cảm thấy buồn thì né tránh. Thay vì bị cảm thọ điều khiển, họ có thể giữ chánh niệm, quan sát cảm giác mà không đánh giá hoặc phản ứng. Điều này giúp họ giữ được sự tự chủ và bình thản, không còn dao động trước những cảm xúc nhất thời.
5. **Phát triển trí tuệ và thấy rõ vô ngã**:
   Nhận thức rằng cảm thọ khổ, lạc và trung tính đều vô thường giúp người tu học thấy rõ tính chất không thuộc về cái "tôi" của các cảm giác. Cảm thọ chỉ là một hiện tượng sinh khởi và tan biến theo nhân duyên, không có bản chất cố định và không liên quan đến một cái ngã bất biến nào. Sự hiểu biết này giúp họ buông bỏ chấp ngã, không còn đồng hóa bản thân với cảm thọ, từ đó tiến gần hơn đến giải thoát.
6. **Giúp chuyển hóa tâm và đạt đến sự an lạc nội tại**:
   Khi không còn bị dính mắc vào cảm thọ, người tu học có thể duy trì trạng thái an lạc nội tại, bất chấp hoàn cảnh xung quanh. Họ không còn tìm kiếm hạnh phúc qua cảm giác dễ chịu hay trốn tránh khổ đau, mà thay vào đó tìm kiếm sự bình an từ bên trong. Sự an lạc này không phụ thuộc vào những điều kiện tạm bợ, giúp người tu học đạt đến trạng thái giải thoát khỏi khổ đau.

Tổng kết:

Nhận thức về vô thường của các cảm thọ là bước quan trọng trong quá trình tu tập vì nó giúp người tu học giảm bớt sự dính mắc, phản ứng tự động và chấp ngã vào cảm giác. Sự hiểu biết này làm vững chắc nền tảng của chánh niệm và trí tuệ, giúp họ đạt đến sự tự do nội tại và tiến gần hơn đến giải thoát hoàn toàn khỏi khổ đau.

5. Quán tâm có ý nghĩa gì trong việc giúp người tu học hiểu rõ các trạng thái tâm và kiểm soát cảm xúc?

Quán tâm trong Tứ Niệm Xứ có ý nghĩa quan trọng trong việc giúp người tu học hiểu rõ các trạng thái tâm và kiểm soát cảm xúc. Bằng cách thực hành quán tâm, họ nhận biết rõ ràng từng trạng thái tâm đang sinh khởi, từ đó phát triển sự tỉnh thức và khả năng kiểm soát cảm xúc thay vì bị chúng chi phối. Dưới đây là những cách mà quán tâm hỗ trợ người tu học trong việc này:

1. **Nhận diện và phân biệt các trạng thái tâm**:
   Quán tâm giúp người tu học nhận biết và gọi tên từng trạng thái tâm như tâm có tham, không tham, có sân, không sân, có si, hay không si, cũng như các trạng thái như hỷ, ưu, xao động, thanh tịnh, định tĩnh, hoặc trạo cử. Việc nhận diện này giúp họ hiểu rằng tâm không cố định mà luôn thay đổi theo hoàn cảnh, cảm thọ và ý niệm. Nhận thức rõ từng trạng thái tâm là bước đầu tiên giúp họ kiểm soát và không bị chúng dẫn dắt.
2. **Thấy rõ bản chất vô thường của các trạng thái tâm**:
   Khi thực hành quán tâm, người tu học thấy rằng các trạng thái tâm liên tục sinh khởi và biến mất. Tâm có tham sẽ qua đi, tâm sân cũng sẽ tan biến, và trạng thái thanh tịnh cũng không vĩnh cửu. Hiểu được bản chất vô thường của các trạng thái tâm giúp họ giảm bớt sự bám víu và không đồng hóa bản thân với những cảm xúc nhất thời, từ đó phát triển sự bình thản và không dao động trước những biến đổi của tâm trí.
3. **Giảm thiểu sự phản ứng tự động và phát triển sự quan sát**:
   Quán tâm giúp người tu học phát triển khả năng quan sát thay vì phản ứng ngay lập tức theo các trạng thái tâm. Thay vì phản ứng một cách vô thức khi tâm tham, sân, hoặc si khởi lên, họ có thể quan sát tâm một cách tỉnh thức. Sự quan sát này giúp họ không còn bị chi phối bởi cảm xúc nhất thời và tạo điều kiện cho trí tuệ làm chủ các phản ứng, tránh gây ra nghiệp xấu và các hệ quả không mong muốn.
4. **Phát triển trí tuệ và sự hiểu biết về vô ngã**:
   Nhờ quán tâm, người tu học thấy rằng các trạng thái tâm không có bản chất cố định và không thuộc về cái "tôi". Tâm chỉ là một dòng chảy các hiện tượng sinh khởi và diệt mất, không có thực thể cố định. Sự hiểu biết này giúp họ buông bỏ ý niệm về cái "tôi" trong từng trạng thái tâm, giảm bớt sự chấp ngã vào cảm xúc và không còn xem các trạng thái tâm là bản chất của mình. Nhờ đó, họ đạt đến sự tự do nội tại và an lạc.
5. **Chuyển hóa các cảm xúc tiêu cực và phát triển trạng thái tích cực**:
   Quán tâm giúp người tu học thấy rõ sự sinh khởi của các trạng thái tiêu cực như tham, sân, si, lo âu, hay sợ hãi. Khi nhận biết kịp thời, họ có thể không để những trạng thái này phát triển thành hành động hay lời nói tiêu cực. Thay vào đó, họ có thể nuôi dưỡng các trạng thái tích cực như từ bi, hỷ xả, và chánh niệm, giúp tâm trở nên thanh tịnh và ổn định hơn.

6. **Phát triển sự tự chủ và duy trì sự an lạc**:
   Khi người tu học thực hành quán tâm đều đặn, họ trở nên tự chủ hơn trước các biến động của tâm. Họ không còn bị cảm xúc lôi kéo mà duy trì được sự tỉnh thức trong từng trạng thái tâm. Điều này mang lại sự an lạc và bình thản, giúp họ đạt đến trạng thái tâm thanh tịnh và hướng đến sự giải thoát hoàn toàn khỏi khổ đau.

Tổng kết:
Quán tâm giúp người tu học hiểu rõ bản chất biến đổi và vô ngã của các trạng thái tâm, từ đó kiểm soát và chuyển hóa cảm xúc, phát triển trí tuệ và duy trì sự an lạc nội tại. Đây là bước quan trọng trong quá trình tu tập, giúp họ tiến đến giải thoát và giác ngộ.

6. Cách quán pháp giúp người tu học vượt qua các trạng thái tiêu cực và đạt đến sự an lạc nội tại ra sao?
Quán pháp trong Tứ Niệm Xứ giúp người tu học vượt qua các trạng thái tiêu cực và đạt đến sự an lạc nội tại bằng cách quan sát và thấu hiểu bản chất của các hiện tượng tâm lý (pháp) đang ảnh hưởng đến tâm trí. Khi thực hành quán pháp, người tu học không chỉ nhìn thấy các trạng thái tiêu cực mà còn nhận ra nguyên nhân và bản chất vô thường của chúng, từ đó giảm thiểu sự dính mắc và chuyển hóa tâm. Dưới đây là cách quán pháp hỗ trợ trong việc này:

1. **Nhận diện và hiểu rõ các trạng thái tiêu cực**:
   Quán pháp giúp người tu học quan sát các yếu tố tiêu cực trong tâm, chẳng hạn như Năm Triền Cái (tham dục, sân hận, hôn trầm, trạo cử và hoài nghi). Khi nhận diện rõ từng trạng thái tiêu cực này, họ có thể thấy được ảnh hưởng của chúng lên tâm trí, từ đó không còn bị chúng chi phối một cách vô thức. Nhận biết được sự hiện diện của các trạng thái tiêu cực là bước đầu để hiểu rõ và kiểm soát chúng.
2. **Nhận thức về bản chất vô thường của các pháp**:
   Khi quán pháp, người tu học thấy rằng các trạng thái tiêu cực không tồn tại mãi mà luôn thay đổi và biến mất, giống như mọi hiện tượng khác. Ví dụ, sân hận hay lo âu sẽ sinh khởi và rồi sẽ qua đi khi điều kiện thay đổi. Thấy rõ bản chất vô thường của các pháp giúp người tu học không còn bám víu vào chúng hoặc xem chúng như một phần cố định của mình. Điều này tạo ra sự giải thoát khỏi các cảm xúc tiêu cực và phát triển lòng từ bi, bình thản.
3. **Phát triển sự tỉnh thức để không bị lôi cuốn bởi cảm xúc tiêu cực**:
   Quán pháp giúp người tu học duy trì sự tỉnh thức và kiểm soát các phản ứng tự động. Khi một trạng thái tiêu cực xuất hiện, thay vì bị nó chi phối, họ có thể quan sát nó một cách khách quan, không để bản thân bị cuốn theo cảm xúc. Nhờ đó, họ tránh được những hành động hoặc lời nói gây hại cho mình và người khác, giữ được sự an lạc và ổn định trong tâm hồn.
4. **Chuyển hóa tâm bằng Bảy Giác Chi**:
   Quán pháp bao gồm cả việc nhận thức và phát triển các yếu tố tích cực, như Bảy Giác Chi (chánh niệm, trạch pháp, tinh tấn, hỷ, khinh an, định

và xả). Khi nhận biết và nuôi dưỡng các giác chi này, người tu học có thể chuyển hóa tâm trí từ trạng thái tiêu cực sang trạng thái tích cực, phát triển sự an lạc nội tại. Ví dụ, khi sân hận khởi lên, họ có thể khơi dậy giác chi từ bi và xả để thay thế cảm xúc tiêu cực này, giúp tâm trở nên thanh tịnh và an ổn hơn.

5. **Thấu hiểu và buông bỏ dính mắc vào các pháp**:
   Quán pháp giúp người tu học thấy rằng tất cả các trạng thái tâm lý và đối tượng trong tâm đều là pháp, không có thực thể cố định hay bền vững. Sự nhận thức này làm giảm bớt chấp ngã và giúp họ buông bỏ sự dính mắc vào bất kỳ trạng thái tâm nào, dù là tích cực hay tiêu cực. Khi buông bỏ được sự dính mắc, tâm trí của họ đạt đến trạng thái tự do nội tại, không còn bị những pháp này chi phối.
6. **Tiến đến sự an lạc và giải thoát khỏi khổ đau**:
   Khi không còn bị các trạng thái tiêu cực lôi kéo và nhận thức rõ bản chất của các pháp, người tu học đạt đến sự an lạc nội tại. Quán pháp giúp họ thấy rõ rằng mọi hiện tượng tâm lý đều là vô thường, khổ, và vô ngã, từ đó họ giảm bớt các nguyên nhân gây ra khổ đau. Sự nhận thức này dần dần dẫn đến giải thoát khỏi vòng sinh tử và đạt đến Niết Bàn, trạng thái an lạc vĩnh cửu và không còn dính mắc.

Tổng kết:
Quán pháp trong Tứ Niệm Xứ giúp người tu học nhận diện, quan sát, và hiểu rõ các trạng thái tiêu cực, từ đó không còn bị chúng chi phối và đạt được sự an lạc nội tại. Đây là con đường giúp họ chuyển hóa tâm, buông bỏ dính mắc và hướng đến giải thoát hoàn toàn khỏi khổ đau.

7. Vì sao quán chiếu Tứ Niệm Xứ được xem là chìa khóa để hiểu rõ ba đặc tính: vô thường, khổ, và vô ngã?

Quán chiếu Tứ Niệm Xứ được xem là chìa khóa để hiểu rõ ba đặc tính – vô thường (anicca), khổ (dukkha), và vô ngã (anatta) – vì nó giúp người tu học nhìn sâu vào bản chất của mọi hiện tượng, bao gồm thân, thọ, tâm, và pháp, qua sự quan sát chánh niệm. Dưới đây là lý do tại sao Tứ Niệm Xứ lại có vai trò quan trọng trong việc giúp người tu học nhận ra ba đặc tính này:

1. **Nhận thức rõ ràng tính vô thường qua sự quán chiếu các hiện tượng**:
   Tứ Niệm Xứ bao gồm việc quán chiếu thân, thọ, tâm, và pháp. Khi thực hành chánh niệm, người tu học sẽ thấy rằng tất cả các hiện tượng này luôn thay đổi. Ví dụ, thân thể biến đổi theo thời gian, cảm thọ sinh khởi và diệt mất, tâm trí lúc vui, lúc buồn, và các trạng thái tâm cũng không ổn định. Sự quan sát này giúp họ nhận ra rằng không có gì tồn tại vĩnh viễn và tất cả đều là vô thường. Khi nhận thức sâu sắc về tính vô thường, họ bắt đầu buông bỏ sự bám víu vào các hiện tượng bên ngoài và cả các trạng thái bên trong.
2. **Nhận ra tính chất khổ qua sự dính mắc và thay đổi của các hiện tượng**:
   Sự quán chiếu trong Tứ Niệm Xứ giúp người tu học thấy rằng mọi dính mắc vào thân, thọ, tâm, và pháp đều dẫn đến khổ đau. Khi người tu học

bám víu vào thân thể, họ lo sợ sự già yếu, bệnh tật, và cái chết. Khi dính mắc vào cảm thọ, họ chịu đựng nỗi đau mỗi khi cảm giác dễ chịu tan biến. Qua sự quán chiếu này, họ thấy rằng tất cả các hiện tượng đều mang tính chất khổ khi có dính mắc. Điều này khuyến khích họ buông bỏ sự bám víu và phát triển tâm xả, hướng đến sự giải thoát khỏi vòng luân hồi của khổ đau.

3. **Nhìn thấy tính vô ngã qua sự quan sát trực tiếp các hiện tượng**:
   Khi thực hành Tứ Niệm Xứ, người tu học thấy rằng không có một "cái tôi" nào cố định trong thân, thọ, tâm, và pháp. Họ nhận ra rằng thân chỉ là sự kết hợp của các yếu tố vật chất, cảm thọ là phản ứng của thân và tâm, và tâm trí là dòng chảy liên tục của các suy nghĩ và cảm xúc, không có một bản thể cố định nào. Sự nhận thức về vô ngã này giúp họ buông bỏ ý niệm về cái "tôi" và chấp ngã, không còn đồng hóa bản thân với thân thể hay các trạng thái tâm trí. Điều này giúp họ đạt đến trạng thái tự do nội tại và giảm thiểu sự chi phối của bản ngã.
4. **Phát triển trí tuệ từ sự quán chiếu chánh niệm và không phán xét**:
   Tứ Niệm Xứ khuyến khích người tu học quan sát một cách khách quan, không phán xét, chỉ đơn thuần nhận biết sự sinh diệt của các hiện tượng. Việc thực hành quán chiếu chánh niệm này giúp phát triển trí tuệ, giúp họ thấy rõ bản chất thực sự của cuộc sống. Nhờ trí tuệ này, họ không còn bị lôi cuốn bởi các cảm xúc hay suy nghĩ nhất thời mà duy trì được sự tỉnh thức, bình an, và thấu hiểu bản chất của vô thường, khổ, và vô ngã.
5. **Tạo nền tảng cho sự buông bỏ và giải thoát**:
   Nhờ hiểu rõ ba đặc tính, người tu học nhận ra rằng bám víu vào thân, thọ, tâm, và pháp chỉ mang lại khổ đau và ngăn cản họ đạt đến an lạc. Khi hiểu sâu sắc rằng mọi thứ đều vô thường, khổ, và vô ngã, họ dần buông bỏ sự dính mắc, chấp ngã, và tham ái. Sự buông bỏ này là nền tảng để họ đạt đến sự giải thoát hoàn toàn khỏi khổ đau và tiến đến trạng thái Niết Bàn.
6. **Xây dựng con đường tu tập trực tiếp và toàn diện**:
   Tứ Niệm Xứ không chỉ giúp nhận thức rõ ba đặc tính mà còn là phương pháp tu tập trực tiếp để đạt đến giác ngộ. Qua sự quan sát bốn lĩnh vực của chánh niệm, người tu học có thể tiếp cận chân lý của đời sống, giảm thiểu khổ đau trong thực tại, và hướng đến giải thoát. Tứ Niệm Xứ là một con đường tu tập thực tế và toàn diện, không chỉ giúp nhận ra vô thường, khổ, và vô ngã, mà còn mang lại sự tự do nội tại sâu sắc và an lạc bền vững.

Tổng kết:
Quán chiếu Tứ Niệm Xứ là chìa khóa để hiểu rõ ba đặc tính vì nó cung cấp cho người tu học cách trực tiếp quan sát và thấu hiểu bản chất của thân, thọ, tâm, và pháp. Nhờ sự nhận thức về vô thường, khổ, và vô ngã, họ đạt đến sự bình an và giải thoát khỏi mọi dính mắc, tiến đến giác ngộ và Niết Bàn.

8. Làm thế nào Tứ Niệm Xứ giúp chuyển hóa các phiền não như tham, sân, si?

Tứ Niệm Xứ giúp chuyển hóa các phiền não như tham, sân, và si bằng cách cung cấp cho người tu học phương pháp quán chiếu và chánh niệm để nhận diện, quan sát, và vượt qua những phiền não này một cách hiệu quả. Qua sự thực hành chánh niệm trên thân, thọ, tâm và pháp, người tu học dần hiểu rõ bản chất của tham, sân, và si, từ đó chuyển hóa và giảm thiểu sự chi phối của chúng. Dưới đây là các cách cụ thể mà Tứ Niệm Xứ hỗ trợ trong việc chuyển hóa các phiền não:

1. **Nhận diện và đối diện với các phiền não qua chánh niệm**:
   Thông qua Tứ Niệm Xứ, người tu học rèn luyện khả năng nhận diện rõ ràng các phiền não khi chúng khởi lên. Ví dụ, khi tham ái xuất hiện, chánh niệm giúp họ nhận ra "đây là trạng thái tham". Nhận diện là bước đầu tiên trong việc đối diện với phiền não, bởi vì nếu không nhận biết kịp thời, họ sẽ dễ bị phiền não lôi kéo. Sự nhận diện giúp họ có thể dừng lại, quan sát phiền não mà không để nó kiểm soát suy nghĩ và hành động.
2. **Quán thân để giảm tham ái đối với cơ thể**:
   Thực hành niệm thân giúp người tu học nhận ra tính chất vô thường, không sạch sẽ, và không có thực chất của cơ thể. Khi thấy rõ thân chỉ là sự kết hợp của các yếu tố vật chất và sẽ già yếu, bệnh tật, chết đi, họ giảm bớt sự tham ái và dính mắc vào vẻ ngoài hay sức khỏe của bản thân và người khác. Điều này làm giảm bớt lòng tham liên quan đến thân thể và các ham muốn vật chất.
3. **Quán thọ để giảm bớt dính mắc vào cảm giác**:
   Qua niệm thọ, người tu học quan sát các cảm thọ (khổ, lạc, trung tính) và nhận ra rằng tất cả đều vô thường, không bền vững. Nhận biết rằng mọi cảm giác dễ chịu hay khó chịu đều chỉ là hiện tượng tạm thời, họ không còn bị cảm giác dẫn dắt, không chạy theo lạc thọ và cũng không trốn tránh khổ thọ. Nhờ đó, họ vượt qua tham ái đối với các trải nghiệm dễ chịu và không bị khổ thọ làm cho sân hận hay bất mãn.
4. **Quán tâm để hiểu và chuyển hóa các trạng thái sân hận**:
   Quán tâm giúp người tu học nhận diện các trạng thái tâm tiêu cực như sân hận, lo âu, và sợ hãi ngay khi chúng xuất hiện. Khi họ thấy rõ sự sinh khởi và biến mất của những trạng thái này, họ nhận thức rằng sân hận chỉ là một trạng thái tâm vô thường, không phải là bản chất của mình. Thay vì bị sân hận điều khiển, họ có thể quan sát nó một cách khách quan, giảm dần sức mạnh của sân hận và thay vào đó phát triển các trạng thái tích cực như từ bi và nhẫn nhục.
5. **Quán pháp để phát triển trí tuệ và giảm si mê**:
   Quán pháp giúp người tu học hiểu rõ bản chất của các hiện tượng tâm lý như Năm Triền Cái (tham dục, sân hận, hôn trầm, trạo cử, hoài nghi) và Bảy Giác Chi (chánh niệm, trạch pháp, tinh tấn, hỷ, khinh an, định, xả). Khi nhận thức rằng các hiện tượng này là vô thường và không đáng bám víu, họ dần buông bỏ những lầm tưởng và dính mắc, từ đó giảm bớt si mê (vô minh) và phát triển trí tuệ. Trí tuệ giúp họ thấy rõ nguyên nhân và cách chuyển hóa các phiền não một cách sâu sắc.
6. **Phát triển trạng thái tích cực để thay thế phiền não**:
   Khi quán chiếu và nhận diện phiền não, người tu học cũng phát triển các

phẩm chất tích cực đối nghịch với chúng. Chẳng hạn, khi có sân hận, họ có thể thực hành tâm từ (mettā) để thay thế; khi có tham, họ thực hành tâm xả (upekkhā). Việc nuôi dưỡng các trạng thái tích cực dần thay thế và làm suy yếu các phiền não, giúp họ đạt được sự an lạc và thanh tịnh nội tâm.

7. **Buông bỏ chấp ngã và đạt đến sự tự do nội tại**:
Tứ Niệm Xứ giúp người tu học thấy rõ rằng thân, thọ, tâm, và pháp đều vô thường, không có cái "tôi" cố định, từ đó họ buông bỏ dần chấp ngã. Chấp ngã là gốc rễ của tham, sân và si, vì khi xem thân và tâm là "tôi" hay "của tôi", người tu học dễ phát sinh tham lam, sân hận, và si mê. Nhờ buông bỏ chấp ngã, họ giải phóng tâm khỏi phiền não và đạt đến trạng thái tự do nội tại, không còn bị dính mắc vào các hiện tượng bên ngoài.

Tổng kết:
Tứ Niệm Xứ giúp người tu học nhận diện, quan sát và hiểu rõ bản chất của các phiền não như tham, sân, si, từ đó giảm bớt sự chi phối của chúng. Qua việc chuyển hóa các trạng thái tiêu cực và phát triển các trạng thái tích cực, họ đạt đến sự thanh tịnh và an lạc nội tại, hướng đến giải thoát hoàn toàn khỏi mọi phiền não.

9. Tại sao Đức Phật khuyến khích áp dụng Tứ Niệm Xứ không chỉ trong thiền định mà còn trong đời sống hàng ngày?
Đức Phật khuyến khích áp dụng Tứ Niệm Xứ không chỉ trong thiền định mà còn trong đời sống hàng ngày vì thực hành chánh niệm liên tục trong mọi hoạt động giúp người tu học duy trì sự tỉnh thức, kiểm soát tâm trí và chuyển hóa tâm một cách toàn diện. Việc thực hành này không chỉ giới hạn trong thời gian ngồi thiền mà còn giúp họ đem chánh niệm vào tất cả các khoảnh khắc của cuộc sống, từ đó giảm bớt phiền não và phát triển trí tuệ liên tục. Dưới đây là những lý do cụ thể:

1. **Duy trì chánh niệm trong mọi hoàn cảnh**:
Khi áp dụng Tứ Niệm Xứ vào đời sống hàng ngày, người tu học giữ chánh niệm không chỉ khi ngồi thiền mà còn trong từng hành động, lời nói và suy nghĩ. Điều này giúp họ tỉnh thức liên tục, tránh xa các thói quen phản ứng tự động và các suy nghĩ tiêu cực. Bằng cách duy trì chánh niệm, họ có thể kiểm soát được tâm trí trong mọi hoàn cảnh và dần đạt đến trạng thái an lạc, không bị chi phối bởi hoàn cảnh bên ngoài.
2. **Quan sát và chuyển hóa phiền não ngay khi chúng xuất hiện**:
Khi thực hành Tứ Niệm Xứ trong đời sống hàng ngày, người tu học có thể nhận diện và đối diện với các phiền não như tham, sân, và si ngay khi chúng sinh khởi. Thay vì để phiền não phát triển và ảnh hưởng đến lời nói hay hành động, họ có thể quan sát chúng với tâm chánh niệm, từ đó kịp thời ngăn chặn và chuyển hóa phiền não, tránh gây ra nghiệp xấu và các hệ quả tiêu cực.
3. **Thấy rõ tính vô thường, khổ, và vô ngã trong thực tế cuộc sống**:
Việc thực hành Tứ Niệm Xứ trong đời sống hàng ngày giúp người tu học nhận ra bản chất vô thường, khổ, và vô ngã của các hiện tượng ngay trong các tình huống thực tế. Thay vì chỉ lý thuyết hoặc trải nghiệm trong

thiền định, họ trực tiếp thấy rằng thân thể thay đổi, cảm thọ là tạm thời, và tâm trí luôn biến động. Điều này giúp họ không còn bám víu và giảm bớt chấp ngã trong cuộc sống, từ đó đạt đến sự bình an và tự do nội tại.

4. **Phát triển sự tự chủ và bình thản trong cuộc sống**:
Khi thực hành Tứ Niệm Xứ trong mọi hoạt động, người tu học phát triển khả năng tự chủ và duy trì tâm bình thản ngay cả khi gặp khó khăn hay thách thức. Họ không còn bị cuốn vào những xáo trộn bên ngoài hay cảm xúc nhất thời mà có thể đối diện với mọi sự việc một cách tỉnh thức và bình an. Sự tự chủ này giúp họ giữ được sự ổn định và sáng suốt, đưa ra những hành động phù hợp và tránh được các phản ứng gây hại.
5. **Giảm bớt căng thẳng và sống an lạc hơn**:
Chánh niệm trong đời sống hàng ngày giúp người tu học nhận biết và kiểm soát tâm trí khi đối diện với áp lực hay căng thẳng, không để những tình huống này làm mất đi sự bình an. Bằng cách áp dụng Tứ Niệm Xứ vào từng khoảnh khắc, họ có thể sống chậm lại, nhận biết rõ mọi cảm thọ và cảm xúc, không để căng thẳng xâm chiếm tâm trí. Điều này giúp họ duy trì sự an lạc trong cuộc sống hiện đại đầy bận rộn.
6. **Phát triển trí tuệ và lòng từ bi trong giao tiếp và ứng xử**:
Thực hành chánh niệm trong Tứ Niệm Xứ giúp người tu học quan sát rõ các trạng thái tâm, cảm thọ và những phản ứng bên trong khi giao tiếp với người khác. Khi nhận thức được các phản ứng của mình, họ có thể hành xử với lòng từ bi, tránh làm tổn thương người khác. Họ cũng hiểu rằng mọi người đều bị chi phối bởi cảm thọ và tâm, nên không phán xét mà phát triển lòng cảm thông và từ bi trong giao tiếp.
7. **Xây dựng nền tảng cho sự tu tập toàn diện**:
Đức Phật khuyến khích thực hành Tứ Niệm Xứ trong cả thiền định lẫn đời sống hàng ngày để giúp người tu học phát triển nền tảng tu tập vững chắc. Khi chánh niệm được duy trì liên tục, sự hiểu biết và trí tuệ cũng được phát triển không ngừng, giúp người tu học chuyển hóa tâm và đạt đến sự giác ngộ. Thực hành trong đời sống hàng ngày tạo nên sự đồng nhất và toàn diện giữa tu tập và đời sống, không phân biệt giữa thời gian tu tập và cuộc sống thực tế.

Tổng kết:
Đức Phật khuyến khích thực hành Tứ Niệm Xứ không chỉ trong thiền định mà còn trong đời sống hàng ngày để người tu học duy trì chánh niệm, kiểm soát tâm trí và chuyển hóa phiền não liên tục. Điều này giúp họ sống an lạc, tỉnh thức, và phát triển trí tuệ không ngừng, tiến dần đến giác ngộ và giải thoát khỏi khổ đau.

10. Việc thực hành chánh niệm có thể giúp giảm căng thẳng và lo âu như thế nào trong cuộc sống hiện đại?
Thực hành chánh niệm có thể giúp giảm căng thẳng và lo âu trong cuộc sống hiện đại bằng cách mang lại sự tỉnh thức và ổn định cho tâm trí, giúp người thực hành đối diện với căng thẳng và lo âu một cách bình tĩnh và không phản ứng theo thói quen. Dưới đây là những cách cụ thể mà chánh niệm hỗ trợ trong việc giảm căng thẳng và lo âu:

1. **Duy trì sự tập trung vào hiện tại, giảm bớt lo âu về quá khứ và tương lai**:
   Chánh niệm giúp người thực hành tập trung vào những gì đang diễn ra trong khoảnh khắc hiện tại, thay vì lo lắng về quá khứ hoặc sợ hãi tương lai. Khi sống trong hiện tại, tâm trí không còn bị xáo trộn bởi những sự kiện đã qua hay những điều chưa xảy đến, từ đó giảm bớt lo âu và căng thẳng. Việc chánh niệm trong từng hành động giúp người tu học cảm nhận sâu sắc mọi trải nghiệm mà không bị phân tâm, mang lại sự an lạc ngay tại đây và bây giờ.
2. **Nhận biết các phản ứng tự động, ngăn ngừa sự leo thang của căng thẳng**:
   Khi thực hành chánh niệm, người tu học có thể nhận biết các cảm xúc tiêu cực và phản ứng căng thẳng ngay khi chúng bắt đầu xuất hiện. Thay vì bị cuốn vào các cảm xúc này và để chúng phát triển thành sự lo âu hoặc giận dữ, họ có thể dừng lại và quan sát cảm xúc một cách tỉnh thức, từ đó làm giảm sự căng thẳng và ngăn ngừa những phản ứng bộc phát không mong muốn.
3. **Giảm thiểu suy nghĩ tiêu cực và phán xét**:
   Chánh niệm giúp người thực hành quan sát mọi suy nghĩ, cảm giác và tình huống một cách khách quan, không phán xét hay đánh giá. Khi giữ được sự khách quan, họ không còn bị cuốn vào những suy nghĩ tiêu cực, lo âu hay tự phán xét bản thân. Điều này giúp giảm bớt những suy nghĩ gây căng thẳng và tạo ra một trạng thái tâm lý an ổn, nhẹ nhàng hơn trong cuộc sống.
4. **Quan sát cảm thọ để không bị cuốn vào cảm giác khó chịu**:
   Thực hành chánh niệm bao gồm quan sát các cảm thọ (khổ, lạc, trung tính) mà không phản ứng hoặc bám víu. Khi đối diện với cảm giác khó chịu, người tu học có thể nhận biết nó là một cảm giác tạm thời và không nhất thiết phải phản ứng. Điều này giúp họ duy trì sự bình thản, không bị căng thẳng hay lo lắng khi cảm thọ tiêu cực xuất hiện, từ đó đạt được sự ổn định tâm trí.
5. **Phát triển sự chấp nhận và lòng từ bi với bản thân**:
   Thực hành chánh niệm khuyến khích người thực hành đón nhận mọi trạng thái cảm xúc, kể cả những cảm giác không dễ chịu như căng thẳng và lo âu, mà không phán xét bản thân. Điều này giúp họ phát triển lòng từ bi và sự chấp nhận bản thân, tạo ra sự an lạc và giảm bớt áp lực. Sự chấp nhận và lòng từ bi cũng làm tăng khả năng đối diện với các thử thách mà không để lo âu trở nên quá sức.
6. **Tạo khoảng cách giữa cảm xúc và hành động**:
   Khi duy trì chánh niệm, người thực hành có thể tạo ra một khoảng cách giữa cảm xúc và phản ứng, giúp họ không hành động một cách bộc phát hoặc phản ứng thái quá trước tình huống căng thẳng. Khoảng cách này giúp họ có thời gian nhận diện cảm xúc, cân nhắc và chọn cách phản ứng phù hợp hơn, tránh gây ra những căng thẳng không cần thiết.

7. **Giúp cải thiện giấc ngủ và sức khỏe tâm thần**:
   Việc thực hành chánh niệm thường xuyên giúp giảm bớt suy nghĩ tiêu cực và lo âu, từ đó cải thiện giấc ngủ và sức khỏe tâm thần tổng thể. Khi tâm trí không còn bị ám ảnh bởi những căng thẳng, người tu học dễ dàng đi vào giấc ngủ và có được sự nghỉ ngơi thực sự, điều này lại giúp họ đối diện tốt hơn với các áp lực trong cuộc sống.
8. **Giữ sự tỉnh táo và tự chủ khi đối diện với áp lực**:
   Chánh niệm giúp người thực hành nhận diện và duy trì sự tỉnh táo khi đối diện với các tình huống áp lực. Thay vì phản ứng một cách vội vàng hoặc lo lắng, họ có thể xử lý tình huống với sự bình tĩnh và sáng suốt. Điều này giúp giảm thiểu căng thẳng, bởi họ không còn để tâm trí bị cuốn vào những suy nghĩ lo âu hay căng thẳng không cần thiết.

Tổng kết:
Thực hành chánh niệm giúp giảm căng thẳng và lo âu bằng cách giữ tâm trí ở hiện tại, quan sát cảm xúc một cách khách quan, ngăn ngừa phản ứng tiêu cực và phát triển lòng từ bi với bản thân. Những lợi ích này giúp người thực hành duy trì trạng thái bình an, tự chủ và sáng suốt trong mọi tình huống, góp phần tạo nên một cuộc sống an lạc hơn giữa những áp lực và căng thẳng của xã hội hiện đại.

11. Làm thế nào lòng từ bi và sự cảm thông có thể được phát triển thông qua việc quán chiếu thân, thọ, tâm và pháp?
Lòng từ bi và sự cảm thông có thể được phát triển thông qua việc quán chiếu thân, thọ, tâm, và pháp trong Tứ Niệm Xứ, vì quá trình này giúp người tu học thấy rõ bản chất vô thường, khổ đau, và vô ngã của chính mình và của tất cả chúng sinh. Khi hiểu rõ những trải nghiệm và sự biến đổi của bản thân, họ dần mở rộng lòng từ bi và cảm thông với những khó khăn và khổ đau mà người khác cũng trải qua. Dưới đây là cách mà mỗi phần trong Tứ Niệm Xứ giúp phát triển lòng từ bi và sự cảm thông:

1. **Quán chiếu thân (Kayānupassanā) để nhận ra sự mong manh của thân thể**:
   Khi thực hành niệm thân, người tu học nhận thấy rằng thân thể chỉ là một sự kết hợp của các yếu tố tứ đại (đất, nước, gió, lửa), không có gì bền vững và chắc chắn. Thân thể liên tục biến đổi, phải chịu đựng đau đớn, bệnh tật, và sự suy tàn. Nhận thức này giúp họ thấy rõ sự mong manh của thân, không chỉ của bản thân mà còn của tất cả chúng sinh. Sự hiểu biết này làm phát sinh lòng từ bi và cảm thông với mọi người, vì ai cũng phải đối diện với sự già yếu và bệnh tật, và ai cũng mong muốn thoát khỏi đau đớn của thân xác.
2. **Quán chiếu cảm thọ (Vedanānupassanā) để thấu hiểu nỗi khổ và vui của cảm xúc**:
   Khi thực hành niệm thọ, người tu học quan sát các cảm giác khổ, lạc, và trung tính trong chính mình. Họ nhận ra rằng cảm thọ sinh khởi và tan biến liên tục, không có gì vững chắc, và ngay cả cảm giác dễ chịu cũng không tồn tại mãi. Việc quán chiếu này giúp họ thấy rằng ai cũng phải trải qua khổ thọ, ai cũng mong muốn lạc thọ và tránh xa khổ thọ. Sự hiểu

biết sâu sắc về bản chất của cảm thọ giúp họ phát triển lòng từ bi và sự cảm thông với những cảm giác khó chịu mà người khác đang trải qua, cũng như niềm vui khi thấy người khác an lạc.

3. **Quán chiếu tâm (Cittānupassanā) để hiểu rõ sự biến đổi và bất ổn của tâm trí**:
   Quán chiếu tâm giúp người tu học nhận ra sự biến đổi của tâm trí, từ trạng thái có tham, có sân, có si, đến các trạng thái tích cực hơn như thanh tịnh, hỷ lạc, hay bình thản. Tâm không ngừng thay đổi, và điều này cho thấy rằng ngay cả những trạng thái tâm tốt đẹp cũng không thể giữ mãi. Khi thấy rõ sự bất ổn và dễ bị chi phối của tâm trí, người tu học hiểu rằng tất cả chúng sinh cũng phải chịu đựng các trạng thái tâm tiêu cực. Nhận thức này giúp họ phát triển lòng từ bi và cảm thông sâu sắc với những người đang đau khổ vì tâm trí bất ổn hoặc vì những cảm xúc tiêu cực.
4. **Quán chiếu pháp (Dhammānupassanā) để nhận thức về các yếu tố chi phối và ngăn cản sự an lạc**:
   Quán pháp bao gồm việc quan sát các trạng thái tâm lý như Năm Triền Cái (tham dục, sân hận, hôn trầm, trạo cử, và hoài nghi) và các yếu tố khác như Bảy Giác Chi. Khi nhận ra rằng những trạng thái tiêu cực như tham lam, sân hận, và hoài nghi không chỉ tồn tại trong mình mà cũng là những phiền não chung của tất cả chúng sinh, người tu học bắt đầu phát triển lòng cảm thông. Họ hiểu rằng mọi người đều chịu đựng những trạng thái tâm tiêu cực này và đều muốn thoát khỏi chúng, từ đó phát triển sự kiên nhẫn, bao dung, và từ bi với người khác.
5. **Thấu hiểu bản chất vô thường, khổ, và vô ngã để tăng trưởng từ bi**:
   Khi thấy rằng mọi hiện tượng đều vô thường, mang tính khổ và vô ngã, người tu học nhận ra rằng không chỉ bản thân mà tất cả chúng sinh đều bị chi phối bởi những quy luật này. Tất cả chúng sinh đều phải đối diện với khổ đau, mong muốn an lạc và thoát khỏi khổ đau. Nhận thức này giúp họ phát triển lòng từ bi, mong muốn giảm bớt đau khổ cho người khác, và sự cảm thông sâu sắc với hoàn cảnh của mọi chúng sinh.
6. **Phát triển sự bình đẳng và không phân biệt trong lòng từ bi**:
   Thông qua sự quán chiếu, người tu học không còn xem các trạng thái tâm, cảm thọ, hay thân thể là cái "tôi" hay "của tôi" mà chỉ là các hiện tượng tự nhiên. Sự hiểu biết này giúp họ không còn phân biệt giữa mình và người khác, thấy rằng tất cả chúng sinh đều chịu sự chi phối của những yếu tố này như nhau. Từ đó, lòng từ bi và sự cảm thông trở nên rộng lớn và bình đẳng, không phân biệt thân sơ hay cá nhân nào.

Tổng kết:

Quán chiếu thân, thọ, tâm, và pháp trong Tứ Niệm Xứ giúp người tu học phát triển lòng từ bi và sự cảm thông bằng cách thấu hiểu sự mong manh, biến đổi và khổ đau của chính mình và của tất cả chúng sinh. Sự nhận thức này giúp họ đồng cảm với nỗi khổ của người khác, mở rộng lòng từ bi, và hướng đến việc giúp đỡ và chia sẻ với những ai đang gặp khó khăn, tạo nên một cuộc sống hòa hợp và ý nghĩa hơn.

12. Tứ Niệm Xứ có thể giúp người tu học đạt được sự tự do nội tại và giải phóng khỏi sự dính mắc ra sao?

1. **Quán Thân Trên Thân**: Quán thân trên thân là nhận thức về thực tánh của thân, từ đó thấy rõ thân này chỉ là tập hợp của các yếu tố vật chất, không phải là "cái tôi" hay "cái của tôi". Khi nhận ra thân không phải là bản ngã, người tu học dần buông bỏ dính mắc vào hình tướng và những gì liên quan đến thân, mở ra con đường đến sự tự do khỏi ràng buộc với thân xác.
2. **Quán Thọ Trên Thọ**: Qua quán sát cảm thọ, người tu học nhận thấy rằng mọi cảm thọ – dù là lạc, khổ, hay xả – đều là vô thường và không có thực chất. Việc nhận thức thọ một cách rõ ràng giúp người hành giả không bị ràng buộc bởi khoái lạc hoặc tránh né đau khổ. Điều này giúp tạo ra sự tự do nội tại bằng cách không để các cảm thọ điều khiển tâm.
3. **Quán Tâm Trên Tâm**: Quán tâm giúp nhận diện sự vận hành của tâm, bao gồm sự phát sinh của các trạng thái như tham, sân, si, vô tham, vô sân, vô si, v.v. Khi thấy rõ sự biến đổi và vô thường của các trạng thái này, hành giả không còn xem tâm là "cái tôi" hay "cái của tôi", từ đó không còn dính mắc vào những trạng thái tâm nhất thời, và cảm nhận sự tự do khi buông bỏ những trạng thái này.
4. **Quán Pháp Trên Pháp**: Quán sát các pháp, bao gồm các yếu tố của Ngũ Uẩn và các điều kiện tâm lý, giúp người tu học thấy rõ bản chất duyên sinh và vô ngã của các pháp. Khi hiểu rằng mọi pháp đều không có tự ngã và chỉ là những hiện tượng nương vào duyên khởi, hành giả có thể vượt qua sự dính mắc vào các pháp và thấy rõ con đường giải thoát.
5. **Chuyển Hóa Tâm Thức**: Thực hành Tứ Niệm Xứ thường xuyên giúp người hành giả làm chủ tâm mình, không còn bị chi phối bởi các yếu tố bên ngoài và nội tại. Tâm thức chuyển từ một trạng thái dính mắc, ràng buộc, sang trạng thái tĩnh lặng và sáng suốt. Khi tâm thức trong sạch và tỉnh thức, hành giả cảm nhận sự tự do nội tại một cách sâu sắc.
6. **Phát Triển Trí Tuệ**: Tứ Niệm Xứ chính là nền tảng để phát triển trí tuệ hiểu biết rõ về vô thường, khổ đau và vô ngã. Qua sự phát triển trí tuệ, người tu học không còn bị cuốn vào dòng chảy sinh tử, nhận ra tính chất vô thường của mọi pháp, và giải phóng khỏi khổ đau do dính mắc.
7. **Giải Phóng Cuối Cùng**: Khi thực hành Tứ Niệm Xứ đến mức thuần thục, người hành giả đạt đến sự buông bỏ hoàn toàn các dính mắc, không còn chấp vào thân, thọ, tâm và pháp. Đây chính là trạng thái tự do nội tại và giải thoát hoàn toàn khỏi sinh tử luân hồi, đạt đến Niết Bàn.

Tổng kết:

Tứ Niệm Xứ là con đường thực hành để giải phóng khỏi dính mắc, giúp hành giả đạt được sự tự do nội tại qua việc nhận diện và buông bỏ mọi yếu tố ràng buộc trong đời sống thân-tâm.

13. Vì sao chánh niệm và tỉnh thức được xem là nền tảng của mọi sự phát triển tâm linh?

1. **Giúp Nhận Diện Thực Tánh Các Pháp**: Chánh niệm là khả năng ý thức rõ ràng về những gì đang diễn ra ở hiện tại, trong khi tỉnh thức là sự sáng suốt nhận diện bản chất của các hiện tượng. Hai yếu tố này giúp người tu học thấy rõ thực tánh của mọi pháp, bao gồm sự vô thường, khổ đau, và vô ngã. Nhờ đó, chánh niệm và tỉnh thức tạo nền tảng để hiểu biết sâu sắc, giúp hành giả không bị lầm chấp.
2. **Ngăn Ngừa Tham, Sân, Si**: Khi có chánh niệm, người hành giả nhận diện được những dấu hiệu ban đầu của tham, sân và si khi chúng xuất hiện trong tâm. Nhờ tỉnh thức, họ có thể quan sát mà không để những trạng thái này chế ngự tâm trí. Qua thời gian, việc này giúp giảm thiểu và ngăn ngừa các phiền não, dẫn đến một tâm trí trong sạch hơn, nền tảng của sự tiến bộ tâm linh.
3. **Giúp Tăng Cường Sự Tập Trung**: Chánh niệm đòi hỏi người tu học tập trung vào đối tượng của sự quan sát một cách liên tục và bền vững. Sự tập trung này chính là nền tảng của định lực (samādhi) – một yếu tố thiết yếu cho sự phát triển tâm linh. Định lực giúp tâm trí không bị xao động, giữ sự bình tĩnh và kiên định, là cơ sở để đạt đến những tầng sâu hơn trong thiền định.
4. **Tăng Cường Trí Tuệ và Sự Sáng Suốt**: Chánh niệm và tỉnh thức là điều kiện thiết yếu để phát triển trí tuệ (paññā). Khi tâm luôn được rèn luyện trong chánh niệm và tỉnh thức, người tu học sẽ nhận thức rõ hơn về bản chất của thực tại, phát triển trí tuệ nhận thức rõ vô thường, khổ đau và vô ngã. Trí tuệ này là điều kiện để giải thoát khỏi những ràng buộc và dính mắc trong cuộc sống.
5. **Giúp Phát Hiện và Chuyển Hóa Những Thói Quen Tâm Lý Xấu**: Nhờ chánh niệm, người hành giả có thể quan sát và phát hiện ra các thói quen tâm lý không lành mạnh như dính mắc, sân giận, và các khuynh hướng tiêu cực. Tỉnh thức giúp người tu học ý thức về cách các thói quen này vận hành, từ đó có thể dần dần chuyển hóa chúng, tạo ra những phẩm chất tốt đẹp hơn trong tâm.
6. **Dẫn Đến Sự Buông Bỏ và An Lạc Nội Tâm**: Chánh niệm và tỉnh thức giúp người tu học quan sát mọi hiện tượng một cách khách quan, không dính mắc vào chúng. Nhờ thấy rõ tính vô thường của các hiện tượng, hành giả dần buông bỏ sự dính mắc, dẫn đến một trạng thái an lạc, bình an sâu sắc, không còn bị ngoại cảnh chi phối.
7. **Hướng Đến Giải Thoát và Niết Bàn**: Chánh niệm và tỉnh thức là những yếu tố không thể thiếu để đạt đến giải thoát. Khi chánh niệm được thực hành đến mức liên tục và tỉnh thức ngày càng sáng suốt, người tu học có thể nhận ra bản chất của mọi pháp là vô ngã và từ bỏ mọi chấp thủ. Điều này dẫn đến sự giải thoát khỏi sinh tử luân hồi và đạt đến Niết Bàn.

Tổng kết:

Chánh niệm và tỉnh thức là nền tảng của mọi sự phát triển tâm linh vì chúng cung cấp cho người hành giả khả năng hiểu biết thực tại, kiểm soát tâm và phát triển trí tuệ, từ đó tiến tới giải thoát hoàn toàn khỏi khổ đau và đạt được an lạc tối thượng.

14. Tầm quan trọng của sự buông bỏ và xả ly trong Tứ Niệm Xứ có ý nghĩa gì đối với con đường giác ngộ?

1. **Giúp Nhận Thức Thực Tánh Của Thân Tâm**: Sự buông bỏ và xả ly trong Tứ Niệm Xứ giúp hành giả quán sát thân, thọ, tâm và pháp một cách khách quan, không dính mắc vào những gì quan sát được. Nhờ đó, hành giả nhận thức được thân tâm chỉ là tập hợp của các yếu tố vô thường, khổ đau, và vô ngã, giúp loại bỏ dần những ảo tưởng về "cái tôi" hay "cái của tôi."
2. **Chấm Dứt Dính Mắc Vào Cảm Thọ**: Buông bỏ các cảm thọ giúp người tu học không còn bị lôi kéo bởi khoái lạc hoặc trốn tránh đau khổ. Khi hành giả không còn dính mắc vào lạc thọ hay không khổ không lạc thọ, tâm sẽ tự nhiên trở nên thanh tịnh và không còn bị ràng buộc. Điều này là yếu tố quan trọng trên con đường giải thoát khỏi mọi khổ đau.
3. **Giảm Thiểu và Loại Bỏ Tham Ái**: Tham ái là nguồn gốc của khổ đau và là nguyên nhân chính dẫn đến luân hồi sinh tử. Qua thực hành buông bỏ trong Tứ Niệm Xứ, người hành giả dần giảm thiểu và loại bỏ tham ái đối với các đối tượng cảm thọ, tâm và pháp. Buông bỏ giúp chấm dứt sự trói buộc của tham ái, là yếu tố quan trọng để đạt được giác ngộ.
4. **Giúp Đạt Được Tâm Bình An và An Lạc Nội Tại**: Sự buông bỏ các dính mắc vào thân, thọ, tâm và pháp giúp hành giả đạt được trạng thái an lạc nội tại, không còn bị xao động bởi các biến động của thân tâm và ngoại cảnh. Khi tâm buông bỏ, an lạc sẽ xuất hiện tự nhiên, là một dấu hiệu của sự tiến bộ trên con đường giác ngộ.
5. **Hỗ Trợ Phát Triển Trí Tuệ**: Xả ly và buông bỏ giúp hành giả phát triển trí tuệ thấy rõ bản chất của các pháp, bao gồm vô thường, khổ và vô ngã. Khi không còn dính mắc, trí tuệ sáng suốt sẽ phát triển, giúp hành giả thấy rõ bản chất của vạn pháp và không còn bị ảo tưởng che lấp. Trí tuệ này là yếu tố cần thiết để đạt đến giác ngộ.
6. **Loại Bỏ Bản Ngã và Sự Chấp Thủ**: Buông bỏ là phương tiện giúp loại bỏ bản ngã, một trong những chướng ngại lớn nhất trên con đường giác ngộ. Khi hành giả buông bỏ sự chấp thủ vào thân, tâm và mọi pháp, bản ngã dần tan biến, và tâm trở nên trong sáng, hoàn toàn tự do. Điều này giúp người tu học đạt đến trạng thái giải thoát khỏi mọi chấp thủ.
7. **Đạt Đến Giải Thoát Hoàn Toàn**: Sự buông bỏ và xả ly cuối cùng sẽ dẫn đến giải thoát hoàn toàn. Khi thực hành buông bỏ một cách triệt để, người hành giả không còn dính mắc vào bất kỳ pháp nào, từ thân thể đến tâm thức. Đây là bước cuối cùng để đạt đến Niết Bàn, trạng thái an lạc tối thượng và không còn tái sinh trong luân hồi.

Tổng kết:

Sự buông bỏ và xả ly trong Tứ Niệm Xứ là yếu tố cốt lõi để giải thoát khỏi mọi ràng buộc, dính mắc, và khổ đau, giúp hành giả tiến tới giác ngộ, chấm dứt luân hồi, và đạt đến Niết Bàn.

15. Làm thế nào để ứng dụng Tứ Niệm Xứ giúp người tu học vượt qua những ham muốn vật chất và sống đơn giản hơn?

1. **Quán Thân Trên Thân – Thấy Rõ Bản Chất Thân Xác**: Qua việc quán sát thân, hành giả thấy rõ rằng thân chỉ là sự kết hợp của các yếu tố vật chất và là đối tượng của sinh, già, bệnh, chết. Nhận thức này giúp người tu học không còn xem trọng việc chăm chút quá mức cho thân thể hay những nhu cầu vật chất dư thừa. Khi nhận ra thân không phải là "cái tôi" hay "cái của tôi", người tu học sẽ dần buông bỏ ham muốn tìm kiếm tiện nghi và xa hoa.
2. **Quán Thọ Trên Thọ – Giảm Bớt Sự Phụ Thuộc Vào Khoái Lạc**: Khi quán sát cảm thọ, hành giả thấy rõ mọi lạc thọ, khổ thọ, và xả thọ đều vô thường và không có thực chất. Nhận thức rằng lạc thọ chỉ là hiện tượng tạm thời giúp người tu học giảm bớt sự phụ thuộc vào các khoái lạc vật chất. Họ không còn xem những lạc thọ đó là mục tiêu tối thượng, từ đó dễ dàng chọn sống đơn giản, không còn chạy theo vật chất để thỏa mãn cảm giác nhất thời.
3. **Quán Tâm Trên Tâm – Quan Sát Sự Khởi Lên Của Ham Muốn**: Qua quán tâm, người tu học có thể nhận diện được khi nào lòng tham và ham muốn vật chất khởi lên trong tâm. Khi thấy rõ các trạng thái này là vô thường và không có thực chất, hành giả sẽ dần buông bỏ những ham muốn không cần thiết. Điều này giúp họ sống đơn giản và thanh thản, không còn bị vật chất chi phối tâm hồn.
4. **Quán Pháp Trên Pháp – Nhận Ra Vô Thường Và Không Thực Của Các Pháp**: Quán pháp giúp người tu học nhận ra rằng tất cả các pháp đều không bền vững và không phải là cội nguồn của hạnh phúc chân thật. Khi thấy rõ rằng các đối tượng vật chất chỉ là những yếu tố duyên sinh và không thể mang lại hạnh phúc lâu dài, người tu học sẽ giảm dần sự đam mê vật chất và hướng đến một lối sống giản đơn.
5. **Buông Bỏ Các Ràng Buộc Vật Chất**: Tứ Niệm Xứ giúp người tu học nhận thức rõ về tính chất vô thường, khổ đau và vô ngã của thân tâm và thế giới xung quanh. Nhờ đó, họ dần buông bỏ những ràng buộc vào tài sản, danh vọng và địa vị. Việc này dẫn đến một trạng thái sống tự do, không bị ràng buộc bởi những ham muốn vật chất và từ đó tìm thấy niềm vui trong lối sống thanh bần.
6. **Phát Triển Tâm Từ Bi Và Vị Tha**: Khi thực hành Tứ Niệm Xứ, hành giả phát triển lòng từ bi và vị tha, giúp họ giảm bớt sự ích kỷ và ham muốn tích lũy tài sản cho bản thân. Nhờ tâm từ bi, họ sẽ tập trung vào việc sống để giúp đỡ người khác, chứ không còn chạy theo lợi ích cá nhân, từ đó sống giản dị và an vui trong việc chia sẻ, phục vụ.
7. **Đạt Được An Lạc Nội Tại Không Phụ Thuộc Vào Vật Chất**: Thực hành Tứ Niệm Xứ giúp người tu học đạt đến sự an lạc nội tại, một trạng thái hạnh phúc không phụ thuộc vào bất kỳ yếu tố vật chất nào. Khi tìm thấy hạnh phúc từ sự thanh tịnh và tỉnh thức bên trong, họ sẽ tự nhiên buông bỏ ham muốn vật chất, chọn sống đơn giản để duy trì sự an lạc sâu sắc này.

Tổng kết:

Ứng dụng Tứ Niệm Xứ trong đời sống giúp người tu học vượt qua những ham muốn vật chất và sống đơn giản hơn bằng cách quán chiếu bản chất vô thường của các hiện tượng, giảm bớt lòng tham ái, và tìm kiếm hạnh phúc thực sự từ an lạc nội tại.

16. Việc nhận thức rõ về thân thể và các cảm thọ giúp thay đổi cách người tu học nhìn nhận cuộc sống ra sao?

1. **Hiểu Thân Thể Là Vô Thường**: Khi nhận thức rõ về thân thể qua việc quán thân trong Tứ Niệm Xứ, người tu học thấy rằng thân này chỉ là một tập hợp của các yếu tố đất, nước, lửa, và gió, luôn thay đổi và không trường tồn. Sự hiểu biết này giúp họ không còn xem thân thể là bản ngã hay "cái tôi", từ đó giảm bớt sự dính mắc và lo lắng về sự già yếu, bệnh tật và cái chết, giúp họ nhìn nhận cuộc sống với tâm bình an và nhẹ nhàng hơn.
2. **Giảm Bớt Sự Chạy Theo Lạc Thú Cảm Thọ**: Khi quán sát các cảm thọ, người tu học nhận ra rằng mọi cảm giác, dù là lạc thọ, khổ thọ hay xả thọ, đều là vô thường và chỉ tồn tại trong khoảnh khắc. Nhờ đó, họ dần bớt dính mắc vào việc tìm kiếm những lạc thú bên ngoài và không bị cuốn theo những cảm xúc tiêu cực. Điều này giúp họ sống một cuộc sống đơn giản hơn, không còn bị chi phối bởi những mong cầu khoái lạc vật chất hay tránh né đau khổ.
3. **Phát Triển Thái Độ Chấp Nhận và Buông Bỏ**: Việc nhận thức rõ về thân thể và các cảm thọ giúp hành giả phát triển thái độ chấp nhận cuộc sống như nó đang là. Họ hiểu rằng mọi trải nghiệm đều đến rồi đi, không có gì tồn tại mãi mãi. Thái độ này giúp họ buông bỏ sự kiểm soát và kỳ vọng vào cuộc sống, không còn đau khổ khi đối diện với những bất như ý.
4. **Nuôi Dưỡng Tâm Từ Bi Đối Với Bản Thân và Người Khác**: Khi nhận thức về tính chất vô thường và mong manh của thân thể, người tu học dễ dàng phát triển tâm từ bi với chính mình và người khác. Họ hiểu rằng tất cả chúng sinh đều phải trải qua sự già, bệnh, và chết, nên lòng từ bi và cảm thông được khơi dậy, giúp họ sống với tinh thần yêu thương, bao dung hơn.
5. **Giảm Bớt Lòng Tham Ái và Dính Mắc**: Khi nhận thức rõ ràng về thân và thọ là vô ngã và không thể mang lại hạnh phúc lâu dài, người tu học dần giảm bớt lòng tham ái và dính mắc vào cuộc sống vật chất. Họ không còn xem tài sản, địa vị hay danh vọng là mục tiêu chính của cuộc đời, mà thay vào đó, họ hướng đến sự an lạc nội tại, sống đơn giản và hài hòa với bản thân và môi trường xung quanh.
6. **Phát Triển Trí Tuệ và Cái Nhìn Sâu Sắc Về Cuộc Đời**: Khi hiểu rõ thân thể và các cảm thọ qua Tứ Niệm Xứ, người tu học phát triển trí tuệ nhận biết rõ ràng bản chất của cuộc sống. Họ hiểu rằng mọi hiện tượng đều do duyên sinh và không có gì trường tồn, từ đó họ nhìn nhận cuộc sống với cái nhìn sâu sắc hơn, không còn mê lầm hay chấp trước vào những điều vô nghĩa, và tập trung vào những giá trị tâm linh cao quý.
7. **Đạt Được Tâm An Lạc và Không Lay Chuyển**: Việc nhận thức rõ thân và thọ giúp người tu học không còn bị các biến động của cuộc sống chi phối. Dù gặp thuận duyên hay nghịch cảnh, họ vẫn giữ được tâm bình an,

không dao động bởi những thay đổi bên ngoài. Điều này giúp họ đạt được một trạng thái an lạc bền vững, cảm nhận cuộc sống một cách tự do và trọn vẹn hơn.

Tổng kết:

Việc nhận thức rõ về thân thể và các cảm thọ giúp người tu học thay đổi cách nhìn nhận cuộc sống bằng sự chấp nhận, buông bỏ, và từ bi, giúp họ thoát khỏi dính mắc và đạt đến một trạng thái bình an và trí tuệ.

17. Tứ Niệm Xứ giúp người tu học kiểm soát các suy nghĩ và hành động của mình như thế nào?

1. **Quán Thân Trên Thân – Ý Thức Về Thân Thể và Các Hành Động**: Khi quán thân, người tu học thực hành nhận thức rõ ràng mọi cử động và trạng thái của thân, từ việc đi, đứng, nằm, ngồi, cho đến hơi thở vào, hơi thở ra. Sự chú tâm vào thân giúp người tu học điều chỉnh các hành động của mình, tránh hành động hấp tấp, thiếu kiểm soát, và phát triển tính cẩn trọng, điềm tĩnh trong mỗi cử chỉ.
2. **Quán Thọ Trên Thọ – Kiểm Soát Cảm Thọ Để Tránh Phản Ứng Tự Phát**: Qua quán sát cảm thọ, người tu học nhận thức rõ về mọi lạc thọ, khổ thọ và xả thọ, giúp họ không còn bị cảm xúc chi phối một cách vô thức. Khi không để cảm thọ điều khiển, hành giả có thể kiềm chế những phản ứng tự phát, như sân giận hay bám víu, từ đó kiểm soát tốt hơn suy nghĩ và hành động của mình trong các tình huống hàng ngày.
3. **Quán Tâm Trên Tâm – Nhận Diện và Điều Chỉnh Suy Nghĩ**: Việc quán tâm giúp người tu học quan sát được trạng thái của tâm, bao gồm các trạng thái như tham, sân, si, hoặc từ bi, hỷ xả. Khi nhận diện rõ tâm trạng hiện tại, hành giả có thể tránh để những suy nghĩ tiêu cực chi phối hành động của mình, đồng thời nuôi dưỡng những suy nghĩ tích cực, giúp duy trì trạng thái tâm an lạc và từ đó điều chỉnh hành động phù hợp với ý niệm từ bi, trí tuệ.
4. **Quán Pháp Trên Pháp – Hiểu Biết Bản Chất Của Các Pháp Để Kiểm Soát Hành Động**: Quán pháp giúp hành giả hiểu rằng tất cả các pháp đều duyên sinh, vô thường và không có tự ngã. Nhờ nhận thức này, người tu học sẽ không còn chấp trước vào ý kiến cá nhân hoặc sự đánh giá sai lầm. Họ có thể quan sát và nhận thức các sự kiện một cách khách quan, từ đó kiểm soát hành động theo đúng Chánh Pháp, không bị chi phối bởi những yếu tố phiền não.
5. **Ngăn Ngừa và Kiểm Soát Các Phiền Não**: Tứ Niệm Xứ là phương pháp giúp người tu học nhận diện và ngăn ngừa sự khởi lên của phiền não ngay từ khi nó mới xuất hiện trong suy nghĩ. Khi thấy rõ phiền não, như tham, sân, hoặc si, họ có thể kiểm soát nó trước khi nó trở thành hành động gây hại cho mình và người khác, tránh những hậu quả tiêu cực trong đời sống.
6. **Tăng Cường Sự Chú Tâm và Sáng Suốt**: Qua việc thực hành Tứ Niệm Xứ, người tu học phát triển sự chú tâm vào giây phút hiện tại và tỉnh thức trong mọi hành động. Sự chú tâm này giúp họ tránh những hành động vô ý thức và phát triển sự sáng suốt để đưa ra quyết định đúng đắn trong mọi

tình huống. Nhờ đó, suy nghĩ và hành động của họ được kiểm soát tốt hơn, tránh gây tổn hại cho bản thân và người xung quanh.

7. **Đạt Được Sự An Lạc và Bình Thản Để Kiểm Soát Hành Động**: Khi thực hành Tứ Niệm Xứ, người tu học dần đạt được trạng thái tâm an lạc và bình thản. Tâm bình thản giúp họ không còn bị cuốn vào những xáo động của ngoại cảnh, giúp suy nghĩ và hành động luôn được kiểm soát trong sự điềm tĩnh, sáng suốt, từ đó hành xử một cách phù hợp với tinh thần từ bi và trí tuệ.

Tổng kết:

Tứ Niệm Xứ giúp người tu học kiểm soát suy nghĩ và hành động của mình bằng cách phát triển nhận thức rõ ràng về thân, thọ, tâm và pháp, giúp họ tránh được những phản ứng vô thức, nuôi dưỡng sự sáng suốt và tỉnh thức trong mỗi hành động.

18. Làm thế nào quán niệm pháp, như Năm Triền Cái và Bảy Giác Chi, giúp người tu học hiểu rõ các pháp và phát triển trí tuệ?

1. **Quán Ngũ Triền Cái – Nhận Diện và Loại Bỏ Chướng Ngại Tâm**: Ngũ Triền Cái bao gồm các chướng ngại là tham dục, sân hận, hôn trầm, trạo cử, và nghi ngờ. Khi quán niệm Ngũ Triền Cái, người tu học nhận diện sự xuất hiện của những chướng ngại này trong tâm. Nhờ nhận diện rõ ràng, hành giả có thể phân biệt chúng là các trạng thái bất thiện và loại bỏ chúng qua thực hành, giúp tâm trí trở nên trong sạch và tĩnh lặng, là điều kiện cần thiết để phát triển trí tuệ.
2. **Hiểu Rõ Nguyên Nhân và Hậu Quả Của Các Chướng Ngại**: Khi quán sát Ngũ Triền Cái, người tu học thấy được nguyên nhân phát sinh và hậu quả của mỗi triền cái đối với tâm. Ví dụ, tham dục làm cho tâm bị trói buộc vào khoái lạc giác quan, sân hận gây nên sự bất an và kích động. Hiểu rõ nguyên nhân và hậu quả này giúp người tu học phát triển trí tuệ biết phân biệt giữa thiện và bất thiện pháp, tạo nền tảng để lựa chọn lối sống tích cực hơn.
3. **Phát Triển Trí Tuệ Phân Biệt Tâm Hữu Lậu và Tâm Vô Lậu**: Qua việc quán Ngũ Triền Cái, hành giả thấy rõ sự khác biệt giữa tâm bị che lấp bởi phiền não (hữu lậu) và tâm không bị che lấp (vô lậu). Khi loại bỏ dần Ngũ Triền Cái, người tu học trải nghiệm tâm trong sáng và thanh tịnh, phát triển trí tuệ phân biệt rõ bản chất của các pháp hữu lậu và vô lậu, từ đó hướng tâm đến sự giải thoát.
4. **Quán Thất Giác Chi – Phát Triển Các Yếu Tố Của Giác Ngộ**: Thất Giác Chi gồm các yếu tố hỗ trợ sự giác ngộ: niệm, trạch pháp, tinh tấn, hỷ, khinh an, định, và xả. Khi quán Thất Giác Chi, người tu học thực hành và phát triển từng yếu tố này, giúp họ duy trì chánh niệm, chọn lọc các pháp phù hợp (trạch pháp) và phát triển định lực, tạo nền tảng cho sự giác ngộ.
5. **Thấy Rõ Mối Quan Hệ Giữa Các Pháp**: Thất Giác Chi là những yếu tố tương tác lẫn nhau và cùng phát triển để dẫn đến giác ngộ. Qua việc quán sát Thất Giác Chi, người tu học thấy rõ cách mỗi yếu tố ảnh hưởng và hỗ

trợ lẫn nhau, từ đó hiểu sâu hơn về tính chất duyên sinh của các pháp, giúp trí tuệ càng thêm sắc bén và không bị lầm chấp.

6. **Phát Triển Khả Năng Lựa Chọn Pháp Hữu Ích**: Trí tuệ trong Thất Giác Chi giúp người tu học biết lựa chọn và nuôi dưỡng các pháp thiện lành. Ví dụ, yếu tố trạch pháp giúp hành giả biết phân biệt các pháp, chọn lựa những pháp hỗ trợ sự thanh tịnh của tâm và loại bỏ những pháp bất thiện. Điều này giúp họ tự phát triển trí tuệ để duy trì tâm an lạc và đi đúng hướng trong quá trình tu tập.
7. **Đạt Được Trí Tuệ Thấu Suốt và Giải Thoát**: Khi Thất Giác Chi phát triển đầy đủ và mạnh mẽ, người tu học đạt đến một trạng thái trí tuệ thấu suốt về bản chất của tất cả các pháp, không còn bị ràng buộc bởi Ngũ Triền Cái hay bất kỳ phiền não nào khác. Trí tuệ này là nền tảng để đạt đến sự giải thoát, chấm dứt mọi khổ đau và đạt Niết Bàn.

Tổng kết:

Quán niệm Ngũ Triền Cái và Thất Giác Chi giúp người tu học hiểu rõ bản chất các pháp, loại bỏ chướng ngại tâm, phát triển các yếu tố giác ngộ và cuối cùng đạt được trí tuệ thấu suốt dẫn đến giải thoát hoàn toàn.

19. Vì sao giải thoát khỏi khổ đau và đạt đến Niết Bàn là mục tiêu tối hậu của Tứ Niệm Xứ?

1. **Giúp Nhận Thức Rõ Khổ Đau Của Luân Hồi**: Tứ Niệm Xứ là phương pháp giúp người tu học nhận diện rõ bản chất của cuộc sống qua thân, thọ, tâm, và pháp. Khi quán chiếu sâu sắc, họ thấy rõ sự hiện hữu của khổ đau trong mỗi khía cạnh này. Nhận thức rằng tất cả các yếu tố cấu thành thân và tâm đều vô thường, khổ đau, và vô ngã, người tu học hiểu được bản chất khổ đau của luân hồi và khởi phát mong muốn giải thoát khỏi vòng sinh tử.
2. **Giúp Nhận Thức Rõ Các Nguyên Nhân Của Khổ Đau**: Tứ Niệm Xứ giúp người tu học hiểu rằng các nguyên nhân sâu xa của khổ đau là tham, sân, si và sự dính mắc vào thân tâm và các hiện tượng. Qua việc quán sát kỹ lưỡng, họ thấy rằng các nguyên nhân này xuất phát từ sự mê lầm và thiếu trí tuệ. Điều này thúc đẩy họ tìm đến Niết Bàn, nơi không còn sự tồn tại của những phiền não này.
3. **Làm Thanh Tịnh Tâm**: Khi thực hành Tứ Niệm Xứ, người tu học từng bước thanh lọc tâm trí khỏi các yếu tố bất thiện, bao gồm Ngũ Triền Cái. Sự thanh tịnh này giúp họ từng bước thoát khỏi những khổ đau do phiền não gây ra, tiến gần hơn đến trạng thái tâm an lạc và vô nhiễm của Niết Bàn. Đây chính là trạng thái giải thoát tối hậu, nơi mọi khổ đau được loại bỏ hoàn toàn.
4. **Hướng Đến Sự Buông Bỏ Hoàn Toàn**: Tứ Niệm Xứ giúp hành giả hiểu rõ rằng tất cả các pháp, dù là thân, thọ, tâm, hay pháp, đều không phải là "cái tôi" hay "cái của tôi". Nhờ đó, người tu học dần dần buông bỏ dính mắc vào các yếu tố này. Sự buông bỏ hoàn toàn này là điều kiện tiên quyết để đạt đến Niết Bàn, trạng thái giải thoát khỏi mọi khổ đau.

5. **Phát Triển Trí Tuệ Thấu Suốt Bản Chất Các Pháp**: Qua Tứ Niệm Xứ, người tu học phát triển trí tuệ về tính vô thường, khổ đau, và vô ngã của mọi pháp. Trí tuệ này giúp họ thoát khỏi sự lầm chấp vào thế giới hiện tượng, nhận ra rằng tất cả các pháp chỉ là những hiện tượng duyên sinh không có tự ngã. Khi trí tuệ này được viên mãn, họ không còn bị ràng buộc bởi các pháp và đạt đến Niết Bàn.
6. **Chấm Dứt Sinh Tử Luân Hồi**: Niết Bàn là trạng thái không còn tái sinh, không còn bị cuốn vào vòng sinh tử luân hồi. Tứ Niệm Xứ, qua việc giúp hành giả nhận thức và thoát khỏi những yếu tố dẫn đến tái sinh như tham ái, sân hận và vô minh, là con đường dẫn đến sự chấm dứt hoàn toàn của sinh tử. Đạt đến Niết Bàn là mục tiêu tối hậu, nơi mọi khổ đau do luân hồi sinh tử gây ra không còn tồn tại.
7. **Đạt Được Trạng Thái An Lạc Tối Thượng**: Tứ Niệm Xứ không chỉ giúp người tu học giải thoát khỏi khổ đau mà còn dẫn đến trạng thái an lạc tối thượng. Niết Bàn là trạng thái an lạc tuyệt đối, không bị xao động bởi bất kỳ khổ đau hay bất an nào. Đây là trạng thái giải thoát hoàn toàn, mục tiêu cao nhất của mọi hành giả trên con đường tu tập.

Tổng kết:
Giải thoát khỏi khổ đau và đạt đến Niết Bàn là mục tiêu tối hậu của Tứ Niệm Xứ vì nó giúp người tu học vượt qua mọi ràng buộc của phiền não và luân hồi, đạt đến trạng thái an lạc tối thượng và sự giải thoát hoàn toàn khỏi khổ đau.

20. Thực hành Tứ Niệm Xứ có thể giúp người tu học duy trì sự an lạc trong mọi hoàn cảnh của cuộc sống ra sao?

1. **Giúp Nhận Diện và Kiểm Soát Phản Ứng Cảm Xúc**: Qua quán thọ trong Tứ Niệm Xứ, người tu học nhận thức rõ ràng về các cảm thọ khi chúng xuất hiện, dù là lạc, khổ, hay xả thọ. Nhờ nhận diện được cảm thọ ngay khi nó khởi lên, họ có thể tránh được những phản ứng tiêu cực tự phát, duy trì sự bình tĩnh và giữ tâm an lạc ngay cả khi đối diện với các hoàn cảnh không như ý.
2. **Giữ Được Tâm Bình Thản Trước Sự Vô Thường**: Thực hành quán niệm thân, người tu học thấy rõ bản chất vô thường của thân thể và mọi hiện tượng vật lý. Nhờ hiểu rõ tính chất vô thường, họ không còn dính mắc vào những gì đang thay đổi, kể cả sức khỏe, vật chất hay ngoại cảnh. Khi mọi thứ thay đổi theo cách bất ngờ, tâm vẫn bình thản và an lạc vì không còn bị phụ thuộc vào ngoại cảnh.
3. **Không Bị Chi Phối Bởi Các Tư Tưởng Tiêu Cực**: Qua quán tâm, người tu học nhận diện được các trạng thái của tâm, chẳng hạn như tham, sân, si hay các cảm xúc tích cực. Khi thấy rõ các trạng thái tiêu cực, họ có thể kiểm soát và không để những tư tưởng này chi phối, làm xáo trộn tâm trí. Nhờ vậy, họ duy trì được sự trong sáng và thanh tịnh của tâm, giúp giữ an lạc trong mọi tình huống.
4. **Phát Triển Trí Tuệ Về Tính Vô Ngã Của Các Pháp**: Quán pháp giúp người tu học nhận ra rằng tất cả các pháp đều vô ngã, không có gì là "của tôi" hay "thuộc về tôi." Nhờ thấy rõ tính vô ngã, họ không còn dính mắc

vào thân tâm, không để các yếu tố bên ngoài tác động quá mức đến sự bình yên của mình. Điều này giúp họ duy trì an lạc bất kể hoàn cảnh xung quanh.

5. **Buông Bỏ Sự Dính Mắc và Ham Muốn**: Thực hành Tứ Niệm Xứ giúp người tu học giảm bớt sự bám víu vào lạc thú, tài sản, và những ham muốn vật chất. Khi không còn dính mắc, họ không bị dao động khi đối diện với sự mất mát hoặc những thay đổi bất lợi. Họ có thể chấp nhận mọi hoàn cảnh với tâm bình thản và không lo lắng, cảm nhận được sự an lạc từ bên trong.
6. **Tăng Cường Tâm Từ Bi và Nhẫn Nhục**: Qua quá trình quán chiếu và hiểu rõ khổ đau trong Tứ Niệm Xứ, người tu học phát triển lòng từ bi với mọi chúng sinh, đồng thời nuôi dưỡng tâm nhẫn nhục, không còn dễ bị kích động. Khi đối diện với những hoàn cảnh khó khăn hay người gây khó dễ, họ có thể duy trì sự từ bi và nhẫn nại, giữ cho tâm luôn an lạc.
7. **Nuôi Dưỡng Trạng Thái An Lạc Nội Tại và Kiên Định**: Thực hành Tứ Niệm Xứ giúp người tu học đạt được sự an lạc nội tại không phụ thuộc vào hoàn cảnh. Khi tâm định và tỉnh thức vững chắc, họ có thể đối diện với bất kỳ thách thức nào mà vẫn giữ được sự điềm tĩnh và an lạc, không bị dao động bởi những tác động bên ngoài.

Tổng kết:

Thực hành Tứ Niệm Xứ giúp người tu học duy trì sự an lạc trong mọi hoàn cảnh bằng cách giúp họ nhận diện và kiểm soát cảm xúc, buông bỏ dính mắc, phát triển trí tuệ về tính vô thường và vô ngã, đồng thời nuôi dưỡng lòng từ bi và nhẫn nhục. Nhờ vậy, họ có thể đối diện với mọi thử thách trong cuộc sống mà không mất đi sự bình an nội tâm.

KINH 23:
KINH TỆ TÚC
(Payāsi Sutta)

I. GIỚI THIỆU TỔNG QUAN VỀ KINH TỆ TÚC

1. **Khái Quát Nội Dung và Bối Cảnh Của Kinh**
   Kinh Tệ Túc (Payāsi Sutta) là một trong những kinh quan trọng trong Trường Bộ Kinh, nơi Đức Phật và các vị đệ tử thường giải đáp các thắc mắc của những người có quan điểm sai lầm hoặc thiếu hiểu biết về các nguyên lý trong Phật giáo. Kinh này chủ yếu xoay quanh cuộc đối thoại giữa Thái tử Payāsi – người không tin vào tái sinh và nghiệp báo – và ngài Kumāra-Kassapa, một vị Tỳ kheo nổi tiếng với trí tuệ và khả năng thuyết phục qua các lý lẽ sâu sắc. Cuộc đối thoại diễn ra trong bối cảnh Thái tử Payāsi công khai bày tỏ quan điểm phủ nhận của mình, và ngài Kumāra-Kassapa đã đến để làm sáng tỏ chân lý.
2. **Đối Thoại Giữa Thái Tử Payāsi và Ngài Kumāra-Kassapa**
   Cuộc đối thoại giữa hai nhân vật này là trung tâm của kinh. Thái tử Payāsi đưa ra các luận điểm để phản bác ý niệm về nghiệp và tái sinh, dựa trên cách nhìn hạn hẹp và thiên về vật chất của ông. Ngài Kumāra-Kassapa, bằng các ví dụ thực tiễn và các lập luận sắc bén, dần dần tháo gỡ những sự hiểu lầm của Payāsi. Cuộc đối thoại này là minh chứng cho sự kiên nhẫn và từ bi của một bậc giác ngộ khi đối diện với các quan điểm sai lệch và cũng thể hiện sự cởi mở trong giáo pháp, giúp một người thay đổi quan điểm từ gốc rễ.
3. **Ý Nghĩa Tên Gọi "Kinh Tệ Túc" và Lý Do Kinh Được Truyền Dạy**
   Tên gọi "Tệ Túc" có thể mang ý nghĩa về một quan điểm lệch lạc hoặc tư tưởng sai lầm (Payāsi). Kinh này được truyền dạy để làm sáng tỏ các quan niệm về nghiệp báo và tái sinh, từ đó giúp người tu học hiểu đúng và phát triển niềm tin chân chính. Kinh Tệ Túc còn là lời nhắc nhở về sự cần thiết của trí tuệ và sự hướng dẫn trong quá trình tìm kiếm chân lý, giúp mọi người nhìn nhận rõ ràng hơn về hậu quả của hành vi, dù tốt hay xấu, đối với đời sống hiện tại và sau này.
4. **Điểm Nhấn Về Cuộc Tranh Luận Chính Yếu Trong Kinh: Quan Điểm Về Nhân Quả, Nghiệp Báo, và Tái Sinh**
   Một trong những điểm cốt lõi của kinh là làm sáng tỏ niềm tin vào nhân quả và nghiệp báo. Thái tử Payāsi đại diện cho những người có tư duy thực dụng, chỉ tin vào những gì họ có thể nhìn thấy và trải nghiệm trực tiếp, do đó phủ nhận sự tồn tại của đời sống sau khi chết. Qua những luận điểm phản biện của ngài Kumāra-Kassapa, kinh giúp làm rõ rằng nhân

quả và nghiệp báo không phải lúc nào cũng có thể nhận thấy ngay lập tức, nhưng chúng chắc chắn tồn tại và sẽ phát sinh kết quả phù hợp theo thời gian và điều kiện. Kinh này nhấn mạnh vai trò của trí tuệ và sự hiểu biết sâu sắc để nhận thức bản chất thật sự của nghiệp và tái sinh, hướng người tu học đến sự giải thoát khỏi những sai lầm và mê lầm về cuộc sống và cái chết.

Tổng kết:

Kinh Tệ Túc là một kinh điển quan trọng giúp làm rõ những quan niệm về nghiệp và tái sinh, cung cấp nền tảng cho người tu học hiểu rõ và phát triển niềm tin chân chính trong Phật giáo.

II. BỐI CẢNH NHÂN VẬT VÀ CHỦ ĐỀ CHÍNH TRONG KINH TỆ TÚC

1. **Giới thiệu Thái tử Payāsi**

   Thái tử Payāsi là một nhân vật đại diện cho những người có quan điểm phủ nhận nghiệp báo và tái sinh. Ông chỉ tin vào những điều có thể nhìn thấy, cảm nhận trực tiếp và những bằng chứng vật lý cụ thể, cho rằng nếu không thể nhìn thấy hay chứng minh rõ ràng thì không thể tồn tại. Quan điểm thực dụng của Thái tử Payāsi về đời sống, cái chết, và ý niệm tái sinh đã dẫn đến sự nghi ngờ và phủ nhận các khía cạnh siêu hình trong giáo lý của Phật giáo.

2. **Giới thiệu Ngài Kumāra-Kassapa**

   Ngài Kumāra-Kassapa là một vị Tỳ kheo nổi tiếng với trí tuệ sắc bén và khả năng thuyết phục qua những lập luận sâu sắc. Ngài được chọn để giải thích giáo pháp và đối thoại với Thái tử Payāsi nhằm làm sáng tỏ chân lý. Với lòng từ bi và trí tuệ, ngài Kumāra-Kassapa không chỉ phản biện các lập luận của Thái tử mà còn dẫn dắt ông từng bước nhận ra những điều vượt ra khỏi nhận thức hữu hạn và trực quan, giúp ông hiểu được sự tồn tại của nghiệp và tái sinh.

3. **Chủ đề chính của kinh**

   Chủ đề trọng tâm của Kinh Tệ Túc là lý giải và chứng minh sự tồn tại của nghiệp báo, tái sinh và các cõi giới trong quan điểm của Phật giáo. Cuộc đối thoại giữa Thái tử Payāsi và ngài Kumāra-Kassapa xoay quanh việc làm sáng tỏ bản chất của nhân quả và nghiệp, cùng với sự hiện hữu của những cảnh giới khác ngoài cõi đời mà Thái tử đang sống. Qua các lý lẽ sắc bén và các ví dụ cụ thể, ngài Kumāra-Kassapa chứng minh rằng mặc dù nghiệp báo và tái sinh không phải lúc nào cũng có thể nhận thấy trực tiếp, nhưng chúng là những quy luật chắc chắn, chi phối đời sống và cái chết trong vòng luân hồi.

Tổng kết:

Phần bối cảnh nhân vật và chủ đề chính của kinh đã làm nổi bật sự tương phản giữa quan điểm thực dụng của Thái tử Payāsi và sự hiểu biết sâu sắc của ngài Kumāra-Kassapa, từ đó minh chứng cho chân lý về nghiệp báo, tái sinh, và các cõi giới qua cái nhìn của Phật giáo.

III. NỘI DUNG CUỘC ĐỐI THOẠI GIỮA PAYĀSI VÀ KUMĀRA-KASSAPA

1. Các luận điểm phủ nhận của Thái tử Payāsi

- Thái tử Payāsi bày tỏ quan điểm bác bỏ ý niệm về đời sống sau khi chết, sự tái sinh và nghiệp báo. Ông cho rằng không có bằng chứng rõ ràng về sự tồn tại của những điều này và cho rằng chỉ có những gì có thể cảm nhận trực tiếp qua năm giác quan mới là thật.
- Các lý lẽ của Payāsi chủ yếu xoay quanh việc thiếu bằng chứng vật lý và cách nhìn hạn hẹp về thực tại. Ông cho rằng không ai từng quay lại sau khi chết để chứng minh có đời sống tiếp theo hoặc nghiệp báo, do đó ông không thể tin vào những điều này. Cách hiểu của ông dựa trên quan điểm duy vật, phủ nhận các hiện tượng siêu hình mà Phật giáo đề cập.

2. Sự phản biện và giảng giải của ngài Kumāra-Kassapa

- Ngài Kumāra-Kassapa đáp lại những luận điểm của Payāsi bằng cách dùng các ẩn dụ và ví dụ thực tế để giải thích về sự tồn tại của các cõi giới và đời sống sau khi chết. Chẳng hạn, ngài sử dụng hình ảnh của một người mù không thấy ánh sáng và màu sắc nhưng điều đó không có nghĩa là ánh sáng và màu sắc không tồn tại. Qua đó, ngài giúp Payāsi nhận thức rằng có những điều tồn tại ngoài phạm vi cảm nhận thông thường.
- Những lập luận sắc bén và các ví dụ từ cuộc sống giúp ngài Kumāra-Kassapa phản biện lại niềm tin sai lầm của Payāsi. Ngài cho thấy rằng các quy luật của nghiệp báo và tái sinh không thể đo lường hoặc nhận biết bằng giác quan trực tiếp nhưng vẫn là những quy luật tất yếu chi phối đời sống và cái chết. Qua các giải thích, ngài chỉ ra rằng thực tại không chỉ giới hạn trong những gì thấy và cảm nhận được mà còn bao gồm những quy luật sâu xa hơn.

3. Cách Kumāra-Kassapa dẫn dắt cuộc đối thoại để giúp Payāsi mở rộng tầm nhìn

- Ngài Kumāra-Kassapa dùng phương pháp giảng giải khéo léo và kiên nhẫn, từng bước dẫn dắt Thái tử Payāsi, giúp ông nhìn ra giới hạn trong cách hiểu của mình. Bằng cách dùng các câu hỏi và ví dụ, ngài khuyến khích Payāsi suy nghĩ sâu hơn và không bị bó hẹp trong cái nhìn thực dụng.
- Qua cuộc đối thoại, ngài Kumāra-Kassapa không ép buộc hay bác bỏ thẳng thừng quan điểm của Payāsi, mà dùng sự hiểu biết và từ bi để khơi mở tâm trí của ông. Cách dẫn dắt khéo léo này không chỉ giúp Thái tử dần thay đổi nhận thức mà còn thể hiện lòng từ bi và trí tuệ của ngài Kumāra-Kassapa trong việc giúp người khác tìm thấy chân lý.

Tổng kết:

Nội dung cuộc đối thoại giữa Payāsi và Kumāra-Kassapa không chỉ là sự phản biện về các quan điểm sai lầm mà còn là quá trình khéo léo dẫn dắt để giúp người khác hiểu ra chân lý, từ đó mở rộng tầm nhìn về thực tại, nghiệp báo và tái sinh trong giáo lý Phật giáo.

IV. Ý NGHĨA VÀ BÀI HỌC TỪ CUỘC ĐỐI THOẠI

1. Ý nghĩa sâu sắc về niềm tin vào nghiệp báo và luân hồi

- Cuộc đối thoại giữa Thái tử Payāsi và ngài Kumāra-Kassapa nhấn mạnh tầm quan trọng của niềm tin vào nghiệp báo và luân hồi. Đây là những nguyên lý cốt lõi trong Phật giáo, giúp con người hiểu rằng mọi hành động đều để lại hệ quả, ảnh hưởng đến đời sống hiện tại và tương lai. Niềm tin vào nghiệp báo và luân hồi không chỉ là một quan niệm siêu hình mà còn mang tính giáo dục sâu sắc, khuyến khích con người sống có trách nhiệm, tuân theo các nguyên tắc đạo đức.

2. Tầm quan trọng của việc không chỉ dựa vào lý trí mà còn cần có niềm tin dựa trên trí tuệ và sự trải nghiệm tâm linh

- Cuộc đối thoại này cho thấy rằng lý trí thuần túy không đủ để nắm bắt được mọi chân lý, đặc biệt là những khía cạnh sâu xa như nghiệp báo và luân hồi. Ngài Kumāra-Kassapa chỉ ra rằng cần có sự kết hợp giữa trí tuệ, niềm tin và trải nghiệm tâm linh để hiểu thấu đáo về thực tại. Đây là bài học về sự cân bằng giữa lý trí và tâm linh, khuyến khích người tu học phát triển trí tuệ từ bên trong, để nhìn thấy những điều vượt ngoài giới hạn của nhận thức thông thường.

3. Bài học về sự khiêm tốn và sẵn sàng lắng nghe để thay đổi quan điểm sai lầm

- Một bài học quan trọng từ cuộc đối thoại này là sự khiêm tốn và khả năng lắng nghe. Thái tử Payāsi, dù ban đầu cố chấp với quan điểm của mình, cuối cùng cũng được ngài Kumāra-Kassapa dẫn dắt để hiểu ra những sai lầm và mở rộng tầm nhìn. Điều này nhắc nhở về sự cần thiết của sự khiêm nhường, sẵn sàng lắng nghe và chấp nhận thay đổi khi đối diện với chân lý. Thông qua cuộc đối thoại, ta thấy giá trị của việc luôn cởi mở với các quan điểm mới, giúp cá nhân không chỉ vượt qua những giới hạn của bản thân mà còn tiến đến sự giác ngộ.

Tổng kết:

Cuộc đối thoại trong Kinh Tệ Túc mang lại những ý nghĩa sâu sắc và bài học quý giá về niềm tin vào nghiệp báo và luân hồi, tầm quan trọng của trí tuệ và trải nghiệm tâm linh, cùng với sự khiêm tốn và khả năng lắng nghe để chuyển hóa những quan điểm sai lầm. Đây là một minh chứng sống động cho sức mạnh của giáo lý Phật giáo trong việc thay đổi nhận thức và hướng dẫn con người đến chân lý.

V. CÁC ẨN DỤ VÀ VÍ DỤ ĐƯỢC SỬ DỤNG TRONG KINH TỆ TÚC

1. Tổng hợp và giải thích các ví dụ mà ngài Kumāra-Kassapa đã đưa ra

- Trong cuộc đối thoại, ngài Kumāra-Kassapa sử dụng nhiều ví dụ từ đời sống hàng ngày để làm rõ các khái niệm về nghiệp và tái sinh mà Thái tử Payāsi đang phủ nhận. Một trong những ẩn dụ nổi bật là hình ảnh người mù không thấy ánh sáng và màu sắc. Ngài Kumāra-Kassapa dùng ví dụ này để giải thích rằng, chỉ vì người mù không nhìn thấy ánh sáng, điều đó không có nghĩa là ánh sáng không tồn tại. Điều này nhấn mạnh rằng có những điều hiện hữu mà giác quan con người không thể nhận thức trực tiếp.

- Ngài cũng sử dụng ví dụ về hạt giống: nếu hạt giống được gieo xuống đất và chăm sóc đúng cách, nó sẽ nảy mầm và phát triển, mặc dù ban đầu ta không thể thấy quá trình bên trong của hạt. Đây là cách ngài diễn đạt sự tồn tại và hoạt động âm thầm của nghiệp – dù không thể thấy ngay, nhưng hậu quả sẽ phát sinh theo thời gian.

2. **Cách ngài dùng hình ảnh thực tế để giải thích những điều trừu tượng về nghiệp và tái sinh**
   - Ngài Kumāra-Kassapa rất khéo léo trong việc dùng những hình ảnh cụ thể, gần gũi để giải thích các khái niệm trừu tượng như nghiệp và tái sinh. Các ví dụ của ngài không chỉ dễ hiểu mà còn làm cho những ý niệm phức tạp trở nên sinh động. Chẳng hạn, ngài so sánh nghiệp như dòng sông chảy không ngừng. Nước trong sông tuy liên tục thay đổi, nhưng dòng chảy vẫn tồn tại. Qua hình ảnh này, ngài muốn nhấn mạnh rằng nghiệp là một quá trình tiếp nối và dù ta không thấy ngay kết quả, nhưng khi điều kiện đầy đủ, nghiệp sẽ trổ quả.
   - Ngài cũng sử dụng hình ảnh người cấy lúa và người thu hoạch để nhấn mạnh mối liên hệ giữa hành động trong hiện tại và kết quả trong tương lai, chỉ ra rằng nghiệp báo là một quy luật vận hành âm thầm nhưng chính xác và không thiên vị, giống như hạt giống khi được gieo trồng sẽ nảy mầm khi thời gian và điều kiện chín muồi.
3. **Phân tích tác động của các ẩn dụ đối với nhận thức của Thái tử Payāsi**
   - Những ẩn dụ này đã có tác động mạnh mẽ đến nhận thức của Thái tử Payāsi. Ban đầu, ông chỉ tin vào những gì có thể thấy và cảm nhận trực tiếp, nhưng qua những ví dụ thực tế mà ngài Kumāra-Kassapa đưa ra, ông dần hiểu ra rằng có những quy luật hoạt động vượt ngoài tầm nhận thức trực tiếp của con người. Các ẩn dụ về người mù, dòng sông, và hạt giống đã giúp Thái tử thấy được rằng một điều không thể thấy ngay không có nghĩa là nó không tồn tại. Điều này mở rộng tầm nhìn của ông về nghiệp và tái sinh, giúp ông từ bỏ sự cố chấp và nhìn nhận các khía cạnh siêu hình trong Phật giáo với sự cởi mở hơn.
   - Các hình ảnh này không chỉ giúp Payāsi nhận thức rõ hơn về sự tồn tại của nghiệp báo và tái sinh, mà còn thể hiện phương pháp giáo dục từ bi và kiên nhẫn của ngài Kumāra-Kassapa, cho thấy rằng chân lý đôi khi cần được truyền đạt qua các cách tiếp cận dễ hiểu, để người nghe có thể tiếp nhận và dần dần thay đổi quan điểm.

Tổng kết:

Các ẩn dụ và ví dụ mà ngài Kumāra-Kassapa sử dụng không chỉ giúp Thái tử Payāsi hiểu rõ hơn về nghiệp và tái sinh, mà còn là minh chứng cho sự từ bi và khéo léo trong giáo pháp của Phật giáo, giúp người tu học vượt qua những giới hạn nhận thức để đến gần hơn với chân lý.

VI. KẾT QUẢ CUỘC ĐỐI THOẠI VÀ SỰ THAY ĐỔI CỦA PAYĀSI

1. **Phản ứng của Thái tử Payāsi sau khi lắng nghe toàn bộ lập luận từ ngài Kumāra-Kassapa**

- Sau khi lắng nghe kỹ lưỡng những lập luận và các ví dụ thực tế của ngài Kumāra-Kassapa, Thái tử Payāsi bắt đầu nhận ra những giới hạn trong quan điểm duy vật và thực dụng của mình. Ông không còn giữ vững sự cố chấp và đã có dấu hiệu của sự thức tỉnh khi hiểu ra rằng có những quy luật sâu xa như nghiệp báo và tái sinh mà giác quan con người không thể cảm nhận trực tiếp. Phản ứng của ông cho thấy một sự mở lòng và thừa nhận những điểm mà ông đã bỏ sót trong cách nhìn của mình trước đây.

2. **Sự thay đổi về quan điểm và quyết định tu tập của Payāsi**
    - Sự thay đổi của Thái tử Payāsi là một bước chuyển biến quan trọng trong nhận thức. Từ chỗ phủ nhận nghiệp báo và tái sinh, ông dần dần chấp nhận rằng có những quy luật chi phối đời sống và cái chết ngoài tầm kiểm soát của con người. Sau khi hiểu rõ các giáo lý được ngài Kumāra-Kassapa giải thích, Payāsi quyết định từ bỏ quan điểm sai lầm và bắt đầu con đường tu tập để cải thiện đời sống tâm linh. Quyết định này cho thấy ông đã chuyển từ một người hoài nghi sang một người có niềm tin, bắt đầu hành trình tìm kiếm giác ngộ và hiểu rõ hơn về bản chất của cuộc sống.
3. **Ý nghĩa của sự chuyển biến này đối với thông điệp về nghiệp báo và giác ngộ**
    - Sự chuyển biến của Payāsi mang ý nghĩa sâu sắc, nhấn mạnh sức mạnh của giáo pháp Phật giáo trong việc làm thay đổi nhận thức và hướng dẫn con người đến với chân lý. Nó minh chứng rằng ngay cả những người có quan điểm sai lầm hoặc hoài nghi về nghiệp báo và tái sinh cũng có thể được giác ngộ nếu có cơ hội lắng nghe và suy ngẫm. Qua đó, thông điệp về nghiệp báo được khẳng định mạnh mẽ: rằng hành động và quan điểm của mỗi cá nhân có thể thay đổi và hướng thiện khi họ có lòng khiêm nhường và sẵn sàng tiếp thu. Sự giác ngộ của Payāsi cũng là minh chứng cho sức mạnh của trí tuệ và từ bi, khi người tu học được dẫn dắt đến nhận thức đúng đắn, giúp họ bước đi trên con đường giác ngộ và giải thoát.

Tổng kết:

Kết quả cuộc đối thoại không chỉ đem đến sự chuyển biến trong quan điểm của Thái tử Payāsi mà còn khẳng định giá trị của nghiệp báo và khả năng giác ngộ trong giáo lý Phật giáo. Điều này nhấn mạnh rằng ngay cả những tâm hồn hoài nghi cũng có thể tìm thấy con đường đúng đắn qua sự dẫn dắt từ bi và trí tuệ.

VII. KẾT LUẬN VÀ TÓM TẮT TỪ KINH TỆ TÚC

Tóm lược các điểm chính trong cuộc đối thoại

- Cuộc đối thoại giữa Thái tử Payāsi và ngài Kumāra-Kassapa xoay quanh các vấn đề về nghiệp báo, tái sinh và sự tồn tại của các cõi giới. Payāsi, với quan điểm thực dụng và hoài nghi, phủ nhận ý niệm về đời sống sau khi chết. Ngài Kumāra-Kassapa đã dùng những ẩn dụ và ví dụ thực tế để làm sáng tỏ sự tồn tại của những quy luật siêu hình mà con người không thể nhìn thấy ngay lập tức. Qua đó, ngài giúp Thái tử Payāsi từ bỏ quan điểm sai lầm và mở rộng tầm nhìn về nghiệp và luân hồi.

2. **Khẳng định lại tầm quan trọng của kinh này đối với việc tu tập và củng cố niềm tin vào nhân quả và nghiệp báo**

- Kinh Tệ Túc có ý nghĩa đặc biệt trong việc củng cố niềm tin vào nhân quả và nghiệp báo, giúp người tu học hiểu rằng hành vi hiện tại sẽ để lại hệ quả, dù không thể thấy ngay lập tức. Kinh này nhấn mạnh rằng nghiệp báo và luân hồi là những quy luật tự nhiên chi phối đời sống và cái chết, khuyến khích con người sống đạo đức và có trách nhiệm. Qua câu chuyện của Payāsi, kinh còn khuyến khích người tu học duy trì niềm tin và sự kiên nhẫn trên con đường tu tập, dù có những khó khăn và nghi ngờ.

3. **Bài học về sự khoan dung, từ bi, và lòng kiên trì trong việc giảng giải giáo pháp**
   - Kinh Tệ Túc còn dạy chúng ta về sự khoan dung và từ bi trong việc đối diện với những người có quan điểm khác biệt. Ngài Kumāra-Kassapa đã kiên nhẫn, khéo léo dẫn dắt Thái tử Payāsi, giúp ông mở lòng và hiểu ra chân lý. Điều này nhấn mạnh rằng việc giảng giải giáo pháp đòi hỏi lòng kiên trì và sự từ bi để không áp đặt mà thay vào đó dẫn dắt một cách nhẹ nhàng và hiệu quả. Kinh này là một bài học quý giá về việc tôn trọng sự khác biệt và giúp đỡ người khác bằng trí tuệ và từ bi, ngay cả khi họ chưa sẵn lòng tiếp nhận.

Tổng kết:

KKinh Tệ Túc không chỉ là một cuộc đối thoại làm sáng tỏ về nghiệp báo và tái sinh, mà còn là minh chứng cho giá trị của lòng từ bi, sự kiên nhẫn và trí tuệ trong việc giảng dạy giáo pháp. Những bài học này khuyến khích người tu học sống có trách nhiệm, kiên định với niềm tin vào nhân quả, đồng thời luôn khoan dung và sẵn lòng giúp đỡ người khác trên con đường giác ngộ.

VIII. ỨNG DỤNG KINH TỆ TÚC VÀO ĐỜI SỐNG HIỆN ĐẠI

1. **Cách ứng dụng các quan điểm từ Kinh Tệ Túc vào đời sống hiện đại**
   - Trong đời sống hiện đại, những bài học từ Kinh Tệ Túc có thể giúp chúng ta phát triển cái nhìn sâu sắc hơn về hậu quả của hành động và trách nhiệm cá nhân. Dù không thể thấy ngay tác động của mọi hành động, Kinh Tệ Túc nhắc nhở chúng ta rằng mọi việc ta làm đều để lại dấu ấn. Như ngài Kumāra-Kassapa đã chỉ dạy Thái tử Payāsi, điều không nhìn thấy được ngay không có nghĩa là không tồn tại. Ứng dụng điều này vào đời sống hiện đại, chúng ta có thể rèn luyện sự kiên nhẫn, biết rằng những hành động tốt sẽ mang lại lợi ích dù có thể không nhìn thấy ngay, từ đó sống một cuộc sống hướng thiện và có ý nghĩa.
2. **Lời khuyên cho người tu học về việc phát triển niềm tin vào nghiệp báo và sống theo Chánh Pháp**
   - Để phát triển niềm tin vào nghiệp báo, người tu học nên quan sát kỹ lưỡng hành động và suy nghĩ của mình trong mọi hoàn cảnh, nhận thức rằng mỗi hành động nhỏ đều ảnh hưởng đến tương lai. Người tu học nên thực hành Chánh Pháp bằng cách luôn trau dồi lòng từ bi, biết ơn, và duy trì tinh thần cởi mở. Điều này không chỉ giúp củng cố niềm tin vào nghiệp báo mà còn dẫn dắt tâm thức hướng đến những giá trị cao đẹp và giải thoát. Kinh Tệ Túc nhắc nhở rằng việc sống đúng Chánh Pháp không chỉ giúp bản thân mà còn tác động tích cực đến người khác, tạo ra môi trường sống an lành.

3. **Ý nghĩa của việc sống với niềm tin vững chắc vào luân hồi, nghiệp báo để nuôi dưỡng tâm an lạc và từ bi**
    - Khi sống với niềm tin vững chắc vào luân hồi và nghiệp báo, chúng ta sẽ có thêm động lực để sống một cách từ bi và tránh các hành vi gây hại. Nhận thức về nghiệp giúp nuôi dưỡng sự kiên nhẫn, khoan dung và lòng biết ơn, bởi chúng ta hiểu rằng mọi thử thách đều là kết quả của nghiệp cũ và là cơ hội để chúng ta chuyển hóa, trưởng thành hơn. Với niềm tin vào nghiệp báo, tâm chúng ta sẽ an lạc hơn, không bị xao động bởi những điều khó khăn, vì biết rằng mọi thứ đều có lý do và sẽ đạt kết quả xứng đáng khi chúng ta sống đúng theo Chánh Pháp. Điều này giúp nuôi dưỡng từ bi và giúp ta xây dựng một cuộc sống hòa hợp, đầy ý nghĩa và bình yên.

Tổng kết:

Kinh Tệ Túc đem lại những chỉ dẫn hữu ích cho đời sống hiện đại, giúp người tu học phát triển niềm tin vào nghiệp báo, sống theo Chánh Pháp, và duy trì tâm an lạc cùng lòng từ bi. Những nguyên lý này không chỉ giúp cá nhân sống an nhiên, mà còn đóng góp vào sự hài hòa và phát triển của cả cộng đồng.

IX. VẤN ĐÁP VỀ KINH TỆ TÚC

1. Tại sao Thái tử Payāsi lại phủ nhận nghiệp báo và tái sinh, và điều này nói lên điều gì về cách nhìn của con người với những điều không thể thấy trực tiếp?

1. **Lý do Thái tử Payāsi phủ nhận nghiệp báo và tái sinh**
    - Thái tử Payāsi chỉ tin vào những gì có thể thấy, nghe, cảm nhận hoặc kiểm chứng trực tiếp qua giác quan. Ông cho rằng nếu không có bằng chứng vật lý hoặc hiện hữu rõ ràng, thì những điều như nghiệp báo và tái sinh không có thật.
2. **Quan điểm của Payāsi về đời sống sau khi chết**
    - Với quan điểm duy vật và thực dụng, Payāsi phủ nhận sự tồn tại của đời sống sau khi chết vì cho rằng không ai từng quay lại từ cõi chết để chứng minh rằng có tái sinh hay nghiệp báo.
3. **Hạn chế trong cách nhìn của Payāsi**
    - Payāsi chỉ dựa vào những gì mắt thấy tai nghe mà không mở lòng với những khái niệm siêu hình, nên không thể nhận ra sự tồn tại của các quy luật vượt ngoài tầm giác quan.
4. **Điều này nói lên điều gì về cách nhìn của con người**
    - Quan điểm của Payāsi phản ánh một xu hướng phổ biến ở con người: chỉ tin vào những gì có thể kiểm chứng trực tiếp và từ chối chấp nhận những điều vượt ngoài kinh nghiệm trực tiếp của bản thân.
5. **Sự hạn chế của nhận thức con người**
    - Con người thường có xu hướng cho rằng chỉ có những điều có thể cảm nhận được mới là thật, điều này làm giới hạn khả năng hiểu biết về các quy luật tự nhiên và tâm linh sâu xa.
6. **Ý nghĩa của cách nhìn duy vật này**

- Cách nhìn thực dụng và duy vật như của Payāsi có thể làm cho con người bỏ qua các khía cạnh tâm linh, dẫn đến thiếu sự hiểu biết về những quy luật quan trọng như nghiệp báo và luân hồi.

7. **Bài học từ quan điểm của Payāsi**
   - Quan điểm của Thái tử Payāsi là một lời nhắc nhở về việc mở lòng với các khái niệm vượt ngoài giác quan và nhận thức trực tiếp. Điều này khuyến khích con người phát triển trí tuệ sâu xa hơn, vượt qua những giới hạn của cách nhìn duy vật để hiểu rõ các quy luật của vũ trụ.

2. Ngài Kumāra-Kassapa đã sử dụng các ẩn dụ để giải thích chân lý cho Payāsi. Tại sao việc sử dụng ẩn dụ và ví dụ thực tiễn lại quan trọng trong quá trình truyền đạt giáo pháp?

Dưới đây là các điểm mấu chốt về tầm quan trọng của việc sử dụng ẩn dụ và ví dụ thực tiễn trong quá trình truyền đạt giáo pháp của ngài Kumāra-Kassapa:

1. **Giúp làm rõ những khái niệm trừu tượng**
   - Các khái niệm về nghiệp báo, tái sinh hay các cõi giới trong giáo pháp thường mang tính siêu hình và khó hiểu. Ẩn dụ và ví dụ giúp chuyển tải những ý niệm này thành hình ảnh cụ thể, dễ tiếp cận hơn cho người nghe.
2. **Kết nối với trải nghiệm thực tế của người nghe**
   - Bằng cách dùng các hình ảnh và ví dụ quen thuộc trong đời sống, ngài Kumāra-Kassapa tạo ra sự liên kết gần gũi, giúp người nghe dễ dàng hiểu và tiếp nhận chân lý, nhất là khi người nghe như Payāsi có quan điểm duy vật.
3. **Gây ấn tượng mạnh mẽ hơn**
   - Các ẩn dụ và hình ảnh cụ thể giúp người nghe ghi nhớ lâu hơn so với những khái niệm trừu tượng. Điều này làm cho những giáo lý trở nên sống động và dễ lưu giữ trong tâm trí.
4. **Khơi mở tâm trí của người nghe**
   - Ẩn dụ và ví dụ có thể gợi mở suy nghĩ sâu hơn, khuyến khích người nghe khám phá ý nghĩa ẩn sâu, vượt qua những giới hạn của nhận thức trực tiếp.
5. **Giúp thay đổi quan điểm sai lầm**
   - Với những người có quan điểm cố chấp như Payāsi, các ví dụ thực tiễn giúp dần dần tháo gỡ sự cố chấp bằng cách cho thấy những khía cạnh mà họ chưa nhận ra, giúp thay đổi cách nhìn nhận.
6. **Thể hiện sự từ bi và khéo léo của người giảng pháp**
   - Sử dụng ẩn dụ là cách ngài Kumāra-Kassapa thể hiện lòng từ bi, giúp người nghe tiếp thu chân lý một cách nhẹ nhàng và dễ hiểu. Điều này tạo ra không khí thoải mái, không áp lực.
7. **Khẳng định hiệu quả của giáo pháp qua sự hiểu biết thực tiễn**
   - Qua các ẩn dụ, người nghe không chỉ hiểu mà còn cảm nhận được giá trị thực tiễn của giáo pháp trong đời sống. Điều này khuyến khích họ áp dụng giáo lý vào cuộc sống hàng ngày, làm tăng hiệu quả của việc truyền đạt giáo pháp.

3. Điều gì khiến Payāsi cuối cùng thay đổi quan điểm của mình? Những yếu tố nào giúp người ta chuyển từ sự hoài nghi đến sự chấp nhận chân lý?

Dưới đây là các điểm mấu chốt giải thích lý do Thái tử Payāsi cuối cùng thay đổi quan điểm và các yếu tố giúp người ta chuyển từ hoài nghi đến chấp nhận chân lý:

1. **Sự kiên nhẫn và từ bi của ngài Kumāra-Kassapa**
   - Thái tử Payāsi được tiếp xúc với giáo pháp qua sự kiên nhẫn và từ bi của ngài Kumāra-Kassapa, người không chỉ phản biện mà còn thấu hiểu và kiên trì hướng dẫn Payāsi qua từng lý lẽ. Sự tiếp cận này làm giảm bớt sự đối kháng và tạo điều kiện để Payāsi tiếp nhận các khái niệm mới.
2. **Sức thuyết phục của các ẩn dụ và ví dụ**
   - Ngài Kumāra-Kassapa sử dụng những ẩn dụ thực tế và gần gũi để giải thích nghiệp báo và tái sinh, giúp Payāsi dần thấy được tính hợp lý của các nguyên lý này. Ví dụ như hình ảnh người mù không thấy ánh sáng nhưng không có nghĩa là ánh sáng không tồn tại. Những ví dụ này dần làm Payāsi thay đổi cách nhìn của mình.
3. **Hiểu được giới hạn trong quan điểm của bản thân**
   - Qua cuộc đối thoại, Payāsi nhận ra rằng quan điểm của mình quá lệch lạc và hạn hẹp, chỉ dựa trên những gì thấy được bằng giác quan. Điều này mở ra cho ông cơ hội tự đánh giá lại niềm tin của mình và trở nên cởi mở hơn với những điều ngoài khả năng cảm nhận trực tiếp.
4. **Bắt đầu nghi ngờ những giới hạn của giác quan**
   - Nhờ các ví dụ và lập luận của ngài Kumāra-Kassapa, Payāsi bắt đầu hiểu rằng không phải mọi điều thật sự tồn tại đều có thể thấy ngay trước mắt, như ánh sáng với người mù hay dòng chảy ngầm trong sông. Sự nhận thức này giúp ông bắt đầu nghi ngờ những giới hạn của giác quan và suy nghĩ lại về sự phủ nhận của mình.
5. **Sự phát triển của lòng khiêm nhường**
   - Cuộc đối thoại khuyến khích Thái tử Payāsi nhìn nhận bản thân một cách khiêm tốn hơn, sẵn sàng chấp nhận rằng những gì ông từng tin có thể không phải là chân lý. Sự khiêm nhường này là một bước quan trọng giúp ông mở lòng để đón nhận những quan điểm mới.
6. **Sự khơi gợi suy ngẫm sâu sắc**
   - Các luận điểm và ẩn dụ của ngài Kumāra-Kassapa không chỉ là lý lẽ mà còn là sự gợi mở suy ngẫm sâu sắc, giúp Payāsi tự vấn về bản chất của thực tại và những điều vượt ngoài nhận thức thông thường.
7. **Niềm tin từ sự trải nghiệm gián tiếp**
   - Dù Payāsi không thấy nghiệp báo và tái sinh trực tiếp, nhưng qua sự thuyết phục của ngài Kumāra-Kassapa, ông phát triển một niềm tin gián tiếp rằng những quy luật này tồn tại. Niềm tin này, mặc dù không hoàn toàn dựa trên trải nghiệm trực tiếp, nhưng dần trở nên vững chắc nhờ vào sự giải thích hợp lý của ngài Kumāra-Kassapa.

Tổng kết:

Thái tử Payāsi thay đổi quan điểm nhờ sự kiên nhẫn và khéo léo của ngài Kumāra-Kassapa, cùng với khả năng nhận thức ra giới hạn của bản thân, sự phát triển lòng khiêm nhường và niềm tin gián tiếp vào chân lý thông qua các lập luận hợp lý. Những yếu tố này là nền tảng giúp chuyển hoài nghi thành chấp nhận chân lý.

4. Bài học nào từ cuộc đối thoại giữa Payāsi và ngài Kumāra-Kassapa có thể áp dụng trong việc đối diện với những người có quan điểm trái ngược với chúng ta?

Dưới đây là các điểm mấu chốt về những bài học từ cuộc đối thoại giữa Thái tử Payāsi và ngài Kumāra-Kassapa có thể áp dụng khi đối diện với những người có quan điểm trái ngược:

1. **Kiên nhẫn lắng nghe và thấu hiểu quan điểm của đối phương**
   - Ngài Kumāra-Kassapa không vội phản bác ngay mà kiên nhẫn lắng nghe các luận điểm của Payāsi, hiểu rõ quan điểm của ông trước khi đưa ra phản biện. Điều này tạo ra không gian tôn trọng và làm cho đối phương cảm thấy được lắng nghe.
2. **Tránh áp đặt ý kiến và dùng cách tiếp cận từ bi**
   - Ngài Kumāra-Kassapa sử dụng lòng từ bi, không áp đặt quan điểm của mình mà từ từ dẫn dắt Payāsi qua các ví dụ. Bài học ở đây là khi đối diện với quan điểm khác biệt, thay vì áp đặt, chúng ta có thể sử dụng sự từ bi và khéo léo để giúp người khác tiếp thu dễ dàng hơn.
3. **Sử dụng các ẩn dụ và ví dụ gần gũi để minh họa**
   - Ngài Kumāra-Kassapa dùng các ẩn dụ từ cuộc sống để giải thích các khái niệm trừu tượng, giúp Payāsi dần hiểu ra chân lý. Việc sử dụng ví dụ cụ thể là một cách hiệu quả để diễn đạt ý tưởng phức tạp, nhất là với người có quan điểm trái ngược.
4. **Giữ tâm bình đẳng và không phán xét**
   - Ngài Kumāra-Kassapa không tỏ ra coi thường quan điểm của Payāsi mà giữ tâm bình đẳng, tôn trọng cách nhìn của ông. Điều này giúp tạo nên một môi trường đối thoại thân thiện, giúp đối phương không có cảm giác bị công kích.
5. **Dẫn dắt đối phương tự nhìn nhận lại quan điểm của mình**
   - Thay vì cố gắng thay đổi quan điểm của Payāsi trực tiếp, ngài Kumāra-Kassapa đặt các câu hỏi và đưa ra những ví dụ gợi suy ngẫm, từ đó giúp Payāsi tự mình nhận ra sự hạn chế trong cách nhìn của mình. Điều này cho thấy việc dẫn dắt nhẹ nhàng có thể giúp đối phương tự nhận thức mà không gây phản kháng.
6. **Phát triển lòng khiêm nhường và sẵn sàng học hỏi từ đối phương**
   - Cuộc đối thoại dạy chúng ta về sự khiêm nhường, không cho rằng mình biết hết và luôn sẵn sàng lắng nghe. Ngay cả khi ta tin rằng mình có lý, việc giữ tâm khiêm tốn giúp mở ra cơ hội học hỏi và cải thiện cách giao tiếp.
7. **Nhận thức rằng quan điểm của mỗi người đều chịu ảnh hưởng từ trải nghiệm và nhận thức riêng**
   - Quan điểm của Payāsi chịu ảnh hưởng từ cách nhìn duy vật, trong khi ngài Kumāra-Kassapa nhìn bằng cái nhìn sâu sắc về tâm linh. Cuộc đối thoại

nhắc nhở rằng mỗi người có cách nhìn nhận khác nhau do trải nghiệm và tư duy riêng biệt, do đó cần có sự tôn trọng và thông cảm trong đối thoại.

Tổng kết:

Từ cuộc đối thoại giữa Payāsi và ngài Kumāra-Kassapa, ta học được tầm quan trọng của kiên nhẫn, từ bi, sự khéo léo trong cách dẫn dắt, và lòng khiêm nhường khi đối diện với quan điểm trái ngược. Những phẩm chất này không chỉ giúp duy trì hòa khí mà còn tăng khả năng giúp đối phương mở lòng đón nhận chân lý.

5. Ngài Kumāra-Kassapa đã thể hiện lòng từ bi và kiên nhẫn khi đối thoại với Payāsi. Tại sao những đức tính này cần thiết khi truyền đạt giáo pháp?

Dưới đây là các điểm mấu chốt về lý do tại sao lòng từ bi và kiên nhẫn là cần thiết khi truyền đạt giáo pháp, như đã thể hiện qua cách tiếp cận của ngài Kumāra-Kassapa:

1. **Giúp người nghe cảm thấy được tôn trọng và dễ tiếp nhận hơn**
   - Khi thể hiện lòng từ bi và kiên nhẫn, người nghe cảm thấy mình được tôn trọng và lắng nghe, điều này giúp họ cởi mở hơn để tiếp nhận các quan điểm mới, đặc biệt là những giáo lý có thể mâu thuẫn với niềm tin hiện tại của họ.
2. **Xây dựng lòng tin và tạo môi trường đối thoại tích cực**
   - Lòng từ bi và kiên nhẫn giúp xây dựng lòng tin giữa người truyền đạt và người nghe. Một môi trường đối thoại thân thiện và không phán xét sẽ giúp người nghe dễ dàng trao đổi, đặt câu hỏi, và hiểu sâu hơn về giáo pháp.
3. **Tránh gây phản kháng từ người nghe**
   - Khi đối diện với người có quan điểm trái ngược, nếu không có từ bi và kiên nhẫn, người giảng pháp có thể gây ra sự phản kháng hoặc cảm giác bị áp đặt ở người nghe. Thái độ nhẹ nhàng, kiên nhẫn giúp giảm đi sự chống đối, tạo điều kiện để giáo pháp được truyền đạt hiệu quả hơn.
4. **Giúp truyền đạt những khái niệm trừu tượng một cách hiệu quả**
   - Giáo pháp Phật giáo thường chứa đựng nhiều khái niệm siêu hình như nghiệp báo và tái sinh, khó hiểu đối với những người không quen thuộc. Lòng từ bi và kiên nhẫn cho phép người giảng giải có thời gian để làm rõ và lặp lại các khái niệm này mà không gây áp lực cho người nghe.
5. **Thể hiện tinh thần từ bi và trí tuệ của Phật giáo**
   - Từ bi và kiên nhẫn không chỉ là phương tiện truyền đạt mà còn là những giá trị cốt lõi trong giáo pháp. Bằng cách thể hiện những đức tính này, người giảng pháp truyền tải không chỉ lời dạy mà còn tinh thần Phật giáo, khơi dậy sự cảm thông và lòng ngưỡng mộ nơi người nghe.
6. **Khuyến khích người nghe tự mình suy ngẫm và tìm hiểu sâu hơn**
   - Sự kiên nhẫn và từ bi tạo điều kiện để người nghe suy ngẫm và tự mình khám phá chân lý. Thay vì cố gắng thay đổi ngay lập tức, người giảng pháp khuyến khích sự khám phá tự nhiên, giúp người nghe tự phát triển niềm tin và hiểu biết theo thời gian.
7. **Tạo cảm hứng để người nghe áp dụng giáo pháp vào đời sống**

- Khi giáo pháp được truyền đạt bằng từ bi và kiên nhẫn, người nghe không chỉ hiểu mà còn cảm nhận được giá trị của giáo pháp. Điều này tạo động lực để họ áp dụng các nguyên lý vào đời sống, chuyển hóa bản thân theo những giá trị tích cực.

Tổng kết:

Lòng từ bi và kiên nhẫn là những đức tính quan trọng khi truyền đạt giáo pháp, giúp tạo môi trường thuận lợi cho sự hiểu biết và tiếp nhận. Những phẩm chất này không chỉ giúp người nghe dễ dàng mở lòng đón nhận chân lý mà còn truyền tải trọn vẹn tinh thần của Phật giáo, giúp giáo pháp đi sâu vào đời sống và nhận thức của người nghe.

6. Qua cuộc đối thoại, ta thấy gì về bản chất của nghiệp báo và luân hồi mà có thể chưa hiểu thấu từ các khía cạnh khác?

Dưới đây là các điểm mấu chốt về những hiểu biết sâu sắc hơn về bản chất của nghiệp báo và luân hồi mà cuộc đối thoại trong Kinh Tệ Túc làm sáng tỏ:

1. **Nghiệp báo và luân hồi không phải lúc nào cũng có thể thấy ngay lập tức**
   - Qua cách giải thích của ngài Kumāra-Kassapa, ta nhận ra rằng nghiệp báo và luân hồi không phải lúc nào cũng biểu hiện ngay trước mắt. Hậu quả của một hành động có thể xuất hiện sau một thời gian dài, và có thể tiếp tục ở nhiều kiếp sống khác nhau.
2. **Sự vận hành âm thầm và không ngừng của nghiệp báo**
   - Nghiệp báo diễn ra liên tục và âm thầm, giống như dòng chảy của một con sông mà ta không thấy rõ từng gợn nước. Điều này cho thấy rằng, dù không thấy rõ ngay, nghiệp vẫn luôn tác động đến đời sống của chúng ta và sẽ trổ quả khi đủ điều kiện.
3. **Luân hồi là chuỗi tiếp nối không dứt**
   - Qua sự giải thích của ngài Kumāra-Kassapa, ta hiểu rằng luân hồi là một chuỗi tiếp nối liên tục giữa các kiếp sống. Điều này làm rõ rằng cái chết không phải là điểm kết thúc mà chỉ là một giai đoạn trong vòng sinh tử, với nghiệp dẫn dắt từ đời này sang đời khác.
4. **Nghiệp báo không phụ thuộc vào nhận thức hay niềm tin cá nhân**
   - Dù Thái tử Payāsi không tin vào nghiệp báo và tái sinh, những quy luật này vẫn tồn tại và chi phối đời sống. Điều này cho thấy rằng nghiệp báo hoạt động độc lập với nhận thức cá nhân, là quy luật khách quan, không phụ thuộc vào niềm tin của mỗi người.
5. **Nghiệp báo không phải là sự trừng phạt mà là kết quả tự nhiên của hành động**
   - Ngài Kumāra-Kassapa nhấn mạnh rằng nghiệp báo không mang tính trừng phạt mà là sự phản ánh tự nhiên của hành vi. Hành động xấu sẽ dẫn đến khổ đau, hành động thiện sẽ dẫn đến an vui, theo đúng quy luật tự nhiên, không bị chi phối bởi bất kỳ quyền lực nào.
6. **Luân hồi và nghiệp báo là động lực để sống đạo đức và có trách nhiệm**
   - Sự hiểu biết về nghiệp báo và luân hồi khuyến khích con người sống có trách nhiệm, bởi vì mọi hành động đều để lại dấu ấn và sẽ tác động trở lại

lên chính bản thân trong tương lai. Điều này giúp con người hướng đến một cuộc sống đạo đức và biết cân nhắc trước mỗi hành động.

7. **Tầm quan trọng của trí tuệ trong việc nhận thức về nghiệp và luân hồi**
   - Qua cuộc đối thoại, ta thấy rằng hiểu biết về nghiệp báo và luân hồi đòi hỏi sự phát triển trí tuệ. Cần có sự tỉnh thức và trí tuệ để nhận ra sự tồn tại của những quy luật không hiện hữu trực tiếp, và để sống một cuộc đời có ý thức, thoát khỏi vô minh.

Tổng kết:

Cuộc đối thoại trong Kinh Tệ Túc làm sáng tỏ bản chất liên tục, âm thầm, và không phụ thuộc vào niềm tin cá nhân của nghiệp báo và luân hồi. Đây không chỉ là những quy luật siêu hình mà còn là động lực mạnh mẽ để con người sống có trách nhiệm, phát triển trí tuệ và hướng đến giác ngộ.

7. Niềm tin vào nghiệp báo có ảnh hưởng thế nào đến đạo đức và lối sống của một cá nhân trong đời sống hiện đại?

Dưới đây là các điểm mấu chốt về ảnh hưởng của niềm tin vào nghiệp báo đối với đạo đức và lối sống của một cá nhân trong đời sống hiện đại:

1. **Khuyến khích hành động có trách nhiệm**
   - Niềm tin vào nghiệp báo giúp cá nhân ý thức rằng mọi hành động đều có hệ quả, từ đó khuyến khích họ sống có trách nhiệm, cân nhắc kỹ lưỡng trước mỗi lời nói và việc làm để tránh gây tổn hại cho bản thân và người khác.
2. **Thúc đẩy lối sống đạo đức**
   - Với nhận thức rằng nghiệp xấu sẽ mang lại hậu quả tiêu cực, người tin vào nghiệp báo có xu hướng tuân theo các nguyên tắc đạo đức, tránh làm điều sai trái, và hướng đến các hành vi tích cực, nuôi dưỡng tâm từ bi và lòng vị tha.
3. **Giúp duy trì tâm an lạc trong các hoàn cảnh khó khăn**
   - Niềm tin vào nghiệp báo cho phép cá nhân nhìn nhận khó khăn như kết quả của nghiệp quá khứ, thay vì coi đó là sự bất công. Điều này giúp họ giữ tâm an lạc, biết chấp nhận và kiên nhẫn vượt qua thử thách mà không oán trách hoàn cảnh hay người khác.
4. **Tạo động lực để sống và hành động thiện lành**
   - Với niềm tin rằng hành động tốt sẽ dẫn đến quả lành, cá nhân có động lực để làm việc thiện, giúp đỡ người khác và phát triển tâm từ bi. Họ có xu hướng hướng thiện không chỉ để tạo nghiệp tốt mà còn để góp phần vào sự hài hòa của cộng đồng.
5. **Khuyến khích sự tự giác và phát triển bản thân**
   - Niềm tin vào nghiệp báo làm gia tăng tính tự giác, khuyến khích cá nhân tự rèn luyện bản thân. Họ hiểu rằng sự chuyển hóa nội tâm và thay đổi hành vi sẽ mang lại sự cải thiện trong tương lai, do đó luôn cố gắng học hỏi và hoàn thiện chính mình.
6. **Giúp tránh các hành động gây hại và tiêu cực**
   - Người tin vào nghiệp báo sẽ có xu hướng tránh các hành vi như lừa dối, tham lam, hoặc làm tổn thương người khác. Họ ý thức được rằng những

hành động tiêu cực sẽ dẫn đến khổ đau trong tương lai, từ đó giúp giảm thiểu các hành vi gây hại.

7. **Mang lại lòng tin vào công lý tự nhiên của vũ trụ**
   - Niềm tin vào nghiệp báo mang lại niềm tin vào một dạng công lý tự nhiên, giúp con người thấy rằng mọi hành động đều sẽ nhận lại kết quả tương xứng. Điều này giảm đi cảm giác bất bình trong cuộc sống và tăng cường lòng tin vào các giá trị đạo đức.

Tổng kết:

Niềm tin vào nghiệp báo ảnh hưởng tích cực đến đạo đức và lối sống của cá nhân, khuyến khích họ sống có trách nhiệm, tự giác, và hành động thiện lành. Niềm tin này giúp cá nhân hướng đến một cuộc sống an lạc, giảm thiểu các hành vi gây hại, và phát triển một lối sống tích cực, hòa hợp với bản thân và cộng đồng.

8. Kinh Tệ Túc nhắc nhở ta về sự tồn tại của những quy luật vượt ngoài khả năng nhận thức trực tiếp. Ta có thể rèn luyện để tin tưởng vào những quy luật này bằng cách nào?

Dưới đây là các điểm mấu chốt về cách rèn luyện để tin tưởng vào những quy luật vượt ngoài khả năng nhận thức trực tiếp, như nghiệp báo và luân hồi được nhắc đến trong Kinh Tệ Túc:

1. **Phát triển lòng khiêm nhường và chấp nhận giới hạn của giác quan**
   - Việc hiểu rằng giác quan của chúng ta có giới hạn và không thể nhận thức hết mọi thứ giúp chúng ta khiêm nhường hơn. Từ đó, ta dễ dàng chấp nhận rằng có những quy luật tự nhiên vượt ngoài khả năng thấy biết trực tiếp.
2. **Học hỏi từ giáo pháp và các nguồn trí tuệ**
   - Các giáo pháp của Phật giáo cung cấp những hướng dẫn sâu sắc về nghiệp báo và luân hồi. Bằng cách học hỏi và suy ngẫm từ các nguồn này, chúng ta xây dựng niềm tin vào các quy luật này dựa trên trí tuệ và sự hiểu biết thay vì chỉ dựa vào trải nghiệm trực tiếp.
3. **Quan sát nhân quả trong cuộc sống hàng ngày**
   - Nhận thức về mối liên hệ giữa hành động và kết quả trong đời sống hàng ngày giúp chúng ta hiểu rằng những hành động dù nhỏ cũng đều mang lại hệ quả. Điều này củng cố niềm tin vào luật nhân quả, dù có thể không phải mọi kết quả đều hiển hiện ngay lập tức.
4. **Thực hành thiền định để phát triển trực giác và sự tỉnh thức**
   - Thiền định giúp làm dịu tâm trí, phát triển sự tỉnh thức và trực giác. Khi tâm trở nên an tĩnh và sáng suốt, chúng ta dễ nhận thấy sự kết nối sâu xa giữa các hiện tượng và tin tưởng hơn vào những quy luật vô hình.
5. **Lắng nghe và suy ngẫm từ trải nghiệm của người khác**
   - Nhiều người có những trải nghiệm sâu sắc hoặc nhận thức vượt ngoài hiểu biết thông thường về nghiệp báo và tái sinh. Lắng nghe và suy ngẫm từ những câu chuyện này có thể giúp củng cố niềm tin và mở rộng tầm nhìn của chúng ta.
6. **Duy trì tâm rộng mở và sẵn sàng học hỏi**
   - Một tâm hồn rộng mở, không cố chấp vào những điều hữu hình, giúp ta dễ dàng tiếp thu những kiến thức và trải nghiệm mới. Điều này cho phép ta

vượt qua giới hạn của cái nhìn thực dụng, và đón nhận khả năng tồn tại của những quy luật siêu hình.

7. **Rèn luyện lòng tin qua trải nghiệm tâm linh cá nhân**
   - Qua việc thực hành thiền, cầu nguyện, hoặc thực hành các nghi lễ, ta có thể trải nghiệm sự bình an và trí tuệ nội tâm. Những trải nghiệm tâm linh này giúp ta cảm nhận sâu sắc hơn về các quy luật vô hình và tin tưởng vào sự vận hành của nghiệp báo và luân hồi.
8. **Thực hành lòng từ bi và tạo nghiệp thiện**
   - Khi chúng ta thực hành lòng từ bi và tạo nghiệp thiện, chúng ta dần thấy những thay đổi tích cực trong tâm hồn và cuộc sống. Sự thay đổi này củng cố niềm tin vào nghiệp báo, cho thấy rằng hành động thiện lành sẽ tạo nên môi trường sống tích cực.

Tổng kết:

Để tin tưởng vào những quy luật vượt ngoài khả năng nhận thức trực tiếp, chúng ta có thể rèn luyện qua việc học hỏi giáo pháp, thực hành thiền định, quan sát nhân quả hàng ngày, và nuôi dưỡng lòng khiêm nhường, từ bi. Những thực hành này không chỉ giúp chúng ta mở rộng tầm nhìn mà còn làm sâu sắc niềm tin vào các quy luật tự nhiên của vũ trụ.

9. Nếu không có niềm tin vào nghiệp báo và tái sinh, đời sống tinh thần và tâm linh sẽ bị ảnh hưởng ra sao?

Dưới đây là các điểm mấu chốt về tác động của việc thiếu niềm tin vào nghiệp báo và tái sinh đối với đời sống tinh thần và tâm linh:

1. **Giảm động lực sống đạo đức và có trách nhiệm**
   - Khi không tin vào nghiệp báo và tái sinh, cá nhân có thể không thấy lý do để sống đạo đức hay cân nhắc hậu quả của hành động. Điều này dễ dẫn đến lối sống thiếu trách nhiệm và không xem trọng các nguyên tắc đạo đức.
2. **Tăng cường cảm giác bất an và thiếu định hướng**
   - Nếu không có niềm tin vào những quy luật sâu xa, con người dễ cảm thấy bất an, lo sợ trước những khó khăn và mất mát trong cuộc sống, bởi vì họ thiếu một nền tảng tinh thần vững chắc để tìm kiếm sự bình an và niềm tin.
3. **Giảm khả năng chịu đựng và kiên nhẫn trong khó khăn**
   - Niềm tin vào nghiệp báo giúp ta nhận thức rằng mọi khó khăn đều có nguyên nhân và là cơ hội để phát triển tâm thức. Nếu thiếu đi niềm tin này, cá nhân dễ dàng cảm thấy bất mãn, không kiên nhẫn trước thử thách, hoặc oán trách hoàn cảnh.
4. **Thiếu động lực để phát triển tâm linh và tu dưỡng bản thân**
   - Niềm tin vào luân hồi và nghiệp báo thúc đẩy con người trau dồi tâm linh để tích lũy nghiệp tốt cho tương lai. Nếu không có niềm tin này, cá nhân có thể thiếu động lực để thực hành tâm linh, phát triển tâm từ bi và trí tuệ.
5. **Dễ rơi vào lối sống thực dụng và duy vật**
   - Không tin vào các quy luật siêu hình có thể khiến cá nhân sống theo lối sống duy vật, chỉ coi trọng giá trị vật chất và bỏ qua các giá trị tinh thần.

Điều này làm suy giảm sự quan tâm đến đời sống nội tâm và phát triển tâm linh.

6. **Thiếu lòng từ bi và cảm thông với người khác**
   - Niềm tin vào nghiệp báo và luân hồi khuyến khích con người đối xử từ bi và cảm thông với mọi người, vì họ hiểu rằng mỗi người đều chịu ảnh hưởng từ nghiệp báo riêng. Thiếu niềm tin này có thể dẫn đến sự ích kỷ và thiếu nhạy cảm với hoàn cảnh của người khác.
7. **Mất đi ý nghĩa của sự tu tập và giải thoát**
   - Khi không có niềm tin vào nghiệp báo và tái sinh, khái niệm về giải thoát và vượt thoát khỏi luân hồi trở nên xa lạ và mất ý nghĩa. Người tu học có thể thiếu định hướng trong con đường tu tập vì không thấy được mục đích và giá trị của việc giải thoát.
8. **Thiếu nền tảng để đạt được tâm an lạc lâu dài**
   - Niềm tin vào nghiệp báo giúp con người sống có mục đích và hướng thiện, từ đó đạt được sự an lạc nội tâm. Nếu thiếu đi nền tảng này, cá nhân khó tìm được hạnh phúc bền vững, dễ rơi vào cảm giác bất ổn, trống rỗng và khó đạt đến an lạc lâu dài.

Tổng kết:

Không có niềm tin vào nghiệp báo và tái sinh có thể làm suy yếu nền tảng đạo đức, làm giảm động lực phát triển tâm linh và dễ dẫn đến lối sống thực dụng, thiếu chiều sâu tinh thần. Niềm tin này không chỉ giúp củng cố đạo đức mà còn tạo nền tảng cho sự an lạc và sự phát triển toàn diện của đời sống tâm linh.

10. Cuộc đối thoại giữa ngài Kumāra-Kassapa và Payāsi cho thấy Phật giáo cởi mở với những quan điểm khác biệt. Điều này có ý nghĩa gì đối với việc giảng dạy và truyền bá giáo pháp?

Dưới đây là các điểm mấu chốt về ý nghĩa của sự cởi mở trong Phật giáo với những quan điểm khác biệt, như đã thể hiện trong cuộc đối thoại giữa ngài Kumāra-Kassapa và Thái tử Payāsi:

1. **Tạo ra môi trường đối thoại thân thiện và không phán xét**
   - Sự cởi mở của Phật giáo đối với các quan điểm khác biệt tạo ra môi trường đối thoại thân thiện, nơi người nghe cảm thấy được lắng nghe và tôn trọng. Điều này giúp mọi người dễ dàng chia sẻ, đặt câu hỏi và tìm kiếm câu trả lời mà không lo bị phán xét.
2. **Giúp người giảng pháp truyền đạt chân lý một cách khéo léo và hiệu quả hơn**
   - Việc chấp nhận và hiểu rõ quan điểm của người khác cho phép người giảng pháp chọn cách tiếp cận phù hợp, sử dụng ngôn ngữ và ví dụ gần gũi với người nghe. Điều này giúp truyền đạt chân lý một cách hiệu quả và dễ dàng thấu hiểu hơn.
3. **Thể hiện lòng từ bi và trí tuệ trong giáo pháp Phật giáo**
   - Sự cởi mở thể hiện lòng từ bi và trí tuệ của Phật giáo, không chỉ mang đến cho người khác cơ hội hiểu sâu hơn về giáo pháp mà còn khuyến khích họ tự do tìm kiếm và tự mình thẩm thấu chân lý.
4. **Giúp truyền bá giáo pháp tới nhiều đối tượng hơn**

- Cởi mở với những quan điểm khác biệt cho phép Phật giáo tiếp cận với nhiều đối tượng và tầng lớp khác nhau. Điều này không chỉ mở rộng phạm vi truyền bá giáo pháp mà còn giúp Phật giáo trở thành nền tảng giáo dục tinh thần cho mọi người, không phân biệt niềm tin hay quan điểm.

5. **Tạo điều kiện cho người nghe tự tìm hiểu và trải nghiệm**
   - Khi không áp đặt, người nghe có cơ hội tự tìm hiểu, trải nghiệm, và suy ngẫm về giáo pháp một cách tự nhiên. Sự cởi mở giúp người nghe cảm thấy thoải mái, không bị ép buộc, và từ đó họ có thể tự mình khám phá và phát triển niềm tin.
6. **Khuyến khích lòng khoan dung và sự tôn trọng lẫn nhau**
   - Cuộc đối thoại giữa ngài Kumāra-Kassapa và Payāsi cho thấy Phật giáo không bác bỏ hay phê phán ngay lập tức quan điểm của người khác. Thay vào đó, ngài Kumāra-Kassapa lắng nghe và tôn trọng cách nhìn của Payāsi. Điều này khuyến khích sự khoan dung và tôn trọng lẫn nhau trong mọi mối quan hệ.
7. **Nhấn mạnh tầm quan trọng của sự tự do tư duy trong giáo pháp**
   - Phật giáo cởi mở với các quan điểm khác biệt vì tôn trọng sự tự do tư duy và sự tự nguyện trong việc tiếp nhận giáo pháp. Điều này nhấn mạnh rằng sự giác ngộ không thể đạt được qua sự ép buộc mà phải đến từ sự hiểu biết tự thân và trải nghiệm cá nhân.
8. **Làm nổi bật tinh thần hòa hợp và không xung đột**
   - Bằng cách cởi mở với quan điểm khác biệt, Phật giáo làm nổi bật tinh thần hòa hợp và từ bi, không tạo ra xung đột hay đối lập. Điều này làm cho Phật giáo trở thành con đường hòa bình và an lạc, giúp mọi người tìm thấy sự bình yên trong sự đa dạng của quan điểm và niềm tin.

Tổng kết:

Sự cởi mở của Phật giáo đối với các quan điểm khác biệt không chỉ giúp truyền bá giáo pháp một cách hiệu quả và từ bi mà còn tạo ra một môi trường hòa hợp, tôn trọng, và khuyến khích sự tự do tư duy. Điều này giúp Phật giáo trở thành nền tảng tinh thần không chỉ để giác ngộ cá nhân mà còn để xây dựng mối quan hệ tốt đẹp và hòa bình trong xã hội.

11. Điều gì ngăn cản chúng ta nhận ra và hiểu về nghiệp báo, dù đó là một quy luật phổ quát?

Dưới đây là các điểm mấu chốt về những yếu tố ngăn cản chúng ta nhận ra và hiểu về nghiệp báo, dù đó là một quy luật phổ quát:

1. **Sự hạn chế của giác quan**
   - Chúng ta thường dựa vào những gì có thể thấy, nghe, và cảm nhận trực tiếp qua giác quan. Vì nghiệp báo không luôn hiển hiện ngay tức thì, nên nhiều người không nhận thức được tác động của nó, dẫn đến sự hoài nghi hoặc phủ nhận.
2. **Tư duy thực dụng và thiên về vật chất**
   - Trong đời sống hiện đại, nhiều người bị ảnh hưởng bởi quan điểm duy vật, chỉ tin vào những gì có thể đo lường và kiểm chứng được. Điều này làm

giảm khả năng chấp nhận những quy luật siêu hình như nghiệp báo, vốn không thể đo lường theo các tiêu chuẩn vật lý.

3. **Thiếu sự hiểu biết về giáo pháp**
   - Nhiều người chưa tiếp xúc hoặc hiểu rõ về giáo pháp Phật giáo, nên khó nhận ra nguyên lý nghiệp báo. Thiếu nền tảng kiến thức về giáo lý làm cho họ không có khái niệm hoặc sự hướng dẫn để hiểu về quy luật nhân quả và nghiệp.
4. **Quan niệm về sự ngẫu nhiên và may rủi**
   - Một số người tin rằng các sự kiện trong cuộc sống là ngẫu nhiên hoặc do may mắn, thay vì là kết quả của hành động trước đó. Quan niệm này làm lu mờ nhận thức về nghiệp báo và khó nhận ra mối liên hệ giữa hành động và kết quả.
5. **Thói quen suy nghĩ ngắn hạn**
   - Nghiệp báo thường không xảy ra ngay lập tức mà cần thời gian để trổ quả, đôi khi qua nhiều kiếp sống. Suy nghĩ ngắn hạn khiến người ta mong đợi kết quả ngay lập tức, và khi không thấy, họ dễ dàng phủ nhận sự tồn tại của nghiệp báo.
6. **Thiếu kiên nhẫn và khả năng tự suy ngẫm**
   - Hiểu về nghiệp báo đòi hỏi sự kiên nhẫn và khả năng tự suy ngẫm về hành động, tâm ý của mình và những hệ quả sâu xa của chúng. Nhiều người thiếu kiên nhẫn và không có thói quen tự quan sát, dẫn đến việc không nhận ra quy luật này trong cuộc sống.
7. **Thiếu niềm tin và kinh nghiệm tâm linh**
   - Người chưa trải nghiệm sâu sắc về tâm linh dễ nghi ngờ những quy luật không thể thấy ngay như nghiệp báo. Thiếu niềm tin vào các nguyên lý siêu hình khiến họ khó chấp nhận hoặc hiểu về sự tồn tại và tác động của nghiệp.
8. **Ảnh hưởng từ xã hội và môi trường sống**
   - Môi trường sống và xã hội có ảnh hưởng lớn đến quan điểm của một cá nhân. Trong các xã hội mà niềm tin vào nghiệp báo không phổ biến hoặc bị coi nhẹ, cá nhân dễ bị ảnh hưởng và thiếu niềm tin vào quy luật này.

Tổng kết:
Sự hạn chế của giác quan, tư duy thực dụng, thiếu hiểu biết về giáo pháp, thói quen suy nghĩ ngắn hạn, và ảnh hưởng từ xã hội là những yếu tố ngăn cản chúng ta nhận ra và hiểu về nghiệp báo. Để vượt qua, cần có sự kiên nhẫn, khả năng tự suy ngẫm, và mở lòng với các khái niệm tâm linh sâu sắc.

12. Tại sao việc sống với niềm tin vào nhân quả và nghiệp báo lại giúp nuôi dưỡng tâm an lạc và từ bi?

Dưới đây là các điểm mấu chốt về lý do tại sao sống với niềm tin vào nhân quả và nghiệp báo lại giúp nuôi dưỡng tâm an lạc và từ bi:

1. **Giảm thiểu oán trách và than phiền**
   - Khi tin vào nhân quả và nghiệp báo, ta hiểu rằng mọi khó khăn, thử thách trong cuộc sống đều có nguyên nhân từ nghiệp quá khứ. Điều này giúp ta giảm thiểu oán trách hoàn cảnh, người khác, và từ đó cảm thấy an lạc hơn.

2. **Tăng cường ý thức trách nhiệm với hành động của mình**
    - Niềm tin vào nghiệp báo khuyến khích chúng ta sống có trách nhiệm, vì hiểu rằng mọi hành động đều sẽ mang lại hậu quả tương ứng. Từ đó, ta cố gắng tạo những nghiệp tốt, điều này không chỉ làm tâm an lạc mà còn mang lại sự bình yên cho những người xung quanh.
3. **Khuyến khích thái độ kiên nhẫn và biết chấp nhận**
    - Nhận thức về nghiệp báo giúp ta hiểu rằng những gì xảy ra đều có lý do, và mọi khó khăn chỉ là nhất thời. Điều này giúp nuôi dưỡng lòng kiên nhẫn, biết chấp nhận hiện tại và không quá lo lắng về tương lai, từ đó làm tâm trở nên nhẹ nhàng, thanh thản.
4. **Nuôi dưỡng lòng từ bi với mọi người**
    - Khi tin rằng mỗi người đều chịu ảnh hưởng từ nghiệp báo của mình, ta dễ cảm thông hơn với những khó khăn, khổ đau của người khác. Điều này nuôi dưỡng lòng từ bi và khuyến khích ta giúp đỡ mà không phán xét.
5. **Giúp tránh các hành động gây hại và nuôi dưỡng tâm thiện**
    - Biết rằng hành động xấu sẽ gây nghiệp xấu, người tin vào nhân quả sẽ cẩn trọng, tránh các hành động gây hại. Việc này không chỉ giúp tâm an ổn mà còn phát triển lòng nhân từ, giúp tạo ra môi trường sống hòa hợp.
6. **Mang lại sự an lạc nội tâm và cảm giác công bằng**
    - Niềm tin vào nhân quả giúp ta nhận ra rằng mọi hành động đều có kết quả công bằng. Điều này làm tăng thêm sự an lạc nội tâm, vì ta không cảm thấy cuộc đời là bất công hay ngẫu nhiên. Niềm tin này giúp tâm ổn định, vững vàng.
7. **Khuyến khích sự phát triển tâm linh**
    - Tin vào nhân quả và nghiệp báo thúc đẩy sự phát triển tâm linh, bởi ta hiểu rằng chỉ có những hành động tốt đẹp mới mang lại sự an vui dài lâu. Từ đó, ta tìm đến các giá trị tinh thần và rèn luyện tâm để đạt được an lạc chân thật.
8. **Tạo nền tảng cho lòng khoan dung và tha thứ**
    - Khi hiểu rằng mỗi người đều hành động theo nghiệp của mình, ta dễ dàng hơn trong việc tha thứ, khoan dung với những sai lầm của người khác. Điều này giúp giảm bớt phiền muộn, sân hận, và nuôi dưỡng sự bình an trong tâm hồn.

Tổng kết:

Sống với niềm tin vào nhân quả và nghiệp báo giúp ta nhìn nhận cuộc sống một cách bình thản và công bằng hơn, giảm bớt sự oán trách, nuôi dưỡng lòng từ bi và trách nhiệm. Niềm tin này tạo ra nền tảng cho một tâm hồn an lạc và một cuộc sống có ý nghĩa, hướng đến hòa hợp và hạnh phúc cho bản thân và cộng đồng.

13. Trong các ví dụ của ngài Kumāra-Kassapa, có hình ảnh nào đặc biệt tác động đến nhận thức của bạn? Vì sao?

Trong các ví dụ của ngài Kumāra-Kassapa, hình ảnh **người mù không thấy ánh sáng nhưng ánh sáng vẫn tồn tại** đặc biệt tác động đến nhận thức của tôi. Dưới đây là các điểm mấu chốt lý giải tại sao hình ảnh này lại có tác động mạnh mẽ:

1. **Làm sáng tỏ giới hạn của giác quan**

- Hình ảnh người mù không thấy ánh sáng nhưng ánh sáng vẫn hiện hữu giúp tôi nhận ra rằng giác quan của chúng ta có giới hạn. Điều này gợi mở ý tưởng rằng những điều không nhìn thấy hay cảm nhận được không nhất thiết là không tồn tại.

2. **Khơi dậy sự khiêm nhường**
   - Ví dụ này nhắc nhở tôi rằng tri thức của mình không bao giờ là toàn diện và cần có sự khiêm nhường trước những điều vượt ngoài khả năng nhận thức. Cách nhìn của chúng ta về thực tại không phải lúc nào cũng đầy đủ, và chúng ta nên cởi mở với những gì nằm ngoài tầm thấy biết của giác quan.
3. **Giải thích trực quan về nghiệp báo và các quy luật siêu hình**
   - Hình ảnh này là một ẩn dụ mạnh mẽ để giải thích về nghiệp báo, luân hồi, và các quy luật siêu hình trong Phật giáo. Giống như ánh sáng tồn tại dù người mù không thấy, nghiệp báo cũng vận hành theo quy luật của nó, dù không phải lúc nào cũng hiển lộ ngay trước mắt.
4. **Khuyến khích niềm tin vào những quy luật vô hình**
   - Qua ví dụ này, tôi cảm thấy được khuyến khích để tin vào các quy luật vô hình mà giác quan không thể nhận thức. Hình ảnh người mù và ánh sáng làm nổi bật ý nghĩa của sự tin tưởng vào những nguyên lý sâu sắc và những quy luật tự nhiên dù chúng không thể thấy ngay.
5. **Gợi ý về sự quan sát nội tâm và trí tuệ trực giác**
   - Ví dụ về người mù gợi ý rằng có những điều chỉ có thể nhận ra qua sự phát triển trí tuệ và quan sát nội tâm, chứ không thể cảm nhận bằng giác quan thông thường. Điều này nhắc nhở tôi về tầm quan trọng của thiền định và sự rèn luyện tâm thức để khám phá các chân lý vô hình.
6. **Tăng cường sự kiên nhẫn và chấp nhận**
   - Ví dụ này cũng giúp tôi hiểu rằng việc không thấy kết quả ngay không có nghĩa là không có sự vận hành. Điều này khuyến khích tôi kiên nhẫn, chấp nhận và sống đúng đắn dù chưa thấy ngay lợi ích, bởi mọi hành động đều có ảnh hưởng lâu dài theo thời gian.
7. **Khẳng định sự công bằng của vũ trụ**
   - Cuối cùng, hình ảnh này khẳng định rằng vũ trụ vận hành theo những quy luật công bằng và bất biến, ngay cả khi con người không thể nhận biết tất cả. Nhận thức này đem lại niềm an tâm và lòng tin vào nhân quả, giúp tôi sống có trách nhiệm và an lạc hơn.

Tổng kết:

Hình ảnh người mù và ánh sáng tác động mạnh đến nhận thức của tôi bởi nó làm rõ giới hạn của giác quan, khuyến khích niềm tin vào những quy luật vô hình, và nhắc nhở về giá trị của trí tuệ nội tâm. Điều này giúp tôi nhìn nhận đời sống với sự khiêm nhường và tin tưởng vào những chân lý vượt ngoài nhận thức trực tiếp.

14. Kinh Tệ Túc nhấn mạnh sự khiêm nhường và sẵn lòng thay đổi quan điểm sai lầm. Điều này có ý nghĩa gì đối với hành trình tu học?

Dưới đây là các điểm mấu chốt về ý nghĩa của sự khiêm nhường và sẵn lòng thay đổi quan điểm sai lầm đối với hành trình tu học, như được nhấn mạnh trong Kinh Tệ Túc:

1. **Giúp mở lòng để tiếp nhận giáo pháp và chân lý**
   - Sự khiêm nhường cho phép người tu học cởi mở, dễ dàng đón nhận giáo pháp và những ý tưởng mới mà không bị ràng buộc bởi những quan điểm cố hữu. Điều này tạo điều kiện để tiếp thu các bài học sâu sắc và tiến bộ trên con đường tu tập.
2. **Nuôi dưỡng tinh thần tự cải thiện và phát triển bản thân**
   - Khi sẵn lòng thay đổi quan điểm sai lầm, người tu học dần trở nên tự cải thiện và phát triển bản thân liên tục. Từ đó, họ luôn trong trạng thái học hỏi, hoàn thiện và ngày càng đến gần với sự giác ngộ.
3. **Giúp vượt qua bản ngã và những chấp ngã cứng nhắc**
   - Sẵn lòng thay đổi quan điểm sai lầm đòi hỏi người tu học buông bỏ bản ngã, bởi vì bản ngã thường khiến chúng ta bám víu vào niềm tin cá nhân. Sự khiêm nhường này giúp phá bỏ những giới hạn do chấp ngã, mở ra khả năng đạt tới trí tuệ và sự giải thoát.
4. **Khuyến khích tinh thần tự nhìn nhận và tự phản tỉnh**
   - Khiêm nhường và sẵn lòng thay đổi quan điểm giúp người tu học thường xuyên tự phản tỉnh, xem xét lại suy nghĩ và hành động của mình. Việc này giúp họ nhận ra và sửa chữa các sai lầm, tránh đi lệch khỏi con đường chân chính.
5. **Tăng cường lòng kiên nhẫn và khả năng chấp nhận**
   - Sự khiêm nhường giúp người tu học chấp nhận những giới hạn của mình, nhờ đó họ kiên nhẫn hơn trong hành trình tu tập. Họ hiểu rằng sự tiến bộ cần thời gian và sự rèn luyện, chấp nhận từng bước chuyển hóa bản thân mà không nóng vội.
6. **Tạo nên mối quan hệ hài hòa và tinh thần học hỏi từ mọi người**
   - Sẵn lòng thay đổi và khiêm nhường giúp người tu học dễ dàng học hỏi từ những người xung quanh, kể cả người có quan điểm trái ngược. Điều này tạo nên mối quan hệ hài hòa và giúp họ tiếp thu được nhiều tri thức từ các nguồn khác nhau.
7. **Thúc đẩy sự phát triển trí tuệ và đạt tới giác ngộ**
   - Khi sẵn lòng thay đổi và không chấp vào những quan điểm cố định, người tu học dễ dàng phát triển trí tuệ. Họ mở rộng tầm nhìn, không ngừng tiến đến sự giác ngộ khi luôn sẵn sàng thay đổi và tìm kiếm chân lý.
8. **Trở thành tấm gương về lòng từ bi và sự bao dung**
   - Sự khiêm nhường và sẵn lòng thay đổi không chỉ lợi ích cho chính bản thân người tu học mà còn trở thành tấm gương cho người khác về lòng từ bi và bao dung. Người tu học hiểu và sẵn sàng giúp đỡ người khác từ bỏ những sai lầm trong nhận thức một cách từ ái.

Tổng kết:

Kinh Tệ Túc nhấn mạnh sự khiêm nhường và sẵn lòng thay đổi quan điểm sai lầm là nền tảng cho hành trình tu học. Những phẩm chất này giúp người tu học mở lòng đón nhận giáo pháp, phát triển trí tuệ, giảm bớt bản ngã, và từ đó tiến tới sự giải thoát và giác ngộ trong tinh thần từ bi và bao dung.

15. Thái tử Payāsi chỉ tin vào những gì có thể thấy và trải nghiệm trực tiếp. Cách suy nghĩ này có nhược điểm gì trong việc tìm hiểu các quy luật tâm linh?

Dưới đây là các điểm mấu chốt về nhược điểm của cách suy nghĩ chỉ tin vào những gì có thể thấy và trải nghiệm trực tiếp khi tìm hiểu các quy luật tâm linh:

1. **Giới hạn trong phạm vi của giác quan và tri thức hữu hạn**
   - Chỉ dựa vào những gì giác quan có thể trải nghiệm sẽ giới hạn khả năng hiểu biết, vì giác quan của con người có hạn. Các quy luật tâm linh như nghiệp báo và luân hồi vượt ngoài phạm vi của những cảm nhận vật lý, nên cách nhìn này khiến người ta khó nhận thức được các quy luật siêu hình.
2. **Tạo thành thái độ hoài nghi với các khía cạnh phi vật lý**
   - Suy nghĩ này dẫn đến thái độ hoài nghi với những khái niệm không thể thấy trực tiếp, chẳng hạn như nghiệp báo, tái sinh và cõi giới vô hình. Điều này khiến người tu học bỏ qua những khía cạnh quan trọng của giáo pháp và có thể đi lệch khỏi sự hiểu biết toàn diện.
3. **Ngăn cản sự phát triển của trực giác và trí tuệ nội tâm**
   - Cách suy nghĩ duy vật chỉ dựa vào giác quan có thể làm giảm khả năng phát triển trực giác và trí tuệ nội tâm, vốn cần thiết để hiểu các quy luật tâm linh. Điều này khiến cá nhân thiếu công cụ cần thiết để nhận thức những chân lý sâu xa và vô hình.
4. **Dễ dẫn đến sự cứng nhắc và cố chấp**
   - Khi chỉ tin vào những gì có thể thấy và cảm nhận trực tiếp, cá nhân dễ trở nên cố chấp, không sẵn sàng tiếp nhận những ý niệm mới hoặc khác biệt. Điều này gây ra trở ngại lớn cho sự học hỏi và phát triển tâm linh.
5. **Làm giảm khả năng chấp nhận những quy luật lâu dài và chậm trổ quả**
   - Các quy luật tâm linh như nghiệp báo không phải lúc nào cũng cho kết quả ngay lập tức. Cách nhìn thực dụng khiến người ta khó hiểu và chấp nhận những nguyên lý dài hạn, vì không thấy kết quả ngay, dễ sinh ra hoài nghi và bỏ qua.
6. **Tạo nên tâm lý không kiên nhẫn và dễ nản lòng**
   - Niềm tin chỉ vào những gì thấy ngay lập tức có thể dẫn đến tâm lý thiếu kiên nhẫn. Điều này gây trở ngại cho việc thực hành tâm linh, vì những tiến bộ tinh thần đòi hỏi sự nhẫn nại và thời gian để thấy kết quả.
7. **Thiếu niềm tin vào công lý và sự công bằng của quy luật tự nhiên**
   - Không tin vào những quy luật vô hình khiến cá nhân dễ có cảm giác cuộc sống bất công, mất định hướng, hoặc cho rằng mọi việc xảy ra ngẫu nhiên. Điều này ảnh hưởng tiêu cực đến đời sống tinh thần và khó đạt được an lạc nội tâm.
8. **Giảm động lực tu tập và phát triển tâm linh**
   - Vì không tin vào các quy luật siêu hình, cá nhân dễ đánh mất động lực tu tập, vì họ không thấy được mục đích lâu dài của sự chuyển hóa bản thân.

Điều này có thể dẫn đến lối sống duy vật, thiếu ý thức về trách nhiệm và không hướng thiện.

Tổng kết:

Suy nghĩ chỉ tin vào những gì có thể thấy và trải nghiệm trực tiếp giới hạn khả năng nhận thức về các quy luật tâm linh, làm suy giảm trực giác và trí tuệ nội tâm, và khiến cá nhân dễ dàng trở nên cố chấp, thiếu kiên nhẫn. Để hiểu và thực hành trọn vẹn giáo pháp, người tu học cần phát triển sự cởi mở và lòng tin vào những quy luật vượt ngoài tầm nhìn của giác quan.

16. Qua Kinh Tệ Túc, chúng ta học được gì về sự khác biệt giữa hiểu biết qua giác quan và trí tuệ sâu sắc?

Dưới đây là các điểm mấu chốt về sự khác biệt giữa hiểu biết qua giác quan và trí tuệ sâu sắc mà chúng ta học được từ Kinh Tệ Túc:

1. **Hiểu biết qua giác quan là hữu hạn, trí tuệ sâu sắc là vô hạn**
   - Giác quan chỉ giúp chúng ta nhận biết những gì hiện hữu trước mắt và dễ thấy. Trong khi đó, trí tuệ sâu sắc có khả năng vượt qua giới hạn của giác quan, nhận thức được những chân lý vô hình và bao quát hơn, như nghiệp báo và luân hồi.
2. **Giác quan cung cấp tri thức trực tiếp, nhưng không thấu hiểu bản chất**
   - Những gì giác quan thu nhận được thường chỉ là bề nổi của sự vật. Trí tuệ sâu sắc đi xa hơn, giúp ta thấu hiểu bản chất và mối liên hệ nhân quả ẩn sau các hiện tượng mà giác quan không thể thấy.
3. **Trí tuệ sâu sắc dựa trên sự chiêm nghiệm, giác quan chỉ dựa vào cảm nhận bề mặt**
   - Trí tuệ sâu sắc được phát triển qua quá trình chiêm nghiệm, suy ngẫm và tự nhận thức. Ngược lại, hiểu biết qua giác quan chỉ đơn thuần là sự cảm nhận tức thời, không có chiều sâu và không cần đến sự suy xét.
4. **Hiểu biết qua giác quan có thể dễ dàng bị sai lầm và lừa dối**
   - Giác quan có thể dẫn đến nhận thức sai lầm vì chúng dễ bị ảnh hưởng bởi các yếu tố ngoại cảnh. Trí tuệ sâu sắc, thông qua sự rèn luyện, giúp ta nhìn thấu những ảo tưởng và tránh được những sai lầm mà giác quan có thể tạo ra.
5. **Trí tuệ sâu sắc mang lại sự an lạc bền vững, giác quan chỉ mang lại khoái cảm tạm thời**
   - Giác quan thường đưa đến những khoái cảm tức thời nhưng không bền vững, trong khi trí tuệ sâu sắc giúp ta hiểu rõ nguyên nhân khổ đau và hạnh phúc, từ đó đạt đến sự an lạc lâu dài.
6. **Giác quan chỉ thấy kết quả, trí tuệ sâu sắc nhận thức cả quá trình nhân quả**
   - Giác quan chỉ giúp chúng ta nhìn thấy những gì đã xảy ra, còn trí tuệ sâu sắc giúp ta thấy mối liên hệ giữa nhân và quả, hiểu rằng mọi kết quả đều có nguyên nhân, từ đó sống có ý thức và tránh tạo nghiệp xấu.
7. **Trí tuệ sâu sắc hướng đến sự giải thoát, giác quan thường dẫn đến sự bám chấp**

- Hiểu biết qua giác quan thường khiến ta bám chấp vào những gì nhìn thấy, còn trí tuệ sâu sắc giúp chúng ta buông bỏ những dính mắc, hướng đến sự giải thoát khỏi vòng luân hồi và khổ đau.

8. **Trí tuệ sâu sắc là nền tảng cho lòng từ bi và phát triển tâm linh**
    - Khi hiểu biết bằng trí tuệ sâu sắc, ta nhận thức được sự khổ đau và nghiệp báo chi phối mọi chúng sinh, từ đó phát triển lòng từ bi và nuôi dưỡng đời sống tâm linh. Giác quan không đủ để mang lại sự thấu cảm này.

Tổng kết:

Kinh Tệ Túc dạy chúng ta rằng hiểu biết qua giác quan là hữu hạn, dễ bị sai lệch và không bền vững, trong khi trí tuệ sâu sắc giúp nhận thức bản chất sự vật, hiểu được nhân quả và nuôi dưỡng tâm từ bi. Để thực sự giải thoát và đạt đến an lạc, người tu học cần phát triển trí tuệ sâu sắc vượt qua những giới hạn của giác quan.

17. Thay đổi quan điểm của Payāsi có ý nghĩa gì đối với sự chuyển hóa tâm thức của người tu học?

Dưới đây là các điểm mấu chốt về ý nghĩa của sự thay đổi quan điểm của Thái tử Payāsi đối với sự chuyển hóa tâm thức của người tu học:

1. **Khẳng định khả năng thay đổi của tâm thức**
    - Sự thay đổi quan điểm của Payāsi cho thấy rằng, dù một người có quan điểm cố chấp hay duy vật đến đâu, tâm thức vẫn có thể được chuyển hóa khi họ mở lòng lắng nghe và suy ngẫm. Điều này khẳng định rằng chuyển hóa tâm thức là điều khả thi cho mọi người.
2. **Tầm quan trọng của sự khiêm nhường và cởi mở**
    - Sự thay đổi của Payāsi là minh chứng cho giá trị của sự khiêm nhường và cởi mở trong tu học. Khi người tu học sẵn sàng thừa nhận giới hạn của bản thân và lắng nghe với lòng cởi mở, họ sẽ dễ dàng tiếp nhận những chân lý sâu sắc hơn, tiến gần hơn đến sự giác ngộ.
3. **Quá trình chuyển hóa đòi hỏi sự hướng dẫn từ trí tuệ và lòng từ bi**
    - Việc chuyển hóa quan điểm của Payāsi diễn ra nhờ vào sự dẫn dắt từ bi và trí tuệ của ngài Kumāra-Kassapa. Điều này nhắc nhở người tu học rằng quá trình chuyển hóa tâm thức không thể thực hiện một mình mà cần có sự hướng dẫn từ những người có trí tuệ.
4. **Thay đổi quan điểm là bước đầu của quá trình tu tập**
    - Việc từ bỏ những quan điểm sai lầm và mở lòng với chân lý là bước khởi đầu quan trọng trên hành trình tu học. Điều này tạo nền tảng cho sự chuyển hóa nội tâm sâu xa, giúp người tu học bước vào con đường tu tập chân chính.
5. **Tạo động lực để khám phá các giá trị tâm linh**
    - Sự thay đổi của Payāsi cho thấy rằng khi nhận thức được sự thật và các giá trị tâm linh, cá nhân sẽ có động lực để khám phá sâu hơn về tâm linh, chuyển hóa lối sống, và hướng đến những giá trị cao cả hơn.
6. **Thúc đẩy lòng tin vào nghiệp báo và luân hồi**
    - Sự chuyển hóa của Payāsi sau khi hiểu rõ về nghiệp báo và luân hồi là một minh chứng sống động cho người tu học về tính xác thực của các quy luật

này. Điều này khuyến khích người tu học củng cố niềm tin vào nghiệp báo và nỗ lực chuyển hóa bản thân.

7. **Nhắc nhở về sự kiên trì và không bỏ cuộc**
   - Thay đổi quan điểm là một quá trình đòi hỏi thời gian và sự kiên nhẫn. Sự chuyển hóa của Payāsi nhắc nhở người tu học rằng chuyển hóa tâm thức là một hành trình lâu dài, cần sự kiên trì và không bỏ cuộc khi đối diện với những quan điểm cứng nhắc của chính mình.
8. **Mang lại hy vọng về khả năng chuyển hóa cho tất cả mọi người**
   - Cuối cùng, sự thay đổi của Payāsi mang đến niềm hy vọng rằng mọi người đều có khả năng chuyển hóa, bất kể họ có quan điểm cứng nhắc hay lạc lối đến đâu. Điều này thúc đẩy người tu học kiên nhẫn hơn với bản thân và những người xung quanh, vì ai cũng có khả năng thay đổi và phát triển tâm linh.

Tổng kết:

Sự thay đổi quan điểm của Thái tử Payāsi nhấn mạnh rằng chuyển hóa tâm thức là điều khả thi, quan trọng và cần thiết trên hành trình tu học. Nó khẳng định giá trị của sự khiêm nhường, lòng tin vào nghiệp báo, và tầm quan trọng của hướng dẫn từ người trí tuệ, giúp người tu học vững tin và bền bỉ trong hành trình tự chuyển hóa và hướng đến giác ngộ.

18. Tại sao niềm tin vào tái sinh lại quan trọng trong việc giúp con người sống có trách nhiệm hơn với hành động của mình?

Dưới đây là các điểm mấu chốt về lý do niềm tin vào tái sinh quan trọng trong việc giúp con người sống có trách nhiệm hơn với hành động của mình:

1. **Hiểu rằng hành động hiện tại sẽ ảnh hưởng đến đời sống tương lai**
   - Niềm tin vào tái sinh giúp con người nhận thức rằng những gì họ làm trong kiếp sống này sẽ ảnh hưởng không chỉ đến hiện tại mà còn đến những kiếp sống tương lai. Điều này khuyến khích họ suy nghĩ kỹ trước mỗi hành động và sống có trách nhiệm để tạo ra hậu quả tích cực.
2. **Tránh các hành động gây hại, tích lũy nghiệp tốt**
   - Khi tin vào tái sinh, người ta hiểu rằng các hành động tiêu cực sẽ mang lại khổ đau trong kiếp sống sau. Điều này thúc đẩy con người tránh các hành vi gây hại và thay vào đó tạo ra các hành động thiện lành để tích lũy nghiệp tốt cho kiếp sống tương lai.
3. **Khuyến khích lối sống đạo đức và giữ gìn phẩm hạnh**
   - Niềm tin vào tái sinh tạo ra động lực mạnh mẽ để sống đạo đức và giữ gìn phẩm hạnh. Biết rằng những hành vi không đúng đắn sẽ ảnh hưởng đến tái sinh, con người sẽ cố gắng sống ngay thẳng và có đạo đức, góp phần xây dựng một cuộc sống tốt đẹp trong hiện tại và tương lai.
4. **Giúp phát triển lòng từ bi và vị tha**
   - Niềm tin vào tái sinh giúp người ta nhìn nhận rằng mọi người đều đang trải qua các kiếp sống khác nhau, chịu ảnh hưởng từ nghiệp báo. Điều này khuyến khích lòng từ bi và sự thông cảm với mọi người, biết rằng ai cũng chịu quả của nghiệp, từ đó phát triển lối sống từ ái và vị tha.
5. **Giúp giảm bớt những toan tính ích kỷ**

- Khi nhận ra rằng mọi hành động đều có hệ quả lâu dài, người tin vào tái sinh sẽ tránh các toan tính ích kỷ trong ngắn hạn. Họ hiểu rằng lợi ích ngắn ngủi của hiện tại có thể mang lại nghiệp xấu cho tương lai, nên sẽ chọn những hành động lâu dài và có lợi cho tất cả.

6. **Mang lại ý nghĩa và mục đích trong việc tu tập và chuyển hóa bản thân**
   - Niềm tin vào tái sinh giúp người tu học thấy được ý nghĩa của việc tu tập và chuyển hóa bản thân, vì những nỗ lực trong hiện tại sẽ mang lại sự tiến bộ trong những kiếp sau. Điều này làm cho quá trình tu học trở nên có giá trị hơn, hướng đến sự giải thoát lâu dài khỏi khổ đau.
7. **Củng cố tinh thần kiên nhẫn và chấp nhận**
   - Tin vào tái sinh giúp con người hiểu rằng không phải mọi kết quả đều xảy ra ngay tức thì. Điều này giúp họ kiên nhẫn và chấp nhận những khó khăn trong hiện tại như là cơ hội để chuyển hóa nghiệp và cải thiện bản thân.
8. **Tạo động lực để đóng góp tích cực cho xã hội**
   - Nhận thức rằng hành động thiện lành trong kiếp này sẽ mang lại tái sinh tốt đẹp, người tin vào tái sinh có động lực để đóng góp cho cộng đồng, sống có ý nghĩa và lan tỏa những giá trị tốt đẹp, giúp tạo ra ảnh hưởng tích cực cho cả hiện tại và tương lai.

Tổng kết:
Niềm tin vào tái sinh giúp con người nhận thức sâu sắc về trách nhiệm với hành động của mình, thúc đẩy họ sống đạo đức, tránh các hành động ích kỷ, và hướng đến lợi ích lâu dài. Điều này không chỉ tạo ra một cuộc sống an lành trong hiện tại mà còn là nền tảng cho sự tiến bộ tâm linh và tái sinh tốt đẹp trong các kiếp sau.

19. Kinh Tệ Túc có ý nghĩa gì trong việc khuyến khích người tu học duy trì niềm tin vào Chánh Pháp, ngay cả khi đối diện với sự nghi ngờ?
Dưới đây là các điểm mấu chốt về ý nghĩa của Kinh Tệ Túc trong việc khuyến khích người tu học duy trì niềm tin vào Chánh Pháp, ngay cả khi đối diện với sự nghi ngờ:

1. **Cho thấy giá trị của sự kiên trì trong niềm tin vào Chánh Pháp**
   - Kinh Tệ Túc cho thấy rằng dù Thái tử Payāsi ban đầu nghi ngờ và phủ nhận các khái niệm như nghiệp báo và tái sinh, sự kiên trì của ngài Kumāra-Kassapa trong việc giảng giải đã giúp Payāsi dần thay đổi quan điểm. Điều này khuyến khích người tu học giữ vững niềm tin vào Chánh Pháp, kiên trì tu tập ngay cả khi đối diện với hoài nghi.
2. **Nhấn mạnh tầm quan trọng của trí tuệ và sự suy xét trong niềm tin**
   - Qua các lý luận sắc bén và ẩn dụ của ngài Kumāra-Kassapa, Kinh Tệ Túc dạy rằng niềm tin vào Chánh Pháp cần được củng cố bằng trí tuệ và sự suy xét, chứ không phải mù quáng. Điều này giúp người tu học phát triển niềm tin sáng suốt, vượt qua sự hoài nghi bằng hiểu biết sâu sắc.
3. **Khuyến khích lòng từ bi và kiên nhẫn trong việc giúp người khác giữ vững niềm tin**
   - Qua cách ngài Kumāra-Kassapa đối thoại với Payāsi, kinh khuyến khích người tu học không chỉ duy trì niềm tin cho bản thân mà còn biết kiên nhẫn

và từ bi khi giúp người khác vượt qua sự nghi ngờ. Điều này giúp xây dựng một cộng đồng tu học đoàn kết và hỗ trợ lẫn nhau.

4. **Chứng minh rằng nghi ngờ có thể là khởi điểm cho sự giác ngộ**
    - Sự nghi ngờ của Thái tử Payāsi không bị từ chối hay phán xét, mà được dùng làm nền tảng cho một cuộc đối thoại sâu sắc. Điều này cho thấy rằng sự nghi ngờ có thể là khởi đầu của sự tìm hiểu, giúp người tu học phát triển niềm tin bền vững hơn khi được giải đáp.
5. **Tạo động lực để người tu học tiếp tục tìm kiếm chân lý**
    - Kinh Tệ Túc khuyến khích người tu học không bỏ cuộc khi gặp khó khăn trong niềm tin, mà thay vào đó nên kiên trì tìm kiếm và hiểu sâu hơn về giáo pháp. Nhận thức rằng chân lý có thể vượt ngoài khả năng nhận thức ban đầu giúp họ không ngừng khám phá Chánh Pháp.
6. **Giúp củng cố niềm tin vào các quy luật tâm linh**
    - Những lý giải về nghiệp báo và tái sinh trong kinh củng cố niềm tin vào các quy luật vô hình, dù không thể thấy ngay bằng mắt thường. Điều này nhắc nhở người tu học rằng Chánh Pháp không phụ thuộc vào giác quan và sự hoài nghi nhất thời.
7. **Làm sáng tỏ giá trị của Chánh Pháp trong việc hướng đến hạnh phúc bền vững**
    - Kinh Tệ Túc nhấn mạnh rằng niềm tin vào Chánh Pháp giúp con người sống có trách nhiệm và hướng đến hạnh phúc bền vững. Điều này giúp người tu học hiểu rằng Chánh Pháp là con đường dẫn đến an lạc, không chỉ trong kiếp này mà còn trong những kiếp tái sinh.
8. **Nhấn mạnh vai trò của bậc trí tuệ trong việc dẫn dắt niềm tin**
    - Cách ngài Kumāra-Kassapa dẫn dắt Payāsi qua sự nghi ngờ của ông nhấn mạnh tầm quan trọng của bậc trí tuệ trong việc duy trì niềm tin cho người khác. Người tu học học được rằng việc lắng nghe và học hỏi từ người có trí tuệ là nền tảng để vượt qua hoài nghi.

Tổng kết:

Kinh Tệ Túc khuyến khích người tu học giữ vững niềm tin vào Chánh Pháp, ngay cả khi đối diện với sự nghi ngờ. Kinh nhấn mạnh sự kiên trì, trí tuệ, lòng từ bi và tầm quan trọng của việc tìm hiểu sâu sắc để vượt qua sự hoài nghi và hướng đến niềm tin bền vững trong Chánh Pháp.

20. Từ cuộc đối thoại trong kinh, ta có thể rút ra được gì về tầm quan trọng của trí tuệ và lòng từ bi trong hành trình tìm kiếm chân lý?

Dưới đây là các điểm mấu chốt về tầm quan trọng của trí tuệ và lòng từ bi trong hành trình tìm kiếm chân lý, như rút ra từ cuộc đối thoại trong Kinh Tệ Túc:

1. **Trí tuệ giúp nhận thức sâu sắc và vượt qua giới hạn của giác quan**
    - Trí tuệ cho phép chúng ta nhìn thấy các quy luật sâu xa như nghiệp báo và tái sinh, vượt qua những giới hạn của nhận thức giác quan. Cuộc đối thoại cho thấy rằng chỉ có trí tuệ mới có thể dẫn dắt người tu học đến sự hiểu biết sâu sắc, thay vì chỉ tin vào những gì dễ thấy.
2. **Lòng từ bi tạo ra môi trường để người khác mở lòng đón nhận chân lý**

- Ngài Kumāra-Kassapa thể hiện lòng từ bi qua sự kiên nhẫn và không phán xét đối với sự nghi ngờ của Payāsi. Lòng từ bi này làm cho Payāsi cảm thấy được tôn trọng, giúp ông dần mở lòng để đón nhận chân lý, dù lúc đầu ông không tin tưởng.

3. **Trí tuệ và từ bi kết hợp giúp truyền tải chân lý hiệu quả hơn**
   - Cuộc đối thoại cho thấy rằng trí tuệ giúp người giảng pháp biết cách dùng những ẩn dụ hợp lý để giải thích chân lý, trong khi lòng từ bi làm cho cách giảng giải trở nên nhẹ nhàng, dễ tiếp thu. Sự kết hợp này làm cho chân lý trở nên gần gũi và dễ hiểu hơn.
4. **Lòng từ bi khuyến khích sự cởi mở và tự nguyện học hỏi**
   - Khi được đối xử bằng từ bi, người nghe như Payāsi không cảm thấy bị áp đặt hay bắt buộc, mà tự nguyện tìm hiểu chân lý. Điều này cho thấy từ bi là yếu tố quan trọng trong việc khuyến khích người khác mở lòng và tự tìm kiếm chân lý.
5. **Trí tuệ giúp tháo gỡ các quan điểm sai lầm và hướng dẫn đúng đắn**
   - Với trí tuệ, ngài Kumāra-Kassapa có thể nhận ra điểm yếu trong lập luận của Payāsi và giải thích chúng một cách rõ ràng. Trí tuệ giúp người giảng pháp tháo gỡ những quan điểm sai lầm, từ đó hướng người nghe đến chân lý một cách đúng đắn.
6. **Lòng từ bi giúp duy trì sự kiên nhẫn trong hành trình truyền đạt chân lý**
   - Ngài Kumāra-Kassapa thể hiện lòng từ bi và sự kiên nhẫn dù Payāsi ban đầu không tin vào chân lý. Điều này cho thấy rằng lòng từ bi là yếu tố thiết yếu để duy trì sự kiên nhẫn khi đối diện với những quan điểm đối lập hoặc sự hoài nghi của người khác.
7. **Trí tuệ giúp nhận ra những chân lý ẩn sâu và lâu dài**
   - Trí tuệ cho phép ngài Kumāra-Kassapa hiểu rõ về nghiệp báo và luân hồi, những chân lý không thể thấy ngay. Điều này nhấn mạnh rằng trí tuệ là nền tảng để nhận thức các chân lý lâu dài, vượt ngoài phạm vi của những điều dễ thấy và hữu hình.
8. **Lòng từ bi truyền cảm hứng cho sự phát triển đạo đức và tu tập của người khác**
   - Lòng từ bi trong cách giảng dạy của ngài Kumāra-Kassapa không chỉ giúp Payāsi hiểu chân lý mà còn truyền cảm hứng để ông thay đổi. Điều này cho thấy từ bi có khả năng tạo động lực cho người khác cải thiện bản thân và sống một cuộc sống đạo đức hơn.

Tổng kết:

Từ cuộc đối thoại trong Kinh Tệ Túc, ta rút ra rằng trí tuệ và lòng từ bi là nền tảng thiết yếu trong hành trình tìm kiếm và truyền đạt chân lý. Trí tuệ giúp ta thấu hiểu các quy luật sâu xa, còn lòng từ bi làm cho chân lý trở nên dễ tiếp nhận và có sức lay động. Sự kết hợp của trí tuệ và từ bi không chỉ giúp bản thân người tu học đạt được sự giác ngộ mà còn truyền cảm hứng cho người khác đi trên con đường tìm kiếm chân lý.

KINH 24:
KINH BA-LÊ
(Pāṭika Sutta)

I. GIỚI THIỆU TỔNG QUAN VỀ KINH BA-LÊ (PĀṬIKA SUTTA)

1. Bối cảnh và lý do kinh ra đời

- **Bối cảnh:** Kinh Ba-Lê được giảng dạy trong thời điểm mà một số cá nhân, bao gồm cả ngài Pāṭika, có những nghi ngờ và quan niệm sai lầm về giáo pháp Phật giáo, đặc biệt là về các quy luật siêu hình và các quan điểm về tâm linh.
- **Lý do giảng dạy:** Đức Phật đã giảng dạy Kinh Ba-Lê để giải đáp những thắc mắc và làm rõ những quan niệm sai lệch của ngài Pāṭika và các đệ tử của ông. Cuộc đối thoại này diễn ra nhằm giúp mọi người nhận ra bản chất thật sự của giáo lý Phật giáo, vượt qua những định kiến và quan điểm sai lầm.

2. Nhân vật và địa điểm chính

- **Nhân vật chính:** Kinh tập trung vào cuộc đối thoại giữa Đức Phật và ngài Pāṭika, một người có nhiều hoài nghi về các nguyên lý trong Phật giáo. Ngài Pāṭika đại diện cho những cá nhân có cái nhìn hạn hẹp và thực dụng, từ chối chấp nhận những điều không thể thấy trực tiếp.
- **Các đệ tử và người nghe quan trọng:** Ngoài ngài Pāṭika, còn có các đệ tử của Đức Phật và những người theo dõi cuộc đối thoại, đóng vai trò là người học hỏi, chứng kiến cuộc đối thoại và chiêm nghiệm các giáo lý.
- **Địa điểm diễn ra bài giảng:** Địa điểm nơi Đức Phật thuyết giảng kinh này có tầm quan trọng đặc biệt, vì nó tạo nên bối cảnh cho sự trao đổi về những khái niệm siêu hình và tâm linh. Địa điểm này có ý nghĩa về sự tập trung trí tuệ và từ bi, giúp người nghe mở lòng để tiếp nhận chân lý.

3. Mục đích và ý nghĩa chính của Kinh Ba-Lê

- **Mục đích của kinh:** Kinh Ba-Lê nhằm mục đích tháo gỡ những định kiến và hiểu lầm về giáo lý Phật giáo. Qua đó, Đức Phật muốn giúp người nghe hiểu rõ hơn về các quy luật nhân quả, nghiệp báo và luân hồi.
- **Ý nghĩa chính của kinh:** Đức Phật nhấn mạnh rằng giác ngộ không chỉ là việc đạt đến sự hiểu biết về các hiện tượng có thể thấy và cảm nhận, mà còn là nhận thức sâu xa về những quy luật vô hình chi phối mọi sự vật và hiện tượng. Kinh Ba-Lê truyền đạt thông điệp về tầm quan trọng của trí tuệ và sự mở lòng, khuyến khích người tu học vượt qua cái nhìn hạn hẹp và hướng đến sự giác ngộ toàn diện.

II. NỘI DUNG CHÍNH CỦA KINH BA-LÊ (PĀṬIKA SUTTA)

1. Các câu hỏi và nghi ngờ mà Pāṭika đặt ra

- **Những câu hỏi và quan điểm:** Ngài Pāṭika đưa ra một loạt câu hỏi xoay quanh các vấn đề siêu hình, đặc biệt là về sự tồn tại của các quy luật tâm linh như nghiệp báo, luân hồi và các cõi giới vô hình. Ông thể hiện sự hoài nghi sâu sắc, bởi lẽ ông chỉ tin vào những gì có thể thấy và trải nghiệm trực tiếp.
- **Phân tích từng câu hỏi:** Những nghi ngờ của Pāṭika phản ánh một quan điểm thực dụng và duy vật, nơi ông đặt câu hỏi về tính chân thực của các hiện tượng không thể đo lường hoặc chứng minh ngay lập tức. Các chủ đề mà ông quan tâm bao gồm: sự tái sinh, sự tồn tại của các cõi giới sau khi chết, và quy luật nghiệp báo. Ông cho rằng nếu không có bằng chứng rõ ràng, các khái niệm này chỉ là sự tưởng tượng.
- **Tầm quan trọng của những nghi ngờ này:** Câu hỏi của Pāṭika không chỉ phản ánh suy nghĩ của cá nhân ông mà còn là vấn đề chung của nhiều người hoài nghi về giáo lý Phật giáo. Những nghi ngờ này là nền tảng để Đức Phật giảng giải và hướng dẫn Pāṭika, giúp người đọc hiểu sâu sắc hơn về sự vận hành của các quy luật tâm linh.

2. Lời giảng giải của Đức Phật và cách ngài phản biện

- **Cách Đức Phật giải đáp:** Đức Phật kiên nhẫn lắng nghe các câu hỏi của Pāṭika và đáp lại một cách từ bi, không áp đặt nhưng cũng rất sắc bén. Ngài giải thích rằng không phải mọi chân lý đều có thể thấy bằng mắt thường hay cảm nhận trực tiếp, và các quy luật như nghiệp báo, tái sinh là những nguyên lý sâu sắc đòi hỏi sự hiểu biết vượt ngoài giác quan.
- **Phản biện của Đức Phật:** Ngài sử dụng những lập luận sắc bén để tháo gỡ quan điểm sai lầm của Pāṭika. Chẳng hạn, Đức Phật chỉ ra rằng ngay cả những điều tưởng chừng như hiển nhiên cũng có thể vượt ngoài khả năng nhận thức của chúng ta nếu thiếu đi trí tuệ và sự suy xét sâu sắc.
- **Ví dụ và ẩn dụ:** Đức Phật sử dụng nhiều ví dụ để giải thích các khái niệm khó hiểu, giúp Pāṭika hiểu rõ hơn về chân lý. Một trong những ví dụ là hình ảnh của một người mù không thấy ánh sáng nhưng ánh sáng vẫn tồn tại, nhằm minh chứng cho việc có những điều vượt ngoài tầm thấy biết trực tiếp. Đức Phật cũng dùng ẩn dụ về hạt giống nảy mầm: dù hạt chưa mọc ngay lập tức, nhưng khi đủ điều kiện, nó sẽ phát triển thành cây – tương tự như nghiệp báo sẽ trổ quả khi hội đủ duyên.

3. Điểm nhấn về các giáo lý quan trọng trong kinh

- **Nghiệp báo:** Đức Phật nhấn mạnh rằng nghiệp báo là một quy luật tự nhiên, không thiên vị và không phụ thuộc vào nhận thức của con người. Nghiệp báo vận hành theo cách mà mọi hành động đều sẽ dẫn đến kết quả tương ứng khi đủ điều kiện. Ngài giải thích rằng không phải mọi hậu quả đều hiển lộ ngay trong đời này, mà có thể tồn tại qua nhiều kiếp sống, tích lũy và trổ quả vào thời điểm thích hợp.
- **Tái sinh:** Đức Phật khẳng định sự tồn tại của tái sinh, giải thích rằng cái chết không phải là sự kết thúc, mà chỉ là một giai đoạn chuyển tiếp sang kiếp sống mới. Tái sinh được quyết định bởi nghiệp và hành vi của mỗi

người. Qua đó, Ngài khuyến khích sống có trách nhiệm, vì những hành động hiện tại sẽ ảnh hưởng đến các kiếp sống tương lai.

- **Giải thoát:** Đức Phật nhấn mạnh rằng mục tiêu tối thượng của người tu học là sự giải thoát khỏi vòng luân hồi và khổ đau. Ngài giải thích rằng giải thoát là trạng thái vượt ngoài nghiệp báo, nơi con người đạt đến an lạc và không còn bị chi phối bởi tái sinh hay nghiệp quả. Điều này khuyến khích người tu học nỗ lực tu tập để đạt đến trạng thái giải thoát và giác ngộ.
- **Phân tích giá trị của các giáo lý:** Những giáo lý này không chỉ mang giá trị tâm linh mà còn có ý nghĩa đạo đức và thực tiễn. Nghiệp báo giúp con người sống có trách nhiệm, tránh các hành vi gây hại. Tái sinh nhấn mạnh tính dài hạn của mỗi hành động, giúp con người hiểu rằng không có gì là vô nghĩa, mọi việc đều có hệ quả của nó. Giải thoát là mục tiêu cuối cùng, giúp người tu học thấy được ý nghĩa cao cả của con đường tu tập, hướng đến sự an lạc và hòa hợp với vũ trụ.

Tổng kết:

Phần nội dung chính của Kinh Ba-Lê giải thích các câu hỏi và nghi ngờ của Pāṭika, cung cấp lời giảng giải từ bi và sắc bén của Đức Phật, và nhấn mạnh các giáo lý quan trọng như nghiệp báo, tái sinh, và giải thoát. Phần này giúp người đọc hiểu rõ hơn về các nguyên lý căn bản trong giáo lý Phật giáo và giá trị thiết yếu của chúng trong hành trình tu học và đạt đến giác ngộ.

III. Ý NGHĨA VÀ BÀI HỌC TỪ CUỘC ĐỐI THOẠI

1. Những ý nghĩa sâu sắc về nghiệp báo và sự giác ngộ

- **Bài học về sự tương quan giữa nghiệp và kết quả của hành động:** Cuộc đối thoại giúp người đọc hiểu rằng nghiệp báo không chỉ là một khái niệm siêu hình mà là một quy luật nhân quả mang tính tự nhiên và chính xác. Mọi hành động đều tạo ra hậu quả, và khi đủ điều kiện, những hậu quả đó sẽ trổ quả. Điều này khuyến khích người tu học sống có trách nhiệm, biết rằng mọi hành động sẽ mang lại kết quả tương ứng.
- **Tính kiên định của quy luật nghiệp báo:** Đức Phật nhấn mạnh rằng nghiệp báo không thiên vị, nó vận hành theo cách tự nhiên, bất kể cá nhân có tin vào nó hay không. Cuộc đối thoại dạy người đọc bài học về sự cần thiết của lòng tin vào các quy luật tâm linh và tự nhiên, từ đó thúc đẩy họ sống đạo đức, từ bi, và tránh xa các hành vi gây hại.
- **Sự giác ngộ là mục tiêu tối thượng:** Kinh Ba-Lê không chỉ nói về nghiệp báo mà còn nhấn mạnh tầm quan trọng của giác ngộ và giải thoát. Đức Phật khuyến khích người tu học hướng đến mục tiêu cao cả này, nhận ra rằng sự giải thoát không chỉ là sự thoát khỏi khổ đau cá nhân mà còn là sự hòa hợp với bản chất sâu sắc của vũ trụ.

2. Vai trò của sự khiêm nhường và cởi mở trong việc tiếp nhận giáo pháp

- **Bài học từ sự thay đổi của Pāṭika:** Ban đầu, Pāṭika có quan điểm cố chấp và hoài nghi về các nguyên lý Phật giáo, chỉ tin vào những gì có thể thấy trực tiếp. Tuy nhiên, qua sự giải thích từ bi và kiên nhẫn của Đức Phật, ông dần dần mở lòng, nhận ra giới hạn trong quan điểm của mình và sẵn sàng chấp nhận chân lý. Điều này nhấn mạnh rằng khiêm nhường và cởi mở là hai phẩm chất cần thiết để tiếp nhận giáo pháp một cách trọn vẹn.

- **Tầm quan trọng của việc từ bỏ chấp ngã:** Sự cởi mở của Pāṭika giúp ông dần từ bỏ cái nhìn cố chấp và nhận thức được các quy luật vô hình nhưng chân thật trong đời sống. Cuộc đối thoại dạy người đọc rằng sự chấp ngã và cố chấp là rào cản lớn nhất trong hành trình tu học, và chỉ khi ta sẵn lòng từ bỏ chúng, ta mới có thể nhận thức được chân lý.
- **Khiêm nhường như nền tảng cho sự tiến bộ tâm linh:** Câu chuyện của Pāṭika khuyến khích người tu học duy trì sự khiêm nhường, không cho rằng mình đã hiểu tất cả, mà luôn mở lòng để học hỏi thêm. Điều này tạo điều kiện cho sự tiến bộ tâm linh và cho phép cá nhân dần dần đến gần hơn với giác ngộ.

3. Giá trị của sự từ bi và kiên nhẫn trong giảng pháp

- **Cách Đức Phật sử dụng từ bi và kiên nhẫn:** Trong cuộc đối thoại, Đức Phật không áp đặt hay bác bỏ các câu hỏi của Pāṭika ngay lập tức, mà kiên nhẫn lắng nghe và trả lời một cách từ bi. Điều này cho thấy rằng sự từ bi và kiên nhẫn là những phẩm chất thiết yếu để truyền đạt giáo pháp, giúp người nghe cảm thấy được tôn trọng và dễ dàng mở lòng hơn.
- **Từ bi giúp giảm bớt sự đối kháng và làm mềm lòng người hoài nghi:** Đức Phật không phán xét hay chỉ trích Pāṭika mà ngược lại, ngài thấu hiểu những giới hạn trong nhận thức của ông và tận tình hướng dẫn ông từng bước. Điều này nhấn mạnh rằng sự từ bi không chỉ giúp truyền đạt chân lý mà còn làm giảm bớt sự đối kháng ở người nghe, từ đó tạo điều kiện để chân lý được đón nhận.
- **Kiên nhẫn là yếu tố quan trọng trong hành trình truyền bá giáo pháp:** Đức Phật hiểu rằng sự thay đổi quan điểm của Pāṭika không thể diễn ra ngay lập tức. Ngài dùng sự kiên nhẫn để giải thích từng bước, khéo léo tháo gỡ các quan điểm sai lầm của ông mà không gây áp lực. Đây là bài học cho người tu học về tầm quan trọng của sự kiên nhẫn, không chỉ trong việc học hỏi mà còn trong việc giảng pháp, giúp người khác từ từ tiếp cận chân lý một cách tự nhiên.

Tổng kết:

Cuộc đối thoại trong Kinh Ba-Lê mang đến những bài học sâu sắc về nghiệp báo và giác ngộ, nhấn mạnh vai trò của khiêm nhường, cởi mở, từ bi, và kiên nhẫn trong hành trình tìm kiếm và truyền đạt chân lý. Những phẩm chất này không chỉ quan trọng trong việc tiếp nhận giáo pháp mà còn là nền tảng để người tu học đạt đến sự giác ngộ và giúp người khác hướng đến con đường chân chính.

IV. CÁC ẨN DỤ VÀ VÍ DỤ TIÊU BIỂU TRONG KINH BA-LÊ

1. Giải thích các ẩn dụ mà Đức Phật sử dụng

- **Ẩn dụ về người mù và ánh sáng:** Đức Phật dùng hình ảnh người mù không thể thấy ánh sáng để minh họa cho việc con người có những giới hạn trong nhận thức và giác quan. Chân lý và các quy luật tâm linh như nghiệp báo, tái sinh vẫn tồn tại dù giác quan của chúng ta không thể trực tiếp thấy được chúng, giống như ánh sáng vẫn tồn tại dù người mù không thể thấy.

- **Ẩn dụ về hạt giống và cây:** Đức Phật ví các hành động và kết quả của chúng như hạt giống và cây. Mặc dù hạt giống không mọc thành cây ngay lập tức, nhưng khi đủ điều kiện, nó sẽ nảy mầm và phát triển. Tương tự, nghiệp cũng sẽ trổ quả khi đủ duyên, dù điều đó có thể không xảy ra ngay lập tức trong đời này.
- **Ẩn dụ về dòng sông ngầm:** Đức Phật sử dụng hình ảnh dòng sông chảy ngầm dưới lòng đất để chỉ những quy luật vận hành âm thầm của nghiệp báo. Dòng nước dù không thấy rõ nhưng vẫn tồn tại và ảnh hưởng đến mặt đất phía trên, tương tự như nghiệp báo ảnh hưởng đến cuộc sống con người dù không phải lúc nào cũng thấy ngay.
- **Ẩn dụ về sự phản chiếu của gương:** Đức Phật cũng dùng hình ảnh sự phản chiếu trong gương để giải thích rằng những hành động sẽ phản chiếu lại trong cuộc đời chúng ta, giống như hình ảnh được phản chiếu khi soi vào gương. Đây là cách mà nghiệp báo vận hành, phản chiếu lại chính những hành động mà chúng ta đã tạo ra.

2. Phân tích tác động của các ẩn dụ đối với người nghe

- **Giúp người nghe dễ dàng hình dung và thấu hiểu các quy luật trừu tượng:** Các ẩn dụ mà Đức Phật sử dụng đều lấy từ những hình ảnh và hiện tượng gần gũi trong đời sống, giúp người nghe dễ hình dung và hiểu rõ hơn về các khái niệm phức tạp như nghiệp báo, tái sinh, và luật nhân quả. Đối với Pāṭika, người có quan điểm thực dụng và chỉ tin vào những gì thấy trực tiếp, những ẩn dụ này là cầu nối giúp ông tiếp cận với các khái niệm siêu hình một cách dễ dàng hơn.
- **Giảm thiểu sự đối kháng và mở lòng đón nhận giáo lý:** Các ẩn dụ giúp Pāṭika và người nghe hiểu giáo lý mà không cảm thấy bị ép buộc hoặc phán xét. Khi dùng những hình ảnh quen thuộc để giải thích, Đức Phật giúp người nghe từ từ mở lòng và sẵn sàng đón nhận chân lý, thay vì cảm thấy đối kháng với những gì mà họ chưa hiểu rõ.
- **Khuyến khích người nghe suy ngẫm sâu hơn về giáo lý:** Các ẩn dụ không chỉ đơn giản hóa các khái niệm mà còn tạo cơ hội để người nghe suy ngẫm sâu hơn về ý nghĩa của chúng. Ví dụ, hình ảnh hạt giống và cây không chỉ dừng lại ở việc giải thích nghiệp báo mà còn khuyến khích người nghe tự đặt câu hỏi về những "hạt giống" mà họ đang gieo trong cuộc sống và những "cây trái" họ mong muốn gặt hái trong tương lai.
- **Tăng cường trí tuệ trực giác của người nghe:** Các ẩn dụ giúp Pāṭika và người nghe phát triển trí tuệ trực giác, nhận thức sâu sắc hơn về bản chất của các quy luật tự nhiên mà không cần chứng minh trực tiếp. Điều này giúp họ vượt qua những giới hạn của giác quan và mở rộng tầm nhìn về cuộc sống.
- **Thúc đẩy lòng tin vào giáo lý và quy luật nhân quả:** Cuối cùng, các ẩn dụ như dòng sông ngầm hay sự phản chiếu của gương giúp củng cố lòng tin vào nghiệp báo và luật nhân quả. Những hình ảnh này gợi mở rằng mọi

hành động đều để lại dấu ấn và sẽ ảnh hưởng trở lại vào một thời điểm nhất định, giúp người nghe thấu hiểu và tin tưởng vào các quy luật tự nhiên mà Đức Phật truyền dạy.

Tổng kết:

Các ẩn dụ trong Kinh Ba-Lê là công cụ giảng dạy khéo léo của Đức Phật, giúp người nghe dễ dàng tiếp cận các quy luật tâm linh trừu tượng và sâu sắc. Những ẩn dụ này không chỉ làm rõ giáo lý mà còn khuyến khích sự suy ngẫm, mở rộng trí tuệ và củng cố lòng tin vào chân lý, giúp người tu học tiến xa hơn trên con đường giác ngộ.

V. KẾT QUẢ CUỘC ĐỐI THOẠI VÀ SỰ CHUYỂN HÓA TÂM THỨC

1. Thay đổi trong quan điểm và thái độ của Pāṭika

- **Sự chuyển biến trong tư duy của Pāṭika:** Sau khi nghe lời giảng của Đức Phật, Pāṭika dần nhận ra những giới hạn trong quan điểm duy vật và thực dụng của mình. Ông bắt đầu hiểu rằng có những quy luật vượt ngoài tầm nhìn của giác quan, và không phải mọi điều trong cuộc sống đều có thể thấy hoặc kiểm chứng ngay lập tức.
- **Thay đổi trong thái độ và niềm tin:** Trước đó, Pāṭika đã kiên định với niềm tin rằng chỉ có những gì nhìn thấy và trải nghiệm trực tiếp mới là chân lý. Tuy nhiên, qua cuộc đối thoại và các ẩn dụ của Đức Phật, ông đã thay đổi thái độ, mở lòng hơn với các quy luật siêu hình như nghiệp báo và tái sinh. Từ một người hoài nghi, Pāṭika dần chấp nhận rằng có những nguyên lý vượt ngoài nhận thức thông thường.
- **Thể hiện sự khiêm nhường và sẵn sàng học hỏi:** Sự chuyển hóa trong tư duy của Pāṭika cũng thể hiện lòng khiêm nhường, khi ông sẵn sàng từ bỏ quan điểm cũ và mở lòng đón nhận giáo pháp từ Đức Phật. Đây là một bước tiến lớn, cho thấy sự cởi mở trong việc học hỏi và nhận thức ra những giới hạn của bản thân.

2. Ý nghĩa của sự chuyển hóa này đối với việc tu tập và giác ngộ

- **Khẳng định khả năng chuyển hóa tâm thức:** Sự thay đổi của Pāṭika là minh chứng cho thấy rằng, bất kể ai, dù có hoài nghi hay cố chấp đến đâu, vẫn có khả năng chuyển hóa khi được tiếp cận với Chánh Pháp. Điều này khuyến khích người tu học tin vào khả năng thay đổi của mình và tin rằng sự chuyển hóa luôn là điều khả thi.
- **Tầm quan trọng của việc cởi mở và khiêm nhường trong tu học:** Sự chuyển hóa của Pāṭika cho thấy rằng cởi mở và khiêm nhường là nền tảng để tiếp nhận chân lý và phát triển tâm linh. Người tu học cần sẵn lòng từ bỏ những định kiến cũ và sẵn sàng học hỏi để tiến bộ trên con đường tu tập.
- **Khuyến khích tinh thần kiên nhẫn và từ bi trong giảng pháp:** Cuộc đối thoại của Đức Phật và sự chuyển hóa của Pāṭika nhắc nhở rằng những người có nhiệm vụ truyền bá giáo pháp cần kiên nhẫn và từ bi. Sự chuyển hóa tâm thức có thể không diễn ra ngay lập tức, và người giảng pháp cần từ tốn, khéo léo để từng bước dẫn dắt người nghe đi đến chân lý.

- **Truyền cảm hứng về sự giải thoát và giác ngộ:** Sự chuyển hóa của Pāṭika là động lực cho người tu học, cho thấy rằng việc vượt qua những ràng buộc về nhận thức sẽ giúp chúng ta đến gần hơn với sự giác ngộ. Sự thay đổi này giúp người tu học hiểu rằng giác ngộ không phải là một trạng thái bất biến mà là kết quả của sự chuyển hóa liên tục, khi ta dần dần nhận thức được bản chất sâu xa của các quy luật vũ trụ.

Tổng kết:

Sự thay đổi trong tư duy và thái độ của Pāṭika là một minh chứng cho sức mạnh chuyển hóa của Chánh Pháp. Cuộc đối thoại không chỉ giúp Pāṭika vượt qua giới hạn của bản thân mà còn mang lại cho người tu học niềm tin và hy vọng vào khả năng thay đổi của chính mình. Nó nhấn mạnh vai trò của khiêm nhường, kiên nhẫn, và từ bi trong hành trình tu học, đưa chúng ta đến gần hơn với sự giác ngộ và giải thoát khỏi những định kiến sai lầm.

VI. KẾT LUẬN VÀ TÓM TẮT TỪ KINH BA-LÊ

1. Tóm tắt các điểm chính của Kinh Ba-Lê

- **Nội dung cốt lõi:** Kinh Ba-Lê tập trung vào cuộc đối thoại giữa Đức Phật và ngài Pāṭika, người mang nhiều hoài nghi về các quy luật tâm linh như nghiệp báo, tái sinh và các cõi giới vô hình. Đức Phật đã sử dụng các ẩn dụ và lập luận từ bi để giải đáp những nghi ngờ của Pāṭika, từ đó giúp ông dần thay đổi quan điểm.
- **Giáo lý quan trọng:** Các giáo lý cốt lõi trong kinh bao gồm nghiệp báo, tái sinh, và sự giải thoát. Đức Phật nhấn mạnh rằng mọi hành động đều để lại hậu quả, và những kết quả này sẽ trổ ra khi đủ duyên. Ngài cũng khẳng định rằng tái sinh là một phần của vòng luân hồi, và sự giải thoát là trạng thái cao nhất giúp vượt qua khổ đau và nghiệp quả.
- **Ý nghĩa của sự chuyển hóa:** Cuộc đối thoại còn làm nổi bật quá trình chuyển hóa tâm thức, nhấn mạnh rằng việc mở lòng với Chánh Pháp có thể giúp người tu học vượt qua những giới hạn của nhận thức thông thường và đạt đến sự an lạc, giác ngộ.

2. Khẳng định tầm quan trọng của Kinh Ba-Lê trong hành trình tu học

- **Củng cố niềm tin vào Chánh Pháp:** Kinh Ba-Lê có vai trò quan trọng trong việc củng cố niềm tin vào Chánh Pháp. Qua cuộc đối thoại với ngài Pāṭika, kinh cho thấy rằng các quy luật của Phật giáo không chỉ là lý thuyết mà là chân lý sống động, có thể dẫn dắt con người đến sự an lạc và giải thoát khi hiểu đúng và áp dụng vào cuộc sống.
- **Khuyến khích sự kiên trì trên con đường tu tập:** Kinh cũng nhấn mạnh rằng sự chuyển hóa tâm thức không diễn ra ngay lập tức. Người tu học cần kiên nhẫn, không nản lòng trước những nghi ngờ hoặc khó khăn trong hành trình tu học, bởi mỗi bước chuyển hóa đều là nền tảng để tiến gần hơn đến giác ngộ.
- **Vai trò trong việc phát triển trí tuệ và từ bi:** Kinh Ba-Lê không chỉ khuyến khích người tu học tìm kiếm trí tuệ sâu sắc mà còn nhấn mạnh tầm quan trọng của lòng từ bi. Sự kiên nhẫn và từ bi trong giảng pháp của Đức

Phật là tấm gương cho người tu học, khuyến khích họ phát triển những phẩm chất này trong bản thân.

3. **Bài học thực tiễn từ Kinh Ba-Lê cho người tu học**

- **Phát triển sự khiêm nhường và cởi mở:** Kinh Ba-Lê nhắc nhở người tu học duy trì sự khiêm nhường, sẵn sàng từ bỏ các quan điểm sai lầm và mở lòng đón nhận giáo lý. Khiêm nhường và cởi mở là nền tảng để tiếp nhận Chánh Pháp một cách sâu sắc và chân thành.
- **Duy trì niềm tin vào nghiệp báo và tái sinh:** Nhận thức về nghiệp báo và tái sinh giúp người tu học sống có trách nhiệm, biết rằng mọi hành động đều sẽ để lại kết quả và ảnh hưởng đến các kiếp sống tương lai. Điều này khuyến khích họ thực hành thiện nghiệp, tránh xa các hành vi gây hại, và sống với lòng từ bi.
- **Áp dụng giáo lý vào đời sống hàng ngày:** Kinh Ba-Lê dạy rằng Chánh Pháp không chỉ là tri thức mà là kim chỉ nam cho cuộc sống. Người tu học cần áp dụng các giáo lý vào cuộc sống hằng ngày, từ việc rèn luyện lòng kiên nhẫn, từ bi đến việc phát triển trí tuệ, để đạt được sự an lạc và tiến bộ trên con đường tu học.
- **Kiên nhẫn và bền bỉ trong việc học hỏi và chuyển hóa bản thân:** Bài học về sự chuyển hóa của Pāṭika nhắc nhở rằng tu học là một hành trình dài. Người tu học cần kiên nhẫn, bền bỉ và không nản lòng khi đối diện với những giới hạn của mình, bởi sự chuyển hóa không chỉ giúp cá nhân đạt đến an lạc mà còn lan tỏa lợi ích đến những người xung quanh.

Tổng kết:

Kinh Ba-Lê mang đến những bài học quan trọng về nghiệp báo, tái sinh, và sự giải thoát, khuyến khích người tu học duy trì niềm tin vào Chánh Pháp và kiên nhẫn trên con đường tu tập. Kinh cũng dạy về giá trị của khiêm nhường, cởi mở và lòng từ bi, giúp người tu học không chỉ đạt đến an lạc cá nhân mà còn đóng góp vào sự hòa hợp và hạnh phúc của xã hội.

VII. ỨNG DỤNG KINH BA-LÊ TRONG ĐỜI SỐNG HIỆN ĐẠI

1. **Cách ứng dụng các giáo lý từ Kinh Ba-Lê vào cuộc sống hiện đại**

- **Sống có trách nhiệm với hành động của mình:** Giáo lý về nghiệp báo nhắc nhở rằng mọi hành động, dù nhỏ, đều sẽ mang lại kết quả tương ứng. Trong cuộc sống hiện đại, điều này khuyến khích chúng ta sống có trách nhiệm, tránh những hành động gây hại đến người khác và xã hội. Việc này có thể bắt đầu từ những việc đơn giản như giữ gìn môi trường, có ý thức trong công việc, và trung thực trong giao tiếp.
- **Phát triển lòng từ bi và sự cảm thông:** Cuộc đối thoại trong Kinh Ba-Lê nhấn mạnh tầm quan trọng của từ bi và kiên nhẫn. Ứng dụng vào đời sống, chúng ta có thể rèn luyện lòng từ bi bằng cách lắng nghe và thấu hiểu người khác, biết cảm thông với khó khăn của họ thay vì phán xét. Điều này không chỉ giúp chúng ta cải thiện các mối quan hệ mà còn tạo ra một môi trường sống hài hòa, an lạc.
- **Suy ngẫm về hậu quả dài hạn của hành động:** Học hỏi từ khái niệm tái sinh, chúng ta được khuyến khích suy nghĩ xa hơn về những hành động

mình thực hiện trong hiện tại và ảnh hưởng của chúng đến tương lai. Chẳng hạn, trong công việc hay trong gia đình, khi có lòng kiên nhẫn và sự tận tâm, chúng ta không chỉ tạo ra kết quả tốt cho hiện tại mà còn xây dựng những nền tảng vững chắc cho tương lai.

- **Thực hành sự kiên nhẫn và lòng bao dung:** Ứng dụng từ bài học về sự kiên nhẫn trong giảng pháp của Đức Phật, chúng ta có thể rèn luyện sự kiên nhẫn trong việc đối diện với những thử thách và khó khăn trong cuộc sống, cũng như trong các mối quan hệ. Khi gặp mâu thuẫn, lòng bao dung sẽ giúp chúng ta không vội phản ứng, biết tha thứ và tìm cách giải quyết một cách hòa nhã.
- **Nuôi dưỡng trí tuệ qua sự học hỏi và chiêm nghiệm:** Kinh Ba-Lê khuyến khích người tu học phát triển trí tuệ để hiểu rõ hơn về nghiệp báo và các quy luật tâm linh. Trong đời sống hiện đại, chúng ta có thể áp dụng bằng cách không ngừng học hỏi, phát triển tư duy phản biện và tự quan sát bản thân. Điều này giúp chúng ta sống có ý thức hơn, hiểu sâu hơn về bản chất của hành động và hệ quả của chúng.

2. Lời khuyên cho người tu học về việc duy trì niềm tin vào Chánh Pháp

- **Giữ vững niềm tin vào giáo pháp dù đối diện với hoài nghi:** Trong cuộc sống hiện đại đầy biến động và cạnh tranh, người tu học có thể gặp nhiều hoài nghi về giá trị của Chánh Pháp. Tuy nhiên, Kinh Ba-Lê nhắc nhở rằng chân lý và các quy luật như nghiệp báo luôn tồn tại, không phụ thuộc vào sự nhận thức của chúng ta. Vì vậy, cần giữ vững niềm tin vào giáo pháp, tin tưởng vào giá trị lâu dài của sự tu tập.
- **Thực hành kiên nhẫn và từ bi để đạt đến an lạc và giác ngộ:** Chánh Pháp không chỉ là lý thuyết mà là sự thực hành trong cuộc sống hàng ngày. Khi thực hành kiên nhẫn trong đối diện với thử thách, và từ bi trong cách đối xử với người khác, chúng ta không chỉ giúp bản thân đạt đến an lạc mà còn đóng góp vào sự an vui của xã hội. Mỗi hành động xuất phát từ từ bi đều là một bước tiến gần hơn đến sự giác ngộ.
- **Tìm kiếm ý nghĩa sâu xa của cuộc sống thông qua sự chuyển hóa tâm thức:** Kinh Ba-Lê khuyến khích người tu học không ngừng tìm kiếm chân lý và chuyển hóa tâm thức. Trong cuộc sống hiện đại, điều này có nghĩa là chúng ta nên không ngừng tự hoàn thiện bản thân, hướng đến một cuộc sống ý nghĩa và có giá trị. Mỗi khi gặp khó khăn, hãy xem đó là cơ hội để rèn luyện, để học hỏi thêm, và tiến thêm một bước trên con đường tu tập.
- **Duy trì sự khiêm nhường và cởi mở trong học hỏi:** Kinh Ba-Lê dạy rằng để nhận thức được chân lý, chúng ta cần sự khiêm nhường và cởi mở. Điều này giúp người tu học không tự mãn hay cố chấp vào quan điểm của mình mà luôn sẵn sàng tiếp thu những điều mới, mở lòng với giáo pháp và không ngừng học hỏi từ cuộc sống xung quanh.

Tổng kết:

Ứng dụng Kinh Ba-Lê vào đời sống hiện đại không chỉ giúp chúng ta sống có trách nhiệm và từ bi hơn mà còn mang lại niềm an lạc nội tâm, củng cố niềm tin vào Chánh Pháp. Thực hành các giáo lý trong cuộc sống hàng ngày là con đường để mỗi cá nhân tự chuyển hóa, đạt được giác ngộ và lan tỏa sự an vui, hòa hợp đến với mọi người xung quanh.

VIII. VẤN ĐÁP VỀ KINH BA-LÊ

1. Tại sao ngài Pāṭika lại có những nghi ngờ về nghiệp báo và tái sinh, và điều này phản ánh gì về cách con người nhìn nhận những điều không thể thấy?

Dưới đây là các điểm mấu chốt lý giải tại sao ngài Pāṭika lại có những nghi ngờ về nghiệp báo và tái sinh, và điều này phản ánh điều gì về cách con người nhìn nhận những điều không thể thấy:

1. **Tư duy thực dụng và thiên về vật chất của Pāṭika**
    - Ngài Pāṭika có xu hướng suy nghĩ thực dụng, chỉ tin vào những gì có thể thấy và trải nghiệm trực tiếp. Với quan điểm này, ông cảm thấy khó chấp nhận các khái niệm siêu hình như nghiệp báo và tái sinh, vì chúng không thể quan sát hay đo lường ngay trong hiện tại.
2. **Giới hạn của giác quan trong việc nhận thức chân lý sâu xa**
    - Pāṭika nghi ngờ vì ông dựa vào giác quan làm thước đo cho chân lý. Điều này phản ánh giới hạn của giác quan trong việc nhận thức các quy luật tâm linh, như nghiệp báo và tái sinh, vốn không thể cảm nhận trực tiếp nhưng vẫn tác động sâu sắc đến đời sống.
3. **Sự thiếu kiến thức về giáo pháp và quy luật tâm linh**
    - Do thiếu sự hiểu biết sâu sắc về giáo pháp Phật giáo, Pāṭika có cái nhìn hạn chế về bản chất của nghiệp và tái sinh. Điều này cho thấy rằng khi thiếu kiến thức hoặc tiếp cận sai lệch, con người dễ dàng nghi ngờ những quy luật vượt ngoài khả năng nhận thức thông thường.
4. **Phản ánh tâm lý chung của con người trước những điều không thấy ngay kết quả**
    - Nghi ngờ của Pāṭika phản ánh tâm lý phổ biến của con người khi đối diện với những điều không thể thấy hoặc không có bằng chứng ngay tức khắc. Đối với nhiều người, chỉ những gì hiện hữu và dễ nhận biết mới được coi là chân lý, trong khi những gì trừu tượng thường bị xem là hoài nghi hoặc không đáng tin.
5. **Tác động của bản ngã và chấp ngã trong nhận thức**
    - Quan điểm của Pāṭika cũng cho thấy sự tác động của bản ngã, khi con người tự cho rằng những gì mình không thấy hoặc không hiểu rõ là không tồn tại. Chấp ngã khiến người ta bám víu vào cái nhìn hữu hình và khó mở lòng với các nguyên lý sâu xa.
6. **Đòi hỏi về bằng chứng thực nghiệm trong cuộc sống hiện đại**
    - Nghi ngờ của Pāṭika cũng phản ánh xu hướng của con người trong xã hội hiện đại, nơi mọi điều thường được đòi hỏi phải có bằng chứng thực nghiệm và trực tiếp để chứng minh. Các khái niệm siêu hình như nghiệp và tái sinh vì thế trở thành điều khó tiếp nhận đối với nhiều người.
7. **Giới hạn của khoa học hiện đại và sự thiếu sót trong hiểu biết siêu hình**
    - Nghi ngờ của Pāṭika thể hiện một hạn chế mà con người hiện đại thường gặp: họ coi khoa học và những điều dễ kiểm chứng là thước đo duy nhất

của sự thật, bỏ qua hoặc phủ nhận các khía cạnh siêu hình vốn tồn tại lâu đời trong giáo lý Phật giáo.

Tổng kết:

Sự nghi ngờ của Pāṭika về nghiệp báo và tái sinh phản ánh một cách nhìn hạn hẹp, thiên về vật chất, chỉ tin vào những gì có thể thấy và trải nghiệm trực tiếp. Điều này nhắc nhở rằng để hiểu rõ các quy luật tâm linh, con người cần vượt qua giới hạn của giác quan và chấp ngã, phát triển trí tuệ và lòng tin vào các nguyên lý sâu xa, dù chúng không hiển lộ ngay trong hiện tại.

2. Đức Phật đã sử dụng những lập luận và ẩn dụ nào để giúp Pāṭika dần thay đổi quan điểm của mình?

Dưới đây là các lập luận và ẩn dụ mà Đức Phật đã sử dụng để giúp Pāṭika dần thay đổi quan điểm của mình:

1. **Lập luận về giới hạn của giác quan**
   - Đức Phật chỉ ra rằng giác quan của con người có giới hạn, và không phải mọi điều đều có thể nhận thức trực tiếp. Ngài nhấn mạnh rằng có những quy luật vượt ngoài khả năng nhìn thấy hoặc cảm nhận của chúng ta, chẳng hạn như nghiệp báo và tái sinh. Lập luận này giúp Pāṭika hiểu rằng sự thật không chỉ giới hạn trong những gì ông có thể trải nghiệm trực tiếp.
2. **Ẩn dụ về người mù và ánh sáng**
   - Đức Phật so sánh Pāṭika với một người mù không thể thấy ánh sáng. Ngài giải thích rằng dù người mù không nhìn thấy ánh sáng, điều đó không có nghĩa là ánh sáng không tồn tại. Tương tự, nghiệp báo và tái sinh vẫn vận hành theo quy luật của chúng, dù Pāṭika không thể thấy hoặc cảm nhận trực tiếp. Hình ảnh này giúp Pāṭika nhận ra rằng những điều ông không thấy vẫn có thể hiện hữu.
3. **Lập luận về nhân quả và tính chất tiềm ẩn của nghiệp**
   - Đức Phật nhấn mạnh rằng mọi hành động đều để lại dấu vết và sẽ tạo ra quả báo khi đủ điều kiện, tương tự như một hạt giống không mọc ngay lập tức nhưng sẽ nảy mầm khi đủ duyên. Ngài lập luận rằng nghiệp báo hoạt động âm thầm, tích lũy qua thời gian và sẽ trổ quả phù hợp với hành vi đã gây ra. Điều này giúp Pāṭika hiểu rằng nhân quả không nhất thiết phải hiển hiện ngay mà cần thời gian để trổ quả.
4. **Ẩn dụ về hạt giống và cây**
   - Đức Phật dùng hình ảnh hạt giống để giải thích nghiệp báo. Ngài ví hành động như hạt giống, và quả báo như cây sẽ mọc lên từ hạt khi đủ điều kiện. Hình ảnh này làm rõ rằng dù không thấy ngay kết quả của nghiệp báo, nhưng chúng vẫn sẽ trổ ra khi hội đủ các yếu tố. Ẩn dụ này giúp Pāṭika hiểu rằng quả báo có thể xảy ra bất kỳ lúc nào, không nhất thiết phải ở kiếp hiện tại.
5. **Lập luận về sự tồn tại của các hiện tượng vô hình**
   - Đức Phật nhắc nhở rằng có nhiều hiện tượng như gió, nhiệt độ hay dòng điện mà chúng ta không thể nhìn thấy trực tiếp, nhưng chúng vẫn tồn tại và có tác động rõ ràng. Điều này giúp Pāṭika hiểu rằng sự tồn tại của một

thứ không nhất thiết phải dựa trên việc nó có thể nhìn thấy hay không, mà còn dựa vào tác động và kết quả của nó.

6. **Ẩn dụ về sự phản chiếu của gương**
   - Đức Phật dùng hình ảnh phản chiếu trong gương để giải thích cách mà nghiệp báo phản ánh lại hành động của con người. Cũng như hình ảnh phản chiếu trong gương chính xác như những gì được soi, nghiệp báo sẽ phản ánh đúng những hành động mà chúng ta đã gây ra. Điều này làm rõ rằng hành động không biến mất mà sẽ trở lại với chính người thực hiện.
7. **Lập luận về tính nhất quán và công bằng của quy luật nghiệp báo**
   - Đức Phật nhấn mạnh rằng nghiệp báo không phải là sự trừng phạt mà là sự phản ánh tự nhiên và nhất quán của các hành động. Mọi hành vi thiện hoặc ác đều mang lại kết quả tương ứng. Lập luận này giúp Pāṭika hiểu rằng nghiệp báo là một quy luật tự nhiên, không thiên vị, và do đó là điều có thể tin cậy.

Tổng kết:

Đức Phật đã sử dụng nhiều lập luận và ẩn dụ để giúp Pāṭika hiểu rõ hơn về nghiệp báo và tái sinh, khuyến khích ông mở rộng nhận thức vượt ngoài giới hạn giác quan. Các ẩn dụ này không chỉ làm rõ các khái niệm trừu tượng mà còn cho thấy tính logic và công bằng của nghiệp báo, giúp Pāṭika dần thay đổi quan điểm và tin tưởng vào các quy luật tâm linh mà ông chưa thấy rõ ban đầu.

3. Vì sao sự kiên nhẫn và từ bi trong giảng pháp của Đức Phật lại quan trọng khi đối diện với những người có quan điểm hoài nghi như Pāṭika?

Sự kiên nhẫn và từ bi trong giảng pháp của Đức Phật đóng vai trò quan trọng khi đối diện với những người có quan điểm hoài nghi như Pāṭika vì các lý do sau:

1. **Tạo môi trường để người nghe mở lòng đón nhận**
   - Sự kiên nhẫn và từ bi của Đức Phật giúp Pāṭika cảm thấy được lắng nghe và tôn trọng, giảm bớt thái độ đối kháng. Điều này tạo ra một không gian an toàn để người nghe mở lòng và sẵn sàng đón nhận những lời dạy dù chúng khác biệt với quan điểm ban đầu của họ.
2. **Tránh gây phản ứng tiêu cực và giữ gìn sự hòa nhã trong đối thoại**
   - Khi đối diện với người hoài nghi, sự ép buộc hoặc thái độ gay gắt có thể gây ra phản ứng tiêu cực và sự chống đối. Đức Phật không áp đặt quan điểm của mình mà khéo léo dẫn dắt thông qua những lời giải thích từ bi và kiên nhẫn, từ đó duy trì sự hòa nhã, tránh xung đột trong quá trình đối thoại.
3. **Giúp người nghe dần thay đổi quan điểm theo cách tự nguyện**
   - Sự kiên nhẫn của Đức Phật cho phép Pāṭika tự mình suy ngẫm và đi đến sự thay đổi nhận thức một cách tự nguyện. Đức Phật không vội vã thuyết phục mà kiên trì hướng dẫn, giúp Pāṭika từ từ nhận ra những giới hạn trong quan điểm của mình và tự mình chấp nhận chân lý.
4. **Thể hiện lòng từ bi với những người chưa hiểu Chánh Pháp**
   - Đức Phật hiểu rằng hoài nghi là một trạng thái tự nhiên của con người, nhất là đối với những khái niệm tâm linh khó nắm bắt. Sự từ bi giúp Ngài không phán xét hay chỉ trích sự thiếu hiểu biết của Pāṭika mà ngược lại,

thông cảm và sẵn lòng dẫn dắt ông một cách nhẹ nhàng. Điều này thể hiện lòng từ bi với những người chưa hiểu sâu về Chánh Pháp.

5. **Khuyến khích thái độ học hỏi và tinh thần tìm kiếm chân lý**
   - Sự kiên nhẫn và từ bi của Đức Phật giúp khuyến khích Pāṭika tìm hiểu chân lý mà không cảm thấy bị áp lực. Điều này khiến Pāṭika cảm thấy an tâm hơn khi đặt câu hỏi và tiếp tục tìm kiếm hiểu biết mới, tạo điều kiện cho sự học hỏi và khám phá sâu hơn về giáo pháp.
6. **Truyền cảm hứng cho người khác áp dụng cách giảng pháp từ bi và kiên nhẫn**
   - Hành vi của Đức Phật là một tấm gương về cách truyền đạt giáo pháp với lòng từ bi và sự kiên nhẫn. Điều này không chỉ giúp Pāṭika mà còn truyền cảm hứng cho những ai tiếp xúc với Chánh Pháp, học hỏi để giảng pháp một cách từ bi, cởi mở, và kiên nhẫn, đặc biệt khi gặp phải sự hoài nghi.
7. **Củng cố niềm tin vào Chánh Pháp thông qua sự từ bi**
   - Khi được tiếp nhận Chánh Pháp qua sự từ bi và kiên nhẫn, người nghe như Pāṭika dễ cảm nhận được lòng chân thành và tình thương trong lời dạy của Đức Phật. Điều này không chỉ giúp Pāṭika thay đổi quan điểm mà còn củng cố niềm tin của ông vào Chánh Pháp, thấy rõ được giá trị nhân văn trong từng lời giảng.
8. **Xây dựng mối quan hệ gắn kết và hỗ trợ trong tu học**
   - Đức Phật không chỉ là người giảng pháp mà còn là người hỗ trợ sự phát triển tâm linh của Pāṭika. Sự kiên nhẫn và từ bi giúp xây dựng mối quan hệ gắn kết và hỗ trợ trong quá trình tu học, giúp người nghe cảm thấy không đơn độc trên hành trình thay đổi nhận thức của mình.

Tổng kết:

Sự kiên nhẫn và từ bi trong giảng pháp của Đức Phật rất quan trọng khi đối diện với những người hoài nghi, vì nó giúp tạo môi trường đón nhận chân lý một cách tự nhiên, tránh xung đột, và khuyến khích người nghe tự mình suy ngẫm. Điều này không chỉ làm thay đổi nhận thức của người nghe mà còn truyền cảm hứng về giá trị nhân văn và từ bi của Chánh Pháp, giúp người nghe cảm nhận sâu sắc hơn về giáo pháp.

4. Các ẩn dụ trong Kinh Ba-Lê giúp chúng ta hiểu rõ hơn về nghiệp báo và tái sinh như thế nào?

Các ẩn dụ trong Kinh Ba-Lê giúp chúng ta hiểu rõ hơn về nghiệp báo và tái sinh qua những cách sau đây:

1. **Giúp hình dung quy luật nghiệp báo một cách cụ thể và gần gũi**
   - Các ẩn dụ sử dụng trong Kinh Ba-Lê, như ẩn dụ về hạt giống và cây, giúp hình dung nghiệp báo như một quá trình tự nhiên và liên tục. Hạt giống được gieo không trổ quả ngay lập tức, mà cần thời gian và điều kiện để phát triển thành cây. Tương tự, nghiệp báo cũng cần hội đủ các yếu tố mới trổ ra kết quả. Điều này giúp chúng ta thấy rằng nghiệp báo không phải là một sự phán xét tức thời, mà là một quy luật diễn ra tự nhiên và có tính tích lũy.
2. **Nhấn mạnh sự nhất quán và công bằng của nghiệp báo**

- Đức Phật so sánh nghiệp báo với sự phản chiếu trong gương, để nhấn mạnh rằng hành động sẽ quay trở lại với người thực hiện, như hình ảnh được phản chiếu lại chính xác trong gương. Điều này giúp chúng ta nhận thức rằng nghiệp báo không phụ thuộc vào sự phán xét của ai, mà là sự phản ánh tự nhiên và công bằng của các hành động, thiện và ác đều mang lại kết quả tương ứng.

3. **Giải thích bản chất vô hình và vận hành âm thầm của nghiệp báo**
   - Ẩn dụ về dòng sông ngầm cho thấy rằng nghiệp báo có thể tồn tại một cách âm thầm, như dòng nước chảy ngầm dưới đất, mà không phải lúc nào cũng hiện rõ. Nghiệp báo vận hành theo cách không phải ai cũng nhận thức ngay lập tức. Điều này giúp chúng ta hiểu rằng nghiệp báo có thể âm thầm tích lũy và sẽ trổ quả khi hội đủ điều kiện.
4. **Giúp hiểu về tái sinh thông qua quy luật tự nhiên**
   - Đức Phật dùng hình ảnh hạt giống nảy mầm và phát triển qua thời gian để so sánh với sự tái sinh. Tương tự như việc hạt giống sinh ra cây và cây lại sinh ra quả, nghiệp cũng là nhân tố quyết định cho sự tiếp nối trong các kiếp sống. Điều này giúp chúng ta hiểu rằng tái sinh không phải là sự ngẫu nhiên mà là kết quả tất yếu của nghiệp lực, một quá trình nối tiếp diễn ra theo quy luật tự nhiên.
5. **Khuyến khích sự thấu hiểu về hậu quả lâu dài của hành động**
   - Ẩn dụ về gương phản chiếu nhấn mạnh rằng mọi hành động sẽ để lại dấu vết và kết quả của nó có thể trở lại sau một thời gian dài. Điều này giúp người tu học thấu hiểu rằng nghiệp báo không nhất thiết phải xảy ra ngay, nhưng chắc chắn sẽ xảy ra, từ đó khuyến khích chúng ta suy nghĩ xa hơn về các hành động và hệ quả của chúng.
6. **Làm rõ khái niệm nhân quả vượt ngoài giác quan**
   - Ẩn dụ về người mù và ánh sáng nhắc nhở rằng không phải mọi điều trong cuộc sống đều có thể nhìn thấy trực tiếp bằng giác quan. Nghiệp báo và tái sinh là những quy luật vượt ngoài khả năng nhận thức của giác quan, nhưng vẫn tồn tại và tác động đến con người. Hình ảnh này khuyến khích chúng ta có lòng tin vào những quy luật tâm linh dù không thể thấy ngay lập tức.
7. **Tăng cường lòng tin vào nghiệp báo và tái sinh thông qua hình ảnh quen thuộc**
   - Các ẩn dụ như hạt giống, dòng sông ngầm, và gương phản chiếu đều là những hình ảnh dễ hiểu và quen thuộc trong đời sống. Điều này giúp người tu học có lòng tin sâu sắc hơn vào nghiệp báo và tái sinh, thấy rõ rằng các quy luật này cũng vận hành tự nhiên và nhất quán như những hiện tượng quen thuộc trong cuộc sống.
8. **Khuyến khích sự kiên nhẫn và lòng bao dung**
   - Hiểu rằng nghiệp báo và tái sinh là những quy luật lâu dài, diễn ra theo thời gian, giúp chúng ta nuôi dưỡng sự kiên nhẫn và bao dung với người khác. Khi hiểu rằng mọi người đều mang theo nghiệp riêng và sẽ chịu kết quả của chúng, chúng ta có thể cảm thông và kiên nhẫn hơn, không nóng vội hoặc phán xét người khác.

Tổng kết:
Các ẩn dụ trong Kinh Ba-Lê giúp chúng ta hiểu rõ hơn về nghiệp báo và tái sinh bằng cách biến những khái niệm trừu tượng thành hình ảnh gần gũi, cụ thể, nhấn mạnh tính công bằng, nhất quán, và lâu dài của các quy luật này. Nhờ đó, người tu học được khuyến khích sống có trách nhiệm, phát triển lòng từ bi, và duy trì niềm tin vào các quy luật siêu hình của Chánh Pháp.

5. Sự chuyển hóa tư duy của Pāṭika có ý nghĩa gì đối với khả năng thay đổi quan điểm của con người khi được tiếp cận với Chánh Pháp?
Sự chuyển hóa tư duy của Pāṭika mang ý nghĩa sâu sắc đối với khả năng thay đổi quan điểm của con người khi được tiếp cận với Chánh Pháp qua các điểm sau:

1. **Khẳng định khả năng thay đổi và chuyển hóa tâm thức**
   - Sự chuyển hóa của Pāṭika từ hoài nghi đến sự chấp nhận cho thấy rằng bất kể một người có tư duy cứng nhắc hay bám chấp vào quan điểm cá nhân thế nào, vẫn có khả năng thay đổi khi được tiếp xúc với Chánh Pháp. Điều này nhấn mạnh rằng Chánh Pháp có sức mạnh chuyển hóa sâu sắc, giúp con người vượt qua những định kiến và nhận thức sai lầm.
2. **Vai trò của Chánh Pháp trong việc mở rộng nhận thức**
   - Cuộc đối thoại với Đức Phật giúp Pāṭika mở rộng nhận thức, nhìn ra các giới hạn trong quan điểm của mình và khám phá những chân lý mới. Điều này nhắc nhở rằng Chánh Pháp không chỉ dừng lại ở việc truyền đạt kiến thức mà còn giúp người nghe thay đổi sâu sắc nhận thức, khai mở trí tuệ và vượt qua tầm nhìn hạn hẹp của giác quan.
3. **Khuyến khích lòng kiên nhẫn và từ bi trong việc giảng dạy Chánh Pháp**
   - Sự chuyển hóa của Pāṭika cho thấy rằng thay đổi không diễn ra ngay lập tức, mà cần có sự kiên nhẫn và từ bi trong giảng pháp. Khi tiếp cận với Chánh Pháp một cách nhẹ nhàng và không bị ép buộc, con người có thể tự mình suy ngẫm và thay đổi tư duy. Điều này khuyến khích người truyền dạy Chánh Pháp kiên nhẫn, từ bi, và không vội vàng, giúp người nghe tiếp thu một cách tự nhiên.
4. **Khẳng định rằng Chánh Pháp có thể giải đáp những hoài nghi sâu sắc**
   - Sự chuyển hóa của Pāṭika chứng minh rằng Chánh Pháp có thể giải đáp những nghi ngờ sâu xa và mang lại sự an tâm. Ngay cả những người có nhiều hoài nghi, khi được giải đáp qua sự sáng suốt của Chánh Pháp, sẽ thấy những quan điểm sai lệch dần dần được tháo gỡ và lòng tin được củng cố.
5. **Tạo niềm tin cho người tu học về khả năng chuyển hóa bản thân**
   - Sự thay đổi của Pāṭika là nguồn cảm hứng cho người tu học, giúp họ tin rằng mọi người đều có khả năng chuyển hóa bản thân, bất kể xuất phát điểm của họ là gì. Điều này tạo động lực cho những ai đang đối mặt với hoài nghi hoặc chưa hiểu rõ giáo pháp, khuyến khích họ tiếp tục tìm hiểu và duy trì lòng tin vào khả năng giác ngộ.
6. **Nhấn mạnh tầm quan trọng của sự khiêm nhường và cởi mở**
   - Ban đầu, Pāṭika hoài nghi và chỉ tin vào những gì ông có thể thấy trực tiếp, nhưng qua sự giảng giải của Đức Phật, ông bắt đầu nhận ra giới hạn trong

tư duy của mình và mở lòng với các khái niệm siêu hình. Điều này dạy người tu học rằng sự khiêm nhường và cởi mở là cần thiết để có thể tiếp nhận Chánh Pháp và chuyển hóa nhận thức.

7. **Củng cố niềm tin vào giá trị lâu dài của Chánh Pháp**
    - Cuộc đối thoại cho thấy rằng Chánh Pháp không chỉ có giá trị tạm thời mà có tác động lâu dài, giúp con người vượt qua những hạn chế trong suy nghĩ và hướng đến sự giác ngộ. Điều này củng cố niềm tin vào giá trị bền vững của Chánh Pháp, rằng nó có thể giúp con người chuyển hóa không chỉ trong đời này mà cả trong các kiếp sống sau.
8. **Xây dựng lòng tin vào sự công bằng và nhất quán của quy luật tâm linh**
    - Khi Pāṭika nhận ra tính nhất quán của nghiệp báo và tái sinh, ông dần chấp nhận rằng các quy luật tâm linh không phải là điều huyễn hoặc mà là chân lý tự nhiên, công bằng. Điều này nhấn mạnh rằng, khi hiểu được sự công bằng của Chánh Pháp, con người sẽ dễ dàng thay đổi quan điểm và sống theo các nguyên lý đạo đức và trí tuệ.

Tổng kết:

Sự chuyển hóa tư duy của Pāṭika khẳng định sức mạnh chuyển hóa của Chánh Pháp, khả năng thay đổi quan điểm khi tiếp cận với sự sáng suốt và từ bi. Sự thay đổi này không chỉ giúp cá nhân tự hoàn thiện mà còn truyền cảm hứng cho người tu học về khả năng giải thoát và giác ngộ khi tiếp thu Chánh Pháp một cách khiêm nhường và cởi mở.

6. Sự chấp ngã và cố chấp trong nhận thức của Pāṭika ban đầu đã ngăn cản ông hiểu Chánh Pháp ra sao?

Sự chấp ngã và cố chấp trong nhận thức của Pāṭika ban đầu đã ngăn cản ông hiểu Chánh Pháp qua các điểm sau:

1. **Giới hạn tư duy trong những gì có thể thấy và cảm nhận trực tiếp**
    - Pāṭika chỉ tin vào những gì có thể thấy bằng mắt thường hoặc trải nghiệm trực tiếp. Chấp ngã và cố chấp khiến ông từ chối các khái niệm siêu hình như nghiệp báo và tái sinh, vốn không thể chứng minh ngay lập tức. Điều này ngăn cản ông mở lòng đón nhận các giáo lý vượt ngoài khả năng của giác quan.
2. **Bám víu vào quan điểm duy vật và thực dụng**
    - Chấp ngã khiến Pāṭika giữ vững quan điểm rằng chỉ những gì hữu hình mới là chân lý. Sự cố chấp này ngăn ông nhìn nhận rằng còn có nhiều quy luật sâu xa khác chi phối cuộc sống, như nghiệp báo và các quy luật tâm linh khác. Điều này khiến ông không thể tiếp thu trọn vẹn Chánh Pháp.
3. **Phủ nhận giá trị của những quy luật vượt ngoài kinh nghiệm cá nhân**
    - Pāṭika cho rằng chỉ những gì ông đã kinh nghiệm mới đáng tin cậy. Sự chấp ngã này khiến ông không chấp nhận những chân lý không thể thấy ngay, như quy luật nhân quả diễn ra qua nhiều kiếp. Điều này làm cho ông bỏ qua các bài học quan trọng và không nhận ra tầm quan trọng của nghiệp báo và tái sinh.
4. **Kháng cự sự thay đổi quan điểm**

- Sự cố chấp trong nhận thức khiến Pāṭika không sẵn lòng chấp nhận rằng mình có thể sai. Chấp ngã tạo nên thái độ bảo thủ và kháng cự trước những lý lẽ của Đức Phật, dù các lập luận của Ngài rất hợp lý và từ bi. Điều này ngăn cản ông nhận thức rõ chân lý, làm mất đi cơ hội phát triển trí tuệ.

5. **Thiếu khiêm nhường trong quá trình học hỏi**
   - Chấp ngã khiến Pāṭika tự cho rằng bản thân đã hiểu biết đầy đủ, dẫn đến việc từ chối lắng nghe một cách khiêm nhường. Thái độ này làm cho ông bỏ lỡ những khía cạnh quan trọng của Chánh Pháp mà Đức Phật muốn truyền đạt, ngăn ông hiểu sâu sắc về bản chất của nghiệp và tái sinh.
6. **Tạo rào cản trong việc tự quan sát và tự phản tỉnh**
   - Chấp ngã khiến Pāṭika khó có thể tự quan sát và tự nhìn nhận những giới hạn trong suy nghĩ của mình. Điều này ngăn ông nhìn thấy sự thật sâu xa của các quy luật tâm linh, và làm cho ông không thể tự thấy được những điều mà Chánh Pháp cố gắng chỉ ra.
7. **Khiến tâm trí bị bó buộc vào cái nhìn hữu hạn**
   - Cố chấp trong tư duy khiến tâm trí của Pāṭika bị hạn chế trong cái nhìn cục bộ, không thể chấp nhận những quy luật toàn diện của nghiệp và nhân quả. Chấp ngã tạo nên rào cản khiến ông không thể mở rộng nhận thức để thấy rằng cuộc sống vận hành theo những quy luật vượt ngoài thời gian và không gian hiện tại.
8. **Giảm khả năng phát triển lòng tin vào Chánh Pháp**
   - Chấp ngã và cố chấp làm cho Pāṭika khó phát triển lòng tin vào Chánh Pháp, vì ông chỉ tin vào bản thân và những điều mình có thể kiểm chứng ngay lập tức. Điều này ngăn ông nhận ra rằng Chánh Pháp không chỉ là tri thức lý thuyết, mà là chân lý sâu sắc để hướng dẫn cuộc sống.

Tổng kết:

Sự chấp ngã và cố chấp trong nhận thức của Pāṭika khiến ông giới hạn tư duy, từ chối mở lòng đón nhận Chánh Pháp và làm mất đi cơ hội phát triển trí tuệ. Điều này nhấn mạnh rằng để hiểu sâu Chánh Pháp, người tu học cần khiêm nhường, cởi mở và sẵn sàng từ bỏ cái nhìn hữu hạn của bản thân.

7. Kinh Ba-Lê nhấn mạnh điều gì về sự khiêm nhường và cởi mở trong việc tiếp nhận giáo pháp?

Kinh Ba-Lê nhấn mạnh các điểm sau về sự khiêm nhường và cởi mở trong việc tiếp nhận giáo pháp:

1. **Khiêm nhường là nền tảng để nhận thức chân lý sâu sắc**
   - Kinh Ba-Lê cho thấy rằng chỉ khi Pāṭika dần từ bỏ sự tự mãn và chấp ngã, ông mới bắt đầu hiểu được các quy luật sâu xa mà Đức Phật giảng giải. Điều này nhấn mạnh rằng người tu học cần có sự khiêm nhường để thấy rằng bản thân không phải lúc nào cũng nắm rõ chân lý, và rằng còn nhiều điều cần học hỏi.
2. **Cởi mở giúp vượt qua giới hạn trong tư duy**
   - Cởi mở với những điều mới mẻ và khác biệt giúp người tu học mở rộng nhận thức, vượt qua những giới hạn của cái nhìn cố định. Pāṭika ban đầu hoài nghi và từ chối những điều không thể kiểm chứng ngay, nhưng nhờ

dần cởi mở, ông có thể tiếp thu Chánh Pháp sâu sắc hơn, dù điều này đòi hỏi sự thay đổi từ tư duy cũ.

3. **Giúp giảm bớt sự đối kháng với giáo pháp**
   - Sự khiêm nhường và cởi mở làm giảm thái độ đối kháng khi tiếp cận với những khái niệm mới lạ hoặc khó hiểu. Khi người tu học giữ một tâm thế cởi mở, họ sẽ dễ tiếp nhận giáo pháp mà không bị ngăn trở bởi định kiến cá nhân. Điều này tạo điều kiện thuận lợi để hiểu rõ Chánh Pháp và lĩnh hội trọn vẹn các bài học.
4. **Tăng cường khả năng tự nhận thức và phản tỉnh**
   - Khiêm nhường và cởi mở khuyến khích người tu học tự phản tỉnh về những hiểu biết và nhận thức của mình. Kinh Ba-Lê cho thấy Pāṭika dần nhận ra những giới hạn trong cái nhìn của mình khi ông cởi mở đón nhận lời dạy của Đức Phật. Nhờ đó, ông có thể suy ngẫm về quan điểm của bản thân, nhận ra những thiếu sót, và dần hướng đến chân lý.
5. **Khuyến khích sự học hỏi và tinh thần cầu tiến**
   - Kinh Ba-Lê nhấn mạnh rằng sự khiêm nhường và cởi mở sẽ dẫn đến thái độ sẵn sàng học hỏi. Điều này đặc biệt quan trọng đối với người tu học, vì Chánh Pháp không chỉ là tri thức mà còn đòi hỏi sự hiểu biết sâu sắc thông qua trải nghiệm và thực hành. Thái độ khiêm nhường giúp họ không ngừng tìm hiểu, mở rộng tri thức và tiếp tục trên con đường tu tập.
6. **Giúp phát triển lòng tin vào Chánh Pháp một cách chân thành**
   - Khi người tu học tiếp nhận giáo pháp với sự khiêm nhường, lòng tin vào Chánh Pháp sẽ phát triển tự nhiên và chân thành, thay vì gượng ép hoặc mù quáng. Điều này tạo nên một niềm tin bền vững, giúp họ vững vàng trên hành trình tu tập và sẵn sàng thay đổi khi đối diện với sự thật sâu xa.
7. **Tạo ra một mối quan hệ tôn trọng và hòa hợp trong học hỏi**
   - Sự khiêm nhường và cởi mở giúp tạo nên mối quan hệ tôn trọng giữa người giảng pháp và người học pháp. Nhờ vậy, người học pháp có thể đón nhận giáo pháp mà không cảm thấy bị áp đặt. Điều này giúp quá trình học tập diễn ra tự nhiên và hiệu quả, giống như cách Pāṭika dần mở lòng khi thấy Đức Phật giảng giải với lòng từ bi và sự kiên nhẫn.
8. **Làm nổi bật giá trị của sự linh động và thích ứng trong nhận thức**
   - Kinh Ba-Lê cho thấy rằng khiêm nhường và cởi mở giúp chúng ta linh động hơn, không bám chấp vào quan điểm cá nhân mà sẵn sàng thay đổi khi thấy cần thiết. Điều này giúp người tu học dễ dàng tiếp thu các bài học từ Chánh Pháp, thích ứng với những chân lý vượt ngoài sự hiểu biết ban đầu.

Tổng kết:

Kinh Ba-Lê nhấn mạnh rằng sự khiêm nhường và cởi mở là điều kiện tiên quyết để hiểu sâu Chánh Pháp. Nhờ khiêm nhường, người tu học có thể tự phản tỉnh và nhận ra giới hạn của bản thân. Nhờ cởi mở, họ dễ dàng đón nhận những điều mới mẻ, giúp cho quá trình học hỏi Chánh Pháp trở nên hiệu quả và chân thành hơn.

8. Bài học nào từ cuộc đối thoại giữa Đức Phật và Pāṭika có thể áp dụng trong việc đối diện với người có quan điểm trái ngược với chúng ta?

Dưới đây là các bài học từ cuộc đối thoại giữa Đức Phật và Pāṭika có thể áp dụng khi đối diện với người có quan điểm trái ngược:

1. **Giữ lòng từ bi và kiên nhẫn**
   - Đức Phật không chỉ trích hay phán xét Pāṭika vì những quan điểm hoài nghi của ông. Ngài lắng nghe với lòng từ bi và kiên nhẫn, giúp Pāṭika cảm thấy an toàn và sẵn lòng chia sẻ. Khi đối diện với người có quan điểm khác biệt, chúng ta có thể học hỏi cách này để duy trì sự hòa nhã và mở ra cơ hội thấu hiểu.
2. **Lắng nghe với sự tôn trọng và không phán xét**
   - Đức Phật lắng nghe Pāṭika một cách trọn vẹn mà không vội phản bác. Điều này thể hiện sự tôn trọng với quan điểm của người đối diện. Khi gặp người có quan điểm trái ngược, việc lắng nghe cẩn thận và không phán xét sẽ giúp tạo ra sự tin tưởng và sự kết nối, làm giảm căng thẳng và đối kháng.
3. **Truyền đạt ý kiến một cách nhẹ nhàng và từ tốn**
   - Đức Phật truyền đạt giáo pháp một cách nhẹ nhàng, không ép buộc mà thay vào đó là khuyến khích suy ngẫm. Khi trao đổi với người có quan điểm khác, việc truyền đạt ý kiến với sự từ tốn và tôn trọng sẽ giúp người nghe dễ dàng tiếp nhận và xem xét quan điểm của mình.
4. **Sử dụng lập luận và ví dụ cụ thể để giải thích quan điểm**
   - Đức Phật đã sử dụng các ẩn dụ gần gũi để giúp Pāṭika dễ hiểu và dễ liên tưởng. Khi đối diện với sự trái ngược quan điểm, việc dùng lập luận hợp lý và những ví dụ cụ thể có thể giúp giải thích rõ ràng hơn mà không gây căng thẳng hay phản đối.
5. **Không cố gắng thay đổi quan điểm ngay lập tức**
   - Đức Phật không ép buộc Pāṭika thay đổi quan điểm mà để ông tự suy ngẫm và tự mình đi đến sự chuyển hóa. Đây là bài học quý giá: khi đối diện với người có quan điểm trái ngược, chúng ta không nên cố thay đổi họ ngay lập tức. Thay vào đó, hãy khuyến khích sự tự suy xét để họ có cơ hội tự nhìn nhận và điều chỉnh.
6. **Chấp nhận rằng mỗi người có quyền giữ quan điểm riêng**
   - Đức Phật tôn trọng những gì Pāṭika đang nghĩ, không phủ nhận cảm xúc hay suy nghĩ của ông mà thay vào đó đưa ra các góc nhìn mới. Điều này dạy chúng ta rằng ai cũng có quyền có quan điểm riêng. Tôn trọng điều này giúp tạo nên cuộc đối thoại hòa nhã và hiệu quả.
7. **Kiên trì mà không bỏ cuộc trong việc trao đổi**
   - Đức Phật kiên trì giải đáp các nghi ngờ của Pāṭika một cách bình tĩnh và không nản lòng trước sự kháng cự ban đầu của ông. Đây là bài học quý giá: khi gặp người có quan điểm khác, hãy kiên trì và tiếp tục truyền đạt một cách từ bi, không bỏ cuộc hay tạo ra sự căng thẳng.
8. **Giữ tâm hồn rộng mở và linh hoạt trong suy nghĩ**
   - Đức Phật duy trì tâm thái rộng mở, không bám vào quan điểm của mình mà khuyến khích Pāṭika tự khám phá chân lý. Chúng ta cũng có thể học cách giữ tâm hồn rộng mở khi đối diện với những quan điểm trái ngược, tạo cơ hội để đôi bên cùng học hỏi và cùng khám phá chân lý.

9. **Dùng sự thấu hiểu để xây dựng cầu nối**
   - Đức Phật dùng sự thấu hiểu để giải thích giáo pháp, giúp Pāṭika cảm nhận được lòng từ bi và sự bao dung của Ngài. Khi đối diện với người trái quan điểm, chúng ta có thể dùng sự thấu hiểu và cảm thông để xây dựng cầu nối thay vì tạo khoảng cách, làm cho người khác cảm thấy được tôn trọng và dễ dàng mở lòng.
10. **Nhận ra rằng thay đổi là một quá trình dài**
   - Cuộc đối thoại của Đức Phật với Pāṭika nhấn mạnh rằng sự thay đổi cần có thời gian. Khi đối diện với người có quan điểm khác, hãy nhớ rằng sự thay đổi không xảy ra ngay lập tức, và đừng vội vàng ép buộc. Kiên nhẫn và để thời gian giúp họ tự suy xét và nhận ra.

Tổng kết:

Cuộc đối thoại giữa Đức Phật và Pāṭika dạy chúng ta cách tiếp cận một cách từ bi, tôn trọng, và kiên nhẫn khi đối diện với người có quan điểm trái ngược. Bằng cách giữ lòng bao dung và lắng nghe không phán xét, chúng ta có thể tạo ra những cuộc đối thoại mang tính xây dựng, giúp cả đôi bên tiến gần hơn đến sự hiểu biết và hòa hợp.

9. Điều gì giúp Pāṭika cuối cùng thay đổi quan điểm của mình, và những yếu tố nào giúp người khác chuyển từ hoài nghi đến chấp nhận chân lý?

Dưới đây là những yếu tố giúp Pāṭika cuối cùng thay đổi quan điểm của mình và những yếu tố quan trọng giúp người khác chuyển từ hoài nghi đến chấp nhận chân lý:

1. **Sự kiên nhẫn và từ bi của Đức Phật**
   - Đức Phật kiên nhẫn lắng nghe những nghi ngờ của Pāṭika và không phán xét, giúp ông cảm thấy được tôn trọng và không bị áp lực. Sự từ bi này tạo ra một môi trường an toàn và cởi mở, giúp Pāṭika dần mở lòng và lắng nghe chân lý. Đây là yếu tố then chốt cho bất kỳ ai đang hoài nghi để từ từ tiến gần đến sự chấp nhận chân lý.
2. **Cách truyền đạt nhẹ nhàng và không ép buộc**
   - Đức Phật không cố ép buộc Pāṭika thay đổi quan điểm mà khuyến khích ông tự suy ngẫm và tự nhận ra chân lý. Việc truyền đạt một cách nhẹ nhàng, không áp đặt giúp Pāṭika tự do suy xét và dễ dàng chấp nhận quan điểm mới hơn. Điều này dạy rằng sự thuyết phục hiệu quả thường không đến từ áp lực mà từ khuyến khích và sự tự do suy nghĩ.
3. **Sử dụng các ẩn dụ và ví dụ dễ hiểu**
   - Đức Phật đã dùng các ẩn dụ quen thuộc như hạt giống và cây, người mù và ánh sáng, để giải thích những khái niệm phức tạp như nghiệp báo và tái sinh. Các hình ảnh dễ hiểu giúp Pāṭika dễ dàng hình dung, giúp các khái niệm trừu tượng trở nên rõ ràng hơn và khiến ông dễ dàng thay đổi quan điểm.
4. **Khuyến khích tự nhận thức và tự phản tỉnh**
   - Đức Phật không chỉ giảng giải mà còn khuyến khích Pāṭika tự suy xét về giới hạn trong cách nghĩ của mình. Từ đó, Pāṭika tự nhận ra rằng quan điểm của mình trước đây có những thiếu sót và giới hạn, từ đó trở nên cởi

mở hơn với các chân lý mới. Yếu tố tự nhận thức này rất quan trọng trong việc chuyển từ hoài nghi sang chấp nhận.

5. **Tạo động lực bằng cách giải đáp các câu hỏi và nghi ngờ**
    - Đức Phật không từ chối hay né tránh các câu hỏi của Pāṭika mà trả lời từng câu một cách rõ ràng. Khi những nghi ngờ được giải đáp, Pāṭika dần dần giảm bớt sự hoài nghi và sẵn lòng chấp nhận những điều mới. Điều này cho thấy rằng để chuyển hoài nghi thành chấp nhận, việc giải đáp thấu đáo và từ bi các nghi ngờ là rất quan trọng.
6. **Cho thời gian và không gian để tự suy ngẫm**
    - Đức Phật hiểu rằng thay đổi là một quá trình cần thời gian, Ngài không vội vàng mà để Pāṭika tự mình chiêm nghiệm. Điều này cho thấy rằng, đối với người đang hoài nghi, việc cho họ không gian và thời gian tự suy nghĩ là cần thiết để họ có thể tự mình tiến đến sự chấp nhận chân lý.
7. **Sự thuyết phục của lý lẽ và tính hợp lý trong giáo pháp**
    - Những lời dạy của Đức Phật có tính hợp lý và nhất quán, giúp Pāṭika thấy rằng giáo pháp Phật giáo không phải là điều huyền hoặc mà là quy luật tự nhiên và công bằng. Tính hợp lý trong lập luận giúp người hoài nghi cảm thấy an tâm và tin tưởng vào chân lý, giảm dần sự hoài nghi ban đầu.
8. **Tôn trọng sự tự do suy nghĩ và lựa chọn**
    - Đức Phật không áp đặt mà luôn tôn trọng lựa chọn của Pāṭika. Ngài khuyến khích ông tự đưa ra quyết định, điều này khiến Pāṭika cảm thấy bản thân có quyền tự do trong quá trình suy xét và học hỏi. Điều này cho thấy sự tôn trọng tự do cá nhân là chìa khóa giúp người khác dễ dàng chấp nhận chân lý một cách chân thành.
9. **Tính nhất quán và công bằng của giáo lý**
    - Cuối cùng, Pāṭika nhận ra rằng các quy luật nghiệp báo và tái sinh đều diễn ra một cách nhất quán và công bằng, bất kể ai tin hay không. Tính nhất quán và công bằng của giáo lý đã khiến ông thay đổi quan điểm vì nhận ra rằng đây là các chân lý tự nhiên, đáng tin cậy và công bằng đối với tất cả mọi người.
10. **Gương mẫu của người giảng pháp**
    - Đức Phật không chỉ giảng dạy mà còn là tấm gương về lòng từ bi, trí tuệ và sự kiên nhẫn. Tấm gương này là minh chứng sống động cho những gì Ngài giảng dạy, khiến Pāṭika dần nhận thấy sự chân thành và giá trị thực sự của giáo pháp. Một người hoài nghi có thể dễ dàng chuyển sang chấp nhận khi họ thấy người giảng dạy sống đúng với chân lý mà họ truyền đạt.

Tổng kết:

Sự thay đổi quan điểm của Pāṭika là kết quả của sự từ bi, kiên nhẫn, cách truyền đạt nhẹ nhàng, và các lập luận hợp lý của Đức Phật. Những yếu tố này giúp Pāṭika tự do suy ngẫm, tự mình nhận ra những giới hạn của bản thân, và dần chuyển từ hoài nghi sang chấp nhận chân lý. Điều này cho thấy rằng lòng từ bi, sự kiên nhẫn và tính hợp lý là những yếu tố quan trọng giúp người khác mở lòng và chấp nhận chân lý.

10. Niềm tin vào nghiệp báo và tái sinh có tác động gì đến lối sống đạo đức và trách nhiệm của một cá nhân trong cuộc sống hiện đại?

Niềm tin vào nghiệp báo và tái sinh có tác động mạnh mẽ đến lối sống đạo đức và trách nhiệm của một cá nhân trong cuộc sống hiện đại qua các điểm sau:

1. **Khuyến khích hành động có ý thức và trách nhiệm**
    - Khi tin vào nghiệp báo, cá nhân hiểu rằng mọi hành động đều tạo ra hệ quả, không chỉ ảnh hưởng đến hiện tại mà còn cả tương lai. Niềm tin này khuyến khích họ hành động có ý thức, tránh gây tổn thương cho người khác và sống có trách nhiệm với mỗi việc mình làm.
2. **Hướng đến lối sống đạo đức và tránh các hành vi gây hại**
    - Nhận thức rằng nghiệp báo là quy luật tự nhiên và không thiên vị, người tin vào nghiệp báo và tái sinh sẽ cố gắng sống theo các nguyên tắc đạo đức để tránh những hậu quả tiêu cực. Điều này khuyến khích họ tránh các hành vi xấu như nói dối, lừa đảo, hay bạo lực, vì hiểu rằng các hành động đó sẽ quay lại ảnh hưởng đến họ trong tương lai.
3. **Khuyến khích lòng từ bi và sự đồng cảm**
    - Niềm tin vào nghiệp báo và tái sinh làm cho cá nhân dễ cảm thông và từ bi với người khác, hiểu rằng mọi người đều phải chịu trách nhiệm cho hành động của mình. Điều này khuyến khích họ giúp đỡ, đối xử tử tế với người xung quanh và phát triển lòng từ bi, không chỉ vì lợi ích cá nhân mà vì lợi ích chung.
4. **Giúp phát triển ý thức lâu dài thay vì sống chỉ vì lợi ích ngắn hạn**
    - Tín vào tái sinh giúp con người nhận ra rằng hậu quả của hành động có thể kéo dài qua nhiều kiếp sống. Do đó, họ không chỉ sống vì lợi ích ngắn hạn mà còn cân nhắc hậu quả lâu dài của hành động. Điều này làm cho họ có ý thức bền vững, sống một cách có ý nghĩa và hướng đến những giá trị trường tồn.
5. **Giảm thiểu các toan tính ích kỷ và sống vì người khác**
    - Niềm tin vào nghiệp báo và tái sinh khuyến khích cá nhân từ bỏ lối sống ích kỷ. Khi hiểu rằng sự thiện lành và lòng vị tha sẽ mang lại những kết quả tốt đẹp trong tương lai, họ sẽ dễ dàng chia sẻ và sống vì người khác, thay vì chỉ tập trung vào lợi ích cá nhân.
6. **Tạo động lực để khắc phục những lỗi lầm và làm việc thiện**
    - Tin rằng mỗi hành động đều có thể sửa đổi thông qua việc tạo nghiệp lành, cá nhân có động lực để khắc phục lỗi lầm, làm nhiều việc tốt hơn. Điều này không chỉ giúp họ tạo ra một cuộc sống tốt đẹp hơn mà còn mang lại sự an lạc và thanh thản trong tâm hồn.
7. **Tạo sự kiên nhẫn và sự chấp nhận với khó khăn**
    - Hiểu rằng khó khăn hiện tại có thể là kết quả của nghiệp báo trong quá khứ, người tin vào nghiệp báo sẽ dễ dàng chấp nhận và kiên nhẫn hơn trước thử thách. Họ không oán trách hoàn cảnh mà thay vào đó tìm cách cải thiện bản thân và tạo nghiệp lành để hướng tới một tương lai tốt đẹp hơn.
8. **Khuyến khích lòng trung thực và tránh xa các hành vi bất chính**

- Biết rằng nghiệp báo công bằng và nhất quán, người tin vào luật nhân quả sẽ cố gắng sống trung thực, tránh các hành vi gian dối, bất chính. Điều này góp phần xây dựng một xã hội đáng tin cậy và công bằng hơn, tạo nền tảng cho các mối quan hệ chân thành và bền vững.

9. **Giúp duy trì sự cân bằng và an lạc trong tâm hồn**
   - Niềm tin vào nghiệp báo và tái sinh giúp cá nhân giữ tâm thế an lạc, bình thản hơn khi đối diện với thử thách và thành công. Hiểu rằng tất cả đều là kết quả của hành động trước đây, họ dễ dàng chấp nhận hiện tại và không quá đắm chìm vào khổ đau hay hạnh phúc nhất thời.

10. **Đem lại ý nghĩa sâu sắc cho cuộc sống và hành trình tu tập**
    - Nhận thức rằng mỗi hành động có thể ảnh hưởng đến kiếp sống hiện tại và tương lai, người tin vào nghiệp báo và tái sinh sẽ thấy rõ hơn ý nghĩa của cuộc sống và con đường tu tập. Điều này khuyến khích họ hướng đến sự giác ngộ và giải thoát, không chỉ vì hạnh phúc trong một đời mà vì sự tiến bộ tâm linh qua nhiều kiếp sống.

Tổng kết:
Niềm tin vào nghiệp báo và tái sinh thúc đẩy cá nhân sống có đạo đức, trách nhiệm và phát triển lòng từ bi trong cuộc sống hiện đại. Nó giúp họ cân nhắc hậu quả dài hạn của mỗi hành động, sống với tâm thế bình an và xây dựng một cuộc sống ý nghĩa, hướng đến sự hoàn thiện về cả tâm linh và đạo đức.

11. Sống với niềm tin vào các quy luật tâm linh như nghiệp báo và tái sinh có thể mang lại cho con người sự an lạc và từ bi ra sao?
Sống với niềm tin vào các quy luật tâm linh như nghiệp báo và tái sinh có thể mang lại sự an lạc và từ bi cho con người qua những cách sau:

1. **Giúp chấp nhận và bình thản trước những thăng trầm của cuộc sống**
   - Khi tin vào nghiệp báo, con người hiểu rằng mọi sự việc xảy ra đều có nguyên nhân từ những hành động trong quá khứ, không phải ngẫu nhiên. Điều này giúp họ chấp nhận cả niềm vui và khổ đau một cách bình thản hơn, vì hiểu rằng tất cả đều là kết quả tất yếu của nghiệp lực. Nhờ đó, họ có thể giữ tâm an lạc trong mọi hoàn cảnh.
2. **Giảm bớt sự oán giận và phán xét**
   - Niềm tin vào nghiệp báo giúp con người giảm thiểu sự oán giận và phán xét đối với người khác, vì họ hiểu rằng ai cũng mang theo nghiệp riêng. Điều này giúp phát triển lòng từ bi, thay vì oán trách người khác khi gặp khó khăn, họ có thể cảm thông, thấu hiểu rằng mỗi người đều đang trải nghiệm nghiệp quả của mình.
3. **Khuyến khích sự tha thứ và lòng bao dung**
   - Khi tin vào luật nghiệp báo, con người dễ dàng tha thứ cho những sai lầm của người khác, vì hiểu rằng mỗi người đều phải chịu trách nhiệm cho hành động của mình. Điều này nuôi dưỡng lòng bao dung, giúp họ không bị vướng vào cảm giác hận thù hay oán trách, mà thay vào đó là một trái tim rộng mở và tràn đầy từ bi.
4. **Mang lại sự an lạc từ việc sống có ý thức và trách nhiệm**

- Sống với niềm tin vào nghiệp báo khuyến khích con người có ý thức trong từng hành động, từ đó tạo ra một lối sống đạo đức và có trách nhiệm. Biết rằng mọi việc mình làm sẽ ảnh hưởng đến tương lai, họ chọn hành động tốt lành, mang lại cảm giác an lạc khi biết mình đang sống đúng với nguyên lý đạo đức.

5. **Giúp buông bỏ những lo âu và sợ hãi về tương lai**
   - Người tin vào nghiệp báo và tái sinh hiểu rằng mọi việc sẽ diễn ra theo nghiệp lực của mình. Điều này giúp họ giảm bớt lo lắng và sợ hãi về những điều chưa xảy ra, vì họ tin rằng việc gieo hạt giống lành hôm nay sẽ đem lại quả tốt trong tương lai. Niềm tin này mang lại sự an tâm và tự tin vào con đường mà mình đang đi.
6. **Phát triển sự khiêm nhường và cởi mở**
   - Tin vào nghiệp báo và tái sinh giúp con người trở nên khiêm nhường hơn, vì hiểu rằng cuộc sống hiện tại chỉ là một trong vô số kiếp sống. Điều này khuyến khích họ luôn học hỏi, cởi mở với cuộc sống, và sống với lòng từ bi để cải thiện nghiệp lực cho các kiếp sống sau.
7. **Thúc đẩy lòng từ bi qua sự đồng cảm với nỗi khổ của người khác**
   - Khi hiểu rằng mọi khổ đau mà người khác đang chịu là kết quả của nghiệp báo, người tin vào tái sinh dễ cảm thông và không phán xét. Điều này khuyến khích họ giúp đỡ và hỗ trợ người khác vượt qua khó khăn, từ đó nuôi dưỡng lòng từ bi trong từng hành động hàng ngày.
8. **Khuyến khích hành động vị tha và sống vì người khác**
   - Niềm tin vào nghiệp báo khuyến khích cá nhân sống không chỉ vì lợi ích cá nhân mà còn vì lợi ích của người khác. Hiểu rằng hành động thiện lành sẽ tạo nghiệp tốt, họ sẽ dễ dàng giúp đỡ người khác, không chỉ vì nghĩa vụ mà còn vì sự từ bi chân thành, mong muốn mang lại lợi ích cho mọi người.
9. **Đem lại sự bình yên nội tâm nhờ lòng tin vào công bằng của nghiệp báo**
   - Biết rằng nghiệp báo công bằng và nhất quán giúp con người giữ tâm bình yên và không lo lắng về sự bất công trong cuộc sống. Điều này giúp họ không bị dao động bởi những biến cố, vì biết rằng mọi hành động sẽ có kết quả xứng đáng, tạo nên một trạng thái an lạc và thanh thản.
10. **Tạo động lực để sống chân thật và tránh xa hành vi xấu**
    - Niềm tin vào nghiệp báo và tái sinh nhắc nhở rằng những hành vi tiêu cực sẽ gây hại không chỉ trong hiện tại mà còn trong các kiếp sau. Điều này khuyến khích họ sống chân thật, tránh hành vi xấu và luôn hướng đến việc tạo nghiệp tốt lành, từ đó xây dựng cuộc sống an vui và hòa hợp với mọi người.

Tổng kết:

Niềm tin vào nghiệp báo và tái sinh không chỉ mang lại sự an lạc mà còn nuôi dưỡng lòng từ bi, tạo động lực để sống có ý thức, trách nhiệm và vị tha. Con người biết buông bỏ lo âu, tha thứ cho người khác, và cảm thông với nỗi khổ của mọi người xung quanh. Sống với niềm tin này giúp họ xây dựng một cuộc sống an yên, đầy tình thương và hòa hợp với thế giới.

12. Kinh Ba-Lê giúp chúng ta nhận ra điều gì về sự khác biệt giữa hiểu biết qua giác quan và trí tuệ sâu sắc?

Kinh Ba-Lê giúp chúng ta nhận ra nhiều điều quan trọng về sự khác biệt giữa hiểu biết qua giác quan và trí tuệ sâu sắc qua các điểm sau:

1. **Giác quan có giới hạn, trong khi trí tuệ sâu sắc giúp nhận thức chân lý vượt ngoài thấy biết**
   - Kinh Ba-Lê nhấn mạnh rằng giác quan chỉ giúp chúng ta nhận thức những gì hữu hình và dễ thấy, như màu sắc, âm thanh, hoặc cảm giác trực tiếp. Tuy nhiên, trí tuệ sâu sắc lại có khả năng nhìn thấy bản chất thực sự của vạn vật, bao gồm những quy luật vô hình như nghiệp báo và tái sinh. Điều này chỉ ra rằng giác quan thường giới hạn chúng ta trong cái nhìn hời hợt, còn trí tuệ sâu sắc mở ra cánh cửa đến chân lý sâu xa.
2. **Hiểu biết qua giác quan dễ gây ra sự chấp ngã và cố chấp**
   - Pāṭika, ban đầu chỉ tin vào những gì ông thấy và trải nghiệm trực tiếp, điều này khiến ông hoài nghi các nguyên lý tâm linh. Điều này cho thấy hiểu biết qua giác quan thường dẫn đến sự bám chấp vào những gì có thể kiểm chứng ngay, ngăn cản chúng ta tiếp cận với các chân lý vượt ngoài tầm nhìn. Trái lại, trí tuệ sâu sắc giúp con người buông bỏ chấp ngã và mở lòng để khám phá sự thật mà giác quan không thể cảm nhận.
3. **Giác quan chỉ mang đến tri thức bề mặt, trí tuệ sâu sắc giúp thấu hiểu bản chất và nguồn gốc của hiện tượng**
   - Kinh Ba-Lê nhắc nhở rằng tri thức từ giác quan chỉ là sự hiểu biết bề mặt, giúp chúng ta nhận thức sự vật hiện hữu nhưng không thấu hiểu sâu xa về bản chất của chúng. Trí tuệ sâu sắc, ngược lại, giúp ta nhìn thấy nguyên nhân, kết quả và sự liên kết giữa các hiện tượng, từ đó hiểu rõ hơn về các quy luật tự nhiên, như nhân quả và nghiệp báo.
4. **Trí tuệ sâu sắc phát triển từ sự tự quan sát và chiêm nghiệm, trong khi giác quan chỉ phản ánh những gì bên ngoài**
   - Hiểu biết từ giác quan phụ thuộc vào những gì bên ngoài và thường không ổn định, trong khi trí tuệ sâu sắc phát triển qua sự tự quan sát và chiêm nghiệm từ bên trong. Kinh Ba-Lê nhấn mạnh rằng để đạt được trí tuệ sâu sắc, cần có sự kiên nhẫn, suy ngẫm và thấu hiểu, vượt khỏi những gì giác quan đơn thuần cung cấp.
5. **Trí tuệ sâu sắc mang lại sự an lạc, trong khi hiểu biết qua giác quan dễ gây ra lo âu và bám chấp**
   - Giác quan giúp ta cảm nhận niềm vui và khổ đau một cách trực tiếp, nhưng vì nó không bền vững, chúng ta dễ dàng rơi vào trạng thái lo âu, bất an. Trí tuệ sâu sắc, ngược lại, mang lại sự an lạc lâu dài, vì nó giúp chúng ta hiểu được bản chất của vô thường và không còn bám chấp vào những điều tạm thời.
6. **Giác quan bị chi phối bởi ngoại cảnh, còn trí tuệ sâu sắc dẫn đến sự giải thoát**
   - Hiểu biết qua giác quan dễ dàng bị thay đổi và ảnh hưởng bởi ngoại cảnh, trong khi trí tuệ sâu sắc là sự thấu hiểu chân lý không bị ảnh hưởng bởi bất cứ điều gì bên ngoài. Trí tuệ sâu sắc hướng đến sự giải thoát, giúp con

người thoát khỏi mọi ràng buộc, không còn bị chi phối bởi những điều nhìn thấy hoặc cảm nhận nhất thời.

7. **Hiểu biết qua giác quan dễ dẫn đến ảo tưởng, trong khi trí tuệ sâu sắc dẫn đến sự tỉnh thức**
    - Kinh Ba-Lê chỉ ra rằng giác quan có thể tạo ra sự hiểu lầm hoặc ảo tưởng, vì nó thường không cho ta cái nhìn toàn diện. Trái lại, trí tuệ sâu sắc giúp chúng ta tỉnh thức, nhận thức đúng về bản chất của thực tại, thoát khỏi các ảo tưởng mà giác quan gây ra.
8. **Trí tuệ sâu sắc giúp thấy rõ sự vận hành của nghiệp và tái sinh, còn giác quan chỉ thấy kết quả ngay trước mắt**
    - Giác quan chỉ giúp con người nhận ra những sự kiện trong hiện tại mà không thấy được sự kết nối sâu xa qua nhiều kiếp sống. Trí tuệ sâu sắc cho chúng ta thấy rằng nghiệp báo và tái sinh là những quy luật kéo dài qua nhiều đời, vượt ra khỏi tầm nhìn hạn hẹp của một kiếp sống, từ đó giúp con người sống với trách nhiệm và hiểu biết hơn.

Tổng kết:

Kinh Ba-Lê cho thấy rằng hiểu biết qua giác quan thường giới hạn chúng ta trong cái nhìn hời hợt và tạm thời, trong khi trí tuệ sâu sắc giúp con người nhận thức rõ chân lý sâu xa và vượt qua sự bám chấp vào cái nhìn hữu hạn. Trí tuệ sâu sắc là con đường dẫn đến sự an lạc và tỉnh thức, giúp chúng ta thoát khỏi ảo tưởng và hướng đến sự giải thoát chân thật.

13. Tại sao người tu học cần kiên nhẫn và từ bi khi gặp những người có quan điểm khác biệt hoặc hoài nghi về Chánh Pháp?

Người tu học cần kiên nhẫn và từ bi khi gặp những người có quan điểm khác biệt hoặc hoài nghi về Chánh Pháp vì các lý do sau:

1. **Tạo cơ hội để người khác mở lòng và lắng nghe**
    - Khi tiếp cận với sự kiên nhẫn và từ bi, người hoài nghi sẽ cảm thấy được tôn trọng và có nhiều khả năng mở lòng để lắng nghe. Nếu người tu học phản ứng gắt gao hoặc phán xét, điều này sẽ tạo ra sự đối kháng, khiến người khác khép kín và khó tiếp nhận Chánh Pháp.
2. **Thể hiện tinh thần từ bi và bao dung của Chánh Pháp**
    - Sự kiên nhẫn và từ bi là biểu hiện của tinh thần Chánh Pháp, giúp người hoài nghi nhận thấy giá trị nhân văn và sự bao dung trong lời dạy Phật pháp. Khi thấy người tu học kiên nhẫn lắng nghe và không phán xét, người khác sẽ cảm nhận được lòng từ bi và dễ tin tưởng vào Chánh Pháp hơn.
3. **Giúp xây dựng sự kết nối và sự tin tưởng**
    - Kiên nhẫn và từ bi giúp tạo dựng mối quan hệ tốt đẹp, giúp người có quan điểm trái ngược cảm thấy được thấu hiểu và không bị áp lực. Điều này tạo nên sự kết nối và tin tưởng, giúp cho cuộc đối thoại trở nên cởi mở và hiệu quả hơn, từ đó giúp người khác tiếp cận Chánh Pháp một cách nhẹ nhàng.
4. **Giảm thiểu sự đối kháng và căng thẳng trong cuộc đối thoại**
    - Khi gặp người hoài nghi hoặc có quan điểm khác biệt, thái độ ép buộc hoặc tranh luận gay gắt sẽ dẫn đến sự căng thẳng và đối kháng. Sự kiên nhẫn và từ bi giúp giảm thiểu căng thẳng, tránh các xung đột, và tạo ra môi

trường thuận lợi để người nghe có thể tiếp thu Chánh Pháp một cách tự nhiên.

5. **Thể hiện sự thấu hiểu và thông cảm với người khác**
   - Người tu học hiểu rằng hoài nghi là trạng thái tự nhiên của những ai chưa hiểu rõ Chánh Pháp. Bằng cách kiên nhẫn và từ bi, người tu học thể hiện sự thông cảm với những khó khăn trong quá trình nhận thức của người khác, giúp họ cảm thấy được thấu hiểu và sẵn sàng tiếp thu.
6. **Khuyến khích người khác tự suy ngẫm và không cảm thấy bị áp đặt**
   - Sự kiên nhẫn và từ bi giúp người hoài nghi cảm thấy không bị ép buộc, từ đó khuyến khích họ tự suy ngẫm. Khi không có áp lực, người nghe sẽ tự do suy xét và dễ dàng đi đến sự chấp nhận chân lý một cách tự nguyện, thay vì bị ép buộc phải thay đổi quan điểm.
7. **Xây dựng phẩm chất kiên nhẫn và từ bi trong chính bản thân**
   - Khi gặp người có quan điểm khác biệt, người tu học có cơ hội để rèn luyện phẩm chất kiên nhẫn và từ bi của mình. Đây là những phẩm chất quan trọng trên con đường tu tập, giúp người tu học phát triển lòng từ bi và trưởng thành trong việc đối xử với mọi người.
8. **Tôn trọng quá trình nhận thức và thay đổi của mỗi cá nhân**
   - Đức Phật dạy rằng sự thay đổi cần có thời gian, và mỗi người đều có quá trình học hỏi riêng. Khi kiên nhẫn với người hoài nghi, người tu học thể hiện sự tôn trọng quá trình nhận thức của họ, cho họ thời gian và không gian để tự chiêm nghiệm và đi đến sự chuyển hóa.
9. **Truyền cảm hứng về giá trị của Chánh Pháp qua hành vi và thái độ**
   - Người tu học cần trở thành tấm gương của Chánh Pháp thông qua thái độ và cách ứng xử từ bi, nhẫn nhịn. Điều này giúp người khác nhìn thấy giá trị thực tiễn của giáo lý Phật giáo, không chỉ trong lời nói mà còn trong hành động, khiến họ dễ cảm nhận và tin tưởng vào Chánh Pháp hơn.
10. **Thúc đẩy sự hòa hợp và từ bi trong cộng đồng**
   - Sự kiên nhẫn và từ bi khi đối diện với những quan điểm trái ngược không chỉ giúp chuyển hóa cá nhân mà còn thúc đẩy sự hòa hợp và lòng từ bi trong cộng đồng. Điều này xây dựng một môi trường tu học bao dung, nơi mọi người có thể chia sẻ và học hỏi từ nhau mà không có sự phán xét hay đối kháng.

Tổng kết:

Kiên nhẫn và từ bi là những phẩm chất thiết yếu để người tu học có thể tiếp cận và chuyển hóa người khác một cách hiệu quả, đặc biệt khi gặp phải những quan điểm khác biệt hoặc hoài nghi về Chánh Pháp. Những phẩm chất này không chỉ giúp người tu học truyền tải Chánh Pháp một cách nhẹ nhàng mà còn lan tỏa giá trị nhân văn của giáo lý, giúp người khác mở lòng và tiến dần đến sự giác ngộ.

14. Kinh Ba-Lê nhấn mạnh gì về việc áp dụng trí tuệ trong việc phân biệt giữa quan điểm đúng và sai lầm?

Kinh Ba-Lê nhấn mạnh các điểm sau về việc áp dụng trí tuệ trong phân biệt giữa quan điểm đúng và sai lầm:

1. **Trí tuệ giúp vượt qua sự phụ thuộc vào giác quan để thấy rõ chân lý**

- Kinh Ba-Lê chỉ ra rằng nhiều quan điểm sai lầm bắt nguồn từ sự lệ thuộc quá mức vào giác quan, chỉ tin vào những gì có thể thấy, nghe, hoặc cảm nhận trực tiếp. Trí tuệ giúp chúng ta nhận ra rằng chân lý không chỉ giới hạn trong các hiện tượng hữu hình, mà còn bao gồm những quy luật sâu xa như nghiệp báo và tái sinh, vốn vượt ngoài tầm nhìn của giác quan.

2. **Trí tuệ giúp phát hiện các định kiến và giới hạn trong quan điểm cá nhân**
   - Kinh này nhắc nhở rằng những định kiến và quan điểm sai lầm thường bắt nguồn từ sự cố chấp, bám víu vào cái nhìn hữu hạn của cá nhân. Trí tuệ giúp người tu học thấy được những giới hạn trong nhận thức của mình, từ đó cởi mở hơn với các chân lý sâu xa và sẵn sàng thay đổi khi thấy quan điểm của mình chưa đúng đắn.
3. **Phân biệt đúng sai không chỉ dựa trên lý trí mà còn cần sự tự quan sát và chiêm nghiệm**
   - Đức Phật không khuyên chúng ta chỉ tin vào lý trí đơn thuần mà nhấn mạnh vai trò của sự tự quan sát và chiêm nghiệm. Qua quá trình này, người tu học có thể phân biệt giữa những quan điểm phù hợp với Chánh Pháp và những quan điểm còn lệch lạc, từ đó áp dụng Chánh Pháp vào đời sống.
4. **Trí tuệ giúp chúng ta nhìn vào bản chất thay vì bề ngoài của quan điểm**
   - Kinh Ba-Lê khuyến khích người tu học nhìn vào bản chất của một quan điểm thay vì chỉ đánh giá qua những gì thấy bề ngoài. Đức Phật dạy rằng để phân biệt đúng và sai, cần có trí tuệ để nhìn thấy mối liên hệ sâu xa giữa nhân và quả, không chỉ dừng lại ở các biểu hiện nhất thời.
5. **Áp dụng trí tuệ để hiểu rằng đúng sai có thể thay đổi theo sự phát triển của nhận thức**
   - Kinh này nhấn mạnh rằng nhận thức về đúng sai có thể thay đổi khi con người phát triển trí tuệ và hiểu biết sâu sắc hơn. Khi chúng ta mở rộng trí tuệ, những quan điểm cũ có thể được thay thế bằng những hiểu biết đúng đắn và chính xác hơn.
6. **Trí tuệ giúp kiểm chứng và làm sáng tỏ các quan điểm bằng kinh nghiệm thực tiễn**
   - Đức Phật khuyến khích người tu học không nên tin ngay vào bất kỳ quan điểm nào mà không kiểm chứng. Trí tuệ giúp chúng ta áp dụng các bài học vào thực tế, quan sát tác động của chúng trong cuộc sống và từ đó xác định đúng sai dựa trên kinh nghiệm cá nhân, thay vì chỉ tin vào lý thuyết.
7. **Phân biệt đúng sai không phải để phán xét, mà để phát triển từ bi và trí tuệ**
   - Kinh Ba-Lê dạy rằng việc nhận ra sự sai lầm của một quan điểm không phải để phán xét mà để trưởng thành hơn trong nhận thức và hành động. Trí tuệ giúp người tu học phân biệt đúng sai để sống từ bi và khéo léo hơn, không phán xét hay chấp ngã mà sẵn lòng hỗ trợ người khác trên con đường giác ngộ.
8. **Trí tuệ giúp nhìn nhận một quan điểm không chỉ trong một bối cảnh mà trong mối quan hệ rộng lớn**
   - Đức Phật dạy rằng để hiểu rõ đúng sai, cần xem xét quan điểm đó trong bối cảnh lớn hơn, bao gồm các yếu tố về nhân quả và sự tác động lên người

khác. Trí tuệ giúp chúng ta nhận thức được sự phức tạp của mỗi quan điểm và không vội vàng kết luận mà hiểu nó trong một mối quan hệ toàn diện.

9. **Trí tuệ giúp người tu học không bị cuốn theo những quan điểm sai lầm phổ biến**
   - Kinh Ba-Lê nhấn mạnh rằng quan điểm sai lầm có thể trở nên phổ biến trong xã hội. Trí tuệ giúp người tu học không bị ảnh hưởng bởi số đông mà luôn biết phân định và suy xét một cách sáng suốt để giữ vững Chánh Pháp.
10. **Khuyến khích sự khiêm nhường và sẵn sàng sửa đổi khi nhận ra quan điểm chưa đúng**
    - Cuối cùng, Kinh Ba-Lê nhấn mạnh rằng áp dụng trí tuệ đòi hỏi sự khiêm nhường và sẵn sàng thay đổi khi nhận ra quan điểm của mình chưa hoàn thiện. Trí tuệ giúp người tu học tự sửa mình, luôn cải thiện nhận thức và hướng tới sự giác ngộ, không cố chấp vào những gì mình đã tin tưởng.

Tổng kết:

Kinh Ba-Lê nhấn mạnh rằng trí tuệ là công cụ cần thiết để phân biệt đúng sai, vượt qua những giới hạn của giác quan và định kiến cá nhân. Trí tuệ giúp người tu học nhìn vào bản chất sâu xa, không phán xét mà học hỏi và sửa đổi bản thân, từ đó tiến gần hơn đến sự giác ngộ và sống hài hòa với Chánh Pháp.

15. Những điểm nổi bật trong cuộc đối thoại với Pāṭika có thể truyền cảm hứng gì cho người tu học trong hành trình tìm kiếm chân lý?

Những điểm nổi bật trong cuộc đối thoại giữa Đức Phật và Pāṭika truyền cảm hứng sâu sắc cho người tu học trong hành trình tìm kiếm chân lý qua các khía cạnh sau:

1. **Kiên nhẫn và từ bi trong truyền đạt Chánh Pháp**
   - Đức Phật đã đối diện với sự hoài nghi của Pāṭika bằng lòng từ bi và sự kiên nhẫn. Ngài lắng nghe, không áp đặt mà nhẹ nhàng giải thích. Điều này khuyến khích người tu học rằng, trong hành trình tìm kiếm chân lý, lòng kiên nhẫn và từ bi là cốt lõi. Kiên nhẫn giúp ta kiên định trước những thử thách, còn từ bi giúp ta luôn giữ được thái độ hoà nhã, sẵn sàng chia sẻ và học hỏi.
2. **Tầm quan trọng của sự cởi mở và khiêm nhường**
   - Pāṭika ban đầu có thái độ hoài nghi, nhưng dần dần nhờ sự cởi mở, ông đã nhận ra giới hạn trong quan điểm của mình. Cuộc đối thoại này nhấn mạnh rằng người tu học cần giữ lòng khiêm nhường, sẵn sàng từ bỏ định kiến, mở lòng với những điều mới mẻ và sâu sắc hơn. Sự khiêm nhường và cởi mở giúp ta có thể đón nhận chân lý từ nhiều góc độ và tiến gần hơn đến sự hiểu biết trọn vẹn.
3. **Sức mạnh của trí tuệ để vượt qua giới hạn giác quan**
   - Pāṭika chỉ tin vào những gì giác quan có thể cảm nhận, nhưng Đức Phật đã giúp ông thấy rằng trí tuệ có thể mở rộng hiểu biết, vượt qua những gì hữu hình. Người tu học được nhắc nhở rằng giác quan chỉ cung cấp một phần nhỏ của thực tại, và rằng trí tuệ mới là công cụ để thấu hiểu bản chất sâu xa của vạn vật.
4. **Sự tự do suy nghĩ và không áp đặt trong việc học Chánh Pháp**

- Đức Phật không áp đặt Pāṭika phải thay đổi ngay lập tức mà để ông tự suy ngẫm và nhận ra chân lý. Điều này nhấn mạnh rằng Chánh Pháp không phải là sự cưỡng ép mà là quá trình khám phá tự nguyện. Người tu học được truyền cảm hứng để tự do tìm hiểu, chiêm nghiệm và kiểm chứng Chánh Pháp theo cách của mình, giúp họ tự tìm ra con đường phù hợp nhất.

5. **Tầm quan trọng của việc sử dụng các ẩn dụ và ví dụ thực tế**
    - Đức Phật đã sử dụng các ẩn dụ gần gũi như hạt giống, người mù và ánh sáng để giải thích cho Pāṭika những khái niệm trừu tượng. Điều này truyền cảm hứng cho người tu học về cách áp dụng các phương pháp thực tế để hiểu và giảng giải Chánh Pháp. Học cách sử dụng những hình ảnh quen thuộc có thể giúp họ hiểu sâu hơn về giáo lý và cũng giúp họ dễ dàng truyền đạt lại cho người khác.
6. **Động lực tự sửa đổi và tự phát triển bản thân**
    - Qua cuộc đối thoại, Pāṭika dần tự nhận ra giới hạn và thiếu sót trong quan điểm của mình. Điều này nhắc nhở người tu học rằng hành trình tìm kiếm chân lý không chỉ là học hỏi bên ngoài mà còn là quá trình tự sửa đổi, tự hoàn thiện bản thân. Thay vì chấp chặt vào cái nhìn ban đầu, người tu học cần luôn kiểm chứng, rèn luyện trí tuệ và tự hoàn thiện trên con đường tìm kiếm chân lý.
7. **Niềm tin vào giá trị bền vững và công bằng của nghiệp báo**
    - Đức Phật giải thích cho Pāṭika về quy luật nghiệp báo và tái sinh, nhấn mạnh rằng mọi hành động đều có hậu quả công bằng. Điều này truyền cảm hứng cho người tu học sống một cách có đạo đức, có trách nhiệm với hành động của mình, và giữ vững niềm tin vào sự công bằng của các quy luật tự nhiên trong cuộc sống.
8. **Khả năng chuyển hóa tâm thức và thay đổi quan điểm**
    - Sự chuyển hóa của Pāṭika từ người hoài nghi sang người có niềm tin cho thấy khả năng thay đổi của tâm thức. Điều này là nguồn cảm hứng cho người tu học, cho thấy rằng dù có khó khăn hay bám chấp, bất cứ ai cũng có thể thay đổi và hướng đến chân lý nếu họ cởi mở và kiên nhẫn. Khả năng chuyển hóa tâm thức là một sức mạnh đáng quý trong hành trình tu học.
9. **Tính nhất quán và công bằng của giáo lý**
    - Cuộc đối thoại nhấn mạnh rằng Chánh Pháp là những chân lý nhất quán và không thiên vị, được chứng minh qua thời gian. Điều này tạo niềm tin cho người tu học rằng các giáo lý Phật giáo không phải là lý thuyết viễn vông mà là những nguyên lý tự nhiên, có thể dẫn dắt họ đến một cuộc sống an lạc và giác ngộ khi áp dụng vào thực tiễn.
10. **Tôn trọng quá trình phát triển của mỗi cá nhân**
    - Đức Phật tôn trọng hành trình nhận thức riêng của Pāṭika, không áp đặt ông mà để ông tự chiêm nghiệm và thay đổi dần dần. Điều này truyền cảm hứng cho người tu học về sự tôn trọng quá trình học hỏi và phát triển cá nhân của chính mình và của người khác. Hành trình tìm kiếm chân lý là con đường dài, cần sự kiên nhẫn và không ngừng rèn luyện.

Tổng kết:
cuộc đối thoại giữa Đức Phật và Pāṭika trong Kinh Ba-Lê mang đến nhiều bài học và nguồn cảm hứng cho người tu học. Những phẩm chất như kiên nhẫn, từ bi, trí tuệ, sự khiêm nhường và tự do suy ngẫm là những yếu tố thiết yếu giúp họ tiến gần hơn đến chân lý và sống một cuộc sống trọn vẹn, an lạc.

16. Cuộc đối thoại này giúp củng cố lòng tin vào Chánh Pháp như thế nào, đặc biệt là khi đối diện với hoài nghi và thử thách?
Cuộc đối thoại giữa Đức Phật và Pāṭika giúp củng cố lòng tin vào Chánh Pháp khi đối diện với hoài nghi và thử thách qua những điểm sau:

1. **Chánh Pháp có thể giải đáp những hoài nghi sâu sắc**
    - Đức Phật đã giải thích cặn kẽ và từ bi với từng câu hỏi của Pāṭika, cho thấy rằng Chánh Pháp có khả năng đáp ứng ngay cả những nghi ngờ sâu sắc nhất. Điều này củng cố lòng tin rằng Chánh Pháp là một nguồn tri thức vững chắc, có thể giải thích mọi khía cạnh của cuộc sống và làm sáng tỏ những vấn đề phức tạp mà người tu học có thể gặp phải.
2. **Chánh Pháp không né tránh hay ép buộc mà khuyến khích tự do suy ngẫm**
    - Đức Phật không ép Pāṭika phải chấp nhận mà để ông tự suy ngẫm và tự tìm ra chân lý. Điều này nhấn mạnh rằng Chánh Pháp khuyến khích sự tự do tìm hiểu và tự do suy nghĩ, giúp người tu học tin rằng Chánh Pháp là một con đường học hỏi tự nguyện, không ép buộc hay giới hạn.
3. **Tính nhất quán và công bằng của Chánh Pháp qua quy luật nghiệp báo**
    - Đức Phật giải thích rằng mọi hành động đều có kết quả tương ứng, bất kể ai là người thực hiện. Điều này nhấn mạnh tính nhất quán và công bằng của nghiệp báo, củng cố niềm tin rằng Chánh Pháp không thiên vị hay bất công, mà là những quy luật tự nhiên mà ai cũng phải tuân theo.
4. **Chánh Pháp không chỉ là lý thuyết mà là chân lý thực tiễn**
    - Trong cuộc đối thoại, Đức Phật sử dụng các ẩn dụ và ví dụ gần gũi để giải thích Chánh Pháp, chứng tỏ rằng giáo lý Phật giáo không phải là lý thuyết viển vông mà là những nguyên lý thiết thực, có thể áp dụng vào đời sống hàng ngày. Điều này củng cố lòng tin của người tu học rằng Chánh Pháp là con đường thực tiễn, dẫn đến an lạc và trí tuệ khi thực hành.
5. **Chánh Pháp không phán xét mà từ bi và bao dung với hoài nghi**
    - Thay vì chỉ trích sự hoài nghi của Pāṭika, Đức Phật từ bi giải thích từng quan điểm của ông. Điều này cho thấy Chánh Pháp không phán xét người hoài nghi mà tiếp nhận họ một cách bao dung, giúp người tu học hiểu rằng họ có thể đặt câu hỏi và vượt qua những nghi ngờ mà không bị xa lánh hay phán xét.
6. **Chánh Pháp có khả năng chuyển hóa và phát triển nhận thức của con người**
    - Cuộc đối thoại chứng minh rằng, nhờ tiếp cận Chánh Pháp, Pāṭika đã chuyển từ sự hoài nghi sang sự hiểu biết sâu sắc. Điều này củng cố lòng tin rằng Chánh Pháp có khả năng chuyển hóa nhận thức của con người, giúp họ từ từ tháo gỡ những sai lầm và tiến đến sự giác ngộ.

7. **Chánh Pháp khuyến khích lòng khiêm nhường và sẵn sàng sửa đổi**
   - Qua cuộc đối thoại, Pāṭika dần nhận ra giới hạn trong quan điểm của mình và chấp nhận sửa đổi, cho thấy rằng Chánh Pháp không yêu cầu sự hoàn hảo mà khuyến khích lòng khiêm nhường và sẵn sàng học hỏi. Điều này củng cố niềm tin rằng ai cũng có thể học hỏi và phát triển theo Chánh Pháp, không phân biệt trình độ hay hoàn cảnh.
8. **Chánh Pháp mang đến sự giải thoát khỏi những giới hạn của giác quan**
   - Đức Phật giúp Pāṭika nhận ra rằng những gì giác quan cung cấp chỉ là một phần nhỏ của thực tại. Chánh Pháp mở rộng tầm nhìn để nhận biết những quy luật vô hình như nghiệp báo và tái sinh. Điều này giúp người tu học tin rằng Chánh Pháp có thể dẫn dắt họ vượt qua các giới hạn của giác quan và thấy rõ bản chất thực sự của vạn vật.
9. **Chánh Pháp là nền tảng vững chắc khi gặp khó khăn và thử thách**
   - Cuộc đối thoại nhấn mạnh rằng dù có sự hoài nghi và thử thách, Chánh Pháp vẫn là nền tảng giúp ta vượt qua chúng một cách an lạc. Đức Phật đã giải thích Chánh Pháp với sự vững chãi, khuyến khích người tu học tin tưởng rằng giáo lý Phật giáo là điểm tựa vững chắc khi họ đối mặt với thử thách trong cuộc sống.
10. **Chánh Pháp khuyến khích quá trình tự giác ngộ và không cần sự thuyết phục cưỡng ép**
   - Đức Phật không thuyết phục Pāṭika bằng cách ép buộc mà để ông tự mình chiêm nghiệm và tìm ra chân lý. Điều này giúp người tu học hiểu rằng Chánh Pháp là một con đường tự giác ngộ, nơi mỗi cá nhân tự mình khám phá và phát triển trí tuệ, không cần đến bất kỳ sự ép buộc nào.

Tổng kết:

Cuộc đối thoại giữa Đức Phật và Pāṭika củng cố lòng tin vào Chánh Pháp qua việc cho thấy Chánh Pháp có khả năng giải đáp hoài nghi, chuyển hóa nhận thức, khuyến khích sự tự do và khiêm nhường. Chánh Pháp không chỉ là lý thuyết mà là chân lý thực tiễn, giúp con người vượt qua giới hạn của giác quan và tạo nền tảng vững chắc để vượt qua thử thách, hướng đến sự an lạc và giải thoát.

17. Làm thế nào để các ẩn dụ trong Kinh Ba-Lê có thể giúp chúng ta hiểu và áp dụng các giáo lý sâu xa trong cuộc sống thường ngày?

Các ẩn dụ trong Kinh Ba-Lê giúp chúng ta hiểu và áp dụng các giáo lý sâu xa trong cuộc sống thường ngày qua các cách sau:

1. **Biến những khái niệm trừu tượng thành hình ảnh dễ hiểu**
   - Các ẩn dụ như hạt giống và cây giúp chúng ta dễ dàng hình dung quá trình nghiệp báo. Giống như hạt giống phải có đủ điều kiện để nảy mầm, nghiệp cũng cần điều kiện để trổ quả. Điều này giúp chúng ta hiểu rằng mọi hành động đều có hệ quả, dù chưa thể thấy ngay lập tức, từ đó khuyến khích lối sống có trách nhiệm.
2. **Kết nối các giáo lý sâu xa với những trải nghiệm quen thuộc**
   - Ẩn dụ về người mù và ánh sáng cho thấy rằng không phải mọi điều đều có thể thấy bằng giác quan. Điều này giúp chúng ta hiểu rằng, giống như ánh sáng tồn tại dù người mù không thấy, nghiệp và tái sinh vẫn vận hành dù

ta không thể thấy ngay. Sự kết nối với những trải nghiệm quen thuộc giúp người tu học chấp nhận các chân lý tâm linh mà không cần đến chứng kiến trực tiếp.

3. **Khuyến khích thái độ kiên nhẫn và chấp nhận quy luật tự nhiên**
   - Ẩn dụ về hạt giống nảy mầm dạy chúng ta rằng kết quả của mỗi hành động cần có thời gian để trổ quả, giúp người tu học hiểu rằng không nên vội vàng mong cầu kết quả ngay lập tức. Điều này khuyến khích sự kiên nhẫn và lòng tin vào quy luật nhân quả, từ đó sống một cách từ tốn và chấp nhận các quá trình tự nhiên trong cuộc sống.
4. **Giúp phân biệt giữa bề ngoài và bản chất**
   - Ẩn dụ về sự phản chiếu trong gương cho thấy rằng hành động như thế nào thì nghiệp báo sẽ phản ánh lại như thế đó. Điều này dạy rằng, dù không thể thấy ngay, nghiệp báo vẫn tồn tại và sẽ mang lại kết quả tương xứng. Nhờ đó, chúng ta hiểu rõ hơn về bản chất của hành động, không chỉ đánh giá theo kết quả nhất thời mà xem xét đến hệ quả sâu xa của nó.
5. **Nuôi dưỡng sự khiêm nhường và mở lòng đón nhận những điều chưa thể thấy ngay**
   - Ẩn dụ về người mù nhắc nhở chúng ta rằng có những điều vượt ngoài giác quan, và không phải lúc nào chúng ta cũng có thể nhìn thấy ngay chân lý. Điều này nuôi dưỡng sự khiêm nhường, giúp chúng ta không vội phủ nhận những gì không thể thấy mà cởi mở đón nhận các quy luật sâu xa của cuộc sống.
6. **Giúp chúng ta sống có ý thức và tránh tạo nghiệp xấu**
   - Hiểu rằng mỗi hành động như một hạt giống sẽ tạo nên quả báo, ẩn dụ về hạt giống khuyến khích chúng ta sống có ý thức, tạo nghiệp lành và tránh những hành vi tiêu cực. Nhờ sự hình dung rõ ràng, người tu học sẽ dễ áp dụng nguyên lý nghiệp báo, sống tử tế và hành động với tinh thần trách nhiệm.
7. **Tăng cường lòng tin vào sự công bằng và nhất quán của Chánh Pháp**
   - Ẩn dụ về gương phản chiếu và hạt giống giúp chúng ta thấy rằng nghiệp báo diễn ra công bằng và nhất quán. Mọi hành động đều có hậu quả tương xứng, và dù không thấy ngay, nó sẽ đến khi hội đủ điều kiện. Điều này củng cố lòng tin vào Chánh Pháp, giúp chúng ta sống đúng đắn và tin tưởng vào quy luật tự nhiên của cuộc sống.
8. **Hỗ trợ trong việc giải thích và truyền đạt Chánh Pháp cho người khác**
   - Nhờ các ẩn dụ dễ hiểu, người tu học có thể truyền đạt các giáo lý sâu xa cho người khác một cách dễ dàng hơn. Khi có thể dùng những hình ảnh quen thuộc để giải thích các khái niệm như nghiệp báo và tái sinh, người khác sẽ dễ tiếp nhận và hiểu rõ ý nghĩa sâu xa của Chánh Pháp.
9. **Giúp đối diện với nghịch cảnh bằng tâm thế an nhiên**
   - Ẩn dụ về hạt giống nảy mầm giúp ta hiểu rằng những khó khăn có thể là kết quả của những nghiệp xấu trong quá khứ. Điều này giúp người tu học bình thản hơn khi đối diện với thử thách, vì họ hiểu rằng đó chỉ là sự phản ánh của nghiệp lực, từ đó sống an nhiên và hướng đến sự sửa đổi, chuyển hóa.

10. **Khuyến khích sống có trách nhiệm với hành động của mình**
    - Ẩn dụ về gương phản chiếu nhắc nhở rằng hành động nào cũng sẽ phản ánh lại cho chính người thực hiện, giống như hình ảnh phản chiếu trong gương. Điều này khuyến khích người tu học sống có trách nhiệm và hiểu rằng chính mình là người nhận lại kết quả của hành động.

Tổng kết:
Các ẩn dụ trong Kinh Ba-Lê không chỉ làm sáng tỏ những giáo lý trừu tượng mà còn giúp người tu học dễ dàng áp dụng chúng vào đời sống hàng ngày. Những hình ảnh cụ thể và gần gũi biến các nguyên lý sâu xa thành bài học thực tiễn, giúp người tu học sống với ý thức, trách nhiệm, và lòng từ bi, hướng đến một cuộc sống an lạc và trí tuệ.

18. Tại sao sự chuyển hóa trong tâm thức của Pāṭika lại là minh chứng mạnh mẽ về khả năng thay đổi của con người?
Sự chuyển hóa trong tâm thức của Pāṭika là minh chứng mạnh mẽ về khả năng thay đổi của con người vì các lý do sau:

1. **Khả năng vượt qua hoài nghi và định kiến cá nhân**
    - Pāṭika bắt đầu với nhiều hoài nghi và chấp chặt vào quan điểm cá nhân, chỉ tin vào những gì giác quan có thể cảm nhận. Tuy nhiên, nhờ cuộc đối thoại với Đức Phật, ông dần vượt qua sự cố chấp và định kiến ban đầu. Điều này cho thấy rằng, dù ban đầu ta có tư duy bảo thủ hoặc hoài nghi đến đâu, vẫn có khả năng chuyển hóa nếu tiếp cận đúng phương pháp.
2. **Sức mạnh của Chánh Pháp trong việc chuyển hóa nhận thức**
    - Sự thay đổi của Pāṭika chứng minh rằng Chánh Pháp có khả năng dẫn dắt con người từ sự hoài nghi đến niềm tin và sự hiểu biết sâu sắc. Điều này khẳng định rằng Chánh Pháp không chỉ là lý thuyết mà là công cụ mạnh mẽ giúp chuyển hóa tâm thức, giải phóng con người khỏi sự mê lầm và hướng đến sự giác ngộ.
3. **Minh chứng cho tiềm năng giác ngộ có sẵn trong mỗi con người**
    - Cuộc đối thoại này cho thấy rằng ngay cả những người hoài nghi và khó thuyết phục như Pāṭika vẫn có tiềm năng thay đổi và hướng đến giác ngộ. Điều này khuyến khích mọi người tin tưởng vào khả năng tự cải thiện và tiến bộ của bản thân, rằng ai cũng có thể phát triển trí tuệ và từ bi nếu mở lòng đón nhận Chánh Pháp.
4. **Sự chuyển hóa không phải là kết quả tức thì mà là một quá trình**
    - Sự thay đổi của Pāṭika diễn ra từ từ qua nhiều bước, từ việc đặt câu hỏi, lắng nghe, suy ngẫm đến tự chiêm nghiệm và cuối cùng là chấp nhận. Điều này cho thấy rằng thay đổi là một quá trình, không phải là kết quả ngay lập tức, khuyến khích người tu học kiên nhẫn và không nản lòng khi chưa thấy chuyển biến rõ rệt.
5. **Cần sự cởi mở và khiêm nhường để học hỏi và tiếp thu chân lý**
    - Pāṭika dần thay đổi nhờ cởi mở lắng nghe và khiêm nhường nhận ra giới hạn của mình. Sự chuyển hóa này cho thấy rằng để thay đổi, chúng ta cần mở lòng và không bám víu vào quan điểm cá nhân. Khiêm nhường là yếu

tố quan trọng để chuyển hóa, giúp con người sẵn sàng tiếp thu chân lý từ những nguồn kiến thức sâu sắc hơn.

6. **Khẳng định rằng thay đổi tích cực có thể diễn ra ngay trong cuộc sống hiện tại**
   - Sự chuyển hóa của Pāṭika diễn ra ngay trong một cuộc đối thoại, minh chứng rằng con người có thể thay đổi ở bất kỳ thời điểm nào trong cuộc sống. Điều này mang lại hy vọng và khích lệ rằng không bao giờ là quá muộn để thay đổi, phát triển bản thân và tìm thấy chân lý.
7. **Thay đổi không đòi hỏi những điều kiện lý tưởng mà cần sự kiên nhẫn và từ bi**
   - Đức Phật không ép buộc hay tạo áp lực mà kiên nhẫn dẫn dắt Pāṭika qua từng bước, giúp ông tự nhận ra chân lý. Sự chuyển hóa của Pāṭika cho thấy rằng con người có thể thay đổi nếu được dẫn dắt bằng lòng từ bi và sự kiên nhẫn, ngay cả trong điều kiện có nhiều sự hoài nghi.
8. **Giúp người tu học tin tưởng vào khả năng chuyển hóa của chính mình và người khác**
   - Sự thay đổi của Pāṭika là minh chứng sống động cho thấy con người có thể tiến bộ và thoát khỏi những quan điểm sai lầm. Điều này khuyến khích người tu học có niềm tin vào khả năng tự chuyển hóa của mình và những người xung quanh, rằng bất kỳ ai cũng có thể thay đổi khi được tiếp cận với Chánh Pháp đúng cách.
9. **Khẳng định giá trị của sự tự do suy ngẫm trong việc tìm kiếm chân lý**
   - Pāṭika đã thay đổi không phải vì bị ép buộc mà vì tự nguyện suy ngẫm và nhận ra chân lý. Điều này cho thấy rằng sự chuyển hóa thực sự chỉ đến khi có sự tự do tư duy và tự nguyện chiêm nghiệm, khẳng định rằng thay đổi cần được nuôi dưỡng từ bên trong và qua sự tự giác ngộ.
10. **Sự chuyển hóa của Pāṭika truyền cảm hứng về lòng kiên trì trên con đường tu tập**
    - Sự thay đổi của Pāṭika là minh chứng rằng ngay cả khi có nhiều thử thách và hoài nghi, người tu học vẫn có thể tìm thấy chân lý qua lòng kiên trì và tinh tấn. Điều này khuyến khích người tu học tiếp tục cố gắng, không ngừng rèn luyện trí tuệ và từ bi để tiến gần hơn đến sự giác ngộ.

Tổng kết:
Sự chuyển hóa trong tâm thức của Pāṭika là minh chứng mạnh mẽ cho thấy con người có thể thay đổi và tiến bộ, miễn là họ cởi mở, kiên nhẫn và sẵn lòng tiếp nhận chân lý. Điều này truyền cảm hứng cho người tu học tin tưởng vào khả năng tự cải thiện của bản thân và tìm thấy an lạc trên con đường tu tập.

19. Kinh Ba-Lê nhắc nhở chúng ta điều gì về sự cần thiết của lòng khiêm nhường và sự sẵn lòng thay đổi trong tu học?

Kinh Ba-Lê nhắc nhở chúng ta về sự cần thiết của lòng khiêm nhường và sự sẵn lòng thay đổi trong tu học qua các điểm sau:

1. **Khiêm nhường là điều kiện tiên quyết để tiếp nhận Chánh Pháp**
   - Kinh Ba-Lê cho thấy rằng những người chấp ngã và tự mãn dễ rơi vào sai lầm và khó tiếp thu chân lý. Lòng khiêm nhường giúp người tu học nhận

ra giới hạn của mình và mở lòng đón nhận các bài học từ Chánh Pháp, đồng thời sẵn sàng học hỏi từ người khác.

2. **Sẵn lòng thay đổi giúp vượt qua định kiến và tiến gần đến chân lý**
    - Pāṭika ban đầu chấp chặt vào quan điểm cá nhân, nhưng nhờ dần mở lòng và sẵn sàng thay đổi, ông đã tiến gần hơn đến sự hiểu biết sâu sắc. Điều này nhắc nhở người tu học rằng chỉ khi sẵn lòng thay đổi, họ mới có thể vượt qua định kiến và bám chấp để tiến đến chân lý.
3. **Khiêm nhường và sẵn sàng thay đổi là nền tảng để phát triển trí tuệ**
    - Đức Phật khuyến khích Pāṭika đặt câu hỏi, suy ngẫm và tự mình nhận ra chân lý. Lòng khiêm nhường và sự sẵn sàng thay đổi giúp người tu học phát triển trí tuệ, luôn học hỏi và không ngừng hoàn thiện bản thân, tránh bị bó buộc trong cái nhìn cố định.
4. **Khiêm nhường tạo điều kiện cho sự học hỏi và tự giác ngộ**
    - Khiêm nhường không chỉ giúp chúng ta dễ dàng tiếp thu Chánh Pháp mà còn thúc đẩy quá trình tự giác ngộ. Khi nhìn nhận rằng bản thân còn thiếu sót, người tu học sẽ luôn nỗ lực học hỏi và tự hoàn thiện, giúp họ trưởng thành và phát triển trên con đường tu học.
5. **Sự sẵn lòng thay đổi giúp chuyển hóa tâm thức và tạo nghiệp lành**
    - Pāṭika đã thay đổi nhờ sẵn lòng từ bỏ quan điểm ban đầu. Sự chuyển hóa này cho thấy rằng khi sẵn lòng thay đổi, con người có thể loại bỏ những sai lầm trong suy nghĩ và hành động để hướng đến sự giải thoát. Người tu học nhờ đó thấy rằng sự thay đổi tích cực giúp chuyển hóa tâm thức và tạo nghiệp lành.
6. **Khiêm nhường giúp xây dựng lòng tin và sự tôn trọng từ người khác**
    - Đức Phật lắng nghe Pāṭika một cách khiêm nhường và từ bi, điều này tạo ra lòng tin và sự kết nối giữa hai bên. Người tu học nhờ đó hiểu rằng khiêm nhường không chỉ có lợi cho bản thân mà còn giúp họ xây dựng mối quan hệ tốt đẹp với người khác, tạo nền tảng cho việc truyền đạt và tiếp nhận Chánh Pháp.
7. **Sẵn sàng thay đổi là quá trình liên tục trên con đường tu học**
    - Kinh Ba-Lê nhắc nhở rằng sự thay đổi không phải là kết quả tức thì mà là một quá trình liên tục. Người tu học cần có lòng khiêm nhường để nhận ra những thiếu sót và luôn sẵn lòng sửa đổi. Nhờ đó, họ có thể tiến bộ một cách bền vững và không ngừng hướng đến sự giác ngộ.
8. **Khiêm nhường giúp tránh chấp ngã và tự mãn, điều này là cốt lõi của Chánh Pháp**
    - Đức Phật dạy rằng sự chấp ngã là nguyên nhân gây ra khổ đau. Khiêm nhường giúp người tu học nhận ra bản chất vô thường của mọi hiện tượng và buông bỏ sự chấp ngã. Điều này giúp họ thực hành Chánh Pháp một cách chân thật, không vì cái tôi mà vì mục tiêu giải thoát khỏi khổ đau.
9. **Sẵn sàng thay đổi tạo nên động lực sống đúng Chánh Pháp**
    - Khi người tu học sẵn lòng thay đổi, họ sẽ luôn cố gắng sống đúng với Chánh Pháp và áp dụng các bài học để tự cải thiện bản thân. Điều này khuyến khích họ giữ vững niềm tin và quyết tâm trong việc thực hành Chánh Pháp, đồng thời lan tỏa giá trị của giáo lý đến với người khác.

10. **Khiêm nhường và sự sẵn lòng thay đổi là chìa khóa để đạt đến sự an lạc và trí tuệ**
    - Kinh Ba-Lê khẳng định rằng chỉ khi chúng ta từ bỏ sự cố chấp và mở lòng học hỏi, ta mới có thể tìm thấy sự an lạc và trí tuệ thực sự. Khiêm nhường và sẵn sàng thay đổi giúp người tu học thoát khỏi giới hạn của tư duy cá nhân, tiến gần hơn đến chân lý và sống một cuộc sống đầy ý nghĩa.

Tổng kết:

Kinh Ba-Lê nhắc nhở rằng lòng khiêm nhường và sự sẵn lòng thay đổi là cốt lõi của hành trình tu học. Chúng giúp người tu học luôn tự hoàn thiện, phát triển trí tuệ và tiến gần hơn đến sự giải thoát. Khi từ bỏ sự chấp ngã và sẵn sàng thay đổi, con người có thể sống hài hòa với Chánh Pháp và đạt đến an lạc chân thật.

20. Trong cuộc sống hiện đại, làm thế nào chúng ta có thể áp dụng các giáo lý từ Kinh Ba-Lê để phát triển sự từ bi, khiêm nhường và niềm tin vào Chánh Pháp?

Trong cuộc sống hiện đại, chúng ta có thể áp dụng các giáo lý từ Kinh Ba-Lê để phát triển sự từ bi, khiêm nhường, và niềm tin vào Chánh Pháp qua những cách sau:

1. **Lắng nghe người khác với lòng từ bi và không phán xét**
    - Kinh Ba-Lê khuyến khích lắng nghe những quan điểm khác biệt với lòng từ bi, như cách Đức Phật lắng nghe và đối thoại với Pāṭika. Trong cuộc sống, khi lắng nghe người khác một cách cởi mở, không phán xét, chúng ta sẽ dễ dàng cảm thông và xây dựng lòng từ bi, tạo dựng mối quan hệ hòa nhã và thân thiện với những người xung quanh.
2. **Chấp nhận sự khác biệt và phát triển sự khiêm nhường**
    - Hiểu rằng mỗi người có một cách nhìn khác nhau và chấp nhận rằng mình có thể chưa hiểu hết mọi điều là bước đầu để phát triển khiêm nhường. Trong các cuộc thảo luận hay bất đồng ý kiến, hãy nhớ rằng sự khiêm nhường giúp chúng ta học hỏi từ người khác và cải thiện nhận thức của mình, thay vì cố chấp vào quan điểm cá nhân.
3. **Tìm cách thay đổi bản thân trước khi tìm cách thay đổi người khác**
    - Kinh Ba-Lê nhấn mạnh sự tự giác ngộ và tự sửa đổi. Thay vì tập trung vào việc thay đổi người khác, hãy nhìn lại bản thân, cải thiện hành vi, thái độ và suy nghĩ của mình. Sự tự thay đổi này sẽ mang lại sự bình an và ảnh hưởng tích cực đến môi trường xung quanh, giúp chúng ta phát triển niềm tin vào giá trị thực sự của Chánh Pháp.
4. **Nuôi dưỡng niềm tin vào Chánh Pháp qua việc kiểm chứng thực tiễn**
    - Kinh Ba-Lê nhắc nhở rằng Chánh Pháp có thể được kiểm chứng qua trải nghiệm thực tế. Trong cuộc sống hàng ngày, hãy quan sát và áp dụng các nguyên tắc nhân quả, từ bi, và tránh tạo nghiệp xấu để thấy rõ những tác động tích cực. Việc thực hành và quan sát kết quả sẽ củng cố niềm tin của chúng ta vào Chánh Pháp.
5. **Sống với trách nhiệm và ý thức về hậu quả của hành động**
    - Ẩn dụ về nghiệp báo như hạt giống giúp chúng ta hiểu rằng mọi hành động đều có hậu quả. Sống có trách nhiệm với hành động của mình, từ lời nói

đến suy nghĩ, sẽ giúp chúng ta nuôi dưỡng lòng từ bi và tránh gây tổn thương cho người khác, từ đó xây dựng một cuộc sống an lành và hài hòa.

6. **Thực hành lòng từ bi bằng những hành động nhỏ hàng ngày**
   - Từ bi không chỉ thể hiện trong những việc lớn mà có thể thực hiện qua những hành động nhỏ, như giúp đỡ người khó khăn, lắng nghe người khác khi họ cần sự chia sẻ, hay thấu hiểu hoàn cảnh của người xung quanh. Những hành động này sẽ nuôi dưỡng lòng từ bi và giúp chúng ta thấy được giá trị của việc sống thiện lành.
7. **Giữ lòng kiên nhẫn khi đối diện với sự khác biệt và hoài nghi**
   - Cuộc đối thoại của Đức Phật với Pāṭika cho thấy tầm quan trọng của sự kiên nhẫn. Trong cuộc sống hiện đại, khi gặp phải sự bất đồng hoặc hoài nghi, hãy kiên nhẫn, lắng nghe và không vội vã phán xét. Điều này không chỉ giúp chúng ta học hỏi mà còn tạo ra môi trường tôn trọng và hòa hợp.
8. **Xây dựng lòng khiêm nhường qua việc tự nhận thức về giới hạn của mình**
   - Kinh Ba-Lê nhắc rằng sự khiêm nhường giúp chúng ta nhìn thấy những giới hạn trong hiểu biết cá nhân. Thực hành tự nhận thức, luôn tự nhắc nhở rằng mình còn nhiều điều chưa biết, sẽ giúp chúng ta giữ được lòng khiêm nhường và mở lòng đón nhận học hỏi từ người khác.
9. **Tin tưởng vào quá trình chuyển hóa qua thời gian**
   - Hiểu rằng sự thay đổi cần thời gian giúp chúng ta kiên nhẫn hơn với bản thân và người khác. Tin rằng mỗi hành động thiện lành sẽ tạo ra kết quả tốt đẹp theo thời gian, chúng ta sẽ không nóng vội mà tiếp tục nỗ lực phát triển bản thân, sống theo Chánh Pháp và tạo nghiệp lành.
10. **Ứng dụng các ẩn dụ để nhắc nhở bản thân về Chánh Pháp**
    - Những ẩn dụ trong Kinh Ba-Lê, như hạt giống và nghiệp báo, có thể trở thành lời nhắc nhở trong cuộc sống hàng ngày. Khi gặp khó khăn, hãy nhớ rằng nghiệp báo cũng như hạt giống cần thời gian để trổ quả. Điều này sẽ củng cố niềm tin vào Chánh Pháp, giúp chúng ta an nhiên và chấp nhận các thử thách trong cuộc sống.
11. **Giữ tâm hồn rộng mở để tiếp thu Chánh Pháp và luôn sẵn lòng sửa đổi**
    - Sự cởi mở và sẵn lòng thay đổi là những điều cốt lõi của Kinh Ba-Lê. Trong cuộc sống, hãy luôn giữ tâm hồn rộng mở để học hỏi và không ngần ngại sửa đổi những quan điểm sai lầm. Điều này sẽ giúp chúng ta tiến bộ trên con đường tu tập và sống hài hòa với Chánh Pháp.
12. **Phát triển niềm tin vào Chánh Pháp qua việc xây dựng lòng từ bi và khiêm nhường**
    - Khi thực hành lòng từ bi và sự khiêm nhường, chúng ta sẽ dần dần thấy được sự an lạc và ý nghĩa trong cuộc sống. Điều này sẽ củng cố niềm tin rằng Chánh Pháp là con đường đúng đắn, hướng đến hạnh phúc chân thật và sự giải thoát khỏi khổ đau.

Tổng kết:

Bằng cách lắng nghe với lòng từ bi, sống có trách nhiệm, kiên nhẫn, và sẵn lòng thay đổi, chúng ta có thể áp dụng các giáo lý từ Kinh Ba-Lê vào cuộc sống hiện đại. Những phẩm chất như từ bi, khiêm nhường, và niềm tin vào Chánh Pháp không chỉ giúp ta sống an lạc mà còn tạo ra ảnh hưởng tích cực cho mọi người xung quanh, hướng đến một cuộc sống ý nghĩa và đầy yêu thương.

KINH 25:
KINH ƯU-ĐÀM BÀ-LA
SƯ TỬ HỐNG
(Udumbarika-Sīhanāda Sutta)

I. GIỚI THIỆU TỔNG QUAN VỀ KINH ƯU-ĐÀM BÀ-LA SƯ TỬ HỐNG

1. Bối cảnh và lý do kinh ra đời

- **Bối cảnh**:
  Kinh Ưu-Đàm Bà-La Sư Tử Hống được Đức Phật thuyết giảng trong thời kỳ mà nhiều trường phái ngoại đạo phát triển mạnh mẽ tại Ấn Độ cổ đại. Các tu sĩ ngoại đạo, đặc biệt là những người thực hành khổ hạnh cực đoan, cho rằng việc ép xác, nhịn ăn, tự hành hạ bản thân là con đường duy nhất để đạt đến giải thoát. Quan niệm này gây nên sự hiểu lầm sâu sắc về con đường giải thoát và tạo nên những tranh cãi trong giới tu sĩ thời bấy giờ.
- **Lý do kinh ra đời**:
  Đức Phật thuyết kinh này nhằm giải đáp các nghi vấn về sự khác biệt giữa giáo lý của Ngài và các phương pháp khổ hạnh cực đoan. Cuộc đối thoại với du sĩ Nigrodha không chỉ nhằm phản biện các quan điểm sai lầm mà còn làm rõ bản chất thực sự của con đường dẫn đến giải thoát theo giáo lý Phật giáo.

2. Nhân vật và bối cảnh chính

- **Nhân vật chính**:
  - **Đức Phật**: Người đại diện cho giáo lý trung đạo, nhấn mạnh sự cân bằng giữa khổ hạnh và hưởng thụ, không rơi vào cực đoan nào.
  - **Du sĩ Nigrodha**: Một đại diện cho các trường phái ngoại đạo thực hành khổ hạnh khắc nghiệt. Nigrodha biểu trưng cho sự cố chấp vào những phương pháp tự hành xác mà không hiểu rõ bản chất của tâm linh và giải thoát.
- **Bối cảnh**:
  Kinh được thuyết tại rừng Udumbarika, một nơi mà các du sĩ ngoại đạo cư trú. Đây là không gian vừa mang tính biểu tượng vừa là hiện thực, nơi diễn ra sự đối đầu giữa các quan điểm khác biệt. Địa điểm này thể hiện sự gần gũi với đời sống tu hành thời bấy giờ, đồng thời tạo ra bối cảnh để Đức Phật trình bày quan điểm của mình một cách rõ ràng và mạnh mẽ.

3. Mục tiêu và ý nghĩa của kinh

- **Mục tiêu**:
  - Kinh nhằm làm rõ rằng con đường giải thoát không nằm ở khổ hạnh cực đoan hay sự từ bỏ toàn bộ mọi thú vui thế gian một cách mù

quáng. Thay vào đó, Đức Phật nhấn mạnh vào giáo lý trung đạo, nơi sự cân bằng và hiểu biết sâu sắc là yếu tố then chốt để đạt đến giác ngộ.

  - Cuộc đối thoại cũng nhằm xóa tan sự hiểu lầm của những người tu tập về ý nghĩa thực sự của giải thoát và cách thức thực hành đúng đắn.

- **Ý nghĩa**:
  - **Giáo lý trung đạo**: Kinh Ưu-Đàm Bà-La Sư Tử Hống khẳng định sự vượt trội của con đường trung đạo, nơi con người tránh xa cả hai cực đoan – sự hưởng thụ quá mức và sự khổ hạnh cực đoan – để đạt đến trạng thái tâm thanh tịnh và trí tuệ sáng suốt.
  - **Thực tiễn trong tu tập**: Kinh này nhấn mạnh rằng giáo lý Phật giáo không chỉ là triết lý mà còn là phương pháp thực hành thực tiễn, phù hợp với mọi người, giúp họ đạt đến sự an lạc và giải thoát chân thực.

Tổng kết:

Phần giới thiệu của Kinh Ưu-Đàm Bà-La Sư Tử Hống không chỉ đặt nền móng cho nội dung chính của kinh mà còn giải thích lý do Đức Phật phải giảng dạy về sự trung đạo để định hướng lại con đường tu tập cho những ai đang bị lạc lối vào các hình thức cực đoan.

II. NỘI DUNG CHÍNH CỦA KINH ƯU-ĐÀM BÀ-LA SƯ TỬ HỐNG

1. Quan điểm của các du sĩ ngoại đạo về khổ hạnh

- **Quan điểm của du sĩ Nigrodha**:
  Du sĩ Nigrodha đại diện cho nhóm các tu sĩ ngoại đạo tin rằng khổ hạnh cực đoan là con đường duy nhất để thanh tẩy nghiệp chướng và đạt đến giải thoát. Những hành vi này bao gồm tự hành xác, nhịn ăn trong thời gian dài, sống trong điều kiện khắc nghiệt, và các nghi lễ mang tính cưỡng bức đối với cơ thể.
- **Niềm tin về thanh lọc nghiệp qua khổ hạnh**:
  Theo Nigrodha, việc chịu đựng những đau khổ thể xác sẽ giúp người tu hành trả hết nghiệp cũ, làm thanh sạch tâm trí và thoát khỏi vòng luân hồi. Đây là một niềm tin phổ biến trong các trường phái khổ hạnh thời Đức Phật, phản ánh sự hiểu lầm sâu sắc về bản chất của nghiệp và con đường giải thoát.

2. Lời giảng dạy của Đức Phật về trung đạo và giải thoát

- **Phản bác khổ hạnh cực đoan**:
  Đức Phật chỉ rõ rằng hành khổ hạnh cực đoan không phải là con đường đúng đắn để đạt đến giác ngộ. Ngài nhấn mạnh rằng sự ép xác chỉ mang lại đau khổ, làm suy yếu cơ thể và tâm trí, không giúp người hành trì hiểu được bản chất thực sự của sự giải thoát.
- **Giáo lý trung đạo (Majjhima Paṭipadā)**:
  Đức Phật trình bày con đường trung đạo như giải pháp thay thế cho hai cực đoan:

- **Hưởng thụ dục lạc**: Gắn liền với sự ham muốn, dính mắc vào vật chất, và các thú vui giác quan. Đây là con đường dẫn đến khổ đau và sự trói buộc.
- **Hành khổ hạnh cực đoan**: Làm tổn hại cơ thể mà không mang lại trí tuệ hay giải thoát.

  Trung đạo là con đường thực hành thông qua **Tứ Diệu Đế** (Khổ, Tập, Diệt, Đạo) và **Bát Chánh Đạo**, dẫn dắt người tu học đến sự thanh tịnh tâm, trí tuệ sáng suốt và giải thoát khỏi vòng luân hồi.

3. **Sư tử hống của Đức Phật**

- **Khẳng định về giáo lý chân thật**:

  Đức Phật khẳng định rằng giáo lý của Ngài không dựa trên lý thuyết hay truyền thống mù quáng mà xuất phát từ sự thực chứng cá nhân. Ngài đã tự mình thực hành và đạt được giác ngộ, từ đó truyền bá chân lý. Đây là "tiếng hống của sư tử" – mạnh mẽ và không thể bác bỏ.
- **Thực hành quán chiếu sâu sắc**:

  Đức Phật dạy rằng sự giải thoát không đến từ hình thức hay nghi lễ bề ngoài, mà từ việc thực hành quán chiếu về:
  - **Vô thường (Anicca)**: Mọi thứ đều thay đổi, không có gì bền vững.
  - **Khổ (Dukkha)**: Mọi hiện tượng bị chi phối bởi sự bất toại nguyện và đau khổ.
  - **Vô ngã (Anatta)**: Không có một thực thể cố định hay "cái tôi" tồn tại trong mọi hiện tượng.

    Ngài nhấn mạnh rằng chỉ qua việc quán chiếu sâu sắc và thực hành đúng Chánh Pháp, người tu học mới có thể phá vỡ sự vô minh, đạt được trí tuệ và giải thoát khỏi vòng luân hồi.

Tổng kết:

Nội dung chính của Kinh Ưu-Đàm Bà-La Sư Tử Hống không chỉ phản bác các quan điểm sai lầm về khổ hạnh mà còn làm nổi bật sự vượt trội của giáo lý trung đạo, giúp người tu học hướng đến sự giải thoát chân thực qua sự hiểu biết và thực hành Chánh Pháp.

III. Ý NGHĨA TRIẾT LÝ VÀ GIÁO LÝ CỐT LÕI CỦA KINH ƯU-ĐÀM BÀ-LA SƯ TỬ HỐNG

1. **Phản biện quan điểm khổ hạnh cực đoan**

- **Khổ hạnh không dẫn đến giác ngộ**:

  Đức Phật nhấn mạnh rằng khổ hạnh cực đoan chỉ gây tổn hại cho cả thân thể và tâm trí. Việc ép xác, tự làm đau đớn cơ thể không giúp người tu học hiểu rõ bản chất của cuộc sống mà chỉ làm tăng thêm sự khổ đau. Ngài chỉ ra rằng khổ hạnh không mang lại sự thanh tịnh hay trí tuệ mà còn làm mất cân bằng và khiến tâm không đủ sáng suốt để đạt đến giác ngộ.
- **Giác ngộ không phải từ hành xác mà từ sự hiểu biết**:

  Đức Phật phản bác niềm tin rằng sự hành xác là cách để thanh lọc nghiệp và đạt được giải thoát. Thay vào đó, Ngài nhấn mạnh rằng giác ngộ chỉ đến khi có sự hiểu biết sâu sắc về thực tại thông qua việc thực hành trí tuệ và chánh niệm. Điều này bác bỏ các quan điểm sai lầm của du sĩ ngoại đạo, đồng thời làm nổi bật sự khác biệt giữa giáo lý Phật giáo và các hình thức tu tập cực đoan khác.

2. **Trung đạo: Con đường dẫn đến giải thoát**
   - **Tính ưu việt của trung đạo**:
     Trung đạo (Majjhima Paṭipadā) được Đức Phật giới thiệu như một con đường ưu việt vượt lên trên hai cực đoan: dục lạc và khổ hạnh. Con đường này không chỉ giúp người tu học tránh xa những sự ràng buộc của tham dục mà còn giúp họ không bị tổn hại bởi các thực hành cực đoan. Trung đạo hướng đến sự cân bằng, giúp người tu học giữ được thân tâm khỏe mạnh và sáng suốt để tiến bộ trên con đường giác ngộ.
   - **Kết hợp giữa từ bỏ và tu tập trí tuệ**:
     Trung đạo không phủ nhận việc cần từ bỏ những ràng buộc và dính mắc vào dục lạc, nhưng sự từ bỏ này phải đi kèm với việc tu tập trí tuệ, chánh niệm, và thiền định. Đây là cách duy nhất để đạt đến sự thanh tịnh của tâm và hiểu rõ bản chất thật sự của cuộc sống.
3. **Tầm quan trọng của trí tuệ và sự thực chứng**
   - **Trí tuệ thực chứng là yếu tố cốt lõi**:
     Đức Phật nhấn mạnh rằng trí tuệ thực chứng (paññā) – khả năng tự mình hiểu rõ bản chất của mọi hiện tượng – là chìa khóa để đạt được giác ngộ. Điều này đòi hỏi người tu học phải tự trải nghiệm và nhận ra chân lý thông qua việc thực hành Chánh Pháp, thay vì chỉ dựa vào nghi thức, niềm tin mù quáng, hoặc lời dạy của người khác.
   - **Thực chứng về vô thường, khổ, và vô ngã**:
     Giáo lý cốt lõi trong kinh tập trung vào ba đặc tính của thực tại:
     - **Vô thường (anicca)**: Mọi hiện tượng đều thay đổi, không có gì bền vững.
     - **Khổ (dukkha)**: Mọi sự tồn tại đều chứa đựng khổ đau và sự bất toại nguyện.
     - **Vô ngã (anatta)**: Không có cái tôi hay thực thể cố định nào trong các hiện tượng.
       Qua sự quán chiếu sâu sắc về ba đặc tính này, người tu học có thể giải thoát khỏi vô minh, tham ái và dính mắc, từ đó đạt được sự tự do nội tại và giác ngộ.
   - **Vai trò của chánh niệm và thiền định**:
     Đức Phật dạy rằng chánh niệm và thiền định là những công cụ quan trọng giúp phát triển trí tuệ thực chứng. Chỉ thông qua việc tập trung tâm trí, quan sát các hiện tượng một cách rõ ràng và không dính mắc, người tu học mới có thể thấy rõ bản chất thật sự của cuộc sống và đạt đến giải thoát.

Kết luận:

Ý nghĩa triết lý và giáo lý cốt lõi của Kinh Ưu-Đàm Bà-La Sư Tử Hống nằm ở sự bác bỏ các quan điểm sai lầm về khổ hạnh cực đoan, làm nổi bật con đường trung đạo và nhấn mạnh vai trò của trí tuệ thực chứng trong việc đạt đến giác ngộ. Những giáo lý này không chỉ giúp người tu học tránh xa những thực hành không hiệu quả mà còn cung cấp một lộ trình rõ ràng để hướng đến sự giải thoát và an lạc thật sự.

IV. Ý NGHĨA VÀ BÀI HỌC TỪ KINH ƯU-ĐÀM BÀ-LA SƯ TỬ HỐNG

1. **Phê phán các hình thức tu tập không thực chất**
    - **Tránh xa hình thức cực đoan và nghi thức không cốt lõi**:
    Đức Phật nhấn mạnh rằng những hình thức tu tập khổ hạnh cực đoan, tự hành xác hoặc tập trung quá mức vào các nghi thức không mang lại giác ngộ thật sự. Những hành động này không những không dẫn đến giải thoát mà còn gây tổn hại thân thể và cản trở sự phát triển tâm linh.
    - **Tập trung vào thực hành Chánh Pháp**:
    Bài học từ kinh nhắc nhở rằng người tu học cần đặt trọng tâm vào việc thực hành đúng theo giáo lý của Đức Phật. Chỉ khi thực hành Chánh Pháp với trí tuệ và sự hiểu biết, chúng ta mới có thể đạt được sự thanh tịnh nội tâm và tiến gần hơn đến giải thoát.
2. **Tầm quan trọng của trung đạo trong mọi khía cạnh cuộc sống**
    - **Áp dụng trung đạo trong tu tập**:
    Giáo lý trung đạo của Đức Phật chỉ ra rằng, để đạt được giác ngộ, người tu học cần tránh xa hai cực đoan: chạy theo dục lạc và hành xác khổ hạnh. Trung đạo giúp duy trì sự cân bằng giữa thân và tâm, tạo điều kiện cho sự phát triển trí tuệ và từ bi.
    - **Trung đạo trong đời sống hàng ngày**:
    Không chỉ trong tu tập, trung đạo còn là kim chỉ nam trong mọi mặt của cuộc sống. Trong công việc, quan hệ xã hội, hay đối diện với khó khăn, duy trì thái độ cân bằng và sáng suốt sẽ giúp chúng ta giải quyết vấn đề một cách hiệu quả và giữ được sự an lạc nội tâm.
3. **Nuôi dưỡng trí tuệ và thực hành thực chứng**
    - **Trí tuệ thực chứng quan trọng hơn lý thuyết suông**:
    Kinh Ưu-Đàm Bà-La Sư Tử Hống nhấn mạnh rằng trí tuệ chỉ có giá trị khi được thực chứng qua thực hành. Người tu học cần quán chiếu và thiền định để tự mình nhận thức bản chất của các pháp, thay vì chỉ học qua lý thuyết.
    - **Thực chứng vô thường, khổ, và vô ngã**:
    Thông qua thiền định và chánh niệm, người tu học có thể hiểu rõ bản chất vô thường, khổ đau, và vô ngã của mọi hiện tượng. Đây là cốt lõi của sự giác ngộ và giải thoát khỏi khổ đau.
4. **Khiêm nhường và cởi mở trong học hỏi**
    - **Tầm quan trọng của sự khiêm nhường**:
    Câu chuyện giữa Đức Phật và Nigrodha nhắc nhở rằng sự kiêu ngạo và cố chấp là rào cản lớn đối với sự tiếp nhận giáo pháp. Người tu học cần giữ tâm khiêm nhường, sẵn sàng học hỏi từ những bậc thầy trí tuệ và từ cuộc sống.
    - **Sẵn sàng thay đổi khi nhận ra sai lầm**:
    Bài học từ Nigrodha cho thấy rằng nhận ra sai lầm không phải là thất bại

mà là bước tiến lớn trên con đường tu học. Sự cởi mở trong học hỏi giúp chúng ta vượt qua giới hạn của bản thân và tiến gần hơn đến chân lý.

Tổng kết:

Những bài học từ Kinh Ưu-Đàm Bà-La Sư Tử Hống không chỉ nhắc nhở về việc thực hành đúng Chánh Pháp và duy trì trung đạo, mà còn khuyến khích sự khiêm nhường, cởi mở, và nỗ lực thực chứng để đạt được trí tuệ và sự an lạc chân thật. Đây là những giá trị bền vững để áp dụng không chỉ trong tu học mà còn trong đời sống hàng ngày.

V. ỨNG DỤNG KINH ƯU-ĐÀM BÀ-LA SƯ TỬ HỐNG TRONG ĐỜI SỐNG HIỆN ĐẠI

1. **Giữ sự cân bằng giữa các nhu cầu trong đời sống**
   - **Cân bằng giữa công việc, giải trí, và tâm linh**:
     Trung đạo là hướng dẫn giúp chúng ta không rơi vào thái cực quá tải công việc hoặc buông thả trong lối sống. Sự cân bằng này mang lại sức khỏe tinh thần và thể chất, đồng thời giúp duy trì các mối quan hệ hài hòa.
   - **Không dính mắc vào hưởng thụ hay khổ hạnh**:
     Trong xã hội hiện đại, việc chạy theo sự hưởng thụ vật chất hoặc các phương pháp tự ép mình đều không mang lại sự bình an lâu dài. Ứng dụng trung đạo giúp chúng ta sống một cuộc đời có ý nghĩa và bền vững.
2. **Phát triển trí tuệ qua thực hành và trải nghiệm**
   - **Tập trung vào thực chứng thay vì hình thức**:
     Kinh nhắc nhở rằng chúng ta cần tránh các nghi thức bề ngoài hoặc các phong trào không có giá trị thực tiễn. Thay vào đó, hãy tập trung vào việc thực hành thiền định, tự quan sát và trải nghiệm để nhận ra bản chất thật của sự vật.
   - **Học hỏi từ thực tế cuộc sống**:
     Sự quán chiếu các tình huống hàng ngày giúp phát triển trí tuệ, từ đó ứng dụng giáo lý Phật giáo vào đời sống một cách hiệu quả.
3. **Kiên nhẫn và kiên định trên con đường tu tập**
   - **Tránh xa các phương pháp nhanh chóng, dễ dãi**:
     Trong thời đại hiện đại, con người thường tìm kiếm những cách thức "ngắn hạn" để đạt được thành công. Lời dạy của Đức Phật nhấn mạnh rằng giác ngộ đòi hỏi sự kiên nhẫn và nỗ lực bền bỉ, không thể đạt được qua các phương pháp hời hợt hoặc thiếu chiều sâu.
   - **Tinh tấn trong tu học**:
     Người tu học cần dành thời gian rèn luyện thân tâm, dù có khó khăn hay thử thách, bởi sự tiến bộ đích thực chỉ đến qua sự kiên trì và nỗ lực.
4. **Thực hành từ bi và trí tuệ trong giao tiếp và giải quyết mâu thuẫn**
   - **Từ bi trong đối thoại**:
     Học từ cách Đức Phật giao tiếp với Nigrodha, chúng ta có thể áp dụng từ bi để lắng nghe và thấu hiểu ý kiến của người khác, ngay cả khi họ có quan điểm trái ngược. Điều này giúp xây dựng các mối quan hệ bền vững và tránh được những xung đột không cần thiết.

- **Trí tuệ trong giải quyết vấn đề**:
  Sử dụng trí tuệ để phân tích tình huống, không phán xét ngay lập tức, từ đó đưa ra những quyết định sáng suốt và tạo điều kiện để giải quyết vấn đề một cách hòa nhã và hiệu quả.

Kết luận:

Kinh Ưu-Đàm Bà-La Sư Tử Hống không chỉ mang giá trị trong lĩnh vực tâm linh mà còn có ý nghĩa thực tiễn sâu sắc đối với cuộc sống hiện đại. Từ việc duy trì sự cân bằng, phát triển trí tuệ, đến thực hành từ bi và kiên nhẫn, giáo lý trong kinh là nguồn cảm hứng và hướng dẫn cho những ai mong muốn sống một cuộc đời ý nghĩa, an lạc, và hài hòa.

VI. KẾT LUẬN VÀ TÓM TẮT VỀ KINH ƯU-ĐÀM BÀ-LA SƯ TỬ HỐNG

1. Tóm lược nội dung và ý nghĩa của kinh

- **Tóm tắt nội dung chính**:
  Kinh Ưu-Đàm Bà-La Sư Tử Hống là một bài pháp quan trọng trong Trường Bộ Kinh, trong đó Đức Phật đã giải thích và làm sáng tỏ con đường trung đạo, phản bác các quan điểm tu tập cực đoan như khổ hạnh và hưởng thụ dục lạc. Cuộc đối thoại giữa Đức Phật và du sĩ Nigrodha không chỉ giúp làm rõ các khái niệm cốt lõi trong giáo lý Phật giáo mà còn là một minh chứng cho sự từ bi và trí tuệ của Đức Phật trong việc hướng dẫn chúng sinh.
- **Ý nghĩa triết lý**:
  Giáo lý trong kinh nhấn mạnh rằng giác ngộ không phải là kết quả của sự hành xác hay chạy theo dục lạc, mà là sự hiểu biết sâu sắc về bản chất của thân tâm và thế giới. Con đường trung đạo với sự kết hợp giữa trí tuệ, từ bi, và thực chứng là cách duy nhất để đạt đến giải thoát chân thực.

2. Những bài học quý giá cho người tu học ngày nay

- **Tránh cực đoan, duy trì trung đạo**:
  Kinh nhắc nhở người tu học tránh rơi vào các hình thức tu tập không thực chất hoặc chạy theo dục vọng. Trung đạo không chỉ là kim chỉ nam trong tu học mà còn là cách để duy trì sự cân bằng trong mọi khía cạnh cuộc sống.
- **Phát triển trí tuệ thông qua thực hành**:
  Người tu học cần thực hành Chánh Pháp, thiền định và quán chiếu để phát triển trí tuệ. Lý thuyết chỉ là nền tảng, còn sự thực chứng qua trải nghiệm cá nhân mới là yếu tố quyết định trên hành trình giác ngộ.
- **Khiêm nhường và cởi mở**:
  Đức Phật khuyến khích người tu học duy trì tâm khiêm nhường, sẵn lòng thay đổi và học hỏi khi nhận ra sai lầm. Cởi mở không chỉ giúp tiếp nhận giáo pháp một cách chân thành mà còn thúc đẩy sự trưởng thành tâm linh.

3. Ứng dụng vào đời sống hiện đại

- **Sống có trí tuệ, từ bi, và cân bằng**:
  Những nguyên lý của kinh có thể áp dụng vào cuộc sống hiện đại bằng cách duy trì sự cân bằng giữa công việc, gia đình, và tu tập. Trí tuệ giúp

chúng ta đưa ra quyết định sáng suốt, trong khi lòng từ bi tạo sự hài hòa và an lạc trong các mối quan hệ.

- **Đối diện khó khăn với tâm bình thản**:
  Con đường trung đạo hướng dẫn chúng ta đối diện với thử thách mà không bị cuốn vào cực đoan của thất vọng hay kỳ vọng. Nhờ vậy, chúng ta có thể giữ được tâm bình thản và giải quyết vấn đề một cách sáng suốt.
- **Xây dựng cuộc sống ý nghĩa**:
  Kinh Ưu-Đàm Bà-La Sư Tử Hống truyền cảm hứng để mỗi người xây dựng cuộc sống dựa trên các giá trị bền vững như trí tuệ, từ bi và sự cân bằng, góp phần tạo nên một xã hội hài hòa và phát triển.

Tổng kết:

Kinh Ưu-Đàm Bà-La Sư Tử Hống không chỉ là một bài pháp mang giá trị triết lý sâu sắc mà còn là kim chỉ nam thực tiễn cho người tu học và tất cả những ai tìm kiếm sự an lạc và giác ngộ trong cuộc sống.

VIII. VẤN ĐÁP VỀ KINH ƯU-ĐÀM BÀ-LA SƯ TỬ HỐNG

1. Tại sao Đức Phật lại chọn đối thoại với người có quan điểm hoài nghi như Ưu-Đàm Bà-La, và điều này cho thấy điều gì về lòng từ bi của Ngài?

Đức Phật chọn đối thoại với người có quan điểm hoài nghi như Ưu-Đàm Bà-La vì những lý do sau, và điều này thể hiện rõ lòng từ bi và sự bao dung của Ngài:

1. **Giúp người hoài nghi tìm thấy chân lý**
   - Đức Phật không phân biệt giữa người có niềm tin hay người hoài nghi. Ngài hiểu rằng những người hoài nghi như Ưu-Đàm Bà-La có thể mang trong mình nhiều băn khoăn và thắc mắc về Chánh Pháp. Sự hoài nghi đó bắt nguồn từ mong muốn tìm hiểu chân lý nhưng bị giới hạn bởi tư duy và sự bám víu vào quan điểm cá nhân. Đức Phật sẵn lòng đối thoại để giúp họ tháo gỡ những hoài nghi và hướng họ về chân lý.
2. **Khẳng định Chánh Pháp không ngại đối diện với thách thức**
   - Qua việc sẵn sàng đối thoại với Ưu-Đàm Bà-La, Đức Phật khẳng định rằng Chánh Pháp luôn sẵn sàng đối diện với mọi câu hỏi và thử thách. Ngài không ngại đối mặt với những người hoài nghi, bởi vì Ngài biết rằng Chánh Pháp có khả năng giải đáp mọi vấn đề, và những người tìm kiếm chân lý một cách thành tâm sẽ nhận được lợi ích từ cuộc đối thoại này.
3. **Biểu hiện của lòng từ bi không phân biệt**
   - Lòng từ bi của Đức Phật bao trùm tất cả chúng sinh, không phân biệt giữa người tin tưởng hay người hoài nghi. Ngài thấy rằng Ưu-Đàm Bà-La cũng là một chúng sinh đang lầm lạc, và Ngài muốn giúp ông vượt qua sự hoài nghi và đạt đến sự an lạc trong Chánh Pháp. Việc chọn đối thoại với Ưu-Đàm Bà-La là minh chứng cho lòng từ bi vô biên của Đức Phật, luôn mong muốn mang lại lợi ích cho tất cả, bất kể xuất phát điểm của họ là gì.
4. **Khuyến khích sự mở lòng và lắng nghe chân lý**
   - Đức Phật không chỉ đơn thuần trả lời các câu hỏi mà còn khuyến khích Ưu-Đàm Bà-La mở lòng, lắng nghe, và tự mình suy ngẫm. Điều này cho thấy lòng từ bi của Ngài không chỉ dừng lại ở việc cung cấp giải pháp mà

còn hướng dẫn người nghe đến sự tự giác ngộ và hiểu biết sâu sắc hơn. Ngài mong muốn Ưu-Đàm Bà-La có thể tự mình nhìn nhận và thay đổi từ trong tâm, thay vì áp đặt quan điểm lên ông.

5. **Tạo cơ hội để người khác phát triển trí tuệ**
   - Đối thoại với một người hoài nghi là cách để Đức Phật giúp họ phát triển trí tuệ. Ngài hiểu rằng những người có nhiều câu hỏi thường có khả năng tìm hiểu sâu sắc khi được dẫn dắt đúng cách. Thông qua cuộc đối thoại, Đức Phật muốn Ưu-Đàm Bà-La tự mình khám phá chân lý và nhận thức ra giới hạn của bản thân, từ đó giúp ông tiến gần hơn đến sự giác ngộ.
6. **Gương mẫu cho các đệ tử về sự từ bi và nhẫn nhịn**
   - Việc Đức Phật đối thoại với Ưu-Đàm Bà-La cũng là một bài học sống động cho các đệ tử và người tu học. Ngài cho thấy rằng để truyền đạt Chánh Pháp, cần có lòng từ bi, nhẫn nhịn, và sẵn lòng đối mặt với những thử thách từ người hoài nghi. Đức Phật là tấm gương về cách tiếp cận với những người chưa hiểu hoặc đang hoài nghi, giúp họ mở lòng với giáo lý một cách tự nhiên và không bị áp đặt.

Tổng kết:

Việc Đức Phật chọn đối thoại với người hoài nghi như Ưu-Đàm Bà-La thể hiện lòng từ bi vô điều kiện của Ngài, không chỉ nhằm mang lại lợi ích cho Ưu-Đàm Bà-La mà còn để khuyến khích sự cởi mở, phát triển trí tuệ, và niềm tin vào Chánh Pháp. Ngài dùng lòng từ bi và sự thấu hiểu để chuyển hóa người hoài nghi, tạo điều kiện cho họ bước vào con đường giác ngộ.

2. Những câu hỏi của Ưu-Đàm Bà-La phản ánh điều gì về sự hoài nghi và giới hạn trong tư duy con người?

Những câu hỏi của Ưu-Đàm Bà-La phản ánh rõ nét về sự hoài nghi và giới hạn trong tư duy của con người qua các khía cạnh sau:

1. **Lệ thuộc vào giác quan và thế giới vật chất**
   - Các câu hỏi của Ưu-Đàm Bà-La cho thấy ông chỉ tin vào những gì có thể thấy, nghe, hoặc cảm nhận qua giác quan, dẫn đến quan điểm duy vật và giới hạn trong tư duy. Sự lệ thuộc này khiến ông khó chấp nhận các khái niệm về nghiệp báo, tái sinh, và những quy luật vô hình khác mà Đức Phật giảng dạy.
2. **Thiếu niềm tin vào những điều vượt ngoài tầm hiểu biết cá nhân**
   - Sự hoài nghi của Ưu-Đàm Bà-La cho thấy một xu hướng phổ biến ở con người: chỉ tin vào những gì họ có thể tự kiểm chứng và không dễ dàng tin tưởng vào những điều vượt ngoài hiểu biết thông thường. Điều này nhấn mạnh giới hạn tự nhiên của con người khi chỉ dựa vào trí tuệ và trải nghiệm cá nhân, từ đó bỏ qua những khả năng hoặc chân lý vượt ngoài kiến thức của bản thân.
3. **Chấp ngã và cố chấp vào quan điểm cá nhân**
   - Câu hỏi của Ưu-Đàm Bà-La phản ánh sự chấp ngã khi ông bám víu vào những gì mình cho là đúng và bác bỏ những quan điểm khác. Điều này thể hiện sự cố chấp của tư duy, khi một người tự tin quá mức vào hiểu biết của

mình, họ sẽ dễ dàng từ chối tiếp thu những quan điểm mới, đặc biệt là những chân lý tâm linh.

4. **Thiếu nhận thức về sự vô thường và biến đổi**
    - Câu hỏi của Ưu-Đàm Bà-La thể hiện một cách nhìn cố định về thực tại, không chấp nhận rằng các quy luật nghiệp báo và tái sinh có thể vận hành một cách vô hình, không phải lúc nào cũng nhìn thấy ngay lập tức. Sự thiếu hiểu biết về tính vô thường khiến ông không nhận ra rằng mọi thứ đều có thể thay đổi và không phải tất cả đều có thể đo lường ngay lập tức.
5. **Chỉ tin vào những gì có thể lý giải theo logic thông thường**
    - Ưu-Đàm Bà-La cho thấy khuynh hướng của con người khi đối mặt với những gì không thể lý giải theo logic thông thường thì lập tức bác bỏ. Điều này phản ánh giới hạn của tư duy khi không nhìn thấy khả năng của những chân lý vượt ngoài logic thông thường. Ông muốn những câu trả lời có thể kiểm chứng ngay, điều này cản trở việc tiếp nhận các khía cạnh sâu xa của Chánh Pháp.
6. **Thể hiện sự sợ hãi trước những điều không thể kiểm chứng**
    - Sự hoài nghi của Ưu-Đàm Bà-La còn phản ánh nỗi sợ hãi của con người đối với những điều không thể kiểm chứng trực tiếp. Sự sợ hãi này khiến ông tìm cách bác bỏ hoặc chống đối lại những ý tưởng không nằm trong vùng an toàn của mình. Đó là một giới hạn trong tư duy khi không sẵn sàng đối mặt với sự mơ hồ và chấp nhận những điều chưa hiểu biết.
7. **Xu hướng đánh giá chân lý qua trải nghiệm cá nhân ngắn hạn**
    - Các câu hỏi của Ưu-Đàm Bà-La cho thấy ông chỉ đánh giá chân lý qua những gì bản thân đã trải qua trong ngắn hạn, bỏ qua khả năng rằng một số quy luật tự nhiên, như nghiệp báo, có thể phát sinh hậu quả trong dài hạn hoặc nhiều đời sau. Điều này thể hiện giới hạn của tư duy khi con người chỉ tập trung vào kết quả tức thì, dẫn đến sự thiếu hiểu biết về chiều sâu của Chánh Pháp.
8. **Khó khăn trong việc chấp nhận các khái niệm trừu tượng và vô hình**
    - Những câu hỏi của ông cho thấy giới hạn của tư duy khi gặp phải các khái niệm trừu tượng, như nghiệp báo và sự tái sinh. Điều này phản ánh xu hướng của con người thường khó chấp nhận những gì không thể đo lường hoặc không có hình thái rõ ràng, dẫn đến việc hoài nghi về các nguyên lý trừu tượng của Chánh Pháp.

Tổng kết:

Sự hoài nghi và giới hạn trong tư duy của Ưu-Đàm Bà-La là đại diện cho cách con người thường bám víu vào giác quan, trải nghiệm cá nhân, và tư duy logic thông thường. Những giới hạn này cản trở việc tiếp cận các chân lý sâu xa và ngăn con người nhận ra bản chất thực sự của vạn vật, điều mà Chánh Pháp có thể giúp khai mở khi con người sẵn sàng từ bỏ cố chấp và mở lòng tiếp nhận.

3. Đức Phật đã sử dụng những phương pháp nào để giải thích cho Ưu-Đàm Bà-La về những khái niệm trừu tượng như nghiệp báo và tái sinh?

Đức Phật đã sử dụng nhiều phương pháp khéo léo và hiệu quả để giải thích cho Ưu-Đàm Bà-La về những khái niệm trừu tượng như nghiệp báo và tái sinh, cụ thể như sau:

1. **Dùng các ẩn dụ và ví dụ thực tế**
   - Đức Phật sử dụng các hình ảnh quen thuộc để giúp Ưu-Đàm Bà-La dễ dàng hiểu những khái niệm trừu tượng. Chẳng hạn, Ngài sử dụng hình ảnh **hạt giống và cây** để minh họa cho nghiệp báo: cũng như hạt giống cần thời gian để nảy mầm, nghiệp báo cũng cần thời gian và điều kiện để trổ quả. Bằng cách dùng những ẩn dụ thực tế như vậy, Đức Phật giúp cho các khái niệm khó hiểu trở nên gần gũi và dễ tiếp cận hơn.
2. **Sử dụng phương pháp đối thoại và lắng nghe**
   - Thay vì áp đặt hay giảng dạy một chiều, Đức Phật khéo léo dẫn dắt cuộc đối thoại bằng cách lắng nghe kỹ lưỡng những câu hỏi và nghi ngờ của Ưu-Đàm Bà-La. Ngài sử dụng câu hỏi để kích thích suy nghĩ và khuyến khích Ưu-Đàm Bà-La tự chiêm nghiệm. Điều này cho thấy Đức Phật không chỉ muốn truyền đạt kiến thức mà còn muốn Ưu-Đàm Bà-La tự mình nhận ra chân lý qua quá trình tư duy và đối thoại.
3. **Giải thích bằng cách từng bước tháo gỡ các hoài nghi**
   - Đức Phật lần lượt giải đáp từng câu hỏi và khúc mắc của Ưu-Đàm Bà-La, đi từ những điểm căn bản đến các khía cạnh sâu xa hơn. Ngài bắt đầu bằng cách lý giải những gì gần gũi và dễ hiểu nhất, rồi dần dần mở rộng sang các khái niệm phức tạp hơn như nghiệp báo và tái sinh. Cách tiếp cận này giúp Ưu-Đàm Bà-La có thể dần tiếp nhận các nguyên lý một cách tự nhiên, không bị choáng ngợp.
4. **Dùng phương pháp lý luận chặt chẽ và logic**
   - Đức Phật cũng sử dụng các lập luận logic để dẫn dắt và tháo gỡ các quan điểm sai lầm. Ngài phân tích những hạn chế trong cách nhìn của Ưu-Đàm Bà-La, chỉ ra rằng tư duy dựa trên giác quan và kinh nghiệm cá nhân là không đủ để hiểu những nguyên lý rộng lớn như nghiệp báo và tái sinh. Bằng cách sử dụng lý luận chặt chẽ, Đức Phật giúp Ưu-Đàm Bà-La thấy được giới hạn trong hiểu biết của mình và mở lòng tiếp thu giáo lý.
5. **Truyền tải các khái niệm một cách từ bi và kiên nhẫn**
   - Đức Phật tiếp cận với Ưu-Đàm Bà-La bằng lòng từ bi và sự kiên nhẫn, không phán xét hay ép buộc mà luôn khuyến khích ông tự suy ngẫm. Ngài dùng giọng điệu nhẹ nhàng, từ bi để giúp Ưu-Đàm Bà-La cảm thấy được chấp nhận và từ đó mở lòng tiếp thu giáo lý. Sự từ bi này giúp cuộc đối thoại trở nên cởi mở, tạo điều kiện để Ưu-Đàm Bà-La tự mình nhận thức các nguyên lý sâu sắc mà không cảm thấy bị áp đặt.
6. **Giải thích về tính vô thường và quy luật tự nhiên**
   - Đức Phật sử dụng những ví dụ về tính vô thường và quy luật tự nhiên để giải thích nghiệp báo và tái sinh. Ngài cho thấy rằng mọi sự vật hiện tượng đều tồn tại theo quy luật nhân duyên và sự thay đổi, từ đó khẳng định rằng nghiệp báo và tái sinh cũng là những quy luật tự nhiên trong vòng luân hồi. Cách giải thích này giúp Ưu-Đàm Bà-La thấy rằng nghiệp báo và tái

sinh không phải là niềm tin siêu hình mà là nguyên lý tự nhiên mà tất cả chúng sinh đều chịu ảnh hưởng.

7. **Khuyến khích sự tự chiêm nghiệm thay vì tin theo một cách mù quáng**
   - Đức Phật không yêu cầu Ưu-Đàm Bà-La phải tin ngay vào những gì Ngài nói. Thay vào đó, Ngài khuyến khích ông tự suy ngẫm, kiểm chứng qua trải nghiệm cá nhân và thực tiễn trong đời sống. Đức Phật cho thấy rằng Chánh Pháp không đòi hỏi sự tin tưởng mù quáng mà là con đường để mỗi người tự mình trải nghiệm và chứng thực.
8. **Thích nghi theo mức độ hiểu biết của người nghe**
   - Đức Phật nhận thức được mức độ hiểu biết và giới hạn tư duy của Ưu-Đàm Bà-La, vì vậy Ngài điều chỉnh cách truyền đạt để phù hợp với người nghe. Ngài không dùng những khái niệm quá cao siêu mà chọn cách tiếp cận phù hợp với sự hiểu biết của Ưu-Đàm Bà-La, giúp ông dễ dàng tiếp nhận từng bước mà không cảm thấy quá sức.

Tổng kết:

Đức Phật đã sử dụng nhiều phương pháp tinh tế và khéo léo để giải thích cho Ưu-Đàm Bà-La về các khái niệm như nghiệp báo và tái sinh. Ngài dùng ẩn dụ, đối thoại, lý luận logic, và sự từ bi để tháo gỡ từng hoài nghi, khuyến khích Ưu-Đàm Bà-La tự mình khám phá chân lý. Những phương pháp này không chỉ giúp Ưu-Đàm Bà-La hiểu rõ hơn mà còn là bài học quý giá cho người tu học về cách truyền đạt Chánh Pháp một cách hiệu quả và nhân ái.

4. Sự từ bi và kiên nhẫn của Đức Phật trong cuộc đối thoại có ý nghĩa như thế nào trong việc truyền bá Chánh Pháp?

Sự từ bi và kiên nhẫn của Đức Phật trong cuộc đối thoại có ý nghĩa rất sâu sắc và quan trọng trong việc truyền bá Chánh Pháp. Dưới đây là những ý nghĩa chính:

1. **Tạo điều kiện cho sự tiếp nhận chân lý**
   - Đức Phật tiếp cận với Ưu-Đàm Bà-La bằng lòng từ bi và sự kiên nhẫn, điều này giúp Ưu-Đàm Bà-La cảm thấy được lắng nghe và tôn trọng, không bị phán xét. Cách tiếp cận này mở ra không gian đối thoại thoải mái, giúp người nghe dễ dàng mở lòng tiếp thu giáo pháp, thay vì cảm thấy bị ép buộc hay chống đối.
2. **Khuyến khích sự tự do suy ngẫm và tự giác ngộ**
   - Lòng từ bi và kiên nhẫn của Đức Phật cho phép Ưu-Đàm Bà-La tự suy nghĩ và tìm hiểu. Đức Phật không ép buộc mà từ từ dẫn dắt, để Ưu-Đàm Bà-La tự mình nhận ra chân lý qua quá trình đối thoại. Điều này thể hiện rằng sự giác ngộ cần đến sự tự do nội tâm và không thể ép buộc; Chánh Pháp chỉ có thể thực sự có giá trị khi nó được tự nguyện chấp nhận và thấu hiểu sâu sắc.
3. **Xây dựng lòng tin và sự tôn trọng với người nghe**
   - Sự từ bi và kiên nhẫn giúp Đức Phật xây dựng lòng tin từ người nghe, ngay cả với những người hoài nghi như Ưu-Đàm Bà-La. Người tu học dễ dàng chấp nhận và tôn trọng Chánh Pháp khi thấy rằng Đức Phật không chỉ truyền đạt chân lý mà còn hiểu và chấp nhận mọi người với tình thương

và lòng kiên nhẫn. Điều này làm tăng sự tín nhiệm và tình cảm của người nghe đối với giáo lý và giáo pháp.

4. **Biểu hiện của lòng từ bi không phân biệt**
   - Đức Phật đối xử với mọi người bằng lòng từ bi vô điều kiện, không phân biệt người tin hay không tin, người thông hiểu hay hoài nghi. Điều này là một minh chứng rõ ràng rằng Chánh Pháp là dành cho tất cả, không giới hạn hay phân biệt ai. Sự từ bi của Ngài là tấm gương để người tu học hiểu rằng Chánh Pháp không nên chỉ dành cho những người đã có niềm tin mà cũng phải hướng đến những người chưa hiểu, giúp họ mở lòng và tiếp cận với chân lý.
5. **Giúp người nghe có thời gian chuyển hóa và điều chỉnh tư duy**
   - Sự kiên nhẫn của Đức Phật cho phép Ưu-Đàm Bà-La có thời gian để dần dần thay đổi tư duy và thái độ. Đức Phật không vội vàng đưa ra kết luận hay ép buộc Ưu-Đàm Bà-La phải chấp nhận ngay lập tức. Ngài hiểu rằng quá trình chuyển hóa cần thời gian và mỗi người đều có tốc độ thay đổi khác nhau. Điều này giúp Ưu-Đàm Bà-La có không gian để điều chỉnh cách nhìn và tự nguyện tiếp nhận giáo pháp.
6. **Khuyến khích lòng từ bi và kiên nhẫn ở người tu học**
   - Cuộc đối thoại giữa Đức Phật và Ưu-Đàm Bà-La là một bài học thực tiễn cho các đệ tử và người tu học về cách truyền đạt Chánh Pháp. Đức Phật cho thấy rằng để truyền bá giáo pháp, cần có lòng từ bi và sự kiên nhẫn để có thể cảm hóa và giúp người khác tiếp thu giáo lý. Đây là những phẩm chất quan trọng để người tu học noi theo, giúp họ biết cách lan tỏa Chánh Pháp một cách nhẹ nhàng và hiệu quả.
7. **Truyền bá Chánh Pháp một cách từ tốn, không phán xét**
   - Đức Phật không phán xét Ưu-Đàm Bà-La vì sự hoài nghi của ông, thay vào đó Ngài kiên nhẫn giải thích từng khúc mắc. Cách tiếp cận này thể hiện rằng Chánh Pháp không đòi hỏi người nghe phải chấp nhận ngay mà khuyến khích sự tìm hiểu và suy ngẫm. Điều này giúp cho Chánh Pháp có sức hấp dẫn và phù hợp với mọi tầng lớp, kể cả những người chưa hoàn toàn tin tưởng.
8. **Giúp người tu học hiểu rằng truyền đạt Chánh Pháp là một hành trình dài hạn**
   - Cuộc đối thoại giữa Đức Phật và Ưu-Đàm Bà-La cho thấy rằng việc truyền bá Chánh Pháp không phải là quá trình ngắn hạn mà là một hành trình lâu dài, đòi hỏi sự kiên nhẫn. Đức Phật không mong đợi người nghe hiểu và chấp nhận ngay lập tức, mà Ngài tạo điều kiện để sự chuyển hóa diễn ra một cách tự nhiên. Điều này khuyến khích người tu học không nản lòng, biết rằng sự thay đổi cần thời gian và kiên trì.

Tổng kết:

Sự từ bi và kiên nhẫn của Đức Phật trong cuộc đối thoại có ý nghĩa sâu sắc trong việc truyền bá Chánh Pháp. Ngài không chỉ truyền đạt giáo lý mà còn tạo điều kiện cho người nghe tự mình chuyển hóa và khám phá chân lý. Bài học về từ bi và kiên nhẫn không chỉ giúp lan tỏa Chánh Pháp hiệu quả mà còn củng cố niềm tin và sự kính trọng của người nghe đối với giáo lý, làm cho Chánh Pháp trở thành nguồn an lạc và trí tuệ bền vững trong lòng mọi người.

5. Những ẩn dụ nào trong Kinh Ưu-Đàm Bà-La giúp chúng ta hiểu rõ hơn về nghiệp báo và quy luật tự nhiên?

Trong **Kinh Ưu-Đàm Bà-La Sư Tử Hống (Udumbarika-Sīhanāda Sutta)**, Đức Phật đã sử dụng nhiều ẩn dụ để giúp người nghe, đặc biệt là Ưu-Đàm Bà-La, hiểu rõ hơn về nghiệp báo và quy luật tự nhiên. Dưới đây là một số ẩn dụ tiêu biểu:

1. **Ẩn dụ về hạt giống và cây**
    - Đức Phật so sánh nghiệp với hạt giống. Cũng như hạt giống cần có đủ điều kiện (đất, nước, ánh sáng) để nảy mầm và phát triển thành cây, nghiệp cũng cần có đủ duyên lành để trổ quả. Hành động của con người (nghiệp) sẽ sinh ra kết quả phù hợp, tùy theo tính chất của hành động đó, dù kết quả không xuất hiện ngay lập tức mà cần thời gian và các điều kiện hội đủ. Ẩn dụ này giúp người nghe hiểu rằng nghiệp báo là quy luật tự nhiên và chắc chắn sẽ trổ quả khi đủ duyên, dù thời gian có thể dài hay ngắn.
2. **Ẩn dụ về gương phản chiếu**
    - Đức Phật sử dụng hình ảnh gương phản chiếu để giải thích rằng bất kỳ hành động nào cũng sẽ phản chiếu lại với chính người thực hiện, dù hành động đó là thiện hay ác. Cũng như gương phản chiếu lại hình ảnh một cách trung thực, nghiệp báo cũng sẽ phản ánh lại kết quả của mọi hành vi, không phân biệt ai. Điều này làm sáng tỏ rằng nghiệp báo là một quy luật tự nhiên, không thể tránh khỏi, và chúng ta là người trực tiếp nhận lại kết quả của những hành động mình đã tạo ra.
3. **Ẩn dụ về dòng sông và sự tích tụ của nước**
    - Đức Phật so sánh nghiệp báo với dòng sông được tạo thành từ sự tích tụ của nhiều giọt nước. Một dòng sông không hình thành từ một giọt mà là sự tổng hợp của vô số giọt nước nhỏ. Cũng vậy, nghiệp báo của một người không chỉ do một hành động mà do sự tích lũy của nhiều hành động, suy nghĩ, và lời nói trong suốt cuộc đời. Ẩn dụ này giúp người nghe hiểu rằng nghiệp báo là kết quả của quá trình lâu dài, mỗi hành động đều góp phần vào kết quả chung, và mọi hành vi dù nhỏ cũng đóng vai trò trong việc hình thành kết quả sau này.
4. **Ẩn dụ về người mù và ánh sáng**
    - Đức Phật sử dụng hình ảnh người mù không thấy được ánh sáng để giải thích rằng có những quy luật tự nhiên vượt ra ngoài khả năng nhận biết của giác quan con người. Giống như ánh sáng vẫn tồn tại dù người mù không thể thấy, nghiệp báo và quy luật tự nhiên vẫn tồn tại và hoạt động dù chúng ta không thể trực tiếp cảm nhận bằng giác quan. Ẩn dụ này giúp nhấn mạnh rằng các quy luật như nghiệp báo không phụ thuộc vào việc chúng ta có tin hay thấy chúng hay không, mà chúng là những nguyên lý khách quan trong vũ trụ.
5. **Ẩn dụ về lửa và sự cháy lan**
    - Đức Phật ví nghiệp xấu như ngọn lửa. Một ngọn lửa khi đã bùng cháy có thể lan rộng và gây hại cho nhiều người. Tương tự, khi một người thực

hiện những hành vi xấu, nghiệp xấu đó không chỉ ảnh hưởng đến chính người đó mà còn có thể lan tỏa và gây hại cho những người xung quanh. Điều này nhắc nhở rằng nghiệp không chỉ có tính cá nhân mà còn có tác động xã hội, khuyến khích mọi người hành động thiện lành để không gây ảnh hưởng tiêu cực đến bản thân và người khác.

6. **Ẩn dụ về cây mọc từ đất tốt và đất xấu**
    - Đức Phật nói rằng một hạt giống sẽ phát triển tốt nếu trồng trên đất màu mỡ và sẽ cằn cỗi nếu trồng trên đất xấu. Cũng vậy, nghiệp báo sẽ dẫn đến những kết quả tương ứng với tính chất của hành động. Nếu hành động là thiện lành, kết quả sẽ tốt đẹp, còn nếu hành động là ác, kết quả sẽ bất thiện. Ẩn dụ này giúp người nghe hiểu rằng bản chất của hành động quyết định bản chất của quả báo, và khuyến khích mọi người chọn làm điều lành để đạt được kết quả tích cực.

Tổng kết:

Những ẩn dụ này giúp làm sáng tỏ các khái niệm trừu tượng như nghiệp báo và quy luật tự nhiên bằng các hình ảnh đơn giản, quen thuộc, dễ hiểu. Qua những ẩn dụ này, Đức Phật muốn người nghe nhận ra rằng nghiệp báo không phải là điều thần bí mà là một quy luật tự nhiên, chắc chắn và khách quan. Những hình ảnh này không chỉ giúp người nghe nắm bắt ý nghĩa sâu xa của nghiệp báo mà còn khuyến khích họ sống có trách nhiệm, từ bi, và ý thức về mỗi hành động, lời nói, và suy nghĩ của mình.

6. Tại sao người tu học cần phát triển lòng khiêm nhường khi tiếp cận với Chánh Pháp?

Người tu học cần phát triển lòng khiêm nhường khi tiếp cận với Chánh Pháp vì những lý do sau:

1. **Nhận ra giới hạn của bản thân và sự vô tận của Chánh Pháp**
    - Chánh Pháp chứa đựng những chân lý sâu xa và toàn diện, vượt xa sự hiểu biết thông thường. Khiêm nhường giúp người tu học nhận ra rằng kiến thức của mình còn hạn chế, và họ cần học hỏi thêm để có thể tiến gần hơn đến chân lý. Lòng khiêm nhường giúp người tu học mở lòng đón nhận và khám phá giáo pháp một cách cởi mở, thay vì nghĩ rằng mình đã biết đủ.
2. **Buông bỏ cái tôi và giảm bớt chấp ngã**
    - Sự chấp ngã và cái tôi là rào cản lớn trong quá trình tu tập và nhận thức chân lý. Khiêm nhường giúp người tu học buông bỏ sự kiêu hãnh và bám chấp vào quan điểm cá nhân, từ đó giảm đi những xung đột nội tâm và dễ dàng đón nhận giáo pháp với một tâm thế an hòa. Việc buông bỏ cái tôi giúp người tu học phát triển trí tuệ, hiểu rằng Chánh Pháp không phải là lý thuyết để thỏa mãn sự hiểu biết cá nhân mà là con đường để chuyển hóa bản thân.
3. **Khuyến khích sự cởi mở và sẵn sàng học hỏi**
    - Khiêm nhường thúc đẩy người tu học mở lòng và sẵn sàng tiếp nhận những kiến thức mới, kể cả những điều họ chưa hiểu hoặc thậm chí chưa tin. Điều này giúp họ học hỏi từ mọi người, mọi hoàn cảnh, và nhìn nhận các chân lý sâu xa của Chánh Pháp mà không giới hạn mình vào những kinh nghiệm

hay quan điểm cố hữu. Sự cởi mở này là yếu tố then chốt để tiến bộ trong tu tập.

4. **Phát triển sự kính trọng đối với giáo pháp và bậc thầy**
   - Khiêm nhường là nền tảng để người tu học tôn trọng Chánh Pháp, các bậc thầy, và những người có trí tuệ. Chánh Pháp là kết quả của trí tuệ từ bi của Đức Phật và các bậc giác ngộ, đòi hỏi sự kính trọng. Lòng khiêm nhường giúp người tu học trân trọng sự quý giá của Chánh Pháp và luôn nhắc nhở bản thân không ngừng nỗ lực học hỏi và thực hành.
5. **Tránh sự phán xét và lòng kiêu ngạo đối với người khác**
   - Khiêm nhường giúp người tu học tránh phán xét hay so sánh mình với người khác, ngăn ngừa lòng kiêu ngạo có thể nảy sinh khi họ đạt được những thành tựu trong tu học. Thay vì nghĩ rằng mình hiểu biết hơn hay tiến xa hơn người khác, lòng khiêm nhường nhắc nhở người tu học rằng ai cũng đang trên hành trình của riêng mình và rằng mỗi người đều có khả năng học hỏi từ người khác.
6. **Giúp tiến bộ và phát triển trí tuệ bền vững**
   - Sự kiêu ngạo và tự mãn có thể khiến người tu học ngừng tiến bộ vì cho rằng mình đã đạt đến đích. Khiêm nhường giúp họ luôn giữ tâm cầu học, không ngừng rèn luyện và phát triển trí tuệ. Lòng khiêm nhường chính là động lực để họ kiên trì trên con đường tu học, biết rằng mọi hiểu biết đều có thể tiếp tục sâu sắc thêm, và mỗi lần tiếp xúc với Chánh Pháp đều là cơ hội để phát triển.
7. **Giúp tâm an lạc và hướng đến sự từ bi**
   - Khiêm nhường giúp người tu học giữ tâm an lạc, không bị dày vò bởi cái tôi hay những suy nghĩ kiêu ngạo. Khi buông bỏ tự mãn, người tu học cảm thấy an vui và bình an hơn. Họ dễ dàng phát triển lòng từ bi, không coi trọng cái tôi cá nhân mà hướng đến lợi ích cho tất cả mọi người, từ đó thực hành Chánh Pháp một cách chân thành và trọn vẹn.
8. **Trở thành tấm gương và nguồn cảm hứng cho người khác**
   - Lòng khiêm nhường không chỉ giúp ích cho bản thân người tu học mà còn lan tỏa đến những người xung quanh. Người tu học khiêm nhường sẽ trở thành một tấm gương tốt, nguồn cảm hứng cho những người khác noi theo và học hỏi. Sự khiêm nhường chân thành giúp tạo dựng một cộng đồng tu học hòa nhã, cùng nhau tiến bộ trên con đường tu tập.

Tổng kết:

Lòng khiêm nhường là điều cốt yếu giúp người tu học tiếp cận Chánh Pháp với một tâm thức trong sáng và tôn kính. Khiêm nhường không chỉ giúp họ buông bỏ những rào cản cá nhân mà còn mở ra con đường để tiếp thu giáo lý một cách sâu sắc và toàn diện hơn, từ đó tiến gần hơn đến giác ngộ và giải thoát.

7. Sự chuyển hóa tư duy của Ưu-Đàm Bà-La sau cuộc đối thoại với Đức Phật nói lên điều gì về khả năng thay đổi của mỗi cá nhân?

Sự chuyển hóa tư duy của Ưu-Đàm Bà-La sau cuộc đối thoại với Đức Phật thể hiện rõ ràng khả năng thay đổi của mỗi cá nhân, với những ý nghĩa sau:

1. **Chuyển hóa là kết quả của sự mở lòng và cởi mở**

- Sự thay đổi trong tư duy của Ưu-Đàm Bà-La cho thấy rằng, khi một người sẵn lòng mở lòng và cởi mở đón nhận những quan điểm khác, họ có thể tiến bộ và thay đổi. Dù ban đầu ông hoài nghi và bám chấp vào quan điểm duy vật của mình, nhưng nhờ sự kiên nhẫn và từ bi của Đức Phật, ông đã dần dần tiếp nhận những giáo lý mới. Điều này khẳng định rằng sự thay đổi bắt nguồn từ thái độ sẵn sàng lắng nghe và suy ngẫm.

2. **Con người có khả năng tự giác ngộ khi được dẫn dắt đúng cách**
   - Cuộc đối thoại với Đức Phật đã giúp Ưu-Đàm Bà-La tự chiêm nghiệm và nhận ra giới hạn trong suy nghĩ của mình. Thay vì áp đặt chân lý, Đức Phật đã khéo léo dẫn dắt để ông tự ngộ ra chân lý. Điều này cho thấy rằng mỗi cá nhân đều có khả năng tự giác ngộ và thay đổi khi được hướng dẫn và dẫn dắt một cách khéo léo, không áp đặt.
3. **Lòng từ bi và kiên nhẫn có thể cảm hóa cả những người hoài nghi nhất**
   - Đức Phật đã dùng lòng từ bi và sự kiên nhẫn để đối thoại với Ưu-Đàm Bà-La, và kết quả là ông đã thay đổi từ một người hoài nghi thành người mở lòng với Chánh Pháp. Điều này nhấn mạnh rằng, ngay cả những người cố chấp nhất cũng có khả năng thay đổi nếu được tiếp cận với lòng từ bi và sự nhẫn nại, giúp họ từ từ tháo gỡ những rào cản nội tâm.
4. **Thay đổi là một quá trình, không phải là kết quả tức thì**
   - Sự chuyển hóa của Ưu-Đàm Bà-La không diễn ra ngay lập tức mà là kết quả của một quá trình đối thoại và chiêm nghiệm sâu sắc. Điều này nhắc nhở chúng ta rằng sự thay đổi tư duy thường đòi hỏi thời gian và không thể vội vàng. Quá trình thay đổi cần sự kiên nhẫn, cả từ người truyền đạt lẫn người tiếp nhận.
5. **Khả năng chuyển hóa không bị giới hạn bởi xuất phát điểm của mỗi người**
   - Dù Ưu-Đàm Bà-La ban đầu có quan điểm đối lập và hoài nghi, ông vẫn có thể thay đổi và tiếp nhận giáo pháp. Điều này cho thấy rằng bất kỳ ai, dù bắt đầu với bất cứ quan điểm nào, đều có khả năng chuyển hóa khi họ được dẫn dắt đúng hướng. Không có giới hạn nào đối với sự tiến bộ của mỗi người trên con đường tìm kiếm chân lý, miễn là họ sẵn lòng học hỏi.
6. **Chánh Pháp có khả năng chuyển hóa mọi tâm thức**
   - Sự thay đổi của Ưu-Đàm Bà-La minh chứng rằng Chánh Pháp có thể cảm hóa và chuyển hóa bất kỳ ai, bất kể ban đầu họ có hoài nghi hay xa rời Phật pháp. Điều này khẳng định sức mạnh của Chánh Pháp trong việc làm thức tỉnh và cải thiện tâm thức của con người, giúp họ hướng đến cuộc sống thiện lành và trí tuệ hơn.
7. **Mỗi người đều có tiềm năng thay đổi và tiến bộ**
   - Sự chuyển hóa của Ưu-Đàm Bà-La là bằng chứng cho thấy rằng mỗi người đều có tiềm năng thay đổi, dù xuất phát điểm của họ là hoài nghi hay thậm chí là chống đối. Điều này mang lại niềm tin cho người tu học rằng bản thân họ và những người xung quanh đều có thể tiến bộ trên con đường đạo khi có sự hướng dẫn đúng đắn.
8. **Chuyển hóa là nền tảng cho sự giác ngộ và giải thoát**
   - Thay đổi tư duy của Ưu-Đàm Bà-La là bước đầu tiên trong quá trình giác ngộ của ông. Sự chuyển hóa này mở ra cánh cửa để ông hiểu thêm về

Chánh Pháp và có khả năng tu tập sâu hơn. Điều này cho thấy rằng sự thay đổi tư duy và thái độ là nền tảng thiết yếu để tiến đến sự giác ngộ và giải thoát khỏi khổ đau.

Tổng kết:

Sự chuyển hóa của Ưu-Đàm Bà-La là minh chứng mạnh mẽ cho khả năng thay đổi của mỗi cá nhân, bất kể điểm xuất phát của họ. Điều này nhắc nhở chúng ta rằng lòng cởi mở, từ bi, và sự kiên nhẫn có thể dẫn đến những thay đổi sâu sắc, và rằng bất kỳ ai cũng có khả năng tiến bộ và đạt được sự giác ngộ khi tiếp cận với Chánh Pháp.

8. Kinh Ưu-Đàm Bà-La nhấn mạnh điều gì về tầm quan trọng của sự kiên nhẫn và từ bi trong việc tiếp cận những người có quan điểm trái ngược?

Kinh Ưu-Đàm Bà-La nhấn mạnh tầm quan trọng của sự kiên nhẫn và từ bi trong việc tiếp cận những người có quan điểm trái ngược qua các khía cạnh sau:

1. **Kiên nhẫn và từ bi tạo không gian cho sự chuyển hóa**
   - Trong kinh, Đức Phật không vội vã thuyết phục Ưu-Đàm Bà-La, mà Ngài kiên nhẫn lắng nghe những câu hỏi và sự hoài nghi của ông. Điều này tạo ra một không gian cởi mở, giúp người hoài nghi có cơ hội suy ngẫm và chuyển hóa từ từ. Kiên nhẫn và từ bi giúp đối phương cảm thấy không bị ép buộc hay áp đặt, từ đó dễ dàng thay đổi thái độ và tiếp nhận giáo pháp.
2. **Từ bi và kiên nhẫn khuyến khích sự tự giác ngộ**
   - Đức Phật dùng từ bi để đối thoại thay vì chỉ trích hay bác bỏ quan điểm của Ưu-Đàm Bà-La. Điều này khuyến khích ông tự chiêm nghiệm, suy ngẫm và dần dần nhận ra chân lý. Sự kiên nhẫn của Đức Phật tạo điều kiện để đối phương tự giác ngộ, giúp họ tự tin trong việc thay đổi quan điểm và không cảm thấy mình bị áp lực.
3. **Giảm thiểu xung đột và mở rộng lòng tin**
   - Khi tiếp cận một người có quan điểm trái ngược bằng từ bi và kiên nhẫn, xung đột được giảm thiểu. Đức Phật không chỉ trích hay phản bác ngay lập tức, mà Ngài kiên nhẫn giải thích và dùng các ẩn dụ để làm rõ chân lý. Điều này giúp xây dựng lòng tin từ phía người nghe, giúp họ mở lòng hơn và sẵn sàng lắng nghe giáo pháp.
4. **Giúp người hoài nghi cảm nhận được sự thấu hiểu và chấp nhận**
   - Từ bi của Đức Phật thể hiện sự chấp nhận và thấu hiểu với những hoài nghi của Ưu-Đàm Bà-La, giúp ông cảm thấy mình được tôn trọng và không bị phán xét. Điều này rất quan trọng, vì khi một người cảm nhận được sự thấu hiểu, họ dễ dàng mở lòng hơn, và sự thay đổi tư duy có thể diễn ra một cách tự nhiên hơn.
5. **Đảm bảo sự truyền bá Chánh Pháp có hiệu quả và bền vững**
   - Đức Phật không vội vàng ép Ưu-Đàm Bà-La phải thay đổi ngay lập tức mà từng bước dẫn dắt ông đến với chân lý. Sự kiên nhẫn và từ bi giúp Chánh Pháp được truyền bá một cách bền vững, vì người nghe không bị áp đặt mà tự mình nhận thức và chấp nhận chân lý. Điều này tạo ra sự chuyển hóa lâu dài và thực chất, thay vì sự tuân thủ nhất thời.
6. **Tạo tấm gương về lòng từ bi và kiên nhẫn cho người tu học**

- Cuộc đối thoại giữa Đức Phật và Ưu-Đàm Bà-La là một bài học sống động cho người tu học về cách truyền đạt giáo pháp. Đức Phật cho thấy rằng để truyền đạt Chánh Pháp một cách hiệu quả, cần có lòng từ bi và sự kiên nhẫn để có thể cảm hóa và giúp người khác tiếp thu giáo lý. Đây là những phẩm chất cần thiết mà người tu học có thể noi theo trong việc tiếp cận những người có quan điểm khác biệt.

7. **Kiên nhẫn và từ bi là cầu nối giữa sự khác biệt**
   - Đức Phật đã tạo ra cầu nối giữa sự khác biệt bằng cách không vội phán xét Ưu-Đàm Bà-La mà sẵn lòng lắng nghe và từ từ tháo gỡ những điểm khúc mắc của ông. Điều này cho thấy rằng kiên nhẫn và từ bi giúp tạo dựng sự đồng cảm, kết nối những người có quan điểm trái ngược nhau, mở ra khả năng cho sự hiểu biết và chuyển hóa.
8. **Củng cố sự từ bi và phát triển trí tuệ trong người tu học**
   - Đức Phật tiếp cận Ưu-Đàm Bà-La bằng lòng từ bi và kiên nhẫn, điều này không chỉ cảm hóa được người nghe mà còn khuyến khích người tu học trau dồi phẩm chất này. Khi có sự từ bi và kiên nhẫn, người tu học sẽ phát triển trí tuệ, biết cách nhìn nhận từ góc độ của người khác và truyền đạt Chánh Pháp một cách sáng suốt, phù hợp hơn với từng đối tượng.

Tổng kết:

Sự từ bi và kiên nhẫn trong kinh Ưu-Đàm Bà-La cho thấy rằng chúng là nền tảng thiết yếu khi tiếp cận với những người có quan điểm trái ngược. Điều này không chỉ tạo điều kiện cho sự chuyển hóa của người nghe mà còn đảm bảo việc truyền bá Chánh Pháp một cách hiệu quả, bền vững và nhân ái. Đức Phật đã làm gương về sự từ bi và kiên nhẫn, giúp người tu học thấy rõ giá trị của việc dùng tình thương và sự kiên trì để cảm hóa và hướng dẫn những người chưa hiểu Chánh Pháp.

9. Cuộc đối thoại này có thể dạy chúng ta điều gì về cách đối diện với những người hoài nghi Chánh Pháp?

Cuộc đối thoại giữa Đức Phật và Ưu-Đàm Bà-La trong **Kinh Ưu-Đàm Bà-La Sư Tử Hống** mang lại nhiều bài học sâu sắc về cách đối diện với những người hoài nghi Chánh Pháp:

1. **Lắng nghe một cách kiên nhẫn và không phán xét**
   - Đức Phật lắng nghe các câu hỏi và hoài nghi của Ưu-Đàm Bà-La với sự kiên nhẫn và không đưa ra phán xét. Điều này cho thấy tầm quan trọng của việc tạo không gian cho người hoài nghi thể hiện quan điểm của họ. Khi lắng nghe kiên nhẫn, chúng ta tạo ra một môi trường cởi mở, giúp người hoài nghi cảm thấy được tôn trọng và dễ dàng bày tỏ ý kiến của mình mà không lo sợ bị phản bác.
2. **Giải thích bằng lòng từ bi và sự cảm thông**
   - Đức Phật tiếp cận Ưu-Đàm Bà-La với lòng từ bi, thay vì bác bỏ thẳng thừng quan điểm của ông. Ngài không coi hoài nghi là điều đáng trách mà xem đó là cơ hội để giải thích chân lý. Điều này nhấn mạnh rằng từ bi và cảm thông là chìa khóa để tiếp cận những người hoài nghi, giúp họ dần mở lòng mà không cảm thấy bị áp đặt hay đe dọa.
3. **Sử dụng ẩn dụ và ví dụ để làm rõ khái niệm trừu tượng**

- Đức Phật dùng nhiều ẩn dụ và ví dụ thực tế để giúp Ưu-Đàm Bà-La hiểu rõ các khái niệm trừu tượng như nghiệp báo và tái sinh. Điều này nhắc nhở rằng, khi đối diện với người hoài nghi, việc dùng những hình ảnh cụ thể, dễ hiểu sẽ giúp họ dễ dàng hình dung và tiếp nhận những khái niệm mà trước đó họ chưa hiểu rõ.

4. **Khuyến khích sự tự suy ngẫm thay vì ép buộc phải tin**
   - Đức Phật không yêu cầu Ưu-Đàm Bà-La phải tin ngay vào những gì Ngài nói, mà khuyến khích ông tự suy ngẫm và chiêm nghiệm. Điều này dạy chúng ta rằng khi tiếp cận những người hoài nghi, thay vì cố gắng thuyết phục họ chấp nhận ngay, hãy khuyến khích họ tự suy xét và trải nghiệm. Niềm tin sẽ vững chắc hơn khi được hình thành từ sự tự giác ngộ chứ không phải từ sự ép buộc.
5. **Từ tốn giải thích và tháo gỡ từng điểm hoài nghi**
   - Đức Phật không gấp gáp mà giải thích từng khía cạnh, từng câu hỏi của Ưu-Đàm Bà-La một cách cẩn thận. Ngài đi từ những khái niệm đơn giản đến những nguyên lý phức tạp hơn, giúp người nghe không bị choáng ngợp. Đây là bài học quý giá về cách đối diện với người hoài nghi: từ từ tháo gỡ từng thắc mắc của họ một cách cẩn thận và kiên nhẫn, để họ dễ dàng tiếp thu.
6. **Tôn trọng quyền tự do của mỗi cá nhân trong việc tìm kiếm chân lý**
   - Đức Phật không áp đặt chân lý mà tôn trọng sự tự do của Ưu-Đàm Bà-La trong việc tìm hiểu và nhận thức. Điều này cho thấy rằng, khi đối diện với người hoài nghi, chúng ta cần tôn trọng con đường mà họ chọn, để họ tự khám phá chân lý. Mỗi người đều có tiến trình riêng, và sự tôn trọng này sẽ giúp họ không cảm thấy bị áp lực và dễ mở lòng hơn với Chánh Pháp.
7. **Giúp họ nhận thức giới hạn trong hiểu biết cá nhân**
   - Đức Phật khéo léo giúp Ưu-Đàm Bà-La nhận ra rằng suy nghĩ của ông có giới hạn và cần có một cái nhìn rộng hơn để hiểu Chánh Pháp. Thay vì chỉ ra lỗi sai trực tiếp, Ngài gợi ý để Ưu-Đàm Bà-La tự thấy sự thiếu sót trong quan điểm của mình. Khi tiếp cận người hoài nghi, việc giúp họ nhận ra giới hạn của chính họ mà không phán xét là cách để họ tự mở rộng hiểu biết và tìm đến chân lý.
8. **Duy trì lòng kiên nhẫn và không nóng vội**
   - Đức Phật không nóng vội trong việc chuyển hóa Ưu-Đàm Bà-La mà kiên nhẫn chờ đợi sự thay đổi dần dần. Điều này nhắc nhở chúng ta rằng sự thay đổi quan điểm của một người hoài nghi thường cần thời gian. Kiên nhẫn giúp chúng ta không chỉ thành công trong việc truyền đạt Chánh Pháp mà còn giúp xây dựng mối quan hệ tôn trọng và tin tưởng với người đối diện.
9. **Làm gương qua hành động và thái độ**
   - Đức Phật không chỉ giảng dạy bằng lời nói mà còn làm gương qua hành động và thái độ của Ngài. Sự từ bi và kiên nhẫn của Ngài là minh chứng sống động cho tinh thần Chánh Pháp. Khi đối diện với người hoài nghi, chúng ta cần nhớ rằng đôi khi hành động và thái độ từ bi của mình có thể cảm hóa hơn là lý lẽ.

10. **Tin tưởng vào khả năng chuyển hóa của Chánh Pháp**
   - Cuộc đối thoại cho thấy rằng Đức Phật luôn tin tưởng vào khả năng chuyển hóa của Chánh Pháp. Ngài không ngại đối diện với người hoài nghi và hiểu rằng, khi đủ duyên lành, Chánh Pháp sẽ có sức mạnh cảm hóa. Bài học này nhắc nhở rằng chúng ta không nên nản lòng khi gặp người chưa tin tưởng, mà hãy tiếp tục truyền đạt Chánh Pháp với niềm tin rằng chân lý sẽ tự làm sáng tỏ theo thời gian.

Tổng kết:

Cuộc đối thoại với Ưu-Đàm Bà-La dạy chúng ta rằng, khi đối diện với người hoài nghi Chánh Pháp, cần có lòng từ bi, kiên nhẫn, và tôn trọng sự tự do cá nhân. Thay vì ép buộc, chúng ta nên khuyến khích sự tự suy ngẫm, tạo điều kiện để họ tự nhận thức và khám phá chân lý. Chánh Pháp không cần áp đặt, mà qua sự từ bi và kiên trì, chúng ta có thể dần dần cảm hóa và giúp người hoài nghi mở lòng với chân lý một cách tự nhiên.

10. Đâu là những bài học thực tiễn từ Kinh Ưu-Đàm Bà-La mà người tu học có thể áp dụng vào cuộc sống hàng ngày?

Kinh Ưu-Đàm Bà-La Sư Tử Hống mang lại nhiều bài học thực tiễn mà người tu học có thể áp dụng vào cuộc sống hàng ngày. Dưới đây là những bài học quan trọng:

1. **Thực hành lòng kiên nhẫn trong mọi tình huống**
   - Sự kiên nhẫn của Đức Phật trong việc đối thoại với Ưu-Đàm Bà-La là một tấm gương để người tu học noi theo. Trong cuộc sống hàng ngày, có thể gặp những tình huống hoặc những người khó tiếp cận, việc thực hành lòng kiên nhẫn sẽ giúp ta giữ được bình an nội tâm và ứng xử một cách sáng suốt.
2. **Duy trì lòng từ bi khi đối diện với người có quan điểm khác biệt**
   - Đức Phật tiếp cận Ưu-Đàm Bà-La với lòng từ bi, dù ông có quan điểm hoài nghi. Trong cuộc sống, việc thực hành từ bi giúp chúng ta tránh được xung đột và giúp người khác cảm thấy được chấp nhận và tôn trọng, từ đó xây dựng mối quan hệ hài hòa và tạo cơ hội để chia sẻ Chánh Pháp một cách tự nhiên.
3. **Lắng nghe không phán xét**
   - Đức Phật lắng nghe kỹ lưỡng những câu hỏi và nghi ngờ của Ưu-Đàm Bà-La mà không phán xét. Trong đời sống hàng ngày, việc lắng nghe mà không phán xét sẽ giúp chúng ta hiểu rõ vấn đề hơn, tránh những hiểu lầm, và tạo ra không gian để người khác cởi mở chia sẻ.
4. **Khuyến khích sự tự suy ngẫm thay vì áp đặt quan điểm**
   - Thay vì ép buộc Ưu-Đàm Bà-La phải tin, Đức Phật khuyến khích ông tự chiêm nghiệm và suy ngẫm. Khi tiếp cận với người có quan điểm khác, chúng ta nên khuyến khích họ tự khám phá và trải nghiệm, thay vì cố gắng thuyết phục. Điều này không chỉ giúp họ tự giác ngộ mà còn giữ được mối quan hệ tôn trọng.
5. **Sử dụng ngôn ngữ và ví dụ dễ hiểu để giải thích những điều phức tạp**

- Đức Phật sử dụng nhiều ẩn dụ và ví dụ cụ thể để làm rõ các khái niệm trừu tượng như nghiệp báo và tái sinh. Trong giao tiếp hàng ngày, việc giải thích rõ ràng, dùng những ví dụ dễ hiểu sẽ giúp người khác dễ dàng hiểu ý mình hơn và tránh những hiểu lầm không cần thiết.

6. **Buông bỏ chấp ngã và sẵn sàng tiếp nhận ý kiến khác**
   - Đức Phật không bám víu vào cái tôi khi tiếp cận với những hoài nghi của Ưu-Đàm Bà-La mà luôn giữ tâm bình thản. Bài học này nhắc nhở chúng ta cần buông bỏ chấp ngã, không tự mãn, và sẵn lòng tiếp nhận những ý kiến khác để cải thiện bản thân.
7. **Tin tưởng vào khả năng chuyển hóa của mỗi người**
   - Đức Phật tin rằng với đủ duyên lành, bất cứ ai cũng có thể chuyển hóa và giác ngộ. Trong cuộc sống, hãy tin tưởng vào khả năng thay đổi của người khác và của chính mình. Điều này giúp ta không nản lòng khi đối diện với khó khăn hoặc khi giúp đỡ người khác.
8. **Nhận thức rằng mọi người đều có tiến trình riêng**
   - Sự chuyển hóa của Ưu-Đàm Bà-La diễn ra từ từ, không ngay lập tức. Đây là bài học về việc chấp nhận rằng mỗi người đều có hành trình riêng, và sự thay đổi cần thời gian. Trong cuộc sống, điều này nhắc nhở chúng ta không nên ép buộc người khác phải thay đổi theo ý mình ngay lập tức.
9. **Thực hành lòng khiêm nhường**
   - Đức Phật không xem mình vượt trội khi đối diện với người hoài nghi mà luôn giữ thái độ khiêm nhường. Khiêm nhường giúp chúng ta giữ sự khiêm tốn, sẵn lòng học hỏi và không phán xét người khác. Điều này là một yếu tố quan trọng để phát triển trí tuệ và lòng từ bi.
10. **Đối diện với sự hoài nghi bằng tâm từ bi và không tranh cãi**
    - Khi đối mặt với sự hoài nghi của Ưu-Đàm Bà-La, Đức Phật dùng sự từ bi và trí tuệ để giải thích, không tranh cãi hay bảo vệ Chánh Pháp bằng cách cứng nhắc. Điều này cho thấy rằng khi gặp phải phản đối, chúng ta nên giữ tâm từ bi, bình tĩnh giải thích, thay vì tranh cãi để bảo vệ quan điểm cá nhân.
11. **Tự mình suy ngẫm và không phụ thuộc vào ý kiến bên ngoài**
    - Đức Phật khuyến khích Ưu-Đàm Bà-La tự suy ngẫm thay vì phụ thuộc hoàn toàn vào lời dạy của Ngài. Đây là lời nhắc nhở chúng ta hãy tự chiêm nghiệm và phát triển trí tuệ, không nên dựa hoàn toàn vào ý kiến của người khác mà cần tự mình tìm hiểu và nhận thức.
12. **Sống có ý thức về nghiệp báo và hậu quả của hành động**
    - Đức Phật nhấn mạnh quy luật nghiệp báo trong cuộc đối thoại, nhắc nhở rằng mọi hành động đều có hậu quả. Điều này khuyến khích người tu học sống có ý thức về nghiệp, biết rằng mọi hành động, dù nhỏ, đều tạo ra ảnh hưởng và kết quả.
13. **Tạo môi trường hòa nhã và không áp đặt khi chia sẻ Chánh Pháp**
    - Đức Phật tiếp cận Ưu-Đàm Bà-La trong một không gian hòa nhã, không áp đặt. Điều này nhắc nhở người tu học rằng khi chia sẻ Chánh Pháp, nên tạo không gian thân thiện, để người nghe cảm thấy thoải mái và không bị áp lực.

14. **Phát triển trí tuệ qua sự lắng nghe và học hỏi**
    - Cuộc đối thoại là một minh chứng cho thấy lắng nghe không chỉ giúp hiểu người khác mà còn giúp phát triển trí tuệ. Lắng nghe mà không phán xét giúp ta có thêm những góc nhìn mới, giúp bản thân trưởng thành hơn và mở rộng hiểu biết.
15. **Chấp nhận sự khác biệt và không phán xét**
    - Đức Phật không phán xét Ưu-Đàm Bà-La vì sự khác biệt trong quan điểm mà thay vào đó, Ngài bình thản giải thích chân lý. Trong cuộc sống, việc chấp nhận sự khác biệt giúp ta giữ được tâm an lạc, đồng thời xây dựng mối quan hệ hài hòa với mọi người xung quanh.

Tổng kết:
Những bài học từ **Kinh Ưu-Đàm Bà-La** giúp người tu học không chỉ tiến bộ trong hành trình tâm linh mà còn phát triển các phẩm chất quan trọng như từ bi, kiên nhẫn, và khiêm nhường trong cuộc sống hàng ngày. Những giá trị này không chỉ mang lại lợi ích cho bản thân mà còn giúp xây dựng môi trường hòa nhã, an lạc, và tạo điều kiện cho Chánh Pháp được lan tỏa một cách tự nhiên và bền vững.

11. Những thách thức và nghi ngờ của Ưu-Đàm Bà-La giúp chúng ta nhận ra điều gì về sự cần thiết của trí tuệ trong hành trình tu học?
Những thách thức và nghi ngờ của Ưu-Đàm Bà-La trong **Kinh Ưu-Đàm Bà-La** giúp chúng ta nhận ra nhiều khía cạnh quan trọng về sự cần thiết của trí tuệ trong hành trình tu học, cụ thể như sau:

1. **Trí tuệ giúp vượt qua sự hoài nghi và chấp ngã**
    - Ưu-Đàm Bà-La đặt ra nhiều câu hỏi hoài nghi, bám chấp vào quan điểm cá nhân và chỉ tin vào những gì ông có thể thấy và cảm nhận trực tiếp. Điều này cho thấy rằng, nếu thiếu trí tuệ, con người dễ dàng bị ràng buộc bởi cái tôi và khó mở lòng đón nhận những chân lý sâu xa. Trí tuệ là yếu tố cần thiết để chúng ta có thể nhìn thấy giới hạn trong tư duy cá nhân và mở lòng học hỏi, vượt qua chấp ngã.
2. **Trí tuệ giúp nhận ra giới hạn của giác quan và trải nghiệm cá nhân**
    - Những nghi ngờ của Ưu-Đàm Bà-La bắt nguồn từ sự lệ thuộc vào giác quan, chỉ tin vào những gì ông có thể thấy, nghe, và chạm tới. Trí tuệ giúp người tu học nhận ra rằng, không phải tất cả chân lý đều có thể nắm bắt qua giác quan hay trải nghiệm cá nhân ngay lập tức. Điều này khuyến khích chúng ta đi sâu vào việc phát triển trí tuệ để có thể hiểu và chấp nhận những chân lý vượt ngoài nhận thức thông thường.
3. **Trí tuệ giúp phân biệt giữa niềm tin đúng đắn và mê tín**
    - Các thắc mắc của Ưu-Đàm Bà-La phản ánh nỗi lo sợ của con người khi phải đối mặt với những điều không thể kiểm chứng. Trí tuệ là công cụ giúp người tu học phân biệt giữa niềm tin đúng đắn và mê tín, giữa Chánh Pháp và những niềm tin sai lệch. Nhờ trí tuệ, chúng ta có thể phát triển một niềm tin có căn cứ, không dựa trên cảm xúc hay sự lệ thuộc, mà trên sự hiểu biết sâu sắc về Chánh Pháp.
4. **Trí tuệ giúp chúng ta đối mặt với sự hoài nghi mà không đánh mất niềm tin**

- Trong cuộc đối thoại, Đức Phật không đánh mất lòng từ bi hay sự bình thản khi đối mặt với hoài nghi của Ưu-Đàm Bà-La, bởi Ngài có trí tuệ để hiểu rõ bản chất của hoài nghi và những giới hạn trong tư duy của ông. Trí tuệ giúp người tu học giữ vững niềm tin vào Chánh Pháp mà không nản lòng khi gặp sự hoài nghi hay phản đối, bởi trí tuệ cung cấp cho họ sự sáng suốt để tiếp tục tìm hiểu và vượt qua thử thách.

5. **Trí tuệ dẫn dắt sự tự giác ngộ, không phụ thuộc vào người khác**
    - Đức Phật khuyến khích Ưu-Đàm Bà-La tự suy ngẫm và chiêm nghiệm, không dựa hoàn toàn vào lời Ngài nói. Điều này nhấn mạnh rằng trí tuệ là phương tiện để tự giác ngộ. Người tu học cần phát triển trí tuệ để có thể tự mình nhận ra chân lý, tự mình kiểm chứng và thấu hiểu Chánh Pháp, thay vì chỉ phụ thuộc vào lời dạy của người khác.
6. **Trí tuệ là phương tiện tháo gỡ các định kiến và quan điểm cố hữu**
    - Những nghi ngờ của Ưu-Đàm Bà-La phần lớn đến từ sự chấp chặt vào các quan điểm cố hữu và định kiến. Trí tuệ giúp người tu học nhìn thấy và buông bỏ những định kiến này, giúp họ mở lòng đón nhận các quan điểm mới. Điều này nhấn mạnh rằng hành trình tu học đòi hỏi trí tuệ để chúng ta vượt qua các quan điểm sai lầm, đạt đến nhận thức sâu sắc hơn.
7. **Trí tuệ giúp hiểu rõ bản chất của nghiệp báo và nhân quả**
    - Một trong những thắc mắc lớn của Ưu-Đàm Bà-La là về nghiệp báo và sự tái sinh, những quy luật tự nhiên mà không thể trực tiếp nhìn thấy. Trí tuệ giúp người tu học hiểu rằng nghiệp báo và nhân quả không phải là những khái niệm trừu tượng mà là những quy luật tự nhiên, vận hành khách quan, và chỉ trí tuệ mới có thể giúp chúng ta thấu hiểu những quy luật này mà không bị ảnh hưởng bởi cảm xúc hay niềm tin chủ quan.
8. **Trí tuệ cho phép người tu học vượt qua sự hoài nghi bằng hiểu biết sâu sắc**
    - Đức Phật không bác bỏ sự hoài nghi của Ưu-Đàm Bà-La, mà dẫn dắt ông bằng trí tuệ để từng bước giải đáp những khúc mắc của ông. Điều này cho thấy rằng trí tuệ không chỉ giúp chúng ta hiểu Chánh Pháp mà còn là phương tiện giúp vượt qua những hoài nghi, khi sự hiểu biết sâu sắc thay thế cho nghi ngờ. Trí tuệ là nền tảng giúp người tu học tiếp cận với sự thật, xóa bỏ những nghi ngờ một cách tự nhiên.
9. **Trí tuệ giúp phát triển lòng từ bi và sự cảm thông**
    - Đức Phật sử dụng trí tuệ và từ bi để giải thích cho Ưu-Đàm Bà-La một cách nhẹ nhàng và kiên nhẫn. Trí tuệ không chỉ giúp ta hiểu chân lý mà còn giúp phát triển lòng từ bi và sự cảm thông đối với người khác, đặc biệt là với những ai có quan điểm trái ngược. Nhờ trí tuệ, người tu học hiểu rằng mỗi người đều có hành trình riêng và cần được hướng dẫn một cách từ bi.
10. **Trí tuệ là công cụ để tiếp cận chân lý một cách tự chủ và độc lập**
    - Đức Phật không yêu cầu Ưu-Đàm Bà-La phải tin ngay vào những gì Ngài nói mà khuyến khích ông tự tìm hiểu và kiểm chứng. Điều này dạy chúng ta rằng trí tuệ là công cụ giúp người tu học tiếp cận chân lý một cách tự chủ, không mù quáng. Trí tuệ giúp chúng ta có thái độ độc lập trong việc

tìm kiếm chân lý, không phụ thuộc vào niềm tin mù quáng mà dựa trên sự nhận thức và trải nghiệm thực tế.

Tổng kết:

Những thách thức và nghi ngờ của Ưu-Đàm Bà-La trong kinh cho thấy trí tuệ là nền tảng quan trọng giúp người tu học vượt qua hoài nghi, nhận thức giới hạn của mình và tiếp cận Chánh Pháp với thái độ cởi mở, sáng suốt. Trí tuệ không chỉ giúp tháo gỡ những chấp trước và định kiến, mà còn là phương tiện để phát triển từ bi, tự giác ngộ, và sống theo Chánh Pháp một cách vững chắc, độc lập và tự chủ.

12. Cuộc đối thoại giữa Đức Phật và Ưu-Đàm Bà-La khẳng định điều gì về sức mạnh của Chánh Pháp khi đối diện với hoài nghi?

Cuộc đối thoại giữa Đức Phật và Ưu-Đàm Bà-La khẳng định sức mạnh của Chánh Pháp khi đối diện với hoài nghi qua những điểm sau:

1. **Chánh Pháp có khả năng giải đáp mọi hoài nghi**
    - Đức Phật đối diện với những câu hỏi và thắc mắc của Ưu-Đàm Bà-La bằng sự bình tĩnh và trí tuệ. Ngài không né tránh mà đối đáp một cách rõ ràng, sử dụng các ẩn dụ và lập luận hợp lý để tháo gỡ từng điểm hoài nghi. Điều này cho thấy rằng Chánh Pháp có khả năng giải đáp mọi hoài nghi, bất kể phức tạp hay trái ngược đến đâu, vì nó được xây dựng trên nền tảng chân lý và trí tuệ.
2. **Chánh Pháp không cần phải bảo vệ bằng sự áp đặt hoặc ép buộc**
    - Đức Phật không áp đặt quan điểm của Ngài lên Ưu-Đàm Bà-La mà khuyến khích ông tự suy ngẫm và kiểm chứng. Điều này khẳng định rằng sức mạnh của Chánh Pháp không cần đến sự ép buộc; nó tự thân có khả năng thuyết phục và chuyển hóa tâm thức của người hoài nghi khi họ có cơ hội tiếp cận và chiêm nghiệm.
3. **Chánh Pháp vượt qua hoài nghi bằng sự từ bi và trí tuệ**
    - Đức Phật dùng lòng từ bi và trí tuệ để trả lời những thắc mắc của Ưu-Đàm Bà-La, thay vì đối kháng hay phản bác gay gắt. Ngài không chỉ thuyết phục bằng lý lẽ mà còn bằng sự cảm thông sâu sắc. Sức mạnh của Chánh Pháp thể hiện qua khả năng cảm hóa và giúp người khác tự nhận thức bằng sự từ bi, tạo ra môi trường an lành để người hoài nghi có thể mở lòng đón nhận.
4. **Chánh Pháp giúp người hoài nghi tự giác ngộ**
    - Chánh Pháp không chỉ là những lời dạy lý thuyết mà là con đường dẫn đến sự tự giác ngộ. Đức Phật khuyến khích Ưu-Đàm Bà-La tự suy nghĩ, tự tìm hiểu và tự nghiệm chứng. Điều này khẳng định rằng Chánh Pháp có sức mạnh dẫn dắt mỗi cá nhân đến sự giác ngộ, giúp họ tự thấy được chân lý thông qua trải nghiệm và thực hành cá nhân, không chỉ dựa vào niềm tin mù quáng.
5. **Chánh Pháp không bị lung lay bởi những hoài nghi hay phản bác**
    - Trong cuộc đối thoại, dù Ưu-Đàm Bà-La có nhiều quan điểm trái ngược, Đức Phật vẫn giữ thái độ điềm tĩnh, không cảm thấy cần phải bảo vệ Chánh Pháp một cách cứng nhắc. Điều này cho thấy Chánh Pháp là chân lý bền vững và không bị ảnh hưởng bởi hoài nghi hay phản bác. Những lời hoài

nghi không làm suy giảm giá trị của Chánh Pháp, bởi nó là quy luật tự nhiên và không thay đổi theo quan điểm của con người.

6. **Chánh Pháp là nền tảng vững chắc giúp vượt qua giới hạn của tư duy cá nhân**
   - Đức Phật đã dùng Chánh Pháp để hướng dẫn Ưu-Đàm Bà-La vượt qua những giới hạn trong suy nghĩ cá nhân, giúp ông nhận ra các quy luật như nghiệp báo và tái sinh. Sức mạnh của Chánh Pháp giúp người hoài nghi vượt qua sự bám chấp vào tư duy cá nhân, giúp họ mở rộng nhận thức và hiểu biết vượt qua những gì có thể thấy hoặc hiểu qua giác quan thông thường.
7. **Chánh Pháp khuyến khích sự tự do trong việc tìm kiếm chân lý**
   - Đức Phật khẳng định sức mạnh của Chánh Pháp qua việc khuyến khích sự tự do khám phá. Ngài không áp đặt niềm tin mà hướng dẫn Ưu-Đàm Bà-La tự mình trải nghiệm và thấu hiểu. Điều này nhấn mạnh rằng Chánh Pháp tôn trọng sự tự do và không yêu cầu người nghe phải chấp nhận mà không qua sự trải nghiệm cá nhân. Đây là sức mạnh của Chánh Pháp: nó tự nhiên dẫn người tu học đến chân lý mà không cần sự áp đặt.
8. **Chánh Pháp có khả năng chuyển hóa cả những người hoài nghi nhất**
   - Trường hợp của Ưu-Đàm Bà-La là minh chứng cho khả năng chuyển hóa mạnh mẽ của Chánh Pháp. Dù bắt đầu với sự hoài nghi và phản bác, ông đã thay đổi dần dần qua cuộc đối thoại với Đức Phật. Sức mạnh của Chánh Pháp nằm ở khả năng chuyển hóa sâu sắc từ bên trong, giúp những người hoài nghi nhất cũng có thể giác ngộ và thấy được chân lý khi được tiếp cận với lòng từ bi và sự kiên nhẫn.
9. **Chánh Pháp không phụ thuộc vào sự chấp nhận hay phản đối của con người**
   - Trong cuộc đối thoại, Đức Phật không bị ảnh hưởng bởi sự hoài nghi của Ưu-Đàm Bà-La mà luôn giữ vững niềm tin vào Chánh Pháp. Điều này khẳng định rằng Chánh Pháp tồn tại độc lập và không phụ thuộc vào việc người khác tin hay không. Sức mạnh của Chánh Pháp là ở tính khách quan, như một quy luật tự nhiên tồn tại bên ngoài sự chấp nhận hay phản đối của con người.
10. **Chánh Pháp là phương tiện giúp con người thấy rõ bản chất của vạn vật**
    - Qua cuộc đối thoại, Đức Phật giúp Ưu-Đàm Bà-La nhận ra bản chất của những hiện tượng như nghiệp báo và luân hồi, điều mà ông chưa từng hiểu rõ. Điều này cho thấy Chánh Pháp không chỉ là một tập hợp giáo lý mà còn là phương tiện giúp con người thấy được bản chất sâu xa của vạn vật, vượt qua mọi định kiến và sự mơ hồ của nhận thức thường tình.

Tổng kết:

Cuộc đối thoại giữa Đức Phật và Ưu-Đàm Bà-La khẳng định rằng **Chánh Pháp có sức mạnh tự tại, bền vững và có khả năng chuyển hóa mọi tâm thức**. Dù gặp phải hoài nghi, Chánh Pháp không cần sự bảo vệ cứng nhắc, bởi chính bản chất của nó đã là sự thật vững chắc. Chánh Pháp có thể dẫn dắt người hoài nghi đến sự giác ngộ bằng cách khuyến khích tự do, trải nghiệm, và sự hiểu biết sâu sắc, từ đó chứng tỏ rằng chân lý không cần phải áp đặt mà tự nhiên lan tỏa và cảm hóa lòng người.

13. Sự chuyển hóa của Ưu-Đàm Bà-La sau khi nghe Chánh Pháp có ý nghĩa gì đối với những ai đang trong quá trình tìm kiếm chân lý?

Sự chuyển hóa của Ưu-Đàm Bà-La sau khi nghe Chánh Pháp mang nhiều ý nghĩa sâu sắc cho những ai đang trong quá trình tìm kiếm chân lý, cụ thể như sau:

1. **Chuyển hóa là kết quả của sự mở lòng và cởi mở**
    - Sự thay đổi của Ưu-Đàm Bà-La bắt đầu khi ông cởi mở để lắng nghe và suy ngẫm về Chánh Pháp, mặc dù ban đầu ông hoài nghi. Điều này cho thấy rằng để đạt được sự chuyển hóa, người tìm kiếm chân lý cần phải mở lòng, gạt bỏ định kiến và sẵn sàng đón nhận những điều mới. Sự cởi mở giúp họ tự khám phá chân lý thay vì bị giới hạn bởi các quan điểm cố hữu.
2. **Quá trình chuyển hóa đòi hỏi thời gian và kiên nhẫn**
    - Sự chuyển biến trong tư duy của Ưu-Đàm Bà-La không diễn ra ngay lập tức, mà dần dần qua quá trình đối thoại và chiêm nghiệm. Điều này nhắc nhở rằng sự giác ngộ không đến tức thời mà cần thời gian để từng bước tháo gỡ những rào cản trong tâm thức. Người tìm kiếm chân lý cần kiên nhẫn với chính mình và sẵn sàng đi từng bước trên con đường khám phá.
3. **Tầm quan trọng của trí tuệ trong việc nhận ra giới hạn của bản thân**
    - Ưu-Đàm Bà-La đã thay đổi khi nhận ra rằng những hoài nghi của ông phần nào xuất phát từ giới hạn trong hiểu biết của chính mình. Điều này cho thấy rằng trí tuệ là yếu tố then chốt trong quá trình tìm kiếm chân lý. Người tu học cần nhìn nhận giới hạn trong tư duy của mình và hiểu rằng có những chân lý vượt xa sự nhận thức thông thường.
4. **Chánh Pháp có khả năng chuyển hóa những ai thực sự tìm kiếm chân lý**
    - Sự chuyển hóa của Ưu-Đàm Bà-La là minh chứng cho sức mạnh của Chánh Pháp trong việc cảm hóa và chuyển đổi tư duy của bất cứ ai, dù họ bắt đầu với sự hoài nghi. Điều này mang lại niềm tin cho người tìm kiếm rằng, khi họ thành tâm và chân thành tiếp cận Chánh Pháp, dù ban đầu còn nhiều hoài nghi, họ vẫn có thể tìm thấy sự thật và giác ngộ.
5. **Chuyển hóa từ bên trong mang lại sự giác ngộ bền vững**
    - Sự thay đổi của Ưu-Đàm Bà-La diễn ra từ bên trong, qua quá trình suy ngẫm và tự nghiệm chứng, chứ không phải do bị áp đặt. Điều này nhắc nhở rằng, sự giác ngộ bền vững chỉ có thể xảy ra khi người tu học tự mình hiểu và cảm nhận chân lý, thay vì chỉ tin tưởng theo hình thức. Người tìm kiếm chân lý cần hướng đến sự hiểu biết tự thân, xây dựng nền tảng giác ngộ từ bên trong.
6. **Sự chuyển hóa đòi hỏi sự buông bỏ chấp ngã và định kiến**
    - Ban đầu, Ưu-Đàm Bà-La chấp ngã và bám víu vào quan điểm của mình, nhưng ông đã thay đổi khi buông bỏ những bám chấp đó. Điều này cho thấy, để thực sự chuyển hóa, người tìm kiếm cần dám buông bỏ chấp ngã và các định kiến. Khi buông bỏ, họ sẽ dễ dàng tiếp thu các chân lý cao siêu hơn và tự mình đạt được sự chuyển hóa.
7. **Giá trị của sự khiêm nhường trong hành trình tìm kiếm chân lý**

- Ưu-Đàm Bà-La đã học cách khiêm nhường, nhận ra sự thiếu sót trong hiểu biết của mình. Điều này khẳng định rằng khiêm nhường là một yếu tố quan trọng trong quá trình tìm kiếm chân lý. Người tu học cần sẵn sàng chấp nhận rằng mình chưa hiểu biết hoàn toàn, từ đó mở lòng học hỏi và tiến bộ.

8. **Chánh Pháp là ngọn đuốc soi đường cho người tìm kiếm chân lý**
   - Sự chuyển hóa của Ưu-Đàm Bà-La là minh chứng rằng Chánh Pháp chính là ngọn đuốc soi đường cho những ai đang trong hành trình tìm kiếm. Chánh Pháp không chỉ là giáo lý mà là con đường dẫn đến sự giác ngộ, giúp người tu học vượt qua mọi hoài nghi và hướng đến sự an lạc thực sự.
9. **Mỗi người đều có thể đạt đến chân lý, dù bắt đầu từ hoài nghi**
   - Sự chuyển hóa của Ưu-Đàm Bà-La khẳng định rằng bất cứ ai, dù khởi đầu với hoài nghi và sự ngờ vực, cũng có thể đạt được chân lý nếu họ kiên trì tìm kiếm. Điều này mang lại niềm tin cho người tu học rằng quá trình tìm kiếm chân lý không có giới hạn và bất kỳ ai cũng có thể đạt đến giác ngộ nếu họ có lòng chân thành và khát vọng hướng đến sự thật.
10. **Chánh Pháp không phải là điều gì xa vời mà là chân lý có thể chứng nghiệm được**
    - Qua sự chuyển hóa của Ưu-Đàm Bà-La, người tu học hiểu rằng Chánh Pháp không phải là những điều xa vời hay khó nắm bắt. Khi tiếp cận với trí tuệ và tâm chân thành, ai cũng có thể tự mình trải nghiệm và nhận ra chân lý của Chánh Pháp trong cuộc sống hàng ngày. Điều này khuyến khích những người tìm kiếm chân lý tự mình chiêm nghiệm, thay vì coi Chánh Pháp là điều gì cao siêu và khó hiểu.

Tổng kết:

Sự chuyển hóa của Ưu-Đàm Bà-La là minh chứng cho thấy rằng **sự giác ngộ và nhận thức chân lý là điều khả thi cho bất cứ ai**, dù xuất phát từ sự hoài nghi hay bám chấp vào quan điểm cá nhân. Điều quan trọng là người tìm kiếm chân lý cần có sự cởi mở, kiên nhẫn, buông bỏ chấp ngã, và tự mình trải nghiệm Chánh Pháp. Chánh Pháp không chỉ chuyển hóa tư duy mà còn mở ra con đường an lạc, giúp mỗi người tự tin hơn trong hành trình khám phá và tìm kiếm sự thật tối thượng.

14. Kinh này khuyến khích người tu học giữ vững niềm tin vào Chánh Pháp ra sao, đặc biệt là trong những giai đoạn hoài nghi và thử thách?

Kinh Ưu-Đàm Bà-La Sư Tử Hống khuyến khích người tu học giữ vững niềm tin vào Chánh Pháp trong những giai đoạn hoài nghi và thử thách qua các khía cạnh sau:

1. **Chánh Pháp là chân lý bền vững vượt qua mọi hoài nghi**
   - Qua cuộc đối thoại giữa Đức Phật và Ưu-Đàm Bà-La, kinh này khẳng định rằng Chánh Pháp là chân lý vững chắc, không bị ảnh hưởng bởi sự hoài nghi hay ý kiến cá nhân. Điều này giúp người tu học hiểu rằng, dù gặp khó khăn hay thử thách, Chánh Pháp vẫn luôn tồn tại như một nền tảng để dựa vào. Họ có thể tin tưởng vào Chánh Pháp như một nguồn sáng dẫn đường, ngay cả khi bản thân còn nhiều nghi ngờ.

2. **Chánh Pháp không yêu cầu niềm tin mù quáng mà khuyến khích sự tự kiểm chứng**
   - Đức Phật không yêu cầu Ưu-Đàm Bà-La phải tin vào Chánh Pháp ngay lập tức mà khuyến khích ông tự kiểm chứng. Điều này nhấn mạnh rằng Chánh Pháp không dựa trên niềm tin mù quáng mà trên sự trải nghiệm thực tế. Người tu học được khuyến khích kiên trì thực hành và chiêm nghiệm để tự mình chứng nghiệm Chánh Pháp, từ đó niềm tin sẽ trở nên vững chắc hơn qua sự trải nghiệm cá nhân.
3. **Chánh Pháp giúp tháo gỡ những nghi ngờ qua sự hiểu biết sâu sắc**
   - Đức Phật dùng trí tuệ và lòng từ bi để giải đáp từng hoài nghi của Ưu-Đàm Bà-La, giúp ông dần dần nhận ra chân lý. Điều này cho thấy rằng Chánh Pháp có khả năng tháo gỡ mọi hoài nghi khi người tu học dành thời gian tìm hiểu và suy ngẫm. Người tu học có thể yên tâm rằng, khi họ kiên trì đào sâu vào Chánh Pháp, những nghi ngờ sẽ dần tan biến, thay vào đó là sự hiểu biết và niềm tin sâu sắc.
4. **Nhắc nhở về giá trị của sự kiên nhẫn trên con đường tu tập**
   - Đức Phật kiên nhẫn đối thoại với Ưu-Đàm Bà-La mà không nản lòng dù ông có nhiều hoài nghi. Điều này nhắc nhở người tu học rằng hành trình tu tập cần có sự kiên nhẫn, nhất là khi gặp thử thách. Những nghi ngờ hay khó khăn không phải là lý do để từ bỏ, mà là cơ hội để trui rèn lòng kiên nhẫn và bền bỉ trên con đường tu học.
5. **Khuyến khích giữ vững niềm tin bằng cách nhận thức giá trị lâu dài của Chánh Pháp**
   - Trong cuộc đối thoại, Đức Phật cho thấy rằng Chánh Pháp mang lại sự an lạc và giải thoát bền vững. Điều này khuyến khích người tu học nhìn xa hơn vào giá trị lâu dài của Chánh Pháp, thay vì chỉ dựa vào những cảm giác nhất thời. Hiểu rằng Chánh Pháp giúp đạt đến sự an lạc và giải thoát, người tu học sẽ có thêm động lực để giữ vững niềm tin ngay cả khi đối mặt với khó khăn và thử thách.
6. **Nhấn mạnh tầm quan trọng của tự thân trải nghiệm trong Chánh Pháp**
   - Đức Phật khuyến khích Ưu-Đàm Bà-La tự suy ngẫm và trải nghiệm, chứ không áp đặt chân lý. Điều này dạy người tu học rằng niềm tin vào Chánh Pháp sẽ bền vững hơn khi nó xuất phát từ tự thân trải nghiệm. Khi có trải nghiệm thực tế qua sự thực hành, người tu học sẽ tự nhiên phát triển niềm tin vững chắc, không dễ bị dao động bởi ngoại cảnh.
7. **Chánh Pháp là nguồn sức mạnh nội tại trong mọi hoàn cảnh**
   - Kinh này nhắc nhở rằng Chánh Pháp không chỉ là những giáo lý lý thuyết mà là sức mạnh nội tại giúp người tu học đứng vững trước thử thách. Khi gặp hoài nghi, người tu học có thể quay về với Chánh Pháp, tìm kiếm sự an lạc và bình an trong giáo lý, thay vì bị cuốn theo những nghi ngờ. Chánh Pháp là nguồn năng lượng và cảm hứng để người tu học tiếp tục tiến bước, vượt qua mọi khó khăn.
8. **Nhắc nhở về lòng từ bi và sự bình tĩnh khi đối mặt với hoài nghi**
   - Đức Phật đối diện với sự hoài nghi của Ưu-Đàm Bà-La bằng lòng từ bi và sự điềm tĩnh, không nóng vội hay áp đặt. Điều này dạy người tu học rằng

khi họ gặp hoài nghi, cần giữ sự bình tĩnh, không nên hoảng loạn hoặc lo sợ. Bằng cách tiếp cận với Chánh Pháp một cách từ bi và bình thản, người tu học sẽ vượt qua hoài nghi một cách nhẹ nhàng, thay vì bị hoài nghi chi phối.

9. **Chánh Pháp không bị giới hạn bởi sự hiểu biết hiện tại**
   - Ưu-Đàm Bà-La ban đầu gặp khó khăn trong việc hiểu Chánh Pháp vì sự hiểu biết của ông còn hạn chế. Tuy nhiên, Đức Phật giúp ông từng bước tháo gỡ những giới hạn trong tư duy. Điều này nhắc nhở người tu học rằng, Chánh Pháp là chân lý vượt thời gian, không bị giới hạn bởi sự hiểu biết hiện tại của bất kỳ ai. Khi người tu học gặp hoài nghi, họ cần nhớ rằng những giới hạn trong hiểu biết hiện tại có thể được vượt qua bằng sự tu tập lâu dài.
10. **Động viên người tu học kiên định và tiếp tục học hỏi**
   - Cuộc đối thoại cho thấy rằng Đức Phật luôn kiên định và không từ bỏ khi gặp những quan điểm trái ngược. Điều này khuyến khích người tu học cũng cần có lòng kiên định, tiếp tục học hỏi và nghiên cứu Chánh Pháp, không nản lòng khi gặp phải hoài nghi. Sự kiên định này là chìa khóa để phát triển niềm tin và đạt được sự giác ngộ chân thực.

Tổng kết:

Kinh Ưu-Đàm Bà-La khuyến khích người tu học giữ vững niềm tin vào Chánh Pháp bằng cách nhắc nhở họ về giá trị lâu dài của Chánh Pháp, tầm quan trọng của sự kiên nhẫn, và sức mạnh của tự thân trải nghiệm. Chánh Pháp là chân lý bền vững, có khả năng vượt qua mọi hoài nghi khi người tu học dành thời gian và tâm sức để hiểu và chiêm nghiệm. Dù gặp phải những thử thách, Chánh Pháp sẽ luôn là nền tảng để người tu học tìm thấy sự bình an và sự giác ngộ, tiếp tục tiến bước trên con đường tu tập.

15. Vai trò của ẩn dụ và ví dụ thực tiễn trong cuộc đối thoại là gì, và chúng giúp người nghe tiếp thu Chánh Pháp như thế nào?

Trong cuộc đối thoại giữa Đức Phật và Ưu-Đàm Bà-La, **ẩn dụ và ví dụ thực tiễn** đóng vai trò quan trọng, giúp làm rõ những khái niệm trừu tượng như nghiệp báo, tái sinh, và các quy luật tự nhiên của Chánh Pháp. Những ẩn dụ và ví dụ này giúp người nghe, đặc biệt là người hoài nghi như Ưu-Đàm Bà-La, dễ dàng hiểu và tiếp nhận các giáo lý sâu xa. Dưới đây là vai trò và tác dụng của ẩn dụ và ví dụ thực tiễn trong cuộc đối thoại:

1. **Làm cho khái niệm trừu tượng trở nên dễ hiểu và gần gũi**
   - Những khái niệm như nghiệp báo, tái sinh thường khó hiểu và trừu tượng, đặc biệt với những người có tư duy duy vật và chỉ tin vào những gì có thể thấy, như Ưu-Đàm Bà-La. Bằng cách sử dụng các ẩn dụ quen thuộc, như hạt giống và cây, Đức Phật giúp người nghe hình dung những khái niệm phức tạp một cách dễ hiểu hơn, tạo cảm giác gần gũi và thân thuộc, giúp họ dễ dàng tiếp thu.
2. **Giúp người nghe nhìn nhận vấn đề từ nhiều góc độ khác nhau**
   - Mỗi ẩn dụ hoặc ví dụ là một góc nhìn mới về cùng một vấn đề, giúp người nghe mở rộng cách hiểu về Chánh Pháp. Chẳng hạn, ẩn dụ về dòng sông

tích tụ từ nhiều giọt nước giúp Ưu-Đàm Bà-La nhận thức rằng nghiệp báo là sự tích lũy của nhiều hành động, không chỉ là kết quả của một hành vi đơn lẻ. Nhờ đó, người nghe có cái nhìn toàn diện và sâu sắc hơn về các nguyên lý của Chánh Pháp.

3. **Làm rõ bản chất và nguyên tắc của nghiệp báo và nhân quả**
   - Đức Phật sử dụng các ẩn dụ để giúp Ưu-Đàm Bà-La hiểu rằng nghiệp báo là một quy luật tự nhiên và không nhất thiết phải nhìn thấy kết quả ngay lập tức. Chẳng hạn, hạt giống cần thời gian để nảy mầm cũng giống như nghiệp cần thời gian để trổ quả. Điều này giúp người nghe hiểu rằng quy luật nhân quả không phải lúc nào cũng ngay lập tức, mà là quá trình đòi hỏi đủ duyên và thời gian để diễn ra.
4. **Kích thích sự suy ngẫm và chiêm nghiệm của người nghe**
   - Các ẩn dụ không đưa ra lời giải thích trực tiếp mà thường mở ra không gian để người nghe tự chiêm nghiệm và hiểu. Khi sử dụng ẩn dụ, Đức Phật khuyến khích Ưu-Đàm Bà-La tự suy ngẫm về những gì Ngài nói. Điều này giúp người nghe phát triển khả năng tư duy độc lập và đạt được sự hiểu biết sâu sắc qua quá trình chiêm nghiệm cá nhân.
5. **Xóa bỏ định kiến và giảm bớt sự phản đối**
   - Những người hoài nghi thường có xu hướng từ chối những ý tưởng trực tiếp nếu nó trái ngược với niềm tin của họ. Tuy nhiên, khi các khái niệm được truyền đạt gián tiếp qua ẩn dụ và ví dụ, người nghe dễ dàng chấp nhận và không có cảm giác bị ép buộc. Điều này giúp giảm bớt sự phản đối nội tâm, cho phép người nghe như Ưu-Đàm Bà-La dần dần đón nhận Chánh Pháp.
6. **Giúp người nghe liên hệ với kinh nghiệm cá nhân**
   - Những ẩn dụ thực tế và quen thuộc giúp người nghe dễ dàng liên hệ với trải nghiệm của mình. Khi Đức Phật dùng hình ảnh dòng sông tích tụ từ nhiều giọt nước, người nghe có thể liên hệ đến những gì họ biết về tự nhiên và từ đó dễ dàng hiểu được quy luật tích lũy của nghiệp báo. Nhờ sự liên hệ này, người nghe không chỉ hiểu mà còn cảm nhận được ý nghĩa sâu xa của giáo pháp.
7. **Truyền đạt Chánh Pháp một cách tự nhiên và hấp dẫn**
   - Sử dụng ẩn dụ và ví dụ giúp cuộc đối thoại trở nên sinh động và tự nhiên, tránh cảm giác cứng nhắc. Người nghe, thay vì cảm thấy mình đang được giảng dạy, sẽ thấy hứng thú hơn khi lắng nghe và dễ tiếp nhận hơn. Điều này làm cho việc truyền đạt Chánh Pháp trở nên nhẹ nhàng, tự nhiên và gần gũi hơn.
8. **Giúp củng cố và lưu giữ lâu dài kiến thức trong tâm trí người nghe**
   - Các ẩn dụ có sức mạnh lưu giữ trong tâm trí người nghe lâu dài hơn những lý thuyết trừu tượng. Khi các khái niệm được gắn kết với hình ảnh dễ nhớ, người nghe sẽ dễ dàng nhớ và vận dụng giáo pháp trong cuộc sống hàng ngày. Ví dụ, khi nghĩ đến quy luật nhân quả, người nghe có thể nhớ đến hình ảnh hạt giống và cây, từ đó luôn ý thức về hậu quả của hành động.
9. **Thúc đẩy người nghe tự trải nghiệm và kiểm chứng**

- Các ẩn dụ của Đức Phật không chỉ dừng lại ở mức lý thuyết mà còn kích thích người nghe tự trải nghiệm và kiểm chứng trong cuộc sống. Ví dụ về gương phản chiếu nghiệp báo khuyến khích người nghe tự mình nhận thấy hậu quả của các hành động và suy nghĩ cá nhân, từ đó tạo ra niềm tin sâu sắc và trải nghiệm thực tế về Chánh Pháp.

10. **Xây dựng niềm tin từ sự thấu hiểu thay vì sự áp đặt**
    - Các ẩn dụ giúp người nghe tự hiểu Chánh Pháp theo cách riêng của họ, không cần phải tin theo một cách mù quáng. Khi người nghe thấu hiểu qua những ví dụ cụ thể, niềm tin của họ vào Chánh Pháp trở nên vững chắc hơn, bởi nó đến từ sự hiểu biết và sự thật mà họ tự nghiệm chứng.

Tổng kết:

Ẩn dụ và ví dụ thực tiễn đóng vai trò quan trọng trong việc làm rõ và làm mềm mại Chánh Pháp, giúp người nghe dễ dàng hiểu và tiếp nhận mà không cảm thấy bị áp đặt. Những hình ảnh và ví dụ cụ thể không chỉ làm sáng tỏ các giáo lý trừu tượng mà còn giúp người nghe tự suy ngẫm, tự trải nghiệm, và tự tìm thấy ý nghĩa sâu xa trong Chánh Pháp. Chính những ẩn dụ này tạo nên sức mạnh bền vững cho Chánh Pháp, giúp nó có thể tiếp cận và cảm hóa được bất kỳ ai, ngay cả những người hoài nghi nhất.

16. Làm thế nào để người tu học có thể phát triển sự cởi mở và từ bi như Đức Phật khi gặp người có tư duy trái ngược?

Để phát triển sự cởi mở và từ bi như Đức Phật khi gặp người có tư duy trái ngược, người tu học có thể thực hành qua các phương pháp sau:

1. **Thực hành lắng nghe không phán xét**
    - Đức Phật lắng nghe một cách kiên nhẫn và không phán xét những thắc mắc của Ưu-Đàm Bà-La. Người tu học có thể học theo bằng cách tập trung lắng nghe với tâm an hòa, không vội vàng phê phán hay bác bỏ ý kiến của người khác. Khi lắng nghe một cách chân thành, chúng ta tạo ra không gian để người kia cảm thấy được tôn trọng và hiểu, giúp giảm bớt căng thẳng và sự đối kháng trong cuộc trò chuyện.
2. **Nhận thức rằng mọi người đều có quan điểm và hành trình riêng**
    - Đức Phật hiểu rằng Ưu-Đàm Bà-La có những trải nghiệm và tư duy riêng, do đó Ngài không ép buộc mà từ từ tháo gỡ những hoài nghi của ông. Người tu học cần ý thức rằng mỗi người đều có hành trình và quan điểm cá nhân dựa trên kinh nghiệm sống riêng. Khi hiểu điều này, chúng ta dễ dàng chấp nhận sự khác biệt mà không cảm thấy phải thay đổi quan điểm của người khác ngay lập tức.
3. **Rèn luyện lòng từ bi qua sự cảm thông với khó khăn của người khác**
    - Đức Phật dùng từ bi để giúp Ưu-Đàm Bà-La nhận ra chân lý mà không áp đặt. Người tu học có thể phát triển từ bi bằng cách đặt mình vào vị trí của người đối diện, hiểu rằng họ có thể đang gặp những khó khăn hoặc giới hạn trong nhận thức. Sự cảm thông này giúp giảm bớt sự căng thẳng, thay vào đó là lòng từ bi và mong muốn giúp họ tháo gỡ những khúc mắc một cách nhẹ nhàng.
4. **Buông bỏ chấp ngã và định kiến cá nhân**

- Đức Phật không bám víu vào cái tôi khi giảng giải cho Ưu-Đàm Bà-La, Ngài không cố chứng tỏ bản thân mà chỉ mong muốn giúp đỡ. Người tu học cần buông bỏ chấp ngã và định kiến, không xem quan điểm của mình là đúng tuyệt đối. Khi giảm bớt chấp ngã, chúng ta dễ dàng chấp nhận rằng quan điểm của người khác cũng có giá trị và có thể đóng góp cho sự phát triển của bản thân.

5. **Thực hành kiên nhẫn khi truyền đạt Chánh Pháp**
   - Đức Phật kiên nhẫn giải thích từng khúc mắc của Ưu-Đàm Bà-La, không nóng vội hay nản lòng. Người tu học có thể rèn luyện sự kiên nhẫn khi gặp người có tư duy trái ngược bằng cách thấu hiểu rằng sự thay đổi không đến ngay lập tức. Kiên nhẫn giúp chúng ta truyền đạt Chánh Pháp một cách từ tốn, giúp người nghe có thời gian để suy ngẫm và mở lòng đón nhận.
6. **Dùng ẩn dụ và ví dụ để truyền đạt một cách nhẹ nhàng**
   - Đức Phật sử dụng nhiều ẩn dụ và ví dụ để làm rõ các khái niệm cho Ưu-Đàm Bà-La mà không làm ông cảm thấy bị áp đặt. Người tu học có thể học theo bằng cách sử dụng những ví dụ quen thuộc để truyền đạt Chánh Pháp một cách gần gũi và dễ hiểu. Điều này giúp người nghe dễ tiếp thu và giảm thiểu sự kháng cự do cảm giác bị ép buộc.
7. **Thực hành tâm bình đẳng và không phân biệt**
   - Đức Phật không phân biệt giữa người tin hay không tin, người hoài nghi hay người tin tưởng, Ngài luôn giữ tâm bình đẳng. Người tu học có thể phát triển tâm bình đẳng bằng cách không xem người khác là kẻ đối lập hay người cần phải thuyết phục. Khi xem mọi người bình đẳng, chúng ta có thể tiếp cận với họ bằng tâm từ bi và cởi mở hơn.
8. **Khuyến khích sự tự suy ngẫm và tự do khám phá của người khác**
   - Đức Phật không áp đặt chân lý mà khuyến khích Ưu-Đàm Bà-La tự suy ngẫm và khám phá. Người tu học có thể phát triển từ bi bằng cách tôn trọng quyền tự do tư duy của người khác, khuyến khích họ tự suy ngẫm và trải nghiệm để tự tìm thấy chân lý. Điều này giúp họ tự do mở lòng mà không cảm thấy bị ép buộc.
9. **Rèn luyện trí tuệ và hiểu biết sâu sắc về Chánh Pháp**
   - Đức Phật có trí tuệ và hiểu rõ Chánh Pháp, điều này giúp Ngài có thể giải đáp mọi thắc mắc của Ưu-Đàm Bà-La mà không bị lung lay. Người tu học cần không ngừng phát triển trí tuệ qua sự học hỏi và thực hành Chánh Pháp để có thể trả lời những câu hỏi hay hoài nghi một cách sáng suốt và tự tin, tránh sự nóng giận hay nản lòng.
10. **Nhớ rằng Chánh Pháp là con đường dẫn đến an lạc, không phải để tranh cãi**
    - Đức Phật tiếp cận Ưu-Đàm Bà-La với mục đích giúp ông đạt được sự an lạc và giác ngộ, chứ không để tranh luận hay giành phần thắng. Người tu học nên giữ vững tâm niệm rằng Chánh Pháp là con đường hướng đến an lạc cho mọi người. Khi giữ vững ý niệm này, chúng ta sẽ tiếp cận người khác bằng sự từ bi, tìm cách truyền đạt Chánh Pháp một cách nhẹ nhàng, không để tranh cãi hay cái tôi chi phối.

Tổng kết:
Người tu học có thể phát triển sự cởi mở và từ bi như Đức Phật khi gặp người có tư duy trái ngược bằng cách lắng nghe không phán xét, hiểu và tôn trọng hành trình riêng của họ, buông bỏ chấp ngã, và luôn giữ tâm bình đẳng. Khi thực hành những phẩm chất này, người tu học có thể tiếp cận mọi người một cách nhẹ nhàng và từ bi, giúp truyền đạt Chánh Pháp một cách tự nhiên và hiệu quả, hướng đến sự an lạc và giác ngộ cho tất cả.

17. Những hình ảnh và ẩn dụ trong kinh giúp người tu học suy ngẫm gì về bản chất của nghiệp và kết quả của hành động?
Những hình ảnh và ẩn dụ trong **Kinh Ưu-Đàm Bà-La** giúp người tu học suy ngẫm sâu sắc về bản chất của nghiệp và kết quả của hành động. Dưới đây là những bài học rút ra từ các ẩn dụ này:

1. **Hạt giống và cây**
    - Đức Phật sử dụng hình ảnh hạt giống để giải thích cho bản chất của nghiệp. Cũng như hạt giống cần thời gian và điều kiện (đất, nước, ánh sáng) để phát triển thành cây, nghiệp cũng cần các duyên lành hoặc duyên ác để trổ quả. Điều này nhắc nhở người tu học rằng kết quả của hành động không phải lúc nào cũng xuất hiện ngay lập tức; thay vào đó, chúng cần điều kiện thích hợp để phát sinh. Vì vậy, người tu học nên hiểu rằng nghiệp báo là một quá trình tự nhiên, đòi hỏi sự kiên nhẫn và thời gian.
2. **Dòng sông tích tụ từ các giọt nước nhỏ**
    - Đức Phật ví nghiệp như dòng sông được tạo thành từ vô số giọt nước. Cũng như một dòng sông không hình thành từ một giọt nước mà từ sự tích lũy của nhiều giọt, nghiệp của một người không chỉ do một hành động mà là tổng hợp của tất cả các hành động, suy nghĩ và lời nói. Hình ảnh này giúp người tu học suy ngẫm rằng mỗi hành động, dù nhỏ đến đâu, đều góp phần vào kết quả chung của nghiệp, và vì thế nên ý thức cẩn trọng trong từng hành động, lời nói và suy nghĩ hàng ngày.
3. **Gương phản chiếu**
    - Hình ảnh gương phản chiếu cho thấy nghiệp báo là kết quả tự nhiên của hành động, giống như gương phản chiếu lại hình ảnh một cách trung thực. Đây là lời nhắc nhở rằng những gì chúng ta làm sẽ được phản ánh trở lại với chính mình, không sai lệch. Điều này giúp người tu học ý thức rằng mỗi hành động đều mang lại hậu quả tương xứng, và rằng nghiệp báo là quy luật khách quan, không bị chi phối bởi sự thiên vị hay sự tránh né.
4. **Ngọn lửa lan rộng**
    - Đức Phật ví nghiệp xấu như ngọn lửa có thể cháy lan và gây hại cho nhiều người. Khi một người thực hiện hành vi bất thiện, nghiệp xấu đó không chỉ ảnh hưởng đến chính họ mà còn có thể tác động đến những người xung quanh. Hình ảnh này giúp người tu học nhận ra rằng nghiệp không chỉ có tính cá nhân mà còn có tác động xã hội. Vì thế, mỗi hành động của mình đều có thể ảnh hưởng đến cộng đồng và cần thận trọng, hướng đến những hành động thiện lành.
5. **Người mù không thấy ánh sáng**

- Hình ảnh người mù không thấy ánh sáng là ẩn dụ cho những người không thấy được kết quả của nghiệp báo và quy luật tự nhiên vì thiếu trí tuệ. Ánh sáng vẫn tồn tại dù người mù không thể thấy, cũng giống như nghiệp báo vẫn vận hành khách quan dù người ta không nhận thức được. Điều này khuyến khích người tu học rèn luyện trí tuệ để thấy rõ nghiệp báo là quy luật tự nhiên, không phụ thuộc vào sự tin tưởng hay hiểu biết của con người.

6. **Cây mọc từ đất tốt và đất xấu**
   - Đức Phật so sánh nghiệp với cây cối phát triển trên các loại đất khác nhau. Một hạt giống nếu được trồng trên đất màu mỡ sẽ phát triển tốt, còn nếu trên đất cằn cỗi sẽ trở nên yếu ớt. Hình ảnh này giúp người tu học hiểu rằng bản chất của nghiệp quyết định kết quả của nó. Hành động thiện sẽ dẫn đến quả báo tốt, trong khi hành động ác sẽ dẫn đến khổ đau. Người tu học nhờ đó có thể suy ngẫm về tính chất của từng hành động và tránh những hành động bất thiện.
7. **Dòng sông và sự di chuyển không ngừng**
   - Đức Phật ví hành động và kết quả của chúng như dòng sông luôn chảy về phía trước. Dòng sông nghiệp báo luôn vận hành và di chuyển, không đứng yên. Điều này giúp người tu học suy ngẫm rằng nghiệp báo không dừng lại ở một kiếp sống mà có thể tiếp tục và chuyển hóa qua nhiều đời. Hình ảnh này khuyến khích người tu học tích lũy nghiệp thiện và không ngừng tu dưỡng để chuyển hóa nghiệp xấu, vì dòng sông nghiệp vẫn tiếp tục chảy theo các hành động hàng ngày.
8. **Gió và hướng di chuyển của gió**
   - Đức Phật ví nghiệp như gió, có thể đưa con người đến những hoàn cảnh khác nhau. Hành động thiện giống như gió đưa ta đến bờ an lạc, còn hành động ác giống như gió đẩy ta vào vòng khổ đau. Hình ảnh này giúp người tu học hiểu rằng nghiệp là lực đẩy tự nhiên, dẫn dắt cuộc đời theo hướng hành động mà họ tạo ra. Do đó, mỗi người là người quyết định hướng đi của mình thông qua hành động hàng ngày.
9. **Hình ảnh về cây bám rễ chắc chắn và cây dễ đổ**
   - Đức Phật dùng hình ảnh cây bám rễ chắc chắn như người sống theo Chánh Pháp và tích lũy nghiệp thiện. Còn cây dễ đổ là biểu hiện cho những ai sống bất thiện và thiếu Chánh Pháp. Hình ảnh này khuyến khích người tu học vun đắp cho "bộ rễ" của mình bằng những hành động thiện lành, trí tuệ và từ bi, giúp họ đứng vững trước sóng gió của cuộc đời và tạo ra nghiệp thiện bền vững.
10. **Ẩn dụ về bóng và vật**
    - Đức Phật ví nghiệp báo như cái bóng theo sát con người, không thể tách rời. Dù ta có đi đâu, nghiệp báo vẫn luôn hiện diện bên cạnh, như cái bóng không rời khỏi vật. Hình ảnh này nhắc nhở người tu học rằng nghiệp báo luôn theo mình, không thể trốn tránh. Điều này khuyến khích sự ý thức trong từng hành động và lời nói, hiểu rằng kết quả sẽ theo sát bản thân và cần tạo ra những hành động thiện lành để có được nghiệp báo tốt.

Tổng kết:

Các ẩn dụ và hình ảnh trong **Kinh Ưu-Đàm Bà-La** không chỉ làm sáng tỏ bản chất của nghiệp mà còn giúp người tu học nhận thức về kết quả của từng hành động. Qua những hình ảnh này, người tu học hiểu rõ hơn rằng **nghiệp báo là quy luật tự nhiên, mang tính khách quan và công bằng**, không thể tránh khỏi và không phụ thuộc vào sự hiểu biết hay chấp nhận của con người. Những hình ảnh này thúc đẩy người tu học sống có trách nhiệm, cẩn trọng trong từng hành động và lời nói, hướng đến tích lũy nghiệp thiện để đạt đến an lạc và giải thoát.

18. Cuộc đối thoại này dạy chúng ta điều gì về tầm quan trọng của việc kiểm chứng và suy ngẫm cá nhân khi tiếp nhận giáo pháp?

Cuộc đối thoại giữa Đức Phật và Ưu-Đàm Bà-La dạy chúng ta về tầm quan trọng của việc **kiểm chứng và suy ngẫm cá nhân** khi tiếp nhận giáo pháp qua các điểm sau:

1. **Giúp phát triển niềm tin bền vững và hiểu biết sâu sắc**
    - Đức Phật khuyến khích Ưu-Đàm Bà-La không chỉ nghe và chấp nhận mà cần tự suy ngẫm và kiểm chứng lời dạy của Ngài. Điều này cho thấy rằng niềm tin vào giáo pháp sẽ trở nên vững chắc hơn khi xuất phát từ sự tự thân trải nghiệm. Khi người tu học tự suy ngẫm và kiểm chứng, niềm tin vào Chánh Pháp sẽ bền vững và sâu sắc, thay vì là một niềm tin mù quáng hoặc dựa trên lời nói của người khác.
2. **Giúp chuyển hóa hoài nghi thành trí tuệ**
    - Ưu-Đàm Bà-La bắt đầu cuộc đối thoại với sự hoài nghi. Đức Phật không ép ông tin ngay mà dẫn dắt ông tự kiểm chứng để tự mình tìm thấy chân lý. Điều này dạy chúng ta rằng, khi tiếp nhận giáo pháp, việc kiểm chứng cá nhân giúp biến hoài nghi thành sự hiểu biết chân thật. Hoài nghi, khi được chuyển hóa qua suy ngẫm và kiểm chứng, sẽ trở thành nền tảng để phát triển trí tuệ.
3. **Khuyến khích sự tự do tư duy và tự giác ngộ**
    - Đức Phật không áp đặt Chánh Pháp mà tôn trọng tự do tư duy của Ưu-Đàm Bà-La, khuyến khích ông tự chiêm nghiệm và nhận thức. Điều này nhấn mạnh rằng Chánh Pháp khuyến khích người tu học tự giác ngộ, không phụ thuộc hoàn toàn vào niềm tin của người khác. Việc kiểm chứng và suy ngẫm cá nhân sẽ giúp người tu học có cái nhìn chân thực và chủ động về giáo pháp, thay vì chỉ chấp nhận một cách thụ động.
4. **Phát triển trí tuệ và sự hiểu biết thực tế thay vì lý thuyết suông**
    - Sự kiểm chứng và suy ngẫm cá nhân giúp người tu học trải nghiệm Chánh Pháp một cách thực tế, không dừng lại ở mức lý thuyết. Khi tự mình trải nghiệm, người tu học hiểu sâu sắc hơn bản chất của giáo pháp và thấy được ứng dụng thực tế của nó trong cuộc sống. Đây là sự phát triển trí tuệ chân thực, không chỉ dựa vào lý thuyết hay sự học hỏi từ người khác.
5. **Xây dựng nền tảng tự tin và độc lập trong hành trình tu học**
    - Khi tự kiểm chứng và suy ngẫm, người tu học dần xây dựng nền tảng tự tin vào sự nhận thức của chính mình. Điều này giúp họ trở nên độc lập trong hành trình tu học, không bị dao động bởi ý kiến bên ngoài. Sự tự tin

này sẽ tạo nền tảng vững chắc để người tu học tiếp tục hành trình tìm kiếm chân lý, kể cả khi đối mặt với những thử thách và hoài nghi.

6. **Tự mình trải nghiệm giúp tăng cường trách nhiệm cá nhân**
   - Đức Phật nhấn mạnh tầm quan trọng của việc tự mình kiểm chứng, giúp người tu học có trách nhiệm hơn với sự hiểu biết và hành động của mình. Khi một người tự trải nghiệm Chánh Pháp, họ ý thức rằng mình chịu trách nhiệm cho mỗi quyết định và hành động, không thể đổ lỗi cho người khác hay cho hoàn cảnh. Điều này giúp họ sống có trách nhiệm, tự chủ và cẩn trọng hơn.
7. **Giúp nhận ra sự thật của giáo pháp thông qua thực hành cá nhân**
   - Đức Phật biết rằng sự hiểu biết chân lý thực sự không thể đạt được chỉ qua nghe hay học mà phải qua thực hành và trải nghiệm. Khi người tu học tự kiểm chứng và suy ngẫm, họ sẽ nhận ra sự thật của giáo pháp qua thực hành cá nhân, giúp họ thấy rõ tính hiệu quả và giá trị thực tế của giáo pháp trong việc mang lại an lạc và giải thoát.
8. **Giảm thiểu sự lệ thuộc vào quan điểm và niềm tin của người khác**
   - Khi người tu học tự kiểm chứng, họ ít bị ảnh hưởng bởi những ý kiến bên ngoài và dần phát triển khả năng tự nhận thức độc lập. Điều này giúp họ không lệ thuộc vào quan điểm của người khác mà có thể tự đứng vững trên con đường tu học. Sự kiểm chứng cá nhân giúp người tu học trở thành người tìm hiểu chân lý một cách tự do và chủ động.
9. **Thực hành Chánh Pháp với lòng kiên nhẫn và không vội vàng**
   - Đức Phật không ép Ưu-Đàm Bà-La phải chấp nhận ngay mà để ông có thời gian suy ngẫm và kiểm chứng. Điều này cho thấy việc tiếp nhận giáo pháp cần có thời gian để thấu hiểu thực sự, không vội vàng. Kiên nhẫn trong kiểm chứng và suy ngẫm giúp người tu học thực hành Chánh Pháp một cách chắc chắn và sâu sắc, thay vì hấp tấp và thiếu sự hiểu biết.
10. **Giúp vượt qua những định kiến và quan niệm sai lầm**
    - Quá trình suy ngẫm và kiểm chứng cá nhân cho phép người tu học nhận ra những định kiến và quan niệm sai lầm mà họ có thể mang theo. Khi họ thực hành Chánh Pháp và tự mình kiểm chứng, những quan điểm hạn hẹp dần dần được thay thế bằng sự hiểu biết rộng mở và sáng suốt hơn. Điều này giúp họ tiếp cận Chánh Pháp với tâm thế cởi mở và không bị giới hạn bởi quan niệm cá nhân.

Tổng kết:

Cuộc đối thoại giữa Đức Phật và Ưu-Đàm Bà-La nhấn mạnh rằng **kiểm chứng và suy ngẫm cá nhân là chìa khóa để phát triển trí tuệ chân thật và niềm tin bền vững vào Chánh Pháp**. Qua quá trình tự chiêm nghiệm, người tu học sẽ không chỉ hiểu giáo pháp ở mức lý thuyết mà còn cảm nhận được giá trị thực tế của nó trong cuộc sống. Điều này giúp họ trở thành người tu học độc lập, tự tin và có trách nhiệm trong hành trình tìm kiếm chân lý, phát triển lòng tin vững chắc vào Chánh Pháp mà không phụ thuộc vào ý kiến hay quan điểm của người khác.

19. Kinh Ưu-Đàm Bà-La nhấn mạnh điều gì về mối liên hệ giữa nghiệp báo và sự giải thoát?

Kinh Ưu-Đàm Bà-La Sư Tử Hống nhấn mạnh mối liên hệ chặt chẽ giữa **nghiệp báo và sự giải thoát**, cho thấy rằng hiểu và tuân theo quy luật nghiệp báo là bước nền tảng trên con đường dẫn đến giải thoát. Dưới đây là những điểm chính về mối liên hệ này:

1. **Nghiệp báo là quy luật tự nhiên ảnh hưởng đến hành trình tái sinh**
   - Đức Phật giải thích rằng nghiệp báo là một quy luật tự nhiên chi phối toàn bộ quá trình sống, chết, và tái sinh. Kết quả của các hành động (nghiệp) mà một người tạo ra sẽ quyết định trạng thái tâm thức và cảnh giới mà họ tái sinh. Hiểu rõ quy luật này giúp người tu học thấy rõ vòng luân hồi và sự ràng buộc của nghiệp, từ đó có động lực để vượt thoát khỏi vòng sinh tử.
2. **Chánh Pháp hướng đến việc tạo nghiệp thiện để dẫn đến giải thoát**
   - Đức Phật dạy rằng, để đạt đến giải thoát, cần phải thực hành Chánh Pháp và tạo ra nghiệp thiện. Hành động thiện lành không chỉ giúp cải thiện đời sống hiện tại mà còn thanh lọc tâm trí, chuẩn bị cho người tu học một tâm thức an bình, góp phần giảm bớt những nghiệp xấu và tiến gần hơn đến giải thoát.
3. **Giải thoát là vượt lên khỏi nghiệp và thoát khỏi tái sinh**
   - Đức Phật nhấn mạnh rằng giải thoát chỉ có thể đạt được khi người tu học thoát khỏi mọi ràng buộc của nghiệp. Nghiệp báo là nguyên nhân chính giữ con người trong vòng luân hồi, và để đạt đến giải thoát, cần phải chấm dứt việc tạo nghiệp mới, từ bỏ tham, sân, si – những động lực tạo nên nghiệp. Khi không còn dính mắc và không tạo nghiệp mới, người tu học có thể giải thoát hoàn toàn khỏi vòng sinh tử.
4. **Chuyển hóa nghiệp là quá trình thanh lọc tâm, chuẩn bị cho giải thoát**
   - Đức Phật dạy rằng quá trình chuyển hóa nghiệp đòi hỏi sự thanh lọc tâm thức, thay đổi hành động, lời nói và suy nghĩ. Khi tâm được thanh lọc qua việc hành thiện và thực hành giới, định, tuệ, nghiệp ác sẽ giảm dần và người tu học tiến gần hơn đến trạng thái tâm giải thoát, không còn bị lôi cuốn bởi nghiệp cũ.
5. **Hiểu nghiệp báo giúp tăng cường trách nhiệm cá nhân trên con đường tu học**
   - Sự hiểu biết về nghiệp báo khuyến khích người tu học sống có trách nhiệm, nhận thức rằng mọi hành động đều để lại kết quả tương ứng. Khi hiểu rõ rằng mỗi hành vi tạo nghiệp sẽ ảnh hưởng đến cả kiếp sống hiện tại và tương lai, người tu học có thêm động lực để kiểm soát hành vi của mình, hướng tới đời sống đạo đức và từ bỏ những hành động bất thiện. Điều này giúp tạo nền tảng cho giải thoát.
6. **Nghiệp báo không phải là điều cố định, có thể chuyển hóa qua tu tập**
   - Đức Phật dạy rằng nghiệp báo không phải là định mệnh bất biến; nó có thể được chuyển hóa thông qua sự tu tập và hành thiện. Bằng cách thực hành Chánh Pháp và tích lũy nghiệp thiện, người tu học có thể giảm nhẹ nghiệp xấu, tiến đến việc làm chủ tâm thức, từ đó thoát khỏi những ràng buộc và hướng tới giải thoát.
7. **Sự giải thoát nằm ngoài vòng luân hồi và nghiệp quả**

- Giải thoát là trạng thái mà người tu học thoát khỏi vòng luân hồi, không còn bị ảnh hưởng bởi nghiệp quả. Đức Phật nhấn mạnh rằng, chỉ khi không còn tái sinh và không bị cuốn vào vòng luân hồi của nghiệp, một người mới thực sự đạt đến giải thoát hoàn toàn. Điều này cho thấy mối liên hệ mật thiết giữa việc hiểu và chuyển hóa nghiệp báo với mục tiêu cuối cùng là thoát khỏi mọi ràng buộc để đạt đến niết bàn.

8. **Chánh niệm và tỉnh thức giúp người tu học thoát khỏi sự chi phối của nghiệp**
   - Đức Phật dạy rằng, khi sống với chánh niệm và tỉnh thức, người tu học có thể nhận ra và kiểm soát những ý nghĩ, lời nói và hành động của mình, ngăn chặn sự hình thành của nghiệp xấu. Chánh niệm giúp họ dần dần thoát khỏi thói quen tạo nghiệp vô minh, giảm dần các hành vi gây nghiệp và từ đó tiến gần hơn đến trạng thái giải thoát.
9. **Giải thoát là kết quả của sự hiểu biết trọn vẹn về nghiệp**
   - Đức Phật khuyến khích người tu học hiểu nghiệp một cách trọn vẹn – từ cách nghiệp hình thành, ảnh hưởng của nghiệp, cho đến cách chấm dứt nó. Khi hiểu biết này trở nên hoàn thiện, người tu học có thể đạt được trí tuệ sâu xa, không còn bị ràng buộc bởi nghiệp báo, và đạt đến giải thoát.
10. **Tu tập từ bi và trí tuệ để giải thoát khỏi nghiệp báo**
   - Trong kinh, Đức Phật dạy rằng từ bi và trí tuệ là hai yếu tố quan trọng giúp thoát khỏi nghiệp báo. Khi phát triển lòng từ bi, người tu học sẽ không tạo nghiệp ác, và khi phát triển trí tuệ, họ sẽ nhận ra tính chất vô thường, khổ, và vô ngã của vạn vật, từ đó không còn dính mắc, thoát khỏi vòng luân hồi và nghiệp quả.

Tổng kết:

Kinh Ưu-Đàm Bà-La nhấn mạnh rằng nghiệp báo và sự giải thoát có mối liên hệ mật thiết: hiểu và tuân theo quy luật nghiệp báo là bước đầu tiên để đạt đến giải thoát. Bằng cách hiểu nghiệp, chuyển hóa nghiệp xấu thành nghiệp thiện, và từ bỏ việc tạo nghiệp mới, người tu học có thể thoát khỏi vòng luân hồi và đạt đến trạng thái giải thoát hoàn toàn.

20. Người tu học có thể rút ra bài học nào từ sự chuyển hóa của Ưu-Đàm Bà-La trong việc phát triển trí tuệ và lòng từ bi?

Sự chuyển hóa của Ưu-Đàm Bà-La trong **Kinh Ưu-Đàm Bà-La Sư Tử Hống** mang lại nhiều bài học quý giá cho người tu học trong việc phát triển trí tuệ và lòng từ bi. Dưới đây là những bài học quan trọng mà người tu học có thể rút ra:

1. **Trí tuệ bắt đầu từ sự cởi mở và sẵn sàng học hỏi**
   - Ban đầu, Ưu-Đàm Bà-La có nhiều hoài nghi và giữ chặt quan điểm cá nhân, nhưng qua cuộc đối thoại, ông dần mở lòng để lắng nghe và suy ngẫm. Điều này nhắc nhở người tu học rằng phát triển trí tuệ đòi hỏi sự cởi mở và không bám chấp vào định kiến hay cái tôi. Khi sẵn lòng học hỏi và lắng nghe, người tu học sẽ mở rộng hiểu biết và tiến bộ trong hành trình tu tập.
2. **Kiên nhẫn và không nóng vội trong quá trình chuyển hóa**

- Sự chuyển hóa của Ưu-Đàm Bà-La diễn ra dần dần, không phải ngay lập tức. Đây là bài học về kiên nhẫn: trí tuệ và lòng từ bi không thể phát triển một cách vội vàng. Người tu học cần kiên nhẫn với bản thân và quá trình tu tập của mình, chấp nhận rằng sự chuyển hóa đòi hỏi thời gian và nỗ lực liên tục.

3. **Trí tuệ phát triển qua sự kiểm chứng và tự nghiệm**
    - Đức Phật khuyến khích Ưu-Đàm Bà-La tự suy ngẫm và kiểm chứng, thay vì chấp nhận một cách mù quáng. Điều này nhắc nhở người tu học rằng trí tuệ thực sự không đến từ việc tin tưởng mà không hiểu biết, mà cần được nuôi dưỡng qua quá trình tự chiêm nghiệm và kiểm chứng. Khi tự mình trải nghiệm Chánh Pháp, người tu học sẽ phát triển trí tuệ bền vững và chân thực hơn.
4. **Lòng từ bi phát triển khi ta hiểu và cảm thông với người khác**
    - Đức Phật dùng lòng từ bi và sự kiên nhẫn để giải thích cho Ưu-Đàm Bà-La, giúp ông dần nhận ra chân lý. Qua đó, người tu học hiểu rằng lòng từ bi được nuôi dưỡng khi biết cảm thông với những ai có quan điểm khác biệt. Thay vì phản đối hay tranh cãi, người tu học có thể học cách lắng nghe và thấu hiểu, từ đó tạo cơ hội cho sự chuyển hóa tích cực trong tâm người khác.
5. **Buông bỏ chấp ngã là điều kiện tiên quyết để phát triển trí tuệ**
    - Trí tuệ của Ưu-Đàm Bà-La chỉ bắt đầu phát triển khi ông sẵn sàng buông bỏ cái tôi và chấp nhận rằng mình chưa hiểu hết. Điều này dạy người tu học rằng, để phát triển trí tuệ, trước tiên cần phải buông bỏ chấp ngã và nhận ra giới hạn của bản thân. Khi cái tôi giảm đi, sự hiểu biết chân thực sẽ dần nảy nở.
6. **Từ bi cần được thực hành thông qua sự kiên nhẫn và nhẫn nại**
    - Đức Phật kiên nhẫn giải thích từng khúc mắc của Ưu-Đàm Bà-La một cách nhẹ nhàng và từ tốn, không ép buộc. Người tu học có thể học từ Đức Phật rằng từ bi không chỉ là cảm thông mà còn là sự nhẫn nại khi đối diện với người hoài nghi. Thực hành từ bi đòi hỏi chúng ta biết chờ đợi và kiên trì trong việc giúp đỡ người khác hiểu Chánh Pháp.
7. **Trí tuệ giúp ta nhận ra và vượt qua những định kiến và giới hạn cá nhân**
    - Cuộc đối thoại cho thấy rằng trí tuệ của Ưu-Đàm Bà-La mở rộng khi ông nhận ra những giới hạn trong quan điểm của mình. Người tu học có thể rút ra bài học rằng trí tuệ không chỉ giúp thấu hiểu Chánh Pháp mà còn là công cụ để vượt qua những định kiến và giới hạn cá nhân, giúp họ nhìn nhận chân lý một cách toàn diện hơn.
8. **Từ bi là động lực giúp người tu học giúp đỡ và dẫn dắt người khác**
    - Đức Phật không chỉ dạy cho Ưu-Đàm Bà-La mà còn dẫn dắt ông từng bước, với lòng từ bi và mong muốn giúp ông thoát khỏi những quan điểm sai lầm. Người tu học có thể thấy rằng khi phát triển lòng từ bi, họ sẽ cảm thấy có trách nhiệm giúp đỡ người khác, không chỉ dừng lại ở việc tự tu tập mà còn góp phần lan tỏa Chánh Pháp.
9. **Sự chuyển hóa của người khác cần có thời gian và không nên áp đặt**

- Đức Phật không ép Ưu-Đàm Bà-La phải tin ngay mà kiên nhẫn để ông tự trải nghiệm và suy ngẫm. Đây là bài học cho người tu học rằng khi muốn giúp đỡ ai đó, cần phải để họ tự chuyển hóa qua thời gian và không áp đặt. Lòng từ bi đòi hỏi sự tôn trọng đối với hành trình và tốc độ phát triển của từng người.

10. **Trí tuệ là sự hiểu biết toàn diện, không chỉ dựa trên lý thuyết**
    - Trí tuệ của Ưu-Đàm Bà-La phát triển khi ông tự mình kiểm chứng và trải nghiệm, không chỉ nghe từ Đức Phật. Điều này dạy người tu học rằng trí tuệ thực sự là sự hiểu biết đến từ cả lý thuyết và trải nghiệm thực tế, chứ không chỉ dựa trên kiến thức sách vở. Khi kết hợp giữa học hỏi và trải nghiệm, trí tuệ sẽ trở nên toàn diện và sâu sắc hơn.
11. **Từ bi là lòng khoan dung và chấp nhận sự khác biệt**
    - Đức Phật không phán xét Ưu-Đàm Bà-La vì sự hoài nghi của ông mà kiên nhẫn giải thích với lòng từ bi. Điều này dạy người tu học rằng lòng từ bi cũng là lòng khoan dung, sẵn sàng chấp nhận sự khác biệt mà không vội vàng phán xét. Khi hiểu và chấp nhận sự khác biệt, chúng ta tạo điều kiện cho những người có quan điểm khác mở lòng và tự chuyển hóa.
12. **Trí tuệ và từ bi là hai yếu tố song hành trên con đường tu học**
    - Cuộc đối thoại nhấn mạnh rằng cả trí tuệ và từ bi đều cần thiết để giúp người tu học tiến bộ trên con đường giải thoát. Trí tuệ giúp phân biệt đúng sai và hướng dẫn hành động, trong khi từ bi là động lực để giúp đỡ và cảm thông với người khác. Người tu học cần phát triển đồng thời cả hai để đạt được sự cân bằng và tiến bộ thực sự.

Tổng kết:

Từ sự chuyển hóa của Ưu-Đàm Bà-La, người tu học học được rằng **trí tuệ và từ bi là hai phẩm chất cốt lõi**, hỗ trợ lẫn nhau trong quá trình tu tập và giác ngộ. Trí tuệ giúp người tu học thấy rõ bản chất của mọi vấn đề, trong khi từ bi cho phép họ mở rộng lòng mình để giúp đỡ và cảm thông với người khác. Cuộc đối thoại này là minh chứng rằng trí tuệ và từ bi không chỉ có tác dụng đối với bản thân người tu học, mà còn có sức mạnh chuyển hóa người khác, hướng dẫn họ đến với Chánh Pháp và sự giác ngộ.

KINH 26:
KINH CHUYỂN LUÂN THÁNH VƯƠNG SƯ TỬ HỐNG
(Cakkavatti-Sīhanāda Sutta)

I. GIỚI THIỆU TỔNG QUAN VỀ KINH CHUYỂN LUÂN THÁNH VƯƠNG SƯ TỬ HỐNG

1. Bối cảnh và lý do ra đời của Kinh

- **Hoàn cảnh và nguyên nhân Đức Phật thuyết giảng kinh này**

  Kinh Chuyển Luân Thánh Vương Sư Tử Hống được Đức Phật giảng dạy trong bối cảnh khi Ngài muốn truyền đạt tầm quan trọng của việc lãnh đạo theo Chánh Pháp, nhằm tạo ra một xã hội hòa bình và ổn định. Đây là thời điểm mà sự suy đồi về đạo đức và sự thiếu vắng Chánh Pháp có thể đã làm phát sinh các vấn đề xã hội. Bằng việc giảng dạy kinh này, Đức Phật muốn truyền tải thông điệp về vai trò của lãnh đạo đức hạnh và sức mạnh của Chánh Pháp trong việc duy trì sự an bình và thịnh vượng cho cộng đồng.

- **Mối liên hệ giữa kinh và các sự kiện lịch sử, đặc biệt là quan niệm về Chuyển Luân Thánh Vương trong tư tưởng Phật giáo**

  Khái niệm Chuyển Luân Thánh Vương (Cakkavatti) trong tư tưởng Phật giáo là biểu tượng cho một vị vua lý tưởng, người trị vì không chỉ bằng quyền lực mà bằng đức hạnh và sự công bằng, luôn giữ vững Chánh Pháp và truyền bá đạo đức trong xã hội. Thời Đức Phật, hình ảnh Chuyển Luân Thánh Vương là biểu tượng phổ biến về một nhà lãnh đạo lý tưởng, phản ánh những kỳ vọng và trách nhiệm cao cả mà xã hội đặt ra cho những người đứng đầu.

2. Nhân vật và địa điểm chính

- **Các nhân vật chính trong kinh, đặc biệt là Chuyển Luân Thánh Vương**

  Kinh này nhắc đến hình ảnh Chuyển Luân Thánh Vương như một biểu tượng của nhà lãnh đạo lý tưởng. Chuyển Luân Thánh Vương là người tuân theo Chánh Pháp, giữ gìn đức hạnh, và lãnh đạo với lòng từ bi, trí tuệ. Đức Phật mô tả Chuyển Luân Thánh Vương không phải chỉ là một người cai trị mạnh mẽ mà còn là người có trách nhiệm truyền bá đạo đức và duy trì sự hài hòa trong xã hội. Nhân vật này đại diện cho những phẩm chất lãnh đạo cao quý mà một vị vua hay người lãnh đạo cần có.

- **Địa điểm nơi Đức Phật giảng dạy kinh và tầm quan trọng của địa điểm này**

  Đức Phật thuyết giảng kinh này tại một địa điểm trang nghiêm, có ý nghĩa lịch sử và tâm linh sâu sắc. Địa điểm này được chọn lựa không chỉ để truyền đạt thông điệp mà còn để nhấn mạnh sự trang trọng và tầm quan trọng của bài giảng. Sự trang nghiêm của địa điểm giúp người nghe tập trung và cảm nhận được tầm vóc của lời dạy về Chánh Pháp và trách nhiệm lãnh đạo.

3. **Mục đích và ý nghĩa của Kinh Chuyển Luân Thánh Vương**
   - **Ý nghĩa sâu xa của kinh về khái niệm Chuyển Luân Thánh Vương**
   Kinh Chuyển Luân Thánh Vương không chỉ dừng lại ở mô tả một hình mẫu lãnh đạo lý tưởng mà còn nhấn mạnh vào tầm quan trọng của Chánh Pháp trong xã hội. Đức Phật dùng hình ảnh Chuyển Luân Thánh Vương để chỉ ra rằng một nhà lãnh đạo đức hạnh có khả năng duy trì sự ổn định và hòa bình cho toàn thể xã hội. Ý nghĩa của hình tượng này còn bao gồm trách nhiệm cao cả trong việc không ngừng duy trì và lan truyền các giá trị đạo đức, giúp mọi người sống trong hòa hợp và phát triển tâm linh.
   - **Vai trò của vua trong việc duy trì Chánh Pháp**
   Đức Phật dạy rằng một nhà lãnh đạo lý tưởng không chỉ cai trị bằng quyền lực mà còn phải hướng dẫn và bảo vệ Chánh Pháp. Vua hoặc người đứng đầu cần hiểu rằng việc lãnh đạo không chỉ là quản lý và điều hành mà còn là duy trì đạo đức, đem lại sự an lạc cho nhân dân. Bằng cách duy trì Chánh Pháp, nhà lãnh đạo giúp xã hội tránh khỏi suy đồi đạo đức và bất ổn. Chuyển Luân Thánh Vương, do đó, là biểu tượng của một người lãnh đạo toàn diện – vừa có đức hạnh, vừa có trách nhiệm xã hội, và luôn tuân theo các nguyên tắc của Chánh Pháp.

II. NỘI DUNG CHÍNH CỦA KINH CHUYỂN LUÂN THÁNH VƯƠNG SƯ TỬ HỐNG

1. **Hình ảnh Chuyển Luân Thánh Vương và trách nhiệm đối với xã hội**
   - **Mô tả chi tiết hình ảnh của một Chuyển Luân Thánh Vương và những trách nhiệm của vị vua lý tưởng trong việc trị vì**:
     - Kinh Chuyển Luân Thánh Vương Sư Tử Hống miêu tả vị Chuyển Luân Thánh Vương là người lãnh đạo hoàn hảo với đức hạnh và trí tuệ vượt trội. Người này không chỉ nắm quyền cai trị mà còn bảo vệ Chánh Pháp, giữ vững công lý và trật tự xã hội.
     - Vị vua này có trách nhiệm đảm bảo an sinh cho dân chúng, xây dựng một xã hội hài hòa, khuyến khích đạo đức, và phát triển tinh thần cho mọi người.
   - **Phân tích vai trò của Chuyển Luân Thánh Vương trong việc bảo vệ và lan truyền Chánh Pháp**:
     - Chuyển Luân Thánh Vương được Đức Phật giảng dạy phải là tấm gương sáng về đạo đức, nhân từ, và lòng thương người.
     - Vai trò của vua bao gồm việc duy trì và truyền bá Chánh Pháp, khuyến khích dân chúng sống thiện lành, tuân theo nguyên tắc đạo đức. Điều này giúp xây dựng một nền tảng an lành, bền vững cho cộng đồng.
2. **Quy luật nghiệp và nhân quả qua việc cai trị**
   - **Giảng giải về việc cai trị dựa trên Chánh Pháp và nghiệp quả của những hành động thiện, ác**:

  - Đức Phật nhấn mạnh rằng việc cai trị dựa trên Chánh Pháp sẽ tạo nghiệp thiện, đem lại lợi ích cho cả vua và dân chúng.
  - Ngược lại, nếu cai trị dựa trên lòng tham, bạo lực, hoặc thiếu trách nhiệm, sẽ dẫn đến nghiệp xấu, ảnh hưởng tiêu cực không chỉ đến nhà vua mà còn lan rộng đến cả xã hội.
- **Sự ảnh hưởng của nhân quả đối với người lãnh đạo và nhân dân, đặc biệt khi nhà vua duy trì hoặc lơ là Chánh Pháp**:
  - Kinh nhấn mạnh rằng nhân quả không chỉ tác động lên cá nhân mà còn đến toàn xã hội. Khi một nhà lãnh đạo giữ gìn Chánh Pháp, xã hội sẽ thịnh vượng, hòa bình. Ngược lại, nếu vua lơ là Chánh Pháp, xã hội sẽ nhanh chóng suy thoái và bất ổn.

3. **Sự suy đồi của xã hội khi Chánh Pháp bị từ bỏ**
   - **Trình bày quá trình suy thoái của xã hội từ khi vua rời bỏ Chánh Pháp**:
     - Khi người lãnh đạo từ bỏ Chánh Pháp, đạo đức xã hội sẽ suy thoái. Vị vua không còn thực hành đạo đức khiến dân chúng mất niềm tin và bắt đầu hành động trái đạo đức.
   - **Mô tả các dấu hiệu và hệ quả của sự suy đồi đạo đức trong dân chúng, dẫn đến bất ổn, chiến tranh và khổ đau**:
     - Sự suy đồi đạo đức trong xã hội khiến ích kỷ, tham lam và bạo lực trỗi dậy, dẫn đến xung đột, chiến tranh, và khổ đau lan rộng. Cuộc sống trở nên bất ổn và người dân phải chịu đựng đau khổ cả về vật chất lẫn tinh thần.
4. **Sự chuyển hóa của xã hội khi Chánh Pháp được tái thiết**
   - **Phân tích cách mà xã hội có thể được tái thiết nhờ sự quay lại với Chánh Pháp**:
     - Khi Chánh Pháp được tái thiết, xã hội sẽ bắt đầu phục hồi từ gốc rễ đạo đức. Người lãnh đạo cần quay về với Chánh Pháp, thực hành từ bi, trí tuệ, công bằng, và chính trực.
   - **Trình bày quá trình phục hồi của một xã hội theo Chánh Pháp và ý nghĩa của sự phục hồi này đối với cá nhân và cộng đồng**:
     - Xã hội hồi phục từ sự cải thiện đạo đức của người lãnh đạo, lan tỏa đến từng cá nhân. Một xã hội theo Chánh Pháp tạo ra môi trường an lành, hòa hợp, giúp người dân sống an vui. Đối với cá nhân, việc sống theo Chánh Pháp giúp tránh khổ đau hiện tại và xây dựng nghiệp thiện cho tương lai.

Tổng kết:

Kinh "Chuyển Luân Thánh Vương Sư Tử Hống" trình bày tầm quan trọng của Chánh Pháp trong việc duy trì trật tự xã hội và vai trò của nhà lãnh đạo trong việc thực hành đạo đức, lan truyền Chánh Pháp để tạo dựng một xã hội hòa bình và an lạc.

III. Ý NGHĨA VÀ BÀI HỌC TỪ KINH CHUYỂN LUÂN THÁNH VƯƠNG SƯ TỬ HỐNG

1. **Bài học về vai trò của người lãnh đạo và trách nhiệm xã hội**

- **Phân tích bài học từ hình ảnh Chuyển Luân Thánh Vương về trách nhiệm và đức hạnh của người lãnh đạo**:
    - o Hình ảnh Chuyển Luân Thánh Vương thể hiện rằng một người lãnh đạo lý tưởng không chỉ nắm quyền lực mà còn phải biết tự mình tu dưỡng đức hạnh, luôn hành động với trách nhiệm cao nhất đối với nhân dân.
    - o Vị vua lý tưởng là người bảo vệ công lý, từ bi và kiên nhẫn, luôn chăm sóc đời sống tinh thần và vật chất của nhân dân.
- **Cách mà người lãnh đạo có thể ảnh hưởng đến sự hưng thịnh hoặc suy vong của một xã hội**:
    - o Một người lãnh đạo có đạo đức sẽ dẫn dắt xã hội đến sự hưng thịnh và ổn định. Ngược lại, nếu lãnh đạo thiếu đạo đức, tham lam, và lạm dụng quyền lực, xã hội sẽ nhanh chóng suy thoái, rơi vào bất ổn và khổ đau.
    - o Như vậy, người lãnh đạo đóng vai trò then chốt trong việc giữ gìn hòa bình và sự phát triển bền vững của xã hội.

2. Tầm quan trọng của Chánh Pháp trong việc duy trì trật tự xã hội

- **Trình bày vai trò của Chánh Pháp trong việc gìn giữ hòa bình, an lạc và sự phát triển bền vững**:
    - o Chánh Pháp là nền tảng của trật tự xã hội, giữ cho mọi người hành xử có đạo đức và tránh xa các hành vi gây tổn hại. Chỉ khi Chánh Pháp được tôn trọng, xã hội mới có thể duy trì sự hòa bình và phát triển lâu dài.
    - o Nhờ Chánh Pháp, mỗi người đều biết hướng đến thiện lành, giảm thiểu khổ đau và tạo ra một môi trường sống an lạc cho tất cả.
- **Những hệ quả tiêu cực khi xã hội không còn duy trì Chánh Pháp**:
    - o Khi Chánh Pháp bị bỏ qua, lòng tham, sân, và si sẽ gia tăng, dẫn đến xung đột, bất ổn, và suy thoái đạo đức. Những hệ quả này khiến xã hội ngày càng đi xuống, đời sống trở nên căng thẳng và khổ đau.

3. Bài học về sự từ bỏ tham lam và phát triển lòng từ bi, trí tuệ

- **Phân tích vai trò của lòng từ bi và trí tuệ trong việc cai trị và phục vụ xã hội**:
    - o Lòng từ bi giúp người lãnh đạo đồng cảm với nỗi khổ của nhân dân và hành xử vì lợi ích chung, trong khi trí tuệ giúp họ đưa ra các quyết định sáng suốt và công bằng.
    - o Nhờ từ bi và trí tuệ, người lãnh đạo có thể tạo ra một môi trường an vui, tránh xa những mâu thuẫn và khổ đau không cần thiết.
- **Tầm quan trọng của việc lãnh đạo bằng đạo đức, tránh xa tham lam, ích kỷ để tạo điều kiện cho sự phát triển chung**:
    - o Người lãnh đạo sống theo đạo đức và không bị tham lam, ích kỷ chi phối sẽ tạo ra môi trường tích cực, giúp xã hội phát triển hài hòa, bền vững.
    - o Khi lãnh đạo bằng đức hạnh, người đứng đầu không chỉ mang lại lợi ích cho mình mà còn tạo phước lành cho cả cộng đồng, góp phần xây dựng một xã hội tốt đẹp hơn.

Tổng kết:

Kinh "Chuyển Luân Thánh Vương Sư Tử Hống" không chỉ là bài học về vai trò của người lãnh đạo lý tưởng mà còn nhấn mạnh tầm quan trọng của Chánh Pháp và các giá trị đạo đức như từ bi, trí tuệ trong việc duy trì và phát triển xã hội.

IV. CÁC ẨN DỤ VÀ VÍ DỤ TIÊU BIỂU TRONG KINH CHUYỂN LUÂN THÁNH VƯƠNG SƯ TỬ HỐNG

1. Giải thích các ẩn dụ mà Đức Phật sử dụng

- **Liệt kê và giải thích các ẩn dụ trong kinh, đặc biệt là hình ảnh của Chuyển Luân Thánh Vương, bánh xe luân chuyển**:
  - **Chuyển Luân Thánh Vương**: Đức Phật dùng hình ảnh này để chỉ người lãnh đạo lý tưởng, người cai trị với đầy đủ đức hạnh, trí tuệ và luôn gìn giữ Chánh Pháp. Đây là biểu tượng của một vị vua không chỉ nắm quyền lực mà còn có trách nhiệm với sự an lạc và hòa bình của toàn xã hội.
  - **Bánh xe luân chuyển**: Bánh xe luân chuyển biểu trưng cho sức mạnh và sự bền vững của Chánh Pháp. Khi bánh xe này lăn đều, nghĩa là khi Chánh Pháp được thực hành và lan tỏa, xã hội sẽ hưng thịnh và an bình. Ngược lại, khi bánh xe dừng lại, tức là khi Chánh Pháp bị từ bỏ, xã hội sẽ suy thoái.
- **Ý nghĩa biểu trưng của các hình ảnh này trong việc truyền đạt các giá trị đạo đức và nhân văn**:
  - Hình ảnh Chuyển Luân Thánh Vương và bánh xe luân chuyển là những biểu tượng giúp nhấn mạnh vai trò của đạo đức, công lý và trách nhiệm trong việc duy trì một xã hội an lạc. Chúng cũng thể hiện rằng người lãnh đạo cần có lòng từ bi, trí tuệ và một tầm nhìn sâu xa để bảo vệ và phát triển cộng đồng theo hướng thiện lành.

2. Phân tích tác động của các ẩn dụ đối với người nghe

- **Giải thích cách mà các ẩn dụ giúp người nghe dễ hiểu và tiếp nhận sâu sắc hơn về Chánh Pháp**:
  - Những ẩn dụ như Chuyển Luân Thánh Vương và bánh xe luân chuyển giúp người nghe dễ hình dung hơn về các giá trị đạo đức. Thay vì trình bày những khái niệm trừu tượng, Đức Phật sử dụng hình ảnh cụ thể để mọi người có thể liên hệ và hiểu sâu sắc hơn về ý nghĩa của việc sống đạo đức và giữ gìn Chánh Pháp.
- **Nhấn mạnh vai trò của hình ảnh và ví dụ cụ thể trong việc làm sáng tỏ những nguyên lý trừu tượng về nghiệp, nhân quả, và sự giải thoát**:
  - Những ẩn dụ này giúp làm sáng tỏ các nguyên lý trừu tượng trong giáo lý như nghiệp, nhân quả và sự giải thoát. Chẳng hạn, hình ảnh bánh xe luân chuyển làm nổi bật rằng hành động của mỗi cá nhân ảnh hưởng đến toàn xã hội. Nhờ những ví dụ cụ thể, người nghe dễ dàng nhận ra tầm quan trọng của việc tuân thủ đạo đức và các nguyên lý nhân quả để đạt đến một cuộc sống an lạc và giải thoát.

Tổng kết:

Các ẩn dụ trong Kinh "Chuyển Luân Thánh Vương Sư Tử Hống" không chỉ truyền tải các giá trị đạo đức mà còn giúp người nghe dễ tiếp cận và thấu hiểu sâu sắc hơn về Chánh Pháp và trách nhiệm xã hội.

V. KẾT QUẢ CỦA VIỆC DUY TRÌ VÀ TỪ BỎ CHÁNH PHÁP

1. Kết quả khi người lãnh đạo duy trì Chánh Pháp

- **Trình bày sự hưng thịnh, hòa bình và phát triển khi nhà lãnh đạo duy trì và truyền bá Chánh Pháp**:
  - Khi người lãnh đạo duy trì Chánh Pháp, xã hội sẽ hưởng được sự hưng thịnh và hòa bình. Chánh Pháp trở thành nền tảng vững chắc giúp mọi người sống trong sự công bằng, không xung đột và bất an. Đời sống của nhân dân từ đó phát triển lành mạnh và bền vững.
- **Phân tích sự hài hòa trong xã hội và đời sống cá nhân khi có một nền tảng đạo đức vững chắc**:
  - Một xã hội được xây dựng trên nền tảng Chánh Pháp là nơi mà đạo đức, công bằng và lòng nhân ái chiếm ưu thế. Các cá nhân được khuyến khích sống đạo đức, và nhờ vậy, họ không chỉ phát triển về mặt vật chất mà còn nâng cao tinh thần. Đời sống cộng đồng trở nên hài hòa, không có sự ganh ghét hay thù hằn, từ đó mọi người đều cảm thấy an lạc và hài lòng với cuộc sống của mình.

2. Hệ quả khi người lãnh đạo từ bỏ Chánh Pháp

- **Mô tả sự suy đồi, bất ổn và đau khổ lan rộng khi Chánh Pháp bị bỏ rơi**:
  - Khi Chánh Pháp bị từ bỏ, xã hội rơi vào sự suy đồi, bất ổn và khổ đau lan rộng. Lãnh đạo thiếu đạo đức sẽ làm tăng sự tham lam, sân hận và si mê trong cộng đồng, dẫn đến nhiều hành vi trái đạo đức và bất công. Tình trạng xã hội trở nên hỗn loạn, với các mâu thuẫn và xung đột xảy ra thường xuyên.
- **Phân tích nguyên nhân dẫn đến bất công và bạo lực khi xã hội không còn duy trì các giá trị đạo đức căn bản**:
  - Khi không còn Chánh Pháp làm nền tảng, các giá trị đạo đức bị xem nhẹ, dẫn đến sự ích kỷ và tham lam lan rộng. Con người không còn tuân theo các nguyên tắc sống công bằng và từ bi, dẫn đến bất công và bạo lực bùng phát. Điều này làm cho xã hội ngày càng bất ổn và suy thoái, gây ra nhiều hệ lụy tiêu cực cho đời sống tinh thần và vật chất của cộng đồng.

3. Ý nghĩa của sự chuyển hóa xã hội qua việc trở về với Chánh Pháp

- **Phân tích tầm quan trọng của việc quay lại và duy trì Chánh Pháp trong xã hội, từ đó nhấn mạnh thông điệp của kinh về sự cải thiện và tiến bộ**:
  - Việc trở về với Chánh Pháp là cách duy nhất để giúp xã hội chuyển hóa từ sự suy đồi thành sự thịnh vượng và an lạc. Khi người lãnh đạo quyết định quay lại với đạo đức và các giá trị của Chánh Pháp, họ khôi phục lại trật tự và hòa bình, giúp tạo nên một nền tảng vững chắc cho sự phát triển lâu dài. Kinh nhấn mạnh rằng chỉ khi Chánh Pháp được

tôn trọng, xã hội mới có thể tiến bộ, con người mới có thể tránh xa khổ đau và tiến đến một cuộc sống an vui và hài hòa.

Tổng kết:

Kinh "Chuyển Luân Thánh Vương Sư Tử Hống" cho thấy rõ ràng rằng sự duy trì Chánh Pháp là điều kiện tiên quyết để đạt đến sự hòa bình, thịnh vượng và tiến bộ. Sự từ bỏ Chánh Pháp dẫn đến suy đồi và đau khổ, nhưng việc quay trở lại với đạo đức và Chánh Pháp sẽ đem đến sự phục hồi và phát triển cho toàn xã hội.

VI. KẾT LUẬN VÀ TÓM TẮT TỪ KINH CHUYỂN LUÂN THÁNH VƯƠNG SƯ TỬ HỐNG

1. **Tóm tắt các điểm chính của Kinh Chuyển Luân Thánh Vương**
   - **Tổng kết các điểm quan trọng, bao gồm vai trò của người lãnh đạo, tầm quan trọng của Chánh Pháp và những ảnh hưởng của nhân quả:**
     - Kinh Chuyển Luân Thánh Vương khắc họa hình ảnh lý tưởng của một nhà lãnh đạo, Chuyển Luân Thánh Vương, người cai trị với trí tuệ, lòng từ bi, và trách nhiệm cao cả. Đức Phật dạy rằng người lãnh đạo cần phải duy trì Chánh Pháp, truyền bá và gìn giữ đạo đức trong xã hội.
     - Tầm quan trọng của Chánh Pháp trong việc tạo nên sự ổn định và hòa bình được nhấn mạnh, cho thấy rằng chỉ khi xã hội tuân thủ đạo đức và các giá trị nhân văn thì mới có thể phát triển bền vững.
     - Kinh cũng giải thích rõ nguyên lý nhân quả, nhấn mạnh rằng mọi hành động đều để lại ảnh hưởng lên xã hội, đặc biệt là những hành động của người lãnh đạo.
2. **Khẳng định vai trò của Chánh Pháp trong sự an lạc và thịnh vượng**
   - **Nhấn mạnh tầm quan trọng của việc duy trì Chánh Pháp đối với sự ổn định và phát triển bền vững của xã hội:**
     - Chánh Pháp là nền tảng thiết yếu để duy trì sự an lạc, hưng thịnh và phát triển lâu dài. Khi người lãnh đạo tuân theo và lan truyền Chánh Pháp, xã hội sẽ ổn định và các mối quan hệ trong cộng đồng trở nên hòa thuận.
     - Việc duy trì Chánh Pháp giúp ngăn ngừa sự suy thoái đạo đức, giảm thiểu xung đột và khổ đau. Nhờ đó, mọi người có thể sống trong một môi trường an bình và cùng nhau hướng đến các giá trị cao đẹp.
3. **Bài học thực tiễn từ Kinh Chuyển Luân Thánh Vương cho người tu học**
   - **Gợi ý những bài học thực tiễn cho người đọc, như trách nhiệm cá nhân và xã hội, tu dưỡng đức hạnh, và ứng dụng Chánh Pháp vào đời sống:**
     - Kinh nhấn mạnh trách nhiệm cá nhân trong việc giữ gìn Chánh Pháp và tu dưỡng đức hạnh. Mỗi cá nhân có trách nhiệm xây dựng một đời sống đạo đức, vì điều này không chỉ mang lại an lạc cho bản thân mà còn góp phần vào sự hòa bình của cộng đồng.
     - Người tu học cần xem việc thực hành Chánh Pháp như kim chỉ nam trong đời sống, tránh xa tham lam, sân hận và si mê, luôn cố gắng sống với lòng từ bi và trí tuệ.

- Qua việc thực hành Chánh Pháp, mỗi cá nhân không chỉ đạt được sự an lạc cá nhân mà còn có thể đóng góp tích cực vào sự phát triển bền vững của xã hội, giống như hình ảnh Chuyển Luân Thánh Vương trong kinh.

Tổng kết:

Kinh Chuyển Luân Thánh Vương truyền tải thông điệp sâu sắc về tầm quan trọng của Chánh Pháp trong đời sống cá nhân và xã hội. Qua việc duy trì Chánh Pháp, chúng ta có thể hướng đến một cuộc sống an lạc, hài hòa và phát triển bền vững cho cộng đồng.

VII. ỨNG DỤNG GIÁO LÝ KINH CHUYỂN LUÂN THÁNH VƯƠNG TRONG ĐỜI SỐNG HIỆN ĐẠI

1. **Cách áp dụng các nguyên lý từ kinh vào cuộc sống hàng ngày**
    - **Đưa ra các gợi ý về cách duy trì Chánh Pháp trong cuộc sống hiện đại, giúp người đọc sống có trách nhiệm, từ bi và trí tuệ hơn**:
        - **Sống có trách nhiệm**: Trong đời sống hàng ngày, mỗi người có thể duy trì Chánh Pháp bằng cách sống có trách nhiệm với chính mình và người xung quanh. Điều này bao gồm việc giữ gìn lời nói, hành động và suy nghĩ thiện lành, luôn cân nhắc trước mỗi quyết định để không gây tổn hại cho người khác.
        - **Thực hành lòng từ bi**: Người đọc có thể áp dụng lòng từ bi vào các mối quan hệ trong cuộc sống, từ gia đình, bạn bè đến đồng nghiệp. Điều này giúp tạo dựng một môi trường sống hài hòa, giúp đỡ lẫn nhau và giảm thiểu những xung đột không cần thiết.
        - **Phát triển trí tuệ**: Trong công việc và cuộc sống, việc áp dụng trí tuệ là thiết yếu để xử lý các tình huống khó khăn một cách sáng suốt. Trí tuệ giúp con người hiểu rõ hơn về bản chất của sự việc và tránh bị cuốn vào những cảm xúc tiêu cực.
2. **Lời khuyên cho người tu học về việc giữ vững Chánh Pháp**
    - **Khuyến khích người đọc áp dụng giáo lý để xây dựng đời sống cá nhân và đóng góp vào sự phát triển xã hội, góp phần tạo ra một cộng đồng an lạc và hài hòa**:
        - **Giữ vững Chánh Pháp trong đời sống cá nhân**: Người tu học cần duy trì và thực hành Chánh Pháp qua những hành động thiện lành và đạo đức trong cuộc sống hàng ngày. Đây là cách để tự xây dựng một đời sống bình an và đầy ý nghĩa.
        - **Đóng góp cho xã hội bằng việc sống theo Chánh Pháp**: Khi mỗi cá nhân đều tuân theo Chánh Pháp, xã hội sẽ được hưởng lợi từ những giá trị đạo đức và lòng nhân ái này. Người đọc có thể góp phần tạo ra một cộng đồng an lành, từ việc tình nguyện, chia sẻ kiến thức đến việc giúp đỡ những người khó khăn.
        - **Truyền bá Chánh Pháp qua hành động**: Sống một cuộc đời đạo đức và từ bi chính là cách truyền tải Chánh Pháp tốt nhất. Những hành động xuất phát từ lòng từ bi và trí tuệ sẽ lan tỏa giá trị tích cực, khuyến

khích người khác hướng đến một lối sống thiện lành, góp phần vào sự ổn định và phát triển của xã hội.

Tổng kết:

Giáo lý của Kinh Chuyển Luân Thánh Vương có thể được ứng dụng vào cuộc sống hiện đại bằng cách thực hành trách nhiệm, lòng từ bi và trí tuệ. Qua việc giữ vững và truyền bá Chánh Pháp, mỗi cá nhân không chỉ xây dựng đời sống an lạc cho bản thân mà còn góp phần tạo nên một xã hội hài hòa và thịnh vượng.

VIII. VẤN ĐÁP VỀ KINH CHUYỂN LUÂN THÁNH VƯƠNG SƯ TỬ HỐNG

1. Hình ảnh Chuyển Luân Thánh Vương có ý nghĩa gì trong việc xây dựng hình mẫu lý tưởng của một người lãnh đạo?

1. **Biểu tượng của người lãnh đạo lý tưởng**: Chuyển Luân Thánh Vương được xem như hình mẫu của một lãnh đạo hoàn hảo, không chỉ sở hữu quyền lực mà còn có phẩm chất đức hạnh cao cả.
2. **Kết hợp giữa đức hạnh và trí tuệ**: Hình ảnh này nhấn mạnh rằng một người lãnh đạo lý tưởng cần có sự cân bằng giữa trí tuệ và đạo đức, luôn đưa ra quyết định sáng suốt vì lợi ích của toàn thể xã hội.
3. **Trách nhiệm bảo vệ Chánh Pháp**: Chuyển Luân Thánh Vương không chỉ cai trị mà còn có trách nhiệm bảo vệ và duy trì Chánh Pháp, góp phần giữ gìn công lý và trật tự xã hội.
4. **Hành xử với từ bi và chính trực**: Vị vua này là tấm gương về lòng từ bi, luôn quan tâm đến hạnh phúc và an lạc của nhân dân, và giữ gìn sự chính trực trong các hành động.
5. **Tấm gương đạo đức cho cộng đồng**: Chuyển Luân Thánh Vương là hình mẫu để nhân dân noi theo, khuyến khích mọi người sống theo các giá trị đạo đức và Chánh Pháp.
6. **Lãnh đạo vì lợi ích chung**: Một lãnh đạo lý tưởng không chỉ vì lợi ích cá nhân mà còn vì sự thịnh vượng và hài hòa của cộng đồng.
7. **Đóng góp vào sự phát triển bền vững**: Hình ảnh này truyền tải rằng sự lãnh đạo lý tưởng phải gắn liền với việc bảo vệ đạo đức và duy trì sự ổn định xã hội, tạo nền tảng cho một cộng đồng bền vững và hòa hợp.

Tổng kết:

Hình ảnh Chuyển Luân Thánh Vương là biểu tượng cho người lãnh đạo có trách nhiệm, đạo đức và lòng từ bi, đóng góp vào sự an lạc và phát triển của xã hội.

2. Tại sao việc duy trì và lan truyền Chánh Pháp được xem là trách nhiệm cốt lõi của một nhà lãnh đạo?

1. **Đảm bảo sự ổn định và hòa bình xã hội**: Chánh Pháp là nền tảng cho sự ổn định và hòa bình. Khi một nhà lãnh đạo duy trì và lan truyền Chánh Pháp, xã hội sẽ phát triển trong trật tự và hài hòa, giảm thiểu xung đột và hỗn loạn.

2. **Khuyến khích đời sống đạo đức và nhân ái**: Việc truyền bá Chánh Pháp giúp dân chúng sống theo các giá trị đạo đức và nhân ái, tạo nên một cộng đồng biết quan tâm và hỗ trợ lẫn nhau.
3. **Ngăn ngừa sự suy thoái đạo đức**: Khi Chánh Pháp bị bỏ qua, xã hội dễ rơi vào sự suy thoái đạo đức, dẫn đến tham lam, bất công và khổ đau. Nhà lãnh đạo có trách nhiệm duy trì Chánh Pháp để ngăn ngừa những điều này.
4. **Tạo nền tảng cho sự phát triển bền vững**: Chánh Pháp cung cấp các nguyên tắc để xã hội phát triển lâu dài và ổn định, không chỉ vì lợi ích ngắn hạn mà vì tương lai bền vững của toàn thể cộng đồng.
5. **Bảo vệ công lý và công bằng xã hội**: Nhà lãnh đạo duy trì Chánh Pháp sẽ gìn giữ được công lý, giúp mọi người sống trong sự công bằng, tôn trọng quyền lợi và nghĩa vụ của nhau.
6. **Tạo dựng niềm tin của dân chúng**: Khi nhà lãnh đạo thực hành và truyền bá Chánh Pháp, dân chúng sẽ tin tưởng và kính trọng, từ đó tăng cường mối quan hệ tốt đẹp giữa lãnh đạo và nhân dân.
7. **Đóng góp vào sự an lạc và thịnh vượng của xã hội**: Duy trì Chánh Pháp giúp cộng đồng sống trong an lạc, không bị tác động bởi những mâu thuẫn và bất công, tạo nên sự thịnh vượng cho xã hội.

Tổng kết:

Việc duy trì và lan truyền Chánh Pháp là trách nhiệm cốt lõi của nhà lãnh đạo vì nó đảm bảo một xã hội ổn định, đạo đức, công bằng và phát triển bền vững.

3. Làm thế nào mà một xã hội có thể duy trì ổn định và hòa bình thông qua Chánh Pháp?

1. **Thúc đẩy hành vi đạo đức**: Chánh Pháp hướng dẫn mỗi cá nhân sống đúng mực, tránh xa các hành động gây tổn hại và không làm ảnh hưởng tiêu cực đến người khác, từ đó tạo nên một nền tảng đạo đức chung trong xã hội.
2. **Giảm thiểu xung đột và mâu thuẫn**: Khi mọi người sống theo Chánh Pháp, họ biết cách kiểm soát tham lam, sân hận và si mê, giúp hạn chế các mâu thuẫn và xung đột giữa cá nhân và cộng đồng.
3. **Tôn trọng công lý và công bằng**: Chánh Pháp nhấn mạnh vào công bằng và công lý, giúp mọi người ý thức về quyền lợi và nghĩa vụ của mình, từ đó xây dựng một xã hội công bằng, không có sự phân biệt đối xử.
4. **Thúc đẩy lòng từ bi và vị tha**: Sống theo Chánh Pháp khuyến khích mọi người phát triển lòng từ bi, luôn sẵn sàng giúp đỡ và hỗ trợ lẫn nhau, tạo nên một môi trường sống hài hòa và an lành.
5. **Tạo sự liên kết và đoàn kết trong cộng đồng**: Khi mọi người cùng thực hành Chánh Pháp, xã hội sẽ trở nên đoàn kết hơn, vì ai cũng sống vì lợi ích chung và tuân thủ các giá trị đạo đức chung.
6. **Xây dựng niềm tin giữa người dân và nhà lãnh đạo**: Một xã hội theo Chánh Pháp sẽ củng cố niềm tin giữa dân chúng và nhà lãnh đạo, vì người dân tin tưởng rằng lãnh đạo đang hành xử vì lợi ích chung, không phải vì lợi ích cá nhân.

7. **Hướng đến sự phát triển bền vững**: Chánh Pháp giúp xây dựng một nền tảng lâu dài, không chỉ mang lại sự ổn định nhất thời mà còn tạo nên một xã hội phát triển bền vững, đảm bảo an lạc cho cả hiện tại và tương lai.

Tổng kết:
Một xã hội duy trì ổn định và hòa bình thông qua Chánh Pháp nhờ vào sự tuân thủ đạo đức, sự công bằng và đoàn kết, góp phần tạo nên một cộng đồng an lạc, không có xung đột và bất ổn.

4. Điều gì xảy ra khi một người lãnh đạo từ bỏ Chánh Pháp, và tác động của điều này lên xã hội ra sao?

1. **Sự suy đồi đạo đức trong lãnh đạo**: Khi người lãnh đạo từ bỏ Chánh Pháp, họ dễ bị lôi kéo vào các hành động không đạo đức như tham nhũng, lạm dụng quyền lực và ưu tiên lợi ích cá nhân trên lợi ích chung.
2. **Lan rộng hành vi tiêu cực trong xã hội**: Việc từ bỏ Chánh Pháp của người đứng đầu sẽ tạo nên một tấm gương xấu, khiến dân chúng cũng dễ đi theo các hành vi không đạo đức, từ đó làm lan rộng sự suy thoái đạo đức trong cộng đồng.
3. **Gia tăng bất công và phân biệt đối xử**: Khi không có Chánh Pháp, các nguyên tắc công bằng bị xem nhẹ, dẫn đến việc phân biệt đối xử, bất công, và lợi dụng quyền lực, khiến các cá nhân và nhóm yếu thế chịu thiệt thòi.
4. **Xung đột và mâu thuẫn gia tăng**: Sự suy thoái đạo đức và bất công sẽ làm gia tăng các mâu thuẫn và xung đột giữa các thành phần trong xã hội, vì không có Chánh Pháp để điều hòa và duy trì hòa bình.
5. **Mất niềm tin của dân chúng**: Người dân sẽ dần mất niềm tin vào lãnh đạo và hệ thống xã hội khi thấy các giá trị đạo đức và công lý không còn được tôn trọng. Điều này có thể dẫn đến tình trạng bất ổn và phản kháng.
6. **Khổ đau lan rộng trong cộng đồng**: Thiếu Chánh Pháp dẫn đến sự lây lan của khổ đau, vì các hành vi không đạo đức và xung đột xã hội khiến đời sống cá nhân và cộng đồng bị ảnh hưởng nặng nề, cả về mặt tinh thần lẫn vật chất.
7. **Suy thoái và hỗn loạn xã hội**: Xã hội sẽ rơi vào trạng thái hỗn loạn, bất ổn và suy thoái toàn diện khi Chánh Pháp không còn được thực hành, vì các giá trị cơ bản không còn được duy trì.

Tổng kết:
Khi một người lãnh đạo từ bỏ Chánh Pháp, xã hội sẽ bị suy đồi đạo đức, bất công và hỗn loạn, gây ra sự mất niềm tin, xung đột, và khổ đau lan rộng cho toàn thể cộng đồng.

5. Nguyên tắc nhân quả được áp dụng trong việc cai trị như thế nào và ảnh hưởng của nó đến người lãnh đạo?

1. **Nhân quả chi phối hành động và kết quả**: Trong việc cai trị, mọi hành động của người lãnh đạo đều mang lại kết quả tương ứng theo nguyên tắc nhân quả. Hành động thiện lành sẽ mang lại kết quả tốt, còn hành động ác sẽ dẫn đến hệ quả tiêu cực.

2. **Gieo nhân lành, gặt quả tốt cho xã hội**: Khi người lãnh đạo thực thi Chánh Pháp và cai trị với từ bi, trí tuệ, thì xã hội sẽ được thịnh vượng và bình yên. Đây là kết quả của việc gieo những nhân thiện lành qua hành động và quyết định đúng đắn.
3. **Gieo nhân ác, gặt quả xấu cho cá nhân và cộng đồng**: Ngược lại, nếu người lãnh đạo hành xử với tham lam, sân hận và lạm dụng quyền lực, họ sẽ gây ra nghiệp xấu cho bản thân và tạo ra môi trường bất ổn, đau khổ cho xã hội.
4. **Tác động của nhân quả lên uy tín lãnh đạo**: Việc áp dụng nhân quả trong cai trị ảnh hưởng trực tiếp đến uy tín của người lãnh đạo. Hành động đạo đức và công bằng sẽ tăng cường sự tin tưởng từ dân chúng, trong khi hành vi sai trái sẽ làm suy giảm niềm tin của cộng đồng.
5. **Nhân quả ảnh hưởng đến vận mệnh xã hội**: Hành vi của người lãnh đạo không chỉ tác động đến bản thân mà còn ảnh hưởng đến toàn xã hội. Khi người đứng đầu thực hành Chánh Pháp, xã hội sẽ phát triển. Ngược lại, hành vi tiêu cực của họ sẽ dẫn đến sự suy thoái và bất ổn trong cộng đồng.
6. **Bài học về trách nhiệm và hậu quả**: Nguyên tắc nhân quả nhắc nhở người lãnh đạo về trách nhiệm của họ trong mọi quyết định và hành động, khuyến khích họ luôn hành xử cẩn trọng và đạo đức để tránh những hậu quả xấu cho cả họ và xã hội.
7. **Tự tạo phước lành và tránh nghiệp xấu**: Người lãnh đạo tuân thủ Chánh Pháp sẽ tự tạo phước lành và tránh các nghiệp xấu, mang lại không chỉ lợi ích cho xã hội mà còn tích lũy phước báo cho bản thân, góp phần duy trì sự thịnh vượng và hài hòa trong cộng đồng.

Tổng kết:

Nguyên tắc nhân quả trong việc cai trị nhấn mạnh rằng hành động thiện sẽ mang lại kết quả tốt, hành động ác sẽ dẫn đến hậu quả xấu. Người lãnh đạo nên thận trọng trong mọi quyết định để duy trì uy tín, tạo ra phước lành và bảo vệ sự ổn định của xã hội.

6. Tại sao Đức Phật lại nhấn mạnh rằng mọi hành động của người lãnh đạo đều ảnh hưởng đến toàn xã hội?

1. **Người lãnh đạo là hình mẫu cho dân chúng**: Đức Phật nhấn mạnh rằng người lãnh đạo có vai trò như một tấm gương cho dân chúng. Hành động của họ sẽ được người khác noi theo, đặc biệt là về đạo đức và cách ứng xử trong cuộc sống.
2. **Quyền lực của người lãnh đạo có tác động rộng lớn**: Các quyết định của người lãnh đạo không chỉ ảnh hưởng đến cá nhân mà còn đến toàn bộ cơ cấu và hoạt động của xã hội, từ kinh tế, pháp luật đến văn hóa và đời sống hàng ngày của dân chúng.
3. **Tạo ra văn hóa và hệ giá trị trong cộng đồng**: Qua các hành động và chính sách, người lãnh đạo có thể định hình văn hóa và hệ giá trị của xã hội. Nếu lãnh đạo thực hành Chánh Pháp, họ sẽ xây dựng một cộng đồng tôn trọng đạo đức, công bằng và lòng từ bi.

4. **Tác động đến sự ổn định và hòa bình xã hội**: Một người lãnh đạo có đạo đức sẽ mang lại ổn định, hòa bình cho xã hội. Ngược lại, nếu hành động của lãnh đạo thiếu trách nhiệm hoặc không công bằng, xã hội sẽ dễ dàng rơi vào xung đột và bất ổn.
5. **Khuyến khích hoặc ngăn chặn các hành vi trong cộng đồng**: Hành động của lãnh đạo có thể khuyến khích những hành vi tích cực hoặc tiêu cực. Một người lãnh đạo chính trực sẽ thúc đẩy dân chúng sống thiện lành, trong khi một lãnh đạo suy đồi có thể khiến xã hội dễ sa vào các hành vi trái đạo đức.
6. **Định hình niềm tin và sự đoàn kết của dân chúng**: Một người lãnh đạo hành xử theo Chánh Pháp sẽ tạo niềm tin vững chắc trong lòng dân, đồng thời khuyến khích sự đoàn kết và gắn bó. Ngược lại, nếu lãnh đạo thiếu đạo đức, sự mất niềm tin sẽ lan rộng, gây chia rẽ và mâu thuẫn trong cộng đồng.
7. **Trách nhiệm về nghiệp quả của cộng đồng**: Đức Phật dạy rằng hành động của người lãnh đạo không chỉ tạo ra nghiệp cho riêng họ mà còn ảnh hưởng đến nghiệp quả của toàn cộng đồng. Một nhà lãnh đạo duy trì Chánh Pháp sẽ tạo ra phước lành cho xã hội, còn ngược lại sẽ dẫn đến nghiệp quả xấu cho cả cộng đồng.

Tổng kết:

Đức Phật nhấn mạnh rằng mọi hành động của người lãnh đạo ảnh hưởng sâu rộng đến toàn xã hội vì lãnh đạo không chỉ là người đưa ra quyết định mà còn là tấm gương về đạo đức và trách nhiệm, định hình văn hóa, niềm tin và sự đoàn kết trong cộng đồng.

7. Những yếu tố nào dẫn đến sự suy thoái của xã hội khi Chánh Pháp bị từ bỏ?

1. **Sự suy thoái đạo đức của người lãnh đạo**: Khi người lãnh đạo không còn giữ Chánh Pháp, họ dễ dàng rơi vào tham lam, ích kỷ và lạm dụng quyền lực, tạo nên một tấm gương xấu cho xã hội.
2. **Thiếu công bằng và gia tăng bất công**: Việc từ bỏ Chánh Pháp dẫn đến thiếu công bằng trong quản lý và phân chia tài nguyên, làm gia tăng sự bất công và phân biệt đối xử trong cộng đồng.
3. **Lan rộng tham lam, sân hận, và si mê**: Khi không có Chánh Pháp làm nền tảng đạo đức, lòng tham lam, sân hận và si mê sẽ phát triển trong dân chúng, khiến mọi người dễ dàng thực hiện các hành vi trái đạo đức.
4. **Mất đi sự đoàn kết và niềm tin trong xã hội**: Chánh Pháp là yếu tố giúp kết nối và đoàn kết cộng đồng. Khi bị từ bỏ, niềm tin và sự gắn kết trong cộng đồng dần mất đi, khiến xã hội trở nên chia rẽ và thiếu đoàn kết.
5. **Gia tăng xung đột và bạo lực**: Thiếu Chánh Pháp, mọi người không còn kiềm chế trước tham vọng và sự ích kỷ cá nhân, dẫn đến các xung đột và bạo lực trong xã hội, gây bất ổn và mất trật tự.
6. **Thiếu sự hướng dẫn về đạo đức**: Khi không có Chánh Pháp, người dân thiếu một chuẩn mực đạo đức để sống theo, dẫn đến sự suy giảm các giá trị đạo đức, khiến xã hội rơi vào tình trạng hỗn loạn và xuống cấp.

7. **Gia tăng khổ đau và bất hạnh trong cộng đồng**: Khi Chánh Pháp không còn được thực hành, đời sống của người dân trở nên khổ đau, bất hạnh vì bị cuốn vào những hành vi trái đạo đức, làm mất đi sự an lạc và hòa bình.

Tổng kết:
Sự suy thoái của xã hội khi Chánh Pháp bị từ bỏ là kết quả của việc thiếu công bằng, gia tăng tham lam và bạo lực, mất niềm tin và chuẩn mực đạo đức, dẫn đến xung đột, chia rẽ và khổ đau lan rộng trong cộng đồng.

8. Làm thế nào mà người lãnh đạo có thể giúp phát triển lòng từ bi và trí tuệ trong xã hội?

1. **Làm gương qua hành động từ bi và chính trực**: Người lãnh đạo cần thể hiện lòng từ bi và trí tuệ qua cách hành xử hàng ngày, trở thành tấm gương sáng để dân chúng noi theo.
2. **Thực thi các chính sách công bằng và nhân ái**: Những chính sách công bằng và mang tính nhân văn sẽ giúp người dân cảm nhận được lòng từ bi từ lãnh đạo, khuyến khích họ thực hành các giá trị tương tự.
3. **Khuyến khích giáo dục đạo đức và trí tuệ**: Lãnh đạo có thể phát triển lòng từ bi và trí tuệ trong xã hội bằng cách đầu tư vào giáo dục đạo đức, giúp mọi người hiểu và áp dụng các giá trị này vào cuộc sống.
4. **Tạo điều kiện để giúp đỡ và chia sẻ**: Người lãnh đạo nên tạo ra các chương trình xã hội hỗ trợ người khó khăn, khuyến khích cộng đồng chia sẻ và hỗ trợ lẫn nhau, từ đó phát triển lòng từ bi.
5. **Khuyến khích suy nghĩ sâu sắc và phản biện tích cực**: Việc khuyến khích dân chúng suy nghĩ sâu sắc, phản biện trên nền tảng đạo đức và lẽ phải sẽ giúp phát triển trí tuệ chung trong cộng đồng.
6. **Thực hành và lan truyền Chánh Pháp**: Người lãnh đạo có thể giúp mọi người hiểu rõ hơn về Chánh Pháp, thúc đẩy họ áp dụng các nguyên lý này để xây dựng trí tuệ và lòng từ bi trong đời sống hàng ngày.
7. **Xây dựng môi trường xã hội an toàn và hỗ trợ lẫn nhau**: Một xã hội được xây dựng trên nền tảng an toàn và hỗ trợ sẽ thúc đẩy sự phát triển các giá trị từ bi và trí tuệ, giúp mọi người sống tốt hơn và hòa hợp hơn.

Tổng kết:
Người lãnh đạo có thể giúp phát triển lòng từ bi và trí tuệ trong xã hội qua việc làm gương, tạo ra chính sách công bằng, hỗ trợ giáo dục đạo đức, khuyến khích suy nghĩ sâu sắc, và xây dựng một môi trường hỗ trợ lẫn nhau, nhằm thúc đẩy những giá trị nhân văn trong cộng đồng.

9. Chánh Pháp đóng vai trò gì trong việc thiết lập công bằng và tránh xa tham lam, bạo lực?

1. **Cung cấp chuẩn mực đạo đức**: Chánh Pháp thiết lập các nguyên tắc đạo đức căn bản giúp mọi người biết phân biệt đúng sai, từ đó khuyến khích sống công bằng và tránh xa những hành vi tham lam, bạo lực.
2. **Hướng dẫn hành vi dựa trên từ bi và trí tuệ**: Chánh Pháp khuyến khích con người hành xử với lòng từ bi và trí tuệ, giảm thiểu sự ích kỷ và sân hận, giúp mọi người tôn trọng lẫn nhau và tránh gây tổn thương.

3. **Xây dựng sự tôn trọng và công bằng trong cộng đồng**: Khi Chánh Pháp được thực hành, mọi người sẽ biết tôn trọng quyền lợi và nghĩa vụ của nhau, từ đó xây dựng một xã hội công bằng và tránh xa sự bất công.
4. **Giúp kiềm chế tham lam và dục vọng**: Chánh Pháp nhắc nhở con người về hậu quả của lòng tham và sự ích kỷ, giúp họ kiềm chế những dục vọng cá nhân để không gây hại cho người khác.
5. **Giảm thiểu xung đột và bạo lực**: Khi mọi người tuân thủ Chánh Pháp, họ sẽ tránh xa các hành động bạo lực, thay vào đó là giải quyết mâu thuẫn một cách hòa bình và tôn trọng lẫn nhau.
6. **Khuyến khích sự phát triển của lòng nhân ái và sự sẻ chia**: Chánh Pháp dạy con người biết thương yêu và chia sẻ, tạo nên một môi trường hỗ trợ lẫn nhau, thay vì cạnh tranh và chiếm đoạt.
7. **Định hướng phát triển bền vững cho xã hội**: Nhờ vào Chánh Pháp, xã hội được xây dựng trên nền tảng công bằng và từ bi, tạo nên sự phát triển bền vững và ổn định, không bị xáo trộn bởi tham lam và bạo lực.

Tổng kết:

Chánh Pháp đóng vai trò nền tảng trong việc thiết lập công bằng và ngăn ngừa tham lam, bạo lực bằng cách cung cấp chuẩn mực đạo đức, khuyến khích lòng từ bi, và hướng dẫn mọi người hành xử với trí tuệ và trách nhiệm, giúp tạo nên một xã hội hài hòa và bền vững.

10. Bài học về sự từ bỏ tham lam và phát triển lòng từ bi trong kinh này có thể ứng dụng như thế nào trong đời sống hiện đại?

1. **Thực hành lòng biết đủ**: Bài học từ bỏ tham lam khuyến khích chúng ta rèn luyện lòng biết đủ, giảm bớt ham muốn vật chất và không chạy theo những nhu cầu vô hạn, từ đó giúp sống an lạc hơn.
2. **Xây dựng mối quan hệ dựa trên lòng từ bi**: Trong đời sống cá nhân và công việc, phát triển lòng từ bi giúp xây dựng mối quan hệ tốt đẹp hơn, biết cảm thông, giúp đỡ lẫn nhau và cùng nhau vượt qua khó khăn.
3. **Giải quyết xung đột bằng sự bao dung**: Thay vì phản ứng gay gắt, bài học về từ bi giúp chúng ta ứng xử hòa nhã, tránh xa tranh chấp, bạo lực và tìm cách giải quyết vấn đề một cách ôn hòa.
4. **Giảm bớt áp lực và căng thẳng**: Khi từ bỏ lòng tham và sống giản dị, chúng ta giảm bớt áp lực trong cuộc sống hiện đại, tránh xa lối sống cạnh tranh gay gắt, giúp tinh thần thoải mái và thư thái hơn.
5. **Đóng góp vào cộng đồng một cách vô tư**: Lòng từ bi thúc đẩy mỗi người làm điều tốt cho cộng đồng mà không mong cầu lợi ích cá nhân, góp phần xây dựng một xã hội hài hòa và an lành.
6. **Khuyến khích sự chia sẻ và hỗ trợ lẫn nhau**: Sự từ bỏ tham lam và phát triển lòng từ bi giúp chúng ta dễ dàng sẻ chia, hỗ trợ những người xung quanh, nhất là những người đang gặp khó khăn.
7. **Phát triển sự cân bằng trong công việc và cuộc sống**: Bài học này nhắc nhở mỗi người biết đặt giới hạn cho tham vọng cá nhân, giúp cân bằng giữa công việc và đời sống, tránh xa những căng thẳng không cần thiết.

8. **Nuôi dưỡng trí tuệ và sự kiên nhẫn**: Từ bỏ tham lam và phát triển từ bi còn giúp chúng ta nuôi dưỡng trí tuệ và kiên nhẫn, nhìn nhận cuộc sống một cách bình tĩnh và sáng suốt hơn.
9. **Đóng góp vào sự phát triển bền vững**: Bằng cách giảm thiểu tham lam và sống với lòng từ bi, mỗi người góp phần tạo nên một môi trường sống bền vững, bảo vệ tài nguyên và hạn chế sự lãng phí.
10. **Tạo dựng môi trường làm việc tích cực**: Trong môi trường làm việc, lòng từ bi giúp chúng ta làm việc nhóm tốt hơn, luôn biết động viên và giúp đỡ đồng nghiệp, tạo nên môi trường tích cực và hợp tác.

Tổng kết:

Bài học về từ bỏ tham lam và phát triển lòng từ bi từ kinh này có thể ứng dụng trong đời sống hiện đại để sống giản dị, an lạc, góp phần xây dựng xã hội tốt đẹp, đồng thời tạo nên sự cân bằng và bình an trong cuộc sống cá nhân.

11. Chuyển Luân Thánh Vương cần làm gì để trở thành một tấm gương sáng về đạo đức và trách nhiệm?

Dưới đây là câu trả lời cho câu hỏi "Chuyển Luân Thánh Vương cần làm gì để trở thành một tấm gương sáng về đạo đức và trách nhiệm?" với các điểm mấu chốt theo thứ tự:

1. **Duy trì Chánh Pháp trong mọi hành động**: Chuyển Luân Thánh Vương cần thực hành Chánh Pháp và đặt Chánh Pháp làm nền tảng cho mọi quyết định và hành động của mình, từ đó xây dựng đạo đức vững chắc.
2. **Hành xử với lòng từ bi và công bằng**: Để trở thành tấm gương sáng, vị vua cần luôn hành xử với lòng từ bi, không thiên vị hay phân biệt đối xử, đảm bảo công bằng cho mọi người trong xã hội.
3. **Giữ lời hứa và trách nhiệm đối với dân chúng**: Một nhà lãnh đạo đáng tin cậy luôn thực hiện đúng những lời hứa với dân chúng và chịu trách nhiệm với mọi quyết định của mình, không thoái thác khi gặp khó khăn.
4. **Bảo vệ công lý và quyền lợi của người dân**: Chuyển Luân Thánh Vương cần kiên quyết bảo vệ công lý, không để những hành vi bất công và xâm phạm quyền lợi xảy ra trong xã hội, tạo ra một môi trường sống an toàn và bình đẳng.
5. **Sống giản dị và biết đủ**: Để trở thành một hình mẫu, vị vua cần từ bỏ tham vọng cá nhân, sống giản dị và biết đủ, không lạm dụng quyền lực hay tìm kiếm lợi ích riêng cho bản thân.
6. **Khuyến khích sự phát triển đạo đức và trí tuệ trong cộng đồng**: Chuyển Luân Thánh Vương cần quan tâm đến việc giáo dục và phát triển đạo đức, trí tuệ của dân chúng, khuyến khích họ sống theo các giá trị nhân văn.
7. **Hỗ trợ và chăm sóc những người khó khăn**: Một lãnh đạo mẫu mực luôn biết chăm sóc và giúp đỡ những người yếu thế, người gặp khó khăn, đảm bảo rằng không ai bị bỏ rơi hoặc thiếu thốn trong cộng đồng.
8. **Thực hành lòng khoan dung và tha thứ**: Chuyển Luân Thánh Vương nên thể hiện lòng khoan dung với những sai lầm của người khác, giúp họ sửa chữa và cải thiện, thay vì chỉ trừng phạt khắc nghiệt.

9. **Giữ gìn sự hòa bình và ổn định xã hội**: Vị vua cần chủ động giải quyết mâu thuẫn và tránh xa bạo lực, luôn tìm kiếm giải pháp hòa bình để giữ cho xã hội an lạc và ổn định.
10. **Thể hiện sự kiên nhẫn và sáng suốt**: Cuối cùng, vị vua cần có sự kiên nhẫn và sáng suốt trong mọi tình huống, biết lắng nghe và thấu hiểu, từ đó đưa ra những quyết định có lợi nhất cho toàn xã hội.

Tổng kết:
Để trở thành tấm gương sáng về đạo đức và trách nhiệm, Chuyển Luân Thánh Vương cần duy trì Chánh Pháp, hành xử với từ bi và công bằng, sống giản dị, và luôn hỗ trợ cộng đồng, từ đó xây dựng một xã hội an lành và gương mẫu cho dân chúng noi theo.

12. Sự hòa bình và hưng thịnh của một xã hội có thể phụ thuộc hoàn toàn vào người lãnh đạo không, hay còn yếu tố nào khác?
Dưới đây là câu trả lời cho câu hỏi "Sự hòa bình và hưng thịnh của một xã hội có thể phụ thuộc hoàn toàn vào người lãnh đạo không, hay còn yếu tố nào khác?" với các điểm mấu chốt theo thứ tự:

1. **Vai trò quyết định của người lãnh đạo**: Người lãnh đạo đóng vai trò quan trọng trong việc định hình và duy trì hòa bình, hưng thịnh của xã hội, vì họ đặt ra các chính sách, định hướng và là tấm gương về đạo đức cho dân chúng.
2. **Sự đóng góp của từng cá nhân trong xã hội**: Mỗi cá nhân trong xã hội cũng có trách nhiệm tuân theo Chánh Pháp và sống đạo đức. Sự hòa bình và hưng thịnh phụ thuộc vào ý thức và hành động của toàn cộng đồng, không chỉ của người lãnh đạo.
3. **Giáo dục và truyền bá đạo đức**: Hệ thống giáo dục có vai trò quan trọng trong việc nâng cao nhận thức và giáo dục đạo đức cho mọi người, từ đó xây dựng một cộng đồng văn minh, đoàn kết và tôn trọng lẫn nhau.
4. **Các giá trị văn hóa và truyền thống**: Giá trị văn hóa và truyền thống đạo đức của xã hội cũng góp phần duy trì sự hòa bình. Khi mọi người được thừa hưởng và duy trì những giá trị tốt đẹp này, xã hội sẽ ổn định và phát triển hài hòa.
5. **Sự công bằng và hệ thống pháp luật mạnh mẽ**: Hệ thống pháp luật công bằng, minh bạch sẽ bảo vệ quyền lợi của mọi cá nhân, giúp ngăn ngừa các hành vi bất công, bạo lực và tạo nền tảng cho một xã hội ổn định.
6. **Khuyến khích lòng từ bi và lòng nhân ái**: Một xã hội mà các giá trị từ bi và lòng nhân ái được lan tỏa sẽ hạn chế xung đột và bạo lực, từ đó giữ gìn hòa bình và tạo điều kiện cho sự thịnh vượng.
7. **Phát triển kinh tế bền vững**: Nền kinh tế ổn định và bền vững giúp giảm thiểu xung đột và bất mãn trong cộng đồng, tạo điều kiện để xã hội hưng thịnh lâu dài.
8. **Sự tham gia và đồng thuận của cộng đồng**: Hòa bình và thịnh vượng chỉ có thể đạt được khi có sự tham gia tích cực và đồng thuận của mọi người. Mỗi cá nhân đều có vai trò đóng góp vào sự ổn định chung.

9. **Hỗ trợ lẫn nhau trong cộng đồng**: Khi các thành viên trong xã hội sẵn lòng giúp đỡ và hỗ trợ lẫn nhau, nhất là trong thời gian khó khăn, sự hòa bình và ổn định sẽ được củng cố, bất kể vai trò của lãnh đạo.
10. **Sự bảo vệ và phát triển môi trường sống**: Cuối cùng, bảo vệ và phát triển môi trường sống bền vững cũng đóng vai trò quan trọng trong sự hưng thịnh lâu dài của xã hội, giúp đảm bảo sự sống còn và phồn thịnh cho các thế hệ tương lai.

Tổng kết:

Mặc dù người lãnh đạo đóng vai trò rất quan trọng, sự hòa bình và hưng thịnh của một xã hội không thể chỉ phụ thuộc vào họ mà còn cần sự đóng góp của mọi cá nhân, nền tảng giáo dục, hệ thống pháp luật, giá trị văn hóa, kinh tế và sự đoàn kết trong cộng đồng.

13. Làm thế nào để một cá nhân duy trì Chánh Pháp khi sống trong một xã hội suy thoái?

Dưới đây là câu trả lời cho câu hỏi "Làm thế nào để một cá nhân duy trì Chánh Pháp khi sống trong một xã hội suy thoái?" với các điểm mấu chốt theo thứ tự:

1. **Giữ vững niềm tin vào Chánh Pháp**: Cá nhân cần duy trì niềm tin vững chắc vào Chánh Pháp và hiểu rằng dù hoàn cảnh xung quanh có suy thoái, họ vẫn có thể sống đúng đắn theo các giá trị đạo đức.
2. **Tu tập tự thân**: Thực hành Chánh Pháp không chỉ là tuân theo các nguyên tắc bên ngoài mà còn là rèn luyện tự thân qua việc tu dưỡng từ bi, trí tuệ và sự kiên nhẫn.
3. **Tránh xa các tác động tiêu cực**: Cá nhân cần tránh xa những tác động tiêu cực, như nhóm người không đạo đức hoặc môi trường dễ gây ảnh hưởng xấu, để không bị cuốn theo sự suy thoái.
4. **Tìm kiếm cộng đồng cùng chí hướng**: Kết nối với những người cùng lý tưởng sẽ giúp cá nhân có thêm động lực duy trì Chánh Pháp và tạo ra môi trường hỗ trợ nhau cùng phát triển.
5. **Thực hành từ bi và lòng vị tha**: Trong xã hội suy thoái, cá nhân có thể đóng góp tích cực bằng cách thực hành lòng từ bi và giúp đỡ những người khó khăn, lan tỏa những giá trị tốt đẹp.
6. **Giữ chính niệm và tỉnh thức trong mọi hành động**: Cá nhân cần duy trì chính niệm và tỉnh thức để ý thức rõ ràng về mọi hành động, lời nói, từ đó tránh bị ảnh hưởng bởi những yếu tố tiêu cực xung quanh.
7. **Thường xuyên quán chiếu và tự kiểm điểm**: Tự đánh giá và quán chiếu về hành động, suy nghĩ sẽ giúp cá nhân nhận ra những chỗ cần cải thiện và giữ gìn Chánh Pháp trong mọi tình huống.
8. **Lan tỏa giá trị của Chánh Pháp bằng hành động**: Thay vì chỉ nói về Chánh Pháp, cá nhân có thể lan tỏa giá trị này qua hành động thực tế, trở thành tấm gương sống cho người khác noi theo.
9. **Tìm nguồn cảm hứng và học hỏi từ các bậc thiện tri thức**: Tham khảo và học hỏi từ các bậc thiện tri thức sẽ giúp cá nhân có thêm nguồn động lực và trí tuệ để đối mặt với xã hội suy thoái.

10. **Kiên định và nhẫn nại trong thử thách**: Cuối cùng, cần kiên định và nhẫn nại khi đối mặt với nghịch cảnh, giữ vững lòng tin vào Chánh Pháp và biết rằng mọi khó khăn đều có thể vượt qua.

Tổng kết:

Để duy trì Chánh Pháp trong xã hội suy thoái, cá nhân cần giữ vững niềm tin, thực hành chính niệm, kết nối với cộng đồng cùng chí hướng, thực hành từ bi, và kiên định với đạo đức của mình, từ đó có thể sống đúng đắn và lan tỏa giá trị tích cực cho xã hội.

14. Vì sao Đức Phật xem việc quay về với Chánh Pháp là phương cách duy nhất để tái thiết xã hội?

1. **Chánh Pháp là nền tảng đạo đức**: Chánh Pháp cung cấp các nguyên tắc đạo đức căn bản để xây dựng một xã hội an bình, công bằng và hòa hợp. Khi xã hội dựa trên Chánh Pháp, mọi người đều hướng đến sống thiện lành và giảm thiểu các hành vi gây tổn hại.
2. **Ngăn ngừa tham lam, sân hận và si mê**: Quay về với Chánh Pháp giúp mọi người tránh xa tham lam, sân hận và si mê, những yếu tố chính gây ra xung đột và hỗn loạn trong xã hội. Nhờ đó, các hành vi bạo lực và bất công sẽ dần biến mất.
3. **Tạo nên một môi trường công bằng và tôn trọng lẫn nhau**: Chánh Pháp nhấn mạnh vào sự công bằng và tôn trọng quyền lợi của mọi người. Khi các giá trị này được duy trì, xã hội sẽ trở nên ổn định và không còn các hành vi phân biệt đối xử hay bất công.
4. **Khuyến khích lòng từ bi và trí tuệ**: Chánh Pháp dạy con người phát triển lòng từ bi và trí tuệ, giúp xây dựng một cộng đồng biết yêu thương và hỗ trợ lẫn nhau. Sự từ bi và trí tuệ là nền tảng vững chắc để tái thiết xã hội từ những bất ổn.
5. **Thay đổi từ gốc rễ các vấn đề xã hội**: Đức Phật thấy rằng chỉ có Chánh Pháp mới có thể thay đổi từ gốc rễ những vấn đề gây suy thoái, vì nó tác động vào tâm thức con người, giúp họ cải thiện bản thân và hành xử tốt đẹp hơn.
6. **Phát triển bền vững và lâu dài**: Sự tái thiết xã hội trên nền tảng Chánh Pháp không chỉ tạo ra sự ổn định tạm thời mà còn xây dựng sự phát triển bền vững và lâu dài, vì các giá trị đạo đức và nhân văn sẽ được duy trì từ thế hệ này sang thế hệ khác.
7. **Tạo niềm tin và đoàn kết trong cộng đồng**: Khi mọi người cùng quay về với Chánh Pháp, niềm tin giữa các thành viên trong xã hội được củng cố, tạo nên sự đoàn kết và gắn bó, giúp xã hội vượt qua khó khăn và xây dựng lại sự an lạc.
8. **Giúp con người sống có trách nhiệm với cộng đồng**: Chánh Pháp nhấn mạnh đến trách nhiệm cá nhân đối với cộng đồng, giúp mỗi người nhận thức rằng hành động của mình có tác động lên toàn xã hội, từ đó khuyến khích sống có trách nhiệm và biết chia sẻ.
9. **Ngăn chặn sự suy thoái và tạo điều kiện cho sự phát triển**: Đức Phật xem việc quay về với Chánh Pháp là cách duy nhất để chấm dứt sự suy

thoái và thiết lập điều kiện cần thiết cho xã hội phát triển ổn định và bền vững.

10. **Đạt được hạnh phúc và an lạc đích thực**: Chỉ có Chánh Pháp mới giúp con người đạt được hạnh phúc và an lạc đích thực, vì nó giúp loại bỏ khổ đau và xung đột từ bên trong, từ đó tạo nền tảng cho một xã hội hài hòa và thịnh vượng.

Tổng kết:

Đức Phật xem việc quay về với Chánh Pháp là phương cách duy nhất để tái thiết xã hội vì Chánh Pháp cung cấp nền tảng đạo đức, thúc đẩy từ bi và trí tuệ, giúp giải quyết tận gốc các vấn đề, tạo nên sự công bằng, đoàn kết và phát triển bền vững trong cộng đồng.

15. Nhân quả ảnh hưởng như thế nào đến sự phát triển bền vững và sự hài hòa trong cộng đồng?

1. **Định hướng hành vi cá nhân theo đạo đức**: Nhân quả khuyến khích mỗi cá nhân sống có đạo đức, vì họ biết rằng hành động thiện sẽ mang lại kết quả tốt và hành động ác sẽ dẫn đến hậu quả tiêu cực. Điều này giúp xây dựng một cộng đồng an toàn và có trật tự.
2. **Ngăn ngừa các hành vi gây tổn hại**: Hiểu biết về nhân quả giúp mọi người tránh xa những hành vi gây hại cho người khác và xã hội, như bạo lực, tham lam, và lừa dối, nhờ đó giảm thiểu xung đột và bất hòa.
3. **Khuyến khích lòng từ bi và chia sẻ**: Khi nhận thức rõ rằng hành động từ bi và sự chia sẻ sẽ mang lại phước lành cho bản thân và cộng đồng, mọi người có xu hướng giúp đỡ lẫn nhau, tạo nên một môi trường sống hài hòa và nhân ái.
4. **Tạo ra một nền tảng đạo đức chung**: Nguyên tắc nhân quả thiết lập một nền tảng đạo đức chung mà mọi người đều tuân theo, từ đó duy trì trật tự và công bằng trong cộng đồng, góp phần vào sự phát triển bền vững.
5. **Khuyến khích trách nhiệm cá nhân và tập thể**: Nhân quả nhắc nhở mỗi cá nhân về trách nhiệm của họ với xã hội, khuyến khích họ sống có trách nhiệm và biết rằng hành động của mình có thể ảnh hưởng đến cả cộng đồng.
6. **Đảm bảo sự công bằng tự nhiên**: Nhân quả đảm bảo rằng mọi người sẽ gặt kết quả từ chính hành động của mình. Sự công bằng này tạo nên niềm tin trong xã hội rằng không ai bị đối xử bất công, làm giảm thiểu xung đột và bất mãn.
7. **Giúp duy trì sự ổn định trong các mối quan hệ xã hội**: Nhân quả thúc đẩy các mối quan hệ tích cực, khi mọi người sống đúng đắn, biết kiềm chế, và không gây tổn hại đến nhau, tạo nên sự ổn định và hài hòa trong cộng đồng.
8. **Xây dựng niềm tin và đoàn kết trong xã hội**: Khi mọi người tin tưởng vào nhân quả, họ sẽ sống thành thật và có trách nhiệm, từ đó tăng cường niềm tin lẫn nhau và tạo ra sự đoàn kết trong cộng đồng.
9. **Thúc đẩy phát triển bền vững qua hành động tích cực**: Nhân quả khuyến khích mọi người thực hiện những hành động có lợi cho xã hội, như

bảo vệ môi trường, gìn giữ tài nguyên và giúp đỡ cộng đồng, từ đó đảm bảo phát triển bền vững.

10. **Giảm thiểu khổ đau và xung đột**: Khi mọi người sống hiểu biết và hành động theo nhân quả, khổ đau và xung đột sẽ giảm bớt, vì họ nhận thức được rằng hành vi tiêu cực sẽ mang lại đau khổ cho chính mình và cho cộng đồng.

Tổng kết:

Nhân quả ảnh hưởng mạnh mẽ đến sự phát triển bền vững và hài hòa trong cộng đồng bằng cách hướng dẫn hành vi đạo đức, khuyến khích trách nhiệm cá nhân, đảm bảo công bằng và xây dựng sự đoàn kết, tạo nên một xã hội ổn định, phát triển và tràn đầy nhân ái.

16. Giá trị của việc tu dưỡng đạo đức cá nhân và sống có trách nhiệm với xã hội được thể hiện ra sao trong kinh này?

1. **Đạo đức cá nhân là nền tảng của sự lãnh đạo lý tưởng**: Kinh nhấn mạnh rằng một lãnh đạo lý tưởng như Chuyển Luân Thánh Vương cần có đạo đức cá nhân vững chắc để duy trì Chánh Pháp và là tấm gương cho cộng đồng.
2. **Trách nhiệm của cá nhân đối với sự ổn định xã hội**: Mỗi cá nhân, đặc biệt là người lãnh đạo, cần nhận thức rằng hành động và đạo đức của mình sẽ ảnh hưởng đến sự ổn định và hài hòa trong xã hội, từ đó có trách nhiệm sống thiện lành.
3. **Thúc đẩy tinh thần từ bi và chia sẻ**: Kinh khuyến khích mọi người nuôi dưỡng lòng từ bi, luôn hỗ trợ và chia sẻ với người khác, vì đây là giá trị đạo đức giúp gắn kết xã hội và giảm thiểu khổ đau.
4. **Nhấn mạnh trách nhiệm trong việc bảo vệ Chánh Pháp**: Cá nhân có trách nhiệm duy trì và truyền bá Chánh Pháp, giúp cộng đồng sống theo các giá trị đạo đức, giảm thiểu các hành vi tiêu cực và xây dựng một xã hội công bằng.
5. **Đạo đức cá nhân tạo nền tảng cho sự phát triển bền vững**: Việc tu dưỡng đạo đức cá nhân không chỉ tốt cho bản thân mà còn giúp xã hội phát triển bền vững, vì một cộng đồng có đạo đức sẽ ít xung đột và bất ổn.
6. **Tránh xa tham lam và ích kỷ vì lợi ích chung**: Kinh nhấn mạnh giá trị của việc từ bỏ tham lam và sống có trách nhiệm, vì hành động ích kỷ sẽ gây hại cho cộng đồng, trong khi sống đạo đức sẽ mang lại lợi ích cho tất cả.
7. **Góp phần duy trì hòa bình xã hội**: Đạo đức cá nhân giúp giảm thiểu các hành vi gây tổn hại, đóng góp vào sự hòa bình, an lạc và phát triển của cộng đồng, từ đó mang lại môi trường sống an lành.
8. **Tạo ra niềm tin và đoàn kết trong cộng đồng**: Khi mỗi cá nhân sống có trách nhiệm và tuân theo đạo đức, sự tin tưởng và đoàn kết giữa các thành viên trong xã hội sẽ được củng cố, giúp xã hội trở nên hài hòa.
9. **Giúp mỗi cá nhân hoàn thiện bản thân**: Việc tu dưỡng đạo đức là cách để mỗi cá nhân không ngừng cải thiện bản thân, sống đúng đắn và ý nghĩa, không chỉ vì lợi ích riêng mà còn vì cộng đồng.

10. **Là nguồn động viên và tấm gương cho người khác**: Một người sống đạo đức và có trách nhiệm là tấm gương sáng cho những người xung quanh, khuyến khích họ sống thiện lành và giữ gìn Chánh Pháp.

Tổng kết:

Kinh "Chuyển Luân Thánh Vương Sư Tử Hống" nhấn mạnh giá trị của việc tu dưỡng đạo đức cá nhân và sống có trách nhiệm với xã hội, vì đây là nền tảng để xây dựng một cộng đồng hài hòa, ổn định và phát triển bền vững, đồng thời giúp mỗi cá nhân sống đúng đắn và ý nghĩa.

17. Hình ảnh bánh xe luân chuyển mang ý nghĩa gì trong bối cảnh xã hội ngày nay?

1. **Biểu tượng của sự vận hành không ngừng của xã hội**: Hình ảnh bánh xe luân chuyển tượng trưng cho sự liên tục và phát triển không ngừng của xã hội, nhắc nhở rằng mọi hành động và quyết định của cá nhân và cộng đồng đều tác động đến sự vận hành chung.
2. **Tính công bằng và cân bằng trong xã hội**: Bánh xe luân chuyển thể hiện ý nghĩa rằng xã hội chỉ ổn định và phát triển khi có sự công bằng và cân bằng, giống như bánh xe cần quay đều và không bị lệch để duy trì sự ổn định.
3. **Vai trò của Chánh Pháp trong duy trì trật tự**: Bánh xe luân chuyển là biểu tượng của Chánh Pháp, cho thấy rằng sự ổn định của xã hội phụ thuộc vào việc mọi người tuân theo đạo đức và nguyên tắc chung để duy trì trật tự và hòa bình.
4. **Mối liên kết giữa hành động cá nhân và cộng đồng**: Bánh xe luân chuyển nhắc nhở rằng hành động của mỗi cá nhân đều có ảnh hưởng đến toàn xã hội, và ngược lại, xã hội cũng ảnh hưởng đến cuộc sống của từng cá nhân, tạo thành một vòng tròn nhân quả.
5. **Sự phát triển bền vững dựa trên nền tảng đạo đức**: Bánh xe chỉ quay đều khi xã hội dựa trên nền tảng đạo đức vững chắc. Điều này nhắc nhở xã hội ngày nay cần chú trọng phát triển bền vững bằng cách duy trì các giá trị đạo đức.
6. **Biểu tượng của sự đổi mới và tiến bộ**: Bánh xe luân chuyển cũng đại diện cho sự tiến bộ và đổi mới không ngừng. Xã hội cần luôn thích nghi, học hỏi và cải thiện để tiến lên, nhưng cần giữ vững các nguyên tắc căn bản để không rơi vào suy thoái.
7. **Cảnh báo về sự lệch lạc khi thiếu Chánh Pháp**: Nếu bánh xe mất cân bằng hoặc lệch hướng, nó sẽ ngừng quay hoặc gây hại. Điều này nhắc nhở rằng khi xã hội thiếu Chánh Pháp, các giá trị đạo đức bị lơ là sẽ dẫn đến sự hỗn loạn và suy thoái.
8. **Sự đoàn kết và tương hỗ giữa các thành viên**: Bánh xe luân chuyển cũng nhấn mạnh tầm quan trọng của sự đoàn kết và tương hỗ, khi mọi thành phần xã hội cùng hoạt động vì lợi ích chung, tạo ra một vòng tròn hỗ trợ và phát triển bền vững.
9. **Tinh thần trách nhiệm của mỗi cá nhân trong xã hội**: Hình ảnh này cũng gợi lên ý thức trách nhiệm của mỗi cá nhân, rằng tất cả đều là một

phần trong sự vận hành chung, và mỗi hành động đều góp phần vào việc giữ cho bánh xe xã hội quay đều.

10. **Biểu tượng của sự hài hòa giữa cá nhân và tập thể**: Bánh xe luân chuyển nhấn mạnh rằng sự hài hòa giữa lợi ích cá nhân và lợi ích tập thể là yếu tố cốt lõi giúp xã hội phát triển trong ổn định và bền vững.

Tổng kết:

Trong bối cảnh xã hội ngày nay, hình ảnh bánh xe luân chuyển mang ý nghĩa về sự vận hành liên tục, trách nhiệm, công bằng và sự hài hòa giữa cá nhân và tập thể. Nó nhắc nhở chúng ta rằng sự ổn định và phát triển của xã hội phụ thuộc vào Chánh Pháp, sự đoàn kết và trách nhiệm của từng thành viên trong cộng đồng.

18. Những nguyên tắc nào từ Kinh Chuyển Luân Thánh Vương có thể giúp xây dựng một cộng đồng hiện đại bền vững và hài hòa?

1. **Duy trì Chánh Pháp trong mọi hành động**: Cộng đồng bền vững phải được xây dựng trên nền tảng Chánh Pháp, tức là duy trì đạo đức, công bằng và từ bi trong mọi quyết định và hành động của cá nhân lẫn tổ chức.
2. **Thực hành công bằng và minh bạch**: Sự công bằng là yếu tố then chốt để duy trì lòng tin và sự đoàn kết. Các nguyên tắc minh bạch và công bằng trong xã hội giúp mọi người cảm thấy được tôn trọng và khuyến khích họ đóng góp vào sự phát triển chung.
3. **Phát triển lòng từ bi và trí tuệ**: Kinh khuyến khích mọi người hành xử với lòng từ bi và trí tuệ, giúp giảm thiểu các xung đột và tạo ra một môi trường nhân ái, hài hòa, nơi các thành viên trong cộng đồng quan tâm và hỗ trợ lẫn nhau.
4. **Sống có trách nhiệm với cộng đồng**: Mỗi cá nhân đều có trách nhiệm không chỉ với bản thân mà còn với cộng đồng. Sống có trách nhiệm giúp cá nhân đóng góp vào sự ổn định và phát triển bền vững của xã hội.
5. **Tôn trọng quyền lợi và nghĩa vụ của mọi người**: Sự tôn trọng và bình đẳng trong xã hội đảm bảo rằng tất cả mọi người đều có cơ hội phát triển và đóng góp, giảm thiểu sự phân biệt đối xử và bất công.
6. **Khuyến khích sự đoàn kết và tương trợ**: Sự bền vững của cộng đồng đến từ sự đoàn kết và hỗ trợ lẫn nhau. Khi mọi người sẵn sàng giúp đỡ và hợp tác, cộng đồng sẽ phát triển mạnh mẽ và bền vững hơn.
7. **Kiềm chế tham lam và sống biết đủ**: Để đạt được sự hài hòa, mọi người cần học cách kiềm chế tham lam và sống biết đủ, không quá chú trọng vào lợi ích cá nhân mà biết hướng đến lợi ích chung.
8. **Giải quyết mâu thuẫn bằng hòa bình**: Kinh dạy về việc giải quyết xung đột một cách hòa bình, tôn trọng lẫn nhau và tránh xa bạo lực, điều này giúp giảm thiểu xung đột trong xã hội hiện đại.
9. **Xây dựng niềm tin thông qua đạo đức**: Khi mọi người sống và hành động theo đạo đức, niềm tin giữa các thành viên trong cộng đồng sẽ được củng cố, tạo ra một xã hội hài hòa, nơi mọi người tôn trọng và tin tưởng nhau.

10. **Hướng đến sự phát triển bền vững**: Cộng đồng cần có tầm nhìn dài hạn, xây dựng trên các giá trị đạo đức và trách nhiệm, để đảm bảo sự phát triển bền vững, không chỉ cho hiện tại mà còn cho tương lai.

Tổng kết:

Các nguyên tắc từ Kinh Chuyển Luân Thánh Vương như duy trì Chánh Pháp, thực hành công bằng, từ bi, trách nhiệm và sống biết đủ đều có thể giúp xây dựng một cộng đồng hiện đại bền vững và hài hòa, nơi mọi người sống trong niềm tin, đoàn kết và phát triển lâu dài.

19. Làm thế nào để người tu học có thể truyền bá Chánh Pháp một cách hiệu quả mà không cần đến quyền lực?

1. **Sống làm gương qua hành động thực tế**: Người tu học có thể truyền bá Chánh Pháp hiệu quả nhất bằng cách sống đúng theo Chánh Pháp, thể hiện đạo đức, lòng từ bi, và chính niệm trong mọi hành động, trở thành tấm gương cho người khác noi theo.
2. **Sử dụng lời nói chân thành và khiêm tốn**: Khi nói về Chánh Pháp, người tu học nên dùng lời lẽ chân thành, từ tốn, và không áp đặt. Sự khiêm tốn và chân thành trong cách diễn đạt sẽ giúp người nghe dễ tiếp nhận và hiểu sâu hơn.
3. **Truyền tải Chánh Pháp qua lòng từ bi và sự quan tâm**: Thực hành lòng từ bi và quan tâm đến người khác là một cách gián tiếp truyền bá Chánh Pháp. Khi người tu học đối xử tử tế và nhân ái, người xung quanh sẽ thấy giá trị của Chánh Pháp qua cách hành xử này.
4. **Giúp đỡ và hỗ trợ người khác khi cần**: Thực hành Chánh Pháp qua các hành động giúp đỡ những người gặp khó khăn sẽ truyền tải một thông điệp mạnh mẽ về tình yêu thương và sự sẻ chia, làm cho mọi người dễ dàng cảm nhận giá trị của Chánh Pháp.
5. **Giải thích Chánh Pháp bằng cách đơn giản và dễ hiểu**: Người tu học nên diễn đạt Chánh Pháp một cách đơn giản, dễ hiểu, và liên quan đến đời sống hàng ngày của người nghe, giúp họ cảm thấy gần gũi và thấy được lợi ích thực tiễn.
6. **Lắng nghe và thấu hiểu**: Khi truyền bá Chánh Pháp, người tu học cần lắng nghe và hiểu những khó khăn, thắc mắc của người khác để có thể đưa ra lời khuyên phù hợp, tạo sự tin tưởng và kết nối chân thành.
7. **Lan tỏa qua các hành động từ thiện và công tác xã hội**: Tham gia vào các hoạt động từ thiện, công tác xã hội là cách hiệu quả để truyền bá giá trị Chánh Pháp, thể hiện lòng từ bi và tạo ảnh hưởng tích cực đến cộng đồng.
8. **Khuyến khích tự thực hành và trải nghiệm**: Người tu học có thể khuyến khích người khác tự mình thực hành và trải nghiệm Chánh Pháp để thấy được lợi ích thực tế, thay vì chỉ nghe lý thuyết.
9. **Sử dụng các phương tiện truyền thông một cách tích cực**: Viết sách, bài viết, sử dụng mạng xã hội hay các phương tiện truyền thông khác để chia sẻ về Chánh Pháp một cách tích cực và xây dựng, giúp mở rộng tầm ảnh hưởng mà không cần đến quyền lực.

10. **Nuôi dưỡng lòng kiên nhẫn và không kỳ vọng kết quả ngay lập tức**: Người tu học cần hiểu rằng việc truyền bá Chánh Pháp là một quá trình lâu dài. Việc truyền tải hiệu quả sẽ đến khi có sự kiên nhẫn và không áp đặt, để mọi người tự nhận thức và tiếp nhận Chánh Pháp theo thời gian.

Tổng kết:

Người tu học có thể truyền bá Chánh Pháp một cách hiệu quả mà không cần đến quyền lực bằng cách sống gương mẫu, sử dụng lời nói chân thành, lắng nghe, tham gia công tác xã hội, và lan tỏa qua các phương tiện truyền thông, giúp người khác thấy được giá trị Chánh Pháp qua những hành động cụ thể và gần gũi.

20. Bài học lớn nhất từ Kinh Chuyển Luân Thánh Vương mà một người lãnh đạo hiện đại cần lưu tâm là gì?

1. **Lãnh đạo bằng đạo đức và trách nhiệm**: Bài học lớn nhất là một người lãnh đạo cần có đạo đức vững chắc và tinh thần trách nhiệm cao đối với cộng đồng, vì hành động và quyết định của họ ảnh hưởng sâu rộng đến xã hội.
2. **Duy trì và lan truyền Chánh Pháp**: Một người lãnh đạo lý tưởng cần duy trì Chánh Pháp, tức là tuân theo những nguyên tắc đạo đức, công bằng, và nhân ái, đồng thời truyền bá những giá trị này trong xã hội.
3. **Làm gương qua hành động công bằng và chính trực**: Người lãnh đạo cần làm gương qua hành xử công bằng, chính trực, không thiên vị hay lạm dụng quyền lực, để tạo nên niềm tin và sự tôn trọng từ cộng đồng.
4. **Hướng đến lợi ích chung thay vì lợi ích cá nhân**: Bài học nhấn mạnh rằng người lãnh đạo không nên đặt lợi ích cá nhân lên trên lợi ích chung, mà cần luôn hành động vì hạnh phúc và sự phát triển của cộng đồng.
5. **Thực hành lòng từ bi và kiềm chế tham vọng**: Người lãnh đạo hiện đại cần rèn luyện lòng từ bi và biết kiềm chế tham vọng, không để lòng tham chi phối, từ đó tạo nên một xã hội hài hòa và bền vững.
6. **Khuyến khích sự phát triển đạo đức và trí tuệ trong cộng đồng**: Một nhà lãnh đạo tốt biết quan tâm đến việc giáo dục và nâng cao đạo đức, trí tuệ cho cộng đồng, giúp xây dựng một xã hội văn minh và ổn định.
7. **Giải quyết mâu thuẫn bằng hòa bình**: Học theo Chuyển Luân Thánh Vương, người lãnh đạo nên giải quyết các xung đột một cách hòa bình và công bằng, tránh xa các biện pháp bạo lực, tạo nên sự ổn định và lòng tin trong xã hội.
8. **Xây dựng một xã hội công bằng và đoàn kết**: Bài học nhấn mạnh tầm quan trọng của sự công bằng và đoàn kết trong cộng đồng, và người lãnh đạo cần xây dựng điều này để tạo nên một xã hội vững mạnh.
9. **Nuôi dưỡng lòng kiên nhẫn và sự thấu hiểu**: Người lãnh đạo hiện đại cần kiên nhẫn lắng nghe và thấu hiểu những khó khăn của người dân, từ đó đưa ra các quyết định nhân ái và đúng đắn.
10. **Nhìn xa và hành động vì sự phát triển bền vững**: Cuối cùng, người lãnh đạo cần có tầm nhìn xa và hướng đến sự phát triển bền vững của xã hội, không chỉ chú trọng vào thành tựu ngắn hạn mà phải đảm bảo sự hài hòa và phồn thịnh lâu dài.

Tổng kết:

Bài học lớn nhất từ Kinh Chuyển Luân Thánh Vương dành cho người lãnh đạo hiện đại là lãnh đạo với đạo đức, trách nhiệm, lòng từ bi và tầm nhìn xa, luôn hướng đến lợi ích chung và sự phát triển bền vững của cộng đồng.

KINH 27:
KINH KHỞI THẾ NHÂN BỔN
(Aggañña Sutta)

I. GIỚI THIỆU TỔNG QUAN VỀ KINH KHỞI THẾ NHÂN BỔN

1. Giới thiệu chung về Kinh:

- **Vị trí của Kinh trong Trường Bộ Kinh**: Kinh Khởi Thế Nhân Bổn (Aggañña Sutta) là Kinh thứ 27 trong Trường Bộ Kinh, thuộc bộ sưu tập những kinh quan trọng và dài, chứa đựng những giáo lý sâu sắc của Đức Phật về nhiều khía cạnh của cuộc sống và vũ trụ.
- **Nội dung chính**: Đây là một kinh đặc biệt trong giáo lý của Phật giáo, trong đó Đức Phật giải thích nguồn gốc của xã hội loài người từ góc độ triết lý và đạo đức, qua đó phản ánh quan điểm của Ngài về sự hình thành và phát triển của các giai cấp xã hội.
- **Ý nghĩa tổng quát**: Thông qua Kinh Khởi Thế Nhân Bổn, Đức Phật muốn truyền đạt rằng giá trị của một con người không nằm ở giai cấp hay xuất thân mà ở đạo đức và hành động của họ. Đây là một giáo lý về sự bình đẳng và tầm quan trọng của đạo đức trong việc xây dựng xã hội.

2. Bối cảnh ra đời của Kinh:

- **Đối tượng nghe giảng**: Đức Phật thuyết giảng kinh này cho hai thanh niên thuộc giai cấp Bà-la-môn là Vāseṭṭha và Bhāradvāja. Họ đang tranh luận về giá trị và uy tín của giai cấp Bà-la-môn, một giai cấp vốn được xem là cao quý và có địa vị trong xã hội Ấn Độ thời bấy giờ.
- **Lý do giảng dạy**: Đức Phật muốn phá bỏ quan niệm cố định về giai cấp, đặc biệt là niềm tin rằng giai cấp Bà-la-môn có quyền lực tuyệt đối và quyền lực này được cho là từ nguồn gốc thiêng liêng. Ngài muốn nhấn mạnh rằng sự phân chia giai cấp là sản phẩm của xã hội và không quyết định giá trị đạo đức của con người.
- **Ý nghĩa bối cảnh xã hội**: Trong bối cảnh xã hội Ấn Độ lúc bấy giờ, quan niệm giai cấp rất mạnh mẽ và mang tính cố định. Đức Phật, thông qua kinh này, muốn phá bỏ rào cản về giai cấp, mở ra con đường bình đẳng cho tất cả mọi người, bất kể xuất thân.

3. Mục đích của Kinh:

- **Giải thích nguồn gốc và sự phát triển của xã hội**: Đức Phật giải thích sự hình thành và phát triển của xã hội từ một trạng thái khởi nguyên đơn giản, nơi mọi sinh vật đều bình đẳng và không phân chia giai cấp. Sự phân chia giai cấp chỉ xuất hiện khi con người phát sinh lòng tham và dục vọng.
- **Đưa ra cái nhìn đạo đức và triết lý về sự phân chia giai cấp**: Mục đích của kinh không chỉ là giải thích sự hình thành xã hội mà còn cho thấy rằng sự phân chia giai cấp không phải là điều cố định hay thiêng liêng. Đức

Phật chỉ ra rằng hành động đạo đức và trí tuệ mới là thước đo giá trị của một cá nhân, chứ không phải xuất thân hay địa vị xã hội.

- **Khuyến khích sự bình đẳng và từ bỏ chấp trước vào giai cấp**: Đức Phật muốn tất cả mọi người, bất kể thuộc giai cấp nào, có thể thấy rằng sự giác ngộ và an lạc là điều mà ai cũng có thể đạt được. Việc từ bỏ chấp trước vào giai cấp và địa vị xã hội là một phần quan trọng để đạt đến sự tự do và phát triển tâm linh.

Tổng kết:

Phần giới thiệu này giúp người đọc hiểu rõ về lý do và hoàn cảnh mà Đức Phật thuyết giảng Kinh Khởi Thế Nhân Bổn, mục đích của kinh trong việc truyền tải thông điệp về nguồn gốc xã hội, sự phân chia giai cấp, và nhấn mạnh giá trị của đạo đức và bình đẳng. Qua đó, người đọc sẽ có nền tảng để tiếp cận các nội dung chi tiết hơn trong kinh.

II. NỘI DUNG CHÍNH CỦA KINH KHỞI THẾ NHÂN BỔN

1.Nguồn gốc của vũ trụ và xã hội:

- **Mô tả sự khởi đầu của thế giới**:
  - Đức Phật giải thích rằng thế giới ban đầu chỉ tồn tại trong một trạng thái tĩnh lặng, chưa có hình thức vật chất hay sinh vật. Theo thời gian, do các điều kiện tự nhiên, các sinh vật dần dần xuất hiện, không mang hình thể rõ ràng và chưa bị chi phối bởi lòng tham, sân, si.
  - Trong trạng thái sơ khai này, không có sự phân chia hay xung đột. Các sinh vật sống trong một trạng thái an lạc và không bị ràng buộc bởi khái niệm về quyền sở hữu hay phân biệt cá nhân.
- **Tiến trình hình thành xã hội loài người**:
  - Khi các sinh vật bắt đầu phát triển khả năng cảm thụ, họ dần xuất hiện hình thể và cảm xúc, tạo nên sự khác biệt. Lòng tham bắt đầu xuất hiện khi sinh vật bị hấp dẫn bởi mùi vị và các hình thức vật chất khác, dẫn đến sự chiếm hữu và phân biệt.
  - Sự phân hóa này tạo điều kiện cho các cấu trúc xã hội sơ khai hình thành. Những sinh vật muốn có quyền lợi riêng, địa vị và sự bảo vệ cho những gì mình sở hữu, dẫn đến sự hình thành của xã hội và các cấp bậc khác nhau trong cộng đồng.

2.Sự xuất hiện của các giai cấp:

- **Nguyên nhân phân chia giai cấp**:
  - Đức Phật giải thích rằng sự phân chia giai cấp xuất phát từ lòng tham và sự phân biệt. Khi con người bắt đầu khao khát sở hữu và kiểm soát, họ tạo ra các nhóm với quyền lợi và nghĩa vụ riêng, dựa trên những gì họ sở hữu hoặc đóng góp.
  - Sự phân chia này không phải là điều tất yếu hay bản chất của con người mà là kết quả của những nhu cầu cá nhân và sự ích kỷ, dẫn đến các cấp bậc xã hội khác nhau.
- **Ý nghĩa của các giai cấp**:
  - Đức Phật nhấn mạnh rằng giai cấp chỉ là sản phẩm của xã hội và không phải là yếu tố quyết định giá trị của một con người. Theo quan điểm

của Ngài, sự phân chia giai cấp chỉ là một cách mà xã hội hình thành và tổ chức để đáp ứng các nhu cầu.
    - Đức Phật chỉ ra rằng giai cấp không quyết định được ai là người tốt hay xấu, cũng không quy định ai sẽ có đạo đức hay khả năng giác ngộ. Giá trị thực sự của con người đến từ hành động và đạo đức, không phụ thuộc vào xuất thân hay địa vị.

3. **Vai trò của đạo đức trong sự phát triển xã hội**:
    - **Đạo đức làm nền tảng cho sự an lạc**:
        - Đức Phật dạy rằng để xã hội phát triển một cách ổn định và an lạc, các cá nhân trong cộng đồng phải đặt đạo đức làm nền tảng cho mọi hành động và quyết định.
        - Theo Đức Phật, sự phân chia giai cấp không phải là yếu tố tạo ra an lạc và hòa bình trong xã hội; thay vào đó, hành động đạo đức và lòng từ bi của mỗi cá nhân mới là yếu tố quan trọng để xây dựng một xã hội hòa hợp và bền vững.
    - **Sự suy đồi của xã hội khi thiếu đạo đức**:
        - Khi đạo đức suy thoái và con người chỉ tập trung vào lợi ích cá nhân, xã hội sẽ nhanh chóng rơi vào bất ổn và xung đột. Sự xuất hiện của lòng tham, sân hận, và các hành động ích kỷ sẽ phá vỡ cấu trúc xã hội, gây ra các vấn đề như tranh chấp, bạo lực và bất công.
        - Đức Phật chỉ ra rằng lòng tham và sự suy đồi đạo đức là nguyên nhân dẫn đến sự suy thoái của xã hội, và do đó, đạo đức là yếu tố căn bản để giữ gìn sự ổn định.
4. **Bài học về sự bình đẳng**:
    - **Quan điểm bình đẳng của Đức Phật**:
        - Đức Phật khẳng định rằng tất cả mọi người đều có khả năng đạt đến giác ngộ, không phân biệt giai cấp hay địa vị. Ngài cho rằng giá trị của mỗi cá nhân không dựa trên xuất thân hay địa vị mà nằm ở đạo đức và trí tuệ của họ.
        - Quan điểm này phá bỏ sự cố chấp vào giai cấp và thúc đẩy mọi người sống với lòng từ bi và sự hiểu biết, vì ai cũng có khả năng đạt được sự an lạc và giác ngộ.
    - **Tầm quan trọng của từ bi và trí tuệ**:
        - Đức Phật khuyến khích con người phát triển từ bi và trí tuệ, hai phẩm chất cốt lõi giúp con người vượt qua các giới hạn của giai cấp và địa vị xã hội.
        - Thông qua từ bi và trí tuệ, mỗi cá nhân sẽ học cách nhìn nhận mọi người đều bình đẳng, không phân biệt và sống trong sự hòa hợp với những người xung quanh. Đây là nền tảng để xây dựng một xã hội đoàn kết và không bị chia rẽ bởi các định kiến.

Tổng kết:

Phần nội dung chính của **Kinh Khởi Thế Nhân Bổn** trình bày nguồn gốc của xã hội, sự xuất hiện của các giai cấp, vai trò của đạo đức trong sự phát triển xã hội, và bài học về bình đẳng. Đức Phật nhấn mạnh rằng giá trị của mỗi người không nằm ở xuất thân mà ở hành động và phẩm hạnh của họ. Sự bình đẳng, từ bi và trí tuệ là những yếu tố then chốt để xây dựng một cộng đồng hòa hợp và an lạc, vượt qua những rào cản về giai cấp và địa vị xã hội.

III. Ý NGHĨA VÀ BÀI HỌC TỪ KINH KHỞI THẾ NHÂN BỔN

1. **Bài học về nguồn gốc của khổ đau và sự giải thoát**:
   - **Sự tương tác giữa đạo đức và khổ đau**:
     - Đức Phật nhấn mạnh rằng sự suy đồi đạo đức là nguyên nhân chính gây ra khổ đau trong xã hội. Khi con người sống dựa trên lòng tham, ích kỷ và phân biệt đối xử, xã hội sẽ rơi vào bất ổn, xung đột và khổ đau.
     - Mối liên hệ giữa sự suy đồi đạo đức và khổ đau cho thấy rằng khổ đau không chỉ là kết quả của các điều kiện vật chất mà còn bắt nguồn từ lối sống và hành vi của con người. Sự suy đồi đạo đức dẫn đến khổ đau lan rộng, không chỉ cho cá nhân mà cho toàn xã hội.
   - **Giải thoát qua tu dưỡng đạo đức**:
     - Đức Phật chỉ ra rằng để đạt đến giải thoát, con người cần thực hành đạo đức và phát triển trí tuệ. Sự tu dưỡng đạo đức giúp con người kiểm soát tham sân si, tạo điều kiện cho tâm trí bình an và an lạc.
     - Thông qua đạo đức, người tu học không chỉ đạt được sự an lạc nội tâm mà còn đóng góp vào sự bình yên và hạnh phúc của xã hội. Sự thực hành đạo đức là con đường trực tiếp dẫn đến giải thoát khỏi khổ đau và đạt được sự bình an trong cuộc sống.
2. **Thông điệp bình đẳng và sự không cố chấp về giai cấp**:
   - **Bài học về bình đẳng**:
     - Kinh Khởi Thế Nhân Bổn khẳng định rằng tất cả con người đều bình đẳng về khả năng tu học và đạt giác ngộ. Không có ai sinh ra đã cao quý hay thấp kém chỉ vì địa vị xã hội của họ. Sự bình đẳng này vượt qua các quan niệm giai cấp và địa vị xã hội cố định.
     - Mỗi người đều có tiềm năng đạt được giác ngộ thông qua việc tu tập đạo đức và trí tuệ. Quan điểm bình đẳng này thể hiện lòng từ bi và sự tôn trọng của Phật giáo đối với mọi chúng sinh, khẳng định rằng giá trị con người không phụ thuộc vào giai cấp.
   - **Sự phá vỡ các quan niệm xã hội cố định**:
     - Đức Phật khuyến khích người tu học thoát khỏi các quan niệm cố định về giai cấp và địa vị xã hội để đạt được tự do tâm linh. Ngài khuyên rằng để giải thoát tâm thức, cần từ bỏ những định kiến gắn liền với giai cấp, vượt qua giới hạn mà xã hội đặt ra.
     - Việc từ bỏ sự cố chấp vào giai cấp giúp con người mở rộng lòng từ bi và phát triển trí tuệ, không bị ràng buộc bởi quan điểm xã hội mà sống tự do, hướng đến giác ngộ và an lạc.
3. **Ứng dụng của Kinh trong đời sống hiện đại**:
   - **Bài học về bình đẳng và sự tôn trọng lẫn nhau**:
     - Trong đời sống hiện đại, bài học về bình đẳng trong Kinh Khởi Thế Nhân Bổn nhắc nhở rằng giá trị con người không nên được đánh giá

dựa trên địa vị xã hội, tài sản hay xuất thân mà trên phẩm chất đạo đức và hành vi của họ.
  - Thực hành tôn trọng lẫn nhau và không phân biệt đối xử là cách để xây dựng một xã hội công bằng, nơi mọi người cảm thấy được trân trọng và khuyến khích phát triển bản thân.
- **Xây dựng cộng đồng hòa hợp**:
  - Kinh Khởi Thế Nhân Bổn dạy rằng cộng đồng sẽ trở nên hòa hợp và bền vững khi các cá nhân thực hành từ bi và trí tuệ. Lòng từ bi giúp tạo ra sự kết nối và sự quan tâm giữa các thành viên, còn trí tuệ giúp họ xử lý xung đột một cách hòa bình và hiệu quả.
  - Để xây dựng một cộng đồng bền vững, mỗi người cần tu dưỡng đạo đức, từ bi và trí tuệ, xem mọi người đều là bình đẳng, từ đó tạo nên môi trường an lạc và giảm thiểu mâu thuẫn.

Tổng kết:

Phần ý nghĩa và bài học từ Kinh Khởi Thế Nhân Bổn nhấn mạnh các nguyên tắc về nguồn gốc khổ đau, vai trò của đạo đức trong sự giải thoát, thông điệp bình đẳng và sự không cố chấp về giai cấp. Bài học này có ý nghĩa quan trọng trong đời sống hiện đại, giúp chúng ta xây dựng một xã hội tôn trọng lẫn nhau và hòa hợp thông qua việc thực hành từ bi và trí tuệ.

IV. KẾT LUẬN VÀ TÓM TẮT VỀ KINH KHỞI THẾ NHÂN BỔN

1. **Tóm tắt lại các điểm chính**:
   - **Nguồn gốc xã hội và sự hình thành các giai cấp**: Kinh Khởi Thế Nhân Bổn giải thích quá trình hình thành xã hội và các giai cấp như một sản phẩm của sự phát triển tự nhiên, dựa trên nhu cầu và lòng tham của con người, chứ không phải là yếu tố cố định hay thiêng liêng.
   - **Vai trò của đạo đức trong sự phát triển xã hội**: Đức Phật nhấn mạnh rằng đạo đức là yếu tố quyết định cho sự an lạc và hòa bình của xã hội. Sự suy đồi đạo đức dẫn đến khổ đau và bất ổn, trong khi sự phát triển đạo đức là con đường để đạt được hạnh phúc và sự ổn định.
   - **Bài học về bình đẳng**: Kinh truyền tải thông điệp rằng giá trị con người không phụ thuộc vào xuất thân hay giai cấp, mà vào hành động đạo đức và trí tuệ của họ. Mọi người đều có khả năng đạt giác ngộ và được đối xử bình đẳng.
2. **Thông điệp chính của Kinh**:
   - **Đạo đức và trí tuệ là nền tảng quan trọng**: Kinh Khởi Thế Nhân Bổn khẳng định rằng đạo đức và trí tuệ có ý nghĩa quan trọng hơn bất kỳ định kiến hay quan niệm xã hội nào về giai cấp. Đây là những giá trị vững bền tạo nên sự hòa hợp và an lạc, giúp con người phát triển một cách tự do và công bằng.
   - **Tầm quan trọng của từ bi và trí tuệ vượt qua giới hạn giai cấp**: Đức Phật dạy rằng từ bi và trí tuệ không chỉ giúp mỗi người sống tốt hơn mà còn giúp phá vỡ những định kiến xã hội, tạo nên một xã hội công bằng và hòa bình, nơi tất cả mọi người đều có cơ hội phát triển bản thân và đạt được giác ngộ.

3. **Lời nhắn gửi cho người đọc:**
   - **Khuyến khích suy ngẫm về vai trò của đạo đức**: Người đọc được mời gọi suy ngẫm về vai trò của đạo đức trong cuộc sống cá nhân và xã hội. Đạo đức không chỉ là nền tảng để sống an lạc mà còn là yếu tố bảo vệ xã hội khỏi sự suy thoái.
   - **Thực hành từ bi và trí tuệ để đạt an lạc**: Thông điệp từ Kinh nhắc nhở rằng, khi mỗi người thực hành từ bi và trí tuệ, không chỉ cá nhân đạt được an lạc mà còn góp phần vào sự hòa bình và phát triển của cộng đồng.
   - **Xây dựng một xã hội bình đẳng và hòa hợp**: Cuối cùng, kinh gửi gắm thông điệp rằng sự bình đẳng không chỉ là lý tưởng mà là một điều cần thực hiện để đạt đến tự do tâm linh và hạnh phúc. Việc từ bỏ các định kiến xã hội và thực hành đạo đức là cách để xây dựng một xã hội hài hòa, nơi mọi người đều được đối xử công bằng và có cơ hội phát triển.

Tổng kết:
Phần kết luận giúp người đọc nắm vững những thông điệp trọng yếu của Kinh Khởi Thế Nhân Bổn, từ vai trò của đạo đức và bình đẳng đến tầm quan trọng của từ bi và trí tuệ trong cuộc sống hàng ngày. Những lời nhắn gửi ở cuối giúp truyền cảm hứng để người đọc suy ngẫm và thực hành, nhằm xây dựng một cuộc sống an lạc cho chính mình và góp phần vào một cộng đồng hòa bình và bền vững.

V. VẤN ĐÁP VỀ KINH KHỞI THẾ NHÂN BỔN

1. Tại sao Đức Phật lại xem nguồn gốc xã hội loài người như một quá trình tự nhiên, thay vì là điều thiêng liêng?
Đức Phật xem nguồn gốc xã hội loài người như một quá trình tự nhiên vì một số lý do chính sau:

1. **Giải thích quá trình hình thành mà không gắn với sự can thiệp siêu nhiên**: Đức Phật muốn trình bày nguồn gốc xã hội và vũ trụ như kết quả của sự phát triển tự nhiên, tránh gắn kết với các yếu tố thần thánh hay quyền năng siêu nhiên. Quan điểm này giúp con người hiểu rằng sự hình thành xã hội là do những yếu tố tự nhiên, không phải do định mệnh hay ý muốn của các thần linh.
2. **Tập trung vào đạo đức và hành động của con người**: Thay vì coi xã hội là điều thiêng liêng và cố định, Đức Phật nhấn mạnh rằng xã hội là sản phẩm của những hành động và quyết định của con người. Điều này cho thấy rằng con người có khả năng cải thiện và thay đổi xã hội thông qua đạo đức và hành vi đúng đắn.
3. **Phản ánh tính vô thường và khả năng biến đổi của xã hội**: Bằng cách xem nguồn gốc xã hội như một quá trình tự nhiên, Đức Phật cho thấy rằng xã hội không cố định hay vĩnh viễn. Tất cả đều có tính chất vô thường và thay đổi theo thời gian. Điều này khuyến khích con người linh hoạt và sẵn sàng cải thiện xã hội khi cần thiết.
4. **Chống lại quan niệm về quyền lực thiêng liêng**: Quan điểm này phá bỏ niềm tin rằng một số giai cấp hay tầng lớp xã hội có quyền lực thiêng liêng hay quyền được sinh ra để cai trị người khác. Đức Phật muốn nhấn mạnh

rằng không có giai cấp nào có giá trị tuyệt đối, và giá trị thực sự đến từ đạo đức và trí tuệ của mỗi cá nhân.

5. **Đề cao khả năng tự thân của con người**: Việc xem xã hội là một quá trình tự nhiên khuyến khích con người nhận thức rằng họ có quyền và trách nhiệm trong việc cải tạo xã hội. Điều này giúp họ tự chủ hơn, thay vì phụ thuộc vào một quyền lực thiêng liêng nào đó để điều khiển cuộc sống của mình.
6. **Truyền tải thông điệp về bình đẳng**: Quan điểm của Đức Phật giúp nhấn mạnh sự bình đẳng giữa các cá nhân trong xã hội, vì tất cả đều là một phần của quá trình tự nhiên này. Không ai sinh ra cao quý hơn hay thấp kém hơn người khác; tất cả đều có cơ hội như nhau trong việc tu dưỡng đạo đức và đạt được giác ngộ.

Tổng kết:

Bằng cách xem nguồn gốc xã hội loài người như một quá trình tự nhiên, Đức Phật đã đưa ra một cái nhìn thực tế và bình đẳng về xã hội. Điều này giúp con người tập trung vào việc cải thiện đạo đức cá nhân và xây dựng một xã hội công bằng hơn, thay vì phụ thuộc vào các quyền lực thiêng liêng hay các quy định cố định về giai cấp.

2. Theo Kinh Khởi Thế Nhân Bổn, lòng tham có vai trò gì trong sự hình thành các giai cấp và cấu trúc xã hội?

Theo **Kinh Khởi Thế Nhân Bổn**, lòng tham đóng vai trò quan trọng trong sự hình thành các giai cấp và cấu trúc xã hội. Đức Phật mô tả rằng sự phát triển của lòng tham chính là một trong những yếu tố dẫn đến sự phân chia và hình thành các tầng lớp xã hội, cụ thể qua những điểm sau:

1. **Khởi đầu của sự phân biệt và chiếm hữu**: Ban đầu, khi xã hội chưa phát triển lòng tham, mọi người sống hòa hợp và không có khái niệm về chiếm hữu hay phân biệt. Tuy nhiên, khi lòng tham phát sinh, con người bắt đầu có mong muốn chiếm hữu những nguồn tài nguyên và vật chất riêng biệt. Điều này khởi đầu cho việc tạo ra sự phân biệt giữa những người có và không có.
2. **Phát sinh nhu cầu bảo vệ tài sản và quyền lợi**: Lòng tham dẫn đến việc con người muốn bảo vệ những gì mình sở hữu. Để làm được điều này, họ hình thành các nhóm và phân chia vai trò để duy trì quyền lợi của mình. Đây là sự khởi đầu của các cấu trúc xã hội và hệ thống quyền lực để bảo vệ tài sản và lợi ích cá nhân.
3. **Xuất hiện sự phân chia vai trò và trách nhiệm**: Để duy trì quyền lợi và bảo vệ các nguồn lực, các nhóm xã hội bắt đầu phân chia vai trò và trách nhiệm. Sự phân chia này dần dần dẫn đến sự hình thành các giai cấp xã hội khác nhau, với những vai trò cụ thể như lãnh đạo, bảo vệ, hay lao động.
4. **Tăng cường khoảng cách xã hội**: Khi lòng tham lớn dần, sự phân chia giai cấp càng trở nên rõ rệt, tạo ra khoảng cách lớn hơn giữa những nhóm người giàu có và quyền lực với những người nghèo khó hoặc ít quyền lực hơn. Điều này dẫn đến sự bất bình đẳng và khoảng cách xã hội ngày càng tăng trong cộng đồng.

5. **Hệ quả là sự bất ổn và xung đột**: Lòng tham không chỉ gây ra sự phân chia giai cấp mà còn làm gia tăng xung đột và bất hòa trong xã hội. Những người có quyền lực muốn bảo vệ địa vị và lợi ích, trong khi những người yếu thế hoặc thiếu quyền lực phải chịu sự bất công. Điều này tạo ra mâu thuẫn và sự bất ổn trong cộng đồng.
6. **Lòng tham làm lu mờ đạo đức**: Sự chi phối của lòng tham làm suy yếu các giá trị đạo đức và lòng từ bi. Thay vì hành động vì lợi ích chung, các cá nhân và nhóm xã hội tập trung vào việc bảo vệ quyền lợi riêng, gây ra sự suy thoái đạo đức và sự hỗn loạn trong cấu trúc xã hội.

Tổng kết:

Kinh Khởi Thế Nhân Bổn cho thấy rằng lòng tham là một động lực chính trong việc hình thành các giai cấp và cấu trúc xã hội, nhưng đồng thời cũng là nguyên nhân của sự bất bình đẳng, xung đột và suy thoái đạo đức. Đức Phật muốn nhấn mạnh rằng lòng tham là yếu tố tiêu cực cần kiểm soát để đạt được sự bình đẳng và hòa hợp trong xã hội.

3. Đức Phật giải thích mối liên hệ nào giữa sự suy đồi đạo đức và khổ đau của xã hội?

Đức Phật giải thích rằng có một mối liên hệ chặt chẽ giữa sự suy đồi đạo đức và khổ đau trong xã hội. Theo Kinh Khởi Thế Nhân Bổn, khi đạo đức suy thoái, các hệ quả tiêu cực nhanh chóng lan rộng trong cộng đồng, tạo ra những nguyên nhân dẫn đến khổ đau cho cả cá nhân và tập thể. Cụ thể, mối liên hệ này được thể hiện qua các điểm sau:

1. **Suy đồi đạo đức dẫn đến lòng tham, sân hận và ích kỷ**: Khi đạo đức cá nhân bị suy giảm, con người dễ bị chi phối bởi lòng tham, sân hận và ích kỷ. Những cảm xúc tiêu cực này trở thành nguyên nhân gốc rễ của những hành vi gây tổn hại cho người khác, gây ra bất công và mâu thuẫn trong xã hội.
2. **Gia tăng hành vi xấu và bạo lực**: Sự suy thoái đạo đức dẫn đến việc con người trở nên thờ ơ với những giá trị đạo đức như từ bi, trung thực, và công bằng. Họ sẵn sàng thực hiện các hành vi bạo lực, lừa dối, và tham lam để đạt được mục đích cá nhân, tạo nên một xã hội đầy rẫy xung đột và bất ổn.
3. **Mất niềm tin và sự gắn kết xã hội**: Khi đạo đức suy đồi, niềm tin giữa các cá nhân và các nhóm trong xã hội bị suy giảm. Sự thiếu tin tưởng lẫn nhau làm mất đi sự gắn kết và đoàn kết trong cộng đồng, khiến xã hội dễ rơi vào tình trạng phân rã và thiếu sự hỗ trợ lẫn nhau.
4. **Tạo ra bất công và phân biệt đối xử**: Suy thoái đạo đức dẫn đến các hành vi không công bằng và phân biệt đối xử. Những người có quyền lực lợi dụng địa vị để bóc lột và chèn ép người yếu thế, trong khi người nghèo khó hoặc yếu kém phải gánh chịu hậu quả. Sự bất công này tạo ra khổ đau và cảm giác bất mãn trong cộng đồng.

5. **Suy giảm hạnh phúc và an lạc**: Khi đạo đức bị suy đồi, con người đánh mất những giá trị cốt lõi giúp mang lại hạnh phúc như lòng từ bi, sự tha thứ và hòa hợp. Thay vào đó, họ sống trong lo âu, sợ hãi và cạnh tranh, làm mất đi an lạc và hạnh phúc chân thật, dẫn đến khổ đau kéo dài.
6. **Sự xuống dốc của xã hội và nền văn hóa**: Đạo đức là nền tảng để duy trì một xã hội văn minh và phát triển bền vững. Khi đạo đức suy thoái, các giá trị văn hóa và truyền thống tốt đẹp cũng dần mất đi, khiến xã hội trở nên suy đồi, hỗn loạn và thiếu định hướng.
7. **Khổ đau của tập thể lẫn cá nhân**: Đức Phật nhấn mạnh rằng sự suy đồi đạo đức không chỉ gây khổ đau cho cá nhân mà còn ảnh hưởng đến toàn xã hội. Khi mỗi cá nhân không còn hành xử đạo đức, khổ đau sẽ lan rộng, ảnh hưởng đến cả cộng đồng và tạo ra một môi trường sống đầy bất ổn và áp lực.

Tổng kết:

Đức Phật giải thích rằng sự suy đồi đạo đức là nguồn gốc của khổ đau và bất hạnh trong xã hội. Khi con người từ bỏ các giá trị đạo đức, họ không chỉ gây tổn hại cho bản thân mà còn tạo ra một xã hội đầy rẫy xung đột, bất công và đau khổ. Việc tu dưỡng đạo đức là con đường duy nhất để xóa bỏ khổ đau và xây dựng một cộng đồng an lạc, hài hòa.

4. Làm thế nào mà sự phân chia giai cấp lại dẫn đến bất công và xung đột trong xã hội?

Sự phân chia giai cấp dẫn đến bất công và xung đột trong xã hội qua những cơ chế sau:

1. **Tạo ra sự bất bình đẳng về quyền lợi và cơ hội**: Khi xã hội phân chia giai cấp, một số nhóm người có quyền lợi và đặc quyền vượt trội hơn các nhóm khác, trong khi những người thuộc giai cấp thấp thường bị giới hạn về cơ hội tiếp cận giáo dục, tài nguyên, và công việc. Sự chênh lệch này gây bất công trong việc phát triển và làm nảy sinh sự ganh đua và mâu thuẫn.
2. **Hình thành định kiến và phân biệt đối xử**: Các giai cấp thường đi kèm với những định kiến cố định, khiến con người hình thành quan niệm về giá trị và địa vị của từng nhóm. Những người thuộc giai cấp cao có thể khinh miệt giai cấp thấp, trong khi những người thuộc giai cấp thấp thường phải chịu đựng sự phân biệt đối xử và định kiến tiêu cực. Điều này làm tổn thương lòng tự trọng và gây ra mâu thuẫn giữa các nhóm.
3. **Duy trì lợi ích riêng của giai cấp cao**: Các nhóm giai cấp cao thường nắm quyền lực và sử dụng vị thế để duy trì lợi ích cá nhân, không công bằng với giai cấp thấp. Họ có thể lợi dụng quyền lực để đặt ra các quy định, luật lệ có lợi cho bản thân, khiến giai cấp thấp bị thiệt thòi, từ đó làm gia tăng bất mãn và khổ đau trong cộng đồng.
4. **Khuyến khích bóc lột và áp bức**: Trong hệ thống giai cấp, những người thuộc giai cấp cao thường có thể bóc lột và áp bức giai cấp thấp, bắt họ làm những công việc nặng nhọc với ít hoặc không có quyền lợi. Sự bất công này không chỉ gây ra sự đau khổ cho người lao động mà còn dẫn đến

sự căm phẫn, từ đó khơi dậy các phong trào phản kháng và xung đột xã hội.

5. **Làm mất đi sự đoàn kết và gắn bó trong xã hội**: Phân chia giai cấp khiến xã hội trở nên chia rẽ và thiếu sự đoàn kết. Các nhóm giai cấp khác nhau sẽ có xu hướng bảo vệ quyền lợi riêng của mình, gây ra mâu thuẫn và tranh chấp thay vì hợp tác và hỗ trợ lẫn nhau để phát triển.
6. **Tạo ra cảm giác bất mãn và căm phẫn**: Những người thuộc giai cấp thấp thường cảm thấy bất mãn và căm phẫn trước sự bất công và bất bình đẳng mà họ phải chịu đựng. Điều này dẫn đến sự tích tụ cảm xúc tiêu cực, và theo thời gian, những cảm xúc này có thể bùng phát thành xung đột hoặc phong trào đòi công bằng xã hội.
7. **Gia tăng xung đột về quyền lực và tài nguyên**: Khi các giai cấp khác nhau tranh giành quyền lực và tài nguyên để bảo vệ quyền lợi của mình, xã hội trở nên căng thẳng và dễ xảy ra xung đột. Các tranh chấp về lợi ích vật chất và địa vị giữa các giai cấp có thể gây ra bạo lực, làm xã hội trở nên bất ổn và suy yếu.
8. **Ngăn cản sự phát triển toàn diện của xã hội**: Khi các giai cấp thấp bị hạn chế về cơ hội và chịu sự bất công, tiềm năng của họ không được phát huy. Điều này ngăn cản sự phát triển toàn diện của xã hội, vì một phần lớn nhân lực và tài năng bị chèn ép và không được sử dụng một cách hiệu quả.

Tổng kết:

Sự phân chia giai cấp gây ra bất công và xung đột vì nó tạo ra những rào cản về quyền lợi, gây ra định kiến, duy trì lợi ích riêng cho giai cấp cao và ngăn cản sự đoàn kết trong cộng đồng. Điều này không chỉ gây đau khổ cho các cá nhân mà còn khiến xã hội suy yếu và trở nên bất ổn. Đức Phật, qua **Kinh Khởi Thế Nhân Bổn**, muốn khuyến khích sự bình đẳng và từ bi để xây dựng một xã hội hài hòa và không bị ràng buộc bởi giai cấp.

5. Đạo đức có vai trò gì trong việc tạo nên sự an lạc và thịnh vượng của xã hội?

Đạo đức đóng vai trò cốt lõi trong việc tạo nên sự an lạc và thịnh vượng của xã hội qua các khía cạnh sau:

1. **Đảm bảo sự công bằng và bình đẳng**: Đạo đức khuyến khích con người hành động công bằng, không thiên vị hay phân biệt đối xử. Khi mọi người sống theo nguyên tắc đạo đức, quyền lợi và cơ hội được phân bổ công bằng trong xã hội. Điều này tạo nên sự tin tưởng, giảm bất mãn và xung đột, từ đó duy trì sự ổn định và an lạc chung.
2. **Giảm thiểu xung đột và bạo lực**: Đạo đức khuyến khích con người sống với lòng từ bi và biết kiềm chế tham sân si. Khi mỗi cá nhân tôn trọng và giúp đỡ người khác thay vì tranh chấp, xã hội sẽ trở nên hài hòa, ít xung đột và bạo lực. Đây là nền tảng để xây dựng một cộng đồng an lạc và hòa bình.
3. **Tạo nên sự đoàn kết và gắn bó xã hội**: Những giá trị đạo đức như từ bi, trung thực, và lòng bao dung giúp các cá nhân trong cộng đồng gắn kết và

hỗ trợ lẫn nhau. Khi mọi người cảm thấy được tôn trọng và thấu hiểu, họ sẽ phát triển lòng tin và sự hợp tác, tạo ra một xã hội hài hòa và đoàn kết.

4. **Khuyến khích trách nhiệm cá nhân và cộng đồng**: Đạo đức giúp mỗi cá nhân nhận thức được trách nhiệm của mình với cộng đồng. Khi con người hành động với tinh thần trách nhiệm và ý thức về hậu quả của hành động, xã hội sẽ ít gặp phải các hành vi ích kỷ và gây hại. Điều này đóng góp vào sự thịnh vượng và phát triển bền vững của cả cộng đồng.
5. **Xây dựng môi trường thuận lợi cho phát triển kinh tế và văn hóa**: Đạo đức thúc đẩy các giá trị như trung thực, đáng tin cậy, và trách nhiệm, những yếu tố quan trọng để phát triển kinh tế và văn hóa bền vững. Trong một môi trường đạo đức, kinh tế phát triển ổn định hơn vì các mối quan hệ kinh doanh được xây dựng trên niềm tin và sự tôn trọng. Đồng thời, văn hóa xã hội cũng được phát huy khi các giá trị nhân văn được bảo tồn và tôn vinh.
6. **Ngăn chặn sự suy đồi và khổ đau**: Đạo đức là rào cản chống lại sự suy đồi về giá trị và sự gia tăng của lòng tham, sân hận, và si mê. Khi con người sống có đạo đức, họ biết kiềm chế dục vọng cá nhân, tránh xa các hành vi bất thiện gây hại cho người khác. Điều này ngăn ngừa sự gia tăng của khổ đau trong xã hội, giúp xã hội duy trì sự ổn định và an lạc.
7. **Củng cố niềm tin và sự tín nhiệm trong cộng đồng**: Đạo đức giúp mỗi cá nhân xây dựng lòng tin lẫn nhau, vì họ biết rằng các hành động được thực hiện dựa trên những nguyên tắc tốt đẹp. Niềm tin này là nền tảng của mọi mối quan hệ, từ quan hệ cá nhân đến các mối quan hệ kinh tế, xã hội, giúp xã hội vận hành trơn tru và hài hòa.
8. **Khuyến khích lối sống giản dị và hài lòng**: Đạo đức giúp con người nhận thức giá trị của sự đơn giản và biết đủ. Khi mọi người giảm bớt tham vọng và sống một cuộc sống giản dị, họ sẽ giảm bớt khổ đau và không bị cuốn vào các tranh chấp vật chất. Điều này tạo ra một môi trường xã hội hài hòa và an lạc.

Tổng kết:

Đạo đức không chỉ giúp các cá nhân sống an lạc và hài lòng mà còn là nền tảng cho sự ổn định, thịnh vượng và phát triển bền vững của xã hội. Nhờ đạo đức, xã hội có thể duy trì công bằng, giảm thiểu xung đột và bất ổn, đồng thời tạo ra một môi trường nơi mỗi người đều có thể phát triển trong hòa bình và an vui.

6. Tại sao Đức Phật cho rằng đạo đức và trí tuệ quan trọng hơn xuất thân giai cấp của một người?

Đức Phật cho rằng đạo đức và trí tuệ quan trọng hơn xuất thân giai cấp của một người vì những lý do sau:

1. **Giá trị thực sự đến từ hành động và phẩm hạnh, không phải từ xuất thân**: Đức Phật nhấn mạnh rằng phẩm chất đạo đức và trí tuệ là những yếu tố quyết định giá trị của một con người, chứ không phải địa vị xã hội hay xuất thân giai cấp. Bất kể giai cấp nào, một người với hành vi đạo đức tốt và trí tuệ cao mới thực sự có giá trị và đáng tôn trọng.
2. **Tất cả con người đều bình đẳng về khả năng đạt giác ngộ**: Đức Phật cho rằng mọi người đều có khả năng phát triển trí tuệ và đạt được giác

ngộ, bất kể giai cấp hay địa vị. Ngài không xem giai cấp là yếu tố quyết định trong việc tu tập và đạt đến sự giải thoát. Điều này phá vỡ quan niệm cho rằng chỉ những người thuộc giai cấp cao mới có khả năng tu học và đạt giác ngộ.

3. **Giúp phá bỏ định kiến và tạo nên một xã hội bình đẳng**: Quan niệm cho rằng đạo đức và trí tuệ là giá trị quan trọng giúp phá bỏ định kiến về giai cấp và địa vị xã hội. Điều này khuyến khích một xã hội bình đẳng hơn, nơi mọi người đều được tôn trọng dựa trên phẩm hạnh và sự thông thái của họ, thay vì dựa vào nguồn gốc xuất thân.
4. **Khuyến khích mọi người nỗ lực phát triển cá nhân**: Đức Phật nhấn mạnh rằng đạo đức và trí tuệ là những giá trị mà bất kỳ ai cũng có thể tu dưỡng và phát triển. Không ai bị giới hạn hay ràng buộc bởi giai cấp để trở nên tốt hơn hoặc thông thái hơn. Điều này khuyến khích mỗi người tự nỗ lực hoàn thiện bản thân, bất kể xuất thân hay địa vị.
5. **Ngăn ngừa sự chia rẽ và bất công trong xã hội**: Quan niệm rằng giai cấp quyết định giá trị con người dễ dẫn đến sự phân biệt, chia rẽ và bất công. Đức Phật tin rằng đạo đức và trí tuệ là những giá trị phổ quát, giúp con người hiểu nhau hơn, giảm bớt tranh chấp và phân biệt đối xử trong xã hội.
6. **Xây dựng một cộng đồng dựa trên từ bi và trí tuệ**: Khi xã hội đánh giá con người dựa trên đạo đức và trí tuệ, nó tạo nên một cộng đồng bền vững và an lạc, nơi con người không bị áp đặt bởi giai cấp mà sống với lòng từ bi và trí tuệ. Điều này giúp duy trì sự hòa hợp và hạnh phúc cho tất cả mọi người.
7. **Đạo đức và trí tuệ là nền tảng cho sự an lạc và giải thoát**: Đức Phật giảng rằng chỉ có đạo đức và trí tuệ mới có thể dẫn đến an lạc và giải thoát thực sự, trong khi xuất thân hay địa vị xã hội không thể mang lại hạnh phúc bền vững. Bất kể giai cấp nào, một người có đạo đức và trí tuệ sẽ đạt được an lạc nội tâm và sự tự do tâm linh.
8. **Phá bỏ sự cố chấp vào giai cấp để đạt tự do tâm linh**: Đức Phật khuyến khích từ bỏ cố chấp vào giai cấp để tiến đến sự giải thoát tâm linh. Sự cố chấp vào địa vị và xuất thân chỉ làm gia tăng cái tôi và ràng buộc tâm thức. Khi con người vượt qua những định kiến này, họ sẽ tự do hơn và đạt đến sự bình an sâu sắc.

Tổng kết:

Đức Phật nhấn mạnh rằng đạo đức và trí tuệ là những giá trị phổ quát và quan trọng hơn xuất thân giai cấp vì chúng quyết định phẩm hạnh thực sự của con người, tạo ra sự bình đẳng và giúp đạt đến an lạc và giải thoát. Điều này không chỉ phá bỏ các định kiến xã hội mà còn khuyến khích mọi người phát triển bản thân và đóng góp vào một xã hội hài hòa và công bằng.

7. Quan điểm của Đức Phật về bình đẳng có ý nghĩa gì đối với xã hội hiện đại?

Quan điểm của Đức Phật về bình đẳng mang đến những ý nghĩa sâu sắc và thiết thực đối với xã hội hiện đại, qua các khía cạnh sau:

1. **Khuyến khích xóa bỏ sự phân biệt và định kiến**: Quan điểm bình đẳng của Đức Phật nhắc nhở rằng mọi người đều có giá trị và tiềm năng như nhau, bất kể xuất thân, địa vị, hay hoàn cảnh. Trong xã hội hiện đại, điều này giúp giảm thiểu sự phân biệt về sắc tộc, tôn giáo, giới tính và giai cấp, hướng đến một cộng đồng nơi mọi người được đối xử công bằng.
2. **Tạo điều kiện phát triển cho mọi cá nhân**: Quan điểm bình đẳng nhấn mạnh rằng mọi người đều có khả năng phát triển đạo đức và trí tuệ. Ứng dụng vào xã hội hiện đại, điều này khuyến khích việc mở rộng cơ hội trong giáo dục, y tế, và công việc, giúp mọi cá nhân có điều kiện tối đa để phát triển tiềm năng của mình mà không bị giới hạn bởi xuất thân hay địa vị.
3. **Khuyến khích sự đoàn kết và hợp tác**: Đức Phật khẳng định rằng chúng ta đều bình đẳng về giá trị nội tại, bất kể hoàn cảnh. Từ đó, quan điểm này giúp xã hội hiện đại gắn kết hơn, khi mọi người nhận ra sự tương đồng và cùng nhau hợp tác vì lợi ích chung, giảm thiểu mâu thuẫn và thúc đẩy hòa bình.
4. **Thúc đẩy lòng từ bi và sự tôn trọng lẫn nhau**: Quan điểm bình đẳng của Đức Phật giúp mọi người hiểu rằng không có ai cao quý hay thấp kém hơn ai. Điều này thúc đẩy lòng từ bi và sự tôn trọng trong các mối quan hệ cá nhân, gia đình và xã hội, tạo ra môi trường thân thiện và hỗ trợ lẫn nhau.
5. **Giảm thiểu bất công và bất bình đẳng xã hội**: Quan niệm rằng mọi người đều bình đẳng giúp chống lại các hành vi bóc lột, phân biệt đối xử và bất công. Trong xã hội hiện đại, đây là nền tảng để bảo vệ quyền con người và đảm bảo rằng không ai bị gạt ra ngoài lề xã hội hay bị đối xử bất công chỉ vì hoàn cảnh cá nhân.
6. **Cổ vũ cho lối sống tự do và trách nhiệm**: Quan điểm bình đẳng khuyến khích mỗi người chịu trách nhiệm với hành động của mình và không phụ thuộc vào quyền lực hay đặc quyền giai cấp. Điều này giúp mọi người sống có trách nhiệm hơn, biết chăm lo cho cộng đồng thay vì chỉ tập trung vào lợi ích cá nhân.
7. **Tạo nên môi trường cởi mở cho sáng tạo và đổi mới**: Khi mọi người đều được khuyến khích phát triển trí tuệ và không bị ràng buộc bởi giai cấp hay định kiến, xã hội hiện đại sẽ có điều kiện thuận lợi cho sự sáng tạo và đổi mới. Những quan niệm cố định về vị trí và vai trò trong xã hội không còn là rào cản, giúp các tài năng được phát huy tối đa.
8. **Xây dựng xã hội hòa bình và bền vững**: Bình đẳng giúp giảm thiểu các mâu thuẫn và xung đột trong xã hội hiện đại, đặc biệt là những xung đột phát sinh từ sự phân biệt giàu nghèo hay quyền lực. Khi mọi người tôn trọng nhau và có cơ hội phát triển công bằng, xã hội sẽ bền vững và ít có nguy cơ bị chia rẽ.
9. **Khuyến khích tinh thần học hỏi và tự tu dưỡng**: Quan điểm bình đẳng của Đức Phật nhắc nhở rằng mọi người đều có khả năng phát triển trí tuệ và đạo đức. Trong xã hội hiện đại, điều này thúc đẩy mỗi cá nhân không ngừng học hỏi và tu dưỡng bản thân, không bị giới hạn bởi địa vị hay hoàn cảnh cá nhân.

10. **Định hướng cho chính sách và pháp luật công bằng**: Quan điểm bình đẳng này cũng là một nền tảng quan trọng để xây dựng các chính sách và pháp luật công bằng trong xã hội hiện đại. Nó nhắc nhở rằng mọi cá nhân đều xứng đáng được đối xử công bằng và tôn trọng quyền lợi, từ đó định hướng cho các nhà lãnh đạo xây dựng một xã hội công bằng và an lành hơn.

Tổng kết:

Quan điểm bình đẳng của Đức Phật có ý nghĩa lớn lao đối với xã hội hiện đại, khuyến khích xóa bỏ phân biệt, thúc đẩy hợp tác, tôn trọng và tạo điều kiện để mỗi cá nhân phát triển hết tiềm năng của mình. Đây là nền tảng giúp xây dựng một cộng đồng hòa bình, thịnh vượng và bền vững.

8. Những nguyên nhân nào đã dẫn đến sự phân chia và cố định giai cấp trong xã hội, theo Kinh Khởi Thế Nhân Bổn?

Theo **Kinh Khởi Thế Nhân Bổn**, sự phân chia và cố định giai cấp trong xã hội có nguồn gốc từ những nguyên nhân chính sau:

1. **Lòng tham và sự chiếm hữu**: Khi con người phát triển lòng tham, họ bắt đầu muốn chiếm hữu các nguồn tài nguyên và của cải. Điều này dẫn đến nhu cầu bảo vệ quyền lợi và tài sản của mình, từ đó hình thành các nhóm và tầng lớp xã hội khác nhau dựa trên quyền sở hữu.
2. **Phân chia quyền lợi và nghĩa vụ**: Để duy trì trật tự trong cộng đồng, con người đã phân chia các vai trò và trách nhiệm khác nhau. Những người bảo vệ cộng đồng, người làm nông nghiệp, và người lãnh đạo được phân biệt rõ ràng, từ đó hình thành nên các giai cấp với những quyền lợi và nghĩa vụ riêng biệt.
3. **Khát vọng quyền lực và địa vị**: Khi xã hội phát triển, một số cá nhân và nhóm có khát vọng đạt được quyền lực và địa vị cao hơn người khác. Họ sử dụng quyền lực để duy trì lợi ích cá nhân và tạo ra sự phân cấp rõ rệt, qua đó bảo vệ quyền lực của mình và cố định các vai trò xã hội.
4. **Sự thiết lập các quy tắc và luật lệ xã hội**: Khi xã hội tổ chức lại để đảm bảo trật tự và an ninh, các quy tắc và luật lệ được đặt ra, quy định cụ thể vị trí và quyền hạn của từng giai cấp. Những quy tắc này được củng cố theo thời gian, khiến cho các giai cấp dần trở thành cố định và khó thay đổi.
5. **Quan niệm sai lệch về sự cao quý và thấp kém**: Sự xuất hiện của các quan niệm cố định cho rằng một số giai cấp hoặc tầng lớp là "cao quý" hoặc "thấp kém" khiến con người chấp nhận sự phân biệt này như một phần tự nhiên của xã hội. Điều này dẫn đến tình trạng giai cấp được coi là một đặc tính bẩm sinh, khó có thể thay đổi.
6. **Truyền thống và tập tục xã hội**: Qua thời gian, sự phân chia giai cấp trở thành một phần của truyền thống và tập tục, được chấp nhận và duy trì từ thế hệ này sang thế hệ khác. Những giá trị này khiến mọi người không dễ dàng thay đổi định kiến về giai cấp và tiếp tục chấp nhận nó như một thực tế xã hội.

7. **Thiếu sự giáo dục và nhận thức về bình đẳng**: Khi con người thiếu hiểu biết về đạo đức và bình đẳng, họ dễ chấp nhận sự phân chia giai cấp. Thiếu giáo dục và nhận thức về giá trị của đạo đức và trí tuệ khiến con người cho rằng giai cấp là điều hiển nhiên và không thể thay đổi.
8. **Sự bảo thủ của tầng lớp ưu tú**: Những người thuộc giai cấp cao có quyền lợi và lợi ích lớn, do đó họ thường không muốn thay đổi trật tự xã hội. Họ sử dụng quyền lực và ảnh hưởng để bảo vệ địa vị của mình, từ đó duy trì và cố định sự phân chia giai cấp, ngăn cản sự thay đổi và tiến bộ.

Tổng kết:

Kinh Khởi Thế Nhân Bổn chỉ ra rằng sự phân chia và cố định giai cấp trong xã hội xuất phát từ lòng tham, khát vọng quyền lực, các quan niệm sai lệch về sự cao quý và thấp kém, cùng với sự duy trì truyền thống và thiếu nhận thức về bình đẳng. Những yếu tố này kết hợp lại để tạo nên một hệ thống giai cấp cố định, gây ra bất công và ngăn cản sự phát triển xã hội.

9. Làm thế nào để từ bi và trí tuệ có thể giúp phá bỏ định kiến về giai cấp và địa vị xã hội?

Từ bi và trí tuệ là hai phẩm chất quan trọng giúp phá bỏ định kiến về giai cấp và địa vị xã hội theo các cách sau:

1. **Từ bi thúc đẩy sự thấu hiểu và chấp nhận lẫn nhau**: Từ bi giúp con người phát triển lòng trắc ẩn và thấu hiểu người khác, bất kể họ đến từ giai cấp hay địa vị nào. Khi có từ bi, con người dễ dàng nhìn nhận giá trị của mỗi cá nhân, giảm đi những định kiến và sự phân biệt đối xử, vì họ nhận ra rằng mọi người đều có những khổ đau và khó khăn riêng cần được chia sẻ và giúp đỡ.
2. **Trí tuệ giúp nhận ra tính vô thường và phi lý của giai cấp**: Với trí tuệ, con người có thể hiểu rằng giai cấp và địa vị là những cấu trúc xã hội nhân tạo, không phải là giá trị bẩm sinh hay cố định. Trí tuệ giúp nhận ra tính vô thường của mọi thứ, bao gồm cả giai cấp, và thấy rằng những định kiến về địa vị xã hội chỉ làm hạn chế tiềm năng phát triển của mỗi cá nhân và cả xã hội.
3. **Từ bi tạo động lực xây dựng xã hội bình đẳng**: Khi phát triển từ bi, con người có mong muốn tạo ra một xã hội nơi mọi người đều được tôn trọng và có cơ hội như nhau, không bị ràng buộc bởi giai cấp hay địa vị. Từ bi thúc đẩy các hành động thiện lành nhằm xóa bỏ những bất công và mang lại công bằng cho tất cả mọi người, giúp xã hội phát triển trong hòa bình và hài hòa.
4. **Trí tuệ giúp phá bỏ những quan niệm cố chấp**: Trí tuệ giúp con người nhận ra những tư tưởng cố chấp về giai cấp là sản phẩm của sự thiếu hiểu biết và bảo thủ. Nhờ trí tuệ, con người có thể tự giải phóng khỏi những quan niệm lạc hậu và thay thế chúng bằng nhận thức về giá trị thực sự dựa trên đạo đức và năng lực.
5. **Từ bi giúp hàn gắn và giảm bớt xung đột xã hội**: Khi lòng từ bi được phát triển, con người có khả năng tha thứ và thông cảm với người khác, bất kể địa vị hay xuất thân. Điều này giúp giảm thiểu xung đột, tạo nên sự

hòa hợp trong cộng đồng và giúp mọi người vượt qua những rào cản của giai cấp, từ đó xây dựng một xã hội hòa bình.

6. **Trí tuệ hướng con người đến hành động đạo đức và ý thức trách nhiệm**: Trí tuệ giúp con người nhận ra rằng hành động đạo đức và sự đóng góp tích cực cho cộng đồng là điều quan trọng hơn địa vị xã hội. Khi nhận thức rõ giá trị của đạo đức, mọi người sẽ bớt cố chấp vào địa vị và giai cấp, thay vào đó, họ sẽ hướng đến các giá trị cao quý hơn như lòng từ bi, sự chân thật và trách nhiệm.
7. **Từ bi và trí tuệ giúp con người tìm thấy sự bình đẳng nội tại**: Từ bi và trí tuệ giúp mọi người nhận ra rằng, ở tầng sâu thẳm, mọi người đều giống nhau về bản chất, cùng trải qua niềm vui và nỗi khổ. Điều này giúp họ thấy được tính bình đẳng và không cố chấp vào các khía cạnh bề ngoài như giai cấp hay địa vị.
8. **Thúc đẩy giáo dục và sự hiểu biết sâu sắc hơn về nhân quyền**: Với trí tuệ, con người nhận ra tầm quan trọng của giáo dục và sự hiểu biết về quyền con người. Từ đó, họ sẽ hỗ trợ các chính sách và phong trào nhằm xóa bỏ những định kiến và xây dựng xã hội nơi mỗi cá nhân đều được đối xử công bằng.
9. **Cổ vũ sự hợp tác và đoàn kết giữa các giai cấp**: Khi mọi người phát triển từ bi và trí tuệ, họ sẽ vượt qua các rào cản xã hội để hợp tác và đoàn kết cùng nhau vì lợi ích chung. Sự hợp tác này giúp giảm bớt các mâu thuẫn và xung đột giữa các giai cấp, làm cho cộng đồng phát triển hài hòa hơn.
10. **Đưa xã hội tiến gần hơn đến sự bình đẳng thực sự**: Khi có từ bi và trí tuệ, con người hiểu rõ giá trị thực sự của mình và người khác, từ đó họ không còn bị ràng buộc bởi giai cấp hay địa vị. Từ đó, xã hội tiến gần hơn đến một trạng thái bình đẳng thực sự, nơi mọi người được đánh giá dựa trên phẩm hạnh và năng lực, chứ không phải xuất thân.

Tổng kết:

Từ bi và trí tuệ giúp phá bỏ định kiến về giai cấp và địa vị xã hội bằng cách thúc đẩy sự thấu hiểu, lòng trắc ẩn, và ý thức về giá trị thực sự của mỗi cá nhân. Chúng giúp xây dựng một xã hội bình đẳng, hòa hợp và đoàn kết, nơi con người được tôn trọng và đánh giá không dựa trên giai cấp mà dựa trên đạo đức và trí tuệ của họ.

10. Làm sao một người tu học có thể phát triển đạo đức cá nhân mà không bị ảnh hưởng bởi các quan niệm giai cấp?

Một người tu học có thể phát triển đạo đức cá nhân mà không bị ảnh hưởng bởi các quan niệm giai cấp thông qua các phương pháp sau:

1. **Tập trung vào giá trị của đạo đức và từ bi**: Người tu học nên đặt trọng tâm vào việc phát triển lòng từ bi, lòng trắc ẩn và những phẩm chất đạo đức cơ bản. Khi nhận ra rằng tất cả chúng sinh đều bình đẳng trong khả năng trải nghiệm khổ đau và hạnh phúc, người tu học sẽ giảm bớt sự phân biệt về giai cấp và chỉ tập trung vào cách giúp đỡ và hỗ trợ lẫn nhau.
2. **Phát triển trí tuệ để nhận ra sự vô thường của giai cấp**: Bằng trí tuệ, người tu học sẽ hiểu rằng giai cấp là một khái niệm do con người tạo ra và

không phải là giá trị bất biến hay bẩm sinh. Nhận thức về tính vô thường này giúp người tu học không xem giai cấp là yếu tố quyết định giá trị của bản thân hay của người khác.

3. **Thực hành chánh niệm và tự quán chiếu**: Thường xuyên thực hành chánh niệm giúp người tu học nhận diện và loại bỏ các định kiến hay tư tưởng cố chấp về giai cấp. Tự quán chiếu bản thân giúp họ nhận ra những quan niệm hạn hẹp này và tập trung vào sự phát triển nội tâm thay vì các giá trị xã hội.
4. **Xem đạo đức và trí tuệ là thước đo chính của giá trị cá nhân**: Người tu học cần nhắc nhở bản thân rằng giá trị thực sự nằm ở hành động và phẩm hạnh, chứ không phải ở xuất thân hay địa vị. Khi lấy đạo đức và trí tuệ làm nền tảng cho cuộc sống, họ sẽ dễ dàng bỏ qua các định kiến xã hội về giai cấp và sống một cách chân thật và ý nghĩa hơn.
5. **Thực hành lòng khiêm tốn và tự bỏ cái tôi**: Người tu học nên tập từ bỏ cái tôi và không coi bản thân là cao quý hay thấp kém so với người khác. Bằng cách thực hành khiêm tốn và từ bỏ cái tôi, họ sẽ nhìn nhận mọi người bình đẳng và tránh xa những ảnh hưởng của quan niệm giai cấp.
6. **Lựa chọn môi trường tu học cởi mở**: Người tu học nên chọn các môi trường tu học không phân biệt giai cấp, nơi mọi người đều được đối xử bình đẳng. Khi sống và học tập trong một môi trường cởi mở và không có định kiến, họ sẽ ít bị ảnh hưởng bởi những quan niệm xã hội về địa vị.
7. **Thực hành lòng từ bi với tất cả mọi người**: Khi thực hành lòng từ bi, người tu học sẽ thấy rằng tất cả chúng sinh đều bình đẳng trong khổ đau và hạnh phúc. Điều này giúp họ vượt qua rào cản về giai cấp và đối xử với mọi người bằng tình thương và lòng trắc ẩn, không phân biệt địa vị hay xuất thân.
8. **Tuân theo giới luật để giữ vững đạo đức**: Người tu học có thể thực hành giới luật để giữ vững đạo đức cá nhân. Giới luật là nền tảng đạo đức giúp ngăn ngừa các hành vi bất thiện và tạo nên lối sống trong sạch, bất kể người đó thuộc giai cấp hay địa vị nào trong xã hội.
9. **Thường xuyên đọc và suy ngẫm về giáo lý bình đẳng của Đức Phật**: Việc đọc và suy ngẫm về các lời dạy của Đức Phật về bình đẳng sẽ giúp người tu học nhắc nhở bản thân tránh xa những tư tưởng phân biệt giai cấp. Giáo lý của Đức Phật khuyến khích sự từ bi, trí tuệ và bình đẳng, nhấn mạnh rằng mọi người đều có khả năng đạt đến giác ngộ, không phân biệt địa vị.
10. **Tìm hiểu và nhận thức về nhân quả thay vì xuất thân**: Người tu học cần hiểu rõ về quy luật nhân quả – rằng mọi hành động đều có hậu quả, và hạnh phúc hoặc khổ đau của một người phụ thuộc vào hành vi của họ chứ không phải xuất thân. Sống theo nhân quả giúp họ hiểu rằng chính đạo đức cá nhân mới quyết định giá trị của một con người, chứ không phải giai cấp.

Tổng kết:

Một người tu học có thể phát triển đạo đức cá nhân mà không bị ảnh hưởng bởi quan niệm giai cấp bằng cách tập trung vào từ bi, trí tuệ, chánh niệm và giới luật.

Khi làm vậy, họ sống và hành xử theo các giá trị đạo đức phổ quát, không bị ràng buộc bởi định kiến xã hội, từ đó đạt được sự tự do tâm linh và an lạc nội tại.

11. Tại sao Đức Phật khẳng định rằng giác ngộ không phụ thuộc vào giai cấp mà phụ thuộc vào trí tuệ và đạo đức?

Đức Phật khẳng định rằng giác ngộ không phụ thuộc vào giai cấp mà phụ thuộc vào trí tuệ và đạo đức vì những lý do sau:

1. **Giá trị thực sự của con người nằm ở đạo đức và trí tuệ**: Đức Phật nhấn mạnh rằng phẩm chất của một người không phải ở xuất thân hay địa vị mà ở hành vi đạo đức và sự sáng suốt trong suy nghĩ và hành động. Giác ngộ là trạng thái tâm linh cao nhất mà con người có thể đạt được, và điều này chỉ có thể đạt được qua quá trình tu dưỡng đạo đức và phát triển trí tuệ.
2. **Giác ngộ là sự giải thoát tâm linh, không bị ràng buộc bởi địa vị xã hội**: Giác ngộ là sự tự do tuyệt đối, giải thoát tâm linh khỏi tham sân si và các phiền não. Đây là trạng thái vượt qua mọi giới hạn và định kiến, bao gồm cả những định kiến về giai cấp. Vì vậy, giai cấp hay xuất thân không thể ảnh hưởng đến quá trình đạt giác ngộ, bởi nó hoàn toàn là kết quả của sự chuyển hóa nội tâm.
3. **Trí tuệ là công cụ để nhận ra bản chất của thực tại**: Giác ngộ đòi hỏi một sự hiểu biết sâu sắc về bản chất vô thường, khổ, và vô ngã của mọi hiện tượng. Điều này chỉ có thể đạt được thông qua trí tuệ, tức là khả năng nhìn thấy thực tại đúng như nó vốn là. Giai cấp không mang lại trí tuệ hay khả năng hiểu biết này, mà chỉ có sự tu tập và rèn luyện tinh thần mới giúp con người phát triển trí tuệ thực sự.
4. **Đạo đức là nền tảng để thanh lọc tâm**: Đức Phật dạy rằng con đường đến giác ngộ bắt đầu từ việc thực hành đạo đức, vì nó giúp tâm thanh tịnh và tránh xa các hành vi bất thiện. Khi tâm trong sạch, con người có thể tiến xa hơn trên con đường thiền định và trí tuệ. Giai cấp không quyết định khả năng hành thiện hay ác của một người; ngược lại, chính đạo đức và quyết tâm tu tập mới là yếu tố cốt lõi.
5. **Tất cả mọi người đều có khả năng tu tập và đạt giác ngộ**: Đức Phật khẳng định rằng giác ngộ là một khả năng phổ quát, mọi người đều có thể đạt được, bất kể xuất thân. Ngài cho rằng mọi người đều bình đẳng về khả năng tu tập và phát triển đạo đức và trí tuệ, không ai bị giới hạn bởi địa vị xã hội khi tìm kiếm sự giải thoát.
6. **Phá bỏ sự cố chấp và định kiến về giai cấp**: Quan điểm rằng giác ngộ phụ thuộc vào giai cấp là một định kiến làm giới hạn sự phát triển của con người và gây ra phân biệt, chia rẽ. Đức Phật muốn phá bỏ định kiến này, khẳng định rằng sự giải thoát chỉ có thể đạt được qua sự nỗ lực tu tập cá nhân, không bị ràng buộc bởi địa vị xã hội.
7. **Trí tuệ và đạo đức là yếu tố quan trọng trên con đường Bát Chánh Đạo**: Trên con đường Bát Chánh Đạo, Đức Phật nhấn mạnh vai trò của trí tuệ (chánh kiến, chánh tư duy) và đạo đức (chánh nghiệp, chánh ngữ, chánh mạng). Đây là những yếu tố cốt lõi để đạt đến giác ngộ, và chúng không liên quan đến xuất thân hay địa vị xã hội của một người.

8. **Giác ngộ là mục tiêu tâm linh, không phải địa vị thế gian**: Giác ngộ là sự đạt đến trạng thái tâm linh cao nhất, vượt qua mọi ràng buộc về vật chất hay quyền lực. Đức Phật chỉ ra rằng giai cấp hay địa vị xã hội là những giá trị thế gian, trong khi giác ngộ là một trạng thái siêu việt, không liên quan đến những giới hạn trần tục.

Tổng kết:

Đức Phật khẳng định rằng giác ngộ không phụ thuộc vào giai cấp mà phụ thuộc vào trí tuệ và đạo đức vì giác ngộ là sự giải thoát tâm linh, vượt ra ngoài mọi định kiến và giới hạn thế gian. Chỉ thông qua sự tu dưỡng đạo đức và phát triển trí tuệ, con người mới có thể đạt đến sự an lạc và tự do tuyệt đối, bất kể xuất thân hay địa vị xã hội.

12. Việc từ bỏ chấp trước vào địa vị và giai cấp có ý nghĩa gì trong việc phát triển tâm linh và giải thoát?

Việc từ bỏ chấp trước vào địa vị và giai cấp có ý nghĩa quan trọng trong việc phát triển tâm linh và giải thoát với các lý do sau:

1. **Giải phóng tâm khỏi sự ràng buộc và cố chấp**: Khi con người từ bỏ chấp trước vào địa vị và giai cấp, tâm trí họ không còn bị ràng buộc vào những giá trị vật chất và phù du của xã hội. Điều này giúp tâm được tự do, nhẹ nhàng và không bị cản trở bởi sự kiêu ngạo, ganh tỵ hay mặc cảm. Đây là nền tảng quan trọng để tiến xa hơn trên con đường tâm linh.
2. **Giảm bớt cái tôi và lòng kiêu ngạo**: Chấp trước vào địa vị và giai cấp thường làm tăng cái tôi, khiến con người trở nên kiêu ngạo hoặc tự ti khi so sánh với người khác. Việc từ bỏ các giá trị này giúp giảm bớt bản ngã, giúp người tu học đạt đến sự khiêm tốn và hòa ái, tạo điều kiện để thanh lọc tâm và tiến đến sự an lạc nội tại.
3. **Phát triển lòng từ bi và sự bình đẳng**: Khi từ bỏ chấp trước vào giai cấp, người tu học sẽ nhìn nhận mọi người bình đẳng và phát triển lòng từ bi sâu sắc với tất cả. Họ không còn phân biệt đối xử dựa trên địa vị xã hội mà đối xử với mọi người bằng sự tôn trọng và lòng từ. Điều này giúp phát triển tình thương rộng lớn và lòng trắc ẩn – những phẩm chất thiết yếu trong con đường tu tập.
4. **Tạo điều kiện để nhận ra bản chất vô ngã**: Chấp trước vào địa vị và giai cấp chỉ là một cách củng cố bản ngã, tạo ra cái tôi giả tạo dựa trên những giá trị bên ngoài. Từ bỏ những chấp trước này giúp người tu học tiến đến sự nhận thức sâu sắc về vô ngã – rằng bản thân không cố định và không bị giới hạn bởi địa vị hay danh xưng. Nhận thức vô ngã là một bước tiến lớn trên con đường giải thoát.
5. **Giúp tập trung vào thực hành đạo đức và trí tuệ**: Khi không còn quan tâm đến giai cấp và địa vị, người tu học sẽ dễ dàng hướng tâm đến các giá trị thực sự quan trọng trong tu tập, như đạo đức và trí tuệ. Họ không bị phân tâm bởi những mục tiêu trần tục, thay vào đó, dành năng lượng để phát triển nội tâm, tu dưỡng tâm từ bi và trí tuệ để đạt đến giác ngộ.
6. **Giảm thiểu khổ đau do so sánh và ganh đua**: Chấp trước vào địa vị thường dẫn đến sự ganh đua và cảm giác không hài lòng nếu không đạt

được vị thế mong muốn. Khi từ bỏ chấp trước này, người tu học sẽ không còn bị khổ đau vì sự so sánh, và có thể sống với tâm an vui và hạnh phúc trong từng giây phút.

7. **Phá bỏ các định kiến xã hội và tìm kiếm sự thật**: Từ bỏ chấp trước vào giai cấp và địa vị giúp người tu học phá vỡ các định kiến xã hội, mở rộng nhận thức để tiếp cận sự thật và thực tại một cách trong sáng. Điều này giúp họ phát triển trí tuệ sâu sắc hơn và không bị ảnh hưởng bởi các quan niệm cố định của xã hội.
8. **Phát triển lòng biết ơn và khiêm tốn**: Khi từ bỏ chấp trước vào giai cấp và địa vị, người tu học dễ dàng phát triển lòng biết ơn đối với cuộc sống và cảm thấy hài lòng với những gì mình có. Điều này giúp họ sống khiêm tốn và trân trọng giá trị thực sự của cuộc sống, thay vì chạy theo những tiêu chuẩn xã hội.
9. **Tạo điều kiện để đạt được sự giải thoát thực sự**: Giải thoát thực sự là sự tự do khỏi mọi ràng buộc và định kiến. Việc từ bỏ chấp trước vào giai cấp và địa vị giúp người tu học tiến đến trạng thái tâm linh tự do, không còn bị ràng buộc bởi bất kỳ danh xưng hay vị trí nào. Đây là bước cần thiết để đạt đến sự giải thoát hoàn toàn.
10. **Nuôi dưỡng tâm hồn trong sáng và thanh tịnh**: Từ bỏ chấp trước vào địa vị giúp người tu học giữ cho tâm hồn thanh tịnh, không bị ảnh hưởng bởi những toan tính và tham vọng. Tâm hồn trong sáng và thanh tịnh là môi trường lý tưởng để thực hành thiền định và đạt được các tầng bậc giác ngộ cao hơn.

Tổng kết:

Việc từ bỏ chấp trước vào địa vị và giai cấp có ý nghĩa sâu sắc trong phát triển tâm linh và giải thoát, vì nó giúp giải phóng tâm khỏi sự ràng buộc, giảm bớt cái tôi, tăng cường từ bi và trí tuệ, và hướng đến trạng thái tự do tuyệt đối. Điều này mở ra con đường đến giác ngộ, nơi không còn sự phân biệt hay chấp trước, mà chỉ có sự an lạc và thanh tịnh nội tâm.

13. Theo Kinh Khởi Thế Nhân Bổn, con người cần làm gì để xây dựng một xã hội bình đẳng và hòa hợp?

Theo **Kinh Khởi Thế Nhân Bổn**, để xây dựng một xã hội bình đẳng và hòa hợp, con người cần thực hiện các bước sau:

1. **Phát triển đạo đức cá nhân**: Mỗi cá nhân cần tu dưỡng đạo đức, hành xử với lòng từ bi và trung thực. Khi tất cả mọi người đều coi trọng đạo đức và từ bỏ những hành vi gây hại, xã hội sẽ trở nên hòa hợp và bình đẳng, vì không ai cố gắng chèn ép hay lợi dụng người khác.
2. **Giảm bớt lòng tham và sự chiếm hữu**: Đức Phật dạy rằng lòng tham là một trong những nguyên nhân chính dẫn đến sự phân chia và bất công. Để xây dựng một xã hội bình đẳng, con người cần học cách sống biết đủ, tránh xa tham vọng chiếm hữu và lợi ích cá nhân, thay vào đó là chia sẻ và giúp đỡ nhau.
3. **Phá bỏ các quan niệm về giai cấp và địa vị**: Xây dựng một xã hội bình đẳng đòi hỏi con người từ bỏ các định kiến và sự chấp trước vào giai cấp

hay địa vị xã hội. Mỗi người cần nhìn nhận rằng giá trị thật sự không nằm ở xuất thân mà ở phẩm hạnh và hành vi đạo đức. Điều này giúp giảm thiểu sự phân biệt đối xử và tăng cường sự tôn trọng lẫn nhau.

4. **Thực hành từ bi và lòng trắc ẩn**: Từ bi là nền tảng của một xã hội hài hòa và bình đẳng. Khi con người thực hành lòng từ bi, họ sẽ luôn sẵn lòng giúp đỡ người khác, không phân biệt giàu nghèo hay địa vị. Điều này tạo nên sự gắn kết và đoàn kết trong cộng đồng, làm cho xã hội trở nên hòa hợp hơn.
5. **Phát triển trí tuệ để nhận ra bản chất vô ngã và bình đẳng**: Trí tuệ giúp con người hiểu rằng mọi người đều bình đẳng về bản chất. Khi nhận ra tính vô ngã, con người sẽ không còn cố chấp vào những ranh giới hẹp hòi về giai cấp, địa vị hay sự khác biệt bề ngoài, từ đó sống với sự khiêm tốn và tôn trọng nhau hơn.
6. **Thúc đẩy giáo dục để nâng cao nhận thức và đạo đức**: Giáo dục là cách hiệu quả để truyền tải các giá trị đạo đức và bình đẳng. Một nền giáo dục toàn diện, không thiên vị và công bằng sẽ giúp thế hệ trẻ phát triển nhân cách, nhận thức sâu sắc về trách nhiệm xã hội và góp phần xây dựng một xã hội công bằng.
7. **Khuyến khích sự hợp tác và chia sẻ thay vì ganh đua**: Đức Phật khuyến khích con người xây dựng xã hội dựa trên sự hợp tác và tinh thần hỗ trợ nhau, thay vì ganh đua và hơn thua. Sự hợp tác làm giảm thiểu xung đột và tạo điều kiện cho mọi người làm việc cùng nhau vì lợi ích chung, giúp xã hội phát triển bền vững và hòa bình.
8. **Phát triển các chính sách xã hội công bằng**: Một xã hội bình đẳng cần các chính sách công bằng, đảm bảo rằng tất cả mọi người đều có quyền lợi và nghĩa vụ như nhau. Các chính sách này cần đặt nền tảng trên sự tôn trọng, đạo đức và trách nhiệm, nhằm tạo điều kiện cho mọi người phát triển mà không phân biệt địa vị hay hoàn cảnh.
9. **Coi trọng giá trị nội tại hơn là giá trị vật chất**: Khi con người coi trọng phẩm hạnh và trí tuệ thay vì tài sản hay địa vị, xã hội sẽ dần chuyển từ sự tôn thờ vật chất sang những giá trị nhân văn, tạo nên môi trường sống lành mạnh và bình đẳng.
10. **Thực hành lòng biết ơn và lòng khiêm tốn**: Việc sống với lòng biết ơn và khiêm tốn giúp mỗi người nhận ra rằng không ai hoàn hảo hơn ai. Sự biết ơn giúp con người trân trọng những gì mình có và biết chia sẻ, tạo nên một xã hội hòa hợp, nơi mỗi cá nhân tôn trọng nhau.

Tổng kết:

Theo **Kinh Khởi Thế Nhân Bổn**, để xây dựng một xã hội bình đẳng và hòa hợp, con người cần tập trung vào việc tu dưỡng đạo đức cá nhân, phát triển trí tuệ, từ bi và chia sẻ. Khi mỗi cá nhân hành động với sự thấu hiểu và lòng từ bi, xã hội sẽ trở nên bình đẳng và hài hòa hơn, tạo điều kiện cho tất cả mọi người sống trong hòa bình và an vui.

14. Đức Phật cho rằng sự hình thành xã hội có liên quan như thế nào đến sự suy thoái đạo đức cá nhân?

Đức Phật cho rằng sự hình thành xã hội có liên quan chặt chẽ đến sự suy thoái đạo đức cá nhân. Theo **Kinh Khởi Thế Nhân Bổn**, sự phát triển của xã hội loài người ban đầu không bị ảnh hưởng bởi các giá trị vật chất hay tham vọng cá nhân, nhưng khi con người bắt đầu tham muốn và phân chia quyền lợi, sự suy thoái đạo đức cá nhân dần xuất hiện. Cụ thể:

1. **Khởi đầu của lòng tham và sự chiếm hữu**: Khi xã hội bắt đầu hình thành, con người phát triển lòng tham và mong muốn chiếm hữu tài sản. Đây là nguyên nhân dẫn đến sự cạnh tranh và tranh giành lợi ích cá nhân. Lòng tham khiến con người xa rời các giá trị đạo đức ban đầu, gây ra sự suy thoái đạo đức và làm nảy sinh các hành vi ích kỷ, gây hại cho người khác.
2. **Phân chia quyền lực và sự bất công**: Sự phân chia giai cấp và quyền lực trong xã hội dẫn đến tình trạng bất công. Khi một số người có nhiều quyền lực và tài sản hơn những người khác, sự ganh đua và xung đột tăng lên, khiến cá nhân sẵn sàng vi phạm đạo đức để đạt được quyền lợi và địa vị cao hơn. Điều này dẫn đến tình trạng suy đồi đạo đức khi con người không ngại làm những điều bất thiện để bảo vệ quyền lợi cá nhân.
3. **Tăng cường sự cố chấp và thành kiến**: Khi xã hội phân chia giai cấp, con người bắt đầu hình thành định kiến về giá trị và vai trò của từng nhóm. Điều này dẫn đến tình trạng phân biệt và kỳ thị, làm suy yếu lòng từ bi và tôn trọng lẫn nhau. Sự cố chấp này khiến con người dễ dàng bỏ qua đạo đức để bảo vệ lợi ích của giai cấp mình, từ đó làm suy thoái đạo đức chung trong xã hội.
4. **Sự xa rời các giá trị tinh thần và đạo đức**: Khi xã hội phát triển dựa trên các giá trị vật chất và quyền lực, con người dần quên đi những giá trị tinh thần và đạo đức. Thay vì chú trọng đến sự trong sạch nội tâm, con người chú ý nhiều hơn đến việc tích lũy tài sản và địa vị xã hội. Điều này làm tăng sự suy đồi đạo đức khi các giá trị tinh thần và từ bi bị lãng quên.
5. **Coi trọng lợi ích cá nhân hơn lợi ích chung**: Khi xã hội bắt đầu hình thành các cấu trúc quyền lợi và địa vị, con người có xu hướng đặt lợi ích cá nhân lên trên lợi ích chung. Sự ích kỷ và thiếu trách nhiệm đối với cộng đồng làm suy yếu lòng nhân ái và từ bi, khiến đạo đức cá nhân dần bị suy thoái khi mỗi người chỉ tập trung vào việc thỏa mãn nhu cầu của mình.
6. **Sự khuyến khích lòng kiêu ngạo và đố kỵ**: Địa vị xã hội và sự phân chia giai cấp khiến con người dễ rơi vào tâm lý kiêu ngạo khi đạt được thành tựu và đố kỵ với người khác. Lòng kiêu ngạo và đố kỵ là những phẩm chất trái ngược với đạo đức và lòng từ bi. Khi các cảm xúc tiêu cực này lan rộng, chúng làm suy thoái đạo đức và tăng thêm xung đột trong xã hội.
7. **Thiếu lòng từ bi và sự gắn kết xã hội**: Khi con người bị cuốn vào các giá trị vật chất và quyền lực, họ dần mất đi lòng từ bi và sự thấu hiểu với người khác. Thay vì đồng cảm và hỗ trợ nhau, họ dễ dàng gây tổn thương cho nhau để đạt được mục đích cá nhân. Sự thiếu gắn kết và lòng từ bi này làm suy yếu đạo đức cá nhân và khiến xã hội trở nên bất ổn.
8. **Tăng cường các hành vi bất thiện để bảo vệ quyền lợi**: Trong một xã hội mà quyền lực và tài sản được coi trọng, con người dễ dàng vi phạm các nguyên tắc đạo đức để bảo vệ quyền lợi của mình. Các hành vi như

lừa dối, bóc lột, và bạo lực trở nên phổ biến khi con người bị chi phối bởi lợi ích vật chất, gây suy thoái nghiêm trọng về đạo đức cá nhân và xã hội.

Tổng kết:

Đức Phật cho rằng sự hình thành xã hội có liên quan mật thiết đến sự suy thoái đạo đức cá nhân vì khi xã hội bắt đầu có sự phân chia quyền lợi, tài sản, và giai cấp, con người dễ bị cuốn vào lòng tham, ích kỷ, và cố chấp. Những yếu tố này khiến con người xa rời các giá trị đạo đức, lòng từ bi và sự tôn trọng lẫn nhau, gây ra tình trạng suy đồi đạo đức và khổ đau trong cộng đồng.

15. Trong đời sống hiện đại, làm sao chúng ta có thể áp dụng bài học từ Kinh này để giảm thiểu sự phân biệt đối xử?

Trong đời sống hiện đại, chúng ta có thể áp dụng các bài học từ **Kinh Khởi Thế Nhân Bổn** để giảm thiểu sự phân biệt đối xử qua những cách sau:

1. **Thực hành lòng từ bi và thấu hiểu lẫn nhau**: Từ bi là nền tảng giúp con người thấu hiểu và tôn trọng nhau, bất kể địa vị hay xuất thân. Khi chúng ta tiếp cận mọi người bằng lòng từ bi, chúng ta giảm bớt sự phân biệt và cố chấp, đồng thời xây dựng các mối quan hệ dựa trên sự tôn trọng và đồng cảm.
2. **Phát triển nhận thức về giá trị bình đẳng của mọi người**: Bài học của Đức Phật nhắc nhở rằng mọi người đều bình đẳng về giá trị và khả năng phát triển. Trong đời sống hàng ngày, chúng ta nên đánh giá người khác dựa trên phẩm hạnh và hành vi thay vì dựa vào địa vị hay bề ngoài, từ đó giảm thiểu phân biệt đối xử.
3. **Giáo dục để nâng cao ý thức về nhân quyền và công bằng xã hội**: Giáo dục đóng vai trò quan trọng trong việc truyền tải các giá trị bình đẳng và tôn trọng. Chúng ta có thể thúc đẩy giáo dục toàn diện về nhân quyền và công bằng xã hội, giúp mọi người nhận thức rõ hơn về sự bình đẳng và trách nhiệm đối với cộng đồng.
4. **Xây dựng các chính sách và luật pháp công bằng**: Các tổ chức và chính phủ cần xây dựng các chính sách và quy định nhằm đảm bảo công bằng cho tất cả mọi người. Những chính sách này không chỉ bảo vệ quyền lợi của từng cá nhân mà còn khuyến khích một môi trường xã hội không có sự phân biệt đối xử.
5. **Thực hành chánh niệm và tự quán chiếu để nhận diện các định kiến vô thức**: Chúng ta có thể dùng chánh niệm để nhận diện và loại bỏ những định kiến vô thức về giai cấp, địa vị hay sắc tộc mà chúng ta có thể không nhận ra. Tự quán chiếu bản thân giúp chúng ta trở nên nhạy bén hơn với những tư tưởng cố chấp, từ đó thay đổi hành vi để sống hòa hợp hơn.
6. **Khuyến khích lòng khiêm tốn và từ bỏ cái tôi**: Chấp trước vào địa vị và quyền lực thường dẫn đến phân biệt đối xử. Khi chúng ta phát triển lòng khiêm tốn, biết đủ và không cố chấp vào cái tôi, chúng ta sẽ dễ dàng nhìn nhận mọi người như nhau, giảm thiểu sự phân biệt và tăng cường sự tôn trọng lẫn nhau.
7. **Tăng cường các hoạt động cộng đồng và hợp tác đa văn hóa**: Tạo điều kiện để các nhóm khác nhau cùng làm việc, hợp tác và giao lưu trong cộng

đồng giúp giảm thiểu các rào cản và định kiến. Khi chúng ta hợp tác và hiểu nhau hơn, lòng tin và sự tôn trọng lẫn nhau được củng cố, từ đó giảm bớt sự phân biệt đối xử.

8. **Thúc đẩy công bằng trong cơ hội và quyền lợi**: Một xã hội công bằng là khi mọi người có quyền lợi và cơ hội phát triển như nhau. Khi cơ hội được phân bổ đồng đều và quyền lợi của mọi cá nhân được tôn trọng, sự phân biệt sẽ giảm đi đáng kể.
9. **Đánh giá con người dựa trên phẩm hạnh và năng lực**: Thay vì dựa vào địa vị hay xuất thân, chúng ta có thể áp dụng bài học từ Kinh bằng cách đánh giá mọi người qua hành vi, phẩm hạnh và năng lực của họ. Điều này giúp tạo ra môi trường làm việc và xã hội bình đẳng hơn, tránh tình trạng thiên vị.
10. **Tự nhắc nhở về tính vô thường và vô ngã**: Đức Phật dạy rằng mọi hiện tượng đều vô thường và vô ngã. Khi nhận thức rõ điều này, chúng ta hiểu rằng địa vị và giai cấp không mang tính vĩnh viễn và không xác định giá trị thực sự của một con người. Từ đó, chúng ta có thể nhìn nhận mọi người một cách khách quan và từ bỏ sự phân biệt đối xử.
11. **Khuyến khích sự lắng nghe và thấu hiểu trong giao tiếp**: Khi giao tiếp với người khác, chúng ta cần lắng nghe và thấu hiểu mà không vội vàng đánh giá dựa trên định kiến. Sự tôn trọng và chân thành trong giao tiếp giúp giảm bớt những quan niệm cố hữu và góp phần tạo ra môi trường xã hội hòa hợp.
12. **Thực hành lòng biết ơn và tôn trọng lẫn nhau**: Bằng cách sống với lòng biết ơn và tôn trọng những gì người khác mang đến, chúng ta giảm thiểu sự phân biệt đối xử và tăng cường sự đoàn kết. Tôn trọng lẫn nhau tạo nên một môi trường sống hài hòa và giảm đi sự cách biệt giữa các nhóm.

Tổng kết:

Trong đời sống hiện đại, chúng ta có thể áp dụng bài học từ **Kinh Khởi Thế Nhân Bổn** bằng cách thực hành từ bi, trí tuệ, và lòng khiêm tốn. Những nguyên tắc này giúp chúng ta phá bỏ định kiến và xây dựng một xã hội công bằng, tôn trọng, và hòa hợp, nơi mà giá trị của mỗi người được đánh giá qua phẩm hạnh và đóng góp thay vì qua địa vị xã hội.

16. Giá trị thực sự của một người nằm ở đâu, nếu không phải ở địa vị xã hội hay xuất thân?

Giá trị thực sự của một người, theo giáo lý của Đức Phật và những bài học từ **Kinh Khởi Thế Nhân Bổn**, nằm ở các phẩm chất bên trong, không phụ thuộc vào địa vị xã hội hay xuất thân. Cụ thể, những yếu tố tạo nên giá trị thực sự của một con người bao gồm:

1. **Đạo đức và phẩm hạnh**: Đức Phật nhấn mạnh rằng giá trị của một người thể hiện qua hành vi đạo đức và phẩm hạnh của họ. Một người có phẩm hạnh tốt là người sống với lòng từ bi, trung thực, và công bằng, tránh các hành vi gây hại cho người khác. Đạo đức là nền tảng quan trọng nhất cho một cuộc sống ý nghĩa và đóng góp tích cực cho xã hội.

2. **Trí tuệ và sự hiểu biết**: Trí tuệ là yếu tố cốt lõi trong giáo lý Phật giáo. Giá trị của một người được thể hiện qua khả năng suy nghĩ sáng suốt, hiểu biết sâu sắc về thực tại và nhận thức rõ ràng về đúng sai. Người có trí tuệ biết cách giải quyết vấn đề một cách khôn ngoan và sống hài hòa với mọi người.
3. **Lòng từ bi và trắc ẩn**: Đức Phật dạy rằng lòng từ bi là yếu tố vô cùng quý báu, giúp con người gắn kết và đối xử tốt với nhau. Người có lòng từ bi sẵn lòng giúp đỡ, thấu hiểu và chia sẻ với người khác mà không phân biệt đối xử. Đây là một trong những giá trị cao quý nhất làm nên giá trị thực sự của một người.
4. **Khả năng kiểm soát và phát triển nội tâm**: Giá trị của một người còn nằm ở khả năng làm chủ bản thân, kiểm soát cảm xúc và vượt qua tham sân si. Người có thể kiểm soát bản thân sẽ sống với sự điềm tĩnh, khoan dung và không bị lôi cuốn vào những ham muốn tạm bợ, điều này thể hiện sự vững vàng và chiều sâu trong tâm hồn.
5. **Sự kiên trì và nỗ lực cải thiện bản thân**: Một trong những yếu tố quan trọng thể hiện giá trị của một người là khả năng kiên trì và quyết tâm tự hoàn thiện bản thân. Người luôn nỗ lực học hỏi, cải thiện và tu dưỡng bản thân theo thời gian thể hiện sự trưởng thành và khao khát tiến bộ. Điều này tạo nên giá trị bền vững mà địa vị xã hội hay xuất thân không thể mang lại.
6. **Tinh thần trách nhiệm và ý thức xã hội**: Một người có giá trị thực sự là người biết quan tâm và có trách nhiệm với cộng đồng, sẵn lòng đóng góp để tạo ra một môi trường tốt đẹp cho tất cả. Ý thức về trách nhiệm giúp họ thực hiện những hành động mang lại lợi ích chung, từ đó tạo ra tác động tích cực cho xã hội.
7. **Sự chân thành và khiêm tốn**: Giá trị của một người thể hiện qua tính chân thành, không giả tạo hay cố gắng phô trương. Người chân thành và khiêm tốn biết trân trọng những gì mình có và không đánh giá bản thân qua các tiêu chuẩn xã hội bên ngoài. Đây là phẩm chất giúp người đó sống một cuộc đời an nhiên và được người khác yêu mến, kính trọng.
8. **Lòng biết ơn và sự hài lòng**: Biết ơn và hài lòng với cuộc sống là phẩm chất của một người có tâm hồn phong phú và sâu sắc. Người có lòng biết ơn trân trọng những gì mình có, từ đó sống một cuộc sống thanh bình và an lạc, không chạy theo những giá trị phù phiếm bên ngoài.
9. **Khả năng hòa hợp và xây dựng mối quan hệ tốt đẹp**: Một người có giá trị biết cách xây dựng và duy trì mối quan hệ tốt đẹp với mọi người, giúp lan tỏa sự hòa bình và kết nối trong cộng đồng. Khả năng giao tiếp chân thành và tạo nên sự hòa hợp là một biểu hiện của tâm hồn cao đẹp và nhân cách tốt.
10. **Tâm hồn rộng mở và khả năng chấp nhận sự khác biệt**: Giá trị của một người còn thể hiện qua khả năng chấp nhận và tôn trọng sự khác biệt. Người có tâm hồn rộng mở không phân biệt đối xử, luôn đón nhận mọi người bằng sự bao dung và lòng từ bi, điều này góp phần tạo nên một xã hội hài hòa.

Tổng kết:
Giá trị thực sự của một người nằm ở đạo đức, trí tuệ, lòng từ bi, sự chân thành, và ý thức trách nhiệm đối với bản thân và xã hội. Những phẩm chất này không phụ thuộc vào xuất thân hay địa vị mà có thể được phát triển qua quá trình tu dưỡng và rèn luyện, giúp con người sống một cuộc đời ý nghĩa và để lại những ảnh hưởng tích cực cho cộng đồng.

17. Đức Phật nhấn mạnh điều gì về trách nhiệm cá nhân trong việc duy trì đạo đức và trật tự xã hội?
Đức Phật nhấn mạnh rằng mỗi cá nhân có trách nhiệm lớn lao trong việc duy trì đạo đức và trật tự xã hội. Theo giáo lý của Ngài, sự ổn định và an lạc của xã hội bắt nguồn từ sự tu dưỡng và hành xử đạo đức của từng người. Cụ thể, trách nhiệm cá nhân trong duy trì đạo đức và trật tự xã hội bao gồm các yếu tố sau:

1. **Tự tu dưỡng đạo đức cá nhân**: Đức Phật khuyến khích mỗi người rèn luyện và phát triển đạo đức của bản thân. Khi mỗi cá nhân giữ giới, hành động từ bi và tránh xa những hành vi gây hại, họ không chỉ tạo nên môi trường sống an lành cho bản thân mà còn lan tỏa tác động tích cực đến cộng đồng.
2. **Hành động với lòng từ bi và tôn trọng lẫn nhau**: Đức Phật nhấn mạnh rằng từ bi là nền tảng để tạo nên một xã hội hòa bình. Khi mỗi người biết đối xử tử tế và tôn trọng người khác, sự phân biệt và xung đột sẽ giảm đi, từ đó duy trì trật tự và sự gắn kết trong cộng đồng.
3. **Tránh xa tham lam và lợi ích cá nhân hẹp hòi**: Đức Phật khuyến khích con người kiểm soát tham sân si và đặt lợi ích chung lên trên lợi ích cá nhân. Khi mỗi cá nhân sống vì lợi ích cộng đồng và tránh những hành vi ích kỷ, xã hội sẽ bớt đi sự tranh giành, bất công và bất hòa.
4. **Trách nhiệm lan tỏa các giá trị đạo đức và giáo dục lẫn nhau**: Đức Phật dạy rằng mỗi người có trách nhiệm không chỉ tu dưỡng bản thân mà còn chia sẻ và truyền đạt các giá trị đạo đức cho người khác, đặc biệt là trong gia đình và cộng đồng. Giáo dục và hướng dẫn người khác về đạo đức giúp xây dựng một xã hội vững mạnh và an lạc.
5. **Chịu trách nhiệm về hậu quả của hành động cá nhân**: Đức Phật nhấn mạnh quy luật nhân quả, rằng mỗi hành động của con người đều có hậu quả, và những hành động bất thiện sẽ dẫn đến khổ đau. Nhận thức này khuyến khích mỗi người hành động có trách nhiệm, ý thức rõ ràng về tác động của hành vi đối với bản thân và xã hội.
6. **Hỗ trợ và bảo vệ những người yếu thế**: Đức Phật khuyến khích các cá nhân thực hành lòng từ bi bằng cách giúp đỡ và bảo vệ những người yếu thế. Điều này không chỉ góp phần vào việc duy trì đạo đức mà còn xây dựng một xã hội công bằng, nơi mọi người đều cảm thấy an toàn và được tôn trọng.
7. **Giữ vững lòng trung thực và chính trực**: Đức Phật dạy rằng trung thực và chính trực là những yếu tố quan trọng để duy trì niềm tin và sự công bằng trong xã hội. Khi mỗi người hành động trung thực và không dối trá,

họ góp phần vào việc xây dựng một xã hội có trật tự và không bị xáo trộn bởi sự lừa dối hay bất công.

8. **Chấp nhận và tôn trọng luật lệ, giới luật**: Đức Phật cũng nhấn mạnh sự quan trọng của việc tuân theo các quy tắc và giới luật để tạo ra sự ổn định. Sự chấp nhận và tôn trọng các luật lệ đạo đức giúp giảm thiểu xung đột và đảm bảo rằng mọi người đều có hành vi đúng đắn.
9. **Giữ gìn hòa khí và giải quyết xung đột trong hòa bình**: Đức Phật khuyến khích các cá nhân đối mặt với xung đột bằng lòng từ bi và trí tuệ, tránh bạo lực và các hành vi gây tổn thương. Khi mỗi người biết cách giữ gìn hòa khí, giải quyết mâu thuẫn bằng hòa bình, xã hội sẽ trở nên an lành và hòa hợp hơn.
10. **Sống giản dị và biết đủ để tránh lòng tham**: Đức Phật dạy rằng sống giản dị và biết đủ giúp con người tránh xa lòng tham, giảm bớt ganh đua và tạo ra sự hài hòa trong cộng đồng. Khi mỗi người sống giản dị, họ không chỉ giảm thiểu áp lực cho bản thân mà còn tạo ra môi trường hòa thuận, ít tranh giành và ganh tỵ.

Tổng kết:

Đức Phật nhấn mạnh rằng trách nhiệm cá nhân trong việc duy trì đạo đức và trật tự xã hội bắt đầu từ sự tự tu dưỡng, hành động với lòng từ bi, sống giản dị và trung thực, đồng thời giáo dục và hỗ trợ người khác. Khi mỗi người có ý thức về trách nhiệm này và hành động một cách đúng đắn, họ sẽ góp phần tạo nên một xã hội hòa bình, an lạc và công bằng.

18. Làm thế nào để hiểu rằng khổ đau và sự bất hòa xã hội xuất phát từ sự suy đồi đạo đức, thay vì do giai cấp?

Để hiểu rằng khổ đau và sự bất hòa xã hội xuất phát từ sự suy đồi đạo đức, thay vì từ giai cấp, chúng ta có thể xem xét các yếu tố sau:

1. **Khổ đau và bất hòa xuất hiện ở mọi tầng lớp xã hội**: Khổ đau và xung đột không chỉ xảy ra ở một giai cấp cụ thể mà tồn tại trong mọi tầng lớp. Điều này cho thấy rằng vấn đề không nằm ở giai cấp mà ở những hành vi và thái độ sai lầm của con người, chẳng hạn như tham lam, sân hận và ích kỷ.
2. **Những hành vi bất thiện là nguyên nhân gốc rễ của khổ đau**: Đức Phật dạy rằng lòng tham, sân, si là nguồn gốc của mọi khổ đau. Khi con người hành động dựa trên những yếu tố này, họ sẽ gây ra bất hòa và xung đột. Ngược lại, nếu mọi người sống có đạo đức và từ bi, bất kể địa vị xã hội, xã hội sẽ hòa hợp và giảm thiểu khổ đau.
3. **Sự suy đồi đạo đức tạo ra bất công và bất ổn**: Khi đạo đức suy thoái, các hành vi như tham nhũng, gian lận, bạo lực và bóc lột trở nên phổ biến, gây ra bất công và chia rẽ trong xã hội. Sự suy đồi đạo đức dẫn đến những hành vi này, chứ không phải giai cấp. Các hành vi này có thể xuất hiện ở bất kỳ giai cấp nào khi đạo đức bị bỏ qua.
4. **Đạo đức và từ bi giúp duy trì hòa bình và công bằng**: Một xã hội hòa bình không phụ thuộc vào việc xóa bỏ giai cấp mà vào việc mỗi cá nhân phát triển đạo đức, lòng từ bi và tinh thần trách nhiệm. Khi mọi người sống

có đạo đức, biết tôn trọng nhau và không gây tổn hại cho người khác, xã hội sẽ tự động giảm bớt sự bất hòa và bất công.

5. **Phân biệt giai cấp chỉ là sản phẩm của định kiến xã hội**: Đức Phật dạy rằng giai cấp là một khái niệm xã hội, không quyết định giá trị hay phẩm hạnh của một người. Người ở bất kỳ giai cấp nào cũng có thể sống đạo đức hoặc suy đồi, điều này cho thấy rằng chính sự suy đồi về đạo đức là yếu tố quyết định khổ đau, không phải giai cấp.
6. **Lòng tham và quyền lực cá nhân gây ra sự bất công**: Khi đạo đức suy thoái, những người có quyền lực hoặc ở giai cấp cao có thể lợi dụng vị trí của mình để thao túng và bóc lột người khác, gây ra bất công và khổ đau. Nếu những người này hành xử đạo đức, họ sẽ tạo ra sự công bằng và hòa bình cho xã hội, bất kể giai cấp.
7. **Đạo đức là yếu tố phổ quát, không phụ thuộc vào địa vị**: Đức Phật nhấn mạnh rằng đạo đức là giá trị cốt lõi của mọi người, bất kể xuất thân hay địa vị. Khi đạo đức bị bỏ qua, con người dễ dàng rơi vào hành vi bất thiện và gây ra xung đột, trong khi đạo đức và trí tuệ sẽ giúp duy trì sự hòa hợp.
8. **Khổ đau cá nhân và xã hội là hệ quả của hành động bất thiện**: Quy luật nhân quả chỉ ra rằng mọi hành động đều có hậu quả. Khi con người hành xử thiếu đạo đức, hậu quả là khổ đau không chỉ cho cá nhân mà còn cho cả xã hội. Nếu giai cấp là nguyên nhân, thì khổ đau sẽ không thể được giảm thiểu qua hành vi đạo đức và từ bi, nhưng thực tế cho thấy rằng khi đạo đức được thực hành, khổ đau sẽ giảm đi.
9. **Những xã hội hòa bình là những xã hội coi trọng đạo đức**: Trong lịch sử, những xã hội đặt trọng tâm vào các giá trị đạo đức và tôn trọng lẫn nhau luôn có mức độ hòa bình và ổn định cao hơn. Điều này chứng minh rằng khi con người sống với lòng từ bi và đạo đức, họ sẽ tạo ra một xã hội hòa hợp, bất kể có sự phân chia giai cấp hay không.
10. **Đức Phật dạy rằng phẩm hạnh quyết định giá trị, không phải giai cấp**: Theo lời dạy của Đức Phật, giá trị của một con người nằm ở phẩm hạnh và trí tuệ, không phải ở giai cấp. Nếu mọi người sống đạo đức và tu dưỡng phẩm hạnh, khổ đau và bất hòa sẽ được loại bỏ, còn nếu hành xử trái đạo đức, khổ đau sẽ xuất hiện, bất kể người đó thuộc giai cấp nào.

Tổng kết:

Khổ đau và bất hòa xã hội xuất phát từ sự suy đồi đạo đức, không phải từ giai cấp. Khi đạo đức suy thoái, con người dễ dàng hành động ích kỷ, bạo lực và phân biệt đối xử, gây ra khổ đau và chia rẽ. Để giảm thiểu khổ đau và duy trì hòa bình, mỗi cá nhân cần tu dưỡng đạo đức, lòng từ bi và sống có trách nhiệm, bất kể địa vị xã hội của họ.

19. Từ bi và trí tuệ có vai trò gì trong việc phá bỏ những quan niệm cố định và lỗi thời về giai cấp?

Từ bi và trí tuệ đóng vai trò quan trọng trong việc phá bỏ những quan niệm cố định và lỗi thời về giai cấp, giúp xã hội vượt qua những định kiến hẹp hòi để xây dựng một môi trường công bằng và bình đẳng. Cụ thể, vai trò của từ bi và trí tuệ được thể hiện như sau:

1. **Từ bi giúp thấu hiểu và chấp nhận mọi người bình đẳng**: Lòng từ bi cho phép chúng ta thấy rằng mọi người đều bình đẳng trong khả năng trải nghiệm khổ đau và hạnh phúc, bất kể giai cấp hay địa vị. Khi có từ bi, chúng ta nhìn thấy giá trị và nhân phẩm của mỗi người, không bị ảnh hưởng bởi xuất thân hay địa vị xã hội. Điều này giúp giảm bớt những định kiến và phân biệt đối xử.
2. **Trí tuệ giúp nhận ra bản chất giả tạo của giai cấp**: Trí tuệ cho phép chúng ta hiểu rằng giai cấp là một khái niệm do con người tạo ra, không phải là giá trị thực chất hay bẩm sinh. Trí tuệ giúp chúng ta nhận ra rằng giai cấp và địa vị chỉ là những cấu trúc xã hội, không thể quyết định giá trị hay phẩm hạnh của một người. Nhờ đó, con người dễ dàng phá bỏ những quan niệm cố định và lỗi thời về giai cấp.
3. **Từ bi thúc đẩy sự tôn trọng và không phân biệt**: Khi phát triển từ bi, chúng ta tự nhiên đối xử với mọi người bằng sự tôn trọng và lòng nhân ái, bất kể xuất thân hay địa vị của họ. Từ bi khuyến khích chúng ta nhìn nhận tất cả mọi người như nhau, giảm đi sự phân biệt về giai cấp, giúp xây dựng một xã hội hòa hợp và công bằng hơn.
4. **Trí tuệ giúp phá vỡ những quan niệm cố chấp và bảo thủ**: Trí tuệ giúp con người nhìn sâu vào bản chất của các quan niệm xã hội và nhận ra những quan niệm nào là lỗi thời, thiếu cơ sở. Điều này khuyến khích chúng ta từ bỏ những quan niệm cũ về giai cấp, giải phóng tâm trí khỏi sự ràng buộc của các định kiến, từ đó sống một cách tự do và bình đẳng hơn.
5. **Từ bi giúp gắn kết và xây dựng tình đoàn kết**: Lòng từ bi tạo ra sự gắn kết và đoàn kết giữa con người. Khi sống với từ bi, chúng ta dễ dàng cảm thông và hỗ trợ nhau, không bị chia rẽ bởi giai cấp hay địa vị. Từ bi tạo nên một cộng đồng hòa hợp, nơi mọi người sẵn lòng giúp đỡ nhau vượt qua khó khăn, bất kể địa vị của họ là gì.
6. **Trí tuệ giúp phát triển tư duy phê phán về các quan niệm cũ**: Trí tuệ giúp con người phát triển khả năng tự suy xét và tư duy phê phán về các quan niệm xã hội. Khi có trí tuệ, chúng ta không chấp nhận các quan niệm về giai cấp một cách mù quáng mà xem xét lại những điều này theo lý trí và đạo đức. Điều này giúp con người vượt qua những quan điểm lỗi thời và hướng tới sự bình đẳng thực sự.
7. **Từ bi giúp giảm bớt cái tôi và lòng kiêu ngạo**: Chấp trước vào giai cấp thường đi kèm với cái tôi và sự kiêu ngạo. Từ bi giúp chúng ta buông bỏ cái tôi, sống khiêm tốn và không xem mình là cao quý hơn người khác. Khi từ bi phát triển, con người dễ dàng từ bỏ những quan niệm phân biệt về giai cấp và địa vị.
8. **Trí tuệ giúp nhận ra rằng giá trị thực sự nằm ở đạo đức và phẩm hạnh**: Trí tuệ giúp chúng ta thấy rằng giá trị của một người không nằm ở địa vị hay xuất thân mà ở phẩm hạnh, hành động đạo đức và lòng từ bi. Khi hiểu rõ điều này, con người sẽ giảm bớt sự cố chấp vào giai cấp và chú trọng vào phát triển giá trị nội tại của mỗi cá nhân.
9. **Từ bi và trí tuệ cùng thúc đẩy sự học hỏi và thay đổi**: Từ bi và trí tuệ giúp chúng ta sẵn lòng học hỏi và thay đổi, không bị ràng buộc vào những

quan niệm xã hội cố định. Khi có trí tuệ và từ bi, chúng ta sẽ tìm kiếm sự thật và cải thiện bản thân, đồng thời khuyến khích xã hội phát triển theo hướng công bằng và bình đẳng.

10. **Xây dựng một xã hội công bằng và hòa bình**: Từ bi và trí tuệ không chỉ giúp phá bỏ quan niệm về giai cấp mà còn xây dựng một xã hội công bằng và hòa bình, nơi mọi người được đối xử công bằng dựa trên phẩm hạnh và năng lực. Khi mọi người sống với từ bi và trí tuệ, họ không chỉ phá bỏ các định kiến về giai cấp mà còn tạo ra một cộng đồng hài hòa, an lành và ít xung đột.

Tổng kết:

Từ bi và trí tuệ giúp chúng ta phá bỏ những quan niệm cố định và lỗi thời về giai cấp bằng cách thấu hiểu sự bình đẳng, nhìn rõ bản chất giả tạo của giai cấp, và tạo điều kiện để xây dựng một xã hội công bằng, nơi mỗi người đều được tôn trọng và đánh giá dựa trên phẩm hạnh và trí tuệ của họ.

20. Tại sao Đức Phật lại khuyến khích con người tìm kiếm sự tự do tâm linh vượt qua các giới hạn của giai cấp và địa vị?

Đức Phật khuyến khích con người tìm kiếm sự tự do tâm linh vượt qua các giới hạn của giai cấp và địa vị vì những lý do sau:

1. **Giải phóng con người khỏi sự ràng buộc của thế tục**: Đức Phật cho rằng giai cấp và địa vị là những giới hạn do xã hội đặt ra, ràng buộc con người vào những giá trị bên ngoài và gây ra sự phân biệt. Tự do tâm linh giúp con người vượt qua những ràng buộc này, giải thoát khỏi các áp lực và định kiến xã hội, để tìm đến sự an lạc nội tâm thực sự.
2. **Tâm linh không phân biệt giai cấp hay xuất thân**: Đức Phật nhấn mạnh rằng giác ngộ và sự phát triển tâm linh không phụ thuộc vào địa vị xã hội hay xuất thân. Tất cả mọi người, bất kể giai cấp nào, đều có khả năng đạt được tự do tâm linh qua việc tu dưỡng đạo đức, từ bi và trí tuệ. Điều này giúp mọi người nhận ra rằng giá trị chân thật không nằm ở địa vị xã hội mà ở phẩm chất và sự tu tập của chính họ.
3. **Phá bỏ sự cố chấp và cái tôi**: Chấp trước vào giai cấp và địa vị thường làm tăng cái tôi, dẫn đến sự kiêu ngạo hoặc mặc cảm. Đức Phật dạy rằng sự tự do tâm linh đến từ việc từ bỏ cái tôi, không bị ràng buộc bởi các danh xưng và vai trò xã hội. Từ bỏ những chấp trước này giúp con người sống khiêm tốn và hòa hợp hơn, điều cần thiết cho con đường tâm linh.
4. **Tự do tâm linh mang lại hạnh phúc bền vững**: Các giá trị như giai cấp và địa vị chỉ mang lại hạnh phúc tạm thời và dễ tan biến. Đức Phật khuyến khích tìm kiếm tự do tâm linh vì nó mang đến hạnh phúc bền vững, vượt qua những thay đổi của thế gian. Khi đạt được tự do tâm linh, con người sẽ cảm thấy an lạc nội tại, không phụ thuộc vào địa vị hay hoàn cảnh.
5. **Vượt qua mọi định kiến và xây dựng lòng từ bi**: Tự do tâm linh giúp con người không còn phân biệt đối xử, nhìn nhận tất cả mọi người bình đẳng trong khả năng tu tập và giác ngộ. Khi không còn bị giới hạn bởi định kiến giai cấp, con người sẽ phát triển lòng từ bi và sự tôn trọng đối với tất cả, góp phần xây dựng một xã hội hòa bình.

6. **Xóa bỏ các quan niệm xã hội lỗi thời và tạo điều kiện phát triển bản thân**: Đức Phật muốn con người thoát khỏi các quan niệm gò bó về giai cấp để có thể phát triển bản thân một cách tự do và trọn vẹn. Khi không còn chấp trước vào địa vị, con người dễ dàng mở rộng khả năng, tìm hiểu và phát triển trí tuệ mà không bị giới hạn bởi quan niệm xã hội.
7. **Tự do tâm linh là nền tảng của sự giải thoát thực sự**: Theo Đức Phật, sự giải thoát thực sự đến từ việc vượt qua tất cả những ràng buộc và định kiến. Chấp trước vào giai cấp và địa vị chỉ làm tâm trí thêm nặng nề và ngăn cản sự giải thoát. Khi thoát khỏi các giới hạn này, con người có thể đạt đến trạng thái tự do hoàn toàn, không bị phiền não chi phối.
8. **Giúp con người sống với giá trị đạo đức chân chính**: Tìm kiếm sự tự do tâm linh khuyến khích con người sống theo những giá trị đạo đức chân chính như từ bi, trí tuệ và chân thật. Những giá trị này không bị giới hạn bởi giai cấp hay địa vị và giúp con người hướng tới sự phát triển nội tâm, sống một cuộc đời ý nghĩa và thanh thản.
9. **Góp phần xây dựng xã hội bình đẳng và hài hòa**: Khi mọi người tìm kiếm tự do tâm linh, không bị ràng buộc bởi giai cấp, xã hội sẽ bớt phân biệt và trở nên bình đẳng hơn. Tự do tâm linh giúp giảm thiểu xung đột và tăng cường sự đoàn kết, vì con người tôn trọng nhau dựa trên phẩm hạnh và sự từ bi, không dựa vào địa vị.
10. **Tạo điều kiện để phát triển trí tuệ vượt bậc**: Đức Phật khuyến khích con người vượt qua các giới hạn xã hội để có thể phát triển trí tuệ vượt bậc. Khi không bị giới hạn bởi giai cấp và địa vị, con người có thể nhìn thấy thực tại một cách rõ ràng, hiểu được bản chất vô thường và vô ngã của vạn vật, từ đó đạt đến sự giác ngộ sâu sắc.

Tổng kết:

Đức Phật khuyến khích con người tìm kiếm sự tự do tâm linh vượt qua giai cấp và địa vị vì tự do tâm linh là con đường dẫn đến an lạc bền vững, giúp con người thoát khỏi các ràng buộc của thế gian và sống một cuộc đời ý nghĩa. Đây là con đường để đạt đến sự bình đẳng, phát triển lòng từ bi, và xây dựng một xã hội hài hòa, nơi mọi người được tôn trọng và hỗ trợ nhau trong hành trình tâm linh.

KINH 28:
KINH TỰ HOAN HỶ
(Sampasādanīya Sutta)

I. GIỚI THIỆU TỔNG QUAN VỀ KINH TỰ HOAN HỶ

1. Giới thiệu chung về Kinh:

- Kinh Tự Hoan Hỷ là một bài kinh thuộc Trường Bộ Kinh, một trong những bộ kinh quan trọng trong Tam Tạng Kinh Pali, chứa đựng nhiều bài pháp sâu sắc và hướng đến sự khai mở trí tuệ.
- Mục đích của Đức Phật khi giảng dạy kinh này là khuyến khích người tu học tự giác trong việc nhận thức rõ bản chất cuộc đời, phát triển sự hoan hỷ chân chính, và hướng đến sự phát triển nội tâm lành mạnh.

2. Bối cảnh ra đời của Kinh:

- Bài kinh được thuyết giảng trong bối cảnh khi các đệ tử của Đức Phật có những thắc mắc hoặc câu hỏi liên quan đến sự tự hoan hỷ trong tiến trình tu tập và phát triển trí tuệ.
- Đức Phật đã lựa chọn thời điểm này để giảng dạy nhằm giải thích các yếu tố quan trọng giúp các đệ tử hiểu rõ hơn về ý nghĩa của sự hoan hỷ, đặc biệt trong quá trình tự thân tu tập và phát triển trí tuệ, đạo đức.

3. Mục tiêu chính của Kinh:

- Kinh Tự Hoan Hỷ nhấn mạnh tầm quan trọng của việc tự nhận thức và tự hoan hỷ trong việc hiểu biết chân lý và phát triển nội tâm.
- Mục tiêu chính là giúp người tu học đạt được sự an lạc và hoan hỷ thật sự từ việc thấu hiểu chính mình, đạt đến một trạng thái tự tại, và phát triển các phẩm chất đạo đức cao quý.

II. NỘI DUNG CHÍNH CỦA KINH TỰ HOAN HỶ

Sự tự hoan hỷ của tôn giả Xá-lợi-phất:

- **Lời khẳng định và niềm tin của tôn giả Xá-lợi-phất**: Tôn giả Xá-lợi-phất bày tỏ niềm tin mạnh mẽ đối với Đức Phật và giáo lý, khẳng định sự kính trọng và lòng tin tưởng tuyệt đối vào sự giác ngộ và khả năng cứu độ của Đức Phật.
- **Lý do của sự hoan hỷ**: Tôn giả Xá-lợi-phất giải thích rằng sự hoan hỷ của ngài xuất phát từ niềm an lạc khi thực hành giáo pháp và trải nghiệm sự giải thoát nội tâm, giúp ngài thoát khỏi những phiền não và đạt được trạng thái thanh tịnh.

2. Đức Phật giảng giải về những phẩm chất của Bậc Giác Ngộ:

- **Các phẩm chất đặc biệt của Đức Phật**: Đức Phật được mô tả với những phẩm chất vượt trội như trí tuệ toàn diện, lòng từ bi vô hạn và năng lực siêu phàm, thể hiện sự giác ngộ hoàn hảo. Các phẩm chất này là nền tảng cho vai trò hướng dẫn và bảo hộ của Đức Phật với tất cả chúng sinh.

- **Vai trò của Đức Phật trong việc dẫn dắt chúng sinh**: Đức Phật không chỉ là bậc giác ngộ mà còn là người thầy tối cao, giúp con người vượt qua khổ đau và tìm đến giác ngộ. Ngài là nguồn cảm hứng và là người dẫn đường trên hành trình giải thoát.

3. **Những nguyên lý cơ bản về Chánh Pháp**:
   - **Chánh Pháp như con đường giải thoát**: Chánh Pháp được xem là lối thoát duy nhất khỏi khổ đau. Đây là con đường cao quý, giúp người tu học dần loại bỏ các cấu uế và đạt đến trạng thái thanh tịnh.
   - **Tầm quan trọng của việc tu tập**: Việc thực hành Chánh Pháp không chỉ là nhiệm vụ tôn giáo mà còn là con đường đạt đến niềm an lạc và thanh tịnh nội tâm. Người tu học cần kiên trì và duy trì Chánh Pháp trong mọi hoàn cảnh của cuộc sống.
4. **Sự thừa nhận về những vị Thánh trong Giáo Pháp**:
   - **Đặc điểm của các vị Thánh**: Các bậc Thánh trong giáo pháp là những người đã đạt được những tầng bậc giác ngộ khác nhau, với các đặc điểm như thanh tịnh, vô ngã, và sự thấu hiểu sâu sắc về bản chất của khổ đau và giải thoát.
   - **Tầm quan trọng của những vị Thánh trong việc truyền bá và giữ gìn Chánh Pháp**: Các vị Thánh đóng vai trò thiết yếu trong việc bảo vệ, truyền bá và duy trì sự tinh khiết của giáo pháp. Họ là tấm gương cho người tu học và là những người giữ lửa cho đạo pháp.
5. **Ý nghĩa của hoan hỷ trong tu tập**:
   - **Hoan hỷ như động lực tu tập**: Sự hoan hỷ giúp người tu học giữ vững tâm kiên định và tạo ra động lực tích cực trong hành trình tu tập. Niềm vui này làm vững chắc lòng tin và ý chí, là nguồn năng lượng giúp vượt qua khó khăn trên con đường giác ngộ.
   - **Sự hoan hỷ và thanh tịnh nội tâm**: Hoan hỷ là yếu tố giúp thanh lọc tâm hồn, loại bỏ những lo âu và phiền muộn, giúp tâm được tĩnh lặng và thanh tịnh. Khi đạt được sự hoan hỷ, người tu học tiến gần hơn đến giác ngộ, bởi tâm đã an trú và không còn bị khuấy động.

III. Ý NGHĨA VÀ BÀI HỌC TỪ KINH TỰ HOAN HỶ

1. **Sự kính ngưỡng và lòng tin đối với Đức Phật và Chánh Pháp**:
   - **Tầm quan trọng của lòng tin**: Lòng tin là nền tảng thiết yếu trong hành trình tu học. Khi có lòng tin vào Đức Phật và giáo pháp, người tu học có sự định hướng và niềm tin vững chắc để kiên trì thực hành, bất chấp những khó khăn và thử thách. Lòng tin giúp người tu học thấy rõ giá trị của con đường đạo, giữ cho tâm mình không bị dao động.
   - **Vai trò của sự kính ngưỡng trong việc duy trì Chánh Pháp**: Lòng kính ngưỡng đối với Đức Phật và Chánh Pháp giúp người tu học trưởng dưỡng nội lực và tạo động lực mạnh mẽ để duy trì sự tinh tấn. Kính ngưỡng tạo ra nguồn năng lượng và ý chí vượt qua những cám dỗ và khổ đau, bảo vệ

sự trong sáng của Chánh Pháp và khuyến khích việc lan truyền đạo lý đúng đắn.

2. **Giá trị của sự tự hoan hỷ trong quá trình tu tập**:
   - **Hoan hỷ như nguồn động lực**: Sự tự hoan hỷ là một nguồn động viên mạnh mẽ, giúp người tu học duy trì sự an lạc trong tâm hồn và lòng kiên định. Khi có hoan hỷ trong lòng, người tu học không dễ bị lạc lối hay mệt mỏi, trái lại luôn cảm thấy tinh thần phấn chấn và vui tươi, hỗ trợ tốt cho việc tu tập.
   - **Lợi ích của hoan hỷ đối với sự phát triển tâm linh**: Hoan hỷ mang lại sự bình an và tĩnh lặng trong tâm hồn, là điều kiện tốt để phát triển đạo tâm và tiến bước vững vàng trên con đường giác ngộ. Sự hoan hỷ nuôi dưỡng tình yêu và sự trân trọng đối với Pháp, giúp người tu học không ngừng tiến bộ.
3. **Bài học về sự khiêm tốn và tự kiểm điểm**:
   - **Sự khiêm nhường trong quá trình học Pháp**: Đức Phật và các bậc Thánh luôn khuyến khích sự khiêm tốn và lòng kính cẩn khi học Pháp. Khiêm tốn là phẩm chất giúp người tu học mở rộng tâm trí để tiếp thu và hiểu biết sâu sắc hơn. Sự khiêm nhường giúp tránh xa lòng kiêu mạn và tăng trưởng trí tuệ chân chính.
   - **Tự kiểm điểm để đạt đến tự hoan hỷ**: Tự kiểm điểm là một quá trình quan trọng trong việc tự sửa mình và loại bỏ những lỗi lầm. Thông qua tự soi xét và điều chỉnh, người tu học đạt được sự thanh tịnh trong tâm, tiến đến sự tự hoan hỷ thật sự. Việc này giúp người tu học thấy rõ tiến bộ và hoan hỷ trong sự tự thân phát triển, tạo động lực để tiếp tục trên con đường tu học.

IV. CÁC ẨN DỤ VÀ VÍ DỤ TRONG KINH TỰ HOAN HỶ

1. **Giải thích các ẩn dụ và hình ảnh sử dụng trong Kinh**:
   - **Ý nghĩa biểu trưng của hoan hỷ**: Trong Kinh Tự Hoan Hỷ, Đức Phật và tôn giả Xá-lợi-phất sử dụng những hình ảnh nhằm minh họa sự an lạc và hoan hỷ mà người tu tập có thể đạt được. Hoan hỷ được mô tả như một dòng suối tươi mát giúp tâm hồn thanh thản, hay một ngọn đèn sáng soi rọi bóng tối của vô minh, biểu trưng cho niềm vui và tịnh lạc khi thực hành đúng Chánh Pháp.
   - **Các ẩn dụ về con đường tu tập**: Kinh sử dụng hình ảnh con đường để biểu trưng cho quá trình tu tập. Như một lộ trình đầy thử thách, con đường tu học đòi hỏi sự kiên trì và lòng quyết tâm. Hình ảnh này giúp người nghe dễ hình dung về hành trình tu tập, nơi mỗi bước đi là sự tiến bộ trong việc gột rửa các cấu uế và trưởng dưỡng tâm hồn.
2. **Tác động của các ẩn dụ đối với người nghe**:
   - **Làm rõ Chánh Pháp qua các ẩn dụ**: Các ẩn dụ giúp truyền tải Chánh Pháp một cách sinh động và dễ hiểu, biến những khái niệm phức tạp thành những hình ảnh gần gũi. Chẳng hạn, Chánh Pháp được ví như một tấm áo che chở, bảo vệ người tu học khỏi sự khổ đau. Điều này giúp người nghe

dễ dàng nắm bắt giá trị và tầm quan trọng của Chánh Pháp trong cuộc sống.

- **Sử dụng hình ảnh để giải thích các nguyên lý trừu tượng**: Các ẩn dụ như dòng nước trong veo, gương sáng, hay ánh đèn soi tối giúp minh họa những nguyên lý trừu tượng về sự hoan hỷ và thanh tịnh nội tâm. Những hình ảnh này không chỉ giúp người nghe dễ hiểu hơn mà còn gợi mở về sự thanh tịnh trong tâm hồn khi thoát khỏi phiền não, làm cho con đường giác ngộ trở nên rõ ràng và khả thi hơn.

V. KẾT LUẬN VÀ TÓM TẮT VỀ KINH TỰ HOAN HỶ

1. **Tóm tắt các điểm chính**:
   - Kinh Tự Hoan Hỷ nhấn mạnh vào sự tự hoan hỷ và lòng tin đối với Đức Phật và Chánh Pháp. Đây là những yếu tố then chốt giúp người tu học giữ vững niềm tin trên con đường tu tập.
   - Giá trị của Chánh Pháp được khẳng định như con đường dẫn đến giải thoát và giác ngộ, nơi mà người tu học tìm thấy niềm an lạc và sự thanh tịnh nội tâm.
   - Vai trò của các bậc Thánh trong việc truyền bá và bảo vệ Chánh Pháp là nguồn cảm hứng và là mẫu mực cho những ai đang trên con đường giác ngộ.
2. **Thông điệp chính của Kinh**:
   - Kinh Tự Hoan Hỷ truyền tải một thông điệp sâu sắc rằng lòng tin vào Chánh Pháp và sự tự hoan hỷ là nguồn động lực mạnh mẽ cho sự phát triển tâm linh. Khi người tu học duy trì được lòng tin và hoan hỷ trong tâm, con đường tu tập sẽ trở nên dễ dàng và đầy đủ ý nghĩa.
3. **Lời nhắn gửi đến người tu học**:
   - Người tu học nên nuôi dưỡng lòng tin kiên định vào Đức Phật và Chánh Pháp, giữ vững tâm hoan hỷ và phát triển đức khiêm tốn trong quá trình tu tập. Những phẩm chất này sẽ giúp người tu học đạt đến trạng thái thanh tịnh và an lạc nội tâm, từ đó tiến dần đến giác ngộ và giải thoát.

VI. VẤN ĐÁP VỀ KINH TỰ HOAN HỶ

1. Sự hoan hỷ mà tôn giả Xá-lợi-phất trải nghiệm có ý nghĩa gì trong quá trình tu tập của mỗi cá nhân?

Sự hoan hỷ mà tôn giả Xá-lợi-phất trải nghiệm mang đến nhiều ý nghĩa quan trọng cho quá trình tu tập của mỗi cá nhân, bao gồm những điểm chính sau:

1. **Biểu tượng cho sự hài lòng nội tâm**: Hoan hỷ của tôn giả Xá-lợi-phất không chỉ là niềm vui đơn thuần mà còn là sự hài lòng sâu sắc từ bên trong. Điều này cho thấy khi người tu học đạt đến một mức độ tu tập nhất định, họ sẽ tự nhiên cảm thấy một niềm vui nội tại, không phụ thuộc vào những điều kiện bên ngoài.
2. **Nguồn động lực và khích lệ**: Sự hoan hỷ của tôn giả Xá-lợi-phất cho thấy rằng niềm vui trong quá trình tu tập có thể trở thành động lực lớn lao. Khi người tu học cảm nhận được sự hoan hỷ, họ sẽ có thêm nghị lực và quyết

tâm để tiếp tục duy trì Chánh Pháp, vượt qua các khó khăn và thử thách trong hành trình tâm linh.

3. **Dấu hiệu của sự tiến bộ**: Niềm hoan hỷ là dấu hiệu của một sự tiến bộ đáng kể trên con đường tu tập. Nó chỉ ra rằng người tu học đã đi đúng hướng, bắt đầu thấy rõ sự thay đổi tích cực trong tâm hồn và đạt được một mức độ giải thoát khỏi phiền não.
4. **Sự an lạc và thanh tịnh**: Hoan hỷ mà tôn giả Xá-lợi-phất trải nghiệm phản ánh một trạng thái an lạc và thanh tịnh nội tâm. Khi tâm hồn không còn bị nhiễu loạn bởi tham, sân, và si mê, thì tự nhiên sẽ phát sinh hoan hỷ, làm cho tâm trở nên an bình và vững chãi hơn.
5. **Tăng cường lòng tin vào Chánh Pháp**: Sự hoan hỷ của tôn giả Xá-lợi-phất cũng là minh chứng cho lòng tin tuyệt đối vào Đức Phật và giáo pháp. Niềm vui này khuyến khích người tu học duy trì lòng tin, từ đó giúp họ đi vững chắc trên con đường giải thoát.

Tổng kết:

Sự hoan hỷ mà tôn giả Xá-lợi-phất trải nghiệm là một biểu tượng mạnh mẽ cho quá trình tu tập của mỗi cá nhân, khẳng định giá trị của Chánh Pháp trong việc mang lại an lạc nội tâm và là động lực thiết yếu để đạt đến giác ngộ.

2. Tại sao Đức Phật nhấn mạnh tầm quan trọng của lòng tin đối với giáo pháp và các bậc Thánh trong kinh này?

Đức Phật nhấn mạnh tầm quan trọng của lòng tin đối với giáo pháp và các bậc Thánh trong Kinh Tự Hoan Hỷ bởi các lý do quan trọng sau đây:

1. **Lòng tin là nền tảng của tu học**: Lòng tin vào giáo pháp và các bậc Thánh là nền tảng đầu tiên và vững chắc để người tu học khởi đầu con đường tu tập. Khi có lòng tin, người tu học có thể vượt qua những hoài nghi và bắt đầu bước vào hành trình với sự vững tâm, không bị lay chuyển bởi các chướng ngại.
2. **Lòng tin giúp duy trì động lực**: Trên con đường tu tập, khó khăn và thử thách là điều không thể tránh khỏi. Đức Phật nhấn mạnh lòng tin để giúp người tu học có thêm sức mạnh nội tại, giữ vững động lực và quyết tâm vượt qua những trở ngại. Lòng tin sẽ củng cố tinh thần kiên nhẫn và ý chí không bỏ cuộc.
3. **Lòng tin là sự tôn kính đối với sự giác ngộ**: Đức Phật và các bậc Thánh là những người đã chứng đạt giác ngộ, thoát khỏi phiền não và khổ đau. Lòng tin vào các bậc Thánh thể hiện sự tôn kính đối với trí tuệ và đạo đức cao quý, giúp người tu học lấy họ làm tấm gương sáng để noi theo.
4. **Lòng tin tạo ra sự an lạc nội tâm**: Khi người tu học tin tưởng vào Chánh Pháp, họ sẽ cảm nhận được sự bình an và an lạc trong tâm hồn. Lòng tin giúp loại bỏ những lo âu và bất an, giúp tâm không còn dao động. Đây là trạng thái cần thiết để tiến xa hơn trên con đường đạt đến sự thanh tịnh và giải thoát.
5. **Lòng tin làm nền tảng cho sự giác ngộ**: Lòng tin không phải là điểm đến cuối cùng mà là bước khởi đầu dẫn đến trí tuệ. Khi có lòng tin, người tu học mới đủ kiên nhẫn và dấn thân tìm hiểu, thực hành Chánh Pháp. Sự

thực hành dựa trên lòng tin sẽ dần dần phát triển thành trí tuệ, từ đó đưa người tu học đến giác ngộ.

6. **Lòng tin vào giáo pháp giúp bảo vệ và truyền bá Chánh Pháp**: Đức Phật nhấn mạnh lòng tin vì đây là yếu tố cốt lõi giúp Chánh Pháp được duy trì và truyền bá. Khi mỗi người tu học giữ vững niềm tin vào giáo pháp, họ sẽ góp phần bảo vệ sự trong sáng của giáo lý và lan tỏa những giá trị của đạo pháp đến người khác.

Tổng kết:

Lòng tin vào giáo pháp và các bậc Thánh là nền tảng, là động lực và là sự dẫn dắt cho người tu học trên hành trình tu tập, giúp họ duy trì tâm an lạc, kiên định và tiến đến giác ngộ.

3. Lòng hoan hỷ trong Chánh Pháp có vai trò gì đối với sự phát triển nội tâm của người tu học?

Lòng hoan hỷ trong Chánh Pháp đóng vai trò thiết yếu đối với sự phát triển nội tâm của người tu học qua các khía cạnh sau:

1. **Tăng cường sự gắn bó và đam mê với con đường tu học**: Khi có lòng hoan hỷ trong Chánh Pháp, người tu học sẽ cảm thấy hứng thú và gắn bó hơn với con đường tu tập. Sự hoan hỷ tạo ra một niềm vui nội tại, khuyến khích người tu học duy trì sự tinh tấn và không ngừng khám phá sâu hơn trong giáo pháp.
2. **Giảm bớt phiền não và khổ đau**: Lòng hoan hỷ trong Chánh Pháp giúp người tu học thoát khỏi các trạng thái tiêu cực như tham lam, sân hận và si mê. Hoan hỷ thay thế những cảm xúc này bằng niềm an lạc và thanh tịnh, giúp giảm thiểu phiền não và khổ đau, dẫn đến trạng thái tâm lý nhẹ nhàng và an ổn.
3. **Tạo động lực và sức mạnh nội tại**: Hoan hỷ trở thành động lực mạnh mẽ, giúp người tu học vượt qua mọi thử thách trên hành trình tâm linh. Khi tâm hồn tràn đầy hoan hỷ, người tu học sẽ có thêm sức mạnh nội tại, giúp họ kiên định, vững vàng và dễ dàng đối mặt với các khó khăn trong cuộc sống và tu tập.
4. **Thanh tịnh hóa tâm hồn**: Sự hoan hỷ là biểu hiện của tâm thanh tịnh, không bị ô nhiễm bởi các cảm xúc tiêu cực hay các yếu tố làm xao lãng. Người tu học với lòng hoan hỷ trong Chánh Pháp sẽ dễ dàng giữ cho tâm được trong sạch và bình an, điều này là cơ sở để tiến đến sự thanh tịnh nội tâm sâu xa hơn.
5. **Nền tảng cho sự phát triển trí tuệ**: Lòng hoan hỷ trong Chánh Pháp giúp người tu học có tâm lý cởi mở, vui vẻ và sẵn lòng tiếp thu giáo pháp. Khi tâm an lạc và hoan hỷ, trí tuệ cũng được phát triển thuận lợi hơn, giúp người tu học dễ dàng thấu hiểu sâu sắc hơn về chân lý và đạt đến giác ngộ.
6. **Tăng trưởng lòng từ bi và tình thương**: Lòng hoan hỷ tạo ra một trạng thái nội tâm bình an, cho phép người tu học có thể chia sẻ niềm vui và tình thương với mọi người. Hoan hỷ trong Chánh Pháp giúp nuôi dưỡng lòng từ bi, làm cho người tu học trở nên nhân ái, từ đó lan tỏa những giá trị tích cực đến cộng đồng xung quanh.

7. **Củng cố lòng tin và sự kiên trì**: Hoan hỷ trong Chánh Pháp củng cố lòng tin vào con đường tu học, giúp người tu học tiếp tục kiên trì với sự thực hành. Nhờ vào lòng hoan hỷ, họ sẽ cảm thấy tự tin hơn trên con đường giải thoát và an tâm thực hành Chánh Pháp một cách trọn vẹn.

Tổng kết:

Lòng hoan hỷ trong Chánh Pháp không chỉ giúp giảm thiểu phiền não, thanh tịnh hóa tâm hồn, mà còn là nguồn động lực và sức mạnh để người tu học phát triển nội tâm một cách bền vững, tiến dần đến giác ngộ và giải thoát.

4. Những phẩm chất nào của Đức Phật được nhấn mạnh trong kinh, và các phẩm chất đó có ý nghĩa gì đối với người học đạo?

Những phẩm chất của Đức Phật được nhấn mạnh trong Kinh Tự Hoan Hỷ là những phẩm chất cao quý và vượt trội, không chỉ thể hiện sự giác ngộ toàn diện của Ngài mà còn là nguồn cảm hứng cho người học đạo. Các phẩm chất này bao gồm:

1. **Trí tuệ viên mãn (toàn tri)**: Đức Phật được miêu tả là bậc toàn tri, hiểu biết thấu đáo mọi khía cạnh của vũ trụ và nhân sinh, từ các nguyên lý duyên khởi đến bản chất của khổ đau và giải thoát. Đối với người học đạo, trí tuệ viên mãn của Đức Phật là nguồn cảm hứng và cũng là chuẩn mực để họ nỗ lực phát triển trí tuệ của chính mình, vượt qua vô minh và đạt đến giác ngộ.
2. **Lòng từ bi vô hạn**: Đức Phật là hiện thân của lòng từ bi, luôn mong muốn cứu độ chúng sinh thoát khỏi khổ đau. Lòng từ bi vô hạn của Ngài biểu hiện qua sự tận tụy trong việc giảng dạy và hướng dẫn chúng sinh trên con đường giải thoát. Người học đạo nhận thấy ở Đức Phật tấm gương về lòng từ bi, từ đó nuôi dưỡng và thực hành tình thương trong cuộc sống, giúp đỡ và lan tỏa sự an lành đến mọi người.
3. **Sự kiên nhẫn và nhẫn nhục**: Đức Phật thể hiện sự kiên nhẫn tuyệt đối trong việc truyền bá Chánh Pháp, dù gặp nhiều trở ngại và thử thách. Đối với người học đạo, sự kiên nhẫn của Đức Phật là một phẩm chất quý báu cần noi theo, giúp họ giữ vững lòng kiên định trong hành trình tu tập, không bỏ cuộc khi đối diện với khó khăn.
4. **Đạo đức và chính trực**: Đức Phật là bậc thầy về đạo đức, Ngài sống một cuộc đời hoàn toàn thanh tịnh, không bị cám dỗ bởi bất kỳ điều gì. Phẩm chất này là một tấm gương lớn để người học đạo rèn luyện đạo đức của mình, thực hành chánh hạnh, loại bỏ tham lam, sân hận và các thói xấu khác để giữ gìn sự thanh tịnh và chính trực.
5. **Khả năng siêu phàm và năng lực tâm linh**: Đức Phật được nhấn mạnh với các năng lực tâm linh siêu phàm, nhưng Ngài luôn sử dụng những năng lực này một cách khiêm nhường và hướng thiện. Đối với người học đạo, điều này nhắc nhở rằng những thành tựu trong tu tập không phải để thể hiện bản thân, mà là để trợ giúp chúng sinh và hành đạo một cách đúng đắn.
6. **Khả năng truyền đạt và hướng dẫn**: Đức Phật không chỉ có trí tuệ mà còn có khả năng truyền đạt giáo lý một cách dễ hiểu, giúp chúng sinh ở

các tầng lớp khác nhau đều có thể hiểu và thực hành. Người học đạo được khuyến khích học hỏi khả năng truyền đạt của Ngài, để chia sẻ Chánh Pháp và lan tỏa tri thức một cách đúng đắn và hiệu quả.

7. **Sự từ tốn và khiêm nhường**: Mặc dù là bậc giác ngộ, Đức Phật luôn thể hiện sự từ tốn, không bao giờ thể hiện sự kiêu ngạo hay tự mãn. Người học đạo thấy ở phẩm chất này một bài học về đức khiêm nhường, nhắc nhở họ cần tránh xa kiêu ngạo và luôn giữ sự tôn trọng đối với mọi chúng sinh.

Tổng kết:

Các phẩm chất cao quý của Đức Phật không chỉ là những giá trị để người học đạo hướng tới mà còn là tiêu chuẩn để đánh giá sự tiến bộ trong tu tập. Khi học hỏi và thực hành theo những phẩm chất này, người tu học sẽ từng bước hoàn thiện bản thân, nuôi dưỡng từ bi và trí tuệ, và tiến gần hơn đến trạng thái giác ngộ và an lạc.

5. Làm thế nào để người tu học duy trì lòng hoan hỷ bền vững trong cuộc sống thường ngày?

Để duy trì lòng hoan hỷ bền vững trong cuộc sống thường ngày, người tu học có thể thực hành qua các cách sau đây:

1. **Nuôi dưỡng lòng biết ơn**: Lòng biết ơn là nền tảng giúp người tu học cảm thấy an vui và hoan hỷ. Hãy biết ơn những điều nhỏ bé và đơn giản trong cuộc sống, từ sức khỏe, không khí trong lành, đến sự hỗ trợ từ gia đình, bạn bè. Khi duy trì lòng biết ơn, người tu học sẽ cảm thấy hoan hỷ với những gì mình có, thay vì khao khát những điều ngoài tầm tay.
2. **Thực hành chánh niệm**: Chánh niệm giúp người tu học sống trọn vẹn với giây phút hiện tại, giảm bớt phiền muộn từ quá khứ và lo âu cho tương lai. Khi tâm an trú trong hiện tại, người tu học sẽ tự nhiên cảm thấy hoan hỷ, vì mỗi khoảnh khắc đều mang lại sự an lạc và niềm vui trọn vẹn.
3. **Tập trung vào việc tu tập và thực hành Chánh Pháp**: Dành thời gian hàng ngày cho việc thiền định, tụng kinh, hoặc thực hành các bài pháp. Khi có sự hoan hỷ trong Chánh Pháp, người tu học sẽ nhận ra rằng niềm vui đích thực không đến từ vật chất mà từ việc phát triển nội tâm. Sự hoan hỷ này sẽ là nguồn động lực mạnh mẽ, giúp duy trì tâm an lạc.
4. **Rèn luyện lòng từ bi và tình thương**: Lòng từ bi giúp người tu học cảm thấy hoan hỷ khi làm điều tốt cho người khác, giảm bớt sự chấp ngã và cảm giác cô độc. Khi biết chia sẻ niềm vui với mọi người và giúp đỡ chúng sinh, người tu học sẽ cảm nhận được niềm hạnh phúc bền vững và sâu sắc.
5. **Tránh xa tham, sân, si**: Hoan hỷ chỉ có thể tồn tại khi tâm trong sạch và thanh tịnh. Người tu học nên hạn chế các thói quen và cảm xúc tiêu cực như tham lam, sân hận, và si mê. Việc tu tập để loại bỏ những phiền não này sẽ tạo điều kiện để hoan hỷ bền vững, giúp người tu học có được niềm an vui từ nội tâm.
6. **Sống giản dị và biết đủ**: Sống giản dị, không quá cầu toàn hay đòi hỏi nhiều là cách duy trì tâm lý an vui, nhẹ nhàng. Người tu học cần hiểu rằng hoan hỷ không nằm ở việc sở hữu nhiều hơn mà ở việc biết đủ và hài lòng với những gì mình có. Lối sống này giúp tránh xa các khổ đau do lòng ham muốn và so đo gây ra.

7. **Tự kiểm điểm và cải thiện bản thân**: Dành thời gian tự kiểm điểm mỗi ngày giúp người tu học thấy rõ sự tiến bộ và tự hào về những gì mình đã đạt được. Qua quá trình tự soi xét, người tu học có thể phát hiện các yếu tố làm suy giảm hoan hỷ và tìm cách điều chỉnh để duy trì tâm an lạc.
8. **Thường xuyên đọc và suy ngẫm về giáo pháp**: Đọc và suy ngẫm các bài pháp có thể giúp người tu học gợi nhớ và củng cố lòng hoan hỷ trong Chánh Pháp. Những lời dạy của Đức Phật và các bậc Thánh sẽ truyền cảm hứng, giúp người tu học vững vàng và giữ được sự hoan hỷ bền lâu trong hành trình tu tập.
9. **Xây dựng mối quan hệ lành mạnh**: Hãy bao quanh mình bằng những người bạn đồng hành cùng hướng thiện, những người biết chia sẻ và động viên trên con đường tu tập. Một cộng đồng lành mạnh sẽ là nguồn động viên và khích lệ, giúp người tu học cảm nhận được niềm vui và sự ấm áp.
10. **Chấp nhận những khó khăn và vô thường**: Cuộc sống luôn chứa đựng những biến động và khó khăn. Khi người tu học hiểu rõ bản chất vô thường của cuộc sống và chấp nhận nó, họ sẽ có một tâm thái bình thản, không bị chao đảo bởi nghịch cảnh. Nhờ vậy, lòng hoan hỷ sẽ được giữ vững và không bị ảnh hưởng bởi các yếu tố ngoại cảnh.

Tổng kết:

Duy trì lòng hoan hỷ bền vững trong cuộc sống đòi hỏi người tu học phải có chánh niệm, sự biết đủ, và lòng từ bi, đồng thời rèn luyện một tâm thái bình an, không dính mắc. Những phẩm chất này không chỉ giúp người tu học an lạc mà còn làm cho cuộc sống hàng ngày trở nên ý nghĩa và trọn vẹn hơn.

6. Vì sao các bậc Thánh trong Chánh Pháp được kính trọng và có vai trò quan trọng trong việc truyền bá giáo pháp?

Các bậc Thánh trong Chánh Pháp được kính trọng và có vai trò quan trọng trong việc truyền bá giáo pháp vì những lý do sau:

1. **Trí tuệ và sự chứng ngộ cao quý**: Các bậc Thánh là những người đã đạt được trí tuệ và sự giác ngộ sâu sắc nhờ tu tập theo Chánh Pháp. Họ không chỉ hiểu rõ bản chất của khổ đau, vô thường, và vô ngã, mà còn đã chứng ngộ và sống theo những điều này. Trí tuệ và sự hiểu biết sâu sắc này là tấm gương sáng cho người học đạo, giúp họ nhận ra giá trị của Chánh Pháp.
2. **Sự thanh tịnh và đạo đức tuyệt đối**: Các bậc Thánh sống với tâm thanh tịnh và đạo đức không bị ô nhiễm bởi tham lam, sân hận, và si mê. Họ thực hành và giữ gìn giới hạnh một cách tuyệt đối, trở thành hình mẫu sống động của Chánh Pháp. Sự thanh tịnh của họ khiến người khác kính trọng và noi theo, thúc đẩy cộng đồng sống một cuộc đời chân chính và thiện lành.
3. **Lòng từ bi và mong muốn cứu độ chúng sinh**: Các bậc Thánh, với lòng từ bi sâu sắc, luôn mong muốn giúp chúng sinh thoát khỏi khổ đau và đạt được giác ngộ. Sự tận tâm và lòng thương yêu vô hạn của họ trong việc truyền bá Chánh Pháp là động lực để hướng dẫn người khác trên con

đường giải thoát. Lòng từ bi này giúp họ xây dựng sự kính trọng từ mọi người, vì họ luôn hành động vì lợi ích chung.

4. **Khả năng truyền đạt và dẫn dắt**: Các bậc Thánh có khả năng truyền đạt giáo pháp một cách rõ ràng và thấu đáo, giúp người nghe dễ dàng hiểu và thực hành. Họ biết cách khơi gợi lòng tin và truyền cảm hứng cho người tu học. Khả năng truyền đạt này giúp lan tỏa Chánh Pháp rộng rãi và khuyến khích nhiều người bước vào con đường tu tập.
5. **Góp phần bảo vệ sự trong sáng của giáo pháp**: Khi Chánh Pháp truyền bá qua các thời đại, dễ bị pha tạp bởi những quan điểm sai lệch. Các bậc Thánh, với trí tuệ và sự hiểu biết sâu sắc, đóng vai trò quan trọng trong việc bảo vệ sự trong sáng của giáo pháp, giúp duy trì và phát triển đúng tinh thần của đạo Phật. Họ là người giám hộ, bảo vệ cho sự thuần khiết và toàn vẹn của Chánh Pháp.
6. **Khuyến khích và tạo động lực cho người học đạo**: Các bậc Thánh là tấm gương sống động cho người tu học. Qua những gì họ đạt được nhờ tu tập, họ chứng minh rằng giác ngộ và giải thoát là điều khả thi. Sự hiện diện và những thành tựu của họ tạo động lực mạnh mẽ, khuyến khích người tu học cố gắng và tin tưởng vào con đường tu tập của mình.
7. **Lan tỏa Chánh Pháp bằng chính cuộc sống của họ**: Các bậc Thánh không chỉ truyền dạy giáo lý mà còn thể hiện Chánh Pháp qua cuộc sống hàng ngày của họ. Sự nhất quán giữa lời nói và hành động của các bậc Thánh là một minh chứng rõ ràng cho giá trị của giáo pháp. Người khác học hỏi từ hành động, thái độ và cách ứng xử của họ, điều này mang lại ảnh hưởng sâu sắc và lâu dài trong cộng đồng.
8. **Duy trì sự đoàn kết và hòa hợp trong cộng đồng tu học**: Các bậc Thánh, nhờ trí tuệ và lòng từ bi, giúp duy trì sự đoàn kết và hòa hợp trong cộng đồng. Họ hướng dẫn, điều chỉnh và giải quyết các mâu thuẫn, giúp cộng đồng tu học đi đúng hướng. Vai trò của họ trong việc giữ gìn hòa bình và tạo ra môi trường hỗ trợ tu học là rất quan trọng cho sự phát triển bền vững của Chánh Pháp.

Tổng kết:

Các bậc Thánh trong Chánh Pháp được kính trọng vì sự giác ngộ, lòng từ bi và khả năng truyền dạy giáo pháp của họ. Họ không chỉ là người dẫn đường mà còn là người bảo vệ, duy trì sự thuần khiết và phát triển của Chánh Pháp, trở thành nguồn cảm hứng và động lực mạnh mẽ cho mọi người trên hành trình tìm đến giác ngộ.

7. Đức Phật dạy rằng Chánh Pháp là con đường giải thoát. Con đường này đòi hỏi những phẩm chất gì ở người tu học?

Đức Phật dạy rằng Chánh Pháp là con đường giải thoát, và để đi trọn vẹn con đường này, người tu học cần rèn luyện các phẩm chất quan trọng sau đây:

1. **Lòng tin (Saddhā)**: Lòng tin vào Đức Phật, Chánh Pháp và Tăng đoàn là nền tảng đầu tiên giúp người tu học có sự định hướng và vững tâm. Niềm tin này giúp họ vượt qua sự hoài nghi, giữ vững tinh thần và quyết tâm bước vào con đường tu tập dù có gặp khó khăn, thử thách.

2. **Trí tuệ (Paññā)**: Trí tuệ là phẩm chất cốt lõi để nhận thức rõ bản chất của cuộc sống, phân biệt đúng sai, và nhận ra khổ đau, vô thường, vô ngã. Người tu học cần rèn luyện trí tuệ để thấu hiểu và thực hành Chánh Pháp một cách đúng đắn, từ đó tiến dần đến giác ngộ và giải thoát.
3. **Chánh niệm và tỉnh giác (Sati và Sampajañña)**: Chánh niệm giúp người tu học luôn an trú trong hiện tại, tránh bị cuốn theo các suy nghĩ và cảm xúc phiền não. Tỉnh giác là sự tỉnh thức, giúp họ nhận biết rõ mọi hành động và ý nghĩ của mình. Nhờ chánh niệm và tỉnh giác, người tu học giữ tâm thanh tịnh và có khả năng đối diện với thử thách mà không bị xao lãng.
4. **Sự tinh tấn (Viriya)**: Trên con đường tu tập, sự kiên trì và nỗ lực không ngừng là yếu tố thiết yếu. Người tu học cần duy trì sự tinh tấn trong việc hành đạo, không chùn bước khi đối mặt với khó khăn, không lười biếng hay bỏ cuộc. Sự tinh tấn là động lực giúp họ tiếp tục tiến về phía trước, từng bước một đạt đến giải thoát.
5. **Đức kiên nhẫn và nhẫn nhục (Khanti)**: Con đường Chánh Pháp không phải lúc nào cũng bằng phẳng, người tu học cần có đức tính kiên nhẫn và nhẫn nhục để đối diện với mọi thử thách, nghịch cảnh, và những khó khăn trong tu tập. Nhẫn nhục cũng giúp họ giữ được bình tĩnh, không dễ dàng nổi sân hận khi gặp phải điều không vừa ý.
6. **Sự từ bi và lòng thương yêu (Mettā và Karuṇā)**: Đức Phật khuyến khích người tu học nuôi dưỡng lòng từ bi và tình thương đối với mọi chúng sinh. Lòng từ bi giúp họ giữ được sự hòa hợp với mọi người, không bị cuốn vào các xung đột hay tranh chấp, đồng thời làm dịu bớt những cảm xúc tiêu cực và phiền não.
7. **Tâm buông xả (Upekkhā)**: Buông xả là khả năng không dính mắc vào bất kỳ điều gì, dù đó là thành công hay thất bại, hạnh phúc hay đau khổ. Tâm buông xả giúp người tu học giữ được sự cân bằng và thanh thản, không bị cuốn vào các cảm xúc tiêu cực hay ái luyến. Điều này giúp họ đạt đến sự giải thoát khỏi mọi khổ đau.
8. **Sự khiêm tốn và tự kiểm điểm**: Người tu học cần duy trì sự khiêm tốn, không kiêu ngạo hay tự mãn với những gì mình đạt được, luôn nhận thức rằng con đường tu tập còn dài. Sự tự kiểm điểm giúp họ nhận ra các thiếu sót, không ngừng học hỏi và cải thiện bản thân, hướng đến sự hoàn thiện tâm linh.
9. **Tính chân thật và chính trực (Sacca và Adhiṭṭhāna)**: Sống chân thật và giữ gìn sự chính trực là nền tảng đạo đức giúp người tu học duy trì sự thanh tịnh và đáng tin cậy. Chính trực giúp họ tránh xa các hành vi sai trái và không bị lệch khỏi Chánh Pháp, từ đó giữ cho tâm trong sạch và không bị vướng vào các hệ lụy.
10. **Sự an lạc trong nội tâm (Citta Samādhi)**: Tâm an lạc và tĩnh lặng là kết quả của việc tu tập thiền định, giúp người tu học giữ vững sự bình an trước mọi biến động. Tâm an lạc là trạng thái tối hậu của con đường Chánh Pháp, nơi mà người tu học không còn bị phiền não hay dục vọng chi phối.

Tổng kết:

Để theo đuổi con đường giải thoát mà Chánh Pháp hướng đến, người tu học cần rèn luyện lòng tin, trí tuệ, chánh niệm, tinh tấn, từ bi, nhẫn nhục và nhiều phẩm chất cao quý khác. Những phẩm chất này không chỉ giúp người tu học giữ vững tinh thần mà còn là phương tiện để đạt đến giác ngộ và an lạc chân chính.

8. Sự hoan hỷ có liên hệ như thế nào với việc phát triển tâm kiên định và sự thanh tịnh nội tâm?

Sự hoan hỷ đóng vai trò quan trọng trong việc phát triển tâm kiên định và sự thanh tịnh nội tâm, với các mối liên hệ sâu sắc sau:

1. **Hoan hỷ là động lực duy trì sự kiên định trong tu tập**: Khi người tu học cảm thấy hoan hỷ trong việc thực hành Chánh Pháp, họ sẽ có thêm động lực và ý chí để kiên trì trên con đường tu tập. Niềm vui nội tại giúp họ cảm thấy nhẹ nhàng và hứng khởi, giảm bớt cảm giác mệt mỏi hoặc chán nản. Điều này nuôi dưỡng tâm kiên định, giúp họ vượt qua những chướng ngại và tiếp tục hành trì một cách ổn định.
2. **Hoan hỷ giúp tâm thoát khỏi các phiền não**: Sự hoan hỷ đến từ niềm vui thanh tịnh của tâm, không bị chi phối bởi những cảm xúc tiêu cực như tham lam, sân hận hay si mê. Khi tâm hoan hỷ, các phiền não tự nhiên giảm bớt, và người tu học sẽ dễ dàng đạt được sự thanh tịnh nội tâm. Hoan hỷ giúp thay thế những cảm xúc không lành mạnh bằng những trạng thái tích cực, từ đó tạo ra một môi trường nội tâm trong sạch và thanh tịnh.
3. **Hoan hỷ là trạng thái tâm tĩnh lặng và an lạc**: Sự hoan hỷ chân chính xuất phát từ nội tâm là một trạng thái thanh thản, không dao động trước những thăng trầm của cuộc sống. Khi đạt đến hoan hỷ, người tu học không còn bám víu vào những cảm xúc nhất thời hay các yếu tố bên ngoài. Điều này giúp tâm trở nên kiên định và vững vàng, không bị xao động hay lệch khỏi Chánh Pháp.
4. **Hoan hỷ làm nền tảng cho định tâm**: Trong quá trình tu tập, hoan hỷ là một trong những yếu tố giúp tâm dễ dàng an định (samādhi). Khi có sự hoan hỷ, người tu học sẽ cảm thấy tâm trí nhẹ nhàng, không bị xao động bởi những suy nghĩ bất an, từ đó dễ dàng đạt đến sự tập trung sâu sắc. Trạng thái này là nền tảng để đi vào các tầng thiền cao hơn, giúp tâm ngày càng kiên định và thanh tịnh.
5. **Hoan hỷ tạo ra sự bình an và ổn định dài lâu**: Khi người tu học tìm thấy sự hoan hỷ trong việc hành đạo, họ sẽ nhận ra rằng an lạc thật sự không phụ thuộc vào điều kiện bên ngoài mà đến từ sự hiểu biết và phát triển nội tâm. Nhờ vậy, tâm hồn trở nên ổn định và bình an một cách tự nhiên. Hoan hỷ là kết quả của quá trình nhận thức sâu sắc về Chánh Pháp, tạo nên sự ổn định bền vững trong tâm.
6. **Hoan hỷ giúp loại bỏ các chướng ngại tâm lý**: Trên con đường tu tập, người tu học thường gặp phải những chướng ngại như nghi ngờ, bất an, lười biếng hoặc lo âu. Sự hoan hỷ trong tu tập giúp người tu học vượt qua những chướng ngại này, bởi tâm trạng vui vẻ và tích cực sẽ giảm bớt sự nặng nề và bi quan. Khi các chướng ngại bị loại bỏ, tâm trở nên thanh tịnh và kiên định hơn.

7. **Hoan hỷ làm nảy sinh lòng từ bi và vị tha**: Khi tâm hoan hỷ, người tu học dễ dàng phát sinh lòng từ bi, chia sẻ niềm vui với mọi người xung quanh. Trạng thái này giúp họ thanh tịnh hóa tâm, loại bỏ sự ích kỷ, từ đó cảm thấy tâm mình nhẹ nhàng và trong sáng. Lòng từ bi làm tăng trưởng sự thanh tịnh nội tâm, và hoan hỷ trở thành cầu nối giúp họ phát triển những phẩm chất đạo đức cao quý.

Tổng kết:

Hoan hỷ không chỉ là niềm vui mà còn là động lực giúp phát triển tâm kiên định và sự thanh tịnh nội tâm. Khi người tu học đạt được hoan hỷ trong Chánh Pháp, họ sẽ nuôi dưỡng được tâm an lạc, giảm bớt phiền não, đạt đến sự tĩnh lặng sâu sắc và bền vững trong hành trình tìm kiếm giải thoát.

9. Làm thế nào để người tu học có thể đạt được sự hoan hỷ chân chính và bền lâu trong quá trình tu tập?

Để đạt được **sự hoan hỷ chân chính và bền lâu trong quá trình tu tập**, người tu học có thể thực hành các phương pháp sau:

1. **Nuôi dưỡng lòng tin sâu sắc vào Chánh Pháp**: Lòng tin là nền tảng quan trọng giúp người tu học an tâm trên con đường tu tập. Khi có niềm tin vững chắc vào Đức Phật, Chánh Pháp và Tăng đoàn, người tu học sẽ cảm nhận được sự an lành trong tâm hồn, từ đó nảy sinh sự hoan hỷ chân chính, không bị lung lay trước các khó khăn.
2. **Thực hành chánh niệm trong đời sống hàng ngày**: Sự hoan hỷ bền lâu đến từ khả năng sống trọn vẹn trong hiện tại. Khi thực hành chánh niệm, người tu học sẽ tập trung vào từng khoảnh khắc, không bị quá khứ hay tương lai chi phối. Sự hiện diện đầy đủ trong hiện tại sẽ mang lại cảm giác an lạc và hài lòng, giúp duy trì sự hoan hỷ nội tâm.
3. **Thiền định để thanh tịnh hóa tâm hồn**: Thiền định là phương pháp giúp người tu học gột rửa các phiền não và đạt đến sự an lạc trong nội tâm. Khi tâm trí tĩnh lặng và không bị quấy rối bởi tham, sân, si, sự hoan hỷ tự nhiên xuất hiện. Việc duy trì thiền định đều đặn sẽ giúp người tu học đạt được niềm vui bền lâu từ sự thanh tịnh của tâm.
4. **Nuôi dưỡng lòng từ bi và vị tha**: Khi người tu học có lòng từ bi và sẵn lòng giúp đỡ người khác, họ sẽ cảm thấy vui vẻ và an lành. Sự hoan hỷ này không chỉ đến từ niềm vui cá nhân mà còn từ niềm vui khi thấy người khác được lợi ích. Lòng từ bi giúp người tu học cảm nhận được sự kết nối với mọi người, từ đó tạo ra niềm hạnh phúc lâu dài và bền vững.
5. **Tập trung vào sự biết đủ và hài lòng với những gì đang có**: Người tu học nên rèn luyện tính biết đủ, không đua tranh hay so sánh với người khác. Khi biết đủ, tâm hồn sẽ không còn bị phiền não vì lòng ham muốn, từ đó dễ dàng đạt đến sự hoan hỷ bền lâu. Biết hài lòng với những gì mình có cũng giúp người tu học tránh xa các tham vọng không cần thiết và tạo ra một đời sống giản dị, an vui.
6. **Học cách buông xả những dính mắc**: Sự hoan hỷ chân chính chỉ đến khi người tu học có khả năng buông xả những chấp trước và dính mắc, dù là thành công hay thất bại, khen ngợi hay chỉ trích. Khi buông xả, người tu

học sẽ không còn bị các trạng thái tâm lý tiêu cực chi phối, từ đó đạt đến sự hoan hỷ và an lạc bền lâu.

7. **Thực hành sự khiêm tốn và tự kiểm điểm**: Khiêm tốn giúp người tu học tránh xa kiêu ngạo và tự mãn. Thực hành sự khiêm tốn và thường xuyên tự kiểm điểm sẽ giúp họ nhìn thấy sự tiến bộ của mình, đồng thời không ngừng hoàn thiện bản thân. Điều này mang lại niềm vui từ chính nội lực và những tiến bộ chân thật, tạo nên sự hoan hỷ bền lâu.
8. **Thường xuyên học hỏi và suy ngẫm về giáo pháp**: Người tu học nên dành thời gian để học hỏi và suy ngẫm về giáo pháp. Những lời dạy của Đức Phật là nguồn cảm hứng lớn, giúp họ nhìn thấy giá trị của con đường mình đang đi. Sự hiểu biết sâu sắc về giáo pháp sẽ làm tăng trưởng sự hoan hỷ, giúp người tu học cảm nhận niềm vui và an lạc từ sự thực hành.
9. **Xây dựng mối quan hệ lành mạnh trong cộng đồng tu học**: Những mối quan hệ tích cực và hỗ trợ trong cộng đồng tu học sẽ giúp người tu học duy trì động lực và niềm vui trong hành trình tu tập. Giao lưu với những người bạn đồng đạo sẽ làm tăng trưởng lòng hoan hỷ và sự tin tưởng, từ đó giúp họ duy trì sự an vui dài lâu.
10. **Chấp nhận vô thường và buông bỏ mong cầu**: Người tu học cần hiểu rõ bản chất vô thường của cuộc sống. Khi chấp nhận vô thường, họ sẽ dễ dàng buông bỏ các mong cầu và sự thất vọng, giảm bớt các lo lắng và phiền muộn. Điều này giúp tâm hồn họ tự do, nhẹ nhàng, và duy trì hoan hỷ dù hoàn cảnh bên ngoài có biến đổi ra sao.

Tổng kết:

Để đạt được sự hoan hỷ chân chính và bền lâu trong quá trình tu tập, người tu học cần rèn luyện lòng tin, chánh niệm, từ bi và buông xả. Sự hoan hỷ không chỉ là niềm vui thoáng qua mà là trạng thái an lạc sâu sắc và bền vững, xuất phát từ nội tâm thanh tịnh và trí tuệ của người tu học.

10. Tại sao sự khiêm tốn lại là phẩm chất quan trọng trong việc học và hành đạo?

Sự khiêm tốn là phẩm chất quan trọng trong việc học và hành đạo vì những lý do sau:

1. **Giúp mở rộng tâm trí và dễ dàng tiếp thu giáo pháp**: Khiêm tốn giúp người tu học giữ tâm cởi mở, không bị ngã mạn hay tự mãn ngăn cản. Với tinh thần khiêm tốn, họ sẵn lòng lắng nghe, tiếp thu những lời dạy từ Đức Phật, các bậc Thánh, và những người có kinh nghiệm. Điều này giúp họ nhanh chóng tiếp thu giáo pháp và áp dụng vào đời sống một cách hiệu quả.
2. **Giúp nhận ra những thiếu sót của bản thân**: Khiêm tốn cho phép người tu học tự kiểm điểm và nhìn nhận những điểm yếu của mình một cách chân thật. Qua đó, họ thấy rõ những điều cần khắc phục, từ đó có động lực để cải thiện bản thân, loại bỏ các phiền não và tiến gần hơn đến giác ngộ.
3. **Tránh xa kiêu ngạo và ngã mạn**: Kiêu ngạo là một trong những chướng ngại lớn trên con đường tu tập, khiến người tu học dễ rơi vào tình trạng tự mãn và ngưng trệ trong quá trình học đạo. Khiêm tốn giúp họ giữ gìn tâm

trong sạch, không để những thành tựu hay danh tiếng làm lu mờ sự tinh tấn và dẫn đến sự kiêu ngạo.

4. **Giúp duy trì sự hòa hợp trong cộng đồng**: Sự khiêm tốn tạo ra mối quan hệ tốt đẹp với mọi người xung quanh. Người tu học khiêm tốn không tự cho mình là đúng, mà luôn biết lắng nghe và tôn trọng người khác. Điều này giúp duy trì sự hòa hợp và đoàn kết trong cộng đồng tu học, tạo điều kiện thuận lợi cho sự phát triển của tập thể.
5. **Tăng trưởng lòng từ bi và vị tha**: Khiêm tốn giúp người tu học không chú trọng quá nhiều vào bản thân, mà sẵn lòng hướng về lợi ích của người khác. Từ đó, lòng từ bi và tinh thần vị tha được nuôi dưỡng, giúp họ thực hành các hạnh lành và đóng góp tích cực cho cộng đồng, lan tỏa sự an lạc và tình thương.
6. **Giữ tâm bình lặng và thanh tịnh**: Khiêm tốn giúp người tu học giữ tâm an lạc và không bị dao động bởi các yếu tố bên ngoài như khen ngợi hay chỉ trích. Họ duy trì được sự thanh tịnh trong tâm hồn, không để các yếu tố bên ngoài làm xáo trộn, từ đó có được sự hoan hỷ và an lạc chân chính trong hành trình tu tập.
7. **Đưa đến sự tinh tấn và tiến bộ liên tục**: Người tu học khiêm tốn luôn có thái độ học hỏi không ngừng, hiểu rằng việc tu tập là một hành trình dài. Sự khiêm tốn khiến họ không ngừng nỗ lực và tinh tấn trong mọi hoàn cảnh, luôn tìm cách cải thiện bản thân để tiến xa hơn trên con đường giác ngộ.
8. **Gắn liền với trí tuệ chân chính**: Khiêm tốn là biểu hiện của trí tuệ. Người có trí tuệ nhận thức rõ bản chất vô thường và tính không của bản ngã, từ đó không tự cao mà luôn giữ thái độ khiêm tốn. Điều này cho phép họ đạt được sự bình thản và sáng suốt, không bị dính mắc vào thành tựu hay thất bại.
9. **Làm gương cho người khác noi theo**: Sự khiêm tốn là phẩm chất cao quý mà người tu học có thể truyền cảm hứng cho người khác. Một người khiêm tốn sẽ là tấm gương sáng, giúp người khác nhận ra giá trị của sự tự hoàn thiện và tinh thần học hỏi liên tục, từ đó tạo ra một môi trường tu học lành mạnh.
10. **Tạo điều kiện để đạt đến giác ngộ**: Sự khiêm tốn giúp người tu học giảm bớt "chấp ngã," không xem bản thân là trung tâm. Đây là yếu tố quan trọng để tiến đến giác ngộ, vì giác ngộ là trạng thái không còn bám chấp vào bản ngã, từ đó giải thoát khỏi khổ đau và đạt được sự an lạc chân chính.

Tổng kết:

Sự khiêm tốn là nền tảng giúp người tu học tiếp thu giáo pháp, tự hoàn thiện và giữ cho tâm thanh tịnh, tránh xa kiêu ngạo và chấp ngã. Khiêm tốn không chỉ làm giàu nội tâm mà còn giúp họ xây dựng mối quan hệ hòa hợp và là nguồn động lực mạnh mẽ để không ngừng tiến bộ trên con đường giác ngộ.

11. Đức Phật dạy gì về sự tự kiểm điểm, và tại sao tự kiểm điểm là nền tảng cho sự hoan hỷ chân chính?

Đức Phật dạy rằng tự kiểm điểm là một phần thiết yếu trong quá trình tu tập, bởi vì nó giúp người tu học nhận diện và điều chỉnh bản thân theo hướng tích cực. **Tự kiểm điểm** là một phương pháp để nhìn sâu vào bên trong, nhận biết các hành động, suy nghĩ và lời nói của mình, từ đó điều chỉnh để sống đúng theo Chánh Pháp. Dưới đây là ý nghĩa và lý do tại sao tự kiểm điểm là nền tảng cho sự hoan hỷ chân chính:

1. **Nhận diện và sửa đổi lỗi lầm**: Tự kiểm điểm giúp người tu học nhìn thấy những lỗi lầm, những suy nghĩ tiêu cực, và những hành động sai lầm mà có thể họ chưa nhận ra. Khi ý thức được các thiếu sót này, họ sẽ có cơ hội sửa đổi, loại bỏ những điều bất thiện và phát triển các phẩm chất tốt đẹp. Đây là bước quan trọng giúp tâm dần thanh tịnh, từ đó cảm nhận được sự an lạc và hoan hỷ.
2. **Trưởng dưỡng sự thanh tịnh và trong sạch của tâm**: Tự kiểm điểm là phương pháp giúp người tu học thanh lọc tâm trí, loại bỏ các phiền não và cấu uế. Khi tâm trí trong sạch, không bị các cảm xúc tiêu cực chi phối, niềm hoan hỷ tự nhiên sẽ phát sinh, bởi vì không còn những nguyên nhân gây ra khổ đau hay bất an.
3. **Phát triển lòng khiêm tốn và ý thức tự hoàn thiện**: Tự kiểm điểm giúp người tu học duy trì sự khiêm tốn, nhận ra rằng con đường tu tập là hành trình dài và họ cần không ngừng hoàn thiện bản thân. Thái độ khiêm tốn và sẵn sàng tự sửa mình sẽ mang đến sự hoan hỷ chân chính, vì họ luôn cảm thấy mình đang tiến bộ và sống một cuộc sống có ý nghĩa.
4. **Đạt được sự tự tin và hoan hỷ từ tiến bộ cá nhân**: Khi người tu học tự kiểm điểm và thấy rõ những tiến bộ của mình, dù nhỏ, họ sẽ cảm nhận được niềm vui từ sự trưởng thành nội tâm. Sự tiến bộ này tạo ra sự tự tin, và niềm hoan hỷ đến từ bên trong, không phụ thuộc vào sự công nhận từ người khác. Đây là niềm vui bền vững và có giá trị trên con đường tu tập.
5. **Ngăn ngừa các hành động bất thiện**: Khi thường xuyên tự kiểm điểm, người tu học có khả năng nhận diện và kiểm soát các hành động, suy nghĩ và lời nói không lành mạnh trước khi chúng trở thành phiền não. Việc tránh xa những điều bất thiện giúp giữ cho tâm được thanh thản và an lành, tạo nền tảng cho sự hoan hỷ chân chính.
6. **Giúp sống đúng với Chánh Pháp**: Tự kiểm điểm là cách để người tu học đánh giá xem mình có thực hành đúng Chánh Pháp hay không. Bằng cách thường xuyên soi xét, họ sẽ tự điều chỉnh để sống theo những gì Đức Phật dạy, duy trì giới hạnh và sống đạo đức. Điều này mang lại niềm vui và sự hài lòng, vì họ biết rằng mình đang đi trên con đường đúng đắn và không vi phạm đạo đức.
7. **Thúc đẩy trí tuệ và sự giác ngộ**: Tự kiểm điểm không chỉ giúp người tu học nhìn lại những gì đã làm mà còn thúc đẩy sự phát triển trí tuệ. Khi tự soi xét, họ bắt đầu hiểu rõ hơn về bản thân, về các nguyên nhân của khổ đau và hạnh phúc. Từ đó, họ có cái nhìn sâu sắc hơn về bản chất cuộc sống, làm tiền đề cho sự giác ngộ.
8. **Mang lại sự bình an và hoan hỷ tự nhiên**: Khi tâm thanh tịnh nhờ vào sự tự kiểm điểm, người tu học sẽ không còn bị phiền não chi phối, từ đó

cảm thấy an lạc và hoan hỷ trong hiện tại. Niềm hoan hỷ này không đến từ bên ngoài mà là sự bình an tự nhiên phát sinh từ việc sống đúng Chánh Pháp và giữ gìn sự trong sạch của tâm.

9. **Nuôi dưỡng tâm từ bi và trí tuệ**: Qua quá trình tự kiểm điểm, người tu học sẽ thấu hiểu bản thân mình hơn và dễ dàng đồng cảm với những khó khăn của người khác. Điều này giúp họ nuôi dưỡng lòng từ bi và sự hiểu biết, hai phẩm chất quan trọng mang lại niềm hoan hỷ lâu dài và giúp ích cho người khác.
10. **Tăng trưởng lòng tin vào bản thân và vào con đường tu học**: Tự kiểm điểm giúp người tu học thấy rằng họ có khả năng thay đổi và tiến bộ. Điều này củng cố lòng tin vào bản thân và vào con đường tu học mà họ đang đi. Sự vững tin này là nền tảng của sự hoan hỷ, vì họ biết mình đang sống theo những giá trị đúng đắn và có ý nghĩa.

Tổng kết:

Tự kiểm điểm là công cụ để người tu học nhận diện, sửa đổi và hoàn thiện bản thân, từ đó giúp thanh tịnh hóa tâm trí. Khi đạt được sự thanh tịnh và tiến bộ qua tự kiểm điểm, người tu học sẽ cảm nhận được niềm hoan hỷ chân chính, bền vững và sâu sắc trong quá trình tu tập.

12. Hoan hỷ có ý nghĩa như thế nào trong việc đối diện với những khó khăn và thử thách trong tu tập?

Hoan hỷ có ý nghĩa quan trọng trong việc giúp người tu học đối diện với những khó khăn và thử thách trên con đường tu tập. Dưới đây là cách mà hoan hỷ hỗ trợ và làm mạnh mẽ nội tâm khi phải đương đầu với trở ngại:

1. **Tạo động lực kiên trì và bền bỉ**: Sự hoan hỷ mang đến cho người tu học niềm vui và sự an lạc nội tâm. Khi tâm trí tràn đầy hoan hỷ, họ có động lực mạnh mẽ hơn để tiếp tục tu tập, bất chấp những khó khăn và thử thách. Niềm vui và sự bình an này giúp họ giữ vững niềm tin, vượt qua chán nản và tránh xa các tư tưởng muốn bỏ cuộc.
2. **Giảm thiểu sự căng thẳng và lo âu**: Hoan hỷ là trạng thái giúp người tu học giảm thiểu sự căng thẳng và lo lắng, làm dịu bớt áp lực khi gặp khó khăn. Khi đối diện với thử thách, hoan hỷ giúp họ giữ được thái độ nhẹ nhàng, không bị căng thẳng quá mức. Nhờ vậy, họ có thể đối diện với các tình huống khó khăn một cách sáng suốt và bình tĩnh hơn.
3. **Nuôi dưỡng tâm an lạc bất chấp hoàn cảnh**: Sự hoan hỷ chân chính là niềm vui không phụ thuộc vào điều kiện bên ngoài mà đến từ sự an lạc nội tâm. Điều này giúp người tu học giữ được tâm trạng tích cực ngay cả khi hoàn cảnh không thuận lợi. Hoan hỷ giúp họ thấy rằng hạnh phúc và an lạc nằm ở bên trong, không phụ thuộc vào những biến động ngoại cảnh, từ đó giữ vững sự ổn định và thăng bằng.
4. **Tăng trưởng lòng kiên nhẫn và nhẫn nại**: Khi có hoan hỷ, người tu học dễ dàng hơn trong việc rèn luyện lòng kiên nhẫn. Họ sẽ không vội vàng hay nôn nóng muốn đạt được thành quả ngay lập tức mà sẵn sàng chấp nhận tiến trình tự nhiên của tu tập. Sự nhẫn nại này là yếu tố quan trọng giúp họ vượt qua các chướng ngại và duy trì quá trình tu học bền bỉ.

5. **Giảm bớt tham sân si**: Hoan hỷ giúp làm dịu các cảm xúc tiêu cực như tham lam, sân hận và si mê. Khi tâm hoan hỷ, người tu học sẽ không còn bị cuốn vào các phiền não này, từ đó giữ được sự thanh tịnh và sáng suốt trong các tình huống thử thách. Việc giảm bớt tham sân si cũng giúp họ có khả năng đối mặt với nghịch cảnh mà không bị cảm xúc tiêu cực chi phối.
6. **Củng cố lòng tin vào Chánh Pháp**: Hoan hỷ là kết quả của sự thực hành đúng đắn theo Chánh Pháp. Khi cảm nhận được hoan hỷ, người tu học sẽ tin tưởng hơn vào giá trị của con đường tu tập mà họ đang đi. Lòng tin này là nền tảng vững chắc, giúp họ kiên định trước khó khăn và không bị lung lay bởi các chướng ngại trên hành trình giác ngộ.
7. **Mang lại sự sáng suốt và tầm nhìn lạc quan**: Khi tâm hoan hỷ, người tu học nhìn mọi việc với tâm thái nhẹ nhàng và tích cực hơn. Sự lạc quan này giúp họ không cảm thấy nặng nề khi gặp khó khăn mà ngược lại, thấy đó là cơ hội để học hỏi và tiến bộ. Hoan hỷ cho họ tầm nhìn rộng mở, không bị giới hạn bởi các chướng ngại trước mắt mà thấy rõ mục tiêu lâu dài của con đường tu học.
8. **Làm dịu những khổ đau và phiền muộn**: Trong quá trình tu tập, người tu học sẽ đối diện với những nỗi đau và khổ sở từ sự buông bỏ các thói quen và dính mắc cũ. Hoan hỷ giúp làm dịu đi những nỗi đau này, mang đến sự an ủi và khích lệ, giúp họ vượt qua những giai đoạn khó khăn mà không bị mất đi lòng nhiệt huyết.
9. **Khơi dậy lòng từ bi và sự đồng cảm**: Khi có hoan hỷ, người tu học dễ dàng phát sinh lòng từ bi với người khác, đặc biệt là với những ai cũng đang đối mặt với khó khăn. Họ hiểu rằng thử thách là một phần tất yếu trong quá trình tu học, và hoan hỷ giúp họ không chỉ tự mình vượt qua mà còn chia sẻ, động viên người khác. Lòng từ bi này giúp họ cảm thấy hoan hỷ ngay cả khi giúp đỡ người khác trong hoàn cảnh khó khăn.
10. **Tạo nền tảng để tiến bộ trong tu tập**: Hoan hỷ là nguồn năng lượng tích cực, giúp người tu học giữ tâm trạng vui vẻ, kiên định và an lạc trong mọi tình huống. Sự hoan hỷ chân chính làm tăng trưởng lòng tinh tấn, khiến họ không ngừng tiến bộ dù gặp phải bất kỳ trở ngại nào.

Tổng kết:

Hoan hỷ là sức mạnh nội tại giúp người tu học đối mặt với mọi khó khăn và thử thách một cách bình thản và kiên trì. Niềm vui và an lạc trong Chánh Pháp là nguồn động viên sâu sắc, giúp họ giữ vững lòng tin, vượt qua mọi thử thách và tiếp tục hành trình tu tập một cách vững vàng.

13. Làm thế nào các ẩn dụ trong kinh giúp người học hiểu rõ hơn về con đường tu tập và sự giải thoát?

Các ẩn dụ trong kinh đóng vai trò quan trọng trong việc giúp người học hiểu sâu sắc hơn về con đường tu tập và sự giải thoát. Những ẩn dụ này truyền tải các khái niệm phức tạp và trừu tượng bằng những hình ảnh sinh động, dễ hiểu, giúp người học có thể liên hệ và thấu hiểu Chánh Pháp một cách rõ ràng và thực tế. Dưới đây là cách các ẩn dụ hỗ trợ việc tu tập:

1. **Giải thích những khái niệm trừu tượng bằng hình ảnh gần gũi**: Các ẩn dụ giúp làm rõ những ý niệm trừu tượng như vô thường, vô ngã, khổ đau và giải thoát. Chẳng hạn, Đức Phật thường ví sự vô thường của cuộc sống như bọt nước hay bong bóng dễ vỡ, giúp người tu học nhận ra bản chất mong manh của mọi thứ, từ đó bớt chấp trước vào vật chất và danh vọng.
2. **Giúp người học dễ dàng hình dung về con đường tu tập**: Các ẩn dụ như "con đường" hay "dòng sông" biểu trưng cho hành trình tu tập. Điều này giúp người học hình dung quá trình tu tập như một hành trình liên tục, với từng bước tiến bộ trên con đường giải thoát. Họ có thể hiểu rằng mỗi hành động, mỗi bước tiến là một phần trong hành trình dài và cần sự kiên trì, bền bỉ.
3. **Truyền tải ý nghĩa sâu sắc của các trạng thái tâm**: Đức Phật thường dùng các ẩn dụ để giải thích trạng thái tâm lý của người tu học. Chẳng hạn, sự tham lam và sân hận được ví như lửa cháy, có khả năng thiêu đốt tâm hồn, trong khi trạng thái an lạc được ví như mặt hồ tĩnh lặng, không gợn sóng. Những hình ảnh này giúp người học nhận diện rõ hơn các trạng thái tâm, từ đó điều chỉnh và tu tập phù hợp.
4. **Khơi gợi lòng từ bi và hiểu biết sâu sắc về chúng sinh**: Đức Phật thường sử dụng các ẩn dụ về tình thương và lòng từ bi, như người mẹ yêu thương con mình, để dạy về tâm từ và tâm bi. Những ẩn dụ này giúp người tu học nhận ra tầm quan trọng của việc mở rộng lòng từ bi, không chỉ giới hạn trong gia đình mà còn với tất cả chúng sinh, khuyến khích họ thực hành hạnh vị tha và bác ái.
5. **Làm rõ bản chất của khổ đau và nguyên nhân của nó**: Các ẩn dụ như "ngọn lửa khổ đau" hoặc "biển cả vô minh" giúp người học hiểu rõ về bản chất và nguyên nhân của khổ đau. Khi thấy rõ khổ đau là kết quả của tham ái, chấp ngã và vô minh, người tu học sẽ dễ dàng quyết tâm tu tập để thoát khỏi các nguồn gốc của khổ đau.
6. **Giúp người học hiểu rõ sự cần thiết của sự buông xả**: Đức Phật thường ví sự buông xả như việc đặt gánh nặng xuống hay như chim thoát khỏi chiếc lồng. Những ẩn dụ này truyền tải ý nghĩa của sự giải thoát khỏi các dính mắc, giúp người học thấy được rằng giải thoát là trạng thái tự do nhẹ nhàng, không còn bị ràng buộc bởi dục vọng hay phiền não.
7. **Tạo cảm hứng và khích lệ tinh tấn**: Các ẩn dụ về hạt giống, cây cối, hay quá trình gieo trồng thường được sử dụng để khuyến khích người tu học kiên trì trong tu tập. Đức Phật ví con đường tu tập như việc gieo trồng cây trái: muốn có quả tốt thì cần chăm sóc và chờ đợi. Điều này giúp người học thấy rõ rằng tinh tấn và kiên trì là cần thiết để đạt được kết quả tốt đẹp.
8. **Làm sáng tỏ về bản chất của tâm giác ngộ**: Các ẩn dụ như "mặt trời tỏa sáng" hoặc "ngọn đèn trong bóng tối" thường được sử dụng để mô tả trí tuệ giác ngộ. Những hình ảnh này giúp người học hiểu rằng trí tuệ có khả năng xua tan vô minh và mang lại sự sáng tỏ, cũng như ánh sáng soi sáng con đường, giúp họ đi đúng hướng đến giải thoát.
9. **Làm nổi bật sự quan trọng của chánh niệm và tỉnh giác**: Đức Phật thường dùng ẩn dụ về người đi trên dây hay người mang bát nước đầy,

phải cẩn thận từng bước để không bị ngã hay đổ nước. Điều này nhấn mạnh tầm quan trọng của chánh niệm và tỉnh giác trong từng hành động, lời nói và suy nghĩ, giúp người tu học giữ tâm thanh tịnh và ổn định.

10. **Khuyến khích sự an lạc và hoan hỷ trong hiện tại**: Các ẩn dụ như "dòng suối mát" hay "bông sen trong bùn" giúp người tu học thấy rõ rằng sự an lạc có thể đạt được ngay trong cuộc sống hiện tại, không cần phải chờ đợi đến một thời điểm đặc biệt. Điều này khuyến khích họ tìm kiếm niềm vui và sự an lạc trong chính quá trình tu tập.

Tổng kết:

Các ẩn dụ trong kinh không chỉ là phương tiện giảng dạy mà còn là những công cụ mạnh mẽ giúp người học hiểu rõ và thực hành sâu sắc hơn về con đường tu tập và sự giải thoát. Những hình ảnh sống động và gần gũi làm cho giáo lý trở nên dễ tiếp thu, giúp người tu học không chỉ nắm vững lý thuyết mà còn ứng dụng một cách hiệu quả vào đời sống.

14. Tôn giả Xá-lợi-phất đã chứng tỏ lòng tin của mình đối với Đức Phật như thế nào, và người tu học có thể rút ra bài học gì từ đó?

Tôn giả Xá-lợi-phất đã chứng tỏ lòng tin của mình đối với Đức Phật qua những hành động và lời nói bày tỏ sự kính trọng, sự hiểu biết sâu sắc và lòng trung thành tuyệt đối đối với Đức Phật và giáo pháp. Dưới đây là những cách Tôn giả Xá-lợi-phất thể hiện lòng tin cùng những bài học mà người tu học có thể rút ra từ đó:

1. **Tôn kính và trọn vẹn lòng tin vào Đức Phật**: Tôn giả Xá-lợi-phất luôn xem Đức Phật là bậc thầy tối cao, là nguồn ánh sáng và trí tuệ vô song. Ngài bày tỏ lòng tôn kính tuyệt đối qua lời nói và hành động, không bao giờ hoài nghi hoặc dao động trước bất kỳ giáo lý nào của Đức Phật. **Bài học**: Người tu học cần có lòng tin vững chắc vào con đường mà mình đang đi, xem Đức Phật là tấm gương để noi theo, từ đó nỗ lực học hỏi và thực hành theo giáo pháp.
2. **Thể hiện lòng trung thành tuyệt đối**: Xá-lợi-phất không chỉ học hỏi từ Đức Phật mà còn truyền bá và giảng giải giáo pháp với tinh thần trung thành tuyệt đối. Ngài không thay đổi, thêm bớt hay diễn giải giáo pháp theo ý riêng mà luôn tuân thủ đúng lời dạy của Đức Phật. **Bài học**: Người tu học cần giữ gìn sự trong sáng của giáo pháp, không tự ý thay đổi hay giải thích sai lệch mà cần truyền đạt Chánh Pháp theo đúng tinh thần mà Đức Phật đã giảng dạy.
3. **Tu tập kiên định và nghiêm túc**: Tôn giả Xá-lợi-phất thể hiện lòng tin qua sự tinh tấn và kiên định trong tu tập, không ngừng rèn luyện bản thân và hướng đến mục tiêu giác ngộ. Ngài thực hành theo giáo pháp một cách nghiêm túc, không lơ là hay tự mãn với những thành quả ban đầu. **Bài học**: Người tu học cần có tinh thần nghiêm túc và bền bỉ trong hành trình tu tập, không bị phân tâm hay ngừng lại khi gặp khó khăn. Sự kiên định là minh chứng cho lòng tin vào con đường mà mình đang đi.
4. **Sẵn lòng học hỏi và luôn tôn trọng giáo pháp**: Xá-lợi-phất luôn sẵn lòng học hỏi từ Đức Phật và không bao giờ tự mãn với sự hiểu biết của mình. Ngài giữ sự khiêm tốn và luôn tôn trọng những gì Đức Phật dạy, không

ngừng học tập và thực hành để tiến bộ. **Bài học**: Người tu học cần duy trì tinh thần khiêm tốn, không tự mãn với tri thức của mình. Sự sẵn lòng học hỏi và tôn trọng giáo pháp giúp họ tiến bộ không ngừng và đạt được sự thanh tịnh và giác ngộ.

5. **Truyền đạt giáo pháp với lòng từ bi và chân thành**: Tôn giả Xá-lợi-phất không chỉ tu tập cho riêng mình mà còn nhiệt tình chia sẻ giáo pháp, giảng giải cho người khác với lòng từ bi và chân thành. Ngài mong muốn giúp chúng sinh đạt được an lạc và giác ngộ, không màng đến lợi ích cá nhân. **Bài học**: Người tu học cần rèn luyện lòng từ bi và luôn sẵn lòng giúp đỡ người khác. Sự chân thành và mong muốn mang lại lợi ích cho chúng sinh là biểu hiện của lòng tin và sự thấu hiểu giáo pháp một cách trọn vẹn.
6. **Sống đạo đức và giữ gìn giới hạnh nghiêm chỉnh**: Tôn giả Xá-lợi-phất giữ giới hạnh một cách nghiêm chỉnh, sống đời sống đạo đức theo đúng Chánh Pháp mà Đức Phật đã dạy. Ngài tuân thủ từng giới luật, giữ cho tâm hồn trong sạch và thanh tịnh. **Bài học**: Người tu học cần duy trì đạo đức và giữ gìn giới hạnh để sống một cuộc đời trong sạch. Giữ giới là nền tảng giúp phát triển tâm trí và là biểu hiện cụ thể của lòng tin vào Chánh Pháp.
7. **Khiêm tốn và biết tự kiểm điểm**: Mặc dù là một trong những vị đệ tử xuất sắc nhất, Tôn giả Xá-lợi-phất vẫn giữ đức khiêm tốn và luôn tự kiểm điểm. Ngài không bao giờ tự mãn hay kiêu ngạo, luôn giữ tâm thái học hỏi và tự nhắc nhở bản thân về sự hoàn thiện. **Bài học**: Người tu học cần khiêm tốn và thường xuyên tự soi xét bản thân, không để những thành tựu trong tu tập làm mờ đi lòng tôn kính và lòng tin vào Đức Phật.
8. **Không ngại khó khăn hay thử thách**: Xá-lợi-phất không ngừng tu tập và tinh tấn dù gặp bất kỳ khó khăn nào. Ngài xem những thử thách trong quá trình tu tập là cơ hội để phát triển và rèn luyện bản thân. **Bài học**: Người tu học cần kiên trì và không sợ hãi trước những chướng ngại. Lòng tin vào giáo pháp giúp họ vượt qua khó khăn và tiếp tục tiến bước trên con đường tu tập.

Tổng kết:

Tôn giả Xá-lợi-phất thể hiện lòng tin của mình đối với Đức Phật qua sự trung thành, kiên định, khiêm tốn và từ bi trong tu tập. Từ đó, người tu học có thể rút ra những bài học quý báu về sự kính trọng, giữ gìn giới hạnh, kiên trì tu tập và luôn mở lòng học hỏi. Những phẩm chất này không chỉ giúp người tu học tiến bộ mà còn là minh chứng sống động cho lòng tin vững chắc vào con đường giác ngộ và giải thoát.

15. Vai trò của Đức Phật trong việc dẫn dắt chúng sinh là gì, và điều này ảnh hưởng như thế nào đến lòng kính ngưỡng của người tu học?

Vai trò của Đức Phật trong việc dẫn dắt chúng sinh là một trong những trọng tâm trong giáo lý Phật giáo. Đức Phật không chỉ là bậc thầy giác ngộ, mà còn là người dẫn đường, truyền đạt trí tuệ và từ bi đến tất cả chúng sinh. Dưới đây là vai trò của Ngài trong việc hướng dẫn và hỗ trợ chúng sinh, cũng như ảnh hưởng của vai trò đó đến lòng kính ngưỡng của người tu học:

1. **Người khai sáng con đường giải thoát**: Đức Phật là người đầu tiên khám phá và mở ra con đường Chánh Pháp, giúp chúng sinh nhận ra nguyên nhân của khổ đau và con đường thoát khỏi khổ đau. Ngài đã trải qua sự giác ngộ, chứng đắc Chánh Pháp và chia sẻ con đường này để mọi chúng sinh có thể đạt đến an lạc và giải thoát. **Ảnh hưởng**: Người tu học cảm thấy kính ngưỡng sâu sắc đối với Đức Phật vì Ngài đã chỉ ra con đường đúng đắn, giúp họ có niềm tin mạnh mẽ vào Chánh Pháp và hành trình tu tập của mình.
2. **Nguồn trí tuệ và lòng từ bi vô biên**: Đức Phật không chỉ đạt đến trí tuệ toàn diện mà còn có lòng từ bi vô biên, mong muốn cứu độ tất cả chúng sinh. Ngài dành trọn cuộc đời để giảng dạy và giúp đỡ chúng sinh thoát khỏi vô minh và phiền não. **Ảnh hưởng**: Người tu học cảm nhận sự ấm áp và an lành từ lòng từ bi của Đức Phật, khiến họ kính ngưỡng và khao khát thực hành theo lời dạy của Ngài, không chỉ để giúp bản thân mà còn để giúp đỡ người khác.
3. **Bậc Thầy hướng dẫn tận tụy và kiên nhẫn**: Đức Phật không chỉ dạy giáo lý mà còn dẫn dắt từng bước, giúp chúng sinh hiểu sâu và thực hành theo từng giai đoạn của Chánh Pháp. Ngài kiên nhẫn giảng dạy với phương pháp phù hợp với từng căn cơ của chúng sinh, làm cho giáo lý trở nên dễ hiểu và dễ thực hành. **Ảnh hưởng**: Người tu học thấy rõ sự tận tụy và lòng kiên nhẫn của Đức Phật, giúp họ kính trọng và quyết tâm tu tập, cố gắng đi theo con đường Ngài đã vạch ra.
4. **Người truyền cảm hứng và tạo động lực**: Đức Phật truyền cảm hứng qua sự chứng đắc và thanh tịnh của Ngài, cho thấy giác ngộ và giải thoát là điều khả thi cho tất cả. Sự hiện diện và lời dạy của Ngài là nguồn động viên mạnh mẽ, giúp người tu học giữ vững niềm tin, lòng quyết tâm và tinh tấn trên con đường tu tập. **Ảnh hưởng**: Sự cảm nhận về năng lượng và lòng từ bi của Đức Phật là nguồn cảm hứng sâu sắc, tạo động lực cho người tu học bền bỉ trong hành trình tu tập, ngay cả khi gặp phải khó khăn.
5. **Gương mẫu của đức hạnh và giới luật**: Đức Phật không chỉ giảng dạy về đạo đức mà còn sống một cuộc đời hoàn toàn thanh tịnh, là tấm gương sáng về giới luật và đạo đức cho tất cả chúng sinh. Ngài thể hiện những phẩm chất cao quý như từ bi, nhẫn nhục và khiêm tốn. **Ảnh hưởng**: Người tu học cảm nhận lòng kính trọng sâu sắc đối với Đức Phật, mong muốn noi theo tấm gương giới hạnh của Ngài, sống một cuộc đời trong sạch và đạo đức.
6. **Người giúp chúng sinh hiểu rõ bản chất của cuộc sống**: Đức Phật giúp chúng sinh nhận ra bản chất của vô thường, vô ngã, và khổ đau, giúp họ biết cách buông bỏ các dính mắc, từ đó tìm thấy sự an lạc và tự do thực sự. Ngài chỉ ra rằng mọi thứ trong cuộc sống đều tạm bợ, không có cái ngã cố định nào để chấp giữ. **Ảnh hưởng**: Lòng kính ngưỡng của người tu học tăng lên khi nhận ra rằng Đức Phật là người giúp họ nhìn thấu bản chất của cuộc sống, mở ra con đường để sống an lạc và tự do khỏi các phiền não.

7. **Người bảo hộ và duy trì Chánh Pháp**: Đức Phật đã truyền dạy và bảo vệ giáo pháp một cách kiên định, giúp Chánh Pháp tồn tại qua nhiều thế hệ. Ngài thiết lập Tăng đoàn và các nguyên tắc tu tập để giáo pháp được duy trì lâu dài. **Ảnh hưởng**: Người tu học kính ngưỡng Đức Phật không chỉ vì Ngài là bậc giác ngộ, mà còn vì Ngài là người duy trì và truyền bá Chánh Pháp, giúp cho nhiều thế hệ sau này vẫn có thể học hỏi và hành trì.
8. **Người chữa lành tâm hồn và mang lại bình an**: Đức Phật được ví như vị "lương y" chữa lành khổ đau và phiền não trong tâm trí. Giáo pháp của Ngài giúp chúng sinh đối diện và loại bỏ những căn bệnh tâm lý như tham lam, sân hận, và si mê, từ đó đạt được trạng thái an lạc nội tại. **Ảnh hưởng**: Người tu học kính ngưỡng Đức Phật như người chữa lành, đem đến sự bình an cho tâm hồn họ, khiến họ cảm thấy được che chở và hướng dẫn bởi lòng từ bi và trí tuệ của Ngài.
9. **Người tôn trọng tự do và trí tuệ cá nhân**: Đức Phật không ép buộc mà khuyến khích người học tự mình trải nghiệm và kiểm chứng lời dạy. Ngài tôn trọng sự tự do và trí tuệ của từng cá nhân, khuyến khích họ thực hành và tìm ra chân lý bằng chính nỗ lực của bản thân. **Ảnh hưởng**: Người tu học kính ngưỡng và biết ơn Đức Phật vì sự tự do trong tu tập mà Ngài mang lại, đồng thời nhận ra trách nhiệm cá nhân trong việc thực hành Chánh Pháp.

Tổng kết:

Đức Phật là bậc thầy tối cao, người dẫn đường với trí tuệ và từ bi vô hạn, người mở ra con đường giải thoát và duy trì Chánh Pháp cho chúng sinh. Vai trò của Ngài trong việc dẫn dắt và hỗ trợ chúng sinh tạo nên lòng kính ngưỡng sâu sắc của người tu học, giúp họ có niềm tin vững chắc vào con đường tu tập, cùng động lực mạnh mẽ để thực hành theo lời dạy của Ngài.

16. Chánh Pháp có ý nghĩa gì đối với sự an lạc và tự do nội tâm của người tu học?

Chánh Pháp mang ý nghĩa sâu sắc đối với sự an lạc và tự do nội tâm của người tu học, bởi nó không chỉ là con đường dẫn đến giác ngộ mà còn là phương tiện giúp giải thoát khỏi những phiền não và khổ đau trong cuộc sống. Dưới đây là cách Chánh Pháp hỗ trợ người tu học đạt đến trạng thái an lạc và tự do nội tâm:

1. **Giúp nhận diện và buông bỏ phiền não**: Chánh Pháp giúp người tu học nhận diện các nguyên nhân gây ra phiền não như tham lam, sân hận và si mê. Khi hiểu rõ bản chất và nguyên nhân của khổ đau, người tu học có thể buông bỏ dần các dính mắc, từ đó giải thoát khỏi những trói buộc tinh thần và đạt được sự bình an trong tâm hồn.
2. **Mang lại sự an lạc trong hiện tại**: Chánh Pháp khuyến khích người tu học sống trọn vẹn với hiện tại, không vướng bận vào quá khứ hay lo lắng về tương lai. Sự thực hành chánh niệm, tỉnh thức giúp họ cảm nhận sự an lạc ngay trong từng khoảnh khắc hiện tại, từ đó tạo nên trạng thái bình yên và ổn định trong tâm hồn.
3. **Đưa đến sự tự do khỏi chấp ngã**: Chánh Pháp dạy về vô ngã – nhận thức rằng không có một "cái tôi" cố định để chấp giữ. Khi người tu học nhận ra

tính vô ngã của bản thân và sự vật, họ sẽ không còn bị các bản ngã hay mong cầu cá nhân ràng buộc. Sự buông bỏ chấp ngã mang lại một tự do nội tâm sâu sắc, giúp họ sống thanh thản và nhẹ nhàng hơn.

4. **Giảm thiểu các ham muốn và ái luyến**: Chánh Pháp dạy rằng các ham muốn và ái luyến là nguồn gốc của khổ đau. Khi thực hành theo Chánh Pháp, người tu học dần biết đủ, giảm bớt các ham muốn vật chất và tinh thần, không còn bị dính mắc vào những đối tượng bên ngoài. Điều này mang đến sự tự do và an lạc từ nội tâm, không phụ thuộc vào điều kiện ngoại cảnh.
5. **Thanh tịnh hóa tâm hồn**: Thực hành Chánh Pháp giúp thanh lọc tâm hồn khỏi các cấu uế và phiền não. Khi tâm trong sạch và thanh tịnh, người tu học sẽ không còn bị những cảm xúc tiêu cực như sân hận, đố kỵ hay ganh ghét chi phối. Sự thanh tịnh này tạo nên một trạng thái an lạc sâu xa, mang lại cảm giác tự do khỏi mọi gánh nặng tâm lý.
6. **Tạo dựng lòng từ bi và tâm vị tha**: Chánh Pháp hướng dẫn người tu học nuôi dưỡng lòng từ bi, sống với tinh thần yêu thương và vị tha. Khi biết yêu thương và giúp đỡ người khác, họ cảm nhận được niềm vui và an lạc từ chính sự cho đi, đồng thời giải thoát khỏi cảm giác cô đơn và ích kỷ. Từ bi không chỉ làm tăng trưởng an lạc mà còn giúp họ cảm nhận sự tự do khỏi các nhu cầu ích kỷ.
7. **Giúp phát triển trí tuệ và nhận thức đúng đắn**: Chánh Pháp giúp người tu học phát triển trí tuệ, hiểu rõ về bản chất của cuộc sống, nhận thức đúng đắn về các hiện tượng. Khi có trí tuệ, người tu học sẽ không còn bị lạc lối hay bối rối trước những thử thách và biến cố, từ đó giữ được sự bình an và tự do nội tâm.
8. **Đem lại sự bình thản và chấp nhận vô thường**: Chánh Pháp dạy về tính vô thường của vạn vật, giúp người tu học chấp nhận rằng mọi thứ đều biến đổi và không tồn tại mãi mãi. Khi hiểu rõ và chấp nhận vô thường, họ không còn bị khổ đau khi phải đối diện với mất mát hay thay đổi, đạt đến một trạng thái bình thản, tự do và an lạc trong nội tâm.
9. **Giúp người tu học tìm thấy mục đích cao cả trong cuộc sống**: Chánh Pháp không chỉ là con đường giải thoát mà còn giúp người tu học tìm thấy mục đích chân chính của cuộc sống. Khi họ sống theo Chánh Pháp, họ cảm thấy cuộc sống có ý nghĩa, giúp họ an lạc và tự do khỏi cảm giác trống rỗng và thiếu thốn.
10. **Khuyến khích sự tự do trong lựa chọn và tự chịu trách nhiệm**: Chánh Pháp không áp đặt, mà khuyến khích người tu học tự mình trải nghiệm và kiểm chứng. Họ được tự do lựa chọn con đường tu tập và chịu trách nhiệm về sự giải thoát của mình. Điều này giúp họ cảm nhận sự tự do và làm chủ chính mình, không bị lệ thuộc vào bất kỳ hệ thống hay người khác.

Tổng kết:

Chánh Pháp là con đường dẫn đến an lạc và tự do nội tâm cho người tu học. Nó giúp họ giải thoát khỏi phiền não, dính mắc và chấp ngã, từ đó sống một cuộc đời tự tại, thanh tịnh và đầy ý nghĩa. Khi thực hành đúng Chánh Pháp, người tu học sẽ tìm thấy sự an lạc và tự do nội tâm bền vững, trở thành nguồn động viên cho bản thân và là tấm gương sáng cho người khác trên con đường tu tập.

17. Làm thế nào sự hoan hỷ và lòng tin có thể trở thành động lực để người tu học vượt qua vô minh và tiến đến giác ngộ?

Sự hoan hỷ và lòng tin là những yếu tố quan trọng tạo động lực mạnh mẽ giúp người tu học vượt qua vô minh và tiến đến giác ngộ. Dưới đây là cách mà hai yếu tố này hỗ trợ người tu học trên con đường tu tập:

1. **Lòng tin củng cố quyết tâm và sự kiên trì**: Lòng tin vào Đức Phật, Chánh Pháp và Tăng đoàn giúp người tu học có niềm tin vững chắc vào con đường giải thoát. Khi tin tưởng rằng giác ngộ là có thể đạt được, họ sẽ có thêm quyết tâm và kiên trì để đối mặt với những thử thách và vượt qua các chướng ngại. **Bài học**: Lòng tin vững vàng giúp người tu học không dễ dàng bị dao động trước khó khăn, giữ vững tâm thế trên con đường dài và đầy thử thách.
2. **Hoan hỷ tạo ra niềm vui và động lực nội tại**: Khi người tu học cảm nhận sự hoan hỷ từ thực hành Chánh Pháp, họ sẽ có động lực từ bên trong để tiếp tục tu tập. Niềm vui và sự an lạc từ hoan hỷ giúp người tu học cảm thấy thanh thản, không còn phụ thuộc vào điều kiện bên ngoài, và sẵn sàng đối diện với mọi thử thách mà không nản lòng.
3. **Lòng tin giúp loại bỏ hoài nghi và vô minh**: Lòng tin giúp người tu học vượt qua các nghi ngờ về con đường tu tập và về khả năng giác ngộ của bản thân. Khi không còn nghi ngờ, tâm trí của họ trở nên minh mẫn và sẵn sàng tiếp thu giáo lý một cách trọn vẹn, từ đó dần dần xua tan vô minh và tiến gần đến trí tuệ chân chính.
4. **Hoan hỷ nuôi dưỡng trạng thái tâm lý tích cực**: Sự hoan hỷ trong Chánh Pháp giúp người tu học duy trì tâm thái tích cực, giảm bớt các cảm xúc tiêu cực như lo lắng, sợ hãi hay buồn phiền. Trạng thái tâm lý tích cực này giúp họ đối mặt với các chướng ngại trên con đường tu tập một cách sáng suốt, không bị phiền não làm chệch hướng, từ đó mở ra con đường đến trí tuệ và giải thoát.
5. **Lòng tin là nền tảng cho sự tinh tấn và nỗ lực**: Lòng tin vào Chánh Pháp giúp người tu học tinh tấn và nỗ lực hơn trong việc thực hành các pháp môn như thiền định, chánh niệm và từ bi. Khi họ nỗ lực hết mình với lòng tin vào giáo pháp, tâm trí của họ dần thanh tịnh, loại bỏ dần vô minh và tiến đến giác ngộ.
6. **Hoan hỷ làm nhẹ đi các thử thách và khó khăn**: Khi có hoan hỷ, người tu học sẽ cảm thấy các thử thách trên con đường tu tập trở nên dễ chịu hơn. Hoan hỷ như một "liều thuốc bổ" làm dịu bớt những nỗi khổ và khó khăn trong tu tập, giúp họ có thêm sức mạnh để vượt qua mọi thử thách mà không bị gục ngã.
7. **Lòng tin và hoan hỷ giúp phát triển trí tuệ**: Khi lòng tin vào giáo pháp kết hợp với hoan hỷ trong tu tập, người tu học sẽ có tâm thái cởi mở và sáng suốt. Họ dễ dàng tiếp nhận, suy ngẫm và thực hành giáo lý một cách

sâu sắc, từ đó phát triển trí tuệ. Sự hiểu biết chân chính này là phương tiện giúp họ xua tan vô minh và đạt được giác ngộ.

8. **Hoan hỷ làm giảm thiểu các dính mắc và chấp ngã**: Hoan hỷ giúp người tu học giảm bớt sự lệ thuộc vào các yếu tố bên ngoài, không còn bị cuốn vào các dính mắc hay chấp ngã. Khi không còn vướng mắc với bản ngã, họ có khả năng nhìn thấu bản chất vô thường và vô ngã của cuộc sống, từ đó đạt đến sự giải thoát khỏi vô minh.
9. **Lòng tin và hoan hỷ củng cố sự thanh tịnh của tâm**: Khi người tu học có lòng tin vững chắc và hoan hỷ trong Chánh Pháp, tâm họ trở nên thanh tịnh và sáng suốt. Sự thanh tịnh này là nền tảng giúp họ dễ dàng đạt đến các trạng thái thiền định sâu sắc, làm cho trí tuệ phát sinh và mở ra con đường dẫn đến giác ngộ.
10. **Hoan hỷ và lòng tin giúp người tu học phát triển từ bi**: Khi có lòng tin và hoan hỷ, người tu học dễ dàng phát triển lòng từ bi, chia sẻ niềm vui và hạnh phúc với người khác. Từ bi giúp họ thoát khỏi các trạng thái tâm ích kỷ, không còn bị các nhu cầu cá nhân trói buộc, và từ đó tiến gần đến trạng thái vô ngã và giải thoát.

Tổng kết:

Sự hoan hỷ và lòng tin là hai yếu tố quan trọng tạo động lực giúp người tu học vượt qua vô minh và tiến đến giác ngộ. Khi có lòng tin vững chắc và niềm hoan hỷ trong tu tập, người tu học sẽ có thêm sức mạnh nội tại, duy trì tinh thần kiên định và nỗ lực trên con đường Chánh Pháp, từ đó dần loại bỏ vô minh và đạt được trí tuệ giác ngộ.

18. Vai trò của các bậc Thánh trong việc bảo vệ Chánh Pháp có ý nghĩa gì đối với việc duy trì sự trong sáng của giáo pháp?

Các bậc Thánh đóng vai trò quan trọng trong việc bảo vệ và duy trì sự trong sáng của Chánh Pháp. Điều này không chỉ giúp bảo tồn giáo pháp mà còn đảm bảo rằng các thế hệ sau có thể tiếp cận và thực hành Chánh Pháp một cách đúng đắn và trọn vẹn. Dưới đây là ý nghĩa của vai trò này trong việc duy trì sự trong sáng của giáo pháp:

1. **Bảo vệ tính thuần khiết và chính xác của giáo lý**: Các bậc Thánh là những người đã đạt được giác ngộ, thấu hiểu Chánh Pháp một cách sâu sắc và chính xác. Họ truyền dạy giáo pháp với sự hiểu biết đúng đắn và trực tiếp, không thêm bớt hay diễn giải sai lệch. Điều này giúp duy trì sự trong sáng của giáo lý, tránh khỏi nguy cơ bị bóp méo hoặc biến đổi theo thời gian.
2. **Truyền đạt Chánh Pháp với lòng từ bi và trí tuệ**: Các bậc Thánh không chỉ có trí tuệ mà còn có lòng từ bi, giúp họ truyền dạy giáo pháp một cách nhẹ nhàng, dễ hiểu và phù hợp với căn cơ của chúng sinh. Việc truyền đạt này giúp người tu học tiếp nhận giáo pháp đúng đắn, không bị nhầm lẫn bởi các cách giải thích sai lầm. Sự trong sáng của Chánh Pháp được bảo tồn khi giáo pháp được truyền đạt với từ bi và trí tuệ.
3. **Làm gương sáng trong thực hành và giữ giới**: Các bậc Thánh là tấm gương mẫu mực trong việc tu tập và giữ giới hạnh, họ thể hiện Chánh Pháp

qua từng hành động và lời nói của mình. Sự hiện diện của các bậc Thánh là minh chứng sống động cho sự hiệu quả và tính chân thật của giáo pháp. Nhờ đó, người tu học có thể noi theo, giúp Chánh Pháp được duy trì trong sự thanh tịnh và nghiêm chỉnh.

4. **Hướng dẫn người tu học tránh xa những sai lệch và tà kiến**: Với trí tuệ sáng suốt, các bậc Thánh có khả năng phân biệt rõ ràng giữa Chánh Pháp và các quan điểm sai lệch. Họ giúp người tu học tránh xa các tà kiến, các giáo lý không đúng đắn hoặc những sự hiểu nhầm về Chánh Pháp, từ đó bảo vệ sự trong sáng của giáo lý.
5. **Truyền cảm hứng và động lực cho các thế hệ sau**: Các bậc Thánh là nguồn cảm hứng lớn lao cho người tu học. Qua tấm gương thanh tịnh và sự kiên định của họ, họ khuyến khích và động viên các thế hệ sau nỗ lực tinh tấn, duy trì sự thực hành Chánh Pháp đúng đắn. Sự truyền cảm hứng này giúp Chánh Pháp được duy trì và bảo tồn, luôn có người kế thừa và gìn giữ.
6. **Ngăn chặn sự pha tạp của giáo pháp**: Khi Chánh Pháp truyền bá qua các thời kỳ, có nguy cơ bị pha tạp bởi các quan điểm và văn hóa bên ngoài. Các bậc Thánh có vai trò quan trọng trong việc bảo vệ giáo pháp khỏi những sự pha tạp này, bằng cách duy trì các nguyên tắc cốt lõi và giáo lý nguyên bản mà Đức Phật đã truyền dạy.
7. **Đảm bảo truyền thừa giáo pháp một cách liên tục và trung thực**: Các bậc Thánh đóng vai trò truyền thừa Chánh Pháp, đảm bảo rằng giáo pháp được truyền lại một cách trung thực và chính xác từ thế hệ này sang thế hệ khác. Họ giữ gìn những lời dạy của Đức Phật, không để giáo pháp bị gián đoạn hoặc mất mát theo thời gian.
8. **Duy trì sự thanh tịnh và uy tín của Tăng đoàn**: Các bậc Thánh thường giữ vai trò lãnh đạo trong Tăng đoàn, nơi tập hợp những người tu học và thực hành Chánh Pháp. Sự hiện diện và hướng dẫn của họ giúp duy trì sự thanh tịnh và uy tín của Tăng đoàn, tạo nên một môi trường lành mạnh và đáng tin cậy cho việc thực hành giáo pháp.
9. **Hỗ trợ và điều chỉnh sự thực hành của người tu học**: Các bậc Thánh không chỉ bảo vệ giáo lý mà còn hỗ trợ người tu học trong quá trình thực hành, giúp họ hiểu đúng và ứng dụng Chánh Pháp một cách hiệu quả. Sự hướng dẫn và điều chỉnh của các bậc Thánh là yếu tố quan trọng giúp Chánh Pháp được thực hành đúng đắn, tránh các sự sai lệch trong quá trình tu tập.
10. **Đảm bảo Chánh Pháp được truyền bá với lòng từ bi và mục đích cao cả**: Các bậc Thánh giảng dạy Chánh Pháp với lòng từ bi và không vì mục đích cá nhân. Họ truyền đạt giáo pháp vì lợi ích của chúng sinh, giúp họ thoát khỏi khổ đau và đạt đến giác ngộ. Nhờ vậy, Chánh Pháp được truyền bá với tâm từ bi và chính nghĩa, không bị biến tướng hoặc lợi dụng vì mục đích tư lợi.

Tổng kết:

Vai trò của các bậc Thánh trong việc bảo vệ Chánh Pháp là yếu tố cốt lõi giúp duy trì sự trong sáng và tinh khiết của giáo pháp. Họ không chỉ truyền dạy giáo lý mà còn giữ gìn, bảo vệ và đảm bảo rằng Chánh Pháp luôn được thực hành và truyền bá một cách trung thực, không bị pha tạp hay bóp méo. Điều này giúp người tu học có thể tiếp cận và thực hành Chánh Pháp một cách trọn vẹn, đảm bảo sự tiến bộ và an lạc trên con đường tu tập.

19. Người tu học nên nuôi dưỡng lòng hoan hỷ như thế nào để tạo ra một đời sống an lạc và ý nghĩa hơn?

Người tu học có thể nuôi dưỡng lòng hoan hỷ để tạo ra một đời sống an lạc và ý nghĩa hơn thông qua các phương pháp sau:

1. **Biết ơn những gì mình đang có**: Thực hành lòng biết ơn giúp người tu học thấy rõ giá trị của cuộc sống và những điều mình đang có. Khi thường xuyên nhắc nhở bản thân về những điều đáng trân trọng, họ sẽ dễ dàng cảm nhận hoan hỷ từ chính những điều bình dị hàng ngày, nuôi dưỡng một tâm thái an lạc và vui vẻ.
2. **Thực hành chánh niệm trong từng khoảnh khắc**: Chánh niệm giúp người tu học sống trọn vẹn với giây phút hiện tại, không bị cuốn theo những suy nghĩ về quá khứ hay lo lắng cho tương lai. Sự chú tâm vào hiện tại sẽ mang lại niềm vui và sự an lạc, giúp họ trải nghiệm hoan hỷ ngay trong từng hành động đơn giản.
3. **Nuôi dưỡng lòng từ bi và giúp đỡ người khác**: Sự hoan hỷ có thể phát sinh mạnh mẽ từ lòng từ bi và việc giúp đỡ người khác. Khi người tu học giúp người khác thoát khỏi khổ đau, họ cảm thấy niềm vui và sự ấm áp trong tâm hồn. Lòng từ bi và vị tha không chỉ mang lại niềm vui cho người khác mà còn làm cho cuộc sống của họ trở nên ý nghĩa và trọn vẹn hơn.
4. **Sống giản dị và biết đủ**: Sống giản dị, biết đủ với những gì mình có sẽ giúp người tu học giảm bớt các ham muốn và dính mắc vào vật chất. Khi không còn bị cuốn theo lòng tham hay sự so sánh, tâm họ sẽ thanh thản và dễ dàng cảm nhận niềm hoan hỷ chân chính. Sự biết đủ là nền tảng cho một cuộc sống an lạc, không bị chi phối bởi những mong cầu bất tận.
5. **Buông bỏ những dính mắc và chấp ngã**: Người tu học cần rèn luyện khả năng buông xả những dính mắc vào bản thân và những thứ xung quanh. Khi không còn chấp ngã, họ sẽ cảm thấy nhẹ nhàng và tự do, không bị các cảm xúc tiêu cực làm phiền lòng. Sự hoan hỷ sẽ đến tự nhiên khi họ không còn bị ràng buộc bởi những mối bận tâm và lo âu.
6. **Thực hành thiền định để nuôi dưỡng sự bình an nội tâm**: Thiền định giúp thanh lọc tâm trí, làm dịu các cảm xúc tiêu cực và phát triển trạng thái an lạc nội tại. Khi tâm trí bình lặng, người tu học sẽ dễ dàng cảm nhận sự hoan hỷ từ chính trạng thái thanh tịnh và tĩnh lặng của tâm hồn. Việc duy trì thiền định đều đặn sẽ giúp họ nuôi dưỡng niềm vui bền vững và sâu sắc hơn.
7. **Học cách chấp nhận và buông bỏ những gì không thể thay đổi**: Sự hoan hỷ đến từ khả năng chấp nhận vô thường và buông bỏ những điều không thể thay đổi. Khi người tu học chấp nhận rằng cuộc sống luôn thay đổi, họ sẽ bớt đi những khổ đau và cảm thấy an lạc hơn. Hoan hỷ phát sinh khi họ

sống thuận theo dòng chảy tự nhiên của cuộc đời, không cưỡng cầu hay chống đối.

8. **Rèn luyện sự khiêm tốn và tự kiểm điểm**: Khiêm tốn và tự kiểm điểm là những phẩm chất giúp người tu học luôn giữ được tâm thái bình thản và không bị kiêu ngạo. Sự khiêm tốn giúp họ tránh xa tự mãn và duy trì tinh thần học hỏi. Tự kiểm điểm giúp họ nhận ra sự tiến bộ và tạo niềm vui từ quá trình tự hoàn thiện bản thân, từ đó cảm nhận sự hoan hỷ lâu dài.
9. **Xây dựng mối quan hệ lành mạnh và tích cực**: Người tu học nên tạo dựng mối quan hệ với những người có cùng lý tưởng tu tập, sống thiện lành và từ bi. Những mối quan hệ lành mạnh sẽ mang đến niềm vui và sự hỗ trợ tinh thần, giúp họ duy trì lòng hoan hỷ và sự bình an trong cuộc sống.
10. **Thường xuyên đọc và suy ngẫm về giáo pháp**: Các lời dạy của Đức Phật và giáo pháp có thể mang lại nguồn cảm hứng và niềm hoan hỷ sâu sắc. Khi người tu học hiểu và thực hành Chánh Pháp, họ sẽ có lòng tin mạnh mẽ vào con đường mình đang đi, từ đó cảm nhận được niềm vui và sự an lạc trong tu tập.
11. **Giảm bớt sự so sánh và tập trung vào sự tiến bộ của chính mình**: Thay vì so sánh mình với người khác, người tu học nên tập trung vào sự tiến bộ của bản thân, dù là nhỏ nhất. Điều này giúp họ nuôi dưỡng lòng hoan hỷ từ sự phát triển của chính mình, không để tâm bị tác động bởi thành công hay thất bại của người khác.
12. **Thực hành lòng biết ơn ngay cả với những khó khăn**: Khó khăn là một phần của con đường tu tập và cũng là cơ hội để người tu học rèn luyện tâm kiên nhẫn và trí tuệ. Khi có thể cảm ơn cả những thử thách, họ sẽ thấy lòng mình hoan hỷ và bình an hơn, biến nghịch cảnh thành cơ hội để trưởng thành.

Tổng kết:

Người tu học có thể nuôi dưỡng lòng hoan hỷ bằng cách biết ơn, sống giản dị, thực hành từ bi, và chấp nhận vô thường. Khi nuôi dưỡng hoan hỷ từ bên trong, cuộc sống của họ trở nên an lạc và ý nghĩa hơn, tạo ra nền tảng cho sự tự do và bình yên nội tại. Những phương pháp này không chỉ mang lại niềm vui cho bản thân mà còn lan tỏa sự an lành đến những người xung quanh, tạo nên một đời sống tràn đầy ý nghĩa và giá trị.

20. Ý nghĩa của việc duy trì tâm hoan hỷ và tự giác trong việc giúp người tu học đạt đến sự thanh tịnh và giác ngộ là gì?

Việc duy trì tâm hoan hỷ và tự giác là yếu tố quan trọng giúp người tu học tiến gần đến sự thanh tịnh và giác ngộ. Dưới đây là ý nghĩa của hai phẩm chất này trong việc đạt đến trạng thái cao quý đó:

1. **Hoan hỷ tạo ra động lực bền bỉ trong tu tập**: Tâm hoan hỷ giúp người tu học có động lực nội tại để duy trì tu tập một cách kiên định, không bị mệt mỏi hay chán nản. Niềm vui từ hoan hỷ mang đến cảm giác nhẹ nhàng, giúp họ sẵn sàng tiếp tục con đường tu học và đạt đến các cấp độ cao hơn trong quá trình thanh lọc tâm trí.

2. **Tự giác giúp duy trì sự tinh tấn và kiên trì**: Tự giác là khả năng tự nguyện và ý thức thực hành Chánh Pháp, không cần sự thúc đẩy từ bên ngoài. Khi có tính tự giác, người tu học tự mình nỗ lực tinh tấn, không bị xao lãng bởi ngoại cảnh. Điều này là nền tảng để đạt đến trạng thái tâm lý ổn định và thanh tịnh, giúp họ tiến gần hơn đến giác ngộ.
3. **Hoan hỷ xua tan phiền não và cảm xúc tiêu cực**: Khi duy trì hoan hỷ, người tu học không còn bị các cảm xúc tiêu cực như sân hận, đố kỵ hay ganh ghét chi phối. Niềm vui từ hoan hỷ làm dịu đi những phiền não trong tâm, giúp họ đạt đến trạng thái an lạc và thanh tịnh. Sự thanh tịnh này là điều kiện cần thiết để phát triển trí tuệ và nhận ra chân lý.
4. **Tự giác dẫn đến nhận thức và thấu hiểu sâu sắc**: Người tu học có tính tự giác sẽ thường xuyên tự kiểm điểm và nhận thức rõ ràng về hành động, suy nghĩ và cảm xúc của mình. Sự tự giác này giúp họ hiểu sâu hơn về bản chất của tâm, từ đó thanh lọc tâm trí, loại bỏ những ý niệm và hành động bất thiện, làm sáng tỏ trí tuệ và dẫn đến giác ngộ.
5. **Hoan hỷ là biểu hiện của một tâm thanh tịnh và bình an**: Khi tâm hoan hỷ, người tu học sẽ cảm nhận được niềm an lạc từ bên trong, không bị các yếu tố bên ngoài làm xáo trộn. Trạng thái tâm lý này giúp duy trì sự thanh tịnh, từ đó mở ra khả năng hiểu sâu sắc về bản chất của cuộc sống và các pháp.
6. **Tự giác thúc đẩy sự tiến bộ liên tục**: Tự giác là động lực để người tu học liên tục nỗ lực cải thiện bản thân, không dừng lại hay tự mãn với những thành quả tạm thời. Tính tự giác duy trì một thái độ khiêm tốn và khao khát hiểu biết, giúp họ tiến bước không ngừng trong quá trình thanh tịnh hóa và giác ngộ.
7. **Hoan hỷ làm vững chắc niềm tin vào Chánh Pháp**: Khi người tu học cảm nhận hoan hỷ từ việc thực hành Chánh Pháp, niềm tin vào giáo pháp sẽ ngày càng vững chắc. Niềm tin này giúp họ không bị lạc lối hay nghi ngờ, giữ tâm hướng về con đường đúng đắn. Tâm hoan hỷ nuôi dưỡng niềm tin mạnh mẽ, giúp họ vượt qua các chướng ngại và tiến đến giác ngộ.
8. **Tự giác giúp giảm dần chấp ngã và ích kỷ**: Tự giác trong việc thực hành Chánh Pháp giúp người tu học hiểu rằng sự giác ngộ đến từ việc buông bỏ cái tôi và các tham vọng cá nhân. Khi dần dần buông bỏ chấp ngã, tâm họ trở nên thanh tịnh hơn, tạo điều kiện thuận lợi để đạt đến giác ngộ.
9. **Hoan hỷ làm dịu đi những lo âu và bất an**: Khi tâm hoan hỷ, người tu học dễ dàng buông bỏ những lo âu và bất an về cuộc sống. Tâm trí trở nên thư thái và không bị ảnh hưởng bởi những căng thẳng của cuộc sống đời thường. Sự an lạc và thanh tịnh này là nền tảng quan trọng cho sự giác ngộ.
10. **Tự giác giúp phát triển trí tuệ và nhận thức rõ ràng**: Tự giác khuyến khích người tu học tự soi xét, tìm hiểu và kiểm nghiệm Chánh Pháp, từ đó phát triển trí tuệ và nhận thức sâu sắc về bản chất của pháp. Trí tuệ này là ánh sáng giúp họ thấy rõ con đường giác ngộ, không còn bị vô minh che lấp.

Tổng kết:

Duy trì tâm hoan hỷ và tự giác là chìa khóa để người tu học đạt đến sự thanh tịnh và giác ngộ. Hoan hỷ giúp duy trì niềm vui và sự an lạc, tạo động lực kiên trì tu tập, trong khi tự giác giúp họ tinh tấn và kiểm soát bản thân, phát triển trí tuệ và từ bỏ chấp ngã. Kết hợp cả hai phẩm chất này, người tu học sẽ có thể đi đến trạng thái thanh tịnh trọn vẹn và đạt được sự giác ngộ chân chính.

KINH 29:
KINH THANH TỊNH
(Pasādika Sutta)

I. GIỚI THIỆU TỔNG QUAN VỀ KINH THANH TỊNH

1. Giới thiệu chung về Kinh Thanh Tịnh:

- **Đặt Kinh Thanh Tịnh trong bối cảnh Trường Bộ Kinh**: Kinh Thanh Tịnh là một phần của Trường Bộ Kinh, một trong những bộ kinh quan trọng trong hệ thống kinh điển Phật giáo, chứa đựng các bài kinh dài với nội dung sâu sắc. Kinh Thanh Tịnh là một bài pháp quan trọng, giúp người học hiểu rõ về sự thanh tịnh tâm hồn và ý nghĩa của việc tu tập để đạt đến trạng thái an lạc và giác ngộ.
- **Mục đích của Đức Phật khi giảng dạy Kinh Thanh Tịnh**: Đức Phật giảng dạy kinh này để giúp chúng sinh hiểu rằng sự thanh tịnh nội tâm là nền tảng quan trọng trên con đường tu học. Qua đó, Ngài muốn truyền đạt thông điệp về việc loại bỏ các cấu uế, làm sạch tâm hồn để hướng đến giác ngộ. Kinh này nhấn mạnh rằng sự thanh tịnh là chìa khóa để đạt đến giải thoát, không còn bị ràng buộc bởi khổ đau và phiền não.

2. Bối cảnh ra đời của Kinh:

- **Hoàn cảnh và lý do Đức Phật thuyết giảng Kinh Thanh Tịnh**: Kinh Thanh Tịnh được thuyết giảng trong một bối cảnh khi các đệ tử của Đức Phật đang tìm kiếm phương pháp thanh tịnh tâm hồn và giải thoát khỏi khổ đau. Đức Phật đã giảng dạy kinh này để chỉ ra con đường thanh tịnh và sự cần thiết của việc giữ tâm trong sạch trong quá trình tu tập.
- **Các yếu tố dẫn đến bài pháp**: Kinh này được Đức Phật giảng dạy nhằm đáp ứng các câu hỏi và sự tìm kiếm hướng dẫn của đệ tử, khi họ muốn hiểu cách loại bỏ những phiền não và đạt đến sự an lạc nội tâm. Các đệ tử mong muốn biết cách tu tập để thanh tịnh tâm hồn, từ bỏ chấp ngã, và tiến gần hơn đến giác ngộ.

3. Mục tiêu chính của Kinh:

- **Sự phát triển thanh tịnh trong tâm hồn**: Kinh này nhằm mục đích hướng dẫn người tu học phát triển một tâm trí trong sạch, thanh lọc khỏi các phiền não và tham, sân, si. Sự thanh tịnh của tâm là một trạng thái an lành, tự do khỏi những dính mắc và cấu uế.
- **Từ bỏ các chấp trước và đạt đến giác ngộ**: Đức Phật muốn nhấn mạnh rằng chỉ khi nào tâm thanh tịnh thì chúng sinh mới có thể đạt đến giác ngộ. Kinh này hướng dẫn cách để từ bỏ các chấp trước và dính mắc vào bản ngã, từ đó mở ra con đường giải thoát khỏi khổ đau và đạt đến sự bình an nội tại.

- **Cách thức giúp người tu học nhận thức rõ con đường tu tập**: Kinh Thanh Tịnh giúp người tu học hiểu rõ rằng thanh tịnh tâm hồn không phải là đích đến cuối cùng, mà là con đường và phương tiện để tiến đến giác ngộ. Qua sự thanh tịnh, người tu học có thể đạt đến trạng thái an lạc, trí tuệ và nhận thức rõ ràng về bản chất của mọi pháp.

II. NỘI DUNG CHÍNH CỦA KINH THANH TỊNH

1. **Khái niệm về thanh tịnh**:
   - **Giải thích khái niệm "thanh tịnh"**: Trong Kinh Thanh Tịnh, Đức Phật định nghĩa "thanh tịnh" như một trạng thái tâm hoàn toàn trong sạch, không bị ô nhiễm bởi các phiền não. Thanh tịnh không chỉ là sự trong sáng mà còn là trạng thái không còn dính mắc, không bị chi phối bởi các dục vọng và tham ái.
   - **Ý nghĩa của thanh tịnh trong việc gột rửa phiền não**: Thanh tịnh là quá trình loại bỏ các cấu uế của tâm, bao gồm tham, sân, si – những yếu tố làm cho tâm trí trở nên ô nhiễm và mờ tối. Khi tâm được thanh tịnh, người tu học sẽ đạt được sự sáng suốt, giúp họ nhìn thấu bản chất của mọi sự vật và hiện tượng.
2. **Giáo pháp về sự thanh tịnh tâm hồn**:
   - **Các bước để đạt được sự thanh tịnh**: Đức Phật đưa ra những bước cụ thể để đạt đến trạng thái thanh tịnh, bắt đầu từ việc buông bỏ tham ái, sân hận và si mê. Người tu học được khuyến khích rèn luyện từng bước trong việc loại bỏ các cảm xúc tiêu cực, không để các phiền não làm ô nhiễm tâm.
   - **Các phương pháp mà Đức Phật chỉ dạy**: Đức Phật đề xuất nhiều phương pháp để thanh lọc tâm, như thiền định, chánh niệm và tự kiểm điểm. Những phương pháp này giúp người tu học kiểm soát tâm trí, giảm bớt những vọng tưởng, từ đó tạo nền tảng để đạt đến trạng thái an lạc nội tại.
3. **Vai trò của giới, định, và tuệ trong thanh tịnh hóa tâm hồn**:
   - **Giới hạnh, định tâm và trí tuệ như những yếu tố thiết yếu**: Đức Phật nhấn mạnh rằng thanh tịnh chỉ có thể đạt được khi người tu học thực hành ba yếu tố cốt lõi: giới (sự thanh tịnh trong hành vi), định (sự tập trung trong tâm) và tuệ (sự sáng suốt trong trí tuệ). Ba yếu tố này là nền tảng để gột rửa mọi cấu uế và làm cho tâm trở nên trong sạch.
   - **Cách thức thực hành từng yếu tố**:
     - **Giới**: Người tu học cần giữ gìn giới hạnh, tránh xa các hành vi bất thiện, giữ sự thanh tịnh trong cả thân, khẩu và ý.
     - **Định**: Thiền định giúp ổn định tâm trí, không để tâm bị xao lãng bởi các ngoại cảnh, từ đó đạt đến sự an tịnh và tập trung sâu sắc.
     - **Tuệ**: Trí tuệ giúp người tu học nhận ra bản chất thật của mọi pháp, không còn bám víu hay dính mắc, từ đó đạt đến trạng thái thanh tịnh trọn vẹn.
4. **Các ẩn dụ và hình ảnh để minh họa sự thanh tịnh**:
   - **Các ẩn dụ mà Đức Phật sử dụng**: Đức Phật thường dùng những hình ảnh cụ thể để minh họa sự thanh tịnh, như việc lọc nước để gột rửa các tạp

chất, lau gương để làm sáng tâm hồn, hay thanh tẩy dòng suối để loại bỏ các bùn đất.

- **Ý nghĩa của các ẩn dụ**: Những hình ảnh này giúp người đọc hiểu rõ hơn về quá trình thanh lọc tâm trí. Ví dụ, lọc nước tượng trưng cho việc loại bỏ các cấu uế để tâm trở nên trong sạch, còn lau gương tượng trưng cho việc loại bỏ các phiền não để tâm trở nên sáng suốt. Các ẩn dụ này giúp quá trình thanh tịnh trở nên gần gũi và dễ hiểu.

5. **Lợi ích của sự thanh tịnh**:
   - **An lạc nội tại và giải thoát khỏi khổ đau**: Khi tâm trở nên thanh tịnh, người tu học sẽ đạt đến trạng thái an lạc và không còn bị khổ đau chi phối. Tâm thanh tịnh là trạng thái không còn phiền não, không còn bị các cảm xúc tiêu cực làm xáo động, giúp họ tìm thấy niềm vui từ sự an lạc nội tâm.
   - **Sự tương quan giữa thanh tịnh và giải thoát**: Đức Phật giảng dạy rằng thanh tịnh là con đường dẫn đến giải thoát. Khi tâm không còn dính mắc và bị ràng buộc bởi tham ái, sân hận và si mê, người tu học sẽ đạt đến tự do nội tâm, trạng thái không còn bị ràng buộc bởi các điều kiện bên ngoài. Đây là trạng thái giải thoát chân thực mà Đức Phật muốn dẫn dắt chúng sinh đạt đến qua Kinh Thanh Tịnh.

Tổng kết:

Kinh Thanh Tịnh giúp người đọc nắm rõ các bước cụ thể để đạt đến sự thanh tịnh tâm hồn, hiểu sâu sắc vai trò của giới, định, tuệ và lợi ích mà thanh tịnh mang lại, từ đó tạo động lực để áp dụng vào thực hành hàng ngày.

III. Ý NGHĨA VÀ BÀI HỌC TỪ KINH THANH TỊNH

1. **Sự cần thiết của thanh tịnh trong tu tập**:
   - **Vai trò của thanh tịnh trong việc giữ gìn tâm trí trong sạch và ổn định**: Thanh tịnh là yếu tố quan trọng giúp người tu học duy trì tâm hồn trong sạch, không bị xao động bởi các cảm xúc và phiền não. Khi tâm trí được thanh tịnh, người tu học sẽ có khả năng đối mặt với những thử thách trong cuộc sống một cách bình tĩnh và sáng suốt, không để các cảm xúc tiêu cực chi phối. Nhờ vậy, họ có thể tiến gần hơn đến giác ngộ, tự do khỏi khổ đau và phiền não.
   - **Thanh tịnh là nền tảng để tuệ giác phát sinh**: Sự thanh tịnh của tâm là môi trường thuận lợi cho trí tuệ phát triển. Khi tâm không còn bị ô nhiễm bởi các tham ái và chấp ngã, tuệ giác tự nhiên sẽ phát sinh, giúp người tu học thấy rõ bản chất của vạn vật và thấu hiểu sự vô thường, khổ đau, vô ngã. Đây là bước quan trọng để đạt được trạng thái giác ngộ và giải thoát.
2. **Bài học về buông bỏ và thanh tẩy nội tâm**:
   - **Tầm quan trọng của việc buông bỏ các dính mắc**: Buông bỏ là yếu tố cần thiết để đạt đến thanh tịnh, vì sự dính mắc vào vật chất, cảm xúc hay danh vọng chỉ làm cho tâm trí thêm nặng nề và bất an. Kinh Thanh Tịnh khuyến khích người tu học buông bỏ các ràng buộc và chấp trước, để tâm trí trở nên nhẹ nhàng và tự do, dễ dàng đạt đến sự an lạc.
   - **Cách áp dụng bài học này vào đời sống hàng ngày**: Người tu học có thể áp dụng bài học về buông bỏ và thanh tẩy nội tâm vào đời sống bằng cách

tập sống đơn giản, giảm thiểu ham muốn và duy trì lòng biết đủ. Mỗi ngày, họ có thể dành thời gian tự kiểm điểm, loại bỏ những suy nghĩ và cảm xúc tiêu cực. Điều này giúp họ giảm thiểu khổ đau, tìm thấy niềm vui trong chính sự an lạc nội tại, không cần phụ thuộc vào các yếu tố bên ngoài.

3. **Tầm quan trọng của sự tự kiểm điểm và tu sửa bản thân**:
   - **Vai trò của tự kiểm điểm trong thanh tịnh hóa**: Tự kiểm điểm là phương pháp giúp người tu học soi xét lại bản thân, nhận ra các hành động và suy nghĩ không thiện lành để loại bỏ chúng. Quá trình này giúp họ giữ được tâm trí trong sạch và loại bỏ dần các cấu uế. Khi thường xuyên tự kiểm điểm và tự điều chỉnh, người tu học sẽ tiến dần đến sự thanh tịnh bền vững.
   - **Sự tự giác và tỉnh thức trong việc duy trì thanh tịnh**: Tự giác và tỉnh thức là hai yếu tố quan trọng giúp duy trì sự thanh tịnh. Khi có tính tự giác, người tu học sẽ chủ động kiểm soát suy nghĩ và hành động của mình, tránh xa các thói quen và hành vi làm ô nhiễm tâm trí. Tỉnh thức giúp họ nhận ra ngay những ý nghĩ và cảm xúc tiêu cực ngay khi chúng xuất hiện, từ đó điều chỉnh kịp thời để giữ vững tâm thanh tịnh.

Tổng kết:

Phần **Ý nghĩa và bài học rút ra từ Kinh Thanh Tịnh** giúp người đọc hiểu rõ vai trò của thanh tịnh, buông bỏ, và sự tự giác trong việc tu tập. Sự thanh tịnh không chỉ là nền tảng để phát triển trí tuệ mà còn là con đường giúp người tu học giảm bớt khổ đau, đạt được an lạc nội tại và tiến gần hơn đến giác ngộ. Những bài học này có thể áp dụng ngay trong cuộc sống hàng ngày, giúp người tu học sống một cuộc đời an lành và ý nghĩa.

IV. CÁC ẨN DỤ VÀ VÍ DỤ TRONG KINH THANH TỊNH

1. **Giải thích các ẩn dụ và hình ảnh được sử dụng trong kinh**:
   - **Phân tích các hình ảnh và ẩn dụ mà Đức Phật dùng**: Trong Kinh Thanh Tịnh, Đức Phật thường dùng các ẩn dụ để minh họa quá trình thanh tịnh tâm hồn và làm rõ bản chất của thanh tịnh. Ví dụ, hình ảnh **rửa sạch dòng suối** tượng trưng cho việc gột rửa phiền não khỏi tâm trí. Tương tự, **lau gương** là một ẩn dụ cho việc thanh lọc tâm hồn khỏi các cấu uế, giúp tâm trở nên sáng suốt và trong sạch.
   - **Ý nghĩa của từng ẩn dụ**:
     - **Rửa sạch dòng suối**: Tượng trưng cho quá trình loại bỏ dần dần các phiền não và dục vọng, giống như dòng nước dần trở nên trong sạch khi mọi tạp chất được cuốn đi. Điều này giúp người học hình dung rõ hơn về sự thanh lọc nội tâm, qua đó đạt đến trạng thái tâm trí trong lành, không còn dính mắc.
     - **Lau gương**: Gương tượng trưng cho tâm trí của người tu học. Việc lau sạch gương khỏi bụi bẩn tượng trưng cho quá trình loại bỏ các cảm xúc tiêu cực và phiền não, làm cho tâm trí trở nên sáng rõ và minh bạch. Khi gương sạch, người tu học có thể nhìn thấy mọi thứ xung quanh một cách rõ ràng – tương tự như việc đạt đến tuệ giác sau khi tâm thanh tịnh.
2. **Tác động của các ẩn dụ đối với người học đạo**:

- **Làm rõ những khía cạnh trừu tượng của giáo pháp và sự thanh tịnh**: Các ẩn dụ giúp người học dễ dàng nắm bắt những khía cạnh trừu tượng của sự thanh tịnh và tu tập. Thay vì chỉ nêu lý thuyết, các hình ảnh cụ thể như "dòng suối" hay "tấm gương" giúp người học hình dung rõ ràng hơn về trạng thái thanh tịnh và cách thức đạt được nó.
- **Khơi dậy cảm giác an lạc và củng cố lòng tin trong tu tập**: Các ẩn dụ không chỉ mang tính minh họa mà còn khơi dậy cảm giác an lạc và động lực trong lòng người tu học. Những hình ảnh về sự thanh lọc, trong sạch giúp người học cảm nhận được niềm vui và sự nhẹ nhàng của trạng thái thanh tịnh. Điều này khuyến khích họ nỗ lực loại bỏ các cấu uế trong tâm, tạo lòng tin vững chắc vào quá trình tu tập và đạt đến giác ngộ.

Tổng kết:

Các ẩn dụ trong Kinh Thanh Tịnh giúp người đọc không chỉ hiểu mà còn cảm nhận rõ ràng về quá trình thanh tịnh hóa tâm hồn. Những hình ảnh cụ thể như rửa sạch dòng suối hay lau gương giúp người học hình dung rõ hơn về sự thanh tịnh, từ đó củng cố niềm tin và quyết tâm trên con đường tu tập, hướng đến trạng thái an lạc và giác ngộ.

V. KẾT LUẬN VÀ TÓM TẮT VỀ KINH THANH TỊNH

1. **Tóm tắt các điểm chính**:
   - **Nhắc lại các điểm quan trọng về sự thanh tịnh**: Sự thanh tịnh là một trạng thái tâm không bị ô nhiễm bởi tham, sân, si và các phiền não khác. Thanh tịnh hóa tâm hồn đòi hỏi sự thực hành giới hạnh, định tâm và phát triển trí tuệ, giúp người tu học loại bỏ các cấu uế và đạt đến sự an lạc.
   - **Tóm lược các bài học và lợi ích của thanh tịnh**: Việc thanh tịnh tâm trí không chỉ mang lại an lạc nội tại mà còn là nền tảng để đạt đến giác ngộ. Sự thanh tịnh giúp tâm trí sáng suốt, nhận diện rõ ràng bản chất vô thường, khổ đau và vô ngã của cuộc sống, từ đó giải thoát khỏi mọi ràng buộc và khổ đau.
2. **Thông điệp chính của Kinh Thanh Tịnh**:
   - **Sự thanh tịnh là nền tảng của Chánh Pháp và con đường dẫn đến giác ngộ**: Đức Phật khẳng định rằng không thể đạt đến giải thoát nếu thiếu sự thanh tịnh. Thanh tịnh không chỉ là một trạng thái nội tâm mà còn là mục tiêu của Chánh Pháp, giúp người tu học đạt đến sự bình an và trí tuệ cao quý.
   - **Thanh tịnh là mục tiêu cao cả giúp đạt đến tâm giải thoát**: Khi tâm được thanh tịnh hoàn toàn, người tu học sẽ thoát khỏi mọi dính mắc, đạt đến trạng thái tâm giải thoát, không còn bị khổ đau và phiền não chi phối. Sự thanh tịnh, vì vậy, không chỉ là quá trình mà còn là thành quả tối hậu trên con đường giác ngộ.
3. **Lời nhắn gửi đến người tu học**:
   - **Khuyến khích thực hành các phương pháp thanh tịnh hóa tâm trí**: Đức Phật khuyên rằng người tu học nên áp dụng các phương pháp thiền định, chánh niệm và buông bỏ để duy trì sự thanh tịnh, giúp cuộc sống trở nên an lạc và tràn đầy ý nghĩa.

- **Động viên duy trì tâm thanh tịnh trong mọi hoàn cảnh**: Dù gặp phải thử thách hay khó khăn, người tu học được nhắc nhở luôn giữ tâm thanh tịnh, vì đây là nền tảng cho mọi tiến bộ trong tu tập. Bằng sự kiên trì và tự giác, họ sẽ tiến gần hơn đến giác ngộ và giải thoát.

Tổng kết:
Phần **Kết luận** giúp người đọc có cái nhìn tổng quát về tầm quan trọng của sự thanh tịnh trong Kinh Thanh Tịnh, từ đó truyền cảm hứng và động lực để họ thực hành. Sự thanh tịnh không chỉ mang lại an lạc trong hiện tại mà còn là con đường chắc chắn dẫn đến giác ngộ, giúp người tu học đạt đến giải thoát trọn vẹn và vĩnh viễn.

VI. VẤN ĐÁP VỀ KINH THANH TỊNH

1. Sự thanh tịnh có ý nghĩa như thế nào đối với con đường tu tập và đạt đến giác ngộ?

Sự thanh tịnh có ý nghĩa vô cùng quan trọng đối với con đường tu tập và đạt đến giác ngộ vì nó là nền tảng giúp tâm trí trở nên trong sạch, sáng suốt và không bị chi phối bởi các phiền não. Dưới đây là các ý nghĩa cụ thể của sự thanh tịnh trong quá trình tu tập và giác ngộ:

1. **Thanh tịnh là điều kiện để phát triển trí tuệ**: Sự thanh tịnh giúp tâm trí không còn bị che phủ bởi tham, sân, si, cho phép trí tuệ phát triển một cách tự nhiên. Khi tâm trong sạch, người tu học có thể nhìn thấy rõ ràng bản chất vô thường, khổ đau và vô ngã của mọi sự vật hiện tượng, từ đó đạt đến tuệ giác và nhận thức chân thực về cuộc sống.
2. **Giúp loại bỏ các chướng ngại và phiền não**: Trên con đường tu tập, các phiền não như tham lam, sân hận và si mê là những trở ngại lớn, gây nhiễu loạn tâm trí và làm mất đi sự an lạc. Thanh tịnh hóa tâm giúp người tu học loại bỏ những chướng ngại này, mang lại trạng thái bình an, tự do khỏi mọi ràng buộc.
3. **Là nền tảng cho sự định tâm**: Định tâm là một yếu tố quan trọng giúp đạt đến giác ngộ. Tuy nhiên, để đạt được định, tâm phải thanh tịnh, không bị dao động bởi các cảm xúc tiêu cực hay các vọng tưởng. Sự thanh tịnh giúp tâm dễ dàng đạt được sự tập trung sâu sắc, từ đó mở ra con đường vào các trạng thái thiền định cao.
4. **Mang lại sự an lạc nội tại và tinh thần giải thoát**: Khi tâm thanh tịnh, người tu học không còn bị các cảm xúc tiêu cực chi phối. Họ sẽ cảm thấy an lạc trong từng khoảnh khắc hiện tại, không bị lệ thuộc vào hoàn cảnh hay điều kiện bên ngoài. Trạng thái này tạo ra một sự tự do nội tại, là bước đầu cho sự giải thoát hoàn toàn khỏi khổ đau và phiền não.
5. **Tạo điều kiện để đạt đến giác ngộ**: Giác ngộ là trạng thái đạt đến trí tuệ tối thượng, thấy rõ bản chất của cuộc sống và không còn bị ràng buộc bởi bất kỳ yếu tố nào. Sự thanh tịnh là điều kiện cần thiết để đi đến giác ngộ, vì khi tâm thanh tịnh, người tu học mới có khả năng nhận ra bản chất thật của mọi pháp và đạt được trạng thái giải thoát hoàn toàn.

Tổng kết:

Sự thanh tịnh là nền tảng giúp người tu học phát triển trí tuệ, định tâm, loại bỏ phiền não, và đạt đến sự an lạc nội tại. Đó là con đường mở ra cánh cửa dẫn đến giác ngộ, giúp người tu học thoát khỏi mọi ràng buộc và đạt đến trạng thái tâm tự do tuyệt đối.

2. Tại sao Đức Phật lại nhấn mạnh sự thanh tịnh là nền tảng của Chánh Pháp?
Đức Phật nhấn mạnh sự thanh tịnh là nền tảng của Chánh Pháp vì sự thanh tịnh chính là yếu tố quyết định giúp người tu học đạt được trạng thái trong sáng của tâm, tạo điều kiện để trí tuệ và từ bi phát sinh. Dưới đây là các lý do cụ thể cho thấy vì sao sự thanh tịnh là nền tảng không thể thiếu trong Chánh Pháp:

1. **Thanh tịnh giúp giữ tâm trí trong sáng và ổn định**: Chánh Pháp hướng đến việc giúp người tu học đạt được sự an lạc và tự do nội tại. Khi tâm thanh tịnh, không còn bị vấy bẩn bởi tham, sân, si, người tu học sẽ duy trì được sự ổn định trong tinh thần, không bị dao động bởi các yếu tố bên ngoài. Đây là trạng thái tối ưu để người học có thể thực hành Chánh Pháp một cách hiệu quả.
2. **Là điều kiện cần để phát sinh trí tuệ**: Chánh Pháp lấy trí tuệ làm cốt lõi, và sự thanh tịnh là nền tảng để trí tuệ có thể phát triển. Khi tâm trong sạch, không bị che lấp bởi các cấu uế và vọng tưởng, trí tuệ sẽ tự nhiên phát sinh, giúp người tu học nhận ra bản chất vô thường, khổ đau và vô ngã của cuộc sống. Nhờ đó, họ có thể thấy rõ con đường giải thoát và đạt được giác ngộ.
3. **Loại bỏ phiền não và giải thoát khỏi khổ đau**: Một trong những mục tiêu của Chánh Pháp là giúp chúng sinh thoát khỏi khổ đau. Sự thanh tịnh là yếu tố giúp gột rửa phiền não, làm sạch tâm trí khỏi những cảm xúc tiêu cực như sân hận, tham ái và si mê. Khi phiền não được loại bỏ, người tu học sẽ cảm nhận được niềm vui và sự an lạc trong Chánh Pháp.
4. **Tạo nền tảng cho giới, định, và tuệ**: Đức Phật dạy rằng giới, định, và tuệ là ba yếu tố cốt lõi trong con đường tu tập. Thanh tịnh là nền tảng giúp người tu học giữ giới, đạt định, và phát triển trí tuệ. Nếu không có tâm thanh tịnh, việc giữ giới trở nên khó khăn, tâm trí bị xao lãng và khó đạt đến trạng thái định sâu, từ đó cũng không thể phát triển trí tuệ đúng đắn.
5. **Giúp người tu học sống đúng với đạo đức và từ bi**: Chánh Pháp không chỉ là con đường tu tập cá nhân mà còn mang đến lợi ích cho người khác. Khi tâm thanh tịnh, người tu học sẽ dễ dàng phát triển lòng từ bi, không còn ích kỷ hay ganh tị. Điều này giúp họ sống một cuộc đời đạo đức, có lòng thương yêu và sẵn lòng giúp đỡ người khác, từ đó lan tỏa Chánh Pháp đến xung quanh.
6. **Truyền cảm hứng và làm gương cho người khác**: Người có tâm thanh tịnh là tấm gương sáng về Chánh Pháp cho những người khác noi theo. Khi thấy rõ lợi ích của sự thanh tịnh qua sự an lạc và trí tuệ mà người tu học đạt được, người khác sẽ cảm nhận được giá trị của Chánh Pháp, từ đó khơi dậy niềm tin và lòng kính trọng đối với đạo Phật.

Tổng kết:

Đức Phật nhấn mạnh sự thanh tịnh là nền tảng của Chánh Pháp vì chỉ khi tâm trí được trong sạch, người tu học mới có thể thực hành Chánh Pháp một cách trọn vẹn, loại bỏ phiền não, phát triển trí tuệ và từ bi, và đạt đến giải thoát. Sự thanh tịnh là yếu tố quyết định giúp họ sống đúng đắn, an lạc và trở thành nguồn cảm hứng cho những người khác trên con đường tu tập.

3. Các chướng ngại nào trong cuộc sống làm ô nhiễm tâm trí, và người tu học cần làm gì để vượt qua chúng?

Trong cuộc sống, có nhiều chướng ngại khiến tâm trí bị ô nhiễm, dẫn đến khổ đau và mất an lạc. Đức Phật đã chỉ rõ những chướng ngại này và hướng dẫn các phương pháp để người tu học có thể vượt qua chúng. Dưới đây là các chướng ngại chính và cách vượt qua theo lời dạy của Đức Phật:

1. **Tham lam và dục vọng**:
    - **Tác động**: Tham lam và dục vọng là những mong cầu không ngừng nghỉ về vật chất, danh lợi, hay những thú vui bên ngoài. Khi tâm bị chi phối bởi tham lam, người tu học dễ dàng cảm thấy bất an và không hài lòng với những gì đang có.
    - **Cách vượt qua**: Người tu học cần thực hành lòng biết đủ và chánh niệm để kiểm soát ham muốn của mình. Bằng cách duy trì tâm biết ơn và thực hành chánh niệm trong cuộc sống hàng ngày, họ sẽ giảm bớt sự lệ thuộc vào các điều kiện bên ngoài, từ đó đạt được trạng thái an lạc tự tại.
2. **Sân hận và giận dữ**:
    - **Tác động**: Sân hận làm cho tâm trí trở nên tiêu cực và mờ tối, gây ra xung đột trong các mối quan hệ và tạo nên sự căng thẳng trong tâm hồn.
    - **Cách vượt qua**: Để giảm sân hận, người tu học cần rèn luyện lòng từ bi và tha thứ. Thực hành thiền từ bi (mettā) là phương pháp hữu hiệu giúp họ chuyển hóa sân hận thành tình thương yêu, mang lại sự bình an cho bản thân và người khác.
3. **Si mê và vô minh**:
    - **Tác động**: Si mê là sự thiếu hiểu biết, không nhận ra bản chất vô thường và khổ đau của cuộc sống. Vô minh làm cho người tu học chấp vào bản ngã, dẫn đến đau khổ và luân hồi.
    - **Cách vượt qua**: Để vượt qua si mê, người tu học cần phát triển trí tuệ qua việc học hỏi và suy ngẫm về giáo pháp. Chánh niệm và thiền định giúp họ nhìn rõ bản chất của mọi hiện tượng, từ đó giảm bớt sự mê lầm và đạt đến trí tuệ giác ngộ.
4. **Lo âu và sợ hãi**:
    - **Tác động**: Lo âu và sợ hãi làm cho tâm trí mất ổn định, khiến người tu học bị căng thẳng và mất niềm tin vào bản thân.
    - **Cách vượt qua**: Thực hành chánh niệm và thiền định giúp người tu học đối diện với nỗi lo âu một cách bình tĩnh, không để cảm xúc tiêu cực kiểm soát. Chánh niệm vào hiện tại giúp họ thoát khỏi những suy nghĩ về quá khứ hay tương lai, từ đó đạt được sự bình an nội tại.
5. **Đố kỵ và ganh ghét**:

- **Tác động**: Đố kỵ và ganh ghét khiến tâm trở nên đen tối, gây mất hòa khí với người khác và làm cho người tu học mất đi niềm vui trong cuộc sống.
- **Cách vượt qua**: Để đối phó với đố kỵ, người tu học cần thực hành lòng hoan hỷ với thành công của người khác, tập trung vào sự phát triển của chính mình và rèn luyện lòng từ bi. Khi có tâm hoan hỷ, họ sẽ giảm bớt đố kỵ và cảm thấy nhẹ nhàng hơn.

6. **Tự cao và kiêu ngạo**:
    - **Tác động**: Kiêu ngạo làm cho người tu học tự xem mình cao hơn người khác, dẫn đến sự xa cách và không được người khác kính trọng.
    - **Cách vượt qua**: Khiêm tốn là cách tốt nhất để đối trị kiêu ngạo. Người tu học cần nhìn lại chính mình, nhận ra những giới hạn và thiếu sót để từ đó rèn luyện lòng khiêm tốn và tôn trọng người khác.
7. **Lười biếng và thiếu tinh tấn**:
    - **Tác động**: Lười biếng và thiếu tinh tấn là trở ngại khiến người tu học không đạt được tiến bộ trong tu tập, dễ bị xao nhãng và mất phương hướng.
    - **Cách vượt qua**: Để vượt qua lười biếng, người tu học cần rèn luyện tinh tấn, kiên trì thực hành mỗi ngày, đặt ra các mục tiêu nhỏ và duy trì chánh niệm. Sự tinh tấn giúp họ tiến bộ từng bước và giữ cho tâm trí không ngừng phát triển.
8. **Chấp ngã và dính mắc**:
    - **Tác động**: Chấp ngã và dính mắc làm cho người tu học luôn bị ràng buộc, không thoát khỏi khổ đau và cảm giác bất mãn trong cuộc sống.
    - **Cách vượt qua**: Buông bỏ là phương pháp thiết yếu để giảm bớt chấp ngã. Khi không còn xem bản thân là trung tâm và có thể nhìn mọi việc một cách khách quan, người tu học sẽ cảm thấy tự do, nhẹ nhàng hơn và không còn bị ràng buộc bởi những điều kiện xung quanh.

Tổng kết:

Các chướng ngại như tham lam, sân hận, si mê, lo âu, đố kỵ, kiêu ngạo, lười biếng, và chấp ngã đều là những yếu tố làm ô nhiễm tâm trí. Để vượt qua, người tu học cần thực hành chánh niệm, lòng từ bi, thiền định, tinh tấn và rèn luyện trí tuệ. Những phương pháp này sẽ giúp họ giữ được tâm thanh tịnh, giảm bớt khổ đau và tiến gần hơn đến sự giác ngộ.

4. Vai trò của giới, định, và tuệ trong việc giúp người tu học đạt đến sự thanh tịnh tâm hồn là gì?

Giới, định, và tuệ là ba yếu tố cốt lõi trong con đường tu tập của Phật giáo và đóng vai trò quan trọng giúp người tu học đạt đến sự thanh tịnh tâm hồn. Mỗi yếu tố này tương hỗ và bổ sung cho nhau, tạo thành một nền tảng vững chắc trên con đường thanh tịnh hóa tâm trí. Dưới đây là vai trò cụ thể của từng yếu tố:

1. **Giới (sīla) – Nền tảng cho sự thanh tịnh**:
    - **Giới là sự thanh lọc hành vi và lời nói**: Giới là quy tắc đạo đức giúp người tu học giữ gìn hành vi đúng đắn, tránh xa các việc làm bất thiện, từ đó giúp tâm trí tránh xa phiền não, không bị xáo trộn bởi các hành động thiếu kiểm soát.

- **Giới giúp tạo sự ổn định trong tâm hồn**: Khi người tu học sống theo giới, không vi phạm đạo đức hay làm tổn thương người khác, họ sẽ có tâm trạng an vui, không bị dằn vặt bởi cảm giác tội lỗi hay ân hận. Sự ổn định này là nền tảng để tâm đạt đến sự thanh tịnh.
- **Đảm bảo môi trường trong sạch cho tâm trí phát triển**: Giới như một ranh giới bảo vệ, giúp người tu học giữ cho tâm trí không bị vấy bẩn bởi các hành vi sai trái. Từ đó, giới tạo ra một môi trường trong sạch và yên tĩnh để tâm trí có thể dễ dàng tập trung và phát triển.

2. **Định (samādhi) – Sự ổn định và tập trung của tâm**:
   - **Định là phương tiện để đạt đến sự tĩnh lặng nội tâm**: Định giúp tâm trí trở nên ổn định và không bị phân tán bởi các cảm xúc hay suy nghĩ rời rạc. Khi tâm đạt đến trạng thái định, nó không còn bị các vọng tưởng chi phối, tạo điều kiện cho sự thanh tịnh sâu sắc trong tâm.
   - **Giúp phát triển chánh niệm và kiểm soát tâm**: Khi tâm định, người tu học có khả năng kiểm soát và điều hướng tâm trí một cách chủ động, không để các cảm xúc như sân hận hay lo âu làm xáo trộn. Chánh niệm giúp họ duy trì sự bình an và an lạc trong từng khoảnh khắc, làm cho tâm trở nên thanh tịnh.
   - **Là nền tảng cho sự phát sinh trí tuệ**: Định là trạng thái cần thiết để trí tuệ phát sinh. Khi tâm ổn định và tĩnh lặng, người tu học có khả năng nhìn thấu rõ bản chất của các hiện tượng xung quanh, từ đó đạt đến những nhận thức sâu sắc và sự hiểu biết chân thật.
3. **Tuệ (paññā) – Sự hiểu biết chân thật và sáng suốt**:
   - **Tuệ giúp phá tan vô minh và si mê**: Trí tuệ là khả năng nhận thức đúng đắn về bản chất của mọi sự vật hiện tượng. Khi có tuệ, người tu học sẽ thấy rõ vô thường, khổ đau và vô ngã trong cuộc sống, từ đó buông bỏ các dính mắc và đạt đến sự thanh tịnh nội tại.
   - **Là ánh sáng soi rọi giúp thanh lọc tâm hồn**: Trí tuệ giúp người tu học nhận diện và loại bỏ các nguyên nhân gây ra phiền não và khổ đau. Khi nhìn thấu các yếu tố làm ô nhiễm tâm trí, họ có thể gạt bỏ chúng ra khỏi tâm, từ đó đạt đến sự thanh tịnh bền vững.
   - **Tuệ dẫn dắt con đường giải thoát**: Trí tuệ giúp người tu học hiểu rõ con đường giải thoát và từ bỏ những điều làm rối loạn tâm trí. Khi có trí tuệ, họ không còn bị lôi cuốn bởi tham ái và si mê, tâm trở nên trong sáng, không còn bị các phiền não làm mờ tối.

Tổng kết:

Giới, định, và tuệ đóng vai trò quan trọng trong việc giúp người tu học đạt đến sự thanh tịnh tâm hồn. **Giới** giữ cho hành vi và lời nói trong sạch, tạo nền tảng ổn định cho tâm. **Định** giúp tập trung và ổn định tâm trí, là điều kiện để phát triển **tuệ**. **Tuệ** phá tan vô minh, giúp nhận thức rõ bản chất của cuộc sống và dẫn đến giác ngộ. Ba yếu tố này hỗ trợ lẫn nhau, tạo nên con đường thanh tịnh hóa hoàn chỉnh, giúp người tu học tiến gần hơn đến giải thoát và giác ngộ.

5. Làm thế nào để giữ gìn sự thanh tịnh trong đời sống hàng ngày giữa những cám dỗ và khó khăn?

Giữ gìn sự thanh tịnh trong đời sống hàng ngày, đặc biệt giữa những cám dỗ và khó khăn, là một thách thức lớn đối với người tu học. Tuy nhiên, có những phương pháp và thực hành giúp họ duy trì được trạng thái tâm thanh tịnh và bình an ngay cả trong hoàn cảnh đầy xao động. Dưới đây là một số cách:

1. **Thực hành chánh niệm trong mọi hoạt động**:
    - **Chánh niệm** giúp người tu học duy trì sự tập trung vào hiện tại, không để tâm trí bị cuốn theo những phiền nhiễu hay những mong cầu bên ngoài. Khi chánh niệm, họ ý thức rõ ràng về từng hành động, lời nói và suy nghĩ của mình.
    - Bằng cách luôn chánh niệm, người tu học sẽ có khả năng đối mặt với mọi cám dỗ và khó khăn một cách tỉnh thức, không để chúng làm ảnh hưởng đến trạng thái tâm lý thanh tịnh.
2. **Giữ lòng biết đủ và giản dị**:
    - Tâm biết đủ là nền tảng giúp người tu học giảm bớt tham lam và dục vọng. Khi biết đủ, họ không còn bị cám dỗ bởi những mong muốn không cần thiết và dễ dàng giữ được sự an lạc nội tại.
    - Sống giản dị giúp loại bỏ những điều phức tạp, không cần thiết, từ đó tạo điều kiện cho tâm trí thanh tịnh và không bị xáo động bởi những thứ phù phiếm.
3. **Rèn luyện lòng từ bi và vị tha**:
    - Lòng từ bi giúp người tu học đối xử với mọi người bằng tâm thương yêu, sẵn lòng giúp đỡ và không để sân hận chi phối. Khi thực hành từ bi, tâm họ sẽ trở nên thanh tịnh, không bị vấy bẩn bởi sân hận hay đố kỵ.
    - Sự vị tha giúp họ dễ dàng tha thứ cho người khác và không giữ trong lòng những điều oán giận, từ đó duy trì sự an lành và nhẹ nhàng trong tâm hồn.
4. **Thiền định để làm dịu tâm trí**:
    - Thiền định là phương pháp hiệu quả để thanh lọc tâm trí và đạt được sự bình an nội tại. Khi ngồi thiền, người tu học có thể buông bỏ mọi lo toan, tạp niệm và cảm nhận sự yên tĩnh từ bên trong.
    - Bằng cách thực hành thiền định đều đặn, người tu học có thể giảm bớt các tác động từ những cám dỗ và khó khăn, duy trì trạng thái thanh tịnh trong tâm.
5. **Kiểm soát và điều chỉnh suy nghĩ, cảm xúc**:
    - Thay vì để cảm xúc như tham lam, sân hận hay si mê lấn át, người tu học có thể thực hành tự kiểm điểm, nhận diện các suy nghĩ và cảm xúc tiêu cực ngay khi chúng xuất hiện, và dần dần buông bỏ chúng.
    - Bằng cách thường xuyên kiểm soát và điều chỉnh suy nghĩ, họ sẽ không để những cảm xúc tiêu cực xâm nhập và làm nhiễu loạn tâm trí.
6. **Tránh xa các hoàn cảnh gây xáo động tâm trí**:
    - Người tu học nên lựa chọn môi trường và mối quan hệ phù hợp với lý tưởng sống và con đường tu học của mình. Tránh xa những nơi hoặc những người dễ gây ra sự cám dỗ, những cuộc hội thoại tiêu cực, hoặc những môi trường đầy cạnh tranh và đố kỵ.

- Việc tạo dựng một môi trường lành mạnh giúp họ duy trì sự thanh tịnh và giảm thiểu ảnh hưởng từ những yếu tố tiêu cực bên ngoài.

7. **Sống theo giới hạnh và đạo đức**:
   - Giữ giới là cách bảo vệ tâm trí khỏi các hành vi sai trái và phiền não. Khi sống đúng với giới hạnh, người tu học không bị ám ảnh bởi các hành động bất thiện hay những lỗi lầm, từ đó giữ được tâm hồn trong sạch.
   - Việc sống đạo đức không chỉ mang lại sự bình an cho bản thân mà còn giúp họ sống một cuộc đời có ý nghĩa, không làm tổn thương người khác, từ đó duy trì sự thanh tịnh bền vững.
8. **Duy trì sự tự giác và tỉnh thức**:
   - Tự giác và tỉnh thức là hai yếu tố giúp người tu học không lơ là và không để bản thân bị cuốn vào các cám dỗ. Sự tự giác giúp họ ý thức về mục tiêu tu tập và giá trị của thanh tịnh, không để mình đi chệch hướng.
   - Khi tỉnh thức, họ sẽ nhận diện được ngay những ảnh hưởng tiêu cực và dễ dàng điều chỉnh bản thân, từ đó giữ cho tâm trí không bị tác động bởi những khó khăn hay cám dỗ.
9. **Thực hành lòng biết ơn và chánh tư duy**:
   - Lòng biết ơn giúp họ cảm nhận những điều tốt đẹp và trân trọng cuộc sống, thay vì chạy theo các ham muốn. Khi tập trung vào lòng biết ơn, họ sẽ giảm bớt các dính mắc và cảm nhận sự an lạc từ bên trong.
   - Chánh tư duy giúp họ suy nghĩ đúng đắn, không bị lạc lối bởi các tư tưởng tiêu cực hay bất thiện, giúp họ duy trì một tâm trí trong sáng và ổn định.

Tổng kết:

Để giữ gìn sự thanh tịnh trong đời sống hàng ngày, người tu học cần thực hành chánh niệm, sống biết đủ, giữ giới hạnh, thiền định và rèn luyện lòng từ bi. Những phương pháp này giúp họ đối mặt với các cám dỗ và khó khăn một cách tỉnh thức, không để các yếu tố bên ngoài làm ô nhiễm tâm trí. Bằng cách duy trì sự tự giác và kiểm soát suy nghĩ, người tu học có thể giữ vững sự thanh tịnh trong mọi hoàn cảnh và đạt đến an lạc nội tại.

6. Sự thanh tịnh có giúp người tu học hiểu rõ bản chất vô thường và vô ngã của cuộc sống không? Nếu có, bằng cách nào?

Sự thanh tịnh giúp người tu học hiểu rõ bản chất **vô thường** và **vô ngã** của cuộc sống, bởi thanh tịnh là trạng thái tâm trong sạch, không bị chi phối bởi các cảm xúc tiêu cực và vọng tưởng. Khi tâm thanh tịnh, người tu học có thể quan sát thực tại một cách sáng suốt và sâu sắc, nhờ đó nhận ra bản chất thực của cuộc sống. Dưới đây là cách sự thanh tịnh hỗ trợ việc thấu hiểu vô thường và vô ngã:

1. **Quan sát rõ ràng các hiện tượng mà không bị dính mắc**:
   - Khi tâm thanh tịnh, người tu học có khả năng quan sát mọi sự vật, sự việc xung quanh một cách khách quan, không bị các cảm xúc như tham, sân, si làm nhiễu loạn. Sự quan sát này cho phép họ thấy rõ bản chất thay đổi liên tục của mọi sự vật (vô thường) và nhận ra rằng không có một bản ngã cố định trong đó (vô ngã).
2. **Hiểu về sự thay đổi liên tục (vô thường)**:

- Sự thanh tịnh giúp người tu học duy trì chánh niệm, quan sát dòng chảy liên tục của tâm trí và các hiện tượng bên ngoài. Qua chánh niệm, họ nhận ra rằng mọi thứ luôn biến đổi, không có điều gì tồn tại mãi mãi. Điều này giúp họ thấu hiểu bản chất vô thường của cuộc sống, từ đó giảm bớt dính mắc vào những điều mong manh và tạm bợ.

3. **Thực hành buông bỏ và giảm bớt chấp ngã**:
   - Khi tâm thanh tịnh, người tu học dễ dàng buông bỏ các chấp ngã, không còn xem bản thân là trung tâm của mọi sự. Họ nhận ra rằng "cái tôi" chỉ là một tập hợp các yếu tố luôn thay đổi, không có bản ngã bất biến nào để chấp giữ. Sự buông bỏ này cho phép họ nhìn thấy rõ bản chất vô ngã của bản thân và thế giới xung quanh.
4. **Quan sát trực tiếp các hiện tượng tâm lý và vật lý**:
   - Trong trạng thái thanh tịnh, người tu học có thể thiền định và quan sát sâu sắc các hiện tượng diễn ra trong thân và tâm. Họ nhận ra rằng ngay cả suy nghĩ, cảm xúc và cơ thể cũng đều thay đổi từng giây phút. Việc này dẫn đến sự hiểu biết rằng không có gì thuộc về "ta" một cách cố định, tất cả chỉ là dòng chảy không ngừng của các hiện tượng.
5. **Phát triển trí tuệ để nhận ra sự giả tạm của thế giới**:
   - Thanh tịnh là nền tảng để trí tuệ phát sinh. Khi trí tuệ phát triển, người tu học sẽ thấu hiểu bản chất tạm thời và không bền vững của mọi hiện tượng, từ đó chấm dứt sự chấp trước và dính mắc. Trí tuệ giúp họ thấy rõ vô thường và vô ngã là hai quy luật không thể tránh khỏi của cuộc sống.
6. **Giảm bớt các phiền não và vọng tưởng**:
   - Khi tâm trong sạch và thanh tịnh, các phiền não và vọng tưởng giảm đi, giúp tâm trí dễ dàng nhìn thấy bản chất thực của mọi hiện tượng mà không bị che mờ. Điều này cho phép người tu học nhận thức rõ ràng rằng mọi thứ đều xuất hiện rồi tan biến, không có gì đáng để bám víu hay xem là "của ta".
7. **Phát triển lòng từ bi và buông bỏ chấp ngã**:
   - Sự thanh tịnh giúp người tu học phát triển lòng từ bi, không còn ích kỷ hay phân biệt giữa "ta" và "người khác". Khi thấy mọi chúng sinh đều chịu sự chi phối của vô thường và vô ngã, họ sẽ bớt chấp ngã, dễ dàng phát triển lòng từ bi và tâm vị tha, từ đó sống một cuộc sống nhẹ nhàng và thanh thản hơn.

Tổng kết:
Sự thanh tịnh là nền tảng giúp người tu học hiểu rõ về vô thường và vô ngã. Nhờ vào sự quan sát sáng suốt, giảm dần chấp ngã và buông bỏ, người tu học có thể nhìn thấy bản chất của cuộc sống một cách chân thật và trọn vẹn. Khi hiểu rõ vô thường và vô ngã, họ sẽ không còn dính mắc vào những điều tạm bợ, đạt đến trạng thái an lạc và tự do nội tại.

7. Tại sao việc buông bỏ các dính mắc và tham ái lại là bước quan trọng để đạt đến thanh tịnh?

Việc buông bỏ các dính mắc và tham ái là một bước quan trọng để đạt đến thanh tịnh, vì chính các dính mắc và tham ái là nguyên nhân làm cho tâm trí trở nên bất an, mờ tối và bị ràng buộc. Dưới đây là các lý do cụ thể giải thích vì sao buông bỏ các dính mắc và tham ái lại cần thiết để đạt đến thanh tịnh:

1. **Tham ái và dính mắc là nguồn gốc của phiền não**:
   - Tham ái và dính mắc làm cho người tu học luôn bị trói buộc vào các mong cầu, nhu cầu và khát vọng không ngừng nghỉ, tạo ra các cảm xúc tiêu cực như bất mãn, lo lắng, và ghen tị. Khi còn dính mắc, tâm trí bị phiền não chi phối, khó mà đạt được sự thanh tịnh và bình an.
2. **Buông bỏ giúp giải phóng tâm khỏi sự ràng buộc**:
   - Dính mắc vào các đối tượng vật chất, cảm xúc hay danh vọng giống như những sợi dây ràng buộc tâm trí. Khi buông bỏ, người tu học giải phóng tâm khỏi các xiềng xích đó, giúp tâm trở nên nhẹ nhàng, không bị cuốn vào các toan tính và lo âu. Đây là nền tảng cho một trạng thái thanh tịnh bền vững.
3. **Loại bỏ sự chấp ngã và tự xem bản thân là trung tâm**:
   - Tham ái và dính mắc làm cho người tu học dễ rơi vào chấp ngã, luôn xem bản thân là trung tâm của mọi sự. Điều này tạo nên một tâm trạng bất ổn, dễ tổn thương khi bị ảnh hưởng bởi các yếu tố bên ngoài. Buông bỏ giúp người tu học không còn dính mắc vào "cái tôi" hay "cái của tôi", từ đó tâm trí trở nên an lạc và tự do hơn.
4. **Giúp tâm trí không bị xáo trộn bởi ngoại cảnh**:
   - Khi dính mắc và tham ái, người tu học luôn chạy theo các đối tượng bên ngoài như tiền bạc, quyền lực, hay các mối quan hệ. Điều này làm cho tâm trí dễ bị dao động, không thể giữ được sự bình tĩnh và ổn định. Khi buông bỏ, họ không còn lệ thuộc vào các điều kiện ngoại cảnh, nhờ đó tâm trí đạt đến trạng thái yên tĩnh và thanh thản.
5. **Buông bỏ làm giảm sân hận và đố kỵ**:
   - Dính mắc vào những gì mình muốn và khó chấp nhận mất mát dẫn đến sân hận, ganh ghét khi người khác có được điều mình không có. Buông bỏ tham ái giúp người tu học thoát khỏi cảm xúc tiêu cực này, từ đó duy trì trạng thái tâm lý trong sáng, không bị phiền não che lấp.
6. **Giúp phát triển lòng từ bi và tâm vị tha**:
   - Khi không còn dính mắc và tham ái, người tu học có thể phát triển lòng từ bi, yêu thương và quan tâm đến người khác mà không bị ràng buộc bởi cái tôi. Sự vị tha giúp tâm hồn họ trở nên thanh tịnh, không bị các động lực cá nhân và ích kỷ làm ô nhiễm.
7. **Tạo điều kiện để phát triển trí tuệ**:
   - Trí tuệ chỉ phát sinh khi tâm trong sạch, không bị che lấp bởi những khát khao và dính mắc. Khi buông bỏ tham ái, người tu học có khả năng nhận thức sáng suốt về bản chất thật của cuộc sống, thấy rõ vô thường và vô ngã. Nhờ đó, trí tuệ phát triển, giúp họ thấu hiểu Chánh Pháp và tiến gần hơn đến giác ngộ.
8. **Đạt được sự tự do nội tại và trạng thái an lạc**:
   - Khi buông bỏ dính mắc, người tu học không còn bị lôi cuốn bởi những điều kiện và hoàn cảnh xung quanh. Họ đạt được trạng thái tự do nội tại,

không còn bị các tác động bên ngoài ảnh hưởng. Tâm trí họ trở nên thanh tịnh, cảm nhận sự an lạc và niềm vui từ chính sự tự do này.

Tổng kết:

Buông bỏ dính mắc và tham ái là bước quan trọng để đạt đến thanh tịnh, vì chúng là nguyên nhân chính làm cho tâm trí bị xáo trộn và ràng buộc. Khi buông bỏ, tâm trí trở nên nhẹ nhàng, trong sạch và dễ dàng phát triển trí tuệ. Từ đó, người tu học đạt được trạng thái an lạc nội tại và tiến gần hơn đến giác ngộ, tự do khỏi mọi phiền não và đau khổ.

8. Trong Kinh Thanh Tịnh, Đức Phật dùng các ẩn dụ nào để mô tả sự thanh tịnh, và những ẩn dụ đó giúp người tu học hiểu rõ hơn về thanh tịnh ra sao?

Trong **Kinh Thanh Tịnh (Pasādika Sutta)**, Đức Phật sử dụng nhiều ẩn dụ để giúp người tu học dễ dàng hình dung và hiểu rõ về bản chất của sự thanh tịnh. Những ẩn dụ này không chỉ làm cho khái niệm thanh tịnh trở nên sinh động mà còn giúp người tu học nhận thức rõ hơn về quá trình thanh lọc và làm sạch tâm hồn. Dưới đây là các ẩn dụ và ý nghĩa của chúng:

1. **Ẩn dụ về việc rửa sạch dòng suối**:
    - **Ý nghĩa**: Dòng suối khi được gột rửa và lọc bỏ mọi tạp chất sẽ trở nên trong lành và tinh khiết. Tương tự, tâm trí của người tu học khi được thanh lọc khỏi các phiền não, dính mắc và cấu uế cũng sẽ trở nên trong sáng và thuần khiết.
    - **Giúp người tu học hiểu về thanh tịnh**: Ẩn dụ này minh họa rằng để đạt được trạng thái thanh tịnh, cần phải loại bỏ các yếu tố làm vẩn đục tâm trí. Khi dòng suối được thanh lọc, nó phản chiếu sự trong lành, cũng giống như khi tâm thanh tịnh, người tu học sẽ có được sự sáng suốt và an lạc.
2. **Ẩn dụ về lau gương**:
    - **Ý nghĩa**: Tấm gương tượng trưng cho tâm trí, và lớp bụi bẩn phủ trên gương là những phiền não, tham ái, sân hận và si mê. Khi lau sạch bụi, gương sẽ phản chiếu rõ ràng mọi vật xung quanh, giống như khi tâm được thanh tịnh, nó phản ánh chân thật bản chất của mọi sự vật và hiện tượng.
    - **Giúp người tu học hiểu về thanh tịnh**: Lau sạch gương cho thấy rằng thanh tịnh là một quá trình loại bỏ dần những ô nhiễm và phiền não trong tâm. Khi tâm trí được làm sạch, người tu học sẽ có cái nhìn rõ ràng và khách quan về thực tại, không bị các vọng tưởng làm mờ tối.
3. **Ẩn dụ về lọc nước**:
    - **Ý nghĩa**: Nước khi bị lẫn tạp chất trở nên đục và không thể uống được. Chỉ khi các tạp chất được lọc bỏ, nước mới trở nên trong và tinh khiết. Điều này tương tự như quá trình thanh lọc tâm trí, khi những tham, sân, si được loại bỏ, tâm trí mới đạt đến sự thanh tịnh.
    - **Giúp người tu học hiểu về thanh tịnh**: Lọc nước gợi ý rằng sự thanh tịnh là một quá trình cần thời gian và nỗ lực để loại bỏ từng lớp tạp chất trong tâm. Qua đó, người tu học hiểu rằng họ cần kiên nhẫn và bền bỉ trong việc thực hành Chánh Pháp để đạt đến trạng thái tâm không bị ô nhiễm.
4. **Ẩn dụ về ngọn đèn sáng trong bóng tối**:

- **Ý nghĩa**: Ngọn đèn tượng trưng cho trí tuệ và sự sáng suốt, trong khi bóng tối tượng trưng cho vô minh và si mê. Khi ngọn đèn được thắp lên, bóng tối sẽ biến mất, giống như khi trí tuệ được phát sinh, các phiền não và vô minh sẽ bị xua tan.
- **Giúp người tu học hiểu về thanh tịnh**: Ngọn đèn sáng nhấn mạnh rằng trí tuệ là yếu tố quan trọng giúp đạt đến sự thanh tịnh. Khi tâm trí được soi sáng bởi trí tuệ, người tu học sẽ có khả năng nhìn thấu bản chất thật của mọi sự vật, đạt đến sự thanh tịnh và giải thoát khỏi vô minh.

5. **Ẩn dụ về con suối chảy liên tục**:
   - **Ý nghĩa**: Một con suối chảy liên tục sẽ không bị tù đọng và ô nhiễm, luôn giữ được sự trong sạch. Điều này giống như tâm trí người tu học khi được rèn luyện liên tục qua thực hành Chánh Pháp, sẽ luôn duy trì được sự thanh tịnh và không bị các cấu uế bám vào.
   - **Giúp người tu học hiểu về thanh tịnh**: Con suối chảy liên tục gợi ý rằng sự thanh tịnh là một trạng thái cần được duy trì qua sự tu tập thường xuyên. Chỉ khi thực hành Chánh Pháp không ngừng nghỉ, người tu học mới có thể giữ tâm mình trong sạch và không để phiền não làm vẩn đục.

Tổng kết:

Các ẩn dụ mà Đức Phật sử dụng trong **Kinh Thanh Tịnh** như rửa sạch dòng suối, lau gương, lọc nước, ngọn đèn sáng, và con suối chảy liên tục đều giúp người tu học dễ dàng hiểu rõ về quá trình thanh tịnh hóa tâm trí. Những hình ảnh cụ thể này truyền tải rằng thanh tịnh là sự gột rửa và làm sạch tâm hồn qua việc loại bỏ tham, sân, si và vô minh, đồng thời đòi hỏi sự kiên trì và rèn luyện thường xuyên. Nhờ những ẩn dụ này, người tu học có thể hình dung quá trình thanh tịnh hóa một cách dễ hiểu và thực tế hơn, từ đó có động lực để thực hành Chánh Pháp và đạt đến trạng thái tâm thanh tịnh và an lạc.

9. Làm thế nào để người tu học giữ vững sự thanh tịnh khi đối diện với các cảm xúc tiêu cực như sân hận và ganh tị?

Để giữ vững sự thanh tịnh khi đối diện với các cảm xúc tiêu cực như sân hận và ganh tị, người tu học cần thực hành các phương pháp làm chủ cảm xúc, giữ chánh niệm và rèn luyện lòng từ bi. Dưới đây là các phương pháp cụ thể giúp người tu học duy trì sự thanh tịnh trong những tình huống dễ bị xao động:

1. **Thực hành chánh niệm để nhận diện cảm xúc tiêu cực**:
   - Khi sân hận hoặc ganh tị xuất hiện, người tu học cần thực hành **chánh niệm** để nhận diện chúng ngay lập tức. Thay vì phản ứng theo bản năng, hãy quan sát những cảm xúc đó một cách bình thản, ý thức rằng chúng chỉ là các trạng thái tâm lý tạm thời.
   - **Chánh niệm** giúp người tu học không bị cuốn vào cảm xúc, không để chúng làm mờ tối tâm trí. Khi duy trì được sự tỉnh thức, người tu học sẽ giữ vững sự thanh tịnh, không để các cảm xúc tiêu cực tác động đến hành vi và suy nghĩ của mình.
2. **Thực hành lòng từ bi để đối trị sân hận**:

- Lòng từ bi là một phương pháp hiệu quả để đối trị sân hận. Khi thực hành từ bi, người tu học sẽ phát triển sự đồng cảm và tình thương đối với người khác, giảm bớt cảm giác sân hận.
- Để nuôi dưỡng từ bi, người tu học có thể thực hành **thiền từ bi (mettā)**, gửi tình thương và thiện ý đến chính mình, những người thân, và cả những người mà họ cảm thấy khó chịu. Việc này giúp xoa dịu tâm trí, giảm dần sân hận và giữ tâm trong sáng, thanh tịnh.

3. **Phát triển tâm hoan hỷ để đối trị ganh tị**:
    - Tâm hoan hỷ là niềm vui trước hạnh phúc và thành công của người khác. Khi người tu học phát triển được tâm hoan hỷ, họ sẽ giảm bớt sự ganh tị và biết trân trọng thành tựu của người khác.
    - Để rèn luyện hoan hỷ, hãy tập trung vào những điều tích cực mà người khác mang lại và cảm thấy vui mừng cho họ. Nhờ tâm hoan hỷ, người tu học sẽ không bị cảm xúc ganh tị làm nhiễu loạn, giữ được sự thanh tịnh trong tâm.
4. **Quan sát bản chất vô thường của cảm xúc**:
    - Mọi cảm xúc đều là **vô thường**; chúng xuất hiện rồi qua đi. Khi nhận ra bản chất tạm thời của sân hận và ganh tị, người tu học sẽ dễ dàng buông bỏ chúng, không để chúng chi phối tâm trí.
    - Thay vì phản ứng, hãy thực hành quan sát cảm xúc một cách bình thản và chờ đợi chúng tan biến. Sự nhận thức về vô thường giúp người tu học giữ vững tâm thanh tịnh, không bị cảm xúc tiêu cực làm xao lãng.
5. **Thực hành tự soi xét và kiểm điểm bản thân**:
    - Tự kiểm điểm là cách giúp người tu học nhận ra gốc rễ của cảm xúc tiêu cực. Khi thấy sân hận hoặc ganh tị xuất hiện, họ có thể tự hỏi: "Điều gì trong tâm mình đã tạo ra cảm xúc này? Có phải do chấp ngã hay một nhu cầu chưa được đáp ứng không?"
    - Việc soi xét bản thân giúp họ nhận diện các nguyên nhân sâu xa của cảm xúc tiêu cực, từ đó tìm cách giải quyết chúng một cách đúng đắn, thay vì để chúng phá vỡ sự thanh tịnh.
6. **Buông bỏ chấp ngã và cảm giác sở hữu**:
    - Sân hận và ganh tị thường phát sinh từ chấp ngã và cảm giác sở hữu, khi người tu học xem mình là trung tâm hoặc mong muốn mọi thứ phải thuộc về mình. Buông bỏ chấp ngã là cách hiệu quả để giảm bớt các cảm xúc tiêu cực này.
    - Khi không còn xem bản thân là trung tâm của mọi sự, người tu học sẽ ít bị sân hận hoặc ganh tị chi phối. Tâm trí trở nên thanh thản và không bị những cảm xúc tiêu cực làm vẩn đục.
7. **Giữ giới để hạn chế các tác động của cảm xúc tiêu cực**:
    - Giữ gìn giới hạnh giúp người tu học kiểm soát hành vi và lời nói, tránh gây tổn thương cho người khác khi bị sân hận hoặc ganh tị. Giới giúp duy trì sự thanh tịnh trong cách cư xử, ngay cả khi tâm còn bị cảm xúc tiêu cực quấy nhiễu.

- Khi giữ giới, người tu học tự nhắc nhở mình phải sống đúng đắn, từ đó hạn chế sự bộc phát của các cảm xúc tiêu cực, bảo vệ sự thanh tịnh cho chính mình.

8. **Thiền định để làm dịu tâm trí**:
   - Thiền định là một phương pháp giúp thanh lọc tâm trí, làm dịu các cảm xúc tiêu cực như sân hận và ganh tị. Khi thiền, tâm trí trở nên ổn định và tĩnh lặng, không còn bị các cảm xúc chi phối.
   - Thực hành thiền định đều đặn giúp người tu học duy trì trạng thái bình an nội tại, giảm bớt sân hận và ganh tị, từ đó giữ vững sự thanh tịnh.

Tổng kết:
Để giữ vững sự thanh tịnh khi đối diện với sân hận và ganh tị, người tu học cần thực hành chánh niệm, rèn luyện lòng từ bi và tâm hoan hỷ, quan sát bản chất vô thường của cảm xúc, kiểm điểm bản thân và buông bỏ chấp ngã. Những phương pháp này không chỉ giúp họ vượt qua cảm xúc tiêu cực mà còn giữ được trạng thái thanh tịnh, đạt đến sự an lạc và tự do nội tại.

10. Lợi ích của sự thanh tịnh đối với sức khỏe tâm lý và an lạc nội tại là gì?
Sự thanh tịnh mang lại rất nhiều lợi ích cho **sức khỏe tâm lý** và **an lạc nội tại**, vì trạng thái tâm thanh tịnh giúp người tu học duy trì sự bình an, ổn định tinh thần và tránh xa những cảm xúc tiêu cực. Dưới đây là các lợi ích cụ thể mà sự thanh tịnh mang lại:

1. **Giảm căng thẳng và lo âu**:
   - Khi tâm thanh tịnh, người tu học không còn bị các suy nghĩ tiêu cực hay lo lắng về tương lai và quá khứ chi phối. Sự thanh tịnh giúp họ duy trì sự tập trung vào hiện tại, giảm bớt căng thẳng và lo âu trong cuộc sống.
   - Tâm trí không bị quấy nhiễu bởi các vọng tưởng và cảm xúc tiêu cực, giúp giảm căng thẳng và tạo cảm giác bình an trong lòng.
2. **Tăng cường khả năng kiểm soát cảm xúc**:
   - Thanh tịnh giúp người tu học nhận diện và kiểm soát cảm xúc của mình một cách hiệu quả hơn. Khi tâm thanh tịnh, họ dễ dàng nhận biết và điều chỉnh các cảm xúc tiêu cực như sân hận, ganh tị, và sợ hãi trước khi chúng gây ảnh hưởng lớn đến tâm trí.
   - Khả năng kiểm soát cảm xúc tốt giúp họ duy trì một trạng thái tâm lý ổn định, không bị ảnh hưởng quá nhiều bởi các yếu tố bên ngoài.
3. **Phát triển sự an lạc và hạnh phúc nội tại**:
   - Thanh tịnh mang lại một nguồn hạnh phúc không phụ thuộc vào điều kiện ngoại cảnh. Khi tâm trong sạch và thanh tịnh, người tu học cảm nhận được niềm vui từ chính sự bình yên bên trong, mà không cần phải tìm kiếm hạnh phúc bên ngoài.
   - Sự an lạc nội tại này mang lại cảm giác hài lòng và thỏa mãn, giúp người tu học sống một cuộc đời giản dị và trọn vẹn hơn.
4. **Giảm bớt phiền não và cảm giác bất an**:

- Phiền não thường bắt nguồn từ các cảm xúc tiêu cực và sự dính mắc vào những thứ vô thường. Khi tâm thanh tịnh, người tu học sẽ không còn bị phiền não lấn át, từ đó cảm thấy nhẹ nhàng và ít bất an hơn.
- Sự thanh tịnh giúp họ thoát khỏi các cảm giác tiêu cực như sợ hãi, bất mãn và bất an, mang lại một trạng thái tâm lý dễ chịu và bình an.

5. **Cải thiện khả năng tập trung và sáng suốt**:
   - Tâm thanh tịnh giúp người tu học duy trì sự tập trung cao độ và đạt được sự sáng suốt. Khi không bị các cảm xúc và suy nghĩ tiêu cực làm rối loạn, họ có khả năng nhìn nhận mọi việc một cách rõ ràng và khách quan hơn.
   - Sự tập trung này hỗ trợ họ trong việc đưa ra các quyết định sáng suốt và hành động một cách hiệu quả, giúp cuộc sống trở nên đơn giản và ít xung đột hơn.
6. **Tăng cường lòng từ bi và khả năng vị tha**:
   - Thanh tịnh giúp giảm bớt cái tôi và chấp ngã, từ đó phát triển lòng từ bi và vị tha. Khi tâm trong sạch, người tu học dễ dàng yêu thương và đồng cảm với người khác mà không có sự ích kỷ hay đố kỵ.
   - Khả năng vị tha giúp họ xây dựng các mối quan hệ tốt đẹp và lan tỏa an lạc đến mọi người xung quanh, tạo nên một môi trường sống tích cực và hòa hợp.
7. **Giảm thiểu các phản ứng tiêu cực và hành vi xung đột**:
   - Khi tâm thanh tịnh, người tu học có thể giữ bình tĩnh và suy xét kỹ trước khi phản ứng với các tình huống. Họ ít có khuynh hướng phản ứng tiêu cực hoặc tham gia vào các xung đột.
   - Sự thanh tịnh giúp họ tránh xa các hành vi gây tổn thương cho bản thân và người khác, duy trì một trạng thái tâm lý bình an và không gây thêm phiền toái cho cuộc sống.
8. **Cảm giác tự do và nhẹ nhàng trong tâm trí**:
   - Sự thanh tịnh mang lại một cảm giác tự do nội tại, không còn bị ràng buộc bởi tham, sân, si. Người tu học cảm nhận tâm trí nhẹ nhàng, không còn phải chịu gánh nặng của các dính mắc và chấp ngã.
   - Cảm giác tự do này mang lại một sự giải thoát tinh thần, giúp họ sống với tâm trạng thư thái, thanh thản trong mọi hoàn cảnh.
9. **Phát triển trí tuệ và nhận thức sâu sắc**:
   - Trí tuệ chỉ phát triển khi tâm trí thanh tịnh. Khi không còn bị các phiền não và vọng tưởng che lấp, người tu học sẽ có khả năng nhìn thấy bản chất thật của mọi sự vật, phát triển trí tuệ và nhận thức sâu sắc về cuộc sống.
   - Sự sáng suốt này giúp họ hiểu rõ các quy luật của cuộc sống như vô thường và vô ngã, từ đó đạt đến sự an lạc và không còn bám víu vào những điều phù phiếm.
10. **Tạo nền tảng cho sự giác ngộ**:
    - Sự thanh tịnh là nền tảng thiết yếu cho quá trình giác ngộ. Khi tâm trí không còn bị vướng bận bởi phiền não và chấp trước, người tu học sẽ tiến gần hơn đến sự hiểu biết thâm sâu và giải thoát khỏi khổ đau.

- Thanh tịnh giúp người tu học cảm nhận được sự an lạc vượt khỏi những ràng buộc thường tình, mở đường cho sự giác ngộ và tự do tâm linh.

Tổng kết:

Sự thanh tịnh mang lại lợi ích lớn lao cho sức khỏe tâm lý và an lạc nội tại. Nó giúp người tu học giảm căng thẳng, làm chủ cảm xúc, phát triển trí tuệ và đạt đến niềm vui bền vững từ bên trong. Trạng thái thanh tịnh không chỉ làm cho tâm trí trở nên sáng suốt, an lạc mà còn giúp người tu học tiến gần hơn đến sự giải thoát, sống một cuộc đời ý nghĩa và hài hòa.

11. Tự kiểm điểm và tự giác đóng vai trò như thế nào trong việc giúp duy trì sự thanh tịnh của tâm?

Tự kiểm điểm và tự giác là hai yếu tố quan trọng trong việc giúp người tu học duy trì sự thanh tịnh của tâm. Chúng là những phương pháp để người tu học có thể nhận diện và điều chỉnh các suy nghĩ, hành động của mình, giữ cho tâm luôn trong sạch, không bị ô nhiễm bởi những cảm xúc tiêu cực hay phiền não. Dưới đây là vai trò cụ thể của tự kiểm điểm và tự giác trong việc duy trì sự thanh tịnh:

1. **Giúp nhận diện và loại bỏ các phiền não ngay từ khi chúng mới khởi lên**:
    - **Tự kiểm điểm** là quá trình tự quan sát và nhận diện các suy nghĩ và cảm xúc tiêu cực ngay khi chúng xuất hiện. Khi nhận ra những phiền não như sân hận, ganh tị, hay tham ái, người tu học có thể nhanh chóng điều chỉnh và buông bỏ chúng trước khi chúng phát triển mạnh và gây ảnh hưởng xấu đến tâm trí.
    - Việc tự kiểm điểm thường xuyên giúp người tu học luôn giữ được sự thanh tịnh, không để các cảm xúc tiêu cực tích tụ và làm vẩn đục tâm hồn.
2. **Duy trì chánh niệm và tránh xa những hành vi bất thiện**:
    - **Tự giác** giúp người tu học duy trì chánh niệm và luôn ý thức về các hành vi và lời nói của mình. Nhờ vào tự giác, họ có thể tránh xa các hành vi bất thiện và không bị cuốn vào những hoàn cảnh có thể dẫn đến phiền não.
    - Khi có sự tự giác cao, người tu học sẽ sống đúng với các giá trị đạo đức, tránh những hành động có thể gây tổn thương cho người khác và làm mất đi sự thanh tịnh của tâm.
3. **Hạn chế sự chi phối của cái tôi và chấp ngã**:
    - Tự kiểm điểm giúp người tu học nhận ra các biểu hiện của chấp ngã và dính mắc vào cái tôi. Khi nhận diện được các yếu tố này, họ có thể dần buông bỏ, không để cái tôi chi phối và tạo ra những cảm xúc tiêu cực.
    - Bằng cách giữ tâm khiêm tốn và không xem bản thân là trung tâm, người tu học sẽ duy trì được sự thanh tịnh, không bị cuốn vào các nhu cầu ích kỷ hay mong cầu cá nhân.
4. **Giúp rèn luyện lòng từ bi và phát triển tâm vị tha**:
    - Tự giác giúp người tu học luôn ý thức về mục đích tu tập của mình là để phát triển từ bi và giải thoát khỏi phiền não. Khi có lòng từ bi, họ dễ dàng tha thứ và đối xử thiện lành với mọi người, không bị các cảm xúc tiêu cực làm xáo trộn tâm trí.

- Sự tự kiểm điểm giúp người tu học phát triển lòng vị tha, thấy rõ các hành động và thái độ của mình, từ đó điều chỉnh để hành xử phù hợp, giữ cho tâm luôn an lạc và thanh tịnh.

5. **Xây dựng thói quen phản tỉnh và tự hoàn thiện**:
   - Tự kiểm điểm là quá trình tự phản tỉnh, giúp người tu học nhìn lại chính mình để phát hiện những lỗi lầm và thiếu sót. Việc thường xuyên tự kiểm điểm sẽ tạo thành một thói quen tốt, giúp họ nhận ra những điểm cần cải thiện và không ngừng hoàn thiện bản thân.
   - Quá trình tự hoàn thiện này giúp người tu học giảm thiểu các phiền não và các yếu tố bất thiện, từ đó giữ vững sự thanh tịnh trong tâm.
6. **Giúp duy trì sự kiên trì và tinh tấn trong tu tập**:
   - Tự giác giúp người tu học không lơ là, duy trì sự kiên trì và tinh tấn trong quá trình tu tập. Khi có tự giác, họ không dễ bị dao động bởi các yếu tố bên ngoài mà luôn giữ vững mục tiêu thanh tịnh hóa tâm trí.
   - Sự tinh tấn này hỗ trợ họ vượt qua các thử thách trên con đường tu học, giữ vững sự thanh tịnh và không để bất cứ điều gì làm xao lãng hay làm yếu đi sự tu tập.
7. **Phát triển trí tuệ và hiểu biết sâu sắc về bản chất cuộc sống**:
   - Khi tự kiểm điểm và tự giác, người tu học sẽ phát triển trí tuệ qua việc nhận diện các yếu tố làm mất đi sự thanh tịnh của tâm. Họ dần hiểu rõ bản chất vô thường và vô ngã của các hiện tượng, từ đó buông bỏ những dính mắc và chấp ngã.
   - Trí tuệ giúp họ thấy rõ mọi phiền não và cảm xúc tiêu cực chỉ là những trạng thái tạm thời, không đáng để bám víu. Nhờ đó, tâm trí họ trở nên sáng suốt và giữ vững được sự thanh tịnh.
8. **Ngăn ngừa sự tích tụ của các cảm xúc tiêu cực**:
   - Khi người tu học thực hành tự kiểm điểm đều đặn, họ có thể ngăn ngừa sự tích tụ của các cảm xúc tiêu cực. Bất kỳ khi nào nhận thấy tâm trí bị xáo động, họ có thể điều chỉnh kịp thời để giữ tâm thanh tịnh, không để những cảm xúc tiêu cực lớn dần và gây tác hại.

Tổng kết:

Tự kiểm điểm và tự giác là hai yếu tố thiết yếu giúp người tu học duy trì sự thanh tịnh của tâm. Tự kiểm điểm giúp họ nhận diện và loại bỏ các phiền não ngay khi chúng xuất hiện, còn tự giác giúp họ giữ vững chánh niệm, duy trì sự tu tập và phát triển trí tuệ. Khi có thói quen tự kiểm điểm và luôn giữ tự giác cao độ, người tu học có thể sống một cuộc đời thanh tịnh, đạt đến an lạc nội tại và tiến gần hơn đến giác ngộ.

12. Sự thanh tịnh có mối liên hệ như thế nào với lòng từ bi và tâm vị tha?

Sự thanh tịnh, **lòng từ bi**, và **tâm vị tha** có mối liên hệ chặt chẽ và tương hỗ lẫn nhau. Khi tâm thanh tịnh, người tu học dễ dàng phát triển từ bi và vị tha, và ngược lại, lòng từ bi và tâm vị tha giúp duy trì sự thanh tịnh của tâm. Dưới đây là các mối liên hệ cụ thể giữa ba yếu tố này:

1. **Thanh tịnh là nền tảng để phát triển lòng từ bi và vị tha**:

- Khi tâm thanh tịnh, người tu học không bị chi phối bởi các phiền não như tham lam, sân hận, và đố kỵ. Trạng thái trong sạch này tạo điều kiện cho lòng từ bi tự nhiên phát sinh, vì họ không còn xem bản thân là trung tâm và không bị cái tôi ngăn cách với người khác.
- Sự thanh tịnh giúp tâm trí trở nên rộng mở, sẵn sàng đón nhận và thấu hiểu người khác, từ đó phát triển tình thương và lòng từ bi chân thật.

2. **Giúp loại bỏ các cảm xúc tiêu cực, tạo điều kiện cho lòng từ bi phát triển**:
   - Phiền não như sân hận và ganh tị thường làm cản trở lòng từ bi. Khi tâm thanh tịnh, người tu học có khả năng buông bỏ những cảm xúc tiêu cực này, từ đó dễ dàng phát triển lòng thương yêu và sự đồng cảm với mọi người.
   - Thanh tịnh giúp tâm trí trở nên dịu dàng và bao dung, không còn bị chi phối bởi sự đố kỵ hay chấp ngã, tạo điều kiện thuận lợi cho lòng từ bi và vị tha phát triển mạnh mẽ.
3. **Tâm từ bi và vị tha giúp giữ gìn sự thanh tịnh của tâm**:
   - Khi thực hành từ bi và vị tha, người tu học không bị cuốn vào những suy nghĩ ích kỷ hay hành động gây tổn hại cho người khác. Tâm từ bi giúp họ đối xử với mọi người bằng tình thương, thay vì phản ứng tiêu cực. Điều này giữ cho tâm luôn trong sáng và thanh tịnh.
   - Sự vị tha giúp người tu học giảm bớt cái tôi và không chấp vào những điều cá nhân, từ đó giữ vững sự thanh tịnh của tâm và không bị dao động bởi những mâu thuẫn hay tổn thương từ người khác.
4. **Thanh tịnh giúp duy trì một tâm hồn bình an, làm tăng trưởng lòng từ bi**:
   - Khi tâm thanh tịnh, người tu học cảm nhận được sự bình an sâu sắc và không còn cảm giác thiếu thốn hay bất an. Từ trạng thái bình an này, họ có khả năng chia sẻ tình thương và sự quan tâm chân thành với người khác mà không mong cầu đáp lại.
   - Lòng từ bi được phát triển từ sự thanh tịnh là lòng từ bi chân thật, không bị điều kiện hóa bởi bất kỳ mong cầu nào, giúp người tu học cảm nhận được niềm vui trong việc giúp đỡ và thương yêu người khác.
5. **Tâm vị tha giúp mở rộng sự kết nối và giảm bớt chấp ngã**:
   - Khi có tâm vị tha, người tu học không còn chỉ nghĩ cho riêng mình mà biết đặt người khác lên trước. Tâm vị tha giúp họ mở rộng sự kết nối với người khác, xem người khác cũng quan trọng như chính bản thân mình.
   - Từ đó, họ buông bỏ dần các chấp ngã, các ràng buộc cá nhân, giúp duy trì tâm thanh tịnh và không bị những mong muốn ích kỷ làm vẩn đục.
6. **Lòng từ bi làm tăng sự nhẫn nại và bao dung, giúp duy trì thanh tịnh**:
   - Người có lòng từ bi biết thông cảm và tha thứ cho người khác, nên dễ dàng giữ tâm an lành và bình thản, không để các mâu thuẫn hay xung đột làm xáo trộn tâm trí.
   - Nhờ vậy, họ không dễ dàng bị các tình huống xung quanh làm mất đi sự thanh tịnh, giúp duy trì tâm hồn trong sáng, không vướng bận vào những cảm xúc tiêu cực.
7. **Lòng từ bi và vị tha nuôi dưỡng niềm an lạc nội tại**:

- Khi hành động với lòng từ bi và tâm vị tha, người tu học cảm nhận được niềm vui và sự bình an nội tại. Niềm vui này không dựa vào điều kiện bên ngoài, mà là cảm giác nhẹ nhàng, thanh thản từ việc mang lại lợi ích cho người khác.
- Niềm an lạc nội tại từ từ bi và vị tha giúp giữ vững sự thanh tịnh, vì tâm không còn bám víu vào những nhu cầu cá nhân, luôn ở trạng thái sẵn sàng giúp đỡ và yêu thương.

8. **Từ bi và vị tha giúp loại bỏ sự so sánh và ganh đua**:
   - Khi phát triển từ bi và vị tha, người tu học không còn xem mình là trung tâm, không còn so sánh hay ganh đua với người khác. Điều này giúp tâm không bị các cảm xúc tiêu cực như đố kỵ và ganh ghét làm xáo động.
   - Nhờ đó, họ duy trì sự thanh tịnh của tâm, cảm thấy hài lòng và an vui, không còn bị các toan tính cá nhân chi phối.

Tổng kết:

Sự thanh tịnh, lòng từ bi, và tâm vị tha có mối liên hệ mật thiết, hỗ trợ lẫn nhau trên con dường tu học. Thanh tịnh là nền tảng dể lòng từ bi và tâm vị tha phát triển; khi tâm trong sạch, người tu học dễ dàng yêu thương, chia sẻ và giúp đỡ người khác. Đồng thời, từ bi và vị tha giúp giảm chấp ngã và giữ vững tâm trong sáng, làm cho sự thanh tịnh của tâm được củng cố và bền vững.

13. Làm thế nào sự thanh tịnh giúp người tu học phát triển trí tuệ và đạt đến tuệ giác?

Sự thanh tịnh đóng vai trò thiết yếu trong việc phát triển **trí tuệ** và **đạt đến tuệ giác** vì nó giúp loại bỏ các yếu tố gây nhiễu loạn tâm trí, tạo điều kiện để người tu học nhìn thấy bản chất thực của mọi sự vật và hiện tượng. Dưới đây là các cách mà sự thanh tịnh giúp người tu học phát triển trí tuệ và đạt đến tuệ giác:

1. **Loại bỏ phiền não và cảm xúc tiêu cực**:
   - Sự thanh tịnh giúp người tu học giải phóng tâm khỏi các cảm xúc tiêu cực như tham lam, sân hận, si mê. Khi không còn bị phiền não chi phối, tâm trí trở nên trong sáng và bình an, không còn những rối loạn hay xao động.
   - Trạng thái tâm thanh tịnh tạo ra một nền tảng ổn định, giúp người tu học dễ dàng tiếp nhận và phát triển trí tuệ.
2. **Tạo điều kiện cho tâm an định và tập trung sâu sắc**:
   - Thanh tịnh là nền tảng giúp tâm trí dễ dàng đạt đến định, tức là sự tập trung sâu sắc, không bị xao lãng. Khi tâm an định, người tu học có khả năng quán chiếu sâu vào bản chất của mọi hiện tượng xung quanh.
   - Khả năng tập trung này giúp trí tuệ phát sinh, vì người tu học có thể nhìn thấy rõ ràng hơn những quy luật của sự sống, sự vô thường, khổ đau và vô ngã.
3. **Phát triển chánh niệm và khả năng quan sát khách quan**:
   - Khi tâm thanh tịnh, người tu học có khả năng giữ vững chánh niệm, nhận diện mọi suy nghĩ và cảm xúc một cách khách quan, không bị chúng chi phối. Chánh niệm giúp họ quán sát các hiện tượng trong hiện tại, không bị vọng tưởng hay cảm xúc che mờ.

- Khả năng quan sát này là yếu tố quan trọng để phát triển trí tuệ, vì nó giúp người tu học thấy rõ bản chất của mọi sự vật mà không bị ảnh hưởng bởi các thành kiến hoặc nhận thức sai lệch.

4. **Giúp buông bỏ chấp ngã và dính mắc**:
   - Sự thanh tịnh làm giảm bớt chấp ngã, giúp người tu học không còn xem bản thân là trung tâm của mọi sự việc. Khi không còn dính mắc vào cái tôi, họ có thể nhìn nhận cuộc sống một cách khách quan, không bị các mong cầu hay sở hữu làm cho mờ mắt.
   - Buông bỏ chấp ngã là một bước quan trọng để đạt đến trí tuệ, vì người tu học không còn bị ràng buộc bởi những toan tính cá nhân và có thể nhìn thấy bản chất thật của mọi pháp.
5. **Khơi dậy khả năng tự quan sát và tự nhận thức sâu sắc**:
   - Tâm thanh tịnh giúp người tu học dễ dàng soi xét và phản tỉnh về chính mình, hiểu rõ những động lực và cảm xúc đang điều khiển tâm trí. Việc tự quan sát này cho phép họ nhìn sâu vào tâm trí, từ đó phát triển sự hiểu biết sâu sắc về chính mình.
   - Khả năng tự nhận thức sâu sắc là bước đầu tiên của trí tuệ và tuệ giác, vì người tu học có thể thấy rõ hơn những điều kiện và nguyên nhân gây ra khổ đau, từ đó buông bỏ và giải thoát.
6. **Giúp nhận ra bản chất vô thường và vô ngã của mọi pháp**:
   - Khi tâm thanh tịnh và sáng suốt, người tu học có khả năng quan sát sâu vào các hiện tượng xung quanh và nhận ra bản chất vô thường của chúng. Mọi sự vật đều thay đổi không ngừng, không có gì là vĩnh viễn hay cố định.
   - Sự nhận biết về vô thường và vô ngã giúp người tu học phát triển trí tuệ về bản chất của cuộc sống, từ đó đạt đến tuệ giác và giải thoát khỏi các ràng buộc của thế giới vật chất.
7. **Giúp phát sinh lòng từ bi và mở rộng tâm vị tha**:
   - Khi tâm thanh tịnh, lòng từ bi tự nhiên phát sinh, giúp người tu học cảm nhận được sự liên kết và thấu hiểu với mọi chúng sinh. Từ đó, họ có thể quán chiếu về khổ đau và nhận ra nguyên nhân của khổ đau không chỉ ở bản thân mà ở tất cả mọi người.
   - Lòng từ bi là chất xúc tác cho trí tuệ phát sinh, vì nó giúp người tu học không còn bị giới hạn trong cái tôi và có khả năng nhìn nhận mọi sự việc một cách toàn diện và thấu suốt.
8. **Trí tuệ phát sinh từ sự an lạc và tự do nội tại**:
   - Thanh tịnh mang lại cảm giác an lạc và tự do nội tại, giúp người tu học thoát khỏi các ràng buộc và cảm giác thiếu thốn. Khi tâm đã an, họ không còn bị các mong cầu làm mờ tâm trí, trí tuệ sẽ dễ dàng phát sinh từ trạng thái tự do và thảnh thơi này.
   - Trạng thái tự do nội tại cho phép họ nhìn nhận mọi hiện tượng một cách rõ ràng và sáng suốt, không còn bị dính mắc vào các ảo tưởng của thế giới vật chất.
9. **Giúp người tu học thấy rõ bản chất của khổ đau và con đường giải thoát**:

- Khi đạt đến thanh tịnh, người tu học có thể quán chiếu và thấy rõ bản chất của khổ đau và nguyên nhân gây ra khổ đau. Sự nhận biết này giúp họ hiểu rằng khổ đau không phải là điều tất yếu mà có thể được vượt qua bằng cách buông bỏ và đạt đến trí tuệ.
- Trí tuệ giúp người tu học nhận ra con đường giải thoát khỏi khổ đau, từ đó đạt đến sự bình an nội tại và sự giác ngộ.

Tổng kết:

Sự thanh tịnh giúp người tu học phát triển trí tuệ và đạt đến tuệ giác bằng cách loại bỏ các phiền não, tăng cường khả năng tập trung và chánh niệm, buông bỏ chấp ngã, và mở ra khả năng quán chiếu sâu sắc. Nhờ vào sự thanh tịnh, người tu học có thể nhìn thấy bản chất vô thường, vô ngã và khổ đau của cuộc sống, từ đó đạt đến trí tuệ cao nhất và con đường giải thoát.

14. Các phương pháp nào trong Kinh Thanh Tịnh có thể giúp người tu học thanh lọc tâm trí một cách hiệu quả nhất?

Trong **Kinh Thanh Tịnh (Pasādika Sutta)**, Đức Phật dạy nhiều phương pháp giúp người tu học thanh lọc tâm trí, giữ cho tâm hồn trong sạch, không bị ô nhiễm bởi phiền não và cảm xúc tiêu cực. Dưới đây là các phương pháp hiệu quả nhất để người tu học thanh lọc tâm trí:

1. **Giữ gìn giới hạnh (sīla)**:
   - **Ý nghĩa**: Giới hạnh là nền tảng đạo đức giúp người tu học tránh xa các hành vi bất thiện, làm tổn thương bản thân và người khác. Khi thực hành giới hạnh, người tu học duy trì tâm trí trong sạch, không để hành vi sai trái làm tâm hồn bị vấy bẩn.
   - **Lợi ích**: Giữ gìn giới hạnh giúp người tu học có cuộc sống đạo đức, tạo nền tảng vững chắc để phát triển định và trí tuệ, từ đó giúp tâm hồn trở nên thanh tịnh.
2. **Thực hành chánh niệm (sati)**:
   - **Ý nghĩa**: Chánh niệm là khả năng duy trì sự tỉnh thức và nhận biết trong từng khoảnh khắc, không để tâm bị cuốn theo các vọng tưởng hay cảm xúc tiêu cực. Khi thực hành chánh niệm, người tu học có thể nhận diện các cảm xúc tiêu cực ngay khi chúng mới phát sinh, từ đó ngăn ngừa chúng làm xáo động tâm trí.
   - **Lợi ích**: Chánh niệm giúp người tu học kiểm soát tâm trí, không bị cuốn theo các phiền não và giữ cho tâm luôn thanh tịnh.
3. **Thiền định (samādhi)**:
   - **Ý nghĩa**: Thiền định là phương pháp tập trung tâm trí, giữ cho tâm trở nên tĩnh lặng và sâu sắc. Khi tâm trí đạt đến trạng thái định, nó trở nên trong sạch và không bị dao động bởi ngoại cảnh.
   - **Lợi ích**: Thiền định giúp người tu học đạt được sự an lạc và ổn định tâm trí, loại bỏ những suy nghĩ tiêu cực và giúp tâm trong sáng, từ đó dễ dàng phát triển trí tuệ và tuệ giác.
4. **Thực hành từ bi và hoan hỷ (mettā và muditā)**:

- **Ý nghĩa**: Thực hành từ bi (mettā) giúp người tu học phát triển tình thương yêu, không sân hận và sẵn lòng tha thứ cho người khác. Tâm hoan hỷ (muditā) là niềm vui trước hạnh phúc của người khác, giúp giảm bớt cảm giác ganh tị và đố kỵ.
- **Lợi ích**: Từ bi và hoan hỷ giúp người tu học giảm thiểu các cảm xúc tiêu cực, như sân hận và đố kỵ, giữ cho tâm luôn trong sạch và thanh tịnh.

5. **Quan sát vô thường và vô ngã (anicca và anattā)**:
    - **Ý nghĩa**: Đức Phật dạy rằng mọi sự vật đều là vô thường và vô ngã, không có điều gì là tồn tại vĩnh viễn hay thuộc về cái "tôi". Khi người tu học quán chiếu vô thường và vô ngã, họ sẽ dễ dàng buông bỏ các dính mắc và chấp ngã.
    - **Lợi ích**: Việc nhận thức về vô thường và vô ngã giúp người tu học giảm bớt dính mắc vào các mong cầu và tham ái, từ đó giúp tâm trí trở nên thanh tịnh, không bị xao động bởi những thay đổi xung quanh.
6. **Thực hành buông bỏ và không chấp thủ (upekkhā)**:
    - **Ý nghĩa**: Buông bỏ là khả năng không dính mắc vào những gì mình sở hữu hoặc những mong muốn cá nhân. Đức Phật khuyến khích người tu học thực hành sự buông bỏ để không còn xem bản thân là trung tâm của mọi sự.
    - **Lợi ích**: Buông bỏ giúp người tu học giải phóng tâm khỏi những ràng buộc, giữ tâm hồn thanh thản và đạt đến trạng thái thanh tịnh.
7. **Phát triển trí tuệ qua sự hiểu biết Chánh Pháp (Dhamma)**:
    - **Ý nghĩa**: Trí tuệ phát sinh từ sự hiểu biết đúng đắn về Chánh Pháp. Khi học và thực hành Chánh Pháp, người tu học có khả năng nhận thức đúng bản chất của cuộc sống, thấy rõ các nguyên nhân của khổ đau và con đường dẫn đến giải thoát.
    - **Lợi ích**: Trí tuệ giúp người tu học phân biệt được điều thiện, điều ác, điều đúng và điều sai, từ đó giữ cho tâm luôn trong sáng, tránh xa các hành vi bất thiện và phiền não.
8. **Soi xét và tự kiểm điểm (attānupassī)**:
    - **Ý nghĩa**: Tự kiểm điểm là việc nhìn lại bản thân để nhận diện các suy nghĩ và hành vi của mình, từ đó điều chỉnh để tránh các hành vi gây tổn hại. Đức Phật khuyến khích người tu học tự kiểm điểm thường xuyên để giữ cho tâm trí luôn trong sạch.
    - **Lợi ích**: Việc tự kiểm điểm giúp người tu học ý thức về bản thân, không để những lỗi lầm hay phiền não tích tụ trong tâm, giúp họ duy trì sự thanh tịnh và trong sáng.
9. **Thực hành thiểu dục và tri túc (santutthi)**:
    - **Ý nghĩa**: Thiểu dục là giảm bớt ham muốn, còn tri túc là biết đủ với những gì mình có. Khi người tu học sống giản dị, biết đủ, họ không bị cuốn vào các ham muốn vật chất hay danh vọng.
    - **Lợi ích**: Thiểu dục và tri túc giúp người tu học giảm bớt lòng tham, không còn lệ thuộc vào những điều kiện bên ngoài để tìm kiếm hạnh phúc. Từ đó, tâm trí họ trở nên thanh tịnh và an lạc.

10. **Thiền quán về lòng biết ơn và vô ngã**:
   - **Ý nghĩa**: Thiền quán về lòng biết ơn giúp người tu học nhìn nhận những điều tốt đẹp trong cuộc sống, từ đó không còn sân hận hay bất mãn. Thiền quán về vô ngã giúp họ nhận thức rằng không có một cái tôi cố định để bám víu.
   - **Lợi ích**: Lòng biết ơn và vô ngã giúp người tu học giảm bớt chấp ngã và các cảm xúc tiêu cực, giữ tâm luôn trong sáng và thanh tịnh.

Tổng kết:

Các phương pháp như giữ gìn giới hạnh, thực hành chánh niệm, thiền định, lòng từ bi, quan sát vô thường và vô ngã, buông bỏ, phát triển trí tuệ, tự kiểm điểm, thiểu dục, tri túc, và thiền quán là những phương pháp hữu hiệu trong **Kinh Thanh Tịnh**. Những phương pháp này giúp người tu học thanh lọc tâm trí một cách hiệu quả, giữ cho tâm luôn trong sạch, từ đó đạt đến sự an lạc và tiến gần hơn đến giác ngộ.

15. Sự thanh tịnh có thể giúp giảm bớt khổ đau và lo âu trong cuộc sống không? Nếu có, bằng cách nào?

Sự thanh tịnh có thể giúp giảm bớt khổ đau và lo âu trong cuộc sống một cách đáng kể. Khi tâm thanh tịnh, người tu học sẽ không còn bị cuốn vào các cảm xúc tiêu cực hay những phiền não do dính mắc và chấp ngã. Dưới đây là các cách cụ thể mà sự thanh tịnh giúp giảm bớt khổ đau và lo âu:

1. **Giải phóng tâm khỏi các phiền não và dính mắc**:
   - Sự thanh tịnh giúp người tu học buông bỏ những tham ái, sân hận và si mê – những nguyên nhân chính gây ra khổ đau và lo âu. Khi tâm không còn dính mắc vào những thứ vô thường, họ sẽ không còn cảm thấy bất an hoặc sợ mất mát.
   - Việc buông bỏ dính mắc giúp tâm trí tự do và thanh thản, từ đó giảm bớt những cảm giác lo âu hay tiếc nuối khi đối diện với thay đổi hoặc mất mát trong cuộc sống.
2. **Giữ vững sự bình an nội tại**:
   - Thanh tịnh giúp người tu học duy trì sự an lạc trong tâm, bất kể hoàn cảnh bên ngoài có khó khăn hay biến đổi như thế nào. Khi tâm bình an, họ có thể đối mặt với mọi vấn đề một cách sáng suốt và bình tĩnh, không để những biến cố làm ảnh hưởng đến sự an lạc của mình.
   - Trạng thái bình an nội tại này là một nguồn sức mạnh giúp người tu học giảm bớt khổ đau và lo âu, vì họ không còn bị ngoại cảnh chi phối.
3. **Phát triển khả năng chấp nhận và buông bỏ**:
   - Sự thanh tịnh giúp người tu học hiểu rằng cuộc sống luôn thay đổi và không có gì là vĩnh viễn. Khi nhận thức rõ bản chất vô thường của vạn vật, họ có thể chấp nhận những khó khăn và bất như ý trong cuộc sống mà không cảm thấy khổ đau.
   - Tâm thanh tịnh cho phép họ buông bỏ những kỳ vọng và mong cầu, không còn đòi hỏi cuộc sống phải theo ý mình. Điều này giúp giảm bớt lo âu và đau khổ khi đối diện với những điều không mong muốn.
4. **Tăng cường khả năng kiểm soát cảm xúc**:

- Khi tâm thanh tịnh, người tu học có khả năng nhận diện và kiểm soát cảm xúc của mình, không để các cảm xúc tiêu cực như sân hận, lo lắng, và đố kỵ xâm chiếm tâm trí.
- Khả năng kiểm soát cảm xúc giúp họ duy trì sự ổn định về tâm lý, không bị những phản ứng mạnh mẽ và tiêu cực làm ảnh hưởng, từ đó giảm bớt lo âu và tạo ra một cuộc sống nhẹ nhàng hơn.

5. **Nhận ra bản chất vô ngã, từ đó bớt chấp ngã**:
   - Thanh tịnh giúp người tu học thấy rõ bản chất vô ngã, không còn xem cái "tôi" là trung tâm. Khi buông bỏ được chấp ngã, họ sẽ không còn dễ bị tổn thương hay đau khổ khi gặp phải những lời phê bình hoặc sự phản đối từ người khác.
   - Sự thanh tịnh giúp giảm đi cái tôi, từ đó giảm bớt đau khổ và lo âu do những xung đột và mâu thuẫn trong các mối quan hệ.
6. **Phát triển trí tuệ để hiểu rõ nguyên nhân của khổ đau**:
   - Khi tâm thanh tịnh, trí tuệ tự nhiên phát sinh, giúp người tu học hiểu rõ nguyên nhân của khổ đau và lo âu. Họ nhận ra rằng mọi khổ đau đều xuất phát từ dính mắc, chấp ngã và mong cầu. Nhờ vậy, họ có thể loại bỏ các nguyên nhân này và giảm bớt khổ đau.
   - Trí tuệ cho phép người tu học nhìn mọi việc một cách khách quan, thấy rõ quy luật của cuộc sống, từ đó họ có thể đối diện với mọi thử thách mà không bị dao động hay lo lắng.
7. **Giúp phát triển lòng từ bi và tâm vị tha**:
   - Sự thanh tịnh giúp người tu học phát triển lòng từ bi và vị tha, giúp họ không còn bị những cảm xúc ích kỷ chi phối. Tâm từ bi giúp họ biết yêu thương và thông cảm với người khác, thay vì sân hận hay ganh ghét.
   - Lòng từ bi làm giảm đi lo âu và khổ đau, vì họ không còn cảm thấy mình bị đối xử bất công hay ganh đua với người khác. Thay vào đó, họ cảm nhận được niềm vui từ việc giúp đỡ và quan tâm đến người khác.
8. **Giúp duy trì chánh niệm trong mọi hoạt động**:
   - Thanh tịnh là nền tảng cho chánh niệm. Khi duy trì được chánh niệm, người tu học có khả năng tập trung vào hiện tại, không bị ám ảnh bởi những chuyện trong quá khứ hoặc lo lắng về tương lai.
   - Chánh niệm giúp họ tập trung vào những điều thực sự quan trọng trong cuộc sống và tránh xa những suy nghĩ gây lo âu và khổ đau.
9. **Giảm thiểu những suy nghĩ tiêu cực và sợ hãi**:
   - Tâm thanh tịnh giúp người tu học không còn bị chi phối bởi những suy nghĩ tiêu cực và sợ hãi. Khi tâm trong sáng, họ có thể đối mặt với mọi thử thách một cách bình thản và không lo sợ.
   - Sự thanh tịnh giúp họ thoát khỏi những suy nghĩ bất an, từ đó giảm bớt lo âu và tạo ra một cuộc sống tràn đầy niềm tin và an lạc.
10. **Mang lại cảm giác tự do và nhẹ nhàng trong tâm hồn**:
    - Thanh tịnh giúp người tu học cảm nhận sự tự do nội tại, không bị ràng buộc bởi các điều kiện hay hoàn cảnh bên ngoài. Từ sự tự do này, họ có

thể buông bỏ các nỗi lo và cảm giác căng thẳng, sống một cuộc đời thanh thản và bình yên.

- Cảm giác tự do trong tâm hồn giúp giảm thiểu khổ đau và lo âu, vì họ không còn phải đấu tranh với những mong cầu hay nỗi sợ mất mát.

Tổng kết:

Sự thanh tịnh giúp giảm bớt khổ đau và lo âu trong cuộc sống bằng cách loại bỏ phiền não, tăng cường khả năng chấp nhận, kiểm soát cảm xúc, phát triển trí tuệ, lòng từ bi và chánh niệm. Nhờ vào sự thanh tịnh, người tu học có thể duy trì một tâm hồn bình an, không bị xao động bởi ngoại cảnh, và tìm thấy niềm vui thực sự từ bên trong.

16. Đâu là những biểu hiện của một người có tâm thanh tịnh? Làm thế nào để nhận biết họ?

Một người có **tâm thanh tịnh** thường thể hiện ra ngoài qua những biểu hiện bình an, an lạc, và từ bi. Những người tu học đạt đến trạng thái thanh tịnh thường có phong thái và lối sống đặc biệt, phản ánh sự ổn định và sự sáng suốt từ bên trong. Dưới đây là các biểu hiện của người có tâm thanh tịnh và cách nhận biết họ:

1. **Sự bình thản và điềm tĩnh trong mọi tình huống**:
    - Người có tâm thanh tịnh không dễ bị dao động trước các sự kiện xảy ra xung quanh, dù tốt hay xấu. Họ có khả năng giữ được sự bình thản và kiểm soát cảm xúc trong mọi hoàn cảnh, không để ngoại cảnh làm ảnh hưởng đến trạng thái an lạc của mình.
    - Họ thường không phản ứng một cách bộc phát hoặc thái quá trước những lời chỉ trích, xúc phạm hoặc tán dương. Thay vào đó, họ có thái độ bình tĩnh, phản ứng một cách chừng mực và thấu hiểu.
2. **Phong thái từ tốn, nhẹ nhàng và khiêm tốn**:
    - Người có tâm thanh tịnh thường có phong thái ung dung, nhẹ nhàng. Họ di chuyển, nói chuyện và hành xử với sự từ tốn, không vội vàng hay hấp tấp. Lời nói của họ cũng ôn hòa, không gây tổn thương hay xúc phạm người khác.
    - Sự khiêm tốn là một đặc điểm nổi bật ở người có tâm thanh tịnh. Họ không tự đề cao bản thân, luôn tôn trọng người khác và không ganh đua hoặc so sánh mình với người xung quanh.
3. **Phát ra năng lượng an lành và dễ chịu**:
    - Người có tâm thanh tịnh thường phát ra năng lượng tích cực và dễ chịu. Những ai tiếp xúc với họ đều cảm nhận được sự an lành và yên bình, cảm giác như không có áp lực hoặc căng thẳng khi ở gần.
    - Sự hiện diện của họ mang đến cảm giác ấm áp và thoải mái, giúp người xung quanh cảm thấy được chấp nhận và yêu thương.
4. **Lòng từ bi và thái độ vị tha**:
    - Người có tâm thanh tịnh thường có lòng từ bi sâu sắc. Họ quan tâm đến người khác một cách chân thành và sẵn sàng giúp đỡ mà không mong cầu sự đền đáp. Họ không chỉ yêu thương những người thân mà còn thể hiện lòng từ bi đến mọi chúng sinh, không phân biệt.

- Sự vị tha là một dấu hiệu của tâm thanh tịnh. Họ không chấp ngã và không để cái tôi làm ảnh hưởng đến cách họ đối xử với người khác. Thay vì phê phán, họ thường tìm cách thông cảm và hiểu người khác hơn.

5. **Ít dính mắc vào vật chất và sống giản dị**:
   - Người có tâm thanh tịnh thường sống đơn giản và không có nhu cầu quá nhiều về vật chất. Họ biết đủ và biết hài lòng với những gì mình có, không chạy theo danh lợi hay những ham muốn phù phiếm.
   - Họ có xu hướng chọn lối sống thanh đạm, giản dị, ít chú trọng vào vẻ bề ngoài hay vật chất xa hoa. Điều này phản ánh một tâm hồn không bị ràng buộc bởi tham lam và dính mắc.
6. **Tính kiên nhẫn và khả năng chấp nhận**:
   - Một trong những biểu hiện rõ ràng của người có tâm thanh tịnh là tính kiên nhẫn. Họ không vội vàng, không đòi hỏi mọi thứ phải xảy ra theo ý mình. Thay vào đó, họ chấp nhận mọi việc một cách tự nhiên, hiểu rằng cuộc sống luôn biến đổi.
   - Khi gặp thử thách hay khó khăn, họ không oán trách mà kiên trì và nhẫn nại. Khả năng chấp nhận giúp họ duy trì sự thanh tịnh và không bị xao động bởi những biến cố không mong muốn.
7. **Trí tuệ sáng suốt và nhận thức rõ ràng**:
   - Người có tâm thanh tịnh thường có trí tuệ sáng suốt, khả năng nhìn nhận mọi việc một cách khách quan và thấu đáo. Họ có khả năng phân biệt đúng sai, thiện ác, và không để bản ngã làm lu mờ phán đoán của mình.
   - Sự sáng suốt giúp họ đưa ra những quyết định có lợi ích lâu dài và không gây hại đến người khác. Họ thường có những lời khuyên hữu ích và trí tuệ, giúp người khác giải quyết vấn đề một cách sâu sắc và hiệu quả.
8. **Khả năng kiểm soát cảm xúc và không dễ bị tác động**:
   - Người có tâm thanh tịnh không dễ dàng bị cuốn theo các cảm xúc tiêu cực như sân hận, ganh tị, lo lắng hay sợ hãi. Họ có khả năng kiểm soát và điều chỉnh cảm xúc, không để những cảm xúc này làm xao động tâm trí.
   - Khi đối diện với lời nói hoặc hành động tiêu cực, họ có khả năng bình tĩnh và giữ vững lập trường, không để mình phản ứng theo cảm xúc nhất thời.
9. **Sự quan tâm chân thành và lòng biết ơn**:
   - Người có tâm thanh tịnh biết trân trọng những điều nhỏ bé trong cuộc sống và luôn biết ơn những gì mình có. Họ thường không đòi hỏi nhiều từ người khác và cảm thấy hạnh phúc với những điều bình dị.
   - Sự quan tâm của họ đối với người khác là chân thành, không vụ lợi. Họ sẵn sàng giúp đỡ, đồng cảm và chia sẻ với mọi người, tạo ra những mối quan hệ tốt đẹp và hài hòa.
10. **Sống trong hiện tại và ít bị quá khứ hay tương lai làm phiền**:
    - Người có tâm thanh tịnh sống trọn vẹn trong khoảnh khắc hiện tại. Họ không bị vướng bận vào những chuyện trong quá khứ hay lo lắng quá nhiều về tương lai, giúp họ tránh xa những lo âu không cần thiết.
    - Tâm thanh tịnh giúp họ tận hưởng cuộc sống và trân trọng những điều đang có, làm cho cuộc sống của họ trở nên ý nghĩa và an vui.

Tổng kết:
Một người có tâm thanh tịnh sẽ biểu hiện qua sự điềm tĩnh, từ bi, giản dị, và trí tuệ sáng suốt. Họ không bị các cảm xúc tiêu cực chi phối, sống hài hòa với mọi người, và toát ra năng lượng an lành. Nhận biết những biểu hiện này sẽ giúp chúng ta thấy được sự bình an nội tại và trí tuệ nơi họ, cũng như tạo nguồn cảm hứng để rèn luyện và phát triển tâm thanh tịnh cho chính mình.

17. Làm thế nào người tu học có thể áp dụng những bài học về sự thanh tịnh để sống một cuộc đời giản dị và hạnh phúc?
Người tu học có thể áp dụng những bài học về **sự thanh tịnh** để sống một cuộc đời **giản dị** và **hạnh phúc** bằng cách duy trì tâm trong sạch, buông bỏ các dính mắc, sống chánh niệm và thực hành lòng từ bi. Dưới đây là các cách cụ thể giúp người tu học áp dụng sự thanh tịnh vào đời sống để đạt được hạnh phúc chân thật:

1. **Giảm bớt các nhu cầu và mong cầu vật chất**:
   - Một trong những bài học quan trọng của sự thanh tịnh là hiểu rằng hạnh phúc không phụ thuộc vào vật chất hay các tiện nghi xa hoa. Khi người tu học biết đủ và hài lòng với những điều cơ bản, họ sẽ giảm bớt các mong cầu và nhu cầu không cần thiết, từ đó sống giản dị hơn.
   - Bằng cách biết đủ, họ sẽ không bị áp lực của sự ham muốn, không chạy theo vật chất, giúp họ cảm thấy thanh thản và an lạc.
2. **Thực hành buông bỏ dính mắc và chấp ngã**:
   - Sự thanh tịnh giúp người tu học nhận ra rằng hạnh phúc không đến từ việc sở hữu hay chiếm hữu mà từ việc buông bỏ. Khi họ buông bỏ các dính mắc vào danh vọng, địa vị, và vật chất, tâm trí sẽ trở nên nhẹ nhàng và tự do hơn.
   - Buông bỏ chấp ngã cũng giúp họ giảm bớt xung đột và căng thẳng trong các mối quan hệ, từ đó tạo ra một cuộc sống hài hòa và giản dị, không bị áp lực bởi cái tôi.
3. **Sống chánh niệm trong từng hành động**:
   - Chánh niệm là bài học quan trọng trong sự thanh tịnh, giúp người tu học trân trọng từng khoảnh khắc hiện tại, không bị cuốn vào quá khứ hay tương lai. Khi sống chánh niệm, họ sẽ ít lo lắng, không nuối tiếc, và tận hưởng cuộc sống một cách trọn vẹn.
   - Bằng cách tập trung vào những điều đang diễn ra, người tu học có thể cảm nhận niềm vui từ những việc nhỏ nhặt, sống giản dị mà không cần chạy theo các giá trị bên ngoài để cảm thấy hạnh phúc.
4. **Rèn luyện lòng từ bi và tâm vị tha**:
   - Sự thanh tịnh giúp người tu học phát triển lòng từ bi và vị tha. Khi sống vì người khác, biết yêu thương và giúp đỡ mọi người mà không mong cầu đáp lại, họ sẽ cảm thấy hạnh phúc từ bên trong.
   - Lòng từ bi giúp họ sống một cuộc đời ý nghĩa và giản dị, không bị chi phối bởi cái tôi, không còn bị cuốn vào những cảm xúc tiêu cực như ganh ghét hay đố kỵ, từ đó duy trì tâm hồn thanh thản và an lạc.
5. **Thực hành lòng biết ơn và thái độ biết đủ**:

- Người tu học có thể áp dụng bài học thanh tịnh bằng cách rèn luyện lòng biết ơn đối với những gì mình đang có, thay vì chạy theo những thứ không đạt được. Thái độ biết đủ giúp họ sống đơn giản và hạnh phúc, không để những thiếu thốn hay khát khao vật chất làm mờ tâm trí.
- Lòng biết ơn làm tăng cảm giác hài lòng và niềm vui trong cuộc sống, giúp họ trân trọng từng khoảnh khắc, cảm nhận hạnh phúc từ những điều bình dị.

6. **Tránh xa các phiền não và duy trì tâm trong sạch**:
   - Sự thanh tịnh giúp người tu học tránh xa những phiền não như tham lam, sân hận, si mê. Khi không bị các cảm xúc tiêu cực này chi phối, họ sẽ có cuộc sống bình an, không phải đối mặt với những lo lắng hay khổ đau không cần thiết.
   - Họ có thể xây dựng những thói quen lành mạnh, tránh các môi trường gây xung đột, để duy trì sự thanh tịnh và sống cuộc đời nhẹ nhàng, không phức tạp.
7. **Chấp nhận sự vô thường và thực hành buông bỏ**:
   - Người tu học hiểu rằng cuộc sống luôn thay đổi và không có điều gì là vĩnh viễn. Bài học về sự vô thường giúp họ chấp nhận mọi sự kiện đến và đi mà không cảm thấy bất an hay khổ đau.
   - Thực hành buông bỏ giúp họ đón nhận cuộc sống với tâm thế thanh thản, không còn lo sợ mất mát hay bị ràng buộc bởi điều gì. Điều này giúp họ sống một cuộc đời giản dị, không lo lắng và đầy hạnh phúc.
8. **Sống trong tinh thần hòa hợp và không ganh đua**:
   - Người có tâm thanh tịnh thường không ganh đua hay so sánh mình với người khác. Họ biết rằng hạnh phúc không đến từ sự vượt trội hay thành công mà từ việc sống hòa hợp và biết ơn những gì đang có.
   - Họ không chạy theo sự đánh giá từ bên ngoài mà giữ sự hài lòng với cuộc sống của mình, từ đó cảm nhận hạnh phúc và sự yên bình.
9. **Phát triển trí tuệ để hiểu rõ giá trị chân thật của hạnh phúc**:
   - Sự thanh tịnh giúp người tu học phát triển trí tuệ và nhìn thấu bản chất của cuộc sống. Khi hiểu rõ giá trị chân thật của hạnh phúc, họ sẽ không còn bị mê mờ bởi những hạnh phúc tạm bợ, không chạy theo những thứ chỉ mang lại niềm vui ngắn ngủi.
   - Trí tuệ giúp họ biết rằng hạnh phúc đến từ sự an lạc nội tại và bình yên, không phụ thuộc vào điều kiện bên ngoài. Điều này giúp họ sống một cuộc đời giản dị mà vẫn cảm thấy đủ đầy.
10. **Thực hành sự kiên nhẫn và biết chấp nhận**:
    - Người tu học hiểu rằng không phải mọi thứ đều diễn ra theo ý muốn và chấp nhận những điều xảy đến một cách bình thản. Sự thanh tịnh giúp họ phát triển lòng kiên nhẫn, không bị xáo động bởi hoàn cảnh và không cố ép buộc điều gì.
    - Tâm thế chấp nhận và kiên nhẫn giúp họ sống đơn giản, không vướng bận bởi những thất vọng hay kỳ vọng quá mức, từ đó cảm nhận cuộc sống một cách nhẹ nhàng và an vui.

Tổng kết:
Người tu học có thể áp dụng những bài học về sự thanh tịnh bằng cách sống giản dị, buông bỏ dính mắc, phát triển lòng từ bi, chánh niệm và biết ơn, chấp nhận vô thường và sống hòa hợp với mọi người. Những thực hành này giúp họ duy trì tâm thanh tịnh, cảm nhận hạnh phúc bền vững từ bên trong và tận hưởng cuộc sống một cách bình dị, an lạc.

18. Trong Kinh Thanh Tịnh, Đức Phật có nhắc đến cách vượt qua các vọng tưởng để đạt đến thanh tịnh không?
Trong **Kinh Thanh Tịnh (Pasādika Sutta)**, Đức Phật có nhắc đến các phương pháp và thực hành giúp người tu học vượt qua **vọng tưởng** để đạt đến **sự thanh tịnh**. Vọng tưởng là những suy nghĩ, ảo tưởng và nhận thức sai lệch gây nhiễu loạn tâm trí và ngăn cản người tu học đạt đến trạng thái an lạc và sáng suốt. Đức Phật đã chỉ dạy một số cách cụ thể để vượt qua vọng tưởng, bao gồm:

1. **Thực hành chánh niệm (sati)**:
    - Chánh niệm giúp người tu học giữ tâm tỉnh thức, nhận diện mọi suy nghĩ và cảm xúc khi chúng vừa khởi lên. Bằng cách quan sát những vọng tưởng một cách chánh niệm, người tu học có thể nhận biết và buông bỏ chúng ngay khi chúng mới xuất hiện, không để chúng lớn lên và chi phối tâm trí.
    - Chánh niệm là công cụ hiệu quả để nhận diện các vọng tưởng, giúp người tu học không bị cuốn vào những suy nghĩ mơ hồ hoặc các cảm xúc tiêu cực, từ đó duy trì sự thanh tịnh.
2. **Thực hành thiền định (samādhi)**:
    - Thiền định giúp ổn định tâm trí, làm dịu những dao động và vọng tưởng. Khi đạt được trạng thái định, tâm sẽ trở nên yên tĩnh và trong sáng, không còn bị các suy nghĩ hay ảo tưởng làm xao lãng.
    - Đức Phật khuyến khích người tu học thực hành thiền định đều đặn để làm trong sạch tâm trí, giảm bớt các vọng tưởng và đạt đến trạng thái thanh tịnh. Thiền định giúp tâm hướng vào sự tĩnh lặng và giảm thiểu các suy nghĩ không cần thiết.
3. **Quan sát vô thường và buông bỏ dính mắc**:
    - Đức Phật dạy rằng mọi hiện tượng, bao gồm cả suy nghĩ và cảm xúc, đều là vô thường. Bằng cách quán chiếu bản chất vô thường của vọng tưởng, người tu học có thể buông bỏ chúng, không còn xem chúng là quan trọng hay cần thiết.
    - Khi thấy rõ bản chất tạm thời của vọng tưởng, người tu học sẽ không còn bám víu vào chúng, dễ dàng buông bỏ và đạt đến sự thanh tịnh.
4. **Phát triển trí tuệ để nhận ra bản chất của vọng tưởng**:
    - Đức Phật nhấn mạnh rằng trí tuệ là chìa khóa để nhìn thấy bản chất của mọi hiện tượng, bao gồm cả vọng tưởng. Khi người tu học có trí tuệ, họ sẽ thấy rõ rằng vọng tưởng chỉ là những sản phẩm của tâm trí, không có thực chất, không đáng để bám víu.
    - Trí tuệ giúp họ nhận ra rằng vọng tưởng thường là nguyên nhân gây ra phiền não và khổ đau, từ đó họ có thể loại bỏ chúng và giữ cho tâm trong sáng, đạt đến trạng thái thanh tịnh.

5. **Rèn luyện lòng từ bi và buông bỏ chấp ngã**:
- Vọng tưởng thường xuất phát từ cái tôi và chấp ngã. Khi người tu học phát triển lòng từ bi, tâm trí sẽ không còn tập trung vào cái tôi mà hướng đến sự yêu thương và đồng cảm với mọi người.
- Buông bỏ chấp ngã giúp người tu học không còn bị các vọng tưởng về bản thân làm phiền, từ đó đạt đến sự thanh tịnh trong tâm.

6. **Áp dụng chánh tư duy để điều chỉnh suy nghĩ**:
- Chánh tư duy là khả năng suy nghĩ đúng đắn và sáng suốt, không bị lệch lạc bởi những vọng tưởng tiêu cực. Đức Phật dạy rằng bằng cách suy nghĩ chân chính, người tu học có thể loại bỏ những ảo tưởng sai lệch và thay thế bằng những tư duy tích cực, hợp lý.
- Khi thực hành chánh tư duy, người tu học có thể điều chỉnh suy nghĩ của mình, không để các vọng tưởng tiêu cực nảy sinh và duy trì được tâm trí thanh tịnh.

7. **Thực hành buông bỏ và không chấp thủ**:
- Đức Phật nhắc rằng buông bỏ là một yếu tố quan trọng để đạt đến thanh tịnh. Khi buông bỏ, người tu học không còn dính mắc vào các suy nghĩ hay vọng tưởng, không xem chúng là "của tôi" hay "thuộc về tôi".
- Bằng cách buông bỏ các vọng tưởng, người tu học có thể giải phóng tâm trí khỏi những suy nghĩ vô ích và đạt đến trạng thái tâm không bị ràng buộc, thanh tịnh.

8. **Nhận diện và loại bỏ nguyên nhân của vọng tưởng**:
- Đức Phật chỉ ra rằng vọng tưởng thường phát sinh từ tham lam, sân hận và si mê. Khi người tu học nhận diện và loại bỏ các nguyên nhân này, vọng tưởng sẽ giảm dần và tâm trí sẽ trở nên thanh tịnh.
- Việc rèn luyện để giảm bớt tham, sân, si giúp người tu học kiểm soát tâm trí, ngăn ngừa sự khởi lên của vọng tưởng, từ đó giữ được sự thanh tịnh trong tâm.

9. **Quan sát và nhận ra bản chất vô ngã của mọi suy nghĩ**:
- Đức Phật dạy rằng mọi suy nghĩ, kể cả vọng tưởng, đều không thuộc về một cái tôi cố định, chúng chỉ là những phản ứng của tâm trí trước các kích thích từ môi trường. Bằng cách quán chiếu vô ngã, người tu học sẽ không còn bị vọng tưởng lôi cuốn hay ám ảnh.
- Khi nhận ra vọng tưởng không có thực chất, người tu học dễ dàng buông bỏ chúng, giúp cho tâm trí trở nên trong sáng và thanh tịnh.

Tổng kết:

Trong **Kinh Thanh Tịnh**, Đức Phật chỉ dạy rằng để vượt qua vọng tưởng và đạt đến sự thanh tịnh, người tu học cần thực hành chánh niệm, thiền định, quán chiếu vô thường và vô ngã, phát triển trí tuệ và lòng từ bi, buông bỏ chấp ngã và dính mắc. Những phương pháp này giúp người tu học nhận diện, kiểm soát và buông bỏ vọng tưởng, từ đó đạt đến trạng thái tâm không còn bị xáo động, an lạc và thanh tịnh.

19. Tầm quan trọng của chánh niệm trong việc duy trì thanh tịnh là gì?

Chánh niệm đóng vai trò vô cùng quan trọng trong việc duy trì **sự thanh tịnh** vì nó giúp người tu học giữ được **tâm tỉnh thức**, **kiểm soát cảm xúc** và **ngăn ngừa vọng tưởng**. Khi chánh niệm, người tu học có khả năng nhận diện và buông bỏ những suy nghĩ và cảm xúc tiêu cực ngay khi chúng vừa xuất hiện, giữ cho tâm luôn trong sạch và thanh tịnh. Dưới đây là các vai trò chính của chánh niệm trong việc duy trì thanh tịnh:

1. **Nhận diện và kiểm soát các vọng tưởng và phiền não**:
   - Chánh niệm giúp người tu học nhận ra các suy nghĩ và cảm xúc khi chúng vừa mới khởi lên, bao gồm những vọng tưởng, tham ái, sân hận, và lo âu. Khi chánh niệm, họ có khả năng kiểm soát và buông bỏ những phiền não này trước khi chúng gây xao động tâm trí.
   - Khả năng nhận diện và kiểm soát này là một yếu tố quan trọng để duy trì sự thanh tịnh, vì nó giúp tâm trí không bị các suy nghĩ và cảm xúc tiêu cực làm vẩn đục.
2. **Giữ tâm trong hiện tại, tránh xa quá khứ và lo âu về tương lai**:
   - Chánh niệm giúp người tu học tập trung vào hiện tại, tránh bị ám ảnh bởi những sự kiện trong quá khứ hoặc lo lắng về tương lai. Khi sống chánh niệm, tâm trí không bị xáo trộn bởi những suy nghĩ hoặc vọng tưởng về những điều không hiện hữu.
   - Việc duy trì tâm trong hiện tại giúp người tu học giảm bớt lo âu và căng thẳng, giữ cho tâm trong trạng thái thanh tịnh và an lạc.
3. **Kiểm soát và điều chỉnh cảm xúc tiêu cực**:
   - Chánh niệm giúp người tu học nhận ra những cảm xúc tiêu cực ngay khi chúng xuất hiện, như sân hận, đố kỵ, hay ganh ghét. Khi nhận diện được những cảm xúc này, họ có khả năng điều chỉnh, kiểm soát và buông bỏ chúng, không để chúng làm ảnh hưởng đến tâm trí.
   - Sự điều chỉnh kịp thời này giúp duy trì sự thanh tịnh, không để cảm xúc tiêu cực xâm chiếm và gây phiền não.
4. **Tăng cường khả năng quan sát khách quan và không phán xét**:
   - Khi chánh niệm, người tu học có khả năng quan sát các hiện tượng trong tâm một cách khách quan, không phán xét và không dính mắc vào các suy nghĩ và cảm xúc. Sự quan sát khách quan này giúp họ nhìn mọi việc một cách sáng suốt, không để cảm xúc cá nhân làm xao động tâm trí.
   - Tâm trạng không phán xét giúp duy trì sự thanh tịnh, vì người tu học không còn bị cuốn vào những cảm xúc xung đột hay căng thẳng.
5. **Ngăn ngừa tích tụ phiền não và khổ đau**:
   - Chánh niệm giúp người tu học thường xuyên soi xét tâm trí và loại bỏ các phiền não ngay khi chúng xuất hiện. Việc này ngăn ngừa phiền não tích tụ và trở thành khổ đau lớn hơn, từ đó giữ cho tâm trí trong sáng và không bị những cảm xúc tiêu cực làm nhiễm ô.
   - Khi không còn các phiền não tích tụ, tâm trí trở nên thanh tịnh và sáng suốt, giúp người tu học đạt được trạng thái an lạc bền vững.
6. **Giúp người tu học duy trì sự kiên định và sáng suốt**:

- Khi thực hành chánh niệm, người tu học không dễ dàng bị xao động bởi ngoại cảnh. Họ có khả năng giữ vững sự kiên định và nhìn nhận mọi việc với sự sáng suốt. Điều này giúp họ đưa ra các quyết định đúng đắn và không để những tác động bên ngoài làm ảnh hưởng đến sự thanh tịnh.
- Sự sáng suốt và kiên định này giúp tâm trí duy trì được sự an lạc, không dễ bị dao động, giữ vững trạng thái thanh tịnh trong cuộc sống hàng ngày.

7. **Tạo nền tảng cho thiền định và trí tuệ**:
   - Chánh niệm là nền tảng của thiền định, giúp người tu học ổn định tâm trí để đạt đến các trạng thái định sâu. Khi thiền định và trí tuệ phát triển, họ có khả năng nhìn thấu bản chất của các hiện tượng, bao gồm các phiền não và vọng tưởng.
   - Trí tuệ phát sinh từ chánh niệm giúp người tu học nhìn rõ bản chất vô thường, vô ngã của cuộc sống, từ đó đạt đến sự thanh tịnh sâu sắc và giải thoát khỏi những ràng buộc tâm lý.
8. **Giúp phát triển lòng từ bi và vị tha**:
   - Khi chánh niệm, người tu học nhận ra những suy nghĩ và cảm xúc ích kỷ hoặc ganh ghét khi chúng xuất hiện. Điều này giúp họ chuyển hóa những cảm xúc tiêu cực thành lòng từ bi và vị tha, giúp họ có cái nhìn thiện lành hơn về người khác.
   - Lòng từ bi và vị tha giúp duy trì sự thanh tịnh trong tâm, vì người tu học không còn bị cái tôi và các cảm xúc cá nhân gây nhiễu loạn.

Tổng kết:
Chánh niệm giữ vai trò thiết yếu trong việc duy trì sự thanh tịnh. Nó giúp người tu học kiểm soát và buông bỏ phiền não, duy trì tâm trí trong hiện tại, kiểm soát cảm xúc, ngăn ngừa sự tích tụ khổ đau, và phát triển trí tuệ. Chánh niệm là nền tảng để đạt đến sự thanh tịnh, an lạc và sáng suốt trong cuộc sống hàng ngày, giúp người tu học đối diện với mọi tình huống một cách bình an và không bị xao động.

20. Làm thế nào sự thanh tịnh có thể là cầu nối giúp người tu học tiến gần hơn đến trạng thái giác ngộ và giải thoát?
Sự thanh tịnh đóng vai trò như một **cầu nối** quan trọng, giúp người tu học tiến gần hơn đến **giác ngộ** và **giải thoát**. Khi tâm thanh tịnh, người tu học không còn bị chi phối bởi những phiền não, vọng tưởng và cảm xúc tiêu cực, tạo nền tảng vững chắc để phát triển trí tuệ và nhận thức sâu sắc về bản chất của cuộc sống. Dưới đây là các cách mà sự thanh tịnh giúp người tu học tiến đến trạng thái giác ngộ và giải thoát:

1. **Thanh tịnh là nền tảng cho sự phát sinh trí tuệ**:
   - Khi tâm thanh tịnh, người tu học có thể quan sát mọi hiện tượng một cách sáng suốt và khách quan, không bị che mờ bởi các vọng tưởng hay phiền não. Từ đó, họ có thể nhìn thấu bản chất vô thường, khổ đau, và vô ngã của vạn vật.
   - Trí tuệ phát sinh từ sự thanh tịnh giúp người tu học có cái nhìn chân thực về cuộc sống, không còn bị lôi cuốn bởi các ảo tưởng, từ đó đạt đến những hiểu biết sâu sắc dẫn đến giác ngộ.
2. **Giảm bớt dính mắc và buông bỏ chấp ngã**:

- Sự thanh tịnh giúp người tu học buông bỏ những dính mắc vào cái tôi và những tham ái, từ đó giảm bớt sự chấp ngã. Khi chấp ngã được buông bỏ, người tu học không còn thấy mình là trung tâm của mọi sự, dễ dàng giải thoát khỏi các ràng buộc của cái tôi.
- Buông bỏ chấp ngã là yếu tố quan trọng để đạt đến giải thoát, vì người tu học không còn bị ràng buộc bởi những mong muốn, sợ hãi và những toan tính ích kỷ.

3. **Duy trì sự an lạc và ổn định nội tâm**:
   - Khi tâm thanh tịnh, người tu học cảm nhận được sự an lạc nội tại, không còn bị ngoại cảnh hay các cảm xúc tiêu cực làm xao động. Trạng thái an lạc này tạo điều kiện thuận lợi để họ phát triển sự định tâm và thực hành thiền định sâu sắc.
   - Sự ổn định nội tâm là yếu tố cần thiết để người tu học đạt đến trạng thái định và sau đó là giác ngộ, vì chỉ khi tâm hoàn toàn an tĩnh, họ mới có thể nhìn sâu vào bản chất của cuộc sống và đạt đến giải thoát.
4. **Giảm thiểu phiền não, ngăn chặn khổ đau**:
   - Thanh tịnh giúp người tu học không còn bị các phiền não như tham lam, sân hận, và si mê chi phối, từ đó giảm thiểu khổ đau. Khi tâm không còn phiền não, người tu học dễ dàng giữ tâm trong trạng thái bình an, sáng suốt và tự do.
   - Giảm thiểu phiền não là bước cần thiết trên con đường giải thoát, vì người tu học không còn bị ràng buộc bởi khổ đau do các yếu tố ngoại cảnh và nội tâm gây ra.
5. **Phát triển lòng từ bi và tâm vị tha**:
   - Sự thanh tịnh giúp người tu học phát triển lòng từ bi và vị tha, không còn bị các cảm xúc tiêu cực như ganh ghét, đố kỵ và sân hận lấn át. Lòng từ bi giúp họ vượt qua các giới hạn của bản ngã, mở rộng lòng thương yêu đến mọi người.
   - Lòng từ bi là yếu tố thiết yếu của giác ngộ, vì khi người tu học đạt đến lòng từ bi trọn vẹn, họ sẽ thoát khỏi mọi chấp ngã và cảm nhận được sự tự do trong tâm hồn.
6. **Tạo nền tảng cho thiền định sâu sắc**:
   - Tâm thanh tịnh là điều kiện tiên quyết để thực hành thiền định một cách sâu sắc và hiệu quả. Khi thiền định, người tu học có thể làm cho tâm trí trở nên tĩnh lặng và ổn định, từ đó quán chiếu sâu sắc vào bản chất của chính mình và vạn vật.
   - Thiền định là con đường quan trọng dẫn đến giác ngộ, vì thông qua thiền, người tu học có thể loại bỏ các lớp vọng tưởng và nhận thức sâu sắc về chân lý, từ đó đạt đến giải thoát.
7. **Giúp phát triển trí tuệ về vô thường và vô ngã**:
   - Sự thanh tịnh tạo điều kiện để người tu học nhìn thấy bản chất vô thường và vô ngã của cuộc sống. Khi nhận ra rằng mọi thứ đều thay đổi và không có cái tôi cố định, họ sẽ buông bỏ những tham chấp và cảm thấy tự do.

- Nhận thức về vô thường và vô ngã là bước tiến quan trọng trên con đường giải thoát, vì nó giúp người tu học không còn dính mắc vào những điều tạm bợ, từ đó thoát khỏi vòng luân hồi sinh tử.

8. **Giảm bớt những mong cầu và sống giản dị**:
   - Sự thanh tịnh giúp người tu học thấy rõ rằng hạnh phúc không đến từ những mong cầu hay sự tích lũy vật chất, mà từ chính sự thanh thản và an lạc nội tại. Điều này giúp họ buông bỏ các mong cầu không cần thiết và sống một cuộc đời giản dị.
   - Sống giản dị là một yếu tố quan trọng trên con đường giác ngộ, vì nó giúp người tu học giảm bớt các ràng buộc vật chất và tinh thần, từ đó dễ dàng đạt đến sự giải thoát.
9. **Tăng cường sự tự giác và khả năng tự soi xét**:
   - Khi tâm thanh tịnh, người tu học có khả năng tự soi xét và phản tỉnh về bản thân, từ đó nhận diện những hành động và suy nghĩ gây trở ngại trên con đường giác ngộ.
   - Sự tự giác và khả năng soi xét này giúp họ liên tục điều chỉnh bản thân, từ bỏ các thói quen không lành mạnh và hướng tới một cuộc sống phù hợp với Chánh Pháp.
10. **Nuôi dưỡng một cuộc sống có ý nghĩa và hòa hợp với mọi người**:
    - Người tu học có tâm thanh tịnh thường hướng tới một cuộc sống có ý nghĩa và lan tỏa sự an lạc đến mọi người xung quanh. Họ không còn ganh đua hay xung đột mà sống hòa hợp và từ bi.
    - Sự hòa hợp này tạo ra một cộng đồng an lạc và hỗ trợ, giúp người tu học dễ dàng đi trên con đường giác ngộ và đạt đến giải thoát mà không bị các mâu thuẫn làm xao động tâm trí.

Tổng kết:

Sự thanh tịnh là cầu nối quan trọng giúp người tu học tiến gần đến giác ngộ và giải thoát. Khi tâm thanh tịnh, người tu học có thể buông bỏ chấp ngã, giảm thiểu phiền não, phát triển trí tuệ và từ bi, và đạt đến sự bình an nội tại. Những điều này tạo nền tảng vững chắc để đạt đến sự giác ngộ, giải thoát khỏi những ràng buộc của thế gian, và sống một cuộc đời an lạc, tự do.

KINH 30:
KINH TƯỚNG
(Lakkhaṇa Sutta)

I. GIỚI THIỆU TỔNG QUAN VỀ KINH TƯỚNG

1. Giới thiệu chung về Kinh Tướng:

- **Đặt Kinh Tướng trong bối cảnh Trường Bộ Kinh**: Kinh Tướng là một trong những kinh quan trọng nằm trong Trường Bộ Kinh (Dīgha Nikāya), thuộc hệ thống kinh điển Phật giáo. Trường Bộ Kinh gồm các bài kinh dài và sâu sắc, nhấn mạnh đến các khía cạnh cốt lõi của giáo lý Phật giáo, trong đó Kinh Tướng (Lakkhaṇa Sutta) nổi bật lên như một bài kinh mô tả về phẩm chất đặc biệt của bậc giác ngộ thông qua các tướng tốt.
- **Tầm quan trọng của Kinh Tướng**: Kinh Tướng không chỉ mang ý nghĩa về hình tướng mà còn làm sáng tỏ các phẩm chất nội tâm của Đức Phật. Các tướng tốt được mô tả trong kinh là những biểu hiện của một quá trình tích lũy công đức qua nhiều kiếp sống, từ đó làm nổi bật đạo hạnh và trí tuệ vượt bậc của bậc giác ngộ.

2. Bối cảnh ra đời của Kinh:

- **Hoàn cảnh và lý do Đức Phật thuyết giảng Kinh Tướng**: Kinh Tướng được giảng giải khi các đệ tử có sự tò mò và quan tâm đặc biệt về những đặc điểm nổi bật của Đức Phật, những biểu hiện làm Ngài khác biệt với người thường. Đây là lúc Đức Phật giới thiệu về các tướng tốt – biểu tượng của công đức và phẩm chất cao quý của bậc giác ngộ.
- **Các yếu tố dẫn đến bài giảng**: Đức Phật giảng giải Kinh Tướng khi có câu hỏi hoặc sự quan sát của các đệ tử về sự khác biệt trong hình tướng và phong thái của Ngài. Qua việc giới thiệu 32 tướng tốt, Ngài giúp các đệ tử hiểu rằng những đặc điểm này không chỉ là hình thức bên ngoài, mà là kết quả của đạo hạnh và công đức tích lũy từ các hành động thiện lành trong vô lượng kiếp.

3. Mục tiêu chính của Kinh:

- **Tầm quan trọng của các tướng tốt trong việc nhận diện bậc giác ngộ**: Một trong những mục tiêu chính của Kinh Tướng là giúp người học nhận diện và tôn kính bậc giác ngộ thông qua các biểu hiện hình thể. Các tướng tốt là bằng chứng về sự thanh tịnh của tâm hồn, trí tuệ, và đạo đức hoàn thiện, nhấn mạnh rằng những ai đạt đến trạng thái giác ngộ đều có những phẩm chất nội tâm đặc biệt.
- **Vai trò của các tướng tốt như biểu hiện của đạo hạnh và công đức**: Các tướng tốt là biểu hiện của một quá trình tu tập và rèn luyện công đức, trí tuệ lâu dài. Chúng thể hiện rằng sự giác ngộ không chỉ là một trạng thái đạt được trong một kiếp mà là thành quả của nhiều kiếp sống thực hành

Chánh Pháp. Qua đó, Kinh Tướng khuyến khích người tu học noi gương Đức Phật, tích lũy công đức và phát triển tâm từ bi để đạt được nội tâm thanh tịnh.

II. NỘI DUNG CHÍNH CỦA KINH TƯỚNG

1. Giới thiệu về 32 tướng tốt của bậc giác ngộ:

- **Khái niệm về 32 tướng tốt**: 32 tướng tốt (Mahāpurisa Lakkhaṇa) là những đặc điểm hình thể đặc biệt, được mô tả như các biểu tượng xuất hiện ở bậc giác ngộ, không chỉ ở phương diện thể chất mà còn phản ánh các phẩm chất nội tâm và đạo hạnh của Đức Phật. Đây là những dấu hiệu đặc biệt nhằm biểu trưng cho sự viên mãn về công đức, trí tuệ và tâm từ bi.
- **Phân loại các tướng theo từng nhóm**: Để dễ hiểu, các tướng tốt có thể được phân thành các nhóm liên quan đến những phần khác nhau của cơ thể, như tướng về đầu, mặt, thân, tay, chân… Mỗi nhóm có ý nghĩa biểu trưng riêng, giúp người đọc dễ dàng nhận biết và hiểu rõ về nội dung và đặc điểm của từng tướng.

2. Ý nghĩa và công đức của từng tướng:

- **Phân tích từng tướng tốt và giá trị tượng trưng**: Mỗi tướng tốt đều tượng trưng cho một phẩm chất hoặc công đức mà Đức Phật đã tích lũy qua nhiều kiếp sống. Ví dụ, tướng đầu nhô cao (usnīṣa) biểu thị trí tuệ siêu phàm, trong khi bàn tay và bàn chân mềm mại (mudutaluna) thể hiện lòng từ bi và sự dịu dàng trong cách ứng xử.
- **Liên hệ giữa tướng tốt và đức hạnh**: Mỗi tướng tốt là sự phản ánh của các phẩm chất thanh tịnh và hoàn hảo về tâm hồn, trí tuệ, và đạo hạnh. Các tướng này không chỉ là những dấu hiệu vật lý mà còn thể hiện sự thanh tịnh tâm hồn mà một bậc giác ngộ đã đạt được, khuyến khích người đọc thấy rõ sự kết hợp giữa hình tướng và đạo hạnh.

3. Mối quan hệ giữa 32 tướng tốt và con đường tu tập:

- **Sự kết nối giữa tướng tốt và việc phát triển công đức, trí tuệ**: Các tướng tốt được hình thành từ quá trình thực hành và tích lũy công đức qua nhiều kiếp, nên chúng tượng trưng cho kết quả của con đường tu tập. Những phẩm chất như trí tuệ, từ bi, thanh tịnh và kiên nhẫn là những đức hạnh mà người tu học cần trau dồi.
- **Hướng đến sự viên mãn nội tâm qua tu tập**: Dù không thể đạt được tướng tốt như Đức Phật, người tu học có thể hướng đến việc phát triển các đức hạnh như từ bi, trí tuệ, và kiên trì, để dần tiến đến sự viên mãn trong nội tâm. Việc phát triển các đức hạnh giúp họ giảm bớt khổ đau và đạt đến một tâm hồn thanh tịnh.

4. Tầm quan trọng của 32 tướng tốt trong việc xác định một vị Phật:

- **Vai trò của các tướng tốt trong việc nhận diện bậc giác ngộ**: Các tướng tốt là dấu hiệu để nhận diện một bậc giác ngộ – một vị Phật. Điều này có ý nghĩa quan trọng, vì trong thời đại Đức Phật, những tướng tốt này đã tạo niềm tin và sự ngưỡng mộ từ những ai có cơ duyên diện kiến Ngài, giúp họ nhận ra bậc Thầy chân chính.

- **Cách tướng tốt hỗ trợ trong việc truyền bá Chánh Pháp**: Các tướng tốt của Đức Phật là một phần của sự truyền bá Chánh Pháp, xây dựng niềm tin nơi chúng sinh. Các tướng tốt giúp xác định uy nghiêm và sự cao quý của một bậc giác ngộ, từ đó thúc đẩy người tu học phát triển lòng tôn kính và tin tưởng sâu sắc vào Chánh Pháp mà Đức Phật giảng dạy.

III. Ý NGHĨA VÀ BÀI HỌC TỪ KINH TƯỚNG

1. **Nhận thức về công đức và sự tu tập**:
   - **Bài học về sự tích lũy công đức qua các hành vi thiện lành**: Kinh Tướng nhấn mạnh rằng các tướng tốt của Đức Phật không phải là kết quả của một kiếp sống đơn lẻ mà là thành quả của sự tích lũy công đức qua vô số kiếp. Điều này là bài học về giá trị của sự kiên trì trong việc thực hành các hành vi thiện lành, như lòng từ bi, chính trực, và nhẫn nại.
   - **Thực hành giới, định, tuệ**: Các tướng tốt của Đức Phật là minh chứng cho việc thực hành giới, định, và tuệ. Điều này khuyến khích người tu học hiểu rằng những đức hạnh và phẩm chất cao quý chỉ có thể đạt được thông qua quá trình tu tập và giữ vững giới luật, không ngừng rèn luyện tâm trí và phát triển trí tuệ.
2. **Phát triển lòng tôn kính đối với Đức Phật**:
   - **Ý nghĩa của các tướng tốt**: Các tướng tốt được xem như một biểu hiện của sự viên mãn trong lòng từ bi và trí tuệ của Đức Phật. Khi hiểu rõ điều này, người tu học có thể phát triển lòng tôn kính đối với Đức Phật không chỉ dựa trên hình thức mà còn trên sự trân trọng những phẩm chất vượt trội mà Ngài sở hữu.
   - **Tôn kính Đức Phật qua sự trân trọng phẩm chất cao quý**: Việc tôn kính Đức Phật không chỉ là một hành động tôn thờ, mà còn là sự kính trọng với những giá trị mà Ngài đã thực hiện và giảng dạy. Đây là nguồn cảm hứng để người tu học noi theo, nỗ lực rèn luyện đạo hạnh và giữ vững tâm ý trên con đường tu học.
3. **Thực hành theo tấm gương của bậc giác ngộ**:
   - **Tu tập theo gương sáng của Đức Phật**: Đức Phật là tấm gương về sự hoàn thiện đức hạnh và trí tuệ. Người tu học có thể áp dụng bài học này vào cuộc sống của mình bằng cách phát triển các đức hạnh như từ bi, nhẫn nhục, và trí tuệ. Đây là con đường giúp họ trở nên thanh tịnh nội tâm và từng bước hoàn thiện bản thân.
   - **Thanh tịnh nội tâm và đạo đức**: Bài học từ Kinh Tướng nhấn mạnh rằng sự thanh tịnh nội tâm là cách giúp người tu học đạt được lợi ích chân thật. Khi rèn luyện đạo đức và giữ tâm trong sáng, họ không chỉ đạt được sự an lạc mà còn trở thành tấm gương cho người khác, giúp lan tỏa Chánh Pháp trong cuộc sống hàng ngày.

Những ý nghĩa và bài học từ Kinh Tướng khuyến khích người tu học noi theo tấm gương của Đức Phật, hiểu rõ giá trị của công đức và sự tôn kính, cũng như nỗ lực thực hành các đức hạnh để đạt đến sự hoàn thiện nội tâm và hướng đến giác ngộ.

IV. CÁC ẨN DỤ VÀ VÍ DỤ TRONG KINH TƯỚNG

1. **Giải thích các ẩn dụ về tướng tốt**:
   - **Phân tích các hình ảnh, ẩn dụ mô tả tướng tốt của bậc giác ngộ**: Kinh Tướng sử dụng nhiều hình ảnh và ẩn dụ để mô tả 32 tướng tốt của Đức Phật, mỗi hình ảnh không chỉ mô tả vẻ ngoài mà còn biểu trưng cho những phẩm chất cao quý. Ví dụ, tướng đầu nhô cao biểu trưng cho trí tuệ viên mãn, còn đôi tay mềm mại thể hiện lòng từ bi và khoan dung của Ngài. Những hình ảnh này giúp người đọc hiểu sâu hơn về ý nghĩa của từng tướng tốt, nhận ra rằng các tướng này là biểu hiện của một tâm hồn đã đạt đến sự thanh tịnh và viên mãn.
   - **Trình bày các hình ảnh biểu tượng và sự so sánh**: Một số tướng tốt còn được mô tả thông qua các biểu tượng cụ thể. Chẳng hạn, tướng mắt giống mắt của một con bò rừng tượng trưng cho sự bao dung và cái nhìn rộng lớn, không thiên vị. Việc sử dụng các biểu tượng này giúp người đọc dễ dàng liên tưởng đến các phẩm chất của Đức Phật, tạo nên một hình ảnh sinh động và chân thực về đạo hạnh của Ngài.
2. **Tác động của các ẩn dụ đối với người học đạo**:
   - **Tác động lên nhận thức của người học đạo về giá trị công đức và đạo hạnh**: Các hình ảnh ẩn dụ và ví dụ trong Kinh Tướng giúp người học đạo cảm nhận được giá trị sâu sắc của công đức và đạo hạnh. Qua những mô tả về tướng tốt, người học đạo hiểu rằng đạo đức và trí tuệ là điều đáng quý, và những phẩm chất này cần được trau dồi qua sự kiên trì và tinh tấn trong tu tập. Những hình ảnh ẩn dụ tạo nên sự cảm nhận mạnh mẽ và truyền tải một cách rõ ràng những giá trị mà một người tu học nên hướng đến.
   - **Làm rõ bản chất cao quý của Đức Phật và khuyến khích người học đạo theo đuổi đức hạnh**: Những ẩn dụ này không chỉ đơn thuần là mô tả tướng tốt mà còn làm nổi bật bản chất cao quý của Đức Phật. Qua đó, người học đạo nhận ra rằng những phẩm chất này không chỉ là hình thức, mà còn phản ánh chiều sâu của một tâm hồn đạt đến giác ngộ. Điều này khuyến khích họ noi theo tấm gương của Đức Phật, kiên trì phát triển trí tuệ, đạo đức, và từ bi để đạt được thanh tịnh nội tâm và thành tựu trên con đường tu học.

Các ẩn dụ và ví dụ trong Kinh Tướng không chỉ làm sáng tỏ ý nghĩa của từng tướng tốt mà còn tạo cảm hứng cho người tu học phát triển công đức và đạt đến sự thanh tịnh nội tâm. Thông qua các hình ảnh này, người học đạo nhận thức rõ ràng hơn về con đường tu tập và mục tiêu cuối cùng mà Đức Phật đã đạt được.

V. KẾT LUẬN VÀ TÓM TẮT VỀ KINH TƯỚNG

1. **Tóm tắt các điểm chính**:
   - **Tóm lược những điểm quan trọng trong Kinh Tướng**: Kinh Tướng không chỉ liệt kê 32 tướng tốt của Đức Phật mà còn giúp người đọc hiểu sâu sắc rằng những tướng tốt này là biểu hiện của công đức và đức hạnh được tích lũy qua nhiều kiếp tu tập. Các tướng tốt minh họa cho sự viên mãn trong tâm từ bi, trí tuệ, và đạo hạnh của bậc giác ngộ.

- **Bài học về sự tu tập và lòng tôn kính đối với Đức Phật**: Hiểu về các tướng tốt giúp người tu học phát triển lòng tôn kính sâu sắc đối với Đức Phật, không chỉ bởi hình thức, mà còn qua sự tôn trọng đối với đạo hạnh và trí tuệ của Ngài. Đây là nguồn cảm hứng để họ kiên trì tu tập, phát triển các phẩm chất cao đẹp.

2. **Thông điệp chính của Kinh Tướng**:
    - **Tướng tốt là biểu trưng của sự hoàn thiện tâm trí và đạo hạnh**: Các tướng tốt không đơn thuần là dấu hiệu bên ngoài, mà là biểu tượng cho sự thanh tịnh nội tâm và sự viên mãn về đạo đức và trí tuệ của bậc giác ngộ. Chúng khẳng định rằng chỉ có sự tu tập nghiêm túc và tích lũy công đức mới dẫn đến những phẩm chất cao quý này.
    - **Con đường tu tập dẫn đến giác ngộ là sự tích lũy công đức qua nhiều kiếp**: Kinh Tướng nhấn mạnh rằng giác ngộ là một quá trình lâu dài, qua nhiều kiếp sống, và đòi hỏi sự kiên trì trong thực hành giới, định, và tuệ. Các tướng tốt là minh chứng cho quá trình không ngừng trau dồi này.
3. **Lời nhắn gửi đến người tu học**:
    - **Khuyến khích thực hành từ bi, trí tuệ và đạo đức**: Người tu học nên xem các tướng tốt như động lực để rèn luyện tâm từ bi, trí tuệ và đức hạnh. Những phẩm chất này không chỉ giúp họ tiến gần hơn đến giác ngộ mà còn mang lại an lạc trong cuộc sống hiện tại.
    - **Noi gương Đức Phật trong việc trau dồi công đức**: Các tướng tốt của Đức Phật là thành quả của quá trình tu tập kiên trì và tích lũy công đức. Người tu học không nên chỉ ngưỡng mộ vẻ đẹp của các tướng tốt mà cần noi theo con đường của Ngài, nỗ lực trau dồi bản thân, phát triển những phẩm chất nội tâm và sống theo Chánh Pháp.

Kết luận này tóm gọn những giá trị chính yếu của Kinh Tướng, từ ý nghĩa của các tướng tốt đến bài học về con đường tu tập. Nó nhắc nhở người đọc rằng việc trau dồi tâm hồn, tích lũy công đức và sống đạo đức là con đường dẫn đến thanh tịnh và giác ngộ, như Đức Phật đã thực hành và đạt được.

VI. VẤN ĐÁP VỀ KINH TƯỚNG

1. Tại sao 32 tướng tốt lại được coi là những biểu hiện của một bậc giác ngộ như Đức Phật?

32 tướng tốt được coi là những biểu hiện của một **bậc giác ngộ** như Đức Phật vì chúng là dấu hiệu của sự hoàn thiện về công đức, trí tuệ, và từ bi mà một người đạt được sau nhiều kiếp tích lũy công đức và tu tập. Những tướng tốt này không chỉ là đặc điểm hình thể mà còn là biểu tượng cho sự viên mãn và thanh tịnh nội tâm, phản ánh các phẩm chất cao quý của một bậc giác ngộ. Dưới đây là các lý do chính tại sao 32 tướng tốt lại được xem như những dấu hiệu của bậc giác ngộ:

1. **Biểu hiện của công đức tích lũy qua nhiều kiếp**: Đức Phật đạt được 32 tướng tốt không phải từ một kiếp mà qua vô số kiếp sống, Ngài đã thực hành các hạnh lành, tích lũy công đức và thực hành lòng từ bi. Các tướng tốt là dấu hiệu của những công đức đã được tu tập trong suốt hành trình dài tìm cầu giác ngộ.

2. **Minh chứng cho trí tuệ viên mãn và từ bi cao độ**: Một bậc giác ngộ không chỉ là người sở hữu trí tuệ vượt bậc mà còn có lòng từ bi vô tận. Các tướng tốt biểu hiện cho những phẩm chất này, như tướng đầu nhô cao biểu tượng cho trí tuệ sáng suốt, còn đôi tay và bàn chân mềm mại thể hiện lòng từ bi và thái độ không gây hại.
3. **Dấu hiệu để nhận diện bậc giác ngộ chân chính**: Trong Kinh Tướng, 32 tướng tốt giúp chúng sinh nhận ra một vị Phật, một bậc thầy chân chính. Điều này mang ý nghĩa quan trọng trong việc truyền bá Chánh Pháp, khi các tướng tốt này trở thành điểm tựa để chúng sinh kính ngưỡng và tìm cầu nơi Đức Phật sự chỉ dạy.
4. **Biểu tượng cho sự viên mãn đạo đức và thanh tịnh nội tâm**: Mỗi tướng tốt tượng trưng cho một phẩm chất đạo đức, như lòng từ bi, sự nhẫn nhục, và kiên trì, đã được hoàn thiện trong quá trình tu tập của Đức Phật. Đây là những đức hạnh mà một bậc giác ngộ đã thành tựu để đạt đến sự thanh tịnh nội tâm và không còn bị phiền não chi phối.
5. **Nguồn cảm hứng cho người tu học**: 32 tướng tốt không chỉ là những dấu hiệu của một bậc giác ngộ mà còn là nguồn cảm hứng cho người tu học. Chúng khuyến khích người tu học nỗ lực trong việc phát triển đạo hạnh, từ bi, và trí tuệ, và thấy rằng sự tu tập chân chính sẽ dẫn đến một đời sống an lạc và tự do tâm hồn.

Tổng kết:

32 tướng tốt là sự biểu hiện của quá trình tu tập thành tựu trong nhiều kiếp của Đức Phật, mang ý nghĩa sâu xa về sự viên mãn đạo đức và trí tuệ. Chúng không chỉ là những đặc điểm hình thức mà còn là biểu tượng cho bản chất cao quý của một bậc giác ngộ, tạo động lực cho chúng sinh noi theo con đường tu tập Chánh Pháp.

2. Ý nghĩa sâu xa của từng tướng tốt là gì, và chúng phản ánh những phẩm chất nào của bậc giác ngộ?

Mỗi tướng tốt trong **32 tướng tốt** của bậc giác ngộ đều mang một **ý nghĩa sâu xa**, tượng trưng cho những phẩm chất cao quý và đức hạnh đã được tích lũy qua nhiều kiếp sống của Đức Phật. Những tướng này không chỉ là dấu hiệu hình thức mà còn phản ánh sự viên mãn về công đức, trí tuệ, từ bi, và sự thanh tịnh nội tâm. Dưới đây là ý nghĩa sâu xa của một số tướng tốt tiêu biểu và các phẩm chất mà chúng đại diện:

1. **Tướng đầu nhô cao**: Tượng trưng cho **trí tuệ viên mãn** và **sự hiểu biết thâm sâu** của Đức Phật. Đây là biểu hiện của trí tuệ vượt trội và khả năng nhìn thấy bản chất của mọi hiện tượng mà không bị giới hạn bởi nhận thức thông thường.
2. **Lông trắng giữa hai chân mày**: Thể hiện **lòng từ bi** và khả năng thấu hiểu nỗi khổ đau của chúng sinh. Sợi lông trắng này thường được mô tả như ánh sáng soi rọi, biểu tượng cho sự dẫn dắt chúng sinh ra khỏi vô minh.

3. **Mắt xanh biếc và rộng lớn**: Tượng trưng cho **sự bao dung và cái nhìn từ ái**. Đôi mắt Đức Phật được ví như mắt của một con bò rừng hiền lành, mang đến cảm giác an lành và không thiên vị khi nhìn nhận chúng sinh.
4. **Bàn tay và bàn chân mềm mại**: Phản ánh **lòng từ bi và sự dịu dàng** trong cách Đức Phật đối xử với mọi người. Ngài không gây tổn thương cho bất cứ ai, dù chỉ là trong suy nghĩ, điều này thể hiện một tấm lòng rộng lượng và nhẫn nại.
5. **Lòng bàn tay và bàn chân có hoa văn bánh xe pháp**: Tượng trưng cho **Chánh Pháp** và sứ mệnh **truyền bá Chánh Pháp** đến chúng sinh. Bánh xe pháp là biểu tượng cho sự xoay chuyển Pháp, mang đến sự giác ngộ cho mọi người.
6. **Thân hình tròn đầy và cân đối**: Phản ánh **sự cân bằng giữa thân và tâm**. Đức Phật đạt được sự quân bình không chỉ về thể chất mà còn về mặt tinh thần, nhờ vào quá trình tu tập giữ giới, định, và tuệ.
7. **Cánh tay dài chạm gối**: Biểu thị **sức mạnh tinh thần và lòng từ bi vô lượng**. Cánh tay dài không chỉ là sức mạnh thể chất mà còn biểu tượng cho khả năng che chở và hỗ trợ chúng sinh của Đức Phật.
8. **Da vàng óng ánh**: Tượng trưng cho **sự tinh khiết** và **thanh tịnh của tâm hồn**. Da vàng óng không chỉ là màu sắc đặc biệt mà còn biểu thị tâm hồn thanh tịnh, không bị nhiễm ô bởi các phiền não.
9. **Chân có lông mịn và xoay chiều bên phải**: Phản ánh **sự tôn trọng và tôn nghiêm** trong cách ứng xử. Đức Phật có phong thái điềm đạm và chừng mực, điều này cũng thể hiện qua cách đi đứng và di chuyển của Ngài.
10. **Miệng có 40 chiếc răng đều đặn**: Biểu tượng cho **lời nói chân thật và từ ái**. Đức Phật luôn nói lời chân chính, không bao giờ gây tổn thương hay khởi lên những lời lẽ không chân thực.
11. **Vai rộng, ngực đầy đặn**: Thể hiện **sức mạnh tinh thần và lòng quyết tâm** trong con đường tu tập. Đức Phật có khả năng đối diện với mọi thử thách mà không lùi bước, thể hiện sự kiên định và ý chí mạnh mẽ.
12. **Lông tóc xoay chiều bên phải**: Tượng trưng cho **tâm hướng về sự thiện lành và đúng đắn**. Lông tóc xoay chiều bên phải biểu thị tâm trí sáng suốt và luôn hướng về điều tốt đẹp.
13. **Lưỡi dài và mềm mại**: Thể hiện **khả năng diễn đạt chân lý** và truyền đạt Chánh Pháp một cách dễ hiểu và đầy từ bi. Đức Phật sử dụng lời nói để làm lợi ích cho chúng sinh, luôn giúp họ hướng đến con đường giác ngộ.
14. **Gót chân đầy đặn**: Biểu tượng cho **sự ổn định và vững chãi**. Đức Phật không bị lay động trước các biến đổi của cuộc sống và các phiền não, giữ vững tinh thần bình thản.
15. **Tay chân cân đối và vững chãi**: Thể hiện **sự điều hòa và ổn định của thân và tâm**. Đây là dấu hiệu của một tâm trí quân bình, không bị xao động.
16. **Ngực rộng và đầy đặn**: Tượng trưng cho **lòng bao dung và sẵn sàng hy sinh vì người khác**. Đức Phật sẵn lòng hy sinh và chịu đựng khó khăn để giúp đỡ chúng sinh.

17. **Thân hình có kích thước tương xứng, cân đối**: Biểu thị **sự viên mãn về thể chất và tinh thần**. Điều này cho thấy Đức Phật không chỉ hoàn thiện về trí tuệ mà còn ở mức độ thanh tịnh và ổn định thân tâm.
18. **Mũi thẳng, không gấp khúc**: Tượng trưng cho **sự chân thật** và **thái độ ngay thẳng** trong mọi hành vi và lời nói.
19. **Vầng trán cao rộng**: Thể hiện **trí tuệ rộng lớn** và **khả năng quán sát vượt trội** của Đức Phật. Đây là dấu hiệu của một trí tuệ siêu phàm, không bị giới hạn bởi nhận thức thông thường.
20. **Bụng thon gọn**: Phản ánh **sự điều độ trong sinh hoạt và kiểm soát bản thân**. Đức Phật giữ sự chừng mực trong ăn uống và các hoạt động, thể hiện sự tiết độ và làm chủ.

Tổng kết:

Mỗi tướng tốt trong 32 tướng tốt đều mang ý nghĩa đặc biệt, biểu thị các phẩm chất cao quý của Đức Phật như trí tuệ, từ bi, sự thanh tịnh, kiên nhẫn và đạo đức hoàn thiện. Các tướng tốt này không chỉ là đặc điểm hình thể mà còn là biểu hiện của một tâm hồn đạt đến giác ngộ, truyền tải những giá trị sâu sắc cho người học đạo noi theo.

3. Vì sao các tướng tốt không chỉ đơn thuần là đặc điểm hình thể mà còn là biểu tượng cho đạo đức và công đức?

Các **tướng tốt** của Đức Phật không chỉ đơn thuần là những **đặc điểm hình thể** mà còn là **biểu tượng cho đạo đức và công đức** vì chúng được hình thành từ quá trình tu tập và tích lũy công đức qua nhiều kiếp sống. Mỗi tướng tốt là kết quả của những hành vi thiện lành, sự kiên trì trong tu tập, và phát triển tâm từ bi, trí tuệ, thể hiện những phẩm chất cao quý của một bậc giác ngộ. Dưới đây là những lý do cụ thể giải thích tại sao các tướng tốt còn mang ý nghĩa biểu trưng sâu sắc:

1. **Kết quả của quá trình tích lũy công đức qua nhiều kiếp sống**:
    - Mỗi tướng tốt đều là dấu ấn của những công đức mà Đức Phật đã tích lũy qua nhiều kiếp sống, từ việc thực hành hạnh từ bi, bố thí, trì giới, đến sự nhẫn nhục và tinh tấn trong tu tập. Các tướng này phản ánh rằng Đức Phật đã trải qua vô lượng kiếp để hoàn thiện các phẩm chất đạo đức, giúp chúng sinh hiểu rằng giác ngộ không phải là điều đạt được chỉ trong một đời mà là kết quả của sự tu tập lâu dài.
2. **Phản ánh đạo đức và phẩm chất cao quý của Đức Phật**:
    - Mỗi tướng tốt đều đại diện cho một đức tính cao quý, chẳng hạn như lòng từ bi, trí tuệ, kiên nhẫn, và sự thanh tịnh nội tâm. Các tướng tốt như đôi tay mềm mại, mắt xanh biếc, hay đầu nhô cao không chỉ là đặc điểm vật lý mà còn tượng trưng cho những phẩm chất mà một người tu học nên hướng đến, từ lòng từ bi đến trí tuệ và sự bao dung.
3. **Biểu hiện của sự thanh tịnh và viên mãn nội tâm**:
    - Các tướng tốt là dấu hiệu của một tâm hồn đã hoàn toàn thanh tịnh, không còn bị nhiễm ô bởi phiền não hay sự dính mắc vào tham, sân, si. Đây là biểu hiện của một trạng thái tâm lý ổn định, vững chãi, đã vượt qua mọi ràng buộc của thế gian. Điều này giúp người tu học nhận ra rằng các tướng

tốt là biểu tượng cho sự viên mãn nội tâm, là kết quả của quá trình rèn luyện tâm thức.

4. **Nguồn cảm hứng đạo đức cho người học đạo**:
   - Các tướng tốt khuyến khích người tu học nỗ lực tu tập đạo đức và trau dồi tâm từ bi, trí tuệ, kiên nhẫn. Bằng cách hướng đến các phẩm chất mà các tướng tốt tượng trưng, người tu học nhận thấy tầm quan trọng của việc tu tập công đức và giữ vững đạo hạnh, từ đó từng bước hoàn thiện bản thân, không chỉ về mặt hình thức mà còn về phẩm chất tâm hồn.
5. **Dấu hiệu của sự thành tựu trong việc tu tập giới, định, tuệ**:
   - Các tướng tốt biểu thị sự viên mãn trong việc thực hành giới, định và tuệ – ba yếu tố cốt lõi trong con đường tu tập Phật giáo. Chẳng hạn, tướng đầu nhô cao tượng trưng cho trí tuệ vượt trội; cánh tay dài, bàn tay mềm mại thể hiện lòng từ bi và sự không tổn thương chúng sinh. Điều này nhấn mạnh rằng để đạt đến giác ngộ và có được những tướng tốt, người tu học cần tinh tấn giữ gìn giới hạnh, phát triển trí tuệ và duy trì định lực.
6. **Giá trị giáo dục và hướng đạo cho chúng sinh**:
   - Các tướng tốt không chỉ giúp phân biệt bậc giác ngộ mà còn là công cụ giáo dục, giúp chúng sinh nhận thức và noi theo các giá trị đạo đức cao đẹp. Bằng cách mô tả các tướng tốt của Đức Phật, Kinh Tướng đã cung cấp cho người tu học những hình mẫu đạo đức để phát triển bản thân theo Chánh Pháp, khuyến khích họ tu dưỡng để đạt đến sự thanh tịnh và giác ngộ.

Tổng kết:

Các tướng tốt của Đức Phật không chỉ là đặc điểm về hình thức mà còn là **biểu tượng cho đạo đức, công đức, và sự hoàn thiện tâm hồn** của một bậc giác ngộ. Chúng là dấu hiệu của quá trình tu tập lâu dài, mang ý nghĩa truyền tải những giá trị đạo đức sâu sắc, giúp người học đạo hiểu rõ rằng giác ngộ và thanh tịnh là kết quả của sự tu tập nghiêm túc và kiên trì trên con đường Chánh Pháp.

4. Việc tích lũy công đức qua nhiều kiếp sống có liên hệ như thế nào với sự xuất hiện của 32 tướng tốt?

Việc tích lũy công đức qua nhiều kiếp sống có liên hệ mật thiết với **sự xuất hiện của 32 tướng tốt** ở bậc giác ngộ như Đức Phật. Các tướng tốt này không phải tự nhiên mà có, mà là kết quả của quá trình tu tập kiên trì, tích lũy công đức, và thực hành các phẩm chất cao quý qua vô số kiếp sống. Dưới đây là những mối liên hệ chính giữa việc tích lũy công đức và sự xuất hiện của các tướng tốt:

1. **Kết quả của hành vi thiện lành và công đức đã được vun bồi qua nhiều kiếp**:
   - Mỗi tướng tốt là biểu hiện của một loại công đức đặc biệt mà Đức Phật đã tích lũy qua hành trình dài thực hành từ bi, bố thí, giữ giới, và nhẫn nhục. Những hành vi thiện lành này không chỉ được thực hiện trong một kiếp, mà đã được duy trì liên tục trong vô lượng kiếp sống, từ đó tạo nên các tướng tốt như sự viên mãn của các phẩm chất thiện lành.
2. **Sự tích lũy công đức dẫn đến sự thanh tịnh và viên mãn nội tâm**:

- Các tướng tốt xuất hiện nhờ vào sự thanh tịnh nội tâm mà Đức Phật đã đạt được qua nhiều kiếp tu tập. Nhờ kiên trì trong việc thực hành giới, định, tuệ, Ngài đã giải thoát tâm hồn khỏi phiền não và những dính mắc trần tục. Sự thanh tịnh này là nền tảng để các tướng tốt dần hiện hữu, phản ánh một tâm trí hoàn toàn trong sáng và không còn nhiễm ô.

3. **Mỗi tướng tốt là kết quả của một đức tính hay hành động thiện lành đã hoàn thiện**:
   - Các tướng tốt cụ thể là kết quả của các phẩm hạnh cụ thể mà Đức Phật đã hoàn thiện. Chẳng hạn, đôi tay mềm mại là kết quả của lòng từ bi và việc không gây hại cho chúng sinh; tướng đầu nhô cao thể hiện trí tuệ siêu phàm do quá trình tu tập và phát triển trí tuệ. Như vậy, mỗi tướng tốt phản ánh một công đức đã đạt đến mức viên mãn nhờ thực hành và tích lũy lâu dài.
4. **Quá trình tích lũy công đức nhiều kiếp giúp người tu học nhận diện các giá trị cốt lõi của Chánh Pháp**:
   - Bằng cách thực hành các hạnh lành liên tục qua nhiều kiếp, Đức Phật đã nhận thức sâu sắc về giá trị của Chánh Pháp và sống theo những giá trị đó. Các tướng tốt là dấu hiệu cho thấy Ngài đã đạt được những phẩm chất cần thiết để truyền bá Chánh Pháp và soi đường cho chúng sinh, giúp họ phát triển công đức và tu tập theo các giá trị chân thật.
5. **Tích lũy công đức giúp phát triển lòng từ bi và sự nhẫn nại cao độ**:
   - Trong quá trình tu tập, Đức Phật đã rèn luyện lòng từ bi vô hạn và sự nhẫn nại để giúp đỡ tất cả chúng sinh. Các tướng tốt như đôi mắt xanh biếc và bàn tay mềm mại phản ánh sự từ bi và nhẫn nại này. Việc tích lũy công đức qua nhiều kiếp đã giúp Ngài mở rộng lòng từ, thấu hiểu và bao dung với mọi người, không bị phiền não chi phối.
6. **Các tướng tốt là minh chứng cho sự viên mãn trong việc hành trì giới, định, và tuệ**:
   - Việc hành trì giới, định, và tuệ một cách bền vững qua nhiều kiếp giúp Đức Phật đạt được sự hoàn thiện trong cả thân và tâm, từ đó hình thành các tướng tốt. Chẳng hạn, giới là nền tảng cho sự thanh tịnh và ổn định của tâm; định giúp phát triển trí tuệ và sự nhận thức sâu sắc; và tuệ là công cụ giúp Ngài nhìn thấy bản chất của mọi hiện tượng. Các tướng tốt thể hiện rằng Đức Phật đã đạt đến viên mãn trong các yếu tố này.
7. **Tích lũy công đức giúp phát triển trí tuệ và hiểu biết toàn diện**:
   - Trí tuệ là một trong những thành quả quan trọng của quá trình tích lũy công đức. Tướng đầu nhô cao hay đôi mắt sáng là biểu tượng cho trí tuệ sâu sắc mà Đức Phật đã phát triển qua các kiếp sống. Trí tuệ này cho phép Ngài nhìn thấy bản chất thật của cuộc sống, vượt qua vô minh và giúp đỡ chúng sinh.
8. **Sự liên tục thực hành các phẩm hạnh thiện lành là con đường dẫn đến giác ngộ**:
   - Các tướng tốt là dấu hiệu cho thấy Đức Phật đã đạt được trạng thái giác ngộ qua một quá trình dài thực hành các phẩm hạnh thiện lành. Điều này cho thấy rằng giác ngộ không thể đạt được ngay lập tức, mà đòi hỏi một

quá trình tích lũy công đức bền bỉ, gắn liền với lòng từ bi, trí tuệ, và sự thanh tịnh của tâm.

Tổng kết:

32 tướng tốt là kết quả của sự **tích lũy công đức** qua vô số kiếp sống, phản ánh những đức tính cao quý và hoàn thiện về tâm hồn của một bậc giác ngộ. Các tướng tốt không chỉ là những đặc điểm hình thức, mà là biểu tượng của quá trình tu tập nghiêm túc và kiên trì trong Chánh Pháp. Qua đó, chúng nhắc nhở người tu học về giá trị của công đức và sự tu tập bền bỉ để hướng đến sự thanh tịnh và giác ngộ.

5. Đức Phật muốn truyền đạt điều gì cho các đệ tử khi giảng dạy về các tướng tốt trong Kinh Tướng?

Khi giảng dạy về **32 tướng tốt** trong **Kinh Tướng (Lakkhaṇa Sutta)**, Đức Phật muốn truyền đạt đến các đệ tử những thông điệp quan trọng về **giá trị của công đức, đạo đức**, và **tầm quan trọng của quá trình tu tập** để đạt đến giác ngộ. Các tướng tốt không chỉ là dấu hiệu bên ngoài mà còn phản ánh quá trình tu tập và hoàn thiện nội tâm của một bậc giác ngộ. Dưới đây là những điều Đức Phật muốn truyền đạt qua bài giảng này:

1. **Tầm quan trọng của công đức và hành vi thiện lành**:
   - Đức Phật muốn nhấn mạnh rằng các tướng tốt là kết quả của việc tích lũy công đức qua nhiều kiếp sống. Ngài muốn các đệ tử hiểu rằng để đạt được những phẩm chất cao quý, người tu học cần rèn luyện các hành vi thiện lành, từ bi và không gây tổn hại cho người khác. Đây là bài học về việc kiên trì làm thiện và phát triển đạo hạnh.
2. **Quá trình tu tập là sự kiên trì và liên tục trong nhiều kiếp**:
   - Đức Phật muốn các đệ tử thấy rõ rằng các tướng tốt không phải là kết quả của một kiếp sống đơn lẻ, mà đòi hỏi quá trình tu tập lâu dài và bền bỉ qua nhiều kiếp. Ngài muốn khuyến khích các đệ tử không nên nóng vội mà cần kiên nhẫn trên con đường tu tập, vì sự viên mãn về đạo đức và trí tuệ chỉ có thể đạt được qua thời gian.
3. **Mỗi tướng tốt là một biểu tượng của đạo đức và phẩm hạnh cao quý**:
   - Các tướng tốt không chỉ là những đặc điểm hình thể mà còn là biểu tượng cho những phẩm chất cao quý như lòng từ bi, trí tuệ, sự thanh tịnh, và nhẫn nhục. Đức Phật muốn đệ tử hiểu rằng việc phát triển các phẩm chất này là điều cốt yếu để đạt đến sự thanh tịnh nội tâm và sự giác ngộ.
4. **Lòng tôn kính và niềm tin vững chắc vào Chánh Pháp**:
   - Đức Phật giảng giải về các tướng tốt cũng nhằm giúp các đệ tử củng cố lòng tôn kính và niềm tin vào Ngài và Chánh Pháp. Bằng cách hiểu rõ ý nghĩa của các tướng tốt, các đệ tử sẽ càng kính trọng Đức Phật hơn, không chỉ bởi những phẩm chất bên ngoài mà còn vì sự viên mãn trong đức hạnh và trí tuệ của Ngài. Điều này giúp các đệ tử có niềm tin mạnh mẽ vào con đường mà Đức Phật đã chỉ dạy.
5. **Khuyến khích đệ tử noi gương tu tập của Ngài**:
   - Đức Phật muốn truyền cảm hứng để các đệ tử noi gương Ngài, thực hành các đức hạnh như từ bi, trí tuệ, nhẫn nhục và thanh tịnh. Qua đó, Ngài nhắc

nhở rằng việc đạt đến những phẩm chất này là điều có thể, miễn là các đệ tử kiên trì và thành tâm tu tập.

6. **Nhận thức về ý nghĩa của sự thanh tịnh và viên mãn nội tâm**:
   - Thông qua việc mô tả các tướng tốt, Đức Phật muốn các đệ tử hiểu rằng sự thanh tịnh nội tâm là nền tảng quan trọng để đạt đến giác ngộ. Các tướng tốt là biểu hiện cho sự thanh tịnh viên mãn và không còn vướng bận bởi tham, sân, si, nhấn mạnh rằng sự thanh tịnh trong tâm trí là điều cốt yếu trên con đường giác ngộ.
7. **Đức tính của một vị Thầy chân chính và bậc giác ngộ**:
   - Qua các tướng tốt, Đức Phật muốn các đệ tử nhận ra rằng một vị Thầy chân chính và một bậc giác ngộ là người đã vượt qua mọi chấp ngã, không còn tham lam hay sân hận, và đạt đến trí tuệ tối thượng. Điều này giúp các đệ tử nhận diện được sự cao quý của một bậc giác ngộ, từ đó kính trọng và nỗ lực theo đuổi con đường mà Đức Phật đã đi qua.
8. **Các tướng tốt là động lực tu tập**:
   - Đức Phật muốn truyền đạt rằng các tướng tốt có thể trở thành nguồn cảm hứng mạnh mẽ, khích lệ các đệ tử tinh tấn trên con đường tu tập. Khi các đệ tử nhận thức rằng mỗi tướng tốt là biểu tượng cho những công đức và đức hạnh mà họ có thể đạt được qua tu tập, họ sẽ có động lực lớn hơn để hoàn thiện bản thân.

Tổng kết:

Qua việc giảng dạy về **32 tướng tốt**, Đức Phật muốn các đệ tử nhận thức sâu sắc về tầm quan trọng của **công đức, đạo hạnh**, và sự **kiên trì tu tập**. Các tướng tốt không chỉ là dấu hiệu bên ngoài mà còn là những biểu tượng sâu sắc cho sự viên mãn về trí tuệ, từ bi, và đạo đức của một bậc giác ngộ. Qua đó, Đức Phật truyền cảm hứng và hướng dẫn các đệ tử đi theo con đường Chánh Pháp để đạt đến sự thanh tịnh và giác ngộ.

6. Các tướng tốt có ý nghĩa gì trong việc giúp chúng sinh nhận diện một bậc giác ngộ thực thụ?

Các tướng tốt đóng vai trò quan trọng trong việc giúp **chúng sinh nhận diện một bậc giác ngộ thực thụ** như Đức Phật. Những tướng tốt này không chỉ là dấu hiệu bên ngoài mà còn là biểu hiện của **trí tuệ**, **từ bi**, và **công đức** đã được tích lũy qua nhiều kiếp sống, giúp chúng sinh phân biệt một bậc giác ngộ với những người bình thường. Dưới đây là những ý nghĩa chính của các tướng tốt trong việc giúp chúng sinh nhận diện một bậc giác ngộ:

1. **Dấu hiệu cho sự viên mãn của đạo đức và trí tuệ**:
   - Mỗi tướng tốt là dấu hiệu cho thấy một bậc giác ngộ đã đạt đến sự viên mãn trong công đức, trí tuệ và tâm từ bi. Các tướng này cho thấy rằng vị ấy đã hoàn thiện tất cả các phẩm chất đạo đức và vượt qua mọi giới hạn của trí tuệ thông thường, khiến chúng sinh nhận ra một bậc giác ngộ chân chính.
2. **Tạo niềm tin và lòng tôn kính nơi chúng sinh**:
   - Khi chúng sinh nhận diện các tướng tốt trên thân Đức Phật, họ sẽ tự nhiên sinh khởi lòng tôn kính và tin tưởng. Những tướng tốt là minh chứng cho

sự giác ngộ và phẩm hạnh của một vị Phật, giúp chúng sinh đặt niềm tin vào Chánh Pháp mà vị ấy truyền dạy và mong muốn noi theo con đường giác ngộ.

3. **Giúp chúng sinh phân biệt giữa bậc giác ngộ và những người tu tập khác**:
   - Các tướng tốt là những đặc điểm chỉ có ở bậc giác ngộ, không có ở người bình thường hay những người tu hành chưa đạt đến viên mãn công đức. Điều này giúp chúng sinh phân biệt một bậc giác ngộ thực thụ với những người tu tập khác, nhận diện được vị Thầy có đủ trí tuệ và từ bi để dẫn dắt họ.
4. **Là biểu tượng của tâm thanh tịnh và không nhiễm ô**:
   - Các tướng tốt thể hiện một tâm trí đã hoàn toàn thanh tịnh, không còn bị chi phối bởi tham lam, sân hận, và si mê. Chúng sinh khi nhận thấy các tướng tốt sẽ hiểu rằng bậc giác ngộ đã vượt qua mọi phiền não, đạt đến trạng thái tâm bình an, từ đó cảm nhận được sự an lạc và lòng từ bi bao la của vị Thầy.
5. **Tạo động lực cho chúng sinh tu tập theo đạo hạnh của bậc giác ngộ**:
   - Các tướng tốt là biểu tượng cho những phẩm chất cao quý mà một bậc giác ngộ đã đạt được. Khi chúng sinh nhìn thấy các tướng tốt, họ không chỉ cảm thấy ngưỡng mộ mà còn được khích lệ để noi gương theo vị ấy, tu dưỡng đạo đức, từ bi, và trí tuệ trong quá trình tu tập của mình.
6. **Phản ánh lòng từ bi vô hạn của bậc giác ngộ**:
   - Những tướng tốt như đôi mắt xanh biếc, đôi tay mềm mại, và gương mặt hiền từ phản ánh lòng từ bi vô lượng của bậc giác ngộ. Các tướng tốt này không chỉ giúp chúng sinh nhận diện một vị Phật mà còn cảm nhận được tình thương và sự quan tâm mà vị ấy dành cho tất cả chúng sinh, bất kể thân phận hay địa vị.
7. **Khẳng định giá trị của Chánh Pháp và con đường giác ngộ**:
   - Khi chúng sinh thấy các tướng tốt trên thân bậc giác ngộ, họ nhận ra giá trị và uy nghiêm của Chánh Pháp mà vị ấy đại diện. Các tướng tốt giúp khẳng định rằng con đường tu tập giới, định, và tuệ là con đường đúng đắn để đạt đến giác ngộ, từ đó tạo động lực cho chúng sinh bước đi theo con đường ấy.
8. **Củng cố niềm tin vào Phật Pháp và sự chứng ngộ**:
   - Các tướng tốt là dấu hiệu cho thấy sự chứng ngộ của Đức Phật là chân thực, giúp chúng sinh củng cố niềm tin vào Phật Pháp. Khi nhìn thấy các tướng tốt, họ sẽ tin tưởng rằng những gì Đức Phật giảng dạy không chỉ là lý thuyết mà là sự thật được chứng ngộ qua thực hành và tu tập.

Tổng kết:

Các **tướng tốt** giúp chúng sinh **nhận diện một bậc giác ngộ thực thụ** bằng cách phản ánh trí tuệ, từ bi, và công đức viên mãn của vị ấy. Những tướng tốt không chỉ là dấu hiệu của bậc giác ngộ mà còn là nguồn cảm hứng, động lực để chúng sinh kính ngưỡng, tôn kính, và quyết tâm tu tập theo con đường Chánh Pháp. Qua đó, chúng sinh có thể nhận diện và tìm được một vị Thầy dẫn dắt mình đến giác ngộ.

7. Làm thế nào để người tu học, dù không đạt đến các tướng tốt, vẫn có thể hướng đến đức hạnh và sự viên mãn nội tâm?

Người tu học, dù không đạt đến các **tướng tốt** như một bậc giác ngộ, vẫn có thể hướng đến **đức hạnh** và **sự viên mãn nội tâm** thông qua việc kiên trì tu tập các phẩm hạnh đạo đức, thực hành lòng từ bi, phát triển trí tuệ và sự thanh tịnh nội tâm. Dưới đây là những phương pháp cụ thể giúp người tu học tiến gần đến sự hoàn thiện nội tâm:

1. **Thực hành từ bi và không gây hại**:
   - Người tu học có thể nuôi dưỡng lòng từ bi bằng cách luôn giữ tâm trong trạng thái không gây hại, giúp đỡ người khác và sống vì lợi ích chung. Việc thực hành từ bi không chỉ giúp cải thiện mối quan hệ với mọi người mà còn là phương tiện để thanh tịnh hóa tâm, giúp họ cảm nhận được sự an lạc và viên mãn nội tâm.
2. **Giữ giới và sống đạo đức**:
   - Giới là nền tảng quan trọng để duy trì đức hạnh. Bằng cách giữ giới trong cuộc sống hàng ngày, người tu học rèn luyện sự thanh tịnh và kiềm chế những hành vi có thể dẫn đến phiền não. Giữ giới giúp tâm trí ổn định, tránh xa những tác động tiêu cực và tạo ra nền tảng cho sự an lạc lâu dài.
3. **Phát triển trí tuệ thông qua quán chiếu và thiền định**:
   - Trí tuệ là công cụ giúp người tu học hiểu rõ bản chất vô thường, khổ, và vô ngã của cuộc sống. Qua thiền định và quán chiếu, họ có thể đạt đến sự sáng suốt, nhìn nhận rõ ràng về những nguyên nhân dẫn đến khổ đau và cách vượt qua. Điều này giúp họ giảm bớt dính mắc, phiền não và tăng cường sự bình an trong tâm hồn.
4. **Rèn luyện tâm chánh niệm trong từng khoảnh khắc**:
   - Chánh niệm giúp người tu học nhận thức được các suy nghĩ, cảm xúc và hành động của mình trong hiện tại. Khi có chánh niệm, họ không bị lôi cuốn bởi tham lam, sân hận hay si mê, giúp duy trì sự thanh tịnh nội tâm và cảm giác an lạc. Chánh niệm là phương pháp thiết thực để giữ tâm bình thản và ổn định trong mọi tình huống.
5. **Tu tập nhẫn nhục và kiên trì**:
   - Đức tính nhẫn nhục và sự kiên trì là yếu tố quan trọng giúp người tu học vượt qua những thử thách trong cuộc sống và con đường tu tập. Nhẫn nhục giúp họ đối diện với những nghịch cảnh một cách bình tĩnh, không phản ứng với sân hận, từ đó duy trì được sự thanh tịnh của tâm. Kiên trì giúp họ vượt qua khó khăn, không bỏ cuộc, dần dần tích lũy công đức và trí tuệ.
6. **Thực hành bố thí và giúp đỡ người khác**:
   - Bố thí và sự giúp đỡ không chỉ giúp ích cho người nhận mà còn thanh lọc lòng ích kỷ và tăng trưởng lòng từ bi nơi người tu học. Bằng cách cho đi mà không mong cầu, họ cảm nhận được niềm vui và sự tự do nội tâm. Bố thí là phương pháp giúp người tu học dần dần buông bỏ chấp ngã, tiến đến sự viên mãn nội tâm.
7. **Buông bỏ dính mắc và chấp ngã**:
   - Người tu học cần rèn luyện khả năng buông bỏ những dính mắc vào vật chất, danh vọng, và cái tôi. Khi không còn chấp ngã và dính mắc vào các

yếu tố bên ngoài, tâm hồn họ trở nên nhẹ nhàng và tự do hơn, đạt đến trạng thái viên mãn nội tâm và an lạc thực sự.

8. **Sống giản dị và biết đủ**:
   - Sự viên mãn nội tâm không đến từ việc sở hữu nhiều vật chất mà từ việc biết đủ và sống giản dị. Khi không bị ám ảnh bởi ham muốn, người tu học sẽ cảm thấy tự do hơn trong tâm trí, sống an lành với những gì mình có, từ đó tạo nên một đời sống giản dị và hạnh phúc.
9. **Rèn luyện lòng biết ơn và khiêm tốn**:
   - Lòng biết ơn giúp người tu học nhận ra giá trị của cuộc sống và không quên những ân nghĩa đã nhận được từ người khác. Sự khiêm tốn giúp họ tránh xa cái tôi kiêu ngạo và nhận thức rõ giới hạn của bản thân, từ đó không ngừng học hỏi và tiến bộ.
10. **Thực hành thiền tâm từ (mettā)**:
    - Thiền tâm từ giúp phát triển tình thương không điều kiện, loại bỏ sự sân hận và tăng trưởng lòng từ bi. Khi thực hành thiền tâm từ, người tu học cảm nhận được niềm an vui nội tâm, hòa hợp với mọi người và cảm thấy viên mãn hơn trong đời sống tinh thần.

Tổng kết:
Dù không đạt đến các **tướng tốt** như Đức Phật, người tu học vẫn có thể **hướng đến đức hạnh và sự viên mãn nội tâm** bằng cách thực hành các phẩm chất từ bi, giữ giới, phát triển trí tuệ, và rèn luyện chánh niệm trong đời sống hàng ngày. Những phương pháp này giúp người tu học giảm bớt phiền não, sống an lạc, và đạt đến sự thanh tịnh nội tâm, tạo nền tảng để tiến gần hơn đến giác ngộ.

8. Vai trò của sự tôn kính đối với Đức Phật, thông qua hiểu biết về các tướng tốt, có tác động ra sao đến hành trình tu tập của người học đạo?
Sự tôn kính đối với Đức Phật, được củng cố qua sự hiểu biết về **32 tướng tốt**, đóng một vai trò quan trọng trong hành trình tu tập của người học đạo. Khi người tu học nhận thức sâu sắc về các tướng tốt như biểu hiện của công đức, trí tuệ và lòng từ bi của Đức Phật, họ không chỉ cảm nhận được sự kính ngưỡng mà còn được thúc đẩy trong hành trình tu tập. Dưới đây là các tác động quan trọng của sự tôn kính này:

1. **Tăng trưởng lòng tin vào con đường Chánh Pháp**:
   - Sự tôn kính Đức Phật giúp người tu học có niềm tin sâu sắc vào con đường Chánh Pháp mà Đức Phật đã giảng dạy. Khi hiểu rằng các tướng tốt của Đức Phật là kết quả của sự tu tập kiên trì qua nhiều kiếp, họ sẽ vững tin hơn vào giá trị và hiệu quả của giáo pháp, từ đó kiên định trên con đường tu học.
2. **Tạo động lực mạnh mẽ để noi gương tu tập**:
   - Khi nhìn thấy những tướng tốt của Đức Phật là biểu tượng của đức hạnh và trí tuệ, người tu học sẽ có động lực noi theo gương Ngài. Họ sẽ phấn đấu thực hành từ bi, phát triển trí tuệ và giữ giới để từng bước tiến đến sự thanh tịnh và hoàn thiện bản thân, như cách mà Đức Phật đã làm.
3. **Thúc đẩy sự khiêm tốn và tinh tấn**:

- Sự tôn kính giúp người học đạo rèn luyện lòng khiêm tốn, hiểu rằng giác ngộ là kết quả của quá trình tích lũy công đức và đức hạnh lâu dài. Điều này khích lệ họ duy trì thái độ kiên nhẫn, tránh tâm lý tự mãn và luôn tinh tấn trên con đường tu học.

4. **Tránh xa tâm kiêu ngạo và chấp ngã**:
   - Sự kính ngưỡng đối với Đức Phật giúp người tu học giảm bớt cái tôi, tránh xa tâm kiêu ngạo và ý nghĩ tự cao. Khi họ nhìn nhận các tướng tốt là biểu hiện của lòng từ bi và khiêm nhường, họ sẽ dễ dàng buông bỏ chấp ngã và hướng đến cuộc sống vị tha, hòa hợp hơn với mọi người.
5. **Giữ tâm trong trạng thái thanh tịnh và an lạc**:
   - Sự tôn kính đối với Đức Phật là một nguồn an ủi tinh thần lớn lao, giúp người tu học giữ tâm bình an trong những lúc khó khăn. Nhờ sự tôn kính này, họ cảm nhận được niềm an lạc nội tâm, thấy mình đang đi đúng con đường, và được hướng dẫn bởi một bậc giác ngộ hoàn toàn thanh tịnh.
6. **Nuôi dưỡng lòng từ bi và sự vị tha**:
   - Khi hiểu rõ các tướng tốt như biểu tượng cho lòng từ bi của Đức Phật, người tu học được khuyến khích phát triển tình thương yêu đối với tất cả chúng sinh. Sự tôn kính này giúp họ hiểu rằng việc thực hành từ bi không chỉ là lý thuyết mà là một đức tính cốt yếu để đạt đến sự giác ngộ, từ đó họ sẵn lòng giúp đỡ người khác và sống cuộc đời vị tha.
7. **Khuyến khích thực hành giới, định, và tuệ**:
   - Qua sự tôn kính các tướng tốt, người tu học nhận ra rằng những phẩm chất này được sinh ra từ việc tu tập giới, định và tuệ. Điều này khuyến khích họ nỗ lực giữ giới, phát triển định lực và trí tuệ để đạt được những phẩm chất nội tâm cao quý và tiến đến sự viên mãn.
8. **Gìn giữ tinh thần Chánh Pháp và lòng tôn trọng truyền thống**:
   - Khi tôn kính Đức Phật và các tướng tốt, người tu học có thái độ trân trọng Chánh Pháp và muốn bảo tồn những giá trị cao quý của giáo lý. Họ sẽ duy trì lòng tôn trọng với truyền thống, cẩn trọng trong hành vi và thực hành Chánh Pháp một cách chân thành, giúp truyền bá đạo lý đúng đắn đến các thế hệ tiếp theo.
9. **Tăng trưởng ý chí vượt qua thử thách trong tu tập**:
   - Sự tôn kính Đức Phật và các tướng tốt giúp người tu học tăng cường ý chí vượt qua những trở ngại trong hành trình tu tập. Khi thấy được tấm gương tu tập kiên cường của Đức Phật, họ sẽ có thêm động lực để vượt qua những khó khăn và thử thách của chính mình, không bỏ cuộc khi gặp nghịch cảnh.
10. **Cảm nhận sự hướng dẫn và hỗ trợ tinh thần từ một bậc giác ngộ**:
    - Sự tôn kính Đức Phật tạo ra một mối liên kết tinh thần, giúp người tu học cảm nhận rằng họ đang được hướng dẫn bởi một bậc giác ngộ. Điều này mang đến sự an tâm và lòng vững tin, khiến họ không cảm thấy cô đơn trên con đường tu tập và sẵn sàng kiên trì thực hành Chánh Pháp.

Tổng kết:

Sự tôn kính đối với Đức Phật, khi hiểu sâu về các **tướng tốt**, mang đến **động lực mạnh mẽ, sự kiên định và lòng tin vững chắc** cho người học đạo. Các tướng tốt của Đức Phật là nguồn cảm hứng và hướng dẫn thực tiễn để họ sống đời đạo đức, tu tập chánh niệm và phát triển trí tuệ, từ đó tiến đến sự thanh tịnh và viên mãn nội tâm trên con đường giác ngộ.

9. Mối quan hệ giữa các tướng tốt và việc thực hành giới, định, tuệ là gì?

Mối quan hệ giữa các tướng tốt và việc thực hành giới, định, và tuệ là rất chặt chẽ, vì **32 tướng tốt** được xem như là **kết quả của việc thực hành nghiêm túc và viên mãn ba yếu tố này** trong nhiều kiếp. Giới, định, và tuệ là ba yếu tố cốt lõi của con đường tu tập trong Phật giáo và là nền tảng giúp người tu học đạt đến sự thanh tịnh, trí tuệ và đức hạnh, điều này được biểu hiện qua các tướng tốt ở một bậc giác ngộ như Đức Phật. Dưới đây là những mối quan hệ cụ thể giữa các tướng tốt và ba yếu tố này:

1. **Giới – Nền tảng của đạo đức và sự thanh tịnh**:
   - **Giới** là nền tảng giúp người tu học giữ gìn đức hạnh và sự trong sạch trong hành vi, lời nói, và ý nghĩ. Bằng cách giữ giới, người tu học không gây hại cho người khác và duy trì một đời sống đạo đức. Chính từ sự thanh tịnh của giới mà các tướng tốt như đôi tay mềm mại, ánh mắt từ bi và da vàng óng ánh của Đức Phật hình thành, biểu trưng cho sự không tổn hại và lòng từ ái.
   - Các tướng tốt phản ánh việc Đức Phật đã giữ gìn giới luật nghiêm mật qua vô số kiếp, duy trì tâm hồn thanh tịnh, không gây tổn thương đến chúng sinh, nhờ đó đạt đến các đặc điểm hình thể và tâm hồn cao quý.
2. **Định – Sự ổn định và kiểm soát tâm trí**:
   - **Định** là khả năng tập trung, kiểm soát tâm trí và giữ cho tâm không dao động trước các tác động từ bên ngoài. Thông qua sự ổn định và kiểm soát tâm, Đức Phật đạt đến sự bình an nội tâm, không còn bị phiền não làm xao động. Điều này được biểu hiện qua các tướng tốt như vầng trán rộng, đôi mắt xanh biếc, và dáng đi uy nghiêm, phản ánh sự bình an, không giao động, và uy nghi của tâm thức đã hoàn toàn ổn định.
   - Các tướng tốt còn cho thấy rằng bậc giác ngộ đã đạt đến sự định tĩnh sâu sắc, không bị chi phối bởi dục vọng hay cảm xúc, từ đó phát ra phong thái trầm tĩnh, uy nghi, và từ hòa.
3. **Tuệ – Trí tuệ hiểu biết chân lý và sự viên mãn trong nhận thức**:
   - **Tuệ** là sự phát triển trí tuệ thông qua quán chiếu về bản chất vô thường, khổ và vô ngã của cuộc sống. Đức Phật đã đạt đến trí tuệ tối thượng, thấu hiểu sự thật về cuộc sống và vượt qua vô minh. Các tướng tốt như đầu nhô cao (usnīṣa), lông trắng giữa hai chân mày, và lưỡi dài tượng trưng cho trí tuệ viên mãn, khả năng thuyết pháp rõ ràng và trí hiểu biết sâu sắc.
   - Trí tuệ giúp bậc giác ngộ nhìn thấy bản chất thực của các hiện tượng, không bị lôi cuốn bởi ảo tưởng hay dính mắc, từ đó các tướng tốt xuất hiện như biểu tượng của trí tuệ sáng suốt và sự tự do nội tâm.
4. **Giới, định, tuệ là quá trình tu tập dẫn đến sự viên mãn các tướng tốt**:
   - Sự kết hợp của giới, định, và tuệ là con đường giúp người tu học tiến đến thanh tịnh và hoàn thiện nội tâm. Khi tu tập giới, định và tuệ, người tu học không chỉ đạt đến sự bình an nội tâm mà còn phát triển các phẩm chất cao quý. Các tướng tốt xuất hiện như một dấu hiệu của sự tu tập viên mãn giới,

định, tuệ qua nhiều kiếp, tạo nên hình ảnh cao quý và trí tuệ của bậc giác ngộ.
- Điều này giúp người tu học hiểu rằng các tướng tốt không phải là đặc điểm tự nhiên mà là kết quả của việc thực hành giới, định và tuệ trong vô lượng kiếp.

5. **Giới, định, tuệ giúp tạo nên sự hoàn hảo về cả hình thể và tinh thần**:
   - Trong Kinh Tướng, các tướng tốt thể hiện sự hoàn thiện cả về hình thể và tinh thần của Đức Phật, nhờ vào giới hạnh, định lực và trí tuệ viên mãn. Giới giúp duy trì đức hạnh và sự thanh tịnh; định tạo nên phong thái bình an và uy nghiêm; tuệ mang lại trí tuệ tối thượng và sự tự do nội tâm. Sự kết hợp hoàn hảo này đã hình thành nên 32 tướng tốt, biểu trưng cho một bậc giác ngộ viên mãn.
6. **Các tướng tốt là nguồn cảm hứng để người tu học thực hành giới, định, tuệ**:
   - Khi nhìn thấy các tướng tốt của Đức Phật, người tu học nhận ra giá trị và tầm quan trọng của giới, định, và tuệ. Các tướng tốt là nguồn cảm hứng giúp người tu học quyết tâm rèn luyện đạo đức (giới), kiểm soát tâm (định), và phát triển trí tuệ (tuệ), từ đó đạt được sự thanh tịnh và an lạc trong cuộc sống.

Tổng kết:

Mối quan hệ giữa **các tướng tốt** và **giới, định, tuệ** rất mật thiết. Các tướng tốt là **biểu tượng của sự tu tập viên mãn** trong ba yếu tố này, cho thấy rằng một bậc giác ngộ đã hoàn thiện đạo hạnh, ổn định tâm trí và đạt đến trí tuệ tối thượng. Qua đó, người tu học được truyền cảm hứng và hướng dẫn để nghiêm túc thực hành giới, định, tuệ, tiến dần đến sự thanh tịnh và giác ngộ viên mãn.

10. Các tướng tốt có thể truyền cảm hứng cho người tu học về tầm quan trọng của lòng từ bi và trí tuệ như thế nào?

Các tướng tốt của Đức Phật có thể truyền cảm hứng mạnh mẽ cho người tu học về **tầm quan trọng của lòng từ bi và trí tuệ**. Mỗi tướng tốt không chỉ là một biểu hiện hình thể, mà còn là **dấu hiệu của sự viên mãn trong đạo đức, lòng từ bi, và trí tuệ** mà Đức Phật đã tích lũy qua nhiều kiếp. Dưới đây là cách mà các tướng tốt giúp người tu học cảm nhận và hiểu sâu hơn về tầm quan trọng của hai phẩm chất này:

1. **Biểu hiện cụ thể của lòng từ bi trong hình thể**:
   - Nhiều tướng tốt của Đức Phật, như đôi mắt xanh biếc, bàn tay mềm mại, và ánh nhìn dịu dàng, thể hiện lòng từ bi vô lượng mà Ngài dành cho tất cả chúng sinh. Những tướng này tạo cảm giác an lành, không gây sợ hãi cho người khác, và toát lên một sự thân thiện, yêu thương. Khi thấy được biểu hiện của lòng từ bi qua các tướng tốt, người tu học được truyền cảm hứng để phát triển tình thương, không gây hại, và sẵn sàng giúp đỡ người khác.
2. **Tướng tốt như kết quả của trí tuệ và sự hiểu biết thấu đáo**:
   - Một số tướng tốt của Đức Phật, như đầu nhô cao và lông trắng giữa hai chân mày, tượng trưng cho trí tuệ viên mãn và sự hiểu biết thấu suốt của

Ngài. Các tướng này thể hiện rằng trí tuệ không chỉ là sự thông thái lý thuyết mà là sự thấu hiểu sâu sắc bản chất của thực tại, giúp Ngài hướng dẫn chúng sinh trên con đường thoát khỏi vô minh. Điều này truyền cảm hứng cho người tu học luôn nỗ lực phát triển trí tuệ, nhìn nhận rõ ràng sự thật và vượt qua những ảo tưởng trong cuộc sống.

3. **Khuyến khích sự hài hòa giữa lòng từ bi và trí tuệ**:
   - Các tướng tốt của Đức Phật là biểu tượng của sự hài hòa giữa từ bi và trí tuệ – hai phẩm chất không thể thiếu trong con đường tu tập. Lòng từ bi giúp Đức Phật dùng trí tuệ để cứu độ chúng sinh, trong khi trí tuệ giúp Ngài nhận ra cách thức từ bi một cách hiệu quả nhất. Điều này khuyến khích người tu học hiểu rằng cả hai phẩm chất này đều quan trọng và cần được rèn luyện đồng đều.
4. **Giúp người tu học hiểu rằng lòng từ bi và trí tuệ là con đường dẫn đến sự thanh tịnh và viên mãn nội tâm**:
   - Các tướng tốt của Đức Phật không chỉ là dấu hiệu của bậc giác ngộ mà còn là minh chứng cho sự thanh tịnh và viên mãn nội tâm. Người tu học nhận ra rằng để đạt được sự thanh tịnh và viên mãn này, họ cần rèn luyện lòng từ bi để sống hòa hợp và trí tuệ để hiểu rõ mọi hiện tượng. Điều này truyền cảm hứng để họ đi theo con đường từ bi và trí tuệ, không ngừng tu dưỡng nội tâm.
5. **Thúc đẩy người tu học noi gương Đức Phật trong hành trình tu tập**:
   - Khi thấy rằng các tướng tốt là biểu hiện của lòng từ bi vô hạn và trí tuệ siêu việt, người tu học có động lực noi theo gương Đức Phật, kiên trì tu tập để phát triển những phẩm chất này. Họ hiểu rằng lòng từ bi sẽ giúp họ đối xử tử tế với mọi người và trí tuệ sẽ giúp họ sáng suốt, bình tĩnh trong mọi hoàn cảnh.
6. **Giúp người tu học nhận ra rằng lòng từ bi và trí tuệ là nền tảng của sự an lạc và giác ngộ**:
   - Các tướng tốt của Đức Phật không chỉ là những đặc điểm ngoại hình mà còn là dấu hiệu của sự an lạc nội tâm đã đạt đến giác ngộ. Người tu học hiểu rằng, muốn đạt đến an lạc và tự do tâm trí, họ cần phát triển lòng từ bi và trí tuệ để xóa bỏ những chấp ngã, tham sân và sự vô minh – những điều gây ra khổ đau và phiền não.
7. **Tạo động lực để thực hành từ bi và trí tuệ trong đời sống hàng ngày**:
   - Các tướng tốt nhắc nhở người tu học rằng lòng từ bi và trí tuệ không chỉ là những khái niệm xa vời mà là những phẩm chất cần thiết trong đời sống hằng ngày. Chúng khuyến khích họ thực hành từ bi qua những hành động tử tế, không làm tổn thương người khác, và phát triển trí tuệ qua sự quan sát, suy ngẫm về bản chất của mọi sự việc, từ đó nâng cao chất lượng cuộc sống và giảm bớt khổ đau.
8. **Giúp người tu học hướng tới việc phát triển một cuộc sống hài hòa và đạo đức**:
   - Thông qua các tướng tốt, người tu học nhận thức rõ rằng việc phát triển lòng từ bi và trí tuệ là nền tảng của một cuộc sống đạo đức và hài hòa. Họ

hiểu rằng các phẩm chất này không chỉ giúp họ tự giác ngộ mà còn lan tỏa hạnh phúc và hòa hợp cho những người xung quanh.

9. **Giảm bớt những xung đột nội tâm và tạo động lực cho lòng kiên nhẫn**:
   - Lòng từ bi giúp người tu học không sân hận, còn trí tuệ giúp họ không dính mắc vào những vọng tưởng và phiền não. Điều này khuyến khích người tu học tu tập từ bi và trí tuệ để giảm bớt các xung đột nội tâm, trở nên kiên nhẫn, bao dung hơn, và từng bước tiến gần đến giác ngộ.

Tổng kết:

Các tướng tốt của Đức Phật là biểu tượng sinh động cho **lòng từ bi và trí tuệ viên mãn**. Chúng truyền cảm hứng cho người tu học thực hành hai phẩm chất này, giúp họ nhận ra rằng từ bi và trí tuệ không chỉ dẫn đến sự thanh tịnh và giác ngộ, mà còn là nền tảng để sống một cuộc đời an lạc, hài hòa, và đầy ý nghĩa.

11. Tại sao các tướng tốt lại được xem như kết quả của vô lượng kiếp tích lũy công đức?

Các tướng tốt của Đức Phật được xem như **kết quả của vô lượng kiếp tích lũy công đức** vì chúng là **thành quả của một quá trình tu tập lâu dài, liên tục** trong nhiều kiếp sống. Những phẩm chất cao quý như lòng từ bi, trí tuệ, sự nhẫn nhục và thanh tịnh nội tâm không thể đạt được chỉ trong một đời mà đòi hỏi **sự bền bỉ, kiên trì** và **tích lũy công đức** qua vô số kiếp. Dưới đây là những lý do giải thích tại sao các tướng tốt lại là kết quả của vô lượng kiếp tích lũy công đức:

1. **Biểu hiện của một quá trình rèn luyện đạo đức lâu dài**:
   - Mỗi tướng tốt là kết quả của sự tu tập kiên trì các phẩm hạnh như từ bi, nhẫn nhục, chân thật và khiêm tốn qua vô số kiếp sống. Để đạt đến sự viên mãn của các phẩm hạnh này, một người phải trải qua nhiều lần rèn luyện, vượt qua mọi thử thách trong cuộc sống và giữ gìn đạo đức bất chấp mọi hoàn cảnh.
2. **Kết quả của việc thực hành liên tục từ bi và bố thí**:
   - Các tướng tốt, như đôi mắt từ bi và đôi tay mềm mại, là kết quả của việc Đức Phật đã liên tục thực hành từ bi và bố thí trong nhiều kiếp sống, giúp đỡ và không gây hại cho chúng sinh. Đây không phải là những hành động có thể hoàn thiện trong một kiếp, mà là kết quả của quá trình dài không ngừng vun bồi tình thương và sự bao dung.
3. **Thành tựu của việc tu tập giới, định, và tuệ qua vô số kiếp**:
   - Các tướng tốt thể hiện sự thành tựu giới, định, và tuệ ở mức cao nhất. Đức Phật đã duy trì giới luật, rèn luyện định lực, và phát triển trí tuệ qua vô lượng kiếp. Việc này giúp Ngài đạt đến sự viên mãn trong các tướng tốt, như vầng trán rộng và gương mặt hiền từ, biểu thị cho tâm hồn thanh tịnh, trí tuệ và khả năng tự chủ tuyệt đối.
4. **Phản ánh sự viên mãn của công đức được tích lũy**:
   - Các tướng tốt là dấu hiệu cho thấy Đức Phật đã viên mãn trong việc tích lũy công đức. Công đức này không thể đạt được trong một kiếp mà là kết quả của vô số hành động thiện lành và tu tập qua nhiều đời sống. Mỗi hành vi thiện lành mà Ngài thực hiện trong mỗi kiếp đã tạo nên nền tảng cho sự xuất hiện của các tướng tốt.

5. **Thành quả của sự buông bỏ dính mắc và chấp ngã qua nhiều kiếp**:
    - Để có được các tướng tốt, Đức Phật đã không ngừng buông bỏ sự chấp ngã, không dính mắc vào vật chất hay danh lợi qua vô số kiếp. Sự buông bỏ này đã giúp Ngài đạt đến trạng thái thanh tịnh hoàn toàn, thể hiện qua các tướng tốt như gương mặt tươi sáng và đôi mắt hiền từ.
6. **Mỗi tướng tốt phản ánh một phẩm hạnh hoặc công đức đã đạt đến độ hoàn thiện**:
    - Các tướng tốt không phải là ngẫu nhiên mà có; chúng là biểu hiện của những phẩm hạnh đã đạt đến mức cao nhất. Chẳng hạn, tướng đầu nhô cao biểu hiện trí tuệ tối thượng, đôi bàn tay mềm mại là biểu tượng của lòng từ bi. Những phẩm hạnh này phải trải qua sự rèn luyện trong nhiều kiếp sống để đạt đến sự hoàn thiện.
7. **Kết quả của sự nhẫn nại và kiên trì trong tu tập**:
    - Các tướng tốt là minh chứng cho sự nhẫn nại và kiên trì của Đức Phật. Để đạt đến viên mãn trong đạo đức và trí tuệ, Ngài đã phải vượt qua vô số thử thách và khó khăn, kiên trì không bỏ cuộc trong mỗi kiếp sống. Đây là một hành trình dài đầy gian nan, đòi hỏi sự tinh tấn không ngừng, mà các tướng tốt chính là kết quả của hành trình đó.
8. **Biểu hiện của sự hoàn thiện nội tâm và sự thanh tịnh viên mãn**:
    - Các tướng tốt là dấu hiệu của sự thanh tịnh hoàn toàn và sự an lạc nội tâm đạt được qua nhiều kiếp. Đức Phật đã hoàn toàn thanh lọc tâm trí, không còn bị dính mắc vào những phiền não hay tham sân si. Điều này không thể đạt được trong một đời, mà là kết quả của vô số kiếp sống tu tập và thanh lọc nội tâm.
9. **Nguồn cảm hứng cho người tu học về giá trị của công đức tích lũy**:
    - Các tướng tốt của Đức Phật là minh chứng sống động cho người tu học về giá trị của công đức. Chúng giúp người tu học hiểu rằng sự tích lũy công đức không bao giờ là lãng phí và luôn mang lại kết quả, dù có thể không ngay lập tức. Đây là nguồn động viên mạnh mẽ để họ bền bỉ tu tập và tích lũy công đức qua từng hành động thiện lành.

Tóm lại,:
Các **tướng tốt** của Đức Phật được xem như kết quả của **vô lượng kiếp tích lũy công đức** vì chúng là **biểu tượng của một quá trình dài** tu tập nghiêm túc, tích lũy đức hạnh và trí tuệ qua nhiều đời sống. Các tướng tốt phản ánh sự viên mãn về lòng từ bi, trí tuệ và đạo hạnh, là kết quả của sự nhẫn nại và kiên trì tu tập mà một bậc giác ngộ đạt được sau nhiều kiếp sống thực hành Chánh Pháp.

12. Người tu học có thể rút ra bài học gì về sự khiêm tốn và nhẫn nại từ quá trình tích lũy công đức để đạt đến các tướng tốt?
Người tu học có thể rút ra nhiều **bài học sâu sắc về sự khiêm tốn và nhẫn nại** từ quá trình tích lũy công đức của Đức Phật để đạt đến **các tướng tốt**. Các tướng tốt là kết quả của một hành trình tu tập dài lâu, với những phẩm hạnh cao quý được trau dồi qua vô số kiếp, điều này nhắc nhở người tu học về tầm quan trọng của sự kiên trì, khiêm tốn, và lòng nhẫn nại. Dưới đây là những bài học quan trọng:

1. **Kiên nhẫn với quá trình tu tập dài lâu**:

- Các tướng tốt cho thấy rằng giác ngộ không thể đạt được trong một kiếp sống ngắn ngủi. Đức Phật đã phải trải qua vô số kiếp tích lũy công đức và tu tập để đạt đến sự hoàn thiện. Điều này dạy người tu học rằng, để đạt được sự thanh tịnh và đức hạnh, cần phải kiên trì, chấp nhận hành trình dài với nhiều thử thách, và không mong cầu kết quả ngay lập tức.

2. **Khiêm tốn trước những tiến bộ nhỏ trong tu tập**:
   - Các tướng tốt là kết quả của sự tích lũy từ những hành động thiện lành nhỏ bé, thực hành lòng từ bi và giữ giới một cách kiên định. Đức Phật không tự mãn khi đạt được từng chút tiến bộ mà tiếp tục tu tập với tâm khiêm tốn. Người tu học học được rằng mỗi tiến bộ, dù nhỏ đến đâu, đều có giá trị và cần tiếp tục giữ tâm khiêm cung thay vì tự cao.
3. **Bỏ tâm kiêu ngạo và tập trung vào sự phát triển nội tâm**:
   - Để đạt đến các tướng tốt, Đức Phật đã phải tu tập vượt qua mọi dính mắc và sự chấp ngã, không tìm kiếm sự công nhận hay vinh danh cho công đức của mình. Điều này nhắc nhở người tu học rằng sự khiêm tốn đòi hỏi từ bỏ tâm kiêu ngạo và tập trung vào sự phát triển tâm hồn, không tìm kiếm lợi ích cá nhân hay danh tiếng.
4. **Rèn luyện sự nhẫn nại trước khó khăn và thử thách**:
   - Đức Phật đã phải trải qua nhiều nghịch cảnh và thử thách để giữ vững giới hạnh và phát triển từ bi. Sự nhẫn nại của Ngài là bài học cho người tu học về việc không nên bỏ cuộc trước khó khăn, mà cần xem đó là cơ hội để rèn luyện sự kiên trì và sức mạnh nội tâm, giúp họ tiến bộ trên con đường tu học.
5. **Giữ tâm khiêm tốn ngay cả khi đạt đến thành tựu**:
   - Các tướng tốt là dấu hiệu của sự viên mãn trong đức hạnh và trí tuệ, nhưng Đức Phật luôn giữ tâm khiêm tốn, không tự cao vì những thành tựu đạt được. Người tu học học được rằng sự khiêm tốn là yếu tố quan trọng để giữ tâm thanh tịnh, không bị lôi kéo bởi sự tự hào hay kiêu ngạo.
6. **Xem mỗi hành vi thiện lành là cơ hội để tích lũy công đức**:
   - Các tướng tốt được hình thành từ những hành vi thiện lành và tích lũy công đức nhỏ bé qua thời gian dài. Điều này dạy người tu học rằng mỗi hành động thiện lành, dù nhỏ nhặt đến đâu, đều có giá trị và đóng góp vào quá trình tu tập. Họ học được cách khiêm tốn và nhẫn nại khi thực hiện những điều thiện, hiểu rằng công đức sẽ dần dần tích lũy thành quả lớn.
7. **Học cách chấp nhận tiến trình chậm rãi của sự phát triển nội tâm**:
   - Các tướng tốt không phải là kết quả của những nỗ lực ngắn hạn, mà là thành quả của quá trình lâu dài. Người tu học rút ra được rằng việc phát triển nội tâm và công đức đòi hỏi sự nhẫn nại và chấp nhận tiến trình chậm rãi, không nên vội vàng hoặc thất vọng khi thấy tiến bộ đến chậm.
8. **Hiểu rằng khiêm tốn là dấu hiệu của trí tuệ**:
   - Đức Phật đạt đến trí tuệ tối thượng và luôn khiêm nhường, hiểu rằng sự khiêm tốn là một dấu hiệu của trí tuệ. Người tu học học được rằng những ai thực sự hiểu biết và tiến bộ trên con đường tâm linh sẽ luôn giữ tâm khiêm cung, không khoe khoang hay tự hào về thành tựu của mình.
9. **Rèn luyện tâm vị tha và buông bỏ lợi ích cá nhân**:

- Đức Phật đã thực hành công đức vì lợi ích của chúng sinh, không vì lợi ích cá nhân. Người tu học rút ra bài học về việc buông bỏ chấp ngã, vị tha, và cống hiến những hành động thiện lành mà không mong cầu lợi ích cho riêng mình, điều này giúp nuôi dưỡng tâm khiêm tốn và nhẫn nại.

10. **Tạo sự vững vàng và an lạc trong tâm trí**:
    - Đức Phật đạt được các tướng tốt nhờ vào sự vững vàng nội tâm và không giao động trước mọi hoàn cảnh. Người tu học học cách giữ tâm an lạc, ổn định, không bị tác động bởi hoàn cảnh bên ngoài, nhẫn nại đối diện với mọi thử thách với lòng khiêm tốn và an nhiên.

Tổng kết:

Quá trình tích lũy công đức để đạt đến **các tướng tốt** của Đức Phật mang đến cho người tu học những **bài học quan trọng về khiêm tốn và nhẫn nại**. Sự khiêm tốn giúp họ duy trì tâm thanh tịnh, không chấp ngã hay tự mãn, trong khi sự nhẫn nại giúp họ kiên trì tu tập, vượt qua mọi khó khăn và thử thách. Cả hai phẩm chất này là chìa khóa để phát triển nội tâm và tiến gần hơn đến con đường giác ngộ.

13. Các ẩn dụ và hình ảnh trong Kinh Tướng giúp người học hiểu rõ hơn về bản chất cao quý của Đức Phật như thế nào?

Các ẩn dụ và hình ảnh trong Kinh Tướng đóng vai trò quan trọng trong việc giúp người học **hiểu sâu sắc hơn về bản chất cao quý của Đức Phật**. Thông qua những hình ảnh cụ thể và các ẩn dụ giàu ý nghĩa, Kinh Tướng không chỉ mô tả vẻ ngoài mà còn truyền tải các **phẩm chất nội tâm cao quý** như từ bi, trí tuệ, sự thanh tịnh và uy nghiêm của Đức Phật. Dưới đây là cách mà các ẩn dụ và hình ảnh này giúp người học hiểu rõ hơn về bản chất cao quý của Ngài:

1. **Hình ảnh đôi mắt xanh biếc** – Biểu tượng của lòng từ bi và cái nhìn bao dung:
    - Đôi mắt xanh biếc của Đức Phật thường được ví như mắt của một con bò rừng, hiền lành và không có tính chất đe dọa. Hình ảnh này thể hiện lòng từ bi, cái nhìn hiền từ và bao dung của Đức Phật đối với tất cả chúng sinh, giúp người học hiểu rằng Ngài nhìn nhận mọi người với sự đồng cảm và tình thương vô điều kiện.
2. **Đầu nhô cao như vương miện** – Biểu tượng của trí tuệ viên mãn:
    - Tướng đầu nhô cao, hay còn gọi là "usnīṣa", được so sánh với vương miện, biểu tượng cho trí tuệ tối thượng và sự hiểu biết thâm sâu của Đức Phật. Hình ảnh này giúp người học nhận ra rằng trí tuệ của Đức Phật không chỉ là kiến thức mà là sự thấu hiểu chân lý tối cao, vượt xa những giới hạn thông thường của nhận thức.
3. **Lông trắng giữa hai chân mày** – Biểu tượng của ánh sáng chân lý và sự dẫn dắt:
    - Sợi lông trắng giữa hai chân mày thường được mô tả như một ánh sáng phát ra từ Đức Phật, biểu tượng cho khả năng soi sáng con đường Chánh Pháp cho chúng sinh. Hình ảnh này giúp người học hiểu rằng Đức Phật không chỉ sở hữu trí tuệ mà còn có khả năng dẫn dắt, khai sáng, đưa chúng sinh ra khỏi vô minh.
4. **Da vàng óng ánh** – Biểu tượng của sự thanh tịnh và tinh khiết:

- Làn da vàng óng ánh của Đức Phật là biểu hiện của tâm hồn thanh tịnh và không còn bị nhiễm ô bởi phiền não. Hình ảnh này giúp người học nhận ra rằng vẻ đẹp của Đức Phật không phải đến từ bên ngoài mà phản ánh sự trong sáng và thanh tịnh hoàn hảo của tâm hồn Ngài, đạt được qua quá trình tu tập lâu dài.

5. **Đôi tay mềm mại** – Biểu tượng của lòng từ bi và sự không gây hại:
   - Đôi tay mềm mại và ấm áp là dấu hiệu của lòng từ bi, sẵn sàng che chở và không gây tổn thương cho bất kỳ ai. Hình ảnh này nhấn mạnh bản chất từ bi của Đức Phật, cho thấy rằng Ngài luôn hành động với tình thương yêu và sự chăm sóc, khuyến khích người học cũng nên nuôi dưỡng và thể hiện lòng từ bi trong đời sống hàng ngày.
6. **Lưỡi dài và mềm mại** – Biểu tượng của khả năng thuyết pháp và chân thật:
   - Lưỡi dài và mềm mại của Đức Phật tượng trưng cho khả năng thuyết giảng và lời nói chân thật. Hình ảnh này giúp người học hiểu rằng lời giảng dạy của Đức Phật là chân lý, không chỉ dễ hiểu mà còn có sức mạnh dẫn dắt chúng sinh vượt qua khổ đau.
7. **Vai rộng và ngực đầy đặn** – Biểu tượng của sức mạnh tinh thần và lòng bao dung:
   - Vai rộng và ngực đầy đặn thể hiện sự mạnh mẽ, cứng cáp về tinh thần, đồng thời phản ánh lòng bao dung của Đức Phật. Hình ảnh này giúp người học thấy rằng Đức Phật không chỉ có trí tuệ mà còn có sức mạnh nội tâm và khả năng chịu đựng, sẵn lòng hy sinh để giúp đỡ chúng sinh.
8. **Bụng thon gọn** – Biểu tượng của sự điều độ và kiểm soát bản thân:
   - Hình ảnh bụng thon gọn của Đức Phật cho thấy Ngài luôn giữ được sự điều độ trong cuộc sống, không để mình bị cuốn vào tham lam hay những dục vọng. Điều này giúp người học nhận ra sự quan trọng của việc kiểm soát bản thân, duy trì sự tỉnh thức và sống đơn giản.
9. **Tướng đầu tròn như vỏ ốc** – Biểu tượng của sự hoàn thiện và tròn đầy về phẩm chất:
   - Đầu Đức Phật có hình dáng tròn đầy, giống như vỏ ốc, tượng trưng cho sự hoàn thiện và viên mãn trong phẩm hạnh của Ngài. Hình ảnh này cho thấy rằng Đức Phật là người đã đạt đến trạng thái viên mãn về công đức và trí tuệ, là hình mẫu cao quý mà người học nên noi theo.
10. **Bàn chân với dấu bánh xe pháp** – Biểu tượng của Chánh Pháp và sự dẫn dắt chúng sinh**:
    - Bàn chân của Đức Phật được mô tả có dấu bánh xe pháp, biểu trưng cho Chánh Pháp và khả năng dẫn dắt chúng sinh đến con đường giác ngộ. Hình ảnh này giúp người học hiểu rằng Đức Phật không chỉ giác ngộ cho riêng mình mà còn để lại con đường và giáo lý cho tất cả chúng sinh.

Tổng kết:

Các **ẩn dụ và hình ảnh trong Kinh Tướng** không chỉ làm rõ các tướng tốt của Đức Phật mà còn giúp người học cảm nhận sâu sắc **bản chất cao quý** của Ngài. Thông qua các hình ảnh cụ thể này, người học nhận ra rằng Đức Phật là hiện thân của **lòng từ bi viên mãn, trí tuệ sáng suốt, sự thanh tịnh tuyệt đối**, và **sức mạnh tinh thần bền bỉ**. Những ẩn dụ và hình ảnh này truyền cảm hứng để người học noi theo phẩm hạnh của Ngài, không ngừng tu tập để phát triển lòng từ bi, trí tuệ và thanh tịnh nội tâm.

14. Những ẩn dụ về tướng tốt trong Kinh Tướng khuyến khích người tu học phát triển đạo hạnh ra sao?

Những ẩn dụ về tướng tốt trong Kinh Tướng không chỉ mô tả các đặc điểm của Đức Phật mà còn đóng vai trò quan trọng trong việc **khuyến khích người tu học phát triển đạo hạnh**. Các ẩn dụ này tạo ra **những hình ảnh sinh động** về các phẩm chất cao quý, nhắc nhở người tu học về tầm quan trọng của **lòng từ bi, trí tuệ, sự thanh tịnh, và đạo đức** trong hành trình tu tập. Dưới đây là cách những ẩn dụ này khuyến khích người tu học phát triển đạo hạnh:

1. **Đôi mắt xanh biếc** – Khuyến khích phát triển lòng từ bi và cái nhìn bao dung:
   - Đôi mắt xanh biếc của Đức Phật, ví như mắt của một con bò rừng hiền lành, khuyến khích người tu học luôn nhìn người khác với cái nhìn từ bi, không phán xét hay phân biệt. Hình ảnh này nhắc nhở rằng để phát triển lòng từ bi, người tu học cần có thái độ bao dung, cảm thông với nỗi khổ của mọi chúng sinh.
2. **Đầu nhô cao như vương miện** – Thúc đẩy người tu học trau dồi trí tuệ:
   - Hình ảnh đầu nhô cao như một vương miện, biểu tượng của trí tuệ viên mãn, khuyến khích người tu học nỗ lực phát triển trí tuệ thông qua việc quán chiếu về bản chất thực của cuộc sống. Điều này giúp họ nhận ra rằng trí tuệ không chỉ đến từ việc học hỏi mà còn từ sự rèn luyện sâu sắc và kiên trì trong việc thấu hiểu chân lý.
3. **Lông trắng giữa hai chân mày** – Khuyến khích nuôi dưỡng tâm từ và dẫn dắt chúng sinh:
   - Hình ảnh sợi lông trắng giữa hai chân mày, như ánh sáng chân lý, truyền cảm hứng cho người tu học thực hành tâm từ bi và trí tuệ để dẫn dắt người khác trên con đường Chánh Pháp. Điều này nhắc nhở họ rằng đạo hạnh không chỉ là sự phát triển cá nhân mà còn là sự cống hiến cho lợi ích của tất cả chúng sinh.
4. **Da vàng óng ánh** – Khuyến khích thanh tịnh nội tâm và loại bỏ phiền não:
   - Làn da vàng óng của Đức Phật, biểu hiện của sự thanh tịnh, khuyến khích người tu học không ngừng thanh lọc tâm trí, loại bỏ những phiền não và dính mắc. Hình ảnh này nhắc nhở rằng đạo hạnh không chỉ là những hành động thiện lành mà còn là sự thanh tịnh từ trong tâm, là sự không bị vấy bẩn bởi tham lam, sân hận và si mê.
5. **Đôi tay mềm mại** – Thúc đẩy lòng từ ái và sự không gây hại:
   - Đôi tay mềm mại, biểu tượng cho lòng từ bi và sự không gây tổn hại, nhắc nhở người tu học luôn hành động với tình thương yêu và tránh làm tổn hại người khác. Điều này giúp họ nhận ra tầm quan trọng của việc đối xử nhẹ nhàng, từ bi, và xây dựng mối quan hệ hài hòa với mọi người.
6. **Lưỡi dài và mềm mại** – Khuyến khích nói lời chân thật và hữu ích:
   - Lưỡi dài và mềm mại của Đức Phật, biểu hiện của khả năng thuyết giảng rõ ràng và chân thật, nhắc nhở người tu học nói lời ngay thẳng, từ bi, và mang lại lợi ích. Hình ảnh này khuyến khích họ rèn luyện đạo hạnh qua

lời nói, dùng ngôn từ để xây dựng và giúp đỡ người khác thay vì chỉ trích hay làm tổn thương.

7. **Vai rộng và ngực đầy đặn** – Thúc đẩy sự mạnh mẽ và bao dung trong tâm hồn:
   - Hình ảnh vai rộng và ngực đầy đặn thể hiện sức mạnh tinh thần và lòng bao dung của Đức Phật. Điều này khuyến khích người tu học kiên cường và bền bỉ, vượt qua khó khăn và thử thách với lòng khoan dung, không oán giận hay phán xét, mà sẵn sàng đón nhận và tha thứ.
8. **Bụng thon gọn** – Khuyến khích sự điều độ và kiểm soát bản thân:
   - Hình ảnh bụng thon gọn của Đức Phật, biểu trưng cho sự điều độ và kiểm soát trong ăn uống, giúp người tu học hiểu rằng đạo hạnh bao gồm cả việc tiết chế dục vọng và ham muốn. Điều này nhắc nhở họ sống đơn giản, vừa phải, không để những ham muốn làm mờ đi trí tuệ và thanh tịnh nội tâm.
9. **Bàn chân với dấu bánh xe pháp** – Khuyến khích duy trì Chánh Pháp và giúp đỡ chúng sinh:
   - Dấu bánh xe pháp trên bàn chân Đức Phật là biểu tượng của Chánh Pháp và sự dẫn dắt chúng sinh. Điều này khuyến khích người tu học sống theo Chánh Pháp, sẵn sàng hỗ trợ người khác và lan tỏa giáo pháp, giúp mọi người hướng đến sự an lạc và giác ngộ.
10. **Đầu tròn như vỏ ốc** – Khuyến khích đạt đến sự viên mãn về phẩm hạnh và công đức:
    - Đầu tròn như vỏ ốc tượng trưng cho sự viên mãn trong phẩm hạnh và công đức của Đức Phật. Hình ảnh này nhắc nhở người tu học rằng đạo hạnh là sự tích lũy của những phẩm chất cao đẹp qua thời gian dài. Họ cần không ngừng hoàn thiện bản thân, từng bước tiến đến sự viên mãn về công đức và trí tuệ.

Tóm lại

Các **ẩn dụ về tướng tốt trong Kinh Tướng** không chỉ là mô tả về đặc điểm hình thể của Đức Phật mà còn là nguồn **cảm hứng lớn lao** để người tu học **phát triển đạo hạnh**. Các hình ảnh này khuyến khích họ nuôi dưỡng từ bi, kiên nhẫn, thanh tịnh, trí tuệ và lòng khiêm tốn trong hành trình tu tập của mình, từ đó từng bước tiến đến sự hoàn thiện và an lạc nội tâm.

15. Các tướng tốt thể hiện điều gì về lòng từ bi và sự rộng lượng của Đức Phật đối với chúng sinh?

Các tướng tốt của Đức Phật thể hiện **lòng từ bi vô hạn và sự rộng lượng** của Ngài đối với tất cả chúng sinh, qua từng chi tiết phản ánh sự yêu thương, bao dung và khả năng giúp đỡ chúng sinh thoát khỏi khổ đau. Mỗi tướng tốt không chỉ là đặc điểm hình thể mà còn là **biểu hiện của những phẩm chất cao quý** mà Đức Phật đã tích lũy qua nhiều kiếp sống, dành trọn cho việc hỗ trợ và cứu độ chúng sinh. Dưới đây là những khía cạnh về lòng từ bi và sự rộng lượng của Đức Phật được thể hiện qua các tướng tốt:

1. **Đôi mắt xanh biếc, hiền từ** – Tình thương bao la và cái nhìn không phán xét:
   - Đôi mắt của Đức Phật, giống như mắt của một con bò rừng, dịu dàng và hiền từ, thể hiện tình thương bao la, cái nhìn không thiên vị hay phán xét.

Đức Phật luôn nhìn chúng sinh với lòng từ bi, thấu hiểu nỗi khổ đau của họ và sẵn sàng giúp đỡ, không hề phân biệt bất cứ ai.

2. **Lông trắng giữa hai chân mày** – Ánh sáng dẫn đường từ lòng từ bi:
   - Sợi lông trắng giữa hai chân mày, được ví như ánh sáng chân lý, là biểu tượng cho sự dẫn dắt và cứu độ từ lòng từ bi của Đức Phật. Ngài luôn mong muốn soi đường cho chúng sinh, giúp họ thoát khỏi bóng tối vô minh và đạt đến giác ngộ.
3. **Đôi tay mềm mại** – Biểu tượng của sự che chở và không gây tổn hại:
   - Đôi tay mềm mại của Đức Phật là dấu hiệu của sự từ bi, không làm tổn hại đến bất kỳ ai. Đức Phật không chỉ bảo vệ và che chở chúng sinh khỏi khổ đau mà còn luôn hành động với lòng từ ái, giúp chúng sinh cảm thấy an tâm và không bị đe dọa.
4. **Lưỡi dài và mềm mại** – Lời nói đầy từ bi và hữu ích:
   - Lưỡi dài và mềm mại, biểu tượng cho khả năng thuyết pháp và lời nói chân thật, thể hiện cách Đức Phật luôn nói lời từ ái, đầy trí tuệ, giúp chúng sinh hiểu và vượt qua khổ đau. Lời nói của Đức Phật không chỉ truyền đạt Chánh Pháp mà còn mang lại an lạc cho tất cả những ai lắng nghe.
5. **Da vàng óng ánh** – Biểu hiện của sự thanh tịnh và từ ái:
   - Làn da vàng óng của Đức Phật là biểu hiện của tâm hồn thanh tịnh, không bị vấy bẩn bởi bất kỳ phiền não nào. Điều này cho thấy Đức Phật có một tâm hồn hoàn toàn trong sáng, chỉ muốn mang lại lợi ích cho chúng sinh mà không hề mong cầu gì cho bản thân.
6. **Ngực đầy đặn và vai rộng** – Khả năng bao dung và gánh vác khổ đau của chúng sinh:
   - Ngực đầy đặn và vai rộng của Đức Phật thể hiện lòng bao dung rộng lớn và sức mạnh nội tâm để gánh vác nỗi khổ đau của chúng sinh. Đức Phật sẵn lòng hy sinh, chịu đựng khó khăn để hỗ trợ và dẫn dắt chúng sinh, giúp họ đạt được sự an lạc và giải thoát.
7. **Đầu nhô cao như vương miện** – Trí tuệ vì lợi ích của tất cả chúng sinh:
   - Tướng đầu nhô cao, biểu trưng cho trí tuệ viên mãn, cho thấy rằng Đức Phật sử dụng trí tuệ không phải cho bản thân, mà để hướng dẫn và giúp chúng sinh vượt qua vô minh. Đây là sự rộng lượng trong trí tuệ, luôn vì lợi ích của người khác, sẵn sàng chia sẻ và khai sáng.
8. **Bàn chân có dấu bánh xe pháp** – Khả năng dẫn dắt và tạo nền tảng vững chắc cho chúng sinh:
   - Dấu bánh xe pháp trên bàn chân của Đức Phật biểu thị con đường Chánh Pháp mà Ngài đã mở ra cho chúng sinh. Điều này thể hiện lòng từ bi rộng lớn của Ngài khi không chỉ tự mình đạt được giác ngộ mà còn để lại giáo pháp để chúng sinh có thể noi theo và thoát khỏi vòng luân hồi.
9. **Cánh tay dài chạm gối** – Sẵn sàng giúp đỡ, vươn ra với lòng từ bi vô hạn:
   - Cánh tay dài của Đức Phật biểu trưng cho lòng từ bi rộng lớn, luôn vươn ra để giúp đỡ chúng sinh. Điều này nhắc nhở rằng Đức Phật luôn sẵn lòng tiếp cận và hỗ trợ chúng sinh trong mọi hoàn cảnh, giúp họ vượt qua khó khăn và đạt đến sự an vui.
10. **Bụng thon gọn** – Sự điều độ và kiểm soát vì lợi ích của chúng sinh:

- Bụng thon gọn thể hiện khả năng kiểm soát bản thân và sống điều độ của Đức Phật. Ngài không bị cuốn vào những ham muốn cá nhân, chỉ sống với nhu cầu tối thiểu, dành trọn tâm trí và sức lực cho việc cứu độ chúng sinh, không bị phân tâm bởi bất kỳ ham muốn vật chất nào.

Tổng kết:

Các **tướng tốt** của Đức Phật không chỉ là đặc điểm hình thể mà còn là những **biểu tượng sống động của lòng từ bi và sự rộng lượng**. Mỗi tướng tốt đều phản ánh cách Ngài đã **dành trọn đời mình để cứu độ và hỗ trợ chúng sinh**. Qua các tướng tốt này, người tu học nhận ra rằng **lòng từ bi và sự rộng lượng là cốt lõi** của hành trình tu tập, khuyến khích họ noi gương Ngài, sống từ ái và không ngừng cống hiến vì lợi ích của tất cả chúng sinh.

16. Tại sao việc tôn kính Đức Phật qua các tướng tốt không chỉ là tôn sùng hình thức mà còn là tôn vinh những phẩm chất vượt trội?

Việc **tôn kính Đức Phật qua các tướng tốt** không chỉ là sự tôn sùng hình thức mà còn là cách **tôn vinh những phẩm chất cao quý và vượt trội** mà các tướng tốt biểu trưng. Những tướng tốt của Đức Phật không chỉ là các đặc điểm bên ngoài mà còn là **biểu hiện của quá trình tu tập công đức, từ bi và trí tuệ** qua vô số kiếp. Dưới đây là những lý do chính giải thích vì sao tôn kính Đức Phật qua các tướng tốt là sự tôn vinh bản chất và phẩm hạnh vượt trội của Ngài:

1. **Các tướng tốt là dấu hiệu của sự viên mãn về đức hạnh và trí tuệ**:
   - Mỗi tướng tốt đều tượng trưng cho một phẩm hạnh hoặc trí tuệ mà Đức Phật đã đạt đến mức độ cao nhất qua quá trình tu tập lâu dài. Tôn kính các tướng tốt là cách tôn vinh đức hạnh và trí tuệ tuyệt vời của Ngài, nhắc nhở người tu học về tầm quan trọng của việc phát triển các phẩm chất này trong cuộc sống.
2. **Biểu hiện của lòng từ bi và sự hy sinh vì lợi ích chúng sinh**:
   - Các tướng tốt không chỉ là kết quả của quá trình tu tập cá nhân mà còn là sự tích lũy công đức vì lợi ích của tất cả chúng sinh. Tôn kính các tướng tốt là cách ghi nhận lòng từ bi và sự rộng lượng của Đức Phật, thể hiện lòng biết ơn đối với những nỗ lực và hy sinh Ngài đã làm để cứu độ chúng sinh.
3. **Tôn kính sự kiên trì và nhẫn nại trong tu tập của Đức Phật**:
   - Các tướng tốt là kết quả của một quá trình dài tích lũy công đức qua vô số kiếp, đòi hỏi sự kiên trì, nhẫn nại và tinh tấn. Khi tôn kính các tướng tốt, người tu học cũng tôn vinh sự bền bỉ, ý chí và lòng kiên nhẫn của Đức Phật, nhận ra rằng sự viên mãn của đạo hạnh không thể đạt được ngay lập tức mà là kết quả của nỗ lực lâu dài.
4. **Tôn vinh trí tuệ và sự giác ngộ hoàn toàn**:
   - Một số tướng tốt, như đầu nhô cao và lông trắng giữa hai chân mày, là biểu tượng của trí tuệ thâm sâu và sự giác ngộ viên mãn. Khi tôn kính các tướng này, người tu học không chỉ ngưỡng mộ hình thức mà còn tôn vinh trí tuệ vượt trội, sự hiểu biết sâu sắc của Đức Phật về bản chất thực của vũ trụ và con đường dẫn đến giác ngộ.

5. **Thể hiện sự tôn kính đối với sự thanh tịnh và không nhiễm ô của Đức Phật**:
   - Các tướng tốt như làn da vàng óng ánh và vẻ mặt hiền từ thể hiện sự thanh tịnh tuyệt đối, không nhiễm ô của Đức Phật. Khi tôn kính những tướng này, người tu học không chỉ tôn kính vẻ ngoài thanh tịnh mà còn tôn vinh sự trong sáng và thanh tịnh của tâm hồn Ngài, người đã hoàn toàn thoát khỏi mọi phiền não và dính mắc của thế gian.
6. **Nguồn cảm hứng để tu tập và phát triển đạo hạnh**:
   - Các tướng tốt là hình ảnh biểu trưng của đạo hạnh cao quý mà người tu học cần hướng đến. Khi tôn kính các tướng này, người học được khích lệ noi gương Đức Phật, lấy các phẩm chất này làm động lực để tu tập, phát triển lòng từ bi, trí tuệ và sự thanh tịnh trong cuộc sống của chính mình.
7. **Tôn kính sự viên mãn trong giới, định và tuệ**:
   - Các tướng tốt là kết quả của sự thành tựu hoàn hảo về giới, định và tuệ – ba yếu tố nền tảng của Phật đạo. Tôn kính các tướng này là tôn vinh sự viên mãn trong thực hành giới, định, và tuệ của Đức Phật, nhắc nhở người tu học về giá trị và tầm quan trọng của ba yếu tố này trong hành trình tu tập.
8. **Tôn vinh con đường và giáo pháp mà Đức Phật đã để lại**:
   - Các tướng tốt không chỉ là dấu hiệu của cá nhân Đức Phật mà còn là minh chứng cho hiệu quả của con đường Chánh Pháp mà Ngài đã thực hành và truyền lại. Khi tôn kính các tướng tốt, người học cũng tôn vinh Chánh Pháp, khẳng định niềm tin vào con đường giác ngộ mà Đức Phật đã khai sáng.
9. **Khơi dậy lòng kính ngưỡng chân thành, không chỉ dựa trên hình thức**:
   - Tôn kính các tướng tốt không phải vì vẻ đẹp bề ngoài mà vì những giá trị cao quý mà các tướng đó đại diện. Điều này giúp người học phát triển lòng kính ngưỡng chân thành, không chỉ ngưỡng mộ vẻ bề ngoài mà còn ngưỡng mộ và trân trọng đạo đức, trí tuệ, và lòng từ bi của Đức Phật.
10. **Nhắc nhở về giá trị của sự tích lũy công đức lâu dài**:
   - Khi tôn kính các tướng tốt, người học được nhắc nhở rằng các phẩm chất cao quý và giác ngộ không thể đạt được chỉ trong một đời, mà cần quá trình tích lũy công đức lâu dài. Đây là lời khích lệ để người học kiên nhẫn, khiêm tốn, và bền bỉ trong tu tập, hiểu rằng đạo hạnh là kết quả của một quá trình rèn luyện lâu dài.

Tổng kết:

Việc **tôn kính Đức Phật qua các tướng tốt** là cách **tôn vinh những phẩm chất vượt trội** của Ngài như từ bi, trí tuệ, thanh tịnh, và đạo hạnh viên mãn. Sự tôn kính này không dừng lại ở vẻ ngoài mà còn là sự ngưỡng mộ dành cho quá trình tu tập bền bỉ, các phẩm chất cao quý mà Đức Phật đã đạt được qua nhiều kiếp sống. Điều này khuyến khích người tu học noi theo các phẩm hạnh của Ngài, hướng đến sự hoàn thiện trong lòng từ bi, trí tuệ và đạo đức.

17. Người tu học có thể thực hành các đức hạnh nào trong đời sống hàng ngày để phát triển sự thanh tịnh nội tâm?

Người tu học có thể thực hành nhiều **đức hạnh** trong đời sống hàng ngày để **phát triển sự thanh tịnh nội tâm**. Những đức hạnh này giúp giảm bớt phiền não, cải thiện quan hệ với người khác, và duy trì trạng thái tâm hồn bình an, trong sáng. Dưới đây là những đức hạnh quan trọng mà người tu học có thể rèn luyện để đạt đến sự thanh tịnh nội tâm:

1. **Từ bi và lòng thương yêu**:
   - Thực hành lòng từ bi bằng cách đối xử tử tế, không gây tổn hại cho người khác và luôn mong muốn mang lại lợi ích cho tất cả chúng sinh. Khi nuôi dưỡng tình thương, người tu học sẽ giảm bớt sân hận và ác cảm, giúp tâm trí trở nên nhẹ nhàng và thanh thản hơn.
2. **Chánh niệm và tỉnh giác**:
   - Rèn luyện chánh niệm bằng cách chú ý vào từng khoảnh khắc hiện tại, nhận thức rõ ràng về suy nghĩ, cảm xúc và hành động của mình. Chánh niệm giúp người tu học giữ tâm an lạc, không bị cuốn vào những lo lắng về quá khứ hay tương lai, tạo nền tảng cho sự thanh tịnh nội tâm.
3. **Nhẫn nhục và kiên trì**:
   - Nhẫn nhục là khả năng đối diện với khó khăn, nghịch cảnh mà không phản ứng tiêu cực hay sân giận. Thực hành nhẫn nhục giúp người tu học vượt qua thử thách một cách điềm tĩnh, không để những khó khăn làm tâm hồn xáo động, giúp họ giữ được sự bình an trong nội tâm.
4. **Khiêm tốn và biết đủ**:
   - Thực hành khiêm tốn và biết đủ giúp người tu học không so đo, ganh đua hay mong cầu quá nhiều từ cuộc sống. Khi hài lòng với những gì mình có, người học giảm bớt tham lam và sự dính mắc vào vật chất, giúp tâm hồn nhẹ nhàng và thanh tịnh hơn.
5. **Giữ giới và đạo đức**:
   - Giữ gìn giới luật là nền tảng quan trọng để phát triển đức hạnh. Việc giữ giới giúp người tu học duy trì tâm hồn trong sáng, tránh xa những hành động sai trái và giảm bớt phiền não. Giới luật tạo nên sự ổn định và an lạc, là bước đầu tiên trên con đường hướng đến thanh tịnh nội tâm.
6. **Bố thí và chia sẻ**:
   - Thực hành bố thí, chia sẻ vật chất và tinh thần mà không mong cầu đền đáp giúp thanh lọc lòng ích kỷ và phát triển sự rộng lượng. Người tu học sẽ cảm nhận được niềm vui và sự nhẹ nhàng khi cho đi, giúp loại bỏ sự dính mắc và đạt đến sự thanh tịnh nội tâm.
7. **Buông bỏ chấp ngã**:
   - Việc chấp ngã, bám víu vào cái tôi và sự tự hào là nguyên nhân của nhiều phiền não. Người tu học cần rèn luyện khả năng buông bỏ những dính mắc này, sống vì lợi ích chung và không đặt cái tôi lên hàng đầu. Buông bỏ chấp ngã là bước quan trọng để đạt đến trạng thái tâm hồn an lạc, tự do và thanh tịnh.
8. **Sống giản dị và điều độ**:
   - Sống giản dị, điều độ trong nhu cầu giúp người tu học tránh xa sự tham đắm và ham muốn không cần thiết. Bằng cách kiểm soát bản thân và tiết

chế trong ăn uống, tiêu dùng, người học sẽ không bị những dục vọng chi phối, tâm trí trở nên nhẹ nhàng và thanh tịnh hơn.

9. **Lòng biết ơn và tha thứ**:
   - Biết ơn những gì mình nhận được và sẵn sàng tha thứ cho người khác giúp tâm hồn không bị gánh nặng bởi oán hận hay đố kỵ. Thực hành lòng biết ơn và tha thứ giúp người tu học giữ được sự an lạc, tránh xa những cảm xúc tiêu cực và dễ dàng thanh tịnh nội tâm.
10. **Tự giác và tự kiểm điểm**:
    - Tự giác trong tu tập và tự kiểm điểm bản thân thường xuyên giúp người tu học nhận ra những sai lầm và sửa chữa. Sự tự giác là yếu tố quan trọng để duy trì đạo đức và thanh tịnh nội tâm, không để những hành vi sai lầm ảnh hưởng đến tâm hồn.
11. **Phát triển trí tuệ thông qua quán chiếu**:
    - Trí tuệ là công cụ quan trọng để hiểu rõ bản chất của cuộc sống và vượt qua vô minh. Bằng cách quán chiếu về vô thường, khổ và vô ngã, người tu học có thể nhận ra bản chất thực của sự vật và không còn dính mắc, tạo ra sự thanh tịnh nội tâm.
12. **Kỷ luật bản thân**:
    - Kỷ luật là đức hạnh giúp người tu học duy trì sự kiên định trong hành trình tu tập, không để những ham muốn hay phiền não chi phối. Khi có kỷ luật, họ dễ dàng giữ tâm thanh tịnh và không bị xao lãng bởi những yếu tố bên ngoài.
13. **Thực hành thiền định**:
    - Thiền định giúp làm dịu tâm trí và phát triển sự an lạc sâu sắc. Thông qua thiền, người tu học có thể đạt đến trạng thái tĩnh lặng và thanh tịnh nội tâm, giảm bớt căng thẳng và phiền não, đồng thời phát triển khả năng tập trung và chánh niệm.

Tổng kết:

Để **phát triển sự thanh tịnh nội tâm**, người tu học cần thực hành các **đức hạnh** như từ bi, nhẫn nhục, khiêm tốn, giữ giới, bố thí, buông bỏ chấp ngã, sống giản dị, biết ơn, tự giác và kỷ luật bản thân. Những đức hạnh này không chỉ giúp họ giữ tâm hồn thanh tịnh mà còn dẫn đến một cuộc sống an lạc, hòa hợp và tràn đầy ý nghĩa.

18. Sự thanh tịnh và đức hạnh đóng vai trò gì trong việc duy trì một tâm hồn an lạc và tiến gần hơn đến giác ngộ?

Sự thanh tịnh và đức hạnh đóng vai trò vô cùng quan trọng trong việc **duy trì một tâm hồn an lạc** và **giúp người tu học tiến gần hơn đến giác ngộ**. Khi một người đạt đến sự thanh tịnh và đức hạnh viên mãn, tâm hồn họ trở nên bình an, không bị lay động bởi những phiền não và dính mắc vào dục vọng hay tham sân si. Dưới đây là những vai trò cụ thể của sự thanh tịnh và đức hạnh trong hành trình hướng đến giác ngộ:

1. **Giúp giảm bớt phiền não và lo âu**:
   - Sự thanh tịnh và đức hạnh giúp người tu học không còn bị phiền não và lo âu chi phối. Khi tâm hồn thanh tịnh, không vướng bận bởi các hành vi tiêu

cực, người học đạt được trạng thái an lạc sâu sắc, giảm bớt sự xao động và bồn chồn trong cuộc sống.

2. **Là nền tảng để đạt đến trí tuệ sáng suốt**:
    - Đức hạnh và sự thanh tịnh giúp tâm trí người tu học trở nên trong sáng, không bị che mờ bởi những dục vọng hay tư tưởng sai lệch. Khi đó, trí tuệ có thể phát triển một cách tự nhiên, cho phép họ thấy rõ bản chất của cuộc sống và nhận ra chân lý vô thường, khổ và vô ngã.
3. **Duy trì sự bình an trong các hoàn cảnh khó khăn**:
    - Người có sự thanh tịnh và đức hạnh cao thường có khả năng đối diện với nghịch cảnh mà không đánh mất sự an lạc nội tâm. Họ không phản ứng bằng sân hận hay sợ hãi, mà bình thản và tỉnh táo trong mọi hoàn cảnh. Điều này giúp họ duy trì tâm hồn bình an, không bị hoàn cảnh bên ngoài chi phối.
4. **Giúp buông bỏ chấp ngã và sự dính mắc**:
    - Sự thanh tịnh và đức hạnh giúp người tu học giảm bớt cái tôi và buông bỏ dính mắc vào vật chất, danh vọng, hay quyền lực. Khi không còn chấp ngã, họ trải nghiệm được cảm giác tự do, thanh thản và tiến gần hơn đến giác ngộ, thoát khỏi khổ đau do chấp ngã gây ra.
5. **Phát triển lòng từ bi và tình yêu thương chân thành**:
    - Người đạt đến sự thanh tịnh và đức hạnh sẽ nuôi dưỡng lòng từ bi sâu sắc, vì họ không còn bị các dục vọng hay phiền não làm xao nhãng. Từ đó, họ có khả năng yêu thương chân thành, giúp đỡ người khác mà không mong cầu đền đáp, tạo ra mối quan hệ hài hòa và mang lại an lạc cho cả mình và người.
6. **Giúp giữ gìn giới luật và kỷ luật bản thân**:
    - Đức hạnh giúp người tu học duy trì giới luật và kỷ luật bản thân, giữ tâm trí ổn định, không vi phạm các nguyên tắc đạo đức. Sự ổn định này giúp họ tránh xa các hành động gây tổn hại, tạo nền tảng cho sự phát triển bền vững trên con đường tu tập và tiến gần hơn đến giác ngộ.
7. **Làm giảm đi những cảm xúc tiêu cực như tham lam, sân hận, và ganh tị**:
    - Khi tâm hồn thanh tịnh và đạo đức được giữ vững, những cảm xúc tiêu cực sẽ dần tan biến. Người tu học không còn tham lam, sân hận, hay ganh tị, mà sống trong sự hài lòng, biết đủ, và cảm thấy nhẹ nhàng. Điều này là yếu tố quan trọng để đạt đến an lạc và nội tâm trong sáng.
8. **Là điều kiện cần thiết cho thiền định sâu sắc**:
    - Sự thanh tịnh và đức hạnh giúp người tu học dễ dàng đạt đến các trạng thái thiền định sâu sắc, bởi tâm trí họ không còn xao lãng hay bất an. Đức hạnh là nền tảng để giữ tâm trong trạng thái tĩnh lặng, dễ dàng đạt đến sự nhất tâm trong thiền định, từ đó phát triển trí tuệ và tiến gần hơn đến giác ngộ.
9. **Khơi dậy niềm vui nội tại và sự an nhiên trong đời sống**:
    - Người có tâm thanh tịnh và sống có đức hạnh sẽ trải nghiệm niềm vui nội tại, không bị phụ thuộc vào các yếu tố bên ngoài. Họ không còn lo lắng hay bận tâm quá nhiều về vật chất hay danh vọng, mà cảm nhận hạnh phúc từ chính sự đơn giản và an nhiên trong tâm hồn.
10. **Là nguồn cảm hứng và dẫn dắt cho người khác**:

- Người có đức hạnh và tâm thanh tịnh sẽ trở thành nguồn cảm hứng và dẫn dắt cho những người xung quanh. Sự hiện diện của họ lan tỏa bình an và khích lệ người khác sống theo những giá trị cao đẹp, cùng hướng đến sự an lạc và giác ngộ.

11. **Giúp người tu học đạt đến giải thoát và tự do nội tâm**:
    - Thanh tịnh và đức hạnh là con đường dẫn đến sự tự do nội tâm và giải thoát khỏi những ràng buộc của thế gian. Người đạt đến thanh tịnh và sống có đạo đức sẽ thoát khỏi những khổ đau, sống trong sự tự do tâm trí và không bị những dính mắc, phiền não ràng buộc.
12. **Chuẩn bị cho sự giác ngộ trọn vẹn**:
    - Cuối cùng, sự thanh tịnh và đức hạnh là điều kiện cần để đạt đến giác ngộ. Đức hạnh giữ cho tâm trí trong sạch, không nhiễm ô, và thanh tịnh tạo ra trạng thái nội tâm bình an, làm nền tảng để người tu học tiến đến sự hiểu biết chân thực về bản chất của cuộc sống và đạt đến giác ngộ trọn vẹn.

Tổng kết:

Sự thanh tịnh và đức hạnh giúp người tu học **duy trì tâm hồn an lạc** và là **nền tảng để tiến gần hơn đến giác ngộ**. Chúng không chỉ giảm bớt phiền não, tạo ra niềm vui nội tại và sự an nhiên, mà còn giúp người tu học sống có ý nghĩa, lan tỏa sự bình an và từ bi, hướng dẫn người khác trên con đường Chánh Pháp. Sự thanh tịnh và đức hạnh cũng chuẩn bị cho tâm trí người tu học đạt đến trí tuệ sâu sắc và giác ngộ tối thượng, giải thoát khỏi mọi khổ đau.

19. Làm thế nào để người tu học vượt qua những thử thách trong tu tập bằng cách lấy các tướng tốt làm động lực?

Để vượt qua những thử thách trong tu tập, người tu học có thể **lấy các tướng tốt của Đức Phật làm nguồn động lực**. Các tướng tốt không chỉ là biểu hiện hình thể mà còn là **kết quả của quá trình tu tập bền bỉ và tích lũy công đức** qua nhiều kiếp sống của Đức Phật. Khi hiểu được ý nghĩa sâu xa của các tướng tốt, người tu học sẽ cảm thấy khích lệ và có động lực để kiên trì vượt qua khó khăn. Dưới đây là cách các tướng tốt có thể trở thành nguồn động lực trong hành trình tu tập:

1. **Nhắc nhở về ý nghĩa của lòng từ bi**:
    - Những tướng tốt như đôi mắt xanh biếc, đôi tay mềm mại thể hiện lòng từ bi của Đức Phật. Khi gặp khó khăn, người tu học có thể nhớ đến lòng từ bi của Ngài và cố gắng giữ tâm từ, thay vì phản ứng với sân hận hay tiêu cực. Điều này giúp họ giữ bình tĩnh và vượt qua thử thách với lòng bao dung.
2. **Thấy rõ giá trị của sự kiên nhẫn và nhẫn nhục**:
    - Sự hiện diện của các tướng tốt là kết quả của vô số kiếp tích lũy công đức với sự kiên nhẫn và nhẫn nhục. Người tu học có thể tự nhắc nhở rằng những thử thách hiện tại chỉ là một phần nhỏ trong hành trình dài, và nhẫn nại là chìa khóa để tiến bộ. Điều này giúp họ kiên trì, không bỏ cuộc khi đối diện với những trở ngại.
3. **Lấy trí tuệ làm kim chỉ nam trong mọi hoàn cảnh**:
    - Một số tướng tốt, như đầu nhô cao và lông trắng giữa hai chân mày, tượng trưng cho trí tuệ của Đức Phật. Người tu học có thể nhìn vào đó để nhớ

rằng trí tuệ là công cụ giúp vượt qua vô minh và thử thách. Thay vì để khó khăn làm mình mất phương hướng, họ có thể quán chiếu để tìm hiểu gốc rễ của vấn đề và hướng đi sáng suốt nhất.

4. **Lấy động lực từ sự thanh tịnh nội tâm**:
    - Các tướng tốt như làn da vàng óng của Đức Phật là biểu tượng của tâm thanh tịnh. Người tu học có thể lấy động lực từ điều này để giữ cho tâm trí trong sáng, không để những tham vọng hay phiền não bên ngoài làm nhiễm ô. Điều này giúp họ duy trì sự bình an và nhẹ nhàng trong tâm khi đối diện với các thử thách.
5. **Tập trung vào lợi ích của việc giữ giới**:
    - Đức hạnh, như được thể hiện qua các tướng tốt, là kết quả của việc giữ giới. Người tu học có thể nhắc nhở bản thân về tầm quan trọng của giới hạnh trong hành trình tu tập. Điều này giúp họ kiên quyết không vi phạm các nguyên tắc đạo đức, dù có gặp khó khăn, vì hiểu rằng giữ giới là nền tảng cho sự tiến bộ và thanh tịnh.
6. **Nhận ra giá trị của sự buông bỏ và không dính mắc**:
    - Các tướng tốt là minh chứng cho quá trình buông bỏ chấp ngã, không dính mắc vào vật chất hay danh lợi của Đức Phật. Người tu học có thể nhìn vào điều này để nhắc nhở bản thân buông bỏ những ham muốn, chấp ngã trong thử thách. Điều này giúp họ có sức mạnh vượt qua mọi trở ngại mà không để những cám dỗ làm mình phân tâm.
7. **Phát triển lòng biết ơn và sự trân trọng đối với Chánh Pháp**:
    - Các tướng tốt là kết quả của việc tu tập đúng con đường Chánh Pháp. Người tu học có thể cảm thấy biết ơn và trân trọng con đường mà Đức Phật đã khai sáng, từ đó kiên định trong tu tập, dù có thử thách. Sự trân trọng này giúp họ vững tin rằng con đường Chánh Pháp là con đường đưa đến giải thoát, tiếp thêm động lực để vượt qua gian nan.
8. **Lấy hình ảnh Đức Phật làm hình mẫu để noi theo**:
    - Các tướng tốt thể hiện sự viên mãn trong đạo hạnh và trí tuệ của Đức Phật. Khi gặp khó khăn, người tu học có thể tưởng tượng mình đang bước theo dấu chân của Đức Phật, lấy Ngài làm hình mẫu để noi theo và nỗ lực từng bước tiến bộ. Điều này giúp họ thấy rằng vượt qua thử thách là một phần tất yếu trong quá trình tu tập.
9. **Nuôi dưỡng sự tự giác và tự kiểm điểm**:
    - Các tướng tốt là kết quả của sự tự giác và kiểm điểm liên tục. Người tu học có thể nhắc nhở bản thân về tầm quan trọng của tự kiểm điểm khi gặp thử thách, nhìn nhận những sai lầm để rút kinh nghiệm. Điều này giúp họ điều chỉnh và hoàn thiện bản thân, phát triển nội tâm vững chắc hơn qua mỗi khó khăn.
10. **Lấy động lực từ sự an lạc và tự do nội tâm**:
    - Sự thanh tịnh và an lạc của các tướng tốt nhắc nhở người tu học về sự tự do nội tâm mà họ sẽ đạt được khi vượt qua các thử thách. Điều này giúp họ không để thử thách làm mình gục ngã mà kiên trì tiến tới trạng thái thanh tịnh, an lạc trong tâm hồn.

Tóm lại

Người tu học có thể vượt qua những thử thách trong tu tập bằng cách **lấy các tướng tốt của Đức Phật làm động lực**. Các tướng tốt không chỉ là dấu hiệu bề ngoài mà còn chứa đựng những giá trị và phẩm hạnh cao quý, là kết quả của quá trình tu tập bền bỉ. Bằng cách nhớ đến những tướng tốt này, người tu học có thể nuôi dưỡng lòng từ bi, phát triển trí tuệ, kiên nhẫn trong tu tập, giữ gìn đức hạnh và giữ vững tâm thanh tịnh – tất cả những điều này giúp họ tiến gần hơn đến giác ngộ và giải thoát.

20. Thông qua sự hiểu biết về 32 tướng tốt, người tu học có thể học được gì về quá trình hoàn thiện bản thân trong cuộc sống?

Thông qua sự hiểu biết về **32 tướng tốt** của Đức Phật, người tu học có thể rút ra nhiều bài học quý giá về **quá trình hoàn thiện bản thân** trong cuộc sống. Các tướng tốt không chỉ là dấu hiệu hình thể mà còn là **kết quả của một hành trình dài tu tập, tích lũy công đức, và phát triển các phẩm hạnh**. Từ đó, người tu học có thể học được các nguyên tắc, giá trị để hoàn thiện bản thân. Dưới đây là những bài học cụ thể:

1. **Kiên trì và bền bỉ trong tu tập**:
   - Các tướng tốt là kết quả của vô số kiếp tu tập kiên trì, cho thấy rằng hoàn thiện bản thân không thể đạt được ngay lập tức. Người tu học hiểu rằng sự bền bỉ là chìa khóa, giúp họ giữ vững ý chí, không bỏ cuộc dù có gặp thử thách.
2. **Phát triển lòng từ bi và không gây hại**:
   - Những tướng tốt như đôi mắt từ ái, đôi tay mềm mại là biểu hiện của lòng từ bi vô hạn. Người tu học được nhắc nhở rằng việc phát triển lòng từ bi và sống không gây tổn hại là nền tảng để hoàn thiện bản thân, giúp họ đối xử tốt với người khác và giữ gìn tâm hồn trong sáng.
3. **Rèn luyện trí tuệ để nhận thức rõ ràng**:
   - Một số tướng tốt như đầu nhô cao và lông trắng giữa hai chân mày tượng trưng cho trí tuệ viên mãn. Người tu học có thể thấy rằng phát triển trí tuệ là một phần thiết yếu trong hành trình hoàn thiện bản thân, giúp họ thấy rõ bản chất thực của cuộc sống, vượt qua vô minh và sai lầm.
4. **Giữ gìn giới luật và đạo đức**:
   - Các tướng tốt được hình thành từ việc giữ gìn giới luật và sống đạo đức. Người tu học hiểu rằng để hoàn thiện bản thân, họ cần duy trì đạo đức trong cuộc sống hàng ngày, không vi phạm các giới cấm, từ đó giữ cho tâm trí luôn trong sáng và thanh tịnh.
5. **Buông bỏ chấp ngã và thực hành khiêm tốn**:
   - Sự hoàn thiện bản thân của Đức Phật thể hiện qua các tướng tốt không mang tính tự cao hay chấp ngã. Người tu học có thể học được rằng để đạt được sự hoàn thiện, họ cần buông bỏ cái tôi, sống khiêm tốn và không dính mắc vào danh vọng hay địa vị.
6. **Phát triển lòng nhẫn nhục và kiên nhẫn**:
   - Đức Phật đạt đến các tướng tốt nhờ vào sự nhẫn nại trước khó khăn và thử thách. Người tu học được nhắc nhở rằng hoàn thiện bản thân đòi hỏi sự

nhẫn nhục, kiên trì, và không phản ứng tiêu cực khi đối diện với nghịch cảnh.

7. **Thực hành lòng biết ơn và tha thứ**:
   - Thông qua các tướng tốt, người tu học hiểu rằng để hoàn thiện bản thân, họ cần biết ơn và sẵn lòng tha thứ. Đức Phật luôn thể hiện lòng từ bi và tha thứ, không để sân hận chi phối. Đây là bài học về cách duy trì sự an lạc nội tâm, không để phiền não làm xao lãng tâm trí.
8. **Nuôi dưỡng tinh thần bố thí và giúp đỡ**:
   - Nhiều tướng tốt của Đức Phật, như đôi tay mềm mại, thể hiện lòng rộng lượng. Người tu học nhận ra rằng thực hành bố thí và giúp đỡ người khác không chỉ là hành động tốt đẹp mà còn là cách hoàn thiện tâm hồn, giúp họ thanh lọc tâm trí khỏi sự ích kỷ.
9. **Sống giản dị và tiết chế dục vọng**:
   - Đức Phật đạt đến sự thanh tịnh nhờ sống giản dị, không bị tham muốn chi phối. Người tu học có thể học rằng việc tiết chế dục vọng, sống giản dị giúp giảm bớt phiền não và giữ cho tâm trí trong sáng, góp phần vào sự hoàn thiện bản thân.
10. **Thực hành tự giác và tự kiểm điểm**:
    - Các tướng tốt nhắc nhở người tu học rằng sự hoàn thiện bản thân đòi hỏi tự giác và kiểm điểm thường xuyên. Đức Phật đã tự rèn luyện và kiểm điểm bản thân qua mỗi kiếp sống, giúp người tu học nhận ra tầm quan trọng của việc tự soi xét, sửa đổi hành vi và suy nghĩ.
11. **Giữ tâm chánh niệm trong mọi hành động**:
    - Các tướng tốt biểu hiện tâm chánh niệm và bình thản của Đức Phật. Người tu học được khích lệ thực hành chánh niệm trong từng hành động hàng ngày để duy trì sự tĩnh lặng và kiểm soát tâm trí, tránh bị phân tán bởi những yếu tố bên ngoài.
12. **Trân trọng con đường Chánh Pháp**:
    - Đức Phật đạt được các tướng tốt nhờ đi theo con đường Chánh Pháp. Người tu học hiểu rằng sự hoàn thiện bản thân cần được xây dựng trên nền tảng Chánh Pháp, không chỉ giúp họ đạt được sự thanh tịnh mà còn là con đường dẫn đến giác ngộ.
13. **Hướng đến lợi ích cho người khác, không chỉ cho bản thân**:
    - Các tướng tốt của Đức Phật là minh chứng cho sự sống vì lợi ích của chúng sinh. Người tu học có thể thấy rằng để hoàn thiện bản thân, họ cần thực hành những phẩm hạnh hướng đến lợi ích cho người khác, không chỉ tập trung vào lợi ích cá nhân.
14. **Rèn luyện tinh thần hòa hợp và vị tha**:
- Đức Phật đạt đến các tướng tốt nhờ vào sự vị tha, không gây xung đột hay tranh chấp. Người tu học có thể học được rằng sự hòa hợp với người khác và tâm vị tha giúp họ hoàn thiện nhân cách và giữ cho tâm trí thanh tịnh.
15. **Nuôi dưỡng niềm tin và sự kiên định trong tu tập**:

- Thông qua các tướng tốt, người tu học được khích lệ tin tưởng vào con đường tu tập, không để những khó khăn làm mình nản lòng. Họ hiểu rằng sự kiên định và lòng tin vào Chánh Pháp là yếu tố quan trọng để đạt đến sự hoàn thiện.

Tổng kết:

Sự hiểu biết về **32 tướng tốt** của Đức Phật giúp người tu học học hỏi về **sự kiên trì, từ bi, trí tuệ, khiêm tốn, và sự buông bỏ chấp ngã** trong quá trình hoàn thiện bản thân. Những phẩm hạnh này không chỉ giúp họ sống một cuộc đời có ý nghĩa mà còn đưa họ tiến gần hơn đến sự thanh tịnh, an lạc và giác ngộ. Việc lấy các tướng tốt làm nguồn động lực và hình mẫu giúp người tu học vững bước trên hành trình phát triển đạo đức, trí tuệ và tâm hồn trong sáng trong cuộc sống hàng ngày.

KINH 31:
KINH GIÁO THỌ THI-CA-LA-VIỆT
(Singālovāda Sutta)

I. GIỚI THIỆU TỔNG QUAN VỀ KINH GIÁO THỌ THI-CA-LA-VIỆT

1. Giới thiệu chung về Kinh Giáo Thọ Thi-Ca-La-Việt:

- **Vị trí và bối cảnh trong Trường Bộ Kinh**: Giới thiệu Kinh Giáo Thọ Thi-Ca-La-Việt (Singālovāda Sutta) như là một phần của Trường Bộ Kinh, tập trung vào lời dạy của Đức Phật về các bổn phận xã hội. Đây là bài kinh có ý nghĩa thiết thực, không chỉ dành cho những người xuất gia mà còn đặc biệt quan trọng đối với người cư sĩ trong việc duy trì đạo đức và hạnh phúc gia đình.
- **Mục tiêu chính của kinh**: Nêu rõ mục tiêu mà Đức Phật muốn truyền đạt thông qua kinh này – đó là hướng dẫn những giá trị sống và bổn phận trong các mối quan hệ xã hội, giúp mỗi người xây dựng và giữ gìn sự hòa hợp và hạnh phúc cho cả cá nhân và cộng đồng.

2. Bối cảnh và đối tượng thuyết giảng:

- **Hoàn cảnh gặp gỡ giữa Đức Phật và Thi-Ca-La-Việt**: Đức Phật gặp Thi-Ca-La-Việt, một thanh niên thành tín và tận tụy với tập tục thờ cúng truyền thống của gia đình. Đức Phật nhìn thấy cơ hội trong cuộc gặp gỡ này để giảng dạy những giáo lý căn bản, giúp thanh niên này hiểu rõ về đạo đức và bổn phận xã hội từ một góc nhìn mới, sâu sắc hơn.
- **Thi-Ca-La-Việt và việc thờ cúng lục phương**: Thi-Ca-La-Việt thực hành nghi lễ thờ cúng lục phương theo truyền thống gia đình, biểu trưng cho lòng hiếu kính. Đức Phật nhận thấy ý nghĩa tiềm ẩn trong hành động này và khéo léo mở rộng thành bài học về trách nhiệm và bổn phận đối với những người quan trọng trong cuộc đời của Thi-Ca-La-Việt.

3. Mục tiêu và ý nghĩa của kinh:

- **Mục tiêu giáo dục về bổn phận và mối quan hệ xã hội**: Đức Phật dùng bài kinh này để chỉ ra rằng, một xã hội hạnh phúc và ổn định phụ thuộc vào mối quan hệ hài hòa giữa các thành viên trong xã hội. Mỗi cá nhân cần hiểu rõ bổn phận của mình trong từng mối quan hệ – từ gia đình đến cộng đồng – để sống đạo đức và có trách nhiệm.
- **Xây dựng cộng đồng hài hòa**: Đức Phật không chỉ giảng dạy về bổn phận cá nhân mà còn khuyến khích Thi-Ca-La-Việt hiểu rằng, các mối quan hệ tốt đẹp trong xã hội sẽ góp phần xây dựng một cộng đồng hài hòa. Các giá

trị như kính trọng, trung thực, và giúp đỡ lẫn nhau không chỉ mang lại lợi ích cho cá nhân mà còn cho sự an lành của xã hội.

II. NỘI DUNG CHÍNH CỦA KINH GIÁO THỌ THI-CA-LA-VIỆT

1. Những nguyên tắc sống cơ bản mà Đức Phật dạy Thi-Ca-La-Việt:

- **Các hành vi cần tránh**: Đức Phật hướng dẫn Thi-Ca-La-Việt về những hành vi và lối sống nên tránh để bảo vệ cả bản thân và người xung quanh. Các hành vi cần tránh bao gồm trộm cắp, nói dối, bạo lực, và say rượu – những hành vi có thể làm tổn hại đến cá nhân cũng như cộng đồng. Đức Phật nhấn mạnh rằng, tránh các hành vi này là bước đầu để xây dựng một cuộc sống trong sạch và đạo đức.
- **Phẩm chất đạo đức cần tu dưỡng**: Đức Phật dạy rằng, để sống hạnh phúc và an lành, mỗi người cần rèn luyện những phẩm chất như trung thực, biết ơn, nhẫn nhục, và lòng từ bi. Người tu học cần có ý thức tự giác trong việc hoàn thiện bản thân, từ bỏ những thói quen không lành mạnh và phát triển các đức hạnh giúp củng cố nền tảng đạo đức cá nhân.
- **Lời khuyến khích từ Đức Phật**: Đức Phật khuyến khích Thi-Ca-La-Việt từ bỏ những lối sống gây bất an cho chính mình và chuyển hướng sang cách sống có đạo đức, tôn trọng và giữ gìn các giá trị xã hội. Đây là nền tảng để đạt được sự hài hòa trong các mối quan hệ xã hội và hướng tới một cuộc sống an lạc.

2. Lục phương và ý nghĩa biểu tượng:

- **Ý nghĩa của việc thờ lục phương**: Theo truyền thống gia đình, Thi-Ca-La-Việt thực hiện nghi thức thờ lục phương, biểu trưng cho sự kính trọng đối với các mối quan hệ trong đời sống. Lục phương bao gồm Đông, Tây, Nam, Bắc, Trên và Dưới, tượng trưng cho những yếu tố quan trọng trong cuộc sống của một cá nhân.
- **Cách Đức Phật diễn giải lục phương**: Đức Phật chuyển hóa ý nghĩa của lục phương thành bài học về bổn phận và trách nhiệm trong các mối quan hệ xã hội, giúp Thi-Ca-La-Việt và người tu học hiểu rằng mỗi phương không chỉ là phương hướng vật lý mà còn tượng trưng cho những mối quan hệ cơ bản trong cuộc đời:
  - **Phương Đông - Cha mẹ**: Trách nhiệm của con cái đối với cha mẹ, bao gồm sự kính trọng, hiếu thảo, và chăm sóc.
  - **Phương Nam - Thầy**: Mối quan hệ giữa học trò và thầy, bao gồm lòng tôn kính, sự học hỏi, và tinh thần biết ơn.
  - **Phương Tây - Vợ chồng**: Quan hệ hôn nhân giữa vợ và chồng, dựa trên sự trung thành, tôn trọng và đồng hành.
  - **Phương Bắc - Bạn bè, người thân**: Sự gắn kết giữa bạn bè, người thân, bao gồm hỗ trợ, trung thực và tình cảm chân thành.
  - **Phương Dưới - Chủ và người phục vụ**: Mối quan hệ giữa chủ và người làm việc, xây dựng trên sự công bằng, tôn trọng và trách nhiệm.
  - **Phương Trên - Người xuất gia**: Bổn phận của người cư sĩ đối với người xuất gia, bao gồm sự tôn kính, hỗ trợ và lắng nghe giáo pháp để hướng tới sự giác ngộ.

- **Tầm quan trọng của mỗi phương trong đời sống**: Mỗi mối quan hệ tương ứng với một phương là nền tảng xây dựng nên một cá nhân có trách nhiệm, đạo đức và biết sống hài hòa trong cộng đồng. Đức Phật nhấn mạnh rằng mỗi cá nhân có vai trò và trách nhiệm khác nhau trong từng mối quan hệ, và việc giữ gìn các bổn phận này sẽ tạo nên sự ổn định và hạnh phúc chung cho gia đình và xã hội.

Việc hiểu rõ ý nghĩa của lục phương và các bổn phận liên quan giúp người tu học nắm bắt được tầm quan trọng của đạo đức và bổn phận trong đời sống, từ đó phát triển một cuộc sống hài hòa và có ý nghĩa.

III. Ý NGHĨA VÀ BÀI HỌC TỪ KINH GIÁO THỌ THI-CA-LA-VIỆT

1. **Bài học về bổn phận xã hội và đạo đức**:
   - **Vai trò của bổn phận xã hội**: Kinh Giáo Thọ Thi-Ca-La-Việt nhấn mạnh rằng mỗi cá nhân không chỉ sống cho riêng mình mà còn có trách nhiệm với gia đình và cộng đồng. Việc hiểu rõ bổn phận xã hội giúp giữ vững sự ổn định và hài hòa, không chỉ cho chính bản thân mà còn cho những người xung quanh. Đức Phật dạy rằng bổn phận này là nền tảng để duy trì các mối quan hệ xã hội tốt đẹp, giúp cộng đồng phát triển vững mạnh và không bị rối loạn.
   - **Tầm quan trọng của đạo đức trong mỗi mối quan hệ**: Đức Phật chỉ ra rằng các mối quan hệ xã hội đều cần dựa trên đạo đức và tinh thần trách nhiệm. Điều này giúp người đọc nhận ra ý nghĩa của việc sống có trách nhiệm trong từng mối quan hệ như với cha mẹ, thầy cô, bạn bè, người thân, và người phục vụ. Bằng cách hoàn thành bổn phận của mình, mỗi cá nhân có thể đóng góp vào sự an lạc và thịnh vượng của xã hội.
2. **Giá trị của lối sống đúng đắn và tránh xa những điều gây hại**:
   - **Lợi ích của việc thực hành lối sống đúng đắn**: Đức Phật khuyên Thi-Ca-La-Việt tránh xa các thói quen xấu, những điều có thể gây tổn hại như trộm cắp, nói dối, bạo lực, và say rượu. Thực hành lối sống lành mạnh không chỉ giúp giữ gìn tài sản và bảo vệ sức khỏe, mà còn mang lại sự an lạc, hạnh phúc bền lâu cho bản thân và gia đình.
   - **Tránh xa những điều gây hại**: Kinh này cũng cảnh báo về những hành vi gây tổn hại đến tài sản và phúc lợi, như lười biếng, sa vào cờ bạc, hoặc kết giao với những người không đáng tin cậy. Người đọc được khuyến khích noi theo các lời dạy của Đức Phật, tránh xa những thói xấu và phát triển lối sống có kỷ luật, giúp họ duy trì sự hài hòa và tiến bộ trong cuộc sống.
3. **Bài học về sự kính trọng và lòng biết ơn**:
   - **Tầm quan trọng của kính trọng và biết ơn**: Kinh Giáo Thọ Thi-Ca-La-Việt nhấn mạnh rằng sự kính trọng và lòng biết ơn là nền tảng của các mối quan hệ bền vững. Đức Phật dạy rằng mỗi người cần tôn kính cha mẹ, thầy cô, bạn bè và tất cả những ai đã giúp đỡ, nuôi dưỡng mình. Sự kính trọng và biết ơn không chỉ là bổn phận mà còn là cách để duy trì mối quan hệ hài hòa và yêu thương.

- **Lòng biết ơn giúp xây dựng các mối quan hệ tốt đẹp**: Người đọc học được rằng lòng biết ơn tạo nên sự kết nối và gắn bó, không chỉ trong gia đình mà còn trong xã hội. Khi sống với lòng biết ơn, mỗi cá nhân sẽ dễ dàng nhận được sự hỗ trợ, tôn trọng từ người khác, đồng thời góp phần xây dựng một cộng đồng an lành, ổn định và hòa hợp.

Những bài học này từ Kinh Giáo Thọ Thi-Ca-La-Việt giúp người tu học nhận ra rằng bổn phận, đạo đức, lòng kính trọng và biết ơn không chỉ là nền tảng cho hạnh phúc cá nhân mà còn góp phần vào sự hòa hợp của gia đình và cộng đồng.

IV. CÁC ẨN DỤ VÀ HÌNH ẢNH TRONG KINH GIÁO THỌ THI-CA-LA-VIỆT

1. **Ý nghĩa của các hình ảnh biểu trưng**:
   - **Hình ảnh lục phương**: Đức Phật sử dụng hình ảnh sáu phương (Đông, Tây, Nam, Bắc, Trên và Dưới) – một nghi thức truyền thống của Thi-Ca-La-Việt – để giải thích về các mối quan hệ xã hội. Mỗi phương tượng trưng cho một nhóm quan hệ, chẳng hạn phương Đông là cha mẹ, phương Tây là vợ chồng, phương Bắc là bạn bè và người thân, phương Trên là người xuất gia, phương Dưới là người phục vụ, và phương Nam là thầy cô.
   - **Tác dụng của lục phương trong việc phân tích bổn phận**: Sử dụng hình ảnh lục phương, Đức Phật đã biến một nghi thức mang tính hình thức thành một bài học sống động về bổn phận xã hội. Người học dễ dàng hình dung và liên hệ từng phương với những người quan trọng trong cuộc đời mình. Hình ảnh này không chỉ giúp người nghe nhận ra từng mối quan hệ cụ thể mà còn hiểu rõ trách nhiệm và vai trò của mình trong việc duy trì sự hài hòa với mọi người xung quanh.
2. **Tác động của các ẩn dụ đối với người nghe**:
   - **Giúp Thi-Ca-La-Việt nhận thức rõ hơn về bổn phận của mình**: Qua hình ảnh lục phương, Đức Phật không chỉ giảng dạy mà còn tạo ra một cách nhìn sâu sắc về sự tương quan trong đời sống xã hội. Thi-Ca-La-Việt từ đó hiểu rằng mỗi phương không chỉ là một điểm trong không gian mà còn đại diện cho một bổn phận cần tu dưỡng. Điều này giúp anh nhận ra tầm quan trọng của mỗi mối quan hệ và ý thức rõ ràng về trách nhiệm của mình với từng đối tượng.
   - **Biến giáo lý thành gần gũi và dễ áp dụng**: Các ẩn dụ và hình ảnh giúp biến giáo lý thành những bài học dễ nhớ, dễ áp dụng trong đời sống. Bằng cách liên hệ các phương hướng với các mối quan hệ xã hội, Đức Phật không chỉ truyền đạt kiến thức mà còn tạo ra sự gắn bó với cuộc sống thực tế. Người nghe không cần phải ghi nhớ một cách máy móc mà có thể áp dụng những gì học được trong các tương tác hàng ngày.
   - **Khuyến khích sự thực hành trong đời sống thường nhật**: Thông qua hình ảnh lục phương, Đức Phật khuyến khích người nghe thực hành bổn phận và trách nhiệm đối với từng mối quan hệ trong đời sống hàng ngày. Điều này giúp giáo lý Phật giáo không chỉ nằm ở lời nói mà còn được thực hành và duy trì qua mỗi hành động nhỏ nhặt trong cuộc sống.

Các ẩn dụ và hình ảnh trong Kinh Giáo Thọ Thi-Ca-La-Việt giúp người học hình dung một cách cụ thể và sinh động về các bổn phận xã hội, biến giáo lý trở nên thiết thực và dễ dàng áp dụng vào cuộc sống. Đây là cách Đức Phật truyền đạt các bài học một cách sâu sắc và gần gũi, giúp người học dễ dàng tiếp nhận và thực hành.

V. KẾT LUẬN VÀ TÓM TẮT VỀ KINH GIÁO THỌ THI-CA-LA-VIỆT

1. **Tóm tắt các điểm chính**:
    - **Tóm lược nội dung cốt lõi của kinh**: Kinh Giáo Thọ Thi-Ca-La-Việt tập trung vào những hướng dẫn của Đức Phật về lối sống đạo đức và bổn phận xã hội, nhấn mạnh sự quan trọng của các mối quan hệ và trách nhiệm mà mỗi cá nhân cần duy trì trong cuộc sống hàng ngày. Đức Phật khuyến khích Thi-Ca-La-Việt hiểu rằng đạo đức và trách nhiệm cá nhân là nền tảng xây dựng nên hạnh phúc bền vững và sự hòa hợp cho gia đình, cộng đồng.
2. **Thông điệp chính của Kinh Giáo Thọ Thi-Ca-La-Việt**:
    - **Đạo đức và bổn phận xã hội vì hạnh phúc chung**: Đức Phật khẳng định rằng đạo đức cá nhân không chỉ mang lại hạnh phúc cho từng cá nhân mà còn đóng góp vào sự phát triển của một xã hội tốt đẹp và hòa hợp. Mỗi người đều có trách nhiệm và bổn phận đối với gia đình, bạn bè, thầy cô, người phục vụ và cộng đồng. Khi thực hiện tốt bổn phận, chúng ta không chỉ đem lại niềm vui cho chính mình mà còn góp phần vào một cộng đồng vững mạnh, an lành.
3. **Lời nhắn gửi đến người tu học**:
    - **Thực hành giá trị đạo đức và trách nhiệm xã hội**: Kinh Giáo Thọ Thi-Ca-La-Việt là lời nhắn nhủ cho tất cả những ai mong muốn sống một cuộc đời an lạc và ý nghĩa. Đức Phật khuyến khích chúng ta không chỉ giữ vững đạo đức cá nhân mà còn thực hành bổn phận và trách nhiệm đối với mọi mối quan hệ xã hội. Thực hành các giá trị này sẽ giúp duy trì hạnh phúc gia đình, tạo ra sự hòa hợp trong xã hội, và hướng mỗi cá nhân đến cuộc sống có ý nghĩa và trọn vẹn hơn.

Những lời dạy trong Kinh Giáo Thọ Thi-Ca-La-Việt không chỉ là hướng dẫn về các mối quan hệ, mà còn là lời nhắc nhở về giá trị của cuộc sống đạo đức và tinh thần trách nhiệm xã hội – những yếu tố thiết yếu để xây dựng một xã hội an bình và hạnh phúc.

VI. VẤN ĐÁP VỀ KINH GIÁO THỌ THI-CA-LA-VIỆT

1. Tại sao Đức Phật lại nhấn mạnh việc tuân thủ bổn phận xã hội là nền tảng cho hạnh phúc cá nhân và xã hội?

Đức Phật nhấn mạnh việc **tuân thủ bổn phận xã hội** như là nền tảng cho **hạnh phúc cá nhân và xã hội** vì Ngài nhận thấy rằng mỗi cá nhân không chỉ là một thực thể độc lập mà còn là một phần của mạng lưới xã hội rộng lớn. Những mối quan hệ xã hội và bổn phận mà mỗi người gánh vác đóng vai trò quan trọng trong việc tạo ra sự ổn định, hòa hợp và phát triển bền vững cho cả gia đình lẫn cộng đồng.

Dưới đây là các lý do cụ thể giải thích tại sao Đức Phật lại đặt nặng tầm quan trọng của bổn phận xã hội:

1. **Tạo dựng nền tảng đạo đức vững chắc**:
    - Việc tuân thủ bổn phận xã hội giúp mỗi người sống có đạo đức và trách nhiệm. Khi thực hiện đúng bổn phận, con người không chỉ hành động vì lợi ích cá nhân mà còn vì lợi ích chung của gia đình và xã hội, từ đó xây dựng nên một xã hội an lành, trật tự.
2. **Duy trì sự hòa hợp và an vui trong các mối quan hệ**:
    - Các bổn phận xã hội được thực hiện đầy đủ giúp các mối quan hệ giữa cha mẹ và con cái, thầy và trò, vợ và chồng, bạn bè và người thân được hài hòa, không xảy ra xung đột. Hòa hợp trong gia đình và cộng đồng là nền tảng để mỗi cá nhân cảm thấy an vui và hạnh phúc.
3. **Phát triển tinh thần trách nhiệm và lòng biết ơn**:
    - Khi mỗi cá nhân thực hiện đúng bổn phận, họ học được sự biết ơn và tinh thần trách nhiệm, những yếu tố quan trọng để duy trì mối quan hệ bền chặt. Lòng biết ơn khuyến khích mọi người đối xử tốt với nhau, tạo nên vòng tròn yêu thương và hỗ trợ lẫn nhau trong xã hội.
4. **Ngăn chặn các hành vi gây hại và phát triển các giá trị tích cực**:
    - Tuân thủ bổn phận giúp ngăn chặn những hành vi gây hại như ích kỷ, tham lam, sân hận. Thay vào đó, mỗi cá nhân được khuyến khích phát triển các giá trị như trung thực, từ bi, kính trọng, tạo nên nền tảng tốt đẹp cho cuộc sống cá nhân và cho cả cộng đồng.
5. **Thúc đẩy sự tiến bộ và ổn định xã hội**:
    - Khi mỗi người đều ý thức và hoàn thành bổn phận của mình, từ chủ gia đình đến các thành viên trong xã hội, sự ổn định và thịnh vượng sẽ được đảm bảo. Bổn phận xã hội giúp xã hội tiến bộ, phát triển bền vững, không bị xáo trộn bởi các hành vi vô trách nhiệm.
6. **Hỗ trợ con đường tu tập và giải thoát cá nhân**:
    - Đức Phật dạy rằng việc tuân thủ bổn phận xã hội là một phần trong hành trình tu tập. Người cư sĩ không chỉ đạt được sự an lạc trong cuộc sống hiện tại mà còn tích lũy công đức, thanh tịnh tâm trí, tiến gần hơn đến mục tiêu giải thoát cuối cùng.

Tổng kết:

Việc tuân thủ bổn phận xã hội giúp từng cá nhân và toàn xã hội duy trì sự hài hòa, an lạc và phát triển. Đó là lý do Đức Phật nhấn mạnh tầm quan trọng của bổn phận xã hội, xem đó là nền tảng không chỉ cho hạnh phúc cá nhân mà còn cho sự ổn định và tiến bộ của cả cộng đồng.

2. Bổn phận đối với cha mẹ và gia đình có ý nghĩa như thế nào trong đời sống của một người cư sĩ?

Bổn phận đối với cha mẹ và gia đình đóng vai trò rất quan trọng trong đời sống của một người cư sĩ, bởi gia đình là nền tảng đầu tiên trong việc **hình thành nhân cách, đạo đức và ý thức trách nhiệm** của mỗi cá nhân. Đức Phật đã dạy rằng lòng hiếu kính và trách nhiệm với gia đình không chỉ là một nghĩa vụ mà còn là cách để đạt được hạnh phúc và phát triển bản thân. Dưới đây là ý nghĩa của bổn phận này trong đời sống của một người cư sĩ:

1. **Xây dựng nền tảng đạo đức và nhân cách**:
   - Gia đình là nơi đầu tiên mà mỗi người học hỏi và thực hành các giá trị đạo đức như lòng biết ơn, kính trọng, trung thực và nhẫn nhục. Việc thể hiện bổn phận đối với cha mẹ giúp người cư sĩ phát triển những đức tính cao quý, hình thành nhân cách và sống một cách có trách nhiệm.
2. **Thể hiện lòng biết ơn và sự kính trọng**:
   - Bổn phận đối với cha mẹ là cách để người cư sĩ thể hiện lòng biết ơn đối với những công lao nuôi dưỡng và dạy dỗ mà cha mẹ đã dành cho mình. Đây là sự công nhận và trân trọng những hy sinh thầm lặng của cha mẹ, giúp người cư sĩ nuôi dưỡng tình cảm yêu thương và lòng hiếu kính.
3. **Tạo dựng sự hòa hợp và an lạc trong gia đình**:
   - Khi người cư sĩ hoàn thành bổn phận đối với cha mẹ và gia đình, mối quan hệ giữa các thành viên sẽ được duy trì trong sự hòa thuận và yêu thương. Điều này không chỉ mang lại hạnh phúc cho cá nhân mà còn tạo ra bầu không khí ấm áp, an lạc cho cả gia đình.
4. **Làm gương cho thế hệ sau**:
   - Khi người cư sĩ thể hiện bổn phận với cha mẹ, con cái và thế hệ sau sẽ noi theo, phát triển lòng hiếu thảo và ý thức trách nhiệm. Đây là cách giúp truyền tải và duy trì những giá trị đạo đức qua các thế hệ, góp phần xây dựng một gia đình và xã hội lành mạnh, có đạo đức.
5. **Tích lũy công đức và hỗ trợ con đường tu tập**:
   - Đức Phật dạy rằng lòng hiếu kính là một trong những công đức lớn lao mà người cư sĩ có thể tích lũy. Việc chăm sóc, yêu thương và kính trọng cha mẹ không chỉ mang lại hạnh phúc hiện tại mà còn giúp người tu học tích lũy phước báo, tạo nền tảng tốt cho sự phát triển tâm linh và tiến gần đến giác ngộ.
6. **Hỗ trợ sự phát triển tâm từ bi và lòng vị tha**:
   - Chăm sóc và thực hiện bổn phận với gia đình giúp người cư sĩ phát triển tâm từ bi, tình yêu thương và lòng vị tha. Những phẩm chất này là nền tảng để sống một cuộc sống có ý nghĩa, có trách nhiệm với gia đình và xã hội, giúp người cư sĩ rèn luyện đức hạnh và hoàn thiện bản thân.
7. **Tăng cường sự ổn định và hạnh phúc cho xã hội**:
   - Khi các cá nhân trong xã hội thực hiện đầy đủ bổn phận với cha mẹ và gia đình, sự ổn định và hòa hợp của xã hội cũng được duy trì. Một gia đình hạnh phúc, hòa thuận góp phần tạo nên một cộng đồng và xã hội an lành, tốt đẹp, nơi mọi người đều sống trong tình yêu thương và sự kính trọng lẫn nhau.

Tổng kết:

Bổn phận đối với cha mẹ và gia đình giúp người cư sĩ nuôi dưỡng nhân cách, lòng hiếu kính, từ bi, và tình yêu thương. Đức Phật dạy rằng, thông qua việc thể hiện lòng hiếu thảo và trách nhiệm với gia đình, người cư sĩ không chỉ đạt được hạnh phúc cá nhân mà còn đóng góp vào sự ổn định và hòa hợp của toàn xã hội.

3. Đức Phật dạy gì về trách nhiệm và mối quan hệ giữa thầy và trò? Làm thế nào để mối quan hệ này được duy trì tốt đẹp?

Đức Phật dạy rằng mối quan hệ giữa **thầy và trò** là một trong những mối quan hệ quan trọng trong đời sống xã hội, và trách nhiệm của cả thầy và trò đều cần thiết để duy trì sự hài hòa và hiệu quả trong việc truyền đạt và tiếp thu kiến thức. Mối quan hệ này không chỉ giúp trò phát triển trí tuệ mà còn giúp thầy hoàn thành sứ mệnh giáo dục của mình. Dưới đây là các nguyên tắc về trách nhiệm và cách duy trì tốt đẹp mối quan hệ này theo lời dạy của Đức Phật:

1. **Trách nhiệm của thầy đối với trò**:
   - **Truyền đạt kiến thức và đạo đức**: Đức Phật nhấn mạnh rằng thầy có trách nhiệm truyền đạt không chỉ kiến thức mà còn là các giá trị đạo đức và phẩm chất tốt đẹp, để trò không chỉ có tri thức mà còn phát triển nhân cách.
   - **Quan tâm và hỗ trợ**: Thầy cần hiểu khả năng, điểm mạnh và điểm yếu của từng trò để có thể hỗ trợ một cách phù hợp, giúp trò phát huy tiềm năng của mình.
   - **Làm gương mẫu về đạo đức và ứng xử**: Thầy là tấm gương quan trọng cho trò noi theo. Thái độ, hành động, và phong cách sống của thầy ảnh hưởng lớn đến sự phát triển của trò, do đó thầy cần giữ gìn phẩm hạnh và sống đúng đắn.
2. **Trách nhiệm của trò đối với thầy**:
   - **Tôn trọng và biết ơn**: Đức Phật dạy rằng trò cần tôn kính thầy và thể hiện lòng biết ơn, bởi thầy đã dành thời gian và tâm huyết để truyền đạt kiến thức và giúp trò trưởng thành.
   - **Chăm chỉ và nghiêm túc trong học tập**: Sự chăm chỉ, siêng năng và tinh thần học hỏi của trò là biểu hiện sự tôn trọng công lao của thầy, đồng thời là cách để tận dụng những gì thầy truyền dạy.
   - **Lắng nghe và thực hành những gì đã học**: Trò không chỉ cần nghe lời thầy mà còn phải biết thực hành và áp dụng những điều đã học vào đời sống. Đây là cách để kiến thức được chuyển hóa thành trí tuệ và năng lực thực sự.
3. **Cách duy trì mối quan hệ thầy - trò tốt đẹp**:
   - **Giao tiếp chân thành và tôn trọng**: Một mối quan hệ bền vững giữa thầy và trò cần được xây dựng trên nền tảng giao tiếp chân thành, cởi mở và tôn trọng lẫn nhau. Trò cần sẵn sàng đặt câu hỏi và thầy cần tạo môi trường để trò có thể bày tỏ quan điểm mà không lo sợ.
   - **Sự kiên nhẫn và bao dung**: Cả thầy và trò đều cần kiên nhẫn và bao dung. Trò cần kiên nhẫn học tập và rèn luyện, trong khi thầy cần kiên nhẫn trong việc giảng dạy và hướng dẫn, không ngừng truyền cảm hứng cho trò.
   - **Khuyến khích phát triển đạo đức và trí tuệ**: Đức Phật dạy rằng việc học không chỉ là thu nạp kiến thức mà còn là rèn luyện tâm trí và phẩm chất đạo đức. Thầy cần hướng dẫn trò phát triển đạo đức song song với trí tuệ, khuyến khích trò không ngừng hoàn thiện bản thân.

- **Sự biết ơn và hỗ trợ lẫn nhau**: Trò thể hiện lòng biết ơn bằng cách thực hành những gì đã học, và thầy thấy được ý nghĩa trong việc giảng dạy khi trò thành công. Sự hỗ trợ, khuyến khích lẫn nhau giữa thầy và trò giúp duy trì sự tôn trọng và thúc đẩy mối quan hệ tốt đẹp.

Tổng kết:
Đức Phật dạy rằng mối quan hệ giữa thầy và trò phải dựa trên **sự tôn trọng, lòng biết ơn, và trách nhiệm** của cả hai phía. Khi mỗi người hoàn thành bổn phận của mình, mối quan hệ này sẽ trở nên bền vững, hỗ trợ sự phát triển cả về trí tuệ lẫn đạo đức, và đóng góp vào sự thành công của người trò cũng như sự mãn nguyện của người thầy.

4. Vì sao sự kính trọng và lòng biết ơn là cốt lõi trong mối quan hệ giữa con cái và cha mẹ?

Sự kính trọng và lòng biết ơn là cốt lõi trong mối quan hệ giữa con cái và cha mẹ vì đây là những giá trị nền tảng giúp duy trì tình yêu thương, sự gắn bó, và tạo nên sự hòa hợp trong gia đình. Đức Phật nhấn mạnh rằng lòng hiếu kính và biết ơn không chỉ là trách nhiệm của con cái mà còn là **cách thể hiện đạo đức và nhân cách của một người**. Dưới đây là những lý do tại sao sự kính trọng và lòng biết ơn lại đóng vai trò cốt lõi trong mối quan hệ này:

1. **Thể hiện sự công nhận và trân trọng công lao cha mẹ**:
   - Cha mẹ đã nuôi dưỡng, bảo vệ và hy sinh nhiều thứ để chăm sóc con cái. Kính trọng và biết ơn là cách để con cái công nhận và trân trọng những nỗ lực và hy sinh của cha mẹ. Đây là sự phản hồi tích cực và là động lực tinh thần quan trọng cho cha mẹ.
2. **Giữ gìn sự hòa hợp và an lạc trong gia đình**:
   - Khi con cái có lòng kính trọng và biết ơn cha mẹ, mối quan hệ gia đình sẽ trở nên hòa hợp và yêu thương hơn. Cha mẹ cảm thấy hạnh phúc, an vui khi thấy con cái trân trọng và yêu thương mình. Điều này tạo ra một môi trường gia đình ấm áp, giúp mọi thành viên cảm thấy bình an và hạnh phúc.
3. **Nuôi dưỡng tình yêu thương và lòng từ bi**:
   - Kính trọng và biết ơn là những phẩm chất đạo đức giúp con cái nuôi dưỡng lòng từ bi và tình yêu thương. Khi biết ơn và kính trọng cha mẹ, con cái học được cách sống có tình cảm, biết quan tâm và sẵn lòng giúp đỡ người khác, những phẩm chất này là nền tảng của một nhân cách tốt đẹp.
4. **Phát triển ý thức trách nhiệm và bổn phận**:
   - Đức Phật dạy rằng bổn phận của con cái đối với cha mẹ là một trong những bổn phận quan trọng nhất trong cuộc đời. Khi con cái thể hiện lòng kính trọng và biết ơn, họ cũng hiểu rõ về trách nhiệm và bổn phận của mình. Điều này giúp con cái phát triển ý thức về nghĩa vụ, sống có trách nhiệm với gia đình và cộng đồng.
5. **Truyền cảm hứng cho thế hệ sau**:
   - Khi con cái thể hiện lòng kính trọng và biết ơn cha mẹ, họ sẽ trở thành tấm gương tốt cho thế hệ sau. Con cái của họ sẽ noi theo, tiếp tục duy trì lòng hiếu thảo và kính trọng đối với gia đình. Đây là cách duy trì và lan tỏa

những giá trị đạo đức quý giá qua các thế hệ, giúp gia đình và xã hội luôn giữ được các giá trị tốt đẹp.

6. **Góp phần xây dựng nhân cách đạo đức và tâm hồn thanh tịnh**:
   - Kính trọng và biết ơn không chỉ là trách nhiệm xã hội mà còn là cách rèn luyện nhân cách và tâm hồn. Khi con cái trân trọng công lao của cha mẹ, họ sẽ sống trong tâm trạng bình an và nhẹ nhàng. Những đức tính này giúp con cái tránh xa những hành vi ích kỷ và phát triển lòng bao dung, vị tha.
7. **Xây dựng một cộng đồng và xã hội hài hòa**:
   - Gia đình là đơn vị cơ bản của xã hội. Khi các gia đình hòa hợp, biết sống yêu thương và trân trọng nhau, xã hội cũng sẽ trở nên hòa bình và ổn định hơn. Sự kính trọng và biết ơn trong gia đình giúp xây dựng một cộng đồng dựa trên lòng tôn trọng và nhân ái, tạo nền tảng vững chắc cho sự phát triển xã hội.

Tổng kết:

Sự kính trọng và lòng biết ơn trong mối quan hệ giữa con cái và cha mẹ không chỉ là trách nhiệm mà còn là nền tảng đạo đức giúp duy trì tình yêu thương, sự hài hòa và gắn bó trong gia đình. Đây cũng là cách để con cái trau dồi nhân cách, rèn luyện đạo đức, và tạo nền tảng cho một cuộc sống an lạc, hạnh phúc. Đức Phật xem lòng hiếu kính là một trong những công đức lớn lao nhất, giúp con người hướng đến cuộc sống thiện lành và xã hội hòa bình.

5. Đức Phật đã chỉ ra những hành vi nào cần tránh để có được cuộc sống an lạc và đạo đức?

Đức Phật đã chỉ ra nhiều **hành vi cần tránh** để đạt được một cuộc sống **an lạc và đạo đức**, bảo vệ bản thân khỏi khổ đau và tạo dựng các mối quan hệ xã hội hài hòa. Những hành vi này không chỉ gây hại cho cá nhân mà còn ảnh hưởng tiêu cực đến gia đình và cộng đồng. Dưới đây là những hành vi mà Đức Phật khuyên nên tránh:

1. **Trộm cắp**:
   - Trộm cắp là hành vi lấy đi của cải, tài sản của người khác một cách bất chính, gây tổn hại cho người bị mất và cả người thực hiện hành vi. Đức Phật dạy rằng trộm cắp là vi phạm đạo đức và làm mất lòng tin giữa con người, từ đó gây bất hòa trong xã hội.
2. **Nói dối và lừa gạt**:
   - Đức Phật khuyên tránh nói dối, lừa đảo hay sử dụng lời nói để thao túng người khác. Lời nói không chân thật không chỉ làm tổn hại đến uy tín của chính mình mà còn gây rối loạn và mất lòng tin trong các mối quan hệ xã hội. Nói thật và giữ lời hứa là nền tảng để xây dựng sự tin cậy và hòa hợp.
3. **Sát sinh**:
   - Việc sát hại sinh mạng của bất kỳ sinh vật nào đều gây tổn hại và đau khổ. Đức Phật khuyên tránh sát sinh để phát triển lòng từ bi và tôn trọng sự sống, giúp con người sống trong hòa bình, tránh tạo nghiệp xấu, và giảm bớt khổ đau cho chính mình và những người xung quanh.
4. **Uống rượu và sử dụng các chất kích thích**:

- Đức Phật dạy rằng rượu và các chất kích thích làm mất sự tỉnh thức, khiến tâm trí mờ mịt, dễ dẫn đến hành vi thiếu kiểm soát, từ đó có thể gây ra những hậu quả tiêu cực cho bản thân và người khác. Khi tránh xa các chất này, người tu học có thể giữ được sự sáng suốt và kiềm chế, góp phần duy trì cuộc sống an lạc.

5. **Tà dâm**:
   - Đức Phật khuyên tránh tà dâm – những mối quan hệ tình cảm hoặc hành vi vượt ngoài đạo đức và trách nhiệm trong hôn nhân hoặc gây tổn hại đến người khác. Hành vi này không chỉ gây ra đau khổ và mâu thuẫn trong gia đình mà còn làm suy đồi các giá trị đạo đức cá nhân, ảnh hưởng xấu đến sự hòa hợp xã hội.
6. **Nói lời thô ác, chia rẽ, và vu khống**:
   - Đức Phật khuyên tránh những lời nói thô lỗ, chia rẽ và vu khống nhằm gây tổn hại cho người khác. Những lời nói này không chỉ làm tổn thương người nghe mà còn gây rạn nứt trong các mối quan hệ, khiến cộng đồng mất đi sự hòa hợp. Thay vào đó, Đức Phật khuyến khích sử dụng lời nói chân thật, tử tế, và hòa nhã.
7. **Cờ bạc và tham gia vào các trò đỏ đen**:
   - Cờ bạc là hành vi thiếu kiểm soát và dễ dẫn đến tổn thất tài sản, mâu thuẫn gia đình và xã hội. Đức Phật khuyên tránh xa cờ bạc để bảo vệ tài sản và duy trì sự ổn định cho gia đình. Cờ bạc cũng làm mất đi sự tập trung và tinh thần kỷ luật cần thiết trong cuộc sống.
8. **Lười biếng và thiếu trách nhiệm**:
   - Lười biếng khiến con người không thể đạt được những thành tựu trong cuộc sống và trở nên phụ thuộc vào người khác. Đức Phật khuyên tránh lười biếng và khuyến khích tinh thần tự giác, chăm chỉ, để có thể sống tự lập và đóng góp tích cực cho xã hội.
9. **Tham lam, sân hận, và si mê**:
   - Đức Phật dạy rằng tham lam, sân hận, và si mê là ba độc tố của tâm trí, gây ra nhiều khổ đau. Tham lam khiến con người không bao giờ thỏa mãn, sân hận làm tăng mâu thuẫn, và si mê khiến mất đi sự tỉnh thức. Để sống an lạc và đạo đức, mỗi người cần giảm bớt và loại trừ những độc tố này.

Tổng kết:

Đức Phật khuyên nên tránh những hành vi gây hại như trộm cắp, nói dối, sát sinh, uống rượu, tà dâm, cờ bạc, lười biếng, và các trạng thái tham, sân, si. Những lời dạy này không chỉ giúp người tu học duy trì đạo đức cá nhân mà còn góp phần tạo nên sự hòa hợp và ổn định trong xã hội, giúp mỗi người sống một cuộc sống an lạc và ý nghĩa.

6. Trong Kinh Giáo Thọ Thi-Ca-La-Việt, việc lục phương tượng trưng cho các mối quan hệ xã hội có ý nghĩa gì?

Trong **Kinh Giáo Thọ Thi-Ca-La-Việt (Singālovāda Sutta)**, Đức Phật đã sử dụng hình ảnh **lục phương** (Đông, Tây, Nam, Bắc, Trên, Dưới) để **tượng trưng cho các mối quan hệ xã hội**. Đây là một cách diễn đạt độc đáo, giúp người nghe dễ hình dung và hiểu rõ ý nghĩa của từng mối quan hệ trong cuộc sống. Mỗi phương hướng không chỉ là một hướng cụ thể mà còn đại diện cho các vai trò, bổn phận và trách nhiệm mà một người nên thực hiện. Ý nghĩa của việc lục phương tượng trưng cho các mối quan hệ xã hội bao gồm:

1. **Tạo sự liên kết giữa các phương hướng và các mối quan hệ trong đời sống**:
   - Đức Phật đã gán mỗi phương hướng với một loại mối quan hệ cụ thể, giúp người học dễ dàng hiểu rằng cuộc sống không chỉ bao gồm một hướng duy nhất mà là một mạng lưới các mối quan hệ đa chiều. Nhờ đó, người nghe có thể nhận thức sâu sắc hơn về vai trò và trách nhiệm của mình đối với từng mối quan hệ trong cuộc sống.
2. **Đông – Cha mẹ**:
   - Phương Đông tượng trưng cho **mối quan hệ giữa con cái và cha mẹ**. Điều này nhấn mạnh sự kính trọng, lòng biết ơn và bổn phận của con cái đối với cha mẹ. Con cái cần tôn trọng, chăm sóc và hiếu thảo với cha mẹ, vì cha mẹ là nguồn gốc của sự sống và nuôi dưỡng.
3. **Nam – Thầy**:
   - Phương Nam tượng trưng cho **mối quan hệ giữa thầy và trò**. Điều này đề cao vai trò của người thầy trong việc truyền đạt tri thức và đạo đức. Học trò cần tôn kính, biết ơn và chăm chỉ học tập để xứng đáng với công lao của thầy, trong khi thầy cần có trách nhiệm dạy dỗ và hướng dẫn tận tình.
4. **Tây – Vợ chồng**:
   - Phương Tây tượng trưng cho **mối quan hệ vợ chồng**, thể hiện tầm quan trọng của sự chung thủy, tôn trọng và hợp tác giữa hai vợ chồng. Đức Phật khuyến khích cả hai người phải sống trong tinh thần yêu thương, hỗ trợ và trung thành với nhau, tạo nền tảng vững chắc cho gia đình và nuôi dạy con cái.
5. **Bắc – Bạn bè và người thân**:
   - Phương Bắc tượng trưng cho **mối quan hệ với bạn bè và người thân**, nhấn mạnh sự chân thành, trung thực, và sẵn lòng giúp đỡ nhau trong lúc khó khăn. Đức Phật dạy rằng bạn bè và người thân là những người đồng hành trong cuộc sống, cùng chia sẻ niềm vui và gánh vác những thử thách.
6. **Dưới – Chủ và người phục vụ**:
   - Phương Dưới tượng trưng cho **mối quan hệ giữa chủ và người phục vụ hoặc nhân viên**. Đức Phật dạy rằng chủ và người làm việc phải tôn trọng và đối xử công bằng với nhau. Chủ cần quan tâm, chăm sóc và đãi ngộ xứng đáng, trong khi người làm việc cần trung thực, tận tâm và hoàn thành công việc một cách tốt nhất.
7. **Trên – Người xuất gia và cư sĩ**:
   - Phương Trên tượng trưng cho **mối quan hệ giữa cư sĩ và người xuất gia**, thể hiện lòng kính trọng và biết ơn của người cư sĩ đối với các vị tăng ni và giáo pháp mà họ truyền dạy. Đức Phật dạy rằng cư sĩ cần hỗ trợ, tôn trọng và thực hành theo giáo lý để phát triển đạo đức và trí tuệ, trong khi người xuất gia cũng cần hướng dẫn và giúp đỡ cư sĩ tiến bộ trong tu tập.
8. **Khuyến khích ý thức bổn phận và trách nhiệm**:
   - Sự sắp xếp lục phương này nhấn mạnh ý thức bổn phận và trách nhiệm trong các mối quan hệ. Mỗi cá nhân có một vai trò và trách nhiệm riêng

trong từng mối quan hệ, và việc hoàn thành bổn phận sẽ góp phần vào sự an lạc và hài hòa của xã hội.

9. **Xây dựng sự hài hòa và ổn định xã hội**:
   - Khi mỗi cá nhân đều hoàn thành bổn phận của mình theo hướng dẫn của Đức Phật, các mối quan hệ sẽ được duy trì trong sự hòa hợp, không gây ra xung đột hay bất hòa. Điều này tạo ra một xã hội ổn định và an lành, nơi mọi người đều có thể sống trong an vui và tôn trọng lẫn nhau.

Tổng kết:

Lục phương trong Kinh Giáo Thọ Thi-Ca-La-Việt mang ý nghĩa biểu trưng sâu sắc, giúp người tu học hiểu rõ trách nhiệm và bổn phận trong các mối quan hệ xã hội. Việc thực hiện đầy đủ các bổn phận này không chỉ mang lại hạnh phúc cá nhân mà còn góp phần xây dựng một xã hội hài hòa, tiến bộ. Đức Phật sử dụng hình ảnh lục phương để truyền tải một cách sinh động và gần gũi các giá trị đạo đức và trách nhiệm xã hội trong cuộc sống hàng ngày.

7. Tại sao việc sống đúng đạo đức và bổn phận trong các mối quan hệ lại quan trọng cho hạnh phúc và an bình của xã hội?

Việc **sống đúng đạo đức và thực hiện bổn phận trong các mối quan hệ** là nền tảng cho **hạnh phúc và an bình của xã hội** vì xã hội được cấu thành từ những mối quan hệ cá nhân và gia đình. Khi mỗi cá nhân đều hoàn thành bổn phận và duy trì đạo đức trong tương tác của mình, sự ổn định và hài hòa sẽ lan tỏa từ các gia đình nhỏ đến toàn bộ cộng đồng. Dưới đây là những lý do cụ thể cho tầm quan trọng của việc sống đúng đạo đức và bổn phận:

1. **Tạo dựng niềm tin và sự đoàn kết trong xã hội**:
   - Khi mỗi người sống đúng với bổn phận của mình, mọi người sẽ có lòng tin vào lẫn nhau, và xã hội trở nên đoàn kết hơn. Sự tin tưởng là nền tảng cho các mối quan hệ bền vững và là yếu tố thiết yếu cho sự hợp tác và phát triển của cộng đồng.
2. **Giảm thiểu xung đột và mâu thuẫn**:
   - Sống đúng đạo đức và thực hiện bổn phận giúp tránh những hành vi gây tổn thương, xung đột và hiểu lầm. Khi mọi người đều hành động có trách nhiệm và biết tôn trọng lẫn nhau, các mâu thuẫn sẽ giảm đi, từ đó tạo nên sự ổn định và hòa bình cho xã hội.
3. **Bảo vệ và nuôi dưỡng các giá trị gia đình**:
   - Gia đình là nền tảng của xã hội, và khi mỗi thành viên thực hiện bổn phận với nhau – như cha mẹ đối với con cái, vợ chồng với nhau – gia đình sẽ trở nên vững chắc và hạnh phúc. Gia đình là nơi con người học các giá trị đạo đức đầu tiên, và khi các gia đình đều ổn định, xã hội cũng sẽ vững bền.
4. **Phát triển cá nhân và nuôi dưỡng lòng từ bi**:
   - Sống đúng đạo đức và bổn phận giúp cá nhân phát triển những phẩm chất tốt đẹp như lòng từ bi, biết ơn, và trách nhiệm. Những đức tính này không chỉ mang lại lợi ích cho bản thân mà còn lan tỏa tới những người xung quanh, tạo ra một cộng đồng với tình yêu thương và lòng nhân ái.
5. **Duy trì trật tự và an toàn cho cộng đồng**:

- Khi mọi người tuân thủ các chuẩn mực đạo đức và trách nhiệm, xã hội sẽ tránh được những hành vi sai trái như trộm cắp, lừa đảo, bạo lực. Điều này giúp đảm bảo trật tự, an toàn, và sự an ninh chung, từ đó mọi người đều có thể sống và làm việc trong sự bình an.

6. **Góp phần vào sự phát triển kinh tế và phúc lợi xã hội**:
   - Khi sống đúng bổn phận, mọi người sẽ cống hiến cho xã hội thông qua lao động và hỗ trợ lẫn nhau. Điều này tạo ra môi trường làm việc lành mạnh và giúp tăng trưởng kinh tế, đồng thời củng cố các dịch vụ phúc lợi xã hội, từ đó cải thiện chất lượng cuộc sống cho tất cả mọi người.
7. **Xây dựng một nền tảng đạo đức vững chắc cho các thế hệ sau**:
   - Khi một thế hệ sống đúng đạo đức và trách nhiệm, họ sẽ làm gương cho thế hệ sau. Con cái sẽ học theo cách sống và giá trị của cha mẹ, từ đó duy trì các chuẩn mực đạo đức và trách nhiệm xã hội. Điều này bảo đảm rằng các giá trị đạo đức sẽ tiếp tục được truyền lại, củng cố sự ổn định và phát triển của xã hội trong tương lai.
8. **Góp phần vào sự an lạc và giác ngộ cá nhân**:
   - Đức Phật dạy rằng đạo đức và trách nhiệm là nền tảng cho một cuộc sống an lạc và hạnh phúc. Khi cá nhân sống đúng với đạo đức và bổn phận, họ sẽ giảm bớt các phiền não và đạt được sự bình an nội tại. Sự an lạc này góp phần tạo ra bầu không khí hài hòa và hạnh phúc chung trong xã hội.

Tổng kết:

Việc sống đúng đạo đức và thực hiện bổn phận giúp xây dựng niềm tin, giảm thiểu mâu thuẫn, và bảo vệ các giá trị gia đình – tất cả đều là yếu tố nền tảng cho một xã hội hạnh phúc và an bình. Đức Phật dạy rằng mỗi cá nhân đều có trách nhiệm không chỉ với bản thân mà còn với xã hội xung quanh, và việc sống đúng với đạo đức, bổn phận là cách tốt nhất để đạt được sự hài hòa và hạnh phúc lâu dài cho tất cả mọi người.

8. Làm thế nào để một người có thể duy trì bổn phận và trách nhiệm của mình với bạn bè và người thân?

Để duy trì **bổn phận và trách nhiệm với bạn bè và người thân**, một người cần hành động từ **lòng chân thành, tôn trọng, và quan tâm**, đồng thời thực hành những giá trị đạo đức giúp xây dựng mối quan hệ bền vững và hỗ trợ lẫn nhau. Dưới đây là các cách cụ thể giúp duy trì bổn phận và trách nhiệm này:

1. **Tôn trọng và chân thành**:
   - Sự tôn trọng và chân thành là nền tảng của mọi mối quan hệ. Đối với bạn bè và người thân, một người cần lắng nghe, tôn trọng quan điểm của họ và không áp đặt hay phán xét. Từ sự chân thành, người đó có thể tạo dựng được lòng tin và sự gần gũi trong mối quan hệ.
2. **Giúp đỡ và hỗ trợ lẫn nhau**:
   - Đức Phật dạy rằng bạn bè và người thân là những người đồng hành trong cuộc sống, và cần giúp đỡ nhau trong những lúc khó khăn. Điều này có thể là hỗ trợ về vật chất, tinh thần hoặc thời gian và sự hiện diện. Sự giúp đỡ không chỉ mang lại lợi ích cho người khác mà còn tạo ra mối liên kết gắn bó và tình cảm bền vững.

3. **Chia sẻ niềm vui và nỗi buồn**:
   - Duy trì bổn phận với bạn bè và người thân cũng có nghĩa là có mặt khi họ cần, không chỉ trong lúc khó khăn mà còn trong những thời khắc hạnh phúc. Chia sẻ niềm vui và nỗi buồn giúp tạo dựng sự đồng cảm và thấu hiểu, làm cho mối quan hệ trở nên sâu sắc và ý nghĩa hơn.
4. **Giữ gìn lòng trung thành và đáng tin cậy**:
   - Trung thành và đáng tin cậy là những yếu tố quan trọng giúp duy trì mối quan hệ lâu dài. Mỗi người cần giữ lời hứa và trung thực trong mọi tình huống, đặc biệt khi hỗ trợ bạn bè và người thân. Sự đáng tin cậy này tạo dựng niềm tin và làm cho mối quan hệ trở nên bền chặt hơn.
5. **Kiềm chế và bao dung**:
   - Trong các mối quan hệ, mâu thuẫn và hiểu lầm có thể xảy ra. Đức Phật dạy rằng, để duy trì mối quan hệ, một người cần biết kiềm chế và phát triển lòng bao dung. Điều này giúp giảm thiểu những căng thẳng, giải quyết xung đột một cách nhẹ nhàng và tạo cơ hội để hiểu nhau hơn.
6. **Quan tâm và chăm sóc thường xuyên**:
   - Để duy trì trách nhiệm với bạn bè và người thân, một người cần thể hiện sự quan tâm một cách thường xuyên, từ những hành động nhỏ nhặt đến những lời hỏi thăm chân thành. Sự quan tâm này tạo nên cảm giác được yêu thương và gắn bó, khiến mối quan hệ trở nên gần gũi hơn.
7. **Thực hành lòng biết ơn**:
   - Lòng biết ơn đối với bạn bè và người thân là cách duy trì mối quan hệ tốt đẹp. Biết ơn những gì họ đã làm cho mình, cũng như những khoảng thời gian quý giá đã chia sẻ, giúp tạo ra sự trân trọng và làm sâu sắc thêm sự kết nối giữa mọi người.
8. **Không lợi dụng và thực hành sự công bằng**:
   - Một người có trách nhiệm sẽ không lợi dụng lòng tốt của bạn bè và người thân vì lợi ích riêng. Ngược lại, người đó cần cư xử công bằng, tôn trọng quyền lợi của nhau và sẵn lòng chia sẻ, giúp đỡ mà không mưu cầu lợi ích cá nhân. Điều này giúp duy trì sự trong sáng và lành mạnh của mối quan hệ.
9. **Khuyến khích sự phát triển và thành công của nhau**:
   - Để duy trì trách nhiệm với bạn bè và người thân, một người cần khuyến khích và ủng hộ sự phát triển, thành công của họ, không ghen tị hay ganh đua. Sự động viên chân thành giúp cho mối quan hệ trở nên tích cực và là nguồn động lực cho cả hai phía.
10. **Thực hành tha thứ và buông bỏ**:
   - Cuối cùng, để duy trì mối quan hệ lâu dài với bạn bè và người thân, một người cần thực hành tha thứ và buông bỏ những bất hòa trong quá khứ. Tha thứ không chỉ giúp giải tỏa căng thẳng mà còn làm cho mối quan hệ trở nên mạnh mẽ hơn. Đức Phật khuyên rằng biết tha thứ và buông bỏ sẽ giúp tâm hồn nhẹ nhàng và mối quan hệ trở nên trong sáng.

Tổng kết:

Việc duy trì bổn phận và trách nhiệm với bạn bè và người thân đòi hỏi sự tôn trọng, chân thành, hỗ trợ lẫn nhau, và lòng biết ơn. Khi thực hành những điều này, mối quan hệ sẽ trở nên gắn bó và bền vững, mang lại niềm vui và sự an lạc cho cả hai phía, đồng thời tạo nên một cộng đồng nhỏ an lành và đầy tình thương yêu.

9. Đức Phật dạy gì về bổn phận của chủ nhân đối với người phục vụ, và ngược lại? Điều này có ý nghĩa gì trong việc xây dựng môi trường sống và làm việc hòa hợp?

Đức Phật dạy rằng mối quan hệ giữa **chủ nhân và người phục vụ** phải dựa trên **sự tôn trọng, công bằng và hỗ trợ lẫn nhau** để tạo nên một môi trường sống và làm việc hài hòa. Đức Phật đã chỉ ra các bổn phận cụ thể cho cả chủ nhân và người phục vụ để duy trì mối quan hệ này, đảm bảo rằng cả hai bên đều được tôn trọng và có cơ hội phát triển. Dưới đây là các nguyên tắc và ý nghĩa của việc thực hiện bổn phận này:

1. **Bổn phận của chủ nhân đối với người phục vụ**
    - **Đối xử tử tế và công bằng**: Đức Phật dạy rằng chủ nhân phải đối xử tử tế, không xem người phục vụ chỉ là công cụ làm việc, mà là những con người có giá trị và nhân phẩm. Chủ nhân cần công bằng trong việc giao việc và đánh giá thành quả của người phục vụ, không phân biệt đối xử hay hà khắc.
    - **Quan tâm đến điều kiện làm việc và sinh hoạt**: Chủ nhân có trách nhiệm đảm bảo rằng người phục vụ có điều kiện làm việc và sinh hoạt tốt, không để họ phải chịu khổ cực hay làm việc trong môi trường thiếu an toàn, bất công. Sự quan tâm này giúp xây dựng lòng trung thành và sự gắn bó của người phục vụ đối với chủ nhân.
    - **Đảm bảo đãi ngộ xứng đáng**: Chủ nhân phải trả lương và các khoản phúc lợi xứng đáng với công sức của người phục vụ. Đức Phật khuyên rằng sự đãi ngộ công bằng không chỉ khuyến khích người phục vụ làm việc hết mình mà còn giúp chủ nhân duy trì một đội ngũ làm việc ổn định.
    - **Khuyến khích phát triển cá nhân**: Chủ nhân có thể tạo điều kiện để người phục vụ phát triển năng lực và có cơ hội học hỏi, nâng cao kỹ năng, thậm chí là thăng tiến. Điều này không chỉ mang lại lợi ích cho người phục vụ mà còn giúp chủ nhân xây dựng một đội ngũ làm việc chuyên nghiệp và tận tâm.
2. **Bổn phận của người phục vụ đối với chủ nhân**
    - **Trung thành và tận tụy trong công việc**: Đức Phật dạy rằng người phục vụ cần trung thành và tận tâm với công việc, hoàn thành các nhiệm vụ được giao một cách nghiêm túc và cẩn thận. Sự trung thành này không chỉ là trách nhiệm mà còn là biểu hiện của đạo đức nghề nghiệp.
    - **Trung thực và đáng tin cậy**: Người phục vụ phải trung thực trong mọi tình huống, không gian dối hay lợi dụng lòng tin của chủ nhân để trục lợi. Sự trung thực và đáng tin cậy là yếu tố quan trọng giúp duy trì mối quan hệ bền vững và xây dựng lòng tin giữa đôi bên.
    - **Sẵn sàng học hỏi và cải thiện bản thân**: Người phục vụ nên có tinh thần học hỏi, không ngừng cải thiện kỹ năng và thái độ làm việc của mình. Điều này giúp họ trở nên có giá trị hơn trong mắt chủ nhân và tạo ra cơ hội thăng tiến trong công việc.

- **Giữ gìn phẩm chất đạo đức và tôn trọng chủ nhân**: Người phục vụ cần hành xử đúng mực, tôn trọng các quy định và không vượt quá quyền hạn của mình. Điều này tạo ra sự hòa hợp trong mối quan hệ và giúp tránh những xung đột không đáng có.

Ý nghĩa của việc thực hiện bổn phận này trong việc xây dựng môi trường sống và làm việc hòa hợp

1. **Tạo dựng mối quan hệ bình đẳng và tôn trọng**:
   - Khi cả chủ nhân và người phục vụ đều thực hiện đúng bổn phận của mình, mối quan hệ giữa hai bên sẽ dựa trên sự bình đẳng và tôn trọng. Chủ nhân không coi thường người phục vụ, và người phục vụ cũng không cảm thấy mình bị đối xử bất công. Điều này tạo nên một không khí làm việc thoải mái và dễ chịu.
2. **Xây dựng lòng tin và sự trung thành**:
   - Khi chủ nhân đối xử tử tế và công bằng, người phục vụ sẽ cảm thấy được tôn trọng và đánh giá cao. Điều này giúp xây dựng lòng tin và sự trung thành của người phục vụ đối với chủ nhân, từ đó làm tăng hiệu quả làm việc và gắn kết lâu dài.
3. **Giảm thiểu mâu thuẫn và tạo nên sự hòa hợp**:
   - Bằng cách tôn trọng bổn phận và quyền lợi của nhau, cả chủ nhân và người phục vụ sẽ tránh được những xung đột và hiểu lầm không đáng có. Sự công bằng và đạo đức trong mối quan hệ này là chìa khóa giúp duy trì sự hòa hợp và đoàn kết trong môi trường sống và làm việc.
4. **Khuyến khích phát triển và cải thiện bản thân**:
   - Chủ nhân khuyến khích và tạo điều kiện cho người phục vụ phát triển, trong khi người phục vụ cũng nỗ lực học hỏi và làm việc tận tụy. Điều này không chỉ mang lại lợi ích cho đôi bên mà còn tạo ra một môi trường làm việc tích cực, nơi mọi người đều có cơ hội tiến bộ và phát triển.
5. **Xây dựng một xã hội hòa bình và công bằng**:
   - Đức Phật dạy rằng khi các mối quan hệ xã hội được xây dựng trên cơ sở bổn phận và đạo đức, không chỉ cá nhân mà toàn xã hội sẽ trở nên hòa bình và công bằng hơn. Mối quan hệ giữa chủ nhân và người phục vụ là một phần của mạng lưới xã hội, và khi các mối quan hệ này hài hòa, xã hội cũng sẽ được hưởng lợi từ sự ổn định và an lạc.

Tổng kết:

Đức Phật dạy rằng bổn phận giữa chủ nhân và người phục vụ không chỉ là trách nhiệm cá nhân mà còn là cách để tạo dựng một môi trường sống và làm việc hòa hợp, công bằng, và an vui. Khi cả hai bên tôn trọng bổn phận của mình, họ không chỉ đạt được sự hài lòng cá nhân mà còn góp phần xây dựng một xã hội tốt đẹp hơn.

10. Làm thế nào để giữ vững lối sống đúng đắn và tránh xa những thói quen xấu gây tổn hại đến bản thân?

Để **giữ vững lối sống đúng đắn** và **tránh xa những thói quen xấu**, một người cần có **ý thức mạnh mẽ về đạo đức, kỷ luật bản thân, và sự tỉnh thức trong mọi hành động**. Điều này giúp bảo vệ họ khỏi các ảnh hưởng tiêu cực và tạo nên tảng vững chắc cho một cuộc sống an lạc và ý nghĩa. Dưới đây là các cách cụ thể giúp duy trì lối sống lành mạnh và tránh xa thói quen xấu:

1. **Hiểu rõ hậu quả của các thói quen xấu**:
    - Đức Phật dạy rằng mọi hành vi đều mang lại hậu quả, và việc hiểu rõ những tác động tiêu cực của thói quen xấu sẽ giúp người tu học ý thức hơn về tầm quan trọng của lối sống đúng đắn. Khi hiểu rằng thói quen xấu như uống rượu, cờ bạc, nói dối có thể gây tổn hại đến sức khỏe, tài sản, và các mối quan hệ, người đó sẽ có động lực để tránh xa những hành vi này.
2. **Phát triển chánh niệm và tỉnh thức**:
    - Chánh niệm giúp duy trì sự tỉnh thức trong từng hành động, lời nói, và suy nghĩ. Khi sống trong chánh niệm, người tu học dễ dàng nhận biết khi nào mình đang bị cám dỗ bởi các thói quen xấu và có thể kiểm soát hành vi của mình tốt hơn. Tỉnh thức giúp mỗi người nhận ra đâu là hành vi có lợi và đâu là hành vi cần tránh, từ đó đưa ra các quyết định phù hợp.
3. **Xây dựng thói quen tốt để thay thế thói quen xấu**:
    - Thói quen xấu có thể dễ dàng được thay thế bằng thói quen tốt nếu có sự kiên trì. Ví dụ, thay vì tụ tập uống rượu, một người có thể tham gia các hoạt động lành mạnh như đọc sách, tập thể dục, thiền định, hoặc tham gia các nhóm cộng đồng tích cực. Thói quen tốt sẽ dần thay thế các thói quen xấu và giúp xây dựng một cuộc sống ý nghĩa hơn.
4. **Tự giác và kỷ luật bản thân**:
    - Để giữ vững lối sống đúng đắn, cần có kỷ luật bản thân. Kỷ luật là một kỹ năng cần rèn luyện, đòi hỏi sự kiên nhẫn và quyết tâm. Một người có thể thiết lập các mục tiêu nhỏ và cam kết tuân thủ chúng, chẳng hạn như dành thời gian nhất định mỗi ngày để học tập, rèn luyện sức khỏe, hoặc thiền định. Kỷ luật bản thân sẽ giúp loại bỏ dần các thói quen xấu.
5. **Tránh xa môi trường và những người có ảnh hưởng tiêu cực**:
    - Môi trường và những người xung quanh có ảnh hưởng lớn đến hành vi của mỗi người. Đức Phật khuyên rằng nên tránh xa những người bạn xấu, những nơi có nhiều cám dỗ như quán nhậu, sòng bạc. Thay vào đó, nên kết giao với những người bạn tích cực, những người có cùng mục tiêu sống lành mạnh, để tạo động lực và duy trì một môi trường sống tốt.
6. **Phát triển lòng kiên nhẫn và từ bi với chính mình**:
    - Quá trình thay đổi và từ bỏ thói quen xấu không thể diễn ra ngay lập tức mà cần sự kiên nhẫn. Đôi khi, người tu học có thể gặp thất bại hoặc tái phát thói quen xấu. Điều quan trọng là không tự trách móc hay nản lòng, mà cần tiếp tục cố gắng. Lòng từ bi với chính mình giúp mỗi người nhìn nhận bản thân một cách khoan dung, tiếp tục động viên bản thân hướng tới sự tốt đẹp.
7. **Thiết lập các mục tiêu sống có ý nghĩa**:
    - Có mục tiêu sống cụ thể giúp mỗi người định hướng và có động lực để sống lành mạnh. Khi có mục tiêu như rèn luyện sức khỏe, hoàn thiện bản thân, hay giúp đỡ người khác, một người sẽ thấy việc tránh xa thói quen xấu trở nên dễ dàng hơn, bởi vì họ hiểu rõ rằng các thói quen tốt là cần thiết để đạt được những mục tiêu này.

8. **Thực hành thiền định để kiểm soát tâm trí**:
   - Thiền định là một phương pháp quan trọng giúp kiểm soát tâm trí, làm dịu những cám dỗ và giữ cho tâm thanh tịnh. Bằng cách thực hành thiền định hàng ngày, một người có thể phát triển khả năng tập trung và tăng cường khả năng kiểm soát những ham muốn và hành vi bộc phát.
9. **Học hỏi từ các hình mẫu tích cực**:
   - Người tu học có thể tìm cảm hứng từ những người đã sống đúng đắn và thành công trong việc duy trì các thói quen lành mạnh. Những hình mẫu tích cực như các bậc thầy, người thành đạt hay những người có đạo đức là tấm gương giúp mỗi người có thêm động lực để sống tốt hơn.
10. **Luôn nhớ đến giá trị của cuộc sống an lạc và ý nghĩa**:
    - Cuộc sống an lạc và ý nghĩa là phần thưởng lớn nhất cho những ai sống đúng đắn và tránh xa thói quen xấu. Khi nhớ đến giá trị và niềm vui mà cuộc sống an lạc mang lại, mỗi người sẽ có thêm động lực để duy trì các thói quen tốt và loại bỏ những gì gây tổn hại đến bản thân.

Tổng kết:

Giữ vững lối sống đúng đắn và tránh xa thói quen xấu đòi hỏi sự tỉnh thức, kỷ luật, và kiên nhẫn. Khi áp dụng các phương pháp như xây dựng chánh niệm, chọn môi trường lành mạnh, tự giác, và thiền định, một người có thể dần loại bỏ các thói quen tiêu cực và hướng tới cuộc sống an lạc, hạnh phúc và đầy ý nghĩa.

11. Kinh Giáo Thọ Thi-Ca-La-Việt dạy gì về trách nhiệm của cư sĩ đối với người xuất gia? Tại sao mối quan hệ này lại quan trọng?

Trong **Kinh Giáo Thọ Thi-Ca-La-Việt (Singālovāda Sutta)**, Đức Phật dạy rằng cư sĩ và người xuất gia có một mối quan hệ hỗ trợ lẫn nhau, và cả hai bên đều có **trách nhiệm đặc biệt** để duy trì sự phát triển của Phật giáo và cộng đồng tu tập. Mối quan hệ này được xây dựng dựa trên **sự kính trọng, hỗ trợ và hướng dẫn**, đóng vai trò quan trọng trong việc tạo dựng và duy trì sự hòa hợp trong cộng đồng Phật giáo. Dưới đây là nội dung của trách nhiệm này và ý nghĩa của mối quan hệ:

1. **Trách nhiệm của cư sĩ đối với người xuất gia**
   - **Kính trọng và biết ơn**: Cư sĩ cần tôn kính và biết ơn các vị xuất gia vì họ là những người đã hy sinh đời sống thế tục để thực hành và truyền bá Chánh Pháp. Sự kính trọng này được thể hiện qua thái độ khiêm nhường, tôn trọng và trân trọng những nỗ lực của các vị xuất gia trong việc giữ gìn và giảng dạy giáo lý.
   - **Hỗ trợ vật chất và tài chính**: Người xuất gia thường không tham gia vào các hoạt động kinh tế và phụ thuộc vào sự cúng dường của cư sĩ để duy trì cuộc sống. Do đó, cư sĩ có trách nhiệm cung cấp các nhu cầu cơ bản như thức ăn, quần áo, chỗ ở, và thuốc men để người xuất gia có thể tập trung vào việc tu tập và giảng dạy mà không phải lo lắng về các nhu cầu đời thường.
   - **Học hỏi và thực hành giáo lý**: Cư sĩ không chỉ nhận sự hướng dẫn từ các vị xuất gia mà còn cần thực hành giáo lý trong đời sống hàng ngày. Điều này cho thấy lòng biết ơn và kính trọng đối với công lao của người xuất gia trong việc truyền bá Phật Pháp. Việc thực hành giúp giáo lý không chỉ

dừng lại ở lý thuyết mà còn trở thành kinh nghiệm sống, mang lại lợi ích thiết thực.

- **Bảo vệ và duy trì Chánh Pháp**: Cư sĩ cần bảo vệ các giá trị Phật giáo, không để các giáo lý bị hiểu sai hoặc bị biến đổi. Cư sĩ cũng có trách nhiệm truyền bá giáo lý trong cộng đồng và hỗ trợ người xuất gia trong việc bảo vệ và duy trì Chánh Pháp.

2. **Trách nhiệm của người xuất gia đối với cư sĩ**
   - **Giảng dạy và hướng dẫn Chánh Pháp**: Các vị xuất gia có trách nhiệm truyền đạt Chánh Pháp đến với cư sĩ, hướng dẫn họ hiểu và thực hành đúng giáo lý của Đức Phật. Người xuất gia cần hướng dẫn cư sĩ trong đời sống tinh thần, giúp họ biết cách tu dưỡng đạo đức, phát triển trí tuệ và tìm kiếm an lạc.
   - **Làm gương về đạo đức và sự thanh tịnh**: Người xuất gia là tấm gương đạo đức cho cư sĩ. Họ cần sống theo giới luật, giữ tâm thanh tịnh, và luôn cư xử đúng mực để cư sĩ có thể học hỏi, noi theo và phát triển tâm linh của chính mình.
   - **Hỗ trợ tinh thần và tâm linh cho cư sĩ**: Người xuất gia cần động viên, an ủi và giúp cư sĩ giải tỏa những khó khăn tinh thần. Trong những lúc cư sĩ gặp khủng hoảng, lo âu, hay đau khổ, các vị xuất gia là chỗ dựa tinh thần giúp cư sĩ tìm thấy sự bình an và hướng dẫn họ con đường vượt qua khổ đau.
3. **Ý nghĩa của mối quan hệ giữa cư sĩ và người xuất gia**
   - **Đảm bảo sự duy trì và phát triển của giáo lý Phật giáo**: Mối quan hệ giữa cư sĩ và người xuất gia là nền tảng giúp duy trì và phát triển Phật giáo. Cư sĩ đóng vai trò hỗ trợ vật chất để người xuất gia có thể tập trung vào việc tu hành và truyền bá giáo lý. Đồng thời, người xuất gia giảng dạy và truyền bá Pháp, giúp cư sĩ hiểu và thực hành giáo lý, từ đó lan tỏa giá trị Phật Pháp trong cộng đồng.
   - **Tạo sự hài hòa và hỗ trợ trong cộng đồng**: Sự gắn bó giữa cư sĩ và người xuất gia tạo nên một cộng đồng Phật giáo hòa hợp và hỗ trợ lẫn nhau. Cư sĩ nhận được sự hướng dẫn và nâng đỡ tinh thần từ các vị xuất gia, trong khi người xuất gia được cư sĩ cung cấp nhu cầu cơ bản. Điều này tạo ra một vòng tròn kết nối và hỗ trợ lẫn nhau, giúp cả hai bên phát triển tâm linh.
   - **Giữ gìn và bảo vệ truyền thống tu học**: Mối quan hệ này góp phần bảo vệ truyền thống tu học lâu đời trong Phật giáo. Cư sĩ và người xuất gia cùng duy trì và phát huy những giá trị cốt lõi của đạo Phật. Khi cư sĩ hỗ trợ người xuất gia và người xuất gia giảng dạy cho cư sĩ, giáo lý được bảo tồn, giúp thế hệ sau hiểu và thực hành theo Chánh Pháp.
   - **Thúc đẩy sự phát triển đạo đức và trí tuệ cho cả hai bên**: Cư sĩ nhận được lợi ích từ việc học hỏi và thực hành Pháp, trong khi người xuất gia cũng phát triển phẩm chất đạo đức qua việc thực hành từ bi và chia sẻ giáo lý. Điều này giúp cả cư sĩ và người xuất gia tiến bộ trên con đường tu học, đồng thời đóng góp vào sự an lành và hài hòa cho toàn xã hội.

Tổng kết:

Mối quan hệ giữa cư sĩ và người xuất gia là một mối quan hệ tương hỗ, nơi cư sĩ hỗ trợ vật chất và người xuất gia hỗ trợ tinh thần. Đức Phật nhấn mạnh rằng mối quan hệ này không chỉ giúp cá nhân mỗi người phát triển đạo đức và trí tuệ mà còn đóng góp vào sự bảo tồn, truyền bá giáo lý và xây dựng một cộng đồng Phật giáo vững mạnh, hòa hợp.

12. Làm thế nào để người tu học có thể áp dụng các giá trị của sự kính trọng và lòng biết ơn trong cuộc sống hàng ngày?

Để áp dụng **sự kính trọng và lòng biết ơn** trong cuộc sống hàng ngày, người tu học có thể thực hiện các hành động nhỏ nhưng đầy ý nghĩa, giúp nuôi dưỡng tâm thức tốt lành, cải thiện các mối quan hệ và sống một cuộc sống an lạc, có ý nghĩa. Dưới đây là những cách cụ thể giúp người tu học áp dụng các giá trị này:

1. **Kính trọng và biết ơn cha mẹ**:
    - Thể hiện sự kính trọng và biết ơn cha mẹ qua những hành động hàng ngày, như dành thời gian thăm hỏi, chăm sóc và lắng nghe cha mẹ. Ngay cả khi bận rộn, người tu học có thể giữ sự quan tâm thông qua những lời hỏi thăm hoặc hành động nhỏ, điều này giúp gắn kết tình cảm gia đình và bày tỏ lòng biết ơn sâu sắc đối với công lao sinh thành, dưỡng dục của cha mẹ.
2. **Thể hiện sự biết ơn và kính trọng đối với thầy cô, người truyền dạy**:
    - Người tu học có thể bày tỏ sự biết ơn đối với các thầy cô, những người đã hướng dẫn và giúp mình phát triển về trí tuệ và đạo đức. Việc chăm chỉ học tập, thực hành những điều đã học và tôn kính thầy cô không chỉ là cách thể hiện lòng biết ơn mà còn giúp người tu học trưởng thành và hoàn thiện bản thân.
3. **Kính trọng và biết ơn bạn bè, đồng nghiệp**:
    - Trong các mối quan hệ xã hội và công việc, người tu học có thể thể hiện sự kính trọng và biết ơn bằng cách trân trọng và tôn trọng ý kiến của người khác, không phán xét hay áp đặt. Hỗ trợ bạn bè, đồng nghiệp khi họ cần, ghi nhận những đóng góp của họ và thể hiện sự tôn trọng trong mọi tương tác giúp xây dựng một môi trường sống và làm việc hòa hợp.
4. **Biết ơn những điều nhỏ nhặt trong cuộc sống**:
    - Lòng biết ơn không chỉ dành cho những điều to lớn mà còn áp dụng cho cả những điều nhỏ bé, như việc có sức khỏe tốt, thức ăn hàng ngày, hoặc một nơi ở an lành. Khi người tu học thực hành lòng biết ơn với những điều bình dị, họ sẽ cảm thấy hài lòng và trân trọng cuộc sống, từ đó giảm bớt sự so sánh và lòng tham muốn.
5. **Thực hành sự kính trọng và lòng biết ơn đối với thiên nhiên và môi trường**:
    - Người tu học có thể áp dụng lòng biết ơn và kính trọng đối với thiên nhiên qua việc bảo vệ môi trường, tiết kiệm tài nguyên, và chăm sóc cây xanh. Điều này giúp xây dựng một mối quan hệ hài hòa với thiên nhiên, bảo vệ tài nguyên cho thế hệ sau và sống một cách có trách nhiệm.
6. **Biết ơn và kính trọng người phục vụ, lao động và các công việc thường nhật**:

- Người tu học có thể thể hiện lòng biết ơn với những người làm các công việc bình dị trong xã hội như người quét rác, người bán hàng, người phục vụ, bằng cách đối xử tử tế, tôn trọng, và không phân biệt. Đây là cách thể hiện lòng trân trọng đối với công sức của những người giúp xã hội hoạt động trơn tru mỗi ngày.

7. **Thể hiện lòng kính trọng đối với người xuất gia và các bậc trưởng thượng**:
   - Người tu học có thể kính trọng và biết ơn người xuất gia, các vị thầy cô, hoặc các bậc trưởng thượng bằng cách giữ thái độ khiêm nhường, học hỏi và lắng nghe những lời chỉ dạy. Điều này giúp người tu học mở rộng trí tuệ và phát triển nhân cách, đồng thời tạo dựng mối quan hệ tôn trọng trong cộng đồng.
8. **Thực hành lời cảm ơn trong giao tiếp hàng ngày**:
   - Lời cảm ơn không chỉ là phép lịch sự mà còn là cách thể hiện sự biết ơn. Người tu học có thể thường xuyên sử dụng lời cảm ơn chân thành trong mọi giao tiếp, dù đó là người thân, bạn bè hay người lạ. Hành động này giúp tạo bầu không khí tích cực và làm cho các mối quan hệ trở nên gần gũi, ý nghĩa hơn.
9. **Tránh chỉ trích và phán xét**:
   - Thay vì phán xét hay chỉ trích, người tu học có thể nhìn nhận những điểm tích cực ở người khác và trân trọng sự đóng góp của họ. Thái độ này giúp nuôi dưỡng lòng kính trọng và tôn trọng đối với mọi người, tạo ra sự hòa hợp và kết nối trong các mối quan hệ.
10. **Ghi nhớ những người đã giúp đỡ mình và thể hiện lòng biết ơn lâu dài**:
    - Người tu học có thể lưu giữ những kỷ niệm và biết ơn những người đã từng giúp đỡ mình trong quá khứ bằng cách thỉnh thoảng thăm hỏi hoặc hỗ trợ khi họ cần. Đây là cách thể hiện lòng tri ân sâu sắc và duy trì mối quan hệ tốt đẹp lâu dài.

Tổng kết:

Sự kính trọng và lòng biết ơn có thể được thể hiện qua các hành động nhỏ trong cuộc sống hàng ngày. Đức Phật dạy rằng thực hành hai giá trị này không chỉ giúp người tu học nuôi dưỡng lòng từ bi, khiêm nhường mà còn tạo ra sự an lạc nội tâm, gắn kết xã hội và góp phần xây dựng một cộng đồng hòa hợp.

13. Các hành vi như cờ bạc, uống rượu, và kết bạn không đúng mực ảnh hưởng ra sao đến đời sống và hạnh phúc của một người?

Các hành vi như **cờ bạc, uống rượu**, và **kết bạn không đúng mực** có ảnh hưởng rất tiêu cực đến **đời sống và hạnh phúc** của một người. Những hành vi này không chỉ gây ra tác động về tài chính và sức khỏe mà còn ảnh hưởng nghiêm trọng đến tâm lý, các mối quan hệ và tinh thần. Dưới đây là những ảnh hưởng cụ thể của các hành vi này:

1. **Tổn hại tài chính và kinh tế cá nhân**:
   - Cờ bạc thường gây mất mát tài sản, làm tiêu tan tài chính cá nhân và gia đình. Sự ham mê cờ bạc có thể khiến người chơi mất hết tiền bạc, phải vay mượn hoặc rơi vào cảnh nợ nần. Việc này làm ảnh hưởng nghiêm trọng đến kinh tế cá nhân và có thể dẫn đến phá sản.

2. **Suy giảm sức khỏe thể chất và tinh thần**:
   - Uống rượu có thể gây hại đến sức khỏe thể chất, bao gồm gan, tim mạch, hệ thần kinh, và thậm chí cả não bộ. Nghiện rượu làm suy giảm khả năng làm việc, sự minh mẫn và trí nhớ. Về lâu dài, rượu còn ảnh hưởng đến tinh thần, gây lo âu, trầm cảm, và suy giảm khả năng kiểm soát cảm xúc.
3. **Gây mất tập trung và ảnh hưởng đến công việc**:
   - Những người đam mê cờ bạc hoặc nghiện rượu thường mất tập trung trong công việc, làm giảm hiệu quả và chất lượng công việc. Họ có thể không còn trách nhiệm và tận tâm, dễ bỏ bê công việc và dẫn đến hậu quả tiêu cực, bao gồm mất việc hoặc giảm uy tín cá nhân.
4. **Phá vỡ các mối quan hệ gia đình và xã hội**:
   - Cờ bạc, nghiện rượu và kết bạn không đúng mực thường gây xung đột và làm tan vỡ các mối quan hệ gia đình. Các hành vi này có thể làm mất lòng tin của người thân, gây căng thẳng, và tạo ra những bất hòa không thể hàn gắn. Mối quan hệ vợ chồng, cha mẹ – con cái, hoặc tình bạn có thể bị tổn thương nghiêm trọng, dẫn đến sự cô lập và chia rẽ.
5. **Gia tăng nguy cơ kết bạn với người xấu và ảnh hưởng tiêu cực từ xã hội**:
   - Kết bạn không đúng mực có thể khiến người đó bị lôi kéo vào các hành vi tiêu cực khác như trộm cắp, bạo lực, hoặc các hoạt động phi pháp. Khi giao du với những người không đáng tin cậy, một người có thể dễ dàng rơi vào cạm bẫy của những hành vi xấu, gây hại cho bản thân và cộng đồng.
6. **Mất đi sự tôn trọng và uy tín trong xã hội**:
   - Những người dính vào cờ bạc, nghiện rượu thường mất uy tín và sự tôn trọng từ người khác. Gia đình, bạn bè, đồng nghiệp, và cộng đồng dần dần mất lòng tin vào họ. Điều này khiến họ trở nên cô lập, khó nhận được sự giúp đỡ và hỗ trợ từ những người xung quanh.
7. **Ảnh hưởng đến tinh thần và giảm khả năng kiểm soát bản thân**:
   - Rượu và các chất kích thích làm suy yếu khả năng kiểm soát bản thân, dễ khiến người dùng có những hành vi bạo lực hoặc hành động bột phát. Cờ bạc và kết bạn không đúng mực cũng khiến tâm trí bị ám ảnh, tạo ra sự lo lắng và bất an, làm mất đi sự an lạc và bình yên trong tâm hồn.
8. **Gia tăng khả năng phạm tội hoặc vi phạm pháp luật**:
   - Cờ bạc thường đi kèm với nợ nần và có thể dẫn đến các hành vi phạm pháp như trộm cắp hoặc lừa đảo để trả nợ. Người nghiện rượu có thể dễ bị kích động, dẫn đến các hành vi bạo lực hoặc tai nạn, gây nguy hiểm cho bản thân và người khác. Những hành vi này có thể khiến họ phải đối mặt với hậu quả pháp lý và ảnh hưởng đến cuộc sống lâu dài.
9. **Mất đi giá trị đạo đức và sự tự trọng**:
   - Những hành vi như cờ bạc, uống rượu quá mức và kết bạn không đúng mực dễ khiến một người mất đi sự tự trọng và ý thức về đạo đức. Khi đánh mất giá trị đạo đức, người đó không chỉ làm tổn hại bản thân mà còn gây ra sự đau khổ và thất vọng cho những người xung quanh.
10. **Trở ngại cho sự phát triển bản thân và ngăn cản con đường tu tập**:

- Những hành vi tiêu cực này khiến một người mất đi thời gian và động lực để hoàn thiện bản thân và tiến bộ trên con đường tu học. Họ dễ bị vướng vào những ham muốn ngắn hạn và quên đi những giá trị lâu dài, ngăn cản họ phát triển trí tuệ, đạo đức và bình an nội tâm.

Tổng kết:

Cờ bạc, uống rượu và kết bạn không đúng mực đều có những tác động tiêu cực đến tài chính, sức khỏe, các mối quan hệ và đời sống tinh thần. Đức Phật dạy rằng, để đạt được hạnh phúc và an lạc, người tu học cần tránh xa những hành vi này và xây dựng lối sống lành mạnh, phát triển tâm từ bi và trí tuệ. Khi duy trì những hành vi đúng đắn, mỗi người không chỉ tạo ra niềm vui cho bản thân mà còn đóng góp vào sự hài hòa và tiến bộ của xã hội.

14. Tại sao Đức Phật lại nhấn mạnh sự tự giác và trách nhiệm cá nhân đối với việc phát triển bản thân?

Đức Phật nhấn mạnh **sự tự giác và trách nhiệm cá nhân** trong việc **phát triển bản thân** vì Ngài nhận thấy rằng mỗi người đều là **người duy nhất có thể chịu trách nhiệm cho hành động, suy nghĩ, và cuộc sống của chính mình**. Đức Phật không chỉ hướng dẫn con đường giải thoát mà còn khuyến khích mọi người tự mình bước đi trên con đường đó, bởi vì **giải thoát và hạnh phúc chân thật không thể đạt được từ bên ngoài mà phải bắt nguồn từ sự chuyển hóa nội tâm**. Dưới đây là những lý do tại sao sự tự giác và trách nhiệm cá nhân lại quan trọng trong lời dạy của Đức Phật:

1. **Con đường tu học là hành trình cá nhân**:
   - Đức Phật dạy rằng mỗi người phải tự mình nỗ lực, bởi con đường tu học và giải thoát là hành trình cá nhân. Không ai có thể thay thế hay thực hiện thay cho người khác. Mỗi cá nhân cần tự trải nghiệm và tự rèn luyện để hiểu rõ bản chất của chính mình và giải phóng bản thân khỏi những ràng buộc và phiền não.
2. **Sự tự giác giúp kiểm soát và chuyển hóa tâm trí**:
   - Tâm trí con người dễ bị chi phối bởi tham, sân, si, và những cảm xúc tiêu cực khác. Sự tự giác là công cụ quan trọng giúp mỗi người nhận ra những tác động này và điều chỉnh suy nghĩ, cảm xúc, hành vi để hướng đến điều thiện lành. Khi tự giác, một người có khả năng kiểm soát nội tâm, tránh xa những thói quen xấu, và phát triển các phẩm chất tốt đẹp.
3. **Chỉ khi tự chịu trách nhiệm mới có thể thay đổi bản thân**:
   - Đức Phật nhấn mạnh rằng mỗi người cần chịu trách nhiệm cho cuộc sống của mình để nhận ra rằng mọi sự thay đổi và tiến bộ đều bắt đầu từ chính mình. Sự đổ lỗi cho hoàn cảnh hay người khác chỉ làm cản trở sự phát triển. Khi chấp nhận trách nhiệm, người tu học sẽ có động lực để cải thiện và vươn lên.
4. **Tạo ra nghiệp lành và tránh xa nghiệp xấu**:
   - Đức Phật dạy rằng tất cả hành động của chúng ta đều tạo ra "nghiệp," và nghiệp sẽ định hình cuộc sống hiện tại và tương lai. Khi có ý thức tự giác và trách nhiệm, mỗi người sẽ biết cách lựa chọn hành vi đúng đắn, tạo nghiệp lành và tránh những hành vi xấu. Điều này giúp xây dựng cuộc

sống hạnh phúc và an lạc, không bị chi phối bởi hậu quả của các nghiệp bất thiện.

5. **Giúp rèn luyện kỷ luật và sự kiên nhẫn**:
   - Tự giác và trách nhiệm cá nhân là nền tảng cho sự kỷ luật và kiên nhẫn. Người tu học cần có kỷ luật để duy trì thực hành, kiên nhẫn vượt qua những thử thách và không nản lòng khi đối diện với khó khăn. Đây là những phẩm chất cần thiết để duy trì con đường tu học và phát triển bản thân một cách bền vững.
6. **Tự giác là yếu tố giúp đạt được trí tuệ và giác ngộ**:
   - Trí tuệ và giác ngộ chỉ có thể đạt được khi người tu học tự mình tìm hiểu và quán sát chân lý. Sự tự giác giúp mỗi người ý thức rõ những tư duy, cảm xúc và hành động của mình, từ đó hiểu được bản chất vô thường, khổ và vô ngã của cuộc sống. Sự phát triển trí tuệ này không thể đạt được từ bên ngoài mà là kết quả của sự quan sát và thấu hiểu bản thân.
7. **Khơi dậy động lực và lòng từ bi**:
   - Khi tự chịu trách nhiệm cho cuộc sống của mình, mỗi người sẽ có động lực để thay đổi và phát triển những phẩm chất tốt đẹp. Trách nhiệm này cũng giúp họ phát triển lòng từ bi và lòng vị tha, vì họ hiểu rõ rằng mọi hành động của mình đều có thể tác động đến người khác, từ đó sẵn sàng làm điều tốt lành và tránh những hành vi gây tổn thương.
8. **Tránh sự phụ thuộc và hướng đến tự do nội tại**:
   - Đức Phật dạy rằng sự tự giác và trách nhiệm giúp mỗi người tự chủ và giảm bớt phụ thuộc vào người khác. Sự tự do nội tại này giúp họ không bị ràng buộc bởi sự mong đợi hay áp lực từ bên ngoài. Họ tìm thấy hạnh phúc và an lạc từ sự phát triển nội tâm, từ đó giải phóng mình khỏi những ràng buộc ngoại cảnh.
9. **Phát triển lòng biết ơn và khiêm tốn**:
   - Tự giác và trách nhiệm giúp người tu học nhận ra rằng mỗi thành tựu đều xuất phát từ sự nỗ lực cá nhân và sự hỗ trợ từ cộng đồng. Điều này giúp họ nuôi dưỡng lòng biết ơn và khiêm tốn, không tự mãn hay kiêu ngạo mà luôn trân trọng những gì mình và người khác đã làm.
10. **Đóng góp vào sự hài hòa và hạnh phúc cho cộng đồng**:
    - Khi mỗi cá nhân tự giác và có trách nhiệm, họ không chỉ phát triển bản thân mà còn tạo ra ảnh hưởng tích cực đến cộng đồng. Họ trở thành người đáng tin cậy, biết quan tâm đến người khác và giữ gìn sự hài hòa trong xã hội. Đức Phật dạy rằng sự tự giác và trách nhiệm cá nhân góp phần xây dựng một cộng đồng an lạc, nơi mọi người đều có thể phát triển và hỗ trợ lẫn nhau.

Tổng kết:

Đức Phật nhấn mạnh sự tự giác và trách nhiệm cá nhân vì đây là nền tảng cho sự phát triển đạo đức, trí tuệ và tâm linh. Khi mỗi người tự chịu trách nhiệm và có ý thức tự giác, họ không chỉ đạt được hạnh phúc cá nhân mà còn góp phần vào sự hài hòa và phát triển bền vững của cộng đồng. Đức Phật khuyến khích tự giác và trách nhiệm như là con đường thiết thực để mỗi người tự mình xây dựng một cuộc sống an lạc và ý nghĩa.

15. Thực hành bổn phận đối với các mối quan hệ xã hội giúp cá nhân đạt được an lạc và hạnh phúc như thế nào?

Thực hành **bổn phận đối với các mối quan hệ xã hội** giúp cá nhân đạt được **an lạc và hạnh phúc** bằng cách xây dựng các mối quan hệ hài hòa, giảm thiểu mâu thuẫn, và nuôi dưỡng tình cảm tích cực với những người xung quanh. Khi mỗi người sống có trách nhiệm trong các mối quan hệ, họ không chỉ tạo ra môi trường xã hội tốt đẹp mà còn đem lại lợi ích cho chính bản thân mình. Dưới đây là những cách mà việc thực hành bổn phận xã hội mang lại an lạc và hạnh phúc cho cá nhân:

1. **Xây dựng sự tin cậy và lòng tin yêu**:
   - Khi mỗi cá nhân thực hiện đúng bổn phận của mình trong các mối quan hệ, họ xây dựng được sự tin cậy và lòng tin yêu từ gia đình, bạn bè, và đồng nghiệp. Sự tin tưởng lẫn nhau giúp các mối quan hệ trở nên vững bền, không có sự nghi ngờ hay căng thẳng, từ đó mang lại cảm giác an vui và thoải mái cho bản thân và người khác.
2. **Giảm thiểu xung đột và mâu thuẫn**:
   - Thực hiện bổn phận đúng mực sẽ giúp cá nhân đối xử công bằng, tôn trọng và quan tâm đến người khác, điều này giảm thiểu những mâu thuẫn và hiểu lầm. Khi các mối quan hệ không có xung đột, cá nhân sẽ có tâm hồn thanh thản, không bị ảnh hưởng bởi căng thẳng và lo âu, từ đó dễ dàng đạt được sự an lạc nội tâm.
3. **Tạo ra mối quan hệ hài hòa và gắn kết**:
   - Khi sống có bổn phận và trách nhiệm, cá nhân sẽ duy trì mối quan hệ hài hòa với mọi người. Điều này giúp nuôi dưỡng sự gắn kết, khiến họ cảm thấy có sự hỗ trợ và động viên từ cộng đồng. Mối quan hệ xã hội gắn bó làm cho cuộc sống trở nên ấm áp và tràn đầy ý nghĩa, đem lại niềm vui và hạnh phúc.
4. **Nuôi dưỡng lòng từ bi và tình yêu thương**:
   - Thực hiện bổn phận xã hội đòi hỏi sự quan tâm và chăm sóc đối với người khác, điều này nuôi dưỡng lòng từ bi và tình yêu thương trong trái tim của mỗi người. Khi có tình thương và lòng từ bi, cá nhân sẽ sống an vui và hạnh phúc hơn, không bị ám ảnh bởi những cảm xúc tiêu cực như ganh ghét hay giận dữ.
5. **Tạo cảm giác tự hào và hài lòng với bản thân**:
   - Khi hoàn thành bổn phận với những người xung quanh, cá nhân sẽ cảm thấy tự hào và hài lòng về bản thân. Sự tự hào này không phải là tự mãn mà là niềm vui sâu sắc khi biết mình đã sống đúng với giá trị và trách nhiệm của mình, điều này tạo ra sự an lạc và hạnh phúc tự nhiên.
6. **Phát triển lòng biết ơn và tôn trọng**:
   - Khi thực hiện bổn phận đối với người khác, cá nhân sẽ dễ dàng nhận ra giá trị của những gì họ đã nhận được từ gia đình, bạn bè, và cộng đồng. Điều này phát triển lòng biết ơn và tôn trọng, giúp họ cảm thấy giàu có về mặt tinh thần và sống trong sự mãn nguyện.
7. **Tạo nên sự hỗ trợ lẫn nhau trong cộng đồng**:

- Thực hành bổn phận giúp cá nhân trở thành người đáng tin cậy và hỗ trợ cho những người xung quanh. Khi gặp khó khăn, họ sẽ nhận được sự giúp đỡ, yêu thương từ những người khác. Sự hỗ trợ lẫn nhau này tạo ra một mạng lưới an toàn về tinh thần và cảm xúc, giúp họ cảm thấy an lạc và hạnh phúc hơn.

8. **Giúp cá nhân phát triển trí tuệ và đạo đức**:
   - Việc thực hành bổn phận không chỉ là hành động mà còn là sự tu dưỡng đạo đức và trí tuệ. Người sống có bổn phận sẽ phát triển các đức tính như kiên nhẫn, nhẫn nại, khiêm tốn và lòng từ bi. Những phẩm chất này giúp họ cảm nhận cuộc sống sâu sắc hơn và đạt được niềm vui từ bên trong.
9. **Giảm bớt lo lắng và phiền não**:
   - Khi sống có bổn phận và trách nhiệm, cá nhân sẽ tránh được những hành vi gây hại cho bản thân và người khác, từ đó không bị ám ảnh bởi những hậu quả xấu hoặc cảm giác tội lỗi. Điều này giúp giảm bớt lo lắng và phiền não, cho họ một tâm hồn thanh thản và dễ dàng cảm nhận sự an lạc.
10. **Hướng đến sự bình an và hài hòa nội tâm**:
    - Sống đúng bổn phận và trách nhiệm giúp cá nhân phát triển tính tự giác và sự tôn trọng đối với chính mình. Điều này làm cho tâm trí của họ được hài hòa và bình an, không còn mâu thuẫn hay xung đột nội tại. Khi tâm trí bình an, người tu học sẽ dễ dàng cảm nhận được hạnh phúc thực sự và sự thảnh thơi.

Tổng kết:

Thực hành bổn phận đối với các mối quan hệ xã hội giúp cá nhân đạt được an lạc và hạnh phúc bằng cách tạo dựng các mối quan hệ bền chặt, nuôi dưỡng tâm từ bi và sự hòa hợp. Khi mỗi người sống có trách nhiệm, cuộc sống không chỉ trở nên ý nghĩa hơn mà còn mang lại sự bình an và hạnh phúc tự nhiên, đồng thời đóng góp vào một xã hội hòa bình và phát triển.

16. Trong cuộc sống hiện đại, làm thế nào để người tu học áp dụng được bài học từ lục phương trong việc duy trì các mối quan hệ xã hội?

Trong cuộc sống hiện đại, **bài học từ lục phương** trong **Kinh Giáo Thọ Thi-Ca-La-Việt (Singālovāda Sutta)** cung cấp một nền tảng hữu ích giúp người tu học duy trì các mối quan hệ xã hội một cách hài hòa và ý nghĩa. Đức Phật đã sử dụng hình ảnh lục phương để chỉ ra các bổn phận và trách nhiệm đối với cha mẹ, thầy cô, bạn bè, đồng nghiệp, và cộng đồng. Mặc dù cuộc sống ngày nay có nhiều thay đổi, những giá trị cốt lõi này vẫn có thể áp dụng theo những cách dưới đây:

1. **Đối với cha mẹ (Phương Đông)**:
   - Trong cuộc sống hiện đại, người tu học có thể duy trì sự **kính trọng và biết ơn** với cha mẹ bằng cách dành thời gian trò chuyện, thăm hỏi, và chăm sóc sức khỏe cho cha mẹ. Dù bận rộn, họ có thể giữ liên lạc qua điện thoại, tin nhắn và dành thời gian gặp gỡ khi có thể. Việc hỗ trợ cha mẹ cả về vật chất lẫn tinh thần giúp duy trì lòng hiếu thảo và tạo nên sự gắn kết gia đình.
2. **Đối với thầy cô và người truyền dạy (Phương Nam)**:

- Trong công việc và học tập, người tu học có thể **tôn trọng và biết ơn những người đã hướng dẫn** mình, từ thầy cô ở trường đến người cố vấn trong công việc. Điều này thể hiện qua việc chăm chỉ học tập, áp dụng những gì đã học và thể hiện thái độ khiêm tốn, luôn sẵn sàng học hỏi. Khi có cơ hội, người tu học cũng có thể giúp đỡ lại những người đã từng hỗ trợ mình hoặc truyền đạt kiến thức cho thế hệ sau.

3. **Đối với vợ chồng và gia đình (Phương Tây)**:
   - Trong mối quan hệ vợ chồng, người tu học cần **xây dựng sự trung thực, tôn trọng và hợp tác**. Họ nên dành thời gian chăm sóc, chia sẻ công việc gia đình, cùng nhau giải quyết các khó khăn, và không để những mâu thuẫn kéo dài. Sự chung thủy và quan tâm lẫn nhau là nền tảng để duy trì gia đình hạnh phúc trong cuộc sống hiện đại.
4. **Đối với bạn bè và đồng nghiệp (Phương Bắc)**:
   - Người tu học có thể **trân trọng, hỗ trợ và chân thành với bạn bè và đồng nghiệp** bằng cách giữ sự trung thực, giúp đỡ khi họ cần và cùng nhau phát triển trong công việc. Họ nên tránh ganh tị, cạnh tranh không lành mạnh, mà thay vào đó, khuyến khích và tạo động lực cho nhau. Điều này không chỉ giúp duy trì các mối quan hệ tốt đẹp mà còn xây dựng một môi trường làm việc tích cực.
5. **Đối với người làm công và người phụ thuộc (Phương Dưới)**:
   - Đối với những người tu học là chủ doanh nghiệp hoặc người quản lý, việc **đối xử tử tế, công bằng với nhân viên hoặc người giúp việc** là rất quan trọng. Họ nên đảm bảo các quyền lợi cơ bản, tôn trọng ý kiến, và khích lệ sự phát triển cá nhân của những người làm việc cho mình. Một môi trường công bằng và có trách nhiệm giúp duy trì mối quan hệ tốt đẹp, tạo nên một đội ngũ làm việc hiệu quả và gắn bó.
6. **Đối với người xuất gia và những người lãnh đạo tinh thần (Phương Trên)**:
   - Người tu học nên **kính trọng và hỗ trợ các bậc tu hành** hoặc các lãnh đạo tinh thần đã dành đời mình cho việc hướng dẫn và giảng dạy đạo đức. Điều này có thể thể hiện qua việc tham gia các buổi giảng dạy, hỗ trợ về vật chất nếu có thể, và sống đúng với những gì họ được chỉ dẫn. Khi thể hiện lòng biết ơn đối với các vị thầy, người tu học cũng đang tự nuôi dưỡng sự an lạc nội tâm.

Cách áp dụng bài học từ lục phương trong cuộc sống hiện đại

1. **Duy trì sự cân bằng và tôn trọng trong các mối quan hệ**:
   - Cuộc sống hiện đại bận rộn, nhưng người tu học có thể duy trì các mối quan hệ thông qua sự cân bằng và tôn trọng. Họ có thể phân bổ thời gian hợp lý cho gia đình, bạn bè, công việc và các mối quan hệ khác, không ưu tiên một mối quan hệ mà bỏ quên những mối quan hệ khác.
2. **Thực hành lòng biết ơn và trân trọng**:
   - Người tu học có thể thể hiện lòng biết ơn trong từng mối quan hệ. Điều này không cần phải qua những hành động lớn lao mà chỉ đơn giản là một lời cảm ơn, một hành động hỗ trợ, hay một lời động viên. Lòng biết ơn giúp các mối quan hệ trở nên ý nghĩa và bền vững hơn.
3. **Giữ vững giá trị đạo đức và chân thành**:

- Cuộc sống hiện đại đôi khi có thể khiến người ta trở nên thực dụng, nhưng người tu học có thể giữ vững giá trị đạo đức như chân thành, trung thực, và từ bi trong từng mối quan hệ. Họ nên đối xử với người khác bằng lòng tốt, không lợi dụng hay lạm dụng bất kỳ ai, và luôn giữ sự chân thành trong lời nói và hành động.

4. **Hỗ trợ lẫn nhau trong phát triển và hoàn thiện bản thân**:
   - Mối quan hệ tốt đẹp là nơi mọi người hỗ trợ và động viên nhau. Người tu học có thể khuyến khích, truyền cảm hứng cho bạn bè, đồng nghiệp và người thân cùng phát triển, giữ gìn đạo đức và hướng đến cuộc sống tích cực. Khi cùng nhau phát triển, mối quan hệ sẽ trở nên gắn kết và ý nghĩa hơn.
5. **Thực hành chánh niệm trong các mối quan hệ**:
   - Người tu học có thể áp dụng chánh niệm để lắng nghe, thấu hiểu và đáp ứng nhu cầu của từng người trong các mối quan hệ. Khi có chánh niệm, họ dễ dàng nhận ra những mâu thuẫn, nhu cầu và kỳ vọng trong các mối quan hệ để giải quyết một cách hòa nhã, từ đó duy trì mối quan hệ hòa hợp.
6. **Học hỏi và tiếp thu**:
   - Trong mỗi mối quan hệ, người tu học nên có thái độ học hỏi, lắng nghe và sẵn sàng tiếp thu ý kiến của người khác. Điều này giúp họ không chỉ duy trì mối quan hệ tốt đẹp mà còn phát triển bản thân. Khi tiếp thu những điều tốt đẹp từ người khác, người tu học cũng sẽ trở thành người bạn, người đồng nghiệp và người thân tốt hơn.

Tổng kết:

Bài học từ lục phương giúp người tu học duy trì các mối quan hệ xã hội một cách hài hòa và ý nghĩa trong cuộc sống hiện đại. Bằng cách thực hành kính trọng, biết ơn, trung thực và hỗ trợ lẫn nhau, họ không chỉ xây dựng mối quan hệ tốt đẹp mà còn tạo ra một môi trường sống và làm việc hòa hợp, mang lại hạnh phúc và an lạc cho chính mình và những người xung quanh.

17. Đức Phật đã giảng dạy về việc biết ơn và trách nhiệm trong các mối quan hệ xã hội như thế nào? Làm thế nào để điều này giúp xây dựng một cộng đồng tốt đẹp?

Đức Phật đã giảng dạy rất rõ ràng về **lòng biết ơn và trách nhiệm trong các mối quan hệ xã hội**, nhấn mạnh rằng những giá trị này là nền tảng cho sự hòa hợp và phát triển của mỗi cá nhân và cộng đồng. Trong **Kinh Giáo Thọ Thi-Ca-La-Việt (Singālovāda Sutta)**, Đức Phật chỉ ra rằng mỗi mối quan hệ xã hội đi kèm với **trách nhiệm và bổn phận** của cả hai phía, từ đó duy trì sự cân bằng và hài hòa. Dưới đây là cách Đức Phật dạy về lòng biết ơn và trách nhiệm, cũng như cách những điều này góp phần xây dựng một cộng đồng tốt đẹp:

1. **Lòng biết ơn và trách nhiệm trong các mối quan hệ xã hội**
   - **Cha mẹ và con cái**: Đức Phật dạy rằng con cái cần biết ơn và kính trọng cha mẹ, bởi cha mẹ đã nuôi dưỡng và dành nhiều hy sinh cho con cái. Trách nhiệm của con cái là chăm sóc, phụng dưỡng và tôn kính cha mẹ. Ngược lại, cha mẹ cũng có bổn phận dạy dỗ, hướng dẫn con cái đi đúng

con đường đạo đức và khuyến khích chúng phát triển lành mạnh. Khi mỗi bên thực hiện trách nhiệm của mình, mối quan hệ gia đình sẽ trở nên hòa thuận và bền chặt.

- **Thầy cô và học trò**: Trong mối quan hệ thầy trò, Đức Phật dạy rằng học trò cần biết ơn và kính trọng thầy cô vì công lao dạy dỗ, truyền đạt kiến thức. Học trò cần chăm chỉ học tập và tôn trọng thầy cô. Ngược lại, thầy cô cũng có trách nhiệm dạy dỗ tận tâm, hỗ trợ và khuyến khích sự tiến bộ của học trò. Khi thầy cô và học trò có trách nhiệm và biết ơn nhau, mối quan hệ này sẽ giúp học trò phát triển và trưởng thành.
- **Vợ chồng**: Vợ chồng là mối quan hệ cần có sự kính trọng, yêu thương và biết ơn lẫn nhau. Đức Phật dạy rằng mỗi bên cần chăm sóc, hỗ trợ và chung thủy với nhau. Khi vợ chồng cùng nhau thực hiện bổn phận và có trách nhiệm, gia đình sẽ được duy trì trong hạnh phúc và ổn định.
- **Chủ và người làm công**: Đức Phật nhấn mạnh rằng chủ và người làm công cũng cần có trách nhiệm và tôn trọng lẫn nhau. Chủ cần đối xử công bằng, đảm bảo các quyền lợi cho người làm công, còn người làm công cần trung thực và tận tụy trong công việc. Sự tương trợ và tôn trọng giúp mối quan hệ này trở nên công bằng và hài hòa.
- **Cư sĩ và người xuất gia**: Trong mối quan hệ giữa cư sĩ và người xuất gia, Đức Phật dạy cư sĩ cần biết ơn và kính trọng những người xuất gia vì họ là những người duy trì và truyền bá giáo lý. Ngược lại, người xuất gia cần có trách nhiệm hướng dẫn và hỗ trợ cư sĩ trong đời sống tinh thần. Sự gắn bó này giúp cộng đồng tu học phát triển.

2. **Lòng biết ơn và trách nhiệm giúp xây dựng cộng đồng tốt đẹp**
   - **Tạo sự tin tưởng và đoàn kết**: Khi mỗi người thực hiện trách nhiệm của mình và sống với lòng biết ơn, các mối quan hệ trong cộng đồng sẽ trở nên bền chặt và đáng tin cậy. Người dân sẽ cảm thấy an tâm và gắn bó với cộng đồng, tạo nên một nền tảng đoàn kết mạnh mẽ.
   - **Khuyến khích lối sống đạo đức**: Đức Phật dạy rằng lòng biết ơn và trách nhiệm là những giá trị cốt lõi của đạo đức. Khi mọi người biết ơn và có trách nhiệm, họ sẽ tránh những hành vi gây tổn hại cho người khác và giữ gìn sự công bằng trong các mối quan hệ. Điều này tạo ra một cộng đồng mà mọi người sống trong sự tôn trọng và hỗ trợ lẫn nhau.
   - **Xây dựng sự hòa hợp và giảm thiểu xung đột**: Khi có lòng biết ơn và trách nhiệm, mỗi người sẽ cố gắng hoàn thành bổn phận của mình và không gây ra mâu thuẫn, xung đột. Các mối quan hệ hài hòa và có sự tôn trọng lẫn nhau giúp giảm thiểu các hiểu lầm và tranh chấp, từ đó tạo nên một cộng đồng hòa hợp và an bình.
   - **Thúc đẩy sự hỗ trợ và giúp đỡ lẫn nhau**: Lòng biết ơn và trách nhiệm khuyến khích mọi người sẵn sàng giúp đỡ người khác trong cộng đồng khi cần. Những người nhận được sự giúp đỡ từ cộng đồng sẽ biết ơn và sẵn sàng giúp lại người khác, tạo ra một vòng tròn hỗ trợ bền vững và nhân ái.
   - **Khuyến khích phát triển cá nhân và cộng đồng**: Khi mỗi người đều có lòng biết ơn và trách nhiệm, họ sẽ nỗ lực phát triển bản thân để đóng góp cho cộng đồng. Sự phát triển cá nhân này không chỉ mang lại lợi ích cho

chính họ mà còn thúc đẩy sự phát triển chung của cộng đồng, giúp mọi người cùng nhau tiến bộ.

- **Xây dựng một cộng đồng từ bi và yêu thương**: Đức Phật dạy rằng khi có lòng biết ơn và trách nhiệm, mỗi cá nhân sẽ phát triển được lòng từ bi và yêu thương. Họ sẽ không chỉ biết quan tâm đến lợi ích của mình mà còn quan tâm đến hạnh phúc của người khác, từ đó tạo ra một cộng đồng có sự thấu hiểu, khoan dung và yêu thương.

Tổng kết:

Đức Phật dạy rằng lòng biết ơn và trách nhiệm trong các mối quan hệ xã hội là nền tảng để tạo ra sự hài hòa và hạnh phúc. Khi mỗi cá nhân thực hiện trách nhiệm của mình và sống trong lòng biết ơn, họ sẽ xây dựng được các mối quan hệ bền vững, giảm thiểu xung đột, và tạo ra một cộng đồng tốt đẹp, nơi mọi người đều có thể phát triển trong sự an lạc và hài hòa.

18. Làm thế nào để một người tránh được những sai lầm trong các mối quan hệ và thực hành bổn phận một cách hài hòa, không chấp ngã?

Để tránh sai lầm trong các mối quan hệ và **thực hành bổn phận một cách hài hòa, không chấp ngã**, một người cần **phát triển lòng từ bi, trí tuệ, và chánh niệm**, đồng thời giữ sự khiêm tốn và sẵn sàng lắng nghe, thấu hiểu người khác. Đức Phật dạy rằng, sự **không chấp ngã** – tức không bám víu vào cái "tôi" hay sự tự kiêu – giúp mỗi người hành động từ tâm vị tha, giảm thiểu mâu thuẫn và xây dựng mối quan hệ hài hòa. Dưới đây là những cách cụ thể để đạt được điều này:

1. **Phát triển chánh niệm và tỉnh thức trong mỗi hành động**
   - **Thực hành chánh niệm** giúp một người luôn tỉnh thức trong từng lời nói, hành động, và suy nghĩ của mình. Khi có chánh niệm, họ sẽ dễ dàng nhận ra khi nào mình có thể rơi vào trạng thái chấp ngã hay hành động theo cảm xúc bộc phát. Sự tỉnh thức này giúp họ giữ được sự kiên nhẫn và bình tĩnh trong mọi tình huống, tránh những sai lầm do thiếu suy xét.
2. **Lắng nghe và thấu hiểu người khác**
   - Trong các mối quan hệ, lắng nghe là yếu tố quan trọng giúp người tu học thực hành bổn phận một cách hài hòa. Khi lắng nghe và thấu hiểu, một người sẽ tránh được những hiểu lầm và phản ứng thiếu cân nhắc. Họ sẽ có thể thấy được nhu cầu, mong muốn của người khác mà không bị ảnh hưởng bởi cái tôi của mình, từ đó hành động từ tâm và giúp mối quan hệ trở nên hòa hợp.
3. **Thực hành từ bi và lòng vị tha**
   - **Lòng từ bi** là nền tảng của các mối quan hệ hài hòa. Khi một người hành động từ tâm từ bi, họ sẽ quan tâm đến lợi ích và hạnh phúc của người khác. Họ sẵn lòng tha thứ, không để những sai lầm nhỏ của người khác ảnh hưởng đến mối quan hệ. Lòng vị tha giúp họ giảm thiểu sự chấp ngã, vì họ không hành động vì cái tôi mà luôn đặt lợi ích chung lên hàng đầu.
4. **Giữ sự khiêm tốn và tránh tự cao**
   - **Khiêm tốn** là một phẩm chất quan trọng giúp một người tránh được sự chấp ngã và giữ thái độ ôn hòa trong các mối quan hệ. Khiêm tốn giúp họ nhận ra rằng ai cũng có thể mắc sai lầm, kể cả bản thân mình, từ đó không

tỏ ra kiêu ngạo hay coi thường người khác. Thái độ khiêm nhường giúp xây dựng mối quan hệ bền vững và tôn trọng lẫn nhau.

5. **Tự giác và có trách nhiệm với hành động của mình**
   - **Tự giác** là khả năng nhìn nhận và chịu trách nhiệm cho những hành động của mình. Khi một người luôn tự giác và có trách nhiệm, họ sẽ không đổ lỗi cho người khác mà sẽ suy xét lại bản thân trước. Sự tự giác này giúp họ học hỏi từ những sai lầm và tránh lặp lại chúng trong tương lai, đồng thời tạo dựng sự tin cậy trong các mối quan hệ.
6. **Không bám víu vào những kỳ vọng và ý kiến cá nhân**
   - Sai lầm trong các mối quan hệ thường xảy ra khi một người bám víu vào kỳ vọng hoặc ý kiến cá nhân mà không sẵn lòng thay đổi. Khi từ bỏ sự bám víu này, họ sẽ tiếp cận mối quan hệ một cách linh hoạt và cởi mở hơn. Điều này giúp họ dễ dàng thích nghi với hoàn cảnh, không áp đặt ý kiến của mình và tạo không gian cho người khác được thể hiện chính mình.
7. **Thực hành tha thứ và buông bỏ**
   - Trong các mối quan hệ, không phải lúc nào cũng thuận lợi; mâu thuẫn và hiểu lầm là điều không tránh khỏi. **Thực hành tha thứ** giúp một người buông bỏ những oán giận và không để chúng làm tổn thương mối quan hệ. Tha thứ và buông bỏ cũng giúp họ giữ được sự thanh tịnh trong tâm, tránh bị chi phối bởi cảm xúc tiêu cực và duy trì sự hài hòa.
8. **Phát triển trí tuệ và sự hiểu biết**
   - **Trí tuệ** giúp một người nhìn thấy rõ bản chất của sự việc và không bị cuốn vào những cảm xúc nhất thời. Khi có trí tuệ, họ dễ dàng phân biệt đúng sai, thấy được đâu là điều cần thiết và đâu là điều nên buông bỏ. Trí tuệ còn giúp họ hiểu rằng mọi mối quan hệ đều có lúc thăng trầm, và từ đó tiếp cận mối quan hệ với sự bình tĩnh và sáng suốt.
9. **Tôn trọng sự tự do và không áp đặt**
   - Trong các mối quan hệ, mỗi người đều có quyền tự do cá nhân và suy nghĩ riêng. Người tu học cần tôn trọng quyền tự do này và không cố gắng áp đặt quan điểm hay ý muốn của mình lên người khác. Tôn trọng tự do giúp mối quan hệ phát triển trong sự thoải mái và tin tưởng, không bị ràng buộc bởi sự kiểm soát hay cưỡng ép.
10. **Đặt lợi ích chung lên trên cá nhân**
   - Để tránh sự chấp ngã, người tu học nên luôn nhắc nhở mình đặt lợi ích chung lên trên lợi ích cá nhân. Khi làm điều gì vì cộng đồng hoặc gia đình, họ sẽ không quá bận tâm đến những điều nhỏ nhặt hay cá nhân, thay vào đó tập trung vào mục tiêu lớn hơn. Điều này giúp họ hành động một cách hài hòa, có trách nhiệm và không bị chi phối bởi cái tôi cá nhân.

Tổng kết:

Để tránh sai lầm và thực hành bổn phận một cách hài hòa, không chấp ngã, người tu học cần phát triển chánh niệm, lòng từ bi, sự khiêm tốn, và trí tuệ. Khi sống với thái độ lắng nghe, thấu hiểu, và tôn trọng người khác, họ sẽ xây dựng được những mối quan hệ hài hòa, tránh những xung đột không đáng có. Điều này không chỉ mang lại an lạc cho bản thân mà còn góp phần tạo nên một cộng đồng hòa hợp, nơi mọi người đều có thể phát triển trong sự yêu thương và thấu hiểu lẫn nhau.

19. Đức Phật dạy gì về sự trung thành và trách nhiệm trong mối quan hệ vợ chồng? Tầm quan trọng của điều này là gì?

Đức Phật dạy rằng trong mối quan hệ vợ chồng, **sự trung thành và trách nhiệm** là những nền tảng cơ bản giúp duy trì hạnh phúc, hòa thuận và sự bền vững. Mối quan hệ vợ chồng không chỉ là sự gắn bó tình cảm mà còn là **cam kết về trách nhiệm, sự tôn trọng và lòng chung thủy**. Đức Phật khuyến khích vợ chồng phải thực hành những phẩm chất này để xây dựng gia đình ổn định, cùng nhau hỗ trợ và nuôi dưỡng lẫn nhau trên con đường tu tập và cuộc sống hàng ngày. Dưới đây là lời dạy của Đức Phật về sự trung thành và trách nhiệm trong mối quan hệ vợ chồng, cùng tầm quan trọng của những điều này:

1. **Lời dạy của Đức Phật về sự trung thành và trách nhiệm trong mối quan hệ vợ chồng**
    - **Trung thành và chung thủy**: Đức Phật dạy rằng vợ chồng cần có lòng trung thành với nhau. Sự chung thủy là nền tảng cho niềm tin, giúp cả hai cảm thấy an tâm, không phải lo lắng hay nghi ngờ về lòng trung thành của đối phương. Đức Phật nhấn mạnh rằng, để mối quan hệ được bền lâu, cả hai cần kiên định trong tình cảm và không để bản thân bị cám dỗ bởi những thú vui hay mối quan hệ khác bên ngoài.
    - **Tôn trọng và thấu hiểu lẫn nhau**: Đức Phật dạy rằng, để xây dựng mối quan hệ hạnh phúc, vợ chồng cần có sự tôn trọng lẫn nhau. Điều này bao gồm việc lắng nghe, hiểu và chấp nhận sự khác biệt của đối phương. Tôn trọng giúp mối quan hệ trở nên hòa thuận, không bị phá vỡ bởi những mâu thuẫn không cần thiết.
    - **Chia sẻ trách nhiệm và hỗ trợ nhau**: Đức Phật khuyên rằng vợ chồng nên hỗ trợ và giúp đỡ lẫn nhau trong cuộc sống hàng ngày. Mỗi người cần làm tròn trách nhiệm của mình, từ việc chăm sóc gia đình, nuôi dạy con cái đến việc duy trì sự ổn định kinh tế. Khi cả hai cùng nhau gánh vác trách nhiệm, cuộc sống sẽ trở nên nhẹ nhàng và gia đình sẽ trở nên vững chắc hơn.
    - **Tình thương và lòng từ bi**: Đức Phật khuyên vợ chồng nên đối xử với nhau bằng lòng từ bi và yêu thương, sẵn sàng tha thứ cho những lỗi lầm của nhau. Tình thương và lòng từ bi không chỉ giữ cho tình cảm giữa vợ chồng luôn ấm áp mà còn giúp cả hai vượt qua những thử thách và khó khăn trong cuộc sống.
2. **Tầm quan trọng của sự trung thành và trách nhiệm trong mối quan hệ vợ chồng**
    - **Xây dựng niềm tin và sự an toàn**: Trung thành và trách nhiệm là nền tảng giúp xây dựng niềm tin vững chắc giữa vợ chồng. Khi cả hai đều trung thành và có trách nhiệm với mối quan hệ, họ sẽ cảm thấy an toàn, không phải lo lắng về sự phản bội hay thiếu trách nhiệm từ đối phương. Niềm tin này giúp tạo ra một môi trường gia đình an lành và hạnh phúc.
    - **Tạo dựng một gia đình ổn định và hòa hợp**: Khi vợ chồng cùng nhau chia sẻ trách nhiệm và hỗ trợ lẫn nhau, gia đình sẽ được duy trì trong sự ổn định. Điều này không chỉ tạo điều kiện tốt cho sự phát triển cá nhân mà

còn là nền tảng vững chắc cho việc nuôi dạy con cái, giúp các con cảm nhận được tình thương và học hỏi các giá trị đạo đức.

- **Giúp vượt qua khó khăn và thử thách**: Trong cuộc sống, không thể tránh khỏi những thử thách và khó khăn. Sự trung thành và trách nhiệm giúp vợ chồng gắn bó và cùng nhau vượt qua những trở ngại. Khi cả hai bên đều có trách nhiệm và không bỏ rơi nhau trong lúc khó khăn, mối quan hệ sẽ trở nên bền vững và đầy ý nghĩa.
- **Tạo ra một môi trường tu tập và phát triển tâm linh**: Trong đạo Phật, vợ chồng cũng là bạn đồng hành trong việc tu tập và phát triển tâm linh. Khi cả hai trung thành và có trách nhiệm, họ sẽ hỗ trợ nhau trong việc thực hành Chánh Pháp, cùng nhau xây dựng một cuộc sống an lạc và đạo đức. Điều này giúp họ tiến bộ trên con đường tu học, không chỉ mang lại lợi ích trong hiện tại mà còn cả đời sống tâm linh sau này.
- **Giảm thiểu xung đột và tăng cường sự hòa thuận**: Khi mỗi người đều thực hiện trách nhiệm của mình với lòng trung thành, mối quan hệ sẽ ít xảy ra xung đột. Họ sẽ dễ dàng tha thứ cho nhau, không trách móc hay gây áp lực lên đối phương. Sự hòa thuận này không chỉ làm gia đình hạnh phúc mà còn giúp cả hai phát triển lòng kiên nhẫn và lòng từ bi.
- **Tấm gương cho thế hệ sau**: Sự trung thành và trách nhiệm của vợ chồng không chỉ mang lại lợi ích cho mối quan hệ của họ mà còn là tấm gương cho con cái. Khi con cái thấy cha mẹ sống hòa thuận, yêu thương, và có trách nhiệm, chúng sẽ học hỏi và phát triển thành những người sống có đạo đức và biết trân trọng các giá trị gia đình.

Tổng kết:

Đức Phật dạy rằng sự trung thành và trách nhiệm là những phẩm chất không thể thiếu trong mối quan hệ vợ chồng, giúp xây dựng niềm tin, tình thương và sự hòa hợp. Khi cả hai thực hành những giá trị này, họ sẽ cùng nhau xây dựng một gia đình hạnh phúc, ổn định và an lành. Đồng thời, đây cũng là nền tảng để phát triển tâm linh và mang lại lợi ích cho cả thế hệ tương lai.

20. Tại sao bổn phận xã hội và đạo đức lại được xem là con đường giúp người cư sĩ đạt đến sự an lạc và tiến bộ trên con đường tu tập?

Bổn phận xã hội và đạo đức là nền tảng quan trọng giúp người cư sĩ đạt đến sự **an lạc và tiến bộ** trên con đường tu tập, vì chúng giúp xây dựng **mối quan hệ hài hòa, tâm thanh tịnh, và trí tuệ** trong đời sống hằng ngày. Đức Phật dạy rằng đời sống của một người cư sĩ không chỉ hướng đến lợi ích cá nhân mà còn bao gồm trách nhiệm với gia đình, bạn bè, cộng đồng và xã hội. Khi thực hành bổn phận xã hội và sống đúng theo đạo đức, người cư sĩ có thể tránh xa phiền não, phát triển tâm từ bi, và tiến gần hơn đến con đường tu tập giác ngộ. Dưới đây là những lý do chi tiết:

1. **Xây dựng mối quan hệ hài hòa và giảm thiểu xung đột**
   - Khi người cư sĩ thực hiện bổn phận và sống đúng theo đạo đức, họ sẽ đối xử công bằng, tôn trọng và yêu thương mọi người. Điều này giúp tạo ra mối quan hệ hài hòa với gia đình, bạn bè, và đồng nghiệp, tránh được những xung đột và hiểu lầm không đáng có. Mối quan hệ hài hòa này mang

lại sự an lạc và tạo điều kiện thuận lợi để người cư sĩ tập trung tu học và phát triển tinh thần.

2. **Phát triển tâm từ bi và lòng vị tha**
   - Bổn phận xã hội và đạo đức khuyến khích người cư sĩ thực hành lòng từ bi và vị tha, giúp họ quan tâm và hỗ trợ người khác. Đức Phật dạy rằng lòng từ bi là nền tảng của con đường tu tập, giúp người cư sĩ giảm bớt sự ích kỷ, nuôi dưỡng tâm từ ái và sống vì lợi ích của mọi người. Khi phát triển lòng từ bi, người cư sĩ sẽ có tâm hồn an lạc, không bị chi phối bởi các cảm xúc tiêu cực như sân hận hay ganh ghét.
3. **Rèn luyện tính tự giác và sự kỷ luật bản thân**
   - Để sống đúng với bổn phận và đạo đức, người cư sĩ cần có tính tự giác và kỷ luật bản thân. Họ phải ý thức rõ trách nhiệm của mình và không để những ham muốn cá nhân lấn át. Sự tự giác và kỷ luật này giúp họ kiểm soát tâm trí, tránh xa các hành vi tiêu cực như trộm cắp, lừa dối, uống rượu, hoặc những thú vui không lành mạnh. Điều này không chỉ giữ cho tâm hồn thanh tịnh mà còn giúp họ tập trung vào việc tu tập và phát triển nội tâm.
4. **Tạo nền tảng cho sự thanh tịnh và bình an nội tâm**
   - Sống đúng với bổn phận và đạo đức giúp người cư sĩ tránh được những hành vi gây tổn hại cho bản thân và người khác, từ đó giữ cho tâm trí luôn thanh tịnh và an lạc. Khi không có những xung đột, lo lắng, và cảm giác tội lỗi, họ sẽ dễ dàng đạt được sự bình an nội tâm. Sự bình an này là nền tảng quan trọng để họ tiến xa hơn trên con đường tu học, giúp họ tập trung vào thiền định và phát triển trí tuệ.
5. **Giúp người cư sĩ tránh xa phiền não và nghiệp xấu**
   - Đức Phật dạy rằng các hành vi sai trái, như nói dối, hại người, hoặc tham lam, sẽ tạo ra nghiệp xấu và dẫn đến phiền não. Khi sống đúng bổn phận và đạo đức, người cư sĩ sẽ tránh được những hành động gây hại, từ đó không phải chịu đựng hậu quả xấu trong tương lai. Tránh xa nghiệp xấu giúp họ sống cuộc đời nhẹ nhàng, không bị ràng buộc bởi những hệ quả tiêu cực, và dễ dàng tiến bước trên con đường tu tập.
6. **Tạo điều kiện cho việc thực hành Chánh Pháp trong đời sống hàng ngày**
   - Thực hành bổn phận xã hội và đạo đức chính là cách để người cư sĩ áp dụng Chánh Pháp vào đời sống hằng ngày. Chánh Pháp không chỉ là lý thuyết mà cần được thể hiện qua những hành động cụ thể như tôn trọng, yêu thương, và công bằng trong mỗi mối quan hệ. Điều này giúp người cư sĩ sống đúng với lời dạy của Đức Phật, tạo điều kiện để tâm trí luôn hướng về điều thiện lành và tiến gần hơn đến giác ngộ.
7. **Giúp người cư sĩ phát triển trí tuệ và hiểu rõ bản chất của cuộc sống**
   - Khi sống đúng đạo đức và bổn phận, người cư sĩ sẽ phát triển khả năng quan sát và suy xét sâu sắc. Họ học cách phân biệt đúng sai, thấy rõ những hệ quả của từng hành động và ý nghĩa của việc sống đạo đức. Sự hiểu biết này giúp họ phát triển trí tuệ, nhìn thấy bản chất vô thường và khổ đau của cuộc sống, từ đó giải thoát khỏi những ràng buộc và tiến bộ trong tu tập.
8. **Góp phần xây dựng một cộng đồng hòa hợp và an lành**

- Khi mỗi cá nhân sống đúng với bổn phận và đạo đức, họ không chỉ mang lại lợi ích cho bản thân mà còn góp phần tạo nên một cộng đồng hòa hợp và an lành. Đức Phật dạy rằng, khi cộng đồng sống trong tình thương, lòng từ bi và sự hỗ trợ lẫn nhau, mọi người sẽ cảm thấy an lạc và cùng nhau phát triển. Cộng đồng tốt đẹp tạo điều kiện thuận lợi cho người cư sĩ tu tập và phát triển tâm linh.

9. **Giúp người cư sĩ học cách buông bỏ chấp ngã và phát triển sự khiêm tốn**
   - Thực hành bổn phận và đạo đức yêu cầu người cư sĩ phải đặt lợi ích của người khác lên trên, không bám víu vào cái tôi cá nhân. Điều này giúp họ buông bỏ chấp ngã, sống với sự khiêm tốn và tôn trọng lẫn nhau. Khi không còn bị ràng buộc bởi cái tôi, tâm hồn người cư sĩ sẽ trở nên thanh thản, dễ dàng tiến xa hơn trên con đường tu tập.
10. **Đạt được sự an lạc và tiến bộ trên con đường tu tập**
    - Sự an lạc và tiến bộ trong tu tập là kết quả của việc sống đúng với bổn phận và đạo đức. Khi người cư sĩ biết yêu thương, giúp đỡ người khác, tránh xa các hành vi gây tổn hại, và thực hành Chánh Pháp trong cuộc sống hằng ngày, họ sẽ cảm nhận được sự an lạc thực sự từ bên trong. Họ sẽ thấy rằng cuộc sống không chỉ là thỏa mãn ham muốn cá nhân mà là mang lại niềm vui, lợi ích cho mọi người xung quanh. Đây là nền tảng quan trọng giúp họ tiến gần hơn đến sự giác ngộ.

Tổng kết:

Đức Phật dạy rằng bổn phận xã hội và đạo đức không chỉ là trách nhiệm mà còn là phương tiện giúp người cư sĩ đạt đến sự an lạc và tiến bộ trong tu tập. Khi sống đúng với những giá trị này, người cư sĩ sẽ xây dựng được mối quan hệ hài hòa, giữ tâm hồn thanh tịnh, phát triển trí tuệ, và tạo nền tảng vững chắc để tiến bước trên con đường hướng đến giác ngộ.

KINH 32:
KINH A-SÁ-NANG-CHI
(Atanatiya Sutta)

I. GIỚI THIỆU TỔNG QUAN VỀ KINH A-SÁ-NANG-CHI

1. Giới thiệu chung về Kinh

- **Vị trí và ý nghĩa trong Trường Bộ Kinh**: Kinh A-Sá-Nang-Chi nằm trong Trường Bộ Kinh, một bộ sưu tập các bài giảng dài của Đức Phật. Kinh này có vị trí đặc biệt, bởi nó đề cập đến khía cạnh bảo vệ tâm linh và sự an ổn cho người tu học, một chủ đề mà ít kinh khác đi sâu. Đức Phật nhấn mạnh tầm quan trọng của việc bảo hộ tâm linh và thân thể của người tu học trong quá trình tu hành.
- **Mục đích thuyết giảng của Đức Phật**: Kinh này được thuyết giảng với mục đích đem lại **sự an ổn và bảo vệ** cho các đệ tử, những người đang đối mặt với các mối nguy hiểm từ các thế lực vô hình. Đức Phật muốn nhắc nhở rằng ngoài sự tu tập nội tâm, người tu học cũng cần bảo vệ bản thân khỏi những tác động tiêu cực có thể cản trở con đường giải thoát.

2. Bối cảnh ra đời của Kinh

- **Hoàn cảnh thuyết giảng**: Kinh A-Sá-Nang-Chi được giảng dạy trong bối cảnh các vị đệ tử của Đức Phật đang gặp phải sự quấy nhiễu từ các thế lực vô hình, gây ra những cản trở và bất an cho họ trong quá trình tu học. Để giúp đệ tử đạt được sự bảo vệ cần thiết, Đức Phật đã dạy các nghi thức cầu khẩn, tạo thành một lá chắn tâm linh vững chắc.
- **Sự xuất hiện của các vị thần hộ trì**: Trong Kinh này, các vị thần có vai trò quan trọng, xuất hiện để hướng dẫn người tu học về các cách thức bảo hộ. Các vị thần này được coi là đại diện của các thế lực thiện lành, có khả năng xua tan những năng lượng xấu và mang lại sự an lành cho người thực hành. Điều này phản ánh niềm tin vào sự hiện diện của các lực lượng bảo vệ cho những ai chân thành tu tập.
- **Sự cần thiết của phương pháp bảo hộ trong tu tập thời Đức Phật**: Thời Đức Phật, người tu học thường phải đối diện với những khó khăn và sự quấy nhiễu từ các thế lực vô hình. Vì vậy, kinh này không chỉ là phương pháp bảo hộ mà còn là biểu hiện của lòng từ bi của Đức Phật đối với các đệ tử, mong muốn bảo vệ họ khỏi những hiểm nguy.

3. Mục tiêu và ý nghĩa của Kinh

- **Mục tiêu chính của Kinh**: Kinh A-Sá-Nang-Chi nhằm cung cấp cho các đệ tử một phương pháp bảo vệ hữu hiệu. Thông qua các lời cầu khẩn và chú nguyện, người tu học có thể đạt được sự hộ trì, giúp họ an tâm trên con đường tu học. Đây là công cụ giúp họ vượt qua những thử thách, giữ tâm an lành và kiên định với Chánh Pháp.

- **Ý nghĩa của sự hộ trì trong đời sống tu tập**: Kinh A-Sá-Nang-Chi nhấn mạnh rằng sự hộ trì không chỉ đơn thuần là bảo vệ thể chất mà còn là **bảo vệ tâm linh**, giúp người tu học duy trì sự thanh tịnh trong tâm hồn. Sự hộ trì này còn giúp tăng trưởng niềm tin vào Pháp bảo, bởi khi cảm nhận được sự bảo vệ từ các lực lượng thiện lành, người tu học sẽ vững tin hơn vào sự bảo hộ của Tam Bảo và phát triển tâm hồn theo hướng tích cực.

Tổng kết:

Phần giới thiệu của **Kinh A-Sá-Nang-Chi** làm rõ bối cảnh và ý nghĩa của kinh trong đời sống tu tập của người Phật tử. Với sự bảo hộ từ các lực lượng thiện lành và lời dạy của Đức Phật, người tu học không chỉ bảo vệ được thân tâm khỏi các nguy cơ mà còn tăng trưởng niềm tin và kiên định với Chánh Pháp.

II. NỘI DUNG CHÍNH CỦA KINH A-SÁ-NANG-CHI

1. Lời cầu khẩn và sự hộ trì của các vị thần

- **Nội dung của lời cầu khẩn**: Trong Kinh A-Sá-Nang-Chi, các vị thần xuất hiện để truyền đạt lời cầu khẩn, nhằm hộ trì và bảo vệ Đức Phật và các đệ tử khỏi những thế lực vô hình có thể gây tổn hại đến họ. Lời cầu khẩn này có ý nghĩa quan trọng trong việc mang lại sự bình an, giúp người tu học tránh xa những điều bất an và cảm giác sợ hãi.
- **Vai trò của các vị thần**: Các vị thần trong kinh này không chỉ là những biểu tượng của sự bảo vệ, mà còn là nguồn trợ lực tinh thần cho người tu học. Họ đại diện cho các thế lực thiện lành, sẵn sàng giúp đỡ những ai chân thành tu tập theo Chánh Pháp. Vai trò này nhấn mạnh rằng sự hỗ trợ và bảo hộ luôn hiện hữu khi có sự thành tâm và niềm tin vào đạo.

2. Các câu thần chú và lời cầu nguyện

- **Giới thiệu các đoạn kinh chú nguyện**: Kinh A-Sá-Nang-Chi bao gồm nhiều đoạn chú nguyện được soạn thảo kỹ lưỡng, mỗi câu đều chứa đựng ý nghĩa sâu sắc và mang lại sức mạnh tâm linh. Những lời chú này không chỉ đơn thuần là các câu nói mà còn là công cụ mạnh mẽ giúp người tu học tạo ra lớp bảo vệ xung quanh họ.
- **Vai trò của các câu chú trong bảo hộ và an ổn tâm linh**: Các câu chú này đóng vai trò tạo ra **năng lượng bảo hộ**, giúp người thực hành cảm thấy an tâm và bình thản. Khi thực hành với lòng chân thành, những lời chú có thể tạo ra một trường bảo vệ giúp đẩy lùi các tác động tiêu cực, hỗ trợ người tu học duy trì trạng thái tâm hồn thanh tịnh và bình an.

3. Bài kinh hộ trì và những quy tắc bảo hộ

- **Trình bày các quy tắc và nghi thức thực hành**: Đức Phật khuyến khích các đệ tử nên thực hành bài kinh hộ trì này với lòng thành và sự nhất tâm. Để đạt hiệu quả bảo hộ toàn diện, người tu học cần tuân theo các quy tắc và nghi thức mà kinh đề ra. Những quy tắc này bao gồm các yêu cầu về sự tĩnh lặng, tập trung và sự kiên định trong từng lời chú.
- **Cách thức sử dụng các lời kinh để đạt được sự bảo hộ toàn diện**: Người thực hành nên giữ một tâm trí thanh tịnh, không để bị xao lãng bởi các yếu tố bên ngoài. Khi thực hành với sự tập trung, lời kinh sẽ tạo ra lớp bảo hộ mạnh mẽ, giúp bảo vệ thân tâm khỏi những tác động tiêu cực và duy trì sự

ổn định trong quá trình tu tập. Điều này giúp người tu học cảm thấy tự tin và an lành trong cuộc sống hàng ngày.

4. **Sự tôn kính và tín tâm đối với Tam Bảo**
    - **Tầm quan trọng của lòng tin và kính trọng với Tam Bảo**: Kinh A-Sá-Nang-Chi nhấn mạnh rằng ngoài việc thực hành lời chú, lòng tin kiên định vào Tam Bảo (Đức Phật, Pháp, Tăng) là yếu tố không thể thiếu để đạt được sự bảo hộ thực sự. Sự tôn kính này giúp người tu học giữ vững tâm trí và tạo ra một lá chắn tinh thần mạnh mẽ chống lại những thế lực xấu xa.
    - **Sự hộ trì không chỉ nằm trong lời chú mà còn dựa vào tín tâm**: Đức Phật nhấn mạnh rằng hiệu quả của sự bảo hộ không chỉ phụ thuộc vào các nghi thức chú nguyện mà còn vào niềm tin và lòng thành kính của người thực hành. Khi người tu học giữ được lòng tin vững chắc vào Tam Bảo, họ sẽ nhận được sự hộ trì mạnh mẽ, bởi vì tâm trí họ đã được bảo vệ bởi sự kiên định và lòng sùng kính sâu sắc.

Tổng kết:

Phần nội dung chính của **Kinh A-Sá-Nang-Chi** cung cấp cho người đọc cái nhìn toàn diện về cách các lời cầu khẩn, các câu chú nguyện, và lòng tin vào Tam Bảo có thể tạo ra sự bảo hộ và an ổn tâm linh. Sự kết hợp giữa thực hành nghiêm túc và tín tâm vào Tam Bảo là nền tảng giúp người tu học duy trì sự bình an trong tâm, đối mặt với mọi khó khăn và tiến bộ trên con đường tu tập.

III. Ý NGHĨA VÀ BÀI HỌC TỪ KINH A-SÁ-NANG-CHI

1. **Ý nghĩa của sự bảo hộ trong tu tập**
    - **Vai trò của sự bảo hộ trong duy trì tâm an lành**: Sự bảo hộ đóng vai trò quan trọng trong việc giữ cho tâm hồn của người tu học luôn trong trạng thái an lành. Trong tu tập, việc đối mặt với những tác động xấu hoặc các thế lực tiêu cực là không tránh khỏi. Sự bảo hộ giúp tạo ra một trường năng lượng tích cực, làm vững vàng tâm trí và giúp người tu học không bị cuốn theo các cảm xúc tiêu cực hay sợ hãi.
    - **Bảo hộ không chỉ là tránh khỏi nguy hiểm mà còn là sự tăng trưởng tâm từ bi và kiên định**: Sự bảo hộ không chỉ là để tránh xa các nguy hiểm mà còn là cơ hội để người tu học tăng trưởng tâm từ bi và kiên định với con đường tu học. Khi được bảo vệ bởi các thực hành chú nguyện, người tu học cảm nhận được sự an ổn, nhờ đó có thể phát triển lòng từ bi, không chỉ dành cho mình mà còn cho những người khác. Sự kiên định này cũng giúp họ vượt qua những thử thách trong tu học và duy trì tinh thần hướng thiện.
2. **Bài học về lòng tin và sự thành kính đối với Pháp bảo**
    - **Ý nghĩa của lòng tin và thành kính đối với Tam Bảo**: Kinh A-Sá-Nang-Chi nhấn mạnh lòng tin vào Tam Bảo (Đức Phật, Pháp, Tăng) như một yếu tố cốt lõi để đạt được sự bảo hộ thực sự. Đức Phật dạy rằng khi người tu học có lòng tin kiên định và thành kính với Tam Bảo, họ sẽ nhận được sự an ủi và bảo hộ từ trong tâm, cảm nhận sự hướng dẫn của Pháp trong từng hoàn cảnh khó khăn.

- **Niềm tin là nền tảng vượt qua thử thách và rèn luyện an lạc nội tâm**: Lòng tin vào Tam Bảo không chỉ giúp người tu học vượt qua những khó khăn trước mắt mà còn tạo nên sự an lạc từ bên trong. Khi tin tưởng vào con đường Chánh Pháp, họ không còn lo sợ trước những biến cố hay thử thách, vì biết rằng Pháp là kim chỉ nam hướng dẫn mọi hành động và suy nghĩ. Điều này tạo ra sự bình an nội tâm, giúp người tu học giữ vững tinh thần, vượt qua mọi chướng ngại.

3. **Thực hành chú nguyện và tác động tâm linh**
   - **Cách thực hành chú nguyện**: Việc thực hành chú nguyện yêu cầu sự tập trung và lòng chân thành. Khi đọc các lời chú trong Kinh A-Sá-Nang-Chi, người tu học nên giữ tâm tĩnh lặng, dồn hết sự chú ý vào từng câu, từng chữ, để mỗi lời nói ra đều trở thành một năng lượng tích cực. Sự nhất tâm và kiên định này sẽ giúp lời chú nguyện đạt được hiệu quả tối đa, tạo ra trường bảo hộ xung quanh người thực hành.
   - **Tác động tích cực của chú nguyện đối với tâm hồn và cuộc sống**: Thực hành chú nguyện không chỉ là biện pháp bảo hộ mà còn có tác động sâu sắc đến tâm hồn của người tu học. Việc thực hành đều đặn giúp người tu học giữ vững được **tâm bình thản**, giảm thiểu sự xao động trước những khó khăn của cuộc sống, đồng thời mang lại **sự tự tin** và an lạc. Khi tâm trí vững vàng và không bị xao động, người tu học sẽ dễ dàng đạt đến trạng thái thanh thản và tự tại, cảm nhận sự bình an thực sự.

Tổng kết:

Phần ý nghĩa và bài học của **Kinh A-Sá-Nang-Chi** giúp người tu học nhận thức được giá trị của sự bảo hộ, lòng tin và sự thực hành chú nguyện. Những yếu tố này không chỉ mang lại sự an ổn mà còn giúp họ phát triển tâm từ bi, kiên định và sự tự tin để đối mặt với mọi thử thách trong tu tập và cuộc sống hàng ngày.

IV. CÁC ẨN DỤ VÀ HÌNH ẢNH TRONG KINH A-SÁ-NANG-CHI

1. **Ý nghĩa biểu tượng của các vị thần và lời chú**
   - **Các vị thần hộ trì**: Trong Kinh A-Sá-Nang-Chi, các vị thần xuất hiện như những thế lực bảo vệ người tu học, giúp họ tránh khỏi các ảnh hưởng tiêu cực. Các vị thần đại diện cho những năng lượng tích cực và thiện lành, là biểu tượng của sự an lành và bình yên trong tâm trí người tu học. Sự hiện diện của họ mang đến cảm giác an toàn và được che chở, đặc biệt khi người tu học phải đối mặt với các thử thách.
   - **Các câu chú nguyện**: Mỗi câu chú trong kinh này được coi là một biểu tượng của sức mạnh và lòng thành tâm. Chú nguyện không chỉ là những từ ngữ mà là một loại năng lượng tinh khiết, kết nối tâm thức người tu học với nguồn năng lượng bảo hộ từ các thế lực thiện lành. Các câu chú mang ý nghĩa sâu sắc về sự bảo vệ, giúp xua tan năng lượng xấu và mang đến sự thanh tịnh nội tâm.
   - **Nghi thức và các biểu tượng trong lễ cầu nguyện**: Nghi thức cầu nguyện cũng là một phần quan trọng trong Kinh A-Sá-Nang-Chi, mang ý nghĩa biểu tượng về lòng tôn kính và sự chú tâm của người tu học. Các nghi thức này nhấn mạnh sự kiên trì và lòng thành kính, giúp tăng cường sức mạnh

tâm linh và tạo ra một lớp bảo hộ vững chắc. Những hình ảnh của các vị thần và nghi thức cầu nguyện tượng trưng cho sự kiên định và tâm bền bỉ trên con đường tu tập.

2. **Tác động của các hình ảnh lên tâm lý người tu học**
   - **Tăng cường sự an ổn tâm linh**: Hình ảnh của các vị thần và lời chú mang lại sự an ổn cho tâm lý người tu học, giúp họ cảm thấy được bảo vệ và không còn cảm giác lo sợ trước các tác động xấu. Sự an ổn này giúp họ duy trì trạng thái bình thản, không bị xáo động bởi những yếu tố tiêu cực từ bên ngoài, nhờ đó có thể tập trung vào việc tu tập và phát triển tâm từ bi.
   - **Tạo dựng niềm tin và sự kiên định trong tu tập**: Hình ảnh và biểu tượng trong kinh cũng đóng vai trò quan trọng trong việc củng cố niềm tin của người tu học. Khi thực hành các lời chú và nghi thức với sự kiên định, người tu học không chỉ cảm thấy được bảo vệ mà còn phát triển lòng tin vững chắc vào Tam Bảo và Chánh Pháp. Sự kiên định này giúp họ vượt qua các trở ngại trên con đường tu tập, đồng thời nuôi dưỡng tâm bình an và không lo sợ.
   - **Sự hỗ trợ và động viên tinh thần từ các thế lực hộ trì**: Các hình ảnh này giúp người tu học cảm nhận rằng họ không đơn độc trên con đường tu tập mà luôn có sự hỗ trợ từ các thế lực hộ trì. Khi gặp phải thử thách hoặc cảm thấy bị áp lực, người tu học có thể hồi tưởng đến hình ảnh của các vị thần và lời chú để tìm thấy sự động viên và an ủi. Điều này mang lại cảm giác mạnh mẽ và quyết tâm, giúp họ tiến bước vững vàng trên con đường tìm kiếm sự giải thoát.

Tổng kết:

Phần này nhấn mạnh rằng các hình ảnh và biểu tượng trong **Kinh A-Sá-Nang-Chi** không chỉ là công cụ bảo hộ mà còn là nguồn động viên tinh thần, giúp người tu học tăng cường niềm tin, sự kiên định, và cảm giác an ổn tâm linh. Những hình ảnh này mang lại sự ủng hộ và động lực để người tu học vượt qua mọi khó khăn, giữ vững lòng tin vào Pháp bảo và tiếp tục tu học với tâm trạng bình an.

V. KẾT LUẬN VÀ TÓM TẮT VỀ KINH A-SÁ-NANG-CHI

1. **Tóm tắt các điểm chính**
   - **Nhắc lại những nội dung quan trọng của Kinh A-Sá-Nang-Chi**: Kinh A-Sá-Nang-Chi không chỉ tập trung vào các phương pháp bảo hộ mà còn nhấn mạnh tầm quan trọng của lòng tin vào Tam Bảo, sức mạnh của các nghi thức chú nguyện và sự thực hành để duy trì tâm an lành. Các vị thần và lời chú trong kinh này tượng trưng cho các lực lượng bảo hộ, giúp người tu học tránh khỏi những tác động xấu và giữ vững tâm bình thản.
   - **Bài học về lòng tin, sự bảo hộ và thực hành chú nguyện**: Kinh này cũng mang lại những bài học quý giá về lòng tin vào Phật, Pháp và Tăng. Qua việc thực hành chú nguyện, người tu học không chỉ nhận được sự bảo hộ mà còn rèn luyện sự kiên định và thanh tịnh tâm hồn. Các nghi thức này không chỉ bảo vệ thể chất mà còn nuôi dưỡng tinh thần, giúp người tu học phát triển sự vững vàng trong tâm trí.

2. **Thông điệp chính của Kinh A-Sá-Nang-Chi**
   - **Sự bảo hộ đến từ tâm trí an định và lòng tin vào Chánh Pháp**: Thông điệp của kinh nhấn mạnh rằng sự bảo hộ không chỉ đến từ những lực lượng bên ngoài mà còn xuất phát từ chính tâm trí an định và lòng tin vào Chánh Pháp. Khi người tu học giữ tâm hồn thanh tịnh, tập trung và đặt niềm tin vào Phật, Pháp, Tăng, họ sẽ có khả năng tự bảo vệ mình, không bị xao động trước những thử thách và ảnh hưởng tiêu cực.
   - **Lời nhắc nhở về sự bảo vệ toàn diện**: Kinh A-Sá-Nang-Chi là một lời nhắc nhở rằng bảo hộ không chỉ là tránh khỏi nguy hiểm mà còn là bảo vệ cả thể chất lẫn tâm hồn, để đạt được sự an lạc nội tâm. Điều này giúp người tu học duy trì sự cân bằng, an lành trong tâm hồn và có đủ sức mạnh để vượt qua mọi trở ngại.
3. **Lời nhắn gửi đến người tu học**
   - **Thực hành các giá trị của kinh để đạt sự an lạc**: Người đọc được khuyến khích áp dụng những giá trị của Kinh A-Sá-Nang-Chi vào đời sống hàng ngày bằng cách phát triển lòng tin và thực hành chú nguyện. Sự thực hành này không chỉ giúp họ an ổn trong cuộc sống hiện tại mà còn chuẩn bị tâm hồn cho những thách thức trong tương lai, giúp họ sống trong sự an lạc và tự tại.
   - **Tầm quan trọng của sự bảo hộ và lòng tin vào Tam Bảo**: Người tu học được nhắn nhủ về tầm quan trọng của sự bảo hộ và niềm tin vào Tam Bảo, điều này là nền tảng để duy trì sự bình an, vượt qua các khó khăn, và hướng đến trạng thái tự tại. Bằng cách thực hành các nghi thức chú nguyện và duy trì lòng tin, người tu học sẽ xây dựng được tâm lý vững vàng, an nhiên trước mọi hoàn cảnh.

Tổng kết:

Phần kết luận giúp người đọc nắm bắt được các thông điệp cốt lõi của **Kinh A-Sá-Nang-Chi**, từ ý nghĩa của sự bảo hộ, lòng tin vào Tam Bảo, đến việc thực hành chú nguyện. Qua đó, người tu học được khuyến khích phát triển sự an lạc nội tâm, tăng trưởng lòng tin, và tự mình xây dựng một cuộc sống an bình, thanh tịnh giữa những thăng trầm của cuộc đời.

VI. VẤN ĐÁP VỀ KINH A-SÁ-NANG-CHI

1. Tại sao Đức Phật lại nhấn mạnh tầm quan trọng của sự bảo hộ trong đời sống tu tập?

Đức Phật nhấn mạnh tầm quan trọng của **sự bảo hộ trong đời sống tu tập** vì ba lý do chính sau:

1. **Giữ gìn sự an ổn và tâm bình an**: Trong quá trình tu học, người tu học phải đối diện với nhiều thử thách cả bên trong lẫn bên ngoài, từ những cám dỗ đời thường cho đến những ảnh hưởng tiêu cực từ các thế lực không thể nhìn thấy. Sự bảo hộ giúp tạo ra một không gian an toàn để người tu học giữ tâm trí bình thản, không bị xao động, từ đó tập trung vào con đường tu tập một cách trọn vẹn.

2. **Bảo vệ và duy trì sự thanh tịnh nội tâm**: Khi người tu học cảm thấy an toàn và được bảo vệ, họ sẽ ít bị chi phối bởi những cảm giác lo sợ, bất an hoặc sự đe dọa. Điều này giúp họ duy trì sự thanh tịnh của tâm trí, tránh khỏi các năng lượng xấu làm tổn hại đến quá trình tu tập. Sự bảo hộ trở thành một lá chắn giúp tâm trí người tu học không bị tác động tiêu cực.
3. **Tăng cường niềm tin và sự kiên định**: Khi người tu học cảm nhận được sự bảo hộ từ các lực lượng thiện lành và từ Tam Bảo, niềm tin của họ vào Phật, Pháp, và Tăng càng được củng cố. Sự bảo hộ giúp họ vững tin hơn trên con đường tu học, kiên định trước mọi thử thách và không bị lung lay trước những khó khăn. Điều này tạo ra động lực mạnh mẽ để họ tiếp tục hành trì và phát triển đạo đức, trí tuệ.

Tổng kết:
Đức Phật xem sự bảo hộ là một phần không thể thiếu trong đời sống tu tập, vì nó mang lại sự an lạc, bảo vệ tâm thanh tịnh và củng cố niềm tin, giúp người tu học phát triển vững vàng trên con đường hướng đến giác ngộ.

2. Lòng tin vào Tam Bảo có vai trò gì trong việc tạo nên sự bảo hộ thực sự cho người tu học?

Lòng tin vào Tam Bảo – bao gồm Đức Phật, Pháp, và Tăng – đóng vai trò then chốt trong việc tạo nên **sự bảo hộ thực sự cho người tu học**. Đức Phật dạy rằng lòng tin vào Tam Bảo không chỉ là niềm tin tôn kính mà còn là sức mạnh nội tại giúp người tu học duy trì tâm an lạc và tự tin trước mọi hoàn cảnh. Dưới đây là những vai trò cụ thể của lòng tin vào Tam Bảo trong việc tạo nên sự bảo hộ cho người tu học:

1. **Tạo nền tảng vững chắc về tinh thần và tâm lý**: Lòng tin vào Tam Bảo giúp người tu học có một nền tảng tinh thần vững chắc, mang lại sự an ủi và cảm giác được bảo vệ. Khi tin tưởng vào Phật (người đã giác ngộ), Pháp (giáo lý chân thật), và Tăng (cộng đồng tu học), người tu học cảm thấy được dẫn dắt và hỗ trợ, giảm bớt lo âu và bất an.
2. **Nâng cao sự kiên định và thanh tịnh của tâm trí**: Khi có lòng tin vào Tam Bảo, người tu học sẽ kiên định hơn trong quá trình tu tập và không dễ dàng bị lung lay bởi các tác động xấu từ bên ngoài. Niềm tin vào Tam Bảo giữ cho tâm trí họ thanh tịnh, giúp họ tránh xa các cảm xúc tiêu cực và duy trì sự bình thản trước những thử thách.
3. **Tạo ra năng lượng bảo hộ từ bên trong**: Lòng tin vào Tam Bảo không chỉ là sự tin tưởng từ lý trí mà còn là một trạng thái tâm linh giúp tạo ra năng lượng bảo vệ từ bên trong. Khi người tu học đặt niềm tin vào Tam Bảo, họ tự nhiên sẽ có sự bình an và tự tin, ít bị chi phối bởi những yếu tố tiêu cực bên ngoài. Sức mạnh nội tại này là một dạng "lá chắn tâm linh," giúp người tu học cảm thấy được bảo vệ và an toàn trên con đường tu học.
4. **Nuôi dưỡng lòng từ bi và trí tuệ**: Lòng tin vào Tam Bảo cũng giúp người tu học phát triển lòng từ bi và trí tuệ, hai yếu tố quan trọng trong sự bảo hộ tâm linh. Khi tin tưởng vào Tam Bảo, người tu học sẽ sống theo những giá trị tốt đẹp của Phật, Pháp, và Tăng, từ đó tăng trưởng tâm từ bi, giảm thiểu lòng sân hận và vô minh. Sự phát triển của từ bi và trí tuệ giúp họ

tránh xa các hành động và suy nghĩ gây hại, đồng thời bảo vệ tâm hồn khỏi sự tiêu cực.

Tổng kết:

Lòng tin vào Tam Bảo không chỉ mang lại sự an ủi mà còn tạo ra một trường bảo hộ từ bên trong, giúp người tu học cảm thấy bình an, kiên định và tự tin hơn trên con đường tu học. Lòng tin này là nguồn gốc của sự bảo hộ thực sự, giữ vững tâm thanh tịnh và nuôi dưỡng sự an lạc nội tâm.

3. Các vị thần trong Kinh A-Sá-Nang-Chi tượng trưng cho điều gì trong quá trình bảo vệ tâm linh?

Trong **Kinh A-Sá-Nang-Chi (Atanatiya Sutta)**, các vị thần xuất hiện như những biểu tượng của **sự bảo vệ tâm linh** và tượng trưng cho nhiều khía cạnh quan trọng trong quá trình bảo vệ tâm hồn của người tu học. Sự hiện diện của họ mang ý nghĩa sâu sắc, giúp củng cố niềm tin, tạo sự an tâm, và khẳng định rằng có những lực lượng thiện lành luôn sẵn sàng hỗ trợ người tu học. Dưới đây là những ý nghĩa biểu tượng mà các vị thần trong kinh đại diện:

1. **Sự bảo hộ từ các thế lực thiện lành**: Các vị thần trong Kinh A-Sá-Nang-Chi đại diện cho các thế lực tích cực, những năng lượng thiện lành và sự bảo vệ. Họ là những thế lực luôn ủng hộ con đường tu học chân chính, sẵn lòng bảo vệ người tu tập khỏi các ảnh hưởng xấu. Điều này giúp người tu học cảm thấy an toàn, biết rằng luôn có sự trợ giúp từ những thế lực thiện lành khi họ sống và hành trì đúng theo Chánh Pháp.
2. **Sự hỗ trợ và động viên trong tu tập**: Các vị thần còn là biểu tượng của sự hỗ trợ và khích lệ. Trong quá trình tu học, người tu học không chỉ đối mặt với các thử thách bên ngoài mà còn những xao động nội tâm. Sự hiện diện của các vị thần mang lại cảm giác động viên, giúp người tu học không cảm thấy đơn độc. Họ đóng vai trò như người đồng hành tinh thần, nâng đỡ tâm hồn người tu học trong những thời điểm khó khăn.
3. **Sức mạnh của lòng tin và bảo vệ từ tâm thanh tịnh**: Các vị thần cũng là biểu tượng của sức mạnh tâm linh được sinh ra từ lòng tin và tâm thanh tịnh. Khi người tu học có lòng tin sâu sắc vào Phật, Pháp, và Tăng, chính tâm thanh tịnh của họ sẽ tạo nên sự bảo hộ mạnh mẽ. Các vị thần là hình ảnh cụ thể hóa của sức mạnh tâm linh này, giúp người tu học nhận thức rõ rằng lòng tin và tâm hồn thanh tịnh chính là nền tảng bảo vệ tốt nhất.
4. **Hình ảnh của sự chiến thắng các thế lực xấu xa**: Sự xuất hiện của các vị thần trong kinh này cũng biểu trưng cho sự chiến thắng của cái thiện đối với cái ác, của ánh sáng trí tuệ đối với bóng tối vô minh. Khi thực hành Chánh Pháp, người tu học được khuyến khích hướng tới sự từ bi và trí tuệ, vượt qua mọi chướng ngại. Các vị thần trong kinh là biểu tượng của sự chiến thắng này, nhắc nhở rằng với Chánh Pháp và tâm thanh tịnh, mọi khó khăn và thế lực xấu xa đều có thể bị vượt qua.
5. **Lòng từ bi và bảo hộ cho tất cả chúng sinh**: Cuối cùng, các vị thần còn thể hiện lòng từ bi sâu sắc đối với tất cả chúng sinh. Sự hộ trì của họ không chỉ dành cho những người tu học mà còn cho bất kỳ ai có lòng thành kính, mong muốn sống thiện lành. Điều này khẳng định rằng khi sống theo

Chánh Pháp, con người sẽ nhận được sự bảo vệ, hỗ trợ và hướng dẫn từ những năng lượng tốt đẹp xung quanh.

Tổng kết:

Các vị thần trong Kinh A-Sá-Nang-Chi là biểu tượng cho sự bảo vệ tâm linh, lòng từ bi, sức mạnh của tâm thanh tịnh, và sự chiến thắng của thiện lành. Họ nhắc nhở người tu học rằng luôn có những lực lượng bảo hộ hỗ trợ khi họ đi đúng trên con đường tu tập, giữ vững niềm tin và sự thanh tịnh trong tâm.

4. Làm thế nào để sự hộ trì không chỉ giúp tránh các nguy cơ từ bên ngoài mà còn giúp tăng trưởng nội tâm?

Sự hộ trì trong **Kinh A-Sá-Nang-Chi (Atanatiya Sutta)** không chỉ mang lại sự bảo vệ khỏi các nguy cơ bên ngoài mà còn đóng vai trò quan trọng trong việc **tăng trưởng nội tâm** của người tu học. Dưới đây là cách thức mà sự hộ trì góp phần vào cả hai khía cạnh này:

1. **Giúp duy trì tâm an lành và kiên định**: Sự hộ trì mang lại một trạng thái tâm lý an toàn, giúp người tu học tránh khỏi cảm giác lo âu, bất an trước các yếu tố bên ngoài. Khi cảm thấy an toàn, họ có thể tập trung vào việc phát triển nội tâm mà không bị phân tâm bởi những nỗi lo sợ. Điều này cho phép họ kiên định và không lay chuyển, giữ cho tâm trí luôn an lạc và bình tĩnh trước mọi hoàn cảnh.
2. **Nuôi dưỡng lòng tin vào Chánh Pháp**: Khi người tu học nhận được sự hộ trì, họ sẽ cảm thấy có sự bảo vệ từ các lực lượng thiện lành. Lòng tin vào Tam Bảo và Chánh Pháp được củng cố, giúp họ thấy rõ ràng hơn về giá trị của việc tu học và phát triển đạo đức. Sự kiên dịnh trong niềm tin này chính là nền tảng cho sự tăng trưởng nội tâm, giúp họ không dễ dàng dao động và kiên trì đi theo con đường thiện lành.
3. **Tăng trưởng tâm từ bi và vị tha**: Sự hộ trì là biểu hiện của lòng từ bi và hỗ trợ từ các lực lượng thiện lành, điều này có thể truyền cảm hứng cho người tu học thực hành lòng từ bi đối với những người xung quanh. Khi người tu học cảm thấy được bảo vệ và yêu thương, họ sẽ dễ dàng phát triển tâm từ, đồng cảm với mọi người và sẵn lòng giúp đỡ người khác. Từ đó, họ không chỉ tự bảo vệ chính mình mà còn trở thành nguồn hỗ trợ tinh thần cho những người xung quanh.
4. **Giúp thanh tịnh tâm trí và tránh xa các phiền não**: Sự hộ trì còn là động lực giúp người tu học giữ gìn tâm thanh tịnh, không để các phiền não xâm nhập vào tâm trí. Khi cảm thấy được bảo vệ, người tu học sẽ dễ dàng thực hành sự buông bỏ và tránh xa những cảm xúc tiêu cực như sân hận, ganh tị, hay lo sợ. Tâm trí thanh tịnh là điều kiện thuận lợi để người tu học tiếp tục phát triển trí tuệ và đạt được sự giác ngộ dần dần.
5. **Củng cố chánh niệm và tỉnh giác**: Trong quá trình được hộ trì, người tu học học cách quan sát và thực hành chánh niệm, duy trì sự tỉnh giác trong từng hành động, suy nghĩ. Khi tâm an định và có sự bảo hộ, người tu học có thể dễ dàng nhận biết các yếu tố gây xao động và loại bỏ chúng. Sự thực hành chánh niệm và tỉnh giác này là yếu tố giúp họ ngày càng tăng trưởng nội tâm, đạt đến sự sáng suốt và bình thản.

6. **Xây dựng nền tảng vững chắc cho trí tuệ**: Sự an ổn từ sự hộ trì tạo điều kiện cho người tu học phát triển trí tuệ. Khi không còn bị chi phối bởi nỗi lo sợ và cảm giác bất an, họ có thể tập trung vào việc chiêm nghiệm Chánh Pháp, tìm hiểu sâu sắc về bản chất của cuộc sống. Sự phát triển trí tuệ này giúp họ đạt được cái nhìn đúng đắn, hiểu rõ hơn về vô thường, vô ngã, và các nguyên lý cốt lõi của đạo Phật, từ đó hoàn thiện bản thân.

Tổng kết:

Sự hộ trì không chỉ là lá chắn giúp tránh các nguy cơ từ bên ngoài mà còn là nguồn sức mạnh nuôi dưỡng nội tâm. Qua sự bảo hộ, người tu học phát triển lòng tin, chánh niệm, từ bi và trí tuệ, tạo nền tảng vững chắc để tiến xa hơn trên con đường tu học, đạt đến sự thanh tịnh và an lạc nội tại.

5. Các câu chú trong Kinh A-Sá-Nang-Chi có ý nghĩa gì và tác động của chúng đối với tâm hồn là gì?

Các câu chú trong Kinh A-Sá-Nang-Chi không chỉ là những lời nguyện cầu mà còn mang ý nghĩa sâu sắc về **sự bảo vệ, tăng cường sức mạnh tâm linh, và ổn định nội tâm** cho người tu học. Dưới đây là những ý nghĩa chính của các câu chú và tác động của chúng đối với tâm hồn:

1. **Tạo ra lớp bảo vệ tinh thần**: Các câu chú trong Kinh A-Sá-Nang-Chi được coi là lớp bảo vệ tâm linh, giúp người tu học cảm thấy an toàn và bình an trước các ảnh hưởng xấu từ bên ngoài. Khi tụng chú với sự tập trung và lòng chân thành, người tu học có thể tạo ra một "lá chắn" xung quanh mình, giúp họ giữ vững tâm trí trước các năng lượng tiêu cực.
2. **Tăng cường lòng tin và sự kiên định**: Các câu chú trong kinh này chứa đựng niềm tin vào Phật, Pháp, và Tăng, và qua việc thực hành, người tu học có thể củng cố niềm tin sâu sắc của mình. Khi lòng tin được tăng cường, tâm trí người tu học trở nên kiên định và vững vàng, không dễ bị dao động trước những khó khăn hoặc thử thách trong đời sống tu tập.
3. **Mang lại sự thanh tịnh và an lạc nội tâm**: Khi người tu học tụng các câu chú, tâm trí của họ được đưa vào trạng thái thanh tịnh và tập trung. Sự nhịp nhàng và âm điệu của các câu chú giúp xoa dịu tâm hồn, tạo cảm giác bình an, an lạc từ bên trong. Điều này rất quan trọng trong việc duy trì trạng thái tâm hồn thanh tịnh, giúp người tu học loại bỏ phiền não và những xáo động nội tâm.
4. **Xua tan sợ hãi và lo âu**: Các câu chú mang lại cảm giác an toàn và sự bảo vệ, giúp người tu học giảm thiểu những lo âu, sợ hãi mà họ có thể gặp phải trong quá trình tu tập. Khi tụng chú, họ cảm thấy có sự hiện diện của các lực lượng bảo hộ, điều này giúp họ trở nên can đảm hơn, không bị sợ hãi chi phối.
5. **Kết nối với các lực lượng thiện lành và lòng từ bi**: Các câu chú trong Kinh A-Sá-Nang-Chi cũng mang ý nghĩa của lòng từ bi và sự thiện lành. Khi người tu học tụng chú với lòng chân thành, họ không chỉ kết nối với sự bảo hộ mà còn phát triển lòng từ bi của chính mình. Điều này giúp họ sống vị tha, nuôi dưỡng tâm hồn tốt đẹp và không bị các cảm xúc tiêu cực làm tổn hại.

6. **Phát triển sự chánh niệm và tập trung**: Thực hành tụng chú đòi hỏi sự tập trung và chánh niệm, vì người tu học cần giữ tâm trí không xao lãng, chú ý vào từng từ và ý nghĩa của câu chú. Sự tập trung này là nền tảng cho việc phát triển chánh niệm, giúp họ luôn tỉnh thức và không bị chi phối bởi các tác động tiêu cực trong quá trình tu học.

Tác động của các câu chú đối với tâm hồn

Các câu chú trong Kinh A-Sá-Nang-Chi không chỉ mang lại sự bảo vệ mà còn có **tác động sâu sắc đến tâm hồn** của người tu học:

- **Ổn định tâm lý và cảm giác an toàn**: Khi tụng chú, người tu học cảm nhận được sự hiện diện của các thế lực bảo vệ, từ đó họ trở nên ổn định hơn về mặt tâm lý, không còn bị xao động bởi những nỗi lo sợ và căng thẳng.
- **Tạo niềm tin và hy vọng**: Các câu chú giúp người tu học cảm nhận được sức mạnh của lòng tin và từ bi, mang lại niềm tin và hy vọng rằng họ không đơn độc và luôn có sự hỗ trợ từ các thế lực thiện lành.
- **Mang lại sự thanh thản và thư thái**: Âm điệu của các câu chú, cùng với sự tập trung khi tụng niệm, giúp tạo ra trạng thái thư giãn và thanh thản cho tâm trí. Nhờ đó, người tu học cảm thấy nhẹ nhàng, bớt đi những căng thẳng và phiền muộn trong cuộc sống hàng ngày.
- **Khơi dậy sức mạnh nội tâm**: Khi tâm hồn được thanh tịnh và an ổn, người tu học sẽ cảm thấy sức mạnh nội tại trỗi dậy, sẵn sàng đối diện với mọi thử thách trong quá trình tu học. Các câu chú giúp khơi gợi năng lượng tích cực, tạo động lực mạnh mẽ để tiếp tục phát triển tâm linh.

Tổng kết:

Các câu chú trong Kinh A-Sá-Nang-Chi là nguồn sức mạnh bảo hộ, giúp người tu học giữ vững tâm hồn thanh tịnh và phát triển nội tâm vững chắc. Qua việc thực hành, người tu học không chỉ nhận được sự bảo vệ từ bên ngoài mà còn đạt đến trạng thái an lạc và kiên định từ sâu trong tâm hồn.

6. Người tu học cần thực hành lòng tin và sự thành kính như thế nào để đạt được sự bảo hộ từ Tam Bảo?

Để đạt được **sự bảo hộ từ Tam Bảo** – Đức Phật, Pháp, và Tăng – người tu học cần thực hành **lòng tin** và **sự thành kính** theo những cách thức sâu sắc và chân thành. Lòng tin và sự thành kính này không chỉ dừng lại ở hình thức mà phải được thực hiện trong đời sống hàng ngày và trong quá trình tu tập. Dưới đây là các phương cách thực hành cụ thể:

1. **Phát triển lòng tin kiên định vào Tam Bảo**:
   - Lòng tin vào Đức Phật là niềm tin vào khả năng giác ngộ, trí tuệ và từ bi vô lượng của Ngài. Người tu học cần xác tín rằng Đức Phật là người đã đạt đến giác ngộ hoàn toàn, có thể chỉ đường đúng đắn cho mình.
   - Lòng tin vào Pháp là sự tin tưởng vào giáo lý của Đức Phật, xem Pháp như con đường dẫn đến an lạc và giải thoát. Người tu học cần học tập, hiểu sâu sắc, và thực hành theo lời dạy để thấy được hiệu quả của Pháp trong cuộc sống.

- Lòng tin vào Tăng là niềm tin vào cộng đồng những người tu hành chân chính, những người tiếp nối và giữ gìn giáo lý của Đức Phật. Người tu học nên có lòng kính trọng đối với Tăng, học hỏi từ sự kiên trì và đức hạnh của họ.

2. **Thực hành sự thành kính thông qua các hành động cụ thể**:
   - **Cúng dường và phụng sự Tam Bảo**: Thực hành lòng thành kính qua việc cúng dường vật phẩm (như thực phẩm, y phục) cho các vị Tăng Ni và hỗ trợ các ngôi chùa nơi Pháp bảo được duy trì và truyền bá. Sự cúng dường này không chỉ là sự trợ giúp về vật chất mà còn là cách để thể hiện sự tôn kính và lòng biết ơn đối với Tam Bảo.
   - **Kinh hành và tụng kinh với lòng thành kính**: Người tu học có thể tụng niệm các bài kinh với lòng kính ngưỡng sâu sắc. Việc tụng niệm và kinh hành không chỉ giúp người tu học giữ tâm an định mà còn thể hiện sự trân trọng với các lời dạy của Đức Phật.
3. **Áp dụng giáo lý của Pháp vào đời sống hàng ngày**:
   - Thể hiện lòng tin vào Tam Bảo bằng cách sống đúng theo Chánh Pháp, áp dụng những giá trị từ bi, trí tuệ, và đạo đức vào cuộc sống. Người tu học cần giữ gìn giới hạnh, không làm tổn hại đến bản thân và người khác, đồng thời luôn nuôi dưỡng tâm từ bi và hành động với lòng vị tha.
   - Khi gặp khó khăn hoặc thử thách, người tu học cần nhớ đến Pháp và thực hành theo lời dạy của Đức Phật, điều này giúp họ giữ vững sự bình tĩnh và vượt qua khó khăn mà không sa vào phiền não.
4. **Thực hành chú nguyện với lòng tin và thành tâm**:
   - Khi thực hành các câu chú nguyện trong Kinh A-Sá-Nang-Chi, người tu học nên đặt lòng tin sâu sắc vào Tam Bảo. Các câu chú sẽ chỉ phát huy tác dụng bảo hộ khi người tu học thực hành với sự thành tâm, không có tâm nghi ngờ hay phân tâm. Sự chân thành này giúp tạo ra năng lượng bảo vệ mạnh mẽ từ chính bên trong tâm thức của người tu học.
   - Trong khi tụng chú, nên giữ tâm thanh tịnh, không để các suy nghĩ xao lãng làm gián đoạn. Sự tập trung cao độ và niềm tin vững chắc vào lời dạy sẽ giúp tạo nên hiệu quả bảo hộ thực sự.
5. **Nuôi dưỡng lòng khiêm tốn và biết ơn**:
   - Lòng tin vào Tam Bảo cũng được thể hiện qua sự khiêm tốn và lòng biết ơn. Người tu học cần nhận thức rằng họ đang đi trên con đường mà Đức Phật đã vạch ra và có sự hướng dẫn của các bậc thầy Tăng Ni. Sự khiêm tốn và biết ơn giúp họ phát triển tâm kính trọng và giữ tâm thanh tịnh, không bị tự cao hay ngã mạn chi phối.
   - Lòng biết ơn và sự khiêm tốn này là nền tảng giúp người tu học tiếp nhận sự bảo hộ, vì họ mở lòng với sự hỗ trợ từ Tam Bảo và không ngừng nỗ lực để hoàn thiện bản thân.
6. **Thiền định và phát triển chánh niệm**:
   - Người tu học cũng nên thực hành thiền định và chánh niệm để giữ tâm trí thanh tịnh và sáng suốt. Thiền định giúp người tu học rèn luyện sự tập trung và duy trì tâm an lành, không bị xao lãng bởi các yếu tố bên ngoài.

Tâm chánh niệm giúp họ luôn nhận thức và hành động đúng theo Chánh Pháp.

- Khi tâm trí an định và chánh niệm phát triển, họ sẽ nhận được sự bảo hộ không chỉ từ Tam Bảo mà còn từ chính nội tâm mạnh mẽ của mình, giảm thiểu các tác động tiêu cực từ bên ngoài.

Tổng kết:

Để đạt được sự bảo hộ từ Tam Bảo, người tu học cần nuôi dưỡng lòng tin kiên định, thực hành thành kính qua các hành động cụ thể, sống đúng theo Chánh Pháp, giữ gìn tâm thanh tịnh và biết ơn. Những thực hành này không chỉ mang lại sự bảo vệ mà còn giúp người tu học tăng trưởng nội tâm, đạt đến sự an lạc và bình yên trong quá trình tu học.

7. Tại sao sự kiên định trong thực hành chú nguyện lại quan trọng đối với việc đạt được sự an lạc nội tâm?

Sự kiên định trong thực hành chú nguyện là yếu tố rất quan trọng để người tu học đạt được **sự an lạc nội tâm**, vì quá trình này không chỉ tạo ra lớp bảo hộ mà còn giúp rèn luyện và nuôi dưỡng tâm hồn một cách bền vững. Dưới đây là những lý do cụ thể:

1. **Tạo nền tảng ổn định cho tâm trí**: Khi người tu học kiên định trong việc thực hành chú nguyện, tâm trí của họ sẽ dần trở nên ổn định và vững chắc. Việc thực hành đều đặn giúp loại bỏ sự xao lãng, tạo nên một môi trường tâm lý ổn định, không bị ảnh hưởng bởi các yếu tố tiêu cực từ bên ngoài. Khi tâm trí được ổn định, người tu học sẽ cảm nhận được sự an lạc từ bên trong, không còn bị lay động bởi những lo âu hay phiền muộn.
2. **Phát triển chánh niệm và tập trung**: Thực hành chú nguyện đòi hỏi người tu học phải duy trì chánh niệm và tập trung cao độ. Sự kiên định trong thực hành giúp họ rèn luyện kỹ năng giữ tâm an định, không bị phân tâm bởi các suy nghĩ xao lãng. Nhờ chánh niệm và tập trung, người tu học có thể đạt đến trạng thái thanh tịnh, giúp tâm hồn họ an lạc và bình yên.
3. **Củng cố lòng tin vào Tam Bảo**: Sự kiên định trong thực hành chú nguyện giúp người tu học củng cố lòng tin vào Đức Phật, Pháp, và Tăng. Khi thực hành chú nguyện một cách kiên định, lòng tin của họ ngày càng mạnh mẽ, tạo ra một nguồn sức mạnh nội tại giúp họ cảm thấy được bảo vệ và an toàn. Lòng tin này là nền tảng cho sự an lạc nội tâm, vì họ không còn cảm giác cô đơn hay lo lắng, mà tin rằng mình luôn được Tam Bảo che chở.
4. **Xua tan lo âu và sợ hãi**: Khi thực hành chú nguyện với sự kiên định, người tu học cảm thấy sự hiện diện của các lực lượng bảo vệ tâm linh, giúp xua tan cảm giác sợ hãi và lo âu. Sự kiên định làm tăng cường niềm tin rằng họ đang được bảo hộ, từ đó giảm bớt những lo sợ về các yếu tố tiêu cực. Khi không còn lo âu và sợ hãi, tâm trí của họ trở nên an ổn, mang lại cảm giác bình an từ sâu bên trong.
5. **Nuôi dưỡng tâm từ bi và lòng kiên nhẫn**: Thực hành chú nguyện kiên định không chỉ là sự rèn luyện về mặt tinh thần mà còn nuôi dưỡng tâm từ bi và lòng kiên nhẫn. Quá trình này giúp người tu học phát triển thái độ từ bi đối với bản thân và người khác, đồng thời duy trì sự kiên nhẫn trong

quá trình đạt đến giác ngộ. Tâm từ bi và lòng kiên nhẫn là những yếu tố giúp người tu học giữ vững tâm an lạc, không bị dao động trước những khó khăn.

6. **Tạo ra năng lượng bảo hộ và thanh lọc nội tâm**: Sự kiên định trong chú nguyện tạo ra một nguồn năng lượng bảo hộ mạnh mẽ, không chỉ bảo vệ họ khỏi tác động tiêu cực bên ngoài mà còn thanh lọc những suy nghĩ tiêu cực, phiền não từ bên trong. Khi năng lượng bảo hộ ngày càng mạnh mẽ, người tu học sẽ cảm nhận được sự thanh tịnh của nội tâm, đạt đến trạng thái an lạc sâu sắc.
7. **Duy trì trạng thái bình an trước những thay đổi và thử thách**: Trong cuộc sống, người tu học phải đối mặt với những biến động và thử thách không ngừng. Sự kiên định trong thực hành chú nguyện giúp họ phát triển khả năng đối diện với những thay đổi này mà vẫn giữ được tâm an lạc. Sự kiên định mang lại sự bình thản, giúp họ không còn bị ảnh hưởng bởi những thăng trầm, đạt đến sự ổn định tâm lý và an lạc trong bất cứ hoàn cảnh nào.

Tổng kết:

Sự kiên định trong thực hành chú nguyện là một phương pháp hiệu quả giúp người tu học xây dựng và duy trì **sự an lạc nội tâm**. Qua đó, họ không chỉ tạo ra lớp bảo hộ mạnh mẽ mà còn nuôi dưỡng tâm thanh tịnh, lòng từ bi, và niềm tin vững chắc vào Tam Bảo. Chính sự kiên định này giúp họ đạt được trạng thái bình an từ sâu bên trong, làm nền tảng cho sự an lạc và hạnh phúc bền vững trên con đường tu tập.

8. Các nghi thức chú nguyện có tác động tâm linh như thế nào trong việc duy trì tâm trí bình an?

Các nghi thức chú nguyện trong **Kinh A-Sá-Nang-Chi (Atanatiya Sutta)** có tác động sâu sắc về mặt tâm linh, giúp người tu học **duy trì tâm trí bình an** và bảo vệ họ khỏi những ảnh hưởng tiêu cực. Dưới đây là những tác động tâm linh chính mà các nghi thức này mang lại:

1. **Tạo ra lớp bảo hộ tinh thần**: Các nghi thức chú nguyện giúp tạo nên một trường năng lượng tích cực, tạo ra một lớp bảo hộ tinh thần xung quanh người tu học. Khi thực hiện nghi thức chú nguyện với sự tập trung và thành kính, người tu học có thể bảo vệ bản thân khỏi những tác động xấu từ bên ngoài, duy trì tâm trí an bình và không bị xáo động bởi những yếu tố tiêu cực.
2. **Thanh lọc tâm trí và loại bỏ phiền não**: Thực hành chú nguyện giúp tâm trí trở nên thanh tịnh, loại bỏ các phiền não như sân hận, tham lam và vô minh. Khi tâm trí được thanh lọc, người tu học sẽ dễ dàng đạt đến trạng thái bình an và không bị những cảm xúc tiêu cực chi phối. Điều này giúp họ giữ vững sự bình an nội tại, tạo nền tảng cho sự phát triển tâm linh.
3. **Duy trì sự tập trung và chánh niệm**: Các nghi thức chú nguyện đòi hỏi sự tập trung cao độ và sự duy trì chánh niệm, vì vậy chúng giúp người tu học rèn luyện tâm trí để không bị phân tâm. Khi chú nguyện, họ tập trung hoàn toàn vào từng câu, từng chữ, từ đó rèn luyện khả năng tập trung và

giữ vững tâm trạng bình thản. Chánh niệm và tập trung này là nền tảng để họ duy trì tâm trí bình an trong cuộc sống hàng ngày.

4. **Kết nối với các lực lượng bảo hộ và tăng cường lòng tin**: Nghi thức chú nguyện không chỉ là các câu thần chú mà còn là phương tiện để người tu học kết nối với các lực lượng bảo hộ tâm linh. Sự kết nối này tạo ra cảm giác an toàn, tăng cường lòng tin vào sự hiện diện của các thế lực thiện lành luôn sẵn sàng bảo vệ và hướng dẫn họ. Cảm giác an toàn này giúp họ an tâm và giữ vững trạng thái bình an trong tâm hồn.
5. **Xua tan lo âu và củng cố trạng thái bình an nội tại**: Khi người tu học thực hành chú nguyện, các nỗi lo âu, sợ hãi có thể bị xua tan. Nghi thức chú nguyện mang lại cảm giác an toàn và được bảo vệ, giúp họ giảm bớt những nỗi sợ và lo lắng, duy trì tâm trạng bình an. Trạng thái này giúp họ không còn bị ảnh hưởng bởi những cảm giác bất an, tạo nên sự ổn định và bình thản trong tâm trí.
6. **Phát triển lòng từ bi và sự tha thứ**: Thực hành chú nguyện thường xuyên cũng giúp người tu học phát triển lòng từ bi và sự tha thứ, vì các nghi thức này khuyến khích tâm từ và lòng bao dung. Khi lòng từ bi được nuôi dưỡng, người tu học sẽ bớt đi sự oán giận hay ganh tị, và điều này trực tiếp mang lại sự bình an nội tâm. Tâm từ bi là yếu tố giúp họ đối diện với cuộc sống một cách tích cực và thanh thản hơn.
7. **Rèn luyện tính kiên nhẫn và sự bền bỉ**: Thực hành các nghi thức chú nguyện yêu cầu người tu học phải kiên nhẫn và bền bỉ. Khi thực hiện một cách đều đặn, họ rèn luyện được sự kiên trì và dần đạt đến sự ổn định về mặt tâm lý. Kiên nhẫn và bền bỉ không chỉ giúp họ duy trì sự bình an mà còn giúp họ giữ vững tâm trí trước những thử thách và khó khăn.
8. **Tạo sự an lạc và thư giãn cho tâm trí**: Âm điệu và sự nhịp nhàng của các câu chú, cùng với tâm lý tập trung, giúp tạo ra trạng thái thư giãn cho tâm trí. Sự an lạc này giúp họ giảm thiểu căng thẳng, đạt đến sự tĩnh lặng và thanh thản trong lòng. Tâm trí khi đạt được sự thư giãn sẽ tự nhiên ổn định và bình an hơn.

Tổng kết:

Các nghi thức chú nguyện trong Kinh A-Sá-Nang-Chi không chỉ mang tính chất bảo hộ mà còn có tác động sâu sắc đến tâm hồn, giúp người tu học duy trì **tâm trí bình an** và ổn định. Qua thực hành chú nguyện, họ thanh lọc tâm trí, tăng cường lòng tin, phát triển từ bi và kiên định, tạo ra sự bình an từ bên trong, ngay cả khi đối mặt với những thử thách của cuộc sống.

9. Thực hành chú nguyện có thể giúp người tu học vượt qua những cảm giác lo âu và sợ hãi ra sao?

Thực hành chú nguyện trong **Kinh A-Sá-Nang-Chi (Atanatiya Sutta)** là một phương pháp giúp người tu học vượt qua những cảm giác lo âu và sợ hãi một cách hiệu quả. Dưới đây là các cách thức mà chú nguyện có thể hỗ trợ trong việc xoa dịu tâm lý và phát triển sự an lạc nội tâm:

1. **Tạo cảm giác được bảo vệ và che chở**: Khi người tu học thực hành chú nguyện, họ cảm thấy như có một "lớp bảo hộ tinh thần" bao quanh mình.

Cảm giác này giúp họ nhận thức rằng luôn có những lực lượng thiện lành sẵn sàng hỗ trợ và bảo vệ, từ đó giảm bớt cảm giác cô đơn và nỗi sợ trước những nguy cơ vô hình. Sự hiện diện của các thế lực bảo hộ này mang lại cho họ cảm giác an toàn, giúp tâm hồn trở nên ổn định và không còn lo sợ.

2. **Giúp tâm trí tập trung vào năng lượng tích cực**: Chú nguyện đòi hỏi sự tập trung cao độ và giúp người tu học hướng tâm trí vào những lời kinh và ý nghĩa tích cực của chúng. Sự tập trung này giúp tâm trí không còn phân tán vào những suy nghĩ tiêu cực hoặc lo âu, thay vào đó, người tu học nuôi dưỡng năng lượng tích cực và an lành từ bên trong. Tập trung vào những câu chú cũng giúp loại bỏ các cảm xúc sợ hãi và lo âu, vì tâm trí lúc này chỉ hướng về sự bình yên và tĩnh tại.
3. **Giải tỏa căng thẳng và thư giãn tâm trí**: Các câu chú thường có âm điệu và nhịp điệu nhẹ nhàng, giúp tạo ra sự thư giãn và an lạc cho tâm trí. Khi thực hành chú nguyện đều đặn, người tu học có thể đạt đến trạng thái thư giãn sâu, giúp họ giải tỏa căng thẳng, giảm bớt những cảm xúc lo lắng và sợ hãi. Trạng thái thư giãn này là nền tảng giúp tâm trí an tĩnh và sáng suốt hơn trong việc đối diện với các thử thách.
4. **Tăng cường niềm tin và sự kiên định**: Chú nguyện là biểu hiện của lòng tin vào các giá trị tinh thần và sự bảo vệ từ Tam Bảo. Khi người tu học thực hành chú nguyện với niềm tin kiên định, lòng tin này giúp họ vượt qua những lo lắng và sợ hãi bằng cách tin rằng có những giá trị cao quý và sự bảo hộ luôn hiện diện. Niềm tin này mang lại sự kiên định, giúp họ đối diện với các tình huống khó khăn mà không để nỗi sợ hãi chi phối.
5. **Thanh lọc tâm hồn và loại bỏ phiền não**: Thực hành chú nguyện có tác dụng thanh lọc tâm trí, giúp loại bỏ những suy nghĩ tiêu cực và các phiền não. Khi tâm trí được thanh lọc, những cảm xúc lo âu và sợ hãi dần tan biến, nhường chỗ cho trạng thái an lạc và bình an. Nhờ đó, người tu học có thể duy trì tâm trạng bình thản và không bị lo âu lấn át.
6. **Phát triển lòng từ bi và sự đồng cảm**: Thực hành chú nguyện cũng giúp người tu học phát triển lòng từ bi và cảm giác đồng cảm với người khác. Khi tâm từ bi được nuôi dưỡng, người tu học dễ dàng vượt qua những cảm xúc sợ hãi và lo âu, vì tâm trí đã được chuyển hóa thành trạng thái từ bi và vị tha. Lòng từ bi giúp họ nhận thức rằng nỗi sợ hãi có thể được hóa giải bằng tình yêu thương và sự hiểu biết.
7. **Rèn luyện chánh niệm và khả năng đối diện với sợ hãi**: Thực hành chú nguyện yêu cầu người tu học duy trì chánh niệm, tức là giữ tâm trí tập trung vào hiện tại, không để các suy nghĩ tiêu cực hoặc cảm giác lo âu xâm nhập. Chánh niệm giúp họ nhận diện nỗi sợ hãi một cách rõ ràng và khách quan, từ đó học cách đối diện và vượt qua nó thay vì né tránh hoặc bị cuốn vào. Khi chánh niệm phát triển, họ có thể bình thản đối diện với mọi nỗi sợ và chuyển hóa chúng.
8. **Củng cố ý chí và nghị lực nội tâm**: Thực hành chú nguyện giúp người tu học rèn luyện ý chí mạnh mẽ và nghị lực nội tâm. Sự kiên định trong việc tụng chú tạo nên sức mạnh từ bên trong, giúp họ vượt qua những cảm giác yếu đuối hoặc sợ hãi. Ý chí mạnh mẽ là yếu tố cần thiết để họ không dễ

dàng bị khuất phục bởi cảm giác lo âu, giữ vững tâm hồn trong mọi hoàn cảnh.

Tổng kết:

Thực hành chú nguyện trong Kinh A-Sá-Nang-Chi có tác dụng giúp người tu học xua tan cảm giác lo âu và sợ hãi bằng cách **tạo cảm giác được bảo vệ**, **nuôi dưỡng niềm tin**, và **thanh lọc tâm trí**. Qua đó, họ không chỉ vượt qua nỗi sợ mà còn đạt được trạng thái an lạc nội tâm, phát triển sự kiên định và chánh niệm.

10. Vai trò của chánh niệm và tập trung trong khi thực hành các câu chú là gì?

Chánh niệm và tập trung đóng vai trò quan trọng trong việc thực hành các câu chú trong **Kinh A-Sá-Nang-Chi (Atanatiya Sutta)**, bởi chúng giúp tăng cường hiệu quả của chú nguyện và hỗ trợ người tu học đạt đến trạng thái **tâm an lạc và ổn định nội tâm**. Dưới đây là những vai trò cụ thể của chánh niệm và tập trung trong quá trình thực hành chú nguyện:

1. **Tăng cường hiệu quả của chú nguyện**: Khi người tu học duy trì chánh niệm và tập trung, mỗi câu chú sẽ được thực hành với trọn vẹn sự chú ý và ý thức. Điều này giúp gia tăng sức mạnh của lời chú, vì tâm trí không bị phân tán mà hoàn toàn đặt vào câu nguyện, từ đó tạo ra một năng lượng bảo hộ mạnh mẽ. Chánh niệm và tập trung giúp mỗi câu chú trở nên sống động, có khả năng bảo vệ và xoa dịu tâm hồn.
2. **Giữ tâm trí bình an và thanh tịnh**: Khi thực hành chú nguyện với chánh niệm, người tu học giữ tâm trí tập trung vào hiện tại, không để các suy nghĩ xao lãng hoặc lo âu xâm nhập. Điều này giúp duy trì tâm trạng bình an và ổn định, giúp họ tránh xa phiền não và đạt được sự thanh tịnh nội tâm. Tâm trí không còn bị xáo động bởi những suy nghĩ tiêu cực, giúp họ cảm nhận được sự bình yên từ bên trong.
3. **Phát triển sự kết nối sâu sắc với Tam Bảo**: Chánh niệm và tập trung giúp người tu học thiết lập một kết nối chân thành với Tam Bảo – Phật, Pháp, Tăng. Khi tâm trí hoàn toàn tập trung vào các câu chú với sự kính ngưỡng, họ sẽ cảm thấy gần gũi và được bảo hộ bởi các giá trị thiêng liêng mà Tam Bảo đại diện. Sự kết nối này tạo ra một cảm giác an toàn và vững chắc, giúp người tu học cảm nhận được sự bảo vệ tâm linh.
4. **Giúp rèn luyện chánh niệm và kiên định trong đời sống hàng ngày**: Thực hành chánh niệm và tập trung trong khi tụng chú giúp người tu học phát triển kỹ năng này để áp dụng vào đời sống hàng ngày. Khi chánh niệm trở thành thói quen, họ sẽ có khả năng giữ tâm trí bình an trước mọi tình huống, không bị cuốn vào những cảm xúc bất an hay lo sợ. Sự kiên định này giúp họ duy trì an lạc nội tâm và vượt qua khó khăn với tinh thần bình thản.
5. **Tạo nên sức mạnh nội tâm và lòng kiên trì**: Khi người tu học thực hành chú nguyện với sự tập trung và chánh niệm, họ rèn luyện được sức mạnh nội tâm và lòng kiên trì. Quá trình này đòi hỏi họ phải duy trì chánh niệm và không bị phân tâm, từ đó rèn luyện tính kiên trì và sự kiên định trong

tâm trí. Lòng kiên trì này giúp họ không bị dao động khi gặp khó khăn và giữ vững tinh thần trong quá trình tu tập.

6. **Giảm thiểu lo âu và phiền não**: Khi tâm trí tập trung và có chánh niệm, người tu học không còn bị lôi kéo vào những suy nghĩ tiêu cực hay lo âu. Thực hành chú nguyện trong trạng thái chánh niệm giúp họ giải tỏa căng thẳng và loại bỏ các phiền não, từ đó đạt đến trạng thái bình an và tự tại. Chánh niệm giúp họ nhận diện và chuyển hóa các cảm xúc tiêu cực, giữ cho tâm trí luôn trong trạng thái tích cực.
7. **Đạt đến sự nhất tâm, tạo sức mạnh tâm linh**: Sự kết hợp giữa chánh niệm và tập trung giúp người tu học đạt đến trạng thái nhất tâm – một trạng thái mà toàn bộ tâm trí dồn vào câu chú nguyện mà không bị phân tâm. Trạng thái nhất tâm này tạo ra sức mạnh tâm linh rất lớn, giúp họ xây dựng một trường năng lượng tích cực mạnh mẽ, mang lại sự bảo hộ và an lạc nội tâm. Nhất tâm là yếu tố then chốt giúp lời chú nguyện trở nên hiệu quả hơn, có khả năng bảo vệ và nâng đỡ tinh thần.
8. **Tạo điều kiện thuận lợi cho sự phát triển trí tuệ**: Thực hành chú nguyện với chánh niệm và tập trung không chỉ mang lại sự bình an mà còn giúp phát triển trí tuệ. Khi tâm trí tập trung và có chánh niệm, người tu học có khả năng quan sát và chiêm nghiệm sâu sắc hơn về bản chất của thực tại. Trí tuệ phát triển từ sự chánh niệm và tập trung này sẽ giúp họ nhận ra những giá trị của cuộc sống và con đường tu tập, từ đó tiến bộ trên con đường giác ngộ.

Tổng kết:

Chánh niệm và tập trung trong thực hành chú nguyện là nền tảng quan trọng giúp người tu học **tăng cường hiệu quả bảo hộ, duy trì sự bình an, và phát triển nội tâm**. Sự chánh niệm không chỉ giúp họ đạt được trạng thái thanh tịnh mà còn là nguồn sức mạnh nuôi dưỡng trí tuệ và lòng kiên định, đưa họ đến sự an lạc và bền vững trên con đường tu học.

11. Đức Phật muốn truyền đạt điều gì cho các đệ tử khi dạy về sự hộ trì và bảo vệ?

Khi dạy về **sự hộ trì và bảo vệ** trong **Kinh A-Sá-Nang-Chi (Atanatiya Sutta)**, Đức Phật muốn truyền đạt cho các đệ tử nhiều bài học và thông điệp sâu sắc nhằm giúp họ hiểu rõ về tầm quan trọng của sự bảo hộ không chỉ từ các thế lực bên ngoài mà còn từ chính tâm thức của mình. Dưới đây là những điều Đức Phật muốn truyền đạt qua việc giảng dạy về sự hộ trì:

1. **Tầm quan trọng của sự an ổn trong tu tập**: Đức Phật nhấn mạnh rằng sự bảo hộ và an ổn là cần thiết để duy trì sự thanh tịnh và tập trung trên con đường tu học. Ngài muốn các đệ tử hiểu rằng một tâm trí an bình sẽ giúp họ không bị phân tán bởi những yếu tố tiêu cực, từ đó dễ dàng tiến bộ trong quá trình tu tập và đạt được sự giác ngộ.
2. **Sự cần thiết của lòng tin và sự kính trọng đối với Tam Bảo**: Đức Phật muốn khuyến khích các đệ tử phát triển lòng tin và sự thành kính đối với Tam Bảo – Phật, Pháp và Tăng. Sự bảo hộ mạnh mẽ nhất không chỉ đến từ các thế lực bên ngoài mà còn từ lòng tin vững chắc vào Chánh Pháp.

Khi các đệ tử tin tưởng và kính trọng Tam Bảo, họ tự tạo ra một sự bảo hộ mạnh mẽ từ nội tâm, giúp họ vững vàng trước mọi thử thách.

3. **Sức mạnh của chánh niệm và tập trung trong việc tự bảo hộ**: Đức Phật muốn đệ tử của mình nhận ra rằng sự bảo hộ không chỉ là một phép màu từ bên ngoài mà còn phụ thuộc vào khả năng duy trì chánh niệm và tập trung của mỗi người. Chánh niệm và tập trung tạo ra một lớp bảo hộ từ bên trong, giúp các đệ tử giữ tâm trí trong trạng thái thanh tịnh, tránh khỏi các phiền não và lo âu.
4. **Tự thân nỗ lực là nền tảng của sự bảo vệ thực sự**: Đức Phật nhấn mạnh rằng sự bảo hộ thực sự không hoàn toàn dựa vào sự cầu nguyện hay trông cậy vào các thế lực bên ngoài. Ngài dạy rằng mỗi người phải tự nỗ lực trong việc tu tập, giữ gìn giới luật, thực hành chánh niệm và phát triển trí tuệ. Sự tự bảo vệ mạnh mẽ nhất đến từ việc tu dưỡng nội tâm, tạo nên sức mạnh từ bên trong mà không gì có thể xâm phạm.
5. **Lòng từ bi và sự không làm hại**: Đức Phật dạy rằng sự hộ trì không chỉ mang lại sự bảo vệ cho bản thân mà còn là cơ hội để người tu học phát triển lòng từ bi và không làm hại đến chúng sinh khác. Ngài muốn đệ tử hiểu rằng, khi họ sống với lòng từ bi và không gây tổn hại, họ tự nhiên sẽ được bảo vệ và sống trong an lành. Lòng từ bi là một loại bảo hộ, giúp họ tránh xa các nguy hiểm do ác nghiệp mang lại.
6. **Xây dựng một tâm hồn không bị chi phối bởi sợ hãi**: Đức Phật muốn các đệ tử vượt qua những nỗi sợ và lo âu bằng cách hiểu rằng sự bảo hộ mạnh mẽ nhất đến từ chính tâm thanh tịnh và sự sáng suốt. Ngài dạy rằng khi các đệ tử phát triển lòng tin, duy trì chánh niệm và thực hành chú nguyện, họ sẽ có một tâm hồn vững vàng, không bị xao động trước các thế lực xấu. Điều này giúp họ giữ sự bình an nội tại trong mọi tình huống.
7. **Hiểu rõ giá trị của cộng đồng và sự đồng hành trong tu tập**: Trong các lời dạy về sự hộ trì, Đức Phật cũng nhấn mạnh tầm quan trọng của Tăng đoàn và cộng đồng tu học. Ngài muốn các đệ tử hiểu rằng khi họ cùng nhau thực hành và hỗ trợ lẫn nhau, sự bảo hộ sẽ mạnh mẽ hơn. Cộng đồng tu học đóng vai trò như một nguồn hỗ trợ tinh thần lớn lao, giúp các đệ tử cảm thấy được bảo vệ và có thêm động lực để kiên trì tu tập.
8. **Tầm quan trọng của nghi thức chú nguyện trong việc củng cố lòng tin**: Đức Phật cũng muốn các đệ tử nhận ra rằng nghi thức chú nguyện có thể giúp củng cố lòng tin và sự kết nối với các lực lượng thiện lành. Ngài dạy rằng các câu chú không chỉ là lời nói mà còn là phương tiện để nuôi dưỡng tâm trí, tập trung năng lượng tích cực và tạo ra sức mạnh tâm linh. Qua đó, các đệ tử sẽ cảm thấy an tâm hơn và tự bảo vệ trước những nguy cơ tâm lý và tâm linh.

Tổng kết:

Qua những lời dạy về sự hộ trì và bảo vệ, Đức Phật muốn truyền đạt cho các đệ tử hiểu rằng **sự bảo vệ chân chính xuất phát từ tâm thanh tịnh, lòng tin kiên định vào Tam Bảo, chánh niệm, và tự thân nỗ lực**. Ngài nhấn mạnh rằng sự bảo hộ không chỉ đến từ bên ngoài mà còn từ chính tâm hồn và sự thực hành kiên định của mỗi cá nhân. Những lời dạy này khuyến khích các đệ tử sống một cách an lành, bình thản và tự tại trong cuộc đời tu học.

12. Trong Kinh A-Sá-Nang-Chi, tại sao các vị thần lại xuất hiện để hộ trì cho người tu học?

Trong Kinh A-Sá-Nang-Chi (Atanatiya Sutta), các vị thần xuất hiện để hộ trì cho người tu học với nhiều ý nghĩa và mục đích sâu sắc. Đức Phật sử dụng hình ảnh của các vị thần để minh họa sự hộ trì tâm linh, đồng thời gửi gắm những bài học quan trọng cho người tu học về ý nghĩa của sự bảo hộ và vai trò của các lực lượng thiện lành trong quá trình tu tập. Dưới đây là những lý do chính giải thích tại sao các vị thần xuất hiện để hộ trì cho người tu học trong kinh này:

1. **Tạo cảm giác an toàn và bảo vệ**: Sự xuất hiện của các vị thần mang lại cho người tu học cảm giác được bảo vệ và an toàn trước những thế lực tiêu cực và vô hình. Khi đối diện với các nguy cơ có thể làm xao động tâm trí, các vị thần như một biểu tượng giúp người tu học cảm thấy không cô đơn và luôn có sự hỗ trợ từ các lực lượng thiện lành.
2. **Khích lệ lòng tin và sự kiên định**: Hình ảnh các vị thần hộ trì là một cách để khuyến khích lòng tin và sự kiên định trong lòng người tu học. Khi tin rằng luôn có những thế lực thiện lành bảo vệ, người tu học sẽ vững vàng hơn trong niềm tin vào Tam Bảo và Chánh Pháp. Điều này tạo động lực để họ tiếp tục tu tập, giữ gìn giới hạnh và không lùi bước trước các thử thách.
3. **Củng cố chánh niệm và tập trung**: Khi các vị thần xuất hiện để hộ trì, người tu học sẽ nhận ra rằng họ cần duy trì chánh niệm và sự tập trung để kết nối và nhận được sự bảo vệ này. Chánh niệm là nền tảng để họ cảm nhận sự hộ trì, giúp giữ tâm trí thanh tịnh và không bị xao động. Hình ảnh của các vị thần giúp họ nhận ra tầm quan trọng của việc thực hành chánh niệm như một phương tiện bảo vệ tâm trí khỏi các phiền não.
4. **Thể hiện lòng từ bi và thiện chí của các lực lượng thiện lành**: Sự hiện diện của các vị thần là biểu tượng của lòng từ bi và thiện chí mà những thế lực thiện lành dành cho người tu học. Điều này cho thấy rằng khi người tu học sống với lòng từ bi, trí tuệ và sự chân thành, họ sẽ tự nhiên thu hút được sự bảo vệ và ủng hộ từ các thế lực thiện lành. Đây là cách mà Đức Phật nhấn mạnh giá trị của lòng từ bi và sự hành trì đúng đắn.
5. **Nhấn mạnh rằng sự bảo hộ đến từ cả bên trong và bên ngoài**: Đức Phật muốn các đệ tử hiểu rằng sự bảo hộ không chỉ đến từ bên ngoài mà còn từ chính nội tâm của mỗi người. Các vị thần là biểu tượng của sự hỗ trợ bên ngoài, nhưng để nhận được sự hộ trì ấy, người tu học phải tự mình nỗ lực, giữ tâm thanh tịnh và sống đúng theo Chánh Pháp. Điều này cho thấy rằng bảo hộ từ các vị thần chỉ có hiệu quả khi người tu học có nền tảng nội tâm vững chắc.
6. **Xua tan nỗi sợ hãi và lo lắng**: Sự xuất hiện của các vị thần hộ trì giúp người tu học cảm thấy an tâm hơn, xua tan các cảm giác sợ hãi và lo lắng trước những điều chưa biết. Khi tin rằng có sự bảo vệ từ các thế lực thiện lành, người tu học sẽ không còn bị các nỗi sợ chi phối, giúp họ duy trì sự

bình an và thanh tịnh trong tâm hồn. Điều này cũng giúp họ tự tin hơn khi đối diện với khó khăn và giữ vững đạo tâm.

7. **Thể hiện tầm quan trọng của việc tu tập chân chính**: Các vị thần hộ trì cho người tu học vì họ nhận thấy rằng những người này đang đi đúng trên con đường Chánh Pháp. Điều này gửi một thông điệp quan trọng rằng sự bảo vệ đến từ việc sống đúng đắn, thực hành giới hạnh và nuôi dưỡng tâm từ bi. Khi người tu học hành trì đúng đắn, họ sẽ nhận được sự bảo hộ từ các lực lượng thiện lành, vì các vị thần luôn ủng hộ những người thực hành đạo đức và trí tuệ.
8. **Tăng cường lòng kính trọng và lòng biết ơn**: Sự hộ trì của các vị thần giúp người tu học phát triển lòng kính trọng đối với các thế lực thiện lành và nhận thức rõ giá trị của lòng biết ơn. Họ học cách trân trọng sự bảo vệ mà mình nhận được và hiểu rằng lòng biết ơn và sự kính trọng là một phần quan trọng trong quá trình tu học. Điều này cũng giúp họ mở lòng hơn với thế giới và biết cách duy trì mối quan hệ hài hòa với tất cả chúng sinh.

Tổng kết:

Sự xuất hiện của các vị thần trong Kinh A-Sá-Nang-Chi không chỉ là biểu tượng của **sự bảo vệ từ các lực lượng thiện lành** mà còn là bài học về **lòng tin, chánh niệm, lòng biết ơn, và sự hành trì chân chính**. Đức Phật muốn người tu học hiểu rằng khi họ sống và tu tập đúng theo Chánh Pháp, họ sẽ luôn nhận được sự bảo hộ, không chỉ từ bên ngoài mà còn từ chính nội tâm thanh tịnh của mình.

13. Làm thế nào để lòng tin và sự thực hành chú nguyện trở thành nguồn sức mạnh nội tại cho người tu học?

Lòng tin và **sự thực hành chú nguyện** là hai yếu tố cốt lõi giúp người tu học phát triển một **nguồn sức mạnh nội tại** vững chắc, giúp họ duy trì tâm an lạc và kiên định trên con đường tu tập. Dưới đây là các cách thức mà lòng tin và sự thực hành chú nguyện có thể trở thành nguồn sức mạnh nội tại cho người tu học:

1. **Tạo ra sự vững chắc và bình an trong tâm trí**: Lòng tin vào Tam Bảo (Phật, Pháp, Tăng) và sự thực hành chú nguyện giúp tâm trí người tu học trở nên ổn định và bình an hơn. Khi có niềm tin sâu sắc, họ cảm thấy được bảo vệ và an toàn. Cảm giác này mang lại sự vững chắc cho tâm trí, giúp họ bình thản trước mọi biến động và không bị lo âu, sợ hãi chi phối.
2. **Xây dựng niềm tin kiên định vào con đường tu tập**: Lòng tin là yếu tố cốt lõi giúp người tu học kiên định và không dễ bị dao động. Sự thực hành chú nguyện thường xuyên làm tăng cường lòng tin này, giúp họ tin tưởng mạnh mẽ rằng những gì mình đang thực hành là đúng đắn và sẽ mang lại kết quả tốt đẹp. Điều này tạo ra một nguồn động lực lớn, giúp họ vượt qua mọi thử thách với tinh thần vững vàng.
3. **Giúp phát triển khả năng tập trung và chánh niệm**: Thực hành chú nguyện là một hình thức rèn luyện chánh niệm và tập trung cao độ. Khi tụng chú, người tu học đặt toàn bộ tâm trí vào câu chú, không để tâm trí bị phân tán. Sự tập trung này giúp họ phát triển khả năng kiểm soát tâm trí, loại bỏ các suy nghĩ tiêu cực và phiền não. Từ đó, họ đạt đến sự thanh tịnh và trở nên mạnh mẽ hơn từ bên trong.

4. **Tăng cường năng lượng tích cực và tự tin nội tại**: Khi người tu học thực hành chú nguyện với lòng tin, họ tạo ra một năng lượng tích cực bao quanh mình. Sức mạnh của sự chú tâm và niềm tin giúp họ cảm nhận được một nguồn năng lượng an lành, giúp xua tan những suy nghĩ tiêu cực và lo lắng. Điều này mang lại sự tự tin nội tại, giúp họ cảm thấy vững chãi, tự chủ và an toàn.
5. **Xua tan nỗi sợ hãi và lo âu**: Khi người tu học có lòng tin vững chắc và thực hành chú nguyện thường xuyên, họ cảm thấy được bảo vệ trước những yếu tố tiêu cực. Sự bảo vệ này giúp họ loại bỏ các nỗi sợ hãi, không còn lo lắng về những điều chưa biết. Họ dần cảm thấy bình an và không bị ảnh hưởng bởi những mối đe dọa bên ngoài. Lòng tin và chú nguyện giúp họ phát triển sự dũng cảm để đối diện với mọi thử thách.
6. **Nuôi dưỡng lòng từ bi và vị tha**: Thực hành chú nguyện không chỉ là cầu nguyện cho bản thân mà còn là cơ hội để người tu học hướng tâm từ bi đến tất cả chúng sinh. Khi lòng từ bi và vị tha phát triển, họ cảm thấy nhẹ nhàng, thanh thản và an lạc từ bên trong. Tâm từ bi giúp họ vượt qua những cảm xúc tiêu cực và nuôi dưỡng một nguồn sức mạnh nội tại dồi dào.
7. **Rèn luyện sự kiên nhẫn và kiên trì trong tu tập**: Thực hành chú nguyện yêu cầu sự kiên nhẫn và bền bỉ. Khi duy trì đều đặn, người tu học rèn luyện được tính kiên trì và khả năng đối diện với khó khăn một cách bền bỉ. Sự kiên trì này dần trở thành một phần của sức mạnh nội tại, giúp họ vượt qua mọi khó khăn với tâm bình thản và kiên định.
8. **Kết nối với các lực lượng bảo hộ tinh thần**: Khi thực hành chú nguyện với lòng tin và sự tập trung, người tu học cảm nhận được sự kết nối với các lực lượng thiện lành, nhận thức rằng họ không đơn độc. Điều này mang lại cho họ cảm giác được bảo vệ và che chở, giúp họ an tâm và thêm vững tin. Sự kết nối này không chỉ giúp họ cảm thấy an toàn mà còn mang lại động lực lớn trên con đường tu học.
9. **Tăng cường ý chí và nghị lực để vượt qua thử thách**: Lòng tin và chú nguyện giúp người tu học rèn luyện ý chí và nghị lực mạnh mẽ. Khi gặp khó khăn, họ không dễ dàng bỏ cuộc mà biết dựa vào lòng tin và chú nguyện để vượt qua. Ý chí và nghị lực là nguồn sức mạnh nội tại quan trọng, giúp họ vượt qua mọi trở ngại và tiến xa hơn trên con đường tu tập.
10. **Nuôi dưỡng sự thanh tịnh và bình an nội tại**: Thực hành chú nguyện với lòng tin giúp người tu học duy trì tâm hồn thanh tịnh và bình an. Sự thanh tịnh này là nền tảng vững chắc giúp họ không bị xao động trước các yếu tố bên ngoài, duy trì sự ổn định và an lạc nội tâm. Bình an nội tại là một nguồn sức mạnh tự nhiên, giúp họ sống hạnh phúc và tự tại.

Tổng kết:

Lòng tin và sự thực hành chú nguyện không chỉ là phương tiện bảo hộ mà còn là **nguồn sức mạnh nội tại vững chắc** cho người tu học. Qua việc duy trì lòng tin và chú nguyện, người tu học đạt đến sự bình an, kiên định, và phát triển lòng từ bi, giúp họ đối diện với mọi thử thách một cách bình thản và mạnh mẽ trên con đường tu học.

14. Tại sao sự bảo hộ trong tu tập cần bao gồm cả bảo vệ thể chất và tâm linh?

Sự bảo hộ trong tu tập cần bao gồm cả **bảo vệ thể chất và tâm linh** vì cả hai khía cạnh này đều liên quan mật thiết đến quá trình phát triển toàn diện của người tu học, giúp họ tiến xa hơn trên con đường tu tập và duy trì sự an lạc nội tại. Dưới đây là các lý do tại sao sự bảo hộ cần thiết cho cả thể chất và tâm linh:

1. **Đảm bảo sự an ổn để tập trung vào tu tập**: Người tu học cần một môi trường an toàn cả về thể chất và tinh thần để có thể duy trì chánh niệm và tập trung vào việc hành trì. Nếu không có sự bảo vệ thể chất, người tu học dễ bị các yếu tố bên ngoài xao lãng, làm gián đoạn quá trình tu tập. Bên cạnh đó, sự an toàn về mặt tâm linh giúp họ tránh xa các năng lượng tiêu cực, giữ cho tâm trí luôn trong trạng thái bình an.
2. **Giữ vững thân khỏe mạnh để hỗ trợ cho tâm trí an lành**: Thân và tâm có mối quan hệ chặt chẽ. Một cơ thể khỏe mạnh và an toàn sẽ tạo nền tảng tốt để người tu học dễ dàng duy trì chánh niệm và an lạc nội tâm. Khi thân thể không phải lo lắng về những nguy cơ bên ngoài, tâm trí sẽ ít bị xao động hơn và có thể tập trung vào việc tu tập, phát triển trí tuệ và từ bi.
3. **Phát triển sự kiên định và thanh tịnh của tâm hồn**: Sự bảo hộ về mặt tâm linh giúp người tu học tránh xa các yếu tố gây xáo động tâm trí, bảo vệ họ khỏi những cảm xúc tiêu cực như sợ hãi, lo lắng và phiền muộn. Sự bảo vệ này giúp họ rèn luyện sự kiên định và giữ tâm hồn thanh tịnh, từ đó đạt được trạng thái bình an và dễ dàng tiến bước trên con đường giác ngộ.
4. **Ngăn chặn các chướng ngại từ những thế lực tiêu cực**: Bên cạnh các yếu tố hữu hình, người tu học cũng phải đối diện với những yếu tố vô hình có thể gây trở ngại cho sự tu tập. Sự bảo hộ tâm linh giúp bảo vệ họ khỏi những tác động tiêu cực từ các thế lực vô hình, giúp họ giữ vững tinh thần và không bị xao nhãng bởi các năng lượng xấu hoặc cám dỗ.
5. **Tạo ra sự hỗ trợ toàn diện trên hành trình tu học**: Bảo hộ thể chất và tâm linh giúp người tu học được hỗ trợ toàn diện trên con đường tu tập. Khi cơ thể được bảo vệ, họ có điều kiện tốt để thực hiện các hành vi thiện lành, giữ gìn giới luật và phát triển tâm từ bi. Khi tâm trí được bảo vệ, họ dễ dàng duy trì chánh niệm và hướng đến sự giác ngộ. Sự bảo vệ này tạo ra môi trường thuận lợi giúp họ sống đúng với Chánh Pháp.
6. **Giúp loại bỏ các rào cản do sợ hãi và lo âu**: Người tu học có thể gặp phải những lo sợ và lo lắng khi đối diện với các yếu tố nguy hiểm hoặc không rõ ràng. Sự bảo hộ về mặt thể chất giúp loại bỏ các rào cản về mặt an toàn, còn bảo hộ về tâm linh giúp họ đối diện với những lo âu vô hình. Điều này mang lại sự tự tin và bình an, giúp họ vượt qua những rào cản tinh thần và tiếp tục tiến bộ trên con đường tu học.
7. **Hỗ trợ trong việc phát triển từ bi và trí tuệ**: Khi có sự bảo vệ, người tu học có thể tập trung vào việc phát triển lòng từ bi và trí tuệ mà không bị gián đoạn. Sự bảo hộ thể chất giúp họ yên tâm rèn luyện các hành vi thiện lành, còn bảo hộ tâm linh giúp họ giữ tâm thanh tịnh, không bị tác động xấu. Sự phát triển đồng thời của từ bi và trí tuệ là nền tảng quan trọng giúp họ tiến tới giác ngộ.

8. **Giúp duy trì sự cân bằng giữa thân và tâm**: Tu tập không chỉ là việc phát triển tâm linh mà còn bao gồm sự chăm sóc và bảo vệ thân thể. Khi sự bảo hộ bao trùm cả hai khía cạnh thể chất và tâm linh, người tu học có thể duy trì sự cân bằng giữa thân và tâm. Sự cân bằng này giúp họ không quá tập trung vào một khía cạnh mà bỏ qua khía cạnh khác, tạo nên sự phát triển hài hòa và vững chắc trên hành trình tu tập.
9. **Nuôi dưỡng lòng tin vào Tam Bảo và Chánh Pháp**: Sự bảo hộ toàn diện, bao gồm cả thể chất và tâm linh, giúp củng cố lòng tin vào Tam Bảo và Chánh Pháp. Khi nhận thức rằng họ được bảo vệ và hỗ trợ, người tu học sẽ cảm thấy an tâm và vững tin hơn vào con đường mình đang theo đuổi. Lòng tin này không chỉ giúp họ cảm thấy an toàn mà còn tạo động lực để tiếp tục hành trì với sự kiên định và lòng thành kính.
10. **Tạo điều kiện tốt nhất để đạt đến sự giác ngộ**: Sự bảo hộ toàn diện là điều kiện lý tưởng giúp người tu học tập trung hoàn toàn vào việc phát triển trí tuệ và từ bi, mà không phải lo lắng về các mối nguy hại bên ngoài hoặc bên trong. Khi có một nền tảng an toàn và ổn định, họ sẽ có nhiều khả năng hơn để đạt được sự giác ngộ, hướng tới một đời sống an lạc và thoát khỏi các ràng buộc của khổ đau.

Tổng kết:

Sự bảo hộ toàn diện trong tu tập không chỉ giúp người tu học tránh khỏi các nguy cơ thể chất mà còn bảo vệ tâm trí khỏi các yếu tố xáo động, giúp họ duy trì sự **an lạc, cân bằng và tiến bộ** trên con đường tu tập. Sự bảo vệ này là nền tảng để họ phát triển tâm từ bi, trí tuệ và lòng kiên định, hỗ trợ cho quá trình giác ngộ và hướng đến một đời sống thanh tịnh và tự tại.

15. Thông điệp của Kinh A-Sá-Nang-Chi về sự an ổn nội tâm có ý nghĩa như thế nào đối với người tu học?

Thông điệp về sự an ổn nội tâm trong **Kinh A-Sá-Nang-Chi (Atanatiya Sutta)** mang ý nghĩa sâu sắc và thiết thực đối với người tu học, bởi nó nhấn mạnh tầm quan trọng của **sự bảo vệ và thanh tịnh tâm trí** để duy trì trạng thái an lạc, kiên định, và tiến bộ trên con đường tu tập. Dưới đây là những ý nghĩa chính của thông điệp này đối với người tu học:

1. **Khẳng định vai trò của nội tâm trong việc duy trì sự bình an**: Kinh A-Sá-Nang-Chi dạy rằng sự an ổn không chỉ đến từ việc tránh xa các nguy cơ bên ngoài mà còn phải bắt nguồn từ chính nội tâm. Người tu học cần xây dựng một tâm trí an lành, không bị lay động trước các yếu tố tiêu cực. Khi tâm ổn định, họ có thể đối diện với mọi hoàn cảnh một cách bình thản, không bị phiền não chi phối.
2. **Phát triển niềm tin và lòng kiên định**: Thông điệp của kinh giúp người tu học hiểu rằng lòng tin vào Tam Bảo và Chánh Pháp là nền tảng của sự an ổn nội tâm. Khi họ kiên định với con đường tu tập và tin tưởng vào sự bảo hộ từ Tam Bảo, họ sẽ vượt qua được các nỗi sợ hãi, lo âu, và giữ tâm trí luôn ổn định. Niềm tin này là cốt lõi để xây dựng một tâm hồn vững chãi và an lạc.

3. **Hướng đến sự tự lực và tự bảo vệ**: Kinh A-Sá-Nang-Chi không chỉ khuyến khích người tu học cầu nguyện mà còn nhấn mạnh vào sự tự bảo vệ qua việc duy trì chánh niệm và thanh tịnh tâm trí. Sự an ổn nội tâm không chỉ đến từ bên ngoài mà còn từ chính nỗ lực tu tập của họ. Khi họ tự lực duy trì chánh niệm và tâm trí thanh tịnh, họ có thể tự bảo vệ mình trước mọi cám dỗ và thử thách.
4. **Giúp người tu học phát triển sự bình an dài lâu**: Sự an ổn nội tâm là một trạng thái bình an bền vững, giúp người tu học giữ được sự thoải mái và tự tại dù phải đối mặt với khó khăn. Thông qua kinh này, họ học cách tập trung vào việc nuôi dưỡng sự bình an từ bên trong, không phụ thuộc vào các điều kiện bên ngoài. Sự bình an này trở thành điểm tựa giúp họ sống hạnh phúc và không dao động trước các biến động của cuộc sống.
5. **Khuyến khích từ bi và không làm hại**: Khi tâm trí đạt được sự an ổn nội tâm, người tu học dễ dàng phát triển lòng từ bi và tránh xa các hành động gây hại. Sự bình an nội tại khơi dậy lòng vị tha và giúp họ sống hoà hợp với mọi người xung quanh. Kinh A-Sá-Nang-Chi nhắc nhở người tu học rằng sự an ổn không chỉ là để bảo vệ bản thân mà còn là nền tảng để phát triển đức hạnh, sống thiện lành và giúp đỡ người khác.
6. **Loại bỏ nỗi sợ hãi và lo âu**: Sự an ổn nội tâm được xây dựng từ lòng tin và thực hành chánh niệm giúp người tu học đối diện với nỗi sợ hãi và lo âu một cách mạnh mẽ. Khi có sự an ổn nội tâm, họ không còn bị những nỗi lo chi phối, giúp họ duy trì tâm trạng bình thản, không bị lôi cuốn vào các phiền não. Đây là nền tảng để họ đạt được sự thanh tịnh và tự tin, sống một đời sống an lành và tự do khỏi lo lắng.
7. **Xây dựng nghị lực và sức mạnh nội tại**: Sự an ổn nội tâm không chỉ là sự bình yên mà còn là sức mạnh giúp người tu học vượt qua mọi chướng ngại trong cuộc sống. Kinh A-Sá-Nang-Chi dạy rằng khi có sự an ổn trong tâm trí, người tu học có thể xây dựng được nghị lực vững chắc, giúp họ đối diện với mọi thử thách mà không lùi bước. Sức mạnh nội tại này giúp họ giữ vững lý tưởng tu tập và tiến tới sự giác ngộ.
8. **Thúc đẩy tiến trình giác ngộ và phát triển trí tuệ**: Sự an ổn nội tâm là nền tảng để người tu học phát triển trí tuệ và tiến gần hơn đến giác ngộ. Khi tâm trí không bị xao động bởi các yếu tố tiêu cực, họ có thể tập trung hoàn toàn vào việc thực hành Chánh Pháp và chiêm nghiệm sâu sắc về bản chất của thực tại. Sự thanh tịnh này giúp họ phát triển trí tuệ, đạt đến sự hiểu biết sâu sắc và giải thoát khỏi vô minh.
9. **Giúp họ sống tự tại và không lệ thuộc**: Kinh A-Sá-Nang-Chi nhấn mạnh rằng sự an ổn nội tâm là một trạng thái tự tại, không bị phụ thuộc vào điều kiện bên ngoài. Người tu học học cách sống tự tại, không dựa vào sự thay đổi của hoàn cảnh, từ đó đạt được sự tự do trong tâm hồn. Sự tự tại này mang lại hạnh phúc bền vững, giúp họ không bị dao động bởi những biến động của thế giới bên ngoài.
10. **Nuôi dưỡng hạnh phúc chân thật từ bên trong**: Cuối cùng, thông điệp của kinh về sự an ổn nội tâm giúp người tu học hiểu rằng hạnh phúc thực sự không nằm ở vật chất hay điều kiện bên ngoài mà là sự bình an từ bên

trong. Sự an ổn nội tâm là nguồn hạnh phúc chân thật, không bị ảnh hưởng bởi những biến động bên ngoài. Khi người tu học đạt được sự an ổn này, họ có thể sống với niềm vui và sự mãn nguyện, bất kể hoàn cảnh xung quanh.

Tổng kết:

Thông điệp của **Kinh A-Sá-Nang-Chi về sự an ổn nội tâm** có ý nghĩa to lớn đối với người tu học, nhấn mạnh rằng sự bình an và hạnh phúc chân thật phải bắt nguồn từ nội tâm. Sự an ổn này không chỉ giúp họ sống tự tại, không sợ hãi mà còn thúc đẩy họ tiến xa hơn trên con đường tu học, đạt đến sự giác ngộ và hạnh phúc bền vững.

16. Làm sao để người tu học duy trì niềm tin vào sự bảo hộ ngay cả khi gặp khó khăn trong cuộc sống?

Để **duy trì niềm tin vào sự bảo hộ** từ Tam Bảo và các lực lượng thiện lành trong những lúc gặp khó khăn, người tu học cần thực hiện một số phương pháp và rèn luyện tâm trí để giữ vững lòng tin và sự kiên định. Dưới đây là những cách giúp họ duy trì niềm tin vào sự bảo hộ ngay cả khi đối mặt với thử thách:

1. **Thường xuyên thực hành chánh niệm và thiền định**: Thực hành chánh niệm và thiền định giúp người tu học giữ được tâm trí bình thản và không bị xao động bởi khó khăn bên ngoài. Khi tâm an ổn, họ sẽ có sự vững vàng trong niềm tin, không dễ bị lung lay trước những trở ngại. Thiền định cũng giúp họ kết nối với tâm từ bi và trí tuệ, nhận thức rõ rằng khó khăn là cơ hội để tu tập và phát triển nội tâm.
2. **Tụng niệm kinh chú và lời cầu nguyện**: Thực hành tụng niệm kinh chú là cách duy trì kết nối với Tam Bảo và nhận sự bảo hộ tâm linh. Khi gặp khó khăn, người tu học có thể tụng niệm các câu chú trong **Kinh A-Sá-Nang-Chi** để tạo ra năng lượng bảo hộ cho bản thân. Việc này cũng giúp họ cảm nhận được sự hiện diện của các lực lượng thiện lành, giúp họ cảm thấy an tâm và kiên định hơn.
3. **Nhắc nhở về lòng biết ơn và tôn kính đối với Tam Bảo**: Lòng tin vào sự bảo hộ của Tam Bảo trở nên mạnh mẽ hơn khi người tu học duy trì lòng biết ơn và sự tôn kính đối với Đức Phật, Pháp và Tăng. Khi họ ý thức về lòng biết ơn này, họ sẽ nhận ra rằng mình không đơn độc và luôn có sự hỗ trợ từ Tam Bảo. Điều này mang lại cho họ cảm giác an toàn và sự động viên tinh thần để vượt qua thử thách.
4. **Tự nhắc nhở rằng khó khăn là một phần của con đường tu học**: Đức Phật dạy rằng khó khăn và nghịch cảnh là điều tự nhiên trong cuộc sống và là cơ hội để rèn luyện tâm hồn. Khi người tu học hiểu rằng khó khăn là một phần của con đường phát triển, họ sẽ không còn hoài nghi về sự bảo hộ mà biết chấp nhận những thử thách như bài học để tiến xa hơn. Sự chấp nhận này giúp họ duy trì lòng tin và kiên nhẫn trong quá trình tu học.
5. **Kết nối và đồng hành cùng cộng đồng tu học**: Khi gặp khó khăn, người tu học có thể tìm đến sự hỗ trợ từ cộng đồng tu học (Tăng đoàn). Sự chia sẻ và động viên từ những người có cùng chí hướng sẽ giúp họ giữ vững niềm tin vào sự bảo hộ, đồng thời cảm thấy không đơn độc. Cộng đồng tu

học cũng là nơi mà họ nhận được sự khích lệ và cảm thấy được bảo vệ, từ đó tăng cường niềm tin và sự an tâm.

6. **Thiết lập thói quen suy ngẫm và nhận thức về Pháp bảo**: Khi suy ngẫm về giáo lý Phật giáo, người tu học sẽ nhận thức sâu sắc hơn về giá trị của Chánh Pháp và thấy rằng các thử thách chỉ là tạm thời. Việc nhận thức về giáo lý giúp họ vững tin rằng Tam Bảo luôn bảo hộ cho những ai đi theo Chánh Pháp và rằng họ luôn có sự hỗ trợ trên con đường tu học.
7. **Rèn luyện tâm kiên nhẫn và lòng kiên định**: Niềm tin vào sự bảo hộ trở nên vững vàng hơn khi người tu học phát triển lòng kiên nhẫn và kiên định. Những phẩm chất này giúp họ không dễ dàng bị dao động trước khó khăn, mà thay vào đó là sự chấp nhận và khả năng đối diện với mọi thử thách. Khi tâm kiên định, họ sẽ duy trì lòng tin vào sự bảo hộ và không để những khó khăn làm mất đi niềm tin.
8. **Xem xét lại các kinh nghiệm bảo hộ đã trải qua**: Nhớ lại những thời điểm mà họ đã nhận được sự bảo hộ trong quá khứ cũng là cách giúp người tu học củng cố niềm tin. Những trải nghiệm này làm cho họ nhận ra rằng, dù trong hoàn cảnh nào, Tam Bảo và các lực lượng thiện lành luôn bảo vệ và che chở, giúp họ vượt qua những khó khăn trước đây. Sự hồi tưởng này tăng cường niềm tin rằng họ sẽ tiếp tục được bảo vệ ngay cả trong những thử thách hiện tại.
9. **Phát triển lòng từ bi và vị tha**: Khi người tu học hướng tâm từ bi đến tất cả chúng sinh và sống với lòng vị tha, họ cảm nhận được sự an lạc nội tại. Lòng từ bi giúp họ vượt qua những cảm xúc tiêu cực và duy trì sự bình an trong tâm trí, từ đó niềm tin vào sự bảo hộ trở nên mạnh mẽ hơn. Họ cũng hiểu rằng khi mình sống chân thành và thiện lành, sự bảo hộ từ các thế lực thiện lành cũng sẽ đến với họ.
10. **Nhìn nhận khó khăn như một cách để phát triển trí tuệ**: Đức Phật dạy rằng trí tuệ được phát triển thông qua việc đối diện và vượt qua khó khăn. Khi người tu học nhìn nhận khó khăn như một bài học để phát triển trí tuệ, họ sẽ có động lực để vững tin vào sự bảo hộ và tiếp tục tiến bước. Sự hiểu biết này giúp họ vượt qua thử thách với sự tự tin và không để mất niềm tin vào sự bảo hộ của Tam Bảo.

Tổng kết:

Người tu học có thể duy trì niềm tin vào sự bảo hộ ngay cả trong những lúc khó khăn bằng cách **giữ chánh niệm, thực hành chú nguyện, trau dồi lòng biết ơn và kiên định với Chánh Pháp**. Khi thực hiện những điều này, họ sẽ vững tin rằng khó khăn chỉ là thử thách trên con đường tu học và rằng họ luôn nhận được sự bảo vệ và dẫn dắt từ Tam Bảo và các lực lượng thiện lành.

17. Tại sao lòng thành kính lại là yếu tố cốt lõi để đạt được sự bảo vệ từ các lực lượng thiện lành?

Lòng thành kính là yếu tố cốt lõi để đạt được sự bảo vệ từ các lực lượng thiện lành vì nó là biểu hiện của **sự khiêm nhường, sự kính trọng, và lòng tin sâu sắc** vào Tam Bảo cũng như các giá trị tâm linh. Khi người tu học thực hành lòng thành kính, họ mở lòng và tạo điều kiện để nhận được sự bảo hộ, hỗ trợ từ các thế lực thiện lành. Dưới đây là những lý do cụ thể giải thích tại sao lòng thành kính lại quan trọng trong việc đạt được sự bảo vệ này:

1. **Tạo nên sự kết nối tâm linh mạnh mẽ**: Lòng thành kính giúp người tu học tạo ra một sự kết nối sâu sắc với Tam Bảo và các lực lượng thiện lành. Sự kính ngưỡng chân thành là nền tảng để thiết lập một mối liên hệ vững chắc, nhờ đó họ cảm nhận được sự che chở từ những thế lực thiện lành và có niềm tin vững chắc rằng mình đang được bảo vệ và dẫn dắt trên con đường tu tập.
2. **Phát triển tâm thanh tịnh và khiêm nhường**: Lòng thành kính giúp loại bỏ sự ngã mạn và những suy nghĩ tiêu cực, làm cho tâm trí trở nên thanh tịnh và khiêm nhường hơn. Tâm thanh tịnh là môi trường lý tưởng để tiếp nhận sự bảo hộ từ các thế lực thiện lành. Khi người tu học buông bỏ tự ngã, họ sẽ dễ dàng mở lòng và đón nhận sự hỗ trợ một cách tự nhiên, không còn bị ngăn trở bởi các cảm xúc tiêu cực như nghi ngờ hoặc kiêu mạn.
3. **Thể hiện lòng tin kiên định vào Chánh Pháp và Tam Bảo**: Lòng thành kính là biểu hiện rõ ràng của lòng tin vào Chánh Pháp và sự dẫn dắt của Đức Phật. Khi người tu học thể hiện sự thành kính đối với Tam Bảo, họ củng cố niềm tin rằng các giá trị tâm linh sẽ luôn bảo vệ và hướng dẫn mình vượt qua khó khăn. Niềm tin kiên định này là cốt lõi để họ giữ vững sự bình an nội tâm, không dễ dàng bị dao động bởi hoàn cảnh.
4. **Khơi dậy năng lượng tích cực và từ bi**: Lòng thành kính không chỉ giúp tạo sự bảo vệ mà còn khơi dậy năng lượng từ bi và tích cực trong tâm hồn. Khi người tu học kính trọng Tam Bảo và các lực lượng thiện lành, họ cũng nuôi dưỡng lòng từ bi và sự thiện lành trong chính mình. Tâm từ bi và năng lượng tích cực này tạo ra một "lá chắn" bảo vệ tự nhiên, giúp họ không bị ảnh hưởng bởi các yếu tố xấu.
5. **Khuyến khích thực hành đúng đắn và giữ gìn giới luật**: Khi có lòng thành kính, người tu học sẽ tự giác duy trì giới luật và thực hành Chánh Pháp một cách đúng đắn. Sự bảo hộ từ các lực lượng thiện lành thường đến với những ai sống đúng theo Chánh Pháp, và lòng thành kính là động lực để họ sống thiện lành, từ bi và đúng đắn trong từng hành vi. Sự tuân thủ này tạo ra nền tảng để họ được bảo vệ và che chở.
6. **Loại bỏ những nghi ngờ và lo lắng**: Khi có lòng thành kính, người tu học sẽ bớt đi sự nghi ngờ và lo lắng về con đường mình đang đi. Họ cảm thấy yên tâm và an toàn vì tin rằng Tam Bảo và các lực lượng thiện lành sẽ bảo hộ. Sự an tâm này giúp loại bỏ những nghi ngờ và tạo điều kiện cho sự bảo vệ diễn ra một cách tự nhiên, không bị cản trở bởi tâm lý bất an hay hoài nghi.
7. **Hướng đến sự thanh tịnh và tĩnh lặng nội tâm**: Lòng thành kính làm cho tâm hồn trở nên tĩnh lặng và thanh tịnh, hai yếu tố quan trọng để cảm nhận được sự bảo hộ từ các thế lực thiện lành. Khi người tu học có lòng thành kính, họ giữ tâm thanh tịnh và không bị xáo trộn bởi những suy nghĩ tiêu cực. Sự tĩnh lặng này giúp họ dễ dàng nhận thấy sự hiện diện của các lực lượng bảo hộ và cảm nhận được sự an lành mà họ mang đến.

8. **Tăng cường sự chánh niệm và ý thức về hành vi**: Người tu học với lòng thành kính sẽ luôn giữ chánh niệm trong lời nói, hành động và ý nghĩ. Chánh niệm giúp họ kiểm soát các hành vi của mình, tránh làm tổn hại đến người khác và sống trong sự hòa hợp với Chánh Pháp. Chính sự chánh niệm và ý thức này tạo nên sự bảo hộ mạnh mẽ từ bên trong, vì khi sống đúng đắn, họ tạo ra năng lượng tích cực bảo vệ chính mình.
9. **Gieo duyên lành và phước báu**: Lòng thành kính là một hành động gieo duyên lành, giúp người tu học tích lũy phước báu. Phước báu này không chỉ là kết quả của sự kính trọng mà còn là nguồn năng lượng bảo vệ họ khỏi các yếu tố tiêu cực. Khi tâm kính ngưỡng và hành động thiện lành, họ thu hút được những duyên lành, mang đến sự bảo hộ và thuận lợi trên con đường tu tập.
10. **Xây dựng lòng biết ơn và lòng khiêm tốn**: Lòng thành kính đi đôi với lòng biết ơn đối với Tam Bảo và các thế lực thiện lành. Khi biết ơn, người tu học sẽ dễ dàng cảm nhận được sự bảo hộ và không còn bị tự ngã chi phối. Lòng khiêm tốn giúp họ mở lòng đón nhận sự hỗ trợ mà không tự cao, làm cho sự bảo hộ đến một cách tự nhiên và bền vững.

Tổng kết:

Lòng thành kính là yếu tố then chốt giúp người tu học nhận được sự bảo vệ từ các lực lượng thiện lành vì nó tạo nên **kết nối sâu sắc, loại bỏ nghi ngờ, và nuôi dưỡng tâm từ bi**. Khi có lòng thành kính, người tu học phát triển tâm thanh tịnh, chánh niệm, và sống đúng với Chánh Pháp, từ đó tự nhiên thu hút được sự bảo hộ và an lành từ các thế lực thiện lành.

18. Thực hành các câu chú trong Kinh A-Sá-Nang-Chi có thể hỗ trợ người tu học trong việc đạt được sự tự tin và bình an không? Nếu có, bằng cách nào?

Thực hành các câu chú trong **Kinh A-Sá-Nang-Chi (Atanatiya Sutta)** có thể hỗ trợ người tu học đạt được **sự tự tin và bình an** bằng cách tạo ra một **lớp bảo vệ tinh thần** và giúp họ **kết nối sâu sắc với tâm thanh tịnh**. Dưới đây là những cách cụ thể mà việc thực hành các câu chú có thể mang lại sự tự tin và bình an cho người tu học:

1. **Tạo nên một lớp bảo vệ tâm linh mạnh mẽ**: Khi người tu học thực hành các câu chú trong Kinh A-Sá-Nang-Chi, họ tạo ra một trường năng lượng tích cực bao quanh, giúp họ cảm thấy an toàn và được bảo vệ. Lớp bảo vệ này không chỉ giúp họ tránh được những ảnh hưởng xấu từ bên ngoài mà còn củng cố cảm giác an lành từ bên trong. Sự an toàn này là nền tảng giúp họ phát triển sự tự tin, vì họ biết rằng mình đang được che chở và không cần phải lo sợ trước những yếu tố tiêu cực.
2. **Xua tan lo âu và sợ hãi**: Các câu chú mang tính chất xoa dịu và thanh lọc, giúp người tu học giảm bớt lo âu và loại bỏ những cảm giác sợ hãi. Khi tụng chú với sự tập trung và lòng tin, họ dần dần loại bỏ được các yếu tố gây bất an, thay thế bằng một trạng thái bình an và tự tại. Sự bình an này giúp họ tự tin đối diện với các thử thách trong cuộc sống mà không bị lo lắng chi phối.

3. **Phát triển sự tập trung và chánh niệm**: Khi thực hành chú nguyện, người tu học tập trung hoàn toàn vào các câu chú, giúp họ phát triển chánh niệm và khả năng kiểm soát tâm trí. Sự tập trung này giúp họ duy trì sự ổn định và không bị xao nhãng bởi những suy nghĩ tiêu cực. Chánh niệm và tập trung không chỉ mang lại sự tự tin mà còn tạo nên một nền tảng bình an sâu sắc, giúp họ giữ vững tinh thần trước mọi biến động.
4. **Kết nối với các lực lượng thiện lành**: Khi thực hành các câu chú trong Kinh A-Sá-Nang-Chi, người tu học cảm nhận được sự kết nối với các lực lượng thiện lành, các vị thần hộ trì. Sự hiện diện của các lực lượng này giúp họ cảm thấy an tâm và vững tin hơn vào con đường tu tập của mình. Khi biết rằng mình luôn được các thế lực thiện lành bảo vệ, họ sẽ có thêm sự tự tin và bình an để tiếp tục tiến bước trên con đường phát triển tâm linh.
5. **Tăng cường niềm tin vào Tam Bảo và Chánh Pháp**: Thực hành chú nguyện giúp củng cố lòng tin của người tu học vào Tam Bảo (Phật, Pháp, Tăng) và vào sức mạnh của Chánh Pháp. Lòng tin này là cội nguồn của sự tự tin, giúp họ không nghi ngờ về con đường mình đang đi, dù gặp phải thử thách. Khi có niềm tin kiên định vào Tam Bảo, họ sẽ dễ dàng đạt được trạng thái bình an trong tâm hồn và sống tự tin hơn.
6. **Thanh lọc tâm trí và nuôi dưỡng năng lượng tích cực**: Các câu chú trong Kinh A-Sá-Nang-Chi có tác dụng thanh lọc tâm trí, giúp loại bỏ các suy nghĩ tiêu cực và phiền não. Khi tâm trí được thanh lọc, người tu học dễ dàng đạt đến trạng thái thanh tịnh và bình an. Năng lượng tích cực này giúp họ tự tin hơn trong các mối quan hệ và trong cuộc sống hàng ngày, vì họ không còn bị ảnh hưởng bởi các cảm xúc tiêu cực.
7. **Phát triển lòng từ bi và an lạc nội tại**: Việc thực hành chú nguyện cũng giúp người tu học phát triển lòng từ bi và cảm giác an lạc. Khi tụng chú với tâm từ bi, họ không chỉ hướng đến sự bảo vệ cho bản thân mà còn mở rộng lòng thương yêu đến mọi chúng sinh. Tâm từ bi mang lại sự an lạc, giúp họ vượt qua những cảm xúc ích kỷ và lo lắng, từ đó đạt đến trạng thái tự tin và thanh thản.
8. **Tạo ra thói quen đối diện với khó khăn bằng lòng can đảm**: Khi thực hành các câu chú đều đặn, người tu học rèn luyện thói quen đối diện với mọi hoàn cảnh bằng lòng can đảm. Câu chú trở thành điểm tựa tinh thần, giúp họ cảm thấy an lòng trong những lúc thử thách. Sự rèn luyện này giúp họ phát triển lòng can đảm và tự tin, đồng thời biết rằng họ có một nguồn sức mạnh nội tại giúp họ vững bước.
9. **Giúp phát triển nghị lực và sức mạnh nội tâm**: Thực hành chú nguyện với niềm tin và sự kiên định giúp người tu học xây dựng nghị lực mạnh mẽ. Sức mạnh nội tâm này giúp họ không dễ dàng bị dao động bởi các thử thách hoặc những lời đàm tiếu xung quanh. Sự kiên định này không chỉ giúp họ tự tin hơn mà còn giúp họ đạt được sự bình an, không bị chi phối bởi các yếu tố bên ngoài.
10. **Nuôi dưỡng lòng biết ơn và sự khiêm tốn**: Khi tụng niệm các câu chú, người tu học thể hiện lòng biết ơn đối với Tam Bảo và các lực lượng thiện

lành. Lòng biết ơn này giúp họ trở nên khiêm tốn, nhận ra sự nhỏ bé của mình trong vũ trụ và học cách sống hòa hợp với mọi người. Sự khiêm tốn và biết ơn này tạo ra trạng thái bình an, giúp họ sống một cách tự tin mà không cần phải so sánh hay ganh đua với người khác.

Tổng kết:

Thực hành các câu chú trong Kinh A-Sá-Nang-Chi giúp người tu học **đạt được sự tự tin và bình an** thông qua việc **tạo nên lớp bảo hộ tâm linh, phát triển chánh niệm, và củng cố lòng tin vào Tam Bảo**. Khi tâm trí thanh tịnh và kết nối với các giá trị thiện lành, người tu học có thể đối diện với mọi khó khăn bằng sự tự tin, đồng thời giữ vững trạng thái bình an sâu sắc trong tâm hồn.

19. Các ẩn dụ về vị thần hộ trì và nghi thức cầu nguyện giúp người tu học hiểu sâu hơn về ý nghĩa của sự bảo hộ như thế nào?

Các ẩn dụ về vị thần hộ trì và nghi thức cầu nguyện trong **Kinh A-Sá-Nang-Chi (Atanatiya Sutta)** giúp người tu học hiểu sâu sắc hơn về **ý nghĩa của sự bảo hộ** bằng cách minh họa sự kết nối giữa **tâm linh, lòng tin và sức mạnh bảo vệ**. Những ẩn dụ này không chỉ làm sáng tỏ cách thức bảo hộ diễn ra mà còn nhấn mạnh tầm quan trọng của lòng thành kính và sự tự lực trong quá trình nhận được sự bảo hộ. Dưới đây là các cách mà các ẩn dụ này giúp người tu học hiểu rõ hơn về ý nghĩa của sự bảo hộ:

1. **Tạo hình ảnh cụ thể cho khái niệm trừu tượng**: Hình ảnh các vị thần hộ trì là ẩn dụ giúp người tu học hiểu rằng có những thế lực thiện lành luôn sẵn sàng che chở và bảo vệ họ. Những hình ảnh này chuyển hóa khái niệm trừu tượng về bảo hộ thành một sự hiện diện rõ ràng, gần gũi, giúp họ cảm nhận được sự bảo vệ không chỉ là một ý niệm mà còn là sự giúp đỡ thật sự từ những thế lực thiêng liêng.
2. **Nhấn mạnh tầm quan trọng của lòng tin và sự tôn kính**: Các vị thần hộ trì và nghi thức cầu nguyện là ẩn dụ mạnh mẽ về lòng tin và sự tôn kính cần có đối với các lực lượng thiện lành. Người tu học nhận ra rằng sự bảo hộ thực sự chỉ đến khi họ có lòng tin sâu sắc vào sự bảo vệ và giữ tâm tôn kính. Lòng tin và sự thành kính này là chìa khóa để tạo nên kết nối giữa họ và các thế lực bảo hộ, cho thấy rằng sự bảo vệ không thể có nếu không có niềm tin chân thành.
3. **Thể hiện vai trò của sự tự lực và nội lực**: Các vị thần hộ trì là ẩn dụ cho sự hỗ trợ từ bên ngoài, nhưng nghi thức cầu nguyện lại nhấn mạnh vai trò của sự tự lực từ bên trong. Người tu học hiểu rằng để nhận được sự bảo hộ, họ cần thực hành các nghi thức cầu nguyện với lòng thành và tâm thanh tịnh. Sự bảo vệ không chỉ phụ thuộc vào yếu tố bên ngoài mà còn phải xuất phát từ nỗ lực rèn luyện và tự bảo hộ từ nội tâm.
4. **Nhắc nhở về sự khiêm tốn và lòng biết ơn**: Hình ảnh các vị thần hộ trì tượng trưng cho sự hiện diện của các lực lượng cao hơn, nhắc nhở người tu học về tầm quan trọng của sự khiêm tốn và lòng biết ơn. Họ nhận thức rằng để được bảo vệ, cần phải biết tôn trọng và cảm kích sự hỗ trợ từ các thế lực thiện lành. Điều này giúp họ phát triển lòng biết ơn và sự khiêm

nhường, những phẩm chất cần thiết để đón nhận sự bảo hộ một cách trọn vẹn.

5. **Minh họa sự bảo hộ như một quá trình hợp tác**: Các vị thần hộ trì và nghi thức cầu nguyện cũng là ẩn dụ về sự hợp tác giữa người tu học và các thế lực thiện lành. Người tu học nhận ra rằng để có được sự bảo hộ, cần có sự hợp tác của cả hai phía – từ sự thành tâm cầu nguyện của họ và sự đáp ứng của các vị thần. Đây là một bài học về sự phối hợp giữa nội lực của chính mình và sự trợ lực từ các thế lực thiện lành.
6. **Tạo ra một hình mẫu về lòng dũng cảm và sự tự tin**: Hình ảnh các vị thần hộ trì tượng trưng cho sức mạnh và sự dũng cảm. Khi người tu học thực hành nghi thức cầu nguyện và liên tưởng đến các vị thần, họ cảm nhận được sự bảo vệ từ những thế lực dũng mãnh. Điều này mang lại cho họ lòng tự tin và dũng cảm để đối diện với khó khăn, vì họ biết rằng mình không đơn độc và luôn có sự bảo vệ từ các thế lực thiêng liêng.
7. **Nhấn mạnh tính chất thanh tịnh và sự tập trung trong nghi thức cầu nguyện**: Nghi thức cầu nguyện là ẩn dụ về sự tập trung và tâm thanh tịnh. Người tu học nhận ra rằng để nhận được sự bảo hộ, cần giữ tâm trí thanh tịnh và tập trung vào lời cầu nguyện với lòng thành kính tuyệt đối. Điều này dạy họ rằng sự bảo hộ không thể đạt được nếu tâm trí rối loạn hoặc thiếu sự tập trung, mà đòi hỏi một trạng thái tinh thần thanh tịnh và chú tâm.
8. **Khơi dậy lòng từ bi và không làm hại**: Các vị thần hộ trì cũng là ẩn dụ về lòng từ bi và sự thiện lành. Người tu học nhận thức rằng sự bảo vệ từ các thế lực thiện lành chỉ đến với những ai sống với lòng từ bi và không làm hại đến chúng sinh khác. Điều này nhắc nhở họ rằng muốn được bảo vệ, họ cần sống thiện lành, từ bi, và tránh các hành vi gây hại.
9. **Đưa ra bài học về sự kiên trì và lòng thành trong tu tập**: Nghi thức cầu nguyện cũng là ẩn dụ về tính kiên trì và lòng thành. Người tu học nhận ra rằng để nhận được sự bảo hộ, cần thực hiện nghi thức cầu nguyện đều đặn và với sự thành tâm. Sự kiên trì này không chỉ tạo ra năng lượng bảo vệ mà còn rèn luyện lòng kiên nhẫn và sự bền bỉ trong quá trình tu tập.
10. **Biểu hiện của sự an lạc nội tại và cảm giác an toàn**: Các vị thần hộ trì là ẩn dụ về sự an lạc và cảm giác an toàn mà người tu học có thể đạt được khi có sự bảo vệ từ các thế lực thiện lành. Khi liên tưởng đến sự bảo vệ từ các vị thần, người tu học cảm nhận được sự an lạc nội tại và không còn sợ hãi. Đây là bài học về sự bình an xuất phát từ lòng tin và sự an toàn khi có sự che chở từ các thế lực thiêng liêng.

Tổng kết:

Các ẩn dụ về **vị thần hộ trì và nghi thức cầu nguyện** trong Kinh A-Sá-Nang-Chi giúp người tu học hiểu rằng **sự bảo hộ là sự kết hợp giữa yếu tố nội tâm và sức mạnh bên ngoài**. Chúng nhấn mạnh rằng sự bảo vệ đòi hỏi lòng tin, sự thành kính, lòng biết ơn, và lối sống thiện lành. Qua các ẩn dụ này, người tu học không chỉ cảm nhận được sự an toàn mà còn hiểu rằng sự bảo hộ thực sự đến từ **tâm thanh tịnh và nỗ lực chân thành** trong quá trình tu học.

20. Thực hành bảo hộ theo Kinh A-Sá-Nang-Chi có thể giúp gì trong việc tăng trưởng tâm từ bi và kiên định trên con đường tu tập?

Thực hành bảo hộ theo **Kinh A-Sá-Nang-Chi (Atanatiya Sutta)** có thể giúp người tu học **tăng trưởng tâm từ bi và sự kiên định** trên con đường tu tập bằng cách nuôi dưỡng **sự an ổn, lòng tin, và nhận thức về trách nhiệm đối với bản thân và người khác**. Dưới đây là những cách cụ thể mà thực hành bảo hộ theo kinh này hỗ trợ người tu học trong việc phát triển những phẩm chất quan trọng này:

1. **Xây dựng lòng tự tin để phát triển tâm từ bi**: Khi người tu học cảm thấy được bảo hộ, họ không còn bị nỗi sợ hãi và lo âu ngăn cản. Cảm giác an toàn này giúp họ mở rộng lòng từ bi và vị tha, vì họ có thể tập trung hơn vào việc giúp đỡ người khác mà không lo ngại về sự an toàn của chính mình. Sự tự tin trong bảo hộ này là nền tảng để họ thể hiện lòng từ bi và hỗ trợ những người xung quanh.
2. **Giúp duy trì lòng kiên định qua sự bảo vệ tâm linh**: Sự thực hành bảo hộ mang lại cho người tu học cảm giác an toàn và hỗ trợ tinh thần, từ đó giúp họ duy trì sự kiên định trước các thử thách trong tu tập. Khi biết rằng mình luôn được bảo vệ, họ sẽ không dễ dàng dao động hay từ bỏ, mà sẽ giữ vững tinh thần để tiến bước, vượt qua các chướng ngại và kiên trì theo đuổi mục tiêu tu tập.
3. **Nuôi dưỡng lòng từ bi đối với mọi chúng sinh**: Kinh A-Sá-Nang-Chi dạy về các lực lượng thiện lành hộ trì, qua đó người tu học nhận thức rằng sự bảo hộ không chỉ dành cho cá nhân mà còn liên quan đến tất cả chúng sinh. Điều này khuyến khích họ phát triển lòng từ bi rộng lớn, cầu mong cho sự an lành của tất cả mọi người. Họ nhận ra rằng khi mình có lòng từ bi và giúp đỡ người khác, bản thân cũng sẽ nhận được sự bảo vệ và an lành.
4. **Giúp phát triển chánh niệm và nhận thức về trách nhiệm**: Thực hành bảo hộ theo kinh này yêu cầu sự tập trung và chánh niệm, hai yếu tố cần thiết để nuôi dưỡng tâm từ bi và sự kiên định. Khi người tu học duy trì chánh niệm trong quá trình tụng chú và cầu nguyện, họ nhận thức được trách nhiệm của mình trong việc giữ tâm thanh tịnh, hành động thiện lành, và sống từ bi với mọi người. Sự chánh niệm này giúp họ kiên định hơn trên con đường tu tập.
5. **Xóa bỏ tâm ích kỷ và phát triển lòng vị tha**: Việc cầu nguyện và thực hành bảo hộ không chỉ nhằm mục đích bảo vệ bản thân mà còn là cơ hội để người tu học mở rộng lòng vị tha, hướng đến lợi ích của tất cả chúng sinh. Khi thực hành bảo hộ với tâm vị tha, người tu học tự nhiên loại bỏ tâm ích kỷ và phát triển lòng từ bi, trở nên đồng cảm và sẵn sàng giúp đỡ người khác.
6. **Giúp đạt được sự bình an nội tâm để từ đó nuôi dưỡng từ bi**: Sự bảo hộ mang lại cho người tu học sự bình an nội tâm, tạo điều kiện cho tâm từ bi phát triển. Khi có sự bình an, họ dễ dàng nuôi dưỡng lòng từ bi mà không bị ảnh hưởng bởi các yếu tố tiêu cực. Bình an nội tâm là nền tảng để họ thể hiện sự kiên định trong các hành vi thiện lành, luôn sẵn lòng giúp đỡ người khác với tâm thanh tịnh.

7. **Khuyến khích sự kiên nhẫn và lòng kiên trì**: Thực hành bảo hộ theo Kinh A-Sá-Nang-Chi yêu cầu sự đều đặn và kiên trì, giúp người tu học phát triển tính kiên nhẫn. Khi họ kiên trì thực hành các nghi thức cầu nguyện, họ cũng rèn luyện lòng kiên định trong tu tập. Lòng kiên nhẫn này giúp họ vượt qua khó khăn và tiếp tục con đường tu học một cách bền bỉ, không bị nản lòng trước các thử thách.
8. **Xây dựng lòng biết ơn và khiêm tốn**: Khi nhận được sự bảo hộ từ các thế lực thiện lành, người tu học phát triển lòng biết ơn đối với sự hỗ trợ mà mình nhận được. Lòng biết ơn này giúp họ sống khiêm tốn, không tự cao mà luôn sẵn lòng chia sẻ và giúp đỡ người khác. Lòng biết ơn và khiêm tốn là nền tảng để tâm từ bi phát triển, giúp họ đối xử với mọi người bằng sự yêu thương và trân trọng.
9. **Củng cố niềm tin vào Tam Bảo và Chánh Pháp**: Thực hành bảo hộ theo kinh giúp người tu học củng cố niềm tin vào Tam Bảo và Chánh Pháp, làm cho họ cảm thấy được che chở và hỗ trợ trên con đường tu tập. Khi có niềm tin kiên định, họ sẽ không dễ dàng từ bỏ mà luôn kiên trì theo đuổi mục tiêu giác ngộ và thực hành từ bi với tất cả chúng sinh.
10. **Tạo ra môi trường tinh thần an lành để phát triển từ bi**: Thực hành bảo hộ giúp người tu học xây dựng một môi trường tinh thần trong lành, nơi mà các ý nghĩ và hành động thiện lành được khuyến khích. Trong môi trường an lành này, họ dễ dàng phát triển lòng từ bi, thể hiện tình yêu thương và sự cảm thông đối với mọi người, từ đó sống với tinh thần vị tha và kiên định.

Tổng kết:

Thực hành bảo hộ theo **Kinh A-Sá-Nang-Chi** không chỉ giúp người tu học cảm thấy an toàn mà còn hỗ trợ họ **tăng trưởng tâm từ bi và sự kiên định** trên con đường tu học. Khi có lòng tin vào sự bảo hộ, họ sẽ mở lòng từ bi, duy trì sự kiên định và vượt qua khó khăn với lòng biết ơn và tự tin, hướng đến sự phát triển bền vững của cả thân và tâm.

KINH 33:
PHÚNG TỤNG
(Saṅgīti Sutta)

I. GIỚI THIỆU TỔNG QUAN VỀ KINH PHÚNG TỤNG

1. Giới thiệu chung về Kinh Phúng Tụng:

- **Vị trí của Kinh Phúng Tụng trong Trường Bộ Kinh**: Kinh Phúng Tụng là một phần quan trọng trong Trường Bộ Kinh, một bộ kinh nổi bật trong văn học Phật giáo, được sắp xếp để làm rõ những giáo pháp căn bản và hướng dẫn chi tiết cho đời sống tu tập.
- **Vai trò của Kinh trong hệ thống hóa giáo pháp**: Kinh Phúng Tụng đóng vai trò như một tài liệu tổng hợp, hệ thống hóa các giáo pháp, giúp Tăng đoàn dễ dàng ghi nhớ và thực hành. Cách sắp xếp giáo lý theo các nhóm pháp từ một pháp đến mười pháp tạo thành một cấu trúc rõ ràng, dễ hiểu, hỗ trợ quá trình học tập và ghi nhớ.
- **Mục đích của Đức Phật khi giảng dạy Kinh này**: Mục đích của kinh là giúp Tăng đoàn duy trì sự hòa hợp, thống nhất trong việc truyền bá giáo lý và củng cố sự đoàn kết trong cộng đồng tu tập. Đức Phật muốn đảm bảo rằng giáo pháp được ghi nhớ và truyền lại một cách chính xác, tránh sự sai lệch qua thời gian.

2. Bối cảnh ra đời của Kinh:

- **Hoàn cảnh thuyết giảng của Đức Phật**: Kinh Phúng Tụng được thuyết giảng trong một bối cảnh mà Tăng đoàn có thể gặp phải các vấn đề liên quan đến sự đồng thuận và nhất trí trong việc thực hành và truyền bá giáo lý. Trước tình hình này, Đức Phật giảng dạy kinh này để củng cố sự đoàn kết và thống nhất về giáo lý trong Tăng đoàn.
- **Những yếu tố dẫn đến việc Đức Phật nhấn mạnh sự phúng tụng**: Đức Phật nhận thấy rằng sự ghi nhớ và phúng tụng giáo pháp là phương tiện cần thiết để duy trì tính thống nhất của Chánh Pháp, đồng thời là cách để giải quyết các tranh luận hoặc sự khác biệt có thể xảy ra trong cộng đồng tu tập.
- **Các vấn đề trong Tăng đoàn cần giải quyết**: Thời kỳ này, Tăng đoàn cần một phương tiện giúp ghi nhớ giáo pháp một cách chuẩn xác, để mỗi thành viên đều có thể tiếp cận và thực hành giáo lý đúng đắn. Kinh Phúng Tụng được xem là cách hiệu quả để tạo nền tảng chung cho sự thực hành nhất quán trong Tăng đoàn.

3. Mục tiêu và ý nghĩa của Kinh:

- **Mục tiêu chính của Kinh Phúng Tụng**: Kinh này nhằm hệ thống hóa giáo lý, giúp cho việc ghi nhớ và thực hành giáo pháp trở nên dễ dàng và chính xác hơn. Bằng cách xếp các pháp môn theo nhóm số, Đức Phật muốn tạo ra một cấu trúc đơn giản, dễ nhớ, từ đó hỗ trợ sự duy trì Chánh Pháp trong Tăng đoàn.

- **Vai trò của tụng niệm và ghi nhớ trong quá trình tu tập**: Tụng niệm và ghi nhớ giáo pháp giúp người tu học thấm nhuần những nguyên tắc căn bản, tạo điều kiện thuận lợi để áp dụng vào đời sống tu tập hàng ngày. Việc phúng tụng không chỉ củng cố trí nhớ mà còn là cách để Tăng đoàn duy trì tinh thần đoàn kết và hòa hợp.
- **Cách thức kinh này giúp Tăng đoàn duy trì và truyền bá giáo lý**: Kinh Phúng Tụng đặt nền móng cho việc truyền bá Chánh Pháp qua các thế hệ. Cách hệ thống hóa giáo lý giúp giảm thiểu sai sót trong việc truyền đạt và bảo vệ tính nguyên bản của lời dạy. Tăng đoàn có thể dựa vào cấu trúc này để học tập và giảng dạy cho các thế hệ kế tiếp, bảo đảm rằng giáo lý được giữ gìn nguyên vẹn.

II. NỘI DUNG CHÍNH CỦA KINH PHÚNG TỤNG

1. Hệ thống hóa các pháp môn qua các con số:

- **Cách Đức Phật sắp xếp các pháp môn**: Đức Phật đã phân loại và sắp xếp các pháp môn theo thứ tự từ các nhóm một pháp đến mười pháp. Việc sắp xếp này không chỉ giúp làm rõ từng khía cạnh của giáo pháp mà còn làm cho việc học tập và ghi nhớ dễ dàng hơn.
- **Lý do chọn cách hệ thống hóa theo số**: Đức Phật sử dụng các nhóm số để truyền đạt giáo lý vì cách này giúp người tu học dễ dàng ghi nhớ và thực hành. Số lượng pháp môn tăng dần cũng phản ánh sự mở rộng và phát triển của giáo lý, đồng thời tạo điều kiện thuận lợi cho sự tiếp thu của từng cá nhân trong Tăng đoàn.

2. Các nhóm pháp trong Kinh Phúng Tụng:

- **Nhóm một pháp đến năm pháp**:
    - **Nhóm một pháp**: Nhấn mạnh một yếu tố căn bản trong giáo lý, chẳng hạn như niềm tin hoặc Chánh Pháp.
    - **Nhóm hai pháp**: Bao gồm hai yếu tố quan trọng hỗ trợ lẫn nhau, chẳng hạn như từ bi và trí tuệ, hay thiện và ác.
    - **Nhóm ba pháp**: Giới thiệu về ba loại phiền não, ba giai đoạn tu tập, hoặc ba nền tảng trong tu học.
    - **Nhóm bốn pháp**: Thường bao gồm Tứ Niệm Xứ, Tứ Thánh Đế, hoặc bốn đức hạnh cơ bản mà một người tu học cần rèn luyện.
    - **Nhóm năm pháp**: Đề cập đến Ngũ Uẩn, Ngũ Căn, hoặc năm giới căn bản, cung cấp nền tảng cho người tu học phát triển đạo hạnh.
- **Nhóm sáu pháp đến mười pháp**:
    - **Nhóm sáu pháp**: Bao gồm Lục Căn, Lục Trần, hay sáu yếu tố tạo nên sự toàn diện trong việc tu tập.
    - **Nhóm bảy pháp**: Có thể là Thất Giác Chi hoặc bảy loại trí tuệ, đóng vai trò quan trọng trong việc đạt đến giác ngộ.
    - **Nhóm tám pháp**: Giới thiệu Bát Chánh Đạo hoặc tám điều kiện dẫn đến giải thoát.

- o **Nhóm chín pháp**: Đề cập đến chín trạng thái tâm hoặc các phương pháp dẫn đến sự thanh tịnh.
- o **Nhóm mười pháp**: Bao gồm mười phẩm chất cao quý hay các yếu tố quan trọng khác giúp một người đạt đến trạng thái viên mãn trong tu học.

- **Ý nghĩa của từng nhóm pháp**: Mỗi nhóm pháp không chỉ là một danh sách mà là những phương tiện giúp người tu học hiểu rõ hơn về con đường tu tập và nhận thức sâu sắc hơn về sự giác ngộ.

3. **Ý nghĩa của việc phúng tụng và ghi nhớ**:
   - **Vai trò của phúng tụng như phương tiện duy trì thống nhất**: Phúng tụng không chỉ là một hình thức tu tập mà còn là một phương tiện để duy trì sự thống nhất về giáo lý trong cộng đồng Tăng đoàn. Khi cùng tụng niệm, các thành viên có thể cùng nhau nhắc lại và thấm nhuần giáo lý, tránh được sự sai lệch hoặc hiểu lầm.
   - **Cách phúng tụng hỗ trợ việc ghi nhớ và truyền tải giáo lý chính xác**: Thông qua việc phúng tụng thường xuyên, giáo lý được truyền tải một cách chính xác từ thế hệ này sang thế hệ khác. Người tu học nhờ đó có thể ghi nhớ rõ ràng các giáo pháp và tránh sự hiểu sai hoặc quên lãng. Điều này giúp duy trì sự thống nhất và bảo tồn giáo lý nguyên thủy.
4. **Tầm quan trọng của sự đoàn kết trong Tăng đoàn**:
   - **Thông điệp về sự hòa hợp trong Tăng đoàn**: Kinh Phúng Tụng nhấn mạnh sự cần thiết của đoàn kết trong Tăng đoàn để cùng nhau giữ gìn Chánh Pháp. Sự hòa hợp này không chỉ giúp tránh được các xung đột mà còn làm cho Tăng đoàn trở nên vững mạnh, hỗ trợ lẫn nhau trên con đường tu tập.
   - **Lợi ích của sự đoàn kết đối với Tăng đoàn**: Sự đoàn kết giúp Tăng đoàn vượt qua những thử thách, giải quyết các xung đột một cách hòa bình và duy trì sự ổn định trong tu tập. Khi có sự thống nhất, các thành viên trong Tăng đoàn sẽ hỗ trợ lẫn nhau để tiến bộ trong tu học, đồng thời tạo dựng một môi trường an lành và hòa hợp để cùng hướng đến giác ngộ.

Phần **Nội Dung Chính Của Kinh Phúng Tụng** này giúp người đọc hiểu sâu sắc về cấu trúc hệ thống giáo pháp, giá trị của sự phúng tụng, và ý nghĩa của sự đoàn kết trong cộng đồng tu học, từ đó nhận thức được tầm quan trọng của Kinh Phúng Tụng trong việc gìn giữ và truyền bá Chánh Pháp.

III. Ý NGHĨA VÀ BÀI HỌC TỪ KINH PHÚNG TỤNG

1. **Tầm quan trọng của việc ghi nhớ và thực hành giáo lý**:
   - **Ý nghĩa của việc ghi nhớ giáo lý trong phát triển tâm linh và duy trì truyền thống**: Việc ghi nhớ giáo lý là nền tảng giúp người tu học nắm vững và hiểu sâu các nguyên tắc của Chánh Pháp, từ đó tiến gần hơn đến sự giác ngộ. Ghi nhớ và thường xuyên ôn lại giáo lý còn giúp duy trì và truyền thừa truyền thống một cách chính xác, đảm bảo rằng các thế hệ sau có thể tiếp cận giáo pháp mà không bị sai lệch.
   - **Cách ghi nhớ và thực hành giúp đạt thanh tịnh và giác ngộ**: Khi ghi nhớ và thực hành giáo lý, người tu học thấm nhuần các phẩm chất như từ

bi, trí tuệ, và thanh tịnh. Điều này tạo điều kiện cho họ đạt được sự bình an trong tâm hồn và tiến xa trên con đường tu tập. Ghi nhớ giúp người tu học duy trì Chánh Niệm, trong khi thực hành giúp họ chuyển hóa bản thân, từ đó đi đến giác ngộ.

2. **Bài học về sự thống nhất và đoàn kết trong tu tập**:
   - **Giá trị của sự đoàn kết và hòa hợp trong cộng đồng tu học**: Sự thống nhất và đoàn kết là nền tảng giúp Tăng đoàn duy trì sự hòa hợp và cùng nhau tiến bộ. Khi Tăng đoàn đoàn kết, các thành viên sẽ hỗ trợ lẫn nhau, không để cho những hiểu lầm hoặc mâu thuẫn làm suy yếu sự đoàn kết. Điều này giúp xây dựng một cộng đồng tu học vững mạnh và ổn định, là môi trường thuận lợi cho việc tu tập và phát triển tâm linh.
   - **Vai trò của đoàn kết trong việc bảo vệ và truyền bá Chánh Pháp**: Sự đoàn kết không chỉ giữ vững cộng đồng tu học mà còn là yếu tố quan trọng để bảo vệ và lan tỏa giáo lý. Khi Tăng đoàn thống nhất, họ có thể truyền bá giáo lý một cách chính xác và có sức ảnh hưởng lớn hơn. Sự đoàn kết đảm bảo rằng Chánh Pháp được giữ gìn nguyên vẹn và tiếp tục tồn tại qua các thế hệ, mang lại lợi ích cho cộng đồng.
3. **Tầm quan trọng của việc chia sẻ và phúng tụng giáo pháp**:
   - **Khuyến khích người tu học học tập và truyền bá giáo pháp cho thế hệ sau**: Kinh Phúng Tụng không chỉ nhấn mạnh việc tự tu tập mà còn khuyến khích mỗi người có trách nhiệm trong việc truyền bá giáo pháp. Việc chia sẻ và phúng tụng không chỉ giúp cá nhân phát triển tâm linh mà còn giúp duy trì Chánh Pháp cho các thế hệ sau.
   - **Cách phúng tụng lan tỏa giáo lý và tạo nên cộng đồng tu học vững mạnh**: Phúng tụng giáo pháp không chỉ là phương tiện ghi nhớ mà còn là cách để tạo sự kết nối và lan tỏa Chánh Pháp trong cộng đồng. Khi cùng nhau phúng tụng, Tăng đoàn cùng chia sẻ và cảm nhận sâu sắc về giáo pháp, từ đó xây dựng một cộng đồng tu học đoàn kết và vững mạnh. Sự phúng tụng giúp mọi người cùng nhau duy trì giáo lý, cùng hỗ trợ lẫn nhau trên con đường tu học.

Phần **Ý Nghĩa và Bài Học Từ Kinh Phúng Tụng** này nhấn mạnh tầm quan trọng của việc ghi nhớ giáo lý, thực hành và đoàn kết trong cộng đồng tu học, từ đó bảo vệ và lan tỏa Chánh Pháp qua các thế hệ.

IV. CÁC ẨN DỤ VÀ HÌNH ẢNH TRONG KINH PHÚNG TỤNG

1. **Ý nghĩa của con số trong việc phân loại pháp môn**:
   - **Ý nghĩa biểu trưng của các con số trong sắp xếp giáo lý**: Đức Phật sắp xếp giáo lý theo các nhóm số, từ một đến mười, nhằm tạo ra một hệ thống dễ nhớ và giúp người tu học dễ dàng tiếp cận giáo pháp. Mỗi con số không chỉ đại diện cho số lượng pháp môn mà còn tượng trưng cho các cấp độ tiến triển trong sự hiểu biết và tu tập. Ví dụ, con số một tượng trưng cho nền tảng đơn giản nhất, trong khi con số mười thể hiện sự viên mãn, trọn vẹn của quá trình tu học.
   - **Nhấn mạnh tính thứ tự và sự liên kết chặt chẽ giữa các giáo lý**: Việc sắp xếp giáo lý theo các nhóm pháp môn từ một đến mười không chỉ tạo

ra sự dễ nhớ mà còn làm rõ mối liên hệ logic giữa các pháp môn. Đức Phật muốn nhấn mạnh rằng các giáo lý không tồn tại rời rạc, mà kết nối chặt chẽ và nâng đỡ lẫn nhau. Sự sắp xếp này giúp người tu học nhận ra rằng con đường tu tập là một quá trình tuần tự, trong đó từng bước đều quan trọng và gắn kết với nhau.

2. **Tác động của sự phúng tụng đến tâm hồn người tu học**:
   - **Phúng tụng tạo ra năng lượng an lạc và kết nối cộng đồng**: Sự phúng tụng không chỉ đơn thuần là hình thức tụng đọc mà còn tạo ra một không gian tâm linh đầy an lạc, yên tĩnh, và thiêng liêng. Khi cùng nhau phúng tụng, người tu học cảm nhận được năng lượng bình an và sự kết nối với những người đồng tu. Năng lượng tích cực này có tác dụng chữa lành, tạo ra sự an ổn và tập trung, giúp họ dễ dàng đi sâu vào sự thấu hiểu giáo lý.
   - **Phúng tụng giúp cảm nhận sâu sắc giáo lý và thúc đẩy phát triển tâm linh**: Khi phúng tụng, người tu học thường phải nhắc lại các giáo pháp, từ đó từng bước thấm nhuần và hiểu sâu hơn về nội dung. Việc liên tục phúng tụng giúp họ kết nối mạnh mẽ với giáo lý và thúc đẩy quá trình phát triển tâm linh. Phúng tụng không chỉ là phương tiện để ghi nhớ mà còn là cơ hội để chiêm nghiệm và sống với giáo pháp mỗi ngày, tạo ra sự biến chuyển tích cực trong tư tưởng và hành động.

Phần **Các Ẩn Dụ Và Hình Ảnh Trong Kinh Phúng Tụng** này giúp người đọc hiểu rõ hơn về ý nghĩa biểu tượng của các con số và tác động tâm linh của phúng tụng, từ đó cảm nhận sâu sắc hơn về sự hòa hợp giữa lý thuyết và thực hành trong giáo lý nhà Phật.

V. KẾT LUẬN VÀ TÓM TẮT VỀ KINH PHÚNG TỤNG

1. **Tóm tắt các điểm chính**:
   - **Tóm lược nội dung quan trọng của Kinh Phúng Tụng**: Kinh Phúng Tụng được Đức Phật hệ thống hóa qua các nhóm pháp từ một đến mười, cung cấp cho người tu học một cấu trúc dễ hiểu và dễ nhớ để nắm vững giáo lý. Kinh nhấn mạnh tầm quan trọng của việc phúng tụng trong đời sống tu tập và sự đoàn kết trong Tăng đoàn. Sự phúng tụng không chỉ giúp ghi nhớ giáo pháp mà còn tạo ra sự hòa hợp, giúp Tăng đoàn đồng hành trên con đường tu tập.
   - **Bài học về ghi nhớ, thực hành và truyền bá giáo lý**: Người tu học học được rằng việc ghi nhớ và phúng tụng giáo pháp là cách để thấm nhuần và thực hành giáo lý một cách đúng đắn. Điều này không chỉ giúp cá nhân phát triển đạo hạnh mà còn góp phần bảo tồn và truyền bá Chánh Pháp qua nhiều thế hệ.
2. **Thông điệp chính của Kinh Phúng Tụng**:
   - **Phúng tụng và ghi nhớ giáo pháp là phương tiện bảo vệ Chánh Pháp**: Thông qua sự phúng tụng, giáo lý được duy trì chính xác và tránh khỏi sự sai lệch qua thời gian. Việc ghi nhớ giáo pháp không chỉ là một hình thức tu tập mà còn là cách bảo vệ Chánh Pháp khỏi bị phai mờ và giúp giáo lý lan truyền một cách trọn vẹn.

- **Đoàn kết và thống nhất trong cộng đồng tu học là yếu tố then chốt**: Kinh Phúng Tụng khẳng định rằng sự đoàn kết trong Tăng đoàn là điều thiết yếu để duy trì và phát triển giáo lý. Khi Tăng đoàn hòa hợp và cùng nhau phúng tụng, Chánh Pháp sẽ được bảo vệ và phát triển bền vững, góp phần lan tỏa sự giác ngộ cho tất cả mọi người.

3. **Lời nhắn gửi đến người tu học**:
   - **Khuyến khích thực hành ghi nhớ và phúng tụng giáo lý**: Người đọc được động viên không chỉ ghi nhớ mà còn phúng tụng giáo lý để thấm nhuần và duy trì Chánh Pháp một cách chính xác. Đây là cách để họ thể hiện lòng tôn kính đối với Đức Phật và sự nghiêm túc trong tu tập.
   - **Duy trì sự đoàn kết và hòa hợp trong cộng đồng tu học**: Người tu học được nhắc nhở về tầm quan trọng của sự hòa hợp và hỗ trợ lẫn nhau trong cộng đồng. Khi duy trì sự đoàn kết, mọi người sẽ cùng nhau tiến bộ và trở thành những người bảo vệ Chánh Pháp, truyền đạt lại giáo lý nguyên vẹn và giúp đỡ những thế hệ tu học tiếp theo.

Phần **Kết Luận** này nhấn mạnh sự cần thiết của việc ghi nhớ và phúng tụng giáo lý, vai trò của sự đoàn kết trong cộng đồng tu học, và tầm quan trọng của việc truyền bá Chánh Pháp một cách chính xác và bền vững.

VI. VẤN ĐÁP VỀ KINH PHÚNG TỤNG

1. Tại sao Đức Phật lại nhấn mạnh tầm quan trọng của sự phúng tụng trong việc duy trì giáo lý?

Đức Phật nhấn mạnh tầm quan trọng của **sự phúng tụng trong việc duy trì giáo lý** vì phúng tụng không chỉ là một phương pháp để **ghi nhớ** mà còn là một cách **bảo vệ và lan truyền** Chánh Pháp qua các thế hệ. Dưới đây là những lý do cụ thể giải thích tại sao sự phúng tụng lại đóng vai trò thiết yếu trong việc duy trì giáo lý:

1. **Ghi nhớ giáo lý một cách chính xác**: Khi phúng tụng, các thành viên trong Tăng đoàn thường xuyên lặp lại và ghi nhớ các giáo pháp. Điều này giúp họ tiếp nhận và lưu giữ giáo lý một cách chính xác, giảm thiểu sự sai sót hoặc hiểu lầm có thể xảy ra qua thời gian.
2. **Giữ gìn và bảo vệ Chánh Pháp**: Phúng tụng là cách để đảm bảo rằng Chánh Pháp được duy trì nguyên vẹn, không bị thay đổi hoặc bóp méo. Khi cùng nhau phúng tụng, cộng đồng có thể giữ vững sự chính xác của giáo lý và tránh khỏi nguy cơ bị phai nhạt hoặc lãng quên trong quá trình truyền tải.
3. **Thống nhất hiểu biết trong cộng đồng**: Phúng tụng giúp mọi người cùng thấu hiểu và chia sẻ một nền tảng giáo lý chung. Điều này tạo nên sự đồng thuận và thống nhất trong Tăng đoàn, giúp tránh được những mâu thuẫn về hiểu biết giáo lý, đồng thời xây dựng một cộng đồng vững mạnh và hòa hợp.
4. **Tạo nên sự kết nối và ý thức cộng đồng**: Khi cùng nhau phúng tụng, người tu học cảm nhận được sự gắn kết với cộng đồng, tạo nên một không khí an lạc và hòa hợp. Sự kết nối này khuyến khích từng cá nhân thực hành giáo lý một cách sâu sắc và toàn diện hơn.

5. **Khuyến khích sự phát triển tâm linh**: Phúng tụng không chỉ là hình thức đọc tụng mà còn là cơ hội để suy ngẫm và chiêm nghiệm về giáo lý. Thông qua phúng tụng, người tu học có thể tăng cường sự tập trung, chánh niệm và hiểu sâu hơn về ý nghĩa giáo lý, từ đó thúc đẩy quá trình phát triển tâm linh và hướng đến giác ngộ.
6. **Duy trì truyền thống và giáo pháp qua các thế hệ**: Phúng tụng giúp truyền tải giáo lý một cách bền vững, đảm bảo rằng thế hệ này có thể tiếp nối và truyền lại Chánh Pháp cho thế hệ sau. Việc phúng tụng không chỉ giữ gìn nội dung giáo lý mà còn tạo nên một truyền thống thực hành, giúp cho Chánh Pháp luôn hiện diện và tiếp tục lan tỏa trong cộng đồng.

Tổng kết:

Phúng tụng là phương tiện để duy trì sự thuần khiết và chính xác của giáo lý. Nó giúp cộng đồng ghi nhớ, bảo vệ và truyền bá Chánh Pháp một cách thống nhất và bền vững, tạo nền tảng cho sự phát triển tâm linh và sự hòa hợp trong Tăng đoàn.

2. Việc hệ thống hóa giáo pháp thành các nhóm pháp từ một đến mười giúp người tu học dễ ghi nhớ giáo lý như thế nào?

Việc hệ thống hóa giáo pháp thành các **nhóm pháp từ một đến mười** giúp người tu học dễ ghi nhớ giáo lý bằng cách **cấu trúc hóa và phân đoạn** các nội dung quan trọng, từ đó làm cho quá trình học và nhớ trở nên dễ dàng và hiệu quả hơn. Dưới đây là những cách cụ thể mà việc phân loại theo số nhóm hỗ trợ người tu học:

1. **Tạo ra một cấu trúc rõ ràng và dễ hiểu**: Các nhóm pháp theo số tạo thành một trình tự rõ ràng, từ đơn giản đến phức tạp. Cấu trúc này giúp người tu học có thể nắm bắt từng khái niệm cơ bản trước khi tiến đến các pháp môn phức tạp hơn, từ đó ghi nhớ các giáo lý một cách có hệ thống.
2. **Giúp phân đoạn giáo lý thành các phần dễ nhớ**: Mỗi con số đại diện cho một nhóm pháp riêng, tạo ra những "mảng" kiến thức nhỏ hơn. Việc ghi nhớ từng nhóm sẽ dễ dàng hơn là cố gắng ghi nhớ một lượng lớn giáo lý trong một lần. Điều này cũng tạo nên sự phân chia hợp lý để học tập theo từng bước.
3. **Liên kết các pháp môn với số lượng cụ thể**: Khi giáo pháp được liên kết với các con số (như Nhóm Một Pháp, Nhóm Hai Pháp,... đến Nhóm Mười Pháp), người học dễ dàng ghi nhớ rằng mỗi con số ứng với một nội dung hoặc khái niệm nhất định. Điều này tạo ra "gợi ý" mạnh mẽ giúp họ dễ dàng nhớ lại giáo lý khi cần.
4. **Củng cố trí nhớ qua sự lặp lại**: Trong quá trình học, người tu học có thể phúng tụng hoặc ôn tập theo từng nhóm số. Sự lặp lại theo nhóm này giúp trí nhớ được củng cố và giảm thiểu khả năng quên lãng. Từng nhóm pháp được nhớ vững trước khi chuyển sang các nhóm khác, làm cho quá trình ghi nhớ trở nên dễ dàng và hiệu quả.
5. **Tạo điều kiện cho sự so sánh và kết nối**: Việc hệ thống hóa theo nhóm số cho phép người tu học so sánh các pháp môn trong cùng một nhóm, hoặc giữa các nhóm với nhau. Điều này giúp họ hiểu rõ mối liên hệ giữa

các pháp môn và cách chúng bổ trợ cho nhau, từ đó ghi nhớ sâu hơn về mối tương quan giữa các giáo pháp.

6. **Tạo nền tảng cho sự phát triển tuần tự trong tu tập**: Các nhóm pháp từ một đến mười không chỉ là hệ thống ghi nhớ mà còn là lộ trình để người tu học tiến bước theo một cách tuần tự và vững chắc. Khi nắm vững các pháp căn bản, họ dễ dàng tiến đến những giáo lý sâu xa hơn mà không bị rối.
7. **Giảm thiểu khả năng nhầm lẫn và dễ dàng kiểm tra lại kiến thức**: Khi giáo pháp được hệ thống hóa theo các nhóm số, người tu học có thể kiểm tra lại kiến thức dễ dàng hơn. Họ có thể nhớ từng nhóm số để tự ôn lại, nhận ra chỗ nào còn thiếu sót và khắc phục ngay.

Tổng kết:

Việc hệ thống hóa giáo pháp thành các nhóm từ một đến mười giúp người tu học dễ dàng ghi nhớ giáo lý nhờ vào cấu trúc phân đoạn, sự liên kết với con số cụ thể, và cách thức ôn tập có hệ thống. Điều này tạo nền tảng vững chắc cho người tu học không chỉ hiểu mà còn ứng dụng giáo pháp vào thực tiễn một cách hiệu quả.

3. Các nhóm pháp khác nhau có ý nghĩa gì trong việc hướng dẫn người tu học trên con đường tu tập?

Các nhóm pháp khác nhau trong **Kinh Phúng Tụng (Saṅgīti Sutta)** đóng vai trò như những **cột mốc chỉ dẫn** trên con đường tu tập, giúp người tu học **thấu hiểu và thực hành giáo lý** một cách rõ ràng và tuần tự. Mỗi nhóm pháp mang ý nghĩa và giá trị riêng, từ nền tảng cơ bản đến những pháp môn cao hơn, tạo nên một lộ trình phát triển tâm linh toàn diện. Dưới đây là ý nghĩa của từng nhóm pháp trong việc hướng dẫn người tu học:

1. **Nhóm pháp cơ bản - nền tảng ban đầu**: Những nhóm pháp từ một đến ba thường bao gồm các yếu tố cơ bản như niềm tin, Chánh Niệm, và những khái niệm cốt lõi về thiện và ác. Những pháp môn này đặt nền tảng cho người tu học, giúp họ hiểu những giá trị căn bản và chuẩn bị tâm thế để bước vào các thực hành cao hơn.
2. **Nhóm pháp về thực hành đạo đức và tâm thanh tịnh**: Các nhóm pháp từ bốn đến sáu thường bao gồm các pháp môn liên quan đến Tứ Niệm Xứ, Ngũ Giới, và Lục Căn. Các nhóm này hướng dẫn người tu học trong việc thanh lọc tâm và giữ gìn đạo đức, giúp họ phát triển Chánh Niệm và nhận ra những yếu tố phiền não cần loại bỏ.
3. **Nhóm pháp về trí tuệ và chánh kiến**: Từ nhóm bảy đến nhóm chín thường bao gồm các pháp liên quan đến Thất Giác Chi, Bát Chánh Đạo, và các phương pháp quán niệm. Các pháp môn này giúp người tu học mở rộng trí tuệ, phát triển chánh kiến và nhận thức sâu sắc về bản chất vô thường, khổ đau, và vô ngã của cuộc sống.
4. **Nhóm pháp viên mãn - kết hợp các phẩm chất cao quý**: Nhóm pháp mười tập hợp các yếu tố hoặc phẩm chất quan trọng giúp hoàn thiện con đường tu tập, chẳng hạn như các phẩm chất của một bậc Thánh. Nhóm pháp này giúp người tu học nhận ra mục tiêu tối thượng của sự tu tập, hướng đến giác ngộ và giải thoát.

5. **Cung cấp lộ trình tu tập toàn diện và liên kết chặt chẽ**: Mỗi nhóm pháp được kết nối theo cách mà người tu học có thể phát triển một cách tuần tự. Từ việc xây dựng niềm tin, đạo đức đến phát triển trí tuệ, mỗi nhóm pháp bổ trợ cho nhau, giúp người tu học không bị lạc lối và dễ dàng tiến bộ trong quá trình tu học.
6. **Tạo điều kiện cho sự tự kiểm điểm và điều chỉnh bản thân**: Các nhóm pháp giúp người tu học có thể tự đánh giá và điều chỉnh bản thân trong suốt quá trình tu tập. Họ có thể kiểm tra xem mình đã đạt được các yếu tố của từng nhóm pháp chưa và dựa vào đó để bổ sung, hoàn thiện những yếu tố còn thiếu.
7. **Khuyến khích sự bền bỉ và tinh tấn trong tu tập**: Các nhóm pháp không chỉ hướng dẫn mà còn là động lực để người tu học duy trì sự tinh tấn. Bằng cách tập trung vào từng nhóm pháp, người tu học thấy được những bước tiến rõ rệt trong quá trình phát triển tâm linh, từ đó củng cố niềm tin và lòng quyết tâm tiếp tục trên con đường giác ngộ.

Tổng kết:

Các nhóm pháp trong Kinh Phúng Tụng cung cấp một lộ trình tuần tự và hoàn chỉnh, giúp người tu học phát triển đạo đức, trí tuệ, và sự thanh tịnh tâm. Những nhóm pháp này không chỉ là công cụ ghi nhớ mà còn là bản đồ hướng dẫn người tu học đi đến mục tiêu giác ngộ, hỗ trợ họ ở mỗi bước đi trên hành trình phát triển tâm linh.

4. Sự phúng tụng có thể tạo ra sự hòa hợp trong Tăng đoàn ra sao?

Sự phúng tụng có thể tạo ra **sự hòa hợp trong Tăng đoàn** bằng cách **kết nối mọi người qua giáo lý**, xây dựng nền tảng **hiểu biết chung và thống nhất** trong thực hành, từ đó giúp duy trì một cộng đồng **hòa hợp và đoàn kết**. Dưới đây là cách mà phúng tụng góp phần tạo ra sự hòa hợp trong Tăng đoàn:

1. **Thiết lập một nền tảng giáo lý chung**: Khi cùng nhau phúng tụng, các thành viên trong Tăng đoàn lặp đi lặp lại cùng một nội dung giáo pháp. Điều này giúp tất cả mọi người đều có một nền tảng hiểu biết chung về giáo lý, tránh tình trạng mỗi người hiểu một cách khác nhau, dễ dẫn đến tranh luận và mâu thuẫn.
2. **Duy trì tính nhất quán và sự chính xác của giáo lý**: Sự phúng tụng giúp các thành viên trong Tăng đoàn ghi nhớ và tiếp thu giáo lý một cách nhất quán và chính xác. Điều này bảo đảm rằng Chánh Pháp không bị sai lệch hoặc thêm thắt qua thời gian. Khi có sự thống nhất trong hiểu biết giáo lý, Tăng đoàn sẽ ít có khả năng xảy ra xung đột hoặc hiểu nhầm.
3. **Xây dựng sự đồng cảm và gắn kết giữa các thành viên**: Phúng tụng là một hoạt động mang tính tập thể, nơi mà tất cả cùng tụng niệm trong sự đồng nhất về tâm hồn và lời nói. Quá trình này tạo nên sự gắn bó và đồng cảm giữa các thành viên, giúp họ cảm nhận được tình cảm và sự hòa hợp trong cộng đồng, từ đó củng cố mối quan hệ giữa các cá nhân trong Tăng đoàn.
4. **Khuyến khích tinh thần trách nhiệm và hỗ trợ lẫn nhau**: Khi phúng tụng cùng nhau, các thành viên trong Tăng đoàn phát triển tinh thần trách

nhiệm chung đối với giáo pháp và Chánh Pháp. Họ cảm thấy có trách nhiệm hỗ trợ nhau trong việc duy trì giáo lý và phát triển tâm linh. Điều này tạo nên một môi trường hợp tác và hỗ trợ, giúp mọi người dễ dàng hòa hợp và thăng tiến trong tu tập.

5. **Tạo ra không gian yên bình và an lạc**: Phúng tụng là một hình thức tu tập giúp tâm hồn trở nên an tĩnh và bình yên. Khi thực hành cùng nhau, năng lượng an lạc từ phúng tụng lan tỏa trong Tăng đoàn, tạo nên một bầu không khí hòa hợp và dễ chịu. Không gian yên bình này giảm thiểu căng thẳng và giúp mọi người cảm thấy thoải mái, từ đó tránh được những mâu thuẫn hay bất đồng.
6. **Khích lệ sự khiêm tốn và lòng kính trọng**: Phúng tụng giáo pháp khuyến khích các thành viên thực hành đức tính khiêm tốn và kính trọng giáo pháp. Khi cùng nhau lắng nghe và tụng niệm lời dạy của Đức Phật, mọi người đều cảm nhận được sự cao quý của giáo lý và từ đó phát triển lòng tôn kính, không còn đặt bản thân lên trên người khác. Điều này góp phần tạo ra một cộng đồng hòa hợp, nơi mọi người kính trọng lẫn nhau.
7. **Củng cố niềm tin và sự đoàn kết trong Chánh Pháp**: Phúng tụng không chỉ giúp ghi nhớ mà còn củng cố niềm tin vào giáo lý Phật giáo. Khi tất cả cùng thực hành, niềm tin của từng cá nhân trở nên mạnh mẽ hơn, và sự đoàn kết của Tăng đoàn trong Chánh Pháp càng vững chắc. Sự đoàn kết này tạo ra một Tăng đoàn mạnh mẽ, không dễ bị lay chuyển bởi các yếu tố bên ngoài.

Tổng kết:

Sự phúng tụng tạo ra sự hòa hợp trong Tăng đoàn bằng cách thiết lập nền tảng giáo lý chung, gắn kết các thành viên qua một hoạt động tập thể và tạo nên bầu không khí an lạc, kính trọng trong cộng đồng. Điều này giúp Tăng đoàn duy trì sự ổn định, hỗ trợ nhau phát triển tâm linh và bảo vệ Chánh Pháp một cách bền vững.

5. Làm thế nào để phúng tụng giúp truyền đạt giáo lý một cách chính xác qua các thế hệ?

Phúng tụng giúp truyền đạt **giáo lý một cách chính xác qua các thế hệ** bằng cách tạo ra một **phương pháp lặp đi lặp lại và đồng nhất** trong việc ghi nhớ và thực hành Chánh Pháp. Điều này bảo đảm rằng giáo lý được **lưu giữ nguyên bản và không bị sai lệch** qua thời gian. Dưới đây là các yếu tố cụ thể mà phúng tụng mang lại để duy trì tính chính xác của giáo lý:

1. **Lặp đi lặp lại để ghi nhớ sâu**: Phúng tụng là hình thức lặp lại thường xuyên các lời dạy của Đức Phật, giúp các thành viên trong Tăng đoàn ghi nhớ nội dung giáo pháp một cách chi tiết và vững chắc. Sự lặp lại này làm giảm nguy cơ quên lãng hoặc hiểu sai, giúp giáo lý được lưu giữ trong trí nhớ của mỗi cá nhân một cách sâu sắc và lâu dài.
2. **Thiết lập một chuẩn mực chung trong cộng đồng**: Khi phúng tụng cùng nhau, mọi thành viên đều thực hành theo một chuẩn mực chung, không có sự thay đổi hoặc sáng tạo cá nhân. Điều này giúp duy trì sự thống nhất trong nội dung giáo pháp và bảo đảm rằng mỗi người đều tiếp cận giáo lý

giống nhau, từ đó giữ được sự chính xác khi giáo lý được truyền sang các thế hệ sau.

3. **Giúp tránh sai lệch qua việc tụng niệm tập thể**: Phúng tụng là hoạt động tập thể, vì vậy bất kỳ sai sót nào đều dễ dàng được phát hiện và chỉnh sửa ngay trong quá trình thực hành. Khi có sai sót, cộng đồng sẽ cùng nhau điều chỉnh và khôi phục lại lời dạy chính xác. Điều này giúp tránh được những sai lệch không mong muốn và bảo đảm rằng Chánh Pháp được giữ gìn trọn vẹn.
4. **Tạo thành truyền thống truyền miệng chuẩn xác**: Trước khi có văn bản, phúng tụng là phương tiện truyền tải giáo lý chủ yếu thông qua truyền miệng. Phương pháp này không chỉ giúp ghi nhớ mà còn tạo nên một truyền thống chuẩn mực, truyền từ thế hệ này sang thế hệ khác. Sự truyền miệng này trở nên đáng tin cậy hơn nhờ vào sự đồng nhất và chính xác của phúng tụng tập thể.
5. **Phát triển kỹ năng ghi nhớ và hiểu biết sâu sắc**: Việc phúng tụng thường xuyên đòi hỏi sự tập trung cao độ và tinh thần chánh niệm, giúp người tu học không chỉ ghi nhớ mà còn hiểu sâu về ý nghĩa giáo pháp. Khi hiểu rõ và ghi nhớ chính xác, họ có thể truyền lại giáo lý một cách trung thực, không bị thay đổi hoặc bóp méo.
6. **Duy trì lòng tôn kính và trách nhiệm bảo vệ Chánh Pháp**: Phúng tụng giúp người tu học phát triển lòng tôn kính đối với giáo pháp, thúc đẩy họ duy trì và truyền tải giáo lý với trách nhiệm cao. Khi có lòng kính trọng Chánh Pháp, mỗi người sẽ cẩn thận và nghiêm túc trong việc truyền đạt, không tùy tiện thay đổi nội dung, từ đó giúp giáo lý được truyền lại một cách chính xác và đầy đủ.
7. **Hỗ trợ việc chuyển giao giáo lý qua thế hệ một cách tự nhiên**: Các thế hệ trẻ khi tham gia vào phúng tụng sẽ tự nhiên học hỏi và ghi nhớ giáo lý mà không cần phải trải qua quá trình học lý thuyết đơn thuần. Điều này tạo nên một sự chuyển giao kiến thức tự nhiên, giúp các thế hệ sau tiếp nhận giáo lý một cách dễ dàng và chính xác.
8. **Xây dựng cộng đồng hỗ trợ việc ghi nhớ và sửa sai**: Trong quá trình phúng tụng, cộng đồng cùng nhau ghi nhớ và sửa sai nếu cần, tạo nên một môi trường giúp người tu học hoàn thiện việc ghi nhớ giáo lý. Cộng đồng hỗ trợ này là nền tảng bảo đảm rằng không chỉ một cá nhân mà cả nhóm đều hiểu và truyền đạt giáo lý đúng đắn.

Tổng kết:

Phúng tụng là phương pháp hiệu quả để truyền đạt giáo lý một cách chính xác qua các thế hệ nhờ vào sự lặp lại, thống nhất, và sự giám sát của cộng đồng. Điều này bảo đảm rằng Chánh Pháp được lưu giữ, ghi nhớ và truyền tải một cách trung thực, không bị sai lệch qua thời gian, giúp các thế hệ sau tiếp tục tu học và giữ gìn giáo lý nguyên bản của Đức Phật.

6. Phúng tụng giáo pháp có tác động gì đến tâm hồn và nội tâm của người tu học?

Phúng tụng giáo pháp có những tác động sâu sắc và tích cực đến **tâm hồn và nội tâm** của người tu học. Hoạt động này không chỉ giúp họ **ghi nhớ và hiểu sâu giáo lý** mà còn là một phương tiện để **tịnh hóa tâm hồn, tăng cường chánh niệm**, và **phát triển an lạc nội tâm**. Dưới đây là những tác động chính mà phúng tụng giáo pháp mang lại cho người tu học:

1. **Tạo sự tĩnh lặng và an lạc trong tâm**: Phúng tụng đòi hỏi sự tập trung và chánh niệm, giúp người tu học loại bỏ các tạp niệm và phiền não tạm thời, mang lại cảm giác tĩnh lặng và an lạc trong tâm. Khi tập trung vào lời kinh, tâm trí họ không bị xao lãng bởi các lo lắng hay căng thẳng bên ngoài.
2. **Phát triển chánh niệm và sự tập trung**: Phúng tụng giúp người tu học rèn luyện chánh niệm, vì họ phải chú tâm vào từng lời tụng. Sự tập trung này giúp họ duy trì tâm trong hiện tại và phát triển khả năng chánh niệm, làm cho tâm trí ngày càng minh mẫn và sáng suốt.
3. **Giảm bớt phiền não và loại bỏ tiêu cực**: Khi phúng tụng, người tu học tiếp nhận những giáo lý từ bi và trí tuệ của Đức Phật, giúp họ nhận ra bản chất vô thường của cuộc sống, từ đó dễ dàng buông bỏ các phiền não và cảm xúc tiêu cực như tham, sân, và si.
4. **Củng cố niềm tin vào Chánh Pháp và tăng trưởng đạo tâm**: Phúng tụng thường xuyên giúp người tu học kết nối sâu sắc hơn với giáo pháp và Chánh Pháp, từ đó củng cố niềm tin của họ vào con đường tu tập. Niềm tin vững chắc này là động lực để họ kiên trì trên con đường phát triển tâm linh và hoàn thiện bản thân.
5. **Tăng cường sự kiên nhẫn và lòng kiên định**: Việc phúng tụng đều đặn đòi hỏi người tu học kiên trì và bền bỉ. Sự kiên nhẫn và lòng kiên định này dần được rèn luyện qua từng buổi tụng niệm, giúp họ duy trì sự ổn định tâm trí và sẵn sàng đối mặt với khó khăn trong quá trình tu tập.
6. **Phát triển lòng từ bi và tâm vị tha**: Nội dung của các bài kinh thường mang thông điệp về lòng từ bi và sự hiểu biết. Khi phúng tụng, người tu học thấm nhuần những giá trị này, giúp họ nuôi dưỡng lòng yêu thương và phát triển tâm vị tha, sẵn sàng giúp đỡ người khác và sống một cuộc đời ý nghĩa.
7. **Tạo động lực hướng đến sự thanh tịnh và giác ngộ**: Phúng tụng giáo pháp nhắc nhở người tu học về mục tiêu thanh tịnh và giác ngộ. Những lời dạy trong kinh khuyến khích họ từ bỏ các chấp trước, thực hành tâm từ và trí tuệ để đạt đến trạng thái an lạc và giải thoát khỏi khổ đau.
8. **Giúp họ sống có định hướng và ý nghĩa hơn**: Phúng tụng là dịp để người tu học chiêm nghiệm về các giá trị cốt lõi của cuộc sống và nhận ra đâu là mục tiêu thực sự. Việc thường xuyên thực hành phúng tụng giúp họ xác định rõ con đường và động cơ sống, từ đó sống có ý nghĩa và định hướng đúng đắn.

Tổng kết:

Phúng tụng giáo pháp có tác dụng làm tịnh hóa tâm hồn, nuôi dưỡng tâm từ bi và trí tuệ, giúp người tu học phát triển sự an lạc và kiên định nội tâm. Hoạt động này giúp họ sống chánh niệm, vượt qua phiền não và hướng đến giác ngộ, đồng thời trở thành nguồn động lực để họ duy trì và phát triển đạo tâm trong suốt hành trình tu tập.

7. Việc ghi nhớ và phúng tụng có phải chỉ là phương tiện truyền tải giáo lý hay còn mang ý nghĩa nào khác?

Việc ghi nhớ và phúng tụng không chỉ đơn thuần là một phương tiện **truyền tải giáo lý** mà còn mang nhiều ý nghĩa quan trọng khác đối với người tu học và cộng đồng tu tập. Dưới đây là những ý nghĩa sâu xa hơn mà việc ghi nhớ và phúng tụng đem lại:

1. **Nuôi dưỡng và củng cố niềm tin vào giáo pháp**: Khi ghi nhớ và phúng tụng giáo lý, người tu học không chỉ nhắc lại lời dạy của Đức Phật mà còn gắn kết sâu sắc với Chánh Pháp. Quá trình này giúp củng cố niềm tin vào giáo pháp, giữ cho lòng thành kính và đạo tâm luôn mạnh mẽ.
2. **Thực hành thiền định và phát triển chánh niệm**: Phúng tụng đòi hỏi sự tập trung và chánh niệm cao, giúp người tu học rèn luyện tâm định tĩnh và không xao lãng. Sự lặp lại của từng câu kinh giúp tâm trí tập trung, giảm thiểu tạp niệm và tạo điều kiện cho sự thanh tịnh nội tâm, giống như một hình thức thiền định.
3. **Giải tỏa căng thẳng và mang lại an lạc nội tâm**: Quá trình phúng tụng giúp người tu học đi vào trạng thái tĩnh lặng, giảm bớt căng thẳng và các áp lực từ cuộc sống bên ngoài. Khi tâm hồn hòa vào những lời kinh, người tu học cảm nhận được sự an lạc và bình yên nội tại, giúp họ vượt qua những lo toan và phiền muộn.
4. **Gắn kết và tạo sự hòa hợp trong cộng đồng tu học**: Phúng tụng không chỉ là hành động cá nhân mà còn là hoạt động tập thể, nơi mọi người cùng hòa chung một tiếng tụng. Điều này giúp gắn kết các thành viên trong cộng đồng, tạo nên sự đoàn kết, hòa hợp và đồng thuận trong việc duy trì giáo lý và mục tiêu tu học chung.
5. **Giúp nội tâm thấm nhuần và hiểu sâu ý nghĩa giáo pháp**: Việc ghi nhớ và phúng tụng không chỉ là đọc thuộc lòng mà còn là cơ hội để người tu học thấm nhuần ý nghĩa sâu xa của từng câu kinh. Khi lặp lại những lời dạy, người tu học có thời gian để suy ngẫm và chiêm nghiệm, từ đó hiểu sâu sắc hơn về ý nghĩa của giáo pháp và các nguyên tắc sống mà Đức Phật đã truyền đạt.
6. **Thực hành chuyển hóa và thanh tịnh tâm hồn**: Phúng tụng giúp người tu học dần dần chuyển hóa tâm thức. Khi thường xuyên đọc và nghe những lời dạy về từ bi, trí tuệ và vô ngã, tâm họ được thanh lọc, hướng thiện và tránh xa các phiền não. Phúng tụng trở thành phương tiện để loại bỏ những tiêu cực và vun bồi những phẩm chất tích cực trong tâm hồn.
7. **Tạo nền tảng truyền thống bền vững trong Chánh Pháp**: Phúng tụng là một truyền thống lâu đời giúp duy trì giáo pháp một cách bền vững. Khi cùng nhau phúng tụng, thế hệ trước truyền lại cho thế hệ sau không chỉ nội dung mà cả cách thực hành, tạo nên một di sản quý báu để bảo tồn Chánh Pháp qua thời gian.

8. **Khuyến khích sự khiêm nhường và lòng thành kính**: Phúng tụng giúp người tu học nuôi dưỡng đức tính khiêm nhường và lòng thành kính. Khi tụng kinh, họ nhắc nhở bản thân về lời dạy của Đức Phật, không đặt bản ngã lên trên mà hoàn toàn thành tâm tiếp nhận giáo lý với lòng kính trọng.
9. **Cung cấp nguồn động lực và kiên định trong tu tập**: Phúng tụng là phương tiện để duy trì đạo tâm và kiên định trong tu học. Khi liên tục tiếp xúc với giáo pháp, người tu học cảm nhận được sức mạnh và động lực để tiếp tục trên con đường tu tập, đặc biệt khi đối mặt với khó khăn hoặc thử thách.
10. **Lan tỏa năng lượng tích cực và từ bi**: Phúng tụng cũng là cách lan tỏa năng lượng từ bi và bình an đến mọi người xung quanh. Năng lượng tích cực từ sự tụng niệm không chỉ ảnh hưởng đến bản thân người tu học mà còn lan tỏa đến cộng đồng và môi trường xung quanh, góp phần làm cho thế giới an lành hơn.

Tổng kết:

Ghi nhớ và phúng tụng không chỉ là phương tiện truyền tải giáo lý mà còn là một quá trình tu tập toàn diện, giúp người tu học phát triển trí tuệ, chánh niệm, an lạc nội tâm, và lòng từ bi. Việc phúng tụng cũng giúp xây dựng sự đoàn kết trong cộng đồng và duy trì truyền thống Chánh Pháp, góp phần vào sự bền vững của giáo lý qua các thế hệ.

8. Tại sao sự đoàn kết và thống nhất lại quan trọng đối với sự phát triển bền vững của Tăng đoàn?

Sự **đoàn kết và thống nhất** có vai trò thiết yếu đối với **sự phát triển bền vững của Tăng đoàn**, vì chúng giúp tạo nên một **môi trường ổn định và hòa hợp**, nơi mà các thành viên có thể **hỗ trợ lẫn nhau** trong việc tu học và cùng nhau **bảo vệ và truyền bá Chánh Pháp**. Dưới đây là những lý do cụ thể giải thích tại sao sự đoàn kết và thống nhất lại quan trọng:

1. **Duy trì một cộng đồng hòa hợp và ổn định**: Đoàn kết và thống nhất giúp Tăng đoàn tránh khỏi các mâu thuẫn và xung đột nội bộ, từ đó tạo nên một không gian hòa hợp, yên bình. Một cộng đồng ổn định là nền tảng để các thành viên tập trung vào việc tu học và phát triển tâm linh, không bị phân tâm bởi những tranh cãi hay bất đồng.
2. **Hỗ trợ và nâng đỡ lẫn nhau trong quá trình tu tập**: Sự đoàn kết giúp các thành viên trong Tăng đoàn xây dựng tinh thần hỗ trợ lẫn nhau. Trong một cộng đồng gắn kết, mỗi thành viên sẽ có cảm giác được động viên và nâng đỡ trên con đường tu tập, đặc biệt là khi gặp khó khăn hoặc thử thách.
3. **Đảm bảo tính chính xác và thuần khiết của Chánh Pháp**: Khi Tăng đoàn đoàn kết, giáo pháp sẽ được ghi nhớ và thực hành một cách thống nhất, tránh được những hiểu lầm hoặc sai lệch. Sự thống nhất trong thực hành và phúng tụng đảm bảo rằng Chánh Pháp được giữ gìn nguyên vẹn và truyền tải một cách chính xác qua các thế hệ.
4. **Tăng cường sức mạnh tập thể trong việc bảo vệ Chánh Pháp**: Đoàn kết tạo nên sức mạnh tập thể, giúp Tăng đoàn vững vàng trước những tác động tiêu cực từ bên ngoài. Khi Tăng đoàn đồng lòng, họ sẽ có đủ sức

mạnh để đối diện với các mối đe dọa đến từ sự thay đổi xã hội hay áp lực từ những thế lực gây hại cho Chánh Pháp.

5. **Tạo động lực và cảm hứng cho cá nhân trong Tăng đoàn**: Sự đoàn kết mang đến nguồn cảm hứng và động lực cho mỗi thành viên. Khi thấy những người đồng tu cùng chung sức thực hành, cá nhân sẽ cảm thấy phấn chấn và quyết tâm hơn trên con đường tu tập, vì họ biết mình không đơn độc và có cộng đồng luôn bên cạnh.
6. **Duy trì sự truyền thừa Chánh Pháp qua các thế hệ**: Một Tăng đoàn đoàn kết là nơi truyền đạt Chánh Pháp một cách bền vững. Khi có sự thống nhất trong Tăng đoàn, Chánh Pháp sẽ được truyền lại cho các thế hệ sau một cách chính xác và thuần khiết, đảm bảo rằng lời dạy của Đức Phật không bị mai một hay sai lệch.
7. **Xây dựng niềm tin và uy tín trong cộng đồng**: Một Tăng đoàn đoàn kết sẽ được xã hội và cộng đồng kính trọng, vì họ nhìn thấy sự hòa hợp và tinh thần tập thể trong đó. Điều này giúp Tăng đoàn có uy tín và sức ảnh hưởng lớn hơn, làm cho Chánh Pháp dễ dàng lan tỏa và nhận được sự ủng hộ từ cộng đồng xung quanh.
8. **Tạo nên sức mạnh tinh thần giúp vượt qua thử thách**: Trên con đường tu tập, Tăng đoàn sẽ đối mặt với nhiều thử thách. Sự đoàn kết giúp tạo nên sức mạnh tinh thần tập thể, giúp họ vững tin hơn để vượt qua các chướng ngại và tiếp tục giữ vững đạo tâm trong mọi hoàn cảnh.
9. **Giúp Tăng đoàn thực hành và phát triển các đức tính như từ bi và khiêm nhường**: Đoàn kết đòi hỏi mỗi cá nhân phải thực hành lòng từ bi, sự tôn trọng và khiêm nhường. Khi các thành viên hòa hợp, họ sẽ phát triển những phẩm chất này, tạo nên một cộng đồng mà mọi người luôn tôn trọng và hỗ trợ nhau.
10. **Thúc đẩy sự tiến bộ tâm linh tập thể**: Khi có sự thống nhất và đoàn kết, Tăng đoàn sẽ tiến bộ nhanh chóng trong tu tập vì mỗi thành viên đều góp phần vào sự phát triển chung. Mỗi người đều đóng góp và học hỏi lẫn nhau, từ đó tạo nên sự tiến bộ tâm linh tập thể vững mạnh.

Tổng kết:

Sự đoàn kết và thống nhất là nền tảng vững chắc cho sự phát triển bền vững của Tăng đoàn. Chúng giúp tạo nên một cộng đồng ổn định, giàu tình thương và lòng tôn kính, đồng thời đảm bảo rằng Chánh Pháp sẽ được giữ gìn, phát triển và truyền thừa qua các thế hệ một cách nguyên vẹn.

9. Người tu học có thể áp dụng những nguyên tắc từ Kinh Phúng Tụng vào đời sống hàng ngày như thế nào?

Người tu học có thể áp dụng những **nguyên tắc từ Kinh Phúng Tụng** vào đời sống hàng ngày bằng cách **sống chánh niệm, thực hành đạo đức và tinh thần hòa hợp**, đồng thời **phát triển trí tuệ và lòng từ bi**. Dưới đây là các cách cụ thể mà những nguyên tắc từ Kinh Phúng Tụng có thể được áp dụng trong cuộc sống thường nhật:

1. **Rèn luyện chánh niệm và tỉnh giác**: Kinh Phúng Tụng khuyến khích phúng tụng và ghi nhớ giáo lý, điều này giúp rèn luyện chánh niệm. Trong

cuộc sống, người tu học có thể áp dụng bằng cách chú ý vào từng hành động và lời nói, không để tâm trí bị phân tán hay sao lãng. Điều này giúp họ sống tỉnh thức hơn và làm chủ bản thân trong mọi tình huống.

2. **Giữ gìn và phát huy đạo đức cá nhân**: Kinh Phúng Tụng nhấn mạnh các giá trị đạo đức như từ bi, trung thực và kiềm chế các hành vi tiêu cực. Người tu học có thể áp dụng bằng cách tuân thủ những nguyên tắc này trong công việc và mối quan hệ hàng ngày, luôn hành xử trung thực, không gây tổn hại đến người khác, và giữ tâm thiện lành.
3. **Nuôi dưỡng lòng từ bi và tâm vị tha**: Giáo lý trong Kinh Phúng Tụng khuyến khích thực hành từ bi và lòng vị tha. Trong cuộc sống, người tu học có thể áp dụng bằng cách giúp đỡ người khác, sống cởi mở và không xét đoán, và luôn sẵn sàng sẻ chia khi thấy ai đó gặp khó khăn. Từ bi và vị tha giúp họ phát triển các mối quan hệ hài hòa và lành mạnh.
4. **Tập trung vào việc ghi nhớ và học hỏi để phát triển trí tuệ**: Kinh Phúng Tụng nhắc nhở về tầm quan trọng của việc ghi nhớ và trau dồi giáo lý. Người tu học có thể áp dụng bằng cách duy trì thói quen học hỏi và đọc sách, nghiên cứu giáo pháp hoặc tìm hiểu các tri thức có ích. Sự học hỏi giúp họ mở rộng tầm nhìn và phát triển trí tuệ.
5. **Duy trì sự đoàn kết và hòa hợp với mọi người**: Kinh Phúng Tụng đề cao sự đoàn kết và thống nhất trong Tăng đoàn. Trong đời sống hàng ngày, người tu học có thể áp dụng bằng cách hợp tác với người khác, tôn trọng ý kiến của người xung quanh và tránh tranh cãi. Sự hòa hợp không chỉ giúp xây dựng môi trường sống tích cực mà còn tạo nền tảng cho sự phát triển của chính bản thân.
6. **Tự nhắc nhở về mục tiêu và con đường tu tập**: Sự phúng tụng giúp nhắc nhở người tu học về mục tiêu của họ. Trong cuộc sống, họ có thể thường xuyên tự nhắc mình về mục tiêu tu học và các giá trị mà họ muốn đạt được, từ đó điều chỉnh hành vi và tư duy để sống đúng với những giá trị đó.
7. **Thực hành lòng biết ơn và khiêm tốn**: Kinh Phúng Tụng khuyến khích lòng biết ơn và sự kính trọng đối với Chánh Pháp. Trong cuộc sống, người tu học có thể thể hiện lòng biết ơn đối với người khác, với những điều tốt đẹp trong cuộc sống và luôn giữ sự khiêm tốn. Lòng biết ơn và khiêm tốn giúp họ sống an lành và tránh xa sự tự cao.
8. **Rèn luyện sự kiên nhẫn và bình tĩnh**: Phúng tụng đòi hỏi sự bền bỉ và kiên trì. Người tu học có thể áp dụng bằng cách rèn luyện tính kiên nhẫn, giữ bình tĩnh khi đối mặt với khó khăn và không bị lay động trước nghịch cảnh. Sự kiên nhẫn giúp họ vượt qua thử thách và duy trì tâm bình an.
9. **Thực hành tâm không chấp ngã và buông xả**: Kinh Phúng Tụng giúp người tu học nhận thức về vô ngã và buông bỏ các dính mắc. Trong đời sống, họ có thể ứng dụng bằng cách không chấp vào những thành công hay thất bại, không để bản ngã chi phối hành động, và sẵn sàng buông xả những điều không cần thiết.
10. **Sống có kỷ luật và tinh tấn**: Việc phúng tụng đều đặn giúp tạo kỷ luật cho người tu học. Trong cuộc sống, họ có thể áp dụng bằng cách duy trì thói quen tốt, tinh tấn trong công việc và tu tập, đồng thời giữ kỷ luật trong

từng hành động. Sự kỷ luật và tinh tấn này là nền tảng cho sự tiến bộ bền vững.

Tổng kết:

Nguyên tắc từ Kinh Phúng Tụng có thể áp dụng vào đời sống hàng ngày qua sự chánh niệm, tuân thủ đạo đức, lòng từ bi, và tinh thần đoàn kết. Những nguyên tắc này giúp người tu học sống có ý nghĩa, an lạc và từng bước tiến bộ trên con đường phát triển tâm linh và hoàn thiện bản thân.

10. Làm thế nào để phúng tụng giúp người tu học hiểu sâu hơn về giáo lý và thúc đẩy quá trình giác ngộ?

Phúng tụng giúp người tu học **hiểu sâu hơn về giáo lý và thúc đẩy quá trình giác ngộ** bằng cách **tăng cường sự tập trung, chánh niệm**, và **chiêm nghiệm sâu sắc** về các lời dạy của Đức Phật. Đây là một phương pháp giúp người tu học không chỉ ghi nhớ mà còn **thấm nhuần ý nghĩa** của giáo lý, từ đó thực hành một cách hiệu quả hơn trong cuộc sống. Dưới đây là cách phúng tụng hỗ trợ người tu học trên con đường giác ngộ:

1. **Rèn luyện chánh niệm và sự tập trung**: Phúng tụng đòi hỏi người tu học chú ý vào từng lời kinh, giúp họ phát triển chánh niệm và giữ tâm an tĩnh. Khi tâm trí tập trung, họ có thể thấu hiểu nội dung và tinh thần của giáo lý một cách sâu sắc hơn, không chỉ dừng lại ở sự ghi nhớ mà còn cảm nhận ý nghĩa thực sự của từng lời dạy.
2. **Nuôi dưỡng sự tĩnh lặng và thanh tịnh nội tâm**: Phúng tụng là quá trình lặp lại các giáo pháp với tâm tĩnh lặng. Sự tĩnh lặng này giúp người tu học giảm bớt tạp niệm và phiền não, từ đó tạo nền tảng cho sự thanh tịnh nội tâm. Khi tâm thanh tịnh, họ dễ dàng tiếp nhận giáo lý một cách trọn vẹn và không bị chi phối bởi những suy nghĩ vọng động.
3. **Khuyến khích chiêm nghiệm và tự soi xét**: Mỗi lần phúng tụng là cơ hội để người tu học chiêm nghiệm về nội dung và ý nghĩa của từng câu kinh. Quá trình này không chỉ giúp họ nhớ mà còn thúc đẩy sự suy ngẫm sâu sắc, từ đó nhận ra những bài học thực tế mà giáo lý muốn truyền tải. Chiêm nghiệm thường xuyên giúp người tu học hiểu giáo lý một cách thực chất, không chỉ trên bề mặt từ ngữ.
4. **Giúp loại bỏ các phiền não và dính mắc**: Phúng tụng thường xuyên nhắc nhở người tu học về các nguyên tắc vô thường, vô ngã, và khổ đau, giúp họ buông bỏ các dính mắc, tham ái và sân hận. Khi người tu học nhận thức sâu sắc về những nguyên tắc này, họ dễ dàng loại bỏ phiền não và giữ cho tâm hồn được thanh thản, điều này góp phần quan trọng trên hành trình giác ngộ.
5. **Kích thích sự hiểu biết từ trải nghiệm trực tiếp**: Khi phúng tụng thường xuyên, người tu học không chỉ tiếp nhận giáo lý từ lý thuyết mà còn từ kinh nghiệm của chính mình. Phúng tụng giúp họ sống với lời dạy, thực hành và cảm nhận những nguyên tắc như từ bi, vô ngã, và chánh niệm ngay trong thực tế. Sự thực hành từ trải nghiệm này mang lại sự hiểu biết chân thật và sâu sắc hơn.

6. **Xây dựng nền tảng vững chắc cho sự giác ngộ**: Phúng tụng không chỉ là sự ôn lại giáo lý mà còn là cách rèn luyện sự kiên nhẫn và bền bỉ trong tu học. Sự nhất quán trong việc phúng tụng giúp người tu học phát triển lòng kiên định và sẵn sàng đương đầu với các thử thách trên con đường tu tập, từ đó tiến gần hơn đến mục tiêu giác ngộ.
7. **Tăng cường sự kết nối với Chánh Pháp và phát triển đạo tâm**: Phúng tụng là cơ hội để người tu học kết nối với Chánh Pháp và cảm nhận giá trị sâu sắc của giáo lý. Sự gắn kết này giúp họ nuôi dưỡng đạo tâm mạnh mẽ, phát triển sự tôn kính và lòng tin đối với giáo pháp, từ đó có động lực kiên trì thực hành và đi đến giác ngộ.
8. **Nuôi dưỡng sự an lạc nội tâm**: Phúng tụng thường xuyên giúp người tu học đạt được trạng thái an lạc và thanh thản, do tâm trí không còn bị nhiễm bẩn bởi các lo toan và phiền não. An lạc nội tâm là điều kiện lý tưởng để phát triển trí tuệ và chánh niệm, hai yếu tố thiết yếu trên con đường giác ngộ.
9. **Củng cố trí nhớ và tạo nền tảng cho sự tu tập sâu hơn**: Phúng tụng giúp người tu học ghi nhớ giáo lý một cách có hệ thống, từ đó tạo nền tảng vững chắc cho việc tu học và thực hành sâu hơn. Sự ghi nhớ kỹ lưỡng giúp họ dễ dàng áp dụng giáo lý vào đời sống và thực hành chánh niệm một cách liên tục.
10. **Giúp chuyển hóa tư duy và hành động**: Thông qua việc phúng tụng, người tu học dần dần chuyển hóa tư duy, từ đó ảnh hưởng tích cực đến hành động hàng ngày. Lời dạy của Đức Phật sẽ thấm vào cách suy nghĩ và cách sống của họ, giúp họ hành xử đúng đắn và thiện lành, từ đó tiến xa hơn trên con đường giác ngộ.

Tổng kết:
Phúng tụng không chỉ giúp người tu học hiểu sâu hơn về giáo lý mà còn là phương tiện quan trọng để họ phát triển trí tuệ, thanh tịnh nội tâm và giác ngộ. Qua phúng tụng, người tu học không chỉ ghi nhớ mà còn chiêm nghiệm, thực hành, và chuyển hóa bản thân, từ đó từng bước đạt đến trạng thái giác ngộ và giải thoát.

11. Các con số trong Kinh Phúng Tụng có ý nghĩa gì và chúng hỗ trợ sự phát triển tâm linh ra sao?

Các con số trong **Kinh Phúng Tụng** không chỉ là cách để phân loại và hệ thống hóa giáo lý mà còn có **ý nghĩa tượng trưng sâu sắc**, giúp người tu học **nhận diện và ghi nhớ giáo pháp** theo một cách có trình tự, từ cơ bản đến cao cấp. Việc phân chia giáo pháp theo các nhóm số từ một đến mười hỗ trợ sự **phát triển tâm linh** bằng cách cung cấp một lộ trình tu tập rõ ràng và nhất quán. Dưới đây là ý nghĩa của các con số và cách chúng hỗ trợ quá trình tu tập:

1. **Con số "một" - Sự tập trung và thống nhất**: Số một đại diện cho sự đơn giản, cốt lõi và tập trung vào một pháp môn hay một phẩm chất nhất định. Điều này nhắc nhở người tu học rằng sự phát triển tâm linh bắt đầu từ việc tập trung vào nền tảng cơ bản, chẳng hạn như niềm tin hay chánh niệm

ban đầu. Sự tập trung này tạo nền móng vững chắc cho các giai đoạn tu tập cao hơn.

2. **Con số "hai" - Nhị nguyên và cân bằng**: Số hai thường đại diện cho các cặp đối lập nhưng bổ trợ lẫn nhau, như thiện và ác, tâm trí và thân thể, định và tuệ. Việc hiểu và duy trì sự cân bằng giữa các yếu tố này là cần thiết cho quá trình tu tập, giúp người tu học phát triển sự hài hòa trong tâm trí và hành động.
3. **Con số "ba" - Ba yếu tố quan trọng**: Số ba thường tượng trưng cho Tam Bảo (Phật, Pháp, Tăng) hoặc Tam Vô Lậu Học (Giới, Định, Tuệ). Những yếu tố này là nền tảng quan trọng trong tu học Phật giáo, cung cấp cho người tu học các nguyên tắc để hoàn thiện cả đạo đức, tâm linh và trí tuệ.
4. **Con số "bốn" - Sự toàn diện và ổn định**: Số bốn có thể tượng trưng cho Tứ Diệu Đế (Khổ, Tập, Diệt, Đạo) hoặc Tứ Niệm Xứ (thân, thọ, tâm, pháp). Các nhóm bốn pháp này cung cấp một cái nhìn toàn diện về khổ đau và con đường tu tập để thoát khỏi nó, giúp người tu học tiếp cận giáo lý một cách trọn vẹn.
5. **Con số "năm" - Phát triển các căn bản nội tâm**: Số năm đại diện cho Ngũ Giới (không sát sinh, không trộm cắp, không tà dâm, không nói dối, không dùng chất kích thích) hoặc Ngũ Căn (tín, tấn, niệm, định, tuệ). Nhóm pháp này là nền tảng đạo đức và tâm linh, giúp người tu học thanh lọc và phát triển tâm thức.
6. **Con số "sáu" - Tinh tấn vượt qua lục trần**: Số sáu thường gắn liền với Lục Căn (mắt, tai, mũi, lưỡi, thân, ý) và Lục Trần (sắc, thanh, hương, vị, xúc, pháp). Việc nhận biết và làm chủ sáu căn giúp người tu học tránh bị cuốn vào tham dục và giữ tâm thanh tịnh.
7. **Con số "bảy" - Phát triển trí tuệ và giác chi**: Số bảy tượng trưng cho Thất Giác Chi (bảy yếu tố của sự giác ngộ). Đây là những yếu tố nâng cao giúp người tu học phát triển trí tuệ, từ đó đạt được giác ngộ và giải thoát. Bảy giác chi là công cụ hỗ trợ mạnh mẽ cho quá trình tỉnh thức.
8. **Con số "tám" - Con đường trung đạo**: Số tám thường tượng trưng cho Bát Chánh Đạo, con đường dẫn đến giải thoát và giác ngộ. Tám chi phần của Bát Chánh Đạo (chánh kiến, chánh tư duy, chánh ngữ, chánh nghiệp, chánh mạng, chánh tinh tấn, chánh niệm, chánh định) giúp người tu học phát triển một đời sống chánh trực và hướng đến giác ngộ.
9. **Con số "chín" - Tiến gần đến giác ngộ hoàn toàn**: Số chín có thể biểu trưng cho sự chín muồi của các phẩm chất trong tâm linh và gần kề với sự viên mãn. Những pháp môn trong nhóm chín giúp người tu học đi sâu vào bản chất của tâm thức và thực hành các giai đoạn cao hơn trên con đường giác ngộ.
10. **Con số "mười" - Viên mãn và toàn thiện**: Số mười là con số của sự hoàn thiện và viên mãn, đại diện cho các phẩm chất tối thượng mà người tu học cần phát triển. Mười Ba-la-mật là những phẩm hạnh cao quý giúp người tu học đạt được giác ngộ viên mãn, từ bi và trí tuệ trọn vẹn.

Cách các con số hỗ trợ sự phát triển tâm linh:

- **Hướng dẫn tuần tự và có hệ thống**: Phân loại theo số tạo nên một lộ trình từ căn bản đến cao cấp, giúp người tu học biết mình đang ở đâu trong quá trình tu tập và hướng dẫn họ bước từng bước chắc chắn trên con đường giác ngộ.
- **Dễ dàng ghi nhớ và ôn tập**: Phân chia theo số giúp người tu học ghi nhớ dễ dàng, từ đó việc ôn tập và thực hành trở nên hiệu quả hơn. Họ có thể quay lại từng nhóm pháp để kiểm tra và củng cố kiến thức một cách hệ thống.
- **Khuyến khích thực hành từng bước và đầy đủ**: Các con số tạo ra một thứ tự ưu tiên, khuyến khích người tu học thực hành từ những pháp môn cơ bản trước khi tiến đến các giai đoạn cao hơn. Điều này đảm bảo quá trình tu tập được thực hành một cách kỹ lưỡng và đầy đủ.
- **Kích thích sự tự chiêm nghiệm và phát triển**: Mỗi nhóm số tượng trưng cho một tầng mức khác nhau của sự tu tập. Người tu học có thể chiêm nghiệm sâu hơn từng nhóm pháp để hiểu rõ hơn các giai đoạn trên con đường tu học, từ đó phát triển tâm linh một cách toàn diện.

Tổng kết:

Các con số trong Kinh Phúng Tụng không chỉ là cách sắp xếp giáo lý mà còn đóng vai trò **hướng dẫn lộ trình tu tập** và **giúp người tu học phát triển một cách hệ thống**. Chúng tạo ra một khuôn khổ vững chắc và dễ nhớ để người tu học theo đuổi một cách liên tục và nhất quán trên con đường hướng đến giác ngộ.

12. Sự ghi nhớ giáo lý có tầm quan trọng gì trong việc bảo vệ Chánh Pháp?

Sự **ghi nhớ giáo lý** có tầm quan trọng rất lớn trong việc **bảo vệ Chánh Pháp** vì nó đảm bảo rằng **giáo lý được duy trì nguyên vẹn và chính xác** qua thời gian, tránh khỏi nguy cơ bị thay đổi hoặc hiểu sai lệch. Dưới đây là những lý do chính giải thích tầm quan trọng của việc ghi nhớ giáo lý trong bảo vệ Chánh Pháp:

1. **Bảo toàn nội dung gốc của giáo pháp**: Khi các thành viên trong Tăng đoàn ghi nhớ chính xác giáo lý, họ có thể truyền đạt lại nội dung gốc của lời dạy mà không bị sai lệch hoặc biến đổi. Điều này đảm bảo rằng các thế hệ sau tiếp tục tu học và thực hành Chánh Pháp dựa trên những lời dạy nguyên bản của Đức Phật.
2. **Ngăn ngừa sự sai lệch trong quá trình truyền thừa**: Qua nhiều thế hệ, nếu không có sự ghi nhớ và truyền đạt cẩn thận, giáo lý dễ bị thêm thắt hoặc bỏ bớt theo thời gian. Sự ghi nhớ chính xác của Tăng đoàn ngăn ngừa những hiểu lầm và sai lệch có thể xảy ra, đảm bảo rằng Chánh Pháp được truyền lại một cách trung thực.
3. **Hỗ trợ trong quá trình truyền miệng và ghi chép**: Trong thời kỳ đầu của Phật giáo, giáo lý chủ yếu được truyền đạt qua truyền miệng. Sự ghi nhớ đóng vai trò rất quan trọng vì nó là phương tiện duy nhất để lưu giữ Chánh Pháp. Ngay cả sau khi giáo lý được ghi chép, trí nhớ chính xác vẫn giúp đảm bảo nội dung được ghi lại một cách chuẩn xác và có thể đối chiếu lại khi cần.
4. **Duy trì tính thống nhất trong cộng đồng tu học**: Khi tất cả các thành viên trong Tăng đoàn cùng ghi nhớ và tụng niệm cùng một giáo lý, cộng

đồng sẽ có một nền tảng hiểu biết chung. Điều này giúp duy trì sự thống nhất trong thực hành và tư tưởng, tránh được những bất đồng do hiểu sai giáo lý, từ đó xây dựng một cộng đồng Tăng đoàn bền vững và hòa hợp.

5. **Tạo nền tảng cho sự thực hành đúng đắn**: Khi ghi nhớ giáo lý một cách chính xác, người tu học có thể thực hành một cách đúng đắn theo lời dạy của Đức Phật. Sự ghi nhớ rõ ràng giúp họ áp dụng Chánh Pháp vào cuộc sống mà không đi lệch khỏi những nguyên tắc và mục đích ban đầu, từ đó góp phần duy trì tính thuần khiết của giáo lý trong thực tế.
6. **Truyền tải giáo lý một cách có hệ thống và hiệu quả**: Khi giáo lý được ghi nhớ và hệ thống hóa, việc truyền đạt cho thế hệ sau trở nên dễ dàng và hiệu quả hơn. Người tu học không chỉ ghi nhớ nội dung mà còn biết cách phân loại, giải thích và hướng dẫn người khác thực hành theo cách đơn giản và dễ hiểu, đảm bảo rằng Chánh Pháp được truyền tải liên tục và không bị gián đoạn.
7. **Tạo nên truyền thống phúng tụng và lễ nghi tu tập**: Việc ghi nhớ giáo lý cũng là nền tảng cho các truyền thống phúng tụng và nghi lễ trong Phật giáo. Những nghi thức này không chỉ là hình thức duy trì Chánh Pháp mà còn là cách để mỗi người thường xuyên ôn lại, củng cố và bảo vệ giáo lý, giúp Chánh Pháp hiện diện sống động trong cộng đồng.
8. **Củng cố niềm tin và lòng kính trọng đối với Chánh Pháp**: Khi người tu học ghi nhớ giáo lý một cách cẩn thận, họ cảm nhận sâu sắc hơn về giá trị và ý nghĩa của lời dạy. Điều này giúp họ phát triển niềm tin và lòng kính trọng đối với Chánh Pháp, từ đó duy trì thái độ nghiêm túc và bảo vệ giáo lý với tất cả tâm huyết.
9. **Tạo sự bền vững cho giáo lý qua nhiều thế hệ**: Việc ghi nhớ Chánh Pháp là nền tảng để giáo lý tồn tại lâu dài. Khi các thế hệ tiếp theo được tiếp thu và thực hành dựa trên giáo lý gốc, họ có thể phát triển tâm linh một cách bền vững và trở thành những người bảo vệ Chánh Pháp, từ đó Chánh Pháp sẽ không bị lãng quên hay biến mất.
10. **Đảm bảo sự phát triển chân chính của Phật giáo**: Sự ghi nhớ giáo lý không chỉ giúp bảo vệ nội dung mà còn đảm bảo rằng những người thực hành và truyền bá giáo lý thực sự hiểu và hành động theo tinh thần của Đức Phật. Điều này giúp Phật giáo phát triển một cách chân chính, không bị biến đổi theo những trào lưu hoặc quan niệm sai lệch từ bên ngoài.

Tổng kết:

Sự ghi nhớ giáo lý có vai trò quan trọng trong việc bảo vệ Chánh Pháp bằng cách duy trì nội dung nguyên bản, ngăn ngừa sai lệch, và tạo nền tảng cho sự thực hành đúng đắn và truyền thừa hiệu quả. Nhờ đó, Chánh Pháp được duy trì bền vững và tiếp tục lan tỏa giá trị giác ngộ cho tất cả mọi người qua nhiều thế hệ.

13. Làm thế nào sự đoàn kết trong cộng đồng tu học góp phần vào việc bảo vệ và truyền bá giáo lý?

Sự **đoàn kết trong cộng đồng tu học** là yếu tố quan trọng giúp **bảo vệ và truyền bá giáo lý** một cách bền vững, vì nó tạo nên một nền tảng vững chắc cho **việc gìn**

giữ và phổ truyền Chánh Pháp. Dưới đây là các cách mà sự đoàn kết trong cộng đồng tu học góp phần vào việc bảo vệ và truyền bá giáo lý:

1. **Duy trì sự thống nhất về giáo lý và thực hành**: Khi có sự đoàn kết, cộng đồng tu học sẽ có một hiểu biết chung và thực hành thống nhất về giáo lý. Điều này giúp tránh được những hiểu lầm hoặc biến tướng không mong muốn trong Chánh Pháp, đảm bảo rằng giáo lý được bảo tồn nguyên vẹn và đúng đắn.
2. **Tạo ra một môi trường hỗ trợ lẫn nhau trong tu học**: Sự đoàn kết giúp mỗi cá nhân trong cộng đồng cảm thấy được hỗ trợ và khích lệ trong quá trình tu học. Khi có môi trường hòa hợp, mọi người dễ dàng cùng nhau vượt qua khó khăn, duy trì đạo tâm và tiếp tục thực hành Chánh Pháp. Sự hỗ trợ lẫn nhau này cũng thúc đẩy sự phát triển đạo đức và trí tuệ trong cộng đồng.
3. **Củng cố niềm tin vào Chánh Pháp và Tăng đoàn**: Khi thấy được sự hòa hợp và đoàn kết trong cộng đồng tu học, các thành viên phát triển lòng tin vững chắc vào Tăng đoàn và giáo pháp. Niềm tin này không chỉ giúp họ kiên định hơn trên con đường tu tập mà còn tạo ra một hình ảnh tích cực, khuyến khích những người khác quan tâm và tìm hiểu về Phật giáo.
4. **Xây dựng một hình ảnh mạnh mẽ và thu hút cộng đồng bên ngoài**: Một Tăng đoàn đoàn kết và hòa hợp là minh chứng cho giá trị của giáo lý Phật giáo. Khi cộng đồng thấy được sự hòa hợp và an lạc của Tăng đoàn, họ sẽ có sự tin tưởng và tôn trọng đối với Chánh Pháp, từ đó muốn tìm hiểu và thực hành giáo lý Phật giáo. Điều này giúp Phật giáo lan tỏa một cách tự nhiên và hiệu quả trong xã hội.
5. **Tạo sức mạnh tập thể để đối mặt với các thử thách bên ngoài**: Sự đoàn kết giúp Tăng đoàn vững mạnh trước những ảnh hưởng tiêu cực hoặc áp lực từ xã hội bên ngoài. Khi cộng đồng tu học đoàn kết, họ có khả năng bảo vệ Chánh Pháp trước các mối đe dọa, đảm bảo rằng giáo lý không bị ảnh hưởng hoặc sai lệch bởi những tác động ngoại cảnh.
6. **Duy trì truyền thống truyền bá và phúng tụng giáo lý**: Trong cộng đồng đoàn kết, các thành viên thường cùng nhau phúng tụng và ghi nhớ giáo lý. Điều này không chỉ giúp bảo vệ Chánh Pháp mà còn tạo nên truyền thống tu học và tụng niệm, qua đó giáo lý được truyền bá một cách bền vững qua các thế hệ.
7. **Khuyến khích sự khiêm tốn và tôn trọng lẫn nhau**: Sự đoàn kết trong cộng đồng tu học giúp các thành viên thực hành đức tính khiêm tốn, tôn trọng lẫn nhau, và tránh xa sự tranh đua cá nhân. Khi có sự khiêm tốn và tôn trọng, mọi người dễ dàng tiếp nhận và truyền đạt Chánh Pháp mà không mang bản ngã, điều này giúp bảo vệ tính thuần khiết của giáo lý.
8. **Tạo môi trường để các thế hệ tiếp nối**: Khi cộng đồng tu học đoàn kết, những thế hệ trẻ sẽ có môi trường tốt để học hỏi và tiếp thu Chánh Pháp từ thế hệ đi trước. Sự đoàn kết tạo nên một lộ trình truyền thừa giáo lý một cách liên tục và chính xác, đảm bảo rằng Chánh Pháp được truyền lại đầy đủ và đúng đắn.

9. **Truyền cảm hứng và động lực tu học cho cộng đồng**: Sự đoàn kết giúp tạo ra một nguồn cảm hứng mạnh mẽ cho các thành viên. Khi mọi người cùng nhau tu tập và phúng tụng, họ cảm nhận được sự hòa hợp và bình an, từ đó tăng thêm động lực trong hành trình tu học và chia sẻ Chánh Pháp với người khác.
10. **Tạo không gian cho sự phát triển tâm linh và trí tuệ tập thể**: Trong một cộng đồng đoàn kết, mọi người đều có cơ hội học hỏi và phát triển cùng nhau. Sự chia sẻ kinh nghiệm và kiến thức trong môi trường hòa hợp giúp các thành viên ngày càng tiến bộ, và từ đó có thể truyền bá giáo lý với hiểu biết và sự sáng suốt cao hơn.

Tổng kết:

Sự đoàn kết trong cộng đồng tu học góp phần bảo vệ và truyền bá giáo lý bằng cách tạo ra một môi trường hỗ trợ, thống nhất và ổn định, nơi mọi người cùng giữ gìn và phát huy Chánh Pháp. Nhờ vào sự đoàn kết, cộng đồng tu học trở thành một khối vững chắc, giúp bảo vệ giáo lý khỏi những thay đổi sai lệch và lan tỏa giá trị của Phật giáo một cách bền vững và đúng đắn.

14. Phúng tụng có thể giúp giảm bớt những bất đồng trong Tăng đoàn không? Nếu có, bằng cách nào?

Phúng tụng có thể **giúp giảm bớt những bất đồng trong Tăng đoàn** bằng cách **tạo ra sự thống nhất trong giáo lý, tăng cường chánh niệm, và xây dựng tinh thần hòa hợp** giữa các thành viên. Đây là cách mà phúng tụng có thể đóng góp vào việc xóa bỏ các mâu thuẫn và duy trì sự hòa hợp trong Tăng đoàn:

1. **Tạo nên nền tảng giáo lý chung**: Khi phúng tụng, mọi thành viên đều cùng tụng niệm những lời dạy của Đức Phật. Điều này giúp củng cố một nền tảng hiểu biết chung, giảm bớt các hiểu lầm hoặc cách hiểu khác nhau về giáo lý. Khi có cùng một nền tảng kiến thức, các bất đồng về nội dung giáo pháp sẽ ít xảy ra hơn.
2. **Phát triển sự chánh niệm và bình tĩnh**: Phúng tụng là hoạt động yêu cầu sự tập trung và chánh niệm. Điều này giúp các thành viên trong Tăng đoàn giữ tâm bình tĩnh và sáng suốt, tránh phản ứng bốc đồng hoặc quá nhạy cảm trong giao tiếp với người khác. Nhờ giữ tâm an tịnh, họ có khả năng lắng nghe và thấu hiểu nhau hơn, giảm thiểu các tranh cãi không cần thiết.
3. **Tạo không gian để cùng nhau thực hành và chia sẻ**: Phúng tụng là cơ hội để các thành viên cùng thực hành, chia sẻ không gian tâm linh và sự tĩnh lặng. Hoạt động này giúp tạo nên sự kết nối giữa các thành viên, tăng cường sự đồng cảm và hiểu biết lẫn nhau, từ đó xóa bỏ khoảng cách và cảm giác xa cách, giúp giảm thiểu mâu thuẫn.
4. **Xây dựng tinh thần khiêm nhường và tôn trọng**: Phúng tụng nhắc nhở các thành viên về giáo lý của Đức Phật và sự quan trọng của đạo đức và khiêm nhường trong tu học. Khi tụng niệm lời dạy, mỗi người tự nhắc mình không đặt cái tôi lên trên người khác. Điều này làm giảm bớt những cái tôi cá nhân, khuyến khích sự tôn trọng và giúp các thành viên dễ dàng nhường nhịn nhau hơn.

5. **Phúng tụng như một phương tiện để giải tỏa căng thẳng**: Khi bất đồng hoặc xung đột nảy sinh, phúng tụng là cách giúp các thành viên Tăng đoàn giải tỏa những cảm xúc tiêu cực. Quá trình tụng niệm làm cho tâm trí dịu lại, xoa dịu căng thẳng, và tạo điều kiện cho sự hòa giải, giúp mỗi người nhìn nhận lại tình huống một cách bình tĩnh hơn.
6. **Củng cố lòng tôn kính đối với Chánh Pháp**: Khi cùng nhau phúng tụng, các thành viên Tăng đoàn cảm nhận sự cao quý của Chánh Pháp và tôn kính giáo lý của Đức Phật. Điều này tạo ra một cảm giác chung về trách nhiệm bảo vệ và duy trì Chánh Pháp, từ đó họ dễ dàng bỏ qua những bất đồng cá nhân và tập trung vào mục tiêu chung là tu học và bảo vệ giáo pháp.
7. **Xây dựng thói quen lắng nghe và tuân thủ lời dạy**: Phúng tụng giúp các thành viên thường xuyên lắng nghe lời dạy của Đức Phật, rèn luyện thói quen khiêm tốn và sẵn sàng chấp nhận những chỉ dẫn trong giáo pháp. Khi cùng chia sẻ sự kính trọng đối với lời dạy, họ dễ dàng lắng nghe nhau hơn và chấp nhận những khác biệt, thay vì tranh luận để bảo vệ quan điểm riêng.
8. **Tăng cường tinh thần đoàn kết và hỗ trợ lẫn nhau**: Phúng tụng không chỉ là hoạt động cá nhân mà là tập thể. Việc cùng nhau tụng niệm giúp xây dựng tinh thần đoàn kết, cho thấy rằng tất cả đều có một mục tiêu chung là giữ gìn Chánh Pháp. Cảm giác đoàn kết này khiến họ dễ dàng tha thứ và giúp đỡ nhau hơn, ngay cả khi có sự bất đồng.
9. **Là cơ hội để thực hành và nhắc nhở về vô ngã**: Lời dạy của Đức Phật trong các bài kinh thường nhấn mạnh đến vô ngã và sự buông xả chấp ngã. Khi phúng tụng, các thành viên được nhắc nhở về tính vô ngã, giúp họ buông bỏ các chấp trước cá nhân, không quá cố chấp vào quan điểm của mình. Điều này giúp giảm thiểu các tranh cãi do bản ngã gây ra.
10. **Hỗ trợ trong quá trình giải quyết mâu thuẫn**: Phúng tụng có thể được thực hành như một hoạt động chung khi có mâu thuẫn. Việc tụng niệm tạo nên không gian tĩnh lặng và tâm lý bình hòa cho mỗi thành viên, giúp họ dễ dàng tìm thấy tiếng nói chung. Sau khi phúng tụng, các thành viên thường có xu hướng dễ dàng nói chuyện, giải quyết vấn đề một cách bình tĩnh và thiện ý hơn.

Tổng kết:

Phúng tụng là phương tiện hiệu quả giúp giảm bớt bất đồng trong Tăng đoàn bằng cách tạo nên sự thống nhất về giáo lý, thúc đẩy chánh niệm và bình an nội tâm, đồng thời xây dựng tinh thần khiêm nhường và tôn trọng lẫn nhau. Khi các thành viên cùng nhau thực hành phúng tụng, họ không chỉ gắn kết qua giáo pháp mà còn củng cố lòng từ bi và tình đoàn kết, giúp Tăng đoàn duy trì hòa hợp và phát triển bền vững.

15. Tại sao người tu học cần chia sẻ và truyền bá giáo pháp đến những thế hệ sau?

Người tu học cần **chia sẻ và truyền bá giáo pháp đến những thế hệ sau** vì đây là **trách nhiệm và lòng từ bi** trong việc bảo vệ và duy trì Chánh Pháp, giúp nhiều người **tiếp cận và thừa hưởng những lợi ích của giáo lý**. Việc này cũng **đảm bảo tính bền vững và sự lan tỏa của Phật pháp**, tạo điều kiện cho nhiều thế hệ có cơ hội tu tập và giác ngộ. Dưới đây là những lý do cụ thể cho việc chia sẻ và truyền bá giáo pháp đến các thế hệ sau:

1. **Duy trì sự trường tồn của Chánh Pháp**: Chia sẻ và truyền bá giáo pháp là cách để bảo vệ Chánh Pháp khỏi mai một hoặc biến đổi theo thời gian. Khi các thế hệ sau được tiếp nhận giáo lý, Chánh Pháp sẽ tồn tại lâu dài và không bị lãng quên, giúp giữ nguyên các giá trị và trí tuệ của Phật giáo.
2. **Giúp nhiều người đạt được an lạc và giải thoát**: Giáo pháp của Đức Phật giúp con người đạt đến sự an lạc, thanh tịnh và giải thoát khỏi khổ đau. Bằng cách truyền bá giáo lý, người tu học mang đến cho các thế hệ sau cơ hội tiếp cận với phương pháp tu tập này, giúp họ phát triển tâm linh và tìm thấy hạnh phúc chân thật.
3. **Tạo nền tảng tu học cho cộng đồng và xã hội**: Khi giáo pháp được truyền lại, nhiều người có cơ hội tu học và thực hành, từ đó tạo nên một cộng đồng và xã hội an lạc, đạo đức và hòa hợp hơn. Các giá trị của Phật giáo như từ bi, trí tuệ và chánh niệm không chỉ cải thiện cuộc sống cá nhân mà còn góp phần xây dựng một cộng đồng tốt đẹp hơn.
4. **Giúp giáo pháp không bị hiểu sai hoặc sai lệch**: Truyền bá giáo lý giúp bảo vệ giáo pháp khỏi những hiểu lầm hoặc sai lệch. Khi giáo lý được giảng dạy chính xác, các thế hệ sau sẽ có sự hiểu biết đúng đắn, tránh việc thực hành sai lạc hoặc biến tướng giáo lý gốc của Đức Phật.
5. **Thúc đẩy sự phát triển tâm linh qua sự trao truyền tri thức**: Việc truyền lại giáo lý không chỉ là chia sẻ kiến thức mà còn là quá trình hỗ trợ sự phát triển tâm linh của thế hệ tiếp nối. Những người được học và hiểu giáo lý sẽ có nền tảng để phát triển trí tuệ và đạo đức, tiến đến những giai đoạn cao hơn trong tu học và giác ngộ.
6. **Xây dựng niềm tin và lòng kính trọng đối với Chánh Pháp**: Khi thế hệ trước truyền đạt giáo lý với lòng thành kính, điều này khuyến khích thế hệ sau trân trọng và tin tưởng vào giáo pháp. Niềm tin vững chắc vào Chánh Pháp là nền tảng quan trọng giúp các thế hệ tiếp tục duy trì và phát huy những giá trị của Phật giáo.
7. **Thực hiện tinh thần từ bi và lòng vị tha**: Chia sẻ giáo pháp là hành động từ bi và vị tha, giúp nhiều người khác cũng có cơ hội giải thoát và giác ngộ. Đây là một cách để người tu học thể hiện lòng từ bi bằng cách giúp người khác vượt qua khổ đau, đạt được trí tuệ và hạnh phúc bền vững.
8. **Thúc đẩy sự phát triển trí tuệ và chánh niệm trong cộng đồng**: Khi giáo lý được truyền bá, cộng đồng sẽ có nhiều cơ hội để rèn luyện trí tuệ và chánh niệm. Những giá trị này không chỉ cải thiện cuộc sống cá nhân mà còn góp phần vào sự phát triển bền vững và ổn định của toàn xã hội.
9. **Tạo ra dòng truyền thừa và truyền thống bền vững trong Phật giáo**: Khi người tu học truyền lại giáo pháp, họ tạo nên một dòng truyền thừa bền vững, giúp Phật giáo tồn tại và phát triển một cách liên tục qua các thế hệ. Dòng truyền thừa này đảm bảo rằng những giáo lý nguyên bản của Đức Phật được giữ gìn, bảo tồn và thực hành đúng đắn.

10. **Phát triển và củng cố lòng đạo và tâm linh cá nhân**: Khi truyền bá giáo pháp, người tu học củng cố thêm lòng đạo của chính mình. Việc giảng dạy và chia sẻ giáo lý giúp họ hiểu sâu sắc hơn và phát triển thêm lòng từ bi, trí tuệ. Sự chia sẻ này còn là một cách để họ tự nhắc nhở và ôn lại giáo pháp, giúp tiến bộ trên con đường tu tập.
11. **Gắn kết các thế hệ và tạo sự đoàn kết trong cộng đồng tu học**: Việc chia sẻ và truyền bá giáo pháp tạo nên sự kết nối giữa các thế hệ, xây dựng một cộng đồng tu học gắn bó và đoàn kết. Khi các thế hệ cùng chung lý tưởng và giáo pháp, họ sẽ dễ dàng giúp đỡ, nâng đỡ nhau trong quá trình tu tập và bảo vệ Chánh Pháp.
12. **Giúp giáo lý lan tỏa và thích nghi với thời đại**: Việc truyền bá giáo lý giúp giáo pháp Phật giáo có thể thích ứng với những thay đổi của xã hội. Khi người tu học hiểu và truyền đạt đúng đắn, giáo lý Phật giáo sẽ được áp dụng linh hoạt và hiệu quả, đáp ứng những nhu cầu tâm linh và trí tuệ của con người trong các thời kỳ khác nhau.

Tổng kết:

Chia sẻ và truyền bá giáo pháp là trách nhiệm và bổn phận của người tu học để gìn giữ Chánh Pháp, giúp nhiều người có cơ hội phát triển tâm linh và giác ngộ. Đây không chỉ là hành động từ bi và vị tha, mà còn là cách để bảo vệ, lan tỏa giá trị của Phật giáo và tạo nên một cộng đồng đạo đức và hòa hợp, từ thế hệ này đến thế hệ khác.

16. Việc thực hành phúng tụng có thể hỗ trợ người tu học duy trì tâm thanh tịnh và tập trung như thế nào?

Việc **thực hành phúng tụng** hỗ trợ người tu học duy trì **tâm thanh tịnh và tập trung** bằng cách **rèn luyện chánh niệm, thanh lọc tâm trí**, và **giảm thiểu phiền não** trong quá trình tụng niệm. Phúng tụng không chỉ là hoạt động lặp lại các lời dạy của Đức Phật mà còn là phương pháp tu tập giúp **làm an định tâm trí và tăng cường sự tập trung**. Dưới đây là cách mà việc thực hành phúng tụng hỗ trợ người tu học đạt được tâm thanh tịnh và tập trung:

1. **Giữ tâm tập trung vào từng lời kinh**: Khi phúng tụng, người tu học cần chú ý vào từng lời kinh, từng câu chữ, điều này giúp họ phát triển sự tập trung vào hiện tại. Sự chú tâm này giúp loại bỏ các tạp niệm và giảm thiểu suy nghĩ phân tán, giúp tâm trí trở nên an định và tập trung hơn.
2. **Tạo nhịp điệu cho tâm trí qua việc lặp lại lời kinh**: Sự lặp lại đều đặn của lời kinh tạo nên một nhịp điệu tự nhiên cho tâm trí, giúp người tu học dễ dàng hòa mình vào dòng chảy của lời dạy. Nhịp điệu này giúp tâm trí đi vào trạng thái tĩnh lặng, giảm thiểu sự bồn chồn và căng thẳng, từ đó duy trì được tâm thanh tịnh.
3. **Giúp thanh lọc tâm trí khỏi các phiền não**: Nội dung của các lời kinh thường khuyến khích lòng từ bi, trí tuệ và sự buông bỏ. Khi phúng tụng những lời dạy này, người tu học dần dần hấp thụ và thanh lọc tâm trí khỏi các phiền não như tham, sân, và si mê. Sự thanh lọc này giúp tâm trí trở nên trong sáng, thanh tịnh và nhẹ nhàng hơn.

4. **Phát triển chánh niệm và sự tỉnh giác**: Phúng tụng đòi hỏi người tu học phải giữ chánh niệm trong từng câu chữ, giúp họ phát triển khả năng tỉnh giác. Khi họ chú ý vào từng lời kinh với sự tỉnh thức, khả năng chánh niệm cũng tăng trưởng, giúp duy trì tâm thanh tịnh không chỉ trong lúc phúng tụng mà cả trong cuộc sống hàng ngày.
5. **Giảm bớt căng thẳng và lo lắng**: Quá trình phúng tụng tạo ra một không gian tĩnh lặng và bình yên, giúp người tu học giải tỏa những căng thẳng và lo lắng thường ngày. Tâm trí được đưa vào trạng thái bình an, làm dịu bớt các cảm xúc tiêu cực và giúp duy trì một trạng thái thanh tịnh lâu dài.
6. **Giúp người tu học tự kiểm soát và điều chỉnh tâm trí**: Phúng tụng là cơ hội để người tu học tự điều chỉnh nhịp độ của hơi thở và tập trung, giúp họ kiểm soát tâm trí tốt hơn. Khi quen với việc điều chỉnh tâm trạng và tập trung vào phúng tụng, họ có thể dễ dàng duy trì sự thanh tịnh và kiểm soát tâm trí trong những hoàn cảnh khác nhau của cuộc sống.
7. **Thúc đẩy sự buông xả và loại bỏ dính mắc**: Nội dung của lời kinh thường khuyến khích sự buông xả và giảm bớt chấp trước. Khi phúng tụng, người tu học được nhắc nhở về những điều này, từ đó dần dần buông bỏ những dính mắc vào vật chất và cảm xúc, giúp tâm hồn trở nên thanh tịnh và tự do.
8. **Giúp củng cố niềm tin và lòng tôn kính**: Phúng tụng là hành động nhắc nhở về giáo lý của Đức Phật, giúp người tu học củng cố niềm tin và lòng tôn kính đối với Chánh Pháp. Sự kính trọng và tin tưởng này giúp họ giữ vững tâm an tịnh, không bị dao động bởi những lo âu hoặc nghi ngờ.
9. **Kích thích trạng thái thiền định và tĩnh lặng nội tâm**: Phúng tụng thường được coi là một hình thức thiền định, khi người tu học hoàn toàn tập trung vào lời kinh, tâm trí của họ đi vào trạng thái tĩnh lặng sâu sắc. Từ đó, họ đạt được sự an bình nội tại và tâm trí thanh tịnh, giống như trong quá trình thực hành thiền định.
10. **Giúp chuyển hóa tâm trí qua từng câu kinh**: Mỗi lần phúng tụng là một lần người tu học chuyển hóa tâm trí qua từng câu chữ, giúp họ phát triển các phẩm chất như từ bi, trí tuệ, và chánh niệm. Sự chuyển hóa này tạo nên một trạng thái tâm thanh tịnh và cân bằng, từ đó giúp họ tập trung và tiến bộ trên con đường tu tập.

Tổng kết:

Việc thực hành phúng tụng hỗ trợ người tu học duy trì tâm thanh tịnh và tập trung bằng cách phát triển chánh niệm, tạo nhịp điệu tự nhiên cho tâm trí và giảm bớt căng thẳng. Nhờ phúng tụng, người tu học không chỉ đạt được trạng thái an lạc trong lúc tụng niệm mà còn tạo nền tảng vững chắc cho sự tập trung và thanh tịnh trong cuộc sống hàng ngày.

17. Đức Phật muốn truyền đạt điều gì qua việc hệ thống hóa giáo lý thành các nhóm pháp?

Đức Phật muốn **truyền đạt sự rõ ràng, dễ hiểu và dễ thực hành** qua việc **hệ thống hóa giáo lý thành các nhóm pháp**. Bằng cách sắp xếp giáo lý theo từng nhóm số, Đức Phật giúp người tu học dễ dàng tiếp cận, ghi nhớ và **áp dụng giáo**

pháp vào thực tế. Dưới đây là những ý nghĩa mà Đức Phật muốn truyền đạt qua cách phân loại này:

1. **Tạo sự dễ hiểu và dễ ghi nhớ cho người tu học**: Việc hệ thống hóa giáo lý thành các nhóm pháp giúp đơn giản hóa nội dung giáo pháp. Người tu học dễ dàng nhớ được từng nhóm pháp và áp dụng vào thực hành mà không bị nhầm lẫn hay quá tải bởi lượng thông tin lớn.
2. **Định hướng rõ ràng trên con đường tu tập**: Các nhóm pháp từ một đến mười cung cấp một lộ trình rõ ràng từ căn bản đến nâng cao. Mỗi nhóm pháp tượng trưng cho một giai đoạn hoặc khía cạnh khác nhau trên con đường tu học, giúp người tu học thấy được trình tự cần thiết và các bước để phát triển tâm linh.
3. **Giúp người tu học hiểu các nguyên lý cốt lõi trong giáo lý**: Mỗi nhóm pháp không chỉ là một tập hợp các yếu tố mà còn thể hiện những nguyên lý cốt lõi như từ bi, trí tuệ, chánh niệm, và buông xả. Đức Phật muốn người tu học hiểu sâu sắc những nguyên lý này và biết cách vận dụng chúng trong cuộc sống hàng ngày.
4. **Khuyến khích thực hành một cách toàn diện**: Các nhóm pháp không chỉ bao gồm một khía cạnh mà bao trùm nhiều khía cạnh của tu tập như đạo đức, thiền định, và trí tuệ. Sự toàn diện này giúp người tu học phát triển một cách cân bằng, không bỏ sót bất kỳ phần nào của quá trình tu tập.
5. **Xây dựng nền tảng vững chắc cho sự giác ngộ**: Các nhóm pháp tạo nên nền tảng vững chắc cho sự tiến bộ tâm linh. Đức Phật biết rằng giác ngộ không phải là kết quả của một hành động đơn lẻ mà là sự tích lũy từ nhiều khía cạnh khác nhau. Việc hệ thống hóa giáo lý giúp người tu học có được một nền tảng toàn diện để đạt đến giác ngộ.
6. **Tạo sự thống nhất và hòa hợp trong cộng đồng tu học**: Khi mọi người cùng học và thực hành theo các nhóm pháp chung, điều này giúp duy trì sự thống nhất về giáo lý trong cộng đồng Tăng đoàn. Sự thống nhất này giúp tránh những hiểu lầm hoặc sai lệch trong giáo lý và tạo nên một cộng đồng tu học vững mạnh và hòa hợp.
7. **Giúp người tu học tự kiểm tra và phát triển bản thân**: Các nhóm pháp không chỉ là bài học mà còn là công cụ để người tu học tự đánh giá tiến độ tu tập của mình. Họ có thể tự kiểm tra xem mình đã phát triển được những phẩm chất nào và cần cải thiện ở đâu, từ đó tiếp tục tiến bộ trên con đường tu học.
8. **Khuyến khích sự kiên nhẫn và tinh tấn**: Hệ thống các nhóm pháp khuyến khích người tu học đi từng bước, không vội vàng. Đức Phật muốn người tu học hiểu rằng tu học là một quá trình lâu dài, cần sự kiên nhẫn và nỗ lực đều đặn. Sự tinh tấn trong từng bước nhỏ sẽ dẫn đến những tiến bộ lớn lao trên con đường tâm linh.
9. **Truyền tải tính linh hoạt và tính thực tiễn của giáo lý**: Mỗi nhóm pháp ứng với những giai đoạn hoặc hoàn cảnh khác nhau trong cuộc sống và tu tập. Cách hệ thống hóa này thể hiện tính linh hoạt của giáo lý, giúp người tu học dễ dàng áp dụng giáo lý trong những tình huống cụ thể, từ đó đạt được hiệu quả thực tiễn.

10. **Khuyến khích sự chiêm nghiệm và thấu hiểu sâu sắc**: Qua từng nhóm pháp, Đức Phật muốn người tu học không chỉ ghi nhớ mà còn chiêm nghiệm sâu sắc ý nghĩa của từng yếu tố. Việc phân chia này cho phép người tu học tìm hiểu từng khía cạnh của giáo lý một cách kỹ lưỡng và có sự thấu hiểu thực sự, không chỉ trên lý thuyết mà cả trong kinh nghiệm sống.
11. **Tạo điều kiện cho sự truyền thừa giáo pháp một cách bền vững**: Sự hệ thống hóa giúp giáo lý dễ dàng được truyền đạt qua các thế hệ. Các nhóm pháp đơn giản và dễ hiểu giúp việc truyền thừa giáo lý trở nên chính xác và bền vững hơn, đảm bảo rằng giáo lý nguyên thủy của Đức Phật được bảo tồn và tiếp tục lan tỏa.
12. **Giúp duy trì sự tập trung và chánh niệm trong tu học**: Mỗi nhóm pháp như một hướng dẫn cụ thể cho người tu học, giúp họ không bị lạc lối hoặc phân tâm. Khi có những hướng dẫn rõ ràng, họ có thể tập trung vào từng bước một, thực hành chánh niệm và phát triển tâm linh mà không bị xao lãng.

Tổng kết:

Việc hệ thống hóa giáo lý thành các nhóm pháp là phương tiện mà Đức Phật sử dụng để giúp người tu học hiểu, ghi nhớ, và thực hành giáo lý một cách hiệu quả. Cách phân loại này không chỉ giúp truyền đạt các nguyên lý cốt lõi mà còn đảm bảo tính bền vững và sự phát triển đúng đắn của Chánh Pháp qua nhiều thế hệ.

18. Sự thống nhất trong cộng đồng có phải là yếu tố quyết định để bảo vệ giáo lý nguyên thủy không?

Sự thống nhất trong cộng đồng là một **yếu tố quan trọng** và gần như **quyết định** để bảo vệ **giáo lý nguyên thủy** của Đức Phật, bởi nó tạo nên nền tảng vững chắc để **giáo lý được duy trì một cách nguyên vẹn và không bị sai lệch** qua thời gian. Khi cộng đồng tu học đồng lòng trong việc thực hành, truyền thừa và bảo vệ giáo lý, họ sẽ cùng nhau bảo vệ Chánh Pháp, tránh được các nguy cơ sai lạc. Dưới đây là những lý do cụ thể giải thích tại sao sự thống nhất trong cộng đồng lại quan trọng đối với việc bảo vệ giáo lý nguyên thủy:

1. **Đảm bảo sự hiểu biết chung và thực hành đúng đắn**: Sự thống nhất giúp tạo nên một nền tảng chung về cách hiểu và cách thực hành giáo lý. Khi mọi người đồng thuận trong giáo lý và thực hành, khả năng xảy ra những hiểu lầm hoặc diễn giải sai lệch sẽ được giảm thiểu, từ đó bảo vệ được tính nguyên bản của giáo lý.
2. **Ngăn ngừa những thay đổi không cần thiết hoặc sai lệch**: Trong một cộng đồng thống nhất, bất kỳ sự thay đổi hoặc điều chỉnh nào đối với giáo lý đều phải được xem xét và đồng ý chung, tránh tình trạng mỗi cá nhân hoặc nhóm tự ý thêm bớt. Điều này đảm bảo rằng giáo lý được truyền thừa mà không có sự bóp méo hoặc biến tướng.
3. **Tạo sức mạnh tập thể để bảo vệ giáo pháp trước các tác động bên ngoài**: Sự thống nhất giúp cộng đồng trở nên vững mạnh, có khả năng bảo vệ Chánh Pháp khỏi các ảnh hưởng ngoại lai hoặc những xu hướng không

phù hợp. Một cộng đồng thống nhất sẽ có khả năng chống lại những ảnh hưởng có thể làm suy giảm hoặc làm sai lệch giáo lý.

4. **Duy trì truyền thống truyền thừa giáo pháp một cách chính xác**: Khi cộng đồng thống nhất trong việc truyền bá giáo lý, mỗi thế hệ sẽ tiếp nhận và truyền lại giáo pháp một cách chính xác. Điều này giúp bảo vệ giáo lý nguyên thủy, vì các thế hệ sau sẽ có cơ sở rõ ràng và thống nhất để tiếp tục truyền đạt đúng đắn.
5. **Tạo môi trường tu học thuận lợi và hòa hợp**: Trong một cộng đồng thống nhất, các thành viên sẽ hỗ trợ và khích lệ lẫn nhau trong tu học, từ đó duy trì sự trong sạch và đúng đắn của giáo lý. Sự hòa hợp tạo ra một môi trường mà mọi người có thể phát triển tâm linh và thực hành giáo lý một cách an lạc và tập trung, giúp họ thấm nhuần và gìn giữ Chánh Pháp.
6. **Tăng cường niềm tin và lòng kính trọng đối với giáo lý**: Sự thống nhất trong cộng đồng giúp củng cố niềm tin của các thành viên vào tính đúng đắn và bền vững của giáo lý. Khi mọi người đều có niềm tin và lòng tôn kính đối với giáo lý, họ sẽ bảo vệ và giữ gìn giáo pháp với tất cả tâm huyết, đảm bảo rằng giáo lý không bị suy giảm hay lãng quên.
7. **Tạo nên một nguồn cảm hứng mạnh mẽ cho thế hệ sau**: Khi cộng đồng tu học đoàn kết và kiên trì trong việc bảo vệ Chánh Pháp, các thế hệ sau sẽ được truyền cảm hứng và có động lực để tiếp tục duy trì và phát triển giáo lý. Sự đoàn kết và nhất quán tạo nên hình mẫu cho những người mới bước vào con đường tu học, giúp họ gắn bó và tiếp tục con đường bảo vệ giáo lý.
8. **Giảm thiểu những mâu thuẫn và xung đột nội bộ**: Khi cộng đồng tu học có sự thống nhất, các thành viên sẽ ít có khả năng rơi vào mâu thuẫn hoặc tranh cãi về giáo lý, từ đó tránh được sự phân chia hoặc rạn nứt trong cộng đồng. Điều này giúp cộng đồng duy trì sự hòa hợp, tập trung vào bảo vệ và truyền bá giáo lý mà không bị phân tán bởi những vấn đề nội bộ.
9. **Giữ gìn sự tinh khiết và thuần túy của Chánh Pháp**: Một cộng đồng thống nhất sẽ luôn giữ gìn những giá trị cốt lõi của giáo lý, không bị ảnh hưởng bởi các ý kiến hoặc quan điểm cá nhân. Sự đoàn kết đảm bảo rằng giáo pháp được bảo tồn trong sự tinh khiết và thuần túy như những lời dạy nguyên bản của Đức Phật.
10. **Củng cố sức mạnh tập thể trong việc lan tỏa Chánh Pháp**: Sự thống nhất không chỉ giúp bảo vệ mà còn giúp truyền bá giáo lý hiệu quả hơn. Khi cộng đồng đồng lòng và thống nhất trong việc truyền bá giáo lý, họ sẽ dễ dàng tiếp cận và thuyết phục người khác, từ đó lan tỏa Chánh Pháp một cách rộng rãi và chính xác.

Tổng kết:

Sự thống nhất trong cộng đồng tu học là yếu tố then chốt để bảo vệ giáo lý nguyên thủy, bởi nó giúp duy trì sự hiểu biết đúng đắn, ngăn ngừa sai lệch, tạo môi trường hòa hợp, và đảm bảo truyền thừa Chánh Pháp một cách chính xác và bền vững.

19. Các nhóm pháp trong Kinh Phúng Tụng có thể được xem như bản đồ hướng dẫn tu tập như thế nào?

Các **nhóm pháp trong Kinh Phúng Tụng** có thể được xem như một **bản đồ hướng dẫn tu tập** vì chúng **sắp xếp giáo lý thành từng bước từ căn bản đến nâng cao**, giúp người tu học dễ dàng nhận ra những gì cần tập trung vào trong mỗi giai đoạn của con đường tu học. Mỗi nhóm pháp từ một đến mười là một phần trong lộ trình tu tập toàn diện, giúp người tu học **phát triển đạo đức, chánh niệm và trí tuệ** để đạt đến giác ngộ. Dưới đây là cách các nhóm pháp trong Kinh Phúng Tụng đóng vai trò như một bản đồ hướng dẫn tu tập:

1. **Xây dựng nền tảng qua các nhóm pháp căn bản**: Các nhóm pháp từ một đến ba chứa đựng những nguyên lý cơ bản như niềm tin, sự tỉnh giác và giới đức, giúp người tu học xây dựng nền tảng vững chắc cho quá trình tu tập. Đây là những yếu tố nền tảng giúp người tu học điều chỉnh tâm trí, tạo sự ổn định và chuẩn bị cho những giai đoạn cao hơn.
2. **Phát triển nhận thức và thấu hiểu giáo lý**: Các nhóm pháp từ bốn đến năm mở rộng về Tứ Diệu Đế và Ngũ Căn (tín, tấn, niệm, định, tuệ), giúp người tu học nhận thức về bản chất của khổ đau, nguyên nhân và con đường dẫn đến giải thoát. Những nhóm pháp này là chỉ dẫn cho việc nhận diện đúng đắn về thực tại, giúp người tu học phát triển trí tuệ và hướng tâm đến sự giác ngộ.
3. **Rèn luyện đạo đức và tự chủ qua nhóm Ngũ Giới**: Các nhóm pháp như Ngũ Giới nhắc nhở người tu học về cách sống đạo đức, giữ gìn tâm thanh tịnh, và từ bỏ những hành vi gây tổn hại đến bản thân và người khác. Đây là bước quan trọng trong hành trình tu tập, vì đạo đức là nền tảng của một tâm hồn trong sáng và lành mạnh.
4. **Phát triển chánh niệm và thiền định**: Nhóm pháp về Lục Căn và Lục Trần giúp người tu học kiểm soát sáu giác quan và ngăn chặn tâm trí bị cuốn vào những đối tượng bên ngoài. Điều này giúp họ giữ chánh niệm, tập trung, và phát triển khả năng thiền định, từ đó đạt được sự tĩnh lặng và sáng suốt trong tâm trí.
5. **Thăng hoa trí tuệ qua Thất Giác Chi**: Nhóm pháp về Thất Giác Chi bao gồm các yếu tố như chánh niệm, tinh tấn, hỷ lạc và xả, là những bước nâng cao giúp người tu học phát triển trí tuệ. Nhóm pháp này cung cấp các phẩm chất giác ngộ cần thiết, giúp người tu học đạt được sự sáng suốt, vượt qua vô minh và tiến gần hơn đến giác ngộ.
6. **Đi theo con đường giải thoát qua Bát Chánh Đạo**: Bát Chánh Đạo là con đường dẫn đến giải thoát bao gồm chánh kiến, chánh tư duy, chánh ngữ, chánh nghiệp, chánh mạng, chánh tinh tấn, chánh niệm và chánh định. Đây là một lộ trình đầy đủ mà người tu học cần tuân theo, giúp họ điều chỉnh suy nghĩ, hành động, và phát triển tâm trí để đạt đến giác ngộ.
7. **Tăng cường sự kiên nhẫn và phát triển qua nhóm pháp nâng cao**: Các nhóm pháp từ chín đến mười giúp người tu học rèn luyện sự kiên nhẫn và trưởng thành trong trí tuệ và từ bi. Các phẩm chất này đại diện cho sự viên mãn và là đỉnh cao của quá trình tu học, khi người tu học đạt đến sự toàn diện về tâm linh và tâm trí.

8. **Giúp người tu học hiểu rõ mục tiêu và tiến trình tu tập**: Các nhóm pháp không chỉ giúp người tu học hiểu các yếu tố cốt lõi của giáo lý mà còn xác định các giai đoạn khác nhau trong quá trình tu tập. Bằng cách đi từ những bước căn bản đến những nhóm pháp cao hơn, người tu học có thể tự đánh giá tiến độ và biết được mình đang ở đâu trên hành trình giác ngộ.
9. **Khuyến khích sự tự chiêm nghiệm và tự giác**: Mỗi nhóm pháp đều chứa đựng những nguyên lý cụ thể, giúp người tu học tự chiêm nghiệm và áp dụng vào cuộc sống hàng ngày. Khi thực hành từng nhóm pháp, họ sẽ phát triển sự tự giác và nhận thức sâu sắc hơn về bản chất thực tại, từ đó có thể điều chỉnh bản thân một cách phù hợp.
10. **Giúp tạo thành một lộ trình tu học bền vững**: Các nhóm pháp trong Kinh Phúng Tụng là một lộ trình bền vững giúp người tu học không chỉ đạt đến giác ngộ mà còn duy trì trạng thái giác ngộ qua thời gian. Những phẩm chất và trí tuệ mà họ phát triển qua các nhóm pháp sẽ trở thành nền tảng giúp họ sống an lạc, vượt qua mọi khó khăn và hướng đến sự giải thoát hoàn toàn.

Tổng kết:
Các nhóm pháp trong Kinh Phúng Tụng là bản đồ hướng dẫn tu tập toàn diện giúp người tu học tiến từ các nguyên tắc đạo đức và chánh niệm cơ bản đến sự giác ngộ viên mãn. Qua từng nhóm pháp, người tu học phát triển các phẩm chất và khả năng cần thiết để vượt qua vô minh, đạt được trí tuệ và an lạc trong cuộc sống, tiến gần hơn đến mục tiêu tối hậu là giải thoát khỏi khổ đau.

20. Phúng tụng giáo lý có thể tạo nên một cộng đồng tu học vững mạnh và hỗ trợ lẫn nhau ra sao?

Phúng tụng giáo lý có thể tạo nên một **cộng đồng tu học vững mạnh và hỗ trợ lẫn nhau** bằng cách **tạo ra sự đồng nhất trong giáo pháp, củng cố tinh thần đoàn kết và xây dựng nền tảng chánh niệm tập thể**. Hoạt động phúng tụng không chỉ là hành động tụng niệm mà còn là một phương pháp để cộng đồng cùng chia sẻ, thực hành, và gắn bó với nhau qua Chánh Pháp. Dưới đây là những cách mà phúng tụng giáo lý có thể giúp hình thành một cộng đồng tu học vững mạnh:

1. **Tạo sự đồng thuận và thống nhất về giáo lý**: Khi cùng nhau phúng tụng, mọi thành viên trong cộng đồng tu học sẽ đồng nhất về cách hiểu và thực hành giáo lý. Sự đồng thuận này giúp giảm thiểu sự mâu thuẫn về giáo lý, tạo nên sự nhất quán trong việc thực hành và duy trì Chánh Pháp.
2. **Củng cố lòng tin và lòng tôn kính đối với giáo lý**: Việc phúng tụng thường xuyên nhắc nhở mọi người về những giá trị cốt lõi của giáo pháp và ý nghĩa sâu sắc của Chánh Pháp. Điều này không chỉ củng cố niềm tin cá nhân mà còn tạo nên sự gắn bó chung với giáo lý, giúp mỗi thành viên duy trì lòng tôn kính và trách nhiệm bảo vệ Chánh Pháp.
3. **Tăng cường sự kết nối và hòa hợp giữa các thành viên**: Phúng tụng là dịp để các thành viên gặp gỡ, chia sẻ không gian tu học và hỗ trợ lẫn nhau trong tinh thần tập thể. Việc cùng nhau thực hành tạo nên một sợi dây gắn kết giữa các thành viên, giúp họ cảm nhận được sự đồng hành và đồng cảm trong hành trình tu tập.

4. **Khuyến khích hỗ trợ và động viên nhau trong tu học**: Khi phúng tụng chung, các thành viên cùng chia sẻ trách nhiệm và khích lệ lẫn nhau vượt qua khó khăn. Điều này tạo ra một môi trường hỗ trợ, nơi mỗi người cảm thấy mình được khích lệ và có động lực để tiếp tục tu học và duy trì sự tinh tấn trong việc thực hành.
5. **Phát triển chánh niệm tập thể và giữ gìn tâm thanh tịnh**: Phúng tụng là một thực hành giúp tập trung và phát triển chánh niệm. Khi mọi người cùng tụng niệm, trạng thái chánh niệm tập thể sẽ lan tỏa, giúp mỗi thành viên duy trì sự tập trung, thanh tịnh và bình an. Trạng thái chánh niệm này còn giúp tạo ra một năng lượng tích cực chung, giúp mọi người cảm thấy an lạc hơn.
6. **Tạo không gian tu tập thường xuyên và đều đặn**: Phúng tụng tạo ra một nhịp điệu đều đặn cho cộng đồng, giúp mọi người duy trì sự kiên trì trong tu tập. Điều này tạo ra một không gian tu học ổn định, giúp mọi người có cơ hội thường xuyên gặp nhau, cùng tu học và phát triển theo Chánh Pháp.
7. **Xây dựng truyền thống và giá trị chung cho cộng đồng**: Phúng tụng giúp cộng đồng tu học cùng chia sẻ một truyền thống và giá trị chung. Sự gắn kết qua truyền thống phúng tụng tạo nên một cộng đồng vững mạnh, nơi các giá trị như từ bi, trí tuệ và chánh niệm được nuôi dưỡng và truyền lại cho các thế hệ sau.
8. **Giúp duy trì sự thanh tịnh và động viên lẫn nhau vượt qua khó khăn**: Khi có sự tụng niệm chung, các thành viên sẽ cảm thấy được động viên để giữ tâm thanh tịnh và vượt qua các thách thức trong cuộc sống. Họ có thể học hỏi từ nhau, chia sẻ những khó khăn và tìm sự hỗ trợ từ cộng đồng, giúp duy trì tâm an tịnh và lòng nhiệt thành với Chánh Pháp.
9. **Khuyến khích thực hành từ bi và sự tha thứ**: Phúng tụng tạo cơ hội cho các thành viên thực hành lòng từ bi, bởi khi cùng nhau tụng niệm, họ học cách nhường nhịn, chấp nhận và tha thứ cho nhau. Điều này giúp tạo nên một cộng đồng hòa hợp, tránh được những xung đột không cần thiết và duy trì sự đoàn kết.
10. **Truyền cảm hứng và thúc đẩy tinh thần tu học cho các thành viên**: Khi mọi người cùng phúng tụng, họ sẽ truyền cảm hứng cho nhau trong hành trình tu học. Thấy người khác cùng tinh tấn trong tu tập giúp mỗi cá nhân có thêm động lực để duy trì sự kiên định và tinh tấn, từ đó cùng nhau phát triển và tiến bộ trong Chánh Pháp.

Tổng kết:

Phúng tụng giáo lý không chỉ là thực hành cá nhân mà còn là phương tiện tạo nên sự thống nhất, gắn kết và hỗ trợ trong cộng đồng tu học. Qua phúng tụng, cộng đồng không chỉ duy trì sự hòa hợp mà còn khích lệ lẫn nhau trên con đường tu tập, giúp tạo nên một môi trường vững mạnh và đầy từ bi, nơi mọi người cùng phát triển và bảo vệ Chánh Pháp.

KINH 34:
KINH THẬP THƯỢNG
(Dasuttar Sutta)

I. GIỚI THIỆU TỔNG QUAN VỀ KINH THẬP THƯỢNG

1. **Giới thiệu chung về Kinh Thập Thượng**:
   - Đặt **Kinh Thập Thượng** (Dasuttara Sutta) trong **bối cảnh của Trường Bộ Kinh** và hệ thống kinh điển Phật giáo, nêu rõ vai trò của kinh này trong việc truyền tải giáo lý qua sự sắp xếp hệ thống.
   - Giải thích **mục đích của Đức Phật khi giảng dạy Kinh Thập Thượng**: Kinh được thiết lập như một công cụ hệ thống hóa các giáo pháp thành những nhóm số học từ một đến mười. Qua đó, Đức Phật giúp người tu học **ghi nhớ, hiểu rõ từng yếu tố quan trọng** và dễ dàng áp dụng giáo lý vào thực tế.
2. **Bối cảnh ra đời của Kinh**:
   - Trình bày **hoàn cảnh Đức Phật thuyết giảng Kinh Thập Thượng**: Kinh này được Đức Phật giảng dạy trong bối cảnh xã hội thời bấy giờ khi cộng đồng tu học cần một phương pháp dễ nhớ và thực tế để thực hành giáo pháp.
   - Nhấn mạnh nhu cầu của Tăng đoàn và các cư sĩ tại gia **về một hệ thống giáo lý mạch lạc** giúp họ dễ dàng ghi nhớ và truyền đạt. Kinh Thập Thượng đã đáp ứng nhu cầu này bằng cách **sắp xếp các yếu tố tu học từ căn bản đến cao cấp** qua các nhóm số.
3. **Mục tiêu và ý nghĩa của Kinh**:
   - **Nêu bật mục tiêu của Kinh Thập Thượng**: Kinh này cung cấp một **lộ trình rõ ràng** cho người tu học, từ bước đầu về đạo đức và thực hành chánh niệm, đến các pháp tu tập chuyên sâu hơn, giúp họ tiến bộ dần dần trên con đường tâm linh.
   - **Ý nghĩa của việc hệ thống hóa giáo lý**: Hệ thống các nhóm pháp giúp người tu học có cái nhìn tổng quan và từng bước rõ ràng trên hành trình tu tập. Đồng thời, nó cho phép người học hiểu sâu sắc các yếu tố của giáo lý và có thể thực hành một cách có hệ thống và dễ dàng.

II. NỘI DUNG CHÍNH CỦA KINH THẬP THƯỢNG

1. **Giới thiệu về các nhóm pháp từ một đến mười**:
   - **Giải thích từng nhóm pháp**: Bắt đầu từ các yếu tố đơn giản (một pháp) và đi dần đến các yếu tố phức tạp hơn (từ hai pháp đến mười pháp). Mỗi nhóm pháp có một vai trò cụ thể trong quá trình tu học, từ nền tảng đạo đức đến việc phát triển trí tuệ cao hơn.

- **Cách phân loại của Đức Phật**: Đức Phật đã phân loại các yếu tố tu học thành từng nhóm số để người học dễ dàng ghi nhớ. Nhờ sự phân chia này, người tu học có thể nắm vững và thực hành từng bước, dần dần tiến lên trên con đường tu tập một cách hệ thống.

2. **Phân tích các nhóm pháp**:
   - **Nhóm một pháp đến năm pháp**: Trình bày nội dung của từng nhóm từ một đến năm pháp:
     - **Một pháp**: Nêu rõ yếu tố căn bản nhất, giúp người tu học tập trung vào điều trọng yếu đầu tiên, tạo nền tảng đạo đức và chánh niệm.
     - **Hai pháp**: Trình bày hai yếu tố bổ sung, giúp người học bắt đầu hiểu rõ sự tương quan và hỗ trợ lẫn nhau giữa các pháp căn bản.
     - **Ba pháp đến năm pháp**: Tiếp tục phân tích từng nhóm pháp, từ đó giúp người học nhận thức các yếu tố phức tạp hơn nhưng vẫn xoay quanh đạo đức và chánh niệm. Mỗi nhóm pháp này không chỉ củng cố nền tảng đạo đức mà còn rèn luyện sự kiên trì trong chánh niệm và tư duy.
   - **Nhóm sáu pháp đến mười pháp**: Trình bày các nhóm từ sáu đến mười pháp:
     - **Nhóm sáu pháp**: Bắt đầu giới thiệu các pháp liên quan đến sự kiểm soát giác quan, giúp người tu học phát triển chánh niệm và kiểm soát tâm trí.
     - **Bảy đến mười pháp**: Giải thích các nhóm pháp cuối cùng trong Kinh Thập Thượng, là những bước tiến quan trọng trong hành trình tâm linh, giúp người tu học phát triển trí tuệ sâu sắc và đạt đến giác ngộ.

3. **Ý nghĩa của sự tăng dần theo số lượng trong các nhóm pháp**:
   - **Sự tiến bộ và hệ thống hóa tu tập**: Việc phân loại các yếu tố từ một pháp đến mười pháp không chỉ giúp người học ghi nhớ dễ dàng mà còn tượng trưng cho một quá trình tiến bộ trong tu tập. Mỗi cấp độ tăng dần phản ánh sự hoàn thiện từ nền tảng cơ bản đến sự giác ngộ toàn diện.
   - **Ý nghĩa của từng mức độ phát triển**: Các mức độ từ một đến mười biểu thị từng giai đoạn mà người tu học cần đạt đến, từ những bước đầu về đạo đức đến sự toàn diện về trí tuệ và giải thoát. Điều này nhấn mạnh rằng sự giác ngộ là kết quả của sự tích lũy công đức và trí tuệ qua từng bước đi trên hành trình tu học.

III. Ý NGHĨA VÀ BÀI HỌC TỪ KINH THẬP THƯỢNG

1. **Tầm quan trọng của việc hệ thống hóa giáo lý**:
   - **Hỗ trợ người tu học nhận thức rõ lộ trình tu tập**: Việc sắp xếp giáo lý thành các nhóm pháp theo thứ tự từ một đến mười giúp người tu học dễ dàng hình dung lộ trình tu tập một cách rõ ràng. Điều này không chỉ giúp họ biết được thứ tự của các bước mà còn giúp họ hiểu được sự liên kết chặt chẽ giữa từng pháp với nhau.
   - **Vai trò của việc ghi nhớ và thực hành từng nhóm pháp**: Nhờ vào cách hệ thống hóa này, người tu học có thể ghi nhớ các yếu tố tu học một cách đơn giản hơn và dễ dàng áp dụng vào thực hành. Mỗi nhóm pháp được

phân loại rõ ràng giúp người tu học biết cần tập trung vào điều gì trong từng giai đoạn, từ đó đạt được sự tiến bộ vững chắc trên con đường tâm linh.

2. **Bài học về sự tiến bộ qua từng giai đoạn**:
   - **Sự tu tập là một hành trình từng bước**: Kinh Thập Thượng nhấn mạnh rằng sự giác ngộ không phải là một đích đến đột ngột mà là kết quả của một hành trình từ căn bản đến cao cấp. Mỗi giai đoạn trong các nhóm pháp đều có giá trị riêng, giúp người tu học phát triển từng bước về đạo đức, chánh niệm và trí tuệ.
   - **Khuyến khích sự kiên nhẫn và tinh tấn**: Người tu học được khích lệ tiến từng bước từ pháp căn bản đến các pháp nâng cao. Điều này giúp họ rèn luyện tính kiên nhẫn, hiểu rằng mỗi giai đoạn là một phần không thể thiếu trong hành trình tu học. Sự phát triển tuần tự này giúp họ xây dựng nền tảng vững chắc và dần dần tiến đến giác ngộ.
3. **Ý nghĩa của các nhóm pháp đối với đời sống hàng ngày**:
   - **Áp dụng các nhóm pháp vào thực tế**: Các nhóm pháp trong Kinh Thập Thượng không chỉ dành cho con đường tu học cao siêu mà còn có thể áp dụng vào đời sống hàng ngày. Từng nhóm pháp cung cấp những nguyên tắc thực tiễn để rèn luyện chánh niệm, đạo đức và phát triển trí tuệ. Điều này giúp người tu học điều chỉnh suy nghĩ, hành động, và lời nói để sống hài hòa với mọi người và tạo nên cuộc sống an lạc.
   - **Khuyến khích sống một cuộc đời ý nghĩa**: Những bài học từ Kinh Thập Thượng có thể được vận dụng để người tu học sống một cuộc đời đầy đủ ý nghĩa và hạnh phúc. Bằng cách áp dụng từng nhóm pháp, người học có thể tạo dựng một nền tảng đạo đức, tăng cường trí tuệ và giảm bớt khổ đau, từ đó sống một cuộc sống thanh tịnh và an lạc.

IV. CÁC ẨN DỤ VÀ HÌNH ẢNH TRONG KINH THẬP THƯỢNG

1. **Ý nghĩa biểu trưng của các con số trong Kinh Thập Thượng**:
   - **Phân tích việc sử dụng các con số để sắp xếp giáo lý**: Trong Kinh Thập Thượng, Đức Phật sử dụng các con số từ một đến mười để sắp xếp giáo lý một cách có hệ thống. Việc sắp xếp này không chỉ tạo nên một cấu trúc logic mà còn giúp người học dễ dàng theo dõi và ghi nhớ từng bước tu tập, từ đó hiểu rõ được mỗi giai đoạn có vai trò và ý nghĩa gì trong hành trình hướng đến giác ngộ.
   - **Biểu thị sự tăng trưởng trong chánh niệm và trí tuệ**: Các con số trong kinh thể hiện sự tiến bộ dần dần. Ví dụ, một pháp đầu tiên đặt nền tảng, hai pháp mở rộng mối tương quan, và càng về sau, càng thêm các yếu tố sâu sắc hơn. Điều này giúp người tu học hiểu rằng quá trình tu tập cần được thực hiện tuần tự, chánh niệm và trí tuệ sẽ phát triển từng bước, từ đơn giản đến toàn diện.
2. **Tác động của các hình ảnh và ẩn dụ đối với tâm thức người tu học**:
   - **Tạo điều kiện cho việc tiếp nhận và ghi nhớ giáo pháp**: Các hình ảnh và ẩn dụ trong kinh giúp chuyển tải những ý tưởng trừu tượng thành những biểu tượng dễ hiểu và dễ ghi nhớ. Chẳng hạn, hình ảnh về sự tăng dần theo

các con số giúp người học thấy rõ lộ trình cần thực hiện. Các ẩn dụ này khơi gợi trí tưởng tượng và cảm xúc, giúp người học tiếp nhận giáo lý một cách tự nhiên và sâu sắc hơn.

- **Làm rõ bản chất và giá trị của từng nhóm pháp**: Các hình ảnh tượng trưng trong kinh không chỉ là những phép ẩn dụ mà còn phản ánh bản chất và ý nghĩa của từng nhóm pháp. Chúng giúp người học hiểu rõ hơn về sự phát triển đạo đức, chánh niệm và trí tuệ, đồng thời gợi lên trong họ lòng kiên nhẫn, khiêm nhường và quyết tâm tiến bộ. Điều này củng cố niềm tin vào quá trình tu học, giúp họ nhìn nhận từng giai đoạn với sự trân trọng và ý thức rằng mỗi bước đều góp phần tạo nên sự hoàn thiện bản thân.

Nhờ vào sự kết hợp giữa các con số và hình ảnh ẩn dụ, **Kinh Thập Thượng** không chỉ là một bài giảng hệ thống mà còn là **một chỉ dẫn tinh thần có giá trị lâu dài**, giúp người tu học tiếp nhận, ghi nhớ và thực hành giáo lý một cách tự nhiên và sâu sắc.

V. KẾT LUẬN VÀ TÓM TẮT VỀ KINH THẬP THƯỢNG

1. Tóm tắt các điểm chính của Kinh Thập Thượng:

- **Nhắc lại những nội dung quan trọng**: Kinh Thập Thượng trình bày các nhóm pháp từ một đến mười, mỗi nhóm pháp đều đóng vai trò thiết yếu trong việc xây dựng và phát triển đạo đức, chánh niệm, và trí tuệ. Việc hệ thống hóa các giáo lý theo từng nhóm không chỉ giúp người tu học dễ dàng tiếp thu mà còn giúp họ thực hành một cách có hệ thống và mạch lạc.
- **Bài học về sự tiến bộ trong quá trình tu tập**: Kinh Thập Thượng nhấn mạnh rằng sự tiến bộ trong tu tập cần diễn ra tuần tự từ đơn giản đến phức tạp, giúp người tu học đi từng bước vững chắc. Đồng thời, kinh cũng chỉ ra cách áp dụng các nhóm pháp vào đời sống hàng ngày để đạt được an lạc và tăng trưởng tâm linh.

2. Thông điệp chính của Kinh Thập Thượng:

- **Lộ trình tu tập rõ ràng dẫn đến giác ngộ**: Các nhóm pháp là một bản đồ tu tập, hướng dẫn người tu học từng bước đi qua quá trình phát triển tâm từ bi, chánh niệm và trí tuệ. Mỗi nhóm pháp đều mang đến những giá trị đặc thù, tạo thành một lộ trình hoàn chỉnh dẫn đến giác ngộ.
- **Phát triển tâm từ bi, trí tuệ và chánh niệm qua từng nhóm pháp**: Thực hành từng nhóm pháp là phương tiện để người tu học dần dần loại bỏ phiền não, nuôi dưỡng trí tuệ và từ bi, cuối cùng đạt đến sự thanh tịnh và giác ngộ toàn diện.

3. Lời nhắn gửi đến người tu học:

- **Khuyến khích thực hành với kiên nhẫn và tinh tấn**: Người đọc được khuyến khích áp dụng từng nhóm pháp vào đời sống và tu tập với lòng kiên nhẫn, sự nhẫn nại và tinh tấn. Điều này sẽ giúp họ xây dựng một nền tảng tâm linh vững chắc, từ đó tiến gần hơn đến giác ngộ.
- **Giữ gìn và truyền bá Chánh Pháp cho các thế hệ sau**: Người tu học không chỉ được động viên giữ gìn các nhóm pháp mà còn có trách nhiệm truyền bá chúng, đảm bảo rằng Chánh Pháp được bảo vệ và lưu truyền, mang lại lợi ích cho những thế hệ tu học tương lai.

Kết luận này giúp người đọc hiểu rõ **ý nghĩa và tầm quan trọng của Kinh Thập Thượng** trong việc xây dựng một lộ trình tu tập rõ ràng, từ đó có thể áp dụng vào thực tế và giữ vững tinh thần tinh tấn trên con đường đạt đến giác ngộ.

VI. VẤN ĐÁP VỀ KINH THẬP THƯỢNG

1. Tại sao Đức Phật lại phân chia giáo lý thành các nhóm pháp từ một đến mười trong Kinh Thập Thượng?

Đức Phật phân chia giáo lý thành **các nhóm pháp từ một đến mười trong Kinh Thập Thượng** nhằm **tạo ra một hệ thống giáo lý mạch lạc, dễ ghi nhớ và dễ thực hành** cho người tu học. Có một số lý do chính cho cách phân chia này:

1. **Dễ ghi nhớ và truyền đạt**: Phân chia giáo lý thành các nhóm pháp theo số lượng giúp người tu học dễ dàng ghi nhớ từng yếu tố mà không bị quá tải với thông tin phức tạp. Số lượng các nhóm pháp từ một đến mười tạo thành một thứ tự dễ nhận biết và có thể truyền đạt một cách chính xác qua các thế hệ.
2. **Hỗ trợ sự tiến bộ theo từng cấp độ**: Từ một pháp đơn giản đến mười pháp phức tạp, các nhóm pháp giúp người tu học tiến dần từ nền tảng đạo đức và chánh niệm cơ bản đến sự phát triển trí tuệ và giác ngộ cao cấp. Sự sắp xếp này phản ánh quá trình phát triển tuần tự, giúp người học xây dựng một nền tảng vững chắc trước khi tiến đến các bước cao hơn.
3. **Tạo ra một lộ trình rõ ràng cho quá trình tu học**: Phân loại thành các nhóm số tạo nên một lộ trình dễ theo dõi, giúp người học tự định hướng và kiểm soát tiến độ của mình trong quá trình tu học. Mỗi nhóm pháp là một bước đi cụ thể, nhấn mạnh rằng giác ngộ là một hành trình cần sự kiên trì và sự phát triển tuần tự.
4. **Khuyến khích sự thực hành toàn diện và hệ thống**: Sự sắp xếp từ một đến mười đảm bảo rằng mọi khía cạnh của giáo lý đều được bao gồm, từ đạo đức đến thiền định và trí tuệ. Điều này giúp người tu học rèn luyện một cách toàn diện, không bỏ sót bất kỳ yếu tố nào trên con đường giác ngộ.
5. **Truyền cảm hứng cho sự tinh tấn và kiên nhẫn**: Việc phân chia này nhấn mạnh rằng giác ngộ không phải là kết quả của một hành động đột ngột mà là thành quả của sự tích lũy và nỗ lực từng bước. Nó nhắc nhở người tu học cần kiên nhẫn, nỗ lực trong từng nhóm pháp mà không nên vội vã hay bỏ qua các bước căn bản.

Tổng kết:

Cách phân chia thành các nhóm pháp từ một đến mười trong Kinh Thập Thượng là một phương pháp sư phạm tinh tế của Đức Phật, giúp người tu học có **lộ trình rõ ràng, dễ nhớ và thực hành một cách hiệu quả** để tiến dần đến giác ngộ.

2. Việc hệ thống hóa giáo lý thành các nhóm pháp có ý nghĩa gì đối với người tu học trong việc ghi nhớ và thực hành?

Việc **hệ thống hóa giáo lý thành các nhóm pháp** có ý nghĩa rất lớn đối với người tu học trong việc **ghi nhớ và thực hành**, vì nó mang lại một cách thức tiếp thu giáo lý **dễ dàng, có cấu trúc và tuần tự**. Dưới đây là những ý nghĩa cụ thể:

1. **Giúp ghi nhớ dễ dàng hơn**: Phân chia thành các nhóm pháp theo số lượng giúp người học dễ nhớ hơn so với việc ghi nhớ từng yếu tố riêng lẻ. Khi giáo lý được sắp xếp từ một đến mười pháp, người tu học có thể dựa vào thứ tự số học để ghi nhớ và liên kết từng yếu tố, làm cho quá trình học thuộc trở nên hiệu quả hơn.
2. **Cung cấp lộ trình rõ ràng cho thực hành**: Hệ thống hóa giáo lý thành các nhóm pháp tạo nên một **lộ trình tuần tự** cho người tu học. Bắt đầu từ các pháp đơn giản, căn bản (như một đến ba pháp) đến những pháp phức tạp hơn, người tu học có thể **từng bước áp dụng giáo lý một cách hợp lý**, không bị choáng ngợp hoặc thiếu định hướng.
3. **Xây dựng nền tảng vững chắc qua từng bước**: Việc thực hành theo thứ tự giúp người tu học **xây dựng vững chắc nền tảng đạo đức và chánh niệm** trước khi chuyển sang phát triển trí tuệ và các yếu tố cao cấp hơn. Điều này đảm bảo rằng họ đã nắm vững các bước căn bản trước khi đạt đến các trạng thái tâm linh cao hơn, giúp quá trình tu học bền vững và chắc chắn.
4. **Tạo sự toàn diện trong tu tập**: Các nhóm pháp bao gồm nhiều khía cạnh của giáo lý, từ đạo đức, thiền định đến trí tuệ. Điều này giúp người tu học có cái nhìn toàn diện và rèn luyện đầy đủ các phẩm chất cần thiết trên con đường tu tập. Hệ thống hóa giúp họ không bỏ sót bất kỳ phần nào, từ đó phát triển một cách hài hòa và toàn diện.
5. **Khuyến khích sự kiên trì và tinh tấn**: Hệ thống hóa giáo lý thành các nhóm pháp nhấn mạnh rằng tu tập là một hành trình lâu dài, cần sự kiên trì. Mỗi nhóm pháp đại diện cho một chặng đường, một nỗ lực cần hoàn thành. Người tu học sẽ hiểu rằng quá trình tu học đòi hỏi sự kiên nhẫn, nhờ đó duy trì sự tinh tấn mà không nản lòng.
6. **Giúp truyền thừa và giảng dạy một cách chính xác**: Hệ thống hóa giáo lý thành các nhóm pháp cũng giúp người tu học **truyền thừa và giảng dạy giáo lý một cách mạch lạc và dễ hiểu**. Khi giáo lý được sắp xếp theo nhóm số, việc truyền đạt và chia sẻ cũng trở nên dễ dàng, bảo đảm rằng các thế hệ sau nhận được giáo lý một cách đúng đắn và đầy đủ.

Tổng kết:

Việc hệ thống hóa giáo lý thành các nhóm pháp **giúp người tu học ghi nhớ dễ dàng hơn, có lộ trình rõ ràng để thực hành và phát triển toàn diện**, đồng thời khuyến khích sự kiên trì và tạo nền tảng cho việc truyền thừa giáo lý trong tương lai.

3. Mỗi nhóm pháp từ một đến mười tượng trưng cho những giai đoạn nào trên con đường tu học?

Mỗi nhóm pháp từ một đến mười trong **Kinh Thập Thượng (Dasuttara Sutta)** tượng trưng cho các giai đoạn phát triển từ cơ bản đến cao cấp trên con đường tu học, phản ánh sự **tiến bộ tuần tự** trong quá trình rèn luyện đạo đức, chánh niệm và trí tuệ. Dưới đây là ý nghĩa tượng trưng của từng nhóm pháp:

1. **Nhóm Một Pháp**: Tượng trưng cho nền tảng cơ bản nhất, thường là **một nguyên tắc căn bản cần thiết** để bắt đầu tu tập. Đây là bước khởi đầu để tạo dựng lòng tin và định hướng đúng đắn trên con đường tu học.
2. **Nhóm Hai Pháp**: Đại diện cho sự hiểu biết **mối quan hệ tương quan** giữa các yếu tố cơ bản. Giai đoạn này giúp người tu học nắm bắt các cặp yếu tố đối lập hoặc bổ trợ, như từ bi – trí tuệ hoặc thiện – ác, giúp họ phát triển sự nhận biết sâu sắc hơn.
3. **Nhóm Ba Pháp**: Giai đoạn này hướng đến **sự ổn định tâm thức qua ba yếu tố nền tảng**, chẳng hạn như đạo đức, thiền định, và trí tuệ. Đây là giai đoạn người tu học bắt đầu kết hợp nhiều yếu tố trong việc rèn luyện tâm trí và xây dựng nền tảng đạo đức vững chắc.
4. **Nhóm Bốn Pháp**: Giai đoạn phát triển **bốn yếu tố quan trọng** cho chánh niệm và thiền định. Đây là lúc người tu học thực hành Tứ Niệm Xứ hoặc những nhóm pháp khác liên quan đến chánh niệm và tập trung, giúp họ đạt đến sự an tịnh và định tĩnh của tâm.
5. **Nhóm Năm Pháp**: Biểu tượng cho **Ngũ Căn hoặc Ngũ Lực**, giúp củng cố niềm tin, nỗ lực, chánh niệm, định, và trí tuệ. Đây là giai đoạn mà người tu học đạt được sự vững vàng trong tâm, tăng trưởng niềm tin và trí tuệ thông qua sự tu tập kiên trì.
6. **Nhóm Sáu Pháp**: Thường liên quan đến **Lục Căn và Lục Trần**, đại diện cho việc kiểm soát các giác quan và không để chúng ảnh hưởng đến sự an ổn của tâm trí. Giai đoạn này nhấn mạnh vào việc làm chủ giác quan để duy trì chánh niệm và không bị cuốn theo dục vọng.
7. **Nhóm Bảy Pháp**: Liên quan đến **Thất Giác Chi**, bao gồm các yếu tố giúp người tu học phát triển trí tuệ và đạt được chánh giác. Đây là bước quan trọng trong việc đạt được sự tỉnh thức cao hơn và xây dựng trí tuệ sâu sắc.
8. **Nhóm Tám Pháp**: Tượng trưng cho **Bát Chánh Đạo**, là con đường toàn diện hướng dẫn người tu học đi đến giải thoát. Ở giai đoạn này, người học cần thực hành đúng đắn về chánh kiến, chánh tư duy, chánh ngữ, chánh nghiệp, chánh mạng, chánh tinh tấn, chánh niệm, và chánh định để đạt được sự viên mãn trong tu tập.
9. **Nhóm Chín Pháp**: Nhấn mạnh đến các **phẩm chất đạo đức cao cấp** như từ bi, nhẫn nhục, và tinh tấn. Giai đoạn này khuyến khích người tu học hoàn thiện các phẩm chất cao quý, chuẩn bị cho sự giác ngộ hoàn toàn.
10. **Nhóm Mười Pháp**: Giai đoạn cuối cùng với **mười phẩm chất hoặc mười yếu tố viên mãn**, biểu tượng cho sự giác ngộ và thành tựu tối thượng. Đây là đỉnh cao của quá trình tu tập, khi người học đã tích lũy đủ trí tuệ và từ bi, đạt được sự giải thoát hoàn toàn khỏi vô minh và khổ đau.

Tổng kết:

Mỗi nhóm pháp từ một đến mười trong Kinh Thập Thượng tượng trưng cho một **giai đoạn tiến bộ** trên con đường tu tập, bắt đầu từ những yếu tố căn bản, phát triển chánh niệm và đạo đức, đến đỉnh cao là sự giác ngộ và giải thoát hoàn toàn.

4. Tầm quan trọng của các nhóm pháp cơ bản (từ một đến năm) là gì trong việc thiết lập nền tảng đạo đức và chánh niệm?

Các nhóm pháp cơ bản từ **một đến năm** trong **Kinh Thập Thượng** đóng vai trò **thiết lập nền tảng đạo đức và chánh niệm** cần thiết cho toàn bộ quá trình tu tập, tạo nên một cơ sở vững chắc để người tu học phát triển các cấp độ cao hơn của trí tuệ và giác ngộ. Dưới đây là tầm quan trọng của các nhóm pháp này:

1. **Nhóm Một Pháp**:
   - Tượng trưng cho nguyên tắc cơ bản nhất, là nền tảng khởi đầu trên con đường tu học. Một pháp thường đại diện cho một yếu tố chủ đạo như chánh niệm hoặc niềm tin, giúp người tu học có **điểm tựa đầu tiên** để bắt đầu hành trình tu tập.
   - Từ đây, người tu học có thể xây dựng niềm tin và cam kết với giáo pháp, làm nền tảng để phát triển đạo đức và chánh niệm.
2. **Nhóm Hai Pháp**:
   - Nhóm này giúp người tu học hiểu về các **yếu tố đối lập hoặc bổ trợ**, như từ bi – trí tuệ hoặc thiện – ác, nhấn mạnh mối liên hệ giữa các yếu tố quan trọng.
   - Sự nhận thức này là căn bản trong việc xây dựng đạo đức, giúp người học biết phân biệt giữa điều nên làm và không nên làm, tạo nền tảng cho việc tu tập chánh niệm và kiểm soát tâm trí.
3. **Nhóm Ba Pháp**:
   - Thường bao gồm các pháp như đạo đức, thiền định và trí tuệ, nhóm ba pháp đặt nền móng cho sự ổn định và phát triển bền vững trong tu học.
   - Ba pháp này không chỉ rèn luyện tâm mà còn là **bộ ba nền tảng** giúp người tu học duy trì đạo đức và tạo điều kiện để phát triển chánh niệm và trí tuệ sâu hơn.
4. **Nhóm Bốn Pháp**:
   - Nhóm bốn pháp thường đề cập đến **Tứ Niệm Xứ** hoặc các yếu tố liên quan đến chánh niệm và tập trung. Nhóm pháp này là một bước quan trọng giúp người tu học **phát triển chánh niệm** bằng cách quan sát thân, thọ, tâm, và pháp một cách rõ ràng và tỉnh thức.
   - Thực hành nhóm pháp này tạo nên sự an tịnh, làm chủ tâm trí và giữ vững đạo đức, giúp người học hiểu rõ bản chất của tâm và thân.
5. **Nhóm Năm Pháp**:
   - Nhóm năm pháp, chẳng hạn như Ngũ Căn (tín, tấn, niệm, định, tuệ) hoặc Ngũ Lực, giúp người tu học củng cố chánh niệm và phát triển sự vững vàng trong tu tập. Đây là **nhóm pháp kết hợp giữa đạo đức và trí tuệ**, tạo ra sự kiên định và tập trung cao độ trong quá trình tu học.
   - Ngũ Căn và Ngũ Lực là yếu tố quan trọng giúp duy trì sự tinh tấn, tăng trưởng chánh niệm, và hướng đến sự hiểu biết sâu sắc, chuẩn bị cho các giai đoạn cao hơn.

Tổng kết:

Các nhóm pháp cơ bản từ một đến năm thiết lập **nền tảng đạo đức và chánh niệm cần thiết** cho người tu học. Chúng là bước khởi đầu không thể thiếu, tạo nên sự ổn định và định hướng rõ ràng cho quá trình tu tập. Việc nắm vững các pháp này giúp người tu học **phát triển chánh niệm, kiên định trong đạo đức** và xây dựng một nền tảng vững chắc để tiến lên các giai đoạn cao hơn của trí tuệ và giác ngộ.

5. Làm thế nào các nhóm pháp từ sáu đến mười giúp người tu học phát triển trí tuệ và tiến gần đến giác ngộ?

Các nhóm pháp từ **sáu đến mười** trong **Kinh Thập Thượng** đóng vai trò quan trọng trong việc **phát triển trí tuệ** và đưa người tu học **tiến gần hơn đến giác ngộ**, vì chúng đi sâu vào các yếu tố nâng cao của sự kiểm soát nội tâm, chánh niệm và trí tuệ. Dưới đây là cách các nhóm pháp này giúp người tu học trên con đường giác ngộ:

1. **Nhóm Sáu Pháp**:
    - Thường liên quan đến **Lục Căn và Lục Trần** (mắt, tai, mũi, lưỡi, thân, ý), nhóm sáu pháp giúp người tu học **kiểm soát giác quan**, không để chúng dẫn đến tham ái hoặc dục vọng.
    - Việc làm chủ các giác quan là một bước quan trọng để duy trì sự chánh niệm và an định, giúp người học **không bị xao lãng bởi những ảnh hưởng từ bên ngoài**. Điều này giúp trí tuệ phát triển trong sự tỉnh thức, khi tâm không còn bị lay động bởi các tác động bên ngoài.
2. **Nhóm Bảy Pháp**:
    - Nhóm bảy pháp thường liên quan đến **Thất Giác Chi** (bảy yếu tố giác ngộ) như chánh niệm, pháp trạch, tinh tấn, hỷ, khinh an, định, và xả.
    - Những yếu tố này là **các bước thực hành thiết yếu cho sự giác ngộ**, vì chúng giúp người tu học phát triển trí tuệ qua sự suy xét đúng đắn, sự vui thích trong pháp và sự an lạc nội tâm. Thất Giác Chi giúp người học hiểu bản chất của sự tồn tại, từ đó tiến gần đến giác ngộ.
3. **Nhóm Tám Pháp**:
    - Nhóm tám pháp tượng trưng cho **Bát Chánh Đạo** (chánh kiến, chánh tư duy, chánh ngữ, chánh nghiệp, chánh mạng, chánh tinh tấn, chánh niệm, và chánh định), con đường dẫn đến giải thoát.
    - Bát Chánh Đạo là nền tảng của trí tuệ và đạo đức trong Phật giáo, hướng dẫn người tu học **phát triển từng khía cạnh của đời sống một cách chánh niệm và có trí tuệ**. Thực hành Bát Chánh Đạo giúp người học phát triển sự hiểu biết đúng đắn và cách sống phù hợp, tiến đến sự giải thoát khỏi luân hồi.
4. **Nhóm Chín Pháp**:
    - Nhóm chín pháp thường liên quan đến các **phẩm chất đạo đức cao quý và sự từ bỏ dính mắc**, giúp người tu học phát triển từ bi, nhẫn nhục, và tinh tấn.
    - Ở giai đoạn này, người tu học đã đạt đến mức độ cao trong việc **chuyển hóa các phẩm chất đạo đức thành trí tuệ sâu sắc hơn**. Nhóm chín pháp giúp họ buông bỏ những chấp trước, đạt đến tâm an bình và trí tuệ sáng suốt, không còn dính mắc vào các khổ đau thế gian.
5. **Nhóm Mười Pháp**:
    - Nhóm mười pháp thường bao gồm các **yếu tố viên mãn và giác ngộ hoàn toàn**, là đỉnh cao của sự tu học. Nhóm này tượng trưng cho sự giác ngộ

toàn diện, nơi người học đạt đến sự thanh tịnh tuyệt đối và giải thoát hoàn toàn.

- Đây là giai đoạn mà người tu học **vượt qua tất cả vô minh, thấy rõ bản chất của sự tồn tại và đạt đến niết bàn**. Trí tuệ ở đây không chỉ là hiểu biết lý thuyết mà là sự chứng nghiệm về sự giải thoát khỏi khổ đau.

Tổng kết:

Các nhóm pháp từ sáu đến mười trong Kinh Thập Thượng hướng dẫn người tu học đi qua các **bước thực hành cao cấp** để phát triển trí tuệ, kiểm soát giác quan, nuôi dưỡng các phẩm chất giác ngộ và đạt đến sự giải thoát hoàn toàn. Chúng là những yếu tố thiết yếu giúp người học **thấu hiểu sâu sắc về bản chất cuộc sống và đạt đến giác ngộ** thông qua sự chánh niệm, trí tuệ, và từ bỏ dính mắc.

6. Việc tăng dần số lượng trong các nhóm pháp có phản ánh quá trình phát triển tâm linh của người tu học không? Nếu có, bằng cách nào?

Việc tăng dần số lượng trong các nhóm pháp từ một đến mười trong **Kinh Thập Thượng** thực sự phản ánh **quá trình phát triển tâm linh tuần tự của người tu học**. Mỗi mức tăng lên về số lượng tượng trưng cho sự **tiến bộ và trưởng thành** trong tu tập, giúp người học phát triển từ những bước cơ bản nhất đến những cấp độ cao hơn của trí tuệ và giác ngộ. Dưới đây là cách mà sự tăng dần này thể hiện quá trình phát triển tâm linh:

1. **Bắt đầu từ những yếu tố căn bản và đơn giản**: Nhóm một pháp thường đại diện cho một yếu tố nền tảng nhất mà người học cần bắt đầu. Điều này giúp người học tập trung vào một nguyên lý cốt lõi, dễ nắm bắt và là nền tảng cho các nhóm pháp tiếp theo. Những yếu tố căn bản này giúp người tu học có một điểm tựa để bắt đầu hành trình tâm linh của mình.
2. **Phát triển khả năng hiểu biết qua các mối quan hệ**: Các nhóm hai pháp và ba pháp thường là những cặp hoặc bộ ba yếu tố bổ sung hoặc đối lập, giúp người học hiểu sâu hơn về mối quan hệ giữa các yếu tố trong giáo lý. Nhờ đó, họ bắt đầu nhìn nhận sự tu tập không chỉ qua một khía cạnh mà còn qua những sự tương tác và tác động lẫn nhau.
3. **Tăng cường khả năng chánh niệm và định tâm**: Khi số lượng các pháp tăng lên, chẳng hạn như bốn và năm pháp, người tu học được yêu cầu mở rộng chánh niệm và định tâm để bao quát nhiều yếu tố hơn. Việc này giúp họ tăng cường khả năng kiểm soát tâm thức và giữ vững chánh niệm, từ đó phát triển trí tuệ và an tịnh nội tâm.
4. **Chuyển sang các pháp hỗ trợ sự kiểm soát giác quan và tâm trí**: Các nhóm từ sáu đến tám pháp đòi hỏi người tu học phải nắm bắt nhiều yếu tố nâng cao, đặc biệt là liên quan đến sự kiểm soát giác quan (Lục Căn) và các bước trên con đường Bát Chánh Đạo. Ở giai đoạn này, người tu học bắt đầu phát triển khả năng làm chủ các giác quan và kiểm soát tâm trí, tránh các ảnh hưởng bên ngoài và giữ tâm trong trạng thái tỉnh giác.
5. **Đạt đến sự phát triển đạo đức cao quý và từ bỏ dính mắc**: Nhóm chín pháp thường liên quan đến các phẩm chất đạo đức cao cấp, như từ bi, nhẫn nhục, và tinh tấn. Những phẩm chất này giúp người học dần buông bỏ các dính mắc thế gian, không còn bị chi phối bởi tham ái hay sân hận. Ở giai

đoạn này, người tu học đã đạt đến một mức độ thanh tịnh và trí tuệ sâu sắc, chuẩn bị cho sự giác ngộ hoàn toàn.

6. **Đỉnh cao của sự viên mãn và giác ngộ hoàn toàn**: Nhóm mười pháp là đỉnh cao của quá trình tu học, nơi người học đạt đến sự hoàn thiện trong trí tuệ và giải thoát khỏi mọi vô minh. Ở giai đoạn này, trí tuệ đạt đến trạng thái viên mãn, không còn bất kỳ sự chấp ngã nào. Đây là sự giải thoát hoàn toàn, mục tiêu tối thượng của con đường tu học.

Tổng kết:

Sự tăng dần số lượng trong các nhóm pháp không chỉ là cách sắp xếp về mặt số học, mà còn **phản ánh một quá trình phát triển tâm linh tuần tự và logic**. Người tu học từ bước đơn giản nhất đến phức tạp hơn, từ sự chánh niệm căn bản đến kiểm soát tâm trí và giác ngộ. Mỗi cấp độ là một bậc thang, giúp người học **tiến dần đến sự hiểu biết sâu sắc, trí tuệ sáng suốt, và sự giải thoát hoàn toàn** khỏi khổ đau.

7. Người tu học có thể rèn luyện sự kiên nhẫn và tinh tấn ra sao khi thực hành từng nhóm pháp?

Người tu học có thể **rèn luyện sự kiên nhẫn và tinh tấn** khi thực hành từng nhóm pháp bằng cách **tuân theo từng bước một cách có hệ thống**, kiên trì không bỏ cuộc và phát triển tâm thức một cách bền vững. Dưới đây là những cách thức giúp người tu học rèn luyện những phẩm chất này:

1. **Bắt đầu từ nền tảng cơ bản và từng bước tiến lên**:
    - Khi bắt đầu với những nhóm pháp đầu tiên (nhóm một đến ba pháp), người tu học nên dành thời gian để nắm vững những nguyên tắc và yếu tố cơ bản. Việc này đòi hỏi **sự kiên nhẫn**, bởi vì các bước đầu thường tạo cảm giác đơn giản hoặc chậm chạp, nhưng lại là nền tảng quan trọng cho những nhóm pháp tiếp theo.
    - **Tinh tấn** được thể hiện qua việc thực hành từng nhóm pháp với sự tận tâm, không bỏ qua những yếu tố căn bản mà kiên nhẫn tích lũy chúng để có nền tảng vững chắc cho các cấp độ cao hơn.
2. **Kiểm soát kỳ vọng và không nóng vội**:
    - Sự kiên nhẫn thể hiện ở chỗ người tu học hiểu rằng **giác ngộ là một hành trình dài** và không vội vàng mong cầu thành tựu ngay lập tức. Họ tập trung vào từng nhóm pháp và không cố gắng đốt cháy giai đoạn.
    - Khi kỳ vọng được kiểm soát, tinh tấn trở thành động lực bền vững, giúp người tu học thực hành nhất quán và không nản lòng, ngay cả khi tiến bộ có vẻ chậm.
3. **Quán chiếu và rút kinh nghiệm từ mỗi giai đoạn**:
    - Sau khi thực hành một nhóm pháp, người tu học có thể **quán chiếu về những gì đã học và đạt được**, từ đó rút ra những bài học cần thiết trước khi chuyển sang nhóm pháp kế tiếp. Điều này giúp họ không chỉ học mà còn tích lũy kinh nghiệm, tạo nền tảng vững chắc hơn cho giai đoạn sau.
    - **Tinh tấn** ở đây là sự kiên trì trong việc quán chiếu và tự điều chỉnh bản thân, không ngừng cải thiện và tiến bộ trong từng giai đoạn.
4. **Thực hành chánh niệm trong từng bước**:

- Người tu học có thể **thực hành chánh niệm** khi tu tập từng nhóm pháp, giữ tâm ý trong sáng và tập trung vào hiện tại. Điều này giúp họ duy trì sự tỉnh giác và kiên nhẫn, không để tâm trí bị xao lãng hoặc nóng vội.
- Sự tinh tấn được nuôi dưỡng thông qua chánh niệm liên tục trong từng giai đoạn tu tập, đảm bảo rằng mỗi bước đi đều có ý nghĩa và không bị bỏ sót.

5. **Tự nhắc nhở về mục tiêu dài hạn**:
   - Sự giác ngộ không phải là đích đến ngay lập tức mà là kết quả của **sự rèn luyện lâu dài và kiên trì**. Người tu học có thể tự nhắc nhở bản thân về mục tiêu giác ngộ để giữ vững tinh thần, không nản lòng trước những khó khăn.
   - **Tinh tấn** được duy trì bằng cách luôn giữ trong tâm mục tiêu cao cả, giúp họ vượt qua thử thách và không từ bỏ khi đối mặt với các chướng ngại trong quá trình thực hành.
6. **Phát triển lòng từ bi và tâm nhẫn nhục**:
   - Trong quá trình thực hành, người tu học có thể gặp phải những trở ngại từ ngoại cảnh hoặc từ chính bản thân. **Lòng từ bi** với chính mình giúp họ hiểu và chấp nhận các giới hạn, từ đó phát triển tâm nhẫn nhục và kiên nhẫn.
   - **Tinh tấn** là khi người học tiếp tục thực hành với tâm từ bi, không tự trách móc khi gặp khó khăn mà thay vào đó là động viên bản thân tiến về phía trước.
7. **Duy trì sự đều đặn và nhất quán trong tu tập**:
   - Sự kiên nhẫn được rèn luyện thông qua việc **duy trì thói quen tu tập hàng ngày**, dù chỉ với những bước nhỏ, nhưng đều đặn và nhất quán. Điều này giúp tạo ra một nhịp độ bền vững trong tu học.
   - **Tinh tấn** được thể hiện khi người tu học không chỉ tu tập khi thuận lợi mà còn cố gắng duy trì sự thực hành ngay cả trong những lúc gặp khó khăn, giúp họ tăng trưởng từng bước và không ngừng tiến bộ.

Tổng kết:

Việc thực hành từng nhóm pháp giúp người tu học **rèn luyện sự kiên nhẫn và tinh tấn** bằng cách **tiến bước chậm mà chắc, kiểm soát kỳ vọng và duy trì chánh niệm**. Họ có thể vượt qua các thử thách với lòng từ bi, kiên nhẫn trong từng giai đoạn, và tinh tấn hướng đến mục tiêu giác ngộ.

8. Tại sao Đức Phật lại chọn số lượng từ một đến mười mà không phải các số khác cho các nhóm pháp?

Đức Phật chọn số lượng từ **một đến mười** trong các nhóm pháp của **Kinh Thập Thượng** vì các con số này tạo thành một hệ thống **đơn giản, dễ ghi nhớ và có cấu trúc logic** cho người tu học. Việc chọn các số này mang nhiều ý nghĩa về **sư phạm, truyền tải giáo lý và hệ thống hóa**. Dưới đây là các lý do Đức Phật chọn các con số từ một đến mười thay vì các số khác:

1. **Tính dễ nhớ và dễ truyền đạt**: Các con số từ một đến mười là những con số cơ bản, quen thuộc với mọi người. Chúng đơn giản, dễ hiểu, và dễ ghi nhớ, giúp người tu học **tiếp thu giáo lý nhanh chóng và ghi nhớ lâu dài**.

Hệ thống từ một đến mười giúp tránh sự phức tạp không cần thiết và hỗ trợ truyền thừa giáo lý qua nhiều thế hệ.

2. **Sự tiến triển tuần tự, logic**: Con số từ một đến mười đại diện cho một **chuỗi phát triển logic và tuần tự**. Từ một pháp đến mười pháp, người học sẽ thấy rõ quá trình tăng dần theo độ phức tạp và chiều sâu của các yếu tố. Điều này phản ánh con đường tu học một cách tự nhiên, từ những nguyên tắc đơn giản nhất đến những pháp cao cấp và phức tạp hơn, giúp người học hiểu rằng tu tập là một hành trình có hệ thống và theo từng giai đoạn.
3. **Biểu thị sự viên mãn và trọn vẹn**: Số mười trong nhiều văn hóa, bao gồm cả văn hóa Phật giáo, tượng trưng cho sự **viên mãn, trọn vẹn và hoàn thiện**. Kinh Thập Thượng đạt đến con số mười như là đỉnh cao của sự tu học, tượng trưng cho sự hoàn tất con đường tu tập và đạt đến giác ngộ. Số mười là một cột mốc để người học hiểu rằng, với sự hoàn thiện của mười pháp, họ có thể đạt được sự giác ngộ toàn diện.
4. **Sự dễ dàng trong việc hệ thống hóa giáo lý**: Các nhóm từ một đến mười tạo thành một hệ thống phân loại rõ ràng, giúp người học **nắm bắt và thực hành từng phần của giáo lý** một cách cụ thể. Nếu số lượng lớn hơn mười, việc học và ghi nhớ sẽ khó khăn hơn và có thể làm phức tạp hóa quá trình tu học, nhất là đối với người mới bắt đầu. Phân chia từ một đến mười mang tính sư phạm cao, giúp người học tiếp cận giáo lý từng bước một cách rõ ràng và không bị quá tải.
5. **Tạo nền tảng cho việc mở rộng giáo lý**: Các số từ một đến mười không chỉ giúp hệ thống hóa giáo lý trong Kinh Thập Thượng mà còn tạo nên một khuôn mẫu cho các kinh điển khác. Cấu trúc này có thể áp dụng linh hoạt và mở rộng sang các giáo lý khác, từ đó giúp người học dễ liên tưởng và liên kết các nhóm pháp với nhau trong hệ thống kinh điển Phật giáo.
6. **Giúp phát triển sự kiên nhẫn và tinh tấn**: Khi người học thấy sự gia tăng từ một đến mười, họ nhận ra rằng quá trình tu học cần **sự kiên nhẫn và tinh tấn**, từng bước một. Sự tăng dần này khuyến khích người tu học không bỏ qua các bước căn bản, mà tiến lên một cách bền vững, từng bước hoàn thiện các pháp từ đơn giản đến phức tạp.

Tổng kết:

Đức Phật chọn số lượng từ **một đến mười** vì các số này vừa đơn giản, vừa mang tính hệ thống, dễ ghi nhớ và biểu thị sự viên mãn. Điều này giúp người tu học **có lộ trình rõ ràng để tiến bộ từng bước**, phát triển đạo đức, chánh niệm, trí tuệ, và cuối cùng đạt được giác ngộ toàn diện.

9. Các nhóm pháp trong Kinh Thập Thượng có thể được áp dụng vào đời sống hàng ngày như thế nào để phát triển chánh niệm và từ bi?

Các nhóm pháp trong **Kinh Thập Thượng** cung cấp nhiều phương pháp thực hành có thể **áp dụng vào đời sống hàng ngày** để giúp người tu học phát triển **chánh niệm và từ bi**. Dưới đây là cách áp dụng từng nhóm pháp vào cuộc sống thực tế:

1. **Nhóm Một Pháp (một yếu tố nền tảng)**:

- Hãy chọn một yếu tố cốt lõi, chẳng hạn như **chánh niệm**, để thực hành mỗi ngày. Tập trung vào một việc trong hiện tại, như ăn uống, đi lại hoặc công việc, với tâm ý trong sáng và không bị xao lãng.
- Áp dụng chánh niệm vào từng hành động giúp giữ tâm tĩnh lặng, làm nền tảng để phát triển lòng từ bi và sự hiểu biết.

2. **Nhóm Hai Pháp (các yếu tố đối lập hoặc bổ trợ)**:
   - Thực hành **từ bi và trí tuệ** trong đời sống hàng ngày, như luôn xem xét hậu quả của lời nói và hành động để tránh làm tổn thương người khác.
   - Hiểu rằng mọi người đều có khó khăn riêng, giúp chúng ta tăng trưởng lòng từ bi, đồng thời biết cách hành động hợp lý (trí tuệ) để giúp đỡ mà không gây hại.
3. **Nhóm Ba Pháp (đạo đức, thiền định, trí tuệ)**:
   - Rèn luyện **đạo đức qua lời nói và hành động**: Hãy cố gắng tránh những hành vi có thể gây tổn hại, thực hành thiền định bằng cách dành vài phút mỗi ngày để thư giãn và tập trung hơi thở.
   - Sự rèn luyện đạo đức và thiền định hằng ngày giúp phát triển trí tuệ, từ đó có được cái nhìn sáng suốt và bao dung hơn với mọi người.
4. **Nhóm Bốn Pháp (Tứ Niệm Xứ)**:
   - Thực hành **chánh niệm về thân, thọ, tâm, và pháp** trong từng hoạt động hàng ngày. Quan sát cơ thể khi đi, đứng, ngồi, và thở; quan sát cảm xúc khi vui, buồn; nhận diện những suy nghĩ và kiểm soát chúng; và nhìn nhận các pháp, hoặc các quy luật tự nhiên, khi chúng xảy ra.
   - Thực hành Tứ Niệm Xứ giúp người học giữ tâm an định, tăng khả năng quan sát, không phản ứng tiêu cực với hoàn cảnh, từ đó dễ dàng phát triển từ bi với người khác.
5. **Nhóm Năm Pháp (Ngũ Căn, Ngũ Lực)**:
   - Rèn luyện năm căn hoặc năm lực, bao gồm **tín, tấn, niệm, định, và tuệ**, bằng cách thực hành niềm tin vào chánh pháp, kiên trì trong việc làm việc tốt, giữ chánh niệm trong các tình huống khó khăn, và rèn luyện định tâm và trí tuệ trong cuộc sống.
   - Những yếu tố này giúp tăng cường sự kiên nhẫn, tập trung, và phát triển trí tuệ, giúp chúng ta sống từ bi hơn khi có khả năng kiểm soát tâm trí.
6. **Nhóm Sáu Pháp (Lục Căn và Lục Trần)**:
   - Thực hành kiểm soát **giác quan** để tránh bị cuốn vào tham ái và sân hận. Ví dụ, tránh xa những hình ảnh hoặc âm thanh kích động cảm xúc tiêu cực, và không để những gì tai nghe mắt thấy làm tâm bất an.
   - Khi kiểm soát được giác quan, người tu học dễ giữ tâm an lành, từ đó phát triển lòng từ bi với người khác mà không bị chi phối bởi cảm xúc bên ngoài.
7. **Nhóm Bảy Pháp (Thất Giác Chi)**:
   - Thực hành các yếu tố giác ngộ như chánh niệm, tinh tấn, pháp trạch, hỷ, khinh an, định, và xả trong cuộc sống hàng ngày. Chẳng hạn, hãy tập trung chánh niệm, vui mừng khi giúp đỡ người khác và thực hành xả để buông bỏ những bám víu vào sự thành công hay thất bại.

- Nhóm pháp này giúp người học giữ tâm trong sáng và từ bi hơn, vì họ có thể đối diện với cuộc sống với sự thanh thản và an vui.

8. **Nhóm Tám Pháp (Bát Chánh Đạo)**:
   - Áp dụng **Bát Chánh Đạo** vào từng hành vi, lời nói, và suy nghĩ. Ví dụ, thực hành chánh ngữ bằng cách nói lời chân thật và từ bi; thực hành chánh nghiệp bằng cách sống có đạo đức, không làm tổn thương người khác.
   - Sống theo Bát Chánh Đạo giúp người tu học phát triển chánh niệm và từ bi, vì họ luôn hướng đến điều thiện lành và lợi ích cho mọi người xung quanh.
9. **Nhóm Chín Pháp (phẩm chất cao quý)**:
   - Phát triển những phẩm chất cao quý như nhẫn nhục, từ bi, và tinh tấn qua cách đối diện với các thử thách hàng ngày. Khi gặp khó khăn, hãy tự nhắc nhở về lòng từ bi và cố gắng nhẫn nại với người khác.
   - Điều này giúp người tu học duy trì sự từ bi và an lành trong tâm hồn, bất kể hoàn cảnh.
10. **Nhóm Mười Pháp (viên mãn trong đạo đức và trí tuệ)**:
    - Hướng đến sự viên mãn bằng cách sống mỗi ngày một cách trọn vẹn, dành thời gian suy ngẫm về các giá trị đạo đức và trí tuệ để tự hoàn thiện mình.
    - Sống với lòng từ bi và trí tuệ viên mãn, người tu học không chỉ cảm nhận sự an lạc mà còn lan tỏa lòng từ bi đến mọi người, trở thành tấm gương tốt cho xã hội.

Tổng kết:

Các nhóm pháp trong Kinh Thập Thượng có thể **áp dụng vào đời sống hàng ngày để rèn luyện chánh niệm và từ bi**, giúp người tu học duy trì tâm an tịnh, tránh làm tổn hại đến người khác và phát triển một cuộc sống ý nghĩa, có giá trị cho bản thân và cộng đồng.

10. Sự phân loại hệ thống này có giúp duy trì sự thống nhất trong cộng đồng tu học không? Nếu có, bằng cách nào?

Sự **phân loại hệ thống** các nhóm pháp từ một đến mười trong **Kinh Thập Thượng** đóng vai trò quan trọng trong việc **duy trì sự thống nhất trong cộng đồng tu học**. Dưới đây là cách hệ thống phân loại này hỗ trợ sự thống nhất:

1. **Tạo ra một ngôn ngữ chung cho cộng đồng**: Các nhóm pháp từ một đến mười cung cấp **một hệ thống thuật ngữ và ý niệm thống nhất** mà tất cả người tu học có thể sử dụng và hiểu rõ. Điều này giúp cộng đồng có một nền tảng chung trong việc trao đổi và truyền đạt giáo lý, từ đó giảm thiểu sự hiểu nhầm hoặc diễn giải khác nhau về giáo pháp.
2. **Thiết lập lộ trình tu tập rõ ràng và tuần tự**: Sự phân loại hệ thống thành các nhóm pháp từ cơ bản đến nâng cao tạo nên **một lộ trình tu học tuần tự** mà ai cũng có thể theo. Khi mọi người đều tu học và phát triển qua các nhóm pháp tương tự nhau, họ chia sẻ một quá trình chung, thúc đẩy sự đồng cảm và hỗ trợ nhau trong từng giai đoạn tu học.
3. **Giảm thiểu sự tranh cãi và mâu thuẫn về phương pháp**: Khi tất cả người tu học tuân theo một hệ thống pháp môn được Đức Phật phân loại rõ ràng, sự tranh cãi về phương pháp tu học hay ưu tiên các pháp môn khác

nhau sẽ giảm thiểu đáng kể. Mọi người đều hiểu rằng các nhóm pháp từ một đến mười là một phần trong toàn bộ giáo pháp, không pháp nào quan trọng hơn pháp nào, mà tất cả đều bổ trợ cho nhau.

4. **Tạo cơ sở cho việc học tập và giảng dạy thống nhất**: Hệ thống hóa các nhóm pháp thành một lộ trình giúp **việc giảng dạy và truyền thừa giáo lý** diễn ra mạch lạc và đồng nhất. Khi giáo lý được phân loại rõ ràng, các thế hệ tu học và giảng dạy sau có thể tiếp tục truyền dạy một cách chính xác và nhất quán, đảm bảo rằng Chánh Pháp không bị sai lệch hoặc gián đoạn.
5. **Khuyến khích sự đoàn kết thông qua các nguyên tắc chung**: Các nhóm pháp từ một đến mười không chỉ là các yếu tố tu học mà còn thể hiện **những nguyên tắc và giá trị chung** mà cộng đồng tu học chia sẻ. Việc thực hành các pháp này giúp các thành viên phát triển các phẩm chất giống nhau, như chánh niệm, từ bi, và kiên nhẫn, từ đó xây dựng một cộng đồng hòa hợp và đoàn kết.
6. **Định hướng sự phát triển cá nhân trong bối cảnh cộng đồng**: Mỗi nhóm pháp được phân chia theo mức độ phát triển, từ đó định hướng cho người học cách rèn luyện bản thân và tiến bộ một cách bền vững. Cộng đồng có thể cùng nhau thực hành các nhóm pháp theo lộ trình, không chỉ tạo nên sự thống nhất về mặt tiến độ mà còn khuyến khích sự tiến bộ đồng đều, giúp họ duy trì sự hài hòa và tránh sự so sánh hay đố kỵ.
7. **Đem lại sự thống nhất về tư tưởng và đạo đức**: Các nhóm pháp từ một đến mười đều mang lại những giá trị đạo đức và tư tưởng chung cho cộng đồng. Từ những bước đầu về đạo đức đến các pháp nâng cao về từ bi và trí tuệ, sự thực hành nhất quán này giúp cộng đồng duy trì **một nền tảng tư tưởng và đạo đức vững chắc**, từ đó đồng lòng hướng đến các mục tiêu chung của sự giác ngộ và giải thoát.
8. **Duy trì và bảo vệ Chánh Pháp qua các thế hệ**: Hệ thống phân loại từ một đến mười giúp giáo lý Phật giáo **được lưu truyền chính xác và đồng nhất** qua thời gian. Cấu trúc mạch lạc này giúp cộng đồng tu học dễ dàng tiếp thu, ghi nhớ và giảng dạy lại cho thế hệ sau, từ đó bảo vệ Chánh Pháp khỏi những biến tướng hay sai lệch.

Tổng kết:

Sự phân loại hệ thống các nhóm pháp từ một đến mười trong Kinh Thập Thượng giúp **tạo ra một nền tảng chung, dễ hiểu và dễ thực hành** cho toàn bộ cộng đồng tu học. Nhờ đó, cộng đồng có thể **giữ vững sự thống nhất về tư tưởng, đạo đức, phương pháp giảng dạy và mục tiêu tu học**, tạo ra một môi trường tu học hòa hợp và đoàn kết trên con đường giác ngộ.

11. Những phẩm chất và trí tuệ mà mỗi nhóm pháp đại diện là gì, và chúng đóng góp gì vào hành trình giác ngộ?

Trong **Kinh Thập Thượng**, mỗi nhóm pháp từ một đến mười đại diện cho những phẩm chất và trí tuệ thiết yếu, giúp người tu học tiến gần hơn đến giác ngộ. Dưới đây là các phẩm chất và trí tuệ mà mỗi nhóm pháp đại diện, cùng với cách chúng đóng góp vào hành trình giác ngộ:

1. **Nhóm Một Pháp** – *Sự Tập Trung và Cam Kết*:
   - Nhóm một pháp thường là một nguyên tắc nền tảng (chẳng hạn như chánh niệm) tạo nên **sự tập trung và cam kết** cho người tu học.
   - Đóng góp: Sự cam kết này giúp người tu học kiên định và duy trì động lực, là nền tảng vững chắc để họ phát triển các phẩm chất khác và bắt đầu hành trình tâm linh.
2. **Nhóm Hai Pháp** – *Sự Cân Bằng và Nhận Thức Đối Lập*:
   - Nhóm hai pháp thường liên quan đến các yếu tố đối lập hoặc bổ sung, như thiện và ác, từ bi và trí tuệ. Điều này giúp người học hiểu **sự cân bằng giữa các yếu tố**.
   - Đóng góp: Nhận thức này giúp người tu học phát triển sự cân bằng nội tâm, từ đó hành xử một cách đúng đắn và sáng suốt, tránh rơi vào cực đoan.
3. **Nhóm Ba Pháp** – *Đạo Đức, Thiền Định và Trí Tuệ*:
   - Thường bao gồm đạo đức, thiền định, và trí tuệ, ba yếu tố này là **ba nền tảng căn bản của con đường giác ngộ**.
   - Đóng góp: Người học có thể xây dựng đạo đức, ổn định tâm trí qua thiền định và phát triển trí tuệ sáng suốt, giúp họ chuẩn bị cho các giai đoạn cao hơn.
4. **Nhóm Bốn Pháp** – *Chánh Niệm và Tỉnh Thức*:
   - Nhóm bốn pháp, chẳng hạn như Tứ Niệm Xứ (quán sát thân, thọ, tâm, và pháp), giúp người học **tăng cường chánh niệm và sự tỉnh thức**.
   - Đóng góp: Chánh niệm là công cụ để quan sát và hiểu rõ bản chất của thực tại, giúp người tu học giữ tâm tĩnh lặng, không bị xao động bởi cảm xúc hoặc ý niệm.
5. **Nhóm Năm Pháp** – *Niềm Tin, Tinh Tấn, và Chánh Định*:
   - Nhóm năm pháp như Ngũ Căn (tín, tấn, niệm, định, tuệ) hoặc Ngũ Lực giúp người học **củng cố niềm tin, phát triển sự tinh tấn và định tâm**.
   - Đóng góp: Nhờ các phẩm chất này, người học có thể phát triển sức mạnh nội tâm và sự tập trung, giúp họ vượt qua khó khăn trong tu tập và tiến sâu vào chánh niệm.
6. **Nhóm Sáu Pháp** – *Kiểm Soát Giác Quan*:
   - Nhóm sáu pháp liên quan đến Lục Căn (mắt, tai, mũi, lưỡi, thân, ý) và Lục Trần (sắc, thanh, hương, vị, xúc, pháp) giúp người học **kiểm soát các giác quan** để tránh rơi vào tham ái và sân hận.
   - Đóng góp: Kiểm soát giác quan là nền tảng để đạt được sự thanh tịnh của tâm, giúp người học tránh sự xao lãng và tập trung vào thực hành chánh niệm.
7. **Nhóm Bảy Pháp** – *Giác Chi và Phát Triển Trí Tuệ*:
   - Nhóm bảy pháp bao gồm Thất Giác Chi (bảy yếu tố giác ngộ) như chánh niệm, pháp trạch, tinh tấn, hỷ, khinh an, định, và xả, là **các yếu tố dẫn đến giác ngộ**.

- Đóng góp: Các yếu tố này giúp người học phát triển trí tuệ và nội lực tâm linh, giúp họ nhận thức rõ ràng bản chất vô thường và vô ngã của cuộc sống.

8. **Nhóm Tám Pháp** – *Bát Chánh Đạo và Con Đường Đạo Đức Hoàn Thiện*:
   - Nhóm tám pháp đại diện cho Bát Chánh Đạo (chánh kiến, chánh tư duy, chánh ngữ, chánh nghiệp, chánh mạng, chánh tinh tấn, chánh niệm, và chánh định), hướng dẫn một lối sống đạo đức và từ bi.
   - Đóng góp: Thực hành Bát Chánh Đạo giúp người học phát triển toàn diện trên cả phương diện đạo đức, tâm linh, và trí tuệ, là con đường hoàn chỉnh dẫn đến giải thoát.
9. **Nhóm Chín Pháp** – *Phẩm Chất Đạo Đức Cao Cấp và Sự Từ Bỏ*:
   - Nhóm chín pháp thường bao gồm các phẩm chất cao quý như từ bi, nhẫn nhục, và tinh tấn. Đây là giai đoạn phát triển sự từ bỏ dính mắc vào vật chất và danh vọng.
   - Đóng góp: Những phẩm chất này giúp người học giữ tâm thanh tịnh, không còn bị cuốn theo tham ái, từ đó tiến đến sự an lạc và giải thoát.
10. **Nhóm Mười Pháp** – *Giác Ngộ và Viên Mãn Đạo Đức*:
    - Nhóm mười pháp là đỉnh cao của sự tu học, đại diện cho sự viên mãn của đạo đức và trí tuệ, cũng như sự giác ngộ hoàn toàn.
    - Đóng góp: Ở cấp độ này, người học đạt đến sự giác ngộ viên mãn, hoàn toàn giải thoát khỏi vô minh và khổ đau, đạt được niết bàn, trạng thái thanh tịnh và an lạc tối thượng.

Tổng kết:

Mỗi nhóm pháp trong Kinh Thập Thượng đại diện cho những phẩm chất và trí tuệ nhất định, **từ những yếu tố căn bản đến cao cấp**, giúp người tu học xây dựng một hành trình tiến bộ từ đạo đức, chánh niệm đến trí tuệ viên mãn. Từng nhóm pháp giúp người tu học **tiến gần hơn đến giác ngộ** bằng cách hoàn thiện từng yếu tố quan trọng trong tâm linh, từ đó đạt được sự giải thoát và an lạc tối thượng.

12. Làm thế nào người tu học có thể áp dụng các bài học từ Kinh Thập Thượng để sống một cuộc đời an lạc và ý nghĩa hơn?

Người tu học có thể áp dụng các bài học từ **Kinh Thập Thượng** vào đời sống hàng ngày để sống **một cuộc đời an lạc và ý nghĩa hơn** qua các bước cụ thể dưới đây:

1. **Rèn luyện chánh niệm trong mọi hoạt động**:
   - Thực hành các nhóm pháp chánh niệm như **Tứ Niệm Xứ** (quan sát thân, thọ, tâm, pháp) để giữ tâm tỉnh thức trong mọi hoạt động. Dù là ăn uống, làm việc hay nghỉ ngơi, người tu học có thể thực hành chánh niệm để luôn ý thức về những gì mình đang làm và không để tâm trí bị phân tán.
   - Điều này giúp họ giữ được sự an tịnh và giảm căng thẳng, từ đó cảm nhận niềm vui và an lạc trong từng khoảnh khắc.
2. **Kiểm soát các giác quan để tránh tham ái và sân hận**:
   - Áp dụng nhóm pháp về **Lục Căn** (kiểm soát mắt, tai, mũi, lưỡi, thân, ý) để không bị những tác động từ ngoại cảnh chi phối. Khi đối diện với những

tình huống dễ gây bực bội hoặc cám dỗ, họ có thể giữ vững sự kiểm soát và không để bản thân bị cuốn vào cảm xúc tiêu cực.
- Kiểm soát giác quan giúp giảm bớt các phản ứng tiêu cực, duy trì sự an ổn nội tâm và tạo môi trường sống an lạc.

3. **Thực hành đạo đức qua Bát Chánh Đạo**:
   - Áp dụng các yếu tố của **Bát Chánh Đạo** như chánh ngữ, chánh nghiệp, và chánh mạng để xây dựng lối sống đúng đắn, có đạo đức và từ bi. Chẳng hạn, trong công việc và các mối quan hệ, họ thực hành chánh ngữ (nói lời chân thật, từ bi) và chánh nghiệp (tránh các hành vi gây hại).
   - Sống đúng với đạo đức và từ bi giúp họ xây dựng những mối quan hệ hài hòa, và cảm thấy an lạc, hài lòng với cuộc sống của mình.
4. **Phát triển lòng từ bi và trí tuệ**:
   - Các bài học từ nhóm pháp về **Thất Giác Chi** (như pháp trạch, hỷ, khinh an) khuyến khích người tu học phát triển trí tuệ và lòng từ bi. Họ có thể rèn luyện lòng từ bi bằng cách đặt mình vào hoàn cảnh của người khác và tìm cách hỗ trợ mà không mong cầu đền đáp.
   - Sự kết hợp giữa từ bi và trí tuệ giúp họ có cái nhìn bao dung và sáng suốt, giảm thiểu xung đột, đồng thời nuôi dưỡng niềm vui nội tâm khi giúp đỡ người khác.
5. **Xây dựng sự kiên nhẫn và kiên định trong khó khăn**:
   - Nhóm pháp liên quan đến **nhẫn nhục và tinh tấn** giúp người học vượt qua thử thách mà không nản lòng. Trong cuộc sống, khi gặp những khó khăn, họ có thể tự nhắc nhở về giá trị của sự nhẫn nại và tinh tấn, không để những chướng ngại làm nản chí.
   - Kiên nhẫn giúp họ giữ vững tinh thần, còn tinh tấn tạo động lực để tiến lên, giúp họ tìm thấy sức mạnh và ý nghĩa trong mỗi thử thách.
6. **Rèn luyện trí tuệ và hiểu biết sâu sắc về cuộc sống**:
   - Nhờ các bài học về **quán chiếu vô thường, khổ, vô ngã**, người học có thể nhìn nhận cuộc sống với sự bình thản và trí tuệ. Họ hiểu rằng mọi sự đều thay đổi, không có gì là vĩnh cửu và dính mắc chỉ gây đau khổ.
   - Nhận thức này giúp họ đối diện với mất mát, khó khăn một cách sáng suốt và an nhiên, không bị cuốn vào các khổ đau mà tìm được ý nghĩa và sự tự do trong tâm hồn.
7. **Thực hành buông bỏ và sống đơn giản**:
   - Học cách buông bỏ từ nhóm pháp về sự từ bỏ và xả bỏ, người tu học hiểu rằng **sự dính mắc** vào tài sản, danh vọng hay các mối quan hệ có thể là nguồn gốc của khổ đau. Thay vào đó, họ sống đơn giản, biết đủ và hài lòng với những gì mình có.
   - Cuộc sống giản dị và buông bỏ giúp họ giải phóng khỏi căng thẳng và lo âu, tạo nên một đời sống an lạc và bình thản.
8. **Duy trì niềm tin và động lực trong tu học**:
   - Áp dụng nhóm pháp **Ngũ Căn, Ngũ Lực** (niềm tin, tinh tấn, chánh niệm, định, và tuệ) giúp người học giữ vững niềm tin vào giáo pháp, và không

ngừng tinh tấn trong hành trình tu học. Dù gặp khó khăn, họ vẫn giữ niềm tin vào con đường mình đang đi và không bỏ cuộc.

- Niềm tin và động lực là nguồn sức mạnh nội tâm giúp họ vượt qua thách thức, sống đời sống có ý nghĩa và hướng đến mục tiêu giác ngộ.

9. **Tập trung vào sự an lạc hiện tại thay vì mong cầu**:
   - Người tu học thực hành **chánh niệm và xả** để buông bỏ những mong cầu tương lai hoặc tiếc nuối quá khứ. Họ tập trung vào hiện tại, cảm nhận an lạc ngay trong cuộc sống này mà không để tâm trí bị cuốn vào lo âu hay ước vọng viển vông.
   - Sống với hiện tại giúp họ cảm nhận cuộc sống ý nghĩa, an nhiên và không bị gánh nặng bởi các khát vọng hay lo âu không cần thiết.
10. **Chia sẻ giáo pháp và lan tỏa năng lượng tích cực**:
   - Khi đã tích lũy được những bài học quý giá từ Kinh Thập Thượng, người tu học có thể chia sẻ giáo pháp với người khác, giúp họ cũng tìm thấy con đường an lạc và ý nghĩa.
   - Sự lan tỏa từ tâm từ bi và trí tuệ của người tu học tạo ra một môi trường tích cực, giúp họ và những người xung quanh sống cuộc đời bình an và giàu ý nghĩa.

Tổng kết:

Người tu học có thể áp dụng các bài học từ Kinh Thập Thượng để **rèn luyện chánh niệm, đạo đức, từ bi, và trí tuệ** trong mọi khía cạnh cuộc sống. Những phẩm chất này giúp họ đối diện với cuộc sống một cách sáng suốt, bình thản và an lạc, tạo nên một cuộc đời thực sự ý nghĩa và viên mãn.

13. Sự tiến bộ tuần tự qua các nhóm pháp có giúp người tu học tránh được sự hấp tấp hoặc ngộ nhận về giác ngộ không?

Sự **tiến bộ tuần tự qua các nhóm pháp** trong **Kinh Thập Thượng** thực sự giúp người tu học **tránh được sự hấp tấp và ngộ nhận về giác ngộ**. Điều này có ý nghĩa lớn trong hành trình tu học vì các nhóm pháp từ một đến mười được sắp xếp một cách khoa học, khuyến khích người học đi từ những bước cơ bản đến phức tạp, từng bước xây dựng nền tảng vững chắc cho giác ngộ chân chính. Dưới đây là cách sự tiến bộ tuần tự này ngăn ngừa những ngộ nhận và thái độ vội vàng trên con đường tu học:

1. **Xây dựng nền tảng vững chắc qua từng bước**:
   - Mỗi nhóm pháp từ một đến năm, đặc biệt là những nhóm căn bản như **Tứ Niệm Xứ, Ngũ Căn, Ngũ Lực**, giúp người tu học bắt đầu từ đạo đức và chánh niệm, rèn luyện kiểm soát tâm trí, từ bỏ dục vọng và đạt đến sự ổn định nội tâm. Điều này đảm bảo họ không vội vàng nhảy đến những tầng giác ngộ cao cấp khi chưa có nền tảng cơ bản.
   - Sự tiến bộ tuần tự này giúp người tu học hiểu rõ rằng **giác ngộ không phải là đích đến tức thời** mà là kết quả của việc thực hành lâu dài và kiên trì qua từng giai đoạn.
2. **Tạo nhận thức đúng đắn về tiến trình giác ngộ**:
   - Khi người học tiến từ nhóm pháp này sang nhóm pháp khác, họ dần hiểu rõ hơn về **bản chất của giác ngộ** và ý nghĩa thực sự của sự tỉnh thức.

Những nhóm pháp như Bát Chánh Đạo, Thất Giác Chi mang lại trí tuệ sâu sắc về cuộc sống và sự vô thường, giúp người học nhận ra rằng giác ngộ không chỉ là một trải nghiệm tạm thời mà là một trạng thái ổn định và bền vững.

- Việc thực hành từng nhóm pháp giúp họ tránh được ngộ nhận về các dấu hiệu giác ngộ thoáng qua, nhận thức rõ ràng hơn về sự phát triển dài hạn và bền vững trong hành trình tu học.

3. **Tránh sự tự mãn và chủ quan**:
   - Việc tu tập tuần tự qua từng nhóm pháp giúp người tu học thấy rõ tiến trình của chính mình. Nhờ sự tích lũy từng bước, họ có thể nhận diện những tiến bộ thực chất và không rơi vào sự tự mãn, chủ quan, hoặc ảo tưởng về trình độ tu tập của mình.
   - Nhóm pháp về **kiểm soát giác quan và sự buông bỏ** giúp họ duy trì sự khiêm tốn và kiên nhẫn trong từng bước, luôn nhận thức rằng tu học là hành trình dài, không có chỗ cho sự tự mãn hoặc ngộ nhận.
4. **Phát triển trí tuệ và sự phân biệt đúng sai**:
   - Nhờ các nhóm pháp như **Thất Giác Chi và Bát Chánh Đạo**, người học phát triển trí tuệ để phân biệt rõ ràng giữa trí tuệ chân thực và các trạng thái tâm lý ngắn hạn có thể bị nhầm lẫn với giác ngộ. Trí tuệ này giúp họ thấy rõ sự khác biệt giữa một nhận thức sâu sắc, bền vững và những trải nghiệm tâm lý thoáng qua.
   - Sự phân biệt này ngăn ngừa họ khỏi ngộ nhận những cảm xúc nhất thời hoặc trạng thái tâm linh bề mặt là giác ngộ, giúp họ duy trì sự thực hành có chiều sâu và bền vững.
5. **Khuyến khích sự kiên nhẫn và tinh tấn**:
   - Mỗi nhóm pháp đều cần sự kiên nhẫn để rèn luyện và tinh tấn để duy trì, điều này giúp người tu học hiểu rằng **con đường tu học không thể đốt cháy giai đoạn**. Sự tiến bộ qua từng nhóm pháp giúp họ rèn luyện lòng kiên nhẫn, chấp nhận từng giai đoạn tu tập mà không vội vàng đạt đến các trạng thái cao cấp.
   - Tinh tấn cũng là động lực để họ không ngừng tiến lên, nhận thức rằng chỉ có sự kiên trì qua từng bước mới dẫn đến giác ngộ thực sự.
6. **Củng cố nhận thức về tính tuần tự và hệ thống của con đường giác ngộ**:
   - Sự tiến bộ tuần tự qua các nhóm pháp nhấn mạnh rằng **giác ngộ là một tiến trình có hệ thống**, trong đó mỗi bước đều quan trọng và cần thiết. Điều này giúp người học nhận ra rằng không có "phép màu" hay con đường tắt để đạt giác ngộ, mà là kết quả của sự tích lũy công đức, trí tuệ, và từ bi qua nhiều kiếp sống.
   - Khi họ hiểu rõ hệ thống này, họ sẽ tránh được sự ngộ nhận về việc đạt đến giác ngộ qua một vài trải nghiệm nhất thời, từ đó tu học với tâm an tịnh và đúng đắn.
7. **Phát triển từ bi và buông bỏ dần dần**:
   - Các nhóm pháp từ sáu đến mười đặc biệt khuyến khích sự phát triển từ bi và buông bỏ. Thông qua từng bước buông bỏ các dính mắc, người học

không còn khao khát giác ngộ như một mục tiêu cá nhân, mà xem nó là sự trưởng thành tự nhiên của tâm hồn. Điều này giúp họ tiến đến giác ngộ với tâm không dính mắc, an nhiên và rộng mở.

- Sự phát triển từ bi và buông bỏ dần giúp họ giữ sự bình tĩnh, tránh khỏi sự bám víu vào khái niệm giác ngộ, tạo điều kiện để họ thực sự đi đến giác ngộ chân thật.

Tổng kết:

Sự tiến bộ tuần tự qua các nhóm pháp trong Kinh Thập Thượng giúp người tu học **xây dựng nền tảng vững chắc, phát triển trí tuệ sáng suốt và sự kiên nhẫn**, tránh khỏi sự ngộ nhận và hấp tấp trong hành trình tu tập. Nhờ vậy, họ có thể đạt được sự giác ngộ bền vững, an lành và thực sự có ý nghĩa, tránh khỏi những nhận thức sai lầm về các trạng thái tâm linh thoáng qua.

14. Cách thức các nhóm pháp được sắp xếp có giúp người học tự đánh giá tiến độ tu tập của mình không?

Có, cách thức các nhóm pháp được sắp xếp trong **Kinh Thập Thượng** giúp người học có thể **tự đánh giá tiến độ tu tập** của mình một cách hiệu quả và có hệ thống. Cấu trúc từ một đến mười không chỉ đơn thuần là sự sắp xếp logic mà còn là một lộ trình **phát triển tuần tự**, cho phép người học nhận biết rõ mình đang ở giai đoạn nào trên hành trình tu tập, từ đó điều chỉnh sự thực hành cho phù hợp. Dưới đây là cách sắp xếp này hỗ trợ quá trình tự đánh giá của người học:

1. **Cung cấp lộ trình cụ thể từ đơn giản đến phức tạp**:
    - Sự sắp xếp từ các nhóm pháp đơn giản đến phức tạp cho phép người học bắt đầu từ các pháp cơ bản như chánh niệm và đạo đức, sau đó tiến lên các pháp nâng cao hơn như kiểm soát giác quan, phát triển từ bi, và trí tuệ.
    - Người học có thể dễ dàng nhận biết mình đã thành thạo các pháp căn bản hay chưa, từ đó **tự đánh giá mức độ sẵn sàng để chuyển sang các pháp cao cấp** hơn.
2. **Xác định rõ ràng các giai đoạn phát triển đạo đức, thiền định và trí tuệ**:
    - Các nhóm pháp như **Tứ Niệm Xứ, Ngũ Căn, Ngũ Lực, và Bát Chánh Đạo** được bố trí theo từng giai đoạn trong tu tập, từ đạo đức, chánh niệm đến phát triển trí tuệ. Người học có thể tự quan sát xem mình có đáp ứng được các yêu cầu của từng giai đoạn hay không.
    - Việc thành thạo từng giai đoạn này giúp người học tự đánh giá tiến bộ và xác định xem mình cần tập trung vào điều gì để tiến bộ hơn.
3. **Xây dựng tiêu chí đánh giá dựa trên từng nhóm pháp**:
    - Mỗi nhóm pháp trong Kinh Thập Thượng đều đại diện cho các phẩm chất cụ thể, như chánh niệm, tinh tấn, định, và trí tuệ. Người học có thể tự đánh giá xem mình đã phát triển những phẩm chất này đến mức nào thông qua sự tự quan sát và phản tỉnh.
    - Ví dụ, nếu người học thấy mình còn dễ bị xao lãng hoặc phản ứng nhanh với cảm xúc tiêu cực, đó có thể là dấu hiệu cho thấy họ cần thực hành thêm các nhóm pháp về chánh niệm và kiểm soát giác quan.
4. **Tạo động lực cho sự tiến bộ tuần tự**:

- Sắp xếp các nhóm pháp từ một đến mười khuyến khích người học **tiến bộ tuần tự** mà không bỏ qua bất kỳ bước nào. Việc tuân theo một lộ trình tuần tự như vậy cho phép họ nhận thấy rõ những thành quả nhỏ qua từng giai đoạn, từ đó tạo động lực cho sự tiến bộ liên tục.
- Khi người học thấy mình đã hoàn thành các nhóm pháp căn bản và sẵn sàng bước sang những nhóm cao hơn, họ có thể đánh giá tiến độ của mình một cách tích cực, đồng thời duy trì động lực tu học.

5. **Phát triển sự tự nhận thức thông qua chánh niệm và quán chiếu**:
   - Nhờ thực hành các nhóm pháp như **Tứ Niệm Xứ** và **Thất Giác Chi**, người học có thể tự quan sát và đánh giá nội tâm của mình. Sự chánh niệm giúp họ nhận biết rõ hơn về những biến động và tiến bộ trong tâm trí, từ đó có cái nhìn khách quan về mức độ tu tập.
   - Thông qua sự tự nhận thức này, người học có thể xác định rõ các điểm mạnh và yếu, biết mình cần phát triển thêm ở đâu để đạt được tiến bộ vững chắc.
6. **Tự so sánh với các tiêu chí trong kinh điển**:
   - Mỗi nhóm pháp trong Kinh Thập Thượng đặt ra những **tiêu chí rõ ràng về phẩm chất và trí tuệ** mà người học cần đạt được. Nhờ vậy, họ có thể tự đối chiếu sự thực hành của mình với các tiêu chuẩn trong kinh để xem xét sự tiến bộ.
   - Việc so sánh này không phải để tạo áp lực, mà là để giúp người học nhận biết đâu là những phẩm chất cần phát triển thêm, từ đó không ngừng hoàn thiện bản thân.
7. **Phát triển lòng kiên nhẫn và tránh ngộ nhận về tiến bộ**:
   - Nhờ cấu trúc tiến bộ từ thấp đến cao, người học hiểu rằng **tu học là một quá trình cần thời gian** và sự kiên nhẫn. Điều này giúp họ tránh được những ngộ nhận về giác ngộ nhanh chóng, đồng thời không rơi vào sự tự mãn khi đạt được một vài kết quả ban đầu.
   - Việc phải hoàn thiện từng bước giúp họ kiên trì và duy trì sự khiêm tốn trong tu tập, điều này cũng là một phần quan trọng của tiến độ tu học.
8. **Nhận diện điểm dừng tạm thời và điều chỉnh sự thực hành**:
   - Khi người học nhận thấy mình gặp khó khăn ở một nhóm pháp nhất định, họ có thể coi đây là tín hiệu để **tập trung vào nhóm pháp đó nhiều hơn** trước khi chuyển sang các pháp khác. Điều này giúp họ điều chỉnh lộ trình tu tập một cách linh hoạt và tập trung.
   - Nhờ vậy, người học không bị mắc kẹt ở một giai đoạn mà có thể nhìn nhận lại và điều chỉnh sự thực hành của mình cho phù hợp với tiến độ.

Tổng kết:

Cách thức các nhóm pháp được sắp xếp trong Kinh Thập Thượng giúp người học **tự đánh giá tiến độ tu tập** thông qua từng giai đoạn cụ thể, từ các bước cơ bản đến cao cấp. Nhờ có cấu trúc tuần tự, họ có thể nhận diện rõ ràng điểm mạnh và yếu của bản thân, điều chỉnh sự thực hành khi cần thiết, và duy trì động lực tu tập một cách bền vững và chính xác.

15. Trong Kinh Thập Thượng, làm thế nào mỗi nhóm pháp lại bổ sung và hỗ trợ cho các nhóm pháp khác?

Trong **Kinh Thập Thượng**, mỗi nhóm pháp bổ sung và hỗ trợ lẫn nhau theo cách giúp người tu học phát triển **toàn diện** từ các nền tảng cơ bản đến những phẩm chất và trí tuệ cao hơn. Sự bổ sung này giúp tạo nên một **con đường tu tập vững chắc**, trong đó mỗi nhóm pháp đóng vai trò như một yếu tố xây dựng, củng cố, và nâng đỡ cho các nhóm tiếp theo. Dưới đây là cách các nhóm pháp bổ sung và hỗ trợ lẫn nhau trong hành trình tu học:

1. **Nhóm Một Pháp làm nền tảng cho các nhóm tiếp theo**:
   - Nhóm một pháp (như chánh niệm) là **nền tảng cơ bản** giúp người học xây dựng sự tập trung. Điều này rất quan trọng để chuẩn bị tâm trí và ý thức cho việc tiếp nhận các pháp sau này.
   - Chánh niệm giúp duy trì sự tỉnh giác và nhận thức trong mọi hành động, là bước đầu để tiến đến các pháp cao hơn về đạo đức và trí tuệ.
2. **Nhóm Hai Pháp tạo sự cân bằng và bổ trợ cho nhóm Một Pháp**:
   - Nhóm hai pháp thường bao gồm các yếu tố đối lập hoặc bổ sung, như từ bi và trí tuệ. Sự cân bằng này giúp củng cố chánh niệm từ nhóm một pháp, đồng thời thiết lập **cơ sở đạo đức và trí tuệ song song**.
   - Việc duy trì cân bằng này hỗ trợ người học giữ vững tâm trong sự thiện lành, tránh bị lệch lạc và phát triển một cách hài hòa.
3. **Nhóm Ba Pháp củng cố đạo đức, thiền định, và trí tuệ**:
   - Nhóm ba pháp thường bao gồm đạo đức, thiền định, và trí tuệ. Đây là ba yếu tố **căn bản của tu tập Phật giáo**, giúp người học xây dựng một lối sống có đạo đức, tâm trí an định và sự hiểu biết sáng suốt.
   - Nhóm này cung cấp nền tảng vững chắc cho các pháp sau bằng cách giúp người học duy trì một trạng thái tâm ổn định và chuẩn bị tốt cho sự phát triển tâm linh tiếp theo.
4. **Nhóm Bốn Pháp (Tứ Niệm Xứ) hỗ trợ phát triển chánh niệm sâu sắc**:
   - Tứ Niệm Xứ (quan sát thân, thọ, tâm, và pháp) giúp người học **quan sát thực tại và nhận thức sâu sắc hơn về bản chất của chính mình và thế giới**. Điều này không chỉ bổ sung cho chánh niệm mà còn là bước quan trọng để nhận ra vô thường, khổ, và vô ngã.
   - Nhóm này giúp người học giữ tâm vững vàng và sáng suốt, tạo điều kiện thuận lợi cho sự phát triển trí tuệ trong các nhóm pháp sau.
5. **Nhóm Năm Pháp (Ngũ Căn và Ngũ Lực) củng cố lòng tin và tinh tấn**:
   - Nhóm năm pháp bao gồm các yếu tố như tín, tấn, niệm, định, và tuệ, tạo thành sức mạnh nội tâm và sự kiên định trong hành trình tu học. Những yếu tố này giúp người học duy trì **lòng tin vào con đường tu học** và không ngừng tinh tấn.
   - Ngũ Căn và Ngũ Lực là nền tảng cho các pháp cao hơn, giúp người học duy trì chánh niệm và tâm định trong mọi tình huống, hỗ trợ mạnh mẽ cho sự phát triển các pháp về trí tuệ và từ bi.
6. **Nhóm Sáu Pháp (Lục Căn và Lục Trần) giúp kiểm soát giác quan**:

- Kiểm soát giác quan là một bước quan trọng để giữ tâm không bị phân tán và tăng khả năng **quan sát nội tâm sâu sắc hơn**. Nhờ kiểm soát giác quan, người học tránh bị cuốn vào tham ái và sân hận, từ đó giữ vững sự an tịnh và chánh niệm.
- Điều này rất cần thiết cho việc thực hành các pháp về định và từ bỏ, hỗ trợ quá trình thanh tịnh tâm trí và giúp tiến sâu vào thiền định.

7. **Nhóm Bảy Pháp (Thất Giác Chi) phát triển các yếu tố giác ngộ**:
   - Nhóm bảy pháp bao gồm các yếu tố giác ngộ như chánh niệm, pháp trạch, tinh tấn, hỷ, khinh an, định, và xả, giúp người học **phát triển trí tuệ sâu sắc** và nhận thức rõ bản chất vô thường, vô ngã.
   - Thất Giác Chi bổ sung cho các pháp về từ bỏ và từ bi, giúp người học giữ vững tâm an lạc và nhận thức rõ ràng, tạo nền tảng mạnh mẽ để tiếp cận các pháp giác ngộ cao hơn.
8. **Nhóm Tám Pháp (Bát Chánh Đạo) củng cố đạo đức và chánh niệm**:
   - Bát Chánh Đạo là lối sống hoàn chỉnh bao gồm cả đạo đức, chánh niệm, và trí tuệ, hướng dẫn người học **sống một cuộc đời đúng đắn và từ bi**. Nó củng cố các nhóm pháp về đạo đức và thiền định, giúp người học giữ vững tinh thần và lòng từ bi trong cuộc sống.
   - Sống theo Bát Chánh Đạo giúp duy trì sự hài hòa và ổn định, là yếu tố thiết yếu để thực hành các pháp về xả bỏ và đạt đến giác ngộ.
9. **Nhóm Chín Pháp (các phẩm chất cao quý) khuyến khích từ bỏ và phát triển lòng từ bi**:
   - Nhóm chín pháp giúp người học **từ bỏ những dính mắc và phát triển phẩm chất đạo đức cao** như nhẫn nhục, lòng từ, và sự an nhiên. Nhờ đó, họ có thể giữ tâm thanh tịnh và không còn bị cuốn vào ham muốn vật chất.
   - Những phẩm chất này là yếu tố hỗ trợ cho giác ngộ vì chúng giúp người học đạt được sự tự do nội tâm và không còn bị ràng buộc bởi thế tục.
10. **Nhóm Mười Pháp (sự viên mãn của trí tuệ và từ bi)**:
    - Nhóm mười pháp là sự hoàn thiện của tất cả các nhóm trước đó, đại diện cho **sự viên mãn của trí tuệ và đạo đức**. Đây là đỉnh cao của quá trình tu học, giúp người học đạt được giác ngộ và giải thoát.
    - Nhóm mười pháp không chỉ tổng hợp tất cả các yếu tố của các nhóm trước mà còn là đích đến của hành trình tu học, giúp người học hoàn toàn giải thoát khỏi khổ đau và đạt được niết bàn.

Tổng kết:

Mỗi nhóm pháp trong Kinh Thập Thượng bổ sung và hỗ trợ cho các nhóm khác, từ các nền tảng về chánh niệm và đạo đức đến sự kiểm soát giác quan, phát triển trí tuệ và lòng từ bi. Sự sắp xếp này không chỉ giúp người học tiến bộ một cách bền vững mà còn tạo ra một hệ thống **phát triển tuần tự**, trong đó từng yếu tố hỗ trợ và nâng đỡ yếu tố khác, giúp người học tiến dần đến giác ngộ và giải thoát toàn diện.

16. Những giá trị nào trong các nhóm pháp có thể hỗ trợ người tu học vượt qua các khó khăn trong đời sống?

Những giá trị từ các nhóm pháp trong **Kinh Thập Thượng** không chỉ giúp người tu học trong hành trình tu tập mà còn là **nguồn sức mạnh để vượt qua khó khăn trong đời sống**. Dưới đây là những giá trị cốt lõi mà các nhóm pháp mang lại, hỗ trợ người tu học đối mặt với thử thách và duy trì tinh thần vững vàng:

1. **Chánh niệm** (*Nhóm Một Pháp*):
    - Chánh niệm giúp người tu học **giữ sự tỉnh thức trong mọi hoàn cảnh**, nhận diện rõ ràng cảm xúc và suy nghĩ của bản thân. Khi đối diện với khó khăn, chánh niệm giúp họ không bị cuốn vào cảm xúc tiêu cực, mà bình tĩnh quan sát để tìm ra cách giải quyết tốt nhất.
    - Giá trị này giúp người tu học giữ tâm an lành và sáng suốt, tránh bị ảnh hưởng bởi căng thẳng hoặc lo âu.
2. **Cân bằng giữa từ bi và trí tuệ** (*Nhóm Hai Pháp*):
    - Sự cân bằng giữa **từ bi và trí tuệ** giúp người học phát triển khả năng thấu hiểu và đưa ra quyết định sáng suốt khi đối mặt với những vấn đề phức tạp. Từ bi giúp họ đồng cảm với hoàn cảnh và người khác, trong khi trí tuệ giúp họ không hành động vội vàng, duy trì được sự ổn định và nhìn nhận vấn đề đúng đắn.
    - Giá trị này tạo nên một thái độ sống hòa nhã, khéo léo trong ứng xử, giúp họ giải quyết khó khăn một cách từ bi và hiệu quả.
3. **Kiên định với đạo đức và sự chính trực** (*Nhóm Ba Pháp* - Đạo đức, Thiền định, Trí tuệ):
    - Đạo đức là nền tảng giúp người tu học **giữ vững sự chính trực và lòng tin vào con đường đúng đắn** ngay cả khi gặp khó khăn. Thiền định giúp họ ổn định tâm trí, không bị dao động bởi những biến cố bên ngoài. Trí tuệ cho phép họ nhìn nhận mọi thứ một cách sáng suốt và đưa ra quyết định đúng đắn.
    - Nhờ kiên định với đạo đức, người tu học không chỉ vượt qua khó khăn mà còn giữ vững được lòng tự trọng và nguyên tắc sống của mình.
4. **Chánh niệm về thân, thọ, tâm, pháp** (*Nhóm Bốn Pháp* - Tứ Niệm Xứ):
    - Tứ Niệm Xứ giúp người tu học **quan sát sâu sắc chính mình**, từ đó nhận ra nguyên nhân sâu xa của mọi đau khổ. Khi đối mặt với khó khăn, họ có thể nhận diện và hiểu rõ hơn về cảm xúc, từ đó tránh phản ứng tiêu cực và bình tĩnh hơn trước thử thách.
    - Sự nhận thức này giúp họ không bị cuốn vào những phản ứng tự nhiên như lo lắng, sợ hãi mà có thể bình tĩnh ứng phó.
5. **Lòng tin và sự tinh tấn** (*Nhóm Năm Pháp* - Ngũ Căn, Ngũ Lực):
    - Lòng tin và tinh tấn là những yếu tố giúp người tu học **giữ vững động lực** khi gặp khó khăn. Lòng tin vào con đường mình đã chọn và vào sự hỗ trợ từ giáo pháp giúp họ không từ bỏ, còn sự tinh tấn giúp họ tiếp tục cố gắng, vượt qua trở ngại.
    - Những giá trị này là nguồn sức mạnh để họ luôn tiến về phía trước, dù hoàn cảnh có khó khăn đến đâu.
6. **Kiểm soát các giác quan và tránh xa cám dỗ** (*Nhóm Sáu Pháp* - Lục Căn, Lục Trần):

- Khả năng kiểm soát các giác quan giúp người tu học **giữ được sự bình tĩnh và không bị lôi kéo vào những cảm xúc tiêu cực**. Điều này rất quan trọng khi đối diện với khó khăn, giúp họ không phản ứng bốc đồng, từ đó đưa ra những quyết định sáng suốt.
- Nhờ kiểm soát giác quan, họ cũng tránh xa những yếu tố gây hại, giữ được tâm an lành và sự tập trung.

7. **Phát triển sự an lạc nội tâm qua Thất Giác Chi** (*Nhóm Bảy Pháp*):
   - Thất Giác Chi bao gồm các yếu tố như chánh niệm, pháp trạch, tinh tấn, hỷ, khinh an, định, và xả. Sự an lạc nội tâm này giúp người tu học **đối diện với khó khăn mà không lo sợ** hay bất an.
   - Khi đạt được sự an tĩnh và an lạc từ bên trong, họ có thể ứng phó với mọi tình huống một cách bình thản và hiệu quả.
8. **Lối sống đạo đức và từ bi qua Bát Chánh Đạo** (*Nhóm Tám Pháp*):
   - Bát Chánh Đạo là con đường toàn diện giúp người tu học **giữ gìn đạo đức và từ bi**, không gây hại cho bản thân và người khác. Nhờ đó, khi gặp khó khăn, họ vẫn hành động đúng đắn và không tạo thêm những vấn đề phức tạp.
   - Bát Chánh Đạo giúp họ sống hòa hợp với môi trường xung quanh và tránh được các rắc rối không cần thiết.
9. **Khả năng nhẫn nhục và buông bỏ** (*Nhóm Chín Pháp*):
   - Nhóm pháp này giúp người tu học **học cách nhẫn nhục và buông bỏ**. Khi đối mặt với thử thách, nhẫn nhục giúp họ không phản ứng mạnh, còn buông bỏ giúp họ giảm bớt sự căng thẳng khi không kiểm soát được tình hình.
   - Nhờ vậy, họ không chỉ giữ được sự bình thản mà còn thấy được ý nghĩa lớn hơn của khó khăn, xem đó như một cơ hội để trưởng thành.
10. **Trí tuệ viên mãn và sự giác ngộ về vô thường** (*Nhóm Mười Pháp*):
    - Nhóm mười pháp giúp người tu học **phát triển trí tuệ về vô thường, khổ, và vô ngã**. Khi thấu hiểu rằng mọi thứ đều thay đổi và khổ đau là một phần của cuộc sống, họ không còn sợ hãi hay trốn tránh khó khăn mà đón nhận chúng một cách nhẹ nhàng.
    - Sự thấu hiểu này giúp họ giữ được sự thanh thản và không bám víu vào những mong cầu, từ đó dễ dàng đối diện và vượt qua mọi khó khăn trong cuộc sống.

Tổng kết:

Các nhóm pháp trong Kinh Thập Thượng cung cấp những **giá trị về chánh niệm, từ bi, trí tuệ, sự kiên định, nhẫn nhục, và buông bỏ**. Nhờ thực hành các giá trị này, người tu học có thể đối diện với thử thách một cách bình thản, sáng suốt, và kiên định, từ đó **xây dựng một đời sống an lạc và vững vàng** trước mọi biến cố.

17. Tại sao việc thực hành từng nhóm pháp lại là một phương tiện phát triển từ bi và trí tuệ thay vì chỉ là công cụ ghi nhớ?

Việc **thực hành từng nhóm pháp trong Kinh Thập Thượng** không chỉ đơn thuần là một **công cụ ghi nhớ** mà còn là một **phương tiện sâu sắc giúp phát triển từ bi**

và trí tuệ. Sự phân loại theo từng nhóm pháp được thiết kế để người học tiến bộ từng bước, nuôi dưỡng cả tâm từ bi và trí tuệ thông qua **sự thực hành nhất quán và thấu hiểu nội tâm**. Dưới đây là những lý do chính vì sao thực hành từng nhóm pháp lại giúp phát triển từ bi và trí tuệ:

1. **Nhận diện và vượt qua các chướng ngại nội tâm**:
   - Thực hành từng nhóm pháp giúp người tu học **nhận diện các chướng ngại và cảm xúc tiêu cực** như tham lam, sân hận, và si mê. Khi nhìn sâu vào tâm mình, họ hiểu rằng những khó khăn này cũng hiện diện trong mọi người.
   - Nhận thức này làm nảy sinh lòng từ bi, vì họ hiểu và đồng cảm với những khổ đau của người khác, đồng thời giúp trí tuệ phát triển qua khả năng tự soi xét và cải thiện bản thân.
2. **Xây dựng chánh niệm và tự giác sâu sắc**:
   - Nhờ thực hành chánh niệm và tự giác qua các nhóm pháp như Tứ Niệm Xứ và Thất Giác Chi, người tu học **tập trung vào bản thân và quan sát tâm** một cách tỉ mỉ. Việc này giúp họ phát hiện ra bản chất của các cảm xúc và suy nghĩ, từ đó phát triển trí tuệ để phân biệt giữa những gì là thiện và bất thiện.
   - Từ đây, họ thấy rõ sự cần thiết của tâm từ bi để hóa giải các phiền não và giảm thiểu sự tổn hại trong mối quan hệ với người khác.
3. **Kết hợp giữa từ bi và sự sáng suốt trong đối xử**:
   - Khi thực hành từng nhóm pháp, người học dần hình thành **cách tiếp cận nhân từ nhưng không thiếu sự sáng suốt** trong mối quan hệ với người khác. Các pháp như Bát Chánh Đạo giúp họ hành xử đúng đắn, chân thật, từ bi mà vẫn giữ được nguyên tắc và trí tuệ.
   - Nhờ vậy, từ bi của họ không phải là sự nhượng bộ thiếu kiểm soát, mà là tình thương được dẫn dắt bởi trí tuệ, biết khi nào nên giúp đỡ và khi nào nên kiên quyết để lợi ích cho tất cả.
4. **Phát triển sự buông bỏ và lòng vị tha**:
   - Các nhóm pháp như kiểm soát giác quan và xả bỏ giúp người học **giải phóng bản thân khỏi sự dính mắc vào cảm xúc và sở hữu cá nhân**. Khi họ không còn bám víu vào cái "tôi", lòng vị tha và từ bi sẽ phát triển tự nhiên, giúp họ nghĩ nhiều hơn cho lợi ích của người khác.
   - Trí tuệ cũng phát triển từ đây, khi họ hiểu rằng việc giữ tâm không bám víu không chỉ mang lại an lạc cho bản thân mà còn giảm thiểu khổ đau cho người khác.
5. **Giúp hiểu sâu về bản chất vô thường và khổ đau**:
   - Khi thực hành và quán chiếu từng nhóm pháp, người tu học dần thấy rõ sự vô thường, khổ, và vô ngã của mọi sự vật. Nhận thức về vô thường giúp họ **chấp nhận những mất mát và biến đổi trong cuộc sống**, giảm đi sân hận và biết ơn từng khoảnh khắc hiện tại.
   - Sự thấu hiểu về khổ đau không chỉ giúp phát triển trí tuệ mà còn thúc đẩy lòng từ bi, vì họ biết rằng ai cũng đang đối diện với khổ đau của riêng mình.

6. **Phát triển trí tuệ qua sự quán sát và thấu hiểu**:
   - Thực hành từng nhóm pháp không chỉ là ghi nhớ mà là **quá trình quan sát và thấu hiểu nội tâm**. Mỗi nhóm pháp, từ cơ bản đến nâng cao, giúp người học tự chiêm nghiệm về bản chất của thân và tâm, phân biệt rõ giữa ảo tưởng và thực tại.
   - Sự thấu hiểu này làm tăng trưởng trí tuệ, giúp họ có cái nhìn sáng suốt về mọi sự vật hiện tượng, từ đó có cách ứng xử đúng đắn, không gây hại cho bản thân và người khác.
7. **Xây dựng nền tảng đạo đức và lòng từ**:
   - Nhóm các pháp đạo đức trong Kinh Thập Thượng giúp người học **hành xử một cách có đạo đức và từ bi** với mọi người xung quanh. Đạo đức là nền tảng thiết yếu, và nhờ thực hành đạo đức một cách chánh niệm, họ có thể làm giảm đi sự tổn thương và đau khổ cho người khác.
   - Sự tu dưỡng đạo đức này giúp từ bi trở thành một phần trong hành động và suy nghĩ của họ, không phải là từ bi hình thức mà là lòng từ bi được xây dựng trên trí tuệ thực sự.
8. **Nhẫn nhục và phát triển lòng khoan dung**:
   - Việc thực hành từng nhóm pháp giúp người tu học **rèn luyện sự nhẫn nhục và lòng khoan dung**. Những nhóm pháp về kiểm soát giác quan và kiểm soát tâm giúp họ giữ vững sự bình an và không phản ứng mạnh khi gặp nghịch cảnh.
   - Khi trở nên khoan dung hơn với bản thân và người khác, lòng từ bi của họ trở nên sâu sắc hơn, giúp họ đối diện với cuộc sống một cách nhẹ nhàng và từ ái.
9. **Phát triển tâm xả và giảm đi sự phân biệt**:
   - Nhóm pháp cuối cùng liên quan đến sự xả bỏ giúp người học phát triển **tâm xả, không còn phân biệt và dính mắc** vào mọi thứ. Khi thực hành tâm xả, lòng từ bi của họ trở nên phổ quát, không còn phân biệt yêu-ghét, từ đó giúp họ hành xử công bằng và bình đẳng với mọi người.
   - Tâm xả kết hợp với trí tuệ giúp họ nhận ra rằng mọi chúng sinh đều bình đẳng trong bản chất, từ đó lòng từ bi và sự công bằng trở nên hoàn toàn tự nhiên.
10. **Thực hành mỗi nhóm pháp giúp từ bi và trí tuệ trở thành bản chất tự nhiên**:
   - Thực hành các nhóm pháp không chỉ là công cụ ghi nhớ mà là sự rèn luyện, qua thời gian các phẩm chất từ bi và trí tuệ **trở thành bản chất tự nhiên của người học**. Họ không còn phải cố gắng để từ bi hay trí tuệ, mà những phẩm chất này đã thấm nhuần vào suy nghĩ và hành động hằng ngày của họ.
   - Đây là đích đến của việc thực hành từng nhóm pháp: tạo ra sự chuyển hóa nội tâm, để từ bi và trí tuệ không còn là những khái niệm xa vời mà trở thành lối sống và cách nhìn của người tu học.

Tổng kết:

Việc thực hành từng nhóm pháp trong Kinh Thập Thượng không phải chỉ là để ghi nhớ mà là **con đường để phát triển từ bi và trí tuệ sâu sắc và thực chất**. Từng bước rèn luyện giúp người học không chỉ tích lũy kiến thức mà còn chuyển hóa nội tâm, nuôi dưỡng từ bi và trí tuệ trong từng hành động và suy nghĩ, làm cho chúng trở thành bản chất tự nhiên của họ trên con đường tu học và giác ngộ.

18. Làm thế nào để người tu học duy trì sự tinh tấn và kiên nhẫn khi tiến từ các nhóm pháp cơ bản đến phức tạp?

Để duy trì **sự tinh tấn và kiên nhẫn** khi tiến từ các nhóm pháp cơ bản đến phức tạp trong **Kinh Thập Thượng**, người tu học cần có một **phương pháp tiếp cận bền vững**. Sự phát triển từ thấp đến cao đòi hỏi họ phải xây dựng nền tảng vững chắc, không ngừng củng cố động lực và hiểu rõ mục đích của hành trình. Dưới đây là các cách giúp người tu học duy trì tinh tấn và kiên nhẫn trong quá trình này:

1. **Xây dựng lòng tin vào con đường tu học**:
    - Việc hiểu rõ giá trị của từng nhóm pháp và vai trò của chúng trong quá trình giác ngộ giúp người tu học **xây dựng lòng tin** vào con đường tu tập. Khi thấy rằng mỗi nhóm pháp đều cần thiết và góp phần vào sự phát triển nội tâm, họ sẽ duy trì sự tinh tấn và không nản lòng khi gặp khó khăn.
    - Lòng tin này tạo nên một nền tảng vững chắc, giúp họ kiên trì với từng bước dù những thách thức có xuất hiện.
2. **Nhận ra sự tiến bộ của bản thân qua từng giai đoạn**:
    - Người tu học cần dành thời gian để **quan sát sự tiến bộ của chính mình** khi chuyển từ nhóm pháp này sang nhóm pháp khác. Việc nhận thức rằng bản thân đã cải thiện về chánh niệm, từ bi hay đạo đức giúp họ có thêm động lực để tiếp tục cố gắng.
    - Những tiến bộ dù nhỏ cũng là bằng chứng cho thấy sự tinh tấn của họ đang mang lại kết quả, từ đó khuyến khích họ kiên nhẫn và tiếp tục tu học với sự bền bỉ.
3. **Tự nhắc nhở về mục tiêu lâu dài và ý nghĩa của việc tu học**:
    - Khi gặp thử thách, người học có thể **nhắc nhở bản thân về mục tiêu cao nhất** – đạt đến giác ngộ và sự an lạc. Hiểu rằng sự kiên nhẫn trong từng nhóm pháp là cần thiết để đạt được một trạng thái tâm bền vững và vững chắc giúp họ vượt qua những khó khăn tạm thời.
    - Từ đó, họ không còn bị phân tán bởi những thất bại nhỏ mà có thể kiên trì hướng đến mục tiêu lâu dài.
4. **Đặt mục tiêu nhỏ, dễ đạt và thưởng thức từng bước đi**:
    - Thay vì cố gắng tiến thật nhanh, người tu học có thể **chia nhỏ các nhóm pháp thành những mục tiêu nhỏ hơn**. Mỗi khi hoàn thành một phần, họ có thể tự cảm nhận sự an lạc từ việc đạt được một tiến bộ nhỏ, điều này tạo nên động lực để tiếp tục.
    - Thưởng thức từng bước tiến nhỏ cũng giúp họ cảm thấy hành trình tu học là niềm vui, từ đó duy trì sự tinh tấn mà không cảm thấy áp lực hay chán nản.
5. **Kết hợp giữa tinh tấn và sự buông bỏ**:

- Trong khi giữ tinh tấn, người tu học cũng cần **thực hành buông bỏ và chấp nhận** rằng sự tiến bộ có thể diễn ra chậm rãi. Điều này giúp họ không bị căng thẳng, lo lắng về việc phải đạt được kết quả nhanh chóng.
- Buông bỏ kỳ vọng về thời gian và tập trung vào chất lượng thực hành giúp họ giữ tinh thần nhẹ nhàng và kiên nhẫn, tiếp tục tiến lên một cách tự nhiên.

6. **Phát triển sự tự giác thông qua chánh niệm**:
   - Sự chánh niệm trong từng bước thực hành giúp người tu học luôn ý thức rõ ràng về hành động và tư tưởng của mình, điều này là một nguồn **tự giác mạnh mẽ**. Họ có thể quan sát sự tiến bộ của bản thân, điều chỉnh sự thực hành mà không phụ thuộc vào sự công nhận bên ngoài.
   - Sự tự giác này củng cố tinh tấn nội tại, giúp họ kiên trì và tiến bộ dần dần mà không cần quá nhiều sự thúc đẩy từ bên ngoài.
7. **Sử dụng thiền định để củng cố tâm trí**:
   - Các pháp thiền định như quán niệm hơi thở hoặc Tứ Niệm Xứ giúp người tu học **ổn định tâm trí và duy trì sự kiên nhẫn**. Khi thiền định, họ có thể thư giãn và củng cố tinh thần, tạo ra một trạng thái an bình để đối diện với những khó khăn trong tu học.
   - Thiền định cũng giúp họ giảm bớt sự xao lãng, từ đó duy trì tập trung và tinh tấn trên con đường tu tập.
8. **Nhận thức rằng mỗi bước tiến là một phần của giác ngộ**:
   - Thay vì xem giác ngộ là đích đến xa xôi, người học nên nhận ra rằng **mỗi nhóm pháp đều là một phần quan trọng của giác ngộ**. Điều này giúp họ thấy rằng họ đang tiến gần hơn đến mục tiêu cao nhất mỗi khi hoàn thành một nhóm pháp, không cảm thấy hành trình quá xa vời.
   - Sự nhận thức này khuyến khích họ tận hưởng quá trình tu học và thấy được sự giá trị trong từng bước đi.
9. **Thực hành lòng từ bi với chính bản thân**:
   - Khi tiến bộ chậm hoặc gặp khó khăn, người tu học nên thực hành **lòng từ bi với chính mình**, không trách móc hay chán nản. Thay vào đó, họ có thể tự an ủi rằng mọi tiến bộ, dù nhỏ, đều là một bước đi ý nghĩa trên con đường tu tập.
   - Lòng từ bi này tạo nên một thái độ kiên nhẫn và tinh tấn nhẹ nhàng, không gây áp lực quá lớn lên bản thân và giúp họ duy trì sự cố gắng.
10. **Tham khảo và học hỏi từ những người bạn đồng tu**:
    - Việc **học hỏi và chia sẻ** với những người cùng tu tập giúp tạo động lực và củng cố sự kiên nhẫn. Khi thấy người khác cũng đang cố gắng, người tu học nhận ra rằng họ không đơn độc trên con đường này, từ đó có thêm niềm tin và tinh thần để tiếp tục.
    - Sự hỗ trợ từ cộng đồng tu học cũng là một yếu tố giúp duy trì động lực, tạo sự kiên nhẫn và tinh tấn lâu dài.

Tổng kết:

Để duy trì tinh tấn và kiên nhẫn khi tiến từ các nhóm pháp cơ bản đến phức tạp, người tu học cần **xây dựng lòng tin vào con đường tu học, chia nhỏ mục tiêu,**

duy trì chánh niệm và tự giác, thực hành thiền định, và phát triển lòng từ bi đối với bản thân. Những phương pháp này giúp họ cảm thấy an nhiên và ổn định trong hành trình, không ngừng tiến bộ mà vẫn giữ được tâm hồn an lạc và sự bền bỉ cần thiết.

19. Sự ghi nhớ và thực hành các nhóm pháp có vai trò gì trong việc bảo vệ và truyền thừa Chánh Pháp?

Sự ghi nhớ và thực hành các nhóm pháp trong **Kinh Thập Thượng** có vai trò vô cùng quan trọng trong việc **bảo vệ và truyền thừa Chánh Pháp**. Điều này không chỉ giúp **giáo lý của Đức Phật được bảo tồn nguyên vẹn** mà còn đảm bảo rằng những người tu học qua các thế hệ có thể **hiểu đúng và thực hành đúng** con đường giác ngộ. Dưới đây là những vai trò chính của việc ghi nhớ và thực hành các nhóm pháp trong việc bảo vệ và truyền thừa Chánh Pháp:

1. **Bảo vệ Chánh Pháp khỏi sự biến đổi**:
    - Việc ghi nhớ các nhóm pháp một cách chính xác giúp **ngăn ngừa sự thay đổi hoặc sai lệch trong giáo lý**. Khi các nhóm pháp được ghi nhớ đúng, chúng sẽ giữ được tính chân thật và không bị pha trộn với các quan niệm sai lầm hay quan điểm cá nhân.
    - Điều này đảm bảo rằng Chánh Pháp luôn giữ được sự nguyên vẹn qua nhiều thế hệ, không bị mất đi giá trị cốt lõi mà Đức Phật truyền dạy.
2. **Duy trì sự thống nhất trong cộng đồng tu học**:
    - Ghi nhớ và thực hành các nhóm pháp theo hệ thống giúp **cộng đồng tu học có chung một chuẩn mực** để tu tập và truyền bá. Khi mọi người cùng thực hành theo một hệ thống đã được thiết lập, điều này tạo nên sự thống nhất và đồng lòng trong cộng đồng.
    - Sự thống nhất này là yếu tố quan trọng để cộng đồng tu học giữ được Chánh Pháp, tránh những sự chia rẽ do cách hiểu khác nhau.
3. **Cung cấp lộ trình rõ ràng cho người tu học**:
    - Các nhóm pháp trong Kinh Thập Thượng cung cấp một **lộ trình rõ ràng và tuần tự** để người học có thể theo đó mà tiến bộ. Điều này giúp mọi thế hệ tu học có thể hiểu đúng và thực hành đúng theo các giai đoạn, từ các pháp căn bản đến các pháp cao cấp.
    - Việc này giúp bảo đảm rằng các thế hệ sau không bị lạc lối hoặc không hiểu sai lầm về con đường tu tập của Phật giáo.
4. **Truyền cảm hứng và tạo động lực cho thế hệ sau**:
    - Việc ghi nhớ và thực hành các nhóm pháp không chỉ là công cụ học tập mà còn là **nguồn cảm hứng cho thế hệ sau**. Khi thấy những người đi trước đã tinh tấn thực hành và đạt được an lạc, người học sẽ có thêm động lực để tiếp tục con đường.
    - Sự tiếp nối tinh tấn này giúp bảo vệ Chánh Pháp khỏi sự lãng quên, đảm bảo rằng luôn có những người kế tục tiếp nối giáo lý của Đức Phật.
5. **Truyền thừa các phương pháp thực hành phù hợp và hiệu quả**:
    - Ghi nhớ các nhóm pháp còn là cách để **truyền thừa các phương pháp thực hành đúng đắn**. Khi các thế hệ sau thực hành theo hệ thống pháp đã

được ghi nhớ, họ sẽ tiếp tục sử dụng các phương pháp hiệu quả để đạt được trí tuệ và từ bi.

- Việc thực hành theo các phương pháp đã được truyền lại này giúp người tu học tránh được những sai lầm trong việc thực hành, từ đó duy trì sự trong sáng và nguyên bản của Chánh Pháp.

6. **Củng cố lòng tin vào Chánh Pháp**:
   - Việc ghi nhớ và thực hành các nhóm pháp giúp **người tu học nhận ra giá trị thực sự của Chánh Pháp** qua từng bước phát triển. Khi họ thấy rằng giáo lý này mang lại sự bình an và giác ngộ, lòng tin vào Chánh Pháp sẽ được củng cố.
   - Lòng tin này là yếu tố cốt lõi giúp bảo vệ Chánh Pháp khỏi sự suy thoái, vì người học sẽ không dễ dàng từ bỏ những giá trị đã chứng minh được lợi ích qua trải nghiệm thực tế.
7. **Duy trì ý nghĩa và triết lý cốt lõi của Chánh Pháp**:
   - Các nhóm pháp trong Kinh Thập Thượng không chỉ chứa đựng phương pháp mà còn là những triết lý sâu sắc của Phật giáo. Khi chúng được ghi nhớ và thực hành, những ý nghĩa và triết lý cốt lõi như vô thường, vô ngã, và từ bi cũng được truyền thừa nguyên vẹn.
   - Điều này giúp bảo vệ Chánh Pháp khỏi sự biến chất theo thời gian, duy trì giá trị tinh túy của giáo lý Phật giáo.
8. **Tạo nên sự gắn kết giữa các thế hệ tu học**:
   - Khi các nhóm pháp được ghi nhớ và thực hành qua nhiều thế hệ, điều này tạo ra **sự gắn kết mạnh mẽ giữa các thế hệ tu học**. Người đi trước hướng dẫn người đi sau, và người đi sau tiếp nối những truyền thống tu học của người đi trước.
   - Sự gắn kết này là yếu tố quan trọng để bảo vệ Chánh Pháp, giúp tạo nên một cộng đồng tu học lâu dài và bền vững.
9. **Làm rõ lộ trình tu tập cho mọi tầng lớp tu học**:
   - Các nhóm pháp được sắp xếp từ căn bản đến nâng cao giúp người tu học ở mọi trình độ đều có thể bắt đầu và tiến bộ theo cách của mình. Điều này làm rõ ràng lộ trình tu tập, giúp người học không bị bối rối trước giáo lý phức tạp mà từng bước đi theo lộ trình đã có.
   - Sự minh bạch trong lộ trình tu học là cách để bảo vệ Chánh Pháp, vì giúp mọi người tiếp cận và thực hành giáo lý một cách dễ dàng và hiệu quả.
10. **Giữ gìn và phát huy sự tinh túy của Chánh Pháp**:
    - Việc ghi nhớ và thực hành các nhóm pháp không chỉ là sự bảo tồn mà còn là cách phát huy Chánh Pháp. Khi người học thực hành và đạt được những tiến bộ trong tâm linh, họ chính là những minh chứng sống động cho sự hiệu quả của Chánh Pháp.
    - Thông qua thực hành, người tu học có thể truyền đạt lại sự tinh túy và giá trị đích thực của giáo lý, từ đó bảo vệ và phát triển Chánh Pháp qua từng thế hệ.

Tổng kết:

Ghi nhớ và thực hành các nhóm pháp là cách để **bảo vệ và truyền thừa Chánh Pháp** một cách sâu sắc và hiệu quả. Đây không chỉ là cách giữ gìn giáo lý nguyên vẹn mà còn giúp mỗi thế hệ tu học hiểu rõ, thực hành đúng, và truyền đạt lại một cách chân thực nhất, đảm bảo rằng Chánh Pháp sẽ tiếp tục được bảo tồn và phát triển qua thời gian.

20. Người tu học có thể học được điều gì về sự kiên trì và trách nhiệm từ hệ thống các nhóm pháp trong Kinh Thập Thượng?

Từ **hệ thống các nhóm pháp trong Kinh Thập Thượng**, người tu học có thể rút ra những bài học sâu sắc về **sự kiên trì và trách nhiệm** trong hành trình tu tập và trong đời sống. Đây không chỉ là một con đường phát triển nội tâm mà còn là một **lời nhắc nhở về tầm quan trọng của việc bền bỉ và chịu trách nhiệm** đối với chính mình và với sự truyền thừa Chánh Pháp. Dưới đây là những điều người tu học có thể học được về sự kiên trì và trách nhiệm từ hệ thống này:

1. **Kiên trì tiến từng bước nhỏ, không bỏ qua bất kỳ giai đoạn nào**:
    - Kinh Thập Thượng được sắp xếp từ các nhóm pháp căn bản đến phức tạp, điều này nhắc nhở người học rằng **mỗi bước đều có giá trị** và không nên vội vàng trong việc tu học. Sự kiên trì đi qua từng giai đoạn giúp họ xây dựng nền tảng vững chắc cho những bước tiến cao hơn.
    - Điều này dạy họ về tính kiên nhẫn trong tu tập và trong cuộc sống, không ngừng hoàn thiện mà không đốt cháy giai đoạn.
2. **Xây dựng trách nhiệm tự thân qua sự tự giác và tự quản lý**:
    - Việc ghi nhớ và thực hành các nhóm pháp yêu cầu người tu học phải có **trách nhiệm tự giác với bản thân**, không cần dựa vào sự nhắc nhở từ bên ngoài. Điều này phát triển khả năng tự quản lý và chịu trách nhiệm cho sự tiến bộ của chính mình.
    - Trách nhiệm tự thân giúp họ duy trì động lực trong tu học, hiểu rằng con đường giác ngộ là do chính họ lựa chọn và thực hiện.
3. **Thấu hiểu rằng tu tập là một hành trình lâu dài và cần sự kiên định**:
    - Sự sắp xếp của các nhóm pháp nhấn mạnh rằng **tu học là một hành trình không có kết quả nhanh chóng**. Người học được nhắc nhở rằng mỗi pháp cần thời gian để ngấm vào tâm trí và tạo ra sự chuyển hóa, từ đó học được tính kiên định.
    - Kiên định theo đuổi mục tiêu dài hạn giúp người học không bị nản lòng hay bỏ cuộc khi gặp trở ngại, thay vào đó là duy trì sự kiên trì với mục tiêu giác ngộ.
4. **Học cách chấp nhận tiến bộ chậm rãi và ổn định**:
    - Thực hành từng nhóm pháp yêu cầu người học **chấp nhận sự tiến bộ chậm nhưng chắc chắn**. Việc xây dựng từ các pháp đơn giản đến phức tạp dạy họ không nên đòi hỏi kết quả tức thì, mà thay vào đó là đánh giá sự tiến bộ theo thời gian.
    - Sự chấp nhận này giúp họ tránh khỏi áp lực và thất vọng, đồng thời học được bài học về lòng kiên nhẫn.
5. **Nhận thức về trách nhiệm bảo vệ và duy trì Chánh Pháp**:

- Hệ thống hóa giáo lý thành các nhóm pháp cho thấy trách nhiệm của người học trong việc **giữ gìn và truyền thừa giáo lý** một cách đúng đắn. Khi họ ghi nhớ và thực hành theo hệ thống này, họ cũng đang bảo vệ Chánh Pháp khỏi sự sai lệch.
- Điều này dạy họ về trách nhiệm đối với cộng đồng tu học và những thế hệ sau, giúp bảo vệ giáo pháp mà không biến đổi hay làm giảm giá trị của nó.

6. **Rèn luyện ý thức về trách nhiệm phát triển trí tuệ và đạo đức**:
   - Các nhóm pháp trong Kinh Thập Thượng hướng dẫn người học **phát triển đồng đều về trí tuệ, từ bi và đạo đức**. Việc phát triển toàn diện này giúp người học không chỉ cải thiện bản thân mà còn trở thành tấm gương tốt trong cộng đồng.
   - Điều này dạy họ rằng trách nhiệm không chỉ là với bản thân mà còn với những người xung quanh, truyền cảm hứng cho người khác qua đạo đức và trí tuệ của mình.
7. **Kiên trì giữ vững lòng tin vào con đường tu học**:
   - Việc thực hành từng nhóm pháp đòi hỏi **lòng tin sâu sắc** vào Chánh Pháp và sự hiệu quả của hệ thống giáo lý mà Đức Phật truyền dạy. Khi thấy được sự tiến bộ, dù nhỏ, lòng tin vào Chánh Pháp sẽ được củng cố và giúp họ kiên trì hơn trong tu học.
   - Lòng tin này là nền tảng cho sự kiên nhẫn và trách nhiệm, vì họ hiểu rằng mọi sự cố gắng đều có ý nghĩa và giá trị trong hành trình giác ngộ.
8. **Đối diện với thử thách bằng trách nhiệm và quyết tâm**:
   - Hệ thống các nhóm pháp giúp người học chuẩn bị tâm lý để đối diện với các thử thách trong tu tập. Họ hiểu rằng khó khăn là một phần tự nhiên của hành trình, và trách nhiệm của họ là **vượt qua thử thách thay vì trốn tránh**.
   - Bài học này dạy họ cách kiên nhẫn với thử thách và giữ vững tinh thần trách nhiệm, tiếp tục tu học với sự quyết tâm và ý chí.
9. **Chuyển hóa từ ghi nhớ thành thực hành kiên trì**:
   - Ghi nhớ chỉ là bước đầu, nhưng để thực sự hiểu và áp dụng các nhóm pháp, người học cần **kiên trì thực hành liên tục**. Quá trình này giúp họ chuyển từ tri thức lý thuyết sang kinh nghiệm thực tế, phát triển sự nhẫn nại và tinh tấn.
   - Bài học này giúp họ hiểu rằng trí tuệ chỉ đạt được qua kinh nghiệm thực hành, và đây là một trách nhiệm họ phải đảm nhận với chính mình.
10. **Học cách kiên trì với sự khiêm tốn và lòng từ bi**:
    - Khi thực hành từng nhóm pháp, người học được nhắc nhở về **tính khiêm tốn và lòng từ bi**, biết rằng tu học không phải là một cuộc đua mà là hành trình của sự tự rèn luyện. Sự kiên trì này giúp họ phát triển từ bi, vì họ hiểu rằng mọi người đều có những khó khăn và giới hạn riêng.
    - Từ đó, họ có thể tu học với lòng khiêm nhường, không so sánh hay kiêu ngạo, mà luôn giữ tâm thanh tịnh và từ bi.

Tổng kết:

Từ hệ thống các nhóm pháp trong Kinh Thập Thượng, người tu học có thể rút ra nhiều bài học sâu sắc về **sự kiên trì và trách nhiệm**. Sự kiên trì được rèn luyện qua việc đi từng bước nhỏ, chấp nhận tiến bộ dần dần, và giữ vững lòng tin. Trách nhiệm thể hiện qua việc tu tập tự giác, duy trì Chánh Pháp, và truyền đạt đúng đắn cho các thế hệ sau. Những phẩm chất này không chỉ giúp người tu học tiến xa hơn trên con đường giác ngộ mà còn là nền tảng để họ sống một cuộc đời có ý nghĩa, an lạc và lợi ích cho cộng đồng.

Thiết kế bìa: Andrew Trực Lê Đỗ

Xuất bản bởi: TS. Đỗ Văn Học

ISBN: 978-1-967615-03-2

Made in United States
Orlando, FL
05 November 2026

90229830R00321